ഗ്രീൻ ബുക്സ്

തെരുവിന്റെ മക്കൾ

നജീബ് മഹ്ഫൂസ് (1911–2006)

1911ൽ കെയ്റോയിൽ ജനനം.
കെയ്റോ സർവകലാശാലയിൽനിന്ന്
തത്ത്വശാസ്ത്രത്തിൽ ബിരുദാനന്തരബിരുദം.
ആധുനിക അറബ് സാഹിത്യത്തിലെ
അസ്തിത്വവാദികളിൽ പ്രധാനി.
എഴുപത് വർഷത്തെ സാഹിത്യജീവിതത്തിനിടയിൽ
34 നോവലുകളും 350ലേറെ ചെറുകഥകളും
അഞ്ച് നാടകങ്ങളും രചിച്ചു.
അദ്ദേഹത്തിന്റെ പല രചനകളും ചലച്ചിത്രമാക്കപ്പെട്ടിട്ടുണ്ട്.
സാഹിത്യത്തിനുള്ള നോബൽ സമ്മാനം നേടിയ
ഈജിപ്ഷ്യൻ നോവലിസ്റ്റ്. 'കെയ്റോ ത്രയം' നജീബ്
മഹ്ഫുസിനെ 1988ലെ നോബൽ സമ്മാനത്തിനു അർഹമാക്കിയ
മൂന്നു നോവലുകളുടെ സമാഹാരമാണ്.
'ബയ്നൽ ഖസ്രൈൻ', 'ഖസ്രു ശൌഖ്', 'അസുക്രിയ'
എന്നിവയാണ് 1956–1957കാലത്ത് രചിക്കപ്പെട്ട ഈ കൃതികൾ.

ഡോ. എൻ. ഷംനാദ് : 1980ൽ തിരുവനന്തപുരം
ജില്ലയിൽ ജനനം. ഇറാഖിലെ സിനാൻ അൻതൂണിന്റെ
'വഹ്ദഹാ ഷജറ അൽറുമ്മാൻ' (വെള്ള പുതപ്പിക്കുന്നവർ),
സിറിയയിലെ ഖാലിദ് ഖലീഫയുടെ 'അൽമൗത്
അമൽ ഷാഖ്' (മരണം ദുഷ്കരം), ടുണീഷ്യയിലെ
ഹബീബ് സാലിമിയുടെ 'നിസാ അൽ-ബസാതീൻ'
(ടുണീഷ്യയിലെ പെണ്ണുങ്ങൾ) എന്നീ അറബി
നോവലുകളുടെ മലയാള വിവർത്തനങ്ങൾ
ഗ്രീൻ ബുക്സ് പ്രസിദ്ധീകരിച്ചിട്ടുണ്ട്.
ഇപ്പോൾ തിരുവനന്തപുരം യൂണിവേഴ്സിറ്റി
കോളേജിലെ അറബി വിഭാഗം അദ്ധ്യാപകൻ.

നോവൽ

തെരുവിന്റെ മക്കൾ

നജീബ് മഹ്ഫൂസ്

വിവർത്തനം

ഡോ. എൻ. ഷംനാദ്

ഗ്രീൻ ബുക്സ്

green books private limited
gb building, civil lane road, ayyanthole,
thrissur- 680 003, kerala, ph: +91 487-2381066, 2381039
website: www.greenbooksindia.com
e-mail: info@greenbooksindia.com

original arabic title
أولاد حارتنا
novel
by
naguib mahfouz

english
children of the alley

malayalam
theruvinte makkal

translated by
dr. n. shamnad

first published july 2019

منحة الترجمة
Translation Grant
صندوق منحة الشارقة للترجمة
Sharjah Translation Grant Fund

cover design : mansoor cheruppa

branches:
thrissur 0487-2422515
palakkad 0491-2546162
thiruvananthapuram 0471-2335301
calicut 0495 4854662
kannur 0497-2763038
ernakulam 8589095007

isbn : 978-93-87357-83-9

GBPL/1084/2019

മുഖക്കുറി

അറബ് സാഹിത്യത്തിലെ നോബൽ ജേതാവായ നജീബ് മഹ്ഫൂസിന്റെ പ്രശസ്തമായ കൃതിയാണ് തെരുവിന്റെ മക്കൾ. സമൂഹത്തിന്റെ വിപ്ലവകരമായ മാറ്റത്തിനു വേണ്ടി നിലകൊണ്ട സാഹിത്യകാരനായിരുന്നു മഹ്ഫൂസ്. അതു കൊണ്ടുതന്നെ അദ്ദേഹത്തിന്റെ കൃതികൾ യാഥാസ്ഥി തിക ഭരണകൂടങ്ങൾ നിരോധിക്കുകയാണുണ്ടായത്. ഈ കൃതി പ്രസിദ്ധീകരിക്കാൻ കഴിഞ്ഞതിൽ ഞങ്ങൾക്ക് വളരെ സന്തോഷമുണ്ട്.

കൃഷ്ണദാസ്
മാനേജിങ് എഡിറ്റർ

മനുഷ്യചരിത്രത്തിലെ മഹത്തായ പൗരാണിക സംസ്കാരങ്ങളിലൊന്ന് നിലനിന്നിരുന്ന ദേശമായിരുന്നു നൈൽ നദിയുടെ തീരത്തുള്ള ഈജിപ്ത്. ആഫ്രിക്കൻ ഭൂഖണ്ഡത്തിലാണ് സ്ഥിതി ചെയ്യുന്നതെങ്കിലും ഏഷ്യൻ-യൂറോപ്യൻ പാരമ്പര്യങ്ങളിൽ അഭിമാനിക്കുന്ന നാട്. ലോകത്തെ വിവിധ കാലഘട്ടങ്ങളിലെ വൻശക്തികളിൽ പലരും കൈയ്യേറി തങ്ങളുടെ കൂടെ സംസ്കാരത്തിന്റെ ഭാഗമാക്കി മാറ്റിയ പ്രദേശം. എ.ഡി.ഏഴാം നൂറ്റാണ്ടിലാണ് അറബികൾ ഈജിപ്ത് കീഴടക്കുന്നത്. പിന്നീടത് നൂറ്റാണ്ടുകൾക്കപ്പുറം നൂറ് ശതമാനം അറബി ഭാഷ സംസാരിക്കുന്ന രാജ്യമായിമാറി. ഇപ്പോൾ ഇരുപതിലധികം അറബ് രാഷ്ട്രങ്ങളുടെ സാംസ്കാരിക തലസ്ഥാനമാണ് ഈജിപ്ത്. ഇന്ന് ഈജിപ്തിൽ നടക്കുന്നതെന്തോ നാളെയത് മറ്റ് അറബ് ഭൂമികളിലും പുലരുമെന്നായിരിക്കുന്നു. അറബ് സാഹിത്യം, അറബ് സിനിമ തുടങ്ങിയ സാംസ്കാരിക വ്യവഹാരമേഖലകളിലൊന്നും ഈജിപ്തിനുള്ള സ്ഥാനം മറ്റൊരു അറബ് പ്രദേശത്തിനും അവകാശപ്പെടാനാവില്ല എന്നതാണ് വാസ്തവം.

നൂറ്റമ്പത് വർഷത്തെ മഹത്തായ ചരിത്രമുള്ള അറബി നോവൽ ശാഖയിൽ മറ്റൊരു എഴുത്തുകാരനും ഇതുവരെ എത്തിച്ചേരാനാകാത്ത ഉയരത്തിലെത്തിയ പ്രതിഭാശാലിയായിരുന്നു ഈജിപ്ത്യൻ നോവലിസ്റ്റും നോബൽ സമ്മാനജേതാവുമായ നജീബ് മഹ്ഫൂസ് (1911–2006). മുപ്പത്തിയഞ്ചോളം നോവലുകളെഴുതിയ മഹ്ഫൂസിന്റെ വിഖ്യാത നോവലുകളിലൊന്നാണ് 'ഔലാദു ഹാറതിനാ' (1959). അറബി നോവൽ ചരിത്രത്തിലെതന്നെ ഏറ്റവും വിവാദമുയർത്തിയ ഈ 'അലിഗറി' നോവലാണ് 'തെരുവിന്റെ മക്കൾ' എന്ന

പേരിൽ അറബിയിൽനിന്ന് നേരിട്ട് മലയാളത്തിലേക്ക് വിവർത്തനം ചെയ്തിരിക്കുന്നത്.

ഈജിപ്തിലെ മരുഭൂമികളിലൊന്നിലെ ഏതോ അജ്ഞാതതെരുവിൽ എന്നോ നടക്കുന്നതായി വിവരിക്കുന്ന ഈ കഥ ലോകത്തെവിടെയും സംഭവിക്കാവുന്നത് തന്നെയാണ്. അധികാരമുള്ളവർ എന്നും സർവശക്തിയും സംഭരിച്ച് ദുർബലരെ ചൂഷണം ചെയ്തുകൊണ്ടേയിരിക്കും. ചൂഷിതരാകട്ടെ തങ്ങളുടെ വിമോചനത്തിനായൊരു നായകൻ വന്നെങ്കിലെന്ന അവസാനിക്കാത്ത സ്വപ്നം കണ്ടുകൊണ്ടുമിരിക്കും. വർഗസമരത്തിന്റെ ഈ അനന്തമായ പോരാട്ടം സെമിറ്റിക് മതങ്ങളുടെ ചരിത്രത്തിലെ മഹത്തായ മുഹൂർത്തങ്ങളെ പശ്ചാത്തലമാക്കി പുനരാവിഷ്കരിച്ചു എന്നതാണ് ഈ നോവലിനെ പ്രിയപ്പെട്ടതാക്കുന്നതും അരനൂറ്റാണ്ടിനിപ്പുറവും വിവാദകൃതിയായി നിലനിർത്തുന്നതും. വിവാദകാലത്തെ ഒരഭിമുഖത്തിൽ നജീബ് മഹ്ഫൂസ് ഇങ്ങനെ പറഞ്ഞിരുന്നു.

'മഹത്തായ മൂല്യങ്ങളിൽ നിലകൊള്ളുന്നൊരു സമൂഹത്തെ സ്വപ്നം കാണുകയായിരുന്നു ഞാൻ. സ്വാതന്ത്ര്യം, സാമൂഹിക നീതി, ശാസ്ത്രം, പിന്നെ മതങ്ങളെല്ലാം പൊതുവിലും ഇസ്‌ലാം സവിശേഷമായും അവതരിപ്പിക്കുന്ന ഉദാത്തമായ മൂല്യങ്ങൾ എന്നിവയിൽ അധിഷ്ഠിതമായൊരു സമൂഹം!"

ഡോ.എൻ.ഷംനാദ്

തെരുവിന്റെ മക്കൾ

ആരംഭം

ഇത് ഞങ്ങളുടെ തെരുവിന്റെ കഥയാണ്. സത്യത്തിൽ ഞങ്ങളുടെ തെരുവിന്റെ വിവിധ കഥകളാണ് എന്നാണ് പറയേണ്ടത്. ജീവിച്ചിരിക്കെ നടന്ന അവസാനകാല സംഭവങ്ങൾ മാത്രമാണ് ഞാൻ നേരിൽ കണ്ടിട്ടുള്ളത്. എങ്കിലും ഇവിടെയുള്ള കഥപറച്ചിലുകാർ പറഞ്ഞു നടന്ന കഥകളൊക്കെ ഞാൻ രേഖപ്പെടുത്തിവച്ചിട്ടുണ്ട്. ഞങ്ങളുടെ തെരുവിലുള്ളവരെല്ലാം ഈ കഥകൾ പറയാറുണ്ട്. പ്രദേശത്തെ കാപ്പിക്കടയിൽ വച്ച് കേട്ടതുപോലെയോ, അല്ലെങ്കിൽ തലമുറകളായി കൈമാറ്റം ചെയ്യപ്പെട്ടതുപോലെയോ ആയിരിക്കും എല്ലാവരും ഈ കഥകൾ പറയാറുള്ളത്. ഞാൻ എഴുതുന്ന കാര്യങ്ങൾക്ക് ഈ കഥകൾ മാത്രമാണാധാരം.

നാട്ടിലെ സാമൂഹികമായ ചടങ്ങുകളിലധികവും കഥകൾ പറയാൻ പ്രേരിപ്പിക്കുന്നവ തന്നെയായിരുന്നു. എപ്പോഴെല്ലാം ഒരാൾ മാനസിക സമ്മർദ്ദം അനുഭവിക്കുന്നുവോ അല്ലെങ്കിൽ ആക്രമിക്കപ്പെടുകയോ മോശമായ പെരുമാറ്റത്തിനിരയാകുകയോ ചെയ്യുന്നുവോ അപ്പോൾ അയാൾ വിരൽ ചൂണ്ടുക മരുഭൂമിയോട് ചേർന്നു കിടക്കുന്ന തെരുവിന്റെ അങ്ങേയറ്റത്തുള്ള ആ മാളികയിലേക്കായിരിക്കും. പിന്നീടയാൾ വേദനയോടെ ഉരുവിടും.

"അതാണ് ഞങ്ങളുടെ മുൻഗാമിയുടെ വീട്. ഞങ്ങളെല്ലാം അദ്ദേഹത്തിന്റെ സന്തതികളാണ്. അതിനാൽതന്നെ അദ്ദേഹത്തിന്റെ സ്വത്തിൽ ഞങ്ങൾക്കുമുണ്ട് അവകാശം. പിന്നെന്തിനാണ് ഞങ്ങളിങ്ങനെ പട്ടിണി കിടക്കുന്നത്? അനീതികൾക്കിരയാകുന്നത്?"

പിന്നീട് അയാൾ ഈ കഥകൾ പറയാൻ തുടങ്ങും. ഞങ്ങളുടെ തെരുവിന്റെ പേരുകേട്ട സന്തതികളുടെ കഥകൾ. അദ്ഹമിന്റേയും ജബലിന്റേയും രിഫാഅയുടേയും ഖാസിമിന്റേയും കഥകൾ. ഞങ്ങളുടെ ഈ മുൻഗാമി സത്യത്തിലൊരു പ്രഹേളികതന്നെയാണ്. ഏതൊരാളും കൊതിച്ചുപോകുന്നതിലപ്പുറം നീണ്ട ആയുസ്സുണ്ട് അദ്ദേഹത്തിന്. എന്തിനേറെ, ദീർഘായുസ്സിന്റെ കാര്യത്തിൽ ആളുകൾ ഉപമിക്കപ്പെടുന്നതുതന്നെ അദ്ദേഹത്തിന്റെ പേരിലായിരിക്കും.

എത്രയോ കാലമായിട്ടുണ്ടാകും തന്റെ ആ മാളികയിൽ അദ്ദേഹം തനിച്ച് കഴിയാൻ തുടങ്ങിയിട്ട്. തനിച്ച് കഴിയാൻ ആരംഭിച്ചകാലം മുതൽ അദ്ദേഹത്തെ ആരും കണ്ടിട്ടുമില്ല. അദ്ദേഹത്തിന്റെ പ്രായത്തേയും ഏകാന്തവാസത്തേയും സംബന്ധിച്ച കഥകൾ ആരെയും പരിഭ്രമിപ്പിക്കും. ചിലപ്പോൾ ആളുകളുടെ ഭാവനകളും അപവാദപ്രചരണങ്ങളുമാകാം ആ കഥകൾ സൃഷ്ടിച്ചിരിക്കുക. കാര്യമെന്തൊക്കെയായാലും 'ജബലാവി' എന്നായിരുന്നു അദ്ദേഹം അറിയപ്പെട്ടിരുന്നത്. ഞങ്ങളുടെ തെരുവിനും ആ പേരു തന്നെ കിട്ടി. ഇവിടെയുള്ള സർവ്വസ്വത്തിനും ഉടമയാണദ്ദേഹം. തെരുവിലെങ്ങും ഉള്ളതിന്റേയും ചുറ്റുമുള്ള മരുഭൂമിയിലേയും സർവസ്വത്തുക്കളുടേയും ഉടമസ്ഥൻ. ഒരിക്കൽ ആരോ പറയുന്നത് കേട്ടിട്ടുണ്ട്.

"ഞങ്ങളുടെ തെരുവിന്റെ ഉദ്ഭവം അദ്ദേഹത്തിൽ നിന്നാണ്. ഈ തെരുവാണ് ദുനിയാവിന്റെ കേന്ദ്രമായ ഈജിപ്തിന്റെ ഉറവിടം. തീർത്തും തരിശായിരുന്ന ഈ പ്രദേശത്ത് ഒറ്റയ്ക്ക് കഴിഞ്ഞ ആളായിരുന്നു അദ്ദേഹം. പിന്നെ സ്വന്തം കൈക്കരുത്ത് കൊണ്ടും ഭരണാധികാരിയുടെ അടുക്കലുള്ള സ്ഥാനം ഉപയോഗപ്പെടുത്തിയും ഈ പ്രദേശം തന്റെ സ്വന്തമാക്കി മാറ്റി. അദ്ദേഹത്തെപ്പോലൊരാൾ ഇക്കാലത്തിനി ഉണ്ടാകാനേ പോകുന്നില്ല. വന്യമൃഗങ്ങൾ പോലും ആ പേരു കേട്ടാൽ ഭയന്ന് വിറയ്ക്കുന്നതു മാതിരി തെരുവ് അടക്കിവാണയാൾ."

വേറൊരാൾ പറയുന്നത് കേട്ടു.

"ശരിക്കും ശക്തനായിരുന്നു അദ്ദേഹം. എന്നാൽ മറ്റ് തെരുവുകൾ അടക്കി ഭരിക്കുന്നവരെപ്പോലെയായിരുന്നില്ല അദ്ദേഹം. ജനങ്ങളിൽനിന്നും ചുങ്കം പിരിക്കുകയോ അഹങ്കരിച്ച് നടക്കുകയോ ചെയ്തിരുന്നില്ല. ദുർബലരോട് കരുണയോടെയായിരുന്നു പെരുമാറിയിരുന്നത്."

പിന്നീടൊരു കാലം വന്നു. ആ പദവിക്കും സ്ഥാനത്തിനും യോജിക്കാത്ത രീതിയിൽ ചില ആളുകൾ അദ്ദേഹത്തെക്കുറിച്ച് സംസാരിക്കാൻ തുടങ്ങി. ലോകം അങ്ങനെയൊക്കെയാണല്ലോ. എന്നെ സംബന്ധിച്ചാണെങ്കിൽ അദ്ദേഹത്തെക്കുറിച്ച് സംസാരിക്കുക എന്നത് വളരെ സന്തോഷകരമായ കാര്യമാണ്. അത് ഒട്ടും മുഷിപ്പുണ്ടാക്കുകയേ ഇല്ല.

ഇതെന്നെ എത്രതവണ ആ മാളികയ്ക്ക് ചുറ്റും നടത്തിയിട്ടുണ്ടെന്നോ? ഒരുവേള ഒരുനോക്ക് കാണാൻ കഴിഞ്ഞാലോ? പക്ഷേ ഫലമൊന്നും ഉണ്ടായില്ലെന്ന് മാത്രം. എത്രയോ തവണ ആ കൂറ്റൻ വാതിലിനു മുന്നിൽ പോയി നിന്നശേഷം അതിന് മുകളിൽ ഘടിപ്പിച്ചിട്ടുള്ള ചീങ്കണ്ണിരൂപത്തിലേക്ക് നോക്കി നിന്നിട്ടുണ്ട്. അതുപോലെ ആ വീടിന്റെ വലിയ മതിലിൽ നിന്നും വളരെ അകലെയല്ലാതെ മുഖത്തം മരുഭൂമിയിൽ പലതവണ പോയി ഇരുന്നു നോക്കിയിട്ടുണ്ട്. പക്ഷേ, വീടിനു ചുറ്റും നിറഞ്ഞ് വളർന്നു നിൽക്കുന്ന മൾബറി, കാട്ടത്തി, പനമരങ്ങളുടെ തലപ്പുകളും ആൾത്താമസമുള്ളതിന്റെ യാതൊരു അടയാളവുമില്ലാതെ

അടഞ്ഞ് കിടക്കുന്ന ജനാലകളും മാത്രമേ കാണാൻ കഴിയുമായിരുന്നുള്ളൂ. ഒരിക്കൽപോലും ഞങ്ങൾ കാണുകയോ ഞങ്ങളെ കാണുകയോ ചെയ്യാത്ത ഇതുപോലൊരു മുൻഗാമിയുണ്ടാകുക എന്നത് അങ്ങേയറ്റം ദുഃഖകരമായ കാര്യമല്ലേ? ഞങ്ങളിങ്ങനെ മണ്ണിൽ കഴിയുമ്പോൾ അദ്ദേഹം ഇതുപോലൊരു മാളികയ്ക്കുള്ളിൽ ഒളിച്ചിരിക്കുന്നത് വിചിത്രമായ കാര്യം തന്നെയല്ലേ?

ഞങ്ങളേയും അദ്ദേഹത്തേയും ഈ അവസ്ഥയിലേക്കെത്തിച്ച സാഹചര്യങ്ങളെന്താണെന്ന് നിങ്ങൾക്കറിയാൻ ആകാംക്ഷയുണ്ടെങ്കിൽ ഈ കഥകൾ കേൾക്കണം. അദ്ഹമിന്റേയും ജബലിന്റേയും രിഫാഅയുടേയും ഖാസിമിന്റേയും പേരുകൾ ഇടയ്ക്കിടയ്ക്ക് കേൾക്കേണ്ടിവരും. പക്ഷേ, അവയൊന്നും നിങ്ങളുടെ ചിന്തകൾക്കോ, മനസ്സിനോ ഒരാശ്വാസവും തന്നില്ലെന്ന് വരാം, കേട്ടോ!

തനിച്ച് കഴിയാൻ തുടങ്ങിയ കാലംമുതലേ അദ്ദേഹത്തെ ആരും കണ്ടിട്ടേയില്ലെന്ന് ഞാൻ പറഞ്ഞല്ലോ? എന്നാൽ ഇക്കാര്യം മിക്ക ആളുകളേയും അലട്ടിയിട്ടൊന്നുമില്ല. അവർക്കൊക്കെ അറിയാൻ താത്പര്യം അദ്ദേഹത്തിന്റെ ഭൂസ്വത്തുക്കളെക്കുറിച്ചും പിന്നെ ധാരാളം കേട്ട് കേൾവിയുള്ള അദ്ദേഹത്തിന്റെ പത്ത് നിബന്ധനകളെക്കുറിച്ചുമായിരിക്കും. അന്നുമുതലാണ് ഞങ്ങളുടെ തെരുവിൽ തർക്കങ്ങൾ തുടങ്ങിയത്. ഞാൻ ജനിക്കുന്നതിന് മുമ്പേ തുടങ്ങിയ ഈ തർക്കങ്ങളുടെ തീവ്രത തലമുറകൾ പിന്നിട്ടിട്ടും ഇന്നുവരെ കൂടിയിട്ടേ ഉള്ളൂ. നാളെയും ഇതുതന്നെ തുടരും. അതിനാൽ തന്നെ ഞങ്ങളുടെ തെരുവിലെ മനുഷ്യരെ തമ്മിൽ കൂട്ടിയിണക്കുന്ന ബന്ധങ്ങളെക്കുറിച്ച് സൂചിപ്പിക്കുമ്പോൾ യാതൊരു പരിഹാസവും ഞാൻ പ്രതീക്ഷിക്കുന്നില്ല. പുറത്തുനിന്നൊരു അപരിചിതനും കടന്നു കയറാത്തവിധം ഒരൊറ്റകുടുംബംപോലെയാണ് ഞങ്ങൾ അന്നും ഇന്നും കഴിയുന്നത്. തെരുവിലെ ഓരോരുത്തർക്കും സ്ത്രീകളും പുരുഷന്മാരുമായ മറ്റ് നിവാസികളെക്കുറിച്ചറിയാമായിരിക്കും. എന്നിട്ടും ഞങ്ങൾക്കിടയിൽ ഉണ്ടായിട്ടുള്ളത് പോലുള്ള രൂക്ഷമായ വഴക്കുകൾക്ക് വേറൊരു തെരുവും സാക്ഷിയായിട്ടുണ്ടാകില്ല. ഈ വഴക്കുകൾ കാരണം ഞങ്ങൾ പിണങ്ങിപ്പിരിഞ്ഞതുപോലെ വേറൊരു തെരുവിലും സംഭവിച്ചിട്ടുമുണ്ടാകില്ല. ഒരു നല്ല മനുഷ്യനുണ്ടെങ്കിൽ അതിന് പകരമായി കുറുവടികൾ വീശി അടിയുണ്ടാക്കാൻ നടക്കുന്ന ഒരു പത്ത് തെരുവ് ഗുണ്ടകളെയെങ്കിലും വേറെ കാണാൻ കഴിയും. ഇവർക്കൊക്കെ പണം നൽകി സമാധാനം വാങ്ങുന്നതും അവജ്ഞയോടും അടിയറവോടും കൂടി സ്വന്തം സുരക്ഷിതത്വം ഉറപ്പാക്കുന്നതും ആളുകൾക്കൊക്കെ ഇപ്പോൾ പരിചിതമായിരിക്കുന്നു. വാക്കിലോ പ്രവൃത്തിയിലോ ഉള്ള ചെറിയ തെറ്റുകൾ പോയിട്ട് അത്തരമൊരു ചിന്ത മുഖത്ത് പ്രതിഫലിക്കുന്നതിന്റെ പേരിൽ പോലും ആളുകൾ കഠിനശിക്ഷകൾക്കു വിധേയരായിരുന്ന കാലമുണ്ടായിരുന്നു.

എന്നാൽ അത്വൂഫ്, കഫർ അൽ-സഗാരി, അൽ-ദർറാസ, അൽ-ഹുസൈനിയ്യ പോലുള്ള സമീപത്തുള്ള തെരുവുകളിലെ ആളുകൾക്കൊക്കെ ഞങ്ങളുടെ തെരുവിലെ ഭൂസ്വത്തുക്കളുടെയും തെരുവ് അടക്കി വാഴുന്നവരുടെയും കാര്യത്തിൽ വലിയ അസൂയയായിരുന്നു എന്നതാണ് അതിശയിപ്പിക്കുന്ന കാര്യം. ഭൂസ്വത്തുക്കളും ആർക്കും കീഴടങ്ങാത്ത തെരുവ് ഗുണ്ടകളുമാണ് ഒരു തെരുവിന്റെ യഥാർത്ഥസ്വത്തെന്നായിരിക്കും അവരൊക്കെ പറയുക. അതൊക്കെ ശരിയുമായിരിക്കാം. എന്നാൽ ദാരിദ്ര്യം കാരണം ഞങ്ങൾ യാചകരെപ്പോലെയായെന്നോ, പ്രാണികളും പേനും നിറഞ്ഞ മാലിന്യക്കൂമ്പാരങ്ങൾക്കിടയിലാണ് ജീവിച്ച് പോകുന്നതെന്നോ അവർക്കറിയില്ലല്ലോ? കിട്ടുന്ന ഉച്ഛിഷ്ടങ്ങളിൽ തൃപ്തിപ്പെട്ട് ഉടുതുണിയില്ലാതെ ജീവിക്കുന്നു. പിന്നെ ഈ തെരുവുഗുണ്ടകൾ ഞങ്ങളുടെ മുകളിൽ കയറി ഞെളിഞ്ഞ് നടക്കുന്നതും ആളുകളവരെ പേടിച്ച് നിൽക്കുന്നതുമായിരിക്കും മറ്റുള്ളവർ കാണുന്നത്. സത്യത്തിൽ ഞങ്ങളെ ഇവർ ചവിട്ടിമെതിക്കുകയാണെന്ന് സർവരും മറക്കുന്നു. അപ്പോൾ പിന്നെ ആ മാളികയിലേക്ക് നോക്കി ദുഃഖത്തോടെയും വേദനയോടുംകൂടി പറയുന്നത് മാത്രമാണ് ഞങ്ങൾക്കൊരാശ്വാസം.

“അവിടെയാണ് ജബലാവി താമസിക്കുന്നത്. ഈ സ്വത്തുക്കളുടെയൊക്കെ ഉടമസ്ഥൻ അദ്ദേഹമാണ്. അദ്ദേഹമാണ് ഞങ്ങളുടെ മുൻഗാമി. ഞങ്ങൾ അദ്ദേഹത്തിന്റെ പിൻഗാമികളും.”

ഞങ്ങളുടെ തെരുവിലെ അവസാനകാലസംഭവങ്ങൾക്കാണ് ഞാൻ സാക്ഷിയായിട്ടുള്ളത്. അതുപോലെ ഈ തെരുവിലെ നല്ലവനായ അറഫയുടെ വരവിനെത്തുടർന്നുണ്ടായ സംഭവങ്ങളും ഞാൻ കണ്ടിട്ടുണ്ട്. ഈ തെരുവിന്റെ കഥകൾ രേഖപ്പെടുത്താൻ എനിക്ക് പ്രചോദനമായത് തന്നെ ഈ അറഫയുടെ സുഹൃത്തുക്കളിലൊരാളാണ്. ഒരു ദിവസം അയാളെന്നോട് ചോദിച്ചു.

“എഴുതാനറിയാവുന്ന വളരെക്കുറച്ചു പേരുള്ളതിൽ ഒരാളാണല്ലോ നിങ്ങൾ, പിന്നെന്താ നമ്മുടെ തെരുവിന്റെ കഥകൾ എഴുതാൻ തയ്യാറാകാത്തത്? ഈ കഥകളൊന്നും ഇതുവരെ ശരിയായ രീതിയിൽ പറയപ്പെട്ടിട്ടില്ല. ഇനി ഉള്ളത് തന്നെ കഥപറച്ചിലുകാരുടെ ഇഷ്ടങ്ങൾക്കും താത്പര്യങ്ങൾക്കും അനുസരിച്ചായിരിക്കും. മറ്റുള്ളവർക്ക് പ്രയോജനമാകും വിധത്തിൽ ഒരേകീകൃതചട്ടക്കൂടോടെ വിശ്വസ്തമായി ഈ കഥകൾ രേഖപ്പെടുത്താൻ കഴിഞ്ഞാൽ വളരെ നന്നായിരിക്കും. അതുപോലെ നിങ്ങൾക്കറിയാത്ത കാര്യങ്ങളും രഹസ്യങ്ങളുമൊക്കെ പറഞ്ഞു തരുവാൻ എനിക്കും സാധിച്ചേക്കും.”

ഇതോടെ ആ ആശയം നടപ്പിലാക്കാൻ എനിക്കും ഉത്സാഹമായി. ഒന്നാമത് - ഇക്കാര്യമൊരു നല്ല ആശയമായി തോന്നിയത് കൊണ്ടും

രണ്ടാമതായി – അത് നിർദ്ദേശിച്ച ആളോടുള്ള ഇഷ്ടം കൊണ്ടും കൂടിയായിരുന്നു.

ഞങ്ങളുടെ തെരുവിൽ എഴുത്ത് ഒരു തൊഴിലാക്കിയ ആദ്യ വ്യക്തി ഞാനായിരുന്നു. അത് കാരണം കുറേയേറെ പരിഹാസത്തിനും അപമാനത്തിനും പാത്രമായിട്ടുണ്ടെന്നത് വേറെ കാര്യം. പരാതിക്കാർക്കും ആവശ്യമുള്ളവർക്കും വേണ്ടി അപേക്ഷകളും ഹർജികളും തയ്യാറാക്കുന്ന ജോലിയായിരുന്നു എന്റേത്. ധാരാളം പരാതിക്കാർ എന്നെ അന്വേഷിച്ച് വരാറുണ്ടായിരുന്നെങ്കിൽപോലും തെരുവിലെ യാചകരുടെ അവസ്ഥയിൽ നിന്നും എന്റെ നില ഒന്നുയർത്താൻ പോലും ഈ ജോലിക്ക് കഴിഞ്ഞിരുന്നില്ല. നേരേമറിച്ച് ജനങ്ങളുടെ രഹസ്യങ്ങളും ദുഃഖങ്ങളുമൊക്കെ കേട്ട്കേട്ട് ഹൃദയം തകർന്ന മനുഷ്യനായി മാറിയെന്നത് മാത്രമായിരുന്നു മിച്ചം.

പക്ഷേ, ഒരുകാര്യം പറയാം. ഞാൻ എന്നെക്കുറിച്ചോ എന്റെ പ്രശ്നങ്ങളെക്കുറിച്ചോ ഒന്നുമല്ല എഴുതാൻ പോകുന്നത്. കാരണം ഞങ്ങളുടെ തെരുവിന്റെ പ്രശ്നങ്ങളുമായി താരതമ്യം ചെയ്യുമ്പോൾ എന്റേത് എത്ര നിസ്സാരം! വിചിത്രമായ സംഭവങ്ങൾ നടക്കുന്ന ഞങ്ങളുടെ വിചിത്രമായ തെരുവിന്റെ കഥയാണിത്! എങ്ങനെയാണവ സംഭവിച്ചത്? അവയുടെയൊക്കെ പിന്നിലുള്ള കാരണങ്ങളെന്തൊക്കെയായിരുന്നു? പിന്നെ ഞങ്ങളുടെ തെരുവിന്റെ സന്തതികൾ ആരൊക്കെയായിരുന്നു?

അദ്ഹം

ഒന്ന്

ഞങ്ങളുടെ തെരുവ് സ്ഥിതി ചെയ്യുന്ന സ്ഥലമൊരു തരിശുഭൂമിയായിരുന്നു. ചക്രവാളത്തിലേക്ക് നീണ്ടുകിടക്കുന്ന മുഖത്തം മരുഭൂമിയുടെ ഒരു ഭാഗമായിരുന്നത്. ആ തരിശുഭൂമിയിൽ ആകെക്കൂടി ഉണ്ടായിരുന്നത് ഭീതിയേയും വന്യതയേയും അരാജകത്വത്തേയും വെല്ലുവിളിക്കുന്നത് പോലെ തല ഉയർത്തി നിൽക്കുന്ന ജബലാവി നിർമ്മിച്ച മാളിക മാത്രമായിരുന്നു. അതിന്റെ ഉയരമേറിയ കൂറ്റൻ മതിലുകൾ വിശാലമായൊരു ഭൂവിഭാഗത്തെ വലയം ചെയ്തിരുന്നു. അതിന്റെ പടിഞ്ഞാറു ഭാഗത്തായൊരു തോട്ടം കാണാം. കിഴക്ക് ഭാഗത്താണ് മൂന്നു നിലകളുള്ള മാളികയുള്ളത്.

ഒരുനാൾ ഗൃഹനാഥൻ തോട്ടത്തിനോടു ചേർന്നിരിക്കുന്ന താഴത്തെ നിലയിലെ സ്വീകരണമുറിയിലേക്ക് തന്റെ മക്കളെയെല്ലാം വിളിച്ചു വരുത്തി. അങ്ങനെ മക്കളെല്ലാവരും അവിടെയെത്തി. ഇദ്രീസും അബ്ബാസും റിസ്‌വാനും ജലീലും പിന്നെ അദ്ഹമും. പട്ട് ജല്ലാബിയ കുപ്പായമായിരുന്നു അവരുടെ വേഷം. ബഹുമാനപുരസരം അദ്ദേഹത്തിന് മുന്നിൽ വന്ന് നിൽക്കുമ്പോൾ അവർക്ക് ഒളികണ്ണിട്ട് മാത്രമേ നോക്കാനായുള്ളൂ. ഇരിക്കാൻ കല്പിച്ചപ്പോൾ ചുറ്റുമുള്ള ഇരിപ്പിടങ്ങളിൽ അവർ ചെന്നിരുന്നു. പരുന്തിന്റേതു പോലുള്ള കൂർത്ത കണ്ണുകൾകൊണ്ട് അദ്ദേഹം അവരെയൊന്ന് സൂക്ഷിച്ചു നോക്കി. പിന്നെ എഴുന്നേറ്റ് സ്വീകരണമുറിയുടെ വാതിലിന് നേരേ നടന്നു. തോട്ടത്തിലേക്ക് തുറക്കുന്ന വാതിലിനു മുന്നിൽ പോയിനിന്നു. മൾബറിയും കാക്കത്തിയും ഈന്തപ്പനകളും നിറഞ്ഞുകവിഞ്ഞു നിൽക്കുന്ന തോട്ടമാണത്. മരങ്ങൾക്ക് ചുറ്റും മൈലാഞ്ചിയുടേയും മുല്ലയുടേയും വള്ളികൾ പടർന്ന് കയറിയിരിക്കുന്നു. അവയുടെ ശിഖരങ്ങളിലിരുന്ന് ചിലയ്ക്കുന്ന കിളികൾ. തോട്ടത്തിൽ ജീവനും സംഗീതവും നിറഞ്ഞു നിൽക്കുകയായിരുന്നെങ്കിലും സ്വീകരണമുറിക്കുള്ളിൽ നിശ്ശബ്ദതയായിരുന്നു.

ഒരു നിമിഷം സഹോദരന്മാർക്ക് തോന്നിയത് തെരുവിന്റെ അധികാരി തങ്ങളുടെ കാര്യമേ മറന്നുപോയിരിക്കുമോ എന്നായിരുന്നു.

അദ്ദേഹത്തിന്റെ ഉയരവും വണ്ണവും കണ്ടപ്പോൾ മറ്റേതോ ഗ്രഹത്തിൽ നിന്നും വന്നിറങ്ങിയ അതിമാനുഷസൃഷ്ടിയാണെന്ന് തോന്നി. കാര്യമെന്താണെന്നറിയാനായി സഹോദരങ്ങൾ പരസ്പരം നോക്കി. വളരെ ഗൗരവമായ എന്തെങ്കിലും കാര്യം തീരുമാനിച്ചാൽ ഇതാണദ്ദേഹത്തിന്റെ രീതി. തെരുവിലെങ്ങനെയാണോ അതുപോലെതന്നെ കർക്കശക്കാരനാണ് അദ്ദേഹം വീട്ടിലുമെന്നതാണ് സഹോദരന്മാരെ അസ്വസ്ഥരാക്കിയത്. തങ്ങൾ തീരെ ശക്തിഹീനരാണിവിടെ. നിന്ന സ്ഥലത്ത് നിന്നും മാറാതെ അദ്ദേഹം മക്കളുടെ നേരേ തിരിഞ്ഞു. പിന്നെ പരുക്കൻ ശബ്ദത്തിൽ പറഞ്ഞു, തിരശ്ശീലകളും പരവതാനികളും കൊണ്ട് മൂടിയ മുറിയുടെ ചുമരുകളിൽ ആ ശബ്ദം പ്രതിധ്വനികൊള്ളുന്നുണ്ടായിരുന്നു.

"ഈ സ്വത്തുക്കളൊക്കെ എനിക്കു പകരം മറ്റാരെങ്കിലും നോക്കി നടത്തുന്നതാണ് നല്ലതെന്ന് തോന്നുന്നു."

അദ്ദേഹം ഒരിക്കൽ കൂടി മക്കളുടെ മുഖത്തേക്ക് സൂക്ഷിച്ചുനോക്കി. പക്ഷേ, ഒരു പ്രതികരണവുമില്ലായിരുന്നു ആ മുഖങ്ങളിൽ. കാരണം ഈ സ്വത്തുക്കൾ നോക്കി നടത്തുകയെന്നത് വിനോദവും ശാന്തതയും യുവത്വത്തിന്റെ കാമനകളുമൊക്കെ ഇഷ്ടപ്പെടുന്നവരെ മോഹിപ്പിക്കുന്ന കാര്യമല്ല. മാത്രമല്ല മൂത്ത സഹോദരനായ ഇദ്‌രീസാണ് ഈ പദവിക്ക് സ്വാഭാവികമായും അർഹനാകുന്നയാൾ. മറ്റുള്ളവരാരും അക്കാര്യം ചോദ്യം ചെയ്യുകയുമില്ല. 'എന്തൊരു ഭാരമായിരിക്കും. അവസാനിക്കാത്ത പ്രശ്നങ്ങളായിരിക്കും. പിന്നെ കുറേയേറെ ദുരിതം പിടിച്ച കുടിയാന്മാരുമുണ്ടാകും.' ഇങ്ങനെയായിരുന്നു ഇദ്‌രീസിന്റെ മനസ്സ് പറഞ്ഞത്. എന്നാൽ ജബലാവി തുടർന്ന് പറഞ്ഞത് മറ്റൊന്നായിരുന്നു.

"എന്റെ മേൽനോട്ടത്തിൽ നിങ്ങളുടെ സഹോദരൻ അദ്ഹം ഈ സ്വത്തുക്കൾ നോക്കിനടത്തണമെന്നാണെന്റെ തീരുമാനം!"

അപ്രതീക്ഷിതമായതെന്തോ കേട്ടതിന്റെ അതിശയമായിരുന്നു മറ്റുള്ള മുഖങ്ങളിലാകെ. അതിശയത്തോടെ അവർ അങ്ങോട്ടുമിങ്ങോട്ടും നോക്കാൻ തുടങ്ങി. എന്നാൽ ലജ്ജയും പരിഭ്രമവും കാരണം അദ്ഹം തലതാഴ്ത്തിനിന്നു. ജബലാവിയാകട്ടെ ഇതൊന്നും ശ്രദ്ധിക്കാത്തമട്ടിൽ പുറംതിരിഞ്ഞ് നിന്നു.

"ഇതറിയിക്കാനാണ് ഞാൻ നിങ്ങളെ വിളിപ്പിച്ചത്."

ഇദ്‌രീസിന്റെ ഉള്ളിൽ നിന്നും കോപം ഇരച്ചുകയറിപ്പോയി. അത് പ്രതിരോധിക്കാനാകാതെ വന്നപ്പോൾ അയാളാകെ ഉന്മാദിയുടെ ഭാവത്തിലായി. മറ്റ് സഹോദരങ്ങൾ അസ്വസ്ഥതയോടെ അയാളെത്തന്നെ നോക്കി. ഇദ്‌രീസിനോടും പിന്നെ തങ്ങളോടുമുള്ള ഈ അപമാനത്തിൽ കോപമടക്കി നിശ്ശബ്ദമായി പ്രതിഷേധിക്കുകയായിരുന്നു അദ്ഹമൊഴികെയുള്ളവർ. എന്നാൽ മറ്റൊരാളുടെ ദേഹത്തിൽ നിന്നാണ് വരുന്നതെന്നതുപോലുള്ള സ്വരത്തിൽ ശാന്തമായി ഇദ്‌രീസ് ചോദിക്കാൻ തുടങ്ങി.

“പക്ഷേ, പിതാവേ...”

“എന്ത് പക്ഷേ?”

തണുപ്പൻമട്ടിൽ മക്കൾക്ക് നേരേ തിരിഞ്ഞുകൊണ്ട് ജബലാവി ഇടയ്ക്ക് കയറി ചോദിച്ചു. തങ്ങളുടെ മനസ്സിലുള്ളത് അദ്ദേഹം വായിച്ചെടുത്തുകളയുമോ എന്ന പരിഭ്രമത്തിൽ അവർ നിലത്തേക്ക് നോക്കി നിന്നു. എന്നാൽ ഇദ്‌രീസ് ഉറച്ചസ്വരത്തിൽ പറഞ്ഞു.

“പക്ഷേ, ഞാനാണല്ലോ മൂത്ത സഹോദരൻ.”

ജബലാവി വീണ്ടും തടസ്സപ്പെടുത്തി.

“അക്കാര്യം ഏറ്റവും നന്നായറിയുന്നയാൾ ഞാനാണെന്നാണ് എനിക്കു തോന്നുന്നത്. നിങ്ങൾക്ക് ജന്മം നൽകിയയാൾ ഞാനാണല്ലോ?”

ദേഷ്യം വർദ്ധിപ്പിക്കാനെന്നവണ്ണം ഇദ്‌രീസ് വീണ്ടും പറഞ്ഞു.

“വ്യക്തമായ കാരണങ്ങളില്ലാതെ നിഷേധിക്കാൻ പാടില്ലാത്ത കുറേ അവകാശങ്ങളുണ്ട് മൂത്ത സഹോദരന്.”

തുടർന്നെന്താണ് ചെയ്യേണ്ടതെന്ന് തീരുമാനിക്കുന്നതിനുള്ള അവസരം ലഭിക്കാനെന്നവണ്ണം ജബലാവി ഇദ്‌രീസിനെ കുറേനേരം സൂക്ഷിച്ച് നോക്കി.

“എന്റെ ഈ തിരഞ്ഞെടുപ്പിൽ സകലർക്കും നന്മയാണുണ്ടാകുക എന്നെനിക്ക് ഉറപ്പു പറയാനാകും.”

ഈ പ്രഹരം ഏറ്റുവാങ്ങുമ്പോൾ ഇദ്‌രീസിന്റെ ക്ഷമയറ്റ് വരികയായിരുന്നു. എതിർത്ത് സംസാരിക്കുന്നത് പിതാവിനെ എത്ര മാത്രം അസ്വസ്ഥനാക്കുമെന്ന് അയാൾക്കറിയാം. ഇതുപോലെ സംസാരിച്ചാലുണ്ടാകുന്ന കൂടുതൽ ശക്തമായ പ്രഹരങ്ങൾ ഇനിയും പ്രതീക്ഷിക്കേണ്ടിവരുമെന്നത് മറ്റൊരുകാര്യം. പക്ഷേ, കോപാഗ്നി പ്രത്യാഘാതങ്ങളെക്കുറിച്ച് ചിന്തിക്കാനുള്ള അവസരമേ നൽകിയില്ല. ചില ചുവടുകൾ വച്ച് ഇദ്‌രീസ് അദ്ഹമിന്റെ തൊട്ടരികിലെത്തി. പിന്നെ താനും ഈ സഹോദരനും തമ്മിൽ തടിമിടുക്ക്, നിറം, സൗന്ദര്യം തുടങ്ങിയ കാര്യങ്ങളിലുള്ള വ്യത്യാസങ്ങൾ മറ്റുള്ളവർ കാണട്ടെയെന്ന് കരുതി ഒരു പൂവൻകോഴിയെപ്പോലെ പേശികൾ വീർപ്പിച്ചുനിന്നു. തുമ്മുന്ന ആളിന്റെ വായിൽ നിന്നും നിയന്ത്രണമില്ലാതെ തുപ്പൽ തെറിക്കുന്നതുപോലെയാണ് ഇദ്‌രീസ് പിന്നെ സംസാരിച്ചത്.

“ഞാനും എന്റെ മറ്റ് സഹോദരന്മാരും സമൂഹത്തിൽ മാന്യതയുള്ളൊരു സ്ത്രീയുടെ മക്കളാണ്. എന്നാൽ ഇവനൊരു കറുത്ത അടിമസ്ത്രീയുടെ മകനല്ലേ?”

അദ്ഹമിന്റെ ഇരുണ്ടമുഖം ഇതുകേട്ട് കരിവാളിച്ചുപോയി. പക്ഷേ, അതവനിൽ മറ്റ് ചലനങ്ങളൊന്നും സൃഷ്ടിച്ചില്ല. എന്നാൽ ജബലാവി കൈകുലുക്കിക്കൊണ്ട് ഭീഷണി നിറഞ്ഞ സ്വരത്തിൽ പറഞ്ഞു.

“ഇദ്‌രീസ്, മര്യാദയ്ക്ക് സംസാരിക്ക്”

പക്ഷേ, ഭ്രാന്തമായ കോപാവേശത്തിലായിരുന്നു ഇദ്‌രീസ്.

“ഇവൻ ഞങ്ങളെക്കാളൊക്കെ ഇളയ ആളാണ്. പിന്നെ എന്ത് കാരണംകൊണ്ടാണ് എന്നേക്കാൾ ഇവനു പ്രാമുഖ്യം നൽകിയതെന്നറിയണം. ഇത് അടിമകളുടേയും ഭൃത്യന്മാരുടേയുമൊന്നും കാലമല്ലല്ലോ?”

“എടാ വിഡ്ഢീ, മിണ്ടാതിരിക്കുന്നതാണ് നിനക്ക് നല്ലത്”

“ഇങ്ങനെ അപമാനിക്കപ്പെടുന്നതിനേക്കാൾ നല്ലത് തലയറ്റ് പോകുന്നതു തന്നെയാണ്”

റിസ്‌വാൻ പിതാവിന് നേരേ നോക്കിയശേഷം പുഞ്ചിരിയോടെ പതിയെപ്പറഞ്ഞു.

“ഞങ്ങളെല്ലാം താങ്കളുടെ മക്കളാണ്. താങ്കൾക്ക് ഞങ്ങളിലുള്ള തൃപ്തി നഷ്ടപ്പെട്ടുവെന്നറിഞ്ഞാൽ അതിൽ ദുഃഖിക്കാനവകാശമുണ്ട് ഞങ്ങൾക്ക്. അന്തിമതീരുമാനം അങ്ങയുടേത് തന്നെയായിരിക്കും. എന്താണ് കാര്യമെന്ന് മാത്രമേ ഞങ്ങൾക്കറിയേണ്ടതുള്ളൂ.”

ഇത് കേട്ടതോടെ ജബലാവി ഇദ്‌രീസിനെ വിട്ട് റിസ്‌വാന്റെ നേരേ തിരിഞ്ഞു. പിന്നെ കോപമടക്കിക്കൊണ്ട് പറഞ്ഞു.

“കുടിയാന്മാരുടെ പ്രകൃതം ഏറ്റവും നന്നായറിയുന്നത് അദ്ഹമിനാണ്. അവനവരിൽ മിക്കവരുടേയും പേരുകൾ തന്നെയറിയാം. പോരാത്തതിന് എഴുത്തും വായനയും പിന്നെ കണക്ക് കൂട്ടാനുമറിയാം.”

പിതാവ് പറഞ്ഞതു കേട്ട് ഇദ്‌രീസും സഹോദരന്മാരും അതിശയിച്ചു പോയി. സാധാരണക്കാരെ സംബന്ധിച്ച വിവരങ്ങളറിയാവുന്നത് എപ്പോൾ മുതലാണ് ഒരാൾക്ക് മറ്റൊരാളേക്കാൾ മികവ് നൽകാൻ തുടങ്ങിയത്? പിന്നെ പഠിക്കാൻ പോയത്. അത് മറ്റൊരു ഗുണമാണോ? ശക്തന്മാരുടെ ലോകത്ത് പിടിച്ച് നിൽക്കാൻ തന്റെ മകനു കഴിയില്ലെന്ന തോന്നലു കൊണ്ടല്ലേ അദ്ഹമിന്റെ ഉമ്മ അവനെ എഴുത്തും വായനയും പഠിക്കാനയച്ചത് തന്നെ?

ഇദ്‌രീസ് പരിഹാസത്തോടെയാണ് ചോദിച്ചത്.

“എന്നെ അപമാനിക്കാനുള്ള ന്യായീകരണമായി ഈ കാരണങ്ങൾ മാത്രം മതിയാകുമോ?”

ജബലാവി അസ്വസ്ഥതയോടെ ഇദ്‌രീസിന് നേരേ കൈ ചൂണ്ടി.

“ഇതെന്റെ തീരുമാനമാണ്. നീ കേട്ടനുസരിച്ചാൽ മാത്രം മതി”

ശേഷം ഇദ്‌രീസിന്റെ സഹോദരങ്ങളുടെ നേരേ വെട്ടിത്തിരിഞ്ഞു കൊണ്ട് ചോദിച്ചു.

“എന്താ നിങ്ങളുടെയൊക്കെ അഭിപ്രായം?”

പിതാവിന്റെ നോട്ടം നേരിടാനാകാതെ വിഷാദഭാവത്തിൽ അബ്ബാസ് പറഞ്ഞു.

“ഞാൻ അനുസരിച്ചുകൊള്ളാം.”

തലതാഴ്ത്തികൊണ്ടാണ് ജലീൽ പറഞ്ഞത്.

"താങ്കൾ പറയുന്നതു പോലെ, പിതാവേ."

"ഞാൻ അനുസരിച്ചുകൊള്ളാം."

പറയുമ്പോൾ റിസ്വാന്റെ തൊണ്ട വരണ്ടിരുന്നു. ഇതു കേട്ടതും ഇദ്രീസ് കോപത്തോടെ പൊട്ടിച്ചിരിച്ചു. മുഖം വികൃതമാകുന്നതുപോലെ അയാളുടെ ഭാവങ്ങൾ തന്നെ മാറിപ്പോയിരുന്നു.

"ഭീരുക്കളേ, നിങ്ങളിൽ നിന്നും ഹീനമായ പരാജയം മാത്രമേ ഞാൻ പ്രതീക്ഷിച്ചിട്ടുള്ളൂ. ഭീരുത്വത്തിനുള്ള പ്രതിഫലമായി ഈ കറുത്ത അടിമയുടെ മകൻ നിങ്ങളെ അടക്കിവാഴും"

ജബലാവിയുടെ കണ്ണുകളിൽ അപകടം നിറഞ്ഞ കോപം മിന്നി മറഞ്ഞു. അദ്ദേഹം അലറി.

"ഇദ്രീസ്!"

പക്ഷേ, കോപം ഇദ്രീസിന്റെ യുക്തിയുടെ വേരുകളെപ്പോലും പിഴുതെറിഞ്ഞു കഴിഞ്ഞിരുന്നു. അയാളും അലറി.

"എന്തൊരു അധഃപതിച്ച പിതാവാണ് നിങ്ങൾ! പ്രതാപിയായിരിക്കുവാനായി ജനിച്ചയാളാണ് നിങ്ങൾ. ആളുകളെ ഭയപ്പെടുത്തി ജീവിക്കാനേ നിങ്ങൾക്കറിയൂ. ഞങ്ങൾ നിങ്ങളുടെ മക്കളാണ്. എന്നിട്ടും നിങ്ങളുടെ മറ്റ് ഇരകളോടെന്നത് പോലെ ഞങ്ങളോടും പെരുമാറുന്നു."

എന്തോ കരുതിക്കൂട്ടി ഉറപ്പിച്ചത്പോലെ ജബലാവി ഇദ്രീസിനടുത്തേക്ക് രണ്ടു ചുവട് വച്ചു. പിന്നെ അപകടം മണക്കുന്ന മുഖഭാവങ്ങളോടെ പതിഞ്ഞ സ്വരത്തിൽ അദ്ദേഹം പറഞ്ഞു.

"നാവടക്കടാ!"

എന്നാൽ ഇദ്രീസ് ആക്രോശിക്കുന്നത് തുടർന്നതേയുള്ളൂ.

"നിങ്ങൾക്കെന്നെ പേടിപ്പിക്കാനാകില്ല. ഞാൻ പേടിക്കുന്ന ആളല്ലെന്ന് നിങ്ങൾക്ക് നല്ലതുപോലെ അറിയുകയും ചെയ്യും. ഈ അടിമസ്ത്രീയുടെ മകനെ എനിക്ക് മുകളിലേക്കുയർത്താനാണ് ഭാവമെങ്കിൽ നിങ്ങൾ പറയുന്നത് കേൾക്കാനും അനുസരിക്കാനും എന്നെ കിട്ടില്ല."

"ഇങ്ങനെ വെല്ലുവിളിക്കുന്നതിന്റെ ശിക്ഷയെന്തെന്നറിയില്ലേടാ ശപിക്കപ്പെട്ടവനേ?"

"ശരിക്കും ശപിക്കപ്പെട്ടവൻ ഈ അടിമസ്ത്രീയുടെ മകനല്ലേ?"

ജബലാവിയുടെ സ്വരം പെട്ടെന്ന് ഉയർന്ന് പരുക്കൻ ഭാവത്തിലായി.

"എടാ നശിച്ചവനേ, ആ സ്ത്രീ എന്റെ ഭാര്യയാണ്. മര്യാദയ്ക്ക് സംസാരിച്ചില്ലെങ്കിൽ നിന്നെ അടിച്ച് നിലംപരിശാക്കും ഞാൻ."

സഹോദരങ്ങളാകെ ഭയന്നുപോയി. ഏറ്റവും കൂടുതൽ പേടിച്ചത് അദ്ഹം തന്നെയായിരുന്നു.

പിതാവ് എത്രമാത്രം പരുഷമായി പെരുമാറുന്ന പ്രതാപിയാണെന്ന് അവർക്ക് നന്നായറിയാം. ഇദ്‌രീസിന്റെ കോപം അതിന്റെ പരമകോടിയിലെത്തിയിരിക്കുന്നു. എന്നാലതിന്റെ അപകടമെന്തായിരിക്കുമെന്ന് അയാൾ മനസ്സിലാക്കുന്നതേയില്ല. ആളിക്കത്തുന്ന തീയിലേക്ക് ആക്രമിക്കാൻ തുനിയുന്ന ഭാവത്തിലായിരുന്നു അയാൾ.

"നിങ്ങൾക്ക് എന്നെ വെറുപ്പായിരുന്നു. എനിക്കത് നേരത്തേ അറിയില്ലായിരുന്നു. നിങ്ങളെന്നെ വെറുക്കുന്നുവെന്നതിൽ യാതൊരു സംശയവുമെനിക്കില്ല. ആ അടിമസ്ത്രീയായിരിക്കും എന്നെ നിങ്ങൾക്ക് ഇഷ്ടപ്പെടാത്തവനാക്കി മാറ്റിയത്. നിങ്ങൾ ഈ സ്വത്തുക്കളുടെ ഉടമയും മരുഭൂമിയുടെ കാര്യക്കാരനും ആരെയും ഭയപ്പെടുത്തുംവിധം തെരുവ് അടക്കി വാഴുന്നയാളുമായിരിക്കാം. എന്നാലൊരു അടിമസ്ത്രീക്ക് നിങ്ങളെ കുരങ്ങ് കളിപ്പിക്കാനായി. നാളെ ഈ മരുഭൂമിയുടെ കാര്യക്കാരനെക്കുറിച്ച് ജനത്തിന് അതിശയത്തോടെ സംസാരിക്കാൻ കാര്യം കിട്ടിയിരിക്കുകയല്ലേ?"

"എടാ ശപിക്കപ്പെട്ടവനേ, നിന്നോടാണ് നാവടക്കാൻ പറഞ്ഞത്!"

"ഈ അദ്ഹമിന്റെ പേരിൽ നിങ്ങളെന്നെ ചീത്തവിളിക്കരുത്. നിലത്തു കിടക്കുന്ന ശിലകൾപോലും അതിനെ എതിർക്കും. ശപിക്കും. നിങ്ങളുടെ ഈ വിചിത്ര തീരുമാനത്തിന്റെ പേരിൽ തെരുവിലും നാട്ടിലുമൊക്കെ ആളുകളുടെ പരിഹാസത്തിന് ഞങ്ങൾ ഇരയാകാൻ പോകുകയാണ്."

തോട്ടത്തിലും അന്തഃപുരത്തിലുമൊക്കെ കേൾക്കും വിധത്തിൽ ജബലാവി അലറി.

"ഇറങ്ങിപ്പോടാ, എന്റെ മുന്നിൽ നിന്ന്!"

"ഇതെന്റെ വീടാണ്. ഇവിടെയെന്റെ ഉമ്മയുണ്ട്. അവരാണ് ഇവിടത്തെ വീട്ടുകാരി. ആർക്കുമത് നിഷേധിക്കാനാകില്ല."

"ഇന്നത്തെ ദിവസം കഴിഞ്ഞാൽ നിന്നെ ഇവിടെ കണ്ടുപോകരുത്. ഒരിക്കൽപോലും!"

അദ്ദേഹത്തിന്റെ മുഖം വെള്ളപ്പൊക്കകാലത്തെ നൈൽനദിയുടെ നിറം കണക്കെ കറുത്തിരുണ്ടു. ചുരുട്ടിപ്പിടിച്ച മുഷ്ടിയുമായി ജബലാവി ഇദ്‌രീസിനരികിലേക്ക് ചെന്നു. അയാളുടെ കഥകഴിഞ്ഞെന്ന് സഹോദരങ്ങൾക്കെല്ലാം ഉറപ്പായിക്കഴിഞ്ഞിരുന്നു. ഈ വീട് നിശ്ശബ്ദമായി സാക്ഷിയായിട്ടുള്ള ദുരന്തങ്ങളിൽ ഏറ്റവും പുതിയതു മാത്രമായിരിക്കുമിത്. ഒരൊറ്റ വാക്ക് കാരണം എത്രയെത്ര നല്ല നിലയിൽ കഴിഞ്ഞ സ്ത്രീകളാണ് ഹീനരായ പിച്ചക്കാരികളായി മാറിപ്പോയിട്ടുള്ളത്! നീണ്ട കാലം ജോലി ചെയ്തിട്ടും എത്രയെത്ര ജോലിക്കാരാണ് ചാട്ടയ്ക്ക് മുതുകിൽ അടിയേറ്റ് മൂക്കിൽനിന്നും വായിൽനിന്നും ചോരയൊലിപ്പിച്ച് മുടന്തി മുടന്തി ഇവിടെ നിന്നിറങ്ങി പോയിട്ടുള്ളത്! ഗൃഹനാഥന്റെ തൃപ്തി ലഭിച്ചിരുന്ന കാലത്ത് നേടിയിരുന്ന പരിഗണനകളൊന്നും ആ കോപത്തിനിരയായാൽ ഉപകാരപ്പെടാനേ പോകുന്നില്ല. ഇതോടെ ഇദ്‌രീസിന്റെ കഥ കഴിഞ്ഞെന്ന കാര്യം സകലർക്കും ഉറപ്പായി. ഈ കുടുംബത്തിലെ ആദ്യജാതനാണ്.

പിതാവിന്റേതുപോലുള്ള ശക്തിയും തേജസ്സും ലഭിച്ചയാൾ. എന്നിട്ടും ഇദ്‌രീസിന്റെ കാര്യം തീർന്നു. രണ്ട് ചുവടുകൾ കൂടി അടുത്തേക്കു വന്ന ശേഷം ജബലാവി പറഞ്ഞു.

"നീ എന്റെ മകനുമല്ല, ഞാൻ നിന്റെ പിതാവുമല്ല. ഇത് നിന്റെ വീടുമല്ല. ഇവിടെ നിനക്കൊരു ഉമ്മയുമില്ല, സഹോദരനുമില്ല, സുഹൃത്തുമില്ല. നിന്റെ മുന്നിൽ വിശാലമായ ലോകമുണ്ട്. എന്റെ കോപവും ശാപവും പേറി നീ പൊയ്ക്കോ. നിന്റെ യഥാർത്ഥ വിലയെന്താണെന്ന് കാലം നിന്നെ പഠിപ്പിക്കും നോക്കിക്കോ. എന്റെ സ്നേഹവും സംരക്ഷണവും നിഷേധിക്കപ്പെട്ട് നീ അലഞ്ഞ് തിരിയും തീർച്ച!"

കാലുകൊണ്ട് നിലത്തെ പേർഷ്യൻ പരവതാനിയിൽ ആഞ്ഞു ചവിട്ടി ഇദ്‌രീസ് അലറി.

"ഇതെന്റെ വീടാണ്. ഞാൻ ഇവിടെനിന്ന് പോകില്ല."

ഇദ്‌രീസിന് കാണാൻ കഴിയുന്നതിന് മുമ്പ് തന്നെ പിതാവ് അയാളെ പിടികൂടിക്കഴിഞ്ഞിരുന്നു. ചുമലിൽ പിടിമുറുക്കിയശേഷം ജബലാവി ഇദ്‌രീസിനെ മുന്നോട്ട് പിടിച്ച് തള്ളി. എന്നാൽ ഇദ്‌രീസ് അത് കൂട്ടാക്കാതെ തിരിച്ച് തള്ളാൻ തുടങ്ങി. ജബലാവി ഇദ്‌രീസിനെ സ്വീകരണമുറിയുടെ വാതിലിന് പുറത്തേക്ക് തള്ളിയിറക്കി. അവരിരുവരും പടിക്കെട്ടുകൾ ഇറങ്ങുമ്പോൾ ഇദ്‌രീസിന്റെ കാലുകളിടറുന്നുണ്ടായിരുന്നു. പനിനീർച്ചെടികളും മൈലാഞ്ചിയും മുല്ലവള്ളികളും പന്തലിച്ച് കിടക്കുന്ന തോട്ടത്തിന് മധ്യേയുള്ള നടപ്പാതയിലൂടെ ഇദ്‌രീസിനെ ജബലാവി മുന്നോട്ട് തള്ളി. കൂറ്റൻ ഗേറ്റിനരികിലെത്തിയതും ഇദ്‌രീസിനെ പുറത്തേക്ക് തള്ളിയ ശേഷം അദ്ദേഹം വാതിൽ കൊട്ടിയടച്ചു. പിന്നെ ആ മാളികയ്ക്കുള്ളിൽ കഴിയുന്ന സർവ്വരും കേൾക്കുന്ന ശബ്ദത്തിൽ ജബലാവി അലറി.

"ഇവനെ തിരിച്ചുവരാൻ അനുവദിക്കുകയോ, സഹായിക്കുകയോ, ചെയ്യുന്നതാരായാലും അവന് നാശമായിരിക്കും!"

ശേഷം അടഞ്ഞു കിടന്ന അന്തഃപുരജാലകങ്ങളിലേക്ക് നോക്കി അദ്ദേഹം വീണ്ടും ആക്രോശിച്ചു.

"അതിനുള്ള ധൈര്യം ആരെങ്കിലും കാണിച്ചാൽ മൂന്ന് തവണ മൊഴി ചൊല്ലിയിരിക്കും!"

രണ്ട്

ആ കറുത്തദിനം മുതൽ എല്ലാദിവസവും രാവിലെ അദ്ഹം മാളികയുടെ പ്രധാന ഗേറ്റിന് വലതുഭാഗത്തുള്ള സ്വീകരണമുറിയിൽ ഒരുക്കിയിട്ടുള്ള എസ്റ്റേറ്റ് ഓഫീസിലേക്കു പോകും. വാടക വാങ്ങൽ, കടം നൽകിയവരിൽ നിന്ന് പണം തിരികെ വാങ്ങൽ, കണക്കുകൾ പിതാവിന്റെ മുന്നിൽ അവതരിപ്പിക്കൽ എന്നിങ്ങനെ സർവജോലികളും വളരെ ഉത്സാഹത്തോടെ ചെയ്യും. കൃഷിഭൂമിയിലെ കുടിയാന്മാരോട് മാന്യമായും

നയപരമായും ഇടപെടാൻ തുടങ്ങി. ദുർമുഖക്കാരും പരുക്കന്മാരുമാണെന്ന അപഖ്യാതിയുള്ളവരായിരുന്നെങ്കിലും അവർക്കും അദ്ഹമിന്റെ കാര്യത്തിൽ തൃപ്തിയായിരുന്നു. ഭൂസ്വത്തിനെ സംബന്ധിച്ച നിയമങ്ങളൊക്കെ രഹസ്യമാണ്. അവയാകട്ടെ ജബലാവിക്ക് മാത്രമേ അറിയുകയുള്ളൂ. അതിനാൽ തന്നെ സ്വത്തുക്കൾ നോക്കി നടത്താനായി അദ്ഹമിനെ തിരഞ്ഞെടുത്തത് തന്റെ പിൻഗാമിയായി അവനെ നിശ്ചയിക്കുന്നതിനുള്ള മുന്നൊരുക്കമായിരിക്കുമോ എന്ന ആശങ്കയും സൃഷ്ടിച്ചു.

സത്യത്തിൽ ആ ദിവസംവരെ മക്കൾക്കിടയിൽ പക്ഷഭേദം കാണിക്കുന്നതിന്റെ യാതൊരു സൂചനയും അദ്ദേഹത്തിൽ നിന്നുമുണ്ടായിരുന്നില്ല. പിതാവിനോടുള്ള ആദരവും അദ്ദേഹത്തിന്റെ നീതിബോധവും കാരണം മക്കൾ വളരെ സാഹോദര്യത്തോടും ഒത്തൊരുമയോടും കൂടിയായിരുന്നു ജീവിച്ചുപോയിരുന്നത്. ശക്തിയും സൗന്ദര്യവും ചിലനേരങ്ങളിലെ അമിത വിനോദപ്രിയവുമുണ്ടായിരുന്നെങ്കിൽ പോലും ഇദ്രീസും ആ ദിനം വരെ സഹോദരങ്ങളെയാരെയും ഉപദ്രവിച്ചിരുന്നില്ല. സ്നേഹവും സൗഹൃദവും നേടിയെടുക്കുംവിധം നല്ല രീതിയിലിടപെടുന്ന മാന്യനായൊരു ചെറുപ്പക്കാരനായിരുന്നു ഇദ്രീസ്. അയാളടക്കമുള്ള നാല് സഹോദരങ്ങൾക്ക് അദ്ഹമിനും തങ്ങൾക്കുമിടയിൽ എന്തോ ഒരു വ്യത്യാസമുണ്ടെന്ന ചിന്ത ഉണ്ടായിരുന്നെങ്കിൽപോലും അവരാരും ഒരു വാക്കിലൂടെയോ സൂചനയിലൂടെയോ പെരുമാറ്റത്തിലൂടെയോ അതൊരിക്കലും പ്രകടിപ്പിച്ചിരുന്നില്ല. ഇങ്ങനെ ഒരു വ്യത്യാസമുള്ള കാര്യം നന്നായറിയാവുന്നതും അദ്ഹമിന് തന്നെയായിരുന്നു. അവരുടെ തൊലിവെളുപ്പും തന്റെ ഇരുണ്ട ശരീരപ്രകൃതവും അവരുടെ ശക്തിയും തന്റെ ദുർബലതയും അവരുടെ ഉമ്മയുടെ സമൂഹത്തിലെ സ്ഥാനവും തന്റെ ഉമ്മയുടെ പിന്നോക്കാവസ്ഥയും തമ്മിലൊക്കെ പലവുരു താരതമ്യം ചെയ്തു നോക്കിയിട്ടുണ്ട് അദ്ഹം. അതുകൊണ്ട് തന്നെ അയാളുടെ ഉള്ളിലൊരു അടക്കിയ വേദനയുണ്ടായിരുന്നു എപ്പോഴും. എങ്കിലും പുഷ്പങ്ങളുടെ വാസനനിറഞ്ഞുനിൽക്കുന്ന വീടിന്റെ അന്തരീക്ഷവും പിതാവിന്റെ ശക്തിക്കും യുക്തിക്കും കീഴൊതുങ്ങിപ്പോകുന്ന സാഹചര്യവും കാരണം ആ മനസ്സിൽ അമർഷങ്ങളൊന്നും സ്ഥിരതാമസമാക്കിയില്ല. അങ്ങനെ നല്ല മനസ്സിനും ബുദ്ധിക്കും ഉടമയായി അദ്ഹം വളർന്നുവന്നു.

എസ്റ്റേറ്റ് ഓഫീസിലേക്ക് പുറപ്പെടുന്നതിനുമുമ്പ് അദ്ഹം തന്റെ ഉമ്മയോട് പറഞ്ഞു.

“ഉമ്മാ, എന്നെ അനുഗ്രഹിക്കണം. ഏല്പിക്കപ്പെട്ട ഈ ജോലി എനിക്കും നിങ്ങൾക്കും കടുത്ത പരീക്ഷണം തന്നെയായിരിക്കും.”

വിനയത്തോടു കൂടിയായിരുന്നു ഉമ്മയുടെ പ്രതികരണം.

“ദൈവത്തിന്റെ സഹായം എന്നും നിനക്ക് തുണയായുണ്ടാകും. നല്ല കുട്ടിയാണ് നീ. അന്തിമമായ വിജയം നല്ലവർക്കു മാത്രമായിരിക്കും”

അദ്ഹം ഓഫീസിലെ സ്വീകരണ മുറിയിലേക്കു കയറുമ്പോൾ മട്ടുപ്പാവിൽനിന്നും തോട്ടത്തിൽനിന്നും പിന്നെ വീടിന്റെ ജനാലകൾക്ക് പിറകിൽ നിന്നും ആളുകൾ നോക്കുന്നുണ്ടായിരുന്നു. എസ്റ്റേറ്റ് മേൽനോട്ടക്കാരന്റെ ഇരിപ്പിടത്തിൽ ചെന്നിരുന്നശേഷം അദ്ഹം തന്റെ ജോലി ആരംഭിച്ചു. കിഴക്ക് മുഖത്തം മരുഭൂമിക്കും പടിഞ്ഞാറ് പുരാതന കെയ്റോ പട്ടണത്തിനും മധ്യേയുള്ള വിശാലമായ മരുഭൂമിഭാഗത്ത് വളരെ പ്രാധാന്യത്തോടെ മറ്റുള്ളവർ വീക്ഷിച്ചിരുന്ന ജോലിയായിരുന്നു അത്. വിശ്വസ്തതയായിരുന്നു അദ്ഹമിന്റെ അടയാളവാക്യം. ആ എസ്റ്റേറ്റിന്റെ ചരിത്രത്തിൽ ആദ്യമായി ഏറ്റവും ചെറിയ ഇടപാടുകൾപോലും റെക്കോർഡ് ബുക്കുകളിൽ രേഖപ്പെടുത്തപ്പെട്ടു. തന്നോടുള്ള അനിഷ്ടം മറക്കാനുതകുന്നവിധത്തിൽ വളരെ മര്യാദയോടെയായിരുന്നു സഹോദരന്മാരുടെ ശമ്പളം അവർക്ക് നൽകിയത്. അതുപോലെ വരുമാനങ്ങളൊക്കെ കൃത്യമായി പിതാവിനെത്തിക്കുകയും ചെയ്തുകൊണ്ടിരുന്നു. ഒരു ദിവസം അദ്ദേഹം ചോദിച്ചു.

"അദ്ഹം, എങ്ങനെയുണ്ട് ജോലി?"

വിനയത്തോടെയായിരുന്നു അദ്ഹമിന്റെ മറുപടി.

"അങ്ങ് ഏല്പിച്ചു തന്ന ജോലിയായതിനാൽ അതെന്റെ ജീവിതത്തിലെ മഹത്തായ കാര്യം തന്നെയായിരിക്കും."

ജബലാവിയുടെ വലിയ മുഖത്ത് പുഞ്ചിരി വിടർന്നു. പ്രതാപിയായിരുന്നെങ്കിലും ആ സ്തുതിവാചകം അദ്ദേഹത്തിന് നന്നേ ബോധിച്ചു. അദ്ദേഹത്തിനൊപ്പമിരിക്കുന്നത് അദ്ഹമിനും ഇഷ്ടമായിരുന്നു. അങ്ങനെ ഇരിക്കുമ്പോൾ പിതാവിന്റെ സ്നേഹവും അംഗീകാരവും നിറഞ്ഞ നോട്ടങ്ങൾ അയാൾക്കു ലഭിക്കാറുണ്ട്. പഴയകാല കഥകൾ തനിക്കും സഹോദരങ്ങൾക്കുമായി പിതാവ് പറഞ്ഞു തന്നിട്ടുള്ളത് എത്ര മാത്രം അദ്ഹം ഇഷ്ടപ്പെട്ടിട്ടുണ്ടെന്നോ! തെരുവ് ഗുണ്ടകളുടേയും ചെറുപ്പക്കാരുടേയും സാഹസികകഥകൾ. കാൽ വച്ചയിടങ്ങളൊക്കെ കീഴടക്കിക്കൊണ്ട് ആരെയും പേടിപ്പെടുത്തുന്ന കുറുവടിയും ചുഴറ്റി ജബലാവി എങ്ങനെയാണ് ആ തെരുവിൽ വാണിരുന്നതെന്ന കഥകൾ.

ഇദ്‌രീസ് പുറത്താക്കപ്പെട്ടശേഷം അബ്ബാസും റിസ്‌വാനും ജലീലും പഴയതുപോലെ തന്നെ വീടിന്റെ മട്ടുപ്പാവിൽ സമ്മേളിക്കും. പിന്നെ തിന്നലും കുടിക്കലും ചൂതാട്ടവുമായി തുടരും. എന്നാൽ അദ്ഹമിനിഷ്ടം തോട്ടത്തിനുള്ളിലിരിക്കാനാണ്. തോട്ടത്തിന്റേയും പുല്ലാങ്കുഴലിന്റേയും ആരാധകനാണയാൾ. തന്റെ സമയത്തിന്റെ അധികനേരമൊന്നും മാറ്റിവച്ചില്ലെങ്കിൽപോലും എസ്റ്റേറ്റ് കാര്യങ്ങൾ നോക്കി നടത്താൻ തുടങ്ങിയ ശേഷവും തോട്ടത്തിൽ പോയി ഇരിക്കുന്ന ശീലം അയാൾ തുടർന്നു. ഓഫീസിലെ ജോലികഴിഞ്ഞാൽ അരുവിക്കരയിൽ ഒരു പായ വിരിച്ച ശേഷം ഈന്തപ്പനയുടേയോ കാട്ടത്തിയുടേയോ മരത്തിൽ ചാരി ഇരിക്കും. അല്ലെങ്കിൽ മുല്ലവള്ളികൾക്കു കീഴിൽ മലർന്നുകിടന്നുകൊണ്ട് കിളികളേയും മാടപ്രാവുകളേയും നോക്കും. എത്രയെത്ര കിളികളും

മാടപ്രാവുകളുമാണവിടെയുള്ളത്! പിന്നെ കിളികളുടെ ചിലയ്ക്കലും കൂവലും മാടപ്രാവിന്റെ മൂളലുമൊക്കെ അനുകരിച്ച് പുല്ലാങ്കുഴലൂതും. എന്തൊരു അനുകരണമായിരിക്കുമത്! അല്ലെങ്കിൽ മരച്ചില്ലകൾക്കിടയി ലൂടെ ആകാശത്തേക്കു കണ്ണോടിക്കും. എത്ര മനോഹരമായ ആകാശം! ഒരിക്കൽ ഇങ്ങനെ ഇരിക്കെ സഹോദരൻ റിസ്വാൻ അരികിലൂടെ കടന്നു പോയി. പരിഹാസത്തോടെയാണ് അയാൾ സംസാരിച്ചത്.

"ഈ സ്വത്തുവകകളൊക്കെ നോക്കിനടത്തുന്നത് എത്രമാത്രം സമയമാണ് പാഴാക്കുന്നത്!"

അദ്ഹം പുഞ്ചിരിച്ചു.

"പിതാവിന് ദേഷ്യമാകുമെന്ന ഭയമില്ലായിരുന്നെങ്കിൽ അദ്ദേഹത്തോടു പരാതി പറയാമായിരുന്നു"

"ഒഴിവുസമയങ്ങൾ നൽകുന്നതിന് ദൈവത്തിനു നന്ദി പറയണം."

"ആശംസകൾ."

ആത്മാർത്ഥതയോടെയാണ് അദ്ഹം മറുപടി പറഞ്ഞത്. തന്റെ നീരസം ഒരു പുഞ്ചിരിയിലൂടെ മറച്ചു പിടിച്ച് റിസ്വാൻ വീണ്ടും ചോദിച്ചു.

"വീണ്ടും ഞങ്ങളെപ്പോലെയാകാൻ നിനക്കാഗ്രഹമില്ലേ?"

"ഈ തോട്ടത്തിൽ പുല്ലാങ്കുഴലുമായി ജീവിക്കുന്നതിനേക്കാൾ ഉത്തമ മായി എന്താണുള്ളത്?"

റിസ്വാൻ അല്പം വെറുപ്പോടെ പറഞ്ഞു.

"ഇദ്രീസിനിവിടെ ജോലി ചെയ്യാനാഗ്രഹമുണ്ടായിരുന്നു"

അദ്ഹം നിലത്തേക്ക് നോക്കിയശേഷം പ്രതികരിച്ചു.

"ജോലി ചെയ്യാൻ ഇദ്രീസിന് നേരമുണ്ടായിരുന്നില്ല. മറ്റു പല കാരണ ങ്ങളുടേയും പേരിലാണ് അയാൾ കോപിക്കുന്നത്. എന്നാൽ യഥാർത്ഥ ആനന്ദം ഞാൻ കണ്ടെത്തുന്നത് ഈ തോട്ടത്തിനുള്ളിലാണ്."

റിസ്വാൻ പോയപ്പോൾ ആത്മഗതമെന്നോണം അദ്ഹം പറയാൻ തുടങ്ങി.

"ഈ തോട്ടം, അതിലെ പാട്ട്പാടുന്ന പക്ഷികൾ, അരുവി, ആകാശം, പിന്നെ ആനന്ദം കൊള്ളുന്ന എന്റെ ഉള്ളം... ഇത് തന്നെയാണ് യഥാർത്ഥ ജീവിതം. ഞാൻ എന്തിനേയോ തേടുന്നതുപോലെ. പക്ഷേ, അതെന്താ യിരിക്കും? പുല്ലാങ്കുഴലിന് ചിലപ്പോൾ മറുപടി നൽകാനായേക്കും. പക്ഷേ, ചോദ്യം ഉത്തരം കിട്ടാതെ തുടരുന്നു. ഈ കിളികൾ എന്റെ ഭാഷയിൽ സംസാരിച്ചിരുന്നെങ്കിൽ മനസ്സിന് ആത്മവിശ്വാസം ലഭിച്ചേനേ. തിളങ്ങുന്ന നക്ഷത്രങ്ങൾക്കുപോലും ചിലതൊക്കെ പറയാനുണ്ടാകും. എന്നാൽ പാട്ടുംപിരിക്കുന്നതാണെന്റെ ഗാനങ്ങളിലാകെ അപസ്വരമായിത്തീരുന്നത്!"

പനിനീർപ്പൂക്കൾക്കിടയിലെ നടപ്പാതയിൽ കണ്ട തന്റെ നിഴൽ നോക്കി നിൽക്കുകയായിരുന്നു ഒരു ദിവസം അദ്ഹം. അപ്പോഴതാ തന്റെ

നിഴലിൽനിന്നും മറ്റൊരു നിഴൽ വിട്ടകന്ന് മാറുന്നു. പിറകിൽ നിന്ന് താൻ നിൽക്കുന്ന അതേ ദിശയിൽ ആരോ നടന്നുവരികയാണ്. തന്റെ വാരിയെല്ലിൻകൂട്ടിൽ നിന്നാണോ ആ പുതിയനിഴൽ നീണ്ടുപോകുന്നതെന്ന് തോന്നിപ്പോയി. തിരിഞ്ഞു നോക്കിയതും കണ്ടതൊരു തവിട്ടുനിറക്കാരി പെണ്ണിനെയായിരുന്നു. തന്റെ സാന്നിദ്ധ്യം തിരിച്ചറിഞ്ഞതും തിരിച്ചു പോകാൻ തുനിയുകയായിരുന്നു ആ പെൺകുട്ടി. നിൽക്കാൻ പറഞ്ഞതും അവൾ നിന്നു. ഒന്നുഴിഞ്ഞു നോക്കിയശേഷം അദ്ദ്ഹം ചോദിച്ചു.

"നീ ആരാ?"

വിക്കി വിക്കിയാണ് മറുപടി കേട്ടത്.

"ഉമൈമ"

അയാൾക്ക് ആ പേരോർമ്മയുണ്ട്. തന്റെ ഉമ്മയുടെ ബന്ധുവായൊരു അടിമപ്പെണ്ണാണ്. പിതാവ് തന്റെ ഉമ്മയെ വിവാഹം കഴിക്കുന്നതിന് മുമ്പ് എങ്ങനെയായിരുന്നോ അതേ രൂപമാണിവൾക്കും. കൂടുതൽ സംസാരിക്കാനായി അദ്ദ്ഹം അവൾക്കരികിലേക്ക് ചെന്നു.

"നീ എന്തിനാ ഈ തോട്ടത്തിൽ വന്നത്?"

കണ്ണുകളടച്ചുകൊണ്ടാണ് അവൾ മറുപടി പറഞ്ഞത്.

"ഇവിടെയാരുമുണ്ടാകില്ലെന്നാണ് ഞാൻ കരുതിയത്."

"പക്ഷേ, നിങ്ങൾക്ക് ഇവിടേക്ക് പ്രവേശനം വിലക്കപ്പെട്ടിട്ടുള്ളതല്ലേ?"

"ക്ഷമിക്കണം, യജമാനനേ."

പതിഞ്ഞ സ്വരത്തിൽ പറഞ്ഞശേഷം അവൾ തിരികെപ്പോയി. നടപ്പാതയുടെ പിന്നിലെത്തിയതും അവളുടെ വേഗത്തിലുള്ള കാലടിയൊച്ച അയാളുടെ കാതുകളിൽ വന്നലച്ചു.

"നീ ഒരു മോഹിനി തന്നെ!"

പരവേശത്തോടെ അദ്ദ്ഹം പറഞ്ഞുപോയി. ഈ നിമിഷത്തേക്കാളേറെ തോട്ടത്തിലെ വസ്തുക്കളിലൊന്നാണ് താനുമെന്ന് അയാൾക്ക് തോന്നിയിട്ടേയില്ല. പനിനീർപ്പൂക്കളും മുല്ലവള്ളികളും കിളികളും മാടപ്രാവുകളും പിന്നെ താനുമൊക്കെ ഒരേ ഈണത്തിന്റെ ഭാഗമാണെന്നതുപോലെ. അദ്ദ്ഹം തന്നോടു തന്നെ പറയാൻ തുടങ്ങി.

ഉമൈമ മോഹിനിയാണ്. അവളുടെ തുടുത്ത അധരങ്ങൾ പോലും മനോഹരം. പ്രതാപിയായ ഇദ്‌രീസൊഴികെയുള്ള എന്റെ സഹോദരന്മാരെല്ലാം വിവാഹിതരാണ്. എന്റെ നിറം അവളുടേതു പോലെയല്ലേ? അഭിലാഷങ്ങളാൽ അസ്വസ്ഥമായ ശരീരത്തിന്റെ ഭാഗമാണെന്നതുപോലെ എന്റെ നിഴലിൽ അവളുടെ നിഴൽ വന്നിഴുകിച്ചേരുന്നത് കണ്ട കാഴ്ച എത്ര മനോഹരമായിരുന്നു! പിതാവ് എന്റെ തിരഞ്ഞെടുപ്പിനെ അപഹസിക്കുകയേ ഇല്ല. അല്ലാത്തപക്ഷം അദ്ദേഹം എങ്ങനെയാ എന്റെ ഉമ്മയെ വിവാഹം ചെയ്തിട്ടുണ്ടാകുക?

മൂന്ന്

എസ്റ്റേറ്റ് ഓഫീസിലേക്ക് തിരികെയെത്തുമ്പോൾ സുഗന്ധവസ്തു പോലുള്ള നിഗൂഢമായൊരു സൗന്ദര്യം നിറയുകയായിരുന്നു അദ്ഹ മിന്റെ മനസ്സിലാകെ. അന്നത്തെ കണക്കുകൾ പരിശോധിക്കാൻ കുറേ യേറെ ശ്രമിച്ചുനോക്കി. പക്ഷേ, മനസ്സിൽ തെളിഞ്ഞത് ആ തവിട്ടുനിറ ക്കാരിയുടെ ചിത്രം മാത്രമായിരുന്നു. ഉമൈമയെ അന്നാദ്യമായി കാണാ നിടയായത് ഒട്ടും അത്ഭുതകരമല്ല. ഈ വീട്ടിലെ അന്തഃപുരം ആന്തരാ വയവങ്ങൾ പോലെയാണ്. ഒരാൾക്കറിയാം അവയുണ്ടെന്നും അവ കാരണമാണ് താൻ ജീവനോടെയുള്ളതെന്നും. പക്ഷേ, കാണാൻ കഴി യില്ലെന്ന് മാത്രം. മനോഹരമായ ദിവാസ്വപ്നങ്ങളിൽ മുങ്ങിത്താഴുന്നതി നിടയിൽ തൊട്ടടുത്തു നിന്നെത്തിയ ഭീകരശബ്ദം കേട്ട് അയാൾ ഞെട്ടി യുണർന്നു. ഓഫീസ് മുറിക്കുള്ളിൽ തന്നെ എന്തോ പൊട്ടിത്തെറി ച്ചതുപോലെ.

“ജബലാവീ, ഞാനിവിടെ മരുഭൂമിയിൽ തന്നെയുണ്ട് കേട്ടോ? ശപി ക്കുകയാണ് ഞാൻ സർവ്വരേയും. നിങ്ങളുടെ കൂട്ടത്തിലെ ആണും പെണ്ണുമായ സർവ്വർക്കും ശാപം. എനിക്കു പറയാനുള്ളത് കേൾക്കാനി ഷ്ടമില്ലാത്തവരെ വെല്ലുവിളിക്കുകയാണ് ഞാൻ. ജബലാവീ, നിങ്ങൾ കേൾക്കുന്നുണ്ടോ?”

“ഇദ്‌രീസ്”

സഹോദരനെ വിളിച്ചുകൊണ്ട് അദ്ഹം ഓഫീസ് മുറിയിൽനിന്നും തോട്ടത്തിലേക്കിറങ്ങിച്ചെന്നു. അസ്വസ്ഥതയോടെ റിസ്‌വാൻ അരികി ലേക്കു വരുന്നത് കണ്ടു.

“ഇദ്‌രീസ് മദ്യപിച്ചിരിക്കുകയാണ്. കുഴഞ്ഞു വീഴുന്നത് ഞാൻ ജനാല യിലൂടെ കണ്ടു. നമ്മുടെ കുടുംബത്തിനായി വിധി പുതിയ എന്തെല്ലാം അപവാദങ്ങളാണോ കരുതിവച്ചിട്ടുണ്ടാകുക?”

ഇതുകേട്ട് വേദനയോടെ കണ്ണുകളടച്ച് അദ്ഹം പറഞ്ഞു.

“വേദന കാരണം മനസ്സ് പിടയുകയാണ്, റിസ്‌വാൻ”

“എന്ത് കാര്യം! വലിയൊരു ദുരന്തമാണ് ഭീഷണി മുഴക്കി നിൽക്കു ന്നത്.”

“ഇക്കാര്യത്തെക്കുറിച്ച് പിതാവിനോട് സംസാരിച്ചേ തീരൂ എന്ന് തോന്നുന്നില്ലേ, സഹോദരാ?”

റിസ്‌വാന് നീരസമായി.

“നിന്റെ പിതാവ് തന്റെ തീരുമാനം മാറ്റുകയേ ഇല്ല. ഇദ്‌രീസിന്റെ ഈ അവസ്ഥ അയാളോടുള്ള അദ്ദേഹത്തിന്റെ വിദ്വേഷം ഇരട്ടിയാക്കു മെന്നതിൽ സംശയം വേണ്ട.”

ദുഃഖത്തോടെ അദ്ഹം പിറുപിറുത്തു.

“ഈ ദുഃഖങ്ങളിൽ നിന്നും നമ്മെ രക്ഷിക്കാൻ ഒന്നുമില്ലാതെ പോയല്ലോ!”

“ശരിയാണ്. സ്ത്രീകൾ ഉള്ളിലിരുന്ന് കരയുന്നു. അബ്ബാസും ജലീലും പരസ്പരം കുറ്റപ്പെടുത്തുന്നു. പിതാവാകട്ടെ തന്റെ മുറിയിൽ തനിച്ച് കഴിയുന്നു. അടുത്തുപോകാൻ പോലും ആർക്കും ധൈര്യമില്ല.”

ഈ സംഭാഷണം കൂടുതൽ വിഷമാവസ്ഥയിലേക്ക് നയിക്കുകയേ ഉള്ളൂവെന്ന് തോന്നിയപ്പോൾ അസ്വസ്ഥതയോടെ അദ്ദേഹം ചോദിച്ചു.

“നമ്മൾ എന്തെങ്കിലും ചെയ്തേ തീരുവെന്ന് തോന്നുന്നില്ലേ?”

“നമ്മളിലോരോരുത്തരും സ്വന്തം സുരക്ഷിതത്വമാണാഗ്രഹിക്കുന്നത്. എന്ത് വില കൊടുത്തും അതിനെ തേടുന്നതിനേക്കാൾ സുരക്ഷിതത്വത്തിന്റെ ഭീഷണിയായി മറ്റൊന്നുമുണ്ടാകില്ല. ഇനി ആകാശം ഇടിഞ്ഞു വീണാലും ശരി തന്നെ, ധൃതിയിലെന്തെങ്കിലും ചെയ്യാൻ ഞാനില്ല. പിന്നെ നമ്മുടെ കുടുംബത്തിന്റെ അഭിമാനമാണെങ്കിൽ അതിപ്പോൾ ഇദ്‌രീസിന്റെ രൂപത്തിൽ മണ്ണോടു ചേർന്നുകഴിഞ്ഞു.”

“പിന്നെന്തിനാ നീ എന്റെയരികിലേക്കു വന്നത്?”

“ഇരുട്ടി വെളുക്കുന്നതിനിടയിൽ അദ്ദേഹം ശകുനം പിടിച്ച് കരയുന്ന കാക്കയെപ്പോലെയായിരിക്കുകയല്ലേ?”

നെടുവീർപ്പോടെ അയാൾ പറഞ്ഞു:

“ഈ നടക്കുന്ന കാര്യങ്ങളിൽ എനിക്ക് സത്യത്തിലൊരു പങ്കുമില്ല. എങ്കിലും നിശ്ശബ്ദനായിരുന്നാൽ എനിക്ക് ജീവിതം മനോഹരമാകുകയൊന്നുമില്ല.”

പോകാനാഞ്ഞുകൊണ്ട് റിസ്‌വാൻ പറഞ്ഞു:

“എന്തെങ്കിലും ചെയ്യാൻ പ്രേരിപ്പിക്കുന്ന ന്യായങ്ങളുണ്ടാകും നിനക്ക്!”

റിസ്‌വാൻ നടന്നകന്നു പോകുമ്പോഴും ‘ന്യായങ്ങളുണ്ടാകും നിനക്ക്’ എന്ന വാക്കുകൾ അദ്ദേഹമിന്റെ ചെവികളിൽ മുഴങ്ങുന്നുണ്ടായിരുന്നു. ശരിയാണ്. ഒന്നും ചെയ്തില്ലെങ്കിലും താൻ കുറ്റാരോപിതനാണ്. കാറ്റിൽ ആടിയുലഞ്ഞ് ആരുടേയോ ശിരസ്സിൽ വന്ന് വീണുടഞ്ഞ മൺകൂജയുടെ കാര്യം പോലയാണ് തന്റേത്. എപ്പോഴെല്ലാം ആരെങ്കിലും ഇദ്‌രീസിനെയോർത്ത് ഖേദിച്ചാൽ അവർ ശപിക്കുക അദ്ഹമിനെയായിരിക്കും.

മാളികയുടെ മുൻവശത്തേക്കു ചെന്ന അദ്ഹം ഗേറ്റ് തുറന്ന് പതിയെ പുറത്തേക്കിറങ്ങി. തലചുറ്റി വീഴാൻ തുടങ്ങുന്ന ഇദ്‌രീസ് അധികം അകലെയല്ലാതെ നിൽക്കുന്നത് കണ്ടു. അയാളുടെ കണ്ണുകൾ കലങ്ങിയിരിക്കുന്നു. അലങ്കോലമായ തലമുടിയും മുൻവശം തുറന്ന് നെഞ്ചിലെ രോമങ്ങൾ പുറത്ത് കാണുംവിധംമുള്ള കുപ്പായവുമാണ് വേഷം. അദ്ഹമിനെ കണ്ടതും എലിയുടെ മേൽ ചാടി വീഴുന്ന പൂച്ചയെപ്പോലെ അയാൾ ഓടിയടുത്തെത്തി ചാടി വീഴാൻ ശ്രമിച്ചു. എന്നാൽ മദ്യപിച്ച് ഉന്മാദിയായതിനാൽ അയാൾ ഇടറി നിലത്ത് വീണുപോയി. ഒരു കൈപ്പിടി നിറയെ

മണ്ണ് വാരി ഇദ്‌രീസ് അദ്ഹമിന് നേർക്കെറിഞ്ഞു. ആ മണ്ണ് മുഴുവൻ അദ്ഹമിന്റെ കുപ്പായത്തിൽ വന്ന് പതിച്ചു.

"സഹോദരാ..."

കരുണയോടെയുള്ള വിളി കേട്ടിട്ടും ഇദ്‌രീസ് രോഷത്തോടെ ഇടറിയ സ്വരത്തിൽ പറഞ്ഞു.

"മിണ്ടാതിരിയെടാ നായേ... കൊടിച്ചിപ്പട്ടീ... നീയെന്റെ സഹോദരനുമല്ല, നിന്റെ പിതാവ് എന്റെ പിതാവുമല്ല. നിങ്ങളുടെയൊക്കെ തലയ്ക്കുമീതേ ഞാനീ വീട് തവിടുപൊടിയാക്കും നോക്കിക്കോ."

"ഈ കുടുംബത്തിന്റെ അഭിമാനമാണ് നിങ്ങൾ. ഏറ്റവും മാന്യൻ."

അദ്ഹമിന്റെ വാക്കു കേട്ട് ഇദ്‌രീസ് പൊട്ടിച്ചിരിച്ചു.

"നീയെന്തിനാടാ ഇവിടെ വന്നത് അടിമയുടെ മോനേ? നീ നിന്റെ ഉമ്മയുടെ അടുത്തു പോയി ആ സ്ത്രീയെ വേലക്കാരുടെ അരികിലേക്ക് പറഞ്ഞുവിടെടാ."

സ്നേഹഭാവം മാറ്റാതെ അദ്ഹം പറഞ്ഞു.

"ദേഷ്യത്തിന് കീഴടങ്ങാതെ ഇദ്‌രീസ്. നിങ്ങളുടെ നന്മയെക്കരുതി സഹായിക്കാനെത്തുന്നവരുടെ നേരേ വാതിൽ കൊട്ടിയടയ്ക്കരുതേ."

കോപത്തോടെ കയ്യുയർത്തി വീശിക്കൊണ്ട് ഇദ്‌രീസ് അലറി.

"എച്ചിൽ ഭക്ഷണത്തിനായി ദാസ്യപ്പെടാൻ മടിക്കാത്ത, അപമാനത്തെ ആരാധിക്കുന്ന ഭീരുക്കൾക്ക് മാത്രമേ ആ ശപിക്കപ്പെട്ട ഇടത്തെ സ്വന്തം വീടായി കരുതാൻ കഴിയുകയുള്ളൂ. നീ അധികാരിയായി ഇരിക്കുന്നിടത്ത് ഞാനൊരിക്കലും തിരിച്ചുവരില്ല. താൻ എവിടെനിന്നാണോ വന്നത് ആ മരുഭൂമിയിലാണ് ഞാൻ കഴിയുന്നതെന്ന് നിന്റെ പിതാവിനോടു ചെന്ന് പറയ്. അയാൾ പണ്ടെങ്ങനെയായിരുന്നോ അതുപോലൊരു കള്ളനും ഇപ്പോൾ എങ്ങനെയാണോ അതുപോലൊരു പ്രശ്നക്കാരനുമായി ഞാൻ മാറിയെന്ന് ചെന്നു പറയ്. എവിടെയൊക്കെ ഞാൻ കുഴപ്പങ്ങൾ സൃഷ്ടിക്കുമോ അവിടെയുള്ളവരെല്ലാം എന്നെ ചൂണ്ടിപറയും. 'ജബലാവിയുടെ മകനാണിയാൾ'. വെറും കള്ളന്മാരായിരുന്നിട്ടും മാന്യന്മാരാണെന്ന് സ്വയം കരുതുന്ന നിങ്ങളെയെല്ലാം അങ്ങനെ മണ്ണിലൂടെ വലിച്ചിഴയ്ക്കും ഞാൻ."

അദ്ഹം യാചിച്ചു നോക്കി.

"ഒന്ന് സ്വബോധത്തിലെത്തൂ, സഹോദരാ, ഖേദിക്കേണ്ടിവരുന്ന കാര്യങ്ങൾ പറയരുതേ. സ്വയം അടച്ചില്ലെങ്കിൽ നിങ്ങളുടെ മുന്നിലുള്ള വഴിയടഞ്ഞ് പോകുകയേ ഇല്ല. എല്ലാം പഴയതുപോലെ നന്നായിരിക്കുമെന്ന് ഞാൻ വാക്കു തരാം."

കാറ്റിനെതിരെ നടക്കുന്നതു പോലെ ബുദ്ധിമുട്ടി ഇദ്‌രീസ് ഒരു ചുവട് മുന്നോട്ടുവച്ചുകൊണ്ട് ചോദിച്ചു.

"എന്തധികാരത്തിലാണെടാ അടിമയുടെ മകനേ നീ വാഗ്ദാനങ്ങൾ നൽകുന്നത്?"

ശ്രദ്ധയോടെ ഇദ്‌രീസിനെത്തന്നെ നോക്കിക്കൊണ്ട് അദ്ഹം പറഞ്ഞു.

"സാഹോദര്യത്തിന്റെ ശക്തിയിൽ."

"സാഹോദര്യമോ? ആദ്യം കണ്ട കക്കൂസിൽ തന്നെ ഞാനതു തള്ളിയതാ."

വേദനയോടെ അദ്ഹം പറഞ്ഞു.

"നല്ല വർത്തമാനങ്ങൾ മാത്രമാണ് ഞാൻ നിങ്ങളിൽനിന്നും മുമ്പൊക്കെ കേട്ടിട്ടുള്ളത്."

"നിന്റെ പിതാവിന്റെ അതിക്രമമാണ് എന്നെക്കൊണ്ട് സത്യം പറയിച്ചത്."

"നിങ്ങളെ ഈ അവസ്ഥയിൽ ആളുകൾ കാണരുതേയെന്നാണെന്റെ ആഗ്രഹം."

വിദ്വേഷം നിറഞ്ഞൊരു അട്ടഹാസമായിരുന്നു ഇദ്‌രീസിൽ നിന്നുണ്ടായത്.

"ഇതിനേക്കാൾ മോശപ്പെട്ട രീതിയിൽ നിത്യവും അവരെന്നെ കാണും. അപമാനവും അപവാദവും പാപവുമൊക്കെ ഞാൻ കാരണം നിങ്ങളെ മൂടും. ലജ്ജയില്ലാതെ എന്നെ ആട്ടിയോടിച്ചയാളാണ് നിന്റെ പിതാവ്. ഇപ്പോൾ അതിന്റെ പ്രത്യാഘാതം അയാൾ അനുഭവിക്കാൻ പോകുകയാണ്."

ഇദ്‌രീസ് അദ്ഹമിനു നേരേ ചാടിവീണു. എന്നാൽ അദ്ഹം പെട്ടെന്ന് തെന്നിമാറിക്കളഞ്ഞു. അടുത്തുള്ള ചുമരിൽ ചെന്നു പിടിച്ചില്ലായിരുന്നെങ്കിൽ ഇദ്‌രീസ് താഴെ വീഴേണ്ടതായിരുന്നു. കോപംകൊണ്ട് കിതയ്ക്കുന്നതിനിടയിലും അയാളുടെ കണ്ണുകൾ പരതിയത് ഒരു കല്ല് കിട്ടുമോയെന്നായിരുന്നു. എന്നാൽ അദ്ഹം പെട്ടെന്ന് ഗേറ്റ് കടന്ന് ഉള്ളിലേക്കു കയറിപ്പോയി. ദുഃഖം കാരണം അയാളുടെ കണ്ണുകൾ നിറഞ്ഞ് തുളുമ്പിയിരുന്നു. ഇദ്‌രീസ് അട്ടഹസിക്കുന്ന ശബ്ദം ഇപ്പോഴും കേൾക്കാം. മട്ടുപ്പാവിലേക്കു നോക്കിയപ്പോൾ വാതിലിനുള്ളിലൂടെ പിതാവ് സ്വീകരണ ഹാളിൽ നടക്കുന്നതു കണ്ടു. ഭയത്തിനേക്കാൾ ദുഃഖം മനസ്സിനെ പിടികൂടിയ അവസ്ഥയിൽ അറിയാതെയെന്നോണം അദ്ഹം പിതാവിനരികിലേക്ക് ചെന്നു.

ജബലാവി അയാളെ ഒന്നു നോക്കി. ആ കണ്ണുകളിലെന്താണെന്നു തന്നെ മനസ്സിലാകുന്നില്ല. പിറകിലെ ഭിത്തിയിൽ വരച്ചിരിക്കുന്നൊരു പൂർണകായ ചിത്രത്തിനു മുന്നിൽ നല്ല ഉയരവും പിന്നെ വീതിയേറിയ ചുമലുകളുമായി നിൽക്കുകയാണ് ജബലാവി. അല്പം തലകുനിച്ചാണ് അദ്ഹം പറഞ്ഞത്.

"ദൈവത്തിന്റെ സമാധാനം താങ്കൾക്കുണ്ടാവട്ടെ!"

ജബലാവി അയാളെ ഒന്ന് ചൂഴ്ന്ന് നോക്കി. പിന്നെ ഹൃദയം തുളച്ചു കയറുമെന്ന് തോന്നിക്കുന്ന ശബ്ദത്തിൽ പറഞ്ഞു.

"എന്താ വന്ന കാര്യമെന്ന് തെളിച്ച് പറയ്"

"പിതാവേ, അത് ഇദ്‌രീസിന്റെ കാര്യമാണ്..."

അദ്ദ്ഹം പതിഞ്ഞ സ്വരത്തിൽ പറഞ്ഞു. എന്നാൽ കല്ലിൽ മഴു വന്ന് പതിക്കുന്നതു പോലെ ജബലാവി ഇടയ്ക്കു കയറി പറഞ്ഞു.

"അവന്റെ പേര് എന്റെ മുന്നിൽ മിണ്ടിപ്പോകരുത്!"

ഉള്ളിലേക്ക് കയറിപ്പോകുന്നതിനിടയിൽ അദ്ദേഹം കൂട്ടിച്ചേർത്തു.

"നീ പോയി നിന്റെ പണി നോക്ക്!"

നാല്

ആ മരുഭൂമിയിൽ സൂര്യൻ ഉദിക്കുകയും അസ്തമിക്കുകയും ചെയ്തു കൊണ്ടേയിരുന്നു. ഇദ്‌രീസാകട്ടെ കൂടുതൽ ഭീകരമായ പതനത്തിലേക്ക് കൂപ്പുകുത്തുകയാണ്. ഓരോ ദിവസവും പുതിയ എന്തെങ്കിലും വിഡ്ഢിത്തം അയാളുടെ പേരിൽ കേൾക്കാം. ആ മാളികയ്ക്കു ചുറ്റും നടന്ന് മ്ലേച്ഛമായ അശ്ലീലം പറയും. ഗേറ്റിനരികെ ചെന്ന് കുത്തിയിരിക്കും. വെയിൽ കായാനെന്നതുപോലുള്ള ആ ഇരുത്തം അയാളുടെ ഉമ്മ തന്നെ പ്രസവിച്ച നാളിലേതുപോലെ നഗ്നനായിട്ടായിരിക്കും. പിന്നെ അങ്ങേയറ്റം അശ്ലീലമായ പാട്ടുകൾ പാടും. തെരുവുഗുണ്ടകളുടെ കോളനിയിലെ അയൽപക്ക തെരുവുകളിലൂടെ അലഞ്ഞു നടക്കും. പരുക്കൻ നോട്ടങ്ങളു മായി കാൽനടയാത്രക്കാരെ ഭീഷണിപ്പെടുത്തുകയും വഴിയിൽ കാണു ന്നവരോടൊക്കെ വഴക്കിടുകയും ചെയ്യും. ആളുകളാകട്ടെ അയാളോടു സംസാരിക്കാൻ തന്നെ നിൽക്കാതെ ഒഴിഞ്ഞുമാറി നടക്കും. എന്നാല വർ 'ഇത് ജബലാവിയുടെ മകനാണ്' എന്ന് പിറുപിറുക്കുകയും ചെയ്യും.

തന്റെ ഭക്ഷണത്തിന്റെ കാര്യത്തിൽ ഒരു വേവലാതിയും ഇദ്‌രീസിനു ണ്ടായിരുന്നില്ല. ഭക്ഷണം എവിടെ കാണുന്നുവോ അവിടേക്ക് അയാളുടെ കൈ നീണ്ടിരിക്കും. അത് ഭക്ഷണശാലയാണെങ്കിലും ഉന്തുവണ്ടിയായി രുന്നാലും ശരിതന്നെ. വിശപ്പ് മാറുന്നതുവരെ കഴിച്ചശേഷം ഒരു നന്ദി വാക്ക് പറയുകയോ വില നൽകുകയോ ഒന്നും ചെയ്യാതെ അയാൾ നടന്ന കലും. ഇനി മദ്യപിക്കണമെന്നു തോന്നിയാൽ കണ്ണിൽപ്പെടുന്ന ആദ്യത്തെ മദ്യശാലയിലേക്ക് കയറും. പിന്നെ മുന്നിൽ കൊണ്ടുവയ്ക്കുന്ന ബാർലി മദ്യം മൂക്ക് മുട്ടെ കുടിക്കും. ശേഷം ആ വായയിൽനിന്നും ജലധാരപോലെ പ്രവഹിക്കുന്നത് തന്റെ കുടുംബത്തെ സംബന്ധിച്ച രഹസ്യങ്ങളും അപവാദങ്ങളും പഴഞ്ചൻ ആചാരങ്ങളും അപമാനകരമായ ഭീരുത്വം നിറഞ്ഞ കഥകളുമായിരിക്കും. ആ പ്രദേശത്തെ ഏറ്റവും വലിയ പ്രതാപി യായ തന്റെ പിതാവിനോടുള്ള കലാപമാണ് ഇദ്‌രീസിന്റെ ഈ പ്രവർത്തി യൊക്കെ. പിന്നീട് പ്രാസമൊപ്പിച്ചുള്ള പാട്ടും നൃത്തവും അട്ടഹാസവു മായിരിക്കും. ആരോടെങ്കിലും ഒന്ന് കൊമ്പുകോർക്കാനായാൽ ആ സായാഹ്നം അയാളെ സംബന്ധിച്ച് സന്തോഷകരമായി അവസാനിക്കും.

പിന്നെ സർവ്വർക്കും അഭിവാദ്യമർപ്പിച്ച് മദ്യശാലയിൽനിന്നും ഇറങ്ങിപ്പോകും.

ഇദ്‌രീസിന്റെ ഈ സ്വഭാവം സർവസ്ഥലത്തും പാട്ടായി മാറി. കഴിയുന്നതും ജനം അയാളെ അകറ്റിനിർത്താൻ ശ്രമിക്കും. കാലമടിച്ചേല്പിക്കുന്ന ദുരന്തങ്ങളിലൊന്നാണെന്ന് കരുതും. കുടുംബത്തിനാകട്ടെ ഇത് വലിയ വേദനയും ദുഃഖവുമായി മാറി. ഇദ്‌രീസിന്റെ ഉമ്മ അതിയായ ദുഃഖം കാരണം പക്ഷാഘാതം വന്ന് മരിച്ചു. മരണാസന്നയായ അവരെ അവസാനമായൊന്ന് കാണാനായി ജബലാവി വന്നപ്പോൾ കുറ്റപ്പെടുത്തുന്നതുപോലെ ആ സ്ത്രീ തന്റെ കൈ അദ്ദേഹത്തിനു നേരേ നീട്ടി. പിന്നെ വേദനയോടും അരിശത്തോടും കൂടിയായിരുന്നു അവരുടെ ജീവൻ വിട്ടുപോയത്. ചിലന്തിവല പോലെയാണ് ദുഃഖം ആ വീടിനെ ഗ്രസിച്ചത്. അതോടെ മാളികയുടെ മട്ടുപ്പാവിനു മുകളിലിരുന്നുള്ള സഹോദരന്മാരുടെ സായാഹ്ന സംഭാഷണം അവസാനിച്ചു. തോട്ടത്തിനുള്ളിലിരുന്നുള്ള അദ്ഹമിന്റെ പുല്ലാങ്കുഴലൂതലും നിലച്ചു.

ഒരു ദിവസം ജബലാവി വീണ്ടും പൊട്ടിത്തെറിച്ചു. ഇത്തവണ ഒരു സ്ത്രീയായിരുന്നു ഇര. വേലക്കാരിയായ നർഗീസിനെ ശപിക്കുമ്പോൾ അദ്ദേഹത്തിന്റെ ശബ്ദം ഉയർന്നു കേൾക്കാമായിരുന്നു. അവളെ വീട്ടിൽനിന്നും പുറത്താക്കി. ഈ സ്ത്രീ ഗർഭിണിയാണെന്ന് കണ്ടുപിടിക്കപ്പെട്ടത് അന്നായിരുന്നു. പലതവണ ചോദ്യം ചെയ്തപ്പോൾ വീട്ടിൽനിന്നും പുറത്താക്കപ്പെടുന്നതിന് മുമ്പ് ഇദ്‌രീസ് തന്നെ മാനഭംഗം ചെയ്തിരുന്നുവെന്ന് അവൾ സമ്മതിച്ചു. വീട്ടിൽനിന്നും പുറത്തേക്കിറങ്ങുമ്പോൾ നർഗീസ് മുഖത്തടിച്ച് ഏങ്ങിക്കരയുന്നുണ്ടായിരുന്നു. പകൽ മുഴുവൻ മരുഭൂമിയിൽ അലഞ്ഞു നടന്ന അവളെ അവസാനം ഇദ്‌രീസ് കണ്ടെത്തി വിളിച്ചു കൊണ്ടുപോയി. വലിയ സ്നേഹമോ എന്നാൽ ഉപദ്രവമോ ഇല്ലാതെ നർഗീസിനെ കൊണ്ടുപോകുമ്പോൾ അവളെക്കൊണ്ട് എന്നെങ്കിലുമൊരു പ്രയോജനമുണ്ടാകുമെന്ന് ഇദ്‌രീസിനറിയാമായിരുന്നു.

എല്ലാ ദുരന്തങ്ങളും അവ എത്ര വലുതാണെങ്കിലും പതിയെ ആളുകൾക്ക് പരിചിതമായി മാറും. ഭൂകമ്പം കാരണം വീട് വിട്ടിറങ്ങി പുറത്തേക്കോടുവാൻ നിർബന്ധിതരായ ആളുകൾ കുറച്ചു കഴിഞ്ഞ് തിരികെ കയറിപ്പോകുന്നതുപോലെ ആ മാളികയിലേക്ക് പഴയ ജീവിതം തിരികെയെത്തി. റിസ്‌വാനും അബ്ബാസും ജലീലും മട്ടുപ്പാവിലെ സായാഹ്ന സംഗമം പുനരാരംഭിച്ചു. അദ്ഹം വൈകുന്നേരങ്ങളിൽ തോട്ടത്തിൽ പോയിരുന്ന് പുല്ലാങ്കുഴലൂതുന്നത് തുടർന്നു. അയാളുടെ ചിന്തകളെ പ്രശോഭിപ്പിക്കുകയും വികാരങ്ങളെ ഊഷ്മളമാക്കുകയുമായിരുന്നു ഉമൈമ. തന്റെ നിഴലിലോട് ആലിംഗനം ചെയ്തതു പോലെ കണ്ട അവളുടെ നിഴലിന്റെ ചിത്രം അയാളുടെ തലച്ചോറിൽ ഇപ്പോഴും വ്യക്തതയോടെ നിറഞ്ഞുനിൽക്കുകയാണ്. അദ്ഹം തന്റെ ഉമ്മയുടെ മുറിയിലേക്കു ചെന്നു. ഒരു ഉത്തരീയത്തിൽ ചിത്രത്തുന്നൽ ചെയ്തുകൊണ്ടിരിക്കുകയായിരുന്ന ഉമ്മയോട് കാര്യം പറഞ്ഞു.

“ഉമൈമ എന്നാണവളുടെ പേര്. ഉമ്മയുടെ ബന്ധുവാണ്.” മകന്റെ വാക്കു കേട്ട് ആ ഉമ്മ വിളറിയ രീതിയിൽ പുഞ്ചിരിച്ചു. ഈ വാർത്ത കേട്ടപ്പോഴുള്ള സന്തോഷമൊന്നും തന്റെ രോഗപീഡയെ മറികടക്കാൻ സഹായിക്കില്ലെന്ന് സൂചിപ്പിക്കുന്നതുപോലുള്ള ചിരി.

“ശരിയാണ് അദ്ഹം, അവൾ നല്ലൊരു പെൺകുട്ടിയാണ്. അവൾ നിനക്കും നീ അവൾക്കും ചേരും. ദൈവത്തിന്റെ വിധിയുണ്ടെങ്കിൽ അവൾ നിന്റെ ജീവിതം സന്തോഷകരമാക്കും.”

അദ്ഹമിന്റെ കവിളുകൾ ആനന്ദംകൊണ്ട് ചുവക്കുന്നതു കണ്ടപ്പോൾ ഉമ്മ തുടർന്നു.

“നീ ഇപ്പോൾ അവളെ പ്രണയിക്കാനൊന്നും പോകേണ്ട. അത് ചിലപ്പോൾ ജീവിതം തന്നെ നശിപ്പിച്ചേക്കാം. ഞാനാദ്യം നിന്റെ പിതാവിനോട് ഇക്കാര്യം സംസാരിക്കട്ടെ. മരിക്കുന്നതിനു മുമ്പ് നിന്റെ മക്കളെ കാണാനുള്ള ഭാഗ്യം എനിക്ക് ഒരുപക്ഷേ ലഭിച്ചേക്കാം.”

ജബലാവി അദ്ഹമിനെ തന്റെയരികിലേക്ക് വിളിപ്പിച്ചു. അദ്ദേഹം പതിയെ പുഞ്ചിരിക്കുന്നത് കണ്ടപ്പോൾ അദ്ഹമിന്റെ മനസ്സ് പറഞ്ഞുപോയി.

“പിതാവിന്റെ ക്രൗര്യത്തിന് തുല്യമായുള്ളത് അദ്ദേഹത്തിന്റെ കരുണ മാത്രമായിരിക്കും”

ജബലാവി ചോദിച്ചു.

“അപ്പോൾ നീയൊരു വിവാഹം കഴിക്കാനാഗ്രഹിക്കുകയാണല്ലേ, അദ്ഹം? കാലം എത്ര വേഗതയിലാണ് കടന്നുപോകുന്നത്! ഈ വീട്ടിൽ സാധുക്കൾക്ക് അവഹേളനമായിരിക്കും പലപ്പോഴും നേരിടേണ്ടി വന്നിട്ടുണ്ടാകുക. എന്നാൽ ഉമൈമയെ തിരഞ്ഞെടുത്തതിലൂടെ നീ നിന്റെ ഉമ്മയെത്തന്നെയാണ് ആദരിച്ചിരിക്കുന്നത്. നിനക്ക് സൽസന്താനങ്ങളുണ്ടാകട്ടെ. ഇദ്‌രീസ് വഴിപിഴച്ചുപോയി. അബ്ബാസിനും ജലീലിനും കുട്ടികളുണ്ടാകില്ല. റിസ്‌വാന്റെ ഇന്നുവരെ ജനിച്ചിട്ടുള്ള കുട്ടികൾക്കൊന്നും ആയുസ്സോടെ ജീവൻ നിലനിർത്താനായിട്ടില്ല. എന്റെ പ്രതാപമല്ലാതെ അവർക്കൊന്നും അനന്തരമായി ഒന്നുമവശേഷിക്കില്ല. നിന്റെ സന്തതികളാൽ ലോകം നിറയട്ടെ. അല്ലാത്തപക്ഷം എന്റെ ഈ ആയുസ്സ് തന്നെ അർത്ഥശൂന്യമായിപ്പോകും.”

പിന്നീട് നടന്ന അദ്ഹമിന്റെ വിവാഹാഘോഷങ്ങൾക്ക് തുല്യമായൊരു സംഭവത്തിന് ആ തെരുവ് അന്നേവരെ സാക്ഷിയായിട്ടേയില്ല. ഇന്നും ഞങ്ങളുടെ തെരുവിലുള്ളവർ പഴങ്കഥകളിലൊന്നെന്നോളം ആ ദിനം മനസ്സിൽ കൊണ്ട് നടക്കുന്നുണ്ട്. അന്ന് രാത്രി മരച്ചില്ലകളിലും മാളികയുടെ മതിലുകളിലുമൊക്കെ വർണവിളക്കുകൾ തൂക്കിയിട്ടു. ഇരുണ്ട മരുഭൂമിക്ക് നടുവിലൊരു പ്രകാശത്തിന്റെ തടാകം പോലെ തോന്നി അപ്പോൾ ആ മാളിക കണ്ടപ്പോൾ. മട്ടുപ്പാവിൽ ഗായികാഗായകന്മാർക്കായി വലിയ

കൂടാരം തന്നെ കെട്ടി. അകത്തളത്തിലും തോട്ടത്തിലും പിന്നെ പ്രവേശന കവാടത്തോടു ചേർന്ന് കിടക്കുന്ന തരിശായ സ്ഥലത്തുമൊക്കെ ഭക്ഷണ പദാർത്ഥങ്ങൾ നിറച്ച തീൻമേശകൾ നിരന്നു.

അർദ്ധരാത്രി കഴിഞ്ഞതും ജമാലിയ്യയുടെ അങ്ങേയറ്റത്ത് നിന്നും വിവാഹഘോഷയാത്ര ആരംഭിച്ചു. ജബലാവിയെ സ്നേഹിക്കുന്നവരും ഭയത്തോടെ കാണുന്നവരുമൊക്കെ ആഘോഷയാത്രയിൽ പങ്കാളികളായി. അബ്ബാസിനും ജലീലിനും മധ്യത്തിലായി അഭിമാനത്തോടെ അദ്ഹം നടന്നു. പട്ട് ജല്ലാബിയ കുപ്പായവും ശിരസ്സിൽ ചിത്രത്തുന്നൽ ചെയ്ത തലപ്പാവുമായിരുന്നു വേഷം. റിസ്വാനാകട്ടെ മുന്നിൽ നടക്കുകയാണ്. ഇരുവശത്തും പനിനീർപ്പൂക്കളും മെഴുകുതിരികളുമായി നീങ്ങുന്ന ആളുകൾ. ഗായകരുടേയും നർത്തകരുടേയും വലിയൊരു സംഘമാണ് ഘോഷയാത്രയെ നയിക്കുന്നത്. പാട്ടുകൾ ഉയർന്ന് കേട്ടതും സംഗീതജ്ഞരുടെ ശബ്ദവും ജബലാവിയുടേയും അദ്ഹമിന്റേയും ഇഷ്ടക്കാരുടെ ആശംസകളുമായി അവിടം മുഖരിതമായി. തെരുവാകെ ഉണർന്ന് ആനന്ദത്തിൽ ആറാടുന്നതു പോലെ. ജമാലിയ്യയിൽനിന്നും പുറപ്പെട്ട ഘോഷയാത്ര അത്വൂഫിലേക്കും കഫർ അൽ-സഗാരിയിലേക്കും അൽ-മുബൈദയിലേക്കും നീങ്ങി. തെരുവുഗുണ്ടകൾ പോലും ആശംസകൾ നേരാനെത്തി. ആളുകൾ നൃത്തം വയ്ക്കാൻ തുടങ്ങി. സൗജന്യമായി ബാർലി മദ്യം വിതരണം ചെയ്യാൻ തുടങ്ങിയതോടെ കുട്ടികൾവരെ മദ്യപിച്ച് ഉന്മാദികളായി മാറി. ഘോഷയാത്ര കടന്നുപോകുന്ന തെരുവുകളിലുള്ള ചായക്കടകളിൽ നിന്നൊക്കെ സൗജന്യ ഹുക്കകൾ ആഘോഷകർക്കായി നിരത്തിയിരിക്കുന്നു. അന്തരീക്ഷമാകെ കഞ്ചാവിന്റെ ഗന്ധം നിറഞ്ഞു നിൽക്കുന്നു.

പെട്ടെന്നാണ് തെരുവിന്റെ അങ്ങേയറ്റത്ത് നിന്നും ഇദ്‌രീസ് ഘോഷയാത്രയ്ക്കിടയിലേക്ക് ചാടിവീണത്. ഇരുട്ടുപരത്തുന്ന പിശാചിനെപ്പോലെയായിരുന്നു അയാൾ തെരുവ്മരുഭൂമിയിലേക്ക് ചെന്ന് ചേരുന്ന വളവിൽ വച്ച് ഘോഷയാത്രയുടെ മുൻവശത്തെ വർണവിളക്കുകളുടെ വെളിച്ചത്തിലേക്ക് ചാടി വീണത്. വിളക്കുകൾ കയ്യിലേന്തിയവർ പെട്ടെന്ന് നടത്തം നിർത്തി. ഇദ്‌രീസ് എന്ന പേര് ആരൊക്കെയോ പിറുപിറുക്കുന്നുണ്ടായിരുന്നു. അയാളെ കണ്ടതും ഭയം നിറഞ്ഞ തൊണ്ടകളോടെ പാട്ടുകാർ പാടുന്നത് അവസാനിപ്പിച്ചു. നർത്തകരുടെ കൈകാലുകൾ മരവിച്ചതു പോലെയായി. പുല്ലാങ്കുഴലുകളും മദ്ദളങ്ങളും നിശ്ശബ്ദമായി. ആളുകളുടെ ചിരികളികളും അപ്രത്യക്ഷമായി. എന്താണ് ചെയ്യേണ്ടതെന്ന് ആലോചിക്കുകയായിരുന്നു പലരും. എന്തെങ്കിലും ചെയ്യട്ടേ എന്ന് കരുതിയാൽ ഇദ്‌രീസിന്റെ ഉപദ്രവത്തിൽനിന്നും രക്ഷപ്പെടാനാകില്ല. ഇനി എതിർക്കാമെന്ന് വച്ചാലോ അത് ജബലാവിയുടെ മകനെതിരെ തിരിഞ്ഞതു പോലെയുമാകും.

തന്റെ കൈയിലെ കുറുവടി വീശിക്കൊണ്ട് ഇദ്‌രീസ് അട്ടഹസിച്ചു.

"ഭീരുക്കളായ ചണ്ടികളെ, ആരുടേതാടാ ഈ ഘോഷയാത്ര?"

അവിടെ നിശ്ശബ്ദത പരന്നു. പലരും തല ഉയർത്തി അദ്ഹമിനേയും സഹോദരങ്ങളേയും നോക്കി. ഇദ്രീസ് പിന്നെയും തിരക്കി.

"നീയൊക്കെ എപ്പോഴാടാ ഈ അടിമസന്താനത്തിന്റേയും അവന്റെ പിതാവിന്റേയും സുഹൃത്തുക്കളായി മാറിയത്?" റിസ്‌വാൻ ഇദ്രീസിനരികിലേക്ക് നടന്നടുത്തു.

"സഹോദരാ, ഈ ഘോഷയാത്രയെ പോകാനനുവദിക്കുന്നതാണ് ബുദ്ധി."

ഭീഷണിയോടെയായിരുന്നു ഇദ്രീസ് തിരിച്ചടിച്ചത്.

"റിസ്‌വാൻ, നീയവസാനം സംസാരിച്ചാൽ മതി കേട്ടോ? ഒരു വഞ്ചകന്റെ സഹോദരനും ഭീരുവിന്റെ മകനുമല്ലേ നീ? സുഖസമൃദ്ധമായ ജീവിതം കിട്ടാനായി സ്വന്തം മാന്യതയും സാഹോദര്യവും വിറ്റ വിലയില്ലാത്ത വിഡ്ഢി!"

"ഈ ആളുകൾക്കൊന്നും നമ്മൾ തമ്മിലുള്ള അഭിപ്രായവ്യത്യാസത്തിൽ ഒരു പങ്കുമില്ലല്ലോ?"

റിസ്‌വാന്റെ വാക്ക് കേട്ട് ഇദ്രീസ് പൊട്ടിച്ചിരിച്ചു.

"നിന്റെയൊക്കെ കഴിവുകേട് ഇവർക്കൊക്കെ നല്ലതുപോലെയറിയാം. പഴകിയ ഭീരുത്വം ഇപ്പോഴുമില്ലായിരുന്നെങ്കിൽ ഇവന്മാരൊന്നും ഈ ഘോഷയാത്രയ്ക്ക് വന്ന് ഊതുകയോ, പാടുകയോ ചെയ്യില്ലായിരുന്നു."

"പിതാവ് നിന്റെ ഈ സഹോദരനെ ഞങ്ങളെ ഏല്പിച്ചിരിക്കുകയാണ്. അതിനാൽ തന്നെ ഞങ്ങൾക്കവനെ സംരക്ഷിച്ചേ തീരൂ."

ഉറച്ചസ്വരത്തിലുള്ള റിസ്‌വാന്റെ വാക്കുകേട്ട് ഇദ്രീസ് വീണ്ടും പൊട്ടിച്ചിരിച്ചു.

"ഈ അടിമസന്തതിയെ വിട്ടശേഷം സ്വയം സംരക്ഷിക്കാനാകുമോടാ നിനക്ക്?"

"എന്തു പറ്റി നിങ്ങളുടെ സ്വബോധത്തിന് സഹോദരാ? മാന്യതയിലൂടെ മാത്രമേ നിങ്ങൾക്ക് വീട്ടിലേക്ക് തിരിച്ചു വരാനാകൂ."

"നീ പറയുന്നത് കള്ളമാണ്. താനൊരു കള്ളനാണെന്ന് നിനക്ക് തന്നെ അറിയാം."

"എന്നെ സംബന്ധിച്ചിടത്തോളം നിങ്ങളെ കുറ്റപ്പെടുത്തണമെന്ന ആഗ്രഹമൊന്നുമില്ല. ഘോഷയാത്ര സമാധാനത്തോടെ കടന്നുപോകണമെന്നേയുള്ളൂ."

ദുഃഖത്തോടെ റിസ്‌വാൻ പറഞ്ഞതിനുള്ള മറുപടിയെന്നോണം ഒരു ചീറുന്ന കാളയെപ്പോലെ ഇദ്രീസ് ഘോഷയാത്രയ്ക്കുള്ളിലേക്ക് നുഴഞ്ഞു കയറി. അയാളുടെ കൈയിലിരുന്ന കുറുവടി ഉയർന്ന് താഴാൻ തുടങ്ങി. വർണ്ണവിളക്കുകൾ പൊട്ടിച്ചിതറി. മദ്ദളങ്ങൾ വിണ്ടു കീറി.

പനിനീർപ്പൂക്കൾ നിലത്ത് ചിതറി വീണു. കൊടുങ്കാറ്റിനു മുമ്പ് മണൽ വീശിയടിക്കുന്നതു പോലെ ജനം പേടിച്ച് ചിതറിയോടാൻ തുടങ്ങി. റിസ്‌വാനും അബ്ബാസും ജലീലും അദ്ഹമിനെ സംരക്ഷിക്കാനായി തോളോട് തോൾ ചേർന്ന് നിന്നു. ഇതോടെ ഇദ്‌രീസിന്റെ കോപം ഇരട്ടിച്ചു.

"തിന്നാനും കുടിക്കാനും കിട്ടില്ലെന്ന് പേടിച്ച് മനസ്സുകൊണ്ട് വെറുക്കുന്നവനെ സംരക്ഷിക്കുകയാണോടാ ഭീരുക്കളേ?"

ഇദ്‌രീസ് സഹോദരങ്ങളെയും ആക്രമിക്കാൻ തുടങ്ങി. അയാളുടെ പ്രഹരങ്ങൾ തങ്ങളുടെ കൈവശമുള്ള വടികളുപയോഗിച്ച് നേരിട്ടതല്ലാതെ അവർ ഇദ്‌രീസിനെ തിരിച്ച് ആക്രമിച്ചതേയില്ല. അവർ പിറകിലേക്കു മാറുന്നതിനിടയിൽ പെട്ടെന്ന് ഇദ്‌രീസ് ഇടയിലേക്ക് ചാടിവീണശേഷം അദ്ഹം നിൽക്കുന്ന സ്ഥലത്തേക്കു നീങ്ങാൻ ശ്രമിച്ചു. സമീപത്തെ വീടുകളിലെ ജനാലകളിൽനിന്നും നിലവിളികളുയർന്നു. അതോടെ അദ്ഹം സ്വയം പ്രതിരോധിക്കാനെന്നവണ്ണം ഉറക്കെപ്പറഞ്ഞു.

"ഇദ്‌രീസ്, ഞാൻ നിങ്ങളുടെ ശത്രുവല്ല. സ്വബോധം വീണ്ടെടുക്കൂ."

ഇദ്‌രീസ് തന്റെ കുറുവടി ഉയർത്തിയതും ആരോ വിളിച്ചു പറയുന്നത് കേട്ടു.

"ജബലാവി"

അതോടെ റിസ്‌വാൻ ഇദ്‌രീസിന് നേരേ തിരിഞ്ഞു.

"നിന്റെ പിതാവ് വരുന്നുണ്ട്."

ഇദ്‌രീസ് റോഡിന്റെ വശത്തേക്ക് ഓടി മാറിയശേഷം പിറകിലേക്കു തിരിഞ്ഞു നോക്കി. വിളക്കുകളും കൈയിലേന്തി ഒരു സംഘം സേവകരടങ്ങുന്ന പ്രകാശവലയത്തിൽ നടന്നടുക്കുകയാണ് ജബലാവി. പല്ലിറുമ്മിക്കൊണ്ട് പരിഹാസത്തോടെ ഇദ്‌രീസ് അലറി.

"ഒരു ജാരസന്തതിയായ ചെറുമകനെ നൽകി ഞാൻ അധികം വൈകാതെ നിങ്ങളുടെ കണ്ണു കുളിർപ്പിക്കും നോക്കിക്കോ."

പിന്നെ ഇദ്‌രീസ് ജമാലിയ്യ സ്ഥിതി ചെയ്യുന്ന ദിക്കിലേക്ക് ഓടിപ്പോയി. ജനം അയാൾക്കു വഴിമാറിക്കൊടുത്തു. പതിയെ അയാൾ ഇരുളിൽ മുങ്ങിപ്പോയി. പിതാവ് സഹോദരങ്ങൾ നിൽക്കുന്ന സ്ഥലത്തെത്തി. തുറിച്ച കണ്ണുകളുമായി നിൽക്കുന്ന ആളുകൾക്ക് മുന്നിൽ ശാന്തത ഭാവിച്ചുകൊണ്ട് കല്പിക്കുന്ന സ്വരത്തിൽ ജബലാവി പറഞ്ഞു.

"കാര്യങ്ങൾ പഴയതുപോലെ തന്നെ നടക്കട്ടെ."

അതോടെ വർണ്ണവിളക്കുകൾ വഹിക്കുന്ന ആളുകൾ തങ്ങളുടെ സ്ഥാനത്തേക്ക് തിരികെയെത്തി. മദ്ദളങ്ങൾ വീണ്ടും ശബ്ദം മുഴക്കി. കാഹളം മുഴങ്ങി. ഗായകർ പാടുകയും നർത്തകർ നൃത്തമാടാനും തുടങ്ങി. അങ്ങനെ ആ വിവാഹഘോഷയാത്രയുടെ പ്രയാണം വീണ്ടും തുടർന്നു.

മാളികയിൽ പുലരുന്നതു വരെ സംഗീതവും മദ്യപാനവും പാട്ടുമായിരുന്നു. മുഖത്തം മരുഭൂമിയോട് അഭിമുഖമായ തന്റെ മുറിയിലേക്ക് അദ്ദേഹം കയറിവന്നപ്പോൾ ഉമൈമ കണ്ണാടിയുടെ മുന്നിൽ നിൽക്കുകയായിരുന്നു. വെളുത്ത മൂടുപടം ഇപ്പോഴും അവളുടെ മുഖം മൂടിത്തന്നെ കിടപ്പുണ്ട്. മദ്യപിച്ച് ഉന്മത്തനായതിനാൽ അയാൾക്ക് നേരേ നിൽക്കാൻ തന്നെ കഴിയുന്നില്ല. ഉമൈമയുടെ അരികിലേക്കെത്തുമ്പോൾ സ്വയം നിയന്ത്രിക്കാൻ അദ്ദേഹം നന്നേ കഷ്ടപ്പെട്ടു. ഉമൈമയുടെ മൂടുപടം ഉയർത്തി നോക്കുമ്പോൾ അവളുടെ മുഖം അത്യാകർഷകമായി തിളങ്ങുന്നുണ്ടായിരുന്നു. ആ നിറഞ്ഞ അധരങ്ങളിലൊന്ന് ചുംബിക്കാനായി അദ്ദേഹം ശിരസ്സ് കുനിച്ചു. ഉന്മാദം കാരണം കുഴഞ്ഞുപോയ നാവുകൊണ്ട് അയാൾ പറഞ്ഞു.

"കാര്യങ്ങൾ നന്നായി പര്യവസാനിക്കുമെങ്കിൽ വിഷമങ്ങളൊക്കെ അവഗണിക്കാം"

ശേഷമയാൾ ഇടറിയ കാലടികളോടെ കിടക്കയ്ക്കരികിലേക്ക് ചെന്നു. ശിരസ്സിൽ തലപ്പാവും കാലുകളിൽ ഷൂസുമായി അദ്ദേഹം കിടക്കയിലേക്ക് വിലങ്ങനെ ചെന്ന് വീണു. കണ്ണാടിയിൽ അയാളുടെ പ്രതിരൂപം കണ്ടു നിൽക്കുമ്പോൾ വാത്സല്യത്തോടും സ്നേഹത്തോടും കൂടി പുഞ്ചിരിക്കുകയായിരുന്നു ഉമൈമ.

അഞ്ച്

മുമ്പൊരിക്കലും താനനുഭവിച്ചിട്ടില്ലാത്ത ആനന്ദമായിരുന്നു ഉമൈമയിൽ അദ്ദേഹമിന് ലഭിച്ചത്. നിഷ്കളങ്കത കാരണം തന്റെ പ്രവർത്തിയിലും വാക്കിലുമൊക്കെ ഈ ആനന്ദത്തെക്കുറിച്ച് അയാൾ വാചാലനാകുമ്പോൾ സഹോദരന്മാർ കളിയാക്കുകപോലും ചെയ്തു. ഓരോ തവണയുള്ള നമസ്കാരം കഴിയുമ്പോഴും കൈകളുയർത്തി അയാൾ പ്രാർത്ഥിക്കും. "അനുഗ്രഹങ്ങൾ ചൊരിയുന്ന ദൈവമേ, നിനക്ക് സ്തുതി. പിതാവിന്റെ സംതൃപ്തി ലഭിച്ചതിന് നിനക്ക് സ്തുതി, ഭാര്യയുടെ സ്നേഹത്തിന് നിനക്ക് സ്തുതി, കൂടുതൽ അർഹരായുള്ളവർ വേറെയുണ്ടായിട്ടും ലഭിച്ച സ്ഥാനത്തിന് നിനക്ക് നന്ദി, തോട്ടത്തിനും പക്ഷികളുടെ പാട്ടിനും സഹയാത്രികനായ പുല്ലാങ്കുഴലിനും സ്തുതി ദൈവമേ."

ആ മാളികയിലെ എല്ലാ സ്ത്രീകളുടേയും അഭിപ്രായം ഉമൈമ നല്ലൊരു ഭാര്യയാണെന്നാണ്. തന്റെ മകനെപ്പോലെയാണ് അവൾ ഭർത്താവിനെ പരിചരിക്കുന്നത്. ഭർതൃമാതാവിനോടും മറ്റ് ബന്ധുക്കളോടും തന്റെ സ്വന്തം കുടുംബാംഗങ്ങളോടെന്നതുപോലെ സ്നേഹത്തോടെ പെരുമാറുകയും ശരീരത്തിന്റെ ഒരു ഭാഗമെന്നതു പോലെ ആ വീട് കാര്യമായി നോക്കിനടത്തുകയും ചെയ്യുന്നു. അദ്ദേഹമാകട്ടെ സ്നേഹവും നല്ല പെരുമാറ്റവും നിറഞ്ഞു കവിയുന്ന മനസ്സിനുടമയായ ഭർത്താവായിരുന്നു.

എസ്റ്റേറ്റ് നോക്കി നടത്തുന്നതു കാരണം മുമ്പ് സാധിച്ചിരുന്നതുപോലെ തോട്ടത്തിൽ പോയി ഇരിക്കാൻ കഴിഞ്ഞിരുന്നില്ലെങ്കിൽ പോലും ഇപ്പോൾ ജോലി കഴിഞ്ഞ് ബാക്കി ലഭിക്കുന്ന സമയം അദ്ഹം തന്റെ കുടുംബ ത്തിനായി മാറ്റിവയ്ക്കുന്നു. ആ സ്നേഹത്തിൽ അയാൾ തന്നെത്തന്നെ മറന്നുപോകുകയായിരുന്നു.

ആനന്ദകരമായ ദിനങ്ങൾ പലതും കടന്നുപോയി. എന്നാലവ വിമർശ കരായ റിസ്വാനും അബ്ബാസും ജലീലുമൊക്കെ കരുതിയിരുന്നതിലപ്പുറം നീണ്ടു നിന്നു. കിതച്ചെത്തുന്ന വെള്ളച്ചാട്ടം ശാന്തമായൊരു നദിയിൽ പതിച്ചശേഷമെന്നതുപോലെ ആ സന്തോഷ ദിനങ്ങൾ പരമമായ പ്രശാന്ത തയിലേക്കു നീങ്ങി. അതോടെ അദ്ഹമിന്റെ മനസ്സിലേക്ക് പുതിയ ചിന്ത കളുമെത്തി. കാലം കണ്ണടയ്ക്കുന്നതിനുള്ളിൽ കടന്നുപോകില്ലെന്ന് അയാളുടെ മനസ്സ് പറഞ്ഞു. രാത്രി കഴിഞ്ഞാൽ പകൽ വരും. ഭാര്യയു മായുള്ള മധുര സംഭാഷണങ്ങൾ തുടർന്നെങ്കിലും അവയുടെ പഴയ അർത്ഥം തന്നെ നഷ്ടപ്പെട്ടതുപോലെ. ഉപേക്ഷിക്കപ്പെടാൻ പാടി ല്ലാത്ത സൗഹൃദമാണ് മാളികയിലെ തോട്ടത്തിന് തനിക്കായി നൽകാ നാകുക. എന്നാൽ ഇതൊന്നും അയാളുടെ മനസ്സ് ഉമൈമയിൽ നിന്നും അകന്നുപോയി എന്നർത്ഥമാക്കുന്നില്ല. അവളിപ്പോഴും അദ്ഹമിന്റെ മനസ്സിൽ തന്നെയുണ്ട്. എന്നാൽ ജീവിതത്തിന് പല ദശകളുണ്ടാകും. മനുഷ്യനവ ദിവസങ്ങൾ കഴിയുമ്പോൾ മാത്രമേ തിരിച്ചറിയുകയുള്ളൂ. അങ്ങനെ അദ്ഹം വീണ്ടും തോട്ടത്തിലെ അരുവിക്കരയിലെ തന്റെ പഴയ ഇരിപ്പിടത്തിലേക്ക് തിരിച്ചെത്തി. പിന്നെ ഒഴികഴിവ് പറയുന്നതുപോലെ പക്ഷികളേയും പൂക്കളേയും നോക്കിയിരിക്കാൻ തുടങ്ങി.

അപ്പോഴേക്കും പുഞ്ചിരിയോടെ ഉമൈമയും തോട്ടത്തിലേക്കു വന്നു. അദ്ഹമിന്റെ അരികിൽ വന്നിരുന്ന ശേഷം അവൾ പറഞ്ഞു:

“നിങ്ങൾ എന്താ വരാൻ വൈകുന്നതെന്ന് ജനാലയിലൂടെ നോക്കി യിരിക്കുകയായിരുന്നു ഞാൻ. എന്താ എന്നേയുംകൂടി വിളിക്കാതിരു ന്നത്?”

പുഞ്ചിരിച്ചുകൊണ്ട് അയാൾ മറുപടി പറഞ്ഞു.

“നിന്നെ ബുദ്ധിമുട്ടിക്കേണ്ട എന്ന് കരുതി.”

“ബുദ്ധിമുട്ടോ? എനിക്ക് ഈ തോട്ടം എന്തിഷ്ടമാണെന്നോ? നമ്മൾ ആദ്യമായി കണ്ടുമുട്ടിയത് ഇവിടെ വച്ചായിരുന്നെന്ന കാര്യം ഓർമ്മ യുണ്ടോ?”

ഉമൈമയുടെ കരം ഗ്രഹിച്ചശേഷം ഒരു ഈന്തപ്പനയിലേക്ക് തല ചേർത്ത് ചാഞ്ഞിരുന്നു. പിന്നെ മരച്ചില്ലകളിലേക്കും അവയ്ക്കിട യിലൂടെ കാണാവുന്ന ആകാശത്തിലേക്കും കണ്ണോടിച്ചു. താൻ ഈ തോട്ടത്തെ വളരെയേറെ സ്നേഹിക്കുന്നുവെന്ന് അവൾ വീണ്ടും പറഞ്ഞു. എപ്പോഴെല്ലാം അദ്ഹം നിശ്ശബ്ദനാകുന്നുവോ അപ്പോഴെല്ലാം അവൾ തന്റെ ഇഷ്ടം ആവർത്തിക്കും. കാരണം ഈ തോട്ടത്തെ എത്ര

മാത്രം ഇഷ്ടമാണോ അത്രത്തോളം നിശ്ശബ്ദതയെ അവൾ വെറുക്കുന്നുണ്ട്. തന്റെ ഏറ്റവും നല്ല വാക്കുകൾ ഈ തോട്ടത്തിനുള്ളിലെ തങ്ങളുടെ സമാഗമങ്ങളെക്കുറിച്ച് പറയാനായി മാറ്റിവച്ചിരിക്കുകയായിരുന്നു ഉമൈമ. പിന്നെ മാളികയ്ക്കുള്ളിൽ നടക്കുന്ന ചില പ്രധാനപ്പെട്ട കാര്യങ്ങളെക്കുറിച്ചും തനിക്ക് ഭർത്താവിനോട് സംസാരിക്കാനുണ്ടാകും. പ്രത്യേകിച്ച് റിസ്വാനിന്റേയും അബ്ബാസിന്റേയും ജലീലിന്റേയും ഭാര്യമാരെക്കുറിച്ച്. പതിയെ അവളുടെ സ്വരത്തിൽ കുറ്റപ്പെടുത്തലുകൾ തെളിഞ്ഞു വന്നു.

"അദ്ഹം, നിങ്ങൾ എന്നെ ശ്രദ്ധിക്കുന്നതേയില്ല."

അയാളത് കേട്ട് പുഞ്ചിരിച്ചു.

"അതിന് നീ എപ്പോഴും എന്റെ ഹൃദയത്തിൽ തന്നെയുണ്ടല്ലോ?"

"പക്ഷേ, നിങ്ങൾ ഞാൻ പറയുന്നത് കേൾക്കുന്നില്ലല്ലോ?"

അത് ശരിയാണ്. എന്നാൽ അവളുടെ തോട്ടത്തിലേക്കുള്ള വരവ് സ്വാഗതം ചെയ്തില്ലെങ്കിൽപോലും ആ സാന്നിദ്ധ്യം അയാളെ അലോസരപ്പെടുത്തുന്നില്ല. ഇനി അവൾ തിരിച്ച് പോകാൻ തുനിഞ്ഞാൽ അയാൾ ഉറപ്പായും പിടിച്ചു നിർത്തുകയും ചെയ്യും. അവൾ തന്റെ അവിഭാജ്യ ഘടകമാണെന്ന് അയാൾ ശരിക്കും തിരിച്ചറിയുന്നുണ്ട്. അല്പം ക്ഷമ യാചിക്കുന്നത് പോലെയാണ് അദ്ഹം സംസാരിച്ചത്.

"എനിക്ക് ഈ തോട്ടത്തെ വലിയ ഇഷ്ടമാണ്. പഴയകാലത്ത് ഈ തോട്ടത്തിൽ വന്നിരിക്കുന്നതിനേക്കാൾ പ്രിയങ്കരമായി എനിക്ക് മറ്റൊന്നുമുണ്ടായിരുന്നില്ല. ഇതിനുള്ളിലെ ഉയരമേറിയ മരങ്ങൾക്കും പരന്നൊഴുകുന്ന അരുവികൾക്കും പിന്നെ ചിലയ്ക്കുന്ന പക്ഷികൾക്കുമെല്ലാം എന്നെ അറിയാമായിരുന്നു. എനിക്കവരെ അറിയാവുന്നതുപോലെ തന്നെ. അവയോടുള്ള എന്റെ സ്നേഹത്തിൽ നീയും പങ്കാളിയായെങ്കിലെന്നാണ് ഞാൻ കൊതിക്കുന്നത്. ഈ മരച്ചില്ലകൾക്കിടയിലൂടെ നോക്കുമ്പോൾ ആകാശമെങ്ങനെയാണിരിക്കുന്നതെന്ന് നീ ശ്രദ്ധിച്ചിട്ടുണ്ടോ?"

ഒരുനിമിഷം മുകളിലേക്ക് നോക്കിയശേഷം അദ്ഹമിന്റെ മുഖത്ത് നോക്കി ഉമൈമ പുഞ്ചിരിച്ചു.

"മനോഹരം തന്നെയാണ്. നിങ്ങളുടെ ജീവിതത്തിൽ ഏറ്റവുമധികം ഇഷ്ടപ്പെടുന്ന വസ്തുവാകാൻ തികച്ചും യോഗ്യ തന്നെയാണിത്."

അവളുടെ വാക്കുകൾക്കുള്ളിലെ വ്യംഗ്യമായ കുറ്റപ്പെടുത്തൽ തിരിച്ചറിഞ്ഞപ്പോൾ അദ്ഹം പറഞ്ഞു.

"പക്ഷേ, അത് നിന്നെ പരിചയപ്പെടുന്നതിന് മുമ്പായിരുന്നു"

"അപ്പോൾ ഇപ്പോഴോ?"

അവളുടെ കയ്യിൽ പതിയെ അമർത്തിയശേഷം അദ്ഹം മറുപടി പറഞ്ഞു.

"നിന്നിലൂടെയല്ലാതെ അതിന്റെ ഭംഗിക്ക് പൂർണതയുണ്ടാകില്ല."

അദ്ഹമിനെത്തന്നെനോക്കിക്കൊണ്ട് ഉമൈമ പറഞ്ഞു.

"നിങ്ങൾ എനിക്കൊപ്പം സമയം ചെലവഴിക്കുന്നതിൽ ഇവയ്ക്ക് അസൂയ തോന്നാത്തതുതന്നെ ഭാഗ്യമാണ്."

ചിരിച്ചുകൊണ്ട് അദ്ഹം അവളെ തന്നിലേക്കണച്ചു പിടിച്ചു. ചുണ്ടുകൾ അവളുടെ കവിളിനോട് ചേർന്ന് നിൽക്കെ അയാൾ ചോദിച്ചു.

"സഹോദരന്മാരുടെ ഭാര്യമാരേക്കാൾ നമുക്ക് സംസാരിക്കാൻ പറ്റിയ വിഷയം ഈ പൂക്കൾ തന്നെയല്ലേ?"

"പൂക്കൾ വളരെ മനോഹരം തന്നെയാണ്. എന്നാൽ നിങ്ങളുടെ സഹോദരന്മാരുടെ ഭാര്യമാർ നിങ്ങളെക്കുറിച്ച് തന്നെയാണ് സംസാരിച്ചുകൊണ്ടിരിക്കുന്നത്. ഭൂസ്വത്ത് നടത്തിപ്പിനെ സംബന്ധിച്ചും പിതാവിന് നിങ്ങളിലുള്ള വിശ്വാസത്തെക്കുറിച്ചുമൊക്കെ നിരന്തരം സംസാരിച്ചുകൊണ്ടിരിക്കുകയാണവർ."

പെട്ടെന്ന് തോട്ടത്തിന്റെ കാര്യം മറന്ന് ദേഷ്യത്തോടെ അദ്ഹം പറഞ്ഞു.

"അവർക്ക് വേറൊരു പണിയുമില്ലേ?"

"എനിക്ക് പേടി നിങ്ങൾക്ക് ദൃഷ്ടിദോഷമുണ്ടാകുമോ എന്നാണ്"

അദ്ഹമിന് ദേഷ്യം വന്നു.

"നശിച്ചുപോട്ടെ ഈ ഭൂസ്വത്തൊക്കെ. വല്ലാത്ത ഭാരം തന്നെയാണിത്. സർവ്വരേയും അതെനിക്ക് എതിരാക്കിമാറ്റി. മനഃസമാധാനം നഷ്ടപ്പെടുത്തി. ആർക്ക് വേണമിത്?"

ഇത് കേട്ടതും ഉമൈമ വിരൽ അദ്ഹമിന്റെ ചുണ്ടോട് ചേർത്തുപിടിച്ചു.

"ദൈവത്തിന്റെ അനുഗ്രഹങ്ങളെ തള്ളിപ്പറയരുത് അദ്ഹം. ഈ ഭൂസ്വത്ത് നോക്കി നടത്തുന്നത് വളരെ പ്രധാനപ്പെട്ടകാര്യം തന്നെയാണ്. സ്വപ്നം പോലും കണ്ടിട്ടില്ലാത്ത പുതിയ വാതിലുകൾ അത് നമ്മൾക്കായി തുറന്ന് തന്നേക്കാം."

"ഇത് വരെ അത് നമ്മൾക്ക് നൽകിയിട്ടുള്ളത് ദുരിതങ്ങൾ മാത്രമാണ്. ഇദ്‌രീസിന്റെ ദുരന്തം മാത്രം മതിയല്ലോ മനസ്സിലാക്കാൻ."

ഉമൈമ ഒന്ന് പുഞ്ചിരിച്ചു. പക്ഷേ, ആ പുഞ്ചിരിയിൽ ഒരു സന്തോഷവുമുണ്ടായിരുന്നില്ല. എന്നാൽ അവളുടെ കണ്ണുകളിൽ വലിയ ആശങ്ക വ്യക്തമായി കാണാമായിരുന്നു.

"ഈ മരച്ചില്ലകളിലേക്കും ആകാശത്തിലേക്കും പിന്നെ കിളികളേയും നോക്കുന്നതുപോലെ നമ്മുടെ ഭാവിയിലേക്ക് കൂടി നിങ്ങൾ നോക്കണം."

ഉമൈമ അദ്ഹമിനൊപ്പം തോട്ടത്തിൽ തന്നെ ഇരുന്നു. അപൂർവ്വാവസരങ്ങളിൽ മാത്രമായിരുന്നു അവൾ നിശ്ശബ്ദയായിരുന്നത്. അയാൾക്ക്

ഇപ്പോഴത് പരിചിതമായിരിക്കുന്നു. എന്നാൽ അവളുടെ വാക്കുകൾ അയാൾ പകുതി മാത്രമേ കാര്യമായി ശ്രദ്ധിച്ചുള്ളൂ. ആഗ്രഹിക്കുമ്പോഴൊക്കെ തന്റെ പുല്ലാങ്കുഴലെടുത്ത് അദ്ഹം ഇഷ്ടപ്പെട്ട ഗാനങ്ങൾ ആലപിക്കും. എല്ലാം നല്ലത് പോലെ നടക്കുന്നുവെന്ന് തുറന്ന മനസ്സോടെ തന്നെ അയാൾക്ക് പറയാൻ കഴിയും. ഇദ്രീസിന്റെ ഉപദ്രവങ്ങൾ തന്നെ അയാൾക്കിപ്പോൾ പരിചിതമായിക്കഴിഞ്ഞിരിക്കുന്നു.

പക്ഷേ, അദ്ഹമിന്റെ ഉമ്മയുടെ രോഗം മൂർച്ഛിച്ചുകൊണ്ടേയിരുന്നു. മുമ്പൊരിക്കലുമില്ലാത്ത വിധത്തിലുള്ള വേദന അനുഭവിക്കാൻ തുടങ്ങിയതോടെ ഉമ്മയുടെ വേദനകൾ കഠിനമായി മാറി. അവർ ഇടയ്ക്കിടയ്ക്ക് അദ്ഹമിനെ അരികിലേക്ക് വിളിച്ച് അയാൾക്കായി മനസ്സ് നിറയെ പ്രാർത്ഥിക്കും. ഒരു ദിവസം യാചിക്കുന്നത് പോലെ ആ ഉമ്മ അദ്ഹമിനോട് പറഞ്ഞു.

“തിന്മയിൽ നിന്ന് രക്ഷിക്കാനും സന്മാർഗ്ഗത്തിലേക്ക് വഴികാട്ടാനുമായി ദൈവത്തോട് പ്രാർത്ഥിക്കൂ, മോനേ”

മകനെ പോകാൻ വിടാതെ ആ ഉമ്മ വിലപിക്കാനും ഉപദേശിക്കാനും തന്റെ അവസാന ആഗ്രഹത്തെക്കുറിച്ച് ഓർമ്മിപ്പിക്കാനും തുടങ്ങി. അങ്ങനെ അദ്ഹമിന്റെ കൈകളിൽ കിടന്ന് ആ ഉമ്മ അന്ത്യശ്വാസം വലിച്ചു. അദ്ഹമും ഉമൈമയും അവരെയോർത്ത് കുറേ കരഞ്ഞു. ജബലാവി മൃതദേഹത്തിനരികിലെത്തി കുറേനേരം ആ മുഖത്തേക്ക് തന്നെ നോക്കി നിന്നു. യഥാവിധി മൃതദേഹം മൂടിയിടുമ്പോൾ അദ്ദേഹത്തിന്റെ കൂർത്തകണ്ണുകളിൽ ദുഃഖം നിറഞ്ഞ് നിൽക്കുന്നത് വ്യക്തമായി കാണാമായിരുന്നു.

അദ്ഹം തന്റെ പഴയജീവിതത്തിലേക്ക് തിരികെയെത്തിയതും ഉമൈമയിൽ പെട്ടെന്നൊരു മാറ്റം ദൃശ്യമായി. എന്താണതിന്റെ കാരണമെന്ന് മാത്രം മനസ്സിലായില്ല. തോട്ടത്തിൽ അദ്ഹമിനൊപ്പം പോയിരിക്കുന്നത് അവസാനിപ്പിച്ചതോടെയാണ് ഇതാരംഭിച്ചത്. നടക്കുമെന്നുറപ്പുണ്ടായിരുന്ന കാര്യമായിരുന്നെങ്കിൽപോലും ഇത് അദ്ഹമിന് ഇഷ്ടപ്പെട്ടില്ല. എന്താണ് ഇങ്ങനെ മാറിനിൽക്കുന്നതിന്റെ കാരണമെന്ന് അന്വേഷിച്ചപ്പോൾ ജോലിയുണ്ട്, ക്ഷീണമാണ് തുടങ്ങിയ വിവിധകാരണങ്ങളാണ് അവൾ ന്യായമായി പറഞ്ഞത്. പഴയ ഊഷ്മളതയൊന്നുമില്ലാതെയാണ് ഉമൈമ തന്നെ അഭിസംബോധന ചെയ്യുന്നതെന്ന് അയാൾ പ്രത്യേകം ശ്രദ്ധിച്ചു. താൻ മുന്നോട്ട് വന്നാൽ യാതൊരു വൈകാരികതയുമില്ലാതെയായിരിക്കും അവൾ അഭിവാദ്യം ചെയ്യുക. വെറും ഔപചാരികതയുടെ പേരിൽ മാത്രമുള്ള പ്രതികരണം.

എന്തായിരിക്കും ഉമൈമയ്ക്ക് സംഭവിച്ചിട്ടുണ്ടാകുക? ഇതുപോലൊരു അനുഭവം മുമ്പും തനിക്കുണ്ടായിട്ടുണ്ട്. പക്ഷേ, സ്നേഹത്തിന്റെ ബലത്തിൽ അതൊക്കെ മറികടക്കാനായി. തനിക്ക് വേണമെങ്കിൽ അവളോട് പരുഷമായി പെരുമാറാൻ കഴിയും. ചിലപ്പോഴൊക്കെ അങ്ങനെ

ആഗ്രഹിച്ചിട്ടുമുണ്ട്. പക്ഷേ, ഉമൈമയുടെ നിഷ്കളങ്കതയും ദൗർബല്യവും പിന്നെ തന്നോടുള്ള മര്യാദയും കാരണം അതൊക്കെ വേണ്ടായെന്ന് വയ്ക്കും. ചില്ലപ്പോഴൊക്കെ ഉമൈമ വളരെ ദുഃഖിതയായിട്ടായിരിക്കും കാണപ്പെടുക. മറ്റ് ചിലപ്പോൾ പരിഭ്രമത്തിലായിരിക്കും. ഒരുതവണ അവളുടെ കണ്ണുകളിൽ ഇങ്ങനെയൊരു അകൽച്ച കണ്ടപ്പോൾ അദ്ഹമിന് ഒരേസമയം ദേഷ്യവും വേദനയുമാണ് അനുഭവപ്പെട്ടത്. അപ്പോളയാൾ തന്നോട് തന്നെ പറഞ്ഞത് 'അല്പംകൂടി അവളോട് ക്ഷമിക്കാം. ഒരുപക്ഷേ, ഈ സ്വഭാവം മാറിയേക്കും. അല്ലെങ്കിൽ ഏത് നരകത്തിലെങ്കിലും ചെന്ന് വീഴട്ടെ' എന്നായിരുന്നു.

അദ്ഹം മാസാവസാനത്തെ കണക്കുകൾ ബോധിപ്പിക്കാനായി ജബലാവിയുടെ മുറിയിലേക്ക് ചെന്നു. എന്നാൽ വലിയ ശ്രദ്ധയില്ലാതെ കണക്കുകൾ ഓടിച്ചുനോക്കിക്കൊണ്ട് അദ്ദേഹം ചോദിച്ചു.

"നിനക്കെന്തു പറ്റി?"

അതിശയത്തോടെ അദ്ഹം തല ഉയർത്തി നോക്കി.

"ഒന്നുമില്ല പിതാവേ"

ഇറുകിപ്പിടിച്ച കണ്ണുകളോടെ ജബലാവി പതിയെ ചോദിച്ചു.

"നീ ഉമൈമയെക്കുറിച്ച് പറയ്"

പിതാവിന്റെ തുളച്ചുകയറുന്ന നോട്ടം സഹിക്കാനാകാതെ അദ്ഹം നിലത്തേക്ക് നോക്കി.

"അവൾക്ക് സുഖം തന്നെയാണ്. ഒരു കുഴപ്പവുമില്ല."

എന്നാൽ ജബലാവി അസ്വസ്ഥതയോടെ ചോദിച്ചു.

"എന്താ നിന്റെ മനസ്സിലെന്ന് പറയ്"

കുറച്ചുനേരം അദ്ഹം നിശ്ശബ്ദനായി നിന്നു. എല്ലാം അറിയാനുള്ള കഴിവ് പിതാവിനുണ്ടെന്നാണ് അയാളുടെ വിശ്വാസം. അതോടെ കാര്യം സമ്മതിക്കുന്നമട്ടിൽ അദ്ഹം പറഞ്ഞു.

"അവൾ വളരെ മാറിപ്പോയി. എന്നോട് എന്തോ അകൽച്ചയുള്ളതുപോലെയാണവളുടെ ഭാവം"

ഇതുകേട്ടതും പിതാവിന്റെ കണ്ണുകളിലെന്തോ വിചിത്രഭാവം കണ്ടു.

"നിങ്ങൾക്കിടയിൽ എന്തെങ്കിലും വഴക്കുണ്ടായോ?"

"ഒരിക്കലുമില്ല"

അതോടെ ആശ്വാസത്തോടെ പുഞ്ചിരിച്ചുകൊണ്ട് ജബലാവി പറഞ്ഞു.

"എടാ വിഡ്ഢീ, അവളോട് കരുണയോടെ പെരുമാറണം. അവൾ ആവശ്യപ്പെടുംവരെ അരികിലേക്ക് പോകാൻ ശ്രമിക്കരുത്. അധികം വൈകാതെ നീയൊരു പിതാവാകാൻ പോകുകയാണ്."

ആറ്

എസ്റ്റേറ്റ് ഓഫീസിലിരുന്ന് പുതിയ കുടിയാന്മാരെ ഓരോരുത്തരെയായി കണ്ടുകൊണ്ടിരിക്കുകയാണ് അദ്ദ്ഹം. വരിവരിയായി നിൽക്കുന്ന കുടിയാന്മാരിൽ ആദ്യത്തെയാൾ തനിക്കരികിലാണെങ്കിൽ അവസാനത്തെയാൾ വലിയ സ്വീകരണഹാളിന്റെ പിറകിലാണ് നിൽക്കുന്നത്. അവസാനത്തെ കുടിയാൻ അരികിലെത്തിയപ്പോൾ റെക്കോർഡ് ബുക്കിൽ നിന്നും കണ്ണെടുക്കാതെ ചോദിച്ചു.

"എന്താണ് പേര്?"

"ഇദ്‌രീസ് ജബലാവി"

അദ്ദ്ഹം ഞെട്ടലോടെയാണ് തലയുയർത്തി നോക്കിയത്. അപ്പോഴതാ സഹോദരൻ മുന്നിൽ നിൽക്കുന്നു. സ്വയം പ്രതിരോധിക്കാനായി ജാഗ്രതയോടെ ഇദ്‌രീസിനെത്തന്നെ നോക്കിക്കൊണ്ട് അദ്ദ്ഹം ചാടി എഴുന്നേറ്റു. പക്ഷേ, ഇദ്‌രീസ് പഴയതുപോലെയേ ആയിരുന്നില്ല. ആകെ മുഷിഞ്ഞ വേഷം. ശാന്തനും വിനയാന്വിതനും ദുഃഖിതനും ദൃഢതയില്ലാത്തവനുമായ ഭാവം. കഞ്ഞിമുക്കിയ കുപ്പായം വെള്ളത്തിൽ കുതിർത്തതുപോലെയാണ് തോന്നുക. ഈയൊരു ദൃശ്യം അദ്ദ്ഹമിന്റെ മനസ്സിലെ പഴയ വിദ്വേഷമൊക്കെ നീക്കിക്കളയാൻ പോന്നതായിരുന്നെങ്കിലും പൂർണ്ണമായ സുരക്ഷിതത്വബോധം മാത്രം ലഭിച്ചില്ല. ജാഗ്രതയും എന്നാൽ പ്രതീക്ഷയും നിറഞ്ഞ ശബ്ദത്തിൽ അദ്ദ്ഹം വിളിച്ചു.

"ഇദ്‌രീസ്!"

തലതാഴ്ത്തിക്കൊണ്ട് തീരെ പരിചിതമല്ലാത്ത മാന്യതയോടെ ഇദ്‌രീസ് പറഞ്ഞു.

"പേടിക്കേണ്ട. അനുവദിക്കുമെങ്കിൽ ഈ വീട്ടിലൊരു അതിഥിയായിട്ടാണ് ഞാനിവിടെ നിൽക്കുന്നത്."

ഈ മാന്യമായ വാക്കുകൾ ശരിക്കും ഇദ്‌രീസിന്റെ വായിൽ നിന്ന് തന്നെയാണോ വരുന്നത്? ദുരിതങ്ങൾ അയാളെ നല്ലവനാക്കിയോ? സത്യത്തിൽ അയാളുടെ പരുക്കൻ പെരുമാറ്റം പോലെതന്നെ ഈ വിനയവും പേടിയുളവാക്കുന്നു. താൻ ഇയാളെ അതിഥിയായി സ്വീകരിച്ചാൽ അത് പിതാവിനോടുള്ള വെല്ലുവിളിയാകില്ലേ? പക്ഷേ, വിളിക്കാതെയാണ് ഇദ്‌രീസ് വന്നിരിക്കുന്നത്. എങ്കിലും അരികിൽ കിടന്ന കസേരയിൽ ചൂണ്ടി അദ്ദ്ഹം അയാളോട് ഇരിക്കാൻ പറഞ്ഞു. അടുത്തടുത്തിരുന്ന് സംസാരിക്കാൻ തുടങ്ങുമ്പോൾ അവരുടെ കണ്ണുകളിൽ ആകാംക്ഷ നിറഞ്ഞ് നിന്നിരുന്നു.

"കുടിയാന്മാരുടെ കൂട്ടത്തിൽ കടന്നുകൂടിയത് നിന്നോടൊന്ന് തനിച്ച് സംസാരിക്കാൻ വേണ്ടിയായിരുന്നു"

അതുകേട്ട് അസ്വസ്ഥതയോടെ അദ്ദ്ഹം തിരക്കി.

“നിങ്ങളെ ആരെങ്കിലും കണ്ടോ?”

“വീട്ടിലുള്ള ആരും കണ്ടിട്ടില്ല. പേടിക്കേണ്ട. നിനക്ക് എന്തെങ്കിലും പ്രശ്നമുണ്ടാക്കാനല്ല ഞാൻ വന്നത്. പക്ഷേ, എനിക്ക് നിന്റെ നല്ല ഇട പെടൽ കിട്ടിയാൽ കൊള്ളാമെന്നുണ്ട്.”

ഇദ്‌രീസിന്റെ വാക്കുകൾകേട്ട് തലകുനിക്കുമ്പോൾ അദ്ഹമിന്റെ മുഖത്തേക്ക് രക്തം ഇരച്ച് കയറിയത് പോലെ തോന്നി.

“എന്നിലുണ്ടായ മാറ്റം കണ്ട് നിനക്കതിശയമുണ്ടാകും. എന്റെ അഹ ന്തയ്ക്കും കാർക്കശ്യത്തിനും എന്ത് പറ്റിയെന്ന് ചിന്തിക്കുന്നുമുണ്ടാകും. ഒരാൾക്കും സഹിക്കാനാവാത്ത വേദനകളാണ് ഞാൻ സഹിച്ചതെന്നെ നിക്ക് പറയാനാകും. പക്ഷേ, നിന്റെ മുന്നിൽ മാത്രമേ എനിക്കിങ്ങനെ നിൽക്കാനാകൂ. കരുണയുള്ള മനുഷ്യരുടെ മുന്നിൽ മാത്രമേ എന്നെ പ്പോലുള്ളവർക്ക് തങ്ങളുടെ അഹന്ത മറന്ന് പെരുമാറാനാകൂ.”

“ദൈവം എന്നേയും നിങ്ങളേയും അനുഗ്രഹിക്കട്ടെ. നിങ്ങളുടെ വിധി എന്റെ ജീവിതം എത്രമാത്രം ദുരിതമാക്കിയിട്ടുണ്ടെന്നോ!”

“ഞാൻ തുടക്കം മുതലേ ഇതെല്ലാം മനസ്സിലാക്കണമായിരുന്നു. പക്ഷേ, കോപം എന്നെ അന്ധനാക്കിമാറ്റി. മദ്യപാനം കാരണം എന്നിലെ സർവ്വമാന്യതയും നശിച്ചു. പിന്നെ ഒരു തെരുവ്തെണ്ടിയുടേയും പിടിച്ചു പറിക്കാരന്റേയും ജീവിതം എന്നിലെ മനുഷ്യത്വത്തിന്റെ അവസാന കണങ്ങളെപ്പോലും നശിപ്പിച്ചു കളഞ്ഞു. നിന്റെ മൂത്ത സഹോദരന് ഇതു പോലൊരു ഗതി വരുമെന്ന് എപ്പോഴെങ്കിലും നീ കരുതിയിട്ടുണ്ടോ?”

“ഒരിക്കലുമില്ല. നിങ്ങളെപ്പോഴും നല്ലൊരു സഹോദരനും മാന്യനായ മനുഷ്യനുമായിരുന്നു.”

“ആ നല്ലദിനങ്ങളെല്ലാം നഷ്ടമായി. ഒരു ഗർഭിണിയായ സ്ത്രീ യേയും വലിച്ചിഴച്ച് തെരുവിലൂടെ അലയുന്ന ഹതഭാഗ്യനാണ് ഞാനിന്ന്. പോകുന്നയിടങ്ങളിലെല്ലാം ആളുകളുടെ ശാപം പേറി തിന്മയും അതി ക്രമവും പ്രവർത്തിച്ച് അന്നം കണ്ടെത്താൻ ശ്രമിക്കുകയാണ് ഞാൻ.”

“നിങ്ങളെന്റെ മനസ്സ് തകർക്കുകയാണ് സഹോദരാ.”

ഇദ്‌രീസിന്റെ വിലാപം കേട്ട് അദ്ഹം പറഞ്ഞു.

“എന്നോട് ക്ഷമിക്കൂ അദ്ഹം. ഇത് തന്നെയായിരുന്നു എന്നും നിന്റെ പ്രകൃതം. കുഞ്ഞായിരുന്നപ്പോൾ നിന്നെ ഞാനെന്റെ കൈകളിൽ എടുത്തു നടന്നിട്ടില്ലേ? പിന്നെ നീ വളരുന്നതിനും ഞാൻ സാക്ഷിയായി, അല്ലേ? ഒപ്പം നിന്റെ മാന്യമായ പെരുമാറ്റവും ആരും പ്രശംസിക്കുന്ന ഗുണങ്ങളുമെല്ലാം ഞാൻ അടുത്തറിഞ്ഞതായിരുന്നു. എന്നാൽ ശപിക്ക പ്പെട്ട എന്റെ വിദ്വേഷം എല്ലാം നശിപ്പിച്ചു.”

“വല്ലാത്ത ശാപം തന്നെയാണത് സഹോദരാ.”

നെടുവീർപ്പോടെ തന്നോടെന്നത് പോലെ ഇദ്‌രീസ് തുടർന്നു.

"വളരെ ക്രൂരമായാണ് ഞാൻ നിന്നോട് പെരുമാറിയിട്ടുള്ളത്. തിരിച്ചും ക്രൂരമായി പെരുമാറൽ മാത്രമാണ് ഞാനർഹിക്കുന്ന ശിക്ഷ."

"ദൈവം നിങ്ങൾക്ക് ആശ്വാസം നൽകട്ടെ, ഇദ്‌രീസ്. നിങ്ങൾ വീട്ടിലേക്ക് തിരികെയെത്തുമെന്ന കാര്യത്തിൽ എനിക്കൊരിക്കലും സംശയമുണ്ടായിരുന്നില്ല കേട്ടോ? പിതാവ് അങ്ങേയറ്റം കോപിഷ്ടനായിരുന്ന നേരങ്ങളിൽപോലും ഞാൻ അദ്ദേഹത്തോട് നിങ്ങൾക്ക് വേണ്ടി സംസാരിച്ചിട്ടുണ്ട്."

അഴുക്കു പിടിച്ച മഞ്ഞപ്പല്ലുകൾ പുറത്തു കാണുന്ന വിധത്തിൽ ഇദ്‌രീസ് പുഞ്ചിരിച്ചു.

"അത് എനിക്ക് നല്ലതുപോലെ തന്നെ അറിയാം. പിതാവ് തന്റെ മനസ്സ് മാറ്റാനുള്ള എന്തെങ്കിലു പ്രതീക്ഷയുണ്ടെങ്കിൽ അത് നിന്നിലൂടെ മാത്രമേ നടക്കുകയുള്ളൂ എന്നും എനിക്കറിയാം."

അദ്ഹമിന്റെ കണ്ണുകൾ തിളങ്ങി.

"നിങ്ങളുടെ നല്ല മനസ്സിന് ദൈവം സന്മാർഗം കാണിച്ചുകൊടുക്കുന്നത് എനിക്ക് കാണാനാവുന്നുണ്ട്. ഇക്കാര്യത്തെക്കുറിച്ച് നമുക്ക് പിതാവിനോട് സംസാരിക്കാനുള്ള സമയമായെന്ന് നിങ്ങൾക്ക് തോന്നുന്നില്ലേ?"

എന്നാൽ ഉലഞ്ഞ തലമുടി നിറഞ്ഞ ശിരസ്സ് കുലുക്കിക്കൊണ്ട് ഇദ്‌രീസ് പറഞ്ഞു.

"ഒരു ദിവസം കൂടുതൽ മൂപ്പുള്ളവന് ഒരു വർഷത്തിൽ കൂടുതൽ അനുഭവജ്ഞാനമുണ്ടാകും. എനിക്കാകട്ടെ നിന്നേക്കാൾ ഒരു വയസ്സല്ല, പത്ത് വയസ്സാണ് കൂടുതലുള്ളത്. അറിയാമോ നമ്മുടെ പിതാവ് സർവതും ക്ഷമിക്കും, തന്നെ അപമാനിക്കുന്നതൊഴിച്ച് സർവ്വതും. അതിനാൽ തന്നെ ഈ നടന്ന കാര്യങ്ങൾക്കെല്ലാമിപ്പുറം പിതാവെനിക്ക് മാപ്പ് നൽകാനേ പോകുന്നില്ല. ഈ മാളികയിലേക്ക് തിരികെയെത്താമെന്ന പ്രതീക്ഷയുമില്ല എനിക്ക്."

ഇദ്‌രീസ് പറഞ്ഞതാണ് ശരിയെന്നതിൽ സംശയമേതുമില്ല. അത് തന്നെയാണ് അദ്ഹമിനെ അലട്ടിയതും അസ്വസ്ഥനാക്കിയതും. അതോടെ മ്ലാനതയോടെ അയാൾ തിരക്കി.

"നിങ്ങൾക്കായി എനിക്കെന്താ ചെയ്യാനാവുക?"

ഇദ്‌രീസ് വീണ്ടും പുഞ്ചിരിച്ചു.

"സാമ്പത്തികമായ സഹായമൊന്നും എനിക്കാവശ്യമുണ്ടെന്ന് കരുതേണ്ട. ഈ സ്വത്തുക്കളുടെ നടത്തിപ്പുകാരൻ എന്ന നിലയിൽ നീ എത്ര മാത്രം വിശ്വസ്തനാണെന്ന് എനിക്കറിയാം. ഇനി നീ എനിക്ക് നേരെയൊരു സഹായഹസ്തം നീട്ടിയാൽ അത് സ്വന്തം സമ്പത്തിൽ നിന്നായിരിക്കും. അതാണെങ്കിൽ എനിക്ക് സ്വീകരിക്കാനുമാകില്ല. ഇന്ന് നീയൊരു ഭർത്താവാണ്, നാളെയൊരു പിതാവാകാൻ പോകുന്നു. എന്റെ ദാരിദ്ര്യം

കാരണമായിട്ടല്ല ഞാനിവിടേക്ക് വന്നത്. എന്നിൽനിന്നും നിന്റെ അവകാശങ്ങൾക്ക് മേലുണ്ടായ കടന്നാക്രമണങ്ങളിൽ ഖേദമറിയിക്കാനും പഴയ സ്നേഹം തിരികെ നേടാനുമാണ് ഞാനാഗ്രഹിക്കുന്നത്. പിന്നെ എനിക്ക് നിന്നോടൊരുകാര്യം ആവശ്യപ്പെടാനുമുണ്ട്."

അദ്ഹം ആകാംക്ഷയോടെ ഇദ്രീസിനെത്തന്നെ നോക്കി.

"പറയൂ സഹോദരാ, എന്താണ് വേണ്ടത്?"

ചുവരുകൾക്കുപോലും ചെവികളുണ്ടാകുമെന്ന് ഭയക്കുന്നതുപോലെ അദ്ഹമിന്റെ അരികിലേക്ക് ശിരസ്സടുപ്പിച്ച് ഇദ്രീസ് പറഞ്ഞു.

"എന്റെ നിലവിലെ ജീവിതം എന്തായാലും നഷ്ടമായിക്കഴിഞ്ഞു. എന്നാൽ ഭാവിയെങ്കിലും സുരക്ഷിതമാകണമെന്നാഗ്രഹമുണ്ട്. നിന്നെപ്പോലെ ഞാനുമൊരു പിതാവാകാൻ പോകുകയാണ്. എന്റെ സന്തതികളുടെ അവസ്ഥ എന്താകുമായിരിക്കും?"

"എനിക്കാകുന്ന എന്തുകാര്യം വേണമെങ്കിലും ചെയ്യാൻ തയ്യാറാണ് ഞാൻ"

ഇദ്രീസ് അദ്ഹമിന്റെ ചുമലിൽ നന്ദിയോടെ തട്ടിക്കൊണ്ട് പറഞ്ഞു.

"പിതാവ് അനന്തരസ്വത്തിൽ എനിക്കുള്ള വിഹിതം നിഷേധിക്കുമോ എന്നറിയാനാഗ്രഹമുണ്ട്."

"അത് എനിക്കെങ്ങനെ അറിയാൻ സാധിക്കും? എന്നാൽ ഇക്കാര്യത്തെക്കുറിച്ചുള്ള എന്റെ അഭിപ്രായം..."

ഇത് കേട്ടതും ഇദ്രീസ് അസ്വസ്ഥതയോടെ ഇടയ്ക്ക് കയറി.

"ഞാൻ ചോദിച്ചത് നിന്റെ അഭിപ്രായമെന്തെന്നല്ല. എനിക്കറിയേണ്ടത് പിതാവ് എന്താണ് ചിന്തിക്കുന്നതെന്നാണ്."

"താൻ എന്താണ് ചിന്തിക്കുന്നതെന്ന് അദ്ദേഹം ആരോടും തുറന്ന് പറയാറില്ലെന്ന് നിങ്ങൾക്ക് തന്നെ അറിയാവുന്നതല്ലേ?"

"പക്ഷേ, അദ്ദേഹം ഇക്കാര്യം ഭൂസ്വത്തിന്റെ പ്രമാണത്തിൽ രേഖപ്പെടുത്തി വച്ചിട്ടുണ്ടാകുമെന്ന കാര്യത്തിൽ സംശയം വേണ്ട."

തലകുലുക്കിയതല്ലാതെ അദ്ഹം ഒന്നും മിണ്ടിയില്ല. അതോടെ ഇദ്രീസ് തുടർന്നു.

"സർവകാര്യങ്ങളുമുണ്ടാകും ആ പ്രമാണത്തിൽ"

"എനിക്കതിനെക്കുറിച്ച് ഒന്നുമറിയില്ല. നമ്മുടെ വീട്ടിലുള്ള ആർക്കും അതിനെക്കുറിച്ചൊരു വിവരവുമില്ലെന്ന് നിങ്ങൾക്ക് തന്നെ അറിയാമല്ലോ? എന്റെ ജോലിയാകട്ടെ പൂർണമായും പിതാവിന്റെ മേൽനോട്ടത്തിലുമാണ്."

ദുഃഖം നിറഞ്ഞ രീതിയിൽ ഇദ്രീസ് സഹോദരനെ തുറിച്ച് നോക്കി.

"ഭൂസ്വത്തിന്റെ പ്രമാണം വലിയൊരു പുസ്തകത്തിനുള്ളിലാണിരിക്കുന്നത്. കുട്ടിയായിരിക്കെ ഒരിക്കൽ ഞാനത് കണ്ടിട്ടുണ്ട്. എന്താണതെന്ന്

പിതാവിനോട് ചോദിക്കുകയും ചെയ്തു. അന്നദ്ദേഹത്തിന് എന്നെ വലിയ ഇഷ്ടമായിരുന്നു. നമ്മെ സംബന്ധിച്ച സർവകാര്യങ്ങളും അതിലുണ്ടെന്നാണ് അന്നദ്ദേഹം പറഞ്ഞത്. എന്നാൽ പിന്നീട് അക്കാര്യത്തെക്കുറിച്ച് സംസാരിക്കുകയോ, എനിക്കുണ്ടായ സംശയങ്ങൾക്ക് മറുപടി പറയാനോ അദ്ദേഹം തയ്യാറായില്ല. എന്റെ വിധിയെന്താണെന്ന് ആ പ്രമാണത്തിൽ രേഖപ്പെടുത്തിയിട്ടുണ്ടാകും എന്ന കാര്യത്തിൽ എനിക്കൊരു സംശയവുമില്ല ഇപ്പോൾ."

താനൊരു ഊരാക്കുടുക്കിലാണ് ചെന്ന് പെട്ടിരിക്കുന്നതെന്ന് അദ്ഹമിന് തോന്നി.

"ദൈവത്തിനറിയാം സത്യമെന്തെന്ന്"

"പിതാവിന്റെ കിടപ്പുമുറിയിലുള്ള ഒരു രഹസ്യ അറയിലാണതുള്ളത്. ചുമരിന്റെ ഇടതുഭാഗത്തായി ഒരു ചെറിയ വാതിൽ നീ ഉറപ്പായും കണ്ടിട്ടുണ്ടാകും. ആ വാതിലെപ്പോഴും പൂട്ടിയിട്ടുണ്ടാകും. എന്നാലതിന്റെ താക്കോൽ പിതാവിന്റെ കിടയ്ക്കക്കരികിലുള്ള മേശവലിപ്പിനുള്ളിൽ വച്ചിരിക്കുന്ന ചെറിയൊരു വെള്ളിപ്പെട്ടിയിലാണ് ഉണ്ടാകുക. ആ രഹസ്യ അറയിലുള്ള ഒരു മേശമേലാണ് പ്രമാണമടങ്ങുന്ന വലിയ പുസ്തകം വച്ചിരിക്കുന്നത്."

ആപൽസൂചന മണത്ത് അദ്ഹം പുരികം ചുളിച്ചു.

"നിങ്ങളെന്താണ് പറഞ്ഞ് വരുന്നത്?"

നെടുവീർപ്പോടെയാണ് ഇദ്‌രീസ് മറുപടി പറഞ്ഞത്.

"ആ പുസ്തകത്തിനുള്ളിൽ എന്താണ് രേഖപ്പെടുത്തിയിരിക്കുന്നതെന്ന് കണ്ടുപിടിക്കുന്നതുമായി ബന്ധപ്പെട്ടാണ് ഈ ലോകത്ത് എനിക്കെന്തെങ്കിലും മനഃസമാധാനം ബാക്കിയുണ്ടോ എന്നറിയാൻ സാധിക്കുന്നത്."

അദ്ഹമിന് ആകെക്കൂടി അപകടം മണത്തു.

"ആ പത്ത് നിബന്ധനകളിലെന്തൊക്കെയാണെന്ന് പിതാവിനോട് നേരിട്ട് ചോദിക്കുന്നതാണ് എന്നെ സംബന്ധിച്ച് എളുപ്പമുള്ള കാര്യം."

"അദ്ദേഹമതൊരിക്കലും പറയില്ല. ദേഷ്യപ്പെടുകയും ചെയ്യും. നിന്നെ തെറ്റിദ്ധരിക്കാനുമിടയുണ്ട്. ഇങ്ങനെയൊരു ചോദ്യമുന്നയിക്കാനുള്ള യഥാർത്ഥ കാരണമെന്തെന്ന് ഊഹിക്കുകയായിരിക്കും ആദ്യം ചെയ്യുക. പിന്നീട് പൊട്ടിത്തെറിക്കുകയും ചെയ്യും. എനിക്കൊരു നന്മചെയ്തതിന്റെ പേരിൽ പിതാവിന് നിന്നിലുള്ള വിശ്വാസം നഷ്ടപ്പെടുന്നത് ഞാനെത്ര മാത്രം വെറുക്കുന്നുണ്ടെന്നറിയാമോ? തന്റെ പത്ത് നിബന്ധനകളെന്തൊക്കെയാണെന്ന് പുറത്തറിയാൻ അദ്ദേഹം ആഗ്രഹിക്കുകയേ ഇല്ലെന്ന കാര്യത്തിൽ സംശയം തന്നെ വേണ്ട. ഇനി അങ്ങനെ ആഗ്രഹിച്ചിരുന്നെങ്കിൽ ഇതിനകം തന്നെ നാമൊക്കെ അതറിഞ്ഞേനേ. ഞാൻ വിവരിച്ചു തന്നത് മാത്രമാണ് പ്രമാണം കാണാനുള്ള ഒരേയൊരു സുരക്ഷിതമായ

മാർഗം. രാവിലെ പിതാവ് തോട്ടത്തിൽ നടക്കാൻ പോകുന്ന സമയത്ത് വളരെ അനായാസമായി നിനക്ക് കാര്യം സാധിക്കാവുന്നതേയുള്ളൂ.”

അദ്ഹമിന്റെ മുഖമാകെ വിളറിപ്പോയിരുന്നു.

“എന്തൊരു ഭീകരമായ കാര്യമാണ് ഇദ്രീസ് നിങ്ങളെന്നോട് ആവശ്യപ്പെടുന്നത്!”

ഒരു ദുർബലമായ പുഞ്ചിരിയിൽ തന്റെ നിരാശ മറച്ചുപിടിച്ചു കൊണ്ട് ഇദ്രീസ് പറഞ്ഞു.

“പിതാവിന്റെ പ്രമാണത്തിൽ തന്നെ സംബന്ധിച്ച് എന്താണ് രേഖപ്പെടുത്തിയിരിക്കുന്നതെന്ന് ഒരു മകൻ നോക്കുന്നതിൽ യാതൊരു കുറ്റവുമില്ല.”

“പക്ഷേ, നമ്മുടെ പിതാവ് വളരെ അഭിമാനത്തോടെ കാത്തു സൂക്ഷിക്കുന്നൊരു രഹസ്യത്തെ മോഷ്ടിച്ചെടുക്കാനാണ് നിങ്ങളെന്നോട് ആവശ്യപ്പെടുന്നത്.”

ശബ്ദം പുറത്ത് കേൾക്കും വിധത്തിൽ ഇദ്രീസ് നെടുവീർപ്പിട്ടു.

“നിന്റെ അരികിലേക്ക് വരാൻ തീരുമാനിച്ചപ്പോൾ തന്നെ ഞാൻ സ്വയം പറഞ്ഞതാണ്, പിതാവിന്റെ തീരുമാനത്തിന് വിരുദ്ധമായൊരു കാര്യം ചെയ്യാൻ അദ്ഹമിനെ ബോധ്യപ്പെടുത്തുന്നത് ശരിക്കും ദുഷ്കരമായ കാര്യം തന്നെയായിരിക്കുമെന്ന്. പക്ഷേ, എനിക്ക് വലിയ പ്രതീക്ഷയുമുണ്ടായിരുന്നു. എനിക്ക് എത്രമാത്രം തന്റെ സഹായം ആവശ്യമാണെന്ന് തിരിച്ചറിഞ്ഞാൽ അവൻ ചിലപ്പോഴത് ചെയ്തേക്കാം. എന്തൊക്കെയായാലും ഇതൊരു കുറ്റകൃത്യമല്ലല്ലോ? കാര്യങ്ങൾ സുഗമമായിത്തന്നെ നടക്കും. വലിയ നഷ്ടമില്ലാതെ ഒരാത്മാവിനെ നരകത്തിൽ നിന്നും രക്ഷിക്കാനും കഴിയും.”

“ദൈവം നമ്മെ അപകടങ്ങളിൽ നിന്നും രക്ഷിക്കട്ടെ”

“ആമീൻ, പക്ഷേ, എന്നെ ഈ ദുരിതത്തിൽ നിന്നും രക്ഷിക്കണമെന്ന് യാചിക്കുകയാണ് ഞാൻ”

ഭീതിയോടും അസ്വസ്ഥതയോടും കൂടി അദ്ഹം എഴുന്നേറ്റപ്പോൾ കൂടെ ഇദ്രീസും എഴുന്നേറ്റു. പിന്നെ പ്രതീക്ഷ നശിച്ച രീതിയിലുള്ള തന്റെ കീഴടങ്ങൽ സൂചിപ്പിച്ച് അയാളൊന്ന് പുഞ്ചിരിച്ചു.

“അദ്ഹം, ഞാൻ നിന്നെ ശരിക്കും ശല്യപ്പെടുത്തി. കണ്ടുമുട്ടുന്നവരെയൊക്കെ ഒന്നല്ലെങ്കിൽ മറ്റൊരു തരത്തിൽ പ്രശ്നങ്ങളിലേക്ക് നയിക്കുകയെന്നത് എന്റെ ഈ ദുരിത ജീവിതത്തിന്റെ ഭാഗമായിപ്പോയി. ഇദ്രീസ് ശരിക്കുമൊരു ശാപമായിരിക്കുന്നു.”

“നിങ്ങളെ സഹായിക്കാൻ സാധിക്കാത്തതിൽ ഞാനെത്രമാത്രം വേദനിക്കുന്നുണ്ടെന്നോ? ഏറ്റവും വലിയ വേദനതന്നെയാണിത്”

ഇദ്രീസ് അടുത്തേക്ക് വന്നശേഷം അദ്ഹമിന്റെ തോളിൽ കൈവച്ച് വൈകാരികതയോടെ നെറ്റിയിൽ ചുംബിച്ചു.

“എന്റെ ഈ ദുരിതജീവിതത്തിനുത്തരവാദി ഞാൻ മാത്രമാണ്. നിനക്ക് കഴിയുന്നതിലപ്പുറമുള്ള കാര്യം ഞാനെന്തിന് അടിച്ചേൽപിക്കണം? എന്നെ വിട്ടേക്കൂ... ദൈവം എന്താണോ ഉദ്ദേശിച്ചത് അത് തന്നെ നടക്കട്ടെ!”

ഇദ്രീസ് പുറത്തേക്കിറങ്ങിപ്പോയി.

ഏഴ്

കുറേക്കാലത്തിന് ശേഷമാണ് ഉമൈമയുടെ മുഖത്ത് ആവേശം വീണ്ടും പ്രകടമായത്. അവൾ വലിയ താത്പര്യത്തോടെ അദ്ഹമിനോട് ചോദിച്ചു.

“ഈ പ്രമാണത്തെക്കുറിച്ച് നിങ്ങളോട് പിതാവ് മുമ്പൊരിക്കലും സംസാരിച്ചിട്ടില്ലേ?”

സോഫയിൽ ചമ്രം പടിഞ്ഞിരിക്കുകയായിരുന്നു അദ്ഹം. ജനാലയിലൂടെ ഇരുൾമൂടിക്കിടക്കുന്ന മരുഭൂമിയിലേക്ക് നോക്കിക്കൊണ്ട് അയാൾ പറഞ്ഞു.

“അദ്ദേഹം ആരോടും അക്കാര്യത്തെക്കുറിച്ച് സംസാരിച്ചിട്ടേയില്ല”

“പക്ഷേ, നിങ്ങൾ...”

“ഞാൻ അദ്ദേഹത്തിന്റെ പല മക്കളിൽ ഒരാൾ മാത്രമല്ലേ?”

ഉമൈമ ചെറുതായൊന്ന് പുഞ്ചിരിച്ചു.

“പക്ഷേ, ഈ ഭൂസ്വത്ത് നോക്കിനടത്താനായി അദ്ദേഹം നിങ്ങളെയാണല്ലോ തിരഞ്ഞെടുത്തത്?”

അദ്ഹം ഉമൈമയുടെ നേരേ തിരിഞ്ഞ് കടുത്ത ശബ്ദത്തിൽ പറഞ്ഞു.

“ഞാൻ പറഞ്ഞല്ലോ, അദ്ദേഹം ഇക്കാര്യത്തെക്കുറിച്ച് ആരോടും ഒന്നും പറഞ്ഞിട്ടില്ലെന്ന്?”

അയാളുടെ ദേഷ്യം ലഘൂകരിക്കാനെന്നവണ്ണം ഉമൈമ വീണ്ടും പുഞ്ചിരിച്ചു. പിന്നെ കൗശലത്തോടെ പറഞ്ഞു.

“നിങ്ങൾ ഇതാലോചിച്ച് വിഷമിക്കേണ്ട. ഇദ്രീസ് ഒരു സഹായവും അർഹിക്കുന്നില്ല. അയാൾ നിങ്ങളോട് ചെയ്ത ദ്രോഹങ്ങളൊന്നും മറക്കാനാകില്ലല്ലോ?”

അദ്ഹം ജനാലയ്ക്ക് നേരേ ശിരസ്സ് തിരിച്ചുകൊണ്ട് ദുഃഖത്തോടെ പറഞ്ഞു.

“ഇന്നെന്റെ അരികിലെത്തിയ ഇദ്രീസ് മുമ്പെന്നെ ദ്രോഹിച്ചിട്ടുള്ള ഇദ്രീസായിരുന്നില്ല. അയാളുടെ ദുഃഖവും ഖേദവും നിറഞ്ഞ ഭാവം മനസ്സിൽ നിന്നും പോകുന്നതേയില്ല.”

ഇത് കേട്ട് ആനന്ദത്തോടെ ഉമൈമ പറഞ്ഞു.

“ഇതെനിക്ക് നിങ്ങളുടെ സംസാരം കേട്ടപ്പോഴേ മനസ്സിലായിരുന്നു. അതാണ് ഇക്കാര്യത്തിൽ ഞാൻ താത്പര്യം കാണിച്ചതിന് കാരണം. പക്ഷേ, പതിവിന് വിരുദ്ധമായി നിങ്ങളെക്കണ്ടാൽ ആകെ അസ്വസ്ഥനാണെന്ന് തോന്നുന്നല്ലോ?”

ഇരുൾമുറ്റിയ രാത്രിയെത്തന്നെ നോക്കിയിരിക്കുകയായിരുന്നു അദ്ദേഹം. ഒന്നും നേരേ ചിന്തിക്കാൻ പോലും കഴിയാത്ത അവസ്ഥയിലായിരുന്നു വിവിധ ചിന്തകൾ നിറഞ്ഞ അയാളുടെ മസ്തിഷ്കം.

“ഇവിടെ പ്രത്യേക താത്പര്യം കാണിക്കുന്നതിലൊന്നും ഒരു പ്രയോജനവുമില്ല”

“പക്ഷേ, നിങ്ങളുടെ പശ്ചാത്തപിക്കാനാഗ്രഹിക്കുന്ന സഹോദരൻ സഹായം തേടുകയല്ലേ?”

“കണ്ണിന് പലതും കാണാം. പക്ഷേ, കൈകൾക്കതിനുള്ള ശേഷിയില്ലല്ലോ? ഞാനെന്ത് ചെയ്യാനാണ്?”

“നിങ്ങൾ ഇദ്‌രീസുമായും മറ്റ് സഹോദരന്മാരുമായുമുള്ള ബന്ധം മെച്ചപ്പെടുത്തിയേ തീരൂ. അല്ലെങ്കിൽ ഒരു ദിവസം അവരുടെയൊക്കെ മുന്നിൽ നിങ്ങൾ തനിച്ചായിപ്പോകും.”

“നീ നിന്റെ കാര്യത്തിലാണ് താത്പര്യം കാണിക്കുന്നത്. ഇദ്‌രീസിന്റെ കാര്യത്തിലല്ല.”

എന്നാൽ യാതൊരു തന്ത്രവും തന്റെ ചിന്തകളിലില്ലെന്ന് കാണിക്കാനായി ഉമൈമ തലകുലുക്കി.

“എന്നെക്കുറിച്ച് ചിന്തിക്കാനെനിക്ക് എല്ലാ അവകാശവുമുണ്ട്. അതിനർത്ഥം ഞാൻ നിങ്ങളെക്കുറിച്ചും എന്റെ ഉദരത്തിലെ കുഞ്ഞിനെക്കുറിച്ചുമാണ് ചിന്തിക്കുന്നതെന്നാണ്”

ഇവളെന്താണുദ്ദേശിക്കുന്നത്? എത്ര കൂരിരുട്ടാണ് പുറത്ത്. പ്രവിശാലമായ മുഖത്തം മരുഭൂമിയെപ്പോലും അത് വിഴുങ്ങിക്കളഞ്ഞിരിക്കുകയല്ലേ? അദ്ദേഹം നിശബ്ദനായിരുന്നതോടെ ഉമൈമ തുടർന്നു.

“ആ അറയ്ക്കുള്ളിൽ കയറിയിട്ടുള്ളതായി ഓർമ്മയേ ഇല്ലേ?”

നിശ്ശബ്ദത ഭേദിച്ചുകൊണ്ട് അദ്ദേഹം പറഞ്ഞു.

“ഒരിക്കലുമില്ല. ചെറുപ്പത്തിൽ അതിനുള്ളിൽ കയറണമെന്നാഗ്രഹിച്ചിരുന്നു. എന്നാൽ പിതാവത് വിലക്കി. അതിനരികിലേക്ക് ചെല്ലാൻ പോലും ഉമ്മ എന്നെ അനുവദിച്ചിരുന്നില്ല.”

“അകത്ത് കയറാൻ നിങ്ങൾ ശരിക്കും ആഗ്രഹിച്ചിരുന്നു എന്ന കാര്യത്തിൽ സംശയമില്ല.”

ഇദ്‌രീസിനെ എങ്ങനെ പ്രതിരോധിക്കാം എന്നറിയാനായിരുന്നു അദ്ദേഹം ഇക്കാര്യത്തെക്കുറിച്ച് ഉമൈമയോട് സംസാരിച്ചത്. എന്നാൽ അവൾ അയാളെ ഇദ്‌രീസിന്റെ വഴിയിലേക്ക് തിരിച്ച് വിടുകയായിരുന്നു.

സഹോദരനോടുള്ള തന്റെ നിലപാട് ശരിയാണെന്നുറപ്പിക്കുന്നൊരാളുടെ ആവശ്യമായിരുന്നു അയാൾക്കുണ്ടായിരുന്നത്. ഇരുളിൽ നിന്നുകൊണ്ട് ഒരു കാവൽക്കാരനെ വിളിച്ചപ്പോൾ പിടിച്ചുപറിക്കാരിലൊരാൾ മുന്നിൽ വന്ന്പെട്ടവരുടെ അവസ്ഥയായിരുന്നു അദ്ഹമിന്റേത്.

"ആ വെള്ളിപ്പെട്ടി ഇരിക്കുന്ന മേശവലിപ്പിനെക്കുറിച്ചറിയാമോ?" ഉമൈമ ചോദിച്ചു.

"ആ മുറിയിൽ കടന്നിട്ടുള്ളവർക്കെല്ലാം അതിനെക്കുറിച്ചറിയാം. എന്താ ചോദിച്ചത്?"

സോഫയിൽ അയാൾക്കരികിലേക്ക് കൂടുതലൊട്ടിയിരുന്നുകൊണ്ട് ശൃംഗാരത്തോടെ ഉമൈമ ചോദിച്ചു.

"ആ പ്രമാണത്തിനുള്ളിൽ എന്താണെന്നറിയാൻ തീരെ താത്പര്യമില്ലെന്ന് നിങ്ങൾക്ക് സത്യം ചെയ്ത് പറയാനാകുമോ?"

"ഒരിക്കലുമില്ല. ഞാനെന്തിന് അങ്ങനെ ആഗ്രഹിക്കണം?"

"ആർക്കാണ് സ്വന്തം ഭാവിയെക്കുറിച്ചറിയാൻ താത്പര്യമില്ലാത്തത്?"

"നീ ഉദ്ദേശിക്കുന്നത് നിന്റെ ഭാവിയെക്കുറിച്ചല്ലേ?"

"എന്റേയും നിങ്ങളുടേയും ഭാവിയെക്കുറിച്ചാണ്. പിന്നെ കഴിയുന്നത്ര ദ്രോഹങ്ങളൊക്കെ ചെയ്തിട്ടും നിങ്ങൾ ഓർത്ത് ദുഃഖിക്കുന്ന സഹോദരൻ ഇദ്‌രീസിന്റെ ഭാവിയെക്കുറിച്ചും."

ഇവൾ പറയുന്നത് തന്റെതന്നെ ചിന്തകളെക്കുറിച്ചാണ്. അതാണ് അയാളുടെ ദേഷ്യം വർദ്ധിപ്പിക്കുന്നതും. രക്ഷപ്പെടാനെന്നവണ്ണം അദ്ഹം ശിരസ് ജനാലയ്ക്ക് നേരേ നീട്ടി.

"പിതാവാഗ്രഹിക്കാത്ത ഒന്നും എനിക്ക് വേണ്ട"

ഉമൈമയുടെ കൂർത്ത പുരികങ്ങളുയർന്നു.

"അദ്ദേഹം എന്തിനായിരിക്കും ഇക്കാര്യം മറച്ചു പിടിക്കുന്നത്?"

"അതദ്ദേഹത്തിന്റെ കാര്യം. നീ ഈ രാത്രി വളരെയധികം ചോദ്യങ്ങളാണല്ലോ ചോദിച്ചു കൊണ്ടിരിക്കുന്നത്?"

ഉമൈമയാകട്ടെ തന്നോട് തന്നെ സംസാരിക്കുകയായിരുന്നു പിന്നീട്.

"ഭാവിയെക്കുറിച്ച്! നമുക്ക് സ്വന്തം ഭാവിയെക്കുറിച്ചറിയാൻ സാധിക്കുന്നു. പാവം ഇദ്‌രീസിനായി വലിയൊരു നന്മ ചെയ്യാനാകുന്നു. ആരും അറിയാതെ ഒരു കടലാസൊന്ന് വായിക്കുക മാത്രമാണ് നമുക്ക് ആകെക്കൂടി ചെയ്യേണ്ടകാര്യം. നമ്മൾ ഇക്കാര്യം ചെയ്താൽ അതിലെന്തെങ്കിലും ദുരുദ്ദേശമുണ്ടെന്ന് ഒരു സുഹൃത്തിനോ ശത്രുവിനോപോലും തെളിയിക്കാനാകില്ലെന്ന് എനിക്ക് ഉറപ്പിച്ച് പറയാനാകും. അതുപോലെ നിങ്ങളുടെ പ്രിയങ്കരനായ പിതാവിനെ ഇതേതെങ്കിലും തരത്തിൽ ഉപദ്രവിക്കുമെന്നും ആർക്കും പറയാനാകില്ല."

മറ്റ് നക്ഷത്രങ്ങളെക്കാൾ ആകാശത്തെ ഒരു നക്ഷത്രം കൂടുതൽ തിളങ്ങുന്നത് നോക്കിയിരുന്നപ്പോൾ അദ്ഹം ഉമൈമ പറഞ്ഞതൊന്നും ശ്രദ്ധിച്ചതേയില്ല.

“എത്രമനോഹരമായ ആകാശം! രാത്രിയിൽ മഞ്ഞ് വീഴ്ചയില്ലായിരുന്നെങ്കിൽ ഞാൻ തോട്ടത്തിൽ പോയിരുന്ന് മരച്ചില്ലകൾക്കിടയിലൂടെ ഈ ആകാശം നോക്കിയിരുന്നേനെ.”

“അദ്ദേഹത്തിന്റെ പത്ത് നിബന്ധനകളറിഞ്ഞാൽ ചിലർക്കെങ്കിലും ഉപയോഗപ്പെടുമെന്ന കാര്യത്തിൽ സംശയമേ വേണ്ട.”

“പ്രശ്നങ്ങൾ പിറകേ വരുന്ന യാതൊരു നേട്ടങ്ങളെക്കുറിച്ചും ഞാൻ ആകുലപ്പെടുന്നില്ല.”

“വായിക്കാനറിയാമായിരുന്നെങ്കിൽ ഞാൻ സ്വയം തന്നെ ആ വെള്ളിപ്പെട്ടിക്കരികിലേക്ക് പോയേനേ.”

നെടുവീർപ്പോടെയായിരുന്നു ഉമൈമ പറഞ്ഞത്. അവൾ പറഞ്ഞതുപോലെയായിരുന്നു കാര്യമെങ്കിലെന്ന് അദ്ഹമും കൊതിച്ചുപോയി. അതേസമയം അവളോടും തന്നോടുമുള്ള ദേഷ്യവും മനസ്സിൽ കൂടിവന്നു. നിഷിദ്ധമായ പ്രവർത്തിയിൽ താൻ ഇതിനകം തന്നെ പെട്ടുപോയിരിക്കുന്നു എന്ന് തോന്നിപ്പോകുന്നു. നടന്നുകഴിഞ്ഞൊരു കാര്യത്തെക്കുറിച്ചാണ് സംസാരിക്കുന്നതെന്നുമൊരു ചിന്ത. ചുളിഞ്ഞ മുഖവുമായി അദ്ഹം ഉമൈമയ്ക്ക് നേരേ തിരിഞ്ഞു. ജനാലയിലൂടെ കടന്നുവരുന്ന ഇളംകാറ്റിൽ ആടുന്ന തൂക്കുവിളക്കിന്റെ വെളിച്ചത്തിൽ അദ്ഹമിന്റെ മുഖമാകെ മങ്ങിപ്പോയതായും മുഷിച്ചിലുണ്ടായിരുന്നെങ്കിലും അയാളാകെ ദുർബലനാണെന്നും വ്യക്തമായി കാണാമായിരുന്നു.

“നിന്നോട് ഇക്കാര്യത്തെക്കുറിച്ച് പറഞ്ഞപ്പോൾ തന്നെ ഞാൻ ശപിക്കപ്പെട്ടവനായി മാറിക്കഴിഞ്ഞു.”

“നിങ്ങൾക്കെന്തെങ്കിലും ഉപദ്രവമുണ്ടാകണമെന്ന് ഞാനാഗ്രഹിക്കുന്നില്ല. നിങ്ങളെപ്പോലെ നിങ്ങളുടെ പിതാവിനെ ഞാനും സ്നേഹിക്കുന്നുണ്ട്.”

“നീ ഈ കടുത്ത സംസാരം ഒന്ന് നിർത്തുമോ? ഈ സമയത്ത് വിശ്രമിക്കേണ്ടതല്ലേ?”

“ഈ നിസാരകാര്യം നിങ്ങൾ ചെയ്ത് കഴിയുന്നത് വരെ എന്റെ മനസ്സിന് സമാധാനം കിട്ടുമെന്ന് തോന്നുന്നില്ല.”

അദ്ഹം ആർത്തനാദം പോലെ പരിതപിച്ചു.

“ദൈവമേ, ഇവൾക്ക് സ്വബോധം തിരിച്ചു നൽകണേ”

ശാന്തമായി അദ്ഹമിന്റെ നേരേ നോക്കി ഉമൈമ തിരക്കി.

“മാളികയിലെ കാര്യാലയത്തിൽ ഇദ്രീസിനെ സ്വീകരിച്ചപ്പോൾ തന്നെ നിങ്ങൾ പിതാവിനെ എതിർത്തു കഴിഞ്ഞില്ലേ?”

അതിശയത്തോടെ അയാളുടെ കണ്ണുകൾ വിടർന്നു പോയി.

"അയാൾ എന്റെ മുന്നിൽ വന്ന് പെടുകയായിരുന്നു. അയാളെ കാണുകയല്ലാതെ എനിക്ക് വേറെ വഴിയില്ലായിരുന്നു"

"സഹോദരന്റെ സന്ദർശനവിവരം നിങ്ങൾ പിതാവിനോട് പറഞ്ഞോ?"

"നീ ഈ രാത്രി എന്തിനുള്ള പുറപ്പാടാണ്, ഉമൈമ?"

അതോടെ അല്പം വിജയഭാവത്തിൽ ഉമൈമ തുടർന്നു.

"നമുക്ക് ഉപദ്രവം സൃഷ്ടിക്കാവുന്ന ഒരു കാര്യത്തിൽ നിങ്ങൾക്ക് പിതാവിനോട് അനുസരണക്കേട് കാണിക്കാമെങ്കിൽ പിന്നെ എന്തുകൊണ്ട് നിങ്ങൾക്കും സഹോദരനും പ്രയോജനപ്രദമാകുന്നതും മറ്റാർക്കും യാതൊരു ഉപദ്രവവും സൃഷ്ടിക്കാത്തൊരു കാര്യത്തിൽ അല്പം അനുസരണക്കേട് കാണിച്ചു കൂടാ?"

അദ്ഹമിന് വേണമെങ്കിൽ സംഭാഷണം ഇവിടെ വച്ച് അവസാനിപ്പിക്കാനാകും. പക്ഷേ, തികച്ചും ചെങ്കുത്തായ കുന്നിറക്കമാണിത്. അവളെ സംസാരം തുടരാൻ അനുവദിക്കുകയായിരുന്നു അദ്ഹം. കാരണം അയാളുടെ മനസ്സ് അവളുടെ പിന്തുണ കൊതിക്കുന്നുണ്ടായിരുന്നു. അല്പം അസ്വസ്ഥതയോടെ അദ്ഹം തിരക്കി.

"നീ എന്താണുദ്ദേശിക്കുന്നത്?"

"ഒന്നുകിൽ പ്രഭാതംവരെ ഉണർന്നിരിക്കുക. അല്ലെങ്കിൽ തീരത്ത് ആളുകൾ ഒഴിയുന്നതുവരെ."

അദ്ഹമിന് നന്നായി ദേഷ്യം വന്നു.

"ഗർഭധാരണം കാരണം നിന്റെ ലൈംഗിക മോഹങ്ങൾ മാത്രമേ കുറഞ്ഞുള്ളൂ എന്നാണ് കരുതിയിരുന്നത്. ഇപ്പോഴാണ് മനസ്സിലായത് നിന്റെ സ്വബോധവും നഷ്ടമായെന്ന്."

"എന്റെ ഉദരത്തിനുള്ളിലെ ജീവനെപ്പിടിച്ച് സത്യം ചെയ്യാനാകും ഞാൻ പറയുന്ന കാര്യം നിങ്ങൾക്കും ബോധ്യമായിട്ടുണ്ടെന്ന്. പക്ഷേ, ഭയമാണെന്ന് മാത്രം. ഈ ഭയമാകട്ടെ നിങ്ങൾക്ക് യോജിച്ചതേയല്ല."

തന്റെ ഉള്ളിലെ ആശങ്കകളെ നിഷേധിക്കും വിധത്തിൽ അദ്ഹമിന്റെ മുഖം കറുത്തു.

"ആദ്യരാത്രിപോലെ തന്നെ ഈ രാത്രിയും നാം എന്നും ഓർക്കുക തന്നെ ചെയ്യും."

"അദ്ഹം, നമുക്ക് ഈ കാര്യത്തെക്കുറിച്ച് ഗൗരവമായി ചിന്തിക്കാം."

"അത് നമുക്കൊരു നന്മയും നൽകില്ല."

"അത് നിങ്ങൾക്കിപ്പോൾ തോന്നുന്നതാണ്. എന്നാൽ നോക്കിക്കോളൂ..."

താൻ അടുത്തേക്ക് ചെല്ലുന്ന തീയുടെ ചൂട് അദ്ഹമിന് മനസ്സിലായിത്തുടങ്ങി. 'ഈ തീയിൽ ആളിക്കത്തിയാൽ കണ്ണുനീർ മതിയാകില്ല

അതണയ്ക്കുവാൻ.' സ്വന്തം മനസ്സിനോട് സംസാരിച്ചുകൊണ്ട് അയാൾ ജനാലയിലേക്ക് തലതിരിച്ചു നോക്കി. ഈ വീട്ടിലെ താമസക്കാരിൽ നിന്നും എത്രയോ ദൂരെയാണ് തങ്ങളെന്നറിയുന്ന ആകാശത്തിലെ തിളങ്ങുന്ന താരകവാസികൾ എത്രയോ ഭാഗ്യവാന്മാരാണെന്ന് അയാൾക്ക് തോന്നിപ്പോയി.

"എന്നെപ്പോലെ ഒരാളും സ്വന്തം പിതാവിനെ ഇത്രത്തോളം സ്നേഹിച്ചിട്ടുണ്ടാകില്ല."

ദുർബലമായ സ്വരത്തിൽ അദ്ദേഹം മന്ത്രിച്ചു.

"നിങ്ങൾക്ക് അദ്ദേഹത്തെ ഒരിക്കലും ഉപദ്രവിക്കാനാകില്ല."

"ഉമൈമ, നീ പോയിക്കിടന്ന് ഉറങ്ങൂ"

"നിങ്ങളാണ് എന്നെ ഉറങ്ങാനനുവദിക്കാത്തത്"

"നീ സ്വബോധത്തോടെ സംസാരിച്ചെങ്കിലെന്ന് പ്രതീക്ഷിക്കുകയാണ് ഞാൻ."

"ഞാൻ ബോധത്തോടെ തന്നെയാണ് സംസാരിക്കുന്നത്"

"സ്വന്തം നാശത്തിലേക്കായിരിക്കുമോ ഞാൻ ഈ കുതിച്ചുകൊണ്ടിരിക്കുന്നത്?"

അദ്ദേഹം തന്നോടെന്നത് പോലെ മന്ത്രിക്കുന്ന സ്വരത്തിൽ ചോദിച്ചു. സോഫയുടെ പിടിയിലിരുന്ന കൈ നിലത്ത് തട്ടിക്കൊണ്ട് ഉമൈമ കുറ്റപ്പെടുത്തി.

"പാവം മനുഷ്യാ, നമ്മുടെ വിധിയെന്ന് പറയുന്നത് ഒന്ന് തന്നെയാണ്."

താനൊരു തീരുമാനമെടുത്തു എന്ന് സൂചിപ്പിക്കും വിധം കീഴടങ്ങിയ ഭാവത്തിൽ അദ്ദേഹം പറഞ്ഞു.

"ഈ നക്ഷത്രങ്ങൾക്ക് പോലും എന്റെ വിധിയെന്തായിരിക്കുമെന്നറിയില്ല."

"നിങ്ങൾക്ക് സ്വന്തം വിധിയെന്താണെന്ന് ആ പ്രമാണത്തിൽ നിന്നും വായിച്ചറിയാം."

ആകാശത്ത് ഇപ്പോഴും ഉണർന്ന് തന്നെയിരിക്കുന്ന നക്ഷത്രങ്ങളേയും അവയുടെ ശാന്തമായ പ്രകാശത്തിൽ തിളങ്ങുന്ന മേഘക്കീറുകളേയും നോക്കിയിരിക്കുമ്പോൾ അദ്ദേഹമിന് തോന്നി അവ തങ്ങളുടെ സംഭാഷണം കേട്ടിട്ടുണ്ടാവുമെന്ന്.

"എത്ര മനോഹരമായ ആകാശമാണിത്!"

അയാൾ സ്വയം പറഞ്ഞു പോയി. അപ്പോൾ ശൃംഗാരത്തോടെ ഉമൈമ പറയുന്നതും കേട്ടു.

"തോട്ടത്തിനെ സ്നേഹിക്കേണ്ടതെങ്ങനെയെന്ന് എന്നെ നിങ്ങളല്ലേ പഠിപ്പിച്ചത്? ഇപ്പോൾ അതിന് പകരം നൽകാൻ എന്നെ അനുവദിക്കുക."

എട്ട്

പ്രഭാതമായപ്പോഴേക്കും ജബലാവി തന്റെ മുറിയിൽ നിന്നിറങ്ങി തോട്ടത്തിലേക്ക് പോയി. സ്വീകരണമുറിയുടെ ഓരത്ത് ഇരുളിൽ കാത്തു നിൽക്കുകയായിരുന്നു അദ്ഹം. അയാളുടെ തോളിൽ പിടിച്ച് പിറകിൽ നിൽക്കുകയാണ് ഉമൈമ. ഇരുളിൽ തങ്ങൾക്ക് പോകേണ്ട ദിക്ക് വ്യക്തമായി മനസ്സിലാവുന്നത് തന്നെയില്ല. ജബലാവിക്കാകട്ടെ ഈ സമയത്ത് വെളിച്ചമോ, കൂട്ടിനാരെങ്കിലുമോ ഇല്ലാതെയാണ് നടക്കുന്നത് പതിവ്. പിതാവിന്റെ കാലടി ശബ്ദം അകന്ന് പോയിക്കഴിഞ്ഞപ്പോൾ ഭാര്യയുടെ നേരേ തിരിഞ്ഞ് അദ്ഹം മന്ത്രിച്ചു.

"തിരികെപ്പോകുന്നതല്ലേ നമുക്ക് നല്ലത്?"

എന്നാൽ അയാളെ മുന്നോട്ട് തള്ളിക്കൊണ്ട് ഉമൈമ ചെവിയിൽ പറഞ്ഞു.

"നിങ്ങൾക്കെന്തെങ്കിലും ദുരിതമുണ്ടാകാനാണ് ഞാനാഗ്രഹിക്കുന്നതെങ്കിൽ ദൈവം എന്നെ ശപിച്ചോട്ടെ"

വേദനയും അസ്വസ്ഥതയും നിറഞ്ഞ മനസ്സിൽ ജാഗ്രതയോടെ അദ്ഹം മുന്നോട്ട് ചുവടുകൾ വച്ചു. പോക്കറ്റിൽ കിടക്കുന്ന ചെറിയ മെഴുകുതിരിയിൽ പിടിമുറുക്കിയിരിക്കുകയാണ് ഒരു കൈകൊണ്ട്. ചുമരിൽ സ്പർശിച്ച് മുന്നോട്ട് നീങ്ങിയപ്പോൾ കൈ വാതിലിന്റെ കട്ടിളയിൽ തട്ടി.

"ഞാനിവിടെ നിന്ന് നോക്കിക്കോളാം. നിങ്ങൾ സൂക്ഷിച്ച് പോകൂ"

ഉമൈമ പതിയെപ്പറഞ്ഞു. കൈ നീട്ടി വാതിൽ തള്ളിത്തുറന്നശേഷം അവൾ പിൻവാങ്ങി. ശ്രദ്ധയോടെ മുറിക്കുള്ളിലേക്ക് കടക്കുമ്പോൾ കസ്തൂരിയുടെ കടുത്തഗന്ധം മൂക്കിലെത്തി. വാതിൽ തിരികെ അടച്ച ശേഷം ഇരുളിലേക്ക് തുറിച്ചുനോക്കി നിന്നു. മരുഭൂമിയിലേക്ക് തുറക്കുന്ന ജനാലകളുടെ വിടവുകളിൽ കൂടി പ്രഭാതത്തിന്റെ ചെറു കിരണങ്ങൾ അരിച്ചിറങ്ങി വരുന്നത് കണ്ടു. ഈ മുറിയിലേക്ക് കടന്നതോട് കൂടിത്തന്നെ ഇക്കാര്യത്തിലൊരു കുറ്റകൃത്യമുണ്ടെങ്കിൽ അത് സംഭവിച്ചു കഴിഞ്ഞു. അതിനാൽ തന്നെ വന്ന കാര്യം പൂർത്തിയാക്കിയേ തീരൂ. ഇടതുവശത്തെ ചുമരിൽ സ്പർശിച്ച് നീങ്ങവെ ഇടയ്ക്കിടയ്ക്ക് കസേരകളിൽ തട്ടി. അങ്ങനെ അറയുടെ വാതിലിനരികിലെത്തി. ശേഷം മധ്യത്തുള്ള ചുമരിനരികിലേക്ക് നീങ്ങാൻ തുടങ്ങിയതും മേശയിൽ കൈതട്ടി. മേശയുടെ വലിപ്പ് തുറന്ന് തപ്പിനോക്കിയപ്പോൾ അതിനുള്ളിലെ ചെറിയ പെട്ടി കയ്യിൽപെട്ടു. സംയമനം വീണ്ടെടുക്കാനായി ഒരുനിമിഷം നിശ്ശബ്ദനായി നിന്നശേഷം അറയുടെ വാതിലിനരികിലേക്ക് തിരികെയെത്തി. താക്കോൽ പഴുത് കണ്ടെത്തി താക്കോൽ ഉള്ളിലേക്ക് കടത്തി തിരിച്ചു. ശേഷം വാതിൽ തുറന്നു. പിതാവൊഴികെ ഇതുവരെ വേറെയാരും കടന്നെത്തിയിട്ടില്ലാത്ത ഈ അറയിലേക്ക് താനിതാ പ്രവേശിക്കുകയാണ്.

അറയ്ക്കുള്ളിൽ പ്രവേശിച്ചശേഷം വാതിൽ തിരിച്ചടച്ചു. പോക്കറ്റിൽ നിന്നും മെഴുകുതിരിയെടുത്ത് കത്തിച്ചു. ഉയരമേറിയ മേൽക്കൂരയോടു കൂടിയ ചതുരാകൃതിയിലുള്ള അറയായിരുന്നത്. പുറത്തേക്ക് തുറക്കുന്ന ആകെക്കൂടിയുള്ള ഭാഗം ആ വാതിൽ മാത്രമാണ്. നിലത്ത് ചെറിയൊരു പരവതാനി വിരിച്ചിരിക്കുന്നു. വലതുവശത്തെ ചുമരിനരികിൽ മനോഹരമായൊരു മേശയും അതിന്റെ മുകളിലായി ആ വലിയ പുസ്തകവും കാണാം. എന്നാലത് ഒരു കൊളുത്ത് ഉപയോഗിച്ച് ചുമരുമായി ബന്ധിപ്പിച്ചിരിക്കുകയാണ്.

തൊണ്ടവീക്കമുള്ളതുപോലെ വായ വരണ്ടുണങ്ങിയപ്പോൾ വേദനയോടെ അദ്ഹം ഉമിനീരിറക്കി. കയ്യും കാലും വിറയ്ക്കുന്നത് അടക്കി നിർത്താനായി അയാൾ പല്ല് കടിച്ചുപിടിച്ചു. കയ്യിൽ പിടിച്ച മെഴുകുതിരിയുമായി മേശയ്ക്കരികിലേക്ക് ചെന്നു. സ്വർണലിപികളെന്ന് തോന്നുന്ന തരത്തിലുള്ള പുറം ചട്ടയിലേക്ക് അല്പനേരം നോക്കി നിന്നശേഷം പതിയെ പുസ്തകം തുറന്നു. അസ്വസ്ഥത നിറയുന്ന മനസ്സിന് ഒന്നും ശ്രദ്ധിക്കാനാകാത്ത അവസ്ഥ. പേർഷ്യൻ ലിപിയിൽ 'ദൈവനാമത്തിൽ...' എന്നെഴുതിയിരിക്കുന്നത് വായിക്കാൻ തുടങ്ങിയതായിരുന്നു.

പെട്ടെന്നാണ് അറയുടെ വാതിൽ തുറക്കുന്നശബ്ദം കേട്ടത്. ആ വാതിലുമായി ബന്ധിച്ചിരിക്കുകയായിരുന്നു എന്നതുപോലെ അറിയാതെ അയാളുടെ ശിരസ്സ് ശബ്ദം കേട്ട ഭാഗത്തേക്ക് തിരിഞ്ഞു. മെഴുകുതിരി വെട്ടത്തിൽ അതാ നിൽക്കുന്നു ജബലാവി. രൂക്ഷമായി തന്റെ നേരേ നോക്കിക്കൊണ്ട് ആ വലിയ ശരീരം വാതിൽ നിറഞ്ഞ് നിൽക്കുകയാണ്. മരവിച്ചുപോയ അവസ്ഥയിൽ പിതാവിനെത്തന്നെ നോക്കി നിന്ന അദ്ഹമിന് സംസാരിക്കാനോ, അനങ്ങാനോ, ചിന്തിക്കാനോ പോലും കഴിയാത്ത അവസ്ഥയായിരുന്നു.

"പുറത്തേക്കിറങ്ങെടാ"

പിതാവിന്റെ അലർച്ചകേട്ട് ഞെട്ടിയപ്പോഴാണ് ഒന്നനങ്ങാനായത്. അദ്ദേഹം വാതിലിന് മുന്നിൽ നിന്നും മാറിയതും അദ്ഹം അറയിൽ നിന്നും പുറത്തേക്കിറങ്ങി. കയ്യിലപ്പോഴും കത്തുന്ന മെഴുകുതിരിയുണ്ടായിരുന്നു. പുറത്തെ മുറിയുടെ മധ്യഭാഗത്തായി നിശ്ശബ്ദയായി നിൽക്കുന്ന ഉമൈമയെ കണ്ടു. അവളുടെ കണ്ണുകളിൽ നിന്ന് കണ്ണുനീർ ധാരയായി ഒഴുകുന്നുണ്ട്.

ജബലാവി അദ്ഹമിനോട് ഭാര്യയോട് അടുത്ത് നിൽക്കാൻ കൈകൊണ്ട് ആംഗ്യം കാണിച്ചു. അനുസരിച്ച അദ്ഹമിനോട് കാർക്കശ്യത്തോടെ ജബലാവി പറഞ്ഞു.

"എന്റെ ചോദ്യങ്ങൾക്കെല്ലാം നീ ശരിയായി ഉത്തരം പറഞ്ഞേ തീരൂ."

അയാളുടെ മുഖഭാവങ്ങൾ തന്നെ അനുസരണത്തിന്റെ തെളിവായിരുന്നു.

“ഈ പുസ്തകത്തിന്റെ കാര്യം ആരാ നിന്നോട് പറഞ്ഞത്?”

ഉള്ളിലുള്ള വസ്തുക്കളെല്ലാം ചിതറിവീഴും വിധത്തിൽ തകർന്നുപോയൊരു പാത്രം കണക്കെ അദ്ഹം പറഞ്ഞു.

“ഇദ്രീസ്”

“എപ്പോൾ”

“ഇന്നലെ രാവിലെ”

“നീ എങ്ങനെയാ അവനെ കണ്ടത്?”

“പുതിയ കുടിയാന്മാരുടെ കൂട്ടത്തിൽ കടന്നു കൂടിയ ശേഷം അയാൾ ഞാൻ തനിച്ചാകുന്നതുവരെ കാത്തിരിക്കുകയായിരുന്നു”

“നീ എന്താ അവനെ ആട്ടിയിറക്കി വിടാത്തത്?”

“അതിനെനിക്ക് സാധിക്കില്ല, പിതാവേ”

“നീ എന്നെ പിതാവെന്ന് വിളിച്ചു പോകരുത്”

സർവ്വ ധൈര്യവും സംഭരിച്ച് അദ്ഹം പറഞ്ഞു.

“അങ്ങേയ്ക്കെന്നോട് ദേഷ്യമുണ്ടെങ്കിലും, ഞാൻ ചെയ്തത് മണ്ടത്തരമാണെങ്കിലും ശരി... അങ്ങെന്റെ പിതാവ് തന്നെയാണല്ലോ?”

“അവനാണോ നിന്നെ ഈ പണി ചെയ്യാൻ പ്രേരിപ്പിച്ചത്?”

“അതേ യജമാന്നേ”

ചോദ്യം തന്നോടല്ലായിരുന്നിട്ടും മറുപടി പറഞ്ഞത് ഉമൈമയായിരുന്നു.

“നീ മിണ്ടിപ്പോകരുത് പീറപ്പെണ്ണേ”

അദ്ഹമിന്റെ നേരേ തിരിഞ്ഞശേഷം ജബലാവി പറഞ്ഞു.

“നീ പറയ്”

“വളരെ നിരാശനും ദുഃഖിതനും ചെയ്ത തെറ്റുകളിൽ ഖേദിക്കുന്ന അവസ്ഥയിലുമായിരുന്നു ഇദ്രീസ്. തന്റെ സന്തതികളുടെ ഭാവിയെക്കുറിച്ചുള്ള ആശങ്കയായിരുന്നു അയാൾക്ക്”

“അപ്പോൾ നീ ഇത് അവന് വേണ്ടി ചെയ്തതാണ്”

“അല്ല... എന്നെക്കൊണ്ട് സാധിക്കില്ലെന്ന് ഞാനയാളോട് പറഞ്ഞതായിരുന്നു”

“പിന്നെ എങ്ങനെയാ അഭിപ്രായം മാറിയത്?”

നിരാശയോടെ നെടുവീർപ്പിട്ടുകൊണ്ട് അദ്ഹം പറഞ്ഞു.

“പിശാച്.”

“നിങ്ങൾ തമ്മിൽ നടന്ന കാര്യം നീ ഭാര്യയോട് പറഞ്ഞോ?”

ഇത് കേട്ടതും ഉമൈമ വിതുമ്പാൻ തുടങ്ങി. അവളോട് മിണ്ടാതിരിക്കാൻ പറഞ്ഞശേഷം ജബലാവി വിരലുയർത്തി അദ്ഹമിനോട് തുടരാൻ പ്രേരിപ്പിച്ചു.

“അതെ.”

“അവളെന്താ നിന്നോട് പറഞ്ഞത്?”

നിശ്ശബ്ദനായി നിന്ന അദ്ഹമിന്റെ തൊണ്ട വരണ്ടു പോയിരുന്നു.

“മറുപടി പറയെടാ, തരംതാണവനേ.”

“പ്രമാണത്തിനുള്ളിൽ എന്താണെന്നറിയാൻ അവൾക്കാഗ്രഹമുണ്ടെന്നും അതാർക്കും യാതൊരു ഉപദ്രവവും സൃഷ്ടിക്കുകയില്ലെന്നും ഞാൻ കരുതിപ്പോയി”

കടുത്ത അവജ്ഞയോടെ ജബലാവി അദ്ഹമിന് നേരേ നോക്കി.

“തന്നെക്കാൾ മികച്ചവരെക്കാളേറെ നിനക്ക് പ്രാമുഖ്യം നൽകിയൊരാളെ വഞ്ചിച്ചിരിക്കുന്നുവെന്ന് സമ്മതിച്ചുവല്ലേ?”

വിതുമ്പുന്നത്പോലെയാണ് അദ്ഹം മറുപടി പറഞ്ഞത്.

“ഞാൻ സ്വന്തം തെറ്റിനെ ന്യായീകരിക്കാൻ ശ്രമിക്കുന്നില്ല. എന്നാൽ താങ്കളുടെ ക്ഷമിക്കാനുള്ള മനസ്സ് ഏതൊരു തെറ്റിനെക്കാളും ന്യായീകരണത്തെക്കാളുമൊക്കെ വലുതല്ലേ?”

“നിന്നോടുള്ള സ്നേഹം കാരണം ഞാനിറക്കിവിട്ട ഇദ്രീസിനൊപ്പം ചേർന്ന് നീ എനിക്കെതിരെ ഗൂഢാലോചന നടത്തിയല്ലേ?”

“ഞാൻ ഇദ്രീസിനൊപ്പം ഗൂഢാലോചനയൊന്നും നടത്തിയില്ല. ഞാൻ തെറ്റാണ് ചെയ്തത്. എന്നാൽ താങ്കളുടെ മാപ്പ് മാത്രമാണ് എന്റെ ഒരേയൊരു പ്രതീക്ഷ.”

“യജമാന്നേ...”

ഉമൈമ ഇടയ്ക്ക് കയറി വിളിച്ചു.

“മിണ്ടാതിരിക്കാനല്ലേടീ പറഞ്ഞത് പീറപ്പെണ്ണേ?”

ജബലാവി അവജ്ഞ നിറഞ്ഞ കണ്ണുകളോടെ അദ്ഹമിനേയും ഉമൈമയേയും മാറിമാറി നോക്കി. പിന്നെ പേടിപ്പെടുത്തും വിധമുള്ള ശബ്ദത്തിൽ അദ്ദേഹം അലറി.

“നിങ്ങൾ രണ്ടുപേരും ഇപ്പോൾ ഇറങ്ങണം ഈ വീട്ടിൽ നിന്ന്”

“പിതാവേ”

അദ്ഹം യാചിച്ചു നോക്കി. എന്നാൽ പരുക്കൻ ശബ്ദത്തിൽ ജബലാവി വീണ്ടും അലറുകയായിരുന്നു.

“പുറത്തേക്ക് ചവിട്ടി ഇറക്കുന്നതിന് മുമ്പ് എന്റെ വീട്ടിൽ നിന്നും ഇറങ്ങിപ്പോടാ...”

ഒൻപത്

അദ്ഹമിനേയും ഉമൈമയേയും പുറത്താക്കുന്നതിന് സാക്ഷിയാകാനായിരുന്നു ഇത്തവണ ആ മാളികയുടെ ഗേറ്റ് തുറക്കപ്പെട്ടത്. ഒരു കെട്ട് തുണിയും ചുമന്ന് കൊണ്ട് അദ്ഹം പുറത്തേക്ക് നടന്നു. ഗർഭിണിയായ ഉമൈമയുടെ കയ്യിലുമുണ്ടായിരുന്നു വേറെ കുറെ വസ്ത്രങ്ങളടങ്ങിയ കെട്ടും പിന്നെ കുറച്ച് ഭക്ഷണവും. ഒരു പ്രതീക്ഷയുമില്ലാതെ കരഞ്ഞു കൊണ്ട് നാണംകെട്ട അവസ്ഥയിൽ അവർ ഇരുവരും അവിടെ നിന്നും പുറത്തേക്കിറങ്ങി. തങ്ങൾക്ക് പിറകിൽ ഗേറ്റ് അടയുന്ന ശബ്ദം കേട്ടതും അവർ ഇരുവരും ഏങ്ങലടിച്ച് കരയാൻ തുടങ്ങി. ഉമൈമ തേങ്ങലോടെ പറഞ്ഞു.

“മരണമാണ് എനിക്ക് ലഭിക്കാവുന്ന ഏറ്റവും വലിയ ശിക്ഷ!”

“ഇതാദ്യമായിട്ടായിരിക്കും നീയൊരു സത്യം പറയുന്നത്. പക്ഷേ, മരണം തന്നെയായിരിക്കും ഞാനും അർഹിക്കുന്ന ശിക്ഷ.”

മാളികയിൽ നിന്നും കുറച്ചകലേക്കെത്തിയതും അവർ ഇരുവരും ഉന്മാദവും പരിഹാസവും നിറഞ്ഞൊരു പൊട്ടിച്ചിരി ചെവിയിൽ വന്നലയ്ക്കുന്നതു കേട്ടു. ശബ്ദം കേട്ട ദിക്കിലേക്ക് തിരിഞ്ഞു നോക്കിയതും തകര ഷീറ്റുകളും തടിക്കഷണങ്ങളും കൊണ്ട് നിർമ്മിച്ച തന്റെ കുടിലിന് മുന്നിൽ നിൽക്കുന്ന ഇദ്‌രീസിനെയാണ് കണ്ടത്. നിശ്ശബ്ദയായി നൂൽനൂറ്റു കൊണ്ട് അയാളുടെ ഭാര്യ നർഗീസും അവിടെ ഇരിപ്പുണ്ട്. പരിഹാസത്തോടെ ചിരിക്കുന്ന ഇദ്‌രീസിനെക്കണ്ട് അന്തംവിട്ടുപോയ അദ്ഹമും, ഉമൈമയും അയാളെത്തന്നെ തുറിച്ചുനോക്കി നിന്നു. കൈകൊട്ടി നൃത്തം ചെയ്യാൻ തുടങ്ങിയ ഇദ്‌രീസിനെക്കണ്ട് ദേഷ്യം വന്ന് നർഗീസ് കുടിലിനുള്ളിലേക്ക് കയറിപ്പോയി. കരച്ചിലും ദേഷ്യവും കാരണം ചുവന്നുപോയ കണ്ണുകളോടെ അദ്ഹം ഇദ്‌രീസിനെത്തന്നെ നോക്കി. അപ്പോൾ മാത്രമാണ് താൻ എത്രമാത്രം ചതിക്കപ്പെട്ടുവെന്ന് അദ്ഹമിന് മനസ്സിലായത്. അധമവും അന്യായവുമായ ഇദ്‌രീസിന്റെ പ്രവർത്തിയുടെ യാഥാർത്ഥ്യമാണിത്. ഒപ്പം ഈ കുറ്റവാളിക്ക് ആനന്ദനൃത്തമാടാൻ ഇടനൽകിയ തന്റെ വിഡ്ഢിത്തത്തിന്റെ അളവെത്രത്തോളമുണ്ടെന്ന് കൂടി അദ്ഹമിന് ബോധ്യം വരുന്നു. അപ്പോൾ ഇതാണ് ശരിക്കുള്ള ഇദ്‌രീസ്. തിന്മയുടെ ആൾ രൂപം. അദ്ഹമിന്റെ രക്തം തിളയ്ക്കാൻ തുടങ്ങി. അതയാളുടെ തലച്ചോർ വരെയെത്തി. നിലത്ത് നിന്നും ഒരുപിടി മണ്ണ് വാരി ഇദ്‌രീസിന് നേരേ എറിഞ്ഞു കൊണ്ട് കോപം കൊണ്ട് വീർപ്പുമുട്ടുന്ന സ്വരത്തിൽ അദ്ഹം പറഞ്ഞു.

“എടോ ചണ്ടീ...ശപിക്കപ്പെട്ടവനേ.. തേളുകൾക്ക് പോലും നിങ്ങളെക്കാൾ മനുഷ്യത്വമുണ്ടാകും”

കൂടുതൽ നൃത്തം ചെയ്താണ് ഇദ്‌രീസ് പ്രതികരിച്ചത്. കഴുത്ത് ഇടത്തോട്ടും വലത്തോട്ടും തുള്ളിച്ച്, പുരികം ഉയർത്തിക്കളിച്ച് കൈകൊട്ടി

നൃത്തമാടുകയാണയാൾ. ഇതുകണ്ട് ഇരട്ടി ദേഷ്യത്തോടെ അദ്ഹം അലറി വിളിച്ചു.

“ദുഷിച്ച, അധഃപതിച്ച, വിലയില്ലാത്തവർ.. ഇതൊക്കെത്തന്നെയല്ലേ വഞ്ചകന്മാരുടെ ഗുണങ്ങൾ.. നിങ്ങൾക്കും യോജിച്ച ഗുണങ്ങൾ”

അരക്കെട്ട് കുലുക്കി ഇദ്‌രീസ് പതിയെ ശൃംഗാരഭാവത്തിൽ നിന്ന് തിരിയാൻ തുടങ്ങി. ഒപ്പം അറപ്പുളവാക്കുന്ന ചീത്തവാക്കുകളും പൊട്ടിച്ചിരികളും കേട്ടു. മുന്നോട്ട് നടക്കാൻ പ്രേരിപ്പിച്ചുകൊണ്ടിരുന്ന ഉമൈമയുടെ നേരേ തിരിഞ്ഞ് പോലും നോക്കാതെ അദ്ഹം അലറി.

“തെരുവ് വേശ്യകളെപ്പോലെ നൃത്തം ചെയ്തോ. നിങ്ങളെക്കാൾ നികൃഷ്ടനായി വേറെയാരുമുണ്ടാകില്ല”

ഇദ്‌രീസ് വീണ്ടും ശൃംഗാരത്തോടെ പൃഷ്ടം കുലുക്കാൻ തുടങ്ങി. കോപം കൊണ്ട് അന്ധനായിപ്പോയ അദ്ഹം കൈവശമുണ്ടായിരുന്ന തുണിക്കെട്ട് നിലത്തിട്ടശേഷം തന്നെ പിടിച്ചു വയ്ക്കാൻ ശ്രമിക്കുന്ന ഉമൈമയെ തള്ളിമാറ്റി. ശേഷം ഇദ്‌രീസിന്റെ നേരേ നീങ്ങിയ അദ്ഹം അയാളുടെ കഴുത്തിൽ പിടിമുറുക്കി. എന്നാൽ തന്റെ കഴുത്ത് ഞെരിക്കപ്പെടുന്നതിന്റെ യാതൊരു ലക്ഷണവും പുറത്ത് കാണിക്കാതെ നൃത്തമാടുന്നത് തുടരുകയായിരുന്നു ഇദ്‌രീസ്. കോപം നിയന്ത്രിക്കാനാകാതെ അദ്ഹം ഇദ്‌രീസിനെ ഇടിക്കാൻ തുടങ്ങി. എന്നാൽ ഇദ്‌രീസ് ആക്ഷേപത്തോടെ പാടുകയായിരുന്നു.

“താറാവേ, താറാവേ നിന്ന് തിരിയെടാ
നിന്റെ പൂച്ചക്കുട്ടിയെ എവിടെക്കിട്ടുമെടാ?”

പെട്ടെന്ന് പാട്ടും നൃത്തവും അവസാനിപ്പിച്ച് ശാപവാക്കുകളോടെ ഇദ്‌രീസ് അദ്ഹമിന്റെ നെഞ്ചിൽ ശക്തിയോടെ ഇടിച്ചു. ഇടിയുടെ ആഘാതത്തിൽ സമനിലതെറ്റി അദ്ഹം പിറകിലേക്ക് മറിഞ്ഞ് വീണുപോയി. നിലവിളിയോടെ ഉമൈമ അരികിലേക്ക് ഓടിവന്നു. അദ്ഹമിന്റെ ദേഹത്തെ പൊടി തട്ടിക്കളഞ്ഞുകൊണ്ട് ഉമൈമ അയാളെ എഴുന്നേൽക്കാൻ സഹായിച്ചു.

“നിങ്ങൾ ഈ ജന്തുവുമായി എന്താണ് ചെയ്യുന്നത്? നമുക്ക് ഇവിടെ നിന്ന് ദൂരേക്ക് എവിടേക്കെങ്കിലും പോകാം.”

ഒന്നും മിണ്ടാതെ അദ്ഹം നിലത്ത്‌വീണ തുണിക്കെട്ട് കയ്യിലെടുത്തു. ഉമൈമ തന്റെ കെട്ടും കയ്യിലെടുത്തു. ശേഷം അവർ ഇരുവരും എസ്റ്റേറ്റിന്റെ മേഖല വിട്ട് ദൂരേക്ക് നടന്നു. ക്ഷീണം സഹിക്കാനാകാതെ വന്നപ്പോൾ കെട്ട് നിലത്തിട്ട ശേഷം അദ്ഹം അതിന്മേൽ കയറി ഇരുന്നു.

“നമുക്ക് അല്പസമയം വിശ്രമിക്കാം”

അദ്ഹമിന്റെ എതിർവശത്ത് വന്നിരുന്നശേഷം ഉമൈമ കരയാൻ തുടങ്ങി. അപ്പോഴതാ ഇദ്‌രീസിന്റെ ശബ്ദം വീണ്ടും ഇടിവെട്ടുപോലെ കടന്നുവരുന്നു. മാളികയുടെ മുന്നിൽ പോയി നിന്ന് വെല്ലുവിളിക്കുന്ന വിധത്തിൽ അട്ടഹസിക്കുകയാണയാൾ.

"നിങ്ങളുടെ ഏറ്റവും തരംതാണ സന്തതിക്കുവേണ്ടിയല്ലേ എന്നെ ഈ വീട്ടിൽ നിന്നും ആട്ടിയിറക്കിയത്? എന്നിട്ട് അവനെങ്ങനെയാണ് നിങ്ങളോട് പെരുമാറിയതെന്ന് കണ്ടില്ലേ? ഇപ്പോൾ നിങ്ങൾ തന്നെ അവനെ മണ്ണിലേക്ക് വലിച്ചെറിഞ്ഞിരിക്കുന്നുവല്ലേ? മുമ്പെന്നോട് ചെയ്തത് പോലെ. എല്ലാത്തിനും കാരണക്കാരനായ നിങ്ങളാണ് ഏറ്റവും വലിയ അക്രമകാരി. ഇദ്‌രീസിനെ തോൽപ്പിക്കാനാകില്ലെന്ന് മനസ്സിലാക്കിക്കൊള്ളൂ. ഭീരുക്കളും ഷണ്ഡന്മാരുമായ മറ്റ് മക്കൾക്കൊപ്പം നിങ്ങളവിടെ തനിച്ച് കഴിഞ്ഞോളൂ. ഈ മണ്ണിൽ ഓടിനടന്ന് മാലിന്യത്തിൽ ഉരുളുന്നവരല്ലാതെ നിങ്ങൾക്കൊരു ചെറുമക്കളും ഉണ്ടാകാൻ പോകുന്നില്ല. നാളെയൊരു നാളിൽ ഉരുളക്കിഴങ്ങും മത്തന്റെ വിത്തും കൊണ്ട് നടന്ന് വിറ്റ് അവർ ജീവിക്കും. അതൂഫിലേയും കഫർ അൽ-സഗാരിയിലേയും തെരുവ് ഗുണ്ടകളുടെ മർദ്ദനത്തിനിരയാകുമവർ. നാട്ടിലെ സാധാരണക്കാരുടെ രക്തത്തിനൊപ്പം ചേരും നാളെ നിങ്ങളുടെ രക്തം."

"വിദ്വേഷവും പരാജയവും നിറഞ്ഞ മനസ്സോടെ സ്വന്തം പ്രമാണവും മറിച്ചുനോക്കിക്കൊണ്ട് നിങ്ങളാ മുറിയിൽ തനിച്ച് കഴിയും നോക്കിക്കോ. ഇരുളിലിരുന്ന് വാർദ്ധക്യത്തിന്റെ ഏകാന്തത നിങ്ങളനുഭവിക്കും. മരണമെത്തുന്ന നേരത്ത് നിങ്ങൾക്ക് വേണ്ടി കരയാൻ ഒരാൾപോലുമുണ്ടാകില്ല!"

ശേഷം അദ്ഹമിന് നേരേ തിരിഞ്ഞ് ഇദ്‌രീസ് ഭ്രാന്തമായി അട്ടഹസിക്കുന്നത് തുടർന്നു.

"എടാ, ദുർബലാ, നീ എങ്ങനെ ഒറ്റയ്ക്ക് ജീവിക്കുമെടാ? നിനക്കാണെങ്കിൽ ഒരു ശേഷിയുമില്ല. ആശ്രയിക്കാൻ പറ്റിയൊരു ശക്തനായ സഹായിയുമില്ല. നീ പഠിച്ച എഴുത്തും വായനയും കണക്കുമൊക്കെക്കൊണ്ട് ഈ മരുഭൂമിയിൽ എന്ത് പ്രയോജനം? ഹ...ഹ...ഹ..."

കരഞ്ഞുകൊണ്ടിരിക്കുന്ന ഉമൈമയെക്കണ്ട് ദേഷ്യത്തോടെ അദ്ഹം പറഞ്ഞു.

"കരച്ചിൽ മതിയാക്കെടീ."

കണ്ണുനീർ തുടച്ചുകൊണ്ട് ഉമൈമ പറഞ്ഞു.

"ഞാൻ ഇനിയും കരയും. ഞാൻ പാപിയാണ് അദ്ഹം."

"നീ മാത്രമല്ല പാപി. ഞാനൊരു ദുർബലനും ഭീരുവുമല്ലായിരുന്നെങ്കിൽ ഇതൊന്നും സംഭവിക്കില്ലായിരുന്നു"

"ഈ പാപം എന്റേത് മാത്രമാണ്."

"എന്റെ കുറ്റപ്പെടുത്തലിൽ നിന്നും രക്ഷപ്പെടാനല്ലേ നീ പാപഭാരമെല്ലാം ഏറ്റെടുക്കുന്നത്?"

ദേഷ്യത്തോടെ അദ്ഹം തിരിച്ചടിച്ചു. ഇതോടെ ആത്മവിമർശനം നടത്താനുള്ള ദാഹം കെട്ടടങ്ങി ഉമൈമ കുറേ നേരം തലകുനിച്ച് നിന്നു. ശേഷം ദുർബലമായ സ്വരത്തിൽ അവൾ പറഞ്ഞു.

"പിതാവ് ഇത്രത്തോളം കഠിനമായി പെരുമാറുമെന്ന് ഞാൻ സങ്കല്പിക്കുകകൂടി ചെയ്തില്ല"

"എനിക്കറിയാം അദ്ദേഹത്തിനെ. മാപ്പ് ലഭിക്കാൻ എനിക്കൊരർഹതയുമില്ല."

"ഗർഭിണിയായതിനാൽ എങ്ങനെ ഈ മരുഭൂമിയിൽ ജീവിക്കാനാകുമെന്ന് എനിക്കറിയില്ല."

"ആ മാളികയിൽ താമസിച്ച നമ്മൾ ഇനി ഈ മരുഭൂമിയിൽ ജീവിച്ചേ തീരൂ. ഈ കണ്ണുനീര് കൊണ്ട് ചിലപ്പോൾ ഫലമുണ്ടായേക്കും. ഒരു കുടിൽ പണിയുകയല്ലാതെ നമ്മുടെ മുന്നിൽ വേറെ വഴികളൊന്നുമില്ല."

"എവിടെ?"

അദ്ഹം ചുറ്റും നോക്കി. ഇദ്രീസിന്റെ കുടിലിന്റെ നേരേ നോക്കിക്കൊണ്ട് അയാൾ പറഞ്ഞു.

"ഇദ്രീസിന്റെ കുടിലിൽ നിന്നും വളരെയകലെയല്ലാതെ ജീവിക്കേണ്ട നിർബന്ധാവസ്ഥ ഉണ്ടായാൽപോലും നാം മാളികയിൽ നിന്നും വളരെ ദൂരെപ്പോയി ജീവിക്കുന്നത് ശരിയല്ല. അല്ലെങ്കിൽ ഈ മരുഭൂമിയുടെ കോണുകളിൽ നാം ഒറ്റയ്ക്ക് കിടന്ന് നശിച്ചുപോകും"

അല്പനേരം ആലോചിച്ചശേഷം അദ്ഹമിന്റെ അഭിപ്രായം ബോധ്യമായ രീതിയിൽ ഉമൈമ പറഞ്ഞു.

"ശരിയാണ്. നമ്മുടെ അവസ്ഥ കണ്ട് അയാൾ സന്തോഷിക്കുമെങ്കിലും അയാളുടെ കണ്ണെത്തുന്ന സ്ഥലത്ത് തന്നെ നമുക്ക് ജീവിക്കാം."

വേദനയോടെ പുലമ്പുകയായിരുന്നു അദ്ഹം.

"ദുഃഖം എന്നെ കൊല്ലാതെ കൊല്ലുകയാണ്. നീ ഇല്ലായിരുന്നെങ്കിൽ ഞാനിതൊരു പേക്കിനാവാണെന്ന് കരുതിയേനെ. അദ്ദേഹം എന്നെങ്കിലും നമുക്ക് മാപ്പ് നൽകുമായിരിക്കുമോ? ഞാനൊരിക്കലും ഇദ്രീസിനെപ്പോലെ അദ്ദേഹത്തോട് ധിക്കാരം കാണിക്കില്ല. ഒരിക്കലുമില്ല. ഞാൻ ഇദ്രീസിനെപ്പോലെയേ അല്ല. ആ ഇദ്രീസിനോട് പെരുമാറിയതുപോലെ തന്നെ അദ്ദേഹം എന്നോടും ചെയ്യുമോ?"

"നിങ്ങളുടെ പിതാവിനെപ്പോലൊരാൾ ഈ തെരുവുകളിലൊന്നുമുണ്ടാകില്ല"

ഉമൈമയുടെ കടുത്ത വാക്ക് കേട്ട് തുറിച്ചു നോക്കിക്കൊണ്ട് അദ്ഹം ചോദിച്ചു.

"നിന്റെ നാവൊന്നടക്കുന്നതെപ്പോഴാ?"

"ദൈവമാണെ, ഞാനൊരു കുറ്റകൃത്യവും ചെയ്തിട്ടില്ല. ആരോട് വേണമെങ്കിലും ഞാൻ ചെയ്ത പ്രവർത്തിയെന്തെന്നും അതിന് പ്രതിഫലമായി ലഭിച്ചതെന്താണെന്നും പറഞ്ഞു നോക്കൂ. അയാൾ അദ്ഭുതത്തോടെ കൈകൊട്ടുമെന്ന് ഞാൻ പന്തയം വയ്ക്കാം. ദൈവമാണേ

സത്യം നിങ്ങളുടെ പിതാവിനെപ്പോലൊരാൾ പിതൃത്വചരിത്രത്തി ലൊരിടത്തും ഉണ്ടാകാനിടയില്ല.”

“അദ്ദേഹത്തിനെപ്പോലൊരു മനുഷ്യനെ ഈ ലോകത്തിനും പരിചയ മുണ്ടാകില്ല. ഈ മലയും മരുഭൂമിയും ആകാശവും അദ്ദേഹത്തെ അറിയുന്നുണ്ടാകും. ഇതുപോലൊരാൾ എതിർപ്പ് നേരിടുമ്പോൾ പൊട്ടി ത്തെറിക്കുക തന്നെ ചെയ്യും.”

“ഈ സ്വേച്ഛാധിപത്യം തുടർന്നാൽ മാളികയിൽ അദ്ദേഹത്തിന്റെ മക്കളായി അവസാനമാരും അവശേഷിക്കുകതന്നെയില്ല.”

“ആദ്യം പുറത്താക്കപ്പെട്ടത് നാമായതിനാൽ നമ്മൾതന്നെയായിരിക്കും ആ വീട്ടിൽ താമസിച്ചിട്ടുള്ള ഏറ്റവും നികൃഷ്ടർ.”

ദേഷ്യത്തോടെയാണ് ഉമൈമ പറഞ്ഞത്.

“ഞാനൊരിക്കലും അങ്ങനെയല്ല. നാമങ്ങനെ ഉള്ളവരല്ല.”

“പരീക്ഷണത്തിലൂടെ മാത്രമേ ശരിയായ വിധി തീരുമാനിക്കപ്പെടു കയുള്ളൂ.”

പിന്നെ അവർ ഇരുവരും നിശ്ശബ്ദരായി. മലയടിവാരത്തിലൂടെ കടന്നു പോകുന്ന ചിലരൊഴികെ ആ മരുഭൂമിയിൽ ജീവനുള്ള വസ്തുക്കളെ യൊന്നും കാണാനില്ല. സൂര്യൻ ആകാശത്ത് നിന്നും ചൊരിയുന്ന കടുത്ത കിരണങ്ങളിൽ ചുട്ട് പഴുത്ത മലപരപ്പ്. അവയ്ക്കിടയിൽ കിടന്ന് മിന്നി ത്തിളങ്ങുന്ന വെള്ളാരം കല്ലുകളും ചിതറിയ കണ്ണാടിച്ചില്ലുകളും. ചക്ര വാളത്തിൽ എഴുന്നേറ്റ് നിൽക്കുന്ന മലയാണ് ആകെയുള്ള ഉയർന്ന പ്രദേശം. പിന്നെ മണലിൽ ആഴ്ന്നുപോയ ശരീരത്തിന്റെ ശിരസ്സുപോലെ കിഴക്ക്ദിക്കിൽ കാണുന്ന കൂറ്റൻ ഉരുളൻ പാറ. മാളികയുടെ കിഴക്കു ഭാഗത്തായുള്ള ഇദ്‌രീസിന്റെ കുടിൽ ദയനീയമെങ്കിലും വെല്ലുവിളി ഉയർത്തി നിൽക്കുന്നത് കാണാം. ദുരിതവും ക്ഷീണവും ഭയവും ജനി പ്പിക്കുന്ന അന്തരീക്ഷം. പുറത്ത് കേൾക്കുംവിധം നെടുവീർപ്പിട്ടുകൊണ്ട് ഉമൈമ പറഞ്ഞു.

“ജീവിതം സഹനീയമാകാൻ നാം കഠിനാധ്വാനം ചെയ്തേ തീരൂ”

എന്നാൽ അദ്ഹം മാളികയിലേക്ക് നോക്കിക്കൊണ്ട് പറഞ്ഞത് മറ്റൊ ന്നായിരുന്നു.

“ആ വാതിൽ നമുക്കായി വീണ്ടും തുറക്കാൻ കഠിനാധ്വാനം ചെയ്യേണ്ടി വരും.”

പത്ത്

മാളികയുടെ പടിഞ്ഞാറ് ദിക്കിലായി അദ്ഹമും ഉമൈമയും ചേർന്നൊരു കുടിൽ പണിയാൻ തുടങ്ങി. മുഖത്തം മരുഭൂമിയിൽനിന്ന് കല്ലുകളും മല യടിവാരത്ത് നിന്ന് തകരപ്പാളികളും പിന്നെ അതൂഫ്, ജമാലിയ്യ, ബാബ്

അൽ-നസ്വർ തുടങ്ങിയ ഇടങ്ങളിൽ നിന്നും തടിക്കഷണങ്ങളും ശേഖരിച്ചു. തങ്ങൾ കരുതിയതിനേക്കാൾ അധികം സമയമെടുത്തേ കുടിൽ നിർമ്മിക്കാനാവൂ എന്നവർക്ക് മനസ്സിലായി. അതേസമയം തന്നെ മാളികയിൽ നിന്നും പുറത്താക്കപ്പെടുമ്പോൾ ഉമൈമ കയ്യിൽ കരുതിയ പാൽക്കട്ടിയും മുട്ടകളും ശർക്കരപ്പാവുമൊക്കെ തീരാൻ തുടങ്ങി.

അദ്ഹം പുറത്ത് പോയി എന്തെങ്കിലും ജോലിയന്വേഷിക്കാൻ തീരുമാനിച്ചു. ഉരുളക്കിഴങ്ങ്, വെള്ളക്കടല, വെള്ളരിക്ക പിന്നെ സീസണനുസരിച്ചുള്ള മറ്റ് സാധനങ്ങൾ ഇവയൊക്കെ കൊണ്ട് നടന്ന് വിൽക്കാനായൊരു ഉന്തുവണ്ടി വാങ്ങണം. അതിനുള്ള പണം ലഭിക്കാനായി അയാൾ തന്റെ ചില വിലപിടിച്ച വസ്ത്രങ്ങൾ വിൽക്കാൻ തന്നെ തീരുമാനിച്ചു. അദ്ഹം വസ്ത്രങ്ങൾ ശേഖരിക്കുന്നത് കണ്ടപ്പോൾ ദുഃഖം താങ്ങാനാകാതെ ഉമൈമ പൊട്ടിക്കരയാൻ തുടങ്ങി. എന്നാൽ അവളുടെ ദുഃഖപ്രകടനങ്ങളൊന്നും ശ്രദ്ധിക്കാതെ ദേഷ്യവും വിരോധാഭാസവും കലർന്ന സ്വരത്തിൽ അദ്ഹം പറഞ്ഞു.

"ഈ വസ്ത്രങ്ങളൊന്നും എനിക്ക് ചേരില്ല. അല്ലെങ്കിൽ തന്നെ ഒട്ടകത്തിന്റെ രോമം കൊണ്ടുണ്ടാക്കിയ ആഡംബരക്കുപ്പായവുമണിഞ്ഞ് ഉരുളക്കിഴങ്ങ് വിൽക്കാൻ നടക്കുക എന്നതിനേക്കാൾ പരിഹാസ്യമായി എന്താണുള്ളത്?"

ജമാലിയ്യയിലേക്ക് അദ്ഹം തന്റെ ഉന്തുവണ്ടിയും തള്ളിപ്പോകുന്നതിന് ആ മരുഭൂമി സാക്ഷിയായി. അയാളുടെ വിവാഹഘോഷയാത്ര ജമാലിയ്യ ഇനിയും മറന്നിട്ടുണ്ടാകില്ല. ഹൃദയം പിടഞ്ഞപ്പോൾ ശബ്ദം അടഞ്ഞ് വിളിക്കാൻ കഴിയാതായി. കണ്ണുകൾ രണ്ടും നിറഞ്ഞു. അതോടെ ദൂരെയുള്ള തെരുവുകളിലേക്ക് ഓടിപ്പോവുകയായിരുന്നു അദ്ഹം. ഉന്തുവണ്ടിയും തള്ളിക്കൊണ്ട് പ്രഭാതം മുതൽ വൈകുന്നേരം വരെ സാധനങ്ങളുടെ പേര് വിളിച്ച് പറഞ്ഞ് നടക്കാൻ തുടങ്ങിയതോടെ അദ്ഹമിന്റെ കൈകൾ കരുവാളിച്ചു, ചെരുപ്പുകൾ തേഞ്ഞില്ലാതായി, കൈകാലുകൾ വേദനകൊണ്ട് പുളഞ്ഞു. സ്ത്രീകളുമായി വിലപേശുന്നതും, ക്ഷീണം കാരണം ഏതെങ്കിലും ചുമരിന്റെ തണലിൽ നിലത്ത് കിടന്ന് മയങ്ങുന്നതും ഒന്ന് വിശ്രമിക്കാനായി ഏതെങ്കിലും കോണിൽപോയി നിൽക്കേണ്ടിവരുന്നതുമൊക്കെ എത്രമാത്രം അയാളെ വേദനിപ്പിച്ചുവെന്നോ!

ഈ ജീവിതം ശരിക്കും അയഥാർത്ഥമാണെന്ന് തോന്നിപ്പോകുന്നു. തോട്ടത്തിനുള്ളിലെ ജീവിതവും എസ്റ്റേറ്റ് നടത്തിപ്പും മുഖത്തം മരുഭൂമിക്കഭിമുഖമായ ആ അറയുമൊക്കെ കെട്ടുകഥകൾപോലെ തോന്നുന്നു. "ഈ ലോകത്തുള്ള ഒന്നും യാഥാർത്ഥ്യമല്ല. ആ മാളികയും ഇനിയും പണിതീരാത്ത ഈ കുടിലും ആ തോട്ടവും ഈ ഉന്തുവണ്ടിയും ഇന്നലെകളും ഇന്നും പിന്നെ നാളെയുമൊന്നും. മാളികയുടെ അഭിമുഖമായി കുടിൽ പണിയാൻ തീരുമാനിച്ചതെന്തായാലും നന്നായി. അങ്ങനെയാകുമ്പോൾ വർത്തമാനവും ഭാവിയും നഷ്ടപ്പെട്ടതുപോലെ എനിക്കെന്റെ

ഭൂതകാലവും കൂടി നഷ്ടമാകില്ലല്ലോ? സ്വന്തം പിതാവിനേയും മനസ്സി നേയും നഷ്ടമായത്പോലെ ഓർമ്മകളും കൂടി നഷ്ടമാകുന്നത് അതി ശയം തന്നെയല്ലേ?"

വൈകുന്നേരമായാൽ അദ്ഹം ഉമൈമയുടെ അടുത്തേക്ക് മടങ്ങിയെ ത്തും. എന്നാലത് വിശ്രമിക്കാനായിരിക്കില്ല. മറിച്ച് തീരാത്ത കുടിലിന്റെ നിർമ്മാണം തുടരാനായിരിക്കും.

ഒരുദിവസം ഉച്ചനേരത്ത് അൽ-വത്വാവീത് തെരുവിൽ വിശ്രമിക്കാ നായി ഒന്നിരുന്നതാണ്. പക്ഷേ, മയങ്ങിപ്പോയി. പെട്ടെന്ന് എന്തോ ശബ്ദം കേട്ട് ഞെട്ടിയുണർന്നു. അപ്പോൾ കണ്ട കാഴ്ച കുറേ കുട്ടികൾ തന്റെ ഉന്തുവണ്ടിയിലിരിക്കുന്ന സാധനങ്ങൾ മോഷ്ടിക്കുന്നതായിരുന്നു. ഭീഷണിയോടെ ചാടി എഴുന്നേൽക്കുന്ന അദ്ഹമിനെ കുട്ടികളിലൊരാൾ ശ്രദ്ധിച്ചു. അവൻ ചൂളമടിച്ച് മറ്റുള്ളവർക്ക് മുന്നറിയിപ്പ് നൽകി. അയാൾ തങ്ങൾക്ക് പിറകേ വരാതിരിക്കാനായി അവർ ഉന്തുവണ്ടി മറിച്ചിട്ടു. അതി ന്മേലുണ്ടായിരുന്ന വെള്ളരിക്കകൾ മുഴുവൻ മണ്ണിലേക്ക് തട്ടിമറിഞ്ഞ് വീഴുന്നതിനിടയിൽ കുട്ടികൾ വെട്ടുകിളികളെപ്പോലെ ചിതറിയോടി. അദ്ഹമിന് വല്ലാത്ത ദേഷ്യമാണുണ്ടായത്. നല്ലവാക്കുകൾ മാത്രം പറഞ്ഞ് ശീലിച്ച അയാളുടെ വായിൽ നിന്നും കടുത്ത ചീത്തവാക്കുകൾ പുറ ത്തേക്ക് വന്നു. ശേഷം കുനിഞ്ഞിരുന്ന് മണ്ണിൽ വീണ്കിടന്ന വെള്ളരിക്ക കൾ പെറുക്കിയെടുക്കാൻ തുടങ്ങി.

ശമിക്കാനൊരു മാർഗമില്ലാത്തവിധം അദ്ഹമിന്റെ കോപം ഇരട്ടി ക്കുകയായിരുന്നു. വികാരപരവേശത്തോടെ അയാൾ പറഞ്ഞുപോയി.

"താങ്കളുടെ ദേഷ്യമെന്ത് കൊണ്ടാണ് പിതാവേ കരുണയെന്തെന്ന റിയാത്തവിധം തീപോലെ കത്തിയെരിയുന്നത്? രക്തത്തേക്കാളും മാംസത്തേക്കാളുമൊക്കെ താങ്കൾക്ക് സ്വന്തം അഹന്ത പ്രിയങ്കരമാകുന്ന തെന്ത് കൊണ്ടാണ്? പ്രാണികളെപ്പോലെ ഞങ്ങൾ ചവിട്ടിയരക്ക പ്പെടുന്നുവെന്ന് മനസിലാക്കിക്കൊണ്ട് സുഭിക്ഷമായ ജീവിത മെങ്ങനെയാണ് താങ്കൾക്ക് ആസ്വദിക്കാനാകുന്നത്? പ്രതാപിയായ മനുഷ്യാ, എന്തുകൊണ്ടാണ് താങ്കളുടെ ആ മാളികയിൽ മാപ്പ് നൽക ലിനോ, മാന്യതയ്ക്കോ, സഹാനുഭൂതിക്കോ ഒന്നും ഒരിടിവുമില്ലാതെ പോകുന്നത്?"

ശേഷം ഉന്തുവണ്ടിയുടെ പിടിയിൽ മുറുകെപ്പിടിച്ചുകൊണ്ട് അദ്ഹം ആ ശപിക്കപ്പെട്ട തെരുവിൽ നിന്നും പുറത്തേക്ക് പോകാൻ തുനിയവേ പരിഹാസം നിറഞ്ഞൊരു ശബ്ദം കേട്ടു.

"വെള്ളരിക്കയ്ക്ക് എന്താ വില മാമാ?"

മനോഹരമായ വരകളുള്ള കുപ്പായവും വെള്ളത്തലപ്പാവും ധരിച്ച് നിൽക്കുന്ന ഇദ്രീസ് കളിയാക്കിച്ചിരിക്കുകയാണ്. നിന്ദ നിറഞ്ഞ ഇദ്രീ സിന്റെ നോട്ടം കണ്ടപ്പോൾ തന്റെ ലോകം കറുത്തു പോകുന്നതു

പോലെയാണ് അദ്ഹമിന് തോന്നിയത്. ഉന്തുവണ്ടിയും തള്ളി മുന്നോട്ട് പോകാനൊരുങ്ങിയെങ്കിലും ഇദ്രീസ് വഴിമുടക്കി മുന്നിൽ കയറി നിന്നു.

“എന്നെപ്പോലൊരു ഇടപാടുകാരനോട് നല്ലതുപോലെ പെരുമാറിക്കൂടെന്നാണോ?”

അസ്വസ്ഥതയോടെ തലയുയർത്തി അദ്ഹം പറഞ്ഞു.

“എന്നെ എന്റെ പാട്ടിന് വിടൂ.”

ഇദ്രീസ് പരിഹസിക്കുംവിധം തിരക്കി.

“സ്വന്തം സഹോദരൻ നിന്നോട് ഈ തരത്തിൽ സംസാരിക്കുന്നത് ഇഷ്ടപ്പെട്ടില്ലേ?”

ക്ഷമയോടെ അദ്ഹം ചോദിച്ചു.

“നിങ്ങളെന്നോട് ചെയ്തതൊന്നും പോരേ ഇദ്രീസ്? നിങ്ങൾ എന്നെ അറിയണമെന്നോ, എനിക്ക് നിങ്ങളെയറിയണമെന്നോ ഉള്ള യാതൊരാഗ്രഹവും എനിക്കില്ല”

“എന്തൊരു സംസാരമാണിത്? നമ്മൾ അയൽക്കാരല്ലേ?”

“എനിക്ക് നിങ്ങളുടെ അയൽക്കാരനാകാൻ ഒരാഗ്രഹവുമില്ല. മറിച്ച് ഞാൻ അയൽക്കാരനാകാനാഗ്രഹിക്കുന്നത്...”

ഇദ്രീസ് പരിഹസിക്കുംവിധം ഇടയ്ക്ക് കയറിപ്പറഞ്ഞു.

“നിന്നെ ആട്ടിയിറക്കിയ ആ മാളികയുടെ അയൽക്കാരനാകാനല്ലേ?”

നിശ്ശബ്ദനായി നിന്നെങ്കിലും വിളർച്ച ബാധിച്ച അദ്ഹമിന്റെ മുഖത്ത് അയാളുടെ സർവ്വ അസ്വസ്ഥതയും പ്രതിഫലിച്ചിരുന്നു.

“പുറത്തേക്ക് ആട്ടിയോടിച്ച സ്ഥലത്തോട് മനസ്സിനെപ്പോഴുമൊരു മോഹമുണ്ടാകും, ശരിയല്ലേ?”

തന്റെ ചോദ്യം കേട്ടിട്ടും അദ്ഹം നിശ്ശബ്ദത തുടർന്നപ്പോൾ ഇദ്രീസ് പറഞ്ഞു.

“എടാ ചതിയാ, നീ ആ മാളികയിലേക്ക് തിരികെക്കയറാനാണ് ശ്രമിക്കുന്നത്. ദുർബലനാണെങ്കിലും നിന്റെ മനസ്സ് നിറയെ കുടിലതയാണ്. പക്ഷേ, നീ ഒരുകാര്യം അറിഞ്ഞോളൂ. ആകാശം ഇടിഞ്ഞ് വീണാലും ശരി തന്നെ നിന്നെ തനിച്ച് അവിടേക്ക് തിരിച്ച് പോകാൻ ഞാൻ അനുവദിക്കാൻ പോകുന്നില്ല.”

“എന്നോട് ചെയ്തതൊന്നും നിങ്ങൾക്ക് തൃപ്തിയായില്ലേ?”

ദേഷ്യംകൊണ്ട് വിറയ്ക്കുകയായിരുന്നു അദ്ഹം.

“എന്നോട് ചെയ്തതൊക്കെ നിനക്കും മതിയായില്ലേ? നീ കാരണമാണ് ഒരുകാലത്ത് ഞാനൊരു താരമായിരുന്ന ആ വലിയ വീട്ടിൽ നിന്നും എന്നെ ആട്ടിപ്പുറത്താക്കിയത്.”

"പക്ഷേ, അഹങ്കാരം നിറഞ്ഞ മനസ്സ് കാരണമാണ് നിങ്ങൾ ആട്ടിയിറക്കപ്പെട്ടത്."

ഇദ്‌രീസ് പൊട്ടിച്ചിരിച്ചു.

"സ്വന്തം ദുർബലത കാരണമാണ് നീ പുറത്താക്കപ്പെട്ടത്. ആ മാളികയിൽ ശക്തിക്ക് സ്ഥാനമില്ലാത്തതുപോലെ ദുർബലതയ്ക്കും സ്ഥാനമില്ല. നിന്റെ പിതാവിന്റെ സ്വേച്ഛാധിപത്യം എത്രത്തോളമാണെന്ന് നോക്കൂ. ശക്തിയും ദൗർബല്യവും തന്നിലല്ലാതെ മറ്റൊരാളിലും സമ്മേളിക്കുവാൻ അയാൾ അനുവദിക്കുകയേയില്ല. തന്റെ വേണ്ടപ്പെട്ടവരുടെ പോലും ജീവിതം തകർക്കാൻ മാത്രം ശക്തനും നിന്റെ ഉമ്മയെപ്പോലൊരു സ്ത്രീയെ വിവാഹം കഴിക്കാൻ മാത്രം ദുർബലനുമാണയാൾ."

ദേഷ്യത്തോടെ വിക്കിവിക്കി അദ്ഹം പറഞ്ഞു.

"എന്നെ പോകാനനുവദിക്കൂ. ആരെയെങ്കിലും ഉപദ്രവിക്കണമെങ്കിൽ നിങ്ങളെപ്പോലെ ശക്തനായ മറ്റാരെയെങ്കിലും നോക്കൂ."

"നിന്റെ പിതാവാണ് ശക്തരേയും ദുർബലരേയും ഉപദ്രവിച്ചുകൊണ്ടിരിക്കുന്നത്."

ഒന്നും പറയാതെ നിൽക്കുമ്പോൾ അദ്ഹമിന്റെ മുഖം കൂടുതൽ കറുത്തിരുണ്ടു. ഇദ്‌രീസ് പരിഹാസത്തോടെ വീണ്ടും പറഞ്ഞു.

"പിതാവിനെ കുറ്റപ്പെടുത്താതിരിക്കുന്നത് നിന്റെ തന്ത്രങ്ങളിലൊന്നാണ്. വീണ്ടും മാളികയിലേക്ക് തിരികെക്കയറാനാണ് നിന്റെ മോഹമെന്നതിന് തെളിവാണിത്."

ഒരു വെള്ളരിക്ക കയ്യിലെടുത്ത് അവജ്ഞയോടെ നോക്കാൻ തുടങ്ങി ഇദ്‌രീസ്.

"ഈ അഴുക്കുപിടിച്ച വെള്ളരിക്കകൾ കൊണ്ടുനടന്ന് വിൽക്കാൻ നിനക്കെങ്ങനെയാ തോന്നുന്നത്? ഇതിനെക്കാൾ മാന്യമായ മറ്റെന്തെങ്കിലും ജോലി കിട്ടില്ലേ നിനക്ക്?"

"എനിക്കീ ജോലിയിലാണ് തൃപ്തി."

"ദാരിദ്ര്യം കാരണം നിനക്ക് വേറേ വഴിയില്ലെന്ന് പറയ്. നിന്റെ പിതാവാകട്ടെ സുഭിക്ഷമായി ജീവിക്കുന്നു. ഒന്ന് ചിന്തിച്ച് നോക്കൂ. എനിക്കൊപ്പം ചേരുന്നതല്ലേ നിനക്ക് നല്ലത്?"

അസ്വസ്ഥതയോടെ അദ്ഹം പ്രതികരിച്ചു.

"നിങ്ങളെപ്പോലെയാകാനല്ല ഞാൻ ജീവിക്കുന്നത്."

"എന്റെ ഈ കുപ്പായത്തിലേക്കൊന്ന് നോക്കിക്കേ. ഇതിന്റെ ഉടമ ഇന്നലെ ഈ കുപ്പായവുമിട്ട് അധികാരഭാവത്തിൽ ചുറ്റിത്തിരിയുകയായിരുന്നു."

അദ്ഹമിന് ആകെ ആകാംക്ഷയായി.

"നിങ്ങൾക്കിതെങ്ങനെയാ കിട്ടിയത്?"

"ശക്തന്മാർ എന്താണോ ചെയ്യുന്നത് അങ്ങനെ..."

ഇയാളിത് മോഷ്ടിച്ചതായിരിക്കുമോ അതോ അയാളെ കൊന്നിട്ടുണ്ടാകുമോ? ദുഃഖത്തോടെ അദ്ഹം പറഞ്ഞു.

"നിങ്ങളെന്റെ സഹോദരനാണെന്നുപോലും വിശ്വസിക്കാനാകുന്നില്ല ഇദ്‌രീസ്."

ഇദ്‌രീസ് പൊട്ടിച്ചിരിച്ചു.

"ഞാൻ ജബലാവിയുടെ സന്താനമാണെന്ന് അറിയാമെങ്കിൽ നിനക്ക് അതിശയിക്കേണ്ടി വരില്ല."

ക്ഷമനശിച്ച് അദ്ഹം പറഞ്ഞു.

"എന്റെ വഴിയിൽ നിന്നും ഒന്ന് മാറിത്തരാമോ?"

"നിന്റെ ആഗ്രഹം പോലെ തന്നെയാകട്ടെ, വിഡ്ഢീ."

കീശ നിറയെ വെള്ളരിക്കയുമെടുത്ത് അദ്ഹമിനെ രൂക്ഷമായൊന്ന് നോക്കിയ ശേഷം ഉന്തുവണ്ടിക്ക് നേരേ കാറിത്തുപ്പിക്കൊണ്ട് ഇദ്‌രീസ് നടന്നുനീങ്ങി.

അദ്ഹം കുടിലിനരികിലെത്തിയപ്പോൾ അയാളെ സ്വീകരിക്കാനായി ഉമൈമ എഴുന്നേറ്റു നിന്നു. ഇരുൾ മരുഭൂമിയെ മുഴുവൻ മൂടുന്ന വേളയിൽ മരണാസന്നമായ ശരീരത്തിനുള്ളിലെ ഇത്തിരി ജീവൻ പോലെ കുടിലിനുള്ളിൽ ഒരു മെഴുകുതിരി കത്തുന്നുണ്ടായിരുന്നു. ആകാശത്തിൽ മിന്നിത്തിളങ്ങുന്ന നക്ഷത്രങ്ങൾ. ആ വെളിച്ചത്തിൽ മാളിക കണ്ടാൽ ഒരു ഭീകരജീവിയാണെന്നേ തോന്നുകയുള്ളൂ. അദ്ഹമിന്റെ നിശ്ശബ്ദത കണ്ടപ്പോൾ തന്നെ അയാളെ തനിയേ വിടുന്നതാണ് നല്ലതെന്ന് ഉമൈമയ്ക്ക് തോന്നി. കയ്യും കാലും കഴുകാനായി അവൾ അയാൾക്കൊരു കൂജവെള്ളവും വൃത്തിയുള്ള വസ്ത്രവും കൊണ്ടുവന്ന് നൽകി. മുഖവും കാലും കഴുകി വസ്ത്രം മാറ്റിയശേഷം അദ്ഹം നിലത്ത് കാലുകൾ നീട്ടി ഇരുന്നു. ജാഗ്രതയോടെ അദ്ഹമിനരികിലെത്തി ഒപ്പമിരുന്നശേഷം ആശ്വസിപ്പിക്കും വിധം ഉമൈമ പറഞ്ഞു.

"നിങ്ങളുടെ ഭാരം അല്പം വഹിക്കാൻ എന്നെക്കൂടി അനുവദിക്കുമോ?"

അവൾക്കെന്തോ ചൊറിബാധിച്ചതുപോലെയാണ് അദ്ഹം പൊട്ടിത്തെറിച്ചത്.

"മിണ്ടാതിരിയെടീ, നീയാണ് സർവ്വ കുഴപ്പങ്ങൾക്കും കാരണക്കാരി!"

ഇരുളിൽ അപ്രത്യക്ഷമാകുന്ന വിധത്തിൽ ഉമൈമ അയാൾക്ക് മുന്നിൽനിന്നും മാറിപ്പോയി. എന്നിട്ടും അദ്ഹം അലർച്ച തുടർന്നു.

"എന്റെ വിഡ്ഢിത്തത്തെക്കുറിച്ച് ഓർമ്മിക്കാൻ പറ്റിയ ഏറ്റവും നല്ല മുഖം നിന്റേതായിരിക്കും. നിന്നെ കണ്ടുമുട്ടിയതൊരു ശപിക്കപ്പെട്ട ദിവസത്തിലല്ലേ?"

ഇരുളിൽ നിന്ന് ഉമൈമ തേങ്ങുന്ന ശബ്ദം കേട്ടു. അതോടെ അദ്ഹമിന്റെ ദേഷ്യമിരട്ടിച്ചു.

"നിന്റെ ഈ കരച്ചിൽ ഒന്ന് നിർത്താമോ? ശരീരം മുഴുവൻ നിറഞ്ഞ് നിൽക്കുന്ന അശ്ലീലം ചോർന്നൊഴുകുന്നതല്ലേ ഈ കണ്ണീര്?"

"ഞാൻ ജീവിച്ചുകൊണ്ടിരിക്കുന്ന അവസ്ഥയേക്കാൾ എത്രയോ നിസ്സാരമാണ് നിങ്ങളുടെ സർവ വർത്തമാനങ്ങളും."

"എനിക്ക് കേൾക്കേണ്ട നിന്റെ ശബ്ദം പോലും. ഒന്ന് പോകാമോ എന്റെ മുന്നിൽ നിന്ന്?"

താൻ ഊരിമാറ്റിയ വസ്ത്രം ചുരുട്ടിക്കൂട്ടി അയാൾ ഉമൈമയുടെ നേർക്കെറിഞ്ഞു.

"എന്റെ വയറേ."

ഉമൈമ ഞരങ്ങുന്ന ശബ്ദം കേട്ടതും അയാളുടെ കോപം പെട്ടെന്ന് തണുത്തു. അവൾക്ക് എന്തെങ്കിലും സംഭവിച്ചുപോകുമോ എന്ന ഭയമായി മനസ്സ് നിറയെ. അയാളുടെ നിശ്ശബ്ദതയിൽ നിന്നും കുറ്റബോധം തിരിച്ചറിഞ്ഞതോടെ വേദനയോടെ ഉമൈമ പറഞ്ഞു.

"ഞാൻ എങ്ങോട്ടെങ്കിലും പൊയ്ക്കോളാം. അതാണല്ലോ നിങ്ങളാഗ്രഹിക്കുന്നത്?"

അവൾ എഴുന്നേറ്റ് നടന്നകലാൻ തുടങ്ങിയതും അദ്ഹം പറഞ്ഞു.

"ലക്ഷണംകെട്ട പയ്യന്മാരെപ്പോലെ പെരുമാറാൻ പറ്റിയ സമയമാണിതെന്നാണോ നീ കരുതിയിരിക്കുന്നത്?"

പിന്നെ എഴുന്നേൽക്കാൻ ശ്രമിച്ചുകൊണ്ട് അയാൾ വിളിച്ച് പറഞ്ഞു.

"നീ തിരിച്ച് വാ... അത് മറന്ന് കളയൂ."

ഇരുളിലേക്ക് നോക്കി ഇരുന്നപ്പോൾ ഉമൈമയുടെ രൂപം തിരികെ വരുന്നത് കണ്ടു. കുടിലിന്റെ ചുമരിൽ ചാരി നിന്നുകൊണ്ട് ആകാശത്തിലേക്ക് നോക്കുമ്പോൾ അവളുടെ ഉദരത്തിലെ കുഞ്ഞിനെന്തെങ്കിലും പറ്റിയോ എന്നറിയാൻ മനസ്സ് കൊതിച്ചതാണ്. പക്ഷേ, അഹന്ത അനുവദിക്കാത്തതിനാൽ അക്കാര്യം തിരക്കിയറിയുന്നത് മറ്റൊരു സമയത്തേക്ക് മാറ്റിവയ്ക്കാമെന്ന് കരുതി. അതിനുള്ള വഴിമരുന്നെന്നോണം അയാൾ പറഞ്ഞു. "അത്താഴത്തിനായി കുറച്ച് വെള്ളരിക്ക എടുത്ത് കഴുകി വയ്ക്ക്."

പതിനൊന്ന്

സമാധാനത്തോടെ ഇരിക്കാൻ പറ്റിയൊരിടം. പച്ചപ്പുകളോ, ജലമോ ഇല്ല. ചില്ലകളിൽ ചിലയ്ക്കുന്ന കിളികളില്ല. കണ്ണെത്താദൂരത്തോളം നീണ്ടുകിടക്കുന്ന വന്യമായ ഭൂമി മാത്രമാണ് മുന്നിലുള്ളത്. സ്വപ്നം

കാണുന്നവന് സങ്കല്പിക്കാനാകുന്നത് പോലുള്ള ഇരുളിന്റെ ഗൂഢമായ മേലങ്കിയണിയുന്ന രാത്രി നേരങ്ങളിലെ മരുഭൂമി, നക്ഷത്രങ്ങൾ പതിപ്പിച്ചിരിക്കുന്ന ആകാശമാകുന്ന താഴികക്കുടം. കുടിലിനുള്ളിലെ സ്ത്രീയും പിന്നെ ശബ്ദമുഖരിതമായ നിശ്ശബ്ദതയും. ചാരത്തിനടിയിൽ കുഴിച്ചിടപ്പെട്ട കൽക്കരിപോലുള്ള ദുഃഖം. തിരിച്ചെത്താൻ കൊതിക്കുന്നവനെ ആട്ടിയകറ്റുന്ന മാളികയുടെ ഉയരമേറിയ മതിൽ.

ഈ പ്രതാപിയായ പിതാവിനെ എന്റെ വിലാപം ഒന്നറിയിക്കാനാവുന്നതെങ്ങനെയാണ്? ഭൂതകാലത്തെ മറക്കലായിരിക്കും ബുദ്ധി. പക്ഷേ, ആ ഭൂതമല്ലാതെ കൈവശം മറ്റൊന്നുമില്ലല്ലോ? അതിനാൽ തന്നെ ഞാനെന്റെ ദൗർബ്ബല്യത്തെ വെറുക്കുകയും, അധഃപതനത്തെ ശപിക്കുകയും ചെയ്യുന്നു. സഹയാത്രികനെപ്പോലെ ദുരിതങ്ങളെ തൃപ്തിപ്പെടാനും അതിനായി സന്താനങ്ങളെ നൽകാനും എനിക്കാകും. തോട്ടത്തിൽ കടക്കുന്നതിൽ നിന്നും ഒരു ശക്തിക്കും തടുത്തു നിർത്താനാകാത്ത കിളികൾ സ്വപ്നത്തിലെ എന്നെക്കാൾ സൗഭാഗ്യം ചെയ്തവരായിരിക്കും. പനിനീർ ചെടികൾക്കിടയിലൂടെ ഒഴുകിയിറങ്ങുന്ന അരുവികളെ ഒരു നോക്ക് കാണാൻ കണ്ണുകൾ കേഴുകയാണ്. മൈലാഞ്ചിയുടേയും മുല്ലപ്പൂക്കളുടേയും സുഗന്ധമെവിടെപ്പോയി? എവിടെ? എവിടെപ്പോയി എന്റെ മനഃസമാധാനവും പുല്ലാങ്കുഴലും? കഠിനഹൃദയനായ മനുഷ്യാ, എവിടെയാണതൊക്കെ? പകുതിവർഷം കടന്നുപോയിരിക്കുന്നു. ഇനി എന്നായിരിക്കും നിങ്ങളുടെ കാഠിന്യത്തിന്റെ മഞ്ഞുരുകാൻ തുടങ്ങുക?

അരോചകമായ ശബ്ദത്തിൽ പാടുന്ന ഇദ്‌രീസിന്റെ ഒച്ച ദൂരെ കേൾക്കാം.

“വിചിത്രലോകം...ദൈവമേ, വിചിത്രലോകം.”

തന്റെ കുടിലിന്റെ മുന്നിലിരുന്ന് തീ കത്തിക്കുകയാണയാൾ. ഒരഗ്നിജ്വാല കത്തിയുയർന്നശേഷം മണ്ണിൽ വേരുറപ്പിച്ചത് പോലെ. അയാളുടെ ഗർഭിണിയായ ഭാര്യ നിറവയറുമായി ഭക്ഷണപാനീയങ്ങൾ നൽകാനായി അകത്തേക്ക് പോകുകയും പുറത്തേക്ക് വരികയും ചെയ്തുകൊണ്ടിരിക്കുന്നു. മദ്യത്തിന്റെ ആസക്തിയിൽ ക്രോധാവേശത്തോടെ മാളികയ്ക്ക് നേരേ തിരിഞ്ഞ് ഇദ്‌രീസ് അലറിവിളിച്ചു.

“പൊരിച്ച ഇറച്ചിയും പച്ചക്കറികളും കഴിക്കാൻ നേരമായിരിക്കുന്നു. വീട്ടുകാരേ. വിഷമായിമാറട്ടെ അവയൊക്കെ നിങ്ങൾക്ക്” ശേഷം അയാൾ പാട്ട് പാടുന്നത് തുടർന്നു.

“എപ്പോഴൊക്കെ ഞാനീ ഇരുളിൽ ഒറ്റയ്ക്കിരിക്കുവാൻ തുടങ്ങുന്നുവോ അപ്പോഴെല്ലാം ഈ പിശാച് വന്ന് തീ കൂട്ടി ബഹളമുണ്ടാക്കി ഉള്ള മനഃസമാധാനം കൂടി തകർക്കും.”

അദ്ഹമിന്റെ മനസ്സ് ഖേദത്തോടെ പറഞ്ഞുപോയി. ഉമൈമ കുടിലിന്റെ വാതിൽക്കൽ പ്രത്യക്ഷപ്പെട്ടപ്പോഴാണ് അവൾ ഇനിയും ഉറങ്ങിയിട്ടില്ലെന്ന്

മനസ്സിലായത്. ഗർഭധാരണം അവളെയാകെ ക്ഷീണിതയാക്കിയിരിക്കുന്നു. കഠിനമായ ജോലികളും ദാരിദ്ര്യവും മൂലം കഷ്ടപ്പെടുകയാണവൾ. സ്നേഹത്തോടെ ഉമൈമ തിരക്കി.

"ഉറങ്ങുന്നില്ലേ?"

അദ്ഹമിന് ദേഷ്യം വന്നു.

"ജീവിതമാസ്വദിക്കാൻ പറ്റുന്ന ആകെക്കൂടിയുള്ളൊരു മണിക്കൂറാണ്. അന്നേരമെങ്കിലും എന്നെയൊന്ന് തനിച്ചുവിട്ടുകൂടേ?"

"അതിരാവിലെ ഉന്തുവണ്ടിയുമായി പോകാനുള്ളതല്ലേ നിങ്ങൾക്ക്? അതുകൊണ്ട് ഇപ്പോൾ വിശ്രമിച്ചല്ലേ തീരൂ."

"തനിച്ചിരിക്കുമ്പോൾ എനിക്ക് മാന്യതയുണ്ട്. കുറഞ്ഞപക്ഷം അങ്ങനെ തോന്നുകയെങ്കിലും ചെയ്യും. ആകാശം നോക്കിയിരിക്കുമ്പോൾ പഴയ ദിനങ്ങൾ ഓർമ്മവരും."

പുറത്ത് കേൾക്കുംവിധം നെടുവീർപ്പിട്ടുകൊണ്ട് ഉമൈമ പറഞ്ഞു.

"നിങ്ങളുടെ പിതാവ് ആ മാളികയിൽ നിന്നും പുറത്തേക്കിറങ്ങുന്നതോ, അകത്തേക്ക് കയറുന്നതോ കാണാൻ കഴിഞ്ഞെങ്കിലെന്ന് കൊതിച്ചുപോകുകയാണ്. അങ്ങനെയെങ്കിലും ആ കാലുകളിൽ വീണ് മാപ്പപേക്ഷിക്കണമെന്നുണ്ടായിരുന്നു."

"അങ്ങനെയൊരു ചിന്തതന്നെ വേണ്ടായെന്ന് നിന്നോട് എത്ര തവണ പറഞ്ഞിട്ടുള്ളതാണ്. അദ്ദേഹത്തിന്റെ കരുണ തിരികെ ലഭിക്കാൻ അതൊരുതരത്തിലും സഹായിക്കില്ല."

കുറച്ചുനേരം നിശ്ശബ്ദനായിരുന്ന ശേഷം ഉമൈമ മന്ത്രിച്ചു.

"എന്റെ ഉദരത്തിനുള്ളിലെ കുഞ്ഞിന്റെ വിധിയെന്താകുമെന്നാണ് ഞാൻ ചിന്തിക്കുന്നത്."

"ഏറ്റവും നികൃഷ്ടനായ ജന്തുവായി മാറിയെങ്കിലും ഞാനും ചിന്തിക്കുന്നത് അക്കാര്യത്തെക്കുറിച്ച് തന്നെയാണ്."

"ദൈവമാണേ, നിങ്ങൾ തന്നെയാണ് ഏറ്റവും ഉത്തമനായ മനുഷ്യൻ."

വേദനയോടെയുള്ള ഉമൈമയുടെ വാക്ക് കേട്ട് അദ്ഹം പരിഹാസത്തോടെ പൊട്ടിച്ചിരിച്ചു.

"ഞാനൊരു മനുഷ്യൻ തന്നെയല്ല, സ്വന്തം അന്നത്തെക്കുറിച്ച് മാത്രം ചിന്തിക്കുന്നത് മൃഗങ്ങളല്ലേ?"

"ദുഃഖിക്കരുത്, എത്രയെത്ര ആളുകളാണ് നിങ്ങളെപ്പോലെ ജീവിക്കാൻ തുടങ്ങുകയും പിന്നെ സമ്പന്നരാകുകയും കടകളും വീടുകളുമൊക്കെ സ്വന്തമാക്കുകയും ചെയ്തിട്ടുള്ളത്!"

"നിന്റെ ഗർഭകാലവേദനകൾ തലച്ചോറിലുമെത്തിയോ?"

"ഒരുനാൾ നിങ്ങൾ പ്രധാനപ്പെട്ടൊരു വ്യക്തിയായിത്തീരും. നമ്മുടെ കുട്ടി സമ്പന്നനായി വളരും."

ഇത് കേട്ടതും പരിഹാസത്തോടെ അദ്ഹം കയ്യടിച്ചു.

"ബാർലി മദ്യവും മയക്ക് മരുന്നും വിറ്റ് ആ നിലയിലെത്തുമെന്നാണോ പറയുന്നത്?"

"ജോലി ചെയ്തുകൊണ്ട്, അദ്ഹം."

"ഒരു നേരത്തെ അന്നത്തിനായി പണിയെടുക്കുകയെന്നത് ശപിക്കപ്പെട്ട കാര്യം തന്നെയാണ്. തോട്ടത്തിൽ ജീവിച്ചവനാണ് ഞാൻ. അവിടെ എനിക്ക് ആകാശത്തിലേക്ക് നോക്കിയിരുന്ന് പുല്ലാങ്കുഴൽ വായിക്കുന്നതല്ലാതെ മറ്റൊരു ജോലിയുമുണ്ടായിരുന്നില്ല. പക്ഷേ, ഇപ്പോൾ ഞാനൊരു വെറും മൃഗമായി മാറിയിരിക്കുന്നു. രാത്രി എന്തെങ്കിലും തിന്നാനും രാവിലെ അത് കാഷ്ടിച്ച് കളയാനുമായി ഞാൻ പകലന്തിയോളം ഉന്തുവണ്ടി തള്ളി നടക്കുന്നു. ഒരു നേരത്തെ അന്നത്തിനായി ഇങ്ങനെ പണിയെടുക്കുന്നത് ശപിക്കപ്പെട്ട കാര്യം തന്നെയല്ലേ? യഥാർത്ഥ ജീവിതം ആ മാളികയിൽ തന്നെയാണ്. അവിടെ ഒരാൾ ഭക്ഷണം കഴിക്കണമെങ്കിൽ ജോലിചെയ്യണമെന്നില്ല. യഥാർത്ഥ ആനന്ദവും സൗന്ദര്യവും സംഗീതവുമൊക്കെ അവിടെത്തന്നെയാണ്."

ദേഷ്യത്തോടെയായിരുന്നു അദ്ഹം ഇത്രയും പറഞ്ഞത്. എന്നാൽ പെട്ടെന്ന് ഇദ്‌രീസിന്റെ ശബ്ദം കേട്ടു.

"നീ പറഞ്ഞതാണ് സത്യം, അദ്ഹം. ജോലിചെയ്യൽ ശപിക്കപ്പെട്ട കാര്യമാണ്. നമുക്ക് പരിചയമില്ലാത്ത അപമാനമാണത്. എനിക്കൊപ്പം ചേരാൻ ഞാൻ നിന്നോട് പറഞ്ഞതല്ലേ?"

ശബ്ദം കേട്ട ദിക്കിലേക്ക് തിരിഞ്ഞ് നോക്കിയ അദ്ഹം കാണുന്നത് അരികിൽ നിൽക്കുന്ന ഇദ്‌രീസിനെയായിരുന്നു. തങ്ങളറിയാതെ ഇരുളിന്റെ മറപറ്റി അടുത്തെത്തി പറഞ്ഞതൊക്കെ ഒളിഞ്ഞ് നിന്ന് കേൾക്കുകയായിരുന്നു ഇദ്‌രീസ്. പിന്നെ ആഗ്രഹിച്ച സമയത്ത് തങ്ങൾക്കൊപ്പം സംഭാഷണം നടത്താൻ തുനിയുകയും ചെയ്യുന്നു.

"നിങ്ങളുടെ കുടിലിലേക്ക് പോകൂ, ഇദ്‌രീസ്."

അദ്ഹമിന്റെ അസ്വസ്ഥത നിറഞ്ഞ വാക്ക് കേട്ട് ഇദ്‌രീസ് ഗൗരവം ഭാവിച്ച് പറഞ്ഞു.

"മനുഷ്യന്റെ മാന്യതയ്ക്ക് ചേരാത്ത ശാപമാണ് ജോലി ചെയ്യലെന്ന നിന്റെ അഭിപ്രായം ഞാനും പങ്കുവച്ചുവെന്നേയുള്ളൂ."

"ഒരു പിടിച്ചു പറിക്കാരനാകാനാണ് നിങ്ങളെന്നെ ക്ഷണിക്കുന്നത്. അതാകട്ടെ ശാപത്തേക്കാൾ വൃത്തികെട്ട അവസ്ഥയാണ്."

"ജോലി ചെയ്യൽ ശാപവും പിടിച്ചുപറി വൃത്തികേടുമാണെങ്കിൽ പിന്നെ എങ്ങനെയാ മനുഷ്യൻ ജിവിക്കുന്നത്?"

ഈ സംഭാഷണം തന്നെ വെറുത്തതിനാൽ അദ്ഹം നിശ്ശബ്ദനായി നിന്നതേയുള്ളൂ. അയാൾ എന്തെങ്കിലും പറയട്ടെ എന്ന് കരുതി ഇദ്‌രീസ് കാത്തുനിന്നെങ്കിലും ഒന്നും സംഭവിച്ചില്ല.

"ജോലി ചെയ്യാതെ ഭക്ഷണം കഴിക്കാനായിരിക്കും നീയാഗ്രഹിക്കുന്നത്. എന്നാലത് മറ്റുള്ളവരുടെ ചെലവിലാകുമെന്ന കാര്യമുറപ്പല്ലേ?"

അദ്ഹം നിശ്ശബ്ദത തുടർന്നു.

"ഇനി അതല്ല മറ്റാരേയും ബുദ്ധിമുട്ടിക്കാതെ ഒരു ജോലിയും ചെയ്യാതെ ഭക്ഷണം കഴിക്കാമെന്നാണോ കരുതുന്നത്?" വികൃതമായി പൊട്ടിച്ചിരിക്കുകയായിരുന്നു ഇദ്‌രീസ്.

"ഇതൊരു പ്രഹേളിക തന്നെയാണ് അടിമസ്ത്രീയുടെ മകനേ."

"ആ പിശാചിന്റെ അടുത്ത് നിന്ന് നിങ്ങൾ കുടിലിലേക്ക് കയറൂ."

ഉമൈമ ദേഷ്യത്തോടെ പറയുന്നത് കേട്ടതും നർഗീസ് ഇദ്‌രീസിനോട് തങ്ങളുടെ കുടിലിലേക്ക് വരാൻ രൂക്ഷമായി പറഞ്ഞു. അതോടെ പാട്ടും പാടി ഇദ്‌രീസ് വന്നയിടത്തേക്ക് തന്നെ തിരികെപ്പോയി.

"വിചിത്രലോകം... ദൈവമേ, വിചിത്രലോകം."

ഉമൈമ ഭർത്താവിനോട് യാചിച്ചുപോയി.

"എന്ത് വിലകൊടുക്കേണ്ടി വന്നാലും അയാളുമായി തർക്കിക്കാൻ പോകരുതേ."

"അയാൾ മുന്നിൽ വന്ന് പെട്ടതാണ്. എവിടെനിന്നാണ് വന്നതെന്ന് എനിക്ക് മനസ്സിലായതേയില്ല."

കുറേനേരം നിശ്ശബ്ദത നിറഞ്ഞു നിന്നപ്പോൾ അതവരുടെ അസ്വസ്ഥതയ്ക്കൊരു ശമനം നൽകി. ശേഷം മൃദുലമായ സ്വരത്തിൽ ഉമൈമ പറഞ്ഞു.

"ഈ കുടിലിനെ നമ്മെ ഏത് വീട്ടിൽ നിന്നാണോ പുറത്താക്കിയത് അതുപോലൊരു വീടാക്കി മാറ്റാനാകുമെന്ന് മനസ്സെന്നോട് പറയുന്നുണ്ട്. തോട്ടത്തിന്റേയോ, കിളികളുടേയോ കുറവുണ്ടാകാത്തൊരു വീട്. നമ്മുടെ സന്താനം അവിടെ സന്തോഷത്തോടും ആനന്ദത്തോടും കൂടി വളരും."

ഇരുന്ന സ്ഥലത്ത് നിന്നും എഴുന്നേൽക്കുന്നതിനിടയിൽ അദ്ഹം പുഞ്ചിരിച്ചെങ്കിലും ഇരുളായതിനാൽ ഉമൈമയ്ക്കത് കാണാനായില്ല. കുപ്പായത്തിൽ പറ്റിപ്പിടിച്ച മണ്ണ് തട്ടിക്കളഞ്ഞുകൊണ്ട് അയാൾ പറഞ്ഞു.

"'നല്ല വെള്ളരിക്ക വേണോ?' എന്റെ ശരീരം വിയർപ്പിൽ കുതിർന്നുപോയി. കുട്ടികൾ കഷ്ടപ്പെടുത്തി. നിലത്ത് തട്ടി കാല് മുറിഞ്ഞു. എല്ലാം കുറേ നാണയത്തുട്ടുകൾക്കായി..."

കുടിലിനുള്ളിലേക്ക് കയറിപ്പോയ അദ്ഹമിന് പിന്നാലെ ഉമൈമയും ചെന്നു.

"സന്തോഷവും സംഗീതവും ജീവിതത്തിൽ നിറയുന്നൊരു ദിനം വരും, നോക്കിക്കോളൂ."

"എന്തെങ്കിലും ജോലി ചെയ്യാനുണ്ടായിരുന്നെങ്കിൽ ഇങ്ങനെ സ്വപ്നം കാണില്ലായിരുന്നു."

വൈക്കോൽ കിടക്കയിൽ ചെന്ന് കിടക്കുന്നതിനിടയിൽ ഉമ്മൈമ തിരക്കി.

"നമ്മെ പുറത്താക്കിയ ആ വീടിനെപ്പോലെ ഈ കുടിലിനെ മാറ്റാൻ ദൈവത്തിന് കഴിയില്ലേ?"

കോട്ടുവായോടെ അദ്ദേഹം പറഞ്ഞു.

"എന്നാൽ ആ മാളികയിലേക്ക് തിരികെപ്പോകാനാണ് ഞാൻ കൊതിക്കുന്നത്."

ശേഷം കൂടുതൽ ശബ്ദത്തിൽ കോട്ടുവായിട്ടുകൊണ്ട് അയാൾ തുടർന്നു.

"ഇങ്ങനെ ജോലി ചെയ്യുന്നത് ശാപം തന്നെയാണ്!"

"ആയിരിക്കാം. പക്ഷേ, ആ ശാപം കൂടുതൽ ജോലി ചെയ്യുന്നതിലൂടെ മാത്രമേ ഇല്ലാതാവുകയുള്ളൂ."

ഉമ്മൈമ മന്ത്രിച്ചു.

പന്ത്രണ്ട്

കടുത്ത ഞരക്കം കേട്ടുകൊണ്ടാണ് ഒരു ദിവസം രാത്രി അദ്ദേഹം ഞെട്ടിയുണർന്നത്. അല്പനേരം ഉറക്കത്തിനും ഉണർച്ചയ്ക്കുമിടയിൽ വെറുതെ കിടന്നപ്പോഴായിരുന്നു ഉമ്മൈമയുടേതാണ് ശബ്ദമെന്ന് മനസ്സിലായത്. അവൾ ഞരങ്ങുകയായിരുന്നു.

"ഓഹ് ദൈവമേ..."

അയാൾ ചാടി എഴുന്നേറ്റശേഷം അവളുടെ നേരേ നോക്കി.

"ഇതിപ്പോൾ നിന്റെ പതിവായിരിക്കുകയാണല്ലോ? വെറുതേയാണെന്ന് പിന്നീടായിരിക്കും മനസ്സിലാകുക. നീ മെഴുകുതിരി കത്തിക്ക്."

ഞരങ്ങികൊണ്ട് ഉമ്മൈമ പറഞ്ഞു.

"നിങ്ങൾ തന്നെ കത്തിക്ക്...ഇത്തവണ കാര്യമായിട്ട് തന്നെയാണ്."

അദ്ദേഹം എഴുന്നേറ്റ് അടുക്കളപ്പാത്രങ്ങൾക്കിടയിൽ മെഴുകുതിരി ഇരിക്കുന്ന സ്ഥലം തിരഞ്ഞുപിടിച്ചു. മെഴുകുതിരി കത്തിച്ച ശേഷം ഒരു സ്റ്റൂളിന്മേൽ വച്ചു. അരണ്ടവെളിച്ചത്തിൽ കയ്യൂന്നി കുത്തിയിരിക്കുന്ന ഉമ്മൈമയെ കണ്ടു. ഞരങ്ങുകയും വ്യക്തമായ കഷ്ടപ്പാടോടെ ശ്വസിക്കാനായി തലയുയർത്തുകയുമായിരുന്നു അവൾ. അസ്വസ്ഥതയോടെ അദ്ദേഹം പറഞ്ഞു.

"വേദന തോന്നുമ്പോഴൊക്കെ നിനക്കിങ്ങനെ തന്നെയാണല്ലേ?"

എന്നാൽ ചുളുങ്ങിയ മുഖത്തോടെ ഉമ്മൈമ പറഞ്ഞു.

"ഇല്ല. ഇത്തവണ ഇത് കാര്യമായിട്ട് തന്നെയാണെന്ന് എനിക്കുറപ്പാണ്."

കുടിലിന്റെ ചുമരിൽ ചാരിയിരിക്കാൻ അയാൾ അവളെ സഹായിച്ചു.

"എന്തായാലും അത് ഈ മാസം തന്നെയായിരിക്കും. ഞാൻ ജമാലിയ്യയിൽ പോയി വയറ്റാട്ടിയെ കൂട്ടിക്കൊണ്ടു വരുന്നതുവരെ നീ പിടിച്ച് നിൽക്ക്."

"സൂക്ഷിക്കണേ, ഇപ്പോൾ സമയമെത്രയായി?"

അദ്ദേഹം കുടിലിൽനിന്നും പുറത്തേക്കിറങ്ങി ആകാശത്തേക്ക് നോക്കി.

"പ്രഭാതമാകാനിനി അധികനേരമില്ല. ഞാൻ പെട്ടെന്ന് പോയി വരാം."

അയാൾ ജമാലിയ്യയിലേക്ക് അതിവേഗം നടന്നുപോയി. പിന്നെ വൃദ്ധയായ വയറ്റാട്ടിയുടെ കയ്യും പിടിച്ച് അവർക്ക് വഴികാട്ടിയായി ഇരുളിലൂടെ തിരിച്ചുവന്നു. കുടിലിനടുത്തെത്താറായതും നിശ്ശബ്ദതയെ ഭേദിച്ചെത്തുന്ന ഉമ്മൈമയുടെ ആർത്തനാദം കേട്ടു. നെഞ്ച് പിടഞ്ഞതും അദ്ദേഹം കുറച്ച് വേഗത്തിൽ നടക്കാൻ ശ്രമിച്ചു. എന്നാൽ വയറ്റാട്ടി പരാതിപ്പെടുകയായിരുന്നു. അവർ ഇരുവരും കുടിലിനുള്ളിലേക്ക് കയറി. തന്റെ മേൽക്കുപ്പായം ഊരിമാറ്റുന്നതിനിടയിൽ ചിരിയോടെ ആ വൃദ്ധ ഉമ്മൈമയോട് പറഞ്ഞു.

"എല്ലാം ശരിയാകും. ഒന്ന് ക്ഷമിച്ചാൽ മതി. രാവിലെയാകാറായി" അദ്ദേഹം ഉമ്മൈമയോട് തിരക്കി.

"നിനക്കിപ്പോഴെങ്ങനെയുണ്ട്?"

"വേദനകാരണം ഞാൻ ചത്തുപോകും. ശരീരം തകരുന്നതുപോലെ.

എല്ലുകൾ നുറുങ്ങുകയാണ്. എങ്ങോട്ടും പോകരുതേ."

"ഇയാൾ പുറത്ത് സമാധാനത്തോടെ നിൽക്കട്ടെ. അതാണ് നല്ലത്."

അദ്ദേഹം കുടിലിൽനിന്നും മരുഭൂമിയിലേക്ക് ഇറങ്ങിച്ചെന്നതും അരികിൽ ഒരു നിഴൽ നിൽക്കുന്നത് കണ്ടു. ഒറ്റനോട്ടത്തിൽ തന്നെ അദ്ദേഹമിന് ആളെ മനസ്സിലായി. നെഞ്ച് തകരുന്നതുപോലെയാണ് തോന്നിപ്പോയത്. മര്യാദഭാവിച്ചുകൊണ്ടായിരുന്നു ഇദ്രീസ് അടുത്തെത്തിയത്.

"പ്രസവവേദന തുടങ്ങിയോ? പാവം പെണ്ണ്. നിനക്കറിയാവുന്നത് പോലെ കുറച്ചു കാലം മുമ്പ് എന്റെ ഭാര്യയും ഇതേ അവസ്ഥയനുഭവിച്ചതാണ്. പക്ഷേ, വേദന അധികം നീളില്ല. എനിക്ക് ഹിന്ദിനെ ലഭിച്ചതുപോലെ അദൃശ്യലോകത്ത് നിന്നുള്ള നിന്റെ ഭാഗ്യം സ്വീകരിക്കാൻ ഒരുങ്ങിക്കോളൂ. നല്ല കുട്ടിയാണ് ഹിന്ദ്. പക്ഷേ, കരച്ചിലോ, മൂത്രമൊഴിക്കലോ നിർത്തില്ലെന്ന് മാത്രം. ഇത് നിസ്സാരമായി കണ്ടാൽ മതി!"

പല്ല് കടിച്ചുകൊണ്ട് അസ്വസ്ഥതയോടെ അദ്ദേഹം പറഞ്ഞു.

“എല്ലാം ദൈവത്തിന്റെ കൈകളിലാണ്.”

ഇദ്‌രീസ് പരുക്കൻ സ്വരത്തിൽ തിരക്കി.

“ജമാലിയ്യയിലെ വയറ്റാട്ടിയെ കിട്ടിയോ?”

“ഉവ്വ്.”

“വൃത്തികെട്ട സ്ത്രീ. വലിയ ആർത്തിക്കാരിയാണ്. ഞാനും അവരെ വിളിച്ചുകൊണ്ട് വന്നിരുന്നു. എന്നാൽ വലിയ കൂലി ചോദിച്ചപ്പോൾ ഞാനവരെ ആട്ടിയിറക്കി വിട്ടു. ഇപ്പോഴും അവരുടെ വീടിനരികിലൂടെ കടന്ന് പോകുന്നത് കാണുമ്പോൾ എന്നെ ശപിക്കാറുമുണ്ട്.”

“നിങ്ങൾ ആളുകളോട് ഇത്തരത്തിൽ പെരുമാറരുത്.”

“എടോ വലിയവന്റെ മോനേ, നിന്റെ പിതാവ് തന്നെയാണ് കഠിന ഹൃദയത്തോടെ ആളുകളോട് ഇടപെടാൻ എന്നെ പഠിപ്പിച്ചത്.”

തന്റെ ഉദരത്തിനുള്ളിലെന്തോ ഛിന്നിച്ചിതറുന്നതിന്റെ പ്രതിധ്വനി കണക്കെ അലറിവിളിക്കുന്ന ഉമൈമയുടെ ശബ്ദം ഉയർന്നു കേൾക്കാൻ തുടങ്ങിയതും പറയാൻ വന്നത് അടക്കി നിർത്താനായി അദ്ദേഹം ചുണ്ടുകൾ അടച്ചു പിടിച്ചു. അസ്വസ്ഥമായ മനസ്സോടെ അയാൾ കുടിലിനരികിലേക്ക് ചെന്നു.

“ധൈര്യമായിരിക്കൂ, ഉമൈമാ...”

“സഹോദരന്റെ പെണ്ണേ, ധൈര്യമായിരിക്കൂ.”

ഇദ്‌രീസ് ഉറക്കെപ്പറയുന്നത് കേട്ടപ്പോൾ അയാളുടെ ഭാര്യയത് കേട്ടിട്ടുണ്ടാകുമോ എന്നാണ് അദ്ദേഹം ഉത്കണ്ഠപ്പെട്ടത്. എന്നാൽ ദേഷ്യം അടക്കി നിർത്തിക്കൊണ്ട് അയാൾ പറഞ്ഞു.

“കുടിലിനരികിൽ നിന്നും മാറിനിൽക്കുന്നതാണ് നല്ലത്.”

“നീ എന്റെ കുടിലിലേക്ക് വാ, ചായയിട്ട് തരാം. ഹിന്ദ് കൂർക്കം വലിച്ചുറങ്ങുന്നത് കാണുകയും ചെയ്യാം.”

എന്നാൽ ഇദ്‌രീസിന്റെ കുടിലിനരികിലേക്ക് പോകാതെ സ്വന്തം കുടിലിൽ നിന്നും കുറച്ച് മാറിനിൽക്കാനാണ് അദ്ദേഹം ശ്രമിച്ചത്. ദേഷ്യം കടിച്ചമർത്തി സഹോദരനെ ശപിച്ചുകൊണ്ടിരുന്ന അയാൾക്കരികിലേക്ക് ഇദ്‌രീസ് വീണ്ടും വന്നു.

“സൂര്യനുദിക്കുന്നതിന് മുമ്പ് തന്നെ നീയൊരു പിതാവാകും. വലിയൊരു വെല്ലുവിളി തന്നെയായിരിക്കുമത്. എന്നാൽ വിഡ്ഢിത്തം നിറഞ്ഞ മനസ്സോടെ വളരെ നിസ്സാരമായി നിന്റെ പിതാവ് പൊട്ടിച്ചെറിഞ്ഞ പിതൃത്വം എന്ന ബന്ധം അനുഭവിച്ചറിയാം എന്നൊരു ഗുണമുണ്ട്.”

ക്രോധത്തോടെയായിരുന്നു അദ്ദേഹം ശ്വാസം വലിച്ചുവിട്ടത്.

“നിങ്ങളുടെ ഈ സംസാരം എനിക്ക് സഹിക്കാനാകുന്നില്ല.”

“ആയിരിക്കാം, പക്ഷേ, നാം ഇപ്പോൾ മറ്റെന്ത് കാര്യമാണ് സംസാരിക്കേണ്ടത്?”

കുറച്ചുനേരം വൈമനസ്യത്തോടെ നിശ്ശബ്ദനായിരുന്നശേഷം സഹതാപം നിറഞ്ഞ സ്വരത്തിൽ അദ്ദേഹം തിരക്കി.

“നമ്മൾ തമ്മിൽ സൗഹൃദമൊന്നുമില്ലെന്ന് അറിഞ്ഞിട്ടും ഇദ്രീസ് നിങ്ങളെന്തിനാണ് എന്നെ ഇങ്ങനെ വിടാതെ പിന്തുടരുന്നത്?”

ഇദ്രീസ് പൊട്ടിച്ചിരിച്ചു.

“എടാ, അധികപ്രസംഗീ, സുഖമായി കിടന്നുറങ്ങിയ എന്നെ വിളിച്ചുണർത്തിയത് നിന്റെ ഭാര്യയുടെ അലർച്ചയാണ്. എന്നിട്ട് എനിക്ക് ദേഷ്യമൊന്നുമുണ്ടായില്ല. നേരെമറിച്ച് ഞാൻ നിന്നെ സഹായിക്കാനെത്തുകയായിരുന്നു. എന്നെപ്പോലെ തന്നെ നിന്റെ പിതാവും കേട്ടിട്ടുണ്ടാകും ഈ അലർച്ച. എന്നിട്ടയാൾ ഹൃദയശൂന്യനായ അപരിചിതനെപ്പോലെ തിരിഞ്ഞ് കിടന്ന് ഉറങ്ങിയിട്ടുണ്ടാകും.”

“നമ്മുടെ കാര്യത്തിൽ വിധി എന്താണോ തീരുമാനിച്ചത് അത് മാത്രമേ നടക്കുകയുള്ളൂ. ഞാൻ നിങ്ങളെ അവഗണിക്കുന്നതുപോലെ നിങ്ങൾക്കെന്നേയും അവഗണിക്കാൻ കഴിയില്ലേ?”

“വീട്ടിൽ നിന്നും ആട്ടിയിറക്കാൻ ഞാനൊരു കാരണമായത് കൊണ്ടല്ല അദ്ദേഹം നിങ്ങളെന്നെ വെറുക്കുന്നത്. മറിച്ച് ഞാൻ സ്വന്തം ബലഹീനതകളെക്കുറിച്ച് ഓർമ്മിപ്പിക്കുന്നത് കൊണ്ടാണ് നീയെന്നെ വെറുക്കുന്നത്. നിന്റെ തന്നെ തിന്മകളുടെ പ്രതിഫലനങ്ങളെയാണ് നീ എന്നിൽ വെറുക്കാൻ ശ്രമിക്കുന്നത്. എന്നാൽ നിന്നെ വെറുക്കാൻ എന്റെ മുന്നിൽ ന്യായീകരണങ്ങളൊന്നുമില്ല. സത്യം പറഞ്ഞാൽ ഇപ്പോൾ നീയാണ് എനിക്കൊരു ആശ്വാസവും നേരമ്പോക്കുമായിട്ടുള്ളത്. നമ്മൾ അയൽക്കാരാണെന്ന കാര്യം മറക്കാതിരിക്കുക. തെരുവിൽ നിന്നും ഈ പ്രദേശത്ത് ആദ്യമായി താമസിക്കാനെത്തിയവർ. നമ്മുടെ കുട്ടികൾ ഒത്തൊരുമിച്ച് പിച്ച വയ്ക്കാൻ പഠിക്കുന്നതും ഇവിടെത്തന്നെയാകും.”

“എന്നെ ഉപദ്രവിക്കുമ്പോൾ നിങ്ങൾക്ക് വല്ലാത്ത ആനന്ദമായിരിക്കും അല്ലേ?”

അല്പനേരം ഇദ്രീസ് നിശ്ശബ്ദനായപ്പോൾ ആ സംഭാഷണം അവിടെ അവസാനിച്ചുവെന്ന് അദ്ദേഹം കരുതിയതായിരുന്നു. പക്ഷേ, ഗൗരവഭാവത്തിൽ വീണ്ടും ഇദ്രീസ് അടുത്തുകൂടി.

“എന്തുകൊണ്ട് നമുക്ക് രഞ്ജിപ്പിലെത്തിക്കൂടാ?”

“ജീവിക്കാനായി ഉന്തുവണ്ടി തള്ളി നടക്കുന്നവനാണ് ഞാൻ. എന്നാൽ നിങ്ങളുടെ വിനോദം മറ്റുള്ളവരെ ഉപദ്രവിക്കലും പ്രശ്നങ്ങൾ സൃഷ്ടിക്കലുമല്ലേ?”

ഉമ്മൈമയുടെ അലർച്ച കൂടുതൽ ശക്തമാകുന്നതിനിടയിൽ യാചിക്കുന്നതുപോലെ അദ്ദേഹം തല ഉയർത്തി നോക്കി. ഇരുൾ മാറി പ്രഭാതം മലയുടെ മുകളിൽ ഉദിച്ചുയരുന്നത് കാണാം.

"എത്ര കഠിനമാണ് ഈ വേദന!"

ഇദ്രീസ് ചിരിയോടെ പറഞ്ഞു.

"വിനോദങ്ങൾ എത്ര സുന്ദരമാണ്. ഭൂസ്വത്തിന്റെ നടത്തിപ്പിനും പിന്നെ പുല്ലാങ്കുഴലൂതാനുമായി സൃഷ്ടിക്കപ്പെട്ടവനല്ലേ നീ?"

"എത്രവേണമെങ്കിലും ആക്ഷേപിച്ചുകൊള്ളൂ. വേദന എനിക്കല്ലേ?"

"അതെങ്ങനെയാ? എനിക്ക് തോന്നുന്നത് വേദന നിന്റെ ഭാര്യയ്ക്കാണെന്നാണ്."

കഠിനമായ വേദനയോടെ അദ്ദേഹം ഉറക്കെ അലറി.

"എന്നെ ഒന്ന് വെറുതെ വിടൂ."

ആരെയും വെറിപിടിപ്പിക്കുന്ന തരത്തിലുള്ള ശാന്തതയോടെ ഇദ്രീസ് ചോദിച്ചു.

"ചുളിവിലൊരു പിതാവാകാനാകുമെന്നാണോ നീ കരുതിയിരിക്കുന്നത്?"

അദ്ദേഹം ഒന്നും മിണ്ടാതിരുന്നപ്പോൾ സഹതാപത്തോടെ ഇദ്രീസ് തുടർന്നു.

"നീ ബുദ്ധിയുള്ളവനാണ്. നിന്നെ ആശ്രയിച്ച് ജീവിക്കുന്നവരുടെ ജീവിതം സന്തോഷകരമാക്കാൻ സഹായിക്കുന്നൊരു ജോലിയെക്കുറിച്ചറിയിക്കാനാണ് ഞാൻ വന്നത്. ഇവിടെ നാം കേൾക്കുന്നത് ഒരു തുടക്കമാണ്. ഒന്നിന്റേയും ഒടുക്കമല്ല. ബഹളം വയ്ക്കുന്ന സന്തതികളുടെ ഒരു കുന്ന് തന്നെ തലയ്ക്ക് മുകളിൽ പണിതുയർത്തിയാലല്ലാതെ നമ്മുടെ ഇച്ഛകളൊന്നും സംതൃപ്തിയടയാൻ പോകുന്നില്ല. എന്താ നിന്റെ അഭിപ്രായം?

"നേരം പുലരാറായിരിക്കുന്നു. പോയിക്കിടന്ന് അല്പം ഉറങ്ങാൻ നോക്ക്."

നിലവിളി വീണ്ടും ഉയരാൻ തുടങ്ങിയതോടെ താനിവിടെ നിന്നതുകൊണ്ട് യാതൊരു പ്രയോജനവുമില്ലെന്ന് ചിന്തിച്ച് അദ്ദേഹം കുടിലിനരികിലേക്ക് ചെന്നു. ഇരുൾ മാറാൻ തുടങ്ങിക്കഴിഞ്ഞിരുന്നു. കുടിലിനരികത്തെത്തുമ്പോൾ ആർത്തമായൊരു ഗാനത്തിന്റെ പരിസമാപ്തിപോലെ ഉമ്മൈമ ഉച്ചത്തിൽ ഞരങ്ങുന്ന ശബ്ദം കേട്ടു. വാതിലിനരികിലേക്ക് ചെന്ന് അദ്ദേഹം തിരക്കി.

"ഇപ്പോഴെങ്ങനെയുണ്ട്?"

"അല്പം കാത്തിരിക്ക്."

വയറ്റാട്ടിയുടെ ശബ്ദം കേട്ടു. ആ സ്വരത്തിലൊരു വിജയഭാവമുള്ളതു പോലെ തോന്നിയപ്പോൾ അദ്ഹമിന്റെ മനസ്സ് അല്പം ആശ്വാസത്തിനായി കൊതിക്കുകയായിരുന്നു. അല്പം കഴിഞ്ഞതും വയറ്റാട്ടി വാതിലിനരികിൽ പ്രത്യക്ഷപ്പെട്ടു.

"രണ്ട് ആൺകുട്ടികളാണ്."

"ഇരട്ടകളാണോ?"

"ദൈവം അവർ ഇരുവരേയും അനുഗ്രഹിക്കട്ടെ."

അപ്പോഴതാ തന്റെ പിറകിൽ നിന്നും ഇദ്‌രീസ് പൊട്ടിച്ചിരിക്കുന്നത് കേൾക്കുന്നു.

"ഇദ്‌രീസ് ഇതാ ഒരു പെൺകുഞ്ഞിന്റെ പിതാവും രണ്ടാൺകുട്ടികളുടെ പിതൃസഹോദരനുമായിരിക്കുന്നു."

തന്റെ കുടിലിന് നേരേ നീങ്ങുമ്പോൾ അയാൾ പാടുന്നുണ്ടായിരുന്നു.

"ഭാഗ്യവും വിധിയുമൊക്കെ എങ്ങ് പോയ് മറഞ്ഞു.
പറയൂ കാലമേ, പറയൂ."

"കുഞ്ഞുങ്ങൾക്ക് ഖദ്‌രിയെന്നും ഹുമാമെന്നും പേരിടണമെന്നാണ് അവരുടെ ഉമ്മ ആഗ്രഹിക്കുന്നത്."

വയറ്റാട്ടി തിരികെ വന്ന് വീണ്ടും പറഞ്ഞത് കേട്ട് ആനന്ദത്തോടെ അദ്ഹം മന്ത്രിക്കാൻ തുടങ്ങി.

"ഖദ്‌രിയും ഹുമാമും... ഖദ്‌രിയും ഹുമാമും"

പതിമൂന്ന്

"നമുക്ക് ഇവിടെ ഇരുന്ന് ആഹാരം കഴിച്ചാലോ?"

കുപ്പായത്തിന്റെ അറ്റംകൊണ്ട് മുഖം തുടയ്ക്കുന്നതിനിടയിൽ ഖദ്‌രി ചോദിച്ചു. അസ്തമിക്കാറായ സൂര്യന് നേരേ നോക്കി ഹുമാം പറഞ്ഞു.

"ശരിയാണ്, സമയമേറെയായി."

മുഖത്തംമലയടിവാരത്ത് മണ്ണിൽ ചമ്രം പടിഞ്ഞിരുന്ന് അവർ ചുവന്ന വരയുള്ള തൂവാലയുടെ കെട്ടഴിച്ചു. റൊട്ടിയും ഫലാഫിലും വെളുത്തുള്ളിയും പുറത്തെടുത്ത് കഴിക്കുന്നതിനിടയിൽ ഇടയ്ക്കിടയ്ക്ക് അവർ തങ്ങളുടെ ആടുകളെ നോക്കുന്നുണ്ടായിരുന്നു. ആടുകളിൽ ചിലത് വെറുതെ മേഞ്ഞുനടക്കുമ്പോൾ മറ്റ് ചിലത് സമാധാനത്തോടെ അയവിറക്കുകയാണ്. രണ്ട് സഹോദരന്മാർക്കുമിടയിൽ ശരീരഭാവങ്ങളിൽ വലിയ വ്യത്യാസമൊന്നുമില്ല. എന്നാൽ ഖദ്‌രിയുടെ കണ്ണുകളിൽ തെളിഞ്ഞ് കാണാവുന്ന വേട്ടക്കാരന്റെ ഭാവം അയാൾക്ക് പ്രത്യേകമായൊരു തീക്ഷ്ണത നൽകുന്നത് മാത്രമാണ് ആകെ കൂടിയുള്ള വ്യത്യാസം.

“ഈ മരുഭൂമി മുഴുവൻ മറ്റുള്ളവരുമായി പങ്കു വയ്ക്കേണ്ടാത്തവിധം നമ്മുടേതായിരുന്നെങ്കിൽ ആട്ടിൻകൂട്ടത്തെ ഒന്നിനെക്കുറിച്ചും ആവലാതിപ്പെടാതെ മേയാൻ വിടാമായിരുന്നു.”

വായ നിറയെ ഭക്ഷണവുമായി ഖദ്രി പറയുന്നത് കേട്ടതും ഹുമാം പുഞ്ചിരിയോടെ മറുപടി പറഞ്ഞു.

“പക്ഷേ ഈ മരുഭൂമി അതൂഫ്, കഫർ അൽ-സഗാരി, അൽ-ഹുസൈനിയ്യ തുടങ്ങിയ സ്ഥലങ്ങളിൽ നിന്നും വരുന്ന ആട്ടിടയന്മാരുടെ കൂടി മേച്ചിൽപ്പുറമാണല്ലോ? പ്രശ്നങ്ങളൊഴിവാക്കാൻ അവരുമായി സൗഹൃദത്തിലാവുന്നതാണ് നല്ലത്.”

പരിഹസിച്ച് ചിരിക്കുന്നതിനിടയിൽ ഖദ്രിയുടെ വായിലിരുന്ന കുറച്ച് ഭക്ഷണം പുറത്തേക്ക് തെറിച്ചു.

“ഈ തെരുവുകളിലുള്ളവർ തങ്ങളോട് കൂട്ടുകൂടാനെത്തുന്നവർക്ക് നൽകുന്ന മറുപടി നല്ല ചുട്ട അടിയാണ്.”

“പക്ഷേ...”

“ഒരു പക്ഷേയുമില്ല ഹുമാം, ഒരൊറ്റ വഴിയേയുള്ളൂ ഇക്കാര്യത്തിൽ. ഒരുത്തന്റെ കുപ്പായത്തിൽ പിടിച്ച് അടുപ്പിക്കണം. പിന്നെ അവന്റെ മുഖത്താഞ്ഞടിക്കണം. അതോടെ അവൻ മുഖമടിച്ചോ മലർന്നോ നിലത്തേക്ക് വീണോളും.”

“ഇതുകൊണ്ടാണ് നമുക്ക് എണ്ണിയാലൊടുങ്ങാത്ത ശത്രുക്കളുണ്ടായത്.”

“അവന്മാരുടെ എണ്ണമെടുക്കാൻ നിന്നെ ആരും ചുമതലപ്പെടുത്തിയിട്ടൊന്നുമില്ലല്ലോ. പിന്നെന്താ?”

ഒരാട്ടിൻകുട്ടി ദൂരേക്ക് പോകുന്നത് കണ്ടതും ഹുമാം ചൂളമടിച്ചു. ശബ്ദം കേട്ട് ആട്ടിൻകുട്ടി നടത്തം നിർത്തി തിരികെവരാൻ തുടങ്ങി. അയാൾ ഒരു വെളുത്തുള്ളി കയ്യിലെടുത്ത് തുടച്ചശേഷം വായിൽ വച്ച് ആസ്വദിച്ച് കഴിക്കാൻ തുടങ്ങി.

“ഇതുകൊണ്ടാണ് നാം തനിച്ചാവുന്നതും പരസ്പരം സംസാരിക്കാനാകാതെ ധാരാളം സമയം ചെലവഴിക്കേണ്ടി വരുന്നതും.”

“നീ എപ്പോഴും പാടിക്കൊണ്ടിരിക്കുകയല്ലേ? പിന്നെന്തിനാണ് സംസാരിക്കുന്നത്?”

ഹുമാം ആത്മവിശ്വാസത്തോടെ ഖദ്രിയുടെ നേരേ നോക്കി.

“തനിച്ചാവുന്നത് ചിലപ്പോഴെങ്കിലും നിന്നെ അസ്വസ്ഥനാക്കാറുണ്ടെന്ന് എനിക്ക് തോന്നിയിട്ടുണ്ട്.”

“എനിക്ക് അസ്വസ്ഥനാകാൻ എപ്പോഴുമെന്തെങ്കിലും കാരണം കിട്ടാറുണ്ട്. അത് ചിലപ്പോൾ ഏകാന്തതയായിരിക്കാം. അല്ലെങ്കിൽ മറ്റെന്തെങ്കിലുമാകാം.”

നിശ്ശബ്ദത നീണ്ടു നിൽക്കുമ്പോൾ ഭക്ഷണം ചവയ്ക്കുന്ന ശബ്ദം മാത്രമാണ് അതിനെ ഭേദിക്കാനുണ്ടായിരുന്നത്. ഒരു കൂട്ടമാളുകൾ മലയിൽ നിന്നും അതൂഫിലേക്ക് മടങ്ങുന്ന കാഴ്ച വളരെ ദൂരെയായി കാണാം. പാട്ട് പാടിയാണവരുടെ പോക്ക്. ഒരാൾ പാടുന്ന പാട്ട് മറ്റുള്ളവർ ഏറ്റ് പാടുകയാണ്.

"നമ്മുടെ തെരുവിന്റെ ഭാഗം തന്നെയാണ് മരുഭൂമിയുടെ ഈ ഭാഗവും. എന്നാൽ വടക്കോട്ടോ, തെക്കോട്ടോ ഉള്ള ദിക്കിലേക്ക് പോയാൽ പിന്നെ നമ്മൾ തിരിച്ചു വരികയേ ഇല്ലെന്നാണ് എനിക്ക് തോന്നുന്നത്" ഖദ്രി പൊട്ടിച്ചിരിച്ചു.

"വടക്കും കിഴക്കും ദിക്കിലൊക്കെ എന്നെ കൊല്ലാനാഗ്രഹിക്കുന്ന വരെ നിനക്ക് കാണാനായേക്കും. എന്നാൽ എന്നോട് പോരടിക്കാൻ ധൈര്യമുള്ള ഒറ്റയൊരാളെപ്പോലും കാണാൻ കിട്ടില്ല."

തന്റെ ആടുകളെ നോക്കിക്കൊണ്ട് ഹുമാം പറഞ്ഞു.

"നിനക്ക് ധീരതയില്ലായെന്നൊന്നും ഞാൻ പറയുന്നില്ല. എന്നാൽ നമ്മുടെ പിതാമഹന്റെ പ്രശസ്തിയുടേയും പിന്നെ എന്തൊക്കെ വഴക്കുണ്ടെങ്കിൽപോലും വാപ്പയുടെ സഹോദരന്റെ ആരെയും പേടിപ്പിക്കുന്ന കുപ്രസിദ്ധിയുടേയും കരുണയിലാണ് നാം ജീവിച്ചുപോകുന്നതെന്ന കാര്യം മറന്നു പോകരുത്."

ഖദ്രിയുടെ പ്രതിഷേധം കൺപുരികങ്ങളിൽ തെളിഞ്ഞെങ്കിലും അയാളൊന്നും പറഞ്ഞില്ല. പടിഞ്ഞാറ് ദിക്കിലുള്ള അടയാളങ്ങൾ മായാറായ കൂറ്റൻ ആരാധനാലയം പോലെ നിൽക്കുന്ന ആ മാളികയ്ക്ക് നേരേ നോക്കിക്കൊണ്ട് അയാൾ പറഞ്ഞു.

"അതുപോലൊരു വീട് ഞാൻ കണ്ടിട്ടേയില്ല. മോശം പെരുമാറ്റത്തിന്റെ പേരിൽ കുപ്രസിദ്ധമായ തെരുവുകൾക്കരികെ മരുഭൂമിയാൽ ചുറ്റപ്പെട്ടൊരിടം. ആരെയും കൂസാത്ത പ്രതാപിയായൊരു ഉടമസ്ഥൻ. ഏതാനും വാരയകലെ മാത്രം ജീവിക്കുന്ന തന്റെ പേരമക്കൾക്കൊരിക്കലും കാണാൻ കഴിയാത്ത പിതാമഹന്റെ വീട്" ഹുമാമും ആ വീടിനെ ത്തന്നെ നോക്കുകയാണ്.

"എന്നാൽ വാപ്പ വളരെ ബഹുമാനത്തോട് കൂടി മാത്രമാണ് അദ്ദേഹത്തെക്കുറിച്ച് പറയാറുള്ളത്."

"നമ്മുടെ പിതൃസഹോദരനാകട്ടെ ശാപവാക്കുകളോടെയല്ലാതെ അദ്ദേഹത്തെക്കുറിച്ച് മിണ്ടാറുതന്നെയില്ല."

"എന്തൊക്കെയായാലും അദ്ദേഹം നമ്മുടെ പിതാമഹനല്ലേ?"

"അതുകൊണ്ട് എന്താ പ്രയോജനം? നമ്മുടെ പിതാവ് ഉന്തുവണ്ടി തള്ളി കഷ്ടപ്പെടുന്നു, ഉമ്മ പകലന്തിയോളം ക്ഷീണിച്ച് പണിയെടുക്കുന്നു. നാമാകട്ടെ ആവശ്യത്തിന് വസ്ത്രമോ പാദരക്ഷയോ ഇല്ലാതെ ആടുകളെ

മേച്ച് നടക്കുന്നു. അതേസമയം നമുക്കൊന്നും ഊഹിക്കാൻ കഴിയാത്ത തരത്തിലുള്ള സുഖജീവിതം ആസ്വദിച്ച് ഹൃദയശൂന്യതയോടെ ആ മതിലിന് പിറകിൽ കുത്തിയിരിക്കുകയല്ലേ അദ്ദേഹം?"

ഭക്ഷണം കഴിച്ച് കഴിഞ്ഞതും ഹുമാം തൂവാല കുടഞ്ഞ് മടക്കി പോക്കറ്റിൽ വച്ചു. ശേഷം കൈ തലയിൽ വച്ച് നിലത്ത് മലർന്ന് കിടന്ന് തെളിഞ്ഞ ആകാശത്തിലേക്ക് കണ്ണോടിക്കാൻ തുടങ്ങി. അദൃശ്യമായ സമാധാനം പ്രസരിപ്പിച്ചുകൊണ്ടിരിക്കുന്ന ആകാശം. ചക്രവാളങ്ങളാകട്ടെ പരുന്തുകൾ കയ്യടക്കിയിരിക്കുകയാണ്. ഖദ്രി എഴുന്നേറ്റ ശേഷം മൂത്രമൊഴിക്കാനായി വശത്തേക്ക് തിരിഞ്ഞ് നിന്നു.

"പണ്ടൊക്കെ അദ്ദേഹം പലപ്പോഴും പുറത്തേക്കൊക്കെ പോകാറുണ്ടെന്ന് വാപ്പ പറയുമായിരുന്നു. ആ മാളികയിൽ നിന്നും അകത്തേക്കും പുറത്തേക്കും പോയിരുന്നത് തങ്ങൾക്കരികിലൂടെയായിരുന്നു. എന്നാൽ ഇപ്പോൾ അദ്ദേഹത്തെ ആരും കാണാറില്ല. അദ്ദേഹത്തിന് തന്നെത്തന്നെ ഭയമുള്ളതുപോലെയാണ് തോന്നിപ്പോകുന്നത്."

"അദ്ദേഹത്തെ ഒന്നു കാണാൻ ഞാനെത്ര കൊതിച്ചിട്ടുണ്ടെന്നോ."

സ്വപ്നം കാണുന്നതുപോലെയുള്ള ഹുമാമിന്റെ വാക്കുകൾ കേട്ട് ഖദ്രി പറഞ്ഞു.

"അവിശ്വസനീയമായത് കാണാനാകുമെന്ന് കരുതരുത്. നമ്മുടെ വാപ്പയെപ്പോലെയോ, പിതൃസഹോദരൻ ഇദ്രീസിനെപ്പോലെയോ അല്ലെങ്കിൽ അവർ ഇരുവരെപ്പോലെയോ ആയിരിക്കും അദ്ദേഹം. തന്നോട് ചെയ്ത ദ്രോഹങ്ങൾക്കെല്ലാം അപ്പുറം വളരെ ബഹുമാനത്തോടെ മാത്രം അദ്ദേഹത്തെക്കുറിച്ച് സംസാരിക്കാറുള്ള വാപ്പയെ കുറിച്ചോർക്കുമ്പോൾ എനിക്ക് ശരിക്കും അതിശയമാണ് തോന്നുക."

"വാപ്പയ്ക്ക് അദ്ദേഹത്തെ വലിയ ഇഷ്ടമാണ്. അല്ലെങ്കിൽ തനിക്ക് ലഭിച്ച ശിക്ഷയ്ക്ക് ന്യായീകരണമുണ്ടെന്ന് അംഗീകരിക്കുന്നത് കൊണ്ടുമാകാം."

"അതോ തനിക്കിനിയും മാപ്പ് ലഭിച്ചേക്കാമെന്ന മോഹം കൊണ്ടോ?"

"നിനക്ക് നമ്മുടെ വാപ്പയെ മനസ്സിലാക്കാൻ സാധിക്കാത്തത് കൊണ്ടാണ്. അദ്ദേഹം വളരെ സ്നേഹവും ദയയുമുള്ള മനുഷ്യനാണ്.

ഖദ്രി നിലത്ത് വന്നിരുന്നു.

"എനിക്ക് വാപ്പയെ വലിയ ഇഷ്ടമല്ല. നിന്നെയും ഇഷ്ടമല്ല. ആദരമൊന്നും അർഹിക്കാത്ത ഒരു വല്ലാത്ത വ്യക്തിയാണ് നമ്മുടെ പിതാമഹനെന്ന് എനിക്കുറപ്പാണ്. നന്മയുടെ ഒരു കണികയെങ്കിലും ഉള്ളിലുണ്ടായിരുന്നെങ്കിൽ സ്വന്തം ചോരയോട് അത്ര വിചിത്രമായ രീതിയിൽ പെരുമാറില്ലായിരുന്നു. പിതൃസഹോദരൻ ചെയ്യുന്നത് പോലെ ഈ കാലത്തിന്റെ ശാപങ്ങളിലൊന്നായാണ് ഞാനദ്ദേഹത്തെ കാണുന്നത്."

“നീ വളരെ അഭിമാനം കൊള്ളുന്ന ശക്തിയും ധീരതയുമെന്ന ഘടകങ്ങളല്ലേ അദ്ദേഹത്തിലെ ഏറ്റവും മ്ലേച്ഛമായ കാര്യങ്ങൾ?”

ഹുമാം ചിരിയോടെ ചോദിച്ചതിന് മറുപടിയായി ഖദ്‌രി രൂക്ഷമായി മറുപടി പറഞ്ഞു.

“ഈ സ്ഥലം അദ്ദേഹത്തിന് ലഭിച്ചത് ഒരധ്വാനവുമില്ലാതെയാണ്. ക്രൂരനും സ്വേച്ഛാധിപതിയുമാണദ്ദേഹം.”

“ഞാൻ അല്പം മുമ്പ് തുറന്നു പറഞ്ഞ കാര്യം തള്ളിപ്പറയരുത്. അധികാരിക്കുപോലും തരിശുഭൂമിയിൽ തനിച്ച് ജീവിക്കാനാകില്ല.”

“നമ്മുടെ പിതാവിനോടുള്ള അദ്ദേഹത്തിന്റെ വിദ്വേഷത്തെ ന്യായീകരിക്കുന്ന എന്തെങ്കിലും നാം കേട്ടിട്ടുള്ള കഥകളിൽ ഉണ്ടോ?”

“ജനങ്ങളെ ഉപദ്രവിക്കാൻ ആളുകൾക്ക് ഇതിനേക്കാൾ നിസ്സാരമായ കാര്യങ്ങൾ തന്നെ മതിയാകും.”

കൂജ കയ്യിലെടുത്ത് വയറു നിറയുന്നതുവരെ ഖദ്‌രി വെള്ളം കുടിച്ചു. ഏമ്പക്കം വിട്ടു കൊണ്ട് അയാൾ ചോദിച്ചു.

“ഇനി നാം ചെറുമക്കൾ ചെയ്ത കുറ്റമെന്താണ്?”ആട്മേയ്ക്കലിനെക്കുറിച്ച് അദ്ദേഹത്തിന് എന്താണറിയാവുന്നത്? നാശം തന്നെ! തന്റെ ഒസ്യത്തിൽ നമുക്കായി എന്താണദ്ദേഹം മാറ്റിവച്ചിരിക്കുന്നതെന്നറിയാൻ ആഗ്രഹമുണ്ടെനിക്ക്.”

നെടുവീർപ്പിട്ടുകൊണ്ട് സ്വപ്നത്തിലെന്നവണ്ണം ഹുമാം പറഞ്ഞു.

“നമ്മുടെ ദുരിതങ്ങളെല്ലാം ഇല്ലാതാക്കുന്ന സ്വത്തായിരിക്കുമത്. ഇഷ്ടപ്പെട്ടതെന്തും ചെയ്യാനുള്ള സ്വാതന്ത്ര്യവും ഒപ്പം സന്തോഷത്തോടും ആനന്ദത്തോടും കൂടി ജീവിക്കാനും നമുക്കാകുമായിരിക്കും.”

“നീ നമ്മുടെ വാപ്പയെ പോലെയാണ് സംസാരിക്കുന്നത്. മണ്ണിലും ചളിയിലും ജീവിക്കുമ്പോഴും തോട്ടത്തിലെ ഛായയിലിരുന്ന് പുല്ലാങ്കുഴലൂതുന്നത് സ്വപ്നം കാണുകയാണ് നാം. സത്യം പറയട്ടേ? വാപ്പയേക്കാൾ എനിക്കിഷ്ടം പിതൃസഹോദരനായ ഇദ്‌രീസിനെ തന്നെയാണ്.”

നേരെ ഇരുന്ന് കോട്ടുവായിട്ടശേഷം ഹുമാം എഴുന്നേറ്റ് നടുവു നിവർത്തി.

“എന്തൊക്കെയായാലും നമ്മൾ ചിലതൊക്കെ നേടിയിട്ടുണ്ട്. തലചായ്ക്കാനൊരു കുടിലുണ്ട്. ജീവൻ നിലനിർത്താനുള്ള ഭക്ഷണം കിട്ടുന്നുണ്ട്. ആടുകളെ വളർത്തുന്നതിനാൽ അവയുടെ പാൽ വിൽക്കാം. അവയെ വളർത്തി വലുതാക്കി കച്ചവടം ചെയ്യാം. അവയുടെ രോമം ഉപയോഗിച്ച് ഉമ്മ നമുക്ക് വേണ്ട വസ്ത്രങ്ങൾ നെയ്ത് തരുന്നുമുണ്ട്.”

“അപ്പോൾ പുല്ലാങ്കുഴലിന്റേയും തോട്ടത്തിന്റേയും കാര്യമോ?”

ഒന്നും പറയാതെ, പാദത്തിനരികിൽ കിടന്ന വടി കയ്യിലെടുത്ത

ശേഷം ഹുമാം ആടുകൾക്ക് നേരെ നടന്നു. ഖദ്രിയാകട്ടെ എഴുന്നേറ്റ് ആ മാളികയ്ക്ക് നേരേ തിരിഞ്ഞ് പരിഹാസത്തോടെ അലറി.

"താങ്കളുടെ അനന്തരാവകാശികളാകാൻ ഞങ്ങളെ അനുവദിക്കുമോ? അതോ ജീവിച്ചിരുന്നപ്പോൾ ശിക്ഷിക്കുന്നതു പോലെ മരിക്കുമ്പോഴും നിങ്ങൾ ഞങ്ങൾക്കൊരു ശിക്ഷയായി മാറുമോ? ഉത്തരം പറയൂ, ജബലാവീ."

'ഉത്തരം പറയൂ, ജബലാവീ' എന്ന ഖദ്രിയുടെ വാക്കുകൾ അവിടമാകെ പ്രതിധ്വനി കൊള്ളുന്നുണ്ടായിരുന്നു.

പതിന്നാല്

വളരെ ദൂരെനിന്ന് ആരോ തങ്ങളുടെ നേരെ നടന്നു വരുന്നത് അവർ കണ്ടു. രൂപം കണ്ടിട്ട് ആരാണെന്ന് വ്യക്തമല്ല. എന്നാൽ വരുന്നയാൾ കൂടുതൽ അടുത്തെത്തിയതോടെ അവർക്ക് ആളെ മനസ്സിലായി. ഖദ്രി അറിയാതെ എഴുന്നേറ്റുപോയി. അയാളുടെ മനോഹരമായ കണ്ണുകൾ തിളങ്ങി. ഹുമാമാകട്ടെ പുഞ്ചിരിയോടെ സഹോദരനെ നോക്കി. പിന്നെ താത്പര്യമില്ലാത്തത് പോലെ ആടുകൾക്ക് നേരെ നോക്കി. ഉണർത്തുന്നത് പോലെയാണ് അയാൾ പതിയെ പറഞ്ഞത്.

"നേരം ഇരുട്ടാറായി"

എന്നാൽ അത് നിസ്സാരമാണെന്ന മട്ടിലായിരുന്നു ഖദ്രിയുടെ പ്രതികരണം.

"അതിനെന്താ പ്രശ്നം? നേരം പുലർന്നാലും കുഴപ്പമില്ല."

രണ്ട് ചുവട് മുന്നോട്ട് വച്ചശേഷം അയാൾ കടന്നു വരുന്ന യുവതിക്ക് നേരെ കൈവീശി കാണിച്ചു. സഹോദരങ്ങൾ നിൽക്കുന്ന ഇടത്തേക്ക് എത്തിച്ചേരാൻ അവൾക്കല്പം കഷ്ടപ്പെടണം. ഒന്നാമതായി ഇത്രയും ദൂരം പിന്നിടുന്നതാണ്. രണ്ടാമതായി ചെരിപ്പുമിട്ട് മണലിലൂടെ നടക്കാനുള്ള ബുദ്ധിമുട്ട്. അവരെ നോക്കുമ്പോൾ അവളുടെ കണ്ണുകൾ തിളങ്ങുന്നുണ്ടായിരുന്നു. ഒപ്പം ആ പച്ചക്കണ്ണുകളിൽ കൂസലില്ലായ്മയും ദൃശ്യമായിരുന്നു. കയ്യില്ലാത്ത മേൽക്കുപ്പായം തോൾവരെ മൂടിക്കിടക്കുന്നു. ശിരസ്സും കഴുത്തും പുറത്ത് കാണാം. കാറ്റിൽ കാർക്കൂന്തൽ ആടിയുലയുന്നു. തന്റെ മുഖത്തെ സർവ്വ ദുരിതങ്ങളും ആട്ടിയകറ്റാൻ പോന്ന ആനന്ദം മുഖത്ത് നിറയും വിധം ഖദ്രി ഉറക്കെ വിളിച്ചുപറഞ്ഞു.

"സ്വാഗതം, ഹിന്ദ്."

മൃദുലമായ സ്വരത്തിൽ അവൾ മറുപടി പറഞ്ഞു.

"സ്വാഗതം."

ശേഷം ഹുമാമിന് നേരേ തിരിഞ്ഞ് അവൾ പറഞ്ഞു.

"സുഖമാണോ, പിതൃസഹോദരന്റെ മകനേ?"

ഹുമാം പുഞ്ചിരിച്ചു.

"നിനക്ക് സുഖമാണോ?"

ഖദ്രി അവളുടെ കയ്യിൽ പിടിച്ചു. ശേഷം തങ്ങൾ നിന്ന സ്ഥലത്ത് നിന്നും കുറച്ചു വാരയകലെയുള്ള വലിയ ഉരുളൻ പാറയ്ക്ക് നേരെ നടന്നു. പിന്നെ അവളേയും കൂട്ടി മലയുടെ അഭിമുഖമായുള്ള ഉരുളൻ പാറയുടെ മറുവശത്തേക്ക് പോയി. ഇപ്പോൾ മരുഭൂമിയിലുള്ളവർക്ക് അവരെ കാണാനാകില്ല.

ഖദ്രി ഹിന്ദിനെ തന്നിലേക്ക് വലിച്ചടുപ്പിച്ചശേഷം കൈകൾ കൊണ്ട് അവളെ ആലിംഗനം ചെയ്തു. ശേഷം അവളുടെ അധരങ്ങളിൽ ദീർഘനേരം ചുംബിച്ചു. തങ്ങളുടെ പല്ലുകൾ തമ്മിൽ സ്പർശിച്ചപ്പോൾ അലസമായൊരു കീഴടങ്ങലിൽ മുങ്ങിത്താഴുകയായിരുന്നു ഹിന്ദ്. അല്പം കഴിഞ്ഞ് അയാളുടെ പിടിയിൽ നിന്നും അകന്നുമാറി ശ്വാസം വലിച്ചു വിട്ട് അവൾ തന്റെ മേൽകുപ്പായം നേരെയാക്കി. ഖദ്രിയുടെ രൂക്ഷമായ നോട്ടത്തെ ഒരു പുഞ്ചിരി കൊണ്ട് നേരിട്ടു. എന്നാൽ ആ പുഞ്ചിരി പെട്ടെന്ന് അപ്രത്യക്ഷമായി. എന്തോ പ്രധാനപ്പെട്ട കാര്യത്തെ ക്കുറിച്ച് ചിന്തിക്കാൻ തുടങ്ങിയതുപോലെ. ചുളിഞ്ഞ മുഖഭാവങ്ങളോടെ ഹിന്ദ് പറഞ്ഞു.

"ഒരു യുദ്ധം കഴിഞ്ഞാണ് ഞാൻ വരുന്നത്. കഷ്ടം! അസഹനീയമായ ജീവിതം തന്നെയാണിത്."

അവൾ എന്താണ് ഉദ്ദേശിച്ചതെന്ന് തനിക്കറിയാമെന്ന മട്ടിൽ ഖദ്രി പുരികം കോട്ടി.

"നീ അത് മറന്നേക്ക്. നമ്മൾ വിഡ്ഢികളുടെ മക്കളായിപ്പോയി. എന്റെ നല്ലവനായ വാപ്പ മണ്ടനാണ്. നിന്റെ ക്രൂരനായ പിതാവ് അതിനേ ക്കാൾ വലിയ വിഡ്ഢിയാണ്. അവർ നമുക്ക് അനന്തരസ്വത്തായി നൽകുന്നത് വെറുപ്പ് മാത്രമായിരിക്കും. വിഡ്ഢികൾ! നിനക്കെങ്ങനെയാ ഇവിടെ വരാൻ സാധിച്ചതെന്ന് പറയ്."

ശബ്ദത്തോടെ ഹിന്ദ് നെടുവീർപ്പിട്ടു.

"പതിവുപോലെ തന്നെ ഇന്നും വാപ്പയും ഉമ്മയും നിരന്തരമായി വഴക്കടിക്കുകയായിരുന്നു. വാപ്പ പലതവണ മർദ്ദിച്ചപ്പോൾ ഉമ്മ ശപിച്ചുകൊണ്ട് നിലവിളിച്ചു. ഒരു കൂജ അടിച്ചു പൊട്ടിച്ചാണ് ഉമ്മ ദേഷ്യം തീർത്തത്. ഇന്ന് അവരുടെ കലി അവിടെ അവസാനിച്ചു. എന്നാൽ മിക്കവാറും ദിവസങ്ങളിൽ തന്നെ മർദ്ദിക്കുന്നതിനെ എതിർത്തുകൊണ്ട് ഉമ്മ വാപ്പയുടെ കഴുത്ത് പിടിച്ചു ഞെരിക്കാറുണ്ട്. ഉപദ്രവിക്കുമ്പോൾ ശാപവാക്കുകൾ ചൊരിയും. എന്നാൽ വാപ്പ മദ്യപിച്ചിട്ടുണ്ടെങ്കിൽ പുറത്തേക്കിറങ്ങി ഓടുക മാത്രമാണ് രക്ഷപ്പെടാനുള്ള മാർഗ്ഗം. പലതവണ എങ്ങോട്ടെങ്കിലും ഓടി പോയാലോ എന്ന് ആലോചിച്ചിട്ടുണ്ട്.

മടുത്തു ഈ ജീവിതം. കണ്ണ് വേദനിക്കുംവരെ കരഞ്ഞായിരിക്കും ഞാൻ സാധാരണ ആശ്വാസം കണ്ടെത്താറുള്ളത്. എന്തുചെയ്യാൻ കഴിയും? വാപ്പ വസ്ത്രം ധരിച്ച് പുറത്തേക്കിറങ്ങി പോകുന്നതുവരെ ഞാൻ കാത്തിരുന്നു. പിന്നെ മേൽക്കുപ്പായവും ധരിച്ചു പുറത്തേക്കിറങ്ങിയ എന്നെ തടയുവാൻ പതിവുപോലെ ഉമ്മ ശ്രമിച്ചുനോക്കി. എന്നാൽ കുതറിമാറിയ ഞാൻ പുറത്തേക്കിറങ്ങി ഓടുകയായിരുന്നു."

ഹിന്ദിന്റെ കയ്യിൽപ്പിടിച്ചുകൊണ്ട് ഖദ്രി ചോദിച്ചു.

"നീ, എവിടേക്കാണ് പോകുന്നതെന്ന് ഉമ്മ ഊഹിച്ചു നോക്കില്ലേ?"

"എനിക്ക് തോന്നുന്നില്ല. എനിക്കത് പ്രശ്നവുമല്ല. എന്തായാലും വാപ്പയോട് ഇക്കാര്യം പറയാനുള്ള ധൈര്യം അവർ കാണിക്കില്ല."

ഖദ്രി അമർത്തിയൊന്ന് ചിരിച്ചു.

"അറിഞ്ഞാൽ വാപ്പ എന്തു ചെയ്യുമെന്നാണ് കരുതുന്നത്?"

അല്പം പരിഭ്രമത്തോടെയായിരുന്നു അവൾ മറുപടി പറഞ്ഞത്.

"പരുക്കൻ സ്വഭാവക്കാരനാണെങ്കിലും എനിക്ക് വാപ്പയെ പേടിയില്ല. അദ്ദേഹത്തെ സ്നേഹിക്കുന്നു എന്നൊന്നും പറയുന്നില്ല. ക്രൂരനാണെങ്കിലും വളരെ ആത്മാർത്ഥമായി വാപ്പ എന്നെ സ്നേഹിക്കുന്നുണ്ട്. എന്നാൽ ഈ ലോകത്ത് ഞാനാണ് തനിക്ക് ഏറ്റവും വിലപിടിച്ച വസ്തുവെന്ന് പറയാൻ അദ്ദേഹം ശ്രമിക്കുന്നില്ല. അതാണെന്നെ കൂടുതൽ വിഷമിപ്പിക്കുന്നതും."

ഉരുളൻപാറയുടെ താഴെ തറയിൽ ഇരുന്നശേഷം അരികത്ത് തട്ടിക്കൊണ്ട് ഖദ്രി ഹിന്ദിനോട് ഇരിക്കാൻ പറഞ്ഞു. ഇറുക്കമുള്ള മേൽക്കുപ്പായം അയച്ചിട്ടുകൊണ്ട് അവളും ഖദ്രിയ്ക്കരികിൽ വന്നിരുന്നു. അയാൾ ഹിന്ദിനരികിലേക്ക് ചാഞ്ഞശേഷം കവിളിൽ ചുംബിച്ചു.

"എന്റെ വാപ്പയെ കൈകാര്യം ചെയ്യുന്നത് നിന്റെ വാപ്പയെ നേരിടുന്നതിനേക്കാൾ എളുപ്പമാണെന്നാണല്ലോ തോന്നുന്നത്. എന്നാൽ നിന്റെ വാപ്പയുടെ പേര് കേട്ടാൽ തന്നെ അദ്ദേഹം ദേഷ്യപ്പെടും. യാതൊരു നല്ല ഗുണവും നിന്റെ വാപ്പയിലില്ല എന്നതുപോലെ."

ഹിന്ദ് തന്റെ പിതാവ് പറയാറുള്ള കാര്യമോർത്ത് ചിരിച്ചു.

"മനുഷ്യജന്മങ്ങൾ! അങ്ങനെ വിളിച്ചാണ് എന്റെ വാപ്പ നിങ്ങളുടെ പിതാവിനെ ശപിക്കാറുള്ളത്."

നിന്ദ കലർന്ന രീതിയിൽ തന്നെ നോക്കുന്ന ഖദ്രിയോട് ഹിന്ദ് പറഞ്ഞു.

"പരുക്കൻ സ്വഭാവത്തിന്റെ പേരിലാണ് നിങ്ങളുടെ പിതാവും പിന്നെ നിഷ്കളങ്കതയുടെ പേരിലാണ് എന്റെ വാപ്പയും പരസ്പരം കുറ്റപ്പെടുത്തുന്നത്. അവർക്കിരുവർക്കും ഒരു കാര്യത്തിലും അഭിപ്രായ ഐക്യമേയില്ല എന്നതാണ് വാസ്തവം."

വായുവിനെ ഇടിക്കുന്നത് പോലെ തല മുകളിലേക്ക് തള്ളിക്കൊണ്ട് ഗൗരവത്തോടെ ഖദ്രി പറഞ്ഞു.

“പക്ഷേ, ആഗ്രഹിക്കുന്ന കാര്യം നാം ചെയ്തിരിക്കും.”

സ്നേഹത്തോടും അനുതാപത്തോടും കൂടി അയാളെ തന്നെ നോക്കി ക്കൊണ്ട് ഹിന്ദ് പറഞ്ഞു.

“താനെന്താണ് ഉദ്ദേശിക്കുന്നത് അത് ചെയ്യാൻ എന്റെ വാപ്പയ്ക്കും സാധിക്കും.”

“എനിക്ക് ധാരാളം കാര്യങ്ങൾ ചെയ്യാനാകും. അല്ലെങ്കിൽ തന്നെ മദ്യപനായ വാപ്പയ്ക്ക് നിനക്കുവേണ്ടി എന്തുചെയ്യാനാണ് സാധിക്കുക?”

മനസ്സ് മറിച്ചായിരുന്നിട്ടും ഹിന്ദ് ചിരിക്കാൻ ശ്രമിച്ചു. പ്രതിഷേധവും തമാശയും കലർന്ന സ്വരത്തിൽ അവൾ പറഞ്ഞു.

“എന്റെ വാപ്പയെ കുറിച്ച് മര്യാദയോടെ സംസാരിക്ക്.”

ഹിന്ദ് അയാളുടെ ചെവിയിൽ പതിയെ നുള്ളിക്കൊണ്ട് തുടർന്നു.

“അദ്ദേഹം എന്നിൽനിന്നെന്താണ് ആഗ്രഹിക്കുന്നതെന്ന് ഞാൻ ചിലപ്പോഴൊക്കെ സ്വയം ചോദിച്ചിട്ടുണ്ട്. ആർക്കെങ്കിലും എന്നെ വിവാഹം കഴിപ്പിച്ചു കൊടുക്കുന്നതു പോലും വാപ്പയ്ക്ക് ഇഷ്ടമല്ലെന്നെനിക്ക് തോന്നിയിട്ടുണ്ട്.”

അത്ഭുതപ്പെട്ട് ഇരിക്കുന്ന ഖദ്രിയെ നോക്കി ഹിന്ദ് പിന്നെയും പറഞ്ഞു.

“ഒരിക്കൽ പിതാമഹന്റെ വീടിന് നേരേ രൂക്ഷമായി നോക്കിക്കൊണ്ട് വാപ്പ പറയുന്നത് കേട്ടു. “തന്റെ മക്കളും ചെറുമക്കളും നിന്ദ്യരായി ജീവി ക്കുന്നതുപോലെ തന്നെ ചെറുമകളും ജീവിച്ചാൽ മതിയെന്നാണോ അദ്ദേഹം ആഗ്രഹിക്കുന്നത്? ആ കൊട്ടിയടച്ച മാളികയാണ് ഹിന്ദിന് വളരാൻ ഏറ്റവും യോജിച്ച ഇടം.” കഫർ അൽ-സഗാരിയിലുള്ള ഒരാൾ എന്നെ വിവാഹം ചെയ്യാൻ ആഗ്രഹം പ്രകടിപ്പിച്ചതായി മറ്റൊരു ദിവസം വാപ്പ ഉമ്മയോട് പറഞ്ഞു. ഉമ്മാക്ക് ഇത് കേട്ട് വലിയ സന്തോഷമായി. എന്നാൽ ദേഷ്യത്തോടെ വാപ്പ ഉമ്മായോട് പൊട്ടിത്തെറിക്കുകയായിരുന്നു പിന്നീട്? “എടീ കൊള്ളാത്തവളേ, ഈ കഫർ അൽ-സഗാരിക്കാരൻ ആരായിരിക്കുമെന്നാണ് നീ കരുതിയിരിക്കുന്നത്? ആ മാളികയിലെ ഏറ്റവും ചെറിയ വേലക്കാരൻ ഇയാളേക്കാൾ സമൂഹത്തിൽ സ്ഥാന മുള്ളവനും വൃത്തിയുള്ളവനുമായിരിക്കും.” നെടുവീർപ്പിട്ടുകൊണ്ട് ഉമ്മ വാപ്പയോട് ചോദിച്ചത് “പിന്നെയാരാണ് അവൾക്ക് യോജിച്ച വരൻ?” എന്നായിരുന്നു. വാപ്പ അലറി പിന്നെയും: “ആ വീടിന്റെ ചുമരുകൾക്കു ള്ളിൽ പതിയിരിക്കുന്ന പ്രതാപിക്കായിരിക്കും അറിയുക അതാരായിരി ക്കുമെന്ന്. അവൾ അയാളുടെ ചെറുമകളാണ്. അവൾക്ക് അയാളേക്കാളും വലിയൊരു ബന്ധു ഈ ഭൂമിയിൽ വേറെയില്ല. എന്നെപ്പോലൊരാളായി രിക്കണം അവൾക്ക് ഭർത്താവായി വരേണ്ടതെന്നാണ് ഞാനാഗ്രഹിക്കു ന്നത്.” സഹിക്കാൻ കഴിയാതെ ഉമ്മ ചോദിച്ചു. “എന്നെപ്പോലെ നമ്മുടെ

മോളും കഷ്ടപ്പെടണമെന്നാണോ നിങ്ങളാഗ്രഹിക്കുന്നത്?" ഒരു വന്യ മൃഗത്തെപ്പോലെയായിരുന്നു വാപ്പ പിന്നീട് ഉമ്മയെ ആക്രമിക്കാൻ തുടങ്ങിയത്. അവസാനം തൊഴി സഹിക്കാനാകാതെ ഉമ്മ കുടിലിൽ നിന്നും പുറത്തേക്കിറങ്ങി ഓടി."

"അയാൾക്ക് ഭ്രാന്താണ്."

"വാപ്പയ്ക്ക് നമ്മുടെ പിതാമഹനെ വെറുപ്പാണ്. ആ പേര് കേൾക്കുമ്പോഴെല്ലാം അദ്ദേഹത്തെ ശപിക്കും. പക്ഷേ, ഉള്ളിന്റെയുള്ളിൽ അദ്ദേഹത്തിന്റെ മകനായതിലുള്ള അഭിമാനമുണ്ടുതാനും."

ഖദ്രി മുഷ്ടി ചുരുട്ടി തുടയിലിടിച്ചു.

"ആ മനുഷ്യൻ നമ്മുടെ പിതാമഹനല്ലായിരുന്നെങ്കിൽ നമ്മുടെ അവസ്ഥ ചിലപ്പോൾ കുറച്ചു കൂടെ മെച്ചമാകുമായിരുന്നു."

അനിഷ്ടത്തോടെ ഹിന്ദ് ചോദിച്ചു.

"ചിലപ്പോഴോ?"

തന്റെ വാക്കുകൾക്ക് തുല്യമായ തീവ്രാഭിലാഷത്തോടെ ഖദ്രി ഹിന്ദിനെ മാറോട് അണച്ചശേഷം ബലമായി പുണരാൻ തുടങ്ങി. തങ്ങളുടെ ക്ലേശകരമായ കഷ്ടപ്പാടുകളെക്കുറിച്ചുള്ള ചിന്തകൾ മോഹങ്ങൾക്ക് വഴിമാറുന്നതുവരെ അയാൾ അവളെ പുണരുന്നത് തുടർന്നു.

"ഞാൻ നിന്നെയൊന്ന് ചുംബിച്ചോട്ടെ."

ഖദ്രിയുടെ വാക്ക് കേട്ടതും ഹുമാം ഉരുളൻപാറയ്ക്കരികിൽ നിന്നും മാറി അല്പം ലജ്ജയും വേദനയും കലർന്ന പുഞ്ചിരിയോടെ ആടുകൾക്കരികിലേക്ക് നടന്നു. വായുവിന് പോലും പ്രണയനിശ്വാസങ്ങളുടെ ഉന്മാദമുണ്ടെന്ന് അയാൾക്ക് തോന്നിപ്പോയി. ഒപ്പം ആ പ്രണയം എന്തോ ദുരന്തങ്ങളെപ്പറ്റി മുന്നറിയിപ്പ് നൽകുന്നത് പോലെയും. ഹുമാം തന്നോട് തന്നെയെന്നവണ്ണം പറഞ്ഞു.

"അവന്റെ മുഖത്താകെ ശാന്തതയും നിർമ്മലതയുമാണ് കാണാനായത്. ആ ഉരുളൻപാറയ്ക്ക് പിറകിൽ എങ്ങനെയാണോ, അതേ മുഖഭാവത്തോടെ മാത്രമേ അവനെ ഇനി കാണാനാകൂ എന്നതുപോലെ. നമ്മുടെ ആകുലതകളെ തുടച്ചു നീക്കാൻ പ്രണയത്തിന്റെ മാസ്മരികത പോലെ മറ്റൊന്നുമില്ല."

അസ്തമനത്തിന് കീഴടങ്ങുന്നത് പോലെ ആകാശത്തിന്റെ നിറം വിളറാൻ തുടങ്ങി കഴിഞ്ഞിരുന്നു. പടിഞ്ഞാറ് ദിക്കിൽ നിന്നും ഇളംകാറ്റുകൾ വീശുന്നുണ്ട്. യാത്രാമൊഴിയുടെ നേർത്ത ഈണംപോലെ അവിടമാകെ നിറഞ്ഞു നിൽക്കുന്ന മാസ്മരികത.

ഒരു ആണാട് പെണ്ണാടിന്റെ പുറത്തേക്ക് ചാടിക്കയറുന്നത് ഹുമാം കണ്ടു. അയാളുടെ ആത്മസംഭാഷണം പിന്നെയും തുടർന്നു.

"ഈ പെണ്ണാട് പ്രസവിക്കുന്ന ദിവസം ഉമ്മയ്ക്ക് വലിയ സന്തോഷമാകും. പക്ഷേ, ഒരു മനുഷ്യന്റെ ജനനം ഭീകരമായ ദുരന്തങ്ങളുമായായിരിക്കും കടന്നെത്തുക. ജനിക്കുന്നതിന് മുമ്പ് തന്നെ ശപിക്കപ്പെട്ടവരായിരുന്നു ഞങ്ങൾ. ഈ പകയുടെ കാര്യം വിശ്വസിക്കാൻ തന്നെയാകുന്നില്ല. രണ്ട് സഹോദരന്മാർക്കിടയിലുണ്ടായതാണ് എന്നതൊഴിച്ച് ഈ പകയ്ക്ക് യാതൊരു കാരണവും കണ്ടെത്താനാകുന്നില്ല. ഇത്തരം പകയും വെറുപ്പും എത്രകാലം സഹിക്കേണ്ടിവരും നമുക്ക്? ഭൂതകാലത്തെ മറക്കാനായാൽ വർത്തമാനകാലം മനോഹരമായിരിക്കും. പക്ഷേ, നമ്മുടെ അഭിമാനത്തിന്റേയും ദുരിതങ്ങളുടെയുമൊക്കെ കാരണമായ ആ മാളികയിലേക്ക് തന്നെ നാം കണ്ണ് നട്ടിരിക്കും ഇനിയും."

ആണാടിനെത്തന്നെ നോക്കി നിൽക്കുമ്പോൾ ഹുമാമിന്റെ മുഖത്തൊരു പുഞ്ചിരി വിടർന്നു. ചൂളം വിളിച്ച് തന്റെ വടി ചുഴറ്റിക്കൊണ്ട് അയാൾ ആടുകൾക്ക് ചുറ്റും നടക്കാൻ തുടങ്ങി. പിന്നെ ആളനക്കമില്ലാത്ത ഉരുളൻ പാറയ്ക്ക് നേരേ ഒന്ന് തിരിഞ്ഞ് നോക്കി. ചുറ്റുമുള്ളതൊന്നിനേയും ശ്രദ്ധിക്കാതെയാണ് ആ പാറ അവിടെ നിൽക്കുന്നതെന്ന് കണ്ടാൽ തോന്നിപ്പോകും.

പതിനഞ്ച്

ആകാശത്ത് ഒരൊറ്റ നക്ഷത്രം മാത്രം അവശേഷിച്ച നേരത്താണ് പതിവ് പോലെ ഉമൈമ ഉറക്കമുണർന്നത്. അദ്ഹമിനെ വിളിച്ചപ്പോൾ അയാൾ നെടുവീർപ്പോടെ കിടക്കയിൽ നിന്നെഴുന്നേറ്റു. ഉറക്കഭാരത്തോടെ അയാൾ എഴുന്നേറ്റ് തൊട്ടടുത്ത മുറിയിലേക്ക് ചെന്നു. അവിടെ ഉറങ്ങിക്കിടക്കുകയായിരുന്ന ഖദ്രിയേയും ഹുമാമിനേയും വിളിച്ചുണർത്തി. പഴയ കുടിൽ അല്പം വലുതാക്കിയപ്പോൾ ചെറിയൊരു വീട് പോലെ തോന്നും. ചുറ്റുമതിലിനുള്ളിൽ ആടുകളെ കിടത്താനായി പിറകുവശത്ത് അല്പസ്ഥലം വളച്ചു കെട്ടിയിട്ടിട്ടുണ്ട്. വള്ളിച്ചെടികൾ വളർന്നു നിൽക്കുന്നതിനാൽ പരുക്കനായിട്ടും മതിലിനൊരു മനോഹരഭാവം ലഭിക്കുന്നു. തന്റെ കുടിലിനെ കഴിയുന്നത് പോലെ ആ മാളികയുടെ മാതൃകയിൽ നന്നാക്കിയെടുക്കണമെന്ന മോഹം ഉമൈമ ഉപേക്ഷിച്ചിട്ടില്ലെന്നതിന്റെ തെളിവാണിതൊക്കെ.

പിതാവും മക്കളും മുറ്റത്ത് വച്ചിരുന്ന വെള്ളം നിറച്ച പാത്രത്തിന് ചുറ്റും കൂടി. മുഖം കഴുകിയ ശേഷം അവർ വസ്ത്രം ധരിച്ചു. കുടിലിനകത്ത് നിന്നുള്ള വായുവിൽ വിറക് കത്തുന്നതിന്റെ ഗന്ധത്തിനൊപ്പം ചെറിയ കുട്ടികളുടെ കരച്ചിലും കേൾക്കാം. അവർ കുടിലിന്റെ പ്രവേശനകവാടത്തിന് മുന്നിൽ ഇട്ട ചെറുമേശയ്ക്ക് ചുറ്റുമിരുന്ന് വേവിച്ച പയർ കഴിക്കാൻ തുടങ്ങി. ശിശിരകാല അന്തരീക്ഷത്തിന് രാവിലെ ഈ നേരത്ത് നല്ല തണുപ്പായിരിക്കും. എന്നാൽ ഇതൊക്കെ താങ്ങാനാകുന്ന

ശരീര പ്രകൃതിയായിരുന്നു അവർക്കെല്ലാമുണ്ടായിരുന്നത്. കുറച്ചകലെയായി ഇദ്രീസിന്റെ കുടിലും കാണാം. അതും ഈ കുടില് പോലെ അല്പം വലുതായിട്ടുണ്ട്. എന്നാൽ ആ മാളിക വീടാകട്ടെ പുറം ലോകവുമായി യാതൊരു ബന്ധവുമില്ലാത്ത ഭാവത്തിൽ നിശ്ശബ്ദതയിൽ ആണ്ട് നിൽക്കുന്നു. അല്പം മുമ്പ് മാത്രം കറന്നെടുത്ത ഒരു കൂജ ആട്ടിൻ പാലുമായി വന്ന ഉമൈമ അത് മേശപ്പുറത്ത് വച്ചശേഷം അവർക്കരികിൽ വന്ന് ഇരുന്നു.

"ഉമ്മാ, നിങ്ങൾ എന്താ പാൽ നമ്മുടെ ആദരണീയനായ പിതാമഹന്റെ വീട്ടിൽ കൊണ്ടുപോയി വിൽക്കാത്തത്?"

ആക്ഷേപം നിറഞ്ഞ ഖദ്രിയുടെ വാക്ക് കേട്ടതും അദ്ഹം തിരിഞ്ഞു നോക്കി. അയാളുടെ ചെന്നികളിൽ നര കയറിയിരുന്നു.

"മിണ്ടാതിരുന്ന് കഴിക്കെടാ. അല്പം നിശ്ശബ്ദതയാണ് ഞങ്ങൾ നിന്നിൽ നിന്നും പ്രതീക്ഷിക്കുന്നത്."

വായിലിരുന്ന ഭക്ഷണം ചവച്ചുകൊണ്ട് ഉമൈമ പറഞ്ഞു.

"നാരങ്ങയും ഒലിവും കുരുമുളകും അച്ചാറിടാനുള്ള കാലമായിരിക്കുന്നു. അച്ചാറിടുന്ന ദിവസങ്ങളിൽ നാരങ്ങ നിറയ്ക്കുന്ന കാര്യത്തിൽ പങ്കാളിയാവുന്നതിൽ നിനക്കെത്രമാത്രം സന്തോഷമായിരുന്നുവെന്നോ ഖദ്രീ?"

ഖദ്രിയാകട്ടെ അനിഷ്ടഭാവത്തിലായിരുന്നു.

"കുട്ടികളായിരുന്നപ്പോൾ യാതൊരു കാരണവുമില്ലാതെയായിരുന്നു ഞങ്ങൾ സന്തോഷിച്ചിരുന്നത്."

കയ്യിലെടുത്ത കൂജ ഇരുന്ന ഇടത്തേക്ക് തന്നെ തിരികെ വച്ചുകൊണ്ട് അദ്ഹം ചോദിച്ചു.

"നിനക്കിന്ന് എന്താ പറ്റിയത് അബൂസൈദ് അൽ-ഹിലാലി?"

അറബി നാടോടിക്കഥകളിലെ വീരന്റെ പേരിൽ തന്നെ അഭിസംബോധന ചെയ്ത് കേട്ടപ്പോൾ ചിരിവന്നെങ്കിലും ഖദ്രി ഒന്നും പറഞ്ഞില്ല.. എന്നാൽ ഹുമാം സംസാരിച്ചു.

"ചന്തദിവസം അടുത്തെത്താറായി. ആടുകളെ തയ്യാറാക്കി നിർത്തേണ്ടിയിരിക്കുന്നു."

ഉമൈമ അത് ശരിവയ്ക്കുംവിധം തലകുലുക്കി. പിതാവ് ഖദ്രിയുടെ നേരേ തിരിഞ്ഞു.

"ഖദ്രീ, നീ എന്നെ വിഷമിപ്പിക്കരുതേ. നിന്നെ അറിയാവുന്ന ആരെ കണ്ടാലും അവർക്ക് നിന്നെപ്പറ്റി പരാതി പറയാനേ നേരമുണ്ടാകൂ. നീ നിന്റെ പിതൃസഹോദരന്റെ പാതയിലാണോ സഞ്ചരിക്കുന്നതെന്ന പേടിയാണെനിക്ക്."

"അതോ പിതാമഹന്റെ പാതയോ?"

അദ്ഹമിന്റെ കണ്ണുകൾ ക്രോധംകൊണ്ട് കത്തുകയായിരുന്നു.

“നീ പിതാമഹന്റെ പേരിൽ ഇത്തരത്തിൽ സംസാരിക്കരുത്. ഞാനങ്ങനെ ചെയ്യുന്നത് നീ കേട്ടിട്ടുണ്ടോ? അദ്ദേഹം നിങ്ങൾക്കൊരു ദ്രോഹവും ചെയ്തിട്ടുമില്ല.”

ഖദ്രി പ്രതിഷേധിച്ചു.

“താങ്കൾക്ക് ദ്രോഹം ചെയ്യുവോളം അയാൾ ഞങ്ങളേയും ദ്രോഹിക്കുക തന്നെയാണ്.”

“മിണ്ടാതിരിയെടാ. നീ നാവടക്കിയാൽ അത് ഞങ്ങളോട് ചെയ്യുന്ന വലിയ ഉപകാരമായിരിക്കും.”

“അയാൾ കാരണമാണ് നമുക്ക് ഇങ്ങനെ ജീവിക്കേണ്ടി വരുന്നത്. പിതൃസഹോദരന്റെ മകളുടെ ഗതിയും ഇതു തന്നെയാണ്.”

അദ്ഹമിന്റെ മുഖം ചുളിഞ്ഞു.

“അതിന് നമ്മളും അവളും തമ്മിലെന്ത് ബന്ധമാണുള്ളത്? എല്ലാ ദുരന്തത്തിനും കാരണം അവളുടെ വാപ്പയാണ്.”

“നമ്മുടെ ചോരയിൽ പെട്ടൊരു പെൺകുട്ടിക്ക് ഇങ്ങനെ മരുഭൂമിയിൽ താമസിക്കേണ്ട ഗതിയുണ്ടായല്ലോ എന്നാണ് ഞാനുദ്ദേശിച്ചത്. ആ പെൺകുട്ടിയെ വിവാഹം കഴിക്കാൻ ഏതെങ്കിലും പുരുഷൻ തയ്യാറാകുമോ എന്ന് പറയൂ.”

“പിശാച് തന്നെയായിരിക്കും തയ്യാറാകുക. അവളുടെ കാര്യത്തിൽ നമുക്കൊരു ബന്ധവുമില്ല. തന്റെ വാപ്പയെപ്പോലെ അവളുമൊരു മൃഗമാണെന്ന കാര്യത്തിൽ സംശയം വേണ്ട.”

താൻ പറഞ്ഞ കാര്യത്തെ പിന്തുണയ്ക്കാൻ ആവശ്യപ്പെടുന്നത് പോലെ അദ്ഹം ഭാര്യയുടെ നേരേ നോക്കി. അത് കണ്ടതും ഉമൈമ പറഞ്ഞു.

“ശരിയാണ്. അവൾ തന്റെ വാപ്പയെപ്പോലെ തന്നെയാണ്.”

അദ്ഹം കാർക്കിച്ചു തുപ്പി.

“ശപിക്കപ്പെട്ടവരാണ് അവളും അവളുടെ പിതാവും.”

“ഈ സംസാരം നമ്മുടെ ഭക്ഷണം കഴിക്കലിനെത്തന്നെ ആകെ അലങ്കോലമാക്കും.”

ഹുമാമിന്റെ വാക്ക് കേട്ട് ഉമൈമ പതിയെ പറഞ്ഞു.

“ഒരിക്കലുമില്ല. നമ്മൾ ഒരുമിച്ച് കൂടുന്ന സമയം തന്നെയാണ് ജീവിതത്തിലെ ഏറ്റവും ആനന്ദകരമായ നേരം.”

പെട്ടെന്ന് ദൂരെനിന്ന് ഇദ്‌രീസിന്റെ ഒച്ച കേട്ടു. ശാപവാക്കുകൾ ചൊരിയുകയും ചീത്ത വിളിക്കുകയുമാണയാൾ. അതുകേട്ട് അറപ്പോടെ അദ്ഹം പറഞ്ഞു.

“പ്രഭാത നമസ്കാരം തുടങ്ങി.”

ആഹാരം കഴിച്ച് കഴിഞ്ഞതും അദ്ഹം എഴുന്നേറ്റ് തന്റെ ഉന്തുവണ്ടിക്കരികിലേക്ക് പോയി. പിന്നെ അതും തള്ളി പുറത്തേക്ക് പോകവേ അയാൾ പറഞ്ഞു.

"ശരി, ഞാൻ പോയി വരാം."

"സലാം."

മറ്റുള്ളവർ തനിക്ക് ആശംസ നേരവെ അദ്ഹം ജമാലിയ്യയ്ക്ക് നേരേ ഉന്തുവണ്ടിയുമായി നീങ്ങി. ഹുമാം എഴുന്നേറ്റ് വശത്തെ വഴിയിലൂടെ ആടുകളെ കെട്ടിയിരിക്കുന്ന വേലിക്കെട്ടിനരികിലേക്ക് നടന്നു. കുറച്ചു കഴിഞ്ഞതും ആടുകളുടെ കരച്ചിലും അവയുടെ കാലടിശബ്ദവും ആട്ടിൻതൊഴുത്ത് മുതൽ പുറത്തേക്കുള്ള വഴിവരെ നിറഞ്ഞു നിന്നു. തന്റെ വടിയും കയ്യിലെടുത്തുകൊണ്ട് എഴുന്നേറ്റ ഖദ്‌രി ഉമ്മയ്ക്ക് കൈവീശി യാത്ര പറഞ്ഞ് സഹോദരനൊപ്പം ചേർന്നു.

ഇദ്‌രീസിന്റെ കുടിനരികിലെത്തിയതും പരിഹാസം നിറഞ്ഞൊരു ശബ്ദം അവരെ തടഞ്ഞു നിർത്തി.

"ഈ വലിയ ആടിന് എന്താ വില?"

ഖദ്‌രി ഇദ്‌രീസിന് നേരേ ആകാംക്ഷയോടെയാണ് നോക്കിയതെങ്കിൽ ഹുമാം അയാൾക്ക് നേരേ നോക്കാൻപോലും തയ്യാറായില്ല. പുച്ഛത്തോടെ ഇദ്‌രീസ് വീണ്ടും തിരക്കി.

"മറുപടി പറഞ്ഞൂടേടാ, വെള്ളരി വിൽക്കാൻ നടക്കുന്നവന്റെ സന്തതികളേ?"

"വാങ്ങാനുദ്ദേശമുണ്ടെങ്കിൽ ചന്തയിലേക്ക് പോകൂ."

ഖദ്‌രിയുടെ കടുത്ത മറുപടി കേട്ടതും ചിരിയോടെ ഇദ്‌രീസ് ചോദിച്ചു.

"ഇവയിലൊന്നിനെ പിടിച്ചു കൊണ്ടുപോകാൻ ഞാൻ തീരുമാനിച്ചാൽ നീയൊക്കെ എന്ത് ചെയ്യും?"

"വാപ്പാ, ദയവായി കൂടുതൽ അപവാദങ്ങളുണ്ടാക്കരുത്."

കുടിലിനുള്ളിൽ നിന്നും ഹിന്ദിന്റെ ശബ്ദം കേട്ടു.

"നീ നിന്റെ കാര്യം നോക്കിയാൽ മതി. ഞാൻ സംസാരിക്കുന്നത് ഈ അടിമക്കുട്ടികളോടല്ലേ?"

"ഞങ്ങൾ നിങ്ങളെ ശല്യപ്പെടുത്തിയില്ലല്ലോ? തിരിച്ചും ഉപദ്രവിക്കാതിരുന്നുകൂടേ?"

ഹുമാമിന്റെ വാക്ക് കേട്ടതും ഇദ്‌രീസ് പരിഹസിച്ചു.

"ഓ... അദ്ഹമിന്റെ അതേ ശബ്ദം. നീ ഈ ആടുകൾക്ക് പിറകിലല്ല. അവയ്ക്കിടയിൽ ഒപ്പം നിൽക്കുന്നതാണ് നല്ലത്"

"നിങ്ങളുടെ വീമ്പിളക്കലുകൾക്ക് ചെവികൊടുക്കരുതെന്നാണ് ഞങ്ങളുടെ വാപ്പ പറഞ്ഞിട്ടുള്ളത്."

ഇദ്‌രീസ് ഉറക്കെ പൊട്ടിച്ചിരിച്ചു.

“അവനെ ദൈവം അനുഗ്രഹിക്കട്ടെ. അവന്റെ ഈ സ്വഭാവമില്ലായിരുന്നെങ്കിൽ എന്റെ കാര്യം അവതാളത്തിലായേനേ!”

പരിഹാസത്തിന്റെ സ്ഥാനത്ത് കടുത്ത സ്വരത്തോടെ ഇദ്‌രീസ് അവരെ നോക്കി.

“എന്റെ പേരിന്റെ ബലത്തിലാണ് നീയൊക്കെ മാന്യമായിവിടെ ജീവിച്ചുപോകുന്നത്. ദൈവം നിന്നെയൊക്കെ ശപിക്കട്ടെ. കടന്നുപോടാ എന്റെ മുന്നിൽ നിന്ന്!”

തങ്ങളുടെ ആട്ടിൻകൂട്ടവുമായി നടത്തം തുടരുന്നതിനിടയിൽ സഹോദരങ്ങൾ ഇടയ്ക്കിടക്ക് വടി വീശുന്നുണ്ടായിരുന്നു. ദേഷ്യം കാരണം വിളറിപ്പോയ അവസ്ഥയിലായിരുന്നു ഹുമാം.

“വൃത്തികെട്ട മനുഷ്യൻ! അതിരാവിലെ ഈ നേരത്ത് പോലും അയാളുടെ ശ്വാസത്തിൽ മദ്യത്തിന്റെ വൃത്തികെട്ട ഗന്ധമാണ്.”

ആടുകളുമായി മരുഭൂമിക്കുള്ളിലേക്ക് കടക്കുന്നതിനിടയിൽ ഖദ്‌രി പറഞ്ഞു.

“അയാൾ ഒരു അധികപ്രസംഗിയാണ്. പക്ഷേ, നമ്മെ ദേഹോപദ്രവമൊന്നും ചെയ്യാറില്ലല്ലോ?”

“ഒന്നിലധികം തവണ അയാൾ നമ്മുടെ ആടുകളെ എടുത്തുകൊണ്ട് പോയിട്ടുണ്ട്.”

“അയാളൊരു മദ്യപാനിയാണ്. നിർഭാഗ്യത്തിന് നമ്മുടെ പിതാവിന്റെ സഹോദരനും. അതംഗീകരിക്കാതിരിക്കാൻ കഴിയില്ലല്ലോ?”

ആ വലിയ ഉരുളൻപാറയ്ക്ക് നേരേ നീങ്ങുന്നതിനിടയിൽ ആകെ നിശ്ശബ്ദത പരന്നു. ആകാശം നിറയെ ചിതറിയ മേഘങ്ങളാണ്. കണ്ണെത്താ ദൂരത്തോളമുള്ള മണൽപ്പരപ്പിൽ പ്രതിഫലിക്കുന്ന സൂര്യരശ്മികൾ. പറയാനാഗ്രഹിച്ചത് അധികനേരം അടക്കി നിർത്താൻ ഹുമാമിന് സാധിച്ചില്ല.

“അയാളുടെ വീട്ടിൽ നിന്നും വിവാഹം കഴിക്കാൻ തീരുമാനിച്ചാൽ നീ ചെയ്യുന്നതൊരു വലിയ തെറ്റായിരിക്കും.”

ഖദ്‌രിയുടെ കണ്ണുകൾ പകകൊണ്ട് കത്തുകയായിരുന്നു.

“ഉപദേശം വേണ്ട. ആവശ്യത്തിന് ഉപദേശം വാപ്പതന്നെ തരുന്നുണ്ടല്ലോ?”

ഇദ്‌രീസിന്റെ പരിഹാസങ്ങളിൽ നിന്നും ഇനിയും മുക്തനാകാത്ത അവസ്ഥയിലായിരുന്നു ഹുമാം.

“ഇപ്പോൾ തന്നെ നമ്മുടെ ജീവിതം നിറയെ പ്രശ്നങ്ങളാണ്. അത് നീയായിട്ട് വർദ്ധിപ്പിക്കരുത്”

“നീയൊക്കെ സ്വയം സൃഷ്ടിച്ച പ്രശ്നങ്ങൾ തന്നെത്തന്നെ അനുഭവിക്കണം. ഞാനെനിക്ക് ഇഷ്ടമുള്ളത് ചെയ്യും.”

ആട്ടിൻകൂട്ടം മേയാറുള്ള സ്ഥലത്തെത്തിയതും ഹുമാം സഹോദരന്റെ നേർക്ക് നോക്കി.

“സ്വന്തം പ്രവർത്തികളുടെ പ്രത്യാഘാതങ്ങളിൽ നിന്നും രക്ഷപ്പെടാമെന്നാണോ നീ കരുതിയിരിക്കുന്നത്?”

ഖദ്‌രി ഹുമാമിന്റെ ചുമലിൽ പിടിമുറുക്കിയശേഷം അലറി.

“നിനക്ക് അസൂയയാണ്.”

ഹുമാം ശരിക്കും അതിശയിച്ചു പോയി. അയാളുടെ വിചിത്രമായ പെരുമാറ്റങ്ങളും പൊട്ടിത്തെറിക്കലുമൊക്കെ പരിചിതമാണെങ്കിൽ പോലും സഹോദരനിൽ നിന്നും ഇങ്ങനെയൊരു വാക്ക് ഹുമാം തീരെ പ്രതീക്ഷിച്ചിരുന്നില്ല. ഖദ്‌രിയുടെ കൈ തന്റെ ചുമലിൽ നിന്നും എടുത്തു മാറ്റുന്നതിനിടയിൽ ഹുമാം പറഞ്ഞു.

“ദൈവം കാക്കട്ടെ നമ്മളെയൊക്കെ!”

നെഞ്ചിൽ കൈകെട്ടി നിന്നശേഷം ഖദ്‌രി പരിഹാസത്തോടെ തല കുലുക്കി.

“സ്വന്തം തെറ്റോർത്ത് ഖേദിക്കേണ്ടി വരുന്നതുവരെ നിന്നെ സ്വന്തം പാട്ടിന് വിടുന്നത് തന്നെയാണ് നല്ലത്. സ്വന്തം തെറ്റ് നീയൊരിക്കലും അംഗീകരിക്കുകയേ ഇല്ല. സമയം വളരെ വൈകിപ്പോകുന്നതുവരെ നീ തെറ്റ് മനസ്സിലാക്കാനും പോകുന്നില്ല.”

ഹുമാം ആ ഉരുളൻ പാറയുടെ ഛായയിലേക്ക് തിരിഞ്ഞ് നടന്നു പോകുമ്പോൾ കത്തിയമരുന്ന സൂര്യനു കീഴിൽ കറുത്തിരുണ്ട മുഖവുമായി നിൽക്കുകയായിരുന്നു ഖദ്‌രി.

പതിനാറ്

തങ്ങളുടെ കുടിലിന് മുന്നിലിരുന്ന് നക്ഷത്രങ്ങളുടെ മങ്ങിയ വെളിച്ചത്തിൽ അത്താഴം കഴിച്ചുകൊണ്ടിരിക്കുകയായിരുന്നു അദ്ഹമിന്റെ കുടുംബം. അദ്ഹമിനെ മാളികയിൽ നിന്നും പുറത്താക്കിയശേഷം അതുവരെ ആ തരിശ്ഭൂമി കണ്ടിട്ടില്ലാത്ത തരത്തിലുള്ള ഒരു സംഭവം അപ്പോൾ അവിടെ നടന്നു.

മാളികയുടെ ഗേറ്റ് തുറന്ന് ഒരു രൂപം കയ്യിൽ വിളക്കുമായി പുറത്തേക്കിറങ്ങി. ഒന്നും മിണ്ടാനാകാതെ അതിശയത്തോടെ ആ വിളക്കിലേക്ക് നോക്കുകയാണ് എല്ലാവരുടെ മിഴികളും. ഭൂമിക്കരികിലെ ഒരു ഗോളത്തെപ്പോലെ ഇരുട്ടിലൂടെ നീങ്ങുന്ന ആ രൂപത്തെത്തന്നെ അവർ നോക്കിയിരുന്നു. തങ്ങളുടെ കുടിലിനും മാളികയ്ക്കുമിടയിലെ പകുതി ദൂരം പിന്നിട്ടതോടെ എല്ലാവരും വരുന്നയാളെ വിളക്കിന്റെ വെളിച്ചത്തിൽ തിരിച്ചറിയാനായി സൂക്ഷിച്ച് നോക്കാൻ തുടങ്ങി. ആളെ മനസ്സിലായതും അദ്ഹം പറഞ്ഞു.

"അത് കരീം മാമയാണ്. മാളികയുടെ പാറാവുകാരൻ."

അദ്ദേഹം തങ്ങളുടെ കുടിലിന് നേരേയാണ് നടന്നു വരുന്നതെന്ന് മനസ്സിലായതോടെ അവരുടെ അതിശയം ഇരട്ടിച്ചു. എല്ലാവരും എഴുന്നേറ്റു പോയി. ചിലരുടെ കൈകളിൽ അപ്പോഴും ഭക്ഷണമിരിപ്പുണ്ട്. ചിലരാകട്ടെ വായിൽ ഭക്ഷണവുമായി അനക്കമറ്റ് നിൽക്കുകയാണ്. വന്നയാൾ അവരുടെ മുന്നിൽ വന്നു നിന്നശേഷം കൈ ഉയർത്തി.

"അദ്ഹം യജമാന്നേ, നമസ്കാരം."

കഴിഞ്ഞ ഇരുപത് വർഷക്കാലമായി കേൾക്കാതിരുന്ന ശബ്ദം ചെവിയിലെത്തിയപ്പോൾ അദ്ഹം വിറച്ചുപോയി. അതയാളുടെ മനസ്സിന്റെ ആഴങ്ങളിൽ പിതാവിന്റെ ഗാംഭീര്യം നിറഞ്ഞ സ്വരവും മുല്ലയുടേയും മൈലാഞ്ചിയുടേയും ഗന്ധവുമാണ് ഉണർത്തിയത്. ഒപ്പം ഗൃഹാതുരത്വവും വേദനയും. കാലിടറുന്നതു പോലെ തോന്നിയപ്പോൾ കണ്ണുനീരടക്കി നിർത്തിക്കൊണ്ട് അദ്ഹം പറഞ്ഞു.

"നമസ്കാരം കരീം മാമാ."

"താങ്കൾക്കും കുടുംബത്തിനും സുഖമാണെന്ന് കരുതുന്നു."

അടക്കി നിർത്താനാകാത്ത വികാരത്തോടെ വന്നയാൾ ചോദിച്ചു.

"ദൈവത്തിന് സ്തുതി, കരീം മാമാ."

"മനസ്സിൽ തോന്നിയ കാര്യം തുറന്ന് പറയണമെന്നുണ്ട്. എന്നാൽ വലിയ യജമാനൻ ഏല്പിച്ച കാര്യം നിങ്ങളെ അറിയിക്കാനാണ് ഞാൻ വന്നിരിക്കുന്നത്. താങ്കളുടെ മകൻ ഹുമാം എത്രയും പെട്ടെന്ന് തന്നെ വന്ന് കാണണമെന്നാണ് അദ്ദേഹം അറിയിച്ചിരിക്കുന്നത്."

നിശ്ശബ്ദരായി പരിഭ്രമത്തോടെ പരസ്പരം നോക്കുകയായിരുന്നു സർവ്വരും. അപ്പോഴതാ ഒരു ശബ്ദം.

"ഹുമാം മാത്രമോ?"

ദേഷ്യത്തോടെ അവർ ഇദ്‌രീസിന് നേരേ തിരിഞ്ഞു. അല്പം മാറി എല്ലാം ഒളിഞ്ഞ് നിന്ന് കേൾക്കുകയായിരുന്നു അയാൾ. എന്നാൽ മറുപടിയൊന്നും പറയാതെ കൈ ഉയർത്തിക്കാട്ടിയ ശേഷം ഇരുളിൽ അവരെയെല്ലാം തനിച്ചാക്കി കരീം മാമ മാളികയ്ക്ക് നേരേ തിരിഞ്ഞ് നടന്നു. ദേഷ്യത്തോടെ ഇദ്‌രീസ് ഉറക്കെ അലറി.

"മറുപടി പറയാതെ പോകുന്നോടാ, ശപിക്കപ്പെട്ടവനേ?"

ഞെട്ടലിൽ നിന്നും മുക്തനായ ഖദ്‌രിക്കും ദേഷ്യം വന്നു.

"എന്താ ഹുമാമിനെ മാത്രം വിളിക്കുന്നത്?"

ഏറ്റുപിടിച്ച ഇദ്‌രീസിനെക്കണ്ട് ഇതാണ് സ്വന്തം പ്രതിസന്ധിയിൽ നിന്നും രക്ഷപ്പെടാനൊരവസരം എന്ന് മനസ്സിലാക്കി അദ്ഹം പറഞ്ഞു.

"നമ്മളെ വെറുതെ വിട്ട് സ്വന്തം കുടിലിലേക്ക് പോകൂ, ഇദ്‌രീസ്."

“വെറുതേ വിടാനോ, ഞാനെനിക്ക് ഇഷ്ടമുള്ളയിടത്താണ് നിൽക്കുന്നത്”

നിശ്ശബ്ദമായി മാളികയ്ക്ക് നേരേ നോക്കുമ്പോൾ അദ്ഹമിന്റെ നെഞ്ച് ശക്തമായി മിടിക്കാൻ തുടങ്ങി. മുഖത്തം മലയാകെ ആ ശബ്ദത്തിൽ പ്രതിധ്വനിക്കുന്നതായി തോന്നിപ്പോയി.

“സമാധാനമായി നിന്റെ പിതാമഹന്റെ അരികിലേക്കു പോകൂ. ഹുമാം”

പിതാവിന് നേരേ തിരിഞ്ഞ് രൂക്ഷമായ ഭാഷയിൽ ഖദ്രി ചോദിച്ചു.

“അപ്പോൾ ഞാനോ? ഞാനും അവനെപ്പോലെ നിങ്ങളുടെ മകനല്ലേ?”

“ഇദ്രീസിനെപ്പോലെ സംസാരിക്കല്ലേ ഖദ്രീ. നീയും അവനെപ്പോലെ എന്റെ മകൻ തന്നെയാണ്. സംശയമുണ്ടോ? പിന്നെ ഇക്കാര്യത്തിൽ ഞാനെന്ത് തെറ്റാണ് ചെയ്തത്? ഞാനല്ലല്ലോ ആരെയും ക്ഷണിച്ചത്?”

“പക്ഷേ, ഒരു സഹോദരനോട് മറ്റൊരാളെ അപേക്ഷിച്ച് വിവേചനം കാണിക്കുന്നത് തടയാൻ നിനക്കാകുമല്ലോ?”

ഇദ്രീസ് പ്രതിഷേധഭാവത്തിൽ പറഞ്ഞു.

“നിങ്ങളിതിൽ ഇടപെടേണ്ട.”

ശേഷം ഹുമാമിനെ നോക്കി അദ്ഹം പറഞ്ഞു.

“നീ പോകുക തന്നെ വേണം. ഖദ്രിയുടെ ഊഴവും വരും. എനിക്കുറപ്പുണ്ട് അക്കാര്യത്തിൽ.”

“സ്വന്തം പിതാവിനെപ്പോലെ നീയുമൊരു അക്രമിയായ പിതാവാണ്. പാവം ഖദ്രി! ചെയ്യാത്ത തെറ്റിന് അവനെയെന്തിനാണ് ശിക്ഷിക്കുന്നത്? നമ്മുടെ കുടുംബത്തിൽ അല്ലെങ്കിലും ആദ്യം ശാപം തലയിൽ വന്ന് പതിക്കുന്നത് ഏറ്റവും കഴിവുള്ളവരുടെ മേൽ തന്നെയായിരിക്കുമല്ലോ? ഈ ഭ്രാന്ത് പിടിച്ച കുടുംബത്തെ ദൈവം ശപിക്കട്ടെ!”

ഇരുളിലേക്ക് നടന്ന് മറയുന്നതിനിടയിൽ ഖദ്രി പറഞ്ഞു. “നിങ്ങളെന്നെ വെറുക്കുകയാണ് വാപ്പാ.”

“അയാളുടെ വാക്കുകൾ കേൾക്കരുത് ഖദ്രീ. ഹുമാം നീ പോയിട്ട്...”

അസ്വസ്ഥതയോടെ ഹുമാം പറഞ്ഞു.

“സഹോദരൻ ഒപ്പമുണ്ടായിരുന്നെങ്കിലെന്ന് കൊതിച്ചു പോകുന്നു.”

“അവൻ പിറകേ വന്നു കൊള്ളും”

“എന്തൊരു അനീതിയാണ്? അദ്ദേഹമെന്ത് കൊണ്ടായിരിക്കും എന്നെക്കാൾ ഇവന് പ്രാമുഖ്യം നൽകുന്നത്? ഞങ്ങളെയാരെയും നേരിട്ടറിയാത്ത സ്ഥിതിക്ക് എന്തിനാണ് ഇവനെ മാത്രം ക്ഷണിക്കുന്നത്?”

അദ്ഹം ഹുമാമിനെ മുന്നോട്ട് തള്ളി.

“പോയിട്ട് വാ...”

"സൂക്ഷിക്കണേ, മോനേ."

ഖദ്രിയെ കെട്ടിപ്പിടിച്ചുകൊണ്ട് ഉമൈമ കരഞ്ഞു. എന്നാൽ അവരുടെ കൈകളിൽ നിന്നും കുതറിമാറിയശേഷം ഖദ്രി ഹുമാമിന്റെ പിറകേ പോയി. ഇത് കണ്ട് അദ്ഹം ഉറക്കെ വിളിച്ചു.

"തിരിച്ച് വാ ഖദ്രീ. സ്വന്തം ഭാവി വച്ച് ചൂതാടരുതേ."

"ഈ ഭൂമിയിലൊരു ശക്തിക്കും എന്നെ തടയാനാകില്ല."

ഉമൈമ കരയുന്നത് കേട്ടതും കുടിലിനുള്ളിലെ കുഞ്ഞുങ്ങളും കരയാൻ തുടങ്ങി. സഹോദരന്റെ ഒപ്പമെത്താനായി ഖദ്രി വേഗത്തിൽ നടന്നു. അപ്പോഴതാ ഇരുളിൽ മറ്റൊരു രൂപം. മകൾ ഹിന്ദിന്റെ കയ്യിൽ പിടിച്ചുകൊണ്ട് ഇദ്രീസും ഒപ്പമുണ്ട്. മാളികയുടെ ഗേറ്റിനരികിലെത്തിയതും ഇദ്രീസ് ഖദ്രിയെ ഹുമാമിന്റെ ഇടത് ഭാഗത്തും ഹിന്ദിനെ വലത് ഭാഗത്തും കൊണ്ട് നിർത്തി. പിന്നെ ഏതാനും ചുവട് പുറകോട്ട് നീങ്ങിയ ശേഷം അയാൾ അലറി.

"കരീം മാമാ, തുറക്ക് വാതിൽ. തങ്ങളുടെ പിതാമഹനെ കാണാനായി ചെറുമക്കളിതാ വന്നിരിക്കുന്നു."

ഗേറ്റ് തുറന്നു. പടിവാതിലിൽ കയ്യിൽ വിളക്കുമായി കരീം മാമ നിൽക്കുന്നത് കണ്ടു. ആദരവോടെ അയാൾ പറഞ്ഞു.

"ഹുമാം യജമാന്നേ, അകത്തേക്ക് വന്നാലും."

"ഇത് ഇവന്റെ സഹോദരൻ ഖദ്രി. ഇത് ഹിന്ദ്. കരഞ്ഞ് കരഞ്ഞ് മരിച്ച എന്റെ ഉമ്മയുടെ അതേ രൂപം."

"അനുവാദം ലഭിക്കാത്ത ഒരാൾക്കും ഈ വീടിനുള്ളിലേക്ക് കടക്കാൻ കഴിയില്ലെന്ന് താങ്കൾക്കറിയാവുന്നതല്ലേ, ഇദ്രീസ് യജമാനേ?"

ആംഗ്യം കാണിച്ചതും ഹുമാം വീടിനുള്ളിലേക്ക് പ്രവേശിച്ചു. എന്നാൽ ഹിന്ദിന്റെ കയ്യും പിടിച്ച് ഇദ്രീസും പിറകേ ചെന്നു. പെട്ടെന്ന് ഒരു ശബ്ദം മുഴങ്ങി. അത് തോട്ടത്തിനുള്ളിൽ നിന്നാണെന്ന് ഇദ്രീസിന് മനസ്സിലായി.

"പാപം ചെയ്തവരാണ് നിങ്ങൾ രണ്ടുപേരും. ഇറങ്ങി പൊയ്ക്കോ."

മരവിച്ച കാലുകളുമായി നിന്ന ഖദ്രിയുടേയും ഹിന്ദിന്റേയും മുന്നിൽ വാതിൽ കൊട്ടിയടയ്ക്കപ്പെട്ടു. എന്നാൽ പാഞ്ഞരികിലേക്ക് വന്ന ഇദ്രീസ് അവരുടെ ചുമലിൽ പിടിമുറുക്കിയശേഷം കോപം കൊണ്ട് വിറയ്ക്കുന്ന സ്വരത്തിൽ തിരക്കി.

"എന്ത് പാപത്തെക്കുറിച്ചാണ് ഈ പറഞ്ഞത്?"

ഇത് കേട്ടതും ഹിന്ദ് വേദനയോടെ പൊട്ടിക്കരഞ്ഞു. തന്റേയും ഹിന്ദിന്റേയും ചുമലിൽ പിടി മുറുക്കിയ ഇദ്രീസിന്റെ കൈ തട്ടിയകറ്റാനായി ഖദ്രി ഒന്ന് തിരിഞ്ഞു. കുതറിമാറിയ ഹിന്ദ് ഇരുളിലേക്ക് ഓടി മറഞ്ഞു. ഒരു നിമിഷം പിറകിലേക്ക് ആഞ്ഞശേഷം ഇദ്രീസ് ഖദ്രിയെ ശക്തമായി ഇടിച്ചു. കഠിനമായ പ്രഹരമായിരുന്നിട്ടും അയാൾ അത് നേരിട്ടു. പിന്നെ അതിനേക്കാൾ ശക്തിയോടു കൂടി ഇദ്രീസിനെ ഇടിച്ചു. ശേഷം

അവർ ഇരുവരും മാളികയുടെ മതിലിന് പുറത്ത് വച്ച് അങ്ങോട്ടുമിങ്ങോട്ടും മൃഗീയമായി ഇടിക്കാനും തൊഴിക്കാനും തുടങ്ങി. ഇദ്‌രീസ് അലറുകയായിരുന്നു.

"വേശ്യാ സന്തതീ, കൊല്ലുമെടാ നിന്നെ ഞാൻ."

"അതിന് മുമ്പ് നിങ്ങളുടെ കഥ ഞാൻ കഴിക്കും"

പരസ്പരം മർദ്ദിക്കുന്നതിനിടയിൽ ഖദ്‌രിയുടെ വായിൽ നിന്നും മൂക്കിൽ നിന്നും ചോര വരാൻ തുടങ്ങി. ഒരു ഭ്രാന്തനെപ്പോലെ ഓടി വരികയായിരുന്നു അദ്ഹം.

"എന്റെ മോനെ വെറുതെ വിടൂ, ഇദ്‌രീസ്."

"ചെയ്ത കുറ്റത്തിന്റെ പേരിൽ അവനെ ഞാൻ കൊല്ലും."

"അവനെക്കൊല്ലാൻ ഞാൻ നിങ്ങളെ അനുവദിക്കില്ല. ഇനി അവനെന്തെങ്കിലും പറ്റിയാൽ നിങ്ങളെ ഞാൻ ജീവനോടെ വിടില്ല."

പിറകേ അലറിവിളിച്ചുകൊണ്ട് ഹിന്ദിന്റെ ഉമ്മയും ഓടി വന്നു.

"ഹിന്ദ് ഓടിപ്പോയി ഇദ്‌രീസ്. എങ്ങോട്ടെങ്കിലും പോയിക്കളയും മുമ്പ് അവളെ കണ്ടുപിടിക്കൂ."

ഇദ്‌രീസിനും ഖദ്‌രിക്കും ഇടയിൽ കയറി നിന്നശേഷം അദ്ഹം സഹോദരന്റെ മുഖത്ത് നോക്കി ഉറക്കെപ്പറഞ്ഞു.

"ബോധമില്ലേ നിങ്ങൾക്ക്? ഒരു കാര്യവുമില്ലാതെയാണ് നിങ്ങളിങ്ങനെ പോരടിക്കുന്നത്. നിങ്ങളുടെ മകൾ പതിവ്രതയാണ്. അവളെയാരും സ്പർശിച്ചിട്ടു പോലുമില്ല. നിങ്ങളെ കണ്ട് പേടിച്ചിട്ടാണ് അവൾ ഓടിപ്പോയത്. എങ്ങോട്ടെങ്കിലും പോകുന്നതിന് മുമ്പ് അവളെ കണ്ടുപിടിക്കൂ, ഇദ്‌രീസ്."

പിന്നെ ഖദ്‌രിയെ ചേർത്ത് പിടിച്ചുകൊണ്ട് കുടിലിനരികിലേക്ക് ധൃതിയിൽ നടക്കുന്നതിനിടയിൽ അദ്ഹം കൂട്ടിച്ചേർത്തു.

"വേഗം. ഞാൻ ഇങ്ങോട്ട് ഓടിവരുന്നതിനിടയിൽ ഉമ്മ ബോധം കെട്ട് വീണിരുന്നു."

"ഹിന്ദേ... ഹിന്ദേ"

മകളുടെ പേര് ഉറക്കെ വിളിച്ചുകൊണ്ട് ഇരുളിലൂടെ കുതിച്ച് പായുകയായിരുന്നു ഇദ്‌രീസ് അന്നേരം.

പതിനേഴ്

കരീം മാമയുടെ പിറകെ നടക്കുകയാണ് ഹുമാം. മുല്ലവള്ളികൾ തണലിട്ട പാതയിലൂടെ മട്ടുപ്പാവിലേക്ക് പോകുന്നതിനിടയിൽ തോട്ടത്തിനുള്ളിലെ രാത്രിക്ക് ഭംഗി ഏറെയാണെന്ന് തോന്നി. പുഷ്പങ്ങളുടേയും ചെടികളുടേയും വാസന മധുരതരവും മനോഹരവുമായൊരു ആനന്ദം

ഹുമാമിന്റെ മനസ്സിൽ നിറയ്ക്കുകയായിരുന്നു. വല്ലാത്തൊരു നിർവൃതിയും പെരുമയും മനസ്സിലുണ്ടാകുമ്പോൾ തന്നെ ആ സ്ഥലത്തോടുള്ള ആഴമേറിയ ഗൃഹാതുരത്വവും ആ യുവാവിലുണ്ടായി. തന്റെ ജീവിതത്തിലെ ഏറ്റവും ഉജ്ജ്വലമായ നിമിഷങ്ങളാണിവയെന്ന് അയാൾക്കറിയാമായിരുന്നു. പകുതി തുറന്ന് കിടക്കുന്ന ചില ജനാലകളിലൂടെ കടന്നു വരുന്ന പ്രകാശം കാണാനാകുന്നുണ്ട്. അതുപോലെ സ്വീകരണമുറിയുടെ വാതിലിലൂടെ കടന്നെത്തുന്ന ശക്തമായ വെളിച്ചം താഴെയുള്ള തോട്ടത്തിൽ ഏതോ ജാമിതീയ രൂപം സൃഷ്ടിക്കുന്നത് പോലെ തോന്നി. ഈ ജനാലകൾക്ക് പിറകിലുള്ള മുറികളിലെ ജീവിതമെങ്ങനെയായിരിക്കുമെന്ന് ആലോചിച്ചപ്പോൾ തന്ന അയാളുടെ ഹൃദയമിടിക്കാൻ തുടങ്ങി. എങ്ങനെയായിരിക്കും ആ ജീവിതം? ആരൊക്കെയായിരിക്കും അവിടെ ഉണ്ടാകുക? എന്നാൽ ഈ വലിയവീട്ടിനുള്ളിലെ കുടുംബത്തിലൊരാളും ഇവിടെ തങ്ങിനിൽക്കുന്ന ജീവന്റെ സൃഷ്ടിയുമാണ് താനുമെന്ന വിചിത്ര സത്യം മനസ്സിലെത്തിയപ്പോൾ ഹൃദയം കൂടുതൽ ശക്തമായി മിടിക്കാൻ തുടങ്ങി. എന്നാൽ ഇവിടെയുള്ള ജീവിതത്തെ താൻ മുഖാമുഖം കാണാൻ വരുന്നത് കാലുകളിൽ ചെരുപ്പില്ലാതെയും സാദാ നീല ജല്ലാബിയ കുപ്പായവും വിളറിവെളുത്ത തൊപ്പിയും ധരിച്ചുമാണെന്ന് മാത്രം.

മുകളിലത്തെ നിലയിലേക്ക് പടികൾ കയറി എത്തിയ ശേഷം ചെറിയൊരു മുറി സ്ഥിതി ചെയ്യുന്ന വലത് ഭാഗത്തേക്ക് അവർ തിരിഞ്ഞ് നടന്നു. അവിടേക്ക് പ്രവേശിച്ചതും മറ്റൊരു കോണിപ്പടി കണ്ടു. ഒരു കുടീരം പോലെ ശാന്തമായ ആ പടികൾ കയറി മുകളിലെത്തിയപ്പോൾ വീതിയേറിയൊരു അകത്തളത്തിലെത്തി. അലംകൃതമായ മേൽക്കൂരയിൽ തൂങ്ങിയാടുന്ന വിളക്കുകളുടെ പ്രഭയിൽ മുങ്ങിനിൽക്കുന്നൊരിടം. അതിന് മധ്യത്തിലായുള്ള അടഞ്ഞ് കിടക്കുന്ന വലിയ വാതിലിന് നേരെയായി പിന്നീടുള്ള നടത്തം. 'ഈ അകത്തളത്തിലെ ഇതുപോലൊരു സ്ഥലത്തോ, കോണിപ്പടിയിലോ വച്ചാകാം ഇരുപത് വർഷക്കാലം മുമ്പ് എന്റെ ഉമ്മ പുറത്തെ വഴിയിലേക്ക് നോക്കി നിന്നിട്ടുണ്ടാവുക. തീർത്തും വേദനാജനകമായൊരു ഓർമ്മതന്നെയാണിത്.' ആ നിമിഷത്തിന്റെ വികാരത്തള്ളിച്ചയിൽ ഹുമാമിന്റെ മനസ്സ് പറഞ്ഞു.

വന്നയാളിന് അകത്തേക്ക് കടക്കാനുള്ള അനുവാദം ലഭിക്കാനായി കരീം മാമ വാതിലിൽ ഒന്ന് മുട്ടി. പിന്നെ വാതിലിൽ പതിയെ തള്ളി. വശത്തേക്ക് മാറി നിന്നശേഷം ഹുമാമിനോട് അകത്തേക്ക് കയറാൻ ആംഗ്യം കാണിച്ചു. സാവധാനം മര്യാദയോടെ എന്നാൽ അല്പം ഭയത്തോടെ അയാൾ അകത്തേക്ക് കയറി. പിറകിൽ വാതിൽ അടയുന്ന ശബ്ദമൊന്നും കേട്ടില്ല. മേൽക്കൂരയിലും കോണുകളിലും കണ്ട തിളക്കമേറിയ പ്രകാശം കണ്ടപ്പോൾ ഗൂഢമായ എന്തോ വികാരം മാത്രമാണ് മനസ്സിലുണ്ടായത്. എന്നാൽ തന്റെ ശ്രദ്ധ മുഴുവൻ ആകർഷിച്ചത് മുറിയുടെ മധ്യഭാഗത്ത് കിടന്ന മെത്തയിൽ ചമ്രം പടിഞ്ഞിരിക്കുന്ന മനുഷ്യനായിരുന്നു.

ഹുമാം ഇതിന് മുമ്പൊരിക്കലും തന്റെ പിതാമഹനെ കണ്ടിട്ടേയില്ല. എന്നാലും തന്റെ മുന്നിലിരിക്കുന്ന വ്യക്തി ആരെന്ന കാര്യത്തിൽ യാതൊരു സംശയവുമില്ല. അത്ഭുതകഥകളിൽ മാത്രം കേട്ടിട്ടുള്ള തന്റെ പിതാമഹനല്ലാതെ മറ്റാരാകാനാണ് സാധ്യത ഈ ശോഭയോടെ ഇരിക്കുന്ന വ്യക്തി? അദ്ദേഹത്തിനരികിലേക്ക് ചെന്നതും ആ വലിയ കണ്ണുകളിൽ നിന്നുള്ള നോട്ടത്തിൽ ചകിതനായി പോയി. ആ നോട്ടത്തിൽ തന്റെ ഓർമ്മകളിലുള്ള സർവതും കയ്യടക്കപ്പെട്ടതുപോലെ. അതേസമയം മനസ്സിൽ വല്ലാത്ത സമാധാനവും ശാന്തതയുമാണ് നിറഞ്ഞു നിന്നത്.

ഹുമാം അരികിലേക്ക് ചെന്ന് മെത്തയിൽ നെറ്റി തട്ടും വിധത്തിൽ തല കുനിച്ചു. ശേഷം കൈനീട്ടിയപ്പോൾ അദ്ദേഹവും കൈനീട്ടി. ആദരവോടെ ആ കയ്യിൽ ചുംബിച്ചശേഷം തീർത്തും അപ്രതീക്ഷിതമായ ധൈര്യത്തോടെ ഹുമാം പറഞ്ഞു.

"നമസ്കാരം പിതാമഹാ..."

കാരുണ്യം നിറഞ്ഞ ഗാംഭീര്യം തുളുമ്പുന്ന ശബ്ദത്തിലായിരുന്നു അദ്ദേഹത്തിന്റെ മറുപടി.

"സ്വാഗതം മകനേ, ഇരിക്കൂ."

മെത്തയുടെ വലതുഭാഗത്ത് കിടന്ന കസേരയ്ക്കരികിലേക്ക് പോയ ശേഷം ഹുമാം അതിനരികിൽ ചെന്നിരുന്നു,

"നേരേ ഇരിക്ക്" കസേരയിൽ നേരെ ഇരിക്കുമ്പോൾ മനസ്സ് നിറയെ സന്തോഷം നിറയുന്നുണ്ടായിരുന്നു. പതിഞ്ഞ സ്വരത്തിൽ നന്ദി പറയാനായി ചുണ്ടനക്കിയ ശേഷം ഹുമാം നിശ്ശബ്ദനായിരുന്നു. കാലടിയിലെ പരവതാനിയിലുള്ള ചിത്രപ്പണികളൊക്കെ നോക്കിയിരിക്കുന്നതിനിടയിൽ തന്റെ നേരേ വന്ന് പതിക്കുന്ന പിതാമഹന്റെ നോട്ടം അയാൾ തിരിച്ചറിയുന്നുണ്ടായിരുന്നു. കാണാതെ തന്നെ സൂര്യന്റെ ചൂട് അനുഭവിച്ചറിയുന്നത് പോലെയൊരു തോന്നൽ. പെട്ടെന്ന് വലതുഭാഗത്തുള്ള അറയുടെ നേർക്ക് അയാളുടെ ശ്രദ്ധ നീണ്ടു. ഭയത്തോടെയും വിഷാദത്തോടും കൂടിയാണ് ആ വാതിലിന് നേരേ നോക്കാനായത്. അപ്പോഴേക്കും പിതാമഹൻ ചോദിച്ചു.

"ആ വാതിലിനെക്കുറിച്ച് നിനക്കെന്താണറിയാവുന്നത്?"

ഇദ്ദേഹമെങ്ങനെയാണ് തന്റെ ചലനങ്ങളെല്ലാമറിയുന്നത് എന്നോർത്തപ്പോൾ കൈകാലുകൾ തന്നെ വിറച്ചുപോയി. വിനയത്തോടെയായിരുന്നു ഹുമാമിന്റെ മറുപടി.

"ഞങ്ങളുടെ സർവ്വദുരന്തത്തിന്റേയും വാതിലാണതെന്നറിയാം."

" ആ കഥകേട്ടപ്പോൾ സ്വന്തം പിതാമഹനെക്കുറിച്ച് നിനക്കെന്താണ് തോന്നിയിട്ടുള്ളത്?"

എന്തോ പറയാനായി ഹുമാം വായ തുറന്നതായിരുന്നു. എന്നാൽ അതിനുമുമ്പേ ജബലാവി പറഞ്ഞു.

“ സത്യമേ പറയാവൂ.”

ആ സ്വരത്തിന്റെ സ്വാധീനത്തിൽ ഹുമാം വളരെ തുറന്നാണ് സംസാരിച്ചത്.

“വാപ്പയുടെ പ്രവർത്തി വലിയൊരു തെറ്റ് തന്നെയാണെന്നാണ് എനിക്ക് തോന്നിയിട്ടുള്ളത്. അതുപോലെ അങ്ങയുടേത് അല്പം കടുത്ത ശിക്ഷയാണെന്നും.

ജബലാവി പുഞ്ചിരിച്ചു.

“നീ ചിന്തിക്കുന്നത് ഏതാണ്ടിപ്രകാരം തന്നെയായിരിക്കും. എന്നാൽ കള്ളം പറയുന്നതും വഞ്ചനയും ഞാൻ പൊറുക്കില്ല. അതുകൊണ്ടാണ് സ്വന്തത്തെ മലിനമാക്കിയ സർവ്വരേയും ഞാനീ വീട്ടിൽ നിന്നും ആട്ടിയിറക്കി വിട്ടത്.”

ഹുമാമിന്റെ കണ്ണുകൾ ഈറനണിയുന്നത് കണ്ട ആ പിതാമഹൻ പറഞ്ഞു.

“നീയൊരു നല്ല കുട്ടിയാണെന്നെനിക്ക് തോന്നി. അതിനാലാണ് ഞാൻ നിന്നെ വിളിച്ചു വരുത്തിയത്.”

“നന്ദി യജമാന്നേ...”

കണ്ണീരണിഞ്ഞ ശബ്ദത്തിൽ ഹുമാം പറഞ്ഞു. ജബലാവി തികച്ചും ശാന്തമായി സംസാരിക്കാൻ തുടങ്ങി.

“പുറത്തുള്ള ഒരാൾക്കും ഇതുവരെ ലഭിച്ചിട്ടില്ലാത്ത ഒരവസരം നിനക്ക് നൽകാമെന്നാണ് ഞാനുദ്ദേശിക്കുന്നത്. നിനക്ക് ഈ വീട്ടിൽ താമസിക്കാം ഇവിടെയുള്ളൊരാളെ വിവാഹം കഴിക്കാം. പുതിയൊരു ജീവിതം തുടങ്ങാം.”

സന്തോഷാരവത്തിൽ നെഞ്ച് ഇടിക്കുന്നതിനിടയിൽ ആ മനോഹരമായ ഗാനത്തിന്റെ പൂർത്തീകരണമെന്നോളം പുതിയ വാക്കുകൾ ജബലാവിയിൽ നിന്നും ഉണ്ടാകുന്നതും കാത്ത് അല്പസമയം ഹുമാം കാത്തുനിന്നു. പൂർവ്വരാഗം കേട്ടൊരു സംഗീതപ്രേമി യഥാർത്ഥ ഗാനത്തിനായി കാത്തുനിൽക്കുന്നതുപോലെ. പക്ഷേ, ജബലാവി നിശ്ശബ്ദനായി നിന്നതേയുള്ളൂ. അതോടെ ഒന്നമാന്തിച്ചശേഷം ഹുമാം പറഞ്ഞു.

“താങ്കളുടെ ദയയ്ക്ക് വളരെ നന്ദിയുണ്ട്.”

“നീയത് അർഹിക്കുന്നുണ്ട് മകനേ.”

പിതാമഹനേയും നിലത്തെ പരവതാനിയേയും മാറിമാറി നോക്കിക്കൊണ്ട് ഹുമാം ആകാംക്ഷയോടെ തിരക്കി.

“എന്റെ കുടുംബത്തിന്റെ കാര്യമോ?”

“എന്താണ് തീരുമാനമെന്ന് ഞാൻ വ്യക്തമായി പറഞ്ഞു കഴിഞ്ഞു.”

“താങ്കളുടെ ദയയും കാരുണ്യവും അവരർഹിക്കുന്നുണ്ട്” ജബലാവിക്ക് ദേഷ്യം വന്നു.

"ഞാൻ പറഞ്ഞത് നീ കേട്ടില്ലേ?"

"തീർച്ചയായും. പക്ഷേ, അവരെന്റെ ഉമ്മയും വാപ്പയും സഹോദരങ്ങളുമാണ്. എന്റെ വാപ്പയാകട്ടെ..."

"ഞാൻ പറഞ്ഞത് നീ കേട്ടില്ലേ?"

അദ്ദേഹത്തിന്റെ ശബ്ദത്തിൽ മുഷിച്ചിൽ തിരിച്ചറിഞ്ഞതോടെ ആകെ നിശ്ശബ്ദതയായി. സംസാരം അവസാനിച്ചിരിക്കുന്നു എന്നറിയിക്കുംവിധം ജബലാവി പറഞ്ഞു.

"പോയി അവരോട് അനുവാദം ചോദിക്കുക. എന്നിട്ട് തിരികെ വരിക."

അദ്ഹം എഴുന്നേറ്റ് ചെന്ന് പിതാമഹന്റെ കയ്യിൽ ചുംബിച്ചു. പുറത്തേക്കിറങ്ങുമ്പോൾ കരീം മാമ കാത്ത് നിൽക്കുന്നത് കണ്ടു. അയാൾ മുന്നോട്ട് നടന്നതും ഒന്നും പറയാതെ ഹുമാമും പിറകേ ചെന്നു.

മട്ടുപ്പാവിലെത്തിയതും തോട്ടത്തിന്റെ വെളിച്ചമെത്തുന്ന ആദ്യഭാഗത്ത് ഒരു യുവതി നിൽക്കുന്നത് കണ്ടു. ഹുമാമിനെ കണ്ടതും അവൾ പെട്ടെന്ന് എങ്ങോട്ടോ ഓടി മറഞ്ഞുകളഞ്ഞു. എന്നാൽ അതിനിടയിൽ തന്നെ അയാൾ അവളുടെ മുഖഭാവവും കഴുത്തും പിന്നെ വടിവൊത്ത ആകാരഭംഗിയുമൊക്കെ ശ്രദ്ധിച്ചു കഴിഞ്ഞിരുന്നു. 'നിനക്ക് ഈ വീട്ടിൽ താമസിക്കാം. ഇവിടെയുള്ളൊരാളെ വിവാഹം കഴിക്കാം.' പിതാമഹന്റെ വാക്കുകൾ അയാളുടെ കാതുകളിൽ വീണ്ടും വന്നലയ്ക്കാൻ തുടങ്ങി. ഇതുപോലൊരു പെൺകുട്ടിയെ വിവാഹം കഴിക്കാനും വാപ്പ പറഞ്ഞുതന്നിട്ടുള്ളതുപോലൊരു ജീവിതം നയിക്കാനുമാണ് തന്നെ ക്ഷണിക്കുന്നത്. പക്ഷേ, ഇതുപോലൊരു സാഹസമാണ് അദ്ദേഹത്തിന്റെ ജീവിതം തന്നെ തകർത്തു കളഞ്ഞത്. പക്ഷേ, പിന്നീട് ഉന്തുവണ്ടി തള്ളിയുള്ള ജീവിതം നയിക്കാൻ ആ മനസ്സ് തയ്യാറായതെങ്ങനെയായിരിക്കും? സ്വപ്നസമാനമായൊരു സുവർണാവസരമാണിത്. കഴിഞ്ഞ ഇരുപത് വർഷങ്ങളായി വാപ്പ കൊണ്ടു നടക്കുന്ന സ്വപ്നം. പക്ഷേ, ഇപ്പോൾ എനിക്ക് വല്ലാതെ തലവേദനിക്കുകയാണല്ലോ?

പതിനെട്ട്

ഹുമാം തിരികെ കുടിലിലെത്തിയപ്പോൾ തന്നെ കാത്തിരിക്കുന്ന കുടുംബത്തെയാണ് കണ്ടത്. അവന്റെ ചുറ്റും കൂടി അവർ ചോദ്യങ്ങളുടെ കെട്ട് തന്നെ അഴിച്ചു. അദ്ഹമിന് ആകെ ക്ഷമ കെട്ട് കഴിഞ്ഞിരുന്നു.

"എന്താ മോനേ വിശേഷം?"

ഖദ്‌രിയുടെ ഒരു കണ്ണിൽ മരുന്ന് വച്ച് കെട്ടിയിരിക്കുന്നത് കണ്ടതും ഹുമാം അത് പരിശോധിക്കുന്നതിനായി അയാളുടെ മുഖത്തോട് ശിരസ്സടുപ്പിച്ച് നോക്കി. ഇത് കണ്ടതും ഖേദത്തോടെ അദ്ഹം പറഞ്ഞു.

“നിന്റെ സഹോദരനും ആ മനുഷ്യനും തമ്മിലൊരു അടിപിടി നടന്നു.”

ഇദ്‌രീസിന്റെ കുടിലിലേക്ക് വിരൽ ചൂണ്ടുന്നുണ്ടായിരുന്നു അദ്ഹം. അവിടമാകെ ഇരുളും നിശ്ശബ്ദതയും നിറഞ്ഞു നിൽക്കുകയായിരുന്നു.

“എല്ലാം ആ മാളികയിൽ വച്ച് ഹിന്ദിനെതിരെ ഉയർന്ന വൃത്തികെട്ട വ്യാജആരോപണം മൂലമാണുണ്ടായത്.”

ഖദ്‌രിയുടെ വാക്കുകൾ കേട്ടതും ഇദ്‌രീസിന്റെ കുടിലിന് നേരേ കൈചൂണ്ടിക്കൊണ്ട് അസ്വസ്ഥതയോടെ ഹുമാം തിരക്കി.

“അവിടെ ഇപ്പോൾ എന്തായിരിക്കും നടക്കുന്നത്?”

“അയാളും ഭാര്യയും കൂടി ഓടിപ്പോയ മകളെ തിരഞ്ഞുനടക്കുകയാണ്.”

അദ്ഹം വേദനയോടെ പറഞ്ഞു.

“ആ ശപിക്കപ്പെട്ട കഠിനഹൃദയനായ മനുഷ്യനാണ് എല്ലാത്തിനും ഉത്തരവാദി.”

ഖദ്‌രിയുടെ അട്ടഹാസം കേട്ട് ഉമൈമ യാചിക്കുന്നതുപോലെ പറഞ്ഞു.

“ഒന്ന് പതുക്കെ സംസാരിക്കുമോ നീ?”

“എന്താ നിങ്ങളിങ്ങനെ ഭയക്കുന്നത്? ഒരിക്കലും നടക്കാത്ത ആ വീട്ടിലേക്കുള്ള മടക്കം മോഹിക്കുന്നത് കൊണ്ടല്ലേ? പക്ഷേ, നോക്കിക്കോളൂ, മരിക്കുന്നതുവരെ നിങ്ങൾ ഈ കുടിലിൽ നിന്ന് പുറത്തിറങ്ങാനേ പോകുന്നില്ല”

അദ്ഹമിന് ഇത് കേട്ട് ദേഷ്യമായി.

“ഒന്ന് മതിയാക്കുമോ ദൈവമാണേ സത്യം നിനക്ക് ഭ്രാന്താണ്. ആ ഓടിപ്പോയ പെണ്ണിനെ കല്യാണം കഴിക്കാനാഗ്രഹിച്ചിരുന്നവനല്ലേ നീ?”

“ഞാനവളെ വിവാഹം കഴിക്കും.”

“മിണ്ടാതിരിയെടാ. കുറേയായി സഹിക്കുന്നു നിന്റെ വിഡ്ഢിത്തരങ്ങൾ.”

“ഇനി ഇദ്‌രീസിന്റെ കുടിലിനരികിൽ ജീവിക്കുക എന്നത് അതികഠിനം തന്നെയായിരിക്കും.”

ഉമൈമ വേദനയോടെ പറയുന്നത് കേട്ടുകൊണ്ട് അദ്ഹം വീണ്ടും ഹുമാമിന് നേരേ തിരിഞ്ഞു.

“എന്താണവിടെ വിശേഷമെന്ന് ഞാൻ നിന്നോട് ചോദിച്ചു.”

“മാളികയിൽ പോയി താമസിക്കാനായി പിതാമഹൻ എന്നെ ക്ഷണിച്ചിരിക്കുകയാണ്.”

ഹുമാമിന്റെ സ്വരത്തിൽ സന്തോഷത്തിന്റെ യാതൊരു അടയാളവുമില്ലായിരുന്നു. അവൻ കുടുതലെന്തെങ്കിലും പറയുന്നത് പ്രതീക്ഷിച്ച് അദ്ഹം കാത്ത് നിന്നെങ്കിലും ഹുമാം ഒന്നും മിണ്ടിയില്ല. അതോടെ നിരാശയോടെ അദ്ഹം തിരക്കി.

“അപ്പോൾ ഞങ്ങളുടെ കാര്യമോ? ഞങ്ങളെക്കുറിച്ച് അദ്ദേഹം എന്താ പറഞ്ഞത്?”

ദുഃഖത്തോടെ ഹുമാം തലകുലുക്കി.

“ഒന്നും പറഞ്ഞില്ല.”

തേള് കുത്തുന്നത് പോലെ പൊട്ടിച്ചിരിച്ചുകൊണ്ട് പരിഹാസരൂപത്തിൽ ഖദ്‌രി ചോദിച്ചു

“നീ അവിടെപ്പോയി എന്ത് ചെയ്യാൻ പോകുന്നു?”

ശരിയാണല്ലോ ഖദ്‌രി പറഞ്ഞത്. ഞാനവിടെപ്പോയി എന്ത് ചെയ്യാനാണ്. എന്നെപ്പോലുള്ളവർക്ക് സന്തോഷമെന്തെന്നറിയാനുള്ള യോഗമില്ലല്ലോ?

“ഞാൻ നിങ്ങളുടെ കാര്യം അദ്ദഹത്തോട് ചോദിച്ചിരുന്നു”

“വളരെ ഉപകാരം. പക്ഷേ, ഞങ്ങളെക്കാൾ അയാൾ നിന്നെ തിരഞ്ഞെടുത്തതെന്തുകൊണ്ടായിരിക്കും?”

ഖദ്‌രി പരിഹാസത്തോടെയാണ് ചോദിച്ചത്.

“എനിക്ക് ഇക്കാര്യത്തിലൊരു പങ്കുമില്ലെന്ന് നിനക്കറിയാമല്ലോ?”

എന്നാൽ അദ്ഹം നെടുവീർപ്പോടെ പറഞ്ഞു.

“പക്ഷേ, ഹുമാം, ഞങ്ങൾക്കിടയിൽ ഏറ്റവും ഉത്തമൻ നീ തന്നെയാണ്.”

“വാപ്പാ, നിങ്ങളെപ്പോഴും അർഹിക്കാത്ത അംഗീകാരമാണ് ഇവന് നൽകാറുള്ളത്?”

“നിനക്കൊന്നുമറിയില്ല.”

“തന്റെ മകനായ ഇദ്‌രീസിനേക്കാൾ വൃത്തികെട്ടയാളാണ് ആ മനുഷ്യൻ.”

“നീ എന്റെ ഹൃദയം തകർക്കുകയാണ് ഖദ്‌രീ. പ്രതീക്ഷയുടെ വാതിലുകളൊക്കെ ഞങ്ങളുടെ മുന്നിൽ കൊട്ടിയടയ്ക്കുന്നു.”

യാചിക്കുന്നത് പോലെയുള്ള ഉമൈമയുടെ വാക്കുകൾ കേട്ടതും പുച്ഛത്തോടെ ഖദ്‌രി തുടർന്നു.

“ഈ മരുഭൂമിയിൽ ജീവിക്കുകയല്ലാതെ നമുക്ക് മുന്നിൽ വേറെ പ്രതീക്ഷകളൊന്നുമില്ല. അത് മനസ്സിലാക്കി ആശ്വസിക്കാൻ ശ്രമിക്കുക. ആ ശപിക്കപ്പെട്ട വീടിന്റെ കാര്യം മറന്നേക്കുക. എനിക്കാകട്ടെ ഈ മരുഭൂമിയെ പേടിയില്ല. ഇദ്‌രീസിനെപ്പോലും എനിക്ക് പേടിയില്ല. എന്റെ പുറത്തേല്പിക്കുന്ന ഓരോ പ്രഹരത്തിനും ഇരട്ടി പ്രഹരമേല്പിക്കാൻ എനിക്കാകും. ആ വീടിന് നേരേ കാർക്കിച്ച് തുപ്പിയശേഷം എല്ലാം മറക്കാൻ ശ്രമിക്കുക.”

ജീവിതം ഇങ്ങനെ തന്നെ തുടരുമായിരിക്കുമോ തങ്ങളുടെ കാര്യത്തിലെന്നും? അദ്ഹം തന്നോട് തന്നെ ചോദിച്ചു. മാപ്പ് നൽകാൻ

താത്പര്യമില്ലായിരുന്നെങ്കിൽ പിന്നെന്തിനാണ് പിതാവേ താങ്കൾ ഞങ്ങളുടെ പ്രതീക്ഷകളെ ഉണർത്തിവിട്ടത്? താങ്കളുടെ ഹൃദയം തരളിതമാക്കാൻ എന്തിനെങ്കിലും സാധിക്കുമോ? കാലമിത്രയും കഴിഞ്ഞിട്ടും ആ ഹൃദയത്തിനൊരു മാറ്റവുമില്ലല്ലോ? സ്നേഹിക്കുന്നൊരാളുടെ കരുണ സ്വന്തമാക്കാൻ മാത്രം ഇത്രയും കാലമനുഭവിച്ച യാതനകൾ പകരമാകില്ലെങ്കിൽ പിന്നെ പ്രതീക്ഷകൾകൊണ്ട് എന്താണ് വിലയുള്ളത്?"

ശേഷം സന്ധ്യാനേരം പോലെ അരണ്ട ശബ്ദത്തിൽ അയാൾ ഹുമാമിനോട് ചോദിച്ചു.

"നിന്റെ അഭിപ്രായമെന്തെന്ന് പറയൂ, ഹുമാം"

"ഇവിടെ വന്ന് അനുവാദം വാങ്ങിയശേഷം തിരികെച്ചെല്ലാനാണ് അദ്ദേഹം എന്നോട് പറഞ്ഞത്."

ഇരുളിൽ തന്റെ തേങ്ങൽ ഒളിപ്പിച്ചു വയ്ക്കാൻ ഉമൈമ വെറുതെ ശ്രമിക്കുന്നതിനിടയിൽ ഖദ്രി പകയോടെ തിരക്കി.

"പിന്നെന്തിനാ വൈകിക്കുന്നത്?"

"പോയിട്ട് വാ ഹുമാം. എല്ലാം അനുഗ്രഹങ്ങളും നിനക്കുണ്ടാകും."

ഉറച്ചസ്വരത്തിലാണ് അദ്ഹം പറഞ്ഞത്.

"പോടാ വല്ലഭാ, മറ്റുള്ളവരെക്കുറിച്ച് ചിന്തിക്കുകയേ വേണ്ട."

"നല്ലവനായ നിന്റെ സഹോദരനെ പരിഹസിക്കരുത് കേട്ടോ?"

"നമ്മളെക്കാളൊക്കെ വൃത്തികെട്ടവനാണിവൻ."

ഇത്രയും കേട്ടതും ഹുമാം രൂക്ഷമായ ഭാഷയിൽ പ്രതികരിച്ചു.

"ഇവിടെത്തന്നെ കഴിയാൻ ഞാൻ തീരുമാനിച്ചാൽ അത് നിന്നോടുള്ള ബഹുമാനം കൊണ്ടൊന്നുമായിരിക്കില്ല."

"സംശയിച്ച് നിൽക്കാതെ പോയിട്ടു വാ മോനേ"

അദ്ഹമിന്റെ ഉറച്ച വാക്കുകൾ കേട്ടതും കണ്ണീരോടെ ഉമ്മയും പറഞ്ഞു.

"ശരിയാണ്. സമാധാനത്തോടെ പോയി വാ, മോനേ."

"ഇല്ല ഉമ്മാ, ഞാൻ പോകില്ല!"

ഹുമാമിന്റെ വാക്കുകൾ കേട്ട് അദ്ഹം അതിശയിച്ചുപോയി.

"നിനക്കെന്താ ഭ്രാന്ത് പിടിച്ചോ?"

"ഇല്ല വാപ്പ, എനിക്കാലോചിക്കണം. നമുക്ക് ഇക്കാര്യത്തെക്കുറിച്ച് കൂടുതൽ സംസാരിക്കുകയും വേണം."

"അതിന്റെയൊന്നും ആവശ്യമില്ല. നീ പുതിയൊരു കുറ്റം കൂടി എന്റെ തലയിൽ വച്ചു തരരുത്."

ഇദ്രീസിന്റെ കുടിലിന് നേരേ വിരൽചൂണ്ടിക്കൊണ്ട് ഹുമാം തീരുമാനിച്ചുറച്ചത് പോലെ പറഞ്ഞു.

“എന്തൊക്കെയോ സംഭവിക്കാൻ പോകുന്നതുപോലെയാണ് എനിക്ക് തോന്നുന്നത്.”

“തന്റെ സ്വന്തം ദുരന്തങ്ങൾ തടഞ്ഞു നിർത്താൻ കഴിയാത്ത നീയാണോ മറ്റുള്ളവരുടെ ദുരിതങ്ങൾ തടയാൻ നോക്കുന്നത്?”

ഖദ്‌രിയുടെ പരിഹാസം കേട്ട് അവജ്ഞയോടെ ഹുമാം പറഞ്ഞു.

“നീ എന്ത് വേണമെങ്കിലും പറഞ്ഞോളൂ. അതവഗണിക്കുന്നതാണ് എനിക്ക് നല്ലത്.” അദ്ദേഹം വീണ്ടും പ്രതീക്ഷയോടെ പറഞ്ഞു.

“പോയിട്ടു വാ, ഹുമാം.”

എന്നാൽ കുടിലിന് നേരേ നടന്ന് പോകുന്നതിനിടയിൽ ഹുമാം ഇത്ര മാത്രം പറഞ്ഞു.

“ഞാൻ നിങ്ങൾക്കൊപ്പം കഴിയുകയേ ഉള്ളൂ.”

പത്തൊമ്പത്

ആകാശത്ത് സൂര്യന്റെ അവസാന കിരണങ്ങൾ മാത്രമേ കാണാനുള്ളൂ. മരുഭൂമിയിലെ യാത്രക്കാരൊക്കെ വീടണഞ്ഞിട്ടുണ്ടാകും. അവിടെ ഇപ്പോൾ ഖദ്‌രിയും ഹുമാമും തനിച്ചാണ്. ഒപ്പമവരുടെ ആടുകളും മാത്രം. പകൽ മുഴുവൻ കടന്നു പോയിട്ടും തങ്ങളുടെ ജോലി ആവശ്യപ്പെടുന്ന അത്യാവശ്യവർത്തമാനങ്ങൾ മാത്രമാണ് ആ സഹോദരങ്ങൾക്കിടയിലുണ്ടായത്. പകലിന്റെ നല്ലൊരു ഭാഗവും ഖദ്‌രി മറ്റെവിടെയോ ആയിരുന്നു. അയാൾ ഹിന്ദിനെ അന്വേഷിച്ച് പോയതായിരിക്കും എന്നാണ് ഹുമാം കരുതിയത്. എന്നാൽ തന്റെ ആട്ടിൻകൂട്ടത്തിൽ നിന്നും വളരെയകലെയല്ലാതെ ആ ഉരുളൻപാറയുടെ തണലിൽ തനിയെ ഇരിക്കുകയായിരുന്നു ഹുമാം പകൽ മുഴുവൻ. പെട്ടെന്ന് ഖദ്‌രി ശല്യപ്പെടുത്തുന്നത് പോലെ ചോദിച്ചു.

“നിന്റെ പിതാമഹന്റെ അരികിലേക്ക് പോകുന്ന കാര്യത്തിലെന്തായി തീരുമാനമെന്ന് പറയ്. അഭിപ്രായം മാറ്റിയോ?”

“അതെന്റെ കാര്യം. നീ ഇടപെടേണ്ട.”

ഖദ്‌രിയുടെ മനസ്സിൽ കോപം ആളിക്കത്തി. മുഖത്തം മലയുടെ മുകളിൽ സന്ധ്യ വന്ന് നിറയുന്നത് പോലെ അതിന്റെ അടയാളം അയാളുടെ മുഖത്താകെ നിറഞ്ഞുനിന്നു.

“നീ എന്താ പോകാത്തത്? എപ്പോഴാ ഇനിപോകുക? മനസ്സിലുള്ളത് തുറന്ന് പറയാനുള്ള ധൈര്യം എപ്പോഴാണ് നിനക്കുണ്ടാവുക?”

“നീ സൃഷ്ടിക്കുന്ന കുഴപ്പങ്ങളുടെയൊക്കെ പങ്ക് അനുഭവിച്ചല്ലേ തീരൂ. അതിനായി ഞാൻ ഇവിടെത്തന്നെ കഴിയും.”

ക്രൂരമായി ഖദ്‌രി ചിരിച്ചു.

“സ്വന്തം അസൂയ മറച്ചുവയ്ക്കാനായി നീ ഇങ്ങനെയാണല്ലോ സംസാരിക്കാറുള്ളത്?”

അതിശയം കേട്ടതുപോലെ ഹുമാം തലകുലുക്കി.

“അതിന് അസൂയയല്ല, സഹതാപമല്ലേ നീയർഹിക്കുന്നത്?”

അടുത്തേക്ക് വന്നപ്പോൾ വിദ്വേഷം കാരണം ഖദ്‌രിയുടെ കൈകാലുകൾ വിറയ്ക്കുന്നുണ്ടായിരുന്നു. പിന്നെ കോപം തുളുമ്പുന്ന സ്വരത്തിൽ അയാൾ പറഞ്ഞു.

“നീ ഇങ്ങനെ ബുദ്ധിമാൻ ചമയുന്നതിനേക്കാൾ അറപ്പുളവാക്കുന്ന മറ്റൊരു കാര്യവുമില്ല.’’

അവജ്ഞയോടെ ഖദ്‌രിയെത്തന്നെ നോക്കിയെങ്കിലും ഹുമാം ഒന്നും പറഞ്ഞില്ല.

“നിന്നെപ്പോലൊരാൾ ഒപ്പം ചേർന്നതിൽ മനുഷ്യവംശം തന്നെ ലജ്ജിച്ച് തല താഴ്ത്തണം.”

ഖദ്‌രിയുടെ കത്തുന്ന കണ്ണിലേക്ക് ഇമവെട്ടാതെ നോക്കി നിന്നശേഷം ഉറച്ച സ്വരത്തിൽ ഹുമാം പറഞ്ഞു.

“എനിക്ക് നിന്നെ ഭയമില്ലെന്ന് നീ അറിയണം കേട്ടോ.”

“ആ വലിയ മുട്ടാളൻ നിന്നെ സംരക്ഷിക്കാമെന്ന് വാക്ക് തന്നിട്ടുണ്ടാവുമല്ലേ?”

“പക കാരണം ജനം അറപ്പോടുകൂടി മാത്രം കാണുന്ന ദുർഗന്ധവസ്തുവായി മാറിയിരിക്കുകയാണ് നീ.”

ഇത്രയും കേട്ടതും ഖദ്‌രി ഹുമാമിന്റെ മുഖത്തേക്ക് ആഞ്ഞിടിച്ചു. ഹുമാമിനെ സംബന്ധിച്ച് അത് അതിശയമൊന്നുമില്ലായിരുന്നു. തനിക്ക് ലഭിച്ചതിനേക്കാൾ ശക്തമായൊരു പ്രഹരമായിരുന്നു ഹുമാമിന്റെ പ്രതികരണം.

“ഭ്രാന്ത് കാണിക്കല്ലേ ഖദ്‌രീ.”

ഖദ്‌രി പെട്ടെന്ന് താഴേക്ക് കുനിഞ്ഞ് കയ്യിൽ കിട്ടിയൊരു കല്ലെടുത്ത്, സർവ്വശക്തിയുമെടുത്ത് ഹുമാമിനെ ഇടിച്ചു. ഹുമാം ഒഴിഞ്ഞു മാറാൻ ശ്രമിച്ചതായിരുന്നു. പക്ഷേ, കല്ല് നെറ്റിയിൽ തന്നെ പതിച്ചു. ഒരു കിതപ്പായിരുന്നു ആദ്യമുണ്ടായത്. മരവിച്ചത് പോലെ നിൽക്കുമ്പോൾ കണ്ണുകളിൽ പക കത്തി. പക്ഷേ, മണ്ണ് വീണ് തീയണഞ്ഞ് പോകുന്നത് പോലെ ആ പക പെട്ടെന്ന് തന്നെ കണ്ണുകളിൽ നിന്നും അപ്രത്യക്ഷമായി. പകരം തൽസ്ഥാനത്തൊരു ശൂന്യത വന്നു ഭവിച്ചു. ആ കണ്ണുകൾ ഉള്ളിലേക്ക് തന്നെ നോക്കുന്നതുപോലെ തോന്നിപ്പോയി. അതോടെ ഒന്ന് ചാഞ്ചാടിയ ശേഷം ഹുമാം മുഖമടിച്ച് താഴേക്ക് വീണു.

ഈ കാഴ്ച കണ്ടതും ഖദ്‌രിയുടെ ഭാവമാകെ മാറി. ഉരുകിയ ഉരുക്ക് തണുക്കുന്നത് പോലെ അയാളുടെ കോപം അപ്രത്യക്ഷമാവുകയും ഭയം

മനസ്സിനെ പിടികൂടുകയും ചെയ്തു. താഴെ വീണയാൾ എഴുന്നേൽക്കുമെന്ന് കരുതി നോക്കിനിന്നെങ്കിലും ഒന്നും സംഭവിച്ചില്ല. കുനിഞ്ഞ് ചെന്ന് ഹുമാമിനെ കുലുക്കി വിളിച്ചെങ്കിലും അയാൾ അനങ്ങിയതേ ഇല്ല. കമിഴ്ന്ന് കിടന്നയാളെ മലർത്തിക്കിടത്തിയശേഷം മൂക്കിലും വായിലും പറ്റിപ്പിടിച്ച മണ്ണ് തുടച്ച് കളഞ്ഞെങ്കിലും തുറിച്ച കണ്ണുകളോടെ അനക്കമറ്റ് കിടന്നതേയുള്ളൂ ഹുമാം.

കുനിഞ്ഞ് നിന്നശേഷം ഖദ്രി ഒരിക്കൽ കൂടി ഹുമാമിനെ കുലുക്കി വിളിച്ചു. നെഞ്ചിലും കൈകളിലും തിരുമ്മിനോക്കി. മുറിവിൽ നിന്നും പ്രവഹിച്ചുകൊണ്ടിരിക്കുന്ന രക്തത്തിലേക്ക് ഭീതിയോടെ നോക്കി നിന്നു. പ്രതീക്ഷയോടെ വിളിച്ചുണർത്താൻ നോക്കിയെങ്കിലും ഹുമാമിൽ നിന്നും യാതൊരു പ്രതികരണവുമുണ്ടായില്ല. ആ നിശ്ശബ്ദത അയാളുടെ സ്വത്വത്തിന്റെ അവിഭാജ്യഘടകമാണെന്നതുപോലെ കനത്തതായിത്തന്നെ തുടർന്നു. ജീവനുള്ളതോ അല്ലാത്തതോ ആയ വസ്തുക്കളിൽ നിന്നൊക്കെ വ്യത്യസ്തമാണ് ഈ അനക്കമറ്റ കിടപ്പെന്ന് തോന്നിപ്പോയി. ഒരു വികാരവുമില്ല. ഒന്നിനോടുമൊരു താത്പര്യവുമില്ല. യാതൊരു ബന്ധവുമില്ലാത്ത ഏതോ അജ്ഞാതദിക്കിൽ നിന്നും ഭൂമിയിലേക്ക് എടുത്തെറിയപ്പെട്ട വസ്തുവിന്റെ അവസ്ഥ. മരണമെന്ന യാഥാർത്ഥ്യം തിരിച്ചറിഞ്ഞതോടെ ഖദ്രി സ്വന്തം തലമുടി നിരാശയോടെ പിടിച്ചു പറിക്കാൻ തുടങ്ങി. ഭീതിയോടെ അയാൾ ചുറ്റും നോക്കി. ആടുകളും പിന്നെ പ്രാണികളുമല്ലാതെ ജീവനുള്ള യാതൊരു വസ്തുവുമില്ല ചുറ്റുമൊന്നും. ആടുകളാകട്ടെ ഒരു താത്പര്യവുമില്ലാതെ ദൂരേക്ക് പോയിരിക്കുന്നു. രാത്രിയാകാറായിരിക്കുന്നു. അധികം വൈകാതെ ഇരുൾ പരക്കും.

എന്തോ തീരുമാനിച്ചുറച്ചതുപോലെ ഖദ്രി എഴുന്നേറ്റു. തന്റെ വടിയും കൈയിലെടുത്ത് അയാൾ ഉരുളൻപാറയ്ക്കും മലയ്ക്കും ഇടയിലെ ഭാഗത്തേക്ക് നടന്നു. പിന്നെ സ്വന്തം കൈകൊണ്ട് ഒരു കുഴി കുത്താൻ തുടങ്ങി. കഠിനമായ പണി തുടരുന്നതിനിടയിൽ അയാൾ വിയർത്തൊഴുകുന്നുണ്ടായിരുന്നു. കൈകാലുകൾ വിറയ്ക്കുന്നു. മരിച്ചു കിടക്കുന്ന സഹോദരന്റെ അരികിലേക്ക് ഓടിയെത്തിയശേഷം മറുപടി പ്രതീക്ഷിക്കാതെയാണെങ്കിലും അവസാനമായി ഒരു വട്ടം കൂടി വിളിച്ചുണർത്താൻ നോക്കി. ശേഷം മൃതദേഹത്തിന്റെ കാലിൽ പിടിച്ച് വലിച്ചുകൊണ്ട് പോയി കുഴിയിൽ ഇട്ടു. നെടുവീർപ്പോടെ സഹോദരനെത്തന്നെ ഒരു നിമിഷം നോക്കി നിന്ന ശേഷം മണ്ണ് വലിച്ചിടാൻ തുടങ്ങി. എഴുന്നേറ്റശേഷം കുപ്പായത്തിന്റെ കൈകൊണ്ട് മുഖത്തെ വിയർപ്പ് തുടച്ചുമാറ്റി. മണ്ണിലൂടെ രക്തം കിനിഞ്ഞ് വരുന്നത് കണ്ടപ്പോൾ കുറച്ച് മണ്ണ് വാരിയിട്ട് അത് മറച്ചു. ക്ഷീണം സഹിക്കാനാകാതെ അയാൾ നിലത്തേക്ക് വീണു.

ശരീരത്തിലെ ശക്തിയൊക്കെ ചോർന്നു പോകുന്നതുപോലെ തോന്നിയപ്പോൾ ഒന്ന് കരയാനായെങ്കിലെന്ന് കൊതിച്ചുപോയി. പക്ഷേ, കണ്ണുകളിൽ നിന്ന് കണ്ണുനീര് മാത്രം വന്നില്ല. 'മരണം എന്നെ തോൽപിച്ചു

കളഞ്ഞു. താൻ ആ മരണത്തെ ക്ഷണിച്ച് വരുത്തിയതല്ല. ആഗ്രഹിച്ചതുമല്ല. പക്ഷേ, മരണം സ്വന്തം ഇഷ്ടപ്രകാരം വന്ന് കയറുകയായിരുന്നു. ഒരാട്ടിൻകുട്ടിയായി മാറാൻ കഴിയുമായിരുന്നെങ്കിൽ അയാൾ ആ ആട്ടിൻകൂട്ടത്തിനുള്ളിൽ കയറി ഒളിച്ചേനേ. അല്ലെങ്കിൽ ഒരു മൺതരിയാകാനായെങ്കിൽ ഈ മണൽപ്പരപ്പിൽ അപ്രത്യക്ഷനാകാൻ കഴിയുമായിരുന്നു.

അവനെയൊരിക്കലും ജീവിതത്തിലേക്ക് തിരിച്ചുകൊണ്ടുവരാൻ കഴിയാത്തതുപോലെ എനിക്കൊരിക്കലും ഇനി ശക്തനാകാനേ കഴിയില്ല. ഈ ദൃശ്യം എന്റെ തലച്ചോറിൽ നിന്നൊരിക്കലും വിട്ടകലാനും പോകുന്നില്ല. ഞാനിവിടെ കുഴിച്ചിട്ടതൊരു ജീവനുള്ള വസ്തുവിനെയല്ല. അചേതന വസ്തുവിനെയുമല്ല. മറിച്ചത് ഞാനെന്റെ സ്വന്തം കരംകൊണ്ട് സൃഷ്ടിച്ച വസ്തുതന്നെയാണ്!

ഇരുപത്

തന്റെ ആട്ടിൻപറ്റത്തേയും തെളിച്ചുകൊണ്ട് ഖദ്‌രി കുടിലിലേക്ക് മടങ്ങിയെത്തി. പതിവ് സ്ഥാനത്ത് അദ്ഹമിന്റെ ഉന്തുവണ്ടി കാണാനില്ല. കുടിലിനകത്ത് നിന്ന് ഉമ്മയുടെ ശബ്ദം കേട്ടു.

"നിങ്ങളെന്താ വരാൻ വൈകിയത്?"

ആടുകളെ കൂട്ടിലേക്ക് നീളുന്ന വഴിയിലൂടെ തെളിക്കുന്നതിനിടയിൽ ഖദ്‌രി പറഞ്ഞു.

"ഞാനൊന്ന് ഉറങ്ങിപ്പോയി. ഹുമാം ഇതുവരെ വന്നില്ലേ?"

കുഞ്ഞുങ്ങളുടെ കരച്ചിലിനേക്കാൾ ഉമൈമയുടെ ശബ്ദം ഉയർന്ന് കേട്ടു.

"ഇല്ല. അവൻ നിനക്കൊപ്പമില്ലേ?"

ഖദ്‌രിയുടെ തൊണ്ട വരളുന്നുണ്ടായിരുന്നു.

"എവിടേക്കാണെന്ന് പറയാതെ ഉച്ചയ്ക്ക് തന്നെ അവൻ പോയതാണ്. ഞാൻ കരുതി അവൻ ഇങ്ങോട്ടാണ് വന്നതെന്ന്."

ഉന്തുവണ്ടി മുറ്റത്തേക്ക് തള്ളിക്കൊണ്ട് വരുന്നതിനിടയിൽ അദ്ഹം തിരക്കി.

"നിങ്ങൾ വഴക്കു കൂടിയോ?"

"ഇല്ല"

"അവൻ പോകാനുള്ള കാരണം നീയാണെന്നാണ് ഞാൻ കരുതുന്നത്? പക്ഷേ, അവനെവിടെപ്പോയി?"

ഖദ്‌രി ആട്ടിൻകൂടിന്റെ വാതിൽ അടയ്ക്കുന്നതിനിടയിൽ ഉമൈമ മുറ്റത്തേക്കിറങ്ങി വന്നു. മൺകൂജയിലിരുന്ന വെള്ളമെടുത്ത് ഖദ്‌രി മുഖവും

കൈകളും കഴുകാൻ തുടങ്ങി. തനിക്ക് ഈ സാഹചര്യത്തെ നേരിട്ടേ മതിയാകൂ. ലോകമാകെ മാറിപ്പോയിരിക്കുന്നു. നിരാശയാണ് മനസ്സ് നിറയെ. കുപ്പായത്തിന്റെ കൈകൊണ്ട് മുഖം തുടച്ചശേഷം ഇരുളിൽ നിൽക്കുകയായിരുന്ന മാതാപിതാക്കളുടെ അരികിലേക്ക് ചെന്നു.

“ഹുമാം എവിടെ പോയിട്ടുണ്ടാകും? ഇതുപോലെ ഒരിക്കലും സംഭവിച്ചിട്ടില്ലാത്തതാണല്ലോ?”

ഉമൈമ പറഞ്ഞത് ശരി വയ്ക്കുകയായിരുന്നു അദ്ഹമും.

“ശരിയാണ്. എങ്ങനെ, എന്തിനാണ് അവൻ പോയതെന്ന് പറയ് നീ.” മനസ്സിൽ പൊന്തി വന്ന ചിത്രത്തെ ഓർത്തപ്പോൾ തന്നെ ഖദ്രിയുടെ നെഞ്ച് പിടഞ്ഞുപോയി.

“ഞാൻ ആ പാറയുടെ തണലിൽ ഇരിക്കുകയായിരുന്നു. തിരിഞ്ഞു നോക്കിയപ്പോൾ അവൻ ഈ ദിക്കിലേക്ക് നടന്ന് പോകുന്നത് കണ്ടു. വിളിക്കണമെന്ന് തോന്നിയതായിരുന്നു. പക്ഷേ, വിളിച്ചില്ല.”

ഉമൈമയ്ക്ക് ആകെ നിരാശ തോന്നി.

“സ്വന്തം ദേഷ്യത്തിന് കീഴടങ്ങാതെ നീയവനെ തിരികെ വിളിച്ചിരുന്നെങ്കിൽ എത്ര നന്നായേനേ.”

ചുറ്റുമുള്ള ഇരുളിലേക്ക് നിസ്സഹായതയോടെ നോക്കുകയാണ് അദ്ഹം. ഇദ്രീസിന്റെ കുടിലിലെ ചെറിയ ജനാലയിലൂടെ അരണ്ട വെളിച്ചം കടന്നു വരുന്നത് കണ്ടപ്പോൾ അവിടെ ജീവിതം വീണ്ടും തിരികെ എത്തിയത് പോലെ തോന്നി. എന്നാൽ അതവഗണിച്ചുകൊണ്ട് അയാൾ മാളികയ്ക്ക് നേരേ നോക്കി.

“അവൻ പിതാമഹന്റെ അടുത്തേക്കെങ്ങാനും പോയിട്ടുണ്ടാവുമോ?”

“നമ്മളോട് പറയാതെ അവനങ്ങനെ ചെയ്യില്ല.”

ഉമൈമയുടെ വാക്ക് കേട്ട് ഖദ്രി പറഞ്ഞു.

“ലജ്ജ കാരണം പറയാത്തതാകും.”

ഖദ്രിയുടെ വാക്കുകളിൽ പരിഹാസവും ശത്രുതയും ഇപ്പോഴില്ലല്ലോ എന്ന് മനസ്സിലാക്കിയതും സംശയത്തോടെ അദ്ഹം അയാളെ നോക്കാൻ തുടങ്ങി.

“അവിടേക്ക് പോകാൻ നാം പ്രേരിപ്പിച്ചിട്ടും അവൻ പോകാതെ നിന്നയാളാണ്.”

“നമ്മുടെ മുന്നിൽ വച്ച് അത് തുറന്ന് സമ്മതിക്കാനുള്ള നാണക്കേട് കൊണ്ടായിരിക്കും.”

“അതവന്റെ രീതിയല്ല. നിനക്കെന്ത് പറ്റി? എന്തോ അസുഖമുള്ളത് പോലെ?”

“ഒറ്റയ്ക്ക് ജോലി ചെയ്തതിന്റെ ക്ഷീണമായിരിക്കും.”

ഗതിമുട്ടിയതുപോലെയാണ് അദ്ഹം പറഞ്ഞത്.

"എനിക്ക് നല്ല ഭയമുണ്ട്, സത്യമായിട്ടും"

"ഞാൻ മാളികയിൽ പോയി ഹുമാമിനെക്കുറിച്ച് തിരക്കാം."

ഉമൈമയുടെ വാക്ക് കേട്ടതും നിരാശയോടെ തോൾകുലുക്കിക്കൊണ്ട് അദ്ഹം പറഞ്ഞു.

"അവിടെ ആരും മറുപടി പറയാനുണ്ടാകില്ല. എന്നാൽ അവൻ അവിടേക്ക് പോയിട്ടുണ്ടാകില്ലെന്ന് എനിക്കുറപ്പാണ്."

ഉത്കണ്ഠയോടെ ഉമൈമ പരിതപിച്ചു.

"ദൈവമേ, ഇതുപോലെ മനസ്സ് അസ്വസ്ഥമായൊരനുഭവം മുമ്പൊരിക്കലും ഉണ്ടായിട്ടില്ലല്ലോ? എന്തെങ്കിലും ചെയ്യൂ മനുഷ്യാ."

ഇരുളിലും കേൾക്കാവുന്ന ഉച്ചത്തിൽ നെടുവീർപ്പിടുകയായിരുന്നു അദ്ഹം.

"നമുക്ക് സർവ്വദിക്കിലും പോയി അന്വേഷിക്കാം."

"ഒരുപക്ഷേ, അവൻ വീട്ടിലേക്ക് തിരികെ വരികയായിരിക്കും."

"കാത്തു നിന്ന് പാഴാക്കാൻ നമ്മുടെ മുന്നിൽ സമയമില്ല."

ഇദ്‌രീസിന്റെ കുടിലിന് നേരേ നോക്കിയതും പരിഭ്രമത്തോടെ ഉമൈമ വീണ്ടും പറഞ്ഞു.

"വഴിയിൽ വച്ചെങ്ങാനും ഇദ്‌രീസ് അവനെ കണ്ടുമുട്ടിയിരിക്കുമോ?"

"ഇദ്‌രീസിന്റെ ശത്രു ഖദ്‌രിയാണ്. ഹുമാമല്ല."

"നമ്മളിലാരെപ്പോലും കൊല്ലാൻ അയാൾ മടിക്കില്ല. ഞാനങ്ങോട്ട് പോകുകയാണ്."

പുറത്തേക്കിറങ്ങാൻ തുനിഞ്ഞ ഉമൈമയെ തടഞ്ഞുകൊണ്ട് അദ്ഹം പറഞ്ഞു.

"നീ കാര്യങ്ങൾ കൂടുതൽ വഷളാക്കരുത്. ഹുമാമിനെക്കുറിച്ചുള്ള വിവരം കിട്ടിയില്ലെങ്കിൽ ഞാൻ ഇദ്‌രീസിന്റെ അടുത്തും മാളികയിലും പോയി അന്വേഷിക്കുമെന്ന് വാക്ക് തരാം."

അദ്ഹം അസ്വസ്ഥമായ കണ്ണുകളോടെ ഖദ്‌രിയെത്തന്നെ നോക്കി. ഇങ്ങനെ നിശ്ശബ്ദത പാലിക്കാൻ മാത്രം ഇവന്റെ തലച്ചോറിലെന്തായിരിക്കും? ഇവന് പറയാൻ ഇനിയും കഥകളുണ്ടാകുമോ? ഹുമാം. മോനേ, നീ എവിടെയാണ്?

ഉമൈമ പെട്ടെന്ന് മുറ്റത്തേക്ക് ഓടിയിറങ്ങാൻ തുനിഞ്ഞെങ്കിലും അദ്ഹം അവളുടെ ചുമലിൽ പിടിച്ച് നിർത്തി. അപ്പോഴാണ് മാളികയുടെ ഗേറ്റ് തുറക്കുന്ന ശബ്ദം കേട്ടത്. എല്ലാവരും അങ്ങോട്ട് നോക്കി. അല്പം കഴിഞ്ഞതും കരീംമാമയുടെ രൂപം ദൂരെ കണ്ടു. അയാൾ അരികിലേക്കെത്തിയതും അദ്ഹം പുറത്തേക്കിറങ്ങി ചെന്നു.

"കരീം മാമാ, വന്നാലും."

തിരിച്ച് ആശംസ നേർന്ന ശേഷം അയാൾ പറഞ്ഞു.

“ഹുമാം വരാൻ വൈകുന്നതെന്തുകൊണ്ടാണെന്ന് അന്വേഷിക്കാൻ വലിയ യജമാനൻ പറഞ്ഞു.”

“അവൻ എവിടെയാണെന്നറിയില്ല. നിങ്ങൾക്കരികിലേക്ക് വന്നിട്ടുണ്ടാവുമെന്നാണ് നമ്മൾ കരുതിയിരുന്നത്.”

ഉമൈമയുടെ വാക്ക് കേട്ട് കരീം മാമ ആവർത്തിച്ചു.

“ഹുമാം എത്താൻ വൈകുന്നതിന്റെ കാരണമാണ് യജമാനൻ അന്വേഷിക്കുന്നത്.”

“മനസ്സിന്റെ അശുഭചിന്തകളിൽ നിന്നും കാത്തു രക്ഷിക്കണേ ദൈവമേ.”

ഉമൈമയുടെ പ്രാർത്ഥന കേട്ടുകൊണ്ട് കരീം മാമ മടങ്ങിപ്പോയി. എന്തോ പൊട്ടിത്തെറിയുടെ സൂചനയെന്നോണം അസ്വസ്ഥതയോടെ ഉമൈമ തലകുലുക്കാൻ തുടങ്ങി. ഇളയകുഞ്ഞുങ്ങൾ കരഞ്ഞ് ബഹളമുണ്ടാക്കിക്കൊണ്ടിരിക്കുന്ന അകത്തെ മുറിയിലേക്ക് അദ്ദേഹം ഭാര്യയെ കൂട്ടിക്കൊണ്ടുപോയി. പിന്നെ അയാൾ ഉറക്കെ പറഞ്ഞു.

“ഈ മുറിയിൽ നിന്നും പുറത്തേക്കിറങ്ങിപ്പോകരുത്. ഞാനവനുമായേ തിരിച്ചു വരൂ. പക്ഷേ, നീ പുറത്തിറങ്ങിപ്പോകരുത്.”

മുറ്റത്തേക്ക് തിരികെയെത്തിയ അദ്ദേഹം നിലത്തിരിക്കുന്ന ഖദ്‌രിയെയാണ് കണ്ടത്. കുനിഞ്ഞ് അടുത്തെത്തിയശേഷം അയാൾ ചോദിച്ചു.

“നിന്റെ സഹോദരനെക്കുറിച്ച് എന്താണറിയാവുന്നതെന്ന് പറയ്.”

തല ഉയർത്തി ഖദ്‌രി പിതാവിനെ നോക്കിയെങ്കിലും എന്തോ ഒരു കാര്യം അവനെ സംസാരിക്കാൻ അനുവദിക്കാത്തതുപോലെ.

“ഖദ്‌രി, നീ എന്താണ് അവനോട് ചെയ്തതെന്ന് പറയ്.” പുറത്ത് കേൾക്കാനാകാത്ത സ്വരത്തിലായിരുന്നു മറുപടി.

“ഒന്നും ചെയ്തില്ല”

അദ്ദേഹം കുടിലിനകത്തേക്ക് കയറിപ്പോയി. ഒരു റാന്തൽ വിളക്കുമായാണ് അയാൾ തിരികെ വന്നത്. വിളക്ക് ഉന്ത്‌വണ്ടിയുടെ മുകളിൽ വച്ചശേഷം ആ പ്രകാശത്തിൽ സംശയത്തോടെ ഖദ്‌രിയുടെ മുഖത്തേക്ക് സൂക്ഷിച്ചു നോക്കി.

“നിന്റെ മുഖം എന്തോ അപകടമുണ്ടെന്ന് പറയുന്നല്ലോ?”

അകത്തെ മുറിയിൽ നിന്നും ഉമൈമയുടെ ശബ്ദം കേൾക്കാം. എന്നാൽ കുഞ്ഞുങ്ങളുടെ ഒച്ചയുമായി കൂടിക്കലരുന്നതിനാൽ ഒന്നും വേർതിരിച്ച് മനസ്സിലാകുന്നില്ല.

“മിണ്ടാതിരിയെടീ... ഒന്നുകിൽ നീ അവിടെക്കിടന്ന് ചാക്... അല്ലെങ്കിൽ മിണ്ടാതിരിക്ക്.”

ഭാര്യയുടെ നേർക്ക് അലറിയശേഷം അദ്ദേഹം വീണ്ടും ഖദ്‌രിയെ സൂക്ഷിച്ചു നോക്കാൻ തുടങ്ങി. പെട്ടെന്ന് ഖദ്‌രിയുടെ കൈകാലുകൾ

വിറയ്ക്കാൻ തുടങ്ങി. അദ്ഹം അവന്റെ കുപ്പായത്തിന്റെ കയ്യിൽ പിടിച്ച ശേഷം ഭീതിയോടെ തിരക്കി.

"രക്തം... എന്തായിത്? നിന്റെ സഹോദരന്റെ രക്തമാണോയിത്?"

ഖദ്രി കുപ്പായത്തിന്റെ കയ്യിലേക്ക് നോക്കി. പിന്നെ ഒഴിഞ്ഞ് മാറി നിരാശയോടെ തല കുമ്പിട്ടിരുന്നു. ഈ നിരാശ നിറഞ്ഞ ഭാവത്തിലൂടെ ഖദ്രി തന്റെ പ്രവർത്തി തുറന്ന് സമ്മതിക്കുകയാണ്. അദ്ഹം അവനെ വലിച്ചെഴുന്നേല്പിച്ചു. പിന്നെ പുറത്തേക്ക് തള്ളിയിറക്കി. തനിക്ക് തീരെ പരിചയമില്ലാത്ത വന്യതയോടെ അയാൾ മകനെ പിടിച്ചു തള്ളി. ചുറ്റുമുള്ള കൂരിരുട്ടിനേക്കാൾ ഇരുളായിരുന്നു അപ്പോൾ അയാളുടെ കണ്ണുകളിലാകെ.

ഇരുപത്തിയൊന്ന്

ഖദ്രിയെ മരുഭൂമിക്കുള്ളിലേക്ക് തള്ളിക്കൊണ്ട് പോകുന്നതിനിടയിൽ അദ്ഹം പറഞ്ഞു.

"അൽ-ദർറാസ മരുഭൂമി വഴി പോകാം. അങ്ങനെയാകുമ്പോൾ ഇദ്രീസിന്റെ കുടിലിനരികിലൂടെ പോകേണ്ടി വരില്ല."

ഇരുളിൽ മരുഭൂമിയുടെ ഉള്ളിലേക്ക് നടക്കുന്നതിനിടയിൽ ഖദ്രിയുടെ പാദങ്ങൾ ഇടറുന്നുണ്ടായിരുന്നു.പിതാവിന്റെ ഉരുക്ക്മുഷ്ടി അവന്റെ ചുമലിൽ പിടി മുറുക്കിയിട്ടുണ്ട്. കാലുകൾ നീട്ടി വലിച്ച് നടക്കുന്നതിനിടയ്ക്ക് വൃദ്ധന്റേതെന്ന് തോന്നിക്കുന്ന സ്വരത്തിൽ അദ്ഹം ചോദിച്ചു.

"നീ അവനെ മർദ്ദിച്ചോ? പറയ്! എന്തുപയോഗിച്ചാണ് ഇടിച്ചത്? ഏതവസ്ഥയിലാണ് നീ അവനെ ഉപേക്ഷിച്ചിട്ട് വന്നത്?"

ഖദ്രി ഒന്നും മിണ്ടിയതേയില്ല. കഠിനമായ പിടുത്തമായിരുന്നു അദ്ഹമിന്റേതെങ്കിലും ഖദ്രി അറിയുന്നതേ ഉണ്ടായിരുന്നില്ല. അതിശക്തമായ വേദനയായിരുന്നു ശരീരം നിറയെ. എങ്കിലും അതൊന്നും പുറത്തറിയിച്ചതേയില്ല. സൂര്യൻ ഒരിക്കലും ഉദിക്കാതിരുന്നെങ്കിലെന്ന് അയാൾ കൊതിച്ചുപോയി.

"അല്പം കരുണകാണിക്കൂ, ഖദ്രീ. എന്തെങ്കിലുമൊന്ന് പറയൂ. അല്ലെങ്കിൽ തന്നെ കരുണയെന്തെന്നറിയാത്തവനല്ലേ നീ? നിനക്ക് ജന്മം നൽകിയ നാളിൽ തന്നെ ഇങ്ങനെ പീഡനം സഹിക്കാൻ വിധിക്കപ്പെട്ടവനാണ് ഞാൻ. കഴിഞ്ഞ ഇരുപത് വർഷക്കാലമായി ശാപങ്ങളാൽ വേട്ടയാടപ്പെടുകയായിരുന്നു ഞാൻ. ഇപ്പോൾ ഞാനിതാ കരുണയെന്തന്നറിയാത്തൊരാളോട് കരുണയ്ക്കായി യാചിക്കുന്നു."

ഖദ്രി പൊട്ടിക്കരയാൻ തുടങ്ങി. അദ്ഹമിന്റെ മുഷ്ടിക്കുള്ളിൽ അമർന്നിരുന്ന അയാളുടെ തോൾഭാഗം വിറയ്ക്കാൻ തുടങ്ങി. അയാളുടെ കരച്ചിൽ അദ്ഹമിന്റെ ശരീരത്തിലേക്കു കൂടി പകരുന്നത് പോലെയായി.

“ഇതാണോ നിന്റെ മറുപടി? എന്തിനാ ഖദ്‌രീ? എന്തിനായിരുന്നു? ഇത്ര തരംതാണവനാകാൻ എങ്ങനെ സാധിച്ചു നിനക്ക്? പകൽ വെളിച്ചത്തിൽ നിന്റെ മുഖം കാണും മുമ്പേ ഈ ഇരുളിൽ വച്ച് തുറന്ന് പറയൂ ചെയ്തതൊക്കെ.”

“പകലൊരിക്കലും പുലരാതിരുന്നെങ്കിൽ!”

“ഇരുട്ടിന്റെ കുടുംബമാണ് നമ്മുടേത്. നാമൊരിക്കലും പകൽ വെളിച്ചം കാണാൻ പോകുന്നില്ല. ഇദ്‌രീസിന്റെ കുടിലിനുള്ളിലാണ് തിന്മ വാഴുന്നതെന്നായിരുന്നു ഞാൻ കരുതിയിരുന്നത്. എന്നാലത് നമ്മുടെ സ്വന്തം ചോരയിൽ തന്നെയാണെന്ന് ഇപ്പോൾ തിരിച്ചറിയുന്നു. ഇദ്‌രീസ് ബഹളമുണ്ടാക്കുകയും മദ്യപിച്ച് മാനക്കേട് സൃഷ്ടിക്കുകയും ചെയ്യുന്നു. പക്ഷേ നമ്മൾ പരസ്പരം കൊല്ലുന്നു. ദൈവമേ... നീ സ്വന്തം സഹോദരനെ കൊന്നോ, ഖദ്‌രീ?”

“ഇല്ല.”

“പിന്നെ എവിടെയാ അവൻ?”

“അവനെ കൊല്ലണമെന്ന ഉദ്ദേശമേ എനിക്കുണ്ടായിരുന്നില്ല.”

“പക്ഷേ, അവൻ കൊല്ലപ്പെട്ടുവല്ലേ?”

അദ്‌ഹമിന്റെ അലർച്ചകേട്ട് ഖദ്‌രി പൊട്ടിക്കരയാൻ തുടങ്ങി. അദ്‌ഹം അയാളുടെ തോളിൽ മുറുകെ പിടിച്ചു. അപ്പോൾ ഹുമാം കൊല്ലപ്പെട്ടിരിക്കുകയാണ്. പണിസ്ഥലത്തെ പുഷ്പമായിരുന്നവൻ. പിതാമഹന്റെ പ്രിയങ്കരൻ. അവൻ ജീവിച്ചിരുന്നിട്ടേ ഇല്ല എന്നതുപോലെ തോന്നിപ്പോകുന്നു. ഈ പിച്ചിച്ചീന്തുന്ന വേദനയില്ലായിരുന്നെങ്കിൽ എനിക്കൊരിക്കലും ഇതൊന്നും വിശ്വസിക്കാനേ കഴിയുമായിരുന്നില്ല.

മരുഭൂമിയിലെ ആ വലിയ ഉരുളൻ കല്ലിനരികിലെത്തിയതും കടുത്ത സ്വരത്തിൽ അദ്‌ഹം ചോദിച്ചു.

“എടാ കുറ്റവാളീ, നീ എവിടെയാടാ അവനെ ഉപേക്ഷിച്ച് പോയത്?”

സഹോദരന്റെ ശരീരം കുഴിച്ചിട്ട സ്ഥലത്തേക്ക് നീങ്ങിയ ഖദ്‌രി ഉരുളൻപാറയ്ക്കും മലയ്ക്കുമിടയിൽ ചെന്ന് നിന്നു.

“എവിടെ നിന്റെ സഹോദരൻ? ഒന്നും കാണാനില്ലല്ലോ?”

പുറത്തു കേൾക്കാനാകാത്ത സ്വരത്തിൽ ഖദ്‌രി പറഞ്ഞു.

“ഞാനവനെ ഇവിടെ കുഴിച്ചിട്ടു.”

അദ്‌ഹം അലറി.

“കുഴിച്ചിട്ടെന്നോ?”

കുപ്പായത്തിന്റെ കീശയിൽ നിന്നും തീപ്പെട്ടിക്കൂട് പുറത്തെടുത്ത ശേഷം ഒരു കൊള്ളി കത്തിച്ചു. ആ വെളിച്ചത്തിൽ സ്ഥലം പരിശോധിക്കാൻ തുടങ്ങി. അപ്പോഴതാ നിലത്ത് കുറേസ്ഥലത്ത് മണ്ണിളകിക്കിടക്കുന്നു. ശവം മറവ് ചെയ്ത സ്ഥലം തിരിച്ചറിഞ്ഞതും വേദനയോടെ അദ്‌ഹം ഞരങ്ങി.

പിന്നെ അയാൾ വിറയ്ക്കുന്ന കരങ്ങളുപയോഗിച്ച് മണ്ണ് മാന്താൻ തുടങ്ങി. കഠിനമായ ശ്രമത്തിനൊടുവിൽ അയാളുടെ വിരലുകൾ ഹുമാമിന്റെ ശിരസ്സിൽ തട്ടി. അതോടെ കക്ഷത്തിനടിയിലേക്ക് കൈകടത്തിയ ശേഷം ദേഹം പതിയെ മണ്ണിൽ നിന്നും ഉയർത്തിയെടുക്കാൻ നോക്കി. ആ ശരീരത്തിനടുത്തേക്ക് മുട്ടുകുത്തി ഇരുന്നശേഷം അദ്ഹം ശിരസിൽ കൈവച്ചു. പ്രതീക്ഷയില്ലായ്മയും പരാജയവും മൂലം പ്രതിമപോലെ കണ്ണടച്ച് കിടക്കുകയായിരുന്നു ഹുമാം. ആഴത്തിൽ നെടുവീർപ്പിട്ടുകൊണ്ട് അദ്ഹം പറഞ്ഞു.

“മോനേ, നിന്റെ ശരീരത്തിന് മുന്നിൽ നിൽക്കുമ്പോൾ കഴിഞ്ഞ നാല്പതുവർഷത്തെ എന്റെ ജീവിതം തീർത്തും അസംബന്ധമാണെന്ന് തോന്നുന്നല്ലോ?”

പിന്നെ പെട്ടെന്ന് ചാടി എഴുന്നേറ്റ അദ്ഹം മൃതദേഹത്തിന്റെ മറുവശത്ത് നിൽക്കുകയായിരുന്ന ഖദ്രിക്ക് നേരേ നോക്കി. അന്ധമായ പകയുടെ നിമിഷങ്ങളെരിയുകയായിരുന്നു ആ മനസ്സിലപ്പോൾ. കടുത്ത സ്വരത്തിൽ അയാൾ പറഞ്ഞു.

“നിന്റെ ചുമലിലേറിയായിരിക്കും ഹുമാം തന്റെ കുടിലിലേക്ക് തിരികെപ്പോകുക.”

ഖദ്രി ഭീതിയോടെ പിതാവിനെ നോക്കിയശേഷം പിറകിലേക്ക് മാറിക്കളഞ്ഞു. എന്നാൽ അദ്ഹം മൃതശരീരത്തിനരികിലേക്ക് ചെന്നശേഷം തോളിൽ പിടിച്ചു.

“ചുമക്കെടാ നിന്റെ സഹോദരനെ.”

“എനിക്ക് കഴിയില്ല”

വിലപിക്കുന്നത് പോലെ ഖദ്രി പറഞ്ഞു.

“നിനക്കവനെ കൊല്ലാൻ സാധിച്ചില്ലേ?”

“എനിക്ക് കഴിയില്ല വാപ്പ.”

“നീ എന്നെ വാപ്പയെന്ന് വിളിച്ചു പോകരുത്. സ്വന്തം സഹോദരനെ കൊല്ലുന്നവന് പിതാവുമില്ല. മാതാവുമില്ല. സഹോദരനുമില്ല.”

“എനിക്ക് കഴിയില്ല.”

അദ്ഹം ഖദ്രിയുടെ ചുമലിൽ മുറുകെപ്പിടിച്ചുകൊണ്ട് പറഞ്ഞു.

“കൊലയാളിയുടെ ബാധ്യതയാണ് ഇരയെ ചുമന്നുകൊണ്ട് പോകുകയെന്നത്.”

പിതാവിന്റെ പിടിയിൽ നിന്നും കുതറിമാറാൻ ശ്രമിച്ചെങ്കിലും ഖദ്രിക്കതിന് സാധിച്ചില്ല. എന്നാൽ ആ വന്യതയിൽ അദ്ഹം ഖദ്രിയുടെ മുഖത്ത് പല തവണ അടിച്ചു. ഒഴിഞ്ഞു മാറാൻ ശ്രമിക്കുകയോ, വേദനിച്ച് കരയുകയോ ചെയ്യാതെ നിൽക്കുകയായിരുന്നു ഖദ്രി. അതോടെ അടിക്കുന്നത് നിർത്തിയശേഷം അദ്ഹം പറഞ്ഞു.

“സമയം പാഴാക്കണ്ട. നിന്റെ ഉമ്മ കാത്തിരിക്കുകയാണ്.”

ഉമ്മയുടെ കാര്യം കേട്ടതും ഖദ്‌രി ഞെട്ടിപ്പോയി.

“എന്നെ വിടൂ. ഞാനെങ്ങോട്ടെങ്കിലും ഓടിപ്പൊയ്ക്കോളാം.”

എന്നാൽ അദ്ഹം അയാളെ മൃതശരീരത്തിനരികിലേക്ക് തള്ളുകയായിരുന്നു.

“വാ, നമുക്കൊരുമിച്ച് കൊണ്ടുപോകാം അവനെ.”

അദ്ഹം മൃതശരീരത്തിനരികിലേക്ക് ചെന്ന ശേഷം കൈകൾ കക്ഷത്തിനടിയിലേക്ക് കടത്തി. ഖദ്‌രി കാലിന്റെ ഭാഗത്തും പിടിച്ചു. പതിയെ മൃതശരീരം ഉയർത്തിയശേഷം അവർ അൽ-ദർറാസാ മരുഭൂമി ലക്ഷ്യമാക്കി നീങ്ങാൻ തുടങ്ങി തന്റെ വേദനാജനകമായ വികാരങ്ങളിൽ മുങ്ങിത്താഴുകയായിരുന്നു ഖദ്‌രി. അയാൾക്ക് അതിനാൽ തന്നെ ശാരീരികമായ വേദനയോ മറ്റ് വികാരങ്ങളോ അനുഭവപ്പെട്ടതേയില്ല. എന്നാൽ നെഞ്ചിടിക്കുന്നതും കൈകാലുകൾ വിറയ്ക്കുന്നതും തുടർന്നുകൊണ്ടേയിരുന്നു. മണ്ണിന്റെ കടുത്ത ഗന്ധം മൂക്കിലേക്ക് അടിച്ചുകയറുമ്പോഴും മൃതശരീരത്തിന്റെ സ്പർശം കൈകളിൽ നിന്നും ശരീരത്തിന്റെ സർവ്വ ഭാഗങ്ങളിലേക്കും പകരുകയായിരുന്നു. കൂരിരുട്ടായിരുന്നെങ്കിലും ചക്രവാളങ്ങളിൽ ഇനിയും ഉറങ്ങാത്ത അയൽതെരുവുകളിൽ നിന്നുള്ള പ്രകാശം നിറയുന്നത് കാണാം. നിരാശ തന്നിലെ അവസാന ശ്വാസത്തേയും അമർത്തിവയ്ക്കുന്നത് പോലെ തോന്നിയപ്പോൾ ഖദ്‌രി നടത്തം നിർത്തി.

“മൃതശരീരം ഞാനൊറ്റയ്ക്ക് ചുമന്നോളാം.”

ഒരു കൈ മുതുകിന്റെ ഭാഗത്തും മറ്റേത് തുടകൾക്ക് താഴെയും പിടിച്ചുകൊണ്ട് ഖദ്‌രി മൃതദേഹം എടുത്തുയർത്തി. ശേഷം അദ്ഹമിന് മുന്നിൽ നടക്കാൻ തുടങ്ങി.

ഇരുപത്തിരണ്ട്

കുടിലിനരികിലെത്താറായതും വേദന നിറഞ്ഞ ഉമൈമയുടെ ശബ്ദം കേട്ടു.

“അവനെ കണ്ടോ?”

“നീ അകത്ത് നിന്നും പുറത്തിറങ്ങരുത്.”

ആജ്ഞാസ്വരത്തിൽ അദ്ഹം കല്പിച്ചു. ഉമൈമ പുറത്തേക്കിറങ്ങുന്നില്ലെന്ന് ഉറപ്പുവരുത്തുന്നതിനായി ഖദ്‌രിക്ക് മുമ്പേ അദ്ഹം കുടിലിലേക്ക് പ്രവേശിച്ചു. എന്നാൽ അനങ്ങില്ലെന്ന് തീരുമാനിച്ചുറച്ചത് പോലെ ഖദ്‌രി കുടിലിന് മുന്നിൽ തന്നെ നിൽക്കുകയാണ്. അകത്തേക്ക് കയറാൻ പിതാവ് ആംഗ്യം കാണിച്ചിട്ടും മന്ത്രിക്കുന്ന സ്വരത്തിൽ അയാൾ വിസമ്മതം പ്രകടിപ്പിച്ചു.

''എനിക്ക് ഉമ്മയുടെ നേരേ നോക്കാനാകില്ല."

"അതിനേക്കാൾ വൃത്തികെട്ട കാര്യം ചെയ്യാൻ കഴിഞ്ഞവനല്ലേ നീ?"

കോപം കൊണ്ട് ചീറുകയായിരുന്നു അദ്ഹം. എന്നാൽ നിന്നയിടത്ത് നിന്നും അനങ്ങാൻ പോലും ഖദ്രി തയ്യാറായില്ല.

"ഇല്ല. ഇതാണ് ഏറ്റവും ഭീകരം."

അദ്ഹം ശക്തിയോടെ മകനെ മുന്നോട്ട് തള്ളി. അതോടെ അകത്തെ മുറിയിലേക്ക് കയറാൻ ഖദ്രി നിർബന്ധിതനായി. ഒട്ടും താമസിക്കാതെ അദ്ഹം ഉമൈമയുടെ അരികിലേക്ക് പാഞ്ഞ് ചെന്നു. പിന്നെ നിലവിളിക്കാൻ തുടങ്ങുന്ന ആ സ്ത്രീയുടെ വായ പൊത്തിപ്പിടിച്ചു.

"മിണ്ടരുത് പെണ്ണേ, ഇക്കാര്യത്തിലൊരു തീരുമാനമാകുന്നതിന് മുമ്പ് ആളുകൾ ഒന്നും അറിയരുത്. നമുക്ക് ഈ വിധി നിശ്ശബ്ദമായി നേരിടാം. പിന്നെ ഈ വേദനയുമായി ക്ഷമിച്ച് കഴിയാം. എപ്പോൾ ഈ തിന്മ നിന്റെ ഉദരത്തിൽ നിന്നും എന്റെ നട്ടെല്ലിൽ നിന്നും പുറപ്പെട്ടോ അപ്പോൾ തന്നെ നാമെല്ലാം ശപിക്കപ്പെട്ടവരായിക്കഴിഞ്ഞിരുന്നു."

അദ്ഹം ഉമൈമയുടെ വായിൽ ബലമായി അമർത്തിപ്പിടിച്ചു. അയാളുടെ കയ്യിൽ നിന്നും കുതറിമാറാൻ അവർ ശ്രമിച്ചെങ്കിലും സാധിച്ചില്ല. ശ്വസിക്കുന്നത് ബുദ്ധിമുട്ടായിത്തീർന്നതും ശക്തിയെല്ലാം ക്ഷയിച്ച് ഉമൈമ ബോധംകെട്ട് വീണു. അപമാനഭാരത്തോടെ നിശ്ശബ്ദനായി മൃതശരീരവും കയ്യിൽ പിടിച്ച് നിൽക്കുകയാണ് ഖദ്രി. ഉമ്മയുടെ നേരേ നോക്കാനാകാത്തതിനാൽ അയാൾ അരികത്തിരുന്ന വിളക്കിലേക്ക് കണ്ണ്നട്ട് നിന്നു.

അരികിലേക്ക് വന്ന അദ്ഹം മൃതശരീരം വിരിപ്പിൽ കിടത്താൻ സഹായിച്ചു. പിന്നെ ഒരു തുണികൊണ്ട് പതിയെ മൂടിയിട്ടു. ഒരായുസ്സ് മുഴുവൻ തങ്ങൾ ഒരുമിച്ച് കിടന്നിരുന്ന വിരിപ്പിൽ കിടത്തിയിരിക്കുന്ന സഹോദരന്റെ മൃതശരീരത്തിലേക്ക് നോക്കി നിൽക്കുമ്പോൾ തനിക്ക് ഇനി ഒരിക്കലും ഈ വീട്ടിലൊരു സ്ഥാനവും ഉണ്ടായിരിക്കുകയില്ലെന്ന് തിരിച്ചറിയുകയായിരുന്നു ഖദ്രി. പതിയെ തല അനക്കാൻ തുടങ്ങിയ ഉമൈമ കണ്ണ് തുറക്കുന്നത് കണ്ടതും അദ്ഹം പറഞ്ഞു.

"അലറരുത് നീ."

എഴുന്നേറ്റിരിക്കാൻ ആഗ്രഹിക്കുന്നതുപോലെ തോന്നിയപ്പോൾ അയാൾ ഉമൈമയെ സഹായിച്ചു. അതേസമയം ശബ്ദമുണ്ടാക്കരുതെന്ന് മുന്നറിയിപ്പും നൽകി. മൃതദേഹം കിടത്തിയിരുന്ന വിരിപ്പിലേക്ക് ചെന്ന് വീഴാൻ അവർ ശ്രമിച്ചെങ്കിലും അദ്ഹം തടഞ്ഞു നിർത്തി. അതോടെ ആകെ പരാജയപ്പെട്ടുപോയവളുടെ ഭാവത്തിൽ തലമുടിയിൽ പിടിച്ച് വലിച്ചുകൊണ്ട് ഉമൈമ തന്റെ ദുഃഖമടക്കാൻ തുടങ്ങി. തലയിലെ മുടിച്ചുരുളുകൾ പറിച്ചെറിയുന്ന ഭാര്യയെ കണ്ടിട്ടും ഒന്നും ശ്രദ്ധിക്കാത്തതുപോലെ നിൽക്കുകയായിരുന്നു അദ്ഹം.

"സമാധാനം കിട്ടാൻ നീ എന്ത് വേണമെങ്കിലും ചെയ്തോ. ഒച്ച മാത്രമുണ്ടാക്കരുത്."

“എന്റെ മോനേ... പൊന്ന് മോനേ...”

“അതിന് ഇതവന്റെ ശവശരീരമാണ്. അവനിപ്പോൾ നിന്റെയോ എന്റെയോ മകനല്ല. ഇവനാണ് അവന്റെ ഘാതകൻ. വേണമെങ്കിൽ ഇവനെ കൊന്നോ.”

സ്വന്തം കവിളിൽ ആഞ്ഞടിച്ചുകൊണ്ട് വന്യമായ ശബ്ദത്തിൽ ഖദ്‌രിയെ നോക്കി ഉമ്മമ ആർത്തട്ടഹസിച്ചു.

“ക്രൂരമൃഗങ്ങൾപോലും നീ ചെയ്ത പ്രവർത്തി ചെയ്യില്ലെടാ!”

ഒന്നും മിണ്ടാനാകാതെ തലകുനിച്ച് നിൽക്കുന്ന മകനെ നോക്കി അദ്ഹം ആക്രോശിച്ചു.

“ഈ ജീവൻ ചീന്തപ്പെട്ടത് വെറുതേയാകുമെന്നാണോ? നിനക്ക് ജീവിച്ചിരിക്കാൻ ഒരർഹതയുമില്ല. അതാണല്ലോ നീതിയും?”

“ഇന്നലെവരെ നമ്മുടെ പ്രതീക്ഷയായിരുന്നു ഹുമാം. അവനോട് മാളികയിലേക്ക് പോകാൻ നമ്മൾ പറഞ്ഞതാണ്. എന്നാൽ അവനതിന് തയ്യാറായില്ല. അവൻ പോകേണ്ടതായിരുന്നു. കരുണയുള്ളവനും മാന്യനുമല്ലായിരുന്നെങ്കിൽ അവൻ ഉറപ്പായും പോയേനേ. അതിനുള്ള പ്രതിഫലമാണോ ഈ കൊല? നിനക്കെങ്ങനെ ചെയ്യാൻ കഴിഞ്ഞു ഇത്? നിന്റെ ഹൃദയത്തിന്റെ സ്ഥാനത്ത് കല്ലാണോ? നീ എന്റെ മകനല്ല, ഞാൻ നിന്റെ ഉമ്മയുമല്ല!”

ഒരക്ഷരംപോലും ഉരിയാടാൻ കഴിയുമായിരുന്നില്ല ഖദ്‌രിക്ക്. അയാൾ തന്നോട് തന്നെ പറഞ്ഞുപോയി.

“ഞാനവനെ കൊന്നത് ഒരിക്കലാണ്. പക്ഷേ, ഓരോ നിമിഷത്തിലും അവനിപ്പോൾ എന്നെ കൊന്നുകൊണ്ടിരിക്കുകയാണ്. എനിക്ക് ജീവൻ തന്നെയില്ല. എനിക്ക് ജീവനുണ്ടെന്ന് ആരാ പറഞ്ഞത്?”

അദ്ഹം പരുഷമായി ഖദ്‌രിയെ നോക്കി.

“ഞാൻ നിന്നെ എന്താ ചെയ്യേണ്ടത്?”

“എനിക്ക് ജീവിച്ചിരിക്കാൻ അർഹതയില്ലെന്നാണല്ലോ അങ്ങ് പറഞ്ഞത്?”

ശാന്തമായി മറുപടി പറയുന്ന മകനെ നോക്കി ഉമ്മമ ചോദിച്ചു.

“നിനക്കെങ്ങനെയാ അവനെ കൊല്ലാൻ സാധിച്ചത്?”

“കരഞ്ഞതുകൊണ്ട് യാതൊരു പ്രയോജനവുമില്ലെന്നറിയാം. എന്ത് ശിക്ഷയും നേരിടാൻ ഞാൻ തയ്യാറാണ്. വധശിക്ഷ തന്നെയായിരിക്കും ഞാനർഹിക്കുന്ന ഏറ്റവും കുറഞ്ഞ ശിക്ഷ.”

“പക്ഷേ, നീ ഞങ്ങളുടെ ജീവിതത്തെ മരണത്തേക്കാൾ ഭീകരമാക്കി മാറ്റിയില്ലേ?”

അദ്ഹമിന്റെ വാക്ക്കേട്ട് ഉമ്മമ വീണ്ടും മുഖത്തടിച്ച് അലറിക്കരയാൻ തുടങ്ങി.

“ഈ ജീവിതത്തിലിനി എനിക്ക് സന്തോഷിക്കാനേ കഴിയില്ല. എന്റെ മകന്റെ കൂടെ എന്നെക്കൂടി കുഴിച്ചിടൂ. സ്വന്തം ശബ്ദമുയർത്താൻ നിങ്ങ ളെന്താ എന്നെ അനുവദിക്കാത്തത്?”

“നിന്റെ വർത്തമാനത്തെ ഭയന്നിട്ടല്ല. മറിച്ച് അത് ആ പിശാച് കേൾക്കുമോ എന്നാണെന്റെ ഭയം.”

“അയാൾ എന്ത് വേണമെങ്കിലും കേട്ടുകൊള്ളട്ടെ! എനിക്ക് ജീവി ക്കണമെന്ന മോഹം തന്നെയില്ല.”

പെട്ടെന്ന് കുടിലിന്റെ മുന്നിൽ നിന്നും ഇദ്‌രീസിന്റെ ഒച്ച കേട്ടു.

“സഹോദരാ അദ്ഹം, വാടാ പാവം മനുഷ്യാ”

അകത്ത് നിന്നവരുടെയെല്ലാം ദേഹത്ത് കൂടെ ഒരു വിറയൽ കടന്നു പോയി. അദ്ഹമിന് ദേഷ്യം വന്നു.

“നിങ്ങളുടെ കുടിലിലേക്ക് പോകൂ. എന്നെ വെറുതെ പ്രകോപിപ്പി ക്കരുത്.”

“ഒരു ദുരിതത്തിനേക്കാൾ കടുത്ത മറ്റൊരു ദുരിതം. നിങ്ങളുടെ ദുരന്തം എന്റെ കോപത്തെ നശിപ്പിച്ചിരിക്കുന്നു. ഇത്തരം സംസാരങ്ങൾ തന്നെ മതിയാക്കാം. നമ്മളെല്ലാം ദുരിതം പേറുന്നവരാണ്. നിനക്ക് ജീവിതത്തി ലേറ്റവും പ്രിയപ്പെട്ട മകനെ നഷ്ടമായി. എനിക്കാകട്ടെ ഒരേയൊരു മകൾ എങ്ങോട്ടോ ഓടിപ്പോയി. ഈ ഒറ്റപ്പെട്ട ജീവിതത്തിലും മക്കളായിരുന്നു നമ്മുടെ ആകെയുള്ള ആശ്വാസം. പക്ഷേ, അവർ പോയിരിക്കുന്നു. പാവം മനുഷ്യാ, ഇറങ്ങി വാടാ, നമുക്ക് പരസ്പരം ആശ്വസിപ്പിക്കാം.”

അപ്പോൾ ഈ രഹസ്യം പുറത്തായിരിക്കുന്നു. പക്ഷേ, എങ്ങനെ? അന്ന് ആദ്യമായി ഉമൈമയ്ക്ക് ഖദ്‌രിയെക്കുറിച്ചും ഭയമായി.

“അന്യർ നശിക്കുന്നത് കണ്ട് നിങ്ങൾ സന്തോഷിക്കുന്നതൊന്നും എനിക്ക് പ്രശ്നമല്ല. കാരണം എന്റെ വേദനയുമായി താരതമ്യം ചെയ്യു മ്പോൾ അതൊന്നും ഒന്നുമല്ല.”

“അന്യരുടെ ദുഃഖം കണ്ട് സന്തോഷിക്കുന്നെന്നോ?”

ഇദ്‌രീസ് ഞെട്ടുന്നതുപോലെ സംസാരിക്കാൻ തുടങ്ങി.

“ഖദ്‌രി കുഴിച്ചിട്ട കുഴിയിൽ നിന്നും സ്വന്തം മകനെ നീ പുറത്തെടുക്കു ന്നത് കണ്ടപ്പോൾ ഞാൻ എത്രമാത്രം കരഞ്ഞുവെന്ന് നിനക്കറിയാമോ?”

“വൃത്തികെട്ട ഒളിഞ്ഞു നോട്ടം!”

“ഞാൻ കരഞ്ഞത് കൊല്ലപ്പെട്ടവനു വേണ്ടി മാത്രമല്ല. കൊലയാളിക്കു വേണ്ടികൂടിയായിരുന്നു. ഒറ്റ രാത്രിയിൽ തന്നെ പാവം അദ്ഹമിന് തന്റെ രണ്ട് മക്കളേയും നഷ്ടപ്പെട്ടല്ലോ എന്നായിരുന്നു ഞാൻ എന്നോട് തന്നെ പറഞ്ഞത്.”

ഇതൊന്നും കാര്യമാക്കാതെ ഉമൈമ അലറാൻ തുടങ്ങിയതും ഖദ്‌രി കുടിലിൽ നിന്നും പുറത്തേക്കിറങ്ങിപ്പോയി. അവന് പിറകേ പോകുന്ന അദ്ഹമിനെ കണ്ടതും ഉമൈമ പറഞ്ഞു.

“രണ്ട് മക്കളേയും എനിക്ക് നഷ്ടപ്പെടുമോ?”

ഖദ്‌രി ഇദ്‌രീസിനെ മർദ്ദിക്കാനാണ് പുറത്തേക്കിറങ്ങിയത്. എന്നാൽ അദ്ഹം അയാളെ തള്ളിമാറ്റി. പിന്നെ ഇദ്‌രീസിന് മുന്നിൽ കയറിനിന്ന് ഭീഷണിയോടെ പറഞ്ഞു.

“ഞങ്ങളുടെ കാര്യത്തിലിടപെടരുതെന്ന് ഞാൻ വീണ്ടും നിങ്ങൾക്ക് മുന്നറിയിപ്പ് നൽകുകയാണ്.”

“നീയൊരു വിഡ്ഢിയാണ് അദ്ഹം. ഒരു സുഹൃത്തിനേയും ശത്രുവിനേയും വേർതിരിച്ചറിയാൻ നിനക്കാകില്ല. മകന്റെ ഘാതകനെ പ്രതിരോധിക്കാനായി സ്വന്തം സഹോദരനോട് പോരാടാനാണ് നീയാഗ്രഹിക്കുന്നത്.”

“ഒന്നിറങ്ങിപ്പോകുമോ ഇവിടെ നിന്ന്?”

ഇദ്‌രീസ് ചിരിച്ചു.

“നീ പറയുന്നതു പോലെ തന്നെ ആയിക്കോട്ടെ. നിന്റെ നഷ്ടത്തിൽ എന്റെ ആദരാഞ്ജലികൾ സ്വീകരിക്കുക. ദൈവം നിന്നെ അനുഗ്രഹിക്കട്ടെ.”

ഇദ്‌രീസ് ഇരുളിലേക്ക് അപ്രത്യക്ഷനായതും അദ്ഹം ഖദ്‌രിയെ തിരിഞ്ഞ് നോക്കി. എന്നാൽ മകൻ എവിടെയെന്ന് തിരക്കുന്ന ഉമൈമയെ മാത്രമാണ് അവിടെ കണ്ടത്. പേടിച്ച് പോയ അദ്ഹം ഇരുട്ടിലേക്കിറങ്ങി മകനെ അന്വേഷിച്ച് നടക്കാൻ തുടങ്ങി. അയാൾ ഉറക്കെ വിളിച്ചു.

“ഖദ്‌രീ...ഖദ്‌രീ...നീ എവിടെയാണ്?”

അതേസമയം ഇദ്‌രീസും ഉറക്കെ അലറുന്നുണ്ടായിരുന്നു.

“ഖദ്‌രീ...ഖദ്‌രീ...നീ എവിടെയാണ്?”

ഇരുപത്തിമൂന്ന്

ബാബ് അൽ-നസ്വറിലെ കൃഷിഭൂമിയോട് ചേർന്ന ശ്മശാനത്തിലാണ് ഹുമാമിനെ മറമാടിയത്. അദ്ഹമിന്റെ പരിചയക്കാരായ വലിയൊരാൾക്കൂട്ടം അനുശോചനത്തിനായി എത്തിയിരുന്നു. അവരിൽ കൂടുതലും തനിക്കൊപ്പം ജോലിചെയ്യുന്ന സഹപ്രവർത്തകരായിരുന്നു. മറ്റ് ചിലരാകട്ടെ അദ്ഹമിന്റെ സ്വഭാവവും നല്ല പെരുമാറ്റവും ഇഷ്ടപ്പെടുന്ന ഇടപാടുകാരായിരുന്നു. മൃതശരീരത്തിനരികെ ബലംപിടിച്ച് നിൽക്കാൻ ശ്രമിച്ച ഇദ്‌രീസ് സംസ്കാരചടങ്ങിലും പങ്കെടുത്തു. പരേതന്റെ പിതൃസഹോദരന്റെ സ്ഥാനത്ത് നിന്ന് മറ്റുള്ളവരുടെ അനുശോചനങ്ങൾ സ്വീകരിക്കുക വരെ ചെയ്തു. വെറുപ്പോടെയാണെങ്കിലും അദ്ഹം അതംഗീകരിച്ചു കൊടുത്തു. തെരുവ് ഗുണ്ടകളും കള്ളന്മാരും തെമ്മാടികളും ദുർനടപ്പുകാരുമായ ധാരാളമാളുകളും ചടങ്ങിൽ പങ്കെടുത്തു. ഹുമാമിന്റെ ശരീരം കുഴിയിലേക്ക്

വയ്ക്കുമ്പോൾ അരികിൽ നിന്ന ഇദ്‌രീസ് അനുശോചന വാക്കുകളുമായി അദ്ഹമിന് ധൈര്യം നൽകുന്നുണ്ടായിരുന്നു. എന്നാൽ കണ്ണുനീർ കവിളിലൂടെ ഒഴുകി ഇറങ്ങുമ്പോഴും നിശ്ശബ്ദനായി നിന്നതേയുള്ളൂ അദ്ഹം. ഉമൈമയാകട്ടെ മുഖത്തടിച്ചും വിലപിച്ചും മണ്ണിൽക്കിടന്ന് ഉരുണ്ടു മൊക്കെ തന്റെ വേദന പ്രകടിപ്പിക്കുന്നുണ്ടായിരുന്നു.

അനുശോചനത്തിനെത്തിയവരൊക്കെ പിരിഞ്ഞ് പോയപ്പോൾ അദ്ഹം ദേഷ്യത്തോടെ ഇദ്‌രീസിന് നേരേ തിരിഞ്ഞു.

"നിങ്ങളുടെ ക്രൂരതയ്ക്ക് ഒരിക്കലും ഒരതിരുമുണ്ടാകില്ലേ?"

ഇദ്‌രീസ് അതിശയം ഭാവിച്ചു.

"പാവം സഹോദരാ, നീ എന്താ ഈ പറയുന്നത്?"

"നിങ്ങളെക്കുറിച്ച് മോശമായ ധാരണയാണുണ്ടായിരുന്നതെങ്കിലും ഇത്രത്തോളം കഠിനഹൃദയനാണെന്ന് കരുതിയിരുന്നില്ല. മരണം സർവ്വ തിന്റേയും ഒടുക്കമാണ്. എന്നിട്ടും മറ്റുള്ളവരുടെ വേദനയിൽ ഇങ്ങനെ ആനന്ദം കൊള്ളുന്നതിൽ എന്തർത്ഥമാണുള്ളത്?"

ഇദ്‌രീസ് കൈകൾ പരസ്പരം കൊട്ടിക്കൊണ്ട് പറഞ്ഞു.

"ദുഃഖം കാരണം നീ സ്വന്തം മര്യാദകളൊക്കെ മറന്നിരിക്കുന്നു. എന്നാൽ ഞാൻ നിന്നോട് ക്ഷമിക്കും."

"നമുക്കിടയിൽ യാതൊരു ബന്ധവുമില്ലെന്ന് നിങ്ങൾ എപ്പോഴായി രിക്കും അംഗീകരിക്കുക?"

"ദൈവം ക്ഷമിക്കട്ടെ! നീ എന്റെ സഹോദരനല്ലേ അദ്ഹം? ആ ബന്ധം പൊട്ടിച്ചെറിയാൻ നിനക്കൊരിക്കലുമാകില്ല."

"ഇദ്‌രീസ്, നിങ്ങളെന്നെ ആവശ്യത്തിലുമധികം ഉപദ്രവിച്ചു കഴിഞ്ഞു."

"ദുഃഖം കഠിനം തന്നെയാണ്. പക്ഷേ, നമ്മൾ ഇരുവരും വിധിയുടെ ആക്രമണത്തിൽ പരിക്കേറ്റവരാണ്. നിനക്ക് ഹുമാമിനേയും ഖദ്‌രിയേ യുമാണ് നഷ്ടപ്പെട്ടതെങ്കിൽ എനിക്ക് ഹിന്ദിനെയാണ് നഷ്ടമായത്. മഹാ നായ ജബലാവിക്കിപ്പോൾ തെരുവ് വേശ്യയായൊരു ചെറുമകളും കൊല പാതകിയായൊരു ചെറുമകനുമുണ്ടായിരിക്കുന്നു. എന്തായാലും എന്നെ ക്കാൾ ഭേദമാണല്ലോ നിന്റെ അവസ്ഥ? കാരണം ഉണ്ടായ നഷ്ടങ്ങൾക്ക് പകരമാകാൻ നിനക്ക് വേറെയും കുഞ്ഞുങ്ങളുണ്ടല്ലോ?"

വേദനയോടെയാണ് അദ്ഹം ചോദിച്ചത്.

"നിങ്ങൾക്കിപ്പോഴും എന്നോട് അസൂയയാണോ?"

"ഇദ്‌രീസിന് അദ്ഹമിനോട് അസൂയയെന്നോ?"

"നിങ്ങളുടെ പ്രവർത്തനങ്ങളോളം ഭീകരമല്ല കിട്ടിയ ശിക്ഷയെങ്കിൽ ഈ ലോകം നരകത്തിൽ പോയിവീഴട്ടെ!"

"നരകം...നരകം!"

ദുഃഖം നിറഞ്ഞ കുറേ ദിവസങ്ങൾ കടന്നുപോയി. കഠിനമായ മാനസികവ്യഥകാരണം ഉമ്മൈമയുടെ ആരോഗ്യം ക്ഷയിച്ച് തീർത്തും രോഗിണിയായി മാറി. അദ്ഹമാകട്ടെ കുറച്ച് വർഷങ്ങൾക്കുള്ളിൽതന്നെ നീണ്ട കാലം ജീവിച്ചിരുന്നപ്പോഴൊന്നും സംഭവിക്കാത്തതരത്തിൽ വൃദ്ധനായി മാറി. രോഗത്തിന്റേയും ബലക്ഷയത്തിന്റേയും പിടിയിലമരുകയായിരുന്നു അവർ ഇരുവരും. ഒരുനാൾ രോഗം മൂർച്ഛിച്ച് ഇരുവരും കിടപ്പിലായി. രണ്ട് കുഞ്ഞുങ്ങളുമായി ഉമ്മൈമ അകത്തെ മുറിയിലും അദ്ഹം പുറത്തെ മുറിയിലും. അവിടെയായിരുന്നു മുമ്പ് ഖദ്രിയും ഹുമാമും കഴിഞ്ഞിരുന്നത്. അന്നത്തെ പകൽ കഴിഞ്ഞ് രാത്രിയായിട്ടും ആരും വിളക്ക് കത്തിച്ചില്ല. മുറ്റത്ത് നിന്നും പ്രതിഫലിക്കുന്ന നിലാവെളിച്ചത്തിൽ തൃപ്തിയടയുകയായിരുന്നു അദ്ഹം. ഉറക്കത്തിലും ഉണർച്ചയിലുമായി അയാൾ രാത്രി അല്പം മയങ്ങും പിന്നെ ഉണരും. അപ്പോഴതാ പരിഹാസം നിറഞ്ഞ സ്വരത്തിലുള്ള ഇദ്രീസിന്റെ ശബ്ദം കുടിലിന് പുറത്ത് കേൾക്കുന്നു.

"എന്റെ സേവനം വല്ലതും ആവശ്യമുണ്ടോ, അദ്ഹം?"

മനസ്സ് പിടഞ്ഞെങ്കിലും അദ്ഹം ഒന്നും മിണ്ടിയില്ല. തന്റെ നിശാപ്രയാണങ്ങൾക്കായി സഹോദരൻ സ്വന്തം കുടിൽ വിട്ടിറങ്ങുന്ന നേരങ്ങളെയാണ് അദ്ഹം വെറുക്കുന്നത് തന്നെ.

"നോക്കൂ ജനമേ, ഞാൻ എത്ര ദയാലുവാണെന്ന്.
ഇവൻ എത്ര കടുംപിടുത്തക്കാരനാണെന്ന്."

നടന്നകലുന്നതിനിടയിൽ ഇദ്രീസ് പാടുന്നത് കേൾക്കാം.

"വേട്ടയ്ക്കായി ഞങ്ങൾ മൂവരുമാണ് മലകയറിയത്.
ഒരുത്തനെ ഇച്ഛകൾ കൊന്നപ്പോൾ
മറ്റവനെ നഷ്ടമായത് പ്രണയത്താലായിരുന്നു."

അദ്ഹമിന്റെ കണ്ണുകൾ നിറഞ്ഞുപോയി. ഈ തിന്മ അതിന്റെ വിനോദങ്ങൾ അവസാനിപ്പിക്കുകയേ ഇല്ല. പോരടിക്കുകയും കൊല്ലുകയും ചെയ്തിട്ടും അത് മാന്യത സ്വന്തമാക്കുന്നു. ക്രൂരതയും അടിച്ചമർത്തലും മറ്റുള്ളവരുടെ ശിക്ഷകളിൽ പരിഹാസവുമാണതിന്റെ തൊഴിൽ. ചക്രവാളങ്ങളെപ്പോലും വിറപ്പിക്കുന്ന ചിരി. ദുർബ്ബലരെ വിഡ്ഢികളാക്കുന്നതിൽ ആനന്ദം കണ്ടെത്തുകയും ശവഘോഷയാത്രയിലും സ്മാരകശിലകൾക്കരികിലും പാടിത്തിമിർക്കുകയും ചെയ്യുന്നു. മരണം എനിക്കരികിലെത്താറായിരിക്കുന്നു. അതിപ്പോഴും എന്നെ നോക്കി പരിഹസിച്ച് ചിരിക്കുന്നുണ്ട്. കൊല്ലപ്പെട്ടവൻ മണ്ണിനടിയിലായെങ്കിൽ കൊലപാതകി എങ്ങോ പോയ്മറഞ്ഞു. എന്നാൽ അവർ രണ്ടുപേരെയുമോർത്ത് വിലപിക്കുകയാണ് എന്റെ കുടിൽ. തോട്ടത്തിനുള്ളിലെ ബാല്യകാലകുസൃതികൾ കണ്ണീർ മുങ്ങിയ കാലത്തിന് വഴിമാറുന്നു. എന്റെ ശരീരത്തിൽ

ആകെക്കൂടി അവശേഷിക്കുന്നത് വേദന മാത്രമാണിപ്പോൾ. എന്ത് കൊണ്ടായിരിക്കും ഇത്രയേറെ യാതനകൾ? എന്റെ സ്വപ്നങ്ങൾക്കൊക്കെ എന്താണ് സംഭവിച്ചത്? എവിടെപ്പോയി അവയൊക്കെ?

ഏതോ കാലടി ശബ്ദം താൻ കേൾക്കുകയാണോ എന്ന് അദ്ഹമിന് തോന്നി. പതിയെ വരുന്ന ആ ഉറച്ച കാലടികൾ വേർതിരിച്ചറിയാൻ അനുവദിക്കാത്ത തരത്തിലുള്ള സുന്ദരമായ ഏതോ സുഗന്ധം പോലുള്ള നിഗൂഢമായ ഓർമ്മകൾ ഉണർത്തിവിടുകയാണ്. കുടിലിന്റെ പ്രവേശന കവാടത്തിലേക്ക് അദ്ഹം തിരിഞ്ഞു നോക്കി. വാതിൽ തുറന്നതും വലിയൊരു രൂപം വാതിൽപ്പടിയിൽ നിറഞ്ഞു നിൽക്കുന്നത് കണ്ടു. അത്ഭുതത്തോടെ അയാൾ തുറിച്ചു നോക്കിപ്പോയി. പ്രതീക്ഷയും നിരാശയും കലർന്ന മനസ്സോടെ അയാൾ ഇരുളിലേക്ക് സൂക്ഷിച്ചു നോക്കി. ഉള്ളിൽ നിന്നൊരു ആർത്തനാദമാണ് പുറത്തേക്ക് വന്നത്.

"പിതാവോ?"

വളരെ പുരാതനമായൊരു ശബ്ദം കേൾക്കുന്നത് പോലെയാണ് പിന്നീട് അദ്ഹമിന് തോന്നിയത്.

"അദ്ഹം, സുഖമാണോ നിനക്ക്?"

കണ്ണുകൾ നിറയുന്നതിനിടെ ഒന്നെഴുന്നേൽക്കാൻ ശ്രമിച്ചെങ്കിലും കഴിഞ്ഞില്ല. കഴിഞ്ഞ ഇരുപത് വർഷക്കാലത്തിലധികമായി അനുഭവിച്ചിട്ടില്ലാത്തൊരു നിർവൃതിയിലായിരുന്നു അദ്ഹം അപ്പോൾ. വിറയ്ക്കുന്ന സ്വരത്തിൽ അദ്ഹം പറഞ്ഞു.

"എനിക്കിത് വിശ്വസിക്കാനാകുന്നില്ല."

"നീ കരയുകയാണോ? നീ തന്നെയല്ലേ പാപം ചെയ്തത്?"

"വലിയ പാപം തന്നെയാണ് ഞാൻ ചെയ്തത്. പക്ഷേ, അതിന് ലഭിച്ച ശിക്ഷ കഠോരമായിപ്പോയി. ചെറിയൊരു തണലെങ്കിലും കിട്ടുന്ന കാര്യത്തിൽ പ്രാണികൾക്ക്പോലും പ്രതീക്ഷ നഷ്ടപ്പെടാറില്ല."

"നീ എന്നെ പഠിപ്പിക്കാൻ ശ്രമിക്കുകയാണോ, അദ്ഹം?"

"ക്ഷമിക്കണം പിതാവേ, ദുഃഖവും രോഗവും കാരണം സമനില തെറ്റിപ്പോയവനാണ് ഞാൻ. എന്റെ ആടുകൾപോലും നാശത്തിന്റെ ഭീഷണിയിലാണ്."

"സ്വന്തം ആടുകളുടെ കാര്യത്തിൽ നിനക്കിത്ര ആശങ്കയുണ്ടാവുന്നത് വളരെ നല്ല കാര്യം തന്നെയാണ്."

"പിതാവേ, താങ്കൾ എന്നോട് ക്ഷമിച്ചോ?"

പ്രതീക്ഷയോടെയുള്ള അദ്ഹമിന്റെ ചോദ്യത്തിന് ആദ്യം നിശ്ശബ്ദതയായിരുന്നു മറുപടി.

"ഉവ്വ്!"

"ദൈവമേ നന്ദി! ഒരല്പം മുമ്പ്‌വരെയും നിരാശയുടെ ആഴികളിൽ ആണ്ടുപോകുകയായിരുന്നു ഞാൻ."

അയാളുടെ ശരീരം വിറയ്ക്കുന്നുണ്ടായിരുന്നു.

"അപ്പോൾ അവിടെ നീ എന്നെ കണ്ടോ?"

"അതെ. ഒരു പേക്കിനാവിൽ നിന്നും ഉണരുന്നത് പോലെയായിരുന്നത്."

"അതിനാൽ തന്നെയാണ് നീയൊരു ഉത്തമ പുത്രനാകുന്നതും."

"എന്നാൽ ഞാൻ ജന്മം നൽകിയത് ഒരു കൊലപാതകിയേയും അവന്റെ ഇരയേയുമായിരുന്നു."

അദ്ഹം നെടുവീർപ്പിട്ടു.

"മരിച്ചയാൾ തിരിച്ചുവരില്ല. പകരം നിനക്കെന്താണ് വേണ്ടത്?"

"ആ തോട്ടത്തിൽ പോയിരുന്ന് പാടാനുള്ള കൊതിയായിരുന്നു എനിക്ക്. എന്നാൽ ഇന്നെനിക്ക് സന്തോഷം നൽകാൻ ഒന്നിനുമാകില്ല."

"എന്റെ ഭൂസ്വത്ത് നിന്റെ സന്തതികൾക്ക് അവകാശപ്പെട്ടതായിരിക്കും."

"ദൈവമേ, നന്ദി!"

"വിഷമിക്കേണ്ട. ഉറങ്ങിക്കോളൂ മകനേ."

പിന്നീട് അടുത്തടുത്ത കാലങ്ങളിലായി ആദ്യം അദ്ഹമും ശേഷം ഉമൈമയും അവസാനം ഇദ്‌രീസും ജീവിതത്തോട് വിടപറഞ്ഞ് പോയി. അവരുടെ കുട്ടികൾ വളർന്ന് വലുതായി. വളരെക്കാലം നീണ്ട അജ്ഞാതവാസം കഴിഞ്ഞ് ഖദ്‌രി തിരികെ വന്നു. ഒപ്പം അയാളുടെ ഭാര്യയായി ഹിന്ദും അവരുടെ മക്കളുമുണ്ടായിരുന്നു. ഒത്തൊരുമിച്ച് ജീവിച്ച അവർ മറ്റ് സ്ഥലങ്ങളിൽ നിന്ന് വിവാഹം കഴിക്കുകയും പതിയെ എണ്ണം വർദ്ധിക്കുകയും ചെയ്തുകൊണ്ടിരുന്നു. ജബലാവിയുടെ ഭൂസ്വത്തിൽ നിന്നും ലഭിക്കാൻ തുടങ്ങിയ വരുമാനത്തിലൂടെ ആ പ്രദേശമാകെ വളർന്നു. അങ്ങനെയാണ് ഞങ്ങളുടെ തെരുവ് ചരിത്രത്തിൽ രൂപാന്തരപ്പെടുന്നത്. ഇവരിൽ നിന്നാണ് ഞങ്ങളുടെ തെരുവിലെ ജനങ്ങളെല്ലാം ജന്മം കൊണ്ടതും.

ജബൽ

ഇരുപത്തിനാല്

എസ്റ്റേറ്റിലെ അഭിമുഖമായി നിൽക്കുന്ന രണ്ട് വരി വീടുകളിലൂടെയാണ് ഞങ്ങളുടെ തെരുവ് രൂപപ്പെടുന്നത്. ഈ രണ്ട്വരി വീടുകളും ആരംഭിക്കുന്നത് മാളികയ്ക്ക് മുന്നിൽ നിന്നാണ്. പിന്നെ അവ ജമാലിയ്യയുടെ ഭാഗത്തേക്ക് നീണ്ട് കിടക്കുകയാണ്. മരുഭൂമിയുടെ ഭാഗത്തുള്ള തെരുവിന്റെ തുടക്കത്തിൽ നാല് ഭാഗവും തരിശായ അവസ്ഥയിലാണ് ആ മാളിക കാണാനാകുക. ഈ പ്രദേശത്തെ തന്നെ ഏറ്റവും നീളംകൂടിയ തെരുവാണ് ഞങ്ങളുടെ 'ജബലാവി തെരുവ്'. ഹംദാൻ കുടുംബക്കാരുടെ കോളനിയിലേതു പോലെ മിക്കവീടുകൾക്കും വലിയ മുറ്റങ്ങളുണ്ട്. എന്നാൽ തെരുവിന്റെ മധ്യഭാഗം മുതൽ ജമാലിയ്യവരെയുള്ള ഭാഗത്ത് നിറയെ കുടിലുകളാണ്. വലത് വശത്തുള്ള വീടുകളുടെ തലയ്ക്കൽ സ്ഥിതി ചെയ്യുന്ന എസ്റ്റേറ്റ് കങ്കാണിയുടേയും ഇടത് വശത്തെ നിരയുടെ തലയ്ക്കലുള്ള തെരുവ് ദാദയുടേയും വീടുകൾ കൂടി പരാമർശിച്ചാലേ തെരുവിന്റെ ചിത്രം പൂർണമാകുകയുള്ളൂ. ഇരുവശത്താണെങ്കിലും നേരേ അഭിമുഖമായാണ് ഈ രണ്ട് വീടുകളും സ്ഥിതി ചെയ്യുന്നത്.

എന്നാൽ ജബലാവിയുടെ മാളികയുടെ വാതിലുകൾ ഇപ്പോൾ അടഞ്ഞ് തന്നെ കിടപ്പാണ്. അതിനുള്ളിൽ ഗൃഹനാഥനും പിന്നെ വളരെ അടുത്ത കുറച്ച് സേവകരും മാത്രമേയുള്ളൂ. ജബലാവിയുടെ മക്കളൊക്കെ വളരെ മുമ്പേ മരണപ്പെട്ടിരുന്നു. ആ മാളികയിൽ ജീവിച്ച് മരിച്ചവരുടെ പിൻഗാമിയായി ഇപ്പോൾ ആകെയുള്ളൊരാൾ അഫന്തിയാണ്. അയാളാണ് ഇപ്പോഴത്തെ എസ്റ്റേറ്റ് കങ്കാണി. തെരുവിൽ ജീവിക്കുന്നവരൊക്കെ സാധാരണക്കാരാണ്. അവരിൽ സാധനങ്ങൾ കൊണ്ട് നടന്ന് വിൽക്കുന്നവരുണ്ട്. പലചരക്ക് കടകളും കാപ്പിക്കടകളും നടത്തുന്നവരുണ്ട്. ധാരാളമാളുകൾ യാചകരുമാണ്. പിന്നെ കഴിയുന്നവരൊക്കെ ചെയ്യുന്ന മറ്റൊരു ജോലിയുമുണ്ട്. മയക്കുമരുന്ന് കച്ചവടമാണത്. കഞ്ചാവും കറുപ്പും ലൈംഗിക ഉത്തേജക വസ്തുക്കളുമൊക്കെയാണ് ഇവർ വിൽക്കുന്നത്.

ഇന്നത്തേതു പോലെ അക്കാലത്തും ഞങ്ങളുടെ തെരുവിന്റെ പ്രധാന പ്രത്യേകത തിരക്കും ബഹളവും തന്നെയായിരുന്നു. കാലിൽ ചെരുപ്പോ ദേഹത്ത് ആവശ്യത്തിന് വസ്ത്രമോ ഇല്ലാത്ത കുട്ടികളായിരിക്കും സർവ്വ

കോണുകളിലും ഓടിക്കളിക്കുന്നത്. അന്തരീക്ഷം നിറയെ അവരുടെ അലർച്ചയും ചീത്തവിളിയുമായിരിക്കും. വീടുകളുടെ മുന്നിലൊക്കെ സ്ത്രീകളായിരിക്കും. ഒരുത്തി മല്ലൂഖിയ മത്സ്യം നുറുക്കുകയാണെങ്കിൽ, മറ്റൊരുത്തി ഉള്ളി തൊലിക്കുകയായിരിക്കും. മൂന്നാമതൊരാൾ തീ കത്തിക്കുകയായിരിക്കും. സർവ്വരും നിരന്തരം സംസാരിക്കുകയും തമാശ പറഞ്ഞുകൊണ്ടിരിക്കുകയും ചെയ്യും. വേണ്ടപ്പോഴൊക്കെ ചീത്തവിളിക്കുകയും ശപിക്കുകയും ചെയ്യും. പാട്ട്പാടലും കരച്ചിലുമൊക്കെ അവസാനിക്കുകയേ ഇല്ല. ഉന്തുവണ്ടികൾ നിർത്താതെ നീങ്ങുന്നുണ്ടാകും. ചെറിയ സംഘർഷങ്ങൾ ഇവിടെയും അവിടെയുമൊക്കെ പൊട്ടിപ്പുറപ്പെടും. പൂച്ചകൾ ശബ്ദമുണ്ടാക്കും. പട്ടികൾ കുരയ്ക്കും. ചിലപ്പോൾ ഇവയൊക്കെ ചവറ്കൂമ്പാരങ്ങൾക്ക് മുകളിൽ കിടന്ന് കടിപിടി കൂടും. മുറ്റത്തും ചുമരിലുമൊക്കെ ഓടിനടക്കുന്ന എലികൾ. പാമ്പിനെയോ തേളിനെയോ കൊല്ലാൻ ആളുകൾ തടിച്ചുകൂടുന്നതും അപൂർവ്വമല്ല. ഈച്ചകളാകട്ടെ; എണ്ണത്തിൽ അവയെക്കാളുള്ളത് ചെള്ള് മാത്രമായിരിക്കും, അവ ഭക്ഷണം കഴിക്കാനിരിക്കുന്നവരുടെ പാത്രങ്ങളിലും കുടിക്കാനിരിക്കുന്നവരുടെ കൂജകളിലുമൊക്കെ വന്ന് പൊതിയും. പിന്നെ സർവ്വരുടേയും സുഹൃത്തുക്കളാണ് തങ്ങളെന്ന മട്ടിൽ ഈച്ചകൾ ആളുകളുടെ കണ്ണിന് മുന്നിൽ പറന്നുനടക്കും. വലിയ വായിൽ മൂളിപ്പറക്കുകയും ചെയ്യും.

എപ്പോഴൊരു ചെറുപ്പക്കാരൻ ധൈര്യവും ശേഷിയും സ്വന്തമാക്കുന്നുവോ അപ്പോഴേക്കും അയാൾ സമാധാനത്തോടെ നടക്കുന്ന ആളുകളെ ശല്യപ്പെടുത്താൻ തുടങ്ങും. സ്വന്തം കാര്യം നോക്കി നടക്കുന്നവരെ ഉപദ്രവിക്കുന്ന ഇവർ തെരുവിലെവിടെയെങ്കിലുമുള്ളവരുടെ സംരക്ഷകരാണെന്ന് ചമയുകയും ചെയ്യും. പണി എടുത്ത് ജീവിക്കുന്നവരുടെ കയ്യിൽ നിന്നും ഗുണ്ടാപ്പിരിവ് നടത്തുകയും ചെയ്യുമിവർ. ഗുണ്ടാപ്പണിയല്ലാതെ ഇവർക്ക് വേറെ യാതൊരു പണിയുമുണ്ടാകില്ല. ഇങ്ങനെയാണ് ഖിദ്റ, അൽ-ലൈസി, അബൂസരീഉ്, ബറകാത്, ഹമ്മൂദ തുടങ്ങിയ തെരുവ് ഗുണ്ടകളൊക്കെ ഉണ്ടായത്. ഇക്കൂട്ടത്തിലൊരാളായിരുന്നു സഖ്‌ലുത്വ്. ഇയാൾ ഒന്നിന് പിറകേ മറ്റൊരാളെന്ന നിലയിൽ വിവിധ ഗുണ്ടകളുമായി പോരടിക്കുകയും അവരെയൊക്കെ പരാജയപ്പെടുത്തുകയും അങ്ങനെ ഈ തെരുവിന്റെ മൊത്തം ദാദയായി മാറുകയുമായിരുന്നു. ശേഷമയാൾ അവരെല്ലാവരിൽ നിന്നും ഗുണ്ടാപ്പിരിവ് നടത്താനും തുടങ്ങി. തന്റെ ഉത്തരവുകൾ നടപ്പാക്കാനും പിന്നെ അഭിമുഖീകരിക്കാനിടയുള്ള പ്രശ്നങ്ങൾ നേരിടാനുമൊക്കെ ഇതുപോലൊരാളുടെ ആവശ്യമുണ്ടെന്ന് എസ്റ്റേറ്റ് കങ്കാണിയായ അഫന്തിയും മനസ്സിലാക്കി. അതോടെ അഫന്തി സഖ്‌ലുത്വിനെ തന്റെ അടുത്തയാളാക്കി മാറ്റുകയും എസ്റ്റേറ്റ് വരുമാനത്തിൽ നിന്നും ശമ്പളം നൽകുകയും ചെയ്തു. കങ്കാണിയുടെ വീടിന്റെ എതിർവശത്ത് തന്നെ താമസമാരംഭിച്ച സഖ്‌ലുത്വ് അഫന്തിയുടെ അധികാരം ഉറപ്പിക്കാൻ സഹായിക്കുകയും ചെയ്തു. ഇതൊക്കെ സംഭവിച്ചപ്പോൾ തന്നെ ഗുണ്ടകൾ തമ്മിലുള്ള സംഘട്ടനങ്ങൾ കുറയുകയും

ചെയ്തു. ഇത്തരം സംഘർഷങ്ങൾ തെരുവ് ദാദയ്ക്ക് ഇഷ്ടപ്പെടാത്ത തായിരുന്നു കാരണം. ഒരു സംഘട്ടനം ഗുണ്ടകളിലൊരാളെ ശക്തനാക്കി മാറ്റിയാൽ തന്റെ സ്ഥാനത്തിന് ഭീഷണി നേരിടുമെന്ന് സഖ്ലുതിനറി യാമായിരുന്നു. ഇതുകൊണ്ടെല്ലാംതന്നെ ഈ ഗുണ്ടകൾക്ക് തങ്ങളുടെ അടിച്ചമർത്തപ്പെട്ട ആക്രമണമനസ്സൊക്കെ തുറന്നുവിടുവാൻ സാധിക്കു ന്നത് സമാധാനപ്രിയരായ പാവങ്ങളുടെ മേലായിരിക്കും. ഇത്രയ്ക്ക് ദയ നീയമായൊരു സാഹചര്യത്തിലേക്ക് ഞങ്ങളുടെ തെരുവ് എങ്ങനെയാണ് എത്തിച്ചേർന്നതെന്ന് മാത്രം മനസ്സിലാകുന്നില്ല.

എസ്റ്റേറ്റിലെ ഭൂസ്വത്തുക്കളൊക്കെ അദ്ഹമിന്റെ സന്തതികൾക്ക് ഉപ യോഗിക്കാമെന്ന് വാഗ്ദാനം ചെയ്തത് ജബലാവിയായിരുന്നു. മുറ്റമുള്ള വീടുകൾ നിർമ്മിക്കപ്പെടുകയും പണം വിതരണം ചെയ്യപ്പെടുകയും ജനം കുറേക്കാലം സന്തോഷകരമായ ജീവിതം നയിക്കാൻ തുടങ്ങുകയു മൊക്കെ ചെയ്തു ഇതോടെ. ജബലാവി തന്റെ മാളികയുടെ വാതിൽ അടച്ച് അതിനുള്ളിൽ തന്നെ ഏകനായി കഴിയാൻ തുടങ്ങിയതിനുശേഷം കുറച്ച്കാലം എസ്റ്റേറ്റ് കങ്കാണി അദ്ദേഹത്തിന്റെ നല്ല മാതൃകകൾ പിന്തുടർന്നു. എന്നാൽ മനസ്സിൽ അത്യാർത്തി തുടങ്ങിയതോടെ അയാൾ എസ്റ്റേറ്റ് സ്വത്തുക്കൾ സ്വന്തം നേട്ടങ്ങൾക്ക് മാത്രമായി ഉപയോഗിക്കാൻ തുടങ്ങി. തുടക്കത്തിൽ ചെറിയ തുക അപഹരിക്കാൻ തുടങ്ങിയ അയാൾ പിന്നീട് തൊഴിലാളികളുടെ കൂലി വെട്ടിക്കുറയ്ക്കാൻ തുടങ്ങി താൻ കൂലിക്ക് നിയമിച്ചിട്ടുള്ള തെരുവ് ദാദയുടെ കൈക്കരുത്തിന്റെ ബലത്തിൽ സർവ്വസ്വത്തുക്കളും സ്വന്തം കൈപ്പിടിയിലാക്കുകയും ചെയ്തു. വളരെ തരംതാണ ജോലികൾ ചെയ്യുകയല്ലാതെ ജനത്തിന് വേറെ വഴിയില്ലാ തായി. എണ്ണത്തിൽ കൂടിയതോടെ അവരുടെ പട്ടിണിയും വർദ്ധിച്ചു. ദുരിത ങ്ങളിലും നികൃഷ്ടതയിലും മുങ്ങിത്താഴുകയാണവർ. ശക്തന്മാർ മറ്റുള്ള വരെ ഭീതിയിലാഴ്ത്താൻ ശ്രമിച്ചപ്പോൾ ദുർബലർ യാചകരായി മാറി. സർവ്വരും മയക്കുമരുന്നുകൾക്കടിമകളായിത്തീർന്നു. ഒരുപിടി അന്ന ത്തിന്റെ പേരിൽ ജനം അടിമപ്പണി ചെയ്യുകയാണ്. അതിൽ തന്നെ കുറേ ഗുണ്ടകൾ തട്ടിയെടുക്കും. അതൊന്നും നന്ദി പറഞ്ഞായിരുന്നില്ല, മറിച്ച് മർദ്ദനവും ചീത്തവാക്കുകളും ശാപവുമൊക്കെ ചൊരിഞ്ഞാണ് കയ്യടക്കു ന്നത്. സുഖസമൃദ്ധിയോടെ ജീവിക്കുന്നത് ഗുണ്ടകൾ മാത്രമാണ്. അവർക്ക് മുകളിലുള്ളത് തെരുവ് ദാദയായിരിക്കും. എന്നാൽ എല്ലാ വർക്കും മുകളിൽ കങ്കാണിയുണ്ടാകും. ഇവരുടെ കാലടികളിലായിരിക്കും സാധരണക്കാരുടെ സ്ഥാനം.

ഏതെങ്കിലുമൊരു സാധുവിന് ഗുണ്ടാപ്പിരിവ് നൽകാനായില്ലെങ്കിൽ അതിന്റെ പേരിൽ പ്രതികാര നടപടി നേരിടുന്നത് അയാളുടെ കോളനി മുഴുവനായിരിക്കും. ഇക്കാര്യത്തെക്കുറിച്ച് തെരുവ് ദാദയോട് പരാതി പ്പെടാൻ ചെന്നാൽ അയാൾ ആ മനുഷ്യനെ മർദ്ദിക്കും. പിന്നെ വീണ്ടും മര്യാദ പഠിപ്പിക്കാനായി തെരുവ് ഗുണ്ടകളോട് തന്നെ പറയും. ഇനി എസ്റ്റേറ്റ് കങ്കാണിയോടാണ് പരാതിപ്പെടുന്നതെങ്കിൽ മർദ്ദനം കങ്കാണി യുടേയും തെരുവ് ദാദയുടേയും ഗുണ്ടകളുടേയുമെല്ലാം വകയായിരിക്കും.

ഈയടുത്തകാലംവരെ സ്വന്തം കണ്ണുകൾകൊണ്ട് ഞാൻ കണ്ടിട്ടുള്ള ഭീകരാവസ്ഥയാണിത്. പഴയ കാലങ്ങളെക്കുറിച്ച് കഥാകാരന്മാർ പറഞ്ഞ് കേട്ടിട്ടുള്ളത് പോലുള്ള അതേ ചിത്രം!

എന്നാൽ ഞങ്ങളുടെ തെരുവിന്റെ വിവിധ കോണുകളിലുള്ള കാപ്പിക്കടകളിൽ വന്നിരിക്കാറുള്ള കവികൾ പഴയ വീരന്മാരുടെ കഥകൾ മാത്രമേ പറയാറുള്ളൂ. അധികാരികളെ അസ്വസ്ഥരാക്കുന്ന ഒന്നും പരസ്യമായി പറയാതിരിക്കാനായിരിക്കും അവർ ശ്രമിക്കുക. കങ്കാണിയുടേയും ഗുണ്ടകളുടേയും മേന്മകളെക്കുറിച്ച് പാടിനടക്കുന്ന ഈ കവികൾ ഞങ്ങൾക്ക് ലഭിച്ചിട്ടില്ലാത്ത നീതിയേയും അനുഭവിച്ചിട്ടില്ലാത്ത കാരുണ്യത്തേയും കണ്ടറിഞ്ഞിട്ടില്ലാത്ത അന്തസ്സിനേയും ഭക്തിയേയും കേട്ടിട്ടില്ലാത്ത വിശ്വസ്തതയേയും പറ്റിയൊക്കെ വാഴ്ത്തിക്കൊണ്ടിരിക്കും.

ഈ ശപിക്കപ്പെട്ട തെരുവിൽ ഞങ്ങളുടെ പൂർവ്വികരും ഇപ്പോൾ ഞങ്ങളും എന്തിനാണ് ജീവിക്കുന്നതെന്ന് ഞാൻ എന്നോട് തന്നെ ചോദിച്ചിട്ടുണ്ട്. പക്ഷേ, ഉത്തരം വളരെ ലളിതമാണെന്നതാണ് വാസ്തവം. മറ്റ് തെരുവുകളിലാകട്ടെ ഇതിനെക്കാൾ ദുരിതമയമായ ജീവിതമായിരിക്കും ഉണ്ടാകുക. ഞങ്ങളുടെ തെരുവിന്റെ ഗുണ്ടകളുടെ ക്രൂരതകൾക്ക് പകരമായി അവിടെയുള്ള ഗുണ്ടകൾ ഞങ്ങളെ നശിപ്പിക്കുന്നില്ലല്ലോ?

ഇതിനെക്കാളൊക്കെ അതിശയിപ്പിക്കുന്ന കാര്യം മറ്റ് തെരുവുകളിൽ കഴിയുന്നവർ ഞങ്ങളെക്കുറിച്ച് പറയുന്നതാണ്. 'എത്ര ഭാഗ്യം ചെയ്ത തെരുവാണത്. തുല്യതയില്ലാത്ത ഭൂസ്വത്തും പേര് കേട്ടാൽ തന്നെ ആളുകൾ വിറച്ച് പോകുന്ന ഗുണ്ടകളുമുള്ള ഇടമല്ലേ?' സത്യത്തിൽ ഈ പറയുന്ന എസ്റ്റേറ്റിൽ നിന്നും ഞങ്ങൾക്ക് പ്രശ്നങ്ങളേ ലഭിച്ചിട്ടുള്ളൂ. പിന്നെ ഈ ഗുണ്ടകളിൽ നിന്നും കിട്ടിയിട്ടുള്ളത് അപമാനവും പീഡനങ്ങളുമായിരിക്കും.

ഇത്രയൊക്കെയായിട്ടും ഞങ്ങൾ ഈ തെരുവിൽ തന്നെ കഴിയുകയാണ്. എല്ലാം സഹിക്കുന്നു. എവിടെ നിന്ന് വരുമെന്നറിയാത്ത ഭാവിയേയും കണ്ണുനട്ടിരിക്കുകയാണ് ഞങ്ങൾ. മാളികയ്ക്ക് നേരേ വിരൽ ചൂണ്ടി ഞങ്ങൾ പറയും 'അവിടെയാണ് ഞങ്ങളുടെ അഭിവന്ദ്യപിതാവുള്ളത്.' പിന്നെ ഈ ഗുണ്ടകളെ ചൂണ്ടിക്കാട്ടി ഞങ്ങൾ പറയും. 'ഇവർ ഞങ്ങളുടെ സംരക്ഷകരാണ്. എല്ലാവരുടേയും നാഥൻ ദൈവം മാത്രമാണ്.'

ഇരുപത്തിയഞ്ച്

ഹംദാൻ കുടുംബത്തിന്റെ ക്ഷമ നശിച്ചിരിക്കുകയാണ്. കലാപത്തിന്റെ തിരമാലകൾ ആർത്തിരമ്പുകയാണ് അവർ താമസിക്കുന്ന തെരുവിലാകെ. കങ്കാണിയായ അഫന്തിയുടേയും സഖ്ലുത്വിന്റേയും വീടുകൾക്കരികിലായി തെരുവിന്റെ തലയ്ക്കലാണ് ഹംദാൻ കുടുംബക്കാരും താമസിക്കുന്നത്. പണ്ട് അദ്ഹമിന്റെ കുടിൽ സ്ഥിതി ചെയ്തിരുന്ന സ്ഥലമാണത്.

കാപ്പിക്കട നടത്തുന്ന ഹംദാനാണ് അവരുടെ നേതാവ്. തെരുവിലെ മൊത്തം കാപ്പിക്കടകളുടെ കൂട്ടത്തിൽ ഏറ്റവും മനോഹരമായതാണ് ഹംദാന്റെ കാപ്പിക്കട. ഹംദാൻ കുടുംബം താമസിക്കുന്ന തെരുവിന്റെ മധ്യഭാഗത്തായി സ്ഥിതിചെയ്യുന്ന ഈ കാപ്പിക്കടയ്ക്ക് ചുറ്റും മുറ്റമുള്ള വീടുകളുമുണ്ട്. കാപ്പിക്കടയുടെ വാതിലിനരികെ വലത് വശത്തായി ഇരിപ്പുറപ്പിച്ചിരിക്കുകയാണ് വൃദ്ധനായ ഹംദാൻ. ചാരനിറത്തിലുള്ള അബായ കുപ്പായവും ശിരസ്സിൽ ചിത്രപ്പണികൾ ചെയ്തൊരു തലപ്പാവുമാണ് വേഷം. ഓടിനടന്ന് പണിചെയ്യുന്ന കാപ്പിക്കടയിലെ വിളമ്പുകാരൻ അബ്ദൂനിനെത്തന്നെ നോക്കിയിരിക്കുന്നതിനിടയിലും ചില ഇടപാടുകാരുമായി സംസാരിക്കുകയാണയാൾ. വീതി കുറവാണെങ്കിലും കാപ്പിക്കടയ്ക്ക് നീളമേറെയുണ്ട്. അതിന്റെ അങ്ങേയറ്റത്തായി കവിയുടെ ബഞ്ച് കിടപ്പുണ്ട്. ബഞ്ചിന് മുകളിലായി അദ്ഹമിന്റെ വർണാഭമായ ഒരു ഭാവനാചിത്രവുമുണ്ട്. തന്റെ കുടിലിന്റെ വാതിൽക്കൽ വന്ന് നിൽക്കുന്ന ജബലാവിയെത്തന്നെ ഉറ്റുനോക്കുന്ന അദ്ഹമിന്റെ ചിത്രം!

ഹംദാൻ ആംഗ്യം കാണിച്ചതും കവി തന്റെ റബാബ് തംബുരു കയ്യിലെടുത്ത് പാടാൻ തയ്യാറായി. തന്ത്രികൾ മീട്ടി ജബലാവിയുടെ മിത്രമായ കങ്കാണിയുടേയും മഹാനായ സഖ്ലുതിന്റേയും അപദാനങ്ങൾ വാഴ്ത്താൻ തുടങ്ങിയ കവി പിന്നീട് അദ്ഹം ജനിക്കുന്നതിനും മുമ്പുള്ള ജബലാവിയുടെ ജീവിതത്തിൽ നിന്നൊരു ദശയുടെ കഥ പറയാൻ തുടങ്ങി. കാപ്പിയും ചായയും മൊത്തിക്കുടിക്കുന്ന ശബ്ദത്തിനൊപ്പം ഹുക്കയിൽ നിന്നുള്ള പുക സുതാര്യമായ മേഘംപോലെ മുകളിലേക്കുയരുന്നുണ്ട്. എല്ലാ കണ്ണുകളും കവിയുടെ മേലാണ്. അയാളുടെ കഥപറച്ചിലിന്റെ ഭംഗിയിലും ഉപദേശമികവിലും മയങ്ങി തലകുലുക്കുകയാണെല്ലാവരും. ഭാവനാ സമ്പന്നമായ ആ നിമിഷങ്ങൾ ആനന്ദത്തോടെ കഴിഞ്ഞതും അംഗീകാരവർഷമായി കരഘോഷം മുഴങ്ങി.

അപ്പോഴേക്കും ഹംദാൻ കുടുംബത്തെയാകമാനം ഇളക്കിവിട്ട കലാപത്തിന്റെ അലകൾ അവരുടെ മനസ്സിലാകെ ഉയർന്ന് പൊങ്ങി. കാപ്പിക്കടയുടെ മധ്യഭാഗത്തുള്ള തന്റെ ഇരിപ്പിടത്തിലിരുന്നുകൊണ്ട് കാഴ്ച മങ്ങിയ ഇദ്‌രീസ് അതുവരെ കേട്ടുകൊണ്ടിരുന്ന ജബലാവിയുടെ കഥയ്ക്കൊരു പിൻകുറിപ്പെന്നവണ്ണം പറഞ്ഞു.

“അന്നൊക്കെ ഈ ദുനിയാവിൽ നന്മയുണ്ടായിരുന്നു. അദ്ഹമിന് പോലും ഒരു ദിവസമെങ്കിലും പട്ടിണികിടക്കേണ്ടി വന്നിട്ടില്ലല്ലോ?”

കടയുടെ മുന്നിൽ നിൽക്കുകയായിരുന്ന വൃദ്ധയായ തമർഹന്ന തലയിലിരുന്ന ഓറഞ്ച് കൂട ഇറക്കിവച്ച് കൊണ്ട് കാഴ്ച മങ്ങിയ ഇത്‌രീസിനോടായി പറഞ്ഞു.

“ദൈവം രക്ഷിക്കട്ടെ ഇദ്‌രീസ് നിങ്ങളെ. നല്ല മധുരമുള്ള ഓറഞ്ച് പോലെയാണ് നിങ്ങളുടെ വാക്കുകൾ”

“പോ കിഴവീ, നിങ്ങളുടെ പഴംപുരാണം കേൾക്കാൻ ഞങ്ങൾക്ക് നേരമില്ല.”

ഹംദാൻ ദേഷ്യപ്പെട്ടെങ്കിലും കാപ്പിക്കടയുടെ വാതിലിനരികെ നിലത്ത് തന്നെ ഇരിക്കുകയായിരുന്നു ആ വൃദ്ധ.

"ഹംദാൻ അങ്ങുന്നേ, താങ്കളുടെ അരികിലിരിക്കുന്നത് എത്ര ആനന്ദ കരമാണ്!"

ശേഷം തന്റെ ഓറഞ്ച് കൂടയിലേക്ക് വിരൽ ചൂണ്ടിക്കൊണ്ട് അവർ തുടർന്നു.

"പകൽ മുഴുവനും പിന്നെ രാത്രിയുടെ പകുതി നേരവും ഞാൻ ഇതും തലയിൽ വച്ച് തെരുവിലെല്ലാം അലറിവിളിച്ച് നടക്കുകയായിരുന്നു. എല്ലാം ഏതാനും നാണയത്തുട്ടുകൾക്ക് വേണ്ടിയാണ്, അങ്ങുന്നേ."

ഹംദാൻ മറുപടിയായി എന്തോ പറയാൻ തുനിഞ്ഞതായിരുന്നു. അപ്പോഴാണ് ചളിപുരണ്ട ചുളിഞ്ഞ മുഖവുമായി ദുൽമ കാപ്പിക്കടയി ലേക്ക് കടന്നു വരുന്നത് കണ്ടത്. കടയുടെ പ്രവേശന കവാടത്തിൽ വന്ന് നിന്നശേഷം ദുൽമ ഉറക്കെപ്പറഞ്ഞു.

"പടച്ചവനേ, നീ ആ ക്രൂരനെ നശിപ്പിക്കണേ. ഖിദ്റയാണ് ഏറ്റവും വലിയ ക്രൂരൻ. നാളെവരെ സാവകാശം നൽകണമെന്നും ദൈവം സഹായിച്ച് പണം നൽകാമെന്നും ഞാനയാളോട് പറഞ്ഞതായിരുന്നു. എന്നാൽ അയാളെന്നെ നിലത്ത് തള്ളിയിട്ട് നെഞ്ചിൽ തൊഴിച്ചു. ശ്വാസം മുട്ടിപ്പോയി."

അപ്പോഴാണ് കാപ്പിക്കടയുടെ അങ്ങേയറ്റത്ത് നിന്ന് ദഅബിസിന്റെ ശബ്ദം കേട്ടത്.

"ദുൽമാ വരൂ, എന്റെ അടുത്ത് വന്നിരിക്ക്. ദൈവം ഈ ധിക്കാരി കളെ നശിപ്പിക്കട്ടെ. ഈ തെരുവിന്റെ യഥാർത്ഥ ഉടമകളാണ് നമ്മൾ. പക്ഷേ, നായ്ക്കളെപ്പോലെ മർദ്ദിക്കുകയാണ് നമ്മെ. ഖിദ്റയ്ക്ക് ഗുണ്ടാ പ്പിരിവ് നൽകാനുള്ള കഴിവ് ദുൽമയ്ക്കില്ല. ഒരു മുഴം മുന്നിലുള്ളത്പോലും കാണാൻ സാധിക്കാത്ത തമർഹന്ന ഓറഞ്ച് വിൽക്കാനായി അലയുന്നു. അദ്ഹമിന്റെ സന്തതിയായ ഹംദാൻ, എവിടെപ്പോയി നിങ്ങളുടെ ധീരത യൊക്കെ?"

ദുൽമ അകത്തേക്ക് കയറിയതും തമർഹന്നയും ചോദ്യം ആവർത്തിച്ചു.

"അദ്ഹമിന്റെ സന്തതിയായ ഹംദാൻ അങ്ങുന്നേ, എവിടെപ്പോയി താങ്കളുടെ ധീരതയൊക്കെ?"

"മിണ്ടാതിരി കിഴവീ. വിവാഹപ്രായമൊക്കെ കഴിഞ്ഞിട്ടിപ്പോൾ പത്തമ്പതോളം വർഷമായില്ലേ? പിന്നെന്തിനാ ഇങ്ങനെ ആണുങ്ങളിരി ക്കുന്ന സ്ഥലത്ത് ചുറ്റിക്കറങ്ങുന്നത്?"

ഹംദാൻ ചോദിച്ചു.

"ആണുങ്ങളോ? എവിടെ?"

തന്റെ വാക്ക് കേട്ട് ഹംദാൻ മുഖം ചുളിക്കുന്നത് കണ്ടതും അയാളെ ന്തെങ്കിലും പറയുന്നതിന് മുമ്പേ ക്ഷമ ചോദിക്കുന്നത്പോലെ തമർഹന്ന പറഞ്ഞു.

"അങ്ങുന്നേ, എനിക്ക് ഈ പറയുന്നത് കേൾക്കണമെന്നേയുള്ളൂ. അതിനനുവദിക്കണം."

ഇത് കേട്ടതും ദഅബിസ് അനിഷ്ടത്തോടെ കവിയോട് പറഞ്ഞു.

"ഈ തെരുവിൽ ഹംദാൻ കുടുംബം നേരിട്ട അപമാനത്തെക്കുറിച്ച് പറഞ്ഞ് കൊടുക്കവർക്ക്."

കവി പുഞ്ചിരിച്ചു.

"ക്ഷമിക്കൂ ദഅബിസ്, ക്ഷമിക്കൂ അധികാരീ."

ദഅബിസിന് ദേഷ്യം വന്നു.

"അധികാരിയെന്നോ? ഇവിടത്തെ അധികാരി ജനത്തെ മർദ്ദിക്കുകയും പീഡിപ്പിക്കുകയും കൊലപ്പെടുത്തുകയുമല്ലേ? നമ്മുടെ അധികാരിയാരാണെന്ന് നിങ്ങൾക്കറിയാമല്ലോ?"

"ആ ഖിദ്റയോ മറ്റേതെങ്കിലും ചെകുത്താന്മാരോ എപ്പോൾ വേണമെങ്കിലും ഇവിടെ വന്ന് കയറിയേക്കാം."

കവിയാകെ അസ്വസ്ഥനായിരുന്നു

"ഇദ്രീസിന്റെ സന്തതികളാണ് അവറ്റകളെല്ലാം!"

"ഈ കാപ്പിക്കട നമ്മുടെ തലയ്ക്ക് മീതേക്ക് തകർന്നുവീഴുന്നതിന് മുമ്പ് ഒന്ന് ശാന്തനാകൂ, ദഅബിസ്."

പതിഞ്ഞ സ്വരത്തിൽ കവി പറയുന്നത് കേട്ടതും ദഅബിസ് ഇരുന്ന ഇടത്ത് നിന്നും എഴുന്നേറ്റു. പിന്നെ നടന്ന് ചെന്ന് ഹംദാൻ ഇരിക്കുന്നതിന്റെ വലത് ഭാഗത്ത് കിടന്ന ബഞ്ചിൽ പോയി ഇരുന്നു. എന്തോ പറയാൻ തുനിഞ്ഞതായിരുന്നു. എന്നാൽ പെട്ടെന്ന് പുറത്ത് കുട്ടികളുടെ അലർച്ച കേട്ടു. വെട്ടുകിളികളെപ്പോലെ കാപ്പിക്കടയ്ക്ക് മുന്നിൽ കൂട്ടം കൂടിനിന്ന് ചീത്തവിളിക്കുന്ന കുട്ടികൾക്ക് നേരേ ദഅബിസ് അലറി.

"രാത്രിയായാലും നിനക്കൊക്കെ ഉറങ്ങിക്കിടക്കാൻ മാളങ്ങളൊന്നുമില്ലേടാ പിശാചിന്റെ സന്തതികളേ?"

എന്നാൽ കുട്ടികൾ ഈ ആക്രോശങ്ങളൊന്നും ശ്രദ്ധിക്കാതെ നിന്നതോടെ കുത്ത് കൊണ്ടത് പോലെ ചാടി എഴുന്നേറ്റ് ദഅബിസ് അവർക്കിടയിലേക്ക് പാഞ്ഞ്ചെന്നു. കുട്ടികളാകട്ടെ 'ഓഹോ' എന്നലറിക്കൊണ്ട് ഓടിമറഞ്ഞു. പെട്ടെന്ന് കാപ്പിക്കടയുടെ ചുറ്റുമുള്ള വീടുകളുടെ ജനാലകളിൽ നിന്നും സ്ത്രീകളുടെ ഒരുമിച്ചുള്ള ശബ്ദം കേട്ടു.

"ദഅബിസ്, നിങ്ങൾ കുട്ടികളെ പേടിപ്പിക്കുകയാണോ?"

ദേഷ്യത്തോടെ കൈവീശിക്കൊണ്ട് അയാൾ തന്റെ ഇരിപ്പിടത്തിലേക്ക് തിരികെ വന്നിരുന്നു.

"മനുഷ്യൻ എന്താണ് ചെയ്യുക? കുട്ടികളുടെ അടുത്ത് നിന്ന് സമാധാനമില്ല. പിന്നെ ഗുണ്ടകളുടെ അടുത്തുനിന്നും കങ്കാണിയുടെ അടുത്ത് നിന്നും എങ്ങനെ കിട്ടാനാ സമാധാനം?"

അയാൾ പറഞ്ഞത് ശരിവയ്ക്കുകയായിരുന്നു സർവ്വരും. ഹംദാൻ കുടുംബത്തിന് ഭൂസ്വത്തിലുള്ള അവകാശം നഷ്ടമായിരിക്കുന്നു. കഷ്ടപ്പാടിന്റേയും ദുരിതങ്ങളുടേയും മണ്ണിലാണ്ടുകിടക്കുകയല്ലേ ഹംദാൻ കുടുംബമാകെ? തങ്ങളിൽ പെട്ടവനല്ലാത്ത ഈ തെരുവുകളിലെ തന്നെ ഏറ്റവും വൃത്തികെട്ടൊരു ഗുണ്ടയുടെ നിയന്ത്രണത്തിലാണ് ഹംദാൻ കുടുംബം കഴിഞ്ഞു പോകുന്നത്. അഹങ്കാരത്തോടെ അവർക്കിടയിൽ നടക്കുന്ന ഖിദ്റ കണ്ടവരെയൊക്കെ മർദ്ദിക്കുകയും ഇഷ്ടപ്പെട്ടവരിൽ നിന്നൊക്കെ ഗുണ്ടാപ്പിരിവ് നടത്തുകയും ചെയ്യുകയാണ്. ഇപ്പോൾ ഹംദാൻ കുടുംബത്തിന്റെ ക്ഷമയാകെ തീർന്നിരിക്കുന്നു. അതോടെ ആ തെരുവിലാകെ പ്രതിഷേധത്തിന്റെ അലകളുയരാൻതുടങ്ങി. ദഅബിസ് ഹംദാന് നേരേ തിരിഞ്ഞു.

“ഹംദാൻ, എല്ലാവരും അംഗീകരിക്കുന്ന കാര്യമാണിത്. നാം ഹംദാൻ കുടുംബമാണ്. എണ്ണത്തിൽ ധാരാളമുള്ളവർ. പേര് കേട്ട പാരമ്പര്യമുള്ളവർ. കങ്കാണിക്ക് എത്രയുണ്ടോ അത്രയും അവകാശം എസ്റ്റേറ്റിന്റെ കാര്യത്തിൽ നമുക്കുമുണ്ട്.”

“ദൈവമേ, ഈ രാത്രി നല്ല രീതിയിൽ അവസാനിക്കണേ.”

കവിയുടെ പിറുപിറുക്കൽ കേട്ടതും ഹംദാൻ മേൽക്കുപ്പായം നേരേ പിടിച്ചിട്ടശേഷം തന്റെ വളഞ്ഞ ഇടതൂർന്ന പുരികങ്ങൾ ഉയർത്തിക്കൊണ്ട് പറഞ്ഞു.

“നാമിത് പലതവണ പറഞ്ഞു കഴിഞ്ഞു. എന്തോ സംഭവിക്കാൻ പോകുകയാണ്. അതെനിക്ക് മണത്തറിയാനാകുന്നുണ്ട്.”

തന്റെ ജല്ലാബിയ കുപ്പായത്തിന്റെ അറ്റവും കയ്യിൽ പിടിച്ചുകൊണ്ട് കാപ്പിക്കടയ്ക്കുള്ളിലേക്ക് കയറിവന്ന അലി ഫവാനീസിന്റെ ശബ്ദം കേട്ട് നോക്കിയപ്പോൾ അയാളുടെ ഇരുണ്ട നിറമുള്ള തൊപ്പി കൺപുരികത്തോളം താഴ്ന്ന് കിടക്കുന്നത് കണ്ടു.

“എല്ലാവരും തയ്യാറാണ്. പണത്തിന്റ ആവശ്യം വന്നാൽ പിച്ചക്കാരടക്കം സർവ്വരും നൽകാനും തയ്യാറാണ്.”

ദഅബിസിനും ഹംദാനും ഇടയിൽ കയറി ഇരുന്നശേഷം അയാൾ വിളമ്പുകാരൻ അബ്ദുനിനെ നോക്കി വിളിച്ച് പറഞ്ഞു.

“പഞ്ചസാരയിടാത്ത ഒരു ചായ.”

അയാളുടെ ശ്രദ്ധയാകർഷിക്കാനായി കവി തൊണ്ടയനക്കി. അത് കേട്ടതും ഒന്ന് പുഞ്ചിരിച്ച അലി ഫവാനീസ് മാറിലെ കീശയിൽ നിന്നൊരു മടിശ്ശീല പുറത്തെടുത്ത് തുറന്നു. അതിൽ നിന്നൊരു ചെറിയ പൊതി പുറത്തെടുത്തശേഷം കവിക്ക് നേരെ എറിഞ്ഞു കൊടുത്തു. അയാൾ പിന്നീട് ഹംദാന്റെ തുടയിൽ അഭിപ്രായമെന്താണെന്ന് ആരായുന്നത് പോലെ തട്ടി.

“നമുക്ക് നീതിതേടി വേണ്ടപ്പെട്ടവരെ സമീപിക്കാം.”

ഹംദാന്റെ വാക്ക് കേട്ടതും തമർഹന്ന പറഞ്ഞു.

“ചെയ്യാനാകുന്ന ഒരേയൊരു കാര്യമതാണ്.”

“പ്രത്യാഘാതങ്ങളെക്കുറിച്ച് ചിന്തവേണം.”

തനിക്ക് കിട്ടിയ പൊതി തുറക്കുന്നതിനിടയിൽ കവി പറഞ്ഞു.

“നമ്മൾ ഇപ്പോൾ ജീവിക്കുന്നതിനേക്കാൾ വൃത്തികെട്ടൊരു അപമാനവും ഇനിയുണ്ടാകാനില്ല. ആളെണ്ണത്തിൽ കൂടുതലുള്ളവരാണ് നാം. നമ്മുടെ വേരുകളേയോ, താനുമായും ഭൂസ്വത്തിന്റെ ഉടമയായ ജബലാവിയുമായും നമുക്കുള്ള ബന്ധത്തേയോ നിഷേധിക്കാൻ കങ്കാണി അഫന്തിയ്ക്കാകില്ലല്ലോ?”

അലി ഫവാനീസ് പറഞ്ഞത് കേട്ടതും ഹംദാനെ അർത്ഥം വച്ച് നോക്കി കവി പറഞ്ഞു.

“പരിഹാരങ്ങൾക്ക് ഒരു ക്ഷാമവുമുണ്ടായില്ല നമുക്കൊരിക്കലും.”

“എന്റെ കയ്യിൽ നല്ലൊരാശയമുണ്ട്.”

ഹംദാന്റെ മറുപടികേട്ടതും സർവ്വരും അയാളെ ഉറ്റുനോക്കാൻ തുടങ്ങി.

“നമുക്ക് കങ്കാണിയുടെ അടുത്ത് ചെന്ന് കാര്യം പറയാം.”

അലി ഫവാനീസിന് ചായകൊണ്ടുവന്ന് നൽകുന്നതിനിടയിൽ അബ്ദൂൻ പറഞ്ഞു.

“നല്ല ആശയം. കൊള്ളാം കേട്ടോ. അതിനുശേഷം നമുക്ക് സ്വന്തം ശവക്കുഴി തോണ്ടുകയും ചെയ്യാം.”

തമർഹന്നയ്ക്കും ചിരിവന്നു.

“നിങ്ങളൊക്കെ സ്വന്തം കുട്ടികളിൽനിന്ന് തന്നെ തങ്ങളുടെ ഭാവിയെക്കുറിച്ച് കേൾക്കണം.”

എന്നാൽ എല്ലാം തീരുമാനിച്ചുറച്ചതുപോലെയായിരുന്നു ഹംദാൻ.

“നമ്മൾ പോയേ തീരൂ. ഒരുമിച്ച് തന്നെ പോകണം!”

ഇരുപത്തിയാറ്

ഹംദാൻ കുടുംബത്തിൽ നിന്നുള്ള പുരുഷന്മാരും സ്ത്രീകളുമടങ്ങുന്ന വലിയൊരു സംഘം ആളുകൾ എസ്റ്റേറ്റ് കങ്കാണിയുടെ വീടിന് മുന്നിൽ തടിച്ചു കൂടി. അവരെ നയിച്ചത് ഹംദാനും ദഅബിസും ഇത്രീസും ദുൽമയും അലി ഫവാനീസും പിന്നെ കവി റിസ്വാനുമായിരുന്നു. ഇതൊരു ലഹളയായിരിക്കുമോ എന്ന സംശയവും അതിനെത്തുടർന്നുള്ള ശിക്ഷയുമൊക്കെ ഒഴിവാക്കാൻ നല്ലത് ഹംദാൻ തനിച്ച് പോകുന്നതാണെന്നാണ് കവി റിസ്വാൻ പറഞ്ഞത്. എന്നാൽ ഹംദാൻ പറഞ്ഞത് ഇങ്ങനെയായിരുന്നു. “എന്നെ കൊല്ലുന്നത് എളുപ്പമായിരിക്കും. പക്ഷേ, ഹംദാൻ കുടുംബത്തിലെല്ലാവരേയും ഇല്ലാതാക്കാൻ ആർക്കുമാകില്ലല്ലോ?”

തെരുവിലെ മറ്റുള്ള ആളുകളൊക്കെ ഈ സംഘത്തെ തുറിച്ച് നോക്കുന്നുണ്ടായിരുന്നു. പ്രത്യേകിച്ച് അയൽപക്കത്തുള്ളവർ. ജനാലകളിൽ

സ്ത്രീകളുടെ ശിരസ്സുകൾ പ്രത്യക്ഷപ്പെട്ടു. കുട്ടകളും താലങ്ങളും ചുമക്കുന്ന തലകളിൽ നിന്നുള്ള കണ്ണുകൾ എത്തിനോക്കി. പിന്നെ ഉന്തുവണ്ടി തള്ളി നടക്കുന്നവർ. കുട്ടികളും മുതിർന്നവരുമടക്കമുള്ള ധാരാള മാളുകൾ ചോദിക്കുന്നുണ്ടായിരുന്നു. 'ഈ ഹംദാൻ കുടുംബക്കാർ എന്താ ചെയ്യാൻ പോകുന്നത്?' ഹംദാൻ ചെമ്പ് കതക് തട്ടി പിടിച്ച് മുട്ടി കുറച്ച് കഴിഞ്ഞതും ഗേറ്റ് തുറക്കപ്പെട്ടു. പാറാവുകാരന്റെ മുഷിച്ചിൽ നിറഞ്ഞ മുഖവും വിവിധതരം മുല്ലപ്പൂവിന്റെ ഗന്ധം നിറഞ്ഞ ഇളംകാറ്റുകളുമായിരുന്നു അവരെ സ്വീകരിച്ചത്. അസ്വസ്ഥത നിറഞ്ഞ നോട്ടത്തോടെ പാറാവുകാരൻ ആൾക്കൂട്ടത്തോട് തിരക്കി.

"നിങ്ങൾക്ക് എന്താ വേണ്ടത്?"

പിറകിൽനിന്നും ആരോ തള്ളിയതിന്റെ ശക്തിയാൽ ഹംദാൻ പറഞ്ഞു.

"ഞങ്ങൾക്ക് ബഹുമാനപ്പെട്ട കങ്കാണിയെ നേരിൽ കാണണം."

"എല്ലാവർക്കും കൂടിയോ?"

"അദ്ദേഹത്തെ കാണാൻ ഞങ്ങൾക്കെല്ലാം തുല്യഅവകാശമാണുള്ളത്."

"ഞാൻ അനുവാദം വാങ്ങിവരുന്നതുവരെ നിങ്ങളിവിടെ നിൽക്കുക"

പിന്നീട് അയാൾ ഗേറ്റ് അടയ്ക്കാൻ നോക്കിയെങ്കിലും ദഅബിസ് ഉള്ളിലേക്ക് തള്ളിക്കയറിക്കളഞ്ഞു.

"അകത്ത് കാത്ത് നിർത്തുന്നതാണല്ലോ മാന്യത?"

തള്ളക്കോഴിക്ക് പിറകേ കോഴിക്കുഞ്ഞുങ്ങളെന്നതുപോലെ മറ്റുള്ളവരും കൂടി അകത്തേക്ക് തള്ളിക്കയറി. ദഅബിസിന്റെ വീണ്ടുവിചാരമില്ലായ്മയിൽ അസ്വസ്ഥതയുണ്ടായിരുന്നെങ്കിൽ പോലും ഹംദാനും ഒപ്പം കൂടി. ശേഷം അവർ മട്ടുപ്പാവിനും തോട്ടത്തിനുമിടയിലെ തണലിട്ട പാതയിലൂടെ കൂട്ടമായി നീങ്ങി. പാറാവുകാരൻ ഉറക്കെ പറയുന്നുണ്ടായിരുന്നു.

"നിങ്ങൾ പുറത്തേക്കിറങ്ങിപ്പോയേ തീരൂ."

"അതിഥികളെ ആട്ടിയിറക്കാൻ പാടില്ല. പോയി യജമാനനോട് പറയ് ഞങ്ങളിവിടെ നിൽക്കുകയാണെന്ന്."

ഹംദാന്റെ വാക്ക് കേട്ടപ്പോൾ പ്രതിഷേധമായി എന്തോ പറയാൻ പാറാവുകാരന്റെ ചുണ്ടനങ്ങിയതാണെങ്കിലും ശബ്ദം പുറത്തു വന്നില്ല. എന്നാൽ പെട്ടെന്ന് തന്നെ അയാളുടെ ഇരുണ്ട മുഖഭാവങ്ങൾ മാറുകയും മട്ടുപ്പാവിന് നേർക്ക് ഓടിപ്പോവുകയും ചെയ്തു. അകത്തളത്തിലേക്കുള്ള പ്രവേശനകവാടത്തിലെ തിരശ്ശീലയ്ക്ക് പിന്നിലേക്ക് അയാൾ അപ്രത്യക്ഷനാകുന്നത് വരെ എല്ലാവരും നോക്കിനിന്നു. ശേഷവും അവരുടെ കണ്ണുകൾ ആ തിരശ്ശീലയുടെ മേൽ തന്നെയായിരുന്നു. അല്ലെങ്കിൽ തോട്ടത്തിലേക്കോ, ഈന്തപ്പനകൾ ചുറ്റും നിൽക്കുന്ന ജലധാരയിലേക്കോ, വീടിന്റെ ചുമരുകളിൽ പടർന്ന് കിടന്ന മുന്തിരിവള്ളികളിലേക്കോ, മതിലിൽ

പടർന്ന് കയറിയ മുല്ലവള്ളികളിലേക്കോ നോക്കുകയായിരുന്നു ആളുകൾ. ചുറ്റും പരിഭ്രമത്തോടെ നോക്കുമ്പോൾ ആകാംക്ഷ നിറഞ്ഞ വികാരങ്ങളായിരുന്നു അവരുടെ മനസ്സിലാകെ. ശേഷം വീണ്ടുമവർ പ്രവേശനകവാടത്തിലെ തിരശ്ശീലയിലേക്ക് നോക്കാൻ തുടങ്ങി.

അതാ തിരശ്ശീല വകഞ്ഞ്മാറ്റി കോപം തുളുമ്പുന്ന മുഖവുമായി പുറത്തേക്ക് വരുന്നു സാക്ഷാൽ അഫന്തി. തീരുമാനിച്ചുറച്ച കാൽവയ്പുകളോടെ അയാൾ കോണിപ്പടിയുടെ മുകൾ ഭാഗത്ത് വന്ന് നിന്നു. ദേഹം മുഴുവൻ മൂടുന്ന അബായ കുപ്പായത്തിൽനിന്നും ആകെക്കൂടി പുറത്ത് കണ്ടത് വിദ്വേഷം നിറഞ്ഞ മുഖവും ഒട്ടകരോമത്തിൽ തീർത്ത പാദുകവും പിന്നെ വലതുകയ്യിലെ നീളമേറിയ ജപമാലയും മാത്രമായിരുന്നു. ആൾക്കൂട്ടത്തിനുനേരേ പുച്ഛത്തോടെ നോക്കിയ ശേഷം അയാൾ ഹംദാന് നേരേ തിരിഞ്ഞു. വളരെ ബഹുമാനത്തോടെയായിരുന്നു അദ്ദേഹം സംസാരിച്ചത്.

“കങ്കാണി അങ്ങുന്നേ നമസ്കാരം.”

അഫന്തിയുടെ പ്രതികരണം കൈകൊണ്ടൊരു ആംഗ്യം മാത്രമായിരുന്നു.

“ഇവരൊക്കെ ആരാണ്?”

“ഹംദാൻ കുടുംബമാണ് അങ്ങുന്നേ.”

“എന്റെ വീട്ടിലേക്ക് കടക്കാൻ ഇവർക്ക് ആരാ അനുവാദം നൽകിയത്?”

“ഇതവരുടെ കങ്കാണിയുടെ വീടാണ്. അതിനാൽതന്നെ ഇതവരുടെ കൂടെ വീടും അഭയസ്ഥാനവുമല്ലേ?”

അഫന്തിയുടെ മുഖഭാവങ്ങൾ ഒട്ടും മൃദുലമായില്ല.

“വൃത്തികെട്ട പെരുമാറ്റം സ്വയം ന്യായീകരിക്കാൻ ശ്രമിക്കുകയാണോ നിങ്ങൾ?”

“ഞങ്ങളെല്ലാവരും ഒരു കുടുംബമാണ്. അദ്ഹമിന്റേയും ഉമൈമയുടേയും സന്തതികളാണ് ഞങ്ങളെല്ലാം.”

ഹംദാന്റെ സൗമ്യതയിൽ പ്രകോപിതനായ ദഅബിസ് പറഞ്ഞു.

“അതൊക്കെ പഴങ്കഥയല്ലേ? സ്വന്തം വിലയെന്തെന്നറിയാൻ ദൈവം മനുഷ്യന്മാരെ സഹായിച്ചെങ്കിൽ!”

കങ്കാണിയുടെ വാക്ക്കേട്ട് ഹംദാൻ പറഞ്ഞു.

“ദാരിദ്ര്യവും മോശമായ പെരുമാറ്റവും കാരണം ദുരിതമനുഭവിക്കുകയാണ് ഞങ്ങൾ. അതിനാൽ ഈ ദുരിതത്തിൽ നിന്നൊന്ന് കരകയറ്റാനായി താങ്കളെ സമീപിക്കാമെന്ന് തീരുമാനിക്കുകയായിരുന്നു ഞങ്ങൾ.”

“അങ്ങുന്നാണേ സത്യം, ഞങ്ങളുടെ ജീവിതം പാറ്റകളേക്കാൾ ദുരിതമാണ്.”

തമർഹന്ന പറഞ്ഞത് കേട്ട് ദഅബിസ് സംസാരിച്ചു.

“ഞങ്ങളുടെ കൂട്ടത്തിൽ അധികം പേരും തെണ്ടി നടക്കുന്നവരാണ്. കുഞ്ഞുങ്ങൾ പട്ടിണി കിടക്കുന്നു. ഗുണ്ടകളുടെ അടിയേറ്റ് ഞങ്ങളുടെയെല്ലാം മുഖങ്ങൾ ചതഞ്ഞിരിക്കുന്നു. ജബലാവിയുടെ സന്തതികളും ഈ സ്വത്തിന്റെയൊക്കെ അവകാശികളുമായ ഞങ്ങളുടെ മാന്യതയ്ക്ക് യോജിച്ചതാണോ അങ്ങുന്നേ ഇതെല്ലാം?”

അഫന്തിയുടെ വിരലുകൾ ജപമാലയിൽ ഞെരിഞ്ഞമരുന്നുണ്ടായിരുന്നു. അയാൾ ശബ്ദമുയർത്തി.

“ഏത് സ്വത്തിന്റെ കാര്യമാണ് നിങ്ങളീ പറയുന്നത്?”

ദഅബിസ് സംസാരിക്കുന്നത് തടയാൻ ഹംദാൻ ശ്രമിച്ചെങ്കിലും മദ്യപിച്ച് ഉന്മാദിയായത് പോലെ അയാൾ സംസാരിച്ച് കഴിഞ്ഞിരുന്നു.

“ഈ കൃഷിഭൂമിയുടെ കാര്യം തന്നെയാണ്. കങ്കാണി അവർകൾ ദേഷ്യപ്പെടരുത്. ഈ തെരുവിലെ സകല മനുഷ്യർക്കും അർഹതപ്പെട്ട കൃഷിഭൂമി. അതുപോലെ ചുറ്റുമുള്ള തരിശ്ഭൂമിയിലെ സകലസ്വത്തുക്കളും. സാക്ഷാൽ ജബലാവിയുടെ സ്വത്തിന്റെ കാര്യം തന്നെയാണ് കങ്കാണി അങ്ങുന്നേ.”

അഫന്തിയുടെ കണ്ണുകളിൽ കോപത്തിന്റെ ജ്വാലകൾ ആളിക്കത്തി.

“ഇതെന്റെ പിതാവിന്റേയും പിതാമഹന്റേയും സ്വത്താണ്. നിങ്ങൾക്ക് ഈ സ്വത്തുമായി യാതൊരു ബന്ധവുമില്ല. കെട്ടുകഥകൾ പ്രചരിപ്പിക്കുകയും അതിൽ വിശ്വസിക്കുകയും ചെയ്യുന്ന നിങ്ങളുടെ കയ്യിൽ പറയുന്ന കാര്യങ്ങൾക്കൊരു തെളിവുമില്ല. ന്യായീകരണവുമില്ല.”

ആരൊക്കെയോ എതിർത്തു സംസാരിച്ചു. അക്കൂട്ടത്തിൽ ദഅബിസിന്റേയും തമർഹന്നയുടേയും ശബ്ദം വേറിട്ടറിയാമായിരുന്നു.

“എല്ലാവർക്കുമറിയാമല്ലോ കാര്യങ്ങളൊക്കെ?”

“ഏതെല്ലാവരുമെന്നാണ് ഈ പറയുന്നത്? അതിനെന്താണ് വിലയുള്ളത്? എന്റെ വീട് നിങ്ങളുടെ ആരുടെയെങ്കിലും സ്വന്തമാണെന്നൊരു കഥ പ്രചരിപ്പിച്ചാൽ ആ പേരിൽ എന്റെ വീട് കൈപ്പിടിയിലാക്കാൻ കഴിയുമെന്നാണോ നിങ്ങളൊക്കെ കരുതിയിരിക്കുന്നത്? കഞ്ചാവിനടിമകളായവരുടെ സ്ഥലമല്ലേ നിങ്ങളുടേത്? ഈ സ്വത്തിൽ നിന്നും ഒരു കാശെങ്കിലും നിങ്ങളിലാരെങ്കിലും സ്വന്തമാക്കിയിട്ടുണ്ടെങ്കിൽ അക്കാര്യം പറയ്”

നിശ്ശബ്ദത നിറഞ്ഞ് നിന്ന നിമിഷത്തിനൊടുവിൽ ഹംദാൻ പറഞ്ഞു.

“ഞങ്ങളുടെ പൂർവ്വികർക്ക് ലഭിച്ചിട്ടുണ്ടല്ലോ?”

“അതിനെന്തെങ്കിലും തെളിവുണ്ടോ നിങ്ങളുടെ പക്കൽ?”

“അവർ അക്കാര്യം ഞങ്ങളോട് പറഞ്ഞിട്ടുണ്ട്. ഞങ്ങളത് വിശ്വസിക്കുകയും ചെയ്യുന്നു.”

“കള്ളത്തിന് മേൽ വീണ്ടും കള്ളം! ഞാൻ ആട്ടിയിറക്കുന്നതിന് മുമ്പ് ഒന്നിറങ്ങിപ്പോകാമോ നിങ്ങൾക്ക്?”

“ഞങ്ങൾക്ക് ജബലാവിയുടെ പത്ത് നിബന്ധനകളെക്കുറിച്ചറിയണം.”

ദഅബിസിന്റെ കരുതിക്കൂട്ടിയുള്ള ചോദ്യം കേട്ടതും അഫന്തി പൊട്ടിത്തെറിച്ചു.

“ഞാനതെന്തിന് നിങ്ങളെയൊക്കെ കാണിക്കണം? നീയൊക്കെ ആരാ? നിങ്ങൾക്ക് അതുമായി എന്ത് ബന്ധമാണുള്ളത്?”

“ഞങ്ങളാണതിന്റെ അവകാശികൾ!”

അപ്പോഴാണ് വാതിലിന് പിറകിൽ നിന്നും കങ്കാണിയുടെ ഭാര്യയായ ഹുദയുടെ ശബ്ദം കേട്ടത്.

“അവരെ വിട്ടിട്ട് നിങ്ങൾ അകത്തേക്ക് വരൂ. നിങ്ങൾ വെറുതേ അവരുമായി വഴക്കിട്ട് ബഹളം വയ്ക്കേണ്ട.”

“ഞങ്ങളെ സഹായിക്കണം കൊച്ചമ്മേ”

തമർഹന്നയുടെ വാക്ക് കേട്ട് ഹുദ പറഞ്ഞു.

“പട്ടാപ്പകൽ നിരത്ത് കൊള്ളയടിക്കാനെത്തിയിരിക്കുകയാണോ നിങ്ങൾ?”

“ദൈവം നിങ്ങളോട് ക്ഷമിക്കട്ടെ കൊച്ചമ്മേ, സ്വന്തം വാതിൽ അടച്ച് അകത്തിരിക്കുന്ന നമ്മുടെ പിതാമഹനറിയാം സത്യമെന്തെന്ന്.”

പെട്ടെന്ന് ദഅബിസ് തല ഉയർത്തി ഇടിവെട്ടുപോലെ അലറിവിളിച്ചു.

“ജബലാവീ, വന്ന് കാണൂ ഞങ്ങളുടെ ഗതിയെന്താണെന്ന്! കരുണയെന്തെന്നറിയാത്തവരുടെ ദയയ്ക്കായി ഞങ്ങളെ എറിഞ്ഞുകൊടുത്തിരിക്കുകയാണല്ലേ നിങ്ങൾ?”

അയാളുടെ ശബ്ദത്തിന്റെ ശക്തമായ പ്രതിധ്വനി കേട്ടപ്പോൾ ചിലർക്കെങ്കിലും തോന്നിയത് തങ്ങളുടെ പിതാമഹൻ തന്റെ മാളികയിലിരുന്ന് അത് കേട്ടേക്കുമെന്നായിരുന്നു.

പക്ഷേ, കോപം കൊണ്ട് വിറയ്ക്കാൻ തുടങ്ങിയ അഫന്തിയുടെ അലർച്ചയാണ് അവർ പിന്നീട് കേട്ടത്.

“ഇറങ്ങിപ്പോടാ ഇവിടെ നിന്ന്”

“നമുക്ക് പോകാം”

ഹംദാൻ നിന്നയിടത്ത് നിന്ന് തിരിഞ്ഞ് ഗേറ്റിനു നേരേ നടക്കാൻ തുടങ്ങി. അതോടെ ഒന്നും മിണ്ടാനാകാതെ മറ്റുള്ളവരും അയാളെ പിന്തുടർന്നു. ഒപ്പം ദഅബിസുമുണ്ടായിരുന്നു. എങ്കിലും അയാൾ ഒരിക്കൽക്കൂടി തല ഉയർത്തി നേരത്തേ ഉണ്ടായിരുന്ന അതേ ശക്തിയോടെ അലറിവിളിച്ചു.

“ജബലാവീ...”

ഇരുപത്തിഏഴ്

കോപം കാരണം വിളറിയ മുഖവുമായി അകത്തളത്തിലേക്ക് കയറി വന്ന അഫന്തിയെ കാത്തുനിന്നത് ചുളിഞ്ഞ മുഖവുമായിനിന്ന ഭാര്യ ഹുദയായിരുന്നു.

"ഇതുവരെ ഇതുപോലെ വിചിത്രമായൊരു കാര്യം കേട്ടിട്ടുതന്നെയില്ല. ഇതിനി തെരുവിലെ മുഴുവൻ സംസാരവിഷയമായി മാറും. അവഗണിക്കാമെന്ന് വച്ചാൽ പിന്നെ നമുക്ക് സമാധാനമെന്തെന്നറിയാൻ കഴിയില്ല."

"ചണ്ടികളായ ആൾക്കൂട്ടം, അവർക്ക് ഭൂസ്വത്ത് വേണമത്രേ. തേനീച്ചക്കൂട് പോലെയുള്ള ഒരു തെരുവിൽ കഴിയുന്ന ഒരാൾക്ക് എപ്പോഴായിരിക്കും തന്റെ വേരുകളേതെന്ന് അറിയാനാകുക?"

അഫന്തി അവജ്ഞയോടെ പരിഹാസം ചൊരിഞ്ഞു.

"ഈ പ്രശ്നം പരിഹരിച്ചേ തീരൂ. സഖ്‌ലുതിനെ വിളിച്ച് കാര്യങ്ങൾ തീരുമാനിക്കൂ. സ്വത്തിന്റെ വരുമാനം പങ്കിടുന്നതല്ലാതെ അയാൾ പകരമായൊന്നും ചെയ്തിട്ടില്ലല്ലോ? ഇപ്പോൾ അയാൾക്ക് താൻ കൈപ്പറ്റുന്നതുകയ്ക്ക് പകരം ചെയ്യാനൊരവസരം കൊടുക്കാം."

ഏറെനേരം ഭാര്യയെത്തന്നെ നോക്കി നിന്നശേഷം കങ്കാണി ചോദിച്ചു.

"അപ്പോൾ ജബലിന്റെ കാര്യമോ?"

"ജബലോ? വളർത്തു പുത്രനാണെങ്കിലും അവൻ നമ്മുടെ സ്വന്തം മകനെപ്പോലെ തന്നെയല്ലേ? അവന് ഈ വീടല്ലാതെ പോകാൻ വേറൊരിടവുമില്ല. എന്നാൽ ഹംദാൻ കുടുംബത്തിനെ അവനുമറിയില്ല. അവനെ അവർക്കുമറിയില്ല. ഇനി അവർ ജബലിനെ തങ്ങളിലൊരാളായി കരുതിയാൽ തന്നെ അവന്റെ പേരിൽ നമ്മോട് ദയയാചിക്കുകയേ ഉള്ളൂ. അവന്റെ കാര്യമോർത്ത് വേവലാതിപ്പെടേണ്ട. കുടിയാന്മാരുടെ കാര്യങ്ങൾ നോക്കിയ ശേഷം അവൻ വന്നോളും. നമ്മുടെ യോഗത്തിൽ പങ്കെടുക്കുകയും ചെയ്യും."

കങ്കാണി വിളിച്ചതനുസരിച്ച് സഖ്‌ലുത് വന്നു. പൊക്കം കുറഞ്ഞ് തടിച്ചു ബലിഷ്ഠമായ ശരീരം. ചുവന്ന് വിരൂപമായ മുഖവും കഴുത്തിലും കവിളിലുമൊക്കെ ചൊറിവന്ന ചിരങ്ങുകളും കാണാം. അടുത്തടുത്ത് ഇരിക്കുന്നതിനിടയിൽ സഖ്‌ലുത് പറഞ്ഞു.

"അത്ര സന്തോഷകരമല്ലാത്ത ചില വാർത്തകൾ ഞാനും കേട്ടു"

"എത്ര പെട്ടെന്നാണ് ചീത്തക്കാര്യങ്ങൾ പ്രചരിക്കുന്നത്."

ഹുദയുടെ വാക്കു കേട്ട അഫന്തി കൗശലത്തോടെ സഖ്‌ലുതിന് നേരേ നോക്കി.

"ഞങ്ങളുടേതുപോലെ നിന്റെയും പേര് നശിപ്പിക്കുന്ന സംഭവമാണിത്."

“എന്റെ കുറുവടിയൊന്ന് ഉപയോഗിച്ചിട്ടും ആരുടെയെങ്കിലും രക്തം ചിന്തിയിട്ടും കാലം കുറേയായി.”

കാളക്കൂറ്റൻ മുക്രയിടുന്നതുപോലെയുള്ള ശബ്ദത്തിലുള്ള സഖ്ലൂതിന്റെ വാക്കുകൾ കേട്ട് ഹുദ പുഞ്ചിരിച്ചു.

“വല്ലാത്ത മറയന്മാർതന്നെയാണ് ഈ ഹംദാൻ കുടുംബക്കാർ! അവരുടെ കൂട്ടത്തിൽ ഒരു ഗുണ്ടപോലുമില്ല. എന്നിട്ടും അക്കൂട്ടത്തിലെ ഏറ്റവും അധമനായ മനുഷ്യൻ പോലും കരുതുന്നത് താനാണ് ഈ തെരുവിന്റെ ഉടമയെന്നായിരിക്കും.”

“ഉന്തുവണ്ടി തള്ളുന്നവരും പിച്ചക്കാരും! ഭീരുക്കളായ ചണ്ടികൾക്കിടയിൽ എങ്ങനെ ശക്തന്മാരുണ്ടാകാനാണ്?”

സഖ്ലൂത് പുച്ഛിച്ചു.

“അപ്പോൾ എന്ത് ചെയ്യാമെന്ന് പറയ്, സഖ്ലൂത്?”

“ഞാനവന്മാരെ പാറ്റകളെപ്പോലെ ചവിട്ടിമെതിക്കും.”

അകത്തളത്തിലേക്ക് കടന്നു വരുന്നതിനിടയിൽ ജബൽ സഖ്ലൂതിന്റെ വാക്കുകൾ കേട്ടു. മരുഭൂമിയിലെ തന്റെ സ്ഥിരം യാത്രകഴിഞ്ഞ് തിരിച്ചുവരുന്ന ജബലിന്റെ മുഖത്ത് അതിന്റെ ഊർജ്ജം കാണാം. ചെറുപ്പത്തിന്റെ ചൈതന്യം അയാളുടെ ശക്തവും കൃശഗാത്രവുമായ ശരീരത്തിൽ നിറഞ്ഞ് നിൽക്കുന്നു. നീണ്ട മൂക്കും ബുദ്ധികൂർമ്മ തുളുമ്പുന്ന വലിയ കണ്ണുകളുമുള്ള ആ മുഖത്തെ ഭാവങ്ങൾ വളരെ വ്യക്തമായി മനസ്സിലാക്കാം. അകത്തളത്തിലിരിക്കുന്നവരെ അഭിവാദ്യം ചെയ്തശേഷം അന്ന് പാട്ടത്തിന് കൊടുത്ത വസ്തുക്കളെക്കുറിച്ച് സംസാരിക്കാൻ തുടങ്ങി. എന്നാൽ ഹുദ അയാൾ പറഞ്ഞുവന്ന കാര്യങ്ങളെ തടസ്സപ്പെടുത്തി.

“ജബൽ നീ ഇവിടെ വന്നിരിക്ക്. ഞങ്ങൾ പ്രധാനപ്പെട്ടൊരു കാര്യം തീരുമാനിക്കാനായി നിന്നെ കാത്തിരിക്കുകയായിരുന്നു.”

ഇരിക്കുന്നതിനിടയിൽ ഹുദയുടെ കണ്ണുകളിൽ കണ്ട അസ്വസ്ഥത അയാൾ വ്യക്തമായി ശ്രദ്ധിച്ചു.

“ഞങ്ങളുടെ മനസ്സിലെന്താണെന്ന് നിനക്ക് ഊഹിക്കാനാകുമെന്ന് എനിക്കറിയാം.”

“പുറത്തെല്ലാവരും ഇക്കാര്യത്തെക്കുറിച്ചാണ് സംസാരിക്കുന്നത്.”

ഹുദ ഭർത്താവിന് നേരേ നോക്കി.

“നിങ്ങളിത് കേട്ടോ? നമ്മൾ എന്താണ് ചെയ്യാൻ പോകുന്നതെന്നാണ് ആളുകൾ അറിയാൻ കാത്തിരിക്കുന്നത്.”

മുഖഭാവങ്ങൾ കൂടുതൽ വികൃതമാകുന്നതിനിടെ സഖ്ലൂത് പറഞ്ഞു.

“ഒരുപിടി മണ്ണ്മതി തീയണയ്ക്കാൻ. ഇനിയും കാത്തിരിക്കാതെ വേണ്ടത് ചെയ്യണം.”

“ജബൽ നിന്റെ അഭിപ്രായമെന്താ?”

ഹുദ ജബലിന് നേരേ തിരിഞ്ഞ് ചോദിച്ചു. എന്നാൽ തന്റെ മുഖത്തെ ആകാംക്ഷ മറച്ചുപിടിക്കാനായി നിലത്തേക്ക് നോക്കിയിരിക്കുകയാണ് ജബൽ.

"ഇതിൽ തീരുമാനമെടുക്കുന്നതൊക്കെ നിങ്ങളല്ലേ?"

"പക്ഷേ, എനിക്ക് നിന്റെ അഭിപ്രായമെന്താണെന്നറിയണം."

അഫന്തിയുടേയും സഖ്‌ലുത്വിന്റേയും രൂക്ഷമായ നോട്ടം തന്റെ മേലായിരിക്കുമെന്ന് തിരിച്ചറിയുന്നതിനിടെ ജബൽ ഒരു നിമിഷം ചിന്തിച്ചു.

"യജമാനത്തീ, ഞാൻ നിങ്ങളുടെ വളർത്തുപുത്രനാണ്. അതിനാൽ തന്നെ എന്താണ് പറയേണ്ടതെന്നറിയാത്ത അവസ്ഥയിലാണ് ഞാൻ. പക്ഷേ, അതേ സമയം തന്നെ ഞാൻ ഈ ഹംദാൻ കുടുംബത്തിൽ പെട്ടയാളുമാണല്ലോ?"

"നിന്റെ ഇവിടെയുള്ള പിതാവോ മാതാവോ അടുത്ത ബന്ധുക്കളോ ഒന്നും ഹംദാൻ കുടുംബക്കാരിൽ പെട്ടവരല്ലായിരിക്കെ നീ എന്തിനാ അവരുടെ പേര് പറയുന്നത്?"

ഹുദയുടെ കടുത്ത ചോദ്യം കേട്ടതും പുച്ഛം നിറഞ്ഞ രീതിയിൽ അഫന്തി ചിരിച്ചു. എന്നാൽ അയാൾ ഒന്നും പറഞ്ഞതുമില്ല. ജബലിന്റെ മുഖഭാവങ്ങളാവട്ടെ അയാൾക്ക് ശരിക്കും വേദനയുണ്ടെന്ന് സൂചിപ്പിച്ചു.

"എന്റെ യഥാർത്ഥ മാതാപിതാക്കൾ ഹംദാൻ കുടുംബത്തിൽ നിന്നുള്ളവരായിരുന്നു. അതാർക്കും നിഷേധിക്കാനാകില്ലല്ലോ?"

"മോനേ, നീ എന്റെ പ്രതീക്ഷകൾ തകർക്കുകയാണോ?"

"അയ്യോ, ദൈവം കാക്കുമാറാകട്ടെ. സാക്ഷാൽ മുഖത്തം മലയ്ക്ക് പോലും എനിക്ക് നിങ്ങളോടുള്ള വിധേയത്വത്തിൽ ഇളക്കം സൃഷ്ടിക്കാനാകില്ല. പക്ഷേ, യാഥാർത്ഥ്യങ്ങളെ നിഷേധിച്ചാൽ അവ ഇല്ലാതാകില്ലല്ലോ?"

ക്ഷമ നശിച്ച അഫന്തി ചാടി എഴുന്നേറ്റു. പിന്നെ അയാൾ സഖ്‌ലുത്വിനെ നോക്കി പറഞ്ഞു.

"ഈ കുറ്റം പറച്ചിലുകൾ കേട്ട് നിങ്ങൾ സമയം പാഴാക്കരുത്." സഖ്‌ലുത്ത് പുഞ്ചിരിയോടെ എഴുന്നേറ്റപ്പോൾ ജബലിനെ ഗൂഢമായൊന്ന് നോക്കിക്കൊണ്ട് ഹുദ പറഞ്ഞു.

"സഖ്‌ലുത്ത് അതിര് കടന്നൊന്നും ചെയ്യരുത്. അവരെ മര്യാദ പഠിപ്പിക്കുക മാത്രമാണ് നമ്മുടെ ലക്ഷ്യം. അല്ലാതെ അവരെ നശിപ്പിക്കലല്ല."

സഖ്‌ലുത്ത് പുറത്തേക്കിറങ്ങി പോകുമ്പോൾ അഫന്തി ജബലിന് നേർക്ക് പ്രതിഷേധ സ്വരത്തിൽ നോക്കി. പരിഹാസത്തോടെ അയാൾ തിരക്കി.

"അപ്പോൾ ജബൽ, നീ ഹംദാൻ കുടുംബത്തിൽ പെട്ടവനാണല്ലേ?"

ജബൽ നിശ്ശബ്ദനായിരുന്നപ്പോൾ രക്ഷയ്ക്കെത്തിയത് ഹുദയായിരുന്നു.

“അവന്റെ മനസ്സ് നമുക്കൊപ്പം തന്നെയാണ്. എന്നാൽ സഖ്ലുത്വിന്റെ മുന്നിൽ വച്ച് സ്വന്തം വേരുകളെ നിഷേധിക്കുന്നത് അവന് വളരെ ബുദ്ധിമുട്ടായത് കൊണ്ടായിരിക്കും.”

ജബൽ കടുത്ത ദുഃഖത്തോടെ മറുപടി പറഞ്ഞു.

“ഒരുകാലത്ത് ഈ തെരുവിന്റെ സ്വന്തം ആളുകളായിരുന്ന അവരിപ്പോൾ ശരിക്കും ദുരിതമനുഭവിക്കുകയാണ് യജമാനത്തീ.”

“ഈ തെരുവ് അതിന് ആരുടേയും സ്വന്തമല്ല.” കങ്കാണിക്ക് അരിശം കയറി.

“ഞങ്ങൾ അദ്ഹമിന്റെ സന്തതികളാണ്. പിതാമഹൻ ഇപ്പോഴും ജീവിച്ചിരിക്കുന്നു. ദൈവം അദ്ദേഹത്തിന് ദീർഘായുസ് നൽകട്ടെ!”

“തങ്ങളുടെ പിതാവാരാണെന്ന് ആർക്കാണ് തെളിയിക്കാനാകുന്നത്? ആർക്കും ഇതൊക്കെ പറഞ്ഞ് നടക്കാം. എന്നാലതൊക്കെ മറ്റൊരാളുടെ സ്വത്തപഹരിക്കാനുള്ള വഴിയാകരുത്.”

“നമ്മുടെ സ്വത്ത് മോഹിച്ചെത്തുകയില്ലെന്നൊരു നിബന്ധനയുണ്ടെങ്കിൽ നാമവരെ ഉപദ്രവിക്കുകയേ ഇല്ല.”

ഹുദയുടെ വാക്ക് കേട്ടതും ആ സംഭാഷണം അവിടെ അവസാനിപ്പിക്കാൻ തന്നെ കങ്കാണി തീരുമാനിച്ചു.

“നീ നിന്റെ ജോലി നോക്ക്. മറ്റ് കാര്യങ്ങൾ ചിന്തിക്കേണ്ട.”

അകത്തളത്തിൽ നിന്നും ജബൽ നേരേ തോട്ടത്തിനരികിലുള്ള എസ്റ്റേറ്റ് ഓഫീസിലേക്ക് പോയി. ഏതാനും പാട്ടക്കരാറുകളുടെ വിവരങ്ങൾ രജിസ്റ്ററിൽ എഴുതി വയ്ക്കേണ്ടതുണ്ട്. അതുപോലെ മാസാവസാനത്തെ കണക്കുകൾ പരിശോധിക്കുകയും വേണം. പക്ഷേ, മനസ്സിലാകെ ദുഃഖമാണ്, ഇതൊക്കെയാണെങ്കിലും ഹംദാൻ കുടുംബക്കാർക്ക് തന്നെ ഇഷ്ടമല്ല എന്നതാണതിശയം. അത് തനിക്ക് നന്നായി അറിയുകയും ചെയ്യാം. ഹംദാന്റെ കാപ്പിക്കടയിൽ പോയിട്ടുള്ള ചില അവസരങ്ങളിൽ എത്ര തണുപ്പൻ സ്വീകരണമാണ് ലഭിച്ചിട്ടുള്ളതെന്ന് ഓർത്തുപോയി. എന്നിട്ടും അവരെ കാത്തിരിക്കുന്ന ദുരിതങ്ങളെ കുറിച്ചോർക്കുമ്പോൾ മനസ്സ് വേദനിക്കുന്നു. എന്നാൽ അവരുടെ പ്രകോപനമുണ്ടാക്കുന്ന സ്വഭാവം തന്നെ കൂടുതൽ അലട്ടുന്നുണ്ട്. അവർ നേരിടുന്ന അപകടത്തെ തടുക്കാനാഗ്രഹിക്കുമ്പോൾ തന്നെ തനിക്ക് അഭയം നൽകുകയും വളർത്തി വലുതാക്കുകയും ചെയ്ത ഈ വീട്ടിലുള്ളവരെ എങ്ങനെ പിണക്കാതിരിക്കാം എന്ന വിഷമസന്ധിയിലായിരുന്നു ജബൽ.

ഹുദയുടെ സ്നേഹമില്ലായിരുന്നെങ്കിൽ തന്റെ അവസ്ഥ എന്താകുമായിരുന്നു? ഇരുപത് വർഷം മുമ്പൊരുനാൾ മഴവെള്ളം നിറഞ്ഞൊരു കുഴിയിൽ വീണുകിടക്കുന്നൊരു നഗ്നനായ കുഞ്ഞിനെ അവർ കണ്ടു. അവനെ നോക്കിയപ്പോൾ ആ ഹൃദയത്തിൽ വല്ലാത്തൊരു ആനന്ദമാണ് നിറഞ്ഞത്. വന്ധ്യത കാരണം മാതൃത്വം നിഷേധിക്കപ്പെട്ടിരുന്ന അവരുടെ

മനസ്സ് അവനിലേക്ക് തിരിഞ്ഞു. പേടിച്ച് നിലവിളിക്കുന്ന ആ കുഞ്ഞിനെ എടുത്തുകൊണ്ടു വരാൻ ഹുദ സഹായിയോട് പറഞ്ഞു. അന്വേഷിച്ചപ്പോൾ അവനൊരു അനാഥനാണെന്ന് മനസ്സിലായി. കോഴിവിൽപ്പനക്കാരിയായ ഒരു സ്ത്രീയാണത്രേ അവനെ വളർത്തുന്നത്. ആ സ്ത്രീയെ വിളിച്ചു വരുത്തി തനിക്ക് ഈ കുഞ്ഞിനെ വിട്ടു തരണമെന്ന് ആവശ്യപ്പെട്ടു. ആ സ്ത്രീക്കും അതിൽ പൂർണ സംതൃപ്തിയായിരുന്നു. അങ്ങനെ ജബൽ കങ്കാണിയുടെ വീട്ടിൽ വളർന്നു. ആ തെരുവിലെ തന്നെ ഏറ്റവും ആനന്ദം നിറഞ്ഞ മാതൃത്വത്തിന്റെ തണലിലായിരുന്നു അവൻ അവിടെ കഴിഞ്ഞത്. പള്ളിക്കൂടത്തിൽ ചേർക്കുകയും എഴുത്തും വായനയും പഠിപ്പിക്കുകയും ചെയ്തു. മുതിർന്നപ്പോൾ എസ്റ്റേറ്റ് ഓഫീസ് നടത്തിപ്പിന്റെ ചുമതല കങ്കാണി അവനെ ഏല്പിക്കുകയും ചെയ്തു.

എസ്റ്റേറ്റിന്റെ ഭാഗമായി എവിടെയെല്ലാം ഭൂസ്വത്തുക്കളുണ്ടോ അവിടെയുള്ളവരെല്ലാം ജബലിനെ 'യജമാനൻ' എന്ന് വിളിച്ചു. എവിടെപ്പോയാലും ആദരവും അംഗീകാരവും തുളുമ്പുന്ന നോട്ടങ്ങൾ. ഹംദാൻ കുടുംബക്കാരുടെ ഈ കലാപം വരെ ജീവിതം തന്നെ സംബന്ധിച്ച് തികച്ചും സ്നേഹമയവും പ്രതീക്ഷാ നിർഭരവുമായിരുന്നു. എന്നാൽ ഇപ്പോൾ ജബൽ ഒരുകാര്യം തിരിച്ചറിയുകയാണ്. ഇതുവരെയുള്ള ജീവിതകാലവും കരുതിയതുപോലെയുള്ള ഒരു വ്യക്തിയേ അല്ല താനിപ്പോൾ. തന്റെ ഉള്ളിലിപ്പോൾ രണ്ടു വ്യക്തികളാണുള്ളത്. ഒരാൾ വളർത്തമ്മയോടുള്ള വിധേയത്വത്തിൽ ഉറച്ചു വിശ്വസിക്കുമ്പോൾ മറ്റേയാൾ പരിഭ്രമത്തോടെ അന്വേഷിച്ചുകൊണ്ടേയിരിക്കുന്നു.

'ഹംദാൻ കുടുംബത്തിന് എന്ത് സംഭവിക്കുമായിരിക്കും?'

ഇരുപത്തിയെട്ട്

ഖദ്‌രിയുടെ കൈകളാൽ ഹുമാം കൊല്ലപ്പെട്ട കഥ പറയുകയാണ് റബാബ് തംബുരു മീട്ടി കവി റിസ്‌വാൻ. അസ്വസ്ഥത നിറഞ്ഞ മനസ്സോടെയാണെങ്കിലും സർവ്വരും കവിയെത്തന്നെ ഉറ്റുനോക്കുകയാണ്. ഇത് മറ്റ് രാത്രികളെപ്പോലൊരു രാത്രിയേയല്ല. കലാപ കലുഷിതമായൊരു പകലിന്റെ അന്തിയിലുണ്ടായ രാവാണിത്. ഈ രാത്രി സമാധാനത്തോടെ കടന്നുപോകുമോയെന്ന് പരസ്പരം ചോദിക്കുകയാണ് ഹംദാൻ കുടുംബത്തിലുള്ള സർവ്വരും.

തെരുവാകെ ഇരുളിൽ മുങ്ങി നിൽക്കുന്നു. നക്ഷത്രങ്ങൾപോലും ശിശിരകാല മേഘക്കീറുകൾക്ക് പിറകിൽ അപ്രത്യക്ഷമായിരിക്കുകയാണ്. അടഞ്ഞുകിടക്കുന്ന ജനാലകൾക്കിടയിലൂടെയോ, തെരുവുകളിലാകെ ചിതറിക്കിടക്കുന്ന ഉന്തുവണ്ടികളിലെ വിളക്കുകളിൽ നിന്നോ ഉള്ള പ്രകാശം മാത്രമേ കാണാനുള്ളൂ. ഉന്തുവണ്ടികളുടെ വിളക്കുകൾക്ക് ചുറ്റും പ്രാണികളെപ്പോലെ തെരുവ് കുട്ടികൾ കൂട്ടം കൂടി നിന്ന് ബഹളം

വയ്ക്കുന്നുണ്ട്. ഹംദാൻ കുടുംബക്കാരുടെ വീടുകളിലൊന്നിന്റെ മുന്നിൽ ഒരു ചാക്ക് വിരിച്ചുകൊണ്ട് വൃദ്ധയായ തമർഹന്ന പാടാൻ തുടങ്ങി.

"തെരുവിന്റെ വാതിൽക്കലുണ്ടല്ലോ നമ്മൾക്ക്
നല്ലവനായൊരു കാപ്പിക്കടക്കാരൻ"

ഇണചേരാനും ഭക്ഷണാവശിഷ്ടങ്ങൾക്കായി കടിപിടികൂടാനുമൊക്കെയായി പൂച്ചകൾ കരയുന്ന ശബ്ദം ഇടയ്ക്കിടയ്ക്ക് കേൾക്കാം. കഥ പറയുകയായിരുന്ന കവിയുടെ ശബ്ദത്തിന് മൂർച്ചയേറി.

അദ്ഹം ഖദ്രിയുടെ മുഖത്തു നോക്കി അലറി.

"എന്ത് ചെയ്തെടാ സ്വന്തം സഹോദരനെ നീ?"

ആ നിമിഷം തന്നെയാണ് കാപ്പിക്കടയുടെ റാന്തൽ വെളിച്ചം നിലത്ത് തീർത്ത പ്രകാശ വലയത്തിലേക്ക് സഖ്ലുത് പ്രത്യക്ഷപ്പെട്ടത്. ഇരുളിനെ കീറിമുറിച്ചെത്തിയതുപോലെയാണ് അയാൾ കടന്നുവന്നത്. വെറുപ്പും ഭീഷണിയും അവജ്ഞയും നിറഞ്ഞ ഭാവം. പക തുളുമ്പുന്ന കണ്ണുകളും ആരെയും ഭീതിയിലാഴ്ത്തും വിധം കയ്യിൽ മുറുകെ പിടിച്ചിരിക്കുന്ന കുറുവടിയും. കാപ്പിക്കടയേയും അതിനകത്തുള്ളവരേയും കൃമികളാണെന്ന മട്ടിൽ രൂക്ഷമായി നോക്കുകയാണയാൾ. കവിയുടെ വാക്കുകൾ തൊണ്ടയിൽ തന്നെ ഞെരിഞ്ഞമർന്നു. ദുൽമയുടേയും ഇത്രീസിന്റെയും ആവേശമൊക്കെ കെട്ടണഞ്ഞു. ദഅബിസും അലി ഫവാനീസും പിറുപിറുക്കുന്നത് നിർത്തി. അബ്ദൂനാകട്ടെ മരവിച്ച നിലയിലാണ്. ഹുക്കയുടെ കുഴലിൽ വല്ലായ്മയോടെ പിടിമുറിക്കിയിരിക്കുകയാണ് ഹംദാന്റെ കൈകൾ. മരണംപോലെ നിശ്ശബ്ദതയാണ് സർവ്വയിടത്തും.

പെട്ടെന്ന് കുറേയാളുകൾ അങ്ങോട്ടുമിങ്ങോട്ടും നീങ്ങി. ഹംദാൻ കുടുംബക്കാരല്ലാത്ത കാപ്പിക്കടയിലുണ്ടായിരുന്നവരെല്ലാം ധൃതിയിൽ സ്ഥലംവിട്ടു. വിവിധതെരുവുകളിലെ ഗുണ്ടകളായ ഖിദ്റയും അൽ-ലൈസിയും അബൂസരീഉം. ബറകാത്തും ഹമ്മൂദയും സ്ഥലത്തെത്തി. ശേഷമവർ സഖ്ലുത്വിന് പിന്നിൽ മതിൽ കണക്കെ അണിനിരന്നു. ഏതോ വീട് തകർന്നു വീണിരിക്കുന്നു എന്നത് മാതിരിയാണ് ഈ വാർത്ത തെരുവിലാകെ പ്രചരിച്ചത്. അതോടെ വീടുകളുടെ ജനാലകൾ തുറന്നു. കുട്ടികൾ പുറത്തേക്കിറങ്ങി ഓടി. മുതിർന്നവരുടെ മനസ്സുകളിലാകട്ടെ ഒരേസമയം സഹതാപവും പിന്നെ അന്യരുടെ ദുഃഖം കാണുമ്പോഴുള്ള ആനന്ദവുമായിരുന്നു.

നിശ്ശബ്ദത ഭേദിച്ചത് ഹംദാൻ തന്നെയായിരുന്നു. സ്വാഗതം ചെയ്യുന്ന ഭാവത്തിൽ അയാൾ എഴുന്നേറ്റ് നിന്നു.

"ഞങ്ങളുടെ തെരുവിന്റെ സംരക്ഷകനായ സഖ്ലുത്വ് സ്വാഗതം, എല്ലാവരും വന്നാലും!"

എന്നാൽ ഹംദാനെ കണ്ടുവെന്നോ, അയാൾ പറഞ്ഞത് കേട്ടുവെന്നോ ഭാവിക്കാതെ നിൽക്കുകയാണ് സഖ്ലുത്. അയാളുടെ കണ്ണുകളിൽ

വിദ്വേഷം തിരതല്ലുന്നുണ്ടായിരുന്നു. പരുഷമായ സ്വരത്തിൽ അയാൾ ഉറക്കെ ശബ്ദിച്ചു.

“ആരാണ് ഈ തെരുവിന്റെ ചുമതലയുള്ളയാൾ?”

ചോദ്യം തന്നോടല്ലായിരുന്നിട്ടും ഹംദാനായിരുന്നു മറുപടി പറഞ്ഞത്.

“ഖിദ്റയാണ് ഞങ്ങളുടെ സംരക്ഷകൻ.”

ഇത് കേട്ടതും ഖിദ്റയുടെ നേരേ തിരഞ്ഞ് പരിഹാസസ്വരത്തിൽ സഖ്ലുത്ത് ചോദിച്ചു.

“താനാണോ ഹംദാൻ കുടുംബക്കാരുടെ സംരക്ഷകൻ?”

പൊക്കം കുറഞ്ഞ് ഒതുങ്ങിയ ശരീരവുമായി ഖിദ്റ രണ്ട് ചുവട് മുന്നോട്ട് വച്ചു. അയാളുടെ മുഖത്താകെ പ്രകോപിതനായതിന്റെ ഭാവമായിരുന്നു.

“താങ്കളൊഴികെ മറ്റ് സർവ്വരിൽ നിന്നും ഇവരെ സംരക്ഷിക്കുന്നത് ഞാനാണ് അങ്ങുന്നേ.”

പക നിറഞ്ഞ ഭാവത്തിൽ പരിഹാസച്ചിരിയോടെ സഖ്ലുത്ത് ചോദിച്ചു.

“നിനക്ക് സംരക്ഷകനാകാൻ ഈ പെണ്ണുങ്ങളുടെ തെരുവ് മാത്രമേ കിട്ടിയുള്ളൂ?”

ശേഷം അയാൾ കാപ്പിക്കടയിലേക്ക് നോക്കി അലറി.

“എടാ പെൺകോന്തന്മാരേ...നായിന്റെ മക്കളേ...ഈ തെരുവിന്റെ ചുമതലയുള്ളയാളെ നിനക്കൊന്നുമറിഞ്ഞുകൂടേടാ?”

ഹംദാന്റെ മുഖമാകെ വിളറിയിരുന്നു.

“സഖ്ലുത്ത് അങ്ങുന്നേ, നമുക്കിടയിൽ ഒരു പ്രശ്നവുമില്ലല്ലോ?”

“മിണ്ടാതിരിയെടാ വിഡ്ഢിക്കിഴവാ. സ്വന്തം യജമാനനേയും പിന്നെ തന്റെ ആളുകളുടെയുമൊക്കെ യജമാനരെയും ആക്രമിച്ചതിന്റെ പേരിൽ നീയൊക്കെ ഇപ്പോൾ അനുഭവിക്കാൻ പോകുകയാണ്.”

“ഞങ്ങളാരെയും ആക്രമിച്ചിട്ടില്ല. കങ്കാണി അവർകളുടെ അടുത്ത് പോയി ആവലാതി ബോധിപ്പിക്കുക മാത്രമാണ് ഞങ്ങൾ ചെയ്തത്.

“നിങ്ങൾ കേട്ടോ, ഈ തേവിടിശ്ശിയുടെ മകനെന്താണ് പറഞ്ഞതെന്ന്? സ്വന്തം തള്ള എന്ത് ജോലിയാണ് ചെയ്തിരുന്നതെന്ന് മറന്നുപോയോടാ കിഴവാ, ഹംദാൻ? ‘ഞാൻ പെൺകോന്തനാണ്’ എന്ന് ഉറക്കെപറയുന്നത് വരെ ഒറ്റയൊരുത്തനും ഈ തെരുവിൽ നിന്ന് രക്ഷപ്പെട്ട് പോകാനാവില്ലെന്ന് സത്യം ചെയ്യുകയാണ് ഞാൻ!”

പെട്ടെന്നാണ് സഖ്ലുത്ത് തന്റെ കയ്യിലിരുന്ന കുറുവടി ഉയർത്തി കാപ്പിക്കടയിലെ മേശമേൽ ആഞ്ഞടിച്ചത്. കപ്പ്, കൂജ, താലം, കരണ്ടി, കാപ്പിക്കുരുവും തേയിലയും പഞ്ചസാരയും കറുവപ്പട്ടയും ഇഞ്ചിയുമൊക്കെ നിറച്ചപെട്ടികൾ, കുഴലുകൾ തുടങ്ങിയ സർവ്വസാധനങ്ങളും നിലത്തേക്ക് തെറിച്ച് വീണു. വിളമ്പുകാരൻ അബ്ദുൻ പിറകിലേക്ക് ചാടിയശേഷം

ഒരു മേശമേലേക്ക് വലിഞ്ഞ് കയറാൻ ശ്രമിച്ചെങ്കിലും താഴെവീണു പോയി. നിനച്ചിരിക്കാത്തവണ്ണം സഖ്‌ലുത് ഹംദാന്റെ മുഖത്തേക്ക് ആഞ്ഞിടിച്ചു. സമനില തെറ്റിയ ആ മനുഷ്യൻ ഒരു വശത്തേക്ക് മറിഞ്ഞ് വീണു. അയാൾക്കടിയിലായിപ്പോയ ഹുക്ക ഉടഞ്ഞുപോയി. തന്റെ കുറു വടി വീണ്ടും ഉയർത്തിയശേഷം സഖ്‌ലുത് അലറി.

"ഒരൊറ്റ തെറ്റിനും നിന്നെയൊന്നും ശിക്ഷിക്കാതെ വെറുതേ വിടി ല്ലെടാ തേവിടിശ്ശികളുടെ സന്തതികളേ."

ഇതിനിടയ്ക്ക് ദഅബിസ് ഒരു കസേരയെടുത്ത് കാപ്പിക്കടയിലെ വലിയ റാന്തലിന് നേരേ എറിഞ്ഞു. റാന്തൽ തകർന്നതോടെ അവിട മാകെ ഇരുട്ടിൽ മുങ്ങി. സഖ്‌ലുത്വാകട്ടെ തന്റെ കുറുവടി ഉപയോഗിച്ച് മേശയ്ക്ക് പുറകിലുണ്ടായിരുന്ന വലിയ കണ്ണാടിയിൽ ആഞ്ഞടിച്ചു. ഇത് കേട്ടതും തമർഹന്നയും പിന്നാലെ ഹംദാൻ കുടുംബത്തിലെ സ്ത്രീകളും ജനാലയ്ക്കലും വാതിലിനരികിലും നിന്ന് അലറി വിളിച്ചു. കല്ലേറ് കൊണ്ട് പട്ടി കുരച്ചാലെങ്ങനെയാണോ അതുപോലെ ആ അലർച്ച തെരു വിലാകെ നിറഞ്ഞു. ഭ്രാന്തിളകിയ സഖ്‌ലുത് കണ്ണിൽ കണ്ട മനുഷ്യ രേയും കസേരകളേയും ചുമരിനേയുമൊക്കെ ആഞ്ഞടിക്കാൻ തുടങ്ങി. അതോടെ അവിടമാകെ നിലവിളിയും അട്ടഹാസവും ആർത്തനാദവും നിറയുകയായിരുന്നു. ആളുകൾ സർവ്വദിക്കിലേക്കും ചിതറി ഓടുകയാണ്. പലരും കൂട്ടിയിടിച്ച് താഴെവീണു.

"എല്ലാവന്മാരും സ്വന്തം വീടിനുള്ളിലിരുന്നുകൊള്ളണം. പുറത്തിറങ്ങി പ്പോകരുത്."

ഇടിവെട്ടുന്നതുപോലെയാണ് സഖ്‌ലുത് അലറിയത്. ഉത്തരവ് കേട്ടതും അനുസരിക്കാനെന്നവണ്ണം ഹംദാൻ കുടുംബക്കാരും അല്ലാത്ത വരുമെല്ലാം പിന്തിരിഞ്ഞോടാൻ തുടങ്ങി. അൽ-ലൈസി ഒരു റാന്തലു മായി അങ്ങോട്ട് വന്നു. ആ വെളിച്ചത്തിൽ സഖ്‌ലുത്വും ചുറ്റും മറ്റ് ഗുണ്ടകളും മാത്രം! തെരുവാകെ ശൂന്യമായിരിക്കുന്നു. സ്ത്രീകളുടെ ശബ്ദമല്ലാതെ വേറൊന്നും കേൾക്കാനില്ല.

"താങ്കൾ ബുദ്ധിമുട്ടേണ്ട അങ്ങുന്നേ, ഈ പാറ്റകളെ ഞങ്ങൾ മര്യാദ പഠിപ്പിച്ചുകൊള്ളാം."

ബറകാത്ത് പറയുന്നത് കേട്ട് അബൂസരീഉം ശബ്ദിച്ചു.

"ആഗ്രഹിക്കുകയാണെങ്കിൽ താങ്കളുടെ കുതിരകൾക്ക് ചവിട്ടിമെതി ക്കാൻ പാകത്തിന് ഈ ഹംദാൻ കുടുംബക്കാരെ ഞങ്ങൾ തകർത്ത് പൊടിയാക്കാം."

ഹംദാൻ കുടുംബക്കാരുടെ ചുമതലക്കാരനായ ഖിദ്റയുടേതായിരുന്നു അടുത്ത ഊഴം.

"ഇവന്മാരെയൊരു പാഠം പഠിപ്പിക്കുന്നതിനുള്ള അനുമതി നൽകി യാൽ താങ്കളെ സേവിക്കാനുള്ള എന്റെ വലിയൊരു മോഹമായിരിക്കും അങ്ങുന്നേ പൂവണിയുക."

ഏതോ ഒരു വീടിന്റെ വാതിലിന് പിറകിൽ നിന്ന് തമർഹന്ന ഉറക്കെ പരിതപിച്ചു.

"തമ്പുരാനേ, എന്തൊരു അതിക്രമമാണിത്!"

ഇത് കേട്ടതും സഖ്‌ലുത് വീണ്ടും അലറി.

"എടീ തമർഹന്നാ, നിന്റെ കൂടെക്കിടക്കാൻ ധൈര്യമുള്ള ഏതെങ്കിലും ആണൊരുത്തൻ ഈ ഹംദാൻ കുടുംബത്തിലുണ്ടെങ്കിൽ ഞാൻ വെല്ലു വിളിക്കുകയാണ്."

"പടച്ചവനേ, നീ തന്നെയാണ് സാക്ഷി. ഹംദാൻ കുടുംബക്കാർ നേതാക്കന്മാർ തന്നെയാണ്. പിന്നെ ഈ..."

അവസാന വാക്കുകൾ മുഴുവനാക്കുന്നതിന് മുമ്പ് പിറകിൽ നിന്ന ആരോ തമർഹന്നയുടെ വായ പൊത്തിപ്പിടിച്ചു കളഞ്ഞു. ഹംദാൻ കുടുംബക്കാർ മുഴുവൻ കേൾക്കണമെന്നാഗ്രഹിക്കുന്നത് പോലെ സഖ്‌ലുത് ചുറ്റും നിന്ന ഗുണ്ടകളെ നോക്കി ഉച്ചത്തിൽ പറഞ്ഞു.

"ഹംദാൻ കുടുംബത്തിൽ പെട്ട ഏതെങ്കിലും ആണൊരുത്തൻ വീട് വിട്ട് പുറത്തിറങ്ങിയാൽ അടിച്ചോടിക്കണം അവനെ!"

"ആണാണെന്ന് തോന്നുന്നവരുണ്ടെങ്കിൽ ഇറങ്ങി വാടാ പുറത്തേക്ക്."

ഖിദ്റയുടെ ഭീഷണി കേട്ടതും ഹമ്മൂദ തിരക്കി.

"പെണ്ണുങ്ങളാണ് പുറത്തേക്കിറങ്ങുന്നതെങ്കിലോ, അങ്ങുന്നേ?"

"സഖ്‌ലുത്വിന് ആണുങ്ങളോടാണ് ഇടപാട്. പെണ്ണുങ്ങളോടല്ല."

പിറ്റേന്ന് നേരം പുലർന്നെങ്കിലും ഹംദാൻ കുടുംബത്തിലെ പുരുഷന്മാരൊന്നും വീടിന് പുറത്തേക്കിറങ്ങിയതേ ഇല്ല. ഗുണ്ടകളോരോരുത്തരും തെരുവ് നിരീക്ഷിച്ചുകൊണ്ട് തങ്ങളുടെ പ്രദേശത്തെ കാപ്പിക്കടയുടെ മുന്നിൽ തന്നെ കുത്തിയിരിക്കുകയാണ്. ഓരോ കുറച്ച് മണിക്കൂറുകൾ കൂടുന്തോറും സഖ്‌ലുത് തെരുവിലൂടെ ഉലാത്തിക്കൊണ്ടിരുന്നു. അയാളെ അഭിവാദ്യം ചെയ്യാനും സ്നേഹം പ്രകടിപ്പിക്കാനും പുകഴ്ത്താനുമൊക്കെ ആളുകൾ മത്സരിക്കുന്നതും കാണാമായിരുന്നു.

"ആണുങ്ങൾക്കിടയിലെ സിംഹമാണ് താങ്കൾ. നമ്മുടെ തെരുവിന്റെ സംരക്ഷകൻ!"

"വളരെ നന്നായി! താങ്കൾ ആ ഹംദാൻ കുടുംബത്തിലെ ആൺപിറന്നവന്മാരെയൊക്കെ പെണ്ണുങ്ങളെപ്പോലെയാക്കിയല്ലോ?"

"ദൈവമേ നിനക്ക് സ്തുതി! സഖ്‌ലുത് എന്ന തന്റെ ശക്തമായ കരം കൊണ്ട് നീ ഹംദാൻ കുടുംബക്കാരുടെ അഹങ്കാരത്തെ തച്ചുടച്ചല്ലോ?"

പക്ഷേ, ഇതൊന്നും കേട്ടിട്ടും സഖ്‌ലുത് ഒറ്റയൊരാളേയും തിരിഞ്ഞു നോക്കിയത് പോലുമില്ല.

ഇരുപത്തിയൊമ്പത്

'ഈ അതിക്രമങ്ങളൊക്കെ താങ്കളെ തൃപ്തിപ്പെടുത്തുമോ, ജബലാവീ?"

മരുഭൂമിയിലെ ഉരുളൻപാറയ്ക്ക് കീഴിൽ നിലത്ത് കിടക്കുന്നതിനിടയ്ക്ക് ജബൽ സ്വയം ചോദിച്ചുപോയി. ഖദ്‌രിയും ഹിന്ദും തനിച്ചിരുന്നതായും ഖദ്‌രി ഹുമാമിനെ കൊലചെയ്തതായും കഥകൾ പറഞ്ഞിട്ടുള്ള അതേ സ്ഥലം. തകർന്ന സന്തോഷങ്ങൾ മാത്രം കാണുന്ന കണ്ണുകളോടെ ജബൽ സായംസന്ധ്യയിലെ ആകാശത്തേക്ക് നോക്കിയിരുന്നു. ധാരാളം ജോലിത്തിരക്കുകളുണ്ടായിരുന്നതിനാൽ ഒറ്റയ്ക്കിരിക്കുന്നത് അത്ര ഇഷ്ടമുണ്ടായിരുന്ന ആളായിരുന്നില്ല. എന്നാൽ ഈ അടുത്ത കാലത്തായി തനിച്ചിരിക്കാനുള്ള കടുത്ത അഭിലാഷം മനസ്സിൽ നിറയുകയാണ്. ഹംദാൻ കുടുംബത്തിന് സംഭവിച്ചുകൊണ്ടിരിക്കുന്ന ദുരന്തങ്ങൾ തന്റെ മനസ്സിനെയാകെ അസ്വസ്ഥമാക്കുന്നു. തന്നെ അധിക്ഷേപിക്കുകയും പീഡിപ്പിക്കുകയും ചെയ്ത ശബ്ദങ്ങൾ ഈ മരുഭൂമിയിലിപ്പോഴും മാറ്റൊലി കൊള്ളുന്നു. 'ഹംദാൻ കുടുംബത്തെ ചതിച്ചവൻ, വഞ്ചകൻ.' തെരുവിലൂടെ നടന്ന് വന്നപ്പോൾ ജനാലകളിൽ നിന്നും ഉയർന്ന് കേട്ട ശബ്ദങ്ങൾ. ഒപ്പം സ്വന്തം ഉള്ളിലിരുന്ന് ആരോ പറയുന്നതും കേട്ടു. 'മറ്റുള്ളവരുടെ ചെലവിൽ ലഭിക്കുന്ന ജീവിതമൊരിക്കലും ആസ്വാദ്യകരമാകില്ല.'

ഹംദാൻ കുടുംബം തന്റെ സ്വന്തക്കാരാണ്. അവർക്കിടയിലാണ് തന്റെ മാതാപിതാക്കൾ ജനിച്ചത്. അവരെ മറമാടിയതും കുടുംബശ്മശാനത്തിൽ തന്നെയായിരിക്കും. ആ കുടുംബമിപ്പോൾ ആക്രമിക്കപ്പെടുകയാണ്. എത്ര മ്ലേച്ഛമായ അതിക്രമമാണിത്! അവരുടെ സ്വത്തുക്കൾ കവർന്നെടുക്കപ്പെട്ടു. പക്ഷേ, ആരായിരിക്കും യഥാർത്ഥ അക്രമി? തനിക്ക് സന്തോഷങ്ങളെല്ലാം നൽകിയ ആൾ തന്നെയല്ലേ അക്രമി? ആ മനുഷ്യന്റെ ഭാര്യയാണ് തന്നെ ചെളിക്കുണ്ടിൽ നിന്നും എടുത്തു വളർത്തി, മാളികയിലുള്ളവരുടേത് പോലുള്ള ജീവിതനിലവാരത്തിലേക്കുയർത്തിയത്.

തെരുവിലെ സർവ്വകാര്യങ്ങളും ഭീകരമായ രീതിയിലാണ് നടപ്പാക്കപ്പെടുന്നത്. അതിനാൽ തന്നെ ഈ തെരുവിന്റെ യഥാർത്ഥ അവകാശികൾ തങ്ങളുടെ വീടുകളിൽ തടവിലാക്കപ്പെടുന്നതിൽ അതിശയിക്കാനൊന്നുമില്ല. നീതിയും സമാധാനവും ഒരുനാളും ഈ തെരുവറിഞ്ഞിട്ടില്ല. അദ്ഹമും, ഭാര്യ ഉമൈമയും മാളികയിൽ നിന്നും പുറത്താക്കപ്പെട്ട നാൾ മുതൽ ഇതാണ് ഈ തെരുവിന്റെ അവസ്ഥ. താങ്കളിതൊക്കെ അറിയുന്നുണ്ടോ ജബലാവീ? താങ്കൾ സ്വന്തം നിശ്ശബ്ദത തുടരുന്നതുവരെ ഈ നീതി നിഷേധം കൂടുതൽ ശക്തമായും വേദനാജനകമായും തന്നെ തുടരാനാണ് സാധ്യത. എത്രകാലം താങ്കൾ ഈ നിശ്ശബ്ദത തുടരും ജബലാവി? പുരുഷന്മാർ വീടുകളിൽ ബന്ധിതരാണ്. തെരുവിൽ സകല അപമാനങ്ങൾക്കും വിധേയരാവുകയാണ് സ്ത്രീകൾ. ഞാനാകട്ടെ നിശ്ശബ്ദമായി ഈ അപമാനമൊക്കെ സഹിക്കുന്നു.

ഇതിനെക്കാളൊക്കെ വിചിത്രമായ കാര്യം ഇതൊക്കെ കണ്ട് തെരുവിലുള്ള മറ്റ് ജനങ്ങൾ ചിരിക്കുന്നതാണ്. അവർക്കെങ്ങനെയാണ് ചിരിക്കാൻ കഴിയുന്നത്? ആരാണോ വിജയിയാകുന്നത് അവർക്കായി ആർപ്പുവിളിക്കുകയാണ് ജനം. ശക്തൻ ആരുമായിക്കൊള്ളട്ടെ, അയാൾക്കായി മുദ്രാവാക്യം മുഴക്കുന്നു. കുറുവടികൾക്ക് മുന്നിൽ സാഷ്ടാംഗം പ്രണമിക്കുന്നു. എല്ലാം അവരുടെ ഉള്ളിൽ പതിയിരിക്കുന്ന ഭീതിയെയാണ് തുറന്നു കാണിക്കുന്നത്. ഈ തെരുവിൽ അന്നംപോലെ അപമാനം ഭക്ഷിക്കുകയാണ് ഞങ്ങൾ. എപ്പോഴാണ് സ്വന്തം തലയിൽ കുറുവടി പതിക്കുന്നതെന്ന് ആർക്കുമറിയില്ല.

തല ഉയർത്തി നോക്കിയപ്പോൾ ശാന്തമായി നിശ്ശബ്ദതയിൽ മയങ്ങുന്ന ആകാശത്തെയാണ് കണ്ടത്. അങ്ങിങ്ങ് ചിതറിയ മേഘങ്ങൾ. അവസാന പരുന്തും യാത്ര പറഞ്ഞ് പറന്നകലുകയാണ്. യാത്രക്കാരൊക്കെ പിൻവാങ്ങിയതോടെ പ്രാണികൾ രംഗം കയ്യടക്കിയിരിക്കുന്നു.

പെട്ടെന്നാണ് വളരെ അടുത്ത് നിന്നൊരു പരുക്കൻ അലർച്ച കേട്ടത്.

“നിക്കെടാ അവിടെ, തേവിടിശ്ശിയുടെ മോനേ.”

ഓർമ്മകളിൽ നിന്നും ഞെട്ടി എഴുന്നേറ്റ ജബൽ എവിടെനിന്നാണ് ശബ്ദം കേട്ടതെന്ന് കണ്ടുപിടിക്കാൻ ശ്രമിച്ചു. ഉരുളൻപാറ ചുറ്റി മറുവശത്തെത്തിയതും കാണുന്നത് ഒരാൾ ഭീതിയോടെ ഓടി വരുന്ന കാഴ്ചയാണ്. പിറകേ, വേറൊരാൾ അയാളെ പിടികൂടാനായി ഓടിക്കുകയാണ്. ഏത് നിമിഷവും അയാൾ പിടിക്കപ്പെടാം. സൂക്ഷിച്ച് നോക്കിയപ്പോൾ മുന്നിലോടുന്നയാൾ ദഅബിസും ഓടിക്കുന്നയാൾ ഹംദാൻ കുടുംബക്കാർ താമസിക്കുന്ന സ്ഥലത്തെ ഗുണ്ടയായ ഖിദ്റയുമാണെന്ന് മനസ്സിലായി. എന്താണ് സംഭവിച്ചുകൊണ്ടിരിക്കുന്നതെന്ന് പെട്ടെന്ന് തന്നെ ജബലിന് മനസ്സിലായി. അസ്വസ്ഥമായ മനസ്സോടെ തന്റെ നേർക്ക് ഓടിവരുന്നവരെ അയാൾ നോക്കി നിന്നു. അധികം വൈകാതെ ഖിദ്റ ദഅബിസിന്റെ അരികിലെത്തുകയും ചുമലിൽ പിടികൂടുകയും ചെയ്തു. അതോടെ ഓട്ടം നിർത്തി ഇരുവരും നിന്ന് കിതയ്ക്കാൻ തുടങ്ങി. ശ്വസിക്കാൻ പെടാപ്പാട് പെടുന്നതിനിടയിലും ഖിദ്റ അലറുകയായിരുന്നു.

“എത്ര ധൈര്യമുണ്ടായിട്ടാണെടാ പാമ്പേ നീ മാളം വിട്ടിറങ്ങിയത്? ഇനി നീ അവിടേക്ക് നല്ല രീതിയിൽ മടങ്ങിപ്പോവില്ല.”

“എന്നെ വിടൂ, ഖിദ്റാ, നിങ്ങൾ ഞങ്ങളുടെ തെരുവിന്റെ സംരക്ഷകനല്ലേ? ഞങ്ങളെ സംരക്ഷിക്കേണ്ടത് നിങ്ങളുടെ ചുമതലയല്ലേ?”

കൈകൊണ്ട് തല പൊത്തിപ്പിടിച്ച് ദഅബിസ് യാചിച്ചു. ഖിദ്റ ദഅബിസിനെ ശക്തമായി പിടിച്ച് കുലുക്കി. അയാളുടെ തലപ്പാവ് ഇളകി താഴെ വീണുപോയി ഇതിനിടയിൽ.

“നിന്നെയൊക്കെ ആരിൽ നിന്നും ഞാൻ സംരക്ഷിക്കുമെന്നും എന്നാൽ സഖ്‌ലുതിൽ നിന്നതുണ്ടാകില്ലെന്നും അറിഞ്ഞുകൂടേടാ, തെണ്ടീ...?”

പെട്ടെന്നാണ് ദഅബിസ് ജബൽ നിന്നയിടത്തേക്ക് നോക്കാനിടയായത്. കണ്ടതും അയാൾ ജബലിനെ തിരിച്ചറിഞ്ഞു.

"ജബൽ എന്നെ ഒന്ന് സഹായിക്കൂ... ഇവരെക്കാളേറെ നിങ്ങൾക്ക് ഞങ്ങളുമായല്ലേ ബന്ധം? ഒന്ന് സഹായിക്കണേ."

"നിന്നെ ആരും സഹായിക്കില്ലെടാ, നായിന്റെ മോനേ..."

ഖിദ്റ അലറി. ജബലാകട്ടെ അറിയാതെ എന്നവണ്ണം അവർക്കരികിലേക്ക് അടുക്കുകയായിരുന്നു. ശേഷം അയാൾ ശാന്തതയോടെ ഖിദ്റയോട് അഭ്യർത്ഥിച്ചു.

"ഇയാളോട് അല്പം കരുണയോടെ പെരുമാറൂ, ഖിദ്റാ."

ഖിദ്റ ജബലിന് നേർക്ക് തണുത്ത രീതിയിലൊന്ന് നോക്കി.

"എനിക്കറിയാം എന്ത് ചെയ്യണമെന്ന്."

"എന്തെങ്കിലും അത്യാവശ്യകാര്യമുള്ളതുകൊണ്ടാകും ഇയാൾ വീട്ടിൽ നിന്നും പുറത്തേക്കിറങ്ങിയത്."

"പുറത്തേക്കിറക്കിയത് ഇവന്റെ തലവിധി തന്നെയാണ്" ചുമലിലെ ഖിദ്റയുടെ പിടിമുറുകിയതും ദഅബിസ് വേദനയോടെ ഞരങ്ങാൻ തുടങ്ങി. ഇതോടെ ജബലിന്റെ സ്വരം രൂക്ഷമായി.

"മര്യാദയ്ക്ക് പെരുമാറാനല്ലേ പറഞ്ഞത്? ഇയാൾ നിങ്ങളേക്കാൾ പ്രായമേറിയവനും ദുർബലനുമല്ലേ?"

ഖിദ്റ ചുമലിൽ നിന്ന് കൈ എടുത്തശേഷം ദഅബിസിന്റെ ശിരസ്സിന് പിറകിൽ ശക്തിയായി ഇടിച്ചു. അതിന്റെ ആഘാതത്തിൽ അയാളുടെ മുതുക് കുനിഞ്ഞുപോയി. കാൽമുട്ടുകൊണ്ട് പൃഷ്ഠഭാഗത്ത് ഇടിച്ചതും ദഅബിസ് മുഖമിടിച്ച് താഴേക്ക് വീണു. ഖിദ്റ വീണ്ടും ദഅബിസിന്റെ ദേഹത്തേക്ക് മുട്ടുകുത്തിയിരുന്നശേഷം തുരുതുരാ മർദ്ദിക്കാൻ തുടങ്ങി. ഇതിനിടയിൽ പകയോടെ അയാൾ ചോദിക്കുന്നുമുണ്ടായിരുന്നു.

"സഖ്ലുത്വ് പറഞ്ഞിട്ട് പോയത് നീ കേട്ടില്ലേടാ?"

ഇതുകൂടി കണ്ടതും ജബലിന്റെ രക്തം തിളച്ചു. അയാളും ഒച്ച വച്ചു.

"നിന്നേയും ആ സഖ്ലുത്വിനെയുമൊക്കെ ദൈവം ശപിക്കട്ടെ. ലജ്ജയില്ലാത്ത മനുഷ്യാ, വിടെടാ അയാളെ!"

ദഅബിസിനെ മർദ്ദിക്കുന്നത് നിർത്തി അതിശയത്തോടെ ഖിദ്റ ജബലിന് നേർക്ക് നോക്കി.

"ജബൽ, താങ്കൾ എന്താണീ പറയുന്നത്? ഹംദാൻ കുടുംബക്കാരെ മര്യാദ പഠിപ്പിക്കണമെന്ന് കങ്കാണി അവർകൾ സഖ്ലുത്വിനോട് കല്പിച്ചതിന് താങ്കളും സാക്ഷിയല്ലേ?"

ജബലിന്റെ ദേഷ്യം വർദ്ധിക്കുകയായിരുന്നു.

"വിടെടാ ഇയാളെ, ലജ്ജയില്ലാത്തവനേ."

"കങ്കാണിയുടെ വീട്ടിൽ ജോലി ചെയ്യുന്നു എന്നതൊന്നും വേണമെന്ന്

വച്ചാൽ നിങ്ങളെ ഉപദ്രവിക്കുന്നതിൽ എനിക്ക് തടസ്സമാകില്ലെന്ന ഓർമ്മ വേണം.”

കോപംകൊണ്ട് വിറയ്ക്കുകയായിരുന്ന ഖിദ്റയുടെ നേർക്ക് ജബൽ ചാടിവീണത് സ്വബോധം നഷ്ടപ്പെട്ടയാളിനെപ്പോലെയായിരുന്നു. പിന്നെ അയാളെ ഒരുവശത്തേക്ക് തൊഴിച്ച് തള്ളിയിട്ടു.

“പോടാ, സ്വന്തം തള്ളയുടെ അടുത്തേക്ക്. അല്ലെങ്കിൽ അവർക്കൊരു മകനെ നഷ്ടപ്പെടും.”

ഖിദ്റ ചാടി എഴുന്നേറ്റു. നിലത്ത് കിടന്ന തന്റെ കുറുവടി പതിയെ ഉയർത്താൻ തുടങ്ങിയതായിരുന്നു. എന്നാൽ അതിനുള്ളിൽ തന്നെ ജബൽ ഖിദ്റയുടെ ഉദരത്തിൽ ആഞ്ഞിടിച്ചു കഴിഞ്ഞിരുന്നു. വേദന കൊണ്ട് ചാഞ്ചാടി നിൽക്കുന്ന ഖിദ്റയെ കണ്ടതും ആ അവസരം മുതലാക്കി അയാളുടെ കയ്യിലിരുന്ന കുറുവടി ജബൽ തട്ടിയെടുത്തു. ജാഗ്രതയോടെ അയാളെത്തന്നെ നോക്കി നിന്നു. ഖിദ്റ രണ്ട് ചുവട് പിറകിലോട്ട് വച്ചു. പെട്ടെന്നയാൾ താഴേക്ക് കുനിഞ്ഞ് ഒരു കല്ല് കയ്യിലെടുത്തു. എന്നാൽ ആ കല്ലെടുത്ത് എറിയാൻ കഴിയുന്നതിന് മുമ്പേ ജബലിന്റെ കയ്യിലിരുന്ന കുറുവടി ഖിദ്റയുടെ തലയിൽ പതിച്ചുകഴിഞ്ഞിരുന്നു. നിലവിളിച്ചു പോയ ഖിദ്റ നിന്നയിടത്ത് നിന്നൊന്ന് തിരിഞ്ഞശേഷം മുഖമിടിച്ച് നിലത്തേക്ക് വീണു. അയാളുടെ നെറ്റിയിൽ നിന്നും ചോര ചീറ്റാൻ തുടങ്ങിയിരുന്നു.

രാത്രിയായിരിക്കുന്നു. ചുറ്റും നോക്കിയെങ്കിലും ആരെയും കാണാനില്ല. ദഅബിസാകട്ടെ എഴുന്നേറ്റ് നിന്ന് വസ്ത്രത്തിൽ പറ്റിപ്പിടിച്ച പൊടി തട്ടിക്കളഞ്ഞശേഷം മുറിവ് പറ്റിയഭാഗങ്ങളിൽ സ്പർശിച്ച് നോക്കുകയാണ്. ജബലിന്റെ അരികിലേക്ക് വന്നശേഷം അയാൾ പറഞ്ഞു.

“നന്ദി, ജബൽ. നീ എന്റെ മാന്യനായ സഹോദരനാണ്.”

ഒന്നും പറയാതെ ജബൽ ഖിദ്റയുടെ അരികിലേക്ക് കുനിഞ്ഞു. ശേഷം അയാളെ മലർത്തിക്കിടത്തി.

“ഇയാൾക്ക് ബോധമില്ലല്ലോ?”

ദഅബിസ് ഖിദ്റയുടെ അരികിലേക്ക് കുനിഞ്ഞശേഷം മുഖത്തേക്ക് കാർക്കിച്ച് തുപ്പി. ജബൽ ദഅബിസിനെ പിടിച്ച് മാറ്റിയശേഷം വീണ്ടും ഖിദ്റയുടെ അരികിലേക്ക് ചെന്നു. പതിയെ കുലുക്കി വിളിക്കുവാൻ ശ്രമിച്ചെങ്കിലും അയാളെ ഉണർത്താൻ കഴിയുമെന്ന യാതൊരു പ്രതീക്ഷയുമുള്ളതു പോലെ തോന്നിയില്ല.

“എന്തു പറ്റി ഇയാൾക്ക്?”

ദഅബിസ് ഖിദ്റയുടെ ദേഹത്തേക്ക് കുനിഞ്ഞശേഷം ചെവി നെഞ്ചിൽ ചേർത്ത് വച്ചുനോക്കി. ഒരു തീപ്പെട്ടിക്കൊള്ളി ഉരച്ചശേഷം മുഖത്തിനരികിലേക്ക് എത്തിനോക്കി. എഴുന്നേൽക്കുന്നതിനിടയിൽ ദഅബിസ് പിറുപിറുത്തു.

“ഇവൻ ചത്തു.”

ജബലിന്റെ ദേഹത്തുകൂടെ ഒരു കൊള്ളിയാൻ കടന്നുപോയി.

"കള്ളം പറയുകയാണ് നിങ്ങൾ."

"ഇവൻ ചത്തു. നീയാണേ സത്യം!"

"എന്റെ ദൈവമേ..."

എന്നാൽ ദഅബിസ് വളരെ നിസ്സാരമായിട്ടാണ് സംസാരിച്ചത്.

"എത്രപേരെയാണ് ഇവൻ മർദ്ദിച്ചിട്ടുള്ളതെന്നറിയാമോ? എത്രപേരെ കൊന്നിട്ടുണ്ടെന്ന്? വല്ല ചവറുകൂനയിലേക്കും വലിച്ചെറിയണം ഇവനെയൊക്കെ!"

ദുഃഖം നിറഞ്ഞ സ്വരത്തിൽ തന്നോട് തന്നെ പരിതപിക്കുകയായിരുന്നു ജബൽ.

"ഞാനിതുവരെ ആരേയും ഉപദ്രവിക്കുകയോ കൊല്ലുകയോ ചെയ്തിട്ടില്ല!"

"നീ സ്വയം പ്രതിരോധിക്കുക മാത്രമല്ലേ ചെയ്തുള്ളൂ?"

"പക്ഷേ, ഞാനിയാളെ കൊല്ലാനാഗ്രഹിച്ചതേയില്ല. അങ്ങനെയൊരു ഉദ്ദേശ്യവുമുണ്ടായിരുന്നില്ല."

"നീ ശക്തനാണ് ജബൽ. നീ അവന്മാരെയൊന്നും ഭയക്കുകയേ വേണ്ട. നിനക്ക് വേണമെങ്കിൽ ഞങ്ങളുടെ തെരുവിന്റെ ദാദയായി മാറാം."

നെറ്റിയിൽ കൈകൊണ്ട് അടിച്ച് ഉറക്കെ പരിതപിക്കുകയാണ് ജബൽ.

"എന്റെ ദൈവമേ. ഒരൊറ്റ അടികൊണ്ട് ഞാനൊരു കൊലപാതകിയായി മാറിയല്ലോ, ദൈവമേ?"

"വിവേകം കാണിക്ക് ജബൽ. നമുക്കിയാളെ എവിടെയെങ്കിലും കുഴിച്ചിടാം. അല്ലെങ്കിൽ ഇന്ന് ലോകാവസാനമായിരിക്കും!"

"നാം ഇയാളെ മറവ് ചെയ്താലും ഇല്ലെങ്കിലും അത് സംഭവിക്കുക തന്നെ ചെയ്യും."

"എനിക്കിക്കാര്യത്തിൽ ഒരു ഖേദവുമില്ല. ഇനി അവന്മാരും അനുഭവിക്കട്ടെ! ഈ മൃഗത്തെ കുഴിച്ചിടാൻ നീ എന്നെയൊന്ന് സഹായിക്ക്."

ദഅബിസ് നിലത്ത് കിടന്ന കുറുവടി എടുത്ത് ഒരു കുഴികുത്താൻ തുടങ്ങി. പണ്ട് ഖദ്‌രി ഹുമാമിനെ മറമാടാനായി കുഴിതോണ്ടിയ സ്ഥലത്ത് നിന്നും വളരെയകലെയല്ലാത്തൊരിടത്ത്. അല്പസമയം കഴിഞ്ഞതും ഭാരിച്ച മനസ്സുമായി കുഴികുത്താൻ ജബലും ഒപ്പം കൂടി. നിശ്ശബ്ദമായി ആ പണി തുടരുന്നതിനിടയിൽ ജബലിന്റെ മനസ്സിലെ ഭാരം കുറയ്ക്കാനെന്നവണ്ണം ദഅബിസ് പറഞ്ഞു.

"നീ വിഷമിക്കുന്നതെന്തിന്? ആളുകൾ ഈന്തപ്പഴം കഴിക്കുന്നതുപോലെയാണ് നമ്മുടെ തെരുവിൽ കൊലകൾ നടക്കുന്നത്."

"ഒരു കൊലപാതകിയാകണമെന്ന് ഞാനൊരിക്കലും കരുതിയിരുന്നില്ല. ഒരാളെ കൊല്ലാൻ മാത്രമുള്ള കലി എനിക്കുണ്ടാകുമെന്ന് കരുതിയതേ ഇല്ലായിരുന്നു, ദൈവമേ."

ജബൽ നെടുവീർപ്പിട്ടു. കുഴികുത്തി കഴിഞ്ഞതും ദഅബിസ് എഴുന്നേറ്റ് കുപ്പായക്കൈകൊണ്ട് നെറ്റിയിലെ വിയർപ്പു തുടച്ചു. മൂക്കിൽ നിറഞ്ഞ് നിന്ന മണ്ണിന്റെ ഗന്ധം പോകാനായി മൂക്ക് ചീറ്റി.

“ഈ നായിന്റെ മോനേ മാത്രമല്ല മറ്റ് ഗുണ്ടകളെക്കൂടി കുഴിച്ചുമൂടാൻ കഴിയുന്നത്ര വലിയ കുഴിയാണല്ലോ?”

ജബലിന് ദേഷ്യം വന്നു.

“മൃതശരീരത്തോട് മാന്യത കാണിക്ക്. നാമെല്ലാം മരിക്കേണ്ടവരാണ്.”

“ജീവിച്ചിരിക്കുമ്പോൾ ആര് നമ്മോട് മാന്യത കാണിക്കുന്നുവോ അവരോട് മരണശേഷം നാമും മാന്യത കാണിക്കും.”

അവർ ഇരുവരും ചേർന്ന് ശവമെടുത്ത് കുഴിയിലേക്ക് വച്ചു. ജബൽ ഖിദ്റയുടെ കുറുവടിയും കുഴിയുടെ ഉള്ളിലേക്കിട്ടു. പിന്നെ മണ്ണ് നീക്കിയിട്ട് കുഴിമൂടി.

തല ഉയർത്തി നോക്കിയതും ജബൽ കണ്ടത് രാത്രി ലോകത്തേയും അതിലെ സർവ്വതിനേയും അപ്രത്യക്ഷമാക്കിയതുപോലെയാണ്. ആഴത്തിൽ നെടുവീർപ്പിടുന്നതിനിടയിൽ പൊട്ടിക്കരയാനുള്ള മോഹം കടിച്ചമർത്തുകയായിരുന്നു അയാൾ.

മുപ്പത്

എവിടെപ്പോയി ഖിദ്റ?

സഖ്‌ലുത്വും മറ്റു ഗുണ്ടകളും സ്വയം ചോദിച്ച ചോദ്യമാണിത്. ഹംദാൻ കുടുംബത്തിലെ പുരുഷന്മാരൊക്കെ തെരുവിൽ നിന്നും അപ്രത്യക്ഷരായത് പോലെ തങ്ങളുടെ സുഹൃത്ത് എങ്ങോ പോയി മറഞ്ഞിരിക്കുകയാണ്. അയാൾ എവിടെയായിരിക്കുമെന്ന് അതിശയിച്ചിരിക്കുകയാണ് ഗുണ്ടകളൊക്കെ. ഹംദാൻ കുടുംബക്കാർ താമസിക്കുന്നതിന്റെ തൊട്ടരികിലാണ് ഖിദ്റയുടെ വീടും. അവിവാഹിതനായ ഇയാൾ രാത്രി മുഴുവൻ പുറത്തായിരിക്കും. പിന്നെ തിരികെ എത്തുന്നത് രാവിലെയോ അത് കഴിഞ്ഞോ മാത്രമായിരിക്കും. ഒന്നോ രണ്ടോ രാത്രിയോളം വീട്ടിലേക്ക് പോകാതിരിക്കുന്നതും അയാളെ സംബന്ധിച്ച് പുതിയ കാര്യമൊന്നുമല്ല. എന്നാൽ താൻ എവിടെയാണെന്ന് മറ്റാരും അറിയാതെ ഒരാഴ്ചക്കാലമൊന്നും അയാളൊരിക്കലും മാറി നിന്നിട്ടേയില്ല. പ്രത്യേകിച്ച് ഹംദാൻ കുടുംബക്കാർ ഉപരോധം നേരിടുന്ന ഈ സാഹചര്യത്തിൽ. ഉണർന്നിരുന്ന് നിരീക്ഷണമേർപ്പെടുത്തേണ്ട വലിയ ഉത്തരവാദിത്തമുള്ള സമയമാണിത്.

ഹംദാൻ കുടുംബക്കാരെ അവർക്ക് നല്ല സംശയമായിരുന്നു. അതിനാൽ അവരുടെ വീടുകൾ പരിശോധിക്കാൻ തന്നെ തീരുമാനിച്ചു. സഖ്‌ലുത്വിന്റെ നേതൃത്വത്തിൽ ഗുണ്ടകൾ ഹംദാൻ കുടുംബക്കാരുടെ

വീടുകളിലേക്ക് ഇരച്ച് കയറി നിലവറ മുതൽ മട്ടുപ്പാവ് വരെ അരിച്ച് പെറുക്കി പരിശോധിച്ചു. വീടുകളുടെ മുറ്റങ്ങൾ മുഴുവൻ നീളത്തിലും വീഥിയിലുമൊക്കെ കുഴിച്ചുനോക്കി. അടിച്ചും ഇടിച്ചും കാർക്കിച്ച് തുപ്പി യുമൊക്കെ ഹംദാൻകാരായ പുരുഷന്മാരെയൊക്കെ അപമാനിച്ചു നോക്കി. ഒരാളെപ്പോലും വെറുതെ വിട്ടതേയില്ല. എന്നിട്ടും സംശയാസ്പദമായി ഒന്നും കിട്ടിയില്ല. പല സംഘങ്ങളായി തിരിഞ്ഞ് മരുഭൂമിയുടെ വിവിധ ഭാഗങ്ങളിൽ പോയി ആളുകളെയൊക്കെ ചോദ്യം ചെയ്തു. പക്ഷേ, ആർക്കും ഒരു വഴി കാണിക്കാനേ സാധിച്ചില്ല.

സഖ്ലുത്വിന്റെ തോട്ടത്തിലെ മുന്തിരിവള്ളികൾക്ക് കീഴിലുള്ള ഗുണ്ട കളുടെ സംഗമ സ്ഥാനത്ത് കഞ്ചാവ് ഹുക്ക വലിക്കുന്നതിനിടയിലെ പ്രധാന സംസാരവിഷയമായിരിക്കുകയാണ് ഖിദ്റയുടെ തിരോധാനം. തോട്ടത്തിലാകെ ഇരുട്ടാണ്. കൽക്കരി കത്തിക്കുന്ന തകരപ്പാത്രത്തിൽ നിന്നും രണ്ടു ചുവട് മാറി ഒരു വിളക്ക് വച്ചിട്ടുണ്ട്. അതിൽ നിന്നുള്ള വെളിച്ചം മാത്രമാണ് ആകെയുള്ളത്. ആ വെളിച്ചത്തിൽ ബറകാത്ത് കഞ്ചാവ് നുറുക്കുന്നത് കാണാം. കൽക്കരിക്ക് തീ കൊളുത്തിയ ശേഷം അയാൾ ഹുക്കകളിൽ കരി നിറയ്ക്കാൻ തുടങ്ങി. കടന്നുവന്നൊരു ഇളംകാറ്റിൽ വിളക്കൊന്ന് ആടിയുലഞ്ഞപ്പോൾ അതിന്റെ അലകൾ സഖ്ലുത്വിന്റേയും ഹമ്മൂദയുടേയും അൽ-ലൈസിയുടേയും അബൂ സരീഇന്റേയും ഇരുണ്ട മുഖങ്ങളിൽ പതിച്ചു. തടിച്ച കൺപോളകളിലൂ ടെയുള്ള ചിതറിയ നോട്ടങ്ങളിൽ അവരുടെ കറുത്ത ചിന്തകൾ കൂടിയാണ് പുറത്തറിയാനാകുന്നത്. പുറത്തെ തവളകളുടെ കരച്ചിൽ രാത്രിയുടെ ശാന്തതയിലെ സഹായത്തിനായുള്ള നിശ്ശബ്ദവിലാപങ്ങളാണെന്ന് തോന്നിപ്പോകുന്നു.

ബറകാത്ത് കഞ്ചാവ് ഹുക്ക അൽ-ലൈസിക്ക് കൈമാറി. അയാളത് സഖ്ലുത്വിന് നൽകി.

"എവിടെപ്പോയിട്ടുണ്ടാകും ഈ ഖിദ്റ? ഭൂമിയെങ്ങാനും വിഴുങ്ങി ക്കളഞ്ഞോ?"

ഹുക്കയിൽ ചൂണ്ടുവിരൽ കൊണ്ട് തട്ടിക്കൊണ്ട് സഖ്ലുത് ഒരു പുക ശക്തിയോടെ ഉള്ളിലേക്കെടുത്തു. പിന്നെ കട്ടിപ്പുക പുറത്തേക്ക് നിശ്വസി ക്കുന്നതിനിടയിൽ അയാൾ പറഞ്ഞു.

"അതെ ഖിദ്റയെ ഭൂമി വിഴുങ്ങി. കഴിഞ്ഞ ഒരാഴ്ചയായി അയാൾ ഭൂമിയുടെ വയറിനുള്ളിൽ കഴിയുകയാണ്."

എല്ലാവരും വലിയ കാര്യത്തോടെ സഖ്ലുത്വിനെ തന്നെ ഉറ്റുനോക്കു കയാണ്. ബറകാത്ത് മാത്രം തന്റെ പണിയിൽ മുഴുകിയിരിക്കുന്നു.

"ഒരു കാരണമില്ലാതെ ഗുണ്ടകൾ അപ്രത്യക്ഷരാകില്ല. മരണത്തിന്റെ ഗന്ധമടിക്കുന്നത് തിരിച്ചറിയാനാവുമെനിക്ക്."

അബൂസരീഇ് ഒന്ന് തുമ്മി. കാറ്റത്ത് നെൽക്കതിര് ഉലയുന്നതുപോലെ കുനിഞ്ഞുകൊണ്ട് അയാൾ ചോദിച്ചു.

"ആരായിരിക്കും അയാളെ കൊന്നിട്ടുണ്ടാവുക, അങ്ങുന്നേ?"

"അതിലെന്താ ഇത്ര ചിന്തിക്കാൻ! ഹംദാൻ കുടുംബത്തിലെ ഒരാളല്ലാതെ വേറെയാരാകാനാണ്?"

"പക്ഷേ, അവരാരും സ്വന്തം വീടുകളിൽ നിന്നും പുറത്തിറങ്ങിയിട്ടേയില്ലല്ലോ? നാം അവിടെയൊക്കെ പരിശോധിച്ചതുമാണ്."

സഖ്‌ലുത്ഥ് താനിരുന്ന മെത്തയുടെ അരികിൽ മുഷ്ടിചുരുട്ടി ഇടിച്ചു.

"തെരുവിലെ മറ്റുള്ള ആളുകൾ എന്താണ് പറയുന്നത്?"

"ഖിദ്റയുടെ തിരോധാനത്തിൽ ഹംദാൻ കുടുംബത്തിന് പങ്കുള്ളതായാണ് ഞങ്ങളുടെ തെരുവിലുള്ളവർ കരുതുന്നത്."

ഹമ്മൂദയാണ് മറുപടി പറഞ്ഞത്.

"എടാ വിഡ്ഢികളേ. നിങ്ങളൊക്കെ ഒരു കാര്യം മനസ്സിലാക്കണം. ഖിദ്റയുടെ ഘാതകൻ ഹംദാൻ കുടുംബത്തിലൊരാൾ തന്നെയാണെന്ന് ജനം വിശ്വസിക്കുന്നെങ്കിൽ നാമും അങ്ങനെ തന്നെ വിശ്വസിച്ചേ തീരൂ."

സഖ്‌ലുത്ഥ് പറഞ്ഞു.

"ഇനി അത്വൂഫിലുള്ള വല്ലവരുമാണെങ്കിലോ കൊലയാളി?"

"കൊലയാളി കഫർ അൽ-സഗാരിക്കാരനാണെങ്കിലും ശരി തന്നെ, നമ്മുടെ ഉദ്ദേശ്യം അയാളെ കൊല്ലലല്ല. മറിച്ച് ജനത്തെ ഭയപ്പെടുത്തി നിർത്തലാണ്."

"ദൈവം വലിയവൻ തന്നെ."

അബൂസരീഇന്റെ അതിശയം കേട്ട് അൽ-ലൈസി കൽക്കരി നിറച്ച ഹുക്ക ബറകാത്തിന് നൽകിക്കൊണ്ട് പറഞ്ഞു.

"നിങ്ങളെ രക്ഷിക്കാൻ ഇനി ദൈവത്തിന് മാത്രമേ കഴിയൂ, ഹംദാൻ കുടുംബക്കാരേ."

തവളകളുടെ കരച്ചിലിനൊപ്പം കലർന്ന ഗുണ്ടകളുടെ അട്ടഹാസം അവിടമാകെ പ്രകമ്പനംകൊണ്ടു. ഭീഷണി സ്വരത്തിൽ അവർ തലയാട്ടിക്കൊണ്ടിരുന്നു. ശക്തമായൊരു കാറ്റടിച്ചു വീശിയതും തോട്ടത്തിലെ ഉണങ്ങിയ ഇലകൾ കലപില ശബ്ദമുണ്ടാക്കാൻ തുടങ്ങി. ഹമ്മൂദ കൈകൾ കൊട്ടിക്കൊണ്ട് പറഞ്ഞു.

"ഇത് കങ്കാണിയും ഹംദാൻ കുടുംബക്കാരും തമ്മിലുള്ള വെറുമൊരു വഴക്കിന്റെ പ്രശ്നമല്ല. ഇത് ഈ തെരുവ് അടക്കിവാഴുന്ന നമ്മുടെ അഭിമാനത്തിന്റെ പ്രശ്നമാണ്."

സഖ്‌ലുത്ഥ് വീണ്ടും മെത്തയിൽ ആഞ്ഞിടിച്ചു.

"ഇതിന് മുമ്പൊരിക്കലും ഒരു ഗുണ്ടയെ ഈ തെരുവിലാരും കൊലപ്പെടുത്തിയിട്ടില്ല."

അയാളുടെ മുഖഭാവങ്ങൾ മുറുകുന്നത് കണ്ടതും മറ്റ് ഗുണ്ടകളാകെ വിരണ്ടുപോയി. അതിനാൽ തന്നെ അയാൾക്ക് തങ്ങളോട് ദേഷ്യമുണ്ടാക്കുന്ന തരത്തിലുള്ള വാക്കോ ചലനമോ ഉണ്ടാകുന്നില്ലെന്ന് അവർ ഉറപ്പു

വരുത്തുകയായിരുന്നു. പിന്നീട് കുറച്ച് നേരത്തേക്ക് ആകെ നിശ്ശബ്ദതയായി. ഹുക്കയുടെ ശബ്ദമോ, ചുമയോ, തൊണ്ടയനക്കമോ മാത്രമായിരിക്കും കേൾക്കാനാകുന്നത്.

"ഇനി നമ്മൾ ആരും പ്രതീക്ഷിക്കാത്ത വിധത്തിൽ ഖിദ്റ എങ്ങാനും തിരിച്ചു വന്നാലോ?"

ബറകാത്തിന്റെ ചോദ്യം കേട്ടതും സഖ്ലുത്വിന് ദേഷ്യം വന്നു.

"ഒരിക്കലുമില്ല. എന്നാൽ ഞാനെന്റെ മീശവടിക്കുമെടാ, വിഡ്ഢി."

ഇതുകേട്ട് ആദ്യം ചിരിച്ചത് ബറകാത്ത് തന്നെയായിരുന്നു. പിന്നെ എല്ലാവരും നിശ്ശബ്ദരായിരുന്നു. മനക്കണ്ണിൽ അവർക്കൊക്കെ നടക്കാൻ പോകുന്ന ഭീകരത കാണാനാകുന്നുണ്ട്. ശിരസ്സുകളിൽ പതിക്കുന്ന കുറുവടികൾ, രക്തമൊഴുകി നിറം മാറിയനിലം, ജനാലകളിൽ നിന്നും മട്ടുപ്പാവിൽ നിന്നുമുയരുന്ന ആർത്തനാദങ്ങൾ, മരണാസന്നരായി നിലവിളിക്കുന്ന എണ്ണമറ്റ പുരുഷന്മാർ. ക്രൂരമായ മോഹങ്ങൾ മനസ്സിൽ നിറയവെ കടുത്ത നോട്ടങ്ങൾ പരസ്പരം കൈമാറുകയാണ് ഗുണ്ടകൾ. സത്യത്തിൽ അവർക്കാർക്കും ഖിദ്റയുടെ കാര്യം ഒരു ഗൗരവമുള്ള വിഷയമേ ആയിരുന്നില്ല. അവർക്കാർക്കും ഖിദ്റയെ ഇഷ്ടവുമായിരുന്നില്ല. അവർക്കാർക്കും മറ്റുള്ള ആരെയും ഇഷ്ടമായിരുന്നില്ല എന്നതാണ് സത്യം. ജനത്തെ ഭീതിയിലാഴ്ത്താനും പ്രകോപനങ്ങൾക്ക് അന്ത്യം കാണാനുമാണ് അവരാകെക്കൂടി ആഗ്രഹിക്കുന്നതും ഒത്തുകൂടുന്നതും.

"ഇനി എന്താ ചെയ്യേണ്ടത്?"

അൽ-ലൈസിയുടെ ചോദ്യം കേട്ടതും സഖ്ലുത് പറഞ്ഞു.

"നേരത്തെ തീരുമാനിച്ചതുപോലെ എനിക്കിപ്പോൾ കങ്കാണിയെ കാണാൻ പോകണം."

മുപ്പത്തിയൊന്ന്

"**ക**ങ്കാണി അങ്ങുന്നേ, ഹംദാൻ കുടുംബക്കാർ അവരുടെ സംരക്ഷകനായ ഖിദ്റയെ കൊന്നിരിക്കുന്നു"

സഖ്ലുത് കങ്കാണിയെത്തന്നെ ഉറ്റുനോക്കി. അയാളുടെ വലതുഭാഗത്ത് ഹുദയേയും അവരുടെ വലതുഭാഗത്തായി ജബലിനേയും കാണാം. എന്നാൽ ഈ വാർത്ത കേട്ടിട്ടും അഫന്തിയിൽ ഞെട്ടലൊന്നും കാണാനായില്ല.

"അയാളുടെ തിരോധാനത്തെക്കുറിച്ച് ഞാനും കേട്ടു. ആളെ കണ്ടെത്താനുള്ള പ്രതീക്ഷയൊക്കെ അസ്തമിച്ചെന്നാണോ?"

അകത്തളത്തിന്റെ വാതിലിലൂടെ കടന്നുവരുന്ന പ്രഭാതവെളിച്ചത്തിൽ സഖ്ലുത്വിന്റെ മുഖത്തെ ബീഭത്സഭാവം ഇരട്ടിയായി മാറുന്നതുപോലെ തോന്നി.

"അയാളെ കണ്ടുപിടിക്കാൻ കഴിയുകയേ ഇല്ല. ഇത്തരം കാര്യങ്ങളിൽ എനിക്ക് നല്ല പരിചയമുണ്ടെന്ന് കൂട്ടിക്കോളൂ."

ചുമരിലേക്ക് നോക്കി നിൽക്കുന്ന ജബലിനെ ശ്രദ്ധിച്ചുകൊണ്ട് വികാരപരവേശത്തോടെ ഹുദ പറഞ്ഞു.

"അയാൾ കൊല്ലപ്പെട്ടുവെന്നത് ശരിയാണെങ്കിൽ അത് തീർത്തും അപകടകരം തന്നെയാണ്."

മുഷ്ടി മുറുക്കിക്കൊണ്ട് സഖ്‌ലുത് പ്രതികരിച്ചു.

"ശക്തമായ ശിക്ഷ തന്നെ നൽകിയേ തീരൂ ഇക്കാര്യത്തിൽ. അല്ലാത്ത പക്ഷം നമ്മുടെ കഥ കഴിഞ്ഞു."

ജപമാലയുടെ മുത്തുകൾ മറിച്ചുകൊണ്ട് അഫന്തി പറഞ്ഞു.

"നമ്മുടെ യശ്ശസ്സിന്റെ പ്രതീകമായിരുന്നു ഖിദ്റ!"

സഖ്‌ലുത് തിരുത്തി.

"ഈ ഭൂസ്വത്തിന്റെ മുഴുവൻ പ്രതീകമായിരുന്നു അയാൾ."

"ഒരുപക്ഷേ, ഇത് വെറുമൊരു കഥയായിരിക്കും. നടക്കാത്തൊരു കുറ്റകൃത്യത്തെക്കുറിച്ചുള്ള കെട്ടുകഥ."

അതുവരെ നിശ്ശബ്ദനായിരുന്ന ജബലിന്റെ വാക്ക് കേട്ടതും സഖ്‌ലുതിന്റെ നെഞ്ചിൽ കലി കയറി.

"നമ്മൾ വെറുതെ സംസാരിച്ച് സമയം പാഴാക്കരുത്."

"അയാൾ കൊല്ലപ്പെട്ടതിന് നിങ്ങളുടെ കയ്യിൽ എന്ത് തെളിവാണുള്ളത്?"

മനസ്സിലുടലെടുത്ത ആശങ്ക മറച്ചു പിടിക്കാനെന്നവണ്ണം ശക്തി ഭാവിച്ച് അഫന്തി പറഞ്ഞു.

"നമ്മുടെ തെരുവുകാരിലൊരാളും കൊലചെയ്യപ്പെടാതെ ഇത്തരത്തിൽ അപ്രത്യക്ഷരായിട്ടേയില്ല."

ക്രൂരമായ ചിന്തകൾ നിറഞ്ഞ ആ അന്തരീക്ഷത്തെ മയപ്പെടുത്താൻ ശിശിരകാലത്തെ ഇളംകാറ്റുകൾക്ക് പോലും സാധിക്കുമായിരുന്നില്ല.

"ഈ കുറ്റകൃത്യത്തിന്റെ ശബ്ദം അധികം വൈകാതെ സമീപത്തെങ്ങുമുള്ള തെരുവുകളിലും മുഴങ്ങും. അതിനാൽ ഒരർത്ഥവുമില്ലാതെ ഇങ്ങനെ സംസാരിച്ച് സമയം പാഴാക്കരുത്.

സഖ്‌ലുതിന്റെ വാക്കുകളോട് ശക്തമായാണ് ജബൽ പ്രതികരിച്ചത്.
"അതിന് ഹംദാൻ കുടുംബത്തിലെ ആണുങ്ങളൊക്കെ അവരുടെ വീടുകളിൽ തടവുകാരല്ലേയിപ്പോൾ?"

മുഖത്തൊരു ഭാവവുമില്ലായിരുന്നെങ്കിൽ പോലും സഖ്‌ലുത് പരിഹസിച്ച് ചിരിച്ചു.

"നല്ല കടങ്കഥ തന്നെ."

പിന്നെ അയാൾ നേരേ ഇരുന്നശേഷം ജബലിനെ രൂക്ഷമായൊന്ന് നോക്കി.

"സ്വന്തമാളുകളെ കുറ്റവിമുക്തരാക്കാൻ മാത്രമായിരിക്കും നിങ്ങൾക്ക് താത്പര്യം."

ദേഷ്യമടക്കിനിർത്താൻ ആത്മാർത്ഥമായി ശ്രമിച്ചെങ്കിലും ജബലിന്റെ സ്വരം കടുത്തുപോയി.

"എനിക്ക് പ്രാധാന്യം സത്യമെന്തെന്നതാണ്. നിസ്സാരകാര്യങ്ങൾ പറഞ്ഞാണ് നിങ്ങൾ ജനങ്ങളെ ആക്രമിക്കുന്നത്. ചിലപ്പോഴൊക്കെ ഒരു കാരണവുമുണ്ടാകില്ല. നിരപരാധികളായ മനുഷ്യരെ കൂട്ടക്കൊല ചെയ്യാനുള്ള അനുവാദം നേടിയെടുക്കാൻ മാത്രമാണ് നിങ്ങളിപ്പോൾ ശ്രമിച്ചുകൊണ്ടിരിക്കുന്നത്."

സഖ്‌ലുത്വിന്റെ കണ്ണുകളിൽ വെറുപ്പ് കത്തുന്നുണ്ടായിരുന്നു.

"നിങ്ങളുടെ ആളുകൾ കുറ്റവാളികളാണ്. ഈ ഭൂസ്വത്ത് സംരക്ഷിക്കുകയായിരുന്ന ഖിദ്റയെ അവന്മാർ കൊന്നുകളഞ്ഞില്ലേ?"

ജബൽ കങ്കാണിയുടെ നേർക്ക് തിരിഞ്ഞു.

"കങ്കാണി അങ്ങുന്നേ, സ്വന്തം രക്തദാഹം തീർക്കാൻ ഈ മനുഷ്യനെ അനുവദിക്കാൻ പാടില്ല.''

"പേര് നശിച്ചാൽ നമുക്ക് നഷ്ടമാകുന്നത് സ്വന്തം ജീവിതം തന്നെയായിരിക്കും"

അഫന്തിയുടെ വാക്ക് കേട്ടതും ജബലിന് നേരേ നോക്കി ഹുദ ചോദിച്ചു.

"സ്വന്തം തെരുവിൽ ഞങ്ങൾ ജീവനോടെ കുഴിച്ചിടപ്പെടണമെന്നാണോ ജബൽ നീയാഗ്രഹിക്കുന്നത്? നീ ഇപ്പോൾ ആരാണോ അങ്ങനെയാക്കിത്തീർത്ത ആളുകളെ മറന്നശേഷം കുറ്റവാളികളെ ഓർക്കാൻ ശ്രമിക്കുകയാണോ?"

ജബലിന്റെ മനസ്സിലെ വിദ്വേഷം അവസാനം അയാളുടെ സംയമനം തന്നെ താറുമാറാക്കിക്കളഞ്ഞു.

"അവർ കുറ്റവാളികളൊന്നുമല്ല. അതേസമയം ഈ തെരുവ് നിറയെ കുറ്റവാളികളല്ലേ ഉള്ളത്?"

ജബലിന്റെ വാക്കുകൾ കേട്ട് ഹുദ തന്റെ നീല ഉത്തരീയത്തിന്റെ തുഞ്ചത്തിൽ മുറുകെപ്പിടിച്ചു. അഫന്തിയുടെ മുഖമാകെ വിളറിപ്പോയിരുന്നു. ആ ഭാവം കണ്ടതും സഖ്‌ലുത്വിന് ആവേശമായി. അയാൾ പരിഹാസം തുടർന്നു.

"അക്കൂട്ടരിൽ പെട്ടയാളായതുകൊണ്ട് തന്നെ നിങ്ങൾക്ക് ഈ കുറ്റവാളികളെ പിന്തുണച്ചേ തീരൂ."

"ഈ തെരുവിലെ കുറ്റവാളികളുടെ തലതൊട്ടപ്പനായ നിങ്ങൾ കുറ്റവാളികളെ നിന്ദിക്കുന്നത് വിശ്വസിക്കാൻ തന്നെയാകുന്നില്ല."

സഖ്ലുത് ചാടി എഴുന്നേറ്റു. അയാളുടെ മുഖമാകെ കോപം കൊണ്ട് കറുത്തിരുണ്ടു പോയിരുന്നു.

"ഈ കുടുംബത്തിലുള്ളവരുടെ മുന്നിലുള്ള സ്ഥാനമില്ലായിരുന്നെങ്കിൽ നിങ്ങളെ ഞാൻ പിച്ചിച്ചീന്തി എറിഞ്ഞേനേ!"

"സഖ്ലുത് നിങ്ങൾക്ക് ഭ്രാന്താണ്."

ആരെയും ചകിതനാക്കുന്ന ശാന്തതയായിരുന്നു ജബലിന്റെ സ്വരത്തിൽ. അതോടെ കങ്കാണി ഇടപ്പെട്ടു.

"എന്റെ മുന്നിൽ നിന്ന് ഇത്തരത്തിൽ സംസാരിക്കാനുള്ള ധൈര്യം നിങ്ങൾക്കെങ്ങനെയാ കിട്ടിയത്?"

"അങ്ങുന്നേ, താങ്കളുടെ പേര് സംരക്ഷിക്കാനാണ് ഞാനിയാളോട് പരുഷമായി സംസാരിച്ചത്."

ജപമാലയുടെ മുത്തുകൾ ഞെരിച്ചമർത്തിക്കൊണ്ട് ജബലിന്റെ മുഖത്ത് നോക്കി അഫന്തി പരുഷമായി പറഞ്ഞു.

"ഹംദാൻ കുടുംബക്കാരെ പിന്തുണയ്ക്കാൻ ഞാൻ നിന്നെ അനുവദിക്കുകയേ ഇല്ല, കേട്ടോ?"

"തന്റെ ഗൂഢതാത്പര്യങ്ങൾക്കായി ഇയാൾ അവരെക്കുറിച്ച് കള്ളക്കഥകൾ നെയ്യുകയാണ് അങ്ങുന്നേ."

"അത് തീരുമാനിക്കേണ്ടത് ഞാനല്ലേ?"

പിന്നെ കുറേ നേരത്തേക്ക് ആരും ഒന്നും മിണ്ടിയില്ല. പുറത്ത് തോട്ടത്തിൽ നിന്നും പക്ഷികളുടെ ചിലയ്ക്കലും തെരുവിൽ നിന്നും അട്ടഹാസവും തുടർന്ന് ചീത്തവിളികളും കേട്ടു. സഖ്ലുത് പുഞ്ചിരിയോടെ തിരക്കി.

"ഈ കുറ്റവാളികളെ മര്യാദ പഠിപ്പിക്കാൻ കങ്കാണി അങ്ങുന്ന് അനുവാദം തരുമോ?"

നിർണായക നിമിഷം ആഗതമായിരിക്കുന്നു എന്ന യാഥാർത്ഥ്യം തിരിച്ചറിഞ്ഞത് പോലെ ജബൽ ഹുദയുടെ നേർക്ക് തിരിഞ്ഞ് നിരാശയോടെ പറഞ്ഞു.

"യജമാനത്തീ, എന്റെ ജനതയുടെ ദുരിതം പങ്കിടാനായി അവരുടെ കാരാഗൃഹത്തിൽ ചെന്ന് ചേരാൻ ഞാനും നിർബന്ധിതനാകും കേട്ടോ?"

"ഓഹ്...നീയെന്റെ പ്രതീക്ഷകളൊക്കെ തകർക്കുകയാണോ ജബൽ?"

അസ്വസ്ഥനായിപ്പോയ ജബൽ തലതാഴ്ത്തി നിന്നു. പിന്നീടയാൾ സഖ്ലുത്വിന് നേർക്ക് നോക്കിയപ്പോൾ അയാൾ പരിഹാസത്തോടെ മുഖം കോട്ടി തന്റെ വേദന നോക്കി രസിക്കുന്നതാണ് കണ്ടത്.

"എനിക്ക് വേറെ വഴിയില്ല യജമാനത്തീ, ജീവനുള്ള കാലത്തോളം നിങ്ങളെന്നോട് കാണിച്ച ഔദാര്യമൊരിക്കലും മറക്കില്ല ഞാൻ."

കങ്കാണി ജബലിന് നേർക്ക് രൂക്ഷമായി നോക്കി.

“എനിക്കറിയണം നീ ഞങ്ങൾക്കൊപ്പമാണോ, അതോ ഞങ്ങൾക്കെതിരാണോയെന്ന്.”

തന്റെ ഈ ജീവിതം അവസാനിക്കാൻ സമയമായിരിക്കുന്നു എന്ന തിരിച്ചറിവോടെ ദുഃഖഭാവത്തിൽ ജബൽ പറഞ്ഞു.

“ഞാൻ നിങ്ങളുടെ കാരുണ്യം ലഭിച്ച വളർത്തുപുത്രനല്ലേ? ആ എനിക്കൊരിക്കലും നിങ്ങൾക്കെതിരെ നിൽക്കാനാകില്ല. അതേസമയം നിങ്ങളുടെ സംരക്ഷണയിൽ സുഖിച്ച് ജീവിച്ചുകൊണ്ട് സ്വന്തം ജനതയെ നരകിക്കാൻ വിട്ടുകൊടുക്കുന്നത് അപമാനകരം തന്നെയല്ലേ?”

തന്റെ മാതൃത്വത്തിന് വെല്ലുവിളിയാകുന്ന പ്രതിസന്ധിയിൽ ആകെ അസ്വസ്ഥമാണ് ഹുദയുടെ മനസ്സാകെ.

“പ്രിയപ്പെട്ട സഖ്‌ലുത്വ്, നമുക്ക് ഈ വിഷയം വേറൊരു സമയത്ത് സംസാരിക്കാം.”

ഏതോ കോവർകഴുതയുടെ കുളമ്പ് കൊണ്ട് മുഖത്ത് ചവിട്ടേറ്റതുപോലെയായിപ്പോയി സഖ്‌ലുത്വിന്റെ ഭാവം. അയാൾ കങ്കാണിയേയും ഭാര്യയേയും മാറിമാറി നോക്കി.

“നാളെ തെരുവിലെന്താണ് സംഭവിക്കുകയെന്ന് എനിക്കറിയില്ല.”

ഭാര്യയുടെ നേരേ നോക്കാതെ കങ്കാണി ചോദിച്ചു.

“ജബൽ നീ പറഞ്ഞേ തീരൂ, നീ ഞങ്ങൾക്കൊപ്പമാണോ, അതോ ഞങ്ങൾക്കെതിരാണോ?”

ദേഷ്യം തലയ്ക്ക് പിടിച്ചതും ജബലിന്റെ മറുപടി പ്രതീക്ഷിച്ച് നിൽക്കാതെ കങ്കാണി പൊട്ടിത്തെറിച്ചു.

“ഒന്നുകിൽ നീ ഞങ്ങളിലൊരാളായി ഇവിടെ കഴിയണം. അല്ലെങ്കിൽ സ്വന്തം ആളുകളുടെ അരികിലേക്ക് പൊയ്ക്കൊള്ളുക.”

ഈ വാക്കുകളുടെ അല സഖ്‌ലുത്വിന്റെ മുഖത്ത്കൂടി കണ്ടതും ജബലിനും സഹിച്ചില്ല.

“യജമാനന്നേ, താങ്കളെന്നെ ആട്ടിപ്പുറത്താക്കുകയാണോ? എങ്കിൽ ഞാൻ പൊയ്ക്കൊള്ളാം.”

“ജബൽ!”

മനസ്സ് പിടയുന്ന സ്വരത്തിലുള്ള ഹുദയുടെ വിളി കേട്ടു.

“നിങ്ങളുടെ മുന്നിൽ നിൽക്കുന്നത് ഹംദാൻകാരിയായ സ്ത്രീയുടെ മകനാണെന്ന് മനസ്സിലായില്ലേ?”

സഖ്‌ലുത്വിന്റെ വാക്കുകൾ കേട്ട് കൂടുതൽ സമയം അവിടെ നിൽക്കാൻ കഴിയില്ലെന്നുറപ്പായപ്പോൾ ജബൽ എഴുന്നേറ്റ് ഉറച്ച ചുവടുകളോടെ വാതിൽക്കലേക്ക് നടന്നു. ഹുദ ചാടി എഴുന്നേറ്റെങ്കിലും കങ്കാണി അവരുടെ കയ്യിൽ മുറുകെപ്പിടിച്ചു. ജബൽ പുറത്തേക്കിറങ്ങിപ്പോയി.

പുറത്ത് നിന്നും അടിച്ചു വീശിയ കാറ്റിൽ വാതിലിന്റെ തിരശ്ശീലയും ജനാലപ്പാളികളും ആടി ഉലയാൻ തുടങ്ങി. അകത്തളത്തിലാകെ മാന സികപ്പിരിമുറുക്കവും മ്ലാനതയും നിറഞ്ഞുനിൽക്കുകയാണ്.

"നമ്മൾ എന്തെങ്കിലും ചെയ്തേ തീരൂ."

സഖ്‌ലുതിന്റെ വാക്ക് കേട്ടതും ഹുദ നിർബന്ധബുദ്ധിയോടെ എതിർത്ത് സംസാരിച്ചു.

"വേണ്ട. ഇപ്പോൾ തത്ക്കാലം ഉപരോധം തുടർന്നാൽ മതി. പിന്നെ ജബലിനെ ഉപദ്രവിക്കാൻ പോലും ശ്രമിക്കരുത്."

സഖ്‌ലുത് ദേഷ്യപ്പെടാനൊന്നും പോയില്ല. കാരണം താൻ നേടിയ ആദ്യവിജയം വിശ്വസിക്കാൻ പോലും കഴിയാത്ത അവസ്ഥയിലായിരുന്നു സത്യത്തിലയാൾ. ഇനി എന്താണ് വേണ്ടതെന്നെ ഭാവത്തിൽ അയാൾ കങ്കാണിയുടെ നേരേ നോക്കി. ഒരു നാരങ്ങ നുകരുന്ന ഭാവത്തിലായി രുന്നു അഫന്തി ആ സംഭാഷണം പറഞ്ഞവസാനിപ്പിച്ചത്.

"നമുക്ക് ഈ വിഷയമിനി മറ്റൊരവസരത്തിൽ ചർച്ച ചെയ്യാം."

മുപ്പത്തിരണ്ട്

തോട്ടത്തിലേക്കും അകത്തളത്തിലേക്കും യാത്ര പറയുന്ന ഭാവത്തിൽ അവസാനമായൊന്ന് തിരിഞ്ഞ് നോക്കിയപ്പോൾ എന്നും വൈകിട്ട് റബാബ് തംബുരുവിന്റെ അകമ്പടിയോടെ കേൾക്കാറുള്ള അദ്ഹമിന്റെ ദുരന്തകഥയാണ് ജബലിന് ഓർമ്മ വന്നത്. ഗേറ്റിനരികിലേക്ക് എത്തി യതും പാറാവുകാരൻ തിരക്കി.

"യജമാനേ, താങ്കളെന്താ വീണ്ടും പുറത്തേക്ക് പോകുന്നത്?"

"ഞാൻ ഇവിടെനിന്ന് പോകുകയാണ്. ഇനിയൊരിക്കലും തിരികെ വരില്ല ഹസനൈൻ മാമാ."

ജബലിന്റെ കടുത്ത വാക്ക് കേട്ടതും പാറാവുകാരൻ അതിശയിച്ച് വായ തുറന്നു പോയി. ഒരു നിമിഷം ആകെ അസ്വസ്ഥനായിപ്പോയ ആ മനുഷ്യൻ തിരക്കി.

"ഹംദാൻ കുടുംബക്കാരാണോ ഇതിനൊക്കെ കാരണം?"

ഒന്നും പറയാതെ ജബൽ തല കുനിച്ച് നിൽക്കുന്നത് കണ്ടതും പാറാവുകാരൻ വീണ്ടും ചോദിച്ചു.

"ഇക്കാര്യം കേട്ടാൽ ആരെങ്കിലും വിശ്വസിക്കുമോ? ഹുദ യജമാന ത്തിക്ക് ഇതെങ്ങനെ അനുവദിക്കാനാകും? പടച്ച തമ്പുരാനേ? ഇനി എങ്ങനെ ജീവിക്കും പൊന്നു മോനേ?"

ആ വീടിന്റെ മുറ്റം കടന്ന് പുറത്തേക്കിറങ്ങുമ്പോൾ ജബലിന്റെ കണ്ണു കൾ മനുഷ്യരും മൃഗങ്ങളും ചപ്പുചവറും നിറഞ്ഞ തെരുവിലേക്ക് ഉറ്റു നോക്കുകയായിരുന്നു. അയാൾ പാറാവ്കാരനോട് മറുപടി പറഞ്ഞു.

"ഞങ്ങളുടെ തെരുവിലെ ആളുകൾ എങ്ങനെയാണോ ജീവിക്കുന്നത് അതുപോലെ.!"

"പക്ഷേ, താങ്കൾ അങ്ങനെ ജീവിക്കാൻ വേണ്ടി ജനിച്ചയാളല്ലല്ലോ?"

ജബൽ ചിരിക്കുകയായിരുന്നു.

"ആകസ്മികമായി ഞാൻ ഈ ജീവിതത്തിൽ നിന്നും ഇതുവരെ രക്ഷപ്പെട്ടുവെന്നേയുള്ളൂ."

ആ വീട്ടിൽ നിന്നും നടന്നകലുമ്പോൾ ഗുണ്ടകളുടെ വിദ്വേഷം സൃഷ്ടിച്ചേക്കാവുന്ന അപകടങ്ങളെ സംബന്ധിച്ച മുന്നറിയിപ്പിനെക്കുറിച്ച് ജാഗ്രതയോടെ ചിന്തിക്കുകയായിരുന്നു ജബൽ.

മണ്ണും ചുമട്ട് മൃഗങ്ങളും പൂച്ചകളും കുട്ടികളും മാളങ്ങളുമൊക്കെയുള്ള തെരുവ് നീണ്ട് നിവർന്ന് കിടക്കുകയാണ് ജബലിന് മുന്നിൽ. തന്റെ ജീവിതത്തിലുണ്ടായ മാറ്റങ്ങളുടെ തോതെത്രത്തോളമാണെന്നും കാത്തിരിക്കുന്ന ബുദ്ധിമുട്ടുകളെന്തൊക്കെയാണെന്നും തനിക്ക് നഷ്ടപ്പെടുന്ന സുഖസന്തോഷങ്ങളെന്തൊക്കെയാണെന്നും അയാൾ തിരിച്ചറിയുന്നുണ്ട്. എന്നാൽ വേദനയെക്കാളേറെ വിദ്വേഷമായിരുന്നു മനസ്സ് നിറയെ. അതിനാൽ തന്നെ പൂക്കളേയും പക്ഷികളേയും മാതൃവാത്സല്യത്തേയുമൊക്കെ ശ്രദ്ധിക്കാൻ അയാൾക്കിപ്പോൾ സാധിക്കുകയുമില്ല.

അപ്പോഴതാ മുന്നിൽ വന്നുപെടുകയാണ് ഗുണ്ടയായ ഹമ്മൂദ. ധിക്കാരം നിറഞ്ഞ ആക്ഷേപസ്വരത്തിൽ അയാൾ ജബലിനോട് സംസാരിക്കാൻ തുടങ്ങി.

"ഈ ഹംദാൻ കുടുംബക്കാരെ ഒരു പാഠം പഠിപ്പിക്കാൻ താങ്കൾ ഞങ്ങളെ സഹായിക്കുമെന്ന് പ്രതീക്ഷിക്കുകയാണ് ഞങ്ങൾ."

അയാളെ അവഗണിച്ച് നടന്ന് നീങ്ങിയ ജബൽ നേരേ ചെന്നത് ഹംദാൻ കുടുംബക്കാരുടേതായൊരു വലിയ വീട്ടിലേക്കായിരുന്നു. വാതിൽ മുട്ടുന്നത് കണ്ടതും പിന്നാലെ വന്ന ഹമ്മൂദ അതിശയത്തോടും പ്രതിഷേധത്തോടും കൂടി തിരക്കി.

"താങ്കൾക്കെന്താ വേണ്ടത്?"

"ഞാൻ എന്റെ സ്വന്തം ആളുകളുടെ അരികിലേക്ക് മടങ്ങിവന്നിരിക്കുകയാണ്."

ജബലിന്റെ ശാന്തമായ മറുപടി കേട്ടതും ഹമ്മൂദയുടെ കണ്ണുകളിൽ അതിശയം നിറഞ്ഞു. കേട്ടത് വിശ്വസിക്കാൻ കഴിയാത്ത അവസ്ഥയിലായിരുന്നു അയാൾ. കങ്കാണിയുടെ വീട്ടിൽ നിന്നിറങ്ങി സ്വന്തം വാസസ്ഥലത്തേക്ക് പോകുന്നതിനിടയിൽ സഖ്‌ലുത് അവരെ കണ്ടു. അതോടെ അയാൾ ഹമ്മുദയോട് പറഞ്ഞു.

"അയാളെ പോകാൻ വിട്ടേക്ക്. എന്നാൽ വീണ്ടും പുറത്തിറങ്ങാൻ നോക്കിയാൽ ജീവനോടെ കുഴിച്ചുമൂടണം.

അതോടെ ഹമ്മൂദയുടെ മുഖത്തെ അതിശയം മാറി പകരം വികൃതമായൊരു ചിരി നിറഞ്ഞു. ജബൽ വാതിൽ മുട്ടിയതിനെത്തുടർന്ന് ആ വിടിന്റെ സമീപത്തുള്ള വീടുകളുടേയും വാതിലുകൾ തുറന്നു. ഹംദാൻ, ഇത്‌രീസ്, ദുൽമ, അലി ഫവാനീസ്, അബ്ദൂൻ, കവി റിസ്‌വാൻ, തമർഹന്ന തുടങ്ങിയവരുടെയൊക്കെ വീടുകളിൽ നിന്നും ആളുകൾ പുറത്തേക്ക് നോക്കി. ദുൽമ പരിഹാസത്തോടെയാണ് ചോദിച്ചത്.

“ഈ കുലീനപുത്രന് എന്താണ് വേണ്ടത്?”

“നമുക്കൊപ്പമാണോ, അതോ നമുക്കെതിരോ?”

ഹംദാന്റെ ചോദ്യം കേട്ട് ഹമ്മൂദ പറഞ്ഞു.

“വീട്ടിൽ നിന്നും പുറത്താക്കപ്പെട്ടതിനാൽ വൃത്തികെട്ട സ്വന്തം വേരുകൾ തേടിയെത്തിയിരിക്കുകയാണ് ഇദ്ദേഹം!”

“അവർ നിങ്ങളെ ശരിക്കും പുറത്താക്കിയോ?”

“വാതിൽ തുറക്കൂ, ഹംദാൻ മാമാ.”

തമർഹന്നയ്ക്ക് ആനന്ദം അടക്കിനിർത്താനായില്ല.

“നിന്റെ പിതാവൊരു നല്ല മനുഷ്യനായിരുന്നു. ഉമ്മയും മാന്യയായ സ്ത്രീയായിരുന്നു.”

“കൊള്ളാം. ഒരു തേവിടിശ്ശിയുടെ സാക്ഷ്യപത്രം കിട്ടിയല്ലോ നിങ്ങൾക്ക്?”

ഹമ്മൂദയുടെ പരിഹാസം കേട്ടതും തമർഹന്നയ്ക്ക് സഹിച്ചില്ല.

“അധികാരിയുടെ കുളിപ്പുരയിൽ കറങ്ങിനടന്നിരുന്ന നിന്റെ തള്ളയുടെ അത്ര വൃത്തികെട്ടവളല്ല ഞാൻ.”

ഇത്രയും പറഞ്ഞ് കഴിഞ്ഞതും പെട്ടെന്നവർ വീടിന്റെ ജനാലയടച്ചുകളഞ്ഞു. ഹമ്മൂദയുടെ കയ്യിൽ നിന്നും പാഞ്ഞു വന്നൊരു കല്ല് ജനാലയിൽ പതിച്ചതും അന്നേരം തന്നെയായിരുന്നു. ആ ശബ്ദം കേട്ടതും തെരുവിലെ കുട്ടികൾ ആരവമുണ്ടാക്കി.

മുട്ടിവിളിച്ച വീടിന്റെ വാതിൽ തുറന്നതും ജബൽ ഉള്ളിലേക്ക് പ്രവേശിച്ചു. വിചിത്രമായ ഗന്ധവും നനവുള്ള അന്തരീക്ഷവും നിറഞ്ഞ ഇടത്തേക്കാണ് അയാൾ കടന്നു വന്നത്. ആശ്ലേഷങ്ങളോടെ സ്വന്തം കുടുംബക്കാർ അയാളെ സ്വീകരിച്ചു. നല്ല വാക്കുകൾ പറഞ്ഞു. എന്നാൽ ആ സ്വീകരണം പെട്ടെന്നവസാനിപ്പിക്കുംവിധം വീട്ടുമുറ്റത്തിന്റെ അങ്ങേയറ്റത്തൊരു വഴക്ക് കേട്ടു. അങ്ങോട്ട് നോക്കിയ ജബൽ കണ്ടത് ദഅബിസ് കഅബൽഹ എന്ന പേരുള്ള ഒരാളുമായി വഴക്കിടുന്നതും പിടിവലി കൂടുന്നതുമാണ്. അരികിലേക്ക് ചെന്ന് അവരിരുവരേയും പിടിച്ചു മാറ്റിക്കൊണ്ട് ജബൽ പറഞ്ഞു.

“അവർ നമ്മെ സ്വന്തം വീടുകളിൽ ബന്ധിയാക്കിയിരിക്കുമ്പോൾ പരസ്പരം പോരടിക്കുകയാണോ നിങ്ങളൊക്കെ?”

"എന്റെ ജനാലപ്പടിയിലിരുന്ന ഉരുളക്കിഴങ്ങ് ഇവൻ മോഷ്ടിച്ചു?"

കിതച്ചുകൊണ്ട് ദഅബിസ് പറയുന്നത് കേട്ടതും കഅബൽഹയും ശബ്ദമുയർത്തി

"ഞാൻ മോഷ്ടിക്കുന്നത് നിങ്ങൾ കണ്ടോ ദഅബിസ്? കഷ്ടം തന്നെ യാണ് നിങ്ങളുടെ കാര്യം."

"പരസ്പരം കരുണ കാണിച്ചാൽ മാത്രമേ ആകാശത്തിലുള്ളവർ നമ്മോട് കരുണ കാട്ടുകയുള്ളൂ."

ജബലിന് ദേഷ്യം വന്നു.

"എന്റെ ഉരുളക്കിഴങ്ങ് അവന്റെ വയറ്റിലുണ്ട്. ഞാനത് ഈ കൈ കൊണ്ട് പുറത്തെടുക്കും. നോക്കിക്കോ."

തന്റെ ശിരസ്സിലിരുന്ന തൊപ്പി നേരെയാക്കിക്കൊണ്ട് കഅബൽഹ പറഞ്ഞു.

"ദൈവമാണേ, കഴിഞ്ഞ ഒരാഴ്ചയായി ഞാൻ ഉരുളക്കിഴങ്ങ് രുചിച്ച് പോലും നോക്കിയിട്ടില്ല."

"ഈ പ്രദേശത്തെ ഒരേയൊരു കള്ളനാണ് നീ."

"സഖ്ലുത് നിങ്ങളോട് ചെയ്യുന്നത് പോലെ തെളിവില്ലാതെ വെറുതെ ആരോപണമുന്നയിക്കരുത്"

ജബലിന്റെ വാക്ക് കേട്ടതും ദഅബിസിന് കലി കയറി.

"ഈ തേവിടിശ്ശിയുടെ മോനേ ഒരു പാഠം പഠിപ്പിച്ചിട്ടേ ഇനിയെന്തു മുള്ളൂ."

"എടോ ദഅബിസേ, മുള്ളങ്കി വില്ക്കാൻ നടന്നവളുടെ സന്തതിയ ല്ലേടാ താൻ?"

ഇത്രയും കൂടി കേട്ടതോടെ ദഅബിസ് കഅബൽഹയുടെ മേലേക്ക് ചാടിക്കയറി അയാളെ മർദ്ദിക്കാൻ തുടങ്ങി. ഇടികൊണ്ട് കഅബൽഹ യുടെ കാലിടറിപ്പോയി. അയാളുടെ നെറ്റിയിൽ നിന്നും ചോരയൊലിക്കു ന്നുണ്ടായിരുന്നു. ചുറ്റും നിന്നവരുടെയൊക്കെ പ്രതിഷേധമൊന്നും വക വയ്ക്കാതെ ദഅബിസ് അയാളെ വീണ്ടും വീണ്ടും മർദ്ദിക്കുന്നത് തുടർ ന്നതും ജബലിന്റെ നിയന്ത്രണം വിട്ടു. അയാൾ അതോടെ അരികിലേക്ക് ചെന്ന് ദഅബിസിന്റെ കഴുത്തിൽ കയറിപ്പിടിച്ചു. ജബലിന്റെ പിടിയിൽ നിന്നും കുതറിമാറാൻ ശ്രമിക്കുന്നതിനിടയിൽ ദഅബിസ് അടഞ്ഞ സ്വരത്തിൽ ചോദിച്ചു പോയി.

"ഖിദ്റയെ കൊന്നതുപോലെ എന്നേയും കൊല്ലാൻ പോകുക യാണോ നീ?"

ജബൽ ദഅബിസിനെ ശക്തമായി പിടിച്ചുതള്ളിയതും അയാൾ ചുമ രിൽ ചെന്നിടിച്ചു വീണു. പകയോടെ ജബലിനെ തന്നെ തുറിച്ചു നോക്കുക യായിരുന്നു ദഅബിസ്. അയാളുടെ വാക്ക് കേട്ട് വിശ്വസിക്കാനാകാതെ

പരസ്പരം നോക്കുകയായിരുന്നു ആളുകളാകെ. ജബൽ തന്നെയായിരിക്കുമോ ശരിക്കും ഖിദ്റയെ കൊന്നിട്ടുണ്ടാവുക? ദുൽമ അയാളെ കെട്ടിപ്പിടിച്ചു. ഇത്രീസ് എല്ലാവരും കേൾക്കെയാണ് പറഞ്ഞത്.

“ഹംദാൻ കുടുംബത്തിലെ നല്ലവനായ സഹോദരാ, ദൈവം നിങ്ങളെ അനുഗ്രഹിക്കട്ടെ.”

“നിങ്ങളെ പ്രതിരോധിക്കാൻ വേണ്ടിയല്ലേ എനിക്ക് ഖിദ്റയെ കൊല്ലേണ്ടി വന്നത്?”

ജബൽ ദഅബിസിനോട് ചോദിച്ചു.

“പക്ഷേ, നിനക്ക് കൊലചെയ്യുന്നതൊരു ഹരമായിരിക്കുന്നു”

“നന്ദികെട്ട ജന്തു ദഅബീസേ, നാണമില്ലേടോ തനിക്ക്?”

ദഅബിസിനെ പഴിച്ചശേഷം ദുൽമ ജബലിന്റെ കയ്യിൽ പിടിച്ചു.

“നിങ്ങൾ എന്റെ അതിഥിയാകൂ. വന്നാലും ഹംദാൻ കുടുംബത്തിന്റെ നായകാ...”

ദുൽമയുടെ കൈക്ക് വഴങ്ങിക്കൊടുക്കുമ്പോൾതന്നെ ആഴമില്ലാത്ത നരകക്കുഴിയിലേക്കാണ് താൻ വീണുകൊണ്ടിരിക്കുന്നതെന്ന് ഭീതിയോടെ തിരിച്ചറിയുകയായിരുന്നു ജബൽ. ഒരുമിച്ച് നടക്കുന്നതിനിടയിൽ അയാൾ തിരക്കി.

“രക്ഷപ്പെടാനൊരു വഴിയുമില്ലേ?”

“ഞങ്ങളാരെങ്കിലും നിങ്ങളെ ശത്രുവിന് ഒറ്റിക്കൊടുക്കുമെന്ന് ഭയക്കുകയാണോ, ജബൽ?”

“ദഅബിസൊരു മണ്ടനാണ്”

“ശരിയാണ്. പക്ഷേ, നിങ്ങളെ ഒറ്റികൊടുക്കുവാൻ മാത്രം തരംതാണവനല്ല അയാൾ.”

“ഞാൻ കാരണം നിങ്ങൾക്കെതിരെയുള്ള അവരുടെ ആരോപണങ്ങൾ കൂടുതൽ ശക്തമാവുമോ എന്നാണെന്റെ ഭയം.”

“നിർബന്ധമാണെങ്കിൽ രക്ഷപ്പെടാനുള്ള വഴി ഞാൻ പറഞ്ഞു തരാം. പക്ഷേ, നിങ്ങൾ എങ്ങോട്ട് പോകും?”

“നമുക്കൊക്കെ മനസ്സിലാവുന്നതിലുമൊക്കെ എത്രയോ വിശാലമല്ലേ ഈ മരുഭൂമി?”

മുപ്പത്തിമൂന്ന്

രാത്രിയുടെ അവസാനയാമത്തിൽ മാത്രമാണ് ജബലിന് രക്ഷപ്പെടാനായത്. ആളുകളൊക്കെ ഉറങ്ങിക്കിടക്കുന്ന ശാന്തമായ രാവിൽ വീടുകളുടെ മേൽക്കൂരകളിലൂടെയാണ് അയാൾ ജമാലിയ്യയിലേക്ക് രക്ഷപ്പെട്ടത്. കൂരിരുട്ടായിരുന്നെങ്കിലും ജബൽ അൽ-ദർറാസയിലേക്കും പിന്നെ

അവിടെ നിന്ന് മരുഭൂമിയിലേക്കും നീങ്ങി. അരണ്ട നക്ഷത്ര വെളിച്ചത്തിൽ പണ്ട് ഖദ്‌രിയും ഹിന്ദും സമയം ചെലവിട്ടിരുന്ന ഉരുളൻ പാറയ്ക്കരികിലെത്തിയതും കടുത്ത ക്ഷീണം കാരണം നല്ല ഉറക്കം വന്നു. സ്വന്തം കുപ്പായം തലയിലൂടെ മൂടിക്കൊണ്ട് ജബൽ ആ പാറയ്ക്കരികിൽ മണലിൽ തന്നെ കിടന്നുറങ്ങി.

സൂര്യപ്രകാശം പാറപ്പുറത്ത് വീഴാൻ തുടങ്ങിയപ്പോൾ തന്നെ അയാൾ ഉറക്കമെഴുന്നേറ്റു മരുഭൂമിയിലൂടെ വരുന്ന ആരെങ്കിലും കാണുന്നതിന് മുമ്പേ മലയിലെത്തിച്ചേരണം. എന്നാൽ നടന്നകലുന്നതിന് മുമ്പ് കണ്ണ് ചെന്ന് പതിച്ചത് ഖിദ്‌റയെ താനും കൂടിച്ചേർന്ന് കുഴിച്ചിട്ട സ്ഥലത്തേക്കായിരുന്നു. അങ്ങോട്ട് നോക്കിയതും കൈയും കാലും വിറയ്ക്കാൻ തുടങ്ങി. തൊണ്ട വരണ്ടു. പിന്നെ തികച്ചും അസ്വസ്ഥമായ മനസ്സോടുകൂടിയാണ് അയാൾ അവിടെ നിന്നും ഓടിയകന്നത്.

താൻ കൊന്നത് ഒരു കുറ്റവാളിയെ ആയിരുന്നു. എങ്കിലും ആ കുഴിമാടത്തിനരികിൽ നിന്നും രക്ഷപ്പെട്ടത് ഒളിച്ചോടുന്നവനെപ്പോലെയായിരുന്നു. 'മരിച്ചു വീഴുന്നവരുടെ എണ്ണം കണക്കാക്കുക വലിയ ബുദ്ധിമുട്ടാണെങ്കിൽ പോലും കൊല ചെയ്യാൻ സൃഷ്ടിക്കപ്പെട്ടവരല്ലല്ലോ നാം' ഇങ്ങനെ സ്വന്തം മനസ്സിനോട് പറയുമ്പോൾ തന്നെ സ്വന്തം കൈകൊണ്ട് കൊലചെയ്യപ്പെട്ടവനെ കുഴിച്ചിട്ട സ്ഥലമല്ലാതെ കിടന്നുറങ്ങാൻ തനിക്ക് മറ്റൊരു സ്ഥലവും ലഭിച്ചില്ലല്ലോ എന്ന് അതിശയിക്കുകയായിരുന്നു ജബൽ.

അതോടെ ആ നാട്ടിൽ നിന്നും ഓടിയകലാനുള്ള ആഗ്രഹം വർദ്ധിച്ചു. തന്നെ സ്നേഹിക്കുന്നവരോടും വെറുക്കുന്നവരോടുമൊക്കെ എന്നെന്നേക്കുമായി യാത്ര പറഞ്ഞേ തീരൂ. മാതാവിനോടും ഹംദാൻ കുടുംബത്തോടും ഗുണ്ടകളോടുമൊക്ക. മുഖത്തംമലയുടെ താഴ്‌വാരത്തെത്തിയതും മനസ്സിലാകെ ദുഃഖവും വന്യതയും നിറഞ്ഞു. എന്നിട്ടും അയാൾ തെക്കു ദിക്കിലേക്ക് തിരിഞ്ഞ് നടന്നുകൊണ്ടേയിരുന്നു. മധ്യാഹ്നമായപ്പോഴേക്കും മുഖത്തംകമ്പോളത്തിലെത്തിച്ചേർന്നു. തിരിഞ്ഞ് മരുഭൂമിയിലേക്ക് നോക്കുമ്പോൾ മനസ്സ് ആശ്വാസം കൊള്ളുന്നുണ്ടായിരുന്നു. 'ഇപ്പോൾ എന്തായാലും എനിക്കും അവർക്കുമിടയിൽ അത്യാവശ്യം ദൂരമുണ്ടല്ലോ.'

കൺമുന്നിലെ മുഖത്തംകമ്പോളത്തിലേക്ക് കുറേനേരം ജബൽ സൂക്ഷിച്ചു നോക്കി നിന്നു. ചെറിയൊരു മൈതാനത്തിലേക്ക് നാലുപാടു നിന്നും കുറേ തെരുവുകൾ വന്നു ചേരുന്നു. മനുഷ്യരുടെ ഒച്ചപ്പാടും കഴുതയുടെ കരച്ചിലുമൊക്കെ കൂടിക്കലർന്ന വിവിധ ശബ്ദങ്ങൾ അവയുടെ ചുമരിൽ തട്ടി പ്രതിധ്വനിക്കുന്നുണ്ട്. മൈതാനത്തിൽ കാൽനടയാത്രക്കാരും കച്ചവടക്കാരും ഭ്രാന്തന്മാരും ദർവീശുകളും പിന്നെ തമാശക്കാരുമൊക്കെ നിറഞ്ഞിരിക്കുന്നത് കണ്ടപ്പോൾ തോന്നിയത് അവിടെയേതോ പുണ്യാളന്റെ തിരുനാളാഘോഷം നടക്കുകയാണെന്നാണ്. എന്നാൽ സൂര്യാസ്തമനത്തിന് ശേഷമേ യഥാർത്ഥ ആഘോഷം തുടങ്ങുകയുമുള്ളൂ.

തിങ്ങിനിറഞ്ഞ ആളുകളെ നോക്കുന്നതിനിടയിലാണ് മരുഭൂമിയുടെ ഓരത്തായി തകരപ്പാളികൊണ്ടുണ്ടാക്കിയൊരു കുടിൽ കണ്ടത്. അതിനു ചുറ്റുമായി തടിക്കസേരകൾ നിരത്തിയിരിക്കുന്നു. അല്പം വൃത്തികേടുണ്ടെന്ന് തോന്നിയെങ്കിലും ആ കമ്പോളത്തിലെ ഏറ്റവും കൂടുതൽ ആളുകൾ എത്താറുള്ള കാപ്പിക്കടയാണതെന്ന് മനസ്സിലായി. ഒഴിഞ്ഞൊരു കസേരയ്ക്കരികിലേക്ക് ചെന്നശേഷം ജബൽ അവിടെ ഇരുന്നു. അല്പമൊന്ന് വിശ്രമിക്കാനായി ദാഹിക്കുകയായിരുന്നു ശരീരം. മറ്റ് ഇടപാടുകാരിൽ നിന്നും വ്യത്യസ്തമായ വസ്ത്രധാരണരീതി കണ്ടതും കാപ്പിക്കടക്കാരൻ അരികിലേക്ക് വന്നു. നല്ലൊരു കുപ്പായവും ഉയരമുള്ള തലപ്പാവും വിലയേറിയ ചുവന്ന തുകൽ നിർമ്മിതമായ പാദുകവുമായിരുന്നു അയാളുടെ വേഷം. ഒരു കപ്പ് ചായ വേണമെന്ന് പറഞ്ഞശേഷം ജബൽ ആളുകളെത്തന്നെ നോക്കിയിരിക്കാൻ തുടങ്ങി.

അധികം കഴിയുന്നതിനു മുമ്പേ വലിയൊരു ബഹളം കേട്ടു. പൊതുജലം ലഭിക്കുന്ന പൈപ്പിന് മുന്നിൽ തങ്ങളുടെ പാത്രങ്ങളിൽ വെള്ളം നിറയ്ക്കാനായി ആളുകൾ ബഹളം വയ്ക്കുകയാണ്. രൂക്ഷമായ കലാപം പോലെയായിരുന്നു ആളുകൾ തിക്കുംതിരക്കും കൂട്ടിക്കൊണ്ടിരുന്നത്. ബഹളം ഉച്ചത്തിലായതും ആളുകൾ ചീത്ത വിളിക്കാൻ തുടങ്ങി. അപ്പോഴാണ് ആൾക്കൂട്ടത്തിനിടയിൽപെട്ടുപോയ രണ്ടു പെൺകുട്ടികളുടെ നിലവിളി കേട്ടത്. തിരക്കിൽ നിന്നും രക്ഷപ്പെടാനായി ഒഴിഞ്ഞ പാത്രങ്ങളുമായി ആൾക്കൂട്ടത്തിൽ നിന്നും പിന്തിരിഞ്ഞു നടക്കുകയാണവർ. കഴുത്തു മുതൽ പാദം വരെ മൂടുന്ന മഞ്ഞനിറത്തിലുള്ള ജല്ലാബിയ കുപ്പായമായിരുന്നു ആ പെൺകുട്ടികളുടെ വേഷം. യുവത്വം തുളുമ്പുന്ന മുഖം മാത്രമേ പുറത്തു കാണാൻ കഴിയുന്നുള്ളൂ. ജബലിന്റെ കണ്ണുകൾ ആദ്യം നോക്കിയത് കൂട്ടത്തിൽ പൊക്കം കുറഞ്ഞവളെയായിരുന്നു. എന്നാൽ അധികം വൈകാതെ അയാൾ കറുത്ത കണ്ണുകളുള്ള മറ്റേ പെൺകുട്ടിയെത്തന്നെ സൂക്ഷിച്ചു നോക്കാൻ തുടങ്ങി. അയാൾ ഇരിക്കുന്നതിന്റെ അരികിലുള്ള ഒഴിഞ്ഞ സ്ഥലത്തേക്ക് പെൺകുട്ടികൾ മാറി നിന്നു. തന്റെ ശ്രദ്ധയാകർഷിച്ചവൾക്ക് അല്പം കൂടുതൽ സൗന്ദര്യമുണ്ടായിരുന്നെങ്കിൽ പോലും രൂപം കണ്ടപ്പോൾ അവർ ഇരുവരും സഹോദരങ്ങളായിരിക്കുമെന്ന് തോന്നിപ്പോയി. 'എന്തൊരു സൗന്ദര്യമാണിത്. ഇതുപോലൊരുത്തിയെ ഞങ്ങളുടെ തെരുവിലൊന്നും ഇന്നേവരെ കണ്ടിട്ടില്ല' ജബൽ മനസ്സിൽ പറഞ്ഞുപോയി. പെൺകുട്ടികൾ തലമുടിയും ശിരോവസ്ത്രവും നേരെയാക്കിയ ശേഷം കയ്യിലെ പാത്രങ്ങൾ നിലത്ത് കമഴ്ത്തിവച്ചിട്ട് മുകളിൽ കയറി ഇരുന്നു.

"ഈ തിരക്കിനിടയിൽ നാമെങ്ങനെ പാത്രത്തിൽ വെള്ളം നിറയ്ക്കും?"

പൊക്കം കുറഞ്ഞവളുടെ ആവലാതി കേട്ട് സുന്ദരിയായ പെൺകുട്ടി പറഞ്ഞു.

"ദൈവമേ തിരുനാളായതിനാലാണ് ഈ തിരക്ക്. വാപ്പ കാത്തിരുന്ന് ദേഷ്യപ്പെടുകയേ ഉള്ളൂ."

ഇതുകേട്ടതും മറ്റൊന്നും ആലോചിക്കാതെ ജബൽ അവരോട് ചോദിച്ചു പോയി.

“പിന്നെ വെള്ളം നിറയ്ക്കാനായി അദ്ദേഹമെന്താ വരാത്തത്?”

ദേഷ്യത്തോടെ അവർ തിരിഞ്ഞുനോക്കി. എന്നാൽ അയാളുടെ വേറിട്ട രൂപം കണ്ടതിനാലായിരിക്കും അവർ ദേഷ്യപ്പെട്ടില്ല.

“അതിന് നിങ്ങൾക്ക് എന്താ കാര്യം? ഞങ്ങളെന്താ നിങ്ങളോട് പരാതി വല്ലതും പറഞ്ഞോ?”

സുന്ദരിയായ യുവതിയുടെ ശബ്ദമൊന്ന് കേൾക്കാനായതിലുള്ള ആനന്ദത്തോടെ ജബൽ ക്ഷമാപണമെന്നോണം പറഞ്ഞു.

“ഈ തിരുനാളിന് തിക്കുംതിരക്കും കൂട്ടുന്ന ആളുകൾക്കിടയിൽ വെള്ളം പിടിക്കാൻ കൂടുതൽ കഴിയുന്നത് പുരുഷന്മാർക്കായിരിക്കുമെന്ന് മാത്രമേ ഞാൻ ഉദ്ദേശിച്ചിട്ടുള്ളൂ.”

“ഇത് ഞങ്ങളുടെ ജോലിയാണ്. അദ്ദേഹത്തിന് ശ്രമകരമായ വേറെ ജോലിയുണ്ട്.”

“നിങ്ങളുടെ പിതാവ് എന്തു ജോലിയാണ് ചെയ്യുന്നത്?”

പുഞ്ചിരിയോടെ ജബൽ തിരക്കി.

“അത് നിങ്ങളെന്തിനാണറിയുന്നത്?”

ചുറ്റുമുള്ള ആളുകൾ തന്നെത്തന്നെ ഉറ്റുനോക്കുന്നതൊന്നും ശ്രദ്ധിക്കാതെ ജബൽ എഴുന്നേറ്റ് ആ പെൺകുട്ടികൾക്കരികിലേക്ക് ചെന്നു. പിന്നീടയാൾ മര്യാദയോടെ പറഞ്ഞു.

“ഞാൻ നിങ്ങളുടെ പാത്രങ്ങളിൽ വെള്ളം നിറച്ചുതരാം.”

എന്നാൽ സുന്ദരിയായ പെൺകുട്ടി മുഖം തിരിച്ചു കളഞ്ഞു.

“നിങ്ങളുടെ സഹായം ഞങ്ങൾക്ക് വേണ്ട.”

എന്നാൽ പൊക്കം കുറഞ്ഞവളുടെ പ്രതികരണം വേറൊന്നായിരുന്നു.

“ആയിക്കോട്ടെ. വളരെ നന്ദിയുണ്ട്.”

അവൾ പാത്രത്തിന്റെ മുകളിൽ നിന്നും എഴുന്നേറ്റശേഷം മറ്റവളേയും പിടിച്ചെഴുന്നേൽപ്പിച്ചു. അവരുടെ കൈകളിൽ നിന്നും രണ്ട് പാത്രങ്ങളും വാങ്ങി ജബൽ ആൾക്കൂട്ടത്തിനുള്ളിലേക്ക് തിക്കിത്തിരക്കി കയറി. തന്റെ ബലിഷ്ഠമായ ശരീരംകൊണ്ട് ആളുകളെ വകഞ്ഞുമാറ്റി അയാൾ പൈപ്പിന് മുന്നിലെത്തി. അതിന് പിറകിലുള്ള തടിക്കസേരയിൽ ഇരിക്കുകയായിരുന്ന വെള്ളം വിതരണം ചെയ്യാനെത്തിയ അളിന് രണ്ടു നാണയങ്ങൾ നൽകിയശേഷം ജബൽ പാത്രത്തിൽ വെള്ളം നിറച്ചു. പിന്നീടയാൾ അതുമായി യുവതികൾ നിന്നയിടത്തേക്ക് തിരികെവന്നു. തങ്ങളെ ശല്യപ്പെടുത്താൻ വന്ന കുറച്ച് ചെറുപ്പക്കാരുമായി അവർ തർക്കിക്കുന്നത് കണ്ടതും ജബലിന് അല്പം അസ്വസ്ഥത തോന്നി. അയാൾ പാത്രങ്ങൾ

നിലത്ത് വച്ചശേഷം ചെറുപ്പക്കാരെ ഭീഷണിപ്പെടുത്തി. അവരിലൊരാൾ മർദ്ദിക്കാൻ തുനിഞ്ഞെങ്കിലും ജബൽ അയാളുടെ നെഞ്ചിൽ ആഞ്ഞടിച്ചു. ഇതോടെ മറ്റു ചെറുപ്പക്കാരെല്ലാം കൂടി ചീത്തവിളികളോടെ ജബലിനെ ആക്രമിക്കാൻ ചുറ്റുംകൂടി. ഇതിനിടയിലാണ് വിചിത്രമായൊരു ഒച്ച മുഴങ്ങിയത്.

"ഓടടാ വൃത്തികെട്ടവന്മാരേ."

സർവ്വരുടേയും നോട്ടം വൃദ്ധനായ ആ മനുഷ്യന് നേരെ തിരിഞ്ഞു. പൊക്കം കുറഞ്ഞ ഒത്ത ശരീരപ്രകൃതം. തിളക്കമാർന്ന കണ്ണുകൾ. ധരിച്ചിരിക്കുന്ന ജല്ലാബിയ കുപ്പായം അരയിൽ പട്ടു വച്ച് മുറുക്കിയിരിക്കുന്നു.

"ബൽഖീതി അങ്ങുന്നോ?"

ജബലിനെ രൂക്ഷമായി നോക്കിക്കൊണ്ട് ചെറുപ്പക്കാർ ഓടിപ്പോയി. പെൺകുട്ടികൾ രണ്ടുപേരും അദ്ദേഹത്തിന്റെ അടുത്തേക്ക് ഓടിച്ചെന്നു.

"തിരുനാളായതിനാൽ ഇന്ന് വലിയ കഷ്ടപ്പാടായിരുന്നു. അത് പോരാഞ്ഞിട്ടാണ് ഈ വഷളന്മാരുടെ ശല്യവും."

പൊക്കം കുറഞ്ഞ യുവതിയുടെ വാക്ക് കേട്ട് ജബലിനെ സൂക്ഷിച്ചു നോക്കിക്കൊണ്ട് വൃദ്ധൻ പറഞ്ഞു.

"നിങ്ങൾ വരാൻ വൈകിയപ്പോഴാണ് ഞാൻ തിരുനാളിന്റെ കാര്യമോർത്തത്. എന്തായാലും തക്കസമയത്തുതന്നെ ഇവിടെ എത്താനായി."

ജബലിനോടായി അദ്ദേഹം പറഞ്ഞു.

"നിങ്ങൾ നല്ലൊരു മനുഷ്യനാണ്. ഇക്കാലത്ത് നിങ്ങളെപ്പോലൊരാളെ കണ്ടു കിട്ടുന്നതുതന്നെ അപൂർവ്വമായിരിക്കും!"

"ഓ.. അങ്ങനെയൊന്നുമില്ല ഇത് വെറുമൊരു സഹായം മാത്രമല്ലേ? അതിന് പ്രത്യേക നന്ദി പറയേണ്ട കാര്യമൊന്നുമില്ല."

ഇതിനിടയിൽ പെൺകുട്ടികൾ വെള്ളം നിറച്ച് പാത്രങ്ങളും കയ്യിലെടുത്ത് നിശ്ശബ്ദരായി നടന്നു നീങ്ങി. സുന്ദരിയായ പെൺകുട്ടിയെ ഒന്ന് നോക്കണമെന്ന് കൊതിച്ചെങ്കിലും ബൽഖീതിയുടെ രൂക്ഷമായ കണ്ണുകളിൽനിന്നും നോട്ടം പിൻവലിക്കാനുള്ള ധൈര്യമുണ്ടായിരുന്നില്ല ജബലിന്. തന്റെ ഉള്ളറിയാനുള്ള കഴിവ് ഈ മനുഷ്യനുണ്ടാകുമെന്ന് അയാൾക്ക് തോന്നി. ഇയാൾ തന്റെ മനസ്സിലെ മോഹങ്ങൾ വായിച്ചെടുക്കുമോ എന്ന് ഭയന്ന് പോയി.

"ആ വൃത്തികെട്ടവന്മാരിൽ നിന്നും നിങ്ങളാണ് അവർ ഇരുവരേയും സംരക്ഷിച്ചത്. നിങ്ങളെപ്പോലുള്ള വ്യക്തികൾ ബഹുമാനമർഹിക്കുന്നവരാണ്. ബൽഖീതിയുടെ പെൺമക്കളെ ശല്യം ചെയ്യാൻ ഇവന്മാർക്കൊക്കെ എങ്ങനെയാണ് ധൈര്യം കിട്ടിയത്? മദ്യം തന്നെ. നിങ്ങൾ ശ്രദ്ധിച്ചില്ലേ, അവന്മാർ മദ്യപിച്ചിരുന്നു."

ജബൽ തല കുലുക്കി.

“ജിന്നുകളെപ്പോലെ മണത്തറിയാൻ എനിക്കാകും. അതെന്തെങ്കിലും ആയിക്കോട്ടെ. നിങ്ങൾക്ക് ഞാനാരാണെന്ന് അറിയില്ലേ?”

“ഇല്ല അങ്ങുന്നേ. അതിനുള്ള ഭാഗ്യമുണ്ടായിട്ടില്ല”

“നിങ്ങളെന്തായാലും ഈ പ്രദേശത്തുകാരനല്ല.”

“ശരിയാണ്.”

“ഞാൻ സർപ്പമാന്ത്രികനായ ബൽഖീതിയാണ്.

എന്തോ പെട്ടെന്ന് ഓർമ്മ വന്നതുപോലെ ജബലിന്റെ മുഖം വിരിഞ്ഞു.

“ഇത് തികച്ചും ആനന്ദം നൽകുന്ന കാര്യം തന്നെയാണ്. ഞങ്ങളുടെ തെരുവിൽ പോലും ധാരാളമാളുകൾക്ക് നിങ്ങളെ അറിയാം.”

“ഏതാണ് നിങ്ങളുടെ തെരുവ്?”

“ജബലാവി തെരുവ്.”

ജബലിന്റെ മറുപടി കേട്ടതും ബൽഖീതിയുടെ വെളുത്ത പുരികങ്ങൾ പതിയെ ഉയർന്നു. മധുരതരമായ സ്വരത്തിൽ ബൽഖീതി പറഞ്ഞു.

“വളരെ സന്തോഷം. വമ്പിച്ച ഭൂസ്വത്തിന്റെ ഉടമസ്ഥനായ ജബലാവിയേയും പിന്നെ നിങ്ങളുടെ തെരുവ് ദാദയായ സഖ്‌ലൂത്വിനേയും അറിയാത്ത ആരെങ്കിലുമുണ്ടാകുമോ? പുണ്യാളന്റെ തിരുനാളിൽ പങ്കെടുക്കാൻ വന്നതാണോ നിങ്ങൾ...?”

“ജബലെന്നാണ് പേര്. ജീവിക്കാൻ പുതിയൊരിടം അന്വേഷിക്കുകയാണ് ഞാൻ”

“സ്വന്തം തെരുവ് ഉപേക്ഷിച്ച് വന്നതാണോ?”

“അതെ.”

ബൽഖീതി അയാളെത്തന്നെ ചൂഴ്ന്ന് നോക്കുകയായിരുന്നു.

“എവിടെ ഗുണ്ടകളുണ്ടാവുമോ അവിടെ നിന്നും ആളുകൾ ഒളിച്ചോടുക സ്വാഭാവികമായിരിക്കും. പക്ഷേ, ഒന്നു ചോദിച്ചോട്ടെ, നിങ്ങൾ ആരെയെങ്കിലും കൊന്നിട്ടുണ്ടോ?”

മനസ്സൊന്നു പിടഞ്ഞു പോയെങ്കിലും ഉറച്ച സ്വരത്തിൽ ജബൽ മറുപടി പറഞ്ഞു.

“താങ്കളുടെ തമാശകൾ രൂപം പോലെ അത്ര സുഖകരമല്ലല്ലോ?”

വാർദ്ധക്യം ബാധിച്ച ബൽഖീതി മന്ദഹസിച്ചു.

“ഗുണ്ടകൾക്ക് അത്രയെളുപ്പം കളിപ്പിക്കാൻ പറ്റിയ സാധാരണക്കാരിൽ പെട്ടയാളല്ല നിങ്ങൾ. മോഷ്ടാവുമല്ല. അപ്പോൾ നിങ്ങളെപ്പോലൊരാൾ സ്വന്തം തെരുവിൽ നിന്നും ഒളിച്ചോടിയിട്ടുണ്ടെങ്കിൽ അതിന് കാരണം കൊലപാതകം തന്നെയായിരിക്കും.”

കാർക്കശ്യത്തോടെ ജബൽ പ്രതികരിക്കാൻ തുടങ്ങിയതായിരുന്നു.

"ഞാൻ പറഞ്ഞതാണല്ലോ....?"

എന്നാൽ ബൽഖീതി ഇടയ്ക്ക് കയറി.

"സ്വന്തം ഔചിത്യം തെളിയിച്ചു കഴിഞ്ഞയാളാണ് നിങ്ങൾ. അതിനാൽ തന്നെ നിങ്ങൾ ഒരു കൊലപാതകിയാണെങ്കിലും ഞാനത് കാര്യമാക്കുന്നില്ല. ഈ നാട്ടിൽ മോഷ്ടിക്കുകയോ കൊള്ളയടിക്കുകയോ കൊല നടത്തുകയോ ചെയ്യാത്ത ആണൊരുത്തനുമില്ല. ഞാൻ പറയുന്നത് സത്യമാണെന്ന് ബോധ്യം വരാനായി എന്റെ വീട്ടിൽ വന്ന് ഒരു കപ്പ് കാപ്പി കുടിച്ച് ഹുക്ക വലിക്കുവാൻ ക്ഷണിക്കുകയാണ് നിങ്ങളെ."

"വളരെ സന്തോഷമുണ്ട്. അഭിമാനവും."

ജബലിന്റെ പ്രതീക്ഷകൾ വീണ്ടുമുണരുകയാണ്. കമ്പോളത്തിലൂടെ അവർ ഇരുവരും അടുത്ത തെരുവിലേക്ക് ഒരുമിച്ചു നടക്കാൻ തുടങ്ങി. ആൾക്കൂട്ടത്തെ വിട്ടകന്നതും ബൽഖീതി തിരക്കി.

"ഈ നാട്ടിൽ ആരെയെങ്കിലും അന്വേഷിച്ച് വന്നതാണോ?"

"എനിക്കിവിടെ ആരേയും അറിയില്ല."

"പോകാനൊരിടവും ഇല്ലെന്നാണോ?"

"അതെ."

ബൽഖീതിയുടെ മുഖം വിടർന്നു.

"നിങ്ങൾക്ക് വേണമെങ്കിൽ അതിഥിയായി എന്റെ വീട്ടിൽ കഴിയാം.

ബൽഖീതിയുടെ വാക്കുകൾ കേട്ടതും ജബലിന്റെ മനസ്സ് സന്തോഷം കൊണ്ട് തുള്ളിചാടി പോയി.

"താങ്കൾ വളരെ വലിയ മനസ്സിനുടമയാണ് ബൽഖീതി അങ്ങുന്നേ..."

ബൽഖീതി ചിരിയോടെ പറഞ്ഞു.

"ഇതിൽ അതിശയിക്കാനൊന്നുമില്ല. എന്റെ വീട്ടിലുള്ളത് സർപ്പങ്ങളും പാമ്പുകളുമാണ്. പിന്നെന്തിന് ഒരു മനുഷ്യന്റെ സാന്നിധ്യമൊരു ബുദ്ധിമുട്ടാകണം? ഞാൻ പറഞ്ഞ കാര്യങ്ങൾ നിങ്ങളെ പേടിപ്പിച്ചോ? ഞാനൊരു സർപ്പമാന്ത്രികനാണ്. എങ്ങനെ പാമ്പുകളുമായി ഇടപഴകണമെന്ന് നിങ്ങൾ വഴിയെ പഠിച്ചുകൊള്ളും."

ബൽഖീതിയും ജബലും തെരുവ് കടന്ന് ചെന്നെത്തിയത് തുറന്ന മരുഭൂമിയിലേക്കായിരുന്നു. മരുഭൂമി ആരംഭിക്കുന്ന ഇടത്തൊരു ചെറിയ വീട് കണ്ടു. തെരുവിൽ നിന്നും അവിടേക്ക് അധികം ദൂരമില്ല. ചായം പൂശാത്ത ചുമരുകളായിരുന്നെങ്കിലും തെരുവിലെ കോലംകെട്ട വീടുകളുമായി താരതമ്യം ചെയ്യുമ്പോൾ ആ വീട് പുതിയതാണെന്ന് തോന്നി. അവിടേക്ക് വിരൽ ചൂണ്ടിക്കൊണ്ട് അഭിമാനത്തോടെ ബൽഖീതി പറഞ്ഞു.

"ഇതാണ് സർപ്പമാന്ത്രികൻ ബൽഖീതിയുടെ വീട്!"

മുപ്പത്തിനാല്

“ജനം സർപ്പമാന്ത്രികനേയും വലിയൊരു പാമ്പായിട്ടേ കരുതുകയുള്ളൂ. അതിനാലാണ് ഞാൻ ഈ ഒറ്റപ്പെട്ട ഇടം വീട് വയ്ക്കാനായി തിരഞ്ഞെടുത്തത്.”

തന്റെ വീടിനരികിലെത്തിയപ്പോൾ ബൽഖീതി പറഞ്ഞു. അത്യാവശ്യം വലിപ്പമുള്ള ഒരു അകത്തളത്തിലേക്കാണ് ബൽഖീതിയും ജബലും കടന്നെത്തിയത്. അത് നേരേ നീളുന്നത് അടഞ്ഞ് കിടക്കുന്നൊരു മുറിയിലേക്കാണ്. ഒപ്പം ഇരുവശത്തുമായി അടഞ്ഞുകിടക്കുന്ന രണ്ടുമുറികൾ വേറെയുമുണ്ട്. വാതിലിന് നേരെ അഭിമുഖമായുള്ള മുറിയിലേക്ക് വിരൽ ചൂണ്ടി ബൽഖീതി പറഞ്ഞു.

“അവിടെയാണ് എന്റെ പണിയായുധങ്ങളുള്ളത്. അക്കൂട്ടത്തിൽ ജീവനുള്ളതുമുണ്ട്. ജീവനില്ലാത്തതുമുണ്ട്. പക്ഷേ, നിങ്ങൾ പേടിക്കുകയൊന്നും വേണ്ട. നല്ല ബലമുള്ള വാതിലാണ് ആ മുറിയുടേത്. പോരാത്തതിന് എപ്പോഴും പൂട്ടിയിടുകയും ചെയ്യും. സത്യത്തിൽ മിക്ക മനുഷ്യരെക്കാളും സഹവസിക്കുവാൻ കൊള്ളാവുന്ന ജീവികളാണ് പാമ്പുകളെന്ന് സത്യം ചെയ്യാനെനിക്ക് സാധിക്കും. ഉദാഹരണമായി നിങ്ങൾ ആരിൽ നിന്നാണോ ഇവിടേക്ക് ഓടി രക്ഷപ്പെട്ടത് ആ മനുഷ്യരെക്കാളും നല്ലവരായിരിക്കും ഈ പാമ്പുകൾ!”

ചിരിച്ചുകൊണ്ട് അദ്ദേഹം തുടർന്നു.

“മനുഷ്യർക്ക് പാമ്പുകളെ പേടിയാണ്. ഗുണ്ടകൾക്കുവരെ പേടിയാണ്. പക്ഷേ, അവ എനിക്ക് ജീവനോപാധിയാണ്. അവ കാരണമാണ് എനിക്കീ വീട് പണിയാനായതു തന്നെ.”

വലത്തും ഇടത്തുമുള്ള മുറികളിലേക്ക് ചൂണ്ടി അദ്ദേഹം പറഞ്ഞു.

“ഇവിടെയാണ് എന്റെ പെൺമക്കൾ കഴിയുന്നത്. വളരെക്കാലം മുമ്പേ എന്നെ തനിച്ചാക്കി അവരുടെ ഉമ്മ മരിച്ചു പോയി. വൃദ്ധനായതിനാൽ ശേഷം വേറെ വിവാഹത്തിനൊന്നും തുനിഞ്ഞില്ല. പിന്നെ ഈ മുറിയിലായിരിക്കും നാം കഴിയുക.”

അപ്പോഴാണ് മേൽക്കൂരയിലേക്ക് നീളുന്ന വശത്തുള്ള കോണിപ്പടിയിൽ നിന്ന് ഉയരം കുറഞ്ഞ പെൺകുട്ടിയുടെ ശബ്ദം കേട്ടത്.

“ഒരു പണിയും ചെയ്യാതെ കല്ല് പോലെ ഇങ്ങനെ നിൽക്കാതെ ഇതൊന്ന് കഴുകാൻ എന്നെ ഒന്ന് സഹായിച്ചൂടേ ഷഫീഖാ?”

ഇതുകേട്ടതും ബൽഖീതി ശബ്ദിച്ചു.

“സയ്യിദാ, നീ ഇങ്ങനെ ബഹളം വച്ചാൽ പാമ്പുകൾ ഉണരും. പിന്നെ ഷഫീഖാ, നീ എന്തിനാ കല്ല് പോലെ ഇങ്ങനെ നിൽക്കുന്നത്?”

അപ്പോൾ അവളുടെ പേര് ഷഫീഖ എന്നാണ്. എത്ര സുന്ദരിയാണവൾ. ആ പരുക്കൻ സ്വഭാവം പോലും തന്നെ മുറിവേൽപ്പിക്കുന്നില്ല. ആ

കറുത്ത കണ്ണുകളിലുണ്ട് നിശ്ശബ്ദമായൊരു നന്ദി വാചകം. ആ കണ്ണുകൾ കണ്ടിട്ടാണ് താനീ അപകടം പിടിച്ച വീട്ടിലെ ആതിഥ്യം സ്വീകരിക്കുന്നതെന്ന് അവളോടൊന്നു പറയാൻ ആരെങ്കിലുമുണ്ടാവുമോ?

ഇടതുവശത്തെ മുറിയിലേക്കുള്ള വാതിൽ ബൽഖീതി തുറന്നുകൊടുത്ത ശേഷം ജബലിന് ഉള്ളിലേക്ക് കയറാനായി വഴിമാറിക്കൊടുത്തു. ശേഷം ജബലിന് പിന്നാലെ അയാളും അകത്തേക്ക് കയറി. ജബലിന്റെ കയ്യിൽ പിടിച്ചുകൊണ്ട് ബൽഖീതി ആ ചെറിയ മുറിയുടെ വലത് ചുമരിനോട് ചേർന്ന് കിടന്ന സോഫയ്ക്കരികിലേക്ക് ചെന്ന് അതിന്മേലിരുന്നു. ഒറ്റനോട്ടത്തിൽ തന്നെ ജബലിന് മുറിയുടെ വലിപ്പം മനസ്സിലായി. മുറിയുടെ മറുവശത്തായൊരു കിടക്കയുണ്ട്. തവിട്ട് നിറത്തിലുള്ള കമ്പിളിപുതപ്പ് അതിന്മേൽ വിരിച്ചിട്ടുണ്ട്. കിടയ്ക്കയ്ക്കും സോഫയ്ക്കുമിടയിലെ നിലത്ത് അലങ്കാരപ്പണികൾ ചെയ്ത ഒരു പരവതാനിയും അതിന് മധ്യത്തിലായൊരു പിച്ചളത്താളവും കാണാം. തുരുമ്പെടുത്തതിനാൽ താളത്തിന്റെ നിറമൊക്കെ പോയിരിക്കുന്നു. അതിനുള്ളിലൊരു പിരമിഡ് രീതിയിലുള്ള കൽക്കരിത്തട്ടും വശത്തിലൊരു ഹുക്കയും കണ്ടു. ഒപ്പം അതിന്റെ വക്കിലായൊരു മുള്ളും ചവണയും കുറച്ച് പിടി ഉണങ്ങിയ പുകയിലയും വച്ചിരിക്കുന്നു. ആകെകൂടിയുള്ള തുറന്ന ജനാലയിലൂടെ വിശാലമായ മരുഭൂമി മാത്രമേ കാണാനുള്ളൂ. ഒപ്പം നിറങ്ങളൊന്നുമില്ലാത്ത ആകാശവും പിന്നെ വിദൂരത്തായി മുഖത്തം മലയുടെ ഉയരമേറിയൊരു ഭാഗവും കാണാം. ജനാലയിലൂടെ കടുത്ത നിശ്ശബ്ദതയ്ക്കുള്ളിലും ഒരു ആട്ടിടയത്തിയുടെ ഒച്ച കേട്ടു. ഒപ്പം കത്തിജ്വലിക്കുന്ന സൂര്യന്റെ ചൂട് കലർന്നൊരു ഇളംകാറ്റു കൂടി അകത്തേക്ക് കയറിവന്നു.

ജബലിനെ അസ്വസ്ഥമാക്കുന്ന തരത്തിൽ ചൂഴ്ന്ന് നോക്കുകയായിരുന്നു ബൽഖീതി. അതോടെ എന്തെങ്കിലും സംസാരിച്ചാലോ എന്ന് ജബൽ ആലോചിച്ചതായിരുന്നു. എന്നാൽ അതിനുള്ളിൽ തന്നെ മേൽക്കൂരയിൽ കാൽപ്പെരുമാറ്റം കേട്ടതും ജബലിന്റെ മനസ്സ് സ്പന്ദിച്ചുപോയി. ആ പെണ്ണിന്റെ പാദങ്ങളെക്കുറിച്ച് സങ്കല്പിക്കുമ്പോൾ തന്നെ പാമ്പുകൾ ഇഴഞ്ഞു നടന്നാൽ പോലും ഈ വീട് തനിക്ക് സന്തോഷം ലഭിക്കുന്ന ഇടം തന്നെയായിരിക്കുമെന്ന് മനസ്സ് പറഞ്ഞു. "ഞാൻ ഖിദ്റയെ കൊന്നതുപോലെ ഈ മനുഷ്യൻ തന്നെ കൊന്ന് ഈ മരുഭൂമിയിൽ കുഴിച്ചിടാനും സാധ്യതയുണ്ട്. എന്നാൽ താൻ സ്വന്തം ഇരയായിരുന്നുവെന്ന് ഈ പെണ്ണൊരിക്കലും അറിയണമെന്നുമില്ല."

"നിങ്ങൾക്കിവിടെ എന്തെങ്കിലും ജോലിയുണ്ടോ?"

ബൽഖീതിയുടെ ചോദ്യം കേട്ടാണ് ജബൽ ചിന്തകളിൽ നിന്നുണർന്നത്. കുപ്പായത്തിന്റെ കീശയിലുണ്ടായിരുന്ന അവസാന നാണയത്തുട്ടുകളെക്കുറിച്ച് ഓർത്തുകൊണ്ടാണ് ജബൽ മറുപടി പറഞ്ഞത്.

"ഒരു ജോലി കണ്ടുപിടിക്കണം. എന്ത് പണിയായാലും മതി."

“പക്ഷേ, ഒരു ജോലി അടിയന്തരമായി കണ്ടെത്തേണ്ട അവസ്ഥയിലാണെന്ന് തോന്നുന്നില്ല നിങ്ങളുടെ കാര്യത്തിൽ.”

ഇത് കേട്ടതും ജബലിന് അല്പം ആശങ്ക തോന്നി.

“പക്ഷേ എത്രയും വേഗത്തിലൊരു ജോലി കണ്ടെത്തുന്നതാണ് എനിക്ക് നല്ലതെന്ന് തോന്നുന്നു.”

“ഒരു പോരാളിയുടെ ശക്തിയുണ്ടല്ലോ നിങ്ങളുടെ ശരീരത്തിന്?”

“എന്നാൽ മനുഷ്യരെ ഉപദ്രവിക്കുന്നതിൽ എനിക്ക് യാതൊരു താത്പര്യവുമില്ല.”

ബൽഖീതി പൊട്ടിച്ചിരിച്ചു.

“സ്വന്തം തെരുവിൽ നിങ്ങൾ എന്ത് ജോലിയാണ് ചെയ്തിരുന്നത്?”

ആദ്യമൊന്നു മടിച്ചു നിന്നെങ്കിലും ജബൽ മറുപടി പറഞ്ഞു.

“തെരുവിലെ ഭൂസ്വത്തിന്റെ നടത്തിപ്പുകാരനായി ജോലി ചെയ്യുകയായിരുന്നു ഞാൻ.”

“ഓ, കഷ്ടം തന്നെ. പിന്നെ എങ്ങനെയാണ് നിങ്ങൾക്ക് ആ നല്ല ജോലി ഉപേക്ഷിക്കേണ്ടി വന്നത്?”

“വിധി! അല്ലാതെന്താ?”

“നിങ്ങൾക്ക് ഏതെങ്കിലും സ്ത്രീകളെ ഇഷ്ടമായിരുന്നോ?”

“വേണ്ടാത്തതൊന്നും പറയല്ലേ അങ്ങുന്നേ”

“താങ്കൾ വളരെ സൂക്ഷിച്ചാണല്ലോ സംസാരിക്കുന്നത്? എന്നാൽ അധികം വൈകാതെ നമ്മൾ തമ്മിൽ ഇണങ്ങും കേട്ടോ? അതോടെ നിങ്ങൾ സ്വന്തം രഹസ്യങ്ങളൊക്കെ എന്നോട് പങ്കുവയ്ക്കും.”

“ദൈവം തീരുമാനിക്കട്ടെ”

“നിങ്ങളുടെ കയ്യിൽ പണം വല്ലതുമുണ്ടോ?”

മനസ്സിൽ അസ്വസ്ഥത നിറഞ്ഞെങ്കിലും അത് പുറത്തറിയിക്കാത്ത വിധത്തിൽ നിഷ്കളങ്കതയോടെ ജബൽ മറുപടി പറഞ്ഞു.

“കുറച്ച് പണം കയ്യിലുണ്ട്. പക്ഷേ, എന്തെങ്കിലുമൊരു ജോലി കണ്ടെത്തിയേ തീരൂ.”

ബൽഖീതിയുടെ കണ്ണുകൾ ചിമ്മുന്നുണ്ടായിരുന്നു.

“ഒരു ജിന്നിനെ പോലെ ബുദ്ധിമാനാണ് നിങ്ങൾ. നല്ലൊരു സർപ്പ മാന്ത്രികനാകാൻ നിങ്ങൾക്ക് കഴിയും. നമുക്ക് ഒരുമിച്ച് പ്രവർത്തിക്കാനുമാകും. ഞാൻ പറഞ്ഞത് കേട്ട് അതിശയിക്കുകയൊന്നും വേണ്ട. വയസ്സനായ എനിക്കൊരു സഹായിയുടെ ആവശ്യമുണ്ട്.”

ബൽഖീതിയുടെ വാക്കുകൾ അത്ര കാര്യമായി എടുത്തില്ലെങ്കിൽ പോലും അദ്ദേഹവുമായുള്ള ബന്ധം ശക്തിപ്പെടുത്തണമെന്ന ആഗ്രഹം നിറയുകയായിരുന്നു ജബലിന്റെ മനസ്സിലാകെ.

“നമുക്ക് അക്കാര്യം പിന്നീട് സംസാരിക്കാം. പക്ഷേ ഇപ്പോൾ...”

ബൽഖീതി എഴുന്നേറ്റ് കൽക്കരി പാത്രത്തിനരികിലേക്ക് ചെന്നു. പിന്നെ കത്തിക്കാനായെന്നവണ്ണം അയാൾ അതിനെ പുറത്തേക്കെടുത്തു.

വൈകുന്നേരമാകുന്നതിന് കുറച്ചു മുമ്പ് അവർ ഇരുവരും ഒരുമിച്ച് പുറത്തേക്കിറങ്ങി. പതിവ്പോലെ ബൽഖീതി നടക്കാൻ പോയി. ജബലാകട്ടെ കമ്പോളത്തിൽ പോയി ചുറ്റിക്കറങ്ങാനും എന്തെങ്കിലും വാങ്ങാനുമാണ് ശ്രമിച്ചത്. ഇരുട്ടാറായതും ജബൽ മരുഭൂമിയിലേക്ക് തിരികെ വന്നു. ആ ഒറ്റപ്പെട്ടുനിൽക്കുന്ന വീട്ടിലേക്ക് തിരികെ വരുമ്പോൾ ജനാലയിലൂടെ പ്രകാശം കാണാമായിരുന്നു.

വീടിനടുത്തെത്താറായപ്പോൾ അകത്തു നടക്കുന്ന രൂക്ഷമായ സംസാരം ശ്രദ്ധിച്ചതും ഒന്നത് കേട്ടു നിൽക്കാതിരിക്കാൻ ജബലിന് സാധിച്ചില്ല. സയ്യിദയുടെ വാക്കാണ് ആദ്യം കേട്ടത്.

“നിങ്ങൾ പറയുന്നത് ശരിയാണെങ്കിൽ അയാളൊരു കുറ്റകൃത്യം ചെയ്തിട്ടാണ് വന്നിരിക്കുന്നത്. നമുക്കാകട്ടെ തെരുവിലെ ഗുണ്ടകളെ നേരിടാനൊന്നുമാകില്ലല്ലോ?”

“എന്നാൽ ആളെ കണ്ടാലൊരു കുറ്റവാളിയാണെന്നൊന്നും തോന്നുന്നില്ല.”

ഷഫീഖ പറഞ്ഞത് കേട്ട് ബൽഖീതി കളിയാക്കി.

“എടീ പാമ്പിന്റെ മോളേ, നിനക്കയാളെ ഇത്രത്തോളം മനസ്സിലായോ?”

“അയാളെന്തുകൊണ്ടായിരിക്കും തന്റെ നല്ല ജോലി ഉപേക്ഷിച്ചു വന്നിരിക്കുന്നത്?”

“ഗുണ്ടകളുടെ സാന്നിധ്യംകൊണ്ട് കുപ്രസിദ്ധമായ ഒരു തെരുവിൽ നിന്നും ഒരു മനുഷ്യൻ ഓടിപ്പോകുന്നതിൽ എന്തതിശയമാണുള്ളത്?”

ഷഫീഖയുടെ വാക്കുകേട്ട് സയ്യിദ ചോദിച്ചു.

“അദൃശ്യകാര്യങ്ങളറിയാനുള്ള കഴിവ് നിനക്ക് ലഭിച്ചതെപ്പോൾ മുതലാണ്?”

“സർപ്പങ്ങൾക്കൊപ്പം ജീവിച്ചത് കാരണം എനിക്ക് ജനിച്ചത് രണ്ട് പാമ്പുകളാണല്ലോ?”

ബൽഖീതി നെടുവീർപ്പിട്ടു.

“അയാളെക്കുറിച്ച് ഒന്നുമറിയാതെ ഇവിടെ അതിഥിയായി താമസിക്കാൻ അനുവദിക്കുകയാണോ വാപ്പാ?”

“എനിക്കിപ്പോൾ അയാളെ സംബന്ധിച്ച് കുറച്ചു കാര്യങ്ങളറിയാം. എന്നാൽ എല്ലാ കാര്യങ്ങളും ഞാൻ പിന്നാലെ മനസ്സിലാക്കും. ആവശ്യം വന്നാലുപയോഗിക്കാനുള്ള കണ്ണുകളുണ്ടല്ലോ എനിക്ക്? മാന്യമായ

പെരുമാറ്റം കണ്ടിട്ടാണ് ഞാനയാളെ ഇവിടേക്ക് ക്ഷണിച്ചത്. അതിനൊരു മാറ്റം വരുത്തുവാൻ യാതൊരു കാരണവും ഇപ്പോൾ കാണുന്നില്ല."

സാഹചര്യം മറ്റൊന്നായിരുന്നെങ്കിൽ ജബൽ അവിടെ നിന്നും ഇറങ്ങിപ്പോകാൻ മടിക്കുകയേ ഇല്ലായിരുന്നു. സുഭിക്ഷത നിറഞ്ഞ പഴയ ജീവിതംപോലും രണ്ടാമതൊരു ആലോചന കൂടാതെ ഉപേക്ഷിച്ചവനാണ് താൻ. എന്നാൽ ഈ വീട്ടിലേക്ക് പിടിച്ചടുപ്പിക്കുന്ന ശക്തിക്ക് ഇപ്പോൾ താൻ വഴങ്ങി കൊടുത്തേ തീരൂ. തന്നെ തടഞ്ഞു നിർത്തുന്ന ആ സ്വര മാധുര്യത്തിന്റെ ആസക്തിയിൽ മനസ്സ് കുടുങ്ങിപ്പോയിരിക്കുകയാണ്. രാത്രിയുടേയും മരുഭൂമിയുടേയും ഏകാന്തതകൾ മാറ്റാനെത്തുന്ന വാത്സല്യം തുളുമ്പുന്ന ശബ്ദമാണത്. സന്തോഷവാർത്തയുമായെത്തുന്നൊരാളെപ്പോലെ മലയുടെ മുകളിൽ തങ്ങിനിൽക്കുന്ന ചന്ദ്രക്കല രാവിൽ ചിരി തൂകുന്നതുപോലൊരു ശബ്ദം.

ഇരുളിൽ ഒരു നിമിഷം കൂടി കാത്തുനിന്ന ശേഷം ജബൽ ഒന്ന് ചുമച്ചു. ശേഷം വാതിലിനരികിലേക്ക് ചെന്ന് പതിയെ മുട്ടി വിളിച്ചു. വാതിൽ തുറന്ന ബൽഖീതിയുടെ മുഖത്ത് കയ്യിലുണ്ടായിരുന്ന വിളക്കിന്റെ വെളിച്ചം പ്രതിഫലിക്കുന്നുണ്ടായിരുന്നു. അവർ ഇരുവരും നേരേ തങ്ങളുടെ മുറിയിലേക്ക് പോയി. താൻ വാങ്ങിക്കൊണ്ടുവന്ന് ഒരുപൊതി സാധനം പിച്ചളത്താലത്തിൽ കൊണ്ട് വച്ചശേഷം ജബൽ സോഫയിൽ ചെന്നിരുന്നു. എന്താ സാധനമെന്ന മട്ടിൽ ബൽഖീതി നോക്കുന്നത് കണ്ടപ്പോൾ പറഞ്ഞു.

"കുറച്ച് ഈത്തപ്പഴവും പാൽക്കട്ടിയും ഹൽവയും പിന്നെ ചൂട് ഫലാഫിലുമാണ്."

പുഞ്ചിരിച്ച ശേഷം ഹുക്കയിലേക്കും പിന്നെ പൊതിക്കെട്ടിലേക്കും ചൂണ്ടി ബൽഖീതി പറഞ്ഞു.

"ഇതിൽ നിന്നും പിന്നെ അതിൽ നിന്നുമാണ് നല്ല രാവുകളുണ്ടാകുന്നത്. ശരിയല്ലേ കൊച്ചുമുതലാളി?"

സ്നേഹത്തോടെ തന്റെ തോളിൽ തട്ടിക്കൊണ്ടാണ് ബൽഖീതി ഇങ്ങനെ പറഞ്ഞതെങ്കിലും ജബലിന്റെ മനസ്സിൽ നല്ല വിഷമം തോന്നി. എടുത്തുവളർത്തിയ മാതാവിന്റേയും തോട്ടത്തിന്റേയും അതിനുള്ളിലെ സംഗീതവും മുല്ലവള്ളികളും കിളികളും നിറഞ്ഞ അന്തരീക്ഷത്തിന്റെയും ചിത്രങ്ങൾ അയാളുടെ മനോമുകുരത്തിൽ വീണ്ടും തിരിച്ചെത്തുകയായിരുന്നു. ഒപ്പം അന്നുണ്ടായിരുന്ന സമാധാനവും സുരക്ഷിതത്വവും മൃദുലമായ സ്വപ്നങ്ങളും. ആ നഷ്ടസ്വപ്നങ്ങളുടെ ലോകമിപ്പോൾ നശിച്ച ജീവിതമായി മാറിയിരിക്കുകയല്ലേ? എന്നാൽ നിരാശയിൽ മുങ്ങിയ ഓർമ്മകളിൽ നിന്നും സുരക്ഷിതത്വത്തിന്റെ ഭൂമിയിലേക്ക് തന്നെ കൂട്ടിക്കൊണ്ടുപോകാനൊരു തിരമാലയുണ്ടായിരിക്കുന്നു. പാമ്പുകളുടെ മടയായ ഈ വീട്ടിലേക്ക് തന്നെ അടുപ്പിച്ച് നിർത്തുന്ന വശ്യശക്തിയായ ആ

പെണ്ണിനെക്കുറിച്ച് ചിന്തിക്കുന്നത് മാത്രമാണ് തനിക്ക് സത്യത്തിൽ സുരക്ഷിതബോധം നൽകുന്നത്.

ഇളം കാറ്റടിക്കുമ്പോൾ വിളക്കിന്റെ ജ്വാല ആളിക്കത്തുന്നത് പോലെ പെട്ടെന്നൊരാവേശം ജബലിൽ നിറയുകയായിരുന്നു. എഴുന്നേൽക്കുന്നതിനിടയിൽ അയാൾ പറഞ്ഞു.

“താങ്കൾക്കൊപ്പം കഴിയുന്നത് എത്ര മനോഹരമായ ജീവിതമായിരിക്കും മാമാ.”

മുപ്പത്തിയഞ്ച്

നല്ല ഭയമായിരുന്നു മനസ്സുനിറയെ. അതിനാൽ തന്നെ പ്രഭാതമാകുന്നതിന് തൊട്ടുമുമ്പുവരെ ഒരു പോള കണ്ണടയ്ക്കാനായില്ല. പ്രാണികൾ ഇഴഞ്ഞു നടക്കുന്ന ഉണക്കപുല്ലിലേക്ക് മുല്ല ഇലകൾ പതിക്കുന്നതു പോലെ ഭയംനിറഞ്ഞ ഭാവത്തിൽ അവളുടെ രൂപം ജബലിന്റെ മനസ്സിലെത്തിക്കൊണ്ടിരുന്നു. വിചിത്രമായ ആ വീടിനുള്ളിലെ നിഴലുകൾ ജന്മം നൽകുന്ന മായക്കാഴ്ചകൾക്ക് കീഴടങ്ങുകയായിരുന്നു മനസ്സാകെ.

‘സർപ്പങ്ങളുടെ ഈ വീട്ടിൽ നീയൊരു അപരിചിതൻ മാത്രമാണ്. ചെയ്ത കുറ്റത്തിന്റെ പേരിൽ വേട്ടയാടപ്പെടുമ്പോഴും പ്രണയത്തിനായി വിമ്മിഷ്ടപ്പെടുകയാണ് നിന്റെ മനസ്സ്.’ ഇതല്ലായിരുന്നു അവസ്ഥയെങ്കിൽ താൻ സമാധാനവും ശാന്തതയും മാത്രമേ ആഗ്രഹിക്കുമായിരുന്നുള്ളൂ. അപ്പുറത്തെ കിടക്കയിൽ കൂർക്കം വലിച്ചുറങ്ങുന്ന മനുഷ്യന്റെ ഭാഗത്തു നിന്നുണ്ടായേക്കാവുന്ന വഞ്ചനയെ ഭയക്കുന്ന അളവോളം താൻ ഇവിടെയുള്ള പാമ്പുകളെ ഭയക്കുന്നില്ല എന്നതാണ് വാസ്തവം. ഒന്നിനേയും വിശ്വസിക്കാനാകാത്ത അവസ്ഥയാണ് ഇപ്പോൾ. സ്വന്തം ജീവിതത്തിന് എന്നോട് കടപ്പെട്ടിരിക്കുന്ന ദഅബിസ് പോലും വിഡ്ഢിത്തം കാരണം ആ രഹസ്യം പരസ്യമാക്കാം. അതോടെ സഖ്‌ലുത്വ് പൊട്ടിത്തെറിക്കും തന്റെ വളർത്തമ്മയ്ക്ക് കരയേണ്ടിവരും. പിന്നെ ആ ദുരിതം പിടിച്ച തെരുവിലാകെ തീ ആളിപ്പടരും. തന്നെ ഈ വീട്ടിലേക്ക് പിടിച്ചുനിർത്തുന്നതും പിന്നെ സർപ്പമാന്ത്രികനായ സുഹൃത്തിന്റെ മുറിയിൽ കിടക്കാൻ പ്രേരിപ്പിക്കുന്നതും പ്രണയം മാത്രമാണ്. സ്വന്തം ഉള്ളറകൾ തുറന്ന് പറയുന്നിടത്തോളം ഞാൻ ഒപ്പമുണ്ടാകുമെന്ന് ഇയാൾക്കെങ്ങനെ അറിയാം? ഇങ്ങനെയൊക്കെ ചിന്തിച്ച് കിടന്നതിനാൽ പ്രഭാതമാകുന്നതിന് തൊട്ടുമുമ്പുവരെ ഒരു പോള കണ്ണടയ്ക്കാനായില്ല. നല്ല ഭയവുമുണ്ടായിരുന്നു.

അടഞ്ഞുകിടന്ന ജനാലയുടെ വിടവിലൂടെ സൂര്യപ്രകാശം മുഖത്തടിച്ചപ്പോൾ തന്നെ ഉറക്കം തൂങ്ങുന്ന കണ്ണുകളോടെ എഴുന്നേൽക്കേണ്ടി വന്നു. ബൽഖീതി കിടക്കയിൽ കുനിഞ്ഞിരുന്ന് ശോഷിച്ച കൈകൾ കൊണ്ട് പുതപ്പിനടിയിലൂടെ കാലുകൾ തിരുമ്മുന്നത് കണ്ടു.

ഉറക്കക്കുറവ് കാരണം തലയ്ക്കുള്ളിൽ ആകെ പെരുപ്പ് തോന്നിയെങ്കിലും ജബൽ ചിരിക്കാൻ ശ്രമിച്ചു. ഇരുളായിരുന്നപ്പോൾ തലച്ചോറിൽ കൂടു കൂട്ടുകയും പിന്നെ വെളിച്ചമെത്തിയപ്പോൾ വവ്വാലുകളെ പോലെ പറന്ന കലുകയും ചെയ്ത ആശങ്കളെ പഴിക്കുകയായിരുന്നു അയാൾ. ഒരു കൊലയാളിയുടെ കറുത്ത മനസ്സിന് യോജിച്ച ആശങ്കകൾ തന്നെയല്ലേ അവയെല്ലാം? പണ്ട് മുതലേ തന്നെ കുറ്റകൃത്യവാസന സ്വന്തം രക്ത ത്തിൽ അലിഞ്ഞു തീർന്ന കുടുംബമാണല്ലോ തങ്ങളുടെ പേരുകേട്ട കുടുംബം? ഒരു പാമ്പ് ആടുന്ന സീൽക്കാര ശബ്ദം പോലെ ബൽഖീതി കോട്ടുവായിടുന്നത് കേട്ടു. പിന്നീടയാൾ നെഞ്ച് കുലുങ്ങും വിധം ചുമ യ്ക്കാൻ തുടങ്ങിയപ്പോൾ മുഖത്ത് നിന്നും കണ്ണുകൾ പുറത്തേക്ക് തെറിച്ചു പോകുമോയെന്ന് പോലും ജബലിന് തോന്നിപ്പോയി.

"നമസ്കാരം"

സോഫയിൽ ചെന്നിരുന്ന ജബലിന് നേരെ ബൽഖീതി നോക്കി. ചുമ ച്ചത് മൂലമുണ്ടായ ചുവപ്പുനിറം മുഖത്തു നിന്ന് ഒട്ടും മാറിയിട്ടില്ല.

"നമസ്കാരം ജബൽ, ഇന്നലെ തീരെ ഉറങ്ങിയില്ലല്ലോ?"

"എന്നെ കണ്ടാൽ അങ്ങനെ തോന്നുന്നുണ്ടോ?"

"ഇല്ല. പക്ഷേ, നിങ്ങൾ ഇന്നലെ രാത്രി തിരിഞ്ഞ് മറിഞ്ഞ് കിടക്കു ന്നതും എന്റെ നേരെ ഭീതിയോടെ നോക്കുന്നതുമൊക്കെ ശ്രദ്ധിച്ചിരുന്നു."

നിങ്ങളൊരു സർപ്പം തന്നെയാണ് ബൽഖീതി. പക്ഷേ, ആ കറുത്ത കണ്ണുകളുള്ള പെണ്ണിനെക്കരുതി വിഷമില്ലാത്ത സർപ്പമേ ആകാവൂ നിങ്ങൾ.

"സ്ഥലം മാറി കിടന്നത് കൊണ്ടാണ് എനിക്ക് നല്ലപോലെ ഉറങ്ങാൻ കഴിയാത്തത്."

ബൽഖീതി ചിരിച്ചു.

"നിങ്ങൾക്ക് ഉറക്കം നഷ്ടമായതിന് ഒരേയൊരു കാരണമേയുള്ളൂ. അത് നിങ്ങൾക്കെന്നെ ഭയമായതിനാലാണ്. ഇയാളെന്നെ കൊല്ലും. കയ്യിലുള്ള പണമെല്ലാം തട്ടിയെടുത്തശേഷം ഞാനൊരാളെ കൊന്നിട്ടുള്ളപ്പോൾ സംഭവിച്ചതുപോലെ ഇയാൾ എന്നെയും മരുഭൂമിയിൽ എവിടെയെങ്കിലും കുഴിച്ചിടും എന്നായിരിക്കും നിങ്ങളുടെ മനസ്സ് പറഞ്ഞിട്ടുണ്ടാവുക"

"താങ്കളൊരു..."

"നോക്കൂ ജബൽ, ഭയം വലിയ ദോഷമേ വരുത്തി വയ്ക്കൂ. ഭയന്നാ ലാണ് പാമ്പുകൾ കൊത്തുന്നത് തന്നെ."

"മനസ്സിലില്ലാത്ത കാര്യങ്ങളാണല്ലോ താങ്കൾ വായിച്ചെടുക്കുന്നത്?"

"ഭൂസ്വത്തിന്റെ മുൻ നടത്തിപ്പുകാരനായിരുന്നയാളാണ് നിങ്ങൾ. ആ നിങ്ങൾക്ക് നല്ലതുപോലെയറിയാം ഞാൻ സത്യത്തിന്റെ പരിധികളൊന്നും ലംഘിച്ചിട്ടില്ലെന്ന്"

“സയ്യിദാ... ഇങ്ങോട്ട് വാ...”

അകത്ത് നിന്ന് ഒരു വിളികേട്ടു. അതോടെ അപ്രതീക്ഷിതമായൊരു ആനന്ദം ലഭിച്ചതിൽ ജബലിന്റെ മനസ്സ് തുള്ളിച്ചാടിപ്പോയി. പാമ്പിൻ പൊത്തിൽ പെട്ടുപോയ ആ പാവം പ്രാവ് കാരണമാണ് താനിപ്പോൾ പ്രതീക്ഷയുടെ വൃക്ഷത്തണലിലേക്ക് പിടിച്ചടുപ്പിക്കപ്പെട്ടത്. ഷഫീഖ ചെയ്ത കാര്യത്തോടുള്ള പ്രതികരണമെന്നോണം ബൽഖീതി പറഞ്ഞു.

“അതിരാവിലെ തന്നെ ഈ വീട്ടിലുള്ളവർ തങ്ങളുടെ ജോലികൾ തുടങ്ങും. പെൺകുട്ടികൾ രണ്ടുപേരും പുറത്ത് പോയി വെള്ളവും പിന്നെ വൃദ്ധനായ പിതാവിന് കഴിക്കാനുള്ള പയറും വാങ്ങി വരും. ശേഷം ജീവനോപാധി കണ്ടെത്താനായി പിതാവിനെ പാമ്പിൻകൂടയുമായി പറഞ്ഞയയ്ക്കും.”

മനസ്സിൽ ശാന്തത നിറയുന്നതിനിടയിൽ താൻ ഈ കുടുംബത്തിലൊരംഗം തന്നെയാണെന്ന് ജബലിന് തോന്നി. ഉള്ളിൽ സ്നേഹം നിറയുമ്പോൾ മനസ്സ് തുറക്കാനും കീഴടങ്ങാനുമുള്ള സത്യസന്ധമായ ആഗ്രഹമായിരുന്നു ജബലിന്റെ ഹൃദയത്തിൽ.

“അങ്ങുന്നേ, ഞാനെന്റെ കഥ താങ്കളോട് പറയാം.”

ബൽഖീതി പുഞ്ചിരിയോടെ കാൽ തിരുമ്മുന്നത് തുടർന്നു.

“താങ്കൾ പറഞ്ഞത് പോലെ ഞാനൊരു കൊലപാതകി തന്നെയാണ്. എന്നാൽ എനിക്ക് പറയാൻ വലിയൊരു കഥയുണ്ട്.”

പിന്നീട് ജബൽ തന്റെ കഥ മുഴുവൻ പറഞ്ഞു. എല്ലാം കേട്ട് കഴിഞ്ഞതും ബൽഖീതി പറഞ്ഞു.

“എന്തൊരു അക്രമികളാണവർ! പക്ഷേ, നിങ്ങളൊരു മാന്യൻ തന്നെയാണ്. നിങ്ങളെ സംബന്ധിച്ച എന്റെ ധാരണ തെറ്റിയില്ലല്ലോ?”

നേരേ ഇരുന്നുകൊണ്ട് ബൽഖീതി തുടർന്നു.

“ഞാനും നിങ്ങളോട് തുറന്നു തന്നെ സംസാരിക്കേണ്ടിയിരിക്കുന്നു. എനിക്കും ഇതേ ജബലാവി തെരുവുമായി ബന്ധമുണ്ട് കേട്ടോ?”

“താങ്കൾക്കോ?”

“അതെ, ഗുണ്ടകളുടെ ശല്യം സഹിക്കാനാകാതെ ഞാൻ ചെറുപ്പത്തിൽ തന്നെ അവിടെ നിന്നും ഓടിപ്പോന്നതാണ്.”

ജബലിന്റെ അതിശയം ഇപ്പോഴും ആ മുഖത്ത് തന്നെയുണ്ട്.

“ഞങ്ങളുടെ തെരുവിന്റെ ശാപമാണവർ.”

“ശരിയാണ്. ഗുണ്ടകളൊക്കെ ഉണ്ടെങ്കിൽ പോലും നമുക്ക് ആ തെരുവിനെ മറക്കാനാകില്ല. അതുകൊണ്ടാണ് നിങ്ങൾ അവിടെയുള്ള ആളാണെന്നറിഞ്ഞപ്പോൾ സന്തോഷം തോന്നിയത്.”

“അവിടെ ഏത് കുടുംബത്തിൽ പെട്ടയാളാണ് താങ്കൾ?”

“ഹംദാൻ കുടുംബത്തിൽ നിന്നുള്ള ആൾ തന്നെയാണ് ഞാനും. നിങ്ങളെപ്പോലെതന്നെ!”

“അതിശയം തന്നെയാണിത്.”

“ഈ ലോകത്തെ ഒരു കാര്യവും കേട്ട് അതിശയിക്കരുത്. പക്ഷേ, അത് വളരെ പണ്ട് നടന്ന കഥയാണ്. അവിടെയുള്ള ആർക്കും ഇപ്പോൾ എന്നെ അറിയാനിടയില്ല. തമർഹന്നയ്ക്ക് പോലും അറിയാനിടയില്ല. എനിക്കവരുമായി അടുത്ത ബന്ധുത്വമാണുള്ളത്.”

“എനിക്ക് ആ ധീരയായ സ്ത്രീയെ അറിയാം. പക്ഷേ, താങ്കളെ ഉപദ്രവിച്ചിരുന്ന ഗുണ്ട ആരായിരുന്നു? സഖ്‌ലുത്ത് ആണോ?”

“അക്കാലത്തയാൾ മലിനമായൊരു തെരുവിലെ ഗുണ്ട മാത്രമായിരുന്നു.”

“ഞങ്ങളുടെ തെരുവിന്റെ ശാപമാണവരെന്ന് പറഞ്ഞല്ലോ?”

“ഞാൻ പഴയകാലത്തേയും ആ ഓർമ്മകളേയുമൊക്കെ കാർക്കിച്ചു തുപ്പുകയാണിപ്പോൾ.”

ശേഷം ഉന്മേഷം വീണ്ടെടുത്തത് പോലെ ബൽഖീതി തുടർന്നു.

“ഇപ്പോൾ മുതൽ നിങ്ങൾ സ്വന്തം ഭാവിയെക്കുറിച്ച് ചിന്തിക്കണം. കഴിവുറ്റൊരു സർപ്പമാന്ത്രികനാകാൻ നിങ്ങൾക്ക് സാധിക്കുമെന്ന് ആവർത്തിച്ച് പറയുകയാണ് ഞാൻ. നമ്മുടെ തെരുവിൽ നിന്നൊക്കെ വളരെ ദൂരെ തെക്ക് ദിക്കിലായി ജോലി ചെയ്യാൻ പറ്റിയ നല്ലൊരിടമുണ്ട്. നിങ്ങളുടെ നാട്ടിലെ ഗുണ്ടകളോ അവരുടെ സഹായികളോ ഒന്നും അവിടെ എത്തുകയേ ഇല്ല.”

പാമ്പുകളെ ഇണക്കുന്നതിനെ സംബന്ധിച്ച് സത്യത്തിലൊന്നും അറിയാതിരുന്നിട്ടും ജബൽ ആ ആശയത്തെ സ്വാഗതം ചെയ്തു. ഈ കുടുംബത്തിലൊരംഗമായി മാറാനുള്ള മാർഗമാണിത്. താൻ എത്രമാത്രം ഇക്കാര്യത്തിൽ സംതൃപ്തനാണെന്ന സ്വരത്തിൽ ജബൽ തിരക്കി.

“ഈ തൊഴിൽ ശരിക്കും എനിക്ക് ചേരുമെന്ന് താങ്കൾ കരുതുന്നുണ്ടോ?”

ഒരു അഭ്യാസിയുടെ വേഗതയിൽ കിടക്കയിൽ നിന്നും നിലത്തേക്ക് ചാടി ഇറങ്ങിയ ബൽഖീതി ജബലിന് മുന്നിൽ വന്ന് നിന്നു. ആ പൊക്കം കുറഞ്ഞ ശരീരത്തിൽ കിടന്ന കുപ്പായത്തിന്റെ കഴുത്ത് ഭാഗത്ത് നിറയെ വെളുത്ത മുടികൾ കാണാമായിരുന്നു.

“അതെ! ഇത്തരം കാര്യങ്ങളിൽ എനിക്ക് തെറ്റ് പറ്റാറേയില്ല.”

അയാൾ കൈനീട്ടി. ഹസ്തദാനം ചെയ്യുന്നതിനിടയിൽ ബൽഖീതി കൂട്ടിച്ചേർത്തു.

“എന്റെ കൈവശമുള്ള ഏതൊരു സർപ്പത്തിനെക്കാളുമേറെ ഞാൻ നിങ്ങളെ ഇഷ്ടപ്പെടുന്നുവെന്ന് തുറന്നുപറയുകയാണ്.”

ഒരു കുട്ടിയുടെ സന്തോഷത്തോടെയാണ് ജബൽ പൊട്ടിച്ചിരിച്ചത്. വൃദ്ധൻ തിരികെപ്പോകാതിരിക്കാനായി ജബൽ ബൽഖീതിയുടെ കയ്യിൽ മുറുകെപ്പിടിച്ചു. എന്താ ഭാവമെന്ന മട്ടിൽ തന്നെ നോക്കുന്ന ബൽഖീതിയെ കണ്ടതും മനസ്സിൽ അടക്കി നിർത്താനാകാത്ത ആഗ്രഹം ജബൽ തുറന്നു പറഞ്ഞു പോയി.

"അങ്ങുന്നേ, ജബലിന് ഈ കുടുംബത്തിലൊരംഗമായി മാറണമെന്നുണ്ട്."

ബൽഖീതിയുടെ ചുവന്ന കണ്ണുകളിൽ പുഞ്ചിരി നിറഞ്ഞു.

"ശരിക്കും?"

"അതെ. പടച്ച തമ്പുരാനാണേ സത്യം."

ബൽഖീതി പതിയെ പുഞ്ചിരിച്ചു.

"നിങ്ങളെപ്പോഴായിരിക്കും ഇക്കാര്യമെന്നോട് ചോദിക്കുക എന്ന് ആലോചിച്ചിരിക്കുകയായിരുന്നു ഞാനിതുവരെ. ജബൽ ഞാനൊരു വിഡ്ഢിയൊന്നുമല്ലല്ലോ? പക്ഷേ, തുറന്ന മനസ്സോടെ എന്റെ മകളെ ഏൽപിച്ച് തരുവാൻ പറ്റിയൊരു പുരുഷൻ തന്നെയാണ് നിങ്ങൾ. ഭാഗ്യത്തിന് തന്റെ മരിച്ചുപോയ ഉമ്മയെപ്പോലെ നല്ലൊരു പെൺകുട്ടിയാണ് സയ്യിദ."

വാടിയ പൂവിന്റെ ഇതളുകൾ ഇളകി വീഴുന്നത് പോലെയാണ് ജബലിന്റെ ആനന്ദം നിറഞ്ഞ പുഞ്ചിരി അസ്വസ്ഥതയ്ക്ക് വഴിമാറിയത്. കൈകുമ്പിളിലായെന്ന് കരുതിയ സ്വപ്നം കവർന്നെടുക്കപ്പെടുമോ എന്ന ആധിയായി മനസ്സിൽ.

"പക്ഷേ...."

ബൽഖീതി പൊട്ടിച്ചിരിച്ചു

"പക്ഷേ, നിങ്ങളാഗ്രഹിക്കുന്നത് ഷഫീഖയെ ആണെന്നല്ലേ? എനിക്കറിയാം സുഹൃത്തേ. നിങ്ങളുടെ കണ്ണുകളും പിന്നെ ഇളയവളുടെ സംസാരവും എന്നോടക്കാര്യം നേരത്തേതന്നെ പറഞ്ഞിരുന്നു. പാമ്പുകളുമായിട്ടല്ലേ എന്റെ സഹവാസം? ക്ഷമിക്കണം കേട്ടോ, ഞങ്ങൾ സർപ്പമാന്ത്രികരുടെ രീതി ഇങ്ങനെയായിപ്പോയി."

ഉള്ളിന്റെ ഉള്ളിൽ നിന്നൊരു നെടുവീർപ്പായിരുന്നു ജബലിന്റെ പ്രതികരണം. ആശ്വാസവും സമാധാനവുമായിരുന്നു മനസ്സിൽ. യുവത്വത്തിന്റെയും സ്വാതന്ത്ര്യത്തിന്റെയും ഉത്സാഹം ഉള്ളിൽ നിറഞ്ഞു. അതോടെ സുഖസമൃദ്ധി നിറഞ്ഞ വീടും അവിടെയുണ്ടായിരുന്ന പെരുമയും ഒന്നുമിപ്പോൾ തന്നെ അലട്ടുന്നതേയില്ല. കാത്തിരിക്കുന്ന വേദനകളും കഷ്ടപ്പാടുകളുമൊന്നും ഇപ്പോൾ പ്രശ്നമേയല്ല. ഒരു വെളിച്ചവും കടത്തിവിടാത്തൊരു തിരശ്ശീല ഭൂതകാലത്തിന് മുന്നിലേക്ക് താഴ്ത്തിയിടണം. കഴിഞ്ഞകാലത്തെ വേദനകളും കഷ്ടപ്പാടുമൊക്കെ വിസ്മൃതിയിൽ ആണ്ടു പോകട്ടെ. അതുപോലെ നഷ്ടപ്പെട്ട മാതൃത്വത്തിനായുള്ള മനസ്സിന്റെ കേഴലും മാറി നിൽക്കട്ടെ തൽക്കാലത്തേക്ക്.

വളരെ സന്തോഷത്തോടെ അന്ന് രാവിലെ തുള്ളിച്ചാടിയത് സയ്യിദ യായിരുന്നു. അതോടെ ആ സന്തോഷവാർത്ത അടുത്ത് തെരുവു കളിലേക്ക് കൂടി പടർന്നു. പിന്നീട് നടന്ന ജബലിന്റെ വിവാഹാ ഘോഷയാത്രയ്ക്ക് മുഖത്തംകമ്പോളവും ആ തെരുവുമൊക്കെ സാക്ഷി യായി.

മുപ്പത്തിയാറ്

"ഒരു പുരുഷൻ മുയലിനേയോ, പൂവൻകോഴിയേയോ പോലെ ജീവി ക്കുന്നത് മാന്യതയ്ക്ക് നിരക്കുന്നതല്ല! നിങ്ങളിത് വരെ ഒന്നും പഠിച്ചിട്ടു മില്ല. കൈയിലെ പണമൊക്കെ തീരാറുമായിരിക്കുന്നു."

ബൽഖീതിയുടെ സ്വരത്തിൽ കടുത്ത വിമർശനമുണ്ടായിരുന്നു. വീടിന്റെ വാതിലിന് മുന്നിലെ മൃഗത്തോലിൽ നിർമ്മിച്ച വിരിപ്പിൽ ഇരി ക്കുകയായിരുന്നു അവർ. വെയിലേറ്റ് കിടക്കുന്ന മണലിലേക്ക് കാൽ നീട്ടിയിരിക്കുകയായിരുന്ന ജബലിന്റെ കണ്ണുകളിൽ പരമാനന്ദം നിറഞ്ഞ ശാന്തത കളിയാടുന്നുണ്ടായിരുന്നു. ഭാര്യാപിതാവിനെ നോക്കി അയാൾ പറഞ്ഞു.

"ഒരുകാലത്ത് തോട്ടത്തിനുള്ളിൽ പാട്ടും പാടി ജീവിച്ച മനോഹര മായ കാലത്തെ സ്വപ്നം കണ്ടുകൊണ്ടാണ് നമ്മുടെ പൂർവ്വികനായ അദ്ഹം പിൽക്കാലത്ത് ജീവിച്ചതും മരിച്ചതുമൊക്കെ."

ബൽഖീതി പൊട്ടിചിരിച്ചു.

"മോളേ ഷഫീഖാ, അലസത കഥ കഴിക്കുന്നതിന് മുമ്പ് നീ വന്ന് ഭർത്താവിനെ കൊണ്ടുപൊയ്ക്കോളൂ."

കൈയിലുള്ള പാത്രത്തിൽ കിടക്കുന്ന പയറിന്റെ പതിര് കളഞ്ഞു കൊണ്ടാണ് ഷഫീഖ വാതിൽക്കൽ പ്രത്യക്ഷപ്പെട്ടത്. തലയിൽ ചുറ്റി യിരുന്ന ഊതനിറത്തിലുള്ള തൂവാല അവളുടെ മുഖത്തിന് കൂടുതൽ വിശുദ്ധി നൽകി. പാത്രത്തിൽ നിന്നും കണ്ണെടുക്കാതെ അവൾ ചോദിച്ചു.

"എന്തുപറ്റി വാപ്പാ...?"

"ഇദ്ദേഹത്തിന് ഒരേസമയം രണ്ട് കാര്യങ്ങൾ വേണമെന്ന്. നിന്റെ സന്തോഷവും പിന്നെ ജോലിയൊന്നും ചെയ്യാത്തൊരു ജീവിതവും!"

നിഷേധഭാവത്തിൽ ഷഫീഖ ചിരിച്ചു.

"പട്ടിണിക്കിട്ട് കൊന്നാൽ എനിക്കെങ്ങനെയാണ് ജീവിതത്തിൽ സന്തോഷിക്കാനാകുക?"

"സർപ്പമാന്ത്രികന്റെ രഹസ്യമാണത്."

ജബലിന്റെ വാക്കുകൾ കേട്ടതും പതിയെ ചുമലിൽ ഇടിച്ചുകൊണ്ട് ബൽഖീതി പറഞ്ഞു.

“ഏറ്റവും ബുദ്ധിമുട്ടേറിയൊരു തൊഴിലിനെ നിസ്സാരമായി കരുതരുതേ ജബൽ. കാണികളിലൊരാളുടെ കീശയിലിട്ട കോഴിമുട്ട എങ്ങനെയാണ് എതിർവശത്തെ വരിയിൽ നിൽക്കുന്ന മറ്റൊരാളുടെ കീശയിൽ നിന്നും പുറത്തേക്കെടുക്കാൻ കഴിയുന്നത്? വെണ്ണക്കല്ലുകൾ കോഴിക്കുഞ്ഞുങ്ങളാക്കി മാറ്റുകയും പാമ്പുകളെ ആടിക്കുന്നതുമെങ്ങനെയായിരിക്കും?”

ഷഫീഖയുടെ മുഖം സന്തോഷംകൊണ്ട് നിറഞ്ഞു.

“ജീവിതമെന്തെന്ന് ഇദ്ദേഹത്തിന് പഠിപ്പിച്ച് കൊടുക്കൂ വാപ്പാ. തോട്ടത്തിലെ കാര്യാലയത്തിൽ മൃദുലമായ കസേരയിൽ ഇരുന്നുകൊണ്ടുള്ള ജീവിതമല്ലാതെ മറ്റൊന്നും ഇദ്ദേഹത്തിനറിയില്ല.”

“ജോലിക്ക് പോകാനുള്ള നേരമായി”

ബൽഖീതി എഴുന്നേറ്റ് വീടിനുള്ളിലേക്ക് കയറിപ്പോയി. ജബൽ അതിശയത്തോടെ ഭാര്യയുടെ നേർക്ക് നോക്കുകയായിരുന്നു.

“ആ സഖ്‌ലുതിന്റെ ഭാര്യ നിന്നേക്കാൾ ആയിരം മടങ്ങ് ഭംഗി കുറഞ്ഞവളായിരിക്കും. പക്ഷേ, ആ സ്ത്രീ പകൽ മുഴുവൻ മൃദുലമായ മെത്തയിലിരിക്കും. സായംസന്ധ്യാനേരത്ത് തോട്ടത്തിൽ പോയിരുന്ന് മുല്ലയുടെ വാസന ആസ്വദിക്കും. അരുവിയെ നോക്കിയിരുന്ന് ഉല്ലസിക്കും.”

“മറ്റുള്ളവരുടെ സ്വത്തുക്കൾ കവർന്നെടുത്ത് ജീവിക്കുന്നവരുടെ രീതിയല്ലേ ഇതൊക്കെ?”

ഷഫീഖയുടെ പരിഹാസം കേട്ടതും എന്തോ ആലോചിക്കുന്നതുപോലെ ജബൽ തല ചൊറിഞ്ഞു.

“എന്തൊക്കെ പറഞ്ഞാലും യഥാർത്ഥ ആനന്ദത്തിന് വേറെന്തെങ്കിലുമൊരു വഴിയുണ്ടായേ തീരൂ.”

“ഇങ്ങനെ സ്വപ്നം കാണുന്നത് ഒന്ന് അവസാനിപ്പിക്കാമോ? കമ്പോളത്തിൽവച്ച് ഞങ്ങളെ സഹായിക്കാനായി എഴുന്നേറ്റ് വരുമ്പോൾ നിങ്ങൾ സ്വപ്നം കാണുകയല്ലായിരുന്നു. അതുപോലെ എന്റെയുള്ളിലെ മാനുഷികമായ ചാപല്യങ്ങളെ ആട്ടിയകറ്റുമ്പോഴും നിങ്ങൾ സ്വപ്നം കാണുകയല്ലായിരുന്നു. അങ്ങനെയാണല്ലോ ഞാൻ നിങ്ങളെ സ്നേഹിക്കാൻ തുടങ്ങിയത്?”

ജബലിന് ഭാര്യയെ ഒന്ന് ചുംബിക്കണമെന്ന് മോഹം തോന്നി. അവൾ പറഞ്ഞ കാര്യങ്ങളുടെ വിലയെന്താണെന്ന് കൂടുതലറിയുന്നത് താൻ തന്നെയാണല്ലോ?

“എന്നാൽ ഞാൻ നിന്നെ സ്നേഹിക്കാൻ തുടങ്ങിയത് പ്രത്യേകിച്ച് ഒരു കാരണവും കൊണ്ടല്ല!”

“നമുക്ക് ചുറ്റുമുള്ള ഈ തെരുവുകളിൽ ഭ്രാന്തന്മാർ മാത്രമേ സ്വപ്നം കാണുകയുള്ളൂ.”

“ഞാനെന്ത് വേണമെന്നാണ് പ്രിയപ്പെട്ടവളേ നീയാഗ്രഹിക്കുന്നത്?”

“വാപ്പയെപ്പോലെ നിങ്ങളുമാകണം”

“പറയാനെന്തെളുപ്പമുള്ള കാര്യം! ഈ മധുരവർത്തമാനങ്ങളൊക്കെ എവിടെ നിന്നാണ് വരുന്നത് ഷഫീഖാ?” പയറുകൾക്കിടയിലൂടെ വിരലുകൾ ചലിപ്പിക്കുന്നതിനിടയിലും ഷഫീഖ പുഞ്ചിരിച്ചു.

“സ്വന്തം തെരുവിൽ നിന്നും ഓടിരക്ഷപ്പെടുമ്പോൾ ഈ ലോകത്തെ ഏറ്റവും ഹതഭാഗ്യനായ മനുഷ്യനായിരുന്നു ഞാൻ. പക്ഷേ, അങ്ങനെ സംഭവിച്ചില്ലായിരുന്നെങ്കിൽ എനിക്ക് നിന്നെ വിവാഹം കഴിക്കാനാകുമായിരുന്നില്ല.”

ഷഫീഖ വീണ്ടും ചിരിച്ചു.

“സ്വന്തം അന്നത്തിനുള്ള വക കണ്ടെത്തുന്നതിൽ വാപ്പയ്ക്ക് സർപ്പങ്ങളോടും പാമ്പുകളോടുമാണ് കടപ്പാടെങ്കിൽ നമുക്കീ ജീവിതം ലഭിച്ചതിനുള്ള കടപ്പാട് നിങ്ങളുടെ തെരുവിലെ ഗുണ്ടകളോടായിരിക്കുമല്ലേ?”

“തങ്ങളുടെ തോട്ടത്തിൽ പാട്ടും പാടി കഴിയുമ്പോൾ തന്നെ ജനങ്ങൾക്ക് ജീവിക്കാനൊരു വഴികണ്ടെത്താനാകുമെന്ന് വിശ്വസിക്കുന്നവരാണ് നമ്മുടെ തെരുവിലെ എനിക്കറിയാവുന്ന നല്ലയാളുകൾ.”

“ഓ, നിങ്ങൾ പിന്നെയും ആ വിഷയത്തിലെത്തിയോ?.. വാപ്പ കൂടയുമായി വന്നല്ലോ? നിങ്ങളും എഴുന്നേൽക്കൂ. ദൈവം തുണയായുണ്ടാകും.”

ബൽഖീതി തന്റെ പാമ്പിൻ കൂടയുമായി വരുന്നത് കണ്ടതും ജബലും എഴുന്നേറ്റു. അവർ ഇരുവരും പതിവുപോലെ പുറത്തേക്ക് പോയി.

“മനസ്സുകൊണ്ടെന്നതുപോലെ കണ്ണുകൾകൊണ്ട് കാര്യങ്ങൾ നന്നായി മനസ്സിലാക്കണം. ഞാൻ ചെയ്യുന്നതെന്തൊക്കെയാണെന്ന് ശ്രദ്ധിക്കണം. എന്നാൽ ജനങ്ങൾക്ക് മുന്നിൽവച്ച് ഒന്നും ചോദിക്കരുത്. നിങ്ങൾക്ക് ഇപ്പോൾ മനസ്സിലാക്കാൻ ബുദ്ധിമുട്ടുള്ള കാര്യങ്ങൾ ഞാൻ വിശദീകരിച്ചു തരുന്നതുവരെ ക്ഷമിച്ച് കൂടെ നിൽക്കണം കേട്ടോ.”

പുതിയ തൊഴിൽ ജബലിനെ സംബന്ധിച്ച് തികച്ചും ദുഷ്കരം തന്നെയായിരുന്നു. എന്നാൽ തുടക്കം മുതലേ പൂർണമായ മനസ്സോടെ എത്ര കഷ്ടപ്പെടേണ്ടിവന്നാലും കൈത്തഴക്കം നേടിയെടുക്കാൻ തന്നെ അയാൾ തീരുമാനിച്ചു. സത്യത്തിൽ തന്റെ മുന്നിൽ വേറെ ജോലികളൊന്നും തന്നെയില്ലായിരുന്നു. അല്ലെങ്കിൽ സാധനങ്ങൾ കൊണ്ടുനടന്ന് വിൽക്കുന്നവരുടേയോ, പിടിച്ചുപറിക്കാരുടേയോ പണിചെയ്യേണ്ടിവരും. ഈ പുതിയ നാട്ടിലുള്ള ഗുണ്ടകളും തന്റെ നാട്ടിലെ ഗുണ്ടകളും തമ്മിലും യാതൊരു വ്യത്യാസവുമില്ല. ആകെക്കൂടിയുള്ള വ്യത്യാസം നാട്ടിലെ എസ്റ്റേറ്റിന്റെ സാന്നിദ്ധ്യവും പിന്നെ അതിനെ ചുറ്റിവളർന്നു വന്ന കഥകളും മാത്രമായിരിക്കും. എന്നാൽ കഴിഞ്ഞകാല സ്വപ്നങ്ങളെ സംബന്ധിച്ച വിഷമങ്ങളും നഷ്ടപ്രതാപങ്ങളെക്കുറിച്ചുള്ള ഓർമ്മകളും പിന്നെ പണ്ട് അദ്ഹം സഹിച്ചത് പോലെ ഇന്ന് വേദനയനുഭവിക്കുന്ന ഹംദാൻ കുടുംബത്തെ സംബന്ധിച്ച പ്രതീക്ഷകളുമൊക്കെ മനസ്സിന്റെ

ആഴങ്ങളിലെവിടേക്കോ ആണ്ടുപോയിരിക്കുകയാണിപ്പോൾ. പുതിയ ജീവിത പ്രവാഹത്തിലേക്ക് എടുത്ത് ചാടി തുറന്ന മനസ്സോടെ അതിനെ സ്വീകരിക്കുന്നതിലൂടെ പഴയതൊക്കെ മറക്കാൻ തന്നെ ജബൽ തീരുമാനിച്ചുറച്ചു. എപ്പോഴെല്ലാം തന്റെ വേരുകളെ സംബന്ധിച്ച വേദനയും ഭീഷണിയും മനസ്സിലുയരുന്നുവോ അപ്പോഴെല്ലാം സ്നേഹമയിയായ ഭാര്യയിൽ അഭയം തേടും. സ്വന്തം ദുഃഖങ്ങളേയും ഓർമ്മകളേയും കീഴടക്കാനായതോടെ ബൽഖീതിയെപ്പോലും അതിശയിപ്പിക്കുംവിധത്തിൽ ജബൽ പുതിയ തൊഴിലുമായി ബന്ധപ്പെട്ട വിദ്യകൾ സമർത്ഥമായി അഭ്യസിച്ചെടുത്തു.

രാവും പകലുമെന്നോണം അയാൾ മരുഭൂമിയിൽ പണിയെടുത്തു. ആഴ്ചകളും മാസങ്ങളും കഴിഞ്ഞിട്ടും ജബലിന്റെ മനോബലം നഷ്ടമാകുകയോ, ക്ഷീണം തോന്നുകയോ ചെയ്തില്ല. പുതിയ സ്ഥലത്തെ തെരുവുകളും ഇടവഴികളുമൊക്കെ മനഃപാഠമാക്കി. സർപ്പങ്ങളുമായും പാമ്പുകളുമായും ഇണങ്ങി. ആയിരക്കണക്കിന് കുട്ടികൾക്ക് മുന്നിൽ മാന്ത്രികവിദ്യകൾ അവതരിപ്പിച്ചു. വിജയത്തിന്റേയും ലാഭത്തിന്റേയും രുചിനുണഞ്ഞു. ഒരു പിതാവാകാൻ പോകുകയാണ് താനെന്ന സന്തോഷവാർത്തയറിഞ്ഞു. വിശ്രമിക്കാൻ അവസരം കിട്ടുമ്പോൾ മലർന്ന് കിടന്ന് നക്ഷത്രങ്ങളെ നിരീക്ഷിക്കും. രാത്രികളിൽ ബൽഖീതിക്കൊപ്പം ഹുക്ക വലിക്കുകയും ഹംദാന്റെ കാപ്പിക്കടയിൽവച്ച് റബാബ് തംബുരുവിന്റെ അകമ്പടിയോടെ കേട്ടിട്ടുള്ള പഴയകാലകഥകൾ പങ്കുവയ്ക്കും. ഇടയ്ക്കൊക്കെ മനസ്സ് ചോദിച്ചുപോകും ഈ ജബലാവി എവിടെയായിരിക്കുമെന്ന്. പഴയ ഓർമ്മകൾ വീണ്ടും തങ്ങളുടെ ജീവിതം തകർത്തേക്കുമെന്ന ഭയം ഷഫീഖ പ്രകടിപ്പിക്കുമ്പോൾ ജബൽ പറയും.

“നിന്റെ ഉദരത്തിനുള്ളിൽ വളരുന്ന കുഞ്ഞിന് ആ മനുഷ്യരുമായാണ് ബന്ധം ഷഫീഖാ. ഹംദാൻ കുടുംബമാണ് അവന്റെ ബന്ധുക്കൾ. കങ്കാണിയായ അഫന്തി കുറ്റവാളികളുടെ നേതാവാണെങ്കിൽ സഖ്ലുത് ഭീകരരുടെ തലവനാണ്. ഈ സാഹചര്യത്തിൽ ആ ജനങ്ങൾക്ക് എങ്ങനെയാണ് നല്ലൊരു ജീവിതം ലഭിക്കാൻ പോകുന്നത്?”

ഒരു ദിവസം സൈൻഹും എന്ന സ്ഥലത്ത് അത്യാവശ്യം വലിയൊരു കുട്ടികളുടെ സംഘത്തിന് മുന്നിൽ ജാലവിദ്യകൾ പ്രദർശിപ്പിച്ചുകൊണ്ടിരിക്കുകയായിരുന്നു ജബൽ. ഇടയിൽ ഒന്ന് തിരിഞ്ഞതും അതാ മുന്നിൽ നിൽക്കുന്നു ദഅബിസ്. കുട്ടികളെ വകഞ്ഞുമാറ്റി മുൻനിരയിൽവന്ന് നിന്ന് അതിശയത്തോടെ തന്നെത്തന്നെ ഉറ്റുനോക്കുകയാണ് ദഅബിസ്. അസ്വസ്ഥനായ ജബൽ അയാളുടെ മുഖത്തേക്ക് നോക്കാതെ തിരിഞ്ഞുകളഞ്ഞു. ചെയ്തുകൊണ്ടിരുന്ന ജോലി തുടരാനാകാത്ത അവസ്ഥയിലായിരുന്നു ജബൽ. കുട്ടികളുടെ എതിർപ്പ് വകവയ്ക്കാതെ ജാലവിദ്യ അവസാനിപ്പിച്ച് തന്റെ കൂടയുമെടുത്ത് ജബൽ നടന്നകലാൻ തുടങ്ങി. എന്നാൽ ദഅബിസ് വിടാതെ പിന്നാലെ കൂടി.

"ജബൽ... നീ ജബലല്ലേ?"

നടത്തം നിർത്തി ജബൽ തിരിഞ്ഞു നിന്നു.

"അതെ. ദഅബിസ് നിങ്ങളെന്തിനാ ഇവിടെ വന്നത്?"

അതിശയമടക്കാനാവാത്ത അവസ്ഥയിലായിരുന്നു ദഅബിസ്.

"സർപ്പമാന്ത്രികനായ ജബൽ! നീ എവിടെനിന്നാണ് ഈ വിദ്യയൊക്കെ പഠിച്ചത്? എപ്പോൾ?"

"ഈ ലോകത്ത് നടക്കുന്ന ഏറ്റവും വിചിത്രമായ കാര്യമൊന്നുമല്ലല്ലോ ഇതൊന്നും."

ജബൽ നടത്തം തുടർന്നതും ദഅബിസും പിന്നാലെ കൂടി. മലയുടെ അടിവാരത്തെത്തിയതും അവർ ഒരു മൊട്ടക്കുന്നിന്റെ തണലിൽ ചെന്നിരുന്നു. അവിടെ ആകെക്കൂടി ഉണ്ടായിരുന്നത് മേഞ്ഞ് നടക്കുന്ന ആട്ടിൻ ക്കൂട്ടവും പിന്നെ നഗ്നനായൊരു ആട്ടിടയനും മാത്രമായിരുന്നു. കുപ്പായം ഊരി അതിലെ ചെള്ള് പെറുക്കിക്കളയുകയാണ് ആ ആട്ടിടയൻ. സുഹൃത്തിന്റെ മുഖത്തേക്കുതന്നെ ഉറ്റുനോക്കുകയാണ് ദഅബിസ്.

"നീ എന്താ നാട്ടിൽ നിന്നും ഓടിപ്പോയത് ജബൽ? ഞാൻ വഞ്ചിക്കുമെന്ന് നീ എന്തുകൊണ്ടാണ് തെറ്റിദ്ധരിച്ചത്? ദൈവമാണേ സത്യം, എനിക്ക് ഹംദാൻ കുടുംബത്തിലെ ആരേയും വഞ്ചിക്കാനാകില്ല. അതിനികഅബൽഹയാണെങ്കിലും ശരിതന്നെ. അല്ലെങ്കിൽ തന്നെ ആർക്ക് വേണ്ടി ഞാൻ നിന്നെ വഞ്ചിക്കണം? കങ്കാണിക്ക് വേണ്ടിയോ, അതോ സഖ്‌ലുത്വിനായോ? പടച്ചതമ്പുരാൻ അവന്മാരെയൊക്കെ നശിപ്പിക്കട്ടെ! അവന്മാരൊക്കെ എത്രതവണ നിന്നെക്കുറിച്ച് ഞങ്ങളെ ചോദ്യം ചെയ്തെന്നോ! അത്കേട്ട് വിയർത്തൊലിക്കാനായിരുന്നു എന്റെയൊക്കെ വിധി."

"സ്വന്തം വീട്ടിൽനിന്നും പുറത്തേക്കിറങ്ങിയപ്പോൾ നിങ്ങൾ അവരുടെ പ്രതികാര നടപടിക്ക് വിധേയനാകേണ്ടയാളായിരുന്നല്ലോ? പിന്നെ എങ്ങനെയാണ് അതിൽ നിന്ന് രക്ഷപ്പെട്ടതെന്ന് പറയൂ."

വളരെ ആകാംക്ഷയോടെയാണ് ജബൽ ചോദിച്ചതെങ്കിലും ദഅബിസ് ഉദാസീനതയോടെ കൈവീശിക്കാണിച്ചു.

"കുറച്ച്കാലംമുമ്പ് അവർ ഞങ്ങളുടെമേൽ അടിച്ചേൽപ്പിച്ച ഉപരോധം പിൻവലിച്ചു. ഇന്നാരും ഖിദ്റയെക്കുറിച്ചോ അയാളെ കൊന്നതാരെന്നോ തിരക്കുന്നില്ല. ഹുദ അങ്ങുന്നാണ് ഞങ്ങളെ പട്ടിണി കിടന്ന് മരിക്കുന്നതിൽ നിന്നും രക്ഷിച്ചതെന്ന് ആളുകൾ പറയുന്നു. പക്ഷേ, നിത്യമായ അപമാനം ഞങ്ങളുടെമേൽ അടിച്ചേല്പിച്ചിരിക്കുകയാണിപ്പോൾ. ഞങ്ങൾക്കിന്ന് അഭിമാനമില്ല. സ്വന്തം കാപ്പിക്കടയില്ല. ജോലി ചെയ്യാനായി ഞങ്ങൾ സ്വന്തം തെരുവിൽ നിന്നും വളരെ ദൂരേക്ക് പോകണം. പിന്നെ തിരിച്ചുവന്നാൽ ഞങ്ങൾ സ്വന്തം ചുമരുകൾക്കുള്ളിൽപോയി ഒളിക്കണം. ഞങ്ങളെയാരെയെങ്കിലും ഗുണ്ടകളിലൊരാൾ കണ്ടാൽ അയാളുടെ

മർദ്ദനമോ അല്ലെങ്കിൽ കാർക്കിച്ച് തുപ്പുന്നതോ സഹിക്കണം. ജബൽ, ഞങ്ങളേക്കാൾ മാന്യത ആ തെരുവിലെ മണൽത്തരികൾക്കായിരിക്കും. ഒളിച്ചോടിപ്പോയ നീ വളരെ ഭാഗ്യവാനാണ് കേട്ടോ.”

ജബൽ അമർഷത്തോടെ ചോദിച്ചു.

“എന്റെ ഭാഗ്യത്തിന്റെ കാര്യമൊക്കെ വിടൂ. നിങ്ങളെയാരെങ്കിലും ഉപദ്രവിച്ചോയെന്ന് പറയ്.”

ദഅബിസ് ഒരുകല്ലെടുത്ത് നിലത്തേക്കെറിഞ്ഞു.

“ഉപരോധകാലത്ത് അവർ ഞങ്ങൾക്കിടയിലെ പത്തുപേരെ കൊന്നു.”

“പടച്ചതമ്പുരാനേ.”

“വൃത്തികെട്ടൊരു സ്ത്രീയുടെ സന്തതിയായ ദുഷ്ടൻ ഖിദ്റയുടെ രക്തത്തിന് പ്രതികാരമായാണ് അവർ പത്തുപേരെ കൊന്നത്. പക്ഷേ, ഈ ആളുകളൊന്നും നമ്മുടെ അടുത്ത ബന്ധുക്കളല്ല.”

“പക്ഷേ, അവരൊക്കെ ഹംദാൻ കുടുംബത്തിൽപെട്ടവരല്ലേ, ദഅബിസ്?”

നിശ്ശബ്ദമായി മാപ്പപേക്ഷിക്കുന്നത് പോലെ ദഅബിസ് ചുണ്ടുകൾ അനക്കുകയും കണ്ണ്ചിമ്മുകയും ചെയ്യുന്നതിനിടയിൽ ജബൽ ചോദിച്ചു.

“ബാക്കിയുള്ളവരൊക്കെ അടിയും തുപ്പും കൊണ്ട് തൃപ്തരായല്ലേ?”

നഷ്ടപ്പെട്ട ജീവനുകൾക്കൊക്കെ താനാണ് ഉത്തരവാദിയെന്നോർത്തപ്പോൾ മനസ്സ് പിടഞ്ഞുപോയി. ഒളിച്ചോടിവന്നതുമുതൽ താനനുഭവിച്ചുകൊണ്ടിരുന്ന സമാധാനനിമിഷങ്ങൾക്കൊക്കെ മനസ്സിൽ ഖേദം തോന്നി. പെട്ടെന്ന് ദഅബിസ് പറഞ്ഞത് കേട്ട് ജബൽ ഞെട്ടിപ്പോയി.

“ഹംദാൻ കുടുംബത്തിൽ ഇന്ന് സന്തോഷമായിരിക്കുന്ന ഒരേയൊരാൾ നീയായിരിക്കും ജബൽ”

“ഇക്കാലയളവിൽ ഒരൊറ്റ ദിവസം പോലും ഞാൻ നിങ്ങളെക്കുറിച്ച് ആലോചിക്കാതെ ഇരുന്നിട്ടേയില്ല.”

“പക്ഷേ, സർവ്വദുരിതങ്ങളിൽ നിന്നും രക്ഷപ്പെടാനായല്ലേ നിനക്ക്?”

“ഞാനെന്റെ ഭൂതകാലത്തിൽ നിന്നും ഒരുനാളും ഓടിയൊളിച്ചിട്ടില്ല.”

“ഒരു പ്രതീക്ഷയുമില്ലാത്ത കാര്യത്തെയോർത്ത് നിന്റെ മനസ്സമാധാനം കൂടി നഷ്ടപ്പെടുത്തേണ്ട. ഞങ്ങൾക്കൊരു പ്രതീക്ഷയുമില്ല എന്നതാണ് വാസ്തവം.”

“ഞങ്ങൾക്കൊരു പ്രതീക്ഷയുമില്ല എന്നതാണ് വാസ്തവം...” ദഅബിസിന്റെ അവസാനവാചകം നിഗൂഢമായൊരു സ്വരത്തിൽ ആവർത്തിക്കുകയായിരുന്നു ജബലും. വളരെ താത്പര്യത്തോടും ആകാംക്ഷയോടും കൂടി ദഅബിസ് ജബലിനെ നോക്കിയെങ്കിലും അയാളുടെ മുഖത്തെ ദുഃഖഭാവത്തോടുള്ള ബഹുമാനം കാരണം ജബലിനോട് ഒന്നും പറഞ്ഞില്ല.

നിലത്തേക്ക് നോക്കിയപ്പോൾ ഒരുവണ്ട് വേഗത്തിൽ ഇഴഞ്ഞിഴഞ്ഞ് കല്ലുകൾക്കിടയിലേക്ക് അപ്രത്യക്ഷമാകുന്നത് കണ്ടു. ചൂട് വർദ്ധിച്ചതും ആട്ടിടയൻ കുപ്പായം കുടഞ്ഞശേഷം ദേഹത്തേക്ക് എടുത്തിട്ടു.

“സത്യം പറഞ്ഞാൽ ഞാനൊരിക്കലും സന്തുഷ്ടനായിരുന്നില്ല. എല്ലാം പുറമേക്ക് മാത്രമാണ്.”

“എന്നാൽ നീ ശരിക്കും സന്തോഷം അനുഭവിക്കാൻ അർഹതയുള്ള ആളാണല്ലോ?”

“ഞാൻ വിവാഹം കഴിക്കുകയും നിങ്ങൾ കണ്ടതുപോലെ പുതിയൊരു പണി കണ്ടെത്തുകയും ചെയ്തു. പക്ഷേ, ഉറക്കത്തിനുള്ളിലും ഉള്ളിലിരുന്നാരോ അസ്വസ്ഥതയോടെ വിളിച്ചു കൊണ്ടേയിരിക്കുകയായിരുന്നു എന്നും.”

“ദൈവം നിന്നെ അനുഗ്രഹിക്കട്ടെ. നീ എവിടെയാണ് ഇപ്പോൾ താമസിക്കുന്നത്?”

മറുപടി പറയാതെ ജബൽ തന്നോടുതന്നെ സംസാരിക്കുകയായിരുന്നു.

“ഈ വൃത്തികെട്ട ആളുകൾക്കിടയിൽ ജീവിതം ഒരിക്കലും നന്നാവാനേ പോകുന്നില്ല.”

“വളരെ ശരിയാണ്. പക്ഷേ, നമുക്കെങ്ങനെയാണ് അവരിൽ നിന്നും രക്ഷപ്പെടാനാകുന്നത്?”

ആട്ടിടയൻ ആടുകളെ വിളിക്കുന്ന ശബ്ദംകേട്ടു. കക്ഷത്തിൽ വടിയും തിരുകി അയാൾ ആടുകൾക്കരികിലേക്ക് നടക്കുന്നതിനിടയിൽ അവ്യക്തമായ സ്വരത്തിൽ എന്തോ പാട്ടും പാടുന്നുണ്ടായിരുന്നു.

“എനിക്കെങ്ങനെ നിന്നെ ഇനി കാണാനാകും ജബൽ?”

“മുഖത്തം കമ്പോളത്തിൽ സർപ്പമാന്ത്രികനായ ബൽഖീതിയുടെ വീടെവിടെയാണെന്ന് തിരക്കിയാൽ മതി. പക്ഷേ, ഇപ്പോൾ എന്നെക്കുറിച്ച് ആരോടും ഒന്നും പറയരുത്.”

ദഅബിസ് എഴുന്നേറ്റ് ജബലിന്റെ കൈയിൽ മുറുകെപ്പിടിച്ചശേഷം പതിയെ നടന്നകന്നു. ദുഃഖം നിറഞ്ഞ കണ്ണുകളോടെ അയാളെത്തന്നെ നോക്കിനിൽക്കുകയായിരുന്നു ജബൽ.

മുപ്പത്തിയേഴ്

സമയം അർദ്ധരാത്രിയാകാറായിരിക്കുന്നു. ജബലാവി തെരുവാകെ ഇരുളിൽ മുങ്ങിക്കിടക്കുകയാണ്. തണുപ്പ് കാരണം അടഞ്ഞ് കിടക്കുന്ന കാപ്പിക്കടകളുടെ വാതിലുകൾക്കിടയിലൂടെ പുറത്തേക്കരിച്ചിറങ്ങുന്ന മങ്ങിയ വെളിച്ചം മാത്രമേ കാണാനുള്ളൂ. ശൈത്യകാല ആകാശത്ത്

ഒറ്റനക്ഷത്രത്തെപ്പോലും കാണാനില്ല. കുട്ടികളൊക്കെ വീടുകളിലെത്തിയിരിക്കുന്നു. എന്തിനേറെ നായ്ക്കളും പൂച്ചകളുംവരെ വീട്ടുമുറ്റങ്ങളിൽ അഭയം തേടിക്കഴിഞ്ഞു. നിശ്ശബ്ദത മുറ്റിനിൽക്കുന്നതിനിടയിൽ കഥകൾ പറയുന്നതിനൊപ്പമുള്ള വിരസമായ റബാബ് തംബുരുവിന്റെ ഈണങ്ങൾ മാത്രം കേൾക്കാം. എന്നാൽ ഹംദാൻ കുടുംബക്കാർ താമസിക്കുന്ന കോളനി മാത്രം തീർത്തും നിശ്ശബ്ദമായ ഇരുളിൽ മുങ്ങിനിൽക്കുന്നു.

ഇതിനിടയിൽ മരുഭൂമിയുടെ ദിക്കിൽ നിന്നും രണ്ട് നിഴലുകൾ മാളികയുടെ മതിലിന്റെ നിഴൽപറ്റി നടന്നു നീങ്ങുകയാണ്. അഫന്തിയുടെ വീടിന് മുന്നിലൂടെ പോയ അവരുടെ ലക്ഷ്യം ഹംദാൻ കുടുംബക്കാരുടെ കോളനിയാണ്. അവിടെ മധ്യത്തായുള്ള വീടിന്റെ മുന്നിലേക്ക് ചെന്ന ശേഷം അവരിലൊരാൾ വാതിലിൽ മുട്ടിവിളിച്ചു. മദ്ദളം കൊട്ടുന്നത് പോലെയാണ് ആ മുട്ടിവിളിക്കൽ നിശ്ശബ്ദതയിൽ മുഴങ്ങിയത്. വാതിൽ തുറന്നതും മുന്നിൽ തെളിഞ്ഞത് ഹംദാന്റെ മുഖമായിരുന്നു. കൈയിലിരുന്ന വിളക്കിന്റെ വെളിച്ചത്തിൽ ആ വിളറിയ മുഖം കാണാമായിരുന്നു. വാതിലിൽ മുട്ടിവിളിച്ച ആളിന്റെ മുഖം തിരിച്ചറിയാനായി ഹംദാൻ കൈയിലിരുന്ന വിളക്ക് ഉയർത്തിനോക്കി. മുഖം തിരിച്ചറിഞ്ഞതും ഹംദാൻ അതിശയത്തോടെ ഉറക്കെപ്പറഞ്ഞുപോയി.

“ജബലോ?”

ഹംദാൻ വഴി മാറിക്കൊടുത്തതും വലിയൊരു തുണിക്കെട്ടും പിന്നെ തന്റെ കൂടയുമായി ജബൽ വീടിനുള്ളിലേക്ക് കയറി. ഒപ്പമുണ്ടായിരുന്ന ഗർഭിണിയായ ഭാര്യയുടെ കൈയിലും മറ്റൊരു തുണിക്കെട്ടുണ്ട്. ജബലും ഹംദാനും പരസ്പരം ആശ്ലേഷിച്ചു. ഗർഭിണിയായ സ്ത്രീയുടെ വയറിലേക്ക് നോക്കിയശേഷം ഹംദാൻ ചോദിച്ചു.

“നിന്റെ ഭാര്യയാണോ ഇത്? സ്വാഗതം. എന്റെ കൂടെ വരൂ.”

മേൽക്കൂരയുള്ള നീളമേറിയ നടപ്പാതയിലൂടെ നടന്ന് അവർ വിശാലമായ മുറ്റത്തേക്കെത്തി. പിന്നെ ഇടുങ്ങിയൊരു കോണിപ്പടിയിലൂടെ ഹംദാന്റെ വാസസ്ഥലത്തേക്ക് കയറിപ്പോയി. ഷഫീഖ സ്ത്രീകൾ താമസിക്കുന്ന മുറിയിലേക്ക് പോയതും ഹംദാൻ ജബലിനേയും കൂട്ടിക്കൊണ്ട് മുറ്റത്തേക്ക് നോക്കാവുന്ന മട്ടുപ്പാവോടു കൂടിയ വിശാലമായൊരു മുറിയിലേക്ക് നടന്നു. ഒട്ടും വൈകാതെ തന്നെ ജബലിന്റെ തിരിച്ചു വരവിന്റെ വാർത്ത എങ്ങും പരന്നു. ഹംദാൻ കുടുംബക്കാരായ കുറേയാളുകൾ ഉടനെ അവിടെയെത്തി. ദഅബിസും ഇത്‌രീസും ദുൽമയും അലി ഫവാനീസും കവി റിസ്‌വാനും അബ്ദൂനുമൊക്കെയുണ്ടായിരുന്നു കൂട്ടത്തിൽ. എല്ലാവരും ഊഷ്മളതയോടെ ജബലിനെ ആശ്ലേഷിച്ചു. മുറിയിലെ മെത്തയിലിരിക്കുമ്പോൾ സർവ്വരും തിരിച്ചുവന്ന ആളിനെ വളരെ ശ്രദ്ധയോടെയും ആകാംക്ഷയോടും കൂടി നോക്കുന്നുണ്ടായിരുന്നു.

ചോദ്യങ്ങളുടെ ഒരുശരം തന്നെയായിരുന്നു ജബലിന് നേരേ ഉണ്ടായത്. അതോടെ ജബൽ തന്റെ അവസാനകാല ജീവിതത്തെ സംബന്ധിച്ച്

കുറച്ച് കാര്യങ്ങൾ തുറന്ന് പറഞ്ഞു. നിരാശ നിറഞ്ഞ നോട്ടങ്ങളായിരുന്നു അവർ കൈമാറിയത്. അവരുടെ മെലിഞ്ഞ ശരീരങ്ങളിൽ ശോഷിച്ച ആത്മാക്കളെയാണ് ജബലിന് കാണാനായത്. കൈകാലുകളൊക്കെ ശോഷിച്ചിരിക്കുന്നു. തങ്ങൾ അനുഭവിച്ചുകൊണ്ടിരിക്കുന്ന അപമാനത്തെക്കുറിച്ച് അവർ ജബലിനോട് സംസാരിച്ചു. ഒരുമാസം മുമ്പ് തമ്മിൽ കണ്ടപ്പോൾ ഇക്കാര്യങ്ങളെക്കുറിച്ചൊക്കെ താൻ പറഞ്ഞിരുന്നെന്നും എന്നാൽ ഇപ്പോഴത്തെ ഈ സന്ദർശനത്തിൽ താനും അതിശയിച്ചുപോയെന്നും ദഅബിസ് പറഞ്ഞു.

"പുതിയ വാസസ്ഥലത്തേക്ക് ഞങ്ങളെ ക്ഷണിക്കാനായി വന്നതാണോ നീ?"

ദഅബിസിന്റെ ചോദ്യം കേട്ടതും ഗൗരവത്തോടെ ജബൽ പറഞ്ഞു.

"നമുക്ക് താമസിക്കാൻ ഇവിടമല്ലാതെ വേറൊരിടവുമില്ല."

ജബലിന്റെ സ്വരത്തിലെ ആജ്ഞാസ്വരം ഏവരേയും ആകർഷിച്ചു. ഹംദാന്റെ ആകാംക്ഷ മുഖത്ത് വ്യക്തമായി കാണാമായിരുന്നു.

"പാമ്പുകളായിരുന്നെങ്കിൽ നിനക്കവരെ കൈകാര്യം ചെയ്യാമായിരുന്നുവല്ലേ?" തമർഹന്ന ചായക്കപ്പുകളുമായി വന്നു. അവർ ജബലിനെ അഭിവാദ്യം ചെയ്യുകയും അയാളുടെ ഭാര്യയെ പുകഴ്ത്തുകയും ചെയ്തു. അവർക്ക് ജനിക്കാൻ പോകുന്നതൊരു ആൺകുട്ടിയായിരിക്കുമെന്നുകൂടി തമർഹന്ന കൂട്ടിച്ചേർത്തു.

"സത്യത്തിൽ ഞങ്ങളുടെ കൂട്ടത്തിലെ ആണുങ്ങൾക്കും പെണ്ണുങ്ങൾക്കുമിടയിൽ യാതൊരു വ്യത്യാസവുമില്ല."

ഹംദാൻ വഴക്കു പറഞ്ഞതും തമർഹന്ന മുറിയിൽനിന്നും പുറത്തേക്കിറങ്ങിപ്പോയി. എങ്കിലും ആ സ്ത്രീ പറഞ്ഞത് ശരിവയ്ക്കുകയായിരുന്നു അവിടെ കൂടിനിന്നവരുടെയൊക്കെ കണ്ണുകളിലെ ഭാവങ്ങൾ. അതോടെ സദസ്സിൽ തങ്ങിനിന്ന ദുഃഖത്തിന്റെ മേഘങ്ങൾക്ക് കനംകുറച്ചു കൂടെകൂടി. ചായ കുടിച്ചെങ്കിലും ആർക്കും രുചിയൊന്നും തോന്നിയില്ല. കവിയായ റിസ്വാൻ ചോദിച്ചു.

"ഈ അപമാനമൊന്നും ശീലമില്ലാത്ത നീയെന്തിനാ ജബലേ തിരികെ വന്നത്?"

"നമ്മെ വെറുക്കുന്ന അപരിചിതർക്കിടയിൽ അലഞ്ഞുതിരിയുന്നതിനേക്കാൾ നല്ലത് അനുഭവിക്കാനുള്ളത് ക്ഷമയോടെ സഹിക്കുന്നതാണെന്ന് ഞാൻ എത്രതവണ പറഞ്ഞിട്ടുള്ളതാണ്."

വിജയഭാവത്തിൽ ഹംദാൻ പറയുന്നത് കേട്ട് ജബൽ പ്രതികരിച്ചു.

"കാര്യങ്ങൾ താങ്കൾ കരുതുന്നത് പോലെയല്ല."

തലകുലുക്കിയതല്ലാതെ ഹംദാൻ ഒന്നും പറഞ്ഞില്ല. നിശ്ശബ്ദത ഭേദിച്ചുകൊണ്ട് ദഅബിസ് പറഞ്ഞു.

"സുഹൃത്തുക്കളെ, നമുക്ക് ഇദ്ദേഹത്തെ വിശ്രമിക്കാൻ വിട്ടാലോ?"

എന്നാൽ ജബൽ എല്ലാവരോടും അവിടെത്തന്നെ നിൽക്കാൻ ആംഗ്യം കാണിക്കുകയായിരുന്നു.

“ഞാൻ വിശ്രമിക്കാനല്ല ഇവിടെ വന്നത്. മറിച്ച് വളരെ പ്രധാനപ്പെട്ടൊരു കാര്യം നിങ്ങളോട് പറയാനാണ്. നിങ്ങൾ കരുതുന്നതിനേക്കാളൊക്കെ വലിയൊരു കാര്യം.”

എല്ലാവരും അതിശയത്തോടെ ജബലിനെ ഉറ്റുനോക്കാൻ തുടങ്ങി. നല്ലവാർത്തയായിരിക്കും കേൾക്കാൻ പോകുന്നതെന്ന് കവി പിറുപിറുത്തു. ഗൗരവം നിറഞ്ഞ കണ്ണുകളോടെ എല്ലാമുഖങ്ങളിലേക്കും മാറിമാറിനോക്കുകയായിരുന്നു ജബൽ.

“ഈ തെരുവിലേക്ക് തിരിച്ചുവരുന്ന കാര്യത്തെക്കുറിച്ച് ചിന്തിക്കുക പോലും ചെയ്യാതെ എനിക്ക് വേണമെങ്കിൽ പുതിയ കുടുംബത്തിനൊപ്പം ആയുസ്സ് മുഴുവൻ കഴിയാമായിരുന്നു.”

ഒരുനിമിഷം നിശ്ശബ്ദത പാലിച്ചശേഷം അയാൾ തുടർന്നു.

“എന്നാൽ കുറച്ച് ദിവസങ്ങൾക്ക് മുമ്പൊരു നാൾ തനിച്ച് നടക്കണമെന്നൊരു മോഹം തോന്നി. തണുപ്പും ഇരുട്ടും ആയിരുന്നിട്ടും ഞാൻ മരുഭൂമിയിലേക്ക് നടന്നു. നമ്മുടെ തെരുവിന് അഭിമുഖമായ സ്ഥലത്തേക്കാണ് എന്റെ കാലുകൾ നടന്നുനീങ്ങിയത്. ഈ നാട്ടിൽനിന്നും ഓടിപ്പോയശേഷം ഞാൻ അവിടേക്ക് പോയിട്ടേ ഇല്ലായിരുന്നു.”

സർവ്വരുടേയും കണ്ണുകളിൽ ആകാംക്ഷ നിറയുന്നതിനിടയിൽ ജബൽ തുടർന്നു.

“കൂരിരുട്ടിലായിരുന്നു ഞാൻ നടന്നത്. നക്ഷത്രങ്ങൾ പോലും മേഘങ്ങൾക്കുള്ളിൽ മറഞ്ഞു കഴിഞ്ഞു. മനസ്സ് എവിടെയോ ആയിരുന്നു. അപ്പോഴാണ് ഭീമാകാരമായ ഏതോ രൂപത്തിൽ ചെന്ന് ഇടിക്കാൻ പോയത്. ആദ്യം തോന്നിയത് ഏതെങ്കിലും ഗുണ്ടയായിരിക്കുമെന്നാണ്. എന്നാൽ പിന്നീട് മനസ്സിലായത് അത് നമ്മുടെ തെരുവിൽ കാണുന്നത് പോലെയൊരാളല്ലെന്നാണ്. എന്നല്ല മറ്റേതൊരു മനുഷ്യനെപ്പോലെയും തോന്നിയതുമില്ല. ഒരു മലപോലെ പൊക്കവും വണ്ണവുമുള്ളൊരാൾ! പേടിച്ച് വിരണ്ട് പോയ ഞാൻ പിന്നാക്കം പോകാൻ തുനിഞ്ഞതാണ്. അപ്പോഴാണ് വിചിത്രമായ ആ ശബ്ദംകേട്ടത്.”

“നിൽക്കൂ ജബൽ!”

ഞാൻ നിന്നയിടത്ത് മരവിച്ച് നിൽക്കുകയാണ്. ഭയംകാരണം വിയർത്തൊലിക്കാൻ തുടങ്ങുന്നതിനിടയിൽ ഞാൻ ചോദിച്ചു.

“ആരാ...? ആരാണ് നിങ്ങൾ...?”

ജബൽ പറഞ്ഞ് നിർത്തിയതും ആകാംക്ഷകാരണം സർവ്വരും അയാളെത്തന്നെ ഉറ്റുനോക്കിക്കൊണ്ടിരുന്നു.

“നമ്മുടെ തെരുവിലെ ആരെങ്കിലുമായിരുന്നോ?”

ദുൽമ ചോദിച്ചു.

"ഈ തെരുവിലേയോ മറ്റിടങ്ങളിലേയോ ആരെപ്പോലുമല്ലെന്ന് ജബൽ പറഞ്ഞതല്ലേ?"

ഇത്‌രീസ് പെട്ടെന്ന് ചൂണ്ടിക്കാട്ടി.

"പക്ഷേ, നമ്മുടെ തെരുവിലുള്ള ആൾ തന്നെയായിരുന്നു അത്."

ജബലിന്റെ വാക്ക് കേട്ടതും അതാരാണെന്ന് സർവ്വരും തിരക്കി.

"വിചിത്രമായ സ്വരത്തിൻ ആ ആൾ എന്നോട് പറഞ്ഞു. ഭയപ്പെടേണ്ട. ഞാൻ നിന്റെ പിതാമഹനാണ്... ജബലാവി!"

അതിശയം നിറഞ്ഞ സ്വരങ്ങളുണ്ടാക്കിക്കൊണ്ട് അവർ എല്ലാവരും വിശ്വസിക്കാനാകാതെ പരസ്പരം നോക്കാൻ തുടങ്ങി.

"നീ തമാശ പറയുകയാണല്ലേ?"

ഹംദാൻ ചോദിച്ചു.

"ഞാൻ പറഞ്ഞത് സത്യമാണ്. പരമമായ സത്യം."

"നീ അന്നേരം മദ്യപിച്ചിരുന്നോ?"

അലി ഫവാനീസ് തിരക്കി.

"ഞാൻ ആയുസ്സിലിന്നോളം മദ്യം രുചിച്ചുപോലും നോക്കിയിട്ടില്ല."

ജബലിന് ദേഷ്യം വന്നു.

"ഇവന്റെ മദ്യക്കുപ്പികൾക്ക് പറയാനാകും സത്യമെന്തെന്ന്."

ഇത്‌രീസ് ആക്ഷേപിച്ചത് കേട്ട് കോപംകാരണം ജബലിന്റെ മുഖം കാർമേഘം പോലെ കറുത്തിരുണ്ടു.

"സ്വന്തം ചെവികൊണ്ട് ഞാൻ കേട്ടതാണ് അദ്ദേഹം പറയുന്നത്. 'ഭയപ്പെടേണ്ട ഞാൻ നിന്റെ പിതാമഹനാണ്.... ജബലാവി എന്ന്"

"പക്ഷേ, എത്രയോ കാലമായി അദ്ദേഹം തന്റെ വീട് വിട്ടിറങ്ങിയിട്ടേ ഇല്ലല്ലോ? ആരും അദ്ദേഹത്തെ കണ്ടിട്ടുമില്ല." കോപമടക്കാനായി ഹംദാൻ പറഞ്ഞു.

"ആരും കാണാതെ അദ്ദേഹത്തിന് വേണമെങ്കിൽ പുറത്തേക്കിറങ്ങാമല്ലോ?"

"പക്ഷേ, നീയല്ലാതെ ആരുമദ്ദേഹത്തെ കണ്ടിട്ടില്ലല്ലോ?"

"ഞാൻ കണ്ടല്ലോ?"

"ജബൽ നീ ദേഷ്യപ്പെടരുത്. നീ പറയുന്നതിൽ സംശയിക്കുന്നുവെന്നല്ല. പക്ഷേ, ഭാവന വഞ്ചിക്കുമെന്ന് മനസ്സിലാക്കണം. അദ്ദേഹത്തിന് ആ വീട്ടിൽനിന്നും പുറത്തേക്ക് വരാൻ സാധിക്കുമെങ്കിൽ പിന്നെന്ത് കൊണ്ടാണ് മറ്റുള്ള ആളുകൾ തന്നെ കാണണമെന്ന് അദ്ദേഹം ആഗ്രഹിക്കാത്തത്? സ്വന്തം സന്തതികളുടെ അവകാശങ്ങൾ ഹനിക്കാൻ അനുവദിക്കുന്നതെന്തുകൊണ്ടായിരിക്കും?"

"അതദ്ദേഹത്തിന്റെ രഹസ്യമാണ്. താനെന്താണ് ചെയ്യുന്നതെന്ന് അദ്ദേഹത്തിന് മാത്രമേ അറിയുകയുള്ളൂ."

"വാർദ്ധക്യവും ശാരീരിക ദൗർബല്യവും കാരണം ജനങ്ങളിൽനിന്നും അകന്ന് കഴിയുകയാണെന്ന് ആളുകൾ അദ്ദേഹത്തെക്കുറിച്ച് പറയുന്ന താണ് കുറച്ചുകൂടി വിശ്വസനീയമായ കാര്യം"

"നമ്മൾ വെറുതെ ആളുകൾ പറയുന്നത് കേൾക്കാതെ ഈ കഥ മുഴുവൻ കേൾക്കാം. ബാക്കിയെന്തെങ്കിലും ഉണ്ടെങ്കിലോ?"

ദഅബിസിന്റെ വാക്ക്കേട്ട് ജബൽ വീണ്ടും സംസാരിക്കാൻ തുടങ്ങി.

ഞാൻ അദ്ദേഹത്തോട് പറഞ്ഞു.

"താങ്കളെ നേരിട്ട് കാണാനാവുമെന്ന് ഞാൻ സ്വപ്നത്തിൽ പോലും ചിന്തിച്ചിട്ടില്ല!"

"നീ ഇപ്പോൾ എന്നെത്തന്നെയാണ് കാണുന്നത്."

ഇരുളിൽ ഉയർന്ന് നിൽക്കുന്ന ആ മുഖമൊന്ന് വ്യക്തമായി കാണാൻ വേണ്ടി ഞാൻ സൂക്ഷിച്ച് നോക്കി.

"ഇരുളായതിനാൽ നിനക്കെന്നെ കാണാനേ സാധിക്കില്ല." ഞാൻ നോക്കാൻ ശ്രമിക്കുന്നത് അദ്ദേഹത്തിന് കാണാൻ കഴിയുമെന്ന് മനസ്സി ലാക്കിയതും വല്ലാത്ത പരിഭ്രമം തോന്നിപ്പോയി.

"പക്ഷേ, താങ്കൾക്കെന്നെ കാണാമല്ലേ?"

"ഈ തെരുവ് രൂപപ്പെടുന്നതിന് മുമ്പേതന്നെ ഇരുളിൽ നടന്ന് ശീല മുള്ളയാളാണ് ഞാൻ. അതിനാലെനിക്ക് ഇരുളിലും കാണാനാകും."

"താങ്കൾക്കിപ്പോഴും ആരോഗ്യം നിലനിർത്താനാകുന്നതിൽ ദൈവ ത്തിന് സ്തുതി."

"ജനങ്ങൾക്ക് വിശ്വസിക്കാൻ പറ്റിയവരിലൊരാളാണ് നീ ജബൽ. അതിന്റെ തെളിവാണ് സ്വന്തം കുടുംബക്കാർ അക്രമിക്കപ്പെടുന്നതിലുള്ള പ്രതിഷേധത്തിൽ നീ അതുവരെയുണ്ടായിരുന്ന സുഭിക്ഷതയൊക്കെ ഉപേ ക്ഷിച്ചത്. നിന്റെ കുടുംബമെന്നത് എന്റെ കൂടി കുടുംബമാണ്. എന്റെ ഭൂസ്വത്തിൽ അവർക്കും അവകാശമുണ്ട്. അതവർക്ക് ലഭിക്കുകതന്നെ വേണം. അവരുടെ അഭിമാനം സംരക്ഷിക്കപ്പെടണം. അവരുടെ ജീവിതം മനോഹരമാകണം."

ആ ഇരുളിനെ പ്രകാശമയമാക്കാൻപോന്ന ആവേശത്തോടെ ഞാൻ അദ്ദേഹത്തോട് തിരക്കി.

"അതിനെന്താണ് മാർഗം?"

"ശക്തികൊണ്ട് നിങ്ങൾ അനീതിയെ തോല്പിക്കും. അവകാശങ്ങൾ പിടിച്ചു വാങ്ങും. നല്ലൊരു ജീവിതവുമുണ്ടാകും നിങ്ങൾക്ക്."

എന്റെ മനസ്സിനുള്ളിൽനിന്ന് ആരോവിളിച്ചുപറയുന്നുണ്ടായിരുന്നു.

“ഞങ്ങൾ ശക്തരായി മാറും.”

“എന്നാൽ വിജയം നിങ്ങളുടെ ചാരത്തുണ്ടാകും!”

ഏവരേയും വശീകരിച്ചൊരു സ്വപ്നം കണക്കെയുള്ള നിശ്ശബ്ദതയായിരുന്നു ജബൽ പറഞ്ഞ് കഴിഞ്ഞതും സംഭവിച്ചത്. എല്ലാവരും എന്തെല്ലാമോ ആലോചിച്ച് പരസ്പരം നോക്കുകയാണ്. പിന്നെ എല്ലാ കണ്ണുകളും ഹംദാന് നേരേ തിരിഞ്ഞു. അവസാനം അദ്ദേഹം നിശ്ശബ്ദത ഭേദിച്ച് സംസാരിച്ചു.

“നമുക്കീ കഥയെക്കുറിച്ച് ഹൃദയവും തലച്ചോറും ഉപയോഗിച്ച് നല്ലതുപോലെ ചിന്തിക്കാം.”

“ഇത് മദ്യപിച്ചൊരാളുടെ പിച്ചുംപേയുമൊന്നുമല്ല. എല്ലാം സത്യമായിരിക്കും”

ദഅബിസിന്റെ വാക്ക്കേട്ട് ദുൽമ പറഞ്ഞു.

“നമ്മുടെ അവകാശങ്ങളൊക്കെ മിഥ്യയല്ലെങ്കിൽ ഈ കേട്ടതും മറിമായമല്ലതന്നെ!”

“നീതി നടപ്പിലാക്കാൻ എന്താ അദ്ദേഹംതന്നെ തുനിയാത്തതെന്ന് നീ ചോദിച്ചില്ലേ? സ്വന്തം ആളുകളുടെ അവകാശങ്ങൾക്ക് നേരേ യാതൊരു താത്പര്യവുമില്ലാത്ത ആളുകൾക്ക് സ്വത്തിന്റെ നടത്തിപ്പ് ഏല്പിക്കാനെന്ത് കാരണമെന്ന് തിരക്കിയില്ലേ?”

ഹംദാൻ അല്പം ഈർഷ്യയോടെ തിരക്കി.

“ഞാനൊന്നും ചോദിച്ചില്ല. എനിക്കൊന്നും ചോദിക്കാനാകുമായിരുന്നില്ല. നിങ്ങളൊന്നും അദ്ദേഹത്തെ മരുഭൂമിയിലും ഇരുളിലും വച്ച് കണ്ടിട്ടില്ലല്ലോ? ഞാനാണെങ്കിൽ അദ്ദേഹത്തെ കണ്ട് ഭയന്ന് വിറച്ച നിലയിലുമായിരുന്നു. നിങ്ങൾക്കാണ് ഈ അവസ്ഥയുണ്ടായിരുന്നതെങ്കിൽ നിങ്ങളാരും അദ്ദേഹത്തോട് തർക്കിക്കാനോ, പറഞ്ഞ കാര്യങ്ങളിൽ സംശയിക്കാനോ തുനിയില്ലായിരുന്നു.”

കീഴടങ്ങുന്നതുമാതിരി ഹംദാൻ തലകുലുക്കി.

“നീ പറഞ്ഞ കാര്യങ്ങൾ ജബലാവിയുടെ പ്രകൃതത്തിന് ചേർന്നത് തന്നെയാണ്. പക്ഷേ, അക്കാര്യങ്ങൾ നടപ്പിലാക്കാൻ അദ്ദേഹത്തിനാണല്ലോ കൂടുതൽ യോഗ്യത?”

“അല്ല, അപമാനിതരായി മരിക്കുന്നതുവരെ നിങ്ങളൊക്കെ കാത്തിരുന്നുകൊള്ളൂ.”

ദഅബിസിന് ദേഷ്യംവന്നു. കവി റിസ്വാൻ തൊണ്ടയനക്കിയശേഷം ആളുകളുടെ മുഖത്തേക്ക് സൂക്ഷിച്ചുനോക്കി.

“ഈ കേട്ടതൊക്കെ മനോഹരമായ കാര്യങ്ങൾ തന്നെയാണ്. പക്ഷേ, അത് നമുക്ക് സൃഷ്ടിക്കുന്ന പ്രത്യാഘാതങ്ങളെക്കുറിച്ചുള്ള ചിന്തയും വേണം.”

"ഒരു തവണ സ്വന്തം അവകാശങ്ങൾ യാചിച്ച് പോയതാണ് നാം. പിന്നീടുണ്ടായതെന്താണെന്ന് എല്ലാവർക്കുമറിയാം."

ഹംദാൻ ദുഃഖത്തോടെ പറഞ്ഞതുകേട്ട് ചെറുപ്പക്കാരനായ അബ്ദൂൻ പ്രതികരിച്ചു.

"നാമെന്തിനാണ് ഇങ്ങനെ ഭയക്കുന്നത്? ഇപ്പോഴത്തെ ജീവിതത്തേക്കാൾ നികൃഷ്ടമായതൊന്ന് ഇനി നമുക്കുണ്ടാകാനില്ലല്ലോ?"

"എനിക്കെന്നെക്കുറിച്ചല്ല പേടി. മറിച്ച് നിങ്ങളെയെല്ലാവരേയും സംബന്ധിച്ചാണ് ഞാൻ ഭയക്കുന്നത്"

"ഞാൻ തനിച്ച് കങ്കാണിയെ കാണാൻ പോകും"

ജബലിന്റെ രൂക്ഷമായ പ്രതികരണം കേട്ടതും ദഅബിസ് അരികിലേക്ക് നീങ്ങിയിരുന്നു.

"ഞങ്ങളൊക്കെ നിനക്കൊപ്പമുണ്ടാകും ജബൽ. ജബലാവി നമുക്ക് വിജയം വാഗ്ദാനം ചെയ്തിട്ടുണ്ടെന്ന കാര്യം മറക്കരുത്."

"എപ്പോഴാണോ പോകാനുദ്ദേശിക്കുന്നത് അപ്പോൾ ഞാൻ തനിച്ചു പോകും. എന്നാൽ ഏത് ബുദ്ധിമുട്ടും അഭിമുഖീകരിക്കാനും അതിജീവിക്കാനും തയ്യാറായി നിങ്ങളെല്ലാം എനിക്കൊപ്പമുണ്ടാകുമെന്ന ഉറപ്പെനിക്ക് വേണം."

ജബലിന്റെ വാക്ക് കേട്ടതും ആവേശത്തോടെ ചാടി എഴുന്നേൽക്കുകയായിരുന്നു അബ്ദൂൻ.

"മരണം വരെ ഒപ്പമുണ്ടാകും."

ആ ചെറുപ്പക്കാരന്റെ ആവേശം ദഅബിസിലേക്കും ഇത്രീസിലേക്കും ദുൽമയിലേക്കും അലി ഫവാനീസിലേക്കുമൊക്കെ പടർന്നു പിടിച്ചു. താൻ തിരിച്ചുവന്നതിന്റെ പിന്നിലുള്ള രഹസ്യം ജബലിന്റെ ഭാര്യയ്ക്കറിയാമോ എന്ന് കവി റിസ്വാൻ തിരക്കി. അപ്പോഴാണ് താൻ സ്വന്തം കഥകളൊക്കെ ബൽഖീതിയോട് പറഞ്ഞകാര്യം ജബൽ വെളിപ്പെടുത്തിയത്. ചെയ്യാൻ പോകുന്ന കാര്യങ്ങളുടെ പ്രത്യാഘാതങ്ങളെക്കുറിച്ച് ചിന്തിക്കണമെന്ന് അദ്ദേഹം ഉപദേശിച്ചു. ഈ നാട്ടിലേക്ക് തിരിച്ചുവരുന്ന വിഷയത്തിൽ ഉറച്ച് നിന്നതോടെ എന്തു വന്നാലും അവസാനംവരെ ഒപ്പം വരാൻ ഭാര്യ തീരുമാനിക്കുകയായിരുന്നു. ഇതൊക്കെ കേട്ടതും താനും മറ്റുള്ളവർക്കൊപ്പമാണെന്ന സ്വരത്തിൽ ഹംദാൻ ചോദിച്ചു.

"നീ എപ്പോഴായിരിക്കും കങ്കാണിയുടെ അടുത്തേക്ക് പോകുക?"

"എന്റെ പദ്ധതി തയ്യാറാകുമ്പോൾ."

"എന്റെ താമസസ്ഥലത്ത് നിങ്ങൾക്ക് കഴിയാനൊരു ഇടം തയ്യാറാക്കാം ഞാൻ. നീ ഞങ്ങളുടെ പ്രിയപ്പെട്ട മകനാണ്. ഇതൊരു മഹത്തായ രാത്രിതന്നെയായിരിക്കും. അദ്ഹമിന്റെ കഥയ്ക്കൊപ്പം ഭാവിയിൽ ഈ രാത്രിയുടെ കഥയും റബാബ് തംബുരുവിനൊപ്പം ആളുകൾ

കേൾക്കുമായിരിക്കും. നന്മയായാലും തിന്മയായാലും ഒത്തൊരുമിച്ച് തന്നെ നിൽക്കുമെന്ന് നമുക്ക് പ്രതിജ്ഞ ചെയ്യാം ഇപ്പോൾ."

പെട്ടെന്ന് ഗുണ്ടയായ ഹമ്മൂദയുടെ ശബ്ദം ഉയർന്ന് കേട്ടു. മദ്യപിച്ച് കുഴഞ്ഞാടി അതിരാവിലെ സ്വന്തം വീട്ടിലേക്ക് മടങ്ങുന്ന അയാളുടെ നാവ് വഴുതുന്നുണ്ടായിരുന്നു.

"പയ്യന്മാരേ, ഇതാ മദ്യം കുടിച്ച് വെടിപ്പുള്ളവരാകൂ
ഈ തെരുവിലേക്ക് വന്ന് ചാഞ്ചാടി നടക്കൂ
അല്പം ഔദാര്യം കാട്ടുമോ എന്നോട്?
രുചിനുണയാനനുവദിക്കാം ഞാൻ നിങ്ങളെ!"

ഒരല്പസമയം മാത്രമേ അയാളുടെ ശബ്ദംകേട്ട് അവർ ശ്രദ്ധിച്ച് നിന്നുള്ളൂ. പിന്നീടവർ ആവേശത്തോടും എന്നാൽ പ്രതീക്ഷയോടും കൂടി കൈകൾ നീട്ടിപ്പിടിച്ച് പ്രതിജ്ഞ ചെയ്തു.

മുപ്പത്തിയെട്ട്

ജബലിന്റെ തിരിച്ചുവരവ് തെരുവ് മുഴുവൻ അറിഞ്ഞു കഴിഞ്ഞിരിക്കുന്നു. തന്റെ പണിസാമഗ്രികളടങ്ങിയ കൂടയുമായി ജബൽ പോകുന്നത് എല്ലാവരും കാണാറുണ്ട്. അവശ്യസാധനങ്ങൾ വാങ്ങാനായി ജമാലിയ്യയിലേക്ക് പോകാറുള്ള ഭാര്യയേയും ആളുകൾ ശ്രദ്ധിക്കും. തങ്ങളുടെ തെരുവിലുള്ള ആരും ഇതുവരെ പരീക്ഷിച്ചിട്ടില്ലാത്ത മാന്ത്രികവിദ്യയെന്ന ജബലിന്റെ പുതിയ തൊഴിലിനെക്കുറിച്ചായിരുന്നു ആളുകളുടെയൊക്കെ സംസാരം. എന്നാൽ സ്വന്തം തെരുവിൽ നടത്താതെ സമീപമുള്ള തെരുവുകളിലായിരുന്നു ജബൽ വിദ്യകളവതരിപ്പിച്ചിരുന്നത്. അതേസമയം തന്റെ വിദ്യകളിൽ സർപ്പങ്ങളെ ഉപയോഗിക്കാതിരിക്കാനും അയാൾ ശ്രദ്ധിച്ചു. അങ്ങനെയാകുമ്പോൾ താൻ സർപ്പവിദ്യയിൽ വിദഗ്ധനാണെന്ന് ആരും അറിയില്ല. കങ്കാണിയുടെ വീടിനരികിലൂടെ പലതവണ കടന്നുപോയി. ഒരിക്കൽ പോലും ആ വീടിനുള്ളിലേക്ക് കയറിയിട്ടേ ഇല്ല എന്ന ഭാവത്തിൽ നടന്നകലുമ്പോഴും തന്റെ വളർത്തമ്മയോടുള്ള സ്നേഹത്തിനായി മനസ്സ് കേഴുന്നുണ്ടായിരുന്നു. ഹമ്മൂദയും അൽ-ലൈസിയും ബറകാതും അബൂസരീഉം അടക്കമുള്ള ഗുണ്ടകൾ നേരിൽ കണ്ടെങ്കിലും മറ്റ് ഹംദാൻ കുടുംബക്കാരോട് പെരുമാറുന്നതുപോലെ അവർ അയാളെ മർദ്ദിക്കാനൊന്നും തുനിഞ്ഞില്ല. എന്നാലവർ അയാളെ വഴിവക്കിലേക്ക് തള്ളി മാറ്റാനും പണിസാധനങ്ങളടങ്ങിയ കൂട നോക്കി അധിക്ഷേപിക്കാനുമൊക്കെ ശ്രമിച്ചിരുന്നു.

ഒരു ദിവസം നേരേവന്ന സഖ്ലുത് ജബലിനെ രൂക്ഷമായി നോക്കി. വഴിമുടക്കി മുന്നിൽ കയറി നിന്നശേഷം അയാൾ ചോദിച്ചു.

"എവിടെയായിരുന്നു ഇത്രയും കാലം?"

“വിശാലമല്ലേ ഭൂമി?”

ജബലിന്റെ ശാന്തമായ പ്രതികരണം കേട്ടതും പോരിന് തുനിയുന്നത് പോലെ സഖ്‌ലുത്‌ കയർത്തു.

“ഞാൻ നിങ്ങളുടെയൊക്കെ സംരക്ഷകനാണ്. അതിനാൽതന്നെ ഞാനെനിക്ക് ഇഷ്ടമുള്ളത് ചോദിക്കും. മറുപടി പറഞ്ഞേ തീരൂ നിങ്ങളൊക്കെ.”

“അതിന് ഞാൻ മറുപടി പറഞ്ഞല്ലോ?”

“നീ എന്തിനാ തിരികെ വന്നത്?”

“ആളുകൾ എന്തിനാണോ സ്വന്തം തെരുവിലേക്ക് തിരികെ വരുന്നത് അതിന് തന്നെ.”

“നിന്റെ സ്ഥാനത്ത് ഞാനായിരുന്നെങ്കിൽ തിരികെ വരികയേ ഇല്ലായിരുന്നു.”

ഭീഷണിപ്പെടുത്തുന്നത് പോലെ പറഞ്ഞുകൊണ്ട് സഖ്‌ലുത്‌ ജബലിന് നേർക്ക് പാഞ്ഞടുത്തു. പെട്ടെന്ന് മാറിയില്ലായിരുന്നെങ്കിൽ സഖ്‌ലുത്വിന്റെ ദേഹം ജബലിന്റെ ശരീരത്തിൽ വന്നിടിച്ചേനേ. കോപമടക്കി പിടിച്ചു നിന്ന ജബലിനെ കങ്കാണിയുടെ വീടിന് മുന്നിലെ പാറാവുകാരൻ വിളിക്കുന്ന ശബ്ദം കേട്ടു. അതിശയിച്ചുപോയ ജബൽ നേരേ അയാൾക്കരികിലേക്ക് നടന്നു. നേരിൽകണ്ടതും അവർ ഇരുവരും വളരെ ഊഷ്മളതയോടെ കൈകൾ പിടിച്ചു കുലുക്കി. വിശേഷങ്ങൾ തിരക്കിയ ശേഷം ഹുദ ജബലിനെ കാണാനാഗ്രഹിക്കുന്ന കാര്യം പാറാവുകാരൻ അറിയിച്ചു. ഈ തെരുവിലേക്ക് തിരികെ വന്നനാൾ മുതലേ ജബൽ പ്രതീക്ഷിക്കുന്നൊരു ക്ഷണമായിരുന്നത്. അങ്ങനെയൊരവസരം തീർച്ചയായും വരുമെന്നും അക്കാര്യത്തിൽ സംശയിക്കേണ്ട കാര്യമേയില്ലെന്നും മനസ്സ് പറയുകയായിരുന്നു ഇതുവരേക്കും. ഉപേക്ഷിച്ച്പോയൊരു വീട്ടിലേക്ക് വന്നപാടെ ചെന്നു കയറാനുള്ള സാഹചര്യമായിരുന്നില്ല ജബലിന്റേത്. എന്നിട്ടും ആ വീട് സന്ദർശിക്കാനുള്ള അനുവാദത്തിനായി അങ്ങോട്ട് ചെന്ന് ആവശ്യപ്പെടേണ്ട എന്ന് തീരുമാനിച്ചിരുന്നു. അത് ചിലപ്പോൾ കങ്കാണിയുടേയോ ഗുണ്ടകളുടേയോ മനസ്സുകളിൽ സംശയങ്ങൾ സൃഷ്ടിച്ചേക്കും.

എന്നാൽ ജബൽ ആ വീട്ടിലേക്ക് കയറിക്കഴിഞ്ഞതും വാർത്ത കാട്ടുതീപോലെ തെരുവിലെങ്ങും പ്രചരിച്ചു. മട്ടുപ്പാവിലേക്ക് നടക്കുന്നതിനിടയിൽ ജബൽ തോട്ടത്തിലേക്കൊന്ന് പാളിനോക്കി. കാട്ടത്തിമരങ്ങളും ഉയരമേറിയ മൾബെറിച്ചെടികളും മൂലകളിലൊക്കെ നിറഞ്ഞ് നിൽക്കുന്ന പൂക്കളും പനിനീർച്ചെടികളുമൊക്കെ ആ നോട്ടത്തിനുള്ളിൽ കണ്ണിൽപ്പെട്ടു. ശൈത്യകാലത്തിന്റെ പിടിയിലമർന്ന് നിൽക്കുകയാണ് പതിവുള്ള സുഗന്ധമൊക്കെ. ചിതറിയ വെളുത്ത മേഘപടലങ്ങൾക്കിടയിൽ നിന്നും ഇറ്റ് വീഴുന്നതുപോലെ ശാന്തമായ വെളിച്ചം അന്തരീക്ഷത്തിൽ നിറഞ്ഞ് നിൽക്കുന്നു. മനസ്സിൽ തിരയടിക്കുന്ന ഓർമകളെ അമർച്ച

ചെയ്തുകൊണ്ടാണ് ജബൽ പടിക്കെട്ട് കയറി മുകളിലേക്ക് ചെന്നത്. അകത്തളത്തിലേക്ക് കടന്നതും മധ്യഭാഗത്തായി ഹുദയും ഭർത്താവ് അഫന്തിയും ഇരിക്കുന്നത് കണ്ടു.

ജബൽ ഹുദയുടെ നേർക്ക് നോക്കി. അവരുടെ കണ്ണുകൾ കൂട്ടിമുട്ടിയതും വികാരപരവേശത്തോടെ അയാളെ സ്വീകരിക്കാനായി ആ സ്ത്രീ എഴുന്നേറ്റു. ജബൽ കുനിഞ്ഞ് അവരുടെ കൈയിൽ ചുംബിച്ചു. വാത്സല്യത്തോടെ അവർ ജബലിന്റെ നെറുകയിൽ ചുംബിച്ചപ്പോൾ സ്നേഹവും ആനന്ദവും നിറഞ്ഞ വികാരമായിരുന്നു അയാളുടെ മനസ്സിലാകെ. ജബൽ അഫന്തിക്ക് നേർക്ക് നോക്കി. നീളൻ കുപ്പായം ധരിച്ച് ഇരിക്കുന്ന ആ മനുഷ്യൻ തണുത്തുറഞ്ഞ കണ്ണുകളോടെ അവർ ഇരുവരേയും നോക്കുകയാണ്. ജബൽ കൈനീട്ടിയപ്പോൾ കങ്കാണി അല്പം എഴുന്നേൽക്കാൻ ശ്രമിച്ചെങ്കിലും പെട്ടെന്ന് ഇരുന്നു.

അതിശയവും എന്നാൽ അമർഷവും നിറഞ്ഞ കണ്ണുകളോടെ ജബലിനെത്തന്നെ നോക്കുകയാണ് ഹുദ. ഒരു പരുക്കൻ ജല്ലാബിയ കുപ്പായം ധരിച്ചിരിക്കുന്ന ജബൽ കൂടുതൽ സുന്ദരനായിരിക്കുന്നു. ഇടുപ്പിൽ കട്ടിയുള്ളൊരു അരപ്പട്ട കെട്ടിയിട്ടുണ്ട്. കാലുകളിൽ പഴകിയൊരു തോൽ ചെരുപ്പും. സമൃദ്ധമായ തലമുടി ഇരുണ്ടനിറത്തിലൊരു തൊപ്പികൊണ്ട് മൂടിയിട്ടുമുണ്ട്. ഹുദായുടെ കണ്ണുകളിൽ വേദനയുടെ തിളക്കം കാണാമായിരുന്നു. അയാളുടെ രൂപവും പിന്നെ ഇപ്പോൾ നയിക്കുന്ന ജീവിതവുമൊക്കെ കണ്ടതും ഒന്നും മിണ്ടിയില്ലെങ്കിലും ഹുദായുടെ കണ്ണുകൾ ആ ദുഃഖത്തെപ്പറ്റി വല്ലാതെ വാചാലമാകുകയായിരുന്നു. വലിയൊരു പ്രതീക്ഷ തകർന്നു പോയത് നോക്കി നിൽക്കുന്ന ഭാവമായിരുന്നു ഹുദായ്ക്ക്. അവർ മകനോട് ഇരിക്കാൻ ആംഗ്യംകാണിച്ചു. അടുത്തുകിടന്നൊരു കസേരയിൽ ജബൽ ചെന്നിരുന്നതും വളരെ പരിക്ഷീണയായതുപോലെ അവരും തന്റെ ഇരിപ്പിടത്തിൽ ഇരുന്നു.

വളർത്തമ്മയുടെ മനസ്സിലെന്താണെന്ന് മനസ്സിലായതും മുഖത്തം കമ്പോളത്തിലുള്ള തന്റെ ജീവിതത്തെപ്പറ്റിയും തൊഴിലിനെക്കുറിച്ചും വിവാഹത്തെപ്പറ്റിയുമൊക്കെ ജബൽ അവരോട് സംസാരിച്ചു. പരുക്കനാണെങ്കിൽ കൂടിയും താൻ ഈ ജീവിതത്തിൽ സംതൃപ്തനാണെന്ന് ജബൽ പറഞ്ഞത് കേട്ടതും ഹുദയ്ക്ക് ദേഷ്യം വന്നു.

"നിനക്കിഷ്ടമുള്ളത് പോലെ ജീവിച്ചുകൊള്ളൂ. പക്ഷേ, ഈ തെരുവിലേക്ക് തിരികെ വന്നശേഷം നീ എന്തുകൊണ്ടാണ് എന്റെ വീട്ടിലേക്ക് ആദ്യം തന്നെ വരാതിരുന്നത്?"

ഈ വീട്ടിലേക്ക് വരികയെന്നത് തന്നെയാണ് തന്റെ തിരിച്ചുവരവിന്റെ പ്രധാന ഉദ്ദേശ്യമെന്ന് പറയാൻ തുനിഞ്ഞതായിരുന്നു ജബൽ. എന്നാൽ സമയമായിട്ടില്ല എന്ന് തോന്നിയതിനാൽ പിന്നീടാവട്ടെ എന്ന് കരുതി. മാത്രമല്ല ഈ കൂടിക്കാഴ്ചയുടെ വികാരങ്ങളെ മറികടക്കാനും ഇതുവരെ കഴിഞ്ഞിട്ടില്ല.

“ഈ വീട്ടിലേക്ക് വരാൻ കൊതിച്ചത് തന്നെയായിരുന്നു. എന്നാൽ പഴയതൊക്കെ ഓർത്തപ്പോൾ ഇവിടേക്ക് ഇടിച്ച് കയറാനുള്ള ധൈര്യം കിട്ടിയില്ല. അതുകൊണ്ടാണ്...”

“പുറംനാട്ടിലെ ജീവിതം അത്ര മനോഹരമാണെങ്കിൽ പിന്നെന്തിനാ നീ തിരികെ വന്നത്?”

ഭർത്താവിന്റെ തണുപ്പൻ ചോദ്യം കേട്ടതും ഹുദ അയാളെ ശാസിക്കുന്നതുപോലെ തുറിച്ചു നോക്കി. എന്നാൽ കങ്കാണി അതവഗണിച്ചു കളഞ്ഞു. ജബലാകട്ടെ പുഞ്ചിരിയോടെയാണ് മറുപടി പറഞ്ഞത്.

“താങ്കളെ കാണാനുള്ള മോഹമുള്ളതുകൊണ്ടാണ് അങ്ങുന്നേ!”

“എങ്കിലും നന്ദികെട്ടവനായ നീ, വിളിക്കുന്നതുവരെ ഞങ്ങളെ കാണാൻ വന്നില്ലല്ലോ?”

“ഈ വീട് വിട്ടിറങ്ങേണ്ടിവന്ന സാഹചര്യങ്ങളെക്കുറിച്ചോർക്കുമ്പോഴെല്ലാം ഞാനവയെ മനസ്സാ ശപിക്കാറുണ്ടെന്ന് പറഞ്ഞാൽ എന്നെ വിശ്വസിക്കണം യജമാനത്തീ.”

തലകുനിച്ച് നിൽക്കുന്ന ജബലിനെ സംശയത്തോടെ തുറിച്ച് നോക്കിയ കങ്കാണി അയാളെന്താണ് ഉദ്ദേശിച്ചതെന്ന് ചോദിക്കാൻ തുനിഞ്ഞതായിരുന്നു. എന്നാൽ അതിനുമുമ്പേ ഹുദ പറഞ്ഞു.

“നിന്നെക്കരുതിയാണ് ഹംദാൻ കുടുംബക്കാർക്ക് ഞങ്ങൾ മാപ്പ് നൽകിയതെന്ന വസ്തുത നീ അറിഞ്ഞിട്ടുണ്ടാവുമെന്ന കാര്യം ഉറപ്പാണ്.”

ആദ്യമേ തീരുമാനിച്ചുറച്ചത് പോലെ ഈ ആനന്ദകരമായ കുടുംബ നിമിഷങ്ങൾ അവസാനിക്കാൻ നേരമായെന്ന് ജബലിന് ബോധ്യമായി. പോരാട്ടം തുടങ്ങാനുള്ള സമയം ആഗതമായിരിക്കുന്നു.

“യജമാനത്തീ, മരണത്തെക്കാൾ ദുരിതംനിറഞ്ഞ അപമാനം പേറുകയാണ് സത്യത്തിൽ അവർ. അത് അവരിൽ ധാരാളമാളുകളെ കൊലപ്പെടുത്തുകയും ചെയ്തിരിക്കുന്നു.”

ജപമാലയിൽ അമർത്തിപ്പിടിച്ചുകൊണ്ട് അഫന്തി പൊട്ടിത്തെറിച്ചു.

“കുറ്റവാളികളാണവർ. അർഹിക്കുന്നത് തന്നെയാണ് അവന്മാർക്ക് കിട്ടിയതൊക്കെ.”

“നമുക്ക് പഴയതൊക്കെ മറക്കാൻ ശ്രമിക്കാം.”

പ്രതീക്ഷയോടെ ഹുദ കൈയാട്ടിക്കാണിച്ചു.

“പക്ഷേ, ഖിദ്റയുടെ രക്തം ചിന്തപ്പെട്ടത് വെറുതെയാകാൻ പാടില്ലല്ലോ?”

“ഇവിടെയുള്ള ഗുണ്ടകളാണ് യഥാർത്ഥ കുറ്റവാളികൾ!”

ദേഷ്യമടക്കാനാകാതെ ചാടി എഴുന്നേറ്റ അഫന്തി ഭാര്യയെ നോക്കി അധിക്ഷേപസ്വരത്തിൽ ചോദിച്ചു.

“ഇവനെ വീട്ടിലേക്ക് ക്ഷണിക്കാനുള്ള നിന്റെ ആവശ്യം അനുവദിച്ച് തന്നതിന് കിട്ടിയ ഫലം കണ്ടില്ലേ...?”

“യജമാനേ, താങ്കളെ കാണാൻ ഞാൻ എന്തായാലും വരികതന്നെ ചെയ്യുമായിരുന്നു. എന്നാൽ ഈ വീടിനോടുള്ള മതിപ്പ് കാരണമാണ് വിളിക്കുന്നതുവരെ കാത്തിരിക്കാമെന്ന് വച്ചത്.”

ആത്മവിശ്വാസം തുളുമ്പുന്ന സ്വരത്തിൽ ജബൽ പറഞ്ഞതു കേട്ട് സംശയത്തോടെ കങ്കാണി തുറിച്ചുനോക്കാൻ തുടങ്ങി.

“ഈ വരവ് കൊണ്ട് എന്താണ് നിന്റെ ഉദ്ദേശ്യം?”

ധൈര്യത്തോടെ കങ്കാണിയെ നേരിടാനുറച്ച് ജബൽ എഴുന്നേറ്റു. അതിഭീകരമായൊരു കൊടുങ്കാറ്റിന് കടന്നുകയറാനായി വാതിൽ തുറക്കുകയാണ് താനെന്ന് അയാൾക്കുറപ്പായിരുന്നു. പക്ഷേ, മരുഭൂമിയിൽ നടന്ന ജബലാവിയുമായുണ്ടായ കൂടിക്കാഴ്ച ഇടറാത്ത ധൈര്യമായിരുന്നു ജബലിന് നൽകിയത്.

“ഈ ഭൂസ്വത്തിലും പിന്നെ സമാധാനം നിറഞ്ഞ ജീവിതത്തിനും ഹംദാൻ കുടുംബത്തിന് കിട്ടേണ്ട അവകാശം ചോദിച്ച് വാങ്ങാൻ വന്നതാണ് ഞാൻ.”

ദേഷ്യംകൊണ്ട് അഫന്തിയുടെ മുഖമാകെ കറുത്തുപോയി. ഹുദയ്ക്കും ആകെ നിരാശയായി. കത്തുന്ന കണ്ണുകളോടെ ജബലിന് നേരേ അഫന്തി ആക്രോശിക്കുകയായിരുന്നു.

“ഈ സംസാരമിനിയും തുടരാൻ തന്നെയാണോ നിന്റെ ഭാവം? ഇത്തരം അസാധ്യമായ ആവശ്യങ്ങളുമായി നിങ്ങളുടെ ആ കിഴവൻ ഇവിടേക്ക് വന്നശേഷം സംഭവിച്ച ദുരിതങ്ങളെന്തൊക്കെയാണെന്ന് നിങ്ങളൊക്കെ അത്രവേഗം മറന്നു പോയോ? നിനക്ക് ഭ്രാന്താണെന്ന് സത്യം ചെയ്യാം ഞാൻ. പിന്നെ ഈ ഭ്രാന്തന്മാർക്കായി പാഴാക്കാൻ എന്റെ പക്കൽ സമയവുമില്ല.”

ഹുദയ്ക്ക് കരച്ചിൽ വന്നു.

“ഞാൻ നിന്നേയും ഭാര്യയേയും ഇവിടെവന്ന് ഞങ്ങൾക്കൊപ്പം താമസിക്കാൻ ക്ഷണിക്കാനിരുന്നതാണ്, ജബലേ.”

ജബലും ഉറച്ച സ്വരത്തിൽ തന്നെയാണ് പ്രതികരിച്ചത്.

“തള്ളിക്കളയാനാകാത്ത ഒരാളുടെ ആഗ്രഹം താങ്കളെ വന്നറിയിക്കുക മാത്രമാണ് ഞാൻ ചെയ്തത്. അത് നിങ്ങളുടെയും ഞങ്ങളുടെയും പിതാമഹനായ ജബലാവിയുടെ ആഗ്രഹമാണ്.”

വിശ്വസിക്കാനാകാത്തതുപോലെ അഫന്തി ജബലിനെ ചൂഴ്ന്ന് നോക്കുന്നതിനിടയ്ക്ക് ഹുദ എഴുന്നേറ്റ് ചെന്ന് ജബലിന്റെ ചുമലിൽ പിടിച്ചു.

“ജബൽ, നിനക്കെന്താ പറ്റിയത്?”

അയാൾ പുഞ്ചിരിച്ചു.

“എനിക്കൊരു കുഴപ്പവുമില്ല, യജമാനത്തീ.”

“കുഴപ്പമില്ലെന്നോ? നിനക്കോ? നിന്റെ ബുദ്ധിക്ക് വല്ലതും സംഭവിച്ചോ?”

കങ്കാണിയുടെ അരിശം നിറഞ്ഞ വാക്കുകൾ കേട്ടിട്ടും ജബൽ ശാന്തത കൈവിട്ടില്ല.

“താങ്കൾ ആദ്യം എനിക്ക് പറയാനുള്ളത് കേൾക്കൂ. എന്നിട്ടാകട്ടെ വിധിപറയുന്നത്!”

ജബൽ നേരത്തെ ഹംദാൻ കുടുംബക്കാരോട് പറഞ്ഞ ജബലാവിയുമായുള്ള കൂടിക്കാഴ്ചയുടെ കഥ ഇവരോടും പങ്കുവച്ചു. കഥ കേട്ട് കഴിഞ്ഞതും അതുവരെ ജബലിന്റെ മുഖത്തേക്ക് തന്നെ ഉറ്റുനോക്കുകയായിരുന്ന കങ്കാണി പറഞ്ഞു.

“അതിന് മാളികയിൽ ഏകാന്തവാസം തുടങ്ങിയ കാലത്തിനുശേഷം ഈ ഭൂസ്വത്തിന്റെയൊക്കെ ഉടമയായ ജബലാവി പുറത്തേക്കിറങ്ങിയിട്ടേയില്ലല്ലോ?”

“പക്ഷേ, ഞാനദ്ദേഹത്തെ മരുഭൂമിയിൽ വച്ച് നേരിട്ട് കണ്ടതാണ്.”

“പിന്നെന്തുകൊണ്ടായിരിക്കും അദ്ദേഹം സ്വന്തം ഇഷ്ടങ്ങൾ എന്നെ നേരിട്ടറിയിക്കാത്തത്?”

“അതദ്ദേഹത്തിന്റെ രഹസ്യം. സ്വന്തം കാര്യങ്ങളെക്കുറിച്ച് ഏറ്റവും നന്നായറിയുന്നത് അദ്ദേഹം തന്നെയായിരിക്കും!”

അഫന്തി പൊട്ടിച്ചിരിച്ചു.

“നീ ശരിക്കുമൊരു പാമ്പാട്ടിതന്നെയാണ്. എന്നാൽ പാമ്പുകളെ മാത്രംവച്ച് കളിച്ചാൽ പോരേ? പിന്നെ എന്തിനാണ് ഈ ഭൂസ്വത്തിനെ മുഴുവൻ നീ ഇങ്ങനെ കളിപ്പിക്കാൻ ശ്രമിക്കുന്നത്?”

ശാന്തത കൈവിടാതെ ജബൽ മറുപടി പറഞ്ഞു.

“ഞാൻ അസത്യമൊന്നും പറഞ്ഞിട്ടില്ലെന്ന് ദൈവത്തിനറിയാം. സാധിക്കുമെങ്കിൽ നമുക്ക് ജബലാവിയോട് തന്നെ ആവശ്യപ്പെടാം ഒരു തീരുമാനമെടുക്കാൻ. ഇനി അതുമല്ലെങ്കിൽ അദ്ദേഹത്തിന്റെ പത്ത് നിബന്ധനകൾ ആസ്പദമാക്കുകയും ചെയ്യാമല്ലോ?”

അഫന്തി ദേഷ്യം കാരണം പൊട്ടിത്തെറിച്ചു. അയാളുടെ മുഖം ചുവന്ന് കൈകാലുകൾ വിറയ്ക്കുന്നുണ്ടായിരുന്നു.

“നീയൊരു കള്ളനാണ്. കുടിലതന്ത്രക്കാരൻ. മലമുകളിൽ കയറി ഒളിച്ചാലും നീ നിന്നെ കാത്തിരിക്കുന്ന കറുത്ത വിധിയിൽ നിന്നും രക്ഷപ്പെടാനേ പോകുന്നില്ല.”

“എന്തൊരു കഷ്ടമാണിത്. ജബൽ നീ എനിക്ക് ഇത്തരത്തിലൊരു ദുരിതമായിരിക്കും സമ്മാനിക്കുകയെന്ന് ഞാൻ പ്രതീക്ഷിച്ചതേയില്ല!”

“സ്വന്തം ആളുകളുടെ നിയമാനുസൃതമായ അവകാശങ്ങൾ ആവശ്യപ്പെട്ടതുകൊണ്ടാണോ ഇതൊക്കെ സംഭവിക്കുന്നത്?”

ജബലിന്റെ അതിശയം കണ്ട് അഫന്തി പൊട്ടിത്തെറിച്ചു.

"മിണ്ടാതിരിയെടാ കള്ളാ. നീയൊക്കെ കഞ്ചാവിനടിമകളായ നായിന്റെ സന്തതികളല്ലേ? എന്റെ വീട്ടിൽ നിന്നിറങ്ങിപ്പോടാ. ഈ പുലമ്പലും ആവർത്തിച്ചുകൊണ്ട് വീണ്ടും വന്നാൽ നിന്നേയും നിന്റെ ആളുകളേയും ആട്ടിൻകൂട്ടത്തെപ്പോലെ കൊന്നുതള്ളും ഞാൻ."

ഇതോടെ ജബലിനും അരിശംകയറി.

"ജബലാവിയുടെ ക്രോധത്തിനിരയാകും നിങ്ങൾ. ഞാൻ മുന്നറിയിപ്പ് നൽകുകയാണ് നിങ്ങൾക്ക്."

അഫന്തി ജബലിനരികിലേക്ക് ഓടിയടുത്തശേഷം അയാളുടെ നെഞ്ചിൽ ആഞ്ഞടിച്ചു. എന്നാൽ ക്ഷമയോടെ ആ മർദ്ദനം ഏറ്റുവാങ്ങിയ ശേഷം ജബൽ ഹുദയുടെ നേരേ തിരിഞ്ഞു.

"യജമാനത്തീ, അങ്ങുന്നിനോടുള്ള മാന്യത ഞാൻ ഇദ്ദേഹത്തോടും കാണിക്കുകയാണ്"

പിന്നീട് അയാൾ ആ വീട്ടിൽ നിന്നിറങ്ങിപ്പോയി.

മുപ്പത്തിയൊമ്പത്

ആസന്നമായ ദുരന്തവും പ്രതീക്ഷിച്ചിരിക്കുകയാണ് ഹംദാൻകുടുംബക്കാരെല്ലാം. തമർഹന്ന മാത്രമാണ് മറ്റുള്ളവർ പറയുന്നതിൽ നിന്നും വ്യത്യസ്തമായ അഭിപ്രായം പറഞ്ഞത്. ജബലാണ് ഇത്തവണ ഹംദാൻ കുടുംബക്കാരെ നയിക്കുന്നത്. അതിനാൽതന്നെ തങ്ങളെ അമർച്ച ചെയ്യാൻ ഹുദ അനുവദിക്കുകയില്ല. എന്നാൽ ഇങ്ങനെയൊരഭിപ്രായം ജബലിന് പോലുമുണ്ടായിരുന്നില്ല. അയാളുടെ അഭിപ്രായത്തിൽ ഭൂസ്വത്തുക്കൾ മോഹിച്ച് ആര് വന്നാലും അത് പ്രശ്നം സൃഷ്ടിക്കുക തന്നെ ചെയ്യും. അത് താനായാലും മറ്റാരാണെങ്കിലും ഇനി സാക്ഷാൽ അഫന്തിയുടെ അടുപ്പക്കാരനായാലും ശരി. ശക്തരാകണമെന്നും ദുരന്തങ്ങളെ ധീരതയോടെ നേരിടണമെന്നുമൊക്കെയുള്ള തങ്ങളുടെ പിതാമഹന്റെ ഒസ്യത്ത് ജബൽ ഹംദാൻ കുടുംബക്കാരെ ഓർമ്മിപ്പിച്ചു. ജബൽ സുഖകരമായ ജീവിതം നയിക്കുകയായിരുന്നു. എന്നാൽ അയാൾ തങ്ങൾക്ക് വേണ്ടിയാണ് ആ ജീവിതം ഉപേക്ഷിച്ച് വന്നിരിക്കുന്നത്. അതിനാൽ തന്നെ ജബലിനെ കൈയൊഴിയാൻ പാടില്ലെന്ന് ദഅബിസ് പറഞ്ഞു. ശക്തിപ്രകടനത്തിന് തങ്ങൾ മുതിരുന്നത് ചിലപ്പോൾ ഉപകാരപ്പെടാതെ വന്നേക്കാം. എന്നാലും അത് തങ്ങളെ ഇപ്പോൾ അനുഭവിക്കുന്നതിനേക്കാളും വലിയൊരു ദുരിതത്തിലേക്കൊന്നും തള്ളിവിടാൻ പോകുന്നില്ല.

സത്യത്തിൽ ഹംദാൻ കുടുംബക്കാർ ഭയന്നിരിക്കുകയാണ്. ഞെരമ്പുകളൊക്കെ വരിഞ്ഞുമുറുകുമ്പോഴും നിരാശയിലെന്തോ ശക്തിയും നിശ്ചയദാർഢ്യവും കണ്ടെത്തുകയായിരുന്നു അവർ. 'നാം ജയിക്കുക

തന്നെ ചെയ്യും തോല്ക്കാനാകില്ല' എന്ന ചൊല്ല് ഏറ്റ് പറയുകയായിരുന്നു അവരാകെ.

നെടുവീർപ്പോടെ കവി റിസ്വാൻ മാത്രം ഇങ്ങനെ പറഞ്ഞു.

“ജബലാവിക്ക് വേണമെങ്കിൽ നീതി സ്വയം നടപ്പിലാക്കാമായിരുന്നു. നമ്മുടെ അവകാശം വകവച്ചുതരാനും വൻദുരന്തത്തിൽ നിന്നും രക്ഷിക്കാനും കഴിയുമായിരുന്നു.”

ഇതുകേട്ടതും ജബലിന് ദേഷ്യംവന്നു. അയാൾ റിസ്വാനരികിലേക്ക് ചെന്ന് ചുമലിൽ പിടിച്ച് കുലുക്കി. ആ ആഘാതത്തിൽ കവി എഴുന്നേറ്റു പോകുമെന്ന് തോന്നിപ്പോയി.

“ഇങ്ങനെയാണോ റിസ്വാൻ കവികൾ ചെയ്യേണ്ടത്? റബാബ് മീട്ടി നിങ്ങൾ ധീരന്മാരുടെ കഥകൾ പറയുന്നു. എന്നാൽ ധൈര്യം കാണിക്കേണ്ട അവസരമെത്തുമ്പോൾ മാളത്തിലൊളിക്കുകയും പരാജയഭീതി വളർത്തുകയും ചെയ്യുന്നോ? ഭീരുക്കളെ ദൈവം ശപിക്കട്ടെ.”

മറ്റുള്ളവർക്ക് നേരേ തിരിഞ്ഞ് ജബൽ തുടർന്നു.

“നിങ്ങളെ മാനിച്ചതു പോലെ ഈ തെരുവിലെ ഒരു കോളനിക്കാരെയും ജബലാവി മാനിച്ചിട്ടില്ല. തന്റെ സ്വന്തം കുടുംബക്കാരായി നിങ്ങളെ കരുതിയില്ലായിരുന്നെങ്കിൽ അദ്ദേഹം എന്നെ കാണാനോ സംസാരിക്കാനോ മുതിരില്ലായിരുന്നു. വഴികാണിച്ചു തരികയും പിന്തുണ ഉറപ്പാക്കുകയുമാണദ്ദേഹം ചെയ്തത്. ദൈവത്തെ സത്യം ചെയ്ത് ഞാൻ പറയുകയാണ് ഇനി ഒറ്റയ്ക്കാണെങ്കിൽ പോലും ഞാൻ അവർക്കെതിരെ പോരാടുകതന്നെ ചെയ്യും.”

എന്നാൽ ജബൽ ഒറ്റയ്ക്കായിരുന്നില്ല. സർവ്വപുരുഷന്മാരും സ്ത്രീകളുമൊക്കെ അയാളെ പിന്തുണ അറിയിച്ചു. പ്രത്യാഘാതങ്ങളെക്കുറിച്ച് യാതൊരു ചിന്തയുമില്ലാതെ അവർ ആ അഗ്നിപരീക്ഷയെ നേരിടാൻ തന്നെയുറച്ചു.

ആരും ഒന്നും ചെയ്യാതെയും തീരുമാനിക്കാതെയും തന്നെ ഹംദാൻ കുടുംബത്തിന്റെ നേതൃത്വം പതിയെ ജബലിൽ വന്ന് ഭവിച്ചു. ഹംദാനും അക്കാര്യത്തിലൊരു എതിർപ്പുമില്ലായിരുന്നു. സത്യത്തിൽ എത്രകാലം നീണ്ടുനിൽക്കുമെന്നറിയാത്ത ആക്രമണമുനയിൽ നിന്നും ഒഴിഞ്ഞു മാറുന്നതിൽ അദ്ദേഹത്തിന് സന്തോഷമേ ഉണ്ടായിരുന്നുള്ളൂ. അതേസമയം വീടിനുള്ളിൽ അടച്ചിരിക്കാനും ജബൽ തയ്യാറായില്ല. ഹംദാന്റെ ഉപദേശം സ്വീകരിക്കാതെ അയാൾ പതിവുപോലെ പുറത്തിറങ്ങി നടക്കാൻ തുടങ്ങി. ഓരോ ചുവടുവയ്പിലും അപകടം പ്രതീക്ഷിച്ചെങ്കിലും ഗുണ്ടകളിലൊരാളും അയാളെ ഉപദ്രവിക്കാൻ തുനിഞ്ഞില്ല. ഇത് ജബലിനെ അതിശയിപ്പിക്കുകയും ചെയ്തു. ഇതിന്റെ കാരണമെന്തായിരിക്കുമെന്ന് അന്വേഷിച്ചപ്പോൾ മനസ്സിലായത് അഫന്തിതന്നെ ജബലുമായുണ്ടായ സംഗമത്തിന്റെ വിവരം രഹസ്യമാക്കി വയ്ക്കാൻ ശ്രമിക്കുന്നുണ്ടാകും

എന്നായിരുന്നു. അങ്ങനെയാകുമ്പോൾ ജബലും തന്റെ ആവശ്യങ്ങളുടെ കാര്യത്തിൽ നിശ്ശബ്ദനാകുമെന്നും പതിയെ ഈ വിഷയം തന്നെ അവസാനിച്ചുകൊള്ളുമെന്നും അവർ കരുതിയിട്ടുണ്ടാകും. ഹുദയുടെ ദുഃഖം നിറഞ്ഞ മുഖവും സത്യസന്ധമായ മാതൃത്വഭാവവുമൊക്കെ ജബലിന്റെ സമീപനത്തെ സ്വാധീനിച്ചിരുന്നു എന്നതാണ് വാസ്തവം. കങ്കാണിയുടെ പരുഷമായ പെരുമാറ്റത്തേക്കാൾ ജബലിന് കഠിനമായിത്തോന്നിയത് ഹുദയുടെ വാത്സല്യമായിരുന്നു. കൽക്കരിയിൽനിന്നും ചാരം തട്ടിയ കറ്റാൻ എന്താണ് ചെയ്യേണ്ടതെന്നറിയാനായി ജബൽ വളരെയധികം ചിന്തിച്ചു.

വളരെ വിചിത്രമായ കാര്യങ്ങളാണ് പിന്നീട് ആ തെരുവിൽ നടന്നത്. ഒരുദിവസം ഏതോ സ്ത്രീ തന്റെ വീടിന്റെ നിലവറയിൽനിന്ന് നിലവിളിക്കുന്നത് ആളുകൾ കേട്ടു. തന്റെ പാദങ്ങൾക്കിടയിലൂടെ ഒരു പാമ്പ് ഇഴഞ്ഞ് തെരുവിലേക്ക് പോയത് കണ്ടതാണ് കാരണമത്രേ. പാമ്പിനെ കണ്ടെത്താനായി ആളുകൾ തിരച്ചിൽ നടത്തി. വടികളുമായി അവർ ആ വീട്ടിലെത്തി. പാമ്പിനെ അന്വേഷിച്ച് കണ്ടെത്തി അവരതിനെ അടിച്ചുകൊന്നു. ചത്ത പാമ്പിനെ തെരുവിലേക്കെടുത്തിട്ടതും കുട്ടികൾ വന്ന് അത് തട്ടിയെടുത്ത് കളിക്കാനും ബഹളമുണ്ടാക്കാനും തുടങ്ങി. സത്യത്തിൽ ഇത് ആ തെരുവിൽ വിചിത്രമായൊരു കാര്യമായി മാറേണ്ടതായിരുന്നില്ല. എന്നാൽ മണിക്കൂറൊന്ന് കഴിയുന്നതിന് മുമ്പ് തന്നെ മറ്റൊരു സ്ത്രീയുടെ കൂടെ നിലവിളികേട്ടു. എന്നാൽ അത് തെരുവിന്റെ അങ്ങേയറ്റത്ത് ജമാലിയ്യയ്ക്കരികിലുള്ള വീട്ടിൽ നിന്നായിരുന്നു. രാത്രിയാകുന്നതിന് മുമ്പ് ഹംദാൻ കുടുംബക്കാരുടെ കോളനിയിലും വലിയ ബഹളം കേട്ടു. കുറച്ചാളുകൾ ഒരു പാമ്പിനെ കണ്ടത്രേ. എന്നാൽ പെട്ടെന്ന് തന്നെ എങ്ങോ അപ്രത്യക്ഷമായ ആ പാമ്പിനെ പിന്നീട് കണ്ടെത്താനായതുമില്ല. നടത്തിയ ശ്രമങ്ങളൊക്കെ വെറുതെയായി. ഈയവസരത്തിലാണ് ബൽഖീതിയിൽ നിന്ന് പഠിച്ച വിദ്യ ഉപയോഗിച്ച് ഈ പാമ്പിനെ കണ്ടെത്താനായി ജബൽ രംഗത്തെത്തിയത്.

ജബൽ നഗ്നനായി ആ വീടിന്റെ മുറ്റത്ത് പോയി നിന്ന് ഏതോ വിചിത്ര ഭാഷയിൽ പാമ്പിനോട് സംസാരിച്ചെന്നും അതിനെത്തുടർന്ന് ആ പാമ്പ് തനിയേ ഇറങ്ങി ജബലിനരികിലേക്ക് വന്നെന്നും ഹംദാൻ കുടുംബക്കാർ പറയുന്നത് ആളുകൾ കേട്ടു. തൊട്ടടുത്ത ദിവസം രാവിലെ തന്നെ ഇക്കാര്യമൊക്കെ എല്ലാവരും മറക്കേണ്ടതായിരുന്നു. എന്നാൽ ഇതേപോലെയുള്ള സംഭവങ്ങൾ പല പ്രമുഖരുടേയും വീടുകളിലും നടന്നു. തന്റെ വീട്ടിലെ അകത്തളത്തിലൂടെ നടക്കുന്നതിനിടയിൽ ഹമ്മൂദയെ ഒരു പാമ്പ് കൊത്തിയെന്ന വാർത്ത പ്രചരിച്ചു. അയാളുടെ നിലവിളികേട്ട് കൂട്ടുകാർ രക്ഷപ്പെടുത്താനായി ഓടിവന്നു. അങ്ങനെ വാർത്ത എല്ലായിടത്തും പരന്നു. ജനം പാമ്പുകളെക്കുറിച്ച് സംസാരിക്കുകയായിരുന്നു, വീണ്ടും വീണ്ടും നിർത്താതെ!

ഇത്രയൊക്കെയായിട്ടും പാമ്പുകളുടെ ഈ വിചിത്ര പെരുമാറ്റങ്ങൾ തുടർന്നു കൊണ്ടേയിരുന്നു. ഗുണ്ടയായ ബറകാതിന്റെ കഞ്ചാവ് പുരയിലെത്തിയ ഇടപാടുകാരിൽ ചിലർ മേൽക്കൂരയിലെ തൂണുകൾക്കിടയിലൊരു പാമ്പിനെ കണ്ടു. അല്പസമയം കഴിഞ്ഞതും അതിനെ കാണാതായി. ചാടി പുറത്തേക്കിറങ്ങിയ ആളുകൾ പേടിച്ച് ചിതറിയോടി. കാപ്പിക്കടകളിലെ കവികളുടെ കഥകളിലൊക്കെ ഇതോടെ പാമ്പുകളെ സംബന്ധിച്ച വിവരങ്ങൾ നിറയാൻ തുടങ്ങി. സാക്ഷാൽ കങ്കാണിയുടെ വീട്ടിൽ തന്നെ ഒരു കൂറ്റൻ പാമ്പ് പ്രത്യക്ഷപ്പെട്ടതോടെ കാര്യങ്ങൾ സഭ്യതയുടെ പരിധികളൊക്കെ വിട്ടതുപോലെയായി. വീട്ടിലെ ജോലിക്കാരൊക്കെ ചേർന്ന് സർവ്വകോണുകളും അരിച്ചുപെറുക്കി പരിശോധിച്ചെങ്കിലും മറഞ്ഞിരുന്ന പാമ്പിന്റെ യാതൊരടയാളവും കണ്ടെത്താനായില്ല. ഭയന്നുപോയ കങ്കാണിയും ഭര്യ ഹുദയും പാമ്പുകളിൽ നിന്നും മുക്തമായെന്ന് ഉറപ്പുവരുത്തുന്നതുവരെ വീട് വിട്ട് പോകുന്ന കാര്യംവരെ ഗൗരവമായി ചിന്തിക്കാൻ തുടങ്ങി. വീട് കീഴ്മേൽ മറിച്ച് പരിശോധന നടത്തുന്നതിനിടയിലാണ് തെരുവിന്റെയാകെ സംരക്ഷകനായ സാക്ഷാൽ സഖ്ലുത്വിന്റെ വീട്ടിൽ നിന്ന് അടുത്ത ഒച്ചപ്പാടും ബഹളവും കേട്ടത്. എന്താണ് സംഭവിച്ചതെന്നറിയാൻ പോയ പാറാവുകാരൻ തിരിച്ച് വന്ന് പറഞ്ഞത് ഒരു പാമ്പ് സഖ്ലുത്വിന്റെ മക്കളിലൊരാളെ കൊത്തിയെന്നും പിന്നെ ഇപ്പോഴതിനെ കാണാനില്ലെന്നുമായിരുന്നു. എല്ലാവരും ഇതോടെ ഭയംകൊണ്ട് വിറയ്ക്കാൻ തുടങ്ങി. എല്ലാ വീടുകളിൽ നിന്നും പാമ്പുകളെകണ്ട് പേടിച്ച് ആളുകൾ സഹായത്തിനായി നിലവിളിക്കുന്നത് തുടർന്നു. ഹുദയാകട്ടെ ഈ തെരുവിൽ നിന്ന് തന്നെ മാറിനിൽക്കാൻ തീരുമാനിച്ചു.

അപ്പോഴാണ് പാറാവുകാരനായ ഹസനൈൻ മാമ ജബലൊരു സർപ്പമാന്ത്രികനാണെന്നും പാമ്പുകളെ വലയിലാക്കാൻ ഇത്തരക്കാർക്ക് മികവുണ്ടെന്നും പറഞ്ഞത്. ഹംദാൻ കുടുംബക്കാരുടെ വീടുകളിലൊന്നിൽ നിന്നും ജബൽ ഒരു പാമ്പിനെ പിടികൂടിയിട്ടുണ്ടെന്നും അയാൾ കൂട്ടിച്ചേർത്തു. അഫന്തിയുടെ മുഖം ഇതുകേട്ട് കറുത്തിരുണ്ടു പോയെങ്കിലും അയാൾ ഒന്നും മിണ്ടിയില്ല. എന്നാൽ ഹുദയാകട്ടെ ജബലിനെ വിളിക്കാൻ പാറാവുകാരനെ ചട്ടംകെട്ടുകയും ചെയ്തു. കങ്കാണിയുടെ നേർക്ക് അനുവാദം തേടുന്നതുപോലെ പാറാവുകാരൻ ഒന്ന് നോക്കി. എന്നാൽ അവ്യക്തമായ എന്തോ വാക്കുകൾ വിദ്വേഷത്തോടെ ഉരുവിടുകമാത്രമാണ് അഫന്തി ചെയ്തത്. ഒന്നുകിൽ ജബലിനെ വിളിക്കണം അല്ലെങ്കിൽ തങ്ങളുടെ വീടുപേക്ഷിച്ച് പോകേണ്ടിവരുമെന്ന് ഹുദ പറഞ്ഞതോടെ കോപാവേശം കൊണ്ട് കലിതുള്ളുമ്പോഴും കങ്കാണി പാറാവുകാരന് പോകാൻ അനുമതിനൽകി. കങ്കാണിയുടേയും സഖ്ലുത്വിന്റേയും വീടുകൾക്കരികിലായി ധാരാളം ആളുകൾ കൂട്ടംകൂടി നിൽക്കുകയാണ്. പ്രമുഖരായ കുറേയാളുകൾ കങ്കാണിയുടെ വീട്ടിലേക്ക് പോകുകയും ചെയ്തു. അക്കൂട്ടത്തിൽ ഗുണ്ടകളായ സഖ്ലുത്വും ഹമ്മൂദയും

ബറകാതും അൽ-ലൈസിയും അബൂസരീഉം ഒക്കെയുണ്ടായിരുന്നു. എന്നാൽ എല്ലാവർക്കും സംസാരിക്കാനുണ്ടായിരുന്നത് സർപ്പങ്ങളെ ക്കുറിച്ച് മാത്രമായിരുന്നു.

“ഈ പാമ്പുകൾ വീടുകളിലേക്കിറങ്ങിവരാൻ കാരണം മലയിലെന്തോ സംഭവിച്ചത് കൊണ്ടായിരിക്കും.”

അബൂസരീഇന്റെ വാക്കുകൾ കേട്ടതും പോരാടാൻ ആരെയും കണ്ടു കിട്ടാത്തതിനാൽ തന്നോട് തന്നെ കലഹിക്കുന്നത് പോലെ സഖ്‌ലുത് പറഞ്ഞു.

“ഒരായുസ്സ് മുഴുവൻ ഈ മല നമ്മുടെ ചാരത്ത് തന്നെയുണ്ടായിരുന്നതല്ലേ? എന്നിട്ടും ഇതുപോലൊരു കാര്യം ഇതുവരെ സംഭവിച്ചിട്ടേയില്ലല്ലോ?”

മകന് സംഭവിച്ച അപകടത്തിന്റെ രോഷമായിരുന്നു സഖ്‌ലുത്വിന്. ഹമ്മൂദയാകട്ടെ പാമ്പ് കടിയേറ്റ് പാദം മുറിഞ്ഞതിനാൽ ഞൊണ്ടിനടക്കുന്നു. ഭയം എല്ലാവരേയും കീഴടക്കിക്കഴിഞ്ഞു. താമസിക്കാൻ കഴിയാത്ത സ്ഥലങ്ങളായി വീടുകൾ മാറിയതിനാൽ ജനങ്ങളാകെ തെരുവിലേക്കിറങ്ങിയിരിക്കുകയാണെന്ന് ആളുകൾ പറയാൻ തുടങ്ങി.

അപ്പോഴേക്കും തന്റെ കൂടയുമായി ജബൽ അവിടേക്ക് വന്നു. എല്ലാവരെയും അഭിവാദ്യം ചെയ്തശേഷം അയാൾ മര്യാദയോടും എന്നാൽ ആത്മവിശ്വാസത്തോടുംകൂടി കങ്കാണിയുടേയും വളർത്തമ്മയുടേയും മുന്നിൽ ചെന്നു നിന്നു.

“ഞങ്ങളുടെ വീടുകളിൽ നിന്നും പാമ്പുകളെ പുറത്തെടുക്കാൻ നിനക്ക് സാധിക്കുമെന്ന് കേട്ടല്ലോ, ജബൽ?”

“അതെ യജമാനത്തീ, ഞാനതും അഭ്യസിച്ചിട്ടുണ്ട്”

“ഈ പാമ്പുകളിൽ നിന്നും വീടുകളെ ശുദ്ധമാക്കാനാണ് ഞാൻ നിന്നെ വിളിപ്പിച്ചത്” ഇത് കേട്ടതും കങ്കാണിയുടെ നേർക്ക് നോക്കി ജബൽ തിരക്കി.

“അതിനുള്ള അനുവാദം കങ്കാണി അങ്ങുന്ന് എനിക്ക് നൽകുമോ?” ദേഷ്യം അടക്കിപ്പിടിച്ച് കങ്കാണി മുരണ്ടു.

“അതെ.”

അപ്പോഴേക്കും സഖ്‌ലുത്വിന്റെ രഹസ്യമായ ആംഗ്യം കണ്ടശേഷം അൽ-ലൈസി മുന്നോട്ടുവന്ന് തിരക്കി.

“ഒപ്പം ഞങ്ങളുടേയും മറ്റുള്ളവരുടേയും വീടുകളും നോക്കണം.”

“എന്റെ മികവ് ഏവർക്കുമായുള്ളതായിരിക്കും.”

നന്ദിസൂചകമായി ആളുകളുടെ ശബ്ദമുയരുന്നതിനിടയിൽ ജബൽ കൂടി നിന്നവരുടെ മുഖങ്ങളിലേക്ക് സൂക്ഷിച്ചൊന്ന് നോക്കി.

"എന്തുകാര്യത്തിനും പകരമായി എന്തെങ്കിലും വില നൽകേണ്ടി വരുമെന്ന് നിങ്ങളോടൊക്കെ പ്രത്യേകിച്ച് പറയേണ്ട കാര്യമൊന്നുമില്ലെന്ന് തോന്നുന്നു. വിശേഷിച്ച് നമ്മുടെ തെരുവിലെ ഇടപാടുകളൊക്കെ നടക്കുന്നത് അങ്ങനെയാണല്ലോ?" ഗുണ്ടകളൊക്കെ അതിശയത്തോടെ ജബലിനെത്തന്നെ നോക്കുകയാണ്.

"നിങ്ങളെന്താ അതിശയിച്ചു പോയോ? ഗുണ്ടാപ്പിരിവ് വാങ്ങിയല്ലേ നിങ്ങളൊക്കെ തെരുവ് സംരക്ഷിക്കുന്നത്? കങ്കാണിയവർകളാകട്ടെ ഭൂസ്വത്ത് കൈകാര്യം ചെയ്യുന്നതിന് പകരമായി വരുമാനം ഇഷ്ടംപോലെ അനുഭവിക്കുകയുമാണ്."

സാഹചര്യത്തിന്റെ സമ്മർദ്ദം കാരണമായിട്ടായിരിക്കും മനസ്സിലുള്ളതൊന്നും അവരുടെ കണ്ണുകളിൽ തെളിഞ്ഞില്ല.

"എന്ത് പ്രതിഫലമാണ് നിനക്ക് വേണ്ടത്?"

സഖ്‌ലുത്ത് തിരക്കി.

"എനിക്ക് പണമൊന്നുമല്ല വേണ്ടത്. എന്നാൽ എനിക്ക് നിങ്ങളുടെ ഒരു വാക്ക് വേണം. ഹംദാൻ കുടുംബക്കാരെ മാനിക്കുമെന്നും ഭൂസ്വത്തിലുള്ള അവരുടെ അവകാശം വകവച്ചുകൊടുക്കുമെന്നൊരു വാക്ക്!"

ആകെ നിശ്ശബ്ദതയായി. എങ്ങും മറച്ചുപിടിച്ച പകയുടെ ഗന്ധമായിരുന്നു അന്തരീക്ഷത്തിനാകെ. ഹുദയുടെ ആശങ്കൾ വർദ്ധിക്കുന്നതിനിടയിലും നിലത്തേക്ക് തന്നെ നോക്കി നിൽക്കുകയാണ് കങ്കാണി.

"അടിച്ചമർത്തപ്പെട്ട സഹോദരങ്ങളോട് സത്യവും നീതിയും നിറഞ്ഞ രീതിയിൽ പെരുമാറണമെന്ന് ആവശ്യപ്പെടുന്നതിലൂടെ ഞാൻ നിങ്ങളെ ഭീഷണിപ്പെടുത്തുകയാണെന്നൊന്നും കരുതരുത്. സ്വന്തം വീടുകളിൽ നിന്നും പുറത്തേക്കിറങ്ങി ഓടാൻ നിങ്ങളെ പ്രേരിപ്പിച്ച ഈ ഭയമുണ്ടല്ലോ, അത് നിങ്ങളുടെ സഹോദരന്മാർ ദിവസേനയെന്നോണം അനുഭവിച്ചുകൊണ്ടിരിക്കുന്ന ദുരിതജീവിതത്തിന്റെ ചെറിയൊരംശം മാത്രമാണെന്നോർക്കണം."

മേഘങ്ങളിൽ മിന്നലേൽക്കുന്നതുപോലെ ആളുകളുടെ കണ്ണുകളിൽ പക കത്തിയാളുന്നുണ്ടായിരുന്നു. എന്നാൽ ഒട്ടും വൈകാതെ അത് അപ്രത്യക്ഷമാവുകയും ചെയ്തു. ഇതിനിടയ്ക്ക് അബൂസരീജ് പറഞ്ഞു.

"എനിക്ക് വേണമെങ്കിൽ ഒരു രിഫാഇ സൂഫിയെ കൊണ്ടുവന്ന് പാമ്പുകളെ പിടികൂടാൻ കഴിയും. പക്ഷേ, അദ്ദേഹം തന്റെ ഗ്രാമത്തിൽനിന്നും ഇവിടെ എത്താൻ രണ്ട് മൂന്ന് ദിവസമെടുക്കും. അതുവരെ നാം പുറത്തെവിടെയെങ്കിലും കഴിയേണ്ടിവരും."

"തെരുവിലെ മുഴുവനാളുകൾക്കും എങ്ങനെയാ രണ്ട് മൂന്ന് ദിവസം തങ്ങളുടെ വീടുകളിൽനിന്നും പുറത്തുപോകാനാകുക?"

ഭാര്യയുടെ വാക്കുകൾ കേട്ടപ്പോൾ മനസ്സിൽ തിളച്ചു മറിയുകയായിരുന്ന ക്രോധത്തെ അടക്കിനിർത്തി അഫന്തി കാര്യമായി

ആലോചിക്കുക തന്നെയായിരുന്നു. അവസാനം ജബലിനെ നോക്കി അയാൾ പറഞ്ഞു.

“നീ ആവശ്യപ്പെട്ട വാക്ക് നൽകാൻ ഞാൻ തയ്യാറാണ്. നീ നിന്റെ പണി തുടങ്ങിക്കൊള്ളൂ.”

ഗുണ്ടകളാകെ അമ്പരന്നുപോയി. എങ്കിലും മനസ്സിലുള്ളത് തുറന്നു പറയാൻ പറ്റിയ സാഹചര്യമല്ലാത്തതിനാൽ കൊല്ലാനുള്ള പക അടക്കി നിർത്തി. ആളുകളോട് തോട്ടത്തിന്റെ അങ്ങേയറ്റത്തേക്ക് മാറി നിൽക്കാൻ ജബൽ ഉത്തരവിട്ടു. ഇതോടെ വീടിന് മുന്നിൽ അയാൾ തനിച്ചായി. ദേഹത്തെ വസ്ത്രങ്ങളൊക്കെ ഊരിമാറ്റി. പണ്ട് മഴവെള്ളം നിറഞ്ഞൊരു കുഴിയിൽ നിന്നും ഹുദ തന്നെ കണ്ടെത്തുമ്പോൾ എങ്ങനെയായിരുന്നോ അതുപോലെ നഗ്നനാണ് ജബലിപ്പോൾ. പിന്നീടയാൾ ഓരോരോ സ്ഥലത്തെ മുറികളിലൂടെ പതിയെ ചൂളമടിച്ചും അവ്യക്തമായി എന്തോ പിറുപിറുത്തുകൊണ്ടും നീങ്ങാൻ തുടങ്ങി. സഖ്ലുത് കങ്കാണിയുടെ അരികിലേക്ക് വന്നശേഷം പറഞ്ഞു.

“ഇവൻ തന്നെയായിരിക്കും പാമ്പുകളെ നമ്മുടെ വീടുകളിലേക്ക് കയറ്റി വിട്ടതും”

എന്നാൽ അയാളോട് മിണ്ടാതെ നിൽക്കാനാണ് കങ്കാണി പറഞ്ഞത്.

“അവൻ പാമ്പുകളെ പുറത്തിറക്കട്ടെ.”

വിളക്കുകാലിനുള്ളിൽ ഒളിച്ചിരിക്കുകയായിരുന്ന ഒരു പാമ്പ് പുറത്തേക്കിറങ്ങി വന്നു. മറ്റൊരു പാമ്പിനെ എസ്റ്റേറ്റ് ഓഫീസ് മുറിയിൽ നിന്നാണ് പിടിച്ചത്. പാമ്പുകളെ കൈയിൽ ചുറ്റിപിടിച്ചുകൊണ്ട് മട്ടുപ്പാവിന് മുന്നിലേക്ക് വന്ന ജബൽ അവയെ തന്റെ കൂടയിൽ നിക്ഷേപിച്ചു. ശേഷം വസ്ത്രം ധരിച്ചശേഷം ആളുകൾ അരികിലേക്കു വരുന്നതുവരെ അവിടെത്തന്നെ നിന്നു.

“ഇനി നിങ്ങൾ സ്വന്തം വീടുകളിലേക്ക് പോയി അവിടം വൃത്തിയാക്കിക്കൊള്ളുക!”

ഹുദയുടെ നേരേ തിരിഞ്ഞ് പതിഞ്ഞ സ്വരത്തിൽ ജബൽ തുടർന്നു.

“എന്റെ ആളുകളുടെ ദുരിതമില്ലായിരുന്നെങ്കിൽ നിങ്ങളെ സഹായിക്കാൻ ഞാനൊരു നിബന്ധനയും വയ്ക്കില്ലായിരുന്നു.”

അയാൾ കങ്കാണിയുടെ അരികിലേക്ക് ചെന്ന് കൈയുയർത്തി അഭിവാദ്യം ചെയ്തു.

“സ്വതന്ത്രനായൊരു മനുഷ്യന്റെ വാക്ക് കടം വാങ്ങിയതുപോലെയാണ്. അതയാൾ പാലിക്കുകതന്നെ ചെയ്യും!”

ധീരമായിട്ടായിരുന്നു ജബൽ സംസാരിച്ചത്. പിന്നീടയാൾ പുറത്തേക്കിറങ്ങി നടന്നു. ഒപ്പം കൂടിനിന്ന ജനവും ഒന്നും മിണ്ടാതെ അയാൾക്ക് പിറകേ പോയി.

നാല്പത്

തെരുവിനെ മുഴുവൻ സർപ്പങ്ങളുടെ പിടിയിൽ നിന്നും രക്ഷിക്കുവാൻ ജബലിന് സാധിച്ചു. അതും ആളുകളുടെ കൺമുന്നിൽവച്ച് തന്നെ. എപ്പോഴൊക്കെ ഒരു പാമ്പ് ജബലിന് കീഴടങ്ങുന്നോ അപ്പോഴൊക്കെ ആനന്ദം നിറഞ്ഞ ആരവങ്ങളുയർന്നു. അതോടെ മാളികമുതൽ ജമാലിയ്യവരെ നീളുന്ന തെരുവിലെ മുഖ്യസംസാരവിഷയമായി മാറുകയായിരുന്നു ജബലിന്റെ സാമർത്ഥ്യം. ജോലി മുഴുവനാക്കി സ്വന്തം താമസസ്ഥലത്ത് തിരികെയെത്തിയതും കുട്ടികളും യുവാക്കളുമടങ്ങുന്നയാളുകൾ അയാൾക്ക് ചുറ്റും കൂടി കൈകൊട്ടി പാടാൻ തുടങ്ങി.

"പാവങ്ങളുടെ സംരക്ഷകനായ ജബൽ...
സർപ്പങ്ങളെ തുരത്തിയ ജബൽ..."

ജബൽ സ്ഥലം വിട്ടശേഷവും തുടരുന്ന പാട്ടും ആരവവും പക്ഷേ, ഗുണ്ടകളുടെ മനസ്സിൽ വേവലാതി സൃഷ്ടിച്ചു. അതോടെ ഹമ്മൂദയും അൽ-ലൈസിയും അബൂസരീഉം ബറകാതുമടങ്ങിയ ഗുണ്ടാസംഘം ആൾക്കൂട്ടത്തിലേക്കിറങ്ങി ചെന്ന് ശപിക്കാനും ചീത്തവിളിക്കാനും തല്ലാനും തൊഴിക്കാനുമൊക്കെ തുടങ്ങി. ആളുകൾ തങ്ങളുടെ വീടുകളിലേക്ക് ഓടിപ്പോയി. പിന്നെ നിരത്തിൽ ആകെക്കൂടി അവശേഷിച്ചത് നായ്ക്കളും പൂച്ചകളും ഈച്ചകളും മാത്രമായി. ഗുണ്ടകളുടെ ഇത്തരമൊരു ആക്രമണത്തിന്റെ അർത്ഥമെന്തായിരിക്കുമെന്നാണ് ജനം അത്ഭുതപ്പെട്ടുപോയത്. ജബലിന്റെ സൽകൃത്യത്തിനുള്ള പ്രതിഫലം അയാളെ അനുകൂലിക്കുന്നവരെ ആക്രമിക്കുകയാണോ? കങ്കാണി തന്റെ വാക്ക് പാലിക്കുമോ? അതോ ഗുണ്ടകൾ നടത്തിയ ഈ ആക്രമണം പുതിയൊരു പ്രതികാരനടപടിയുടെ തുടക്കമായിരിക്കുമോ? ഈ ചിന്തകൾ ജബലിന്റെ മനസ്സിലുമുണ്ടായി. അതോടെ താൻ താമസിക്കുന്നയിടത്ത് എത്തിച്ചേരാൻ അയാൾ ഹംദാൻ കുടുംബക്കാരോട് ആവശ്യപ്പെട്ടു. ഇനി എന്താണ് വേണ്ടതെന്ന് ഒരുമിച്ചിരുന്ന് ആലോചിക്കണം.

ഇതേസമയം സഖ്ലുത്വ് കങ്കാണിയേയും ഭാര്യയേയും കാണുകയായിരുന്നു. അയാൾ കോപാവേശം കൊണ്ട് അലറുകയായിരുന്നു.

"അവന്മാരെ ഒരാളെപ്പോലും ജീവനോടെ വിടരുത്."

കങ്കാണിയുടെ മുഖത്തെ ആനന്ദം ശ്രദ്ധയിൽ പെട്ടതും ഹുദ തിരക്കി.

"അപ്പോൾ കങ്കാണി നൽകിയ വാക്കിന്റെ മാന്യതയുടെ കാര്യമോ?"

സഖ്ലുത്വിന്റെ മുഖം ചുളിഞ്ഞു. അപ്പോൾ അയാളെ കണ്ടാൽ ഏറ്റവും വിരൂപമായ മനുഷ്യക്കോലമെന്നേ തോന്നുകയുള്ളൂ.

"ആളുകളെ മെരുക്കേണ്ടത് ശക്തികൊണ്ടാണ്. അല്ലാതെ മാന്യത കൊണ്ടൊന്നുമല്ല."

"പക്ഷേ, ആളുകൾ നമ്മെക്കുറിച്ച് എന്ത് പറയും?"

“അവന്മാർ എന്ത് വേണമെങ്കിലും പറഞ്ഞോട്ടെ. അല്ലെങ്കിൽ തന്നെ അവന്മാർ എപ്പോഴാണ് ഞങ്ങളേയും നിങ്ങളേയും കുറിച്ചൊക്കെ എന്തെങ്കിലും പറയാതിരുന്നിട്ടുള്ളത്? എന്നാൽ നാം തെരുവിലേക്കിറങ്ങി ചെന്നാൽ ഇവറ്റകൾ പഞ്ചപുച്ഛമടക്കി നിൽക്കും. അത് നമ്മുടെ കുറുവടികളെ പേടിച്ചിട്ടാണ്. അല്ലാതെ മാന്യതയോടുള്ള ആദരവ് കൊണ്ടൊന്നുമല്ല!”

ദേഷ്യത്തോടെ ഹുദയുടെ നേർക്ക് നോക്കി അഫന്തി പറഞ്ഞു.

“സ്വന്തം നിബന്ധനകൾ നമ്മുടെ മേൽ അടിച്ചേൽപിക്കാനായി ഈ സർപ്പനാടകത്തിന്റെ ഗൂഢാലോചന നടത്തിയത് ജബൽ തന്നെയാണ്. അതെല്ലാവർക്കും അറിയാം. അതിനാൽ തന്നെ കുടിലനും ചതിയനുമായൊരാൾക്ക് ഞാൻ നൽകിയ വാക്കിനെ മാനിക്കാൻ ആരാണാവശ്യപ്പെടുക?”

മർക്കടമുഷ്ടികാരണം ബീഭത്സമായ മുഖത്തോടെ സഖ്ലുത് പറഞ്ഞു.

“യജമാനത്തീ, അവിടുന്ന് ഒരുകാര്യമറിയണം. ഹംദാൻ കുടുംബക്കാരുടെ അവകാശങ്ങൾ പിടിച്ചുവാങ്ങുന്നതിൽ ജബൽ വിജയിച്ചാൽ പിന്നെ തങ്ങളുടെ അവകാശങ്ങൾ കിട്ടാതെ തെരുവിലുള്ള ഒറ്റയാളും വെറുതെയിരിക്കില്ല. അങ്ങനെ സംഭവിച്ചാൽ ഈ സ്വത്തിന്റെ കഥ കഴിഞ്ഞു. ഒപ്പം നാമും നശിക്കും!”

മുത്തുമണികൾ പൊട്ടിപ്പോകുമെന്ന് തോന്നുന്ന തരത്തിൽ ജപമാല ഞെരിച്ചമർത്തുകയായിരുന്നു അഫന്തി. അയാൾ സഖ്ലുത്വിനെ നോക്കി അലറി.

“ഒറ്റയെണ്ണത്തിനെ വെറുതെ വിടരുത്!”

ഗുണ്ടകളെയെല്ലാം സഖ്ലുത്വിന്റെ വീട്ടിലേക്ക് വിളിപ്പിച്ചു. ഒപ്പമവരുടെ അടുത്ത സഹായികളേയും കൂട്ടി. ഹംദാൻ കുടുംബക്കാർക്കെതിരെ എന്തോ കടുത്ത നടപടി വരാൻ പോകുന്നെന്ന ശ്രുതി തെരുവിലാകെ പടർന്നുപിടിച്ചു. വീടുകളുടെ ജനാലകളിൽ സ്ത്രീകളും നിരത്തുകളിൽ പുരുഷന്മാരും നിറഞ്ഞു.

എന്നാൽ ജബലാകട്ടെ എല്ലാ തയ്യാറെടുപ്പുകളും നടത്തിക്കഴിഞ്ഞിരുന്നു. ഹംദാൻ കുടുംബത്തിലെ ആണുങ്ങൾ തങ്ങളുടെ കോളനിയുടെ മധ്യഭാഗത്തുള്ള വീടിന്റെ മുറ്റത്ത് തമ്പടിച്ചു. അവരുടെ കൈകളിൽ കുറുവടികളും കല്ല് നിറച്ച കുട്ടകളുമുണ്ട്. സ്ത്രീകളാകട്ടെ മട്ടുപ്പാവിലും മുറികളിലുമായി നിലയുറപ്പിച്ചിരിക്കുകയാണ്. ഓരോരുത്തർക്കും നിശ്ചിത കൃത്യം വീതം വച്ച് നൽകിയിട്ടുണ്ട്. എന്നാൽ സ്വന്തം പദ്ധതി നടപ്പിലാക്കുന്നതിൽ എന്തെങ്കിലും പിഴവോ അട്ടിമറിയോ സംഭവിച്ചാൽ അതിനർത്ഥം തങ്ങളുടെ സമ്പൂർണ നാശമെന്നായിരിക്കും. അതിനാൽതന്നെ നല്ല ഭയത്തോടും ആശങ്കയോടും കൂടിയാണ് എല്ലാവരും ജബലിനൊപ്പം തങ്ങളുടെ ഇടങ്ങളിൽ നിലയുറപ്പിച്ചത്. അവരുടെ ഈ മാനസികാവസ്ഥ

ജബലും ശ്രദ്ധിക്കാതെയിരുന്നില്ല. അപ്പോൾ അയാൾ ജബലാവിയുടെ പിന്തുണയെക്കുറിച്ചും ശക്തരായിരിക്കും വിജയിക്കുകയെന്ന അദ്ദേഹത്തിന്റെ വാഗ്ദാനത്തെക്കുറിച്ചും ഹംദാൻകാരെ ഓർമ്മപ്പെടുത്തി. ചിലർ വിശ്വാസത്തോടെയും മറ്റു ചിലർ നിരാശയോടും കൂടി താൻ പറഞ്ഞത് സ്വീകരിക്കുന്നതായി ജബലിന് മനസ്സിലായി. ഇതിനിടയ്ക്ക് കവി റിസ്‌വാൻ ഹംദാനരികിലേക്ക് ചാഞ്ഞ് ചെവിയിൽ പറഞ്ഞു.

“നമ്മുടെ ഈ പദ്ധതി വിജയിക്കില്ലെന്നാണ് എന്റെ ഭയം. വാതിലടച്ചിട്ടശേഷം ജനാലയിലൂടെയും മട്ടുപ്പാവിലൂടെയും ആക്രമിക്കുന്നതാണ് നല്ലതെന്ന് മനസ്സ് പറയുന്നു.”

ഹംദാൻ തോൾ കുലുക്കി.

“പട്ടിണികിടന്ന് നശിക്കുന്നതുവരെ സ്വയം ഉപരോധം അടിച്ചേല്പിക്കണമെന്നാണോ?”

അയാൾ ജബലിനരികിൽ ചെന്ന് ചോദിച്ചു.

“മുൻവശത്തെ വാതിൽ തുറന്നിടുന്നതല്ലേ നല്ലത്?”

“വാതിൽ എങ്ങനെയാണോ ഇപ്പോഴുള്ളത് അങ്ങനെത്തന്നെ കിടക്കട്ടെ. അല്ലാത്തപക്ഷം അവർക്ക് സംശയിക്കാൻ അത് ഇടനൽകും.”

പെട്ടെന്ന് ഒരു തണുത്തകാറ്റ് വീശി. ആകാശത്ത് മേഘങ്ങൾ ഓടിമറയുന്നത് കണ്ടപ്പോൾ മഴ പെയ്യുമോയെന്ന് ആളുകൾ തിരക്കാൻ തുടങ്ങി. ഗേറ്റിന് പുറത്ത് കൂടിനിൽക്കുന്ന ആളുകൾക്കിടയിൽ നിന്നൊരു ആരവമുയർന്നതും അപ്പോൾ തന്നെയായിരുന്നു. എന്നാൽ അത് പൂച്ചകളുടെ കരച്ചിലിലും നായ്ക്കളുടെ കുരയിലുമൊക്കെ മുങ്ങിപ്പോയി. ഉടൻ തമർഹന്നയുടെ മുന്നറിയിപ്പെത്തി.

“ആ പിശാചുക്കൾ എത്തിക്കഴിഞ്ഞു!”

സഖ്‌ലുത് മറ്റു ഗുണ്ടകളുടെ അകമ്പടിയോടെ തന്റെ വീട്ടിൽ നിന്നും പുറപ്പെട്ടുകഴിഞ്ഞു. ഒപ്പം അവരുടെ ശിങ്കിടികളുമുണ്ടായിരുന്നു. കൈകളിൽ കുറുവടികളുമായി മാളികവരെ അവർ സാവകാശം നീങ്ങി. പിന്നെ ഹംദാൻ കുടുംബക്കാരുടെ കോളനിയിലേക്ക് തിരിഞ്ഞുനടക്കാൻ തുടങ്ങി. അവിടെ കൂട്ടംകൂടി നിന്ന മറ്റുള്ള ആളുകൾ ഗുണ്ടകളെ വാഴ്ത്താനും ഘോഷിക്കാനുമാണ് ശ്രമിച്ചത്. ഈ ആളുകൾ തന്നെ പലതരക്കാരായിരുന്നു. കുറഞ്ഞപക്ഷം ഒരു പോരാട്ടം കാണാമെന്നും രക്തം ചിന്തുന്നതിന് സാക്ഷിയാകാമെന്നുമുള്ള വിനോദമനസ്സോടെയാണ് ഒരു ചെറിയൊരു വിഭാഗം ചുറ്റിപ്പറ്റി നിന്നതെങ്കിൽ വേറൊരു കൂട്ടർക്ക് ഹംദാൻ കുടുംബത്തോട് പകതന്നെയായിരുന്നു. മറ്റാരും വകവച്ചുകൊടുക്കുന്നില്ലെങ്കിൽപോലും ആർക്കുമില്ലാത്തൊരു സ്ഥാനം തങ്ങൾക്കുണ്ടെന്ന ഹംദാൻ കുടുംബക്കാരുടെ വാദമാണ് ഈ പകയ്ക്കാധാരം. മിക്കവാറും ആളുകൾക്ക് ഗുണ്ടകളോട് അരിശവും അനീതിയോട് വെറുപ്പും തന്നെയായിരുന്നു. എന്നാൽ ഭയമോ കപടതയോ മൂലമായിട്ടായിരിക്കും ഇവർ

മനസ്സിലെ വെറുപ്പ് മറച്ചുപിടിച്ച് ഗുണ്ടകൾക്ക് പിന്തുണ പ്രകടിപ്പിക്കുന്നത്. സഖ്‌ലുത്വാകട്ടെ ഇവരാരെയും ശ്രദ്ധിക്കാൻ പോയില്ല. അയാൾ നേരേ ഹംദാൻ കുടുംബക്കാരുടെ വാസസ്ഥലത്തിന് മുന്നിൽ പോയി നിലയുറപ്പിച്ചു.

“നിന്റെയൊക്കെ കൂട്ടത്തിൽ ആണുങ്ങളാരെങ്കിലുമുണ്ടെങ്കിൽ ഇറങ്ങി വാടാ.”

സഖ്‌ലുത്വിന്റെ അലർച്ചയ്ക്ക് ജനാലയുടെ പിറകിൽനിന്ന് മറുപടി പറഞ്ഞത് തമർഹന്നയായിരുന്നു.

“പുറത്തേക്ക് വരുന്നയാളിനെ തങ്ങൾ വഞ്ചിക്കുകയില്ലെന്നൊരു പുതിയ വാഗ്ദാനം നൽകാമോ?”

വാക്ക് നൽകുന്നതിനെക്കുറിച്ചുള്ള സൂചന അയാളെ അരിശം പിടിപ്പിച്ചു.

“ഈ തേവിടിശ്ശിയല്ലാതെ നിങ്ങളുടെ കൂട്ടത്തിൽ മറുപടി പറയാനാരുമില്ലേടാ?”

“ദൈവം നിന്റെ ഉമ്മയെ രക്ഷിക്കട്ടെ, സഖ്‌ലുത്വേ.”

ഇതോടെ ഗേറ്റ് ആക്രമിക്കാൻ സഖ്‌ലുത് കൂടെയുള്ളവർക്ക് ഉത്തരവ് നൽകി. കുറച്ചാളുകൾ വാതിൽ തള്ളിത്തുറക്കാൻ ശ്രമിക്കുന്നതിനിടയിൽ വേറെ ചിലർ ജനാലകളിലേക്ക് കല്ലേറ് തുടങ്ങി. അങ്ങനെയാകുമ്പോൾ ആളുകൾ ജനാല തുറക്കാൻ ധൈര്യപ്പെടാതെ ഉള്ളിൽ തന്നെയിരിക്കും. ഗേറ്റ് ആക്രമിക്കാൻ തുനിഞ്ഞവർ സർവ്വശക്തിയുമെടുത്ത് തോളുകൾകൊണ്ട് തള്ളാൻ തുടങ്ങി. ഗേറ്റ് കുലുങ്ങുന്നതുവരെ തള്ളൽ തുടർന്നു. ശേഷം അവർ തള്ളലിന്റെ ശക്തി ഇരട്ടിയാക്കിയതോടെ ഗേറ്റ് ഇളകാൻ തുടങ്ങി. ഒരുനിമിഷം പിറകിലേക്ക് മാറിയശേഷം അവർ സർവ്വശക്തിയുമെടുത്ത് ആഞ്ഞിടിച്ചതും ഗേറ്റ് മലർക്കെത്തുറന്നു പോയി. വീതിയും നീളവുമുള്ളൊരു നടപ്പാതയുടെ അങ്ങേയറ്റത്തായൊരു മുറ്റം കാണാം. അവിടെ കൈകളിൽ കുറുവടികളുമായി നിൽക്കുകയാണ് ജബലും ഹംദാൻ കുടുംബത്തിലെ ആണുങ്ങളും. ഈ കാഴ്ച കണ്ടതും അശ്ലീലം നിറഞ്ഞ രീതിയിൽ ആംഗ്യംകാട്ടി കൈ ഉയർത്തി പരിഹാസം തുളുമ്പുന്ന അട്ടഹാസത്തോടെ സഖ്‌ലുത് നടപ്പാതയിലൂടെ മുന്നോട്ട് കുതിച്ചു. പിന്നാലെ അയാളുടെ സഹായികളും കൂടി.

നടപ്പാതയുടെ ഏതാണ്ട് നടുവിലെത്തിയതും പെട്ടെന്ന് കാലിനടിയിലെ മണ്ണ് മാറി അവർ അഗാധമായൊരു കുഴിയിലേക്ക് പതിച്ചു. പിന്നെ അമ്പരപ്പിക്കുന്ന വേഗതയിലാണ് നടപ്പാതയുടെ ഇരുവശത്തുമുള്ള വീടുകളുടെ ജനാലപ്പാളികൾ തുറന്നതും കൂജ, കലം, താലം, പാത്രങ്ങൾ തുടങ്ങിയവയിലൊക്കെ ശേഖരിച്ച വെള്ളം ആ കുഴിയിലേക്ക് ഒഴിക്കാൻ തുടങ്ങിയതും. ഒട്ടും അമാന്തിക്കാതെ ഹംദാൻകാരായ ആണുങ്ങൾ കുട്ടകളിൽ ശേഖരിച്ച കല്ലുകൾ കുഴിയിലേക്ക് വലിച്ചെറിയാൻ തുടങ്ങി. അങ്ങനെ ചരിത്രത്തിലാദ്യമായി ഗുണ്ടകളുടെ നിലവിളി ശബ്ദം ആ

തെരുവ് കേട്ടു. സഖ്‌ലുത്വിന്റെ ശിരസ്സിൽനിന്നും രക്തമൊഴുകുന്നത് ആളുകൾ കണ്ടു. ചളിവെള്ളത്തിൽ പരതിനടക്കുന്ന ഹമ്മൂദയുടേയും ബറകാതിന്റേയും അൽ–ലൈസിയുടേയും അബൂസരീഇന്റേയുമൊക്കെ തലകളിൽ കുറുവടികൾ പ്രഹരിച്ചുകൊണ്ടേയിരുന്നു. ഗുണ്ടകൾക്ക് പറ്റിയ ഭീകരാക്രമണം കണ്ടതും കൂടെവന്ന സഹായികളൊക്കെ ചിതറിയോടി. ആരും സഹായത്തിനില്ലാത്ത ഗുണ്ടകളെ തനിച്ചാക്കി അവർ ഓടിരക്ഷപ്പെട്ടു. വെള്ളം ഒഴിക്കലും കല്ലെറിയലും രൂക്ഷമായിക്കൊണ്ടേയിരുന്നു. കരുണയില്ലാതെ കുറുവടികൾ ഉയർന്നു താണുകൊണ്ടുമിരുന്നു. ചീത്ത വിളിക്കാനും അധിക്ഷേപിക്കാനും മാത്രം ശീലിച്ച കണ്ഠങ്ങളിൽ നിന്നും സഹായത്തിനായുള്ള നിലവിളികളുയരുന്നത് പുറത്ത് നിന്ന ജനക്കൂട്ടം കേട്ടു.

“ഒറ്റയെണ്ണത്തിനേയും ജീവനോടെ വിടരുത്.”

കവി റിസ്‌വാനായിരുന്നു ഉറക്കെ അലറിയത്. ചളിവെള്ളമാകെ രക്തമയമായിരിക്കുന്നു. ആദ്യം കഥ കഴിഞ്ഞത് ഹമ്മൂദയുടേതായിരുന്നു. അൽ-ലൈസിയുടേയും അബൂസരീഇന്റേയും ഉറക്കെയുള്ള നിലവിളി ഉയർന്നു. കുഴിയുടെ ചുമരിൽ അള്ളിപ്പിടിച്ച് കയറാൻ ശ്രമിക്കുന്നതിനിടയിലും സഖ്‌ലുത്വിന്റെ കണ്ണുകളിൽ തിളങ്ങിയത് പക തന്നെയായിരുന്നു. ക്ഷീണവും ദൗർബല്യവും മറികടക്കാൻ ശ്രമിക്കുകയായിരുന്നു അയാൾ. കാളക്കൂറ്റനെപ്പോലെ മുക്രയിട്ടുകൊണ്ടിരുന്ന അയാളുടെ ശിരസ്സിലേക്ക് കുറുവടികൾ ആഞ്ഞ് പതിച്ചു. അതോടെ ഇരുകൈപ്പിടിയിലും കുഴിയുടെ ചുമരിലെ മണ്ണുമായി അയാൾ വീണ്ടും താഴേക്ക് മലർന്നടിച്ചു വീണു. പിന്നീട് കുഴിയിലാകെ നിശ്ശബ്ദതയായിരുന്നു. യാതൊരു അനക്കവുമില്ല, ശബ്ദവുമില്ല ഇപ്പോൾ. ചളിയും രക്തവും കലർന്ന ഉപരിതലം. അതിനുള്ളിലേക്ക് നോക്കിനിൽക്കുമ്പോൾ ഹംദാൻകാർ കിതയ്ക്കുന്നുണ്ടായിരുന്നു. നടപ്പാതയുടെ തുടക്കത്തിലുള്ള ഗേറ്റിനരികിലെത്തി ആൾക്കൂട്ടം തിക്കുംതിരക്കും കൂട്ടുകയും ഭീതിയോടെ കുഴിയിലേക്ക് നോക്കുകയുമാണ്.

“അതിക്രമികളുടെയെല്ലാം അന്ത്യമാണിത്.”

കവി റിസ്‌വാന്റെ അലർച്ചയായിരുന്നു ആളുകൾ കേട്ടത്. കാട്ടുതീ പോലെയാണ് ഈ വാർത്ത തെരുവിലാകെ പ്രചരിച്ചത്. പാമ്പുകളെ ഇല്ലായ്മചെയ്തത് പോലെ ജബൽ ഗുണ്ടകളുടെ കഥ കഴിച്ചെന്ന് ആളുകൾ പറയാൻ തുടങ്ങി. ഇടിവെട്ട്പോലുള്ള ശബ്ദത്തിൽ ആളുകളെല്ലാം അയാൾക്ക് മുദ്രാവാക്യം മുഴക്കാൻ തുടങ്ങി. ആവേശം അവരുടെ ദേഹങ്ങൾക്ക് ഊർജ്ജം നൽകുന്നുണ്ടായിരുന്നു. തണുത്ത കാറ്റൊന്നും കൂസാതെ നിൽക്കുകയാണ് ആളുകൾ. ജബലാവി തെരുവിന്റെ പുതിയ നേതാവെന്ന് ജബലിനെ അവർ വാഴ്ത്താനും തുടങ്ങി. വെട്ടിനുറുക്കാനായി തങ്ങൾക്ക് ഗുണ്ടകളുടെ ശവശരീരങ്ങൾ വിട്ടുകിട്ടണമെന്ന് ആളുകൾ ആവശ്യപ്പെട്ടു. കൈകൊട്ടാനും നൃത്തംവയ്ക്കാനും

ശ്രമിക്കുകയാണവർ. എന്നാൽ എന്താണ് അടുത്തപടിയെന്ന കാര്യത്തെക്കുറിച്ച് ചിന്തിക്കുകയായിരുന്നു ജബൽ. അയാൾ എല്ലാം തീരുമാനിച്ചുറച്ച് കഴിഞ്ഞിരുന്നു.

"കങ്കാണിയുടെ വീട്ടിലേക്ക് പോകാം നമുക്കിനി" ജബൽ ജനത്തെ നോക്കി ഉറക്കെപ്പറഞ്ഞു.

നാല്പത്തിയൊന്ന്

ഹംദാൻകാരുടെ വാസസ്ഥലത്ത് നിന്ന് ജബലും കൂട്ടരും പുറപ്പെട്ട നിമിഷങ്ങളിൽ തന്നെ അവരുടെ ഉള്ളങ്ങൾ സജീവഅഗ്നിപർവ്വതങ്ങൾ പോലെ തിളച്ചുമറിയാൻ തുടങ്ങിയിരുന്നു.

വീടുകൾ വിട്ടിറങ്ങിയ സ്ത്രീകളും പുരുഷന്മാർക്കൊപ്പം ചേർന്നു. ഗുണ്ടകളുടെ വീടുകൾ ആക്രമിച്ച അവർ അവിടെയുണ്ടായിരുന്നവരെ കയ്യും കാലുമൊക്കെ ഉപയോഗിച്ച് ആക്രമിച്ചു. കവിളും തലയും അമർത്തിപ്പിടിച്ചുകൊണ്ട് നിലവിളികളോടെ ആ വീടുകളിലുള്ളവർ ജീവനുംകൊണ്ട് പായാനും തുടങ്ങി. വീട്ടുപകരണങ്ങളും ഭക്ഷണ പദാർത്ഥങ്ങളും വസ്ത്രങ്ങളുമൊക്കെ കൊള്ളയടിക്കപ്പെട്ടു. തടിയും കണ്ണാടികളുമടക്കം തകർക്കാൻ പറ്റുന്നതൊക്കെ തകർക്കപ്പെട്ടു. അവസാനം അവിടമാകെ തകർന്ന വസ്തുക്കൂമ്പാരങ്ങളായി മാറി. കോപാകുലരായ ആൾക്കൂട്ടം കങ്കാണിയുടെ വീടിന് നേർക്ക് പാഞ്ഞടുത്തു. അടഞ്ഞുകിടന്ന ഗേറ്റിന് മുന്നിൽ കൂട്ടംകൂടി നിന്നവർക്കിടയിൽ നിന്നും ആരോ ആർത്തട്ടഹസിച്ചു.

"ഇറക്കിക്കൊണ്ടുവരിനെടാ ആ കങ്കാണിയെ, അയാൾ ചിലപ്പോൾ പുറത്തേക്ക് വരില്ലായിരിക്കും."

പരിഹാസം നിറഞ്ഞ ആർപ്പുവിളികളും ആനന്ദപ്രകടനവുമായിരുന്നു പിന്നീട്. ഇതിനിടയ്ക്ക് കുറച്ച്പേർ മാളികയ്ക്ക് നേരേ നീങ്ങി. തങ്ങളും പിന്നെ തെരുവിലുള്ള സകലരും അനുഭവിച്ചുകൊണ്ടിരുന്ന അനീതികൾക്കൊരു തിരുത്തലാകാൻ സ്വന്തം ഏകാന്തവാസം വെടിഞ്ഞ് പുറത്തേക്ക് വരാൻ തങ്ങളുടെ പിതാമഹനായ ജബലാവിയെ ക്ഷണിക്കാനാണ് അവരുടെ ഉദ്ദേശ്യം. ബാക്കിയുള്ളവർ കൈകളും തോളുകളും ഉപയോഗിച്ച് കങ്കാണിയുടെ വീടിന്റെ ഗേറ്റ് തള്ളിത്തുറക്കാൻ ശ്രമിക്കുകയാണ്. പേടിച്ച് മാറിനിൽക്കുന്നവരോട് തങ്ങളെ സഹായിക്കാൻ ആവശ്യപ്പെടുന്നുമുണ്ട്.

ആ നിർണായക നിമിഷത്തിൽ സ്ത്രീകളും പുരുഷന്മാരുമടങ്ങുന്ന തന്റെ ബന്ധുക്കളേയും നയിച്ചുകൊണ്ട് ജബലും സ്ഥലത്തെത്തി. ആൾക്കൂട്ടം അവർക്ക് കടന്നുവരാൻ വഴിമാറി കൊടുത്തു. മുദ്രാവാക്യങ്ങൾ മുഴക്കാനും തുടങ്ങി. ജബൽ നിശ്ശബ്ദരാകാൻ ആംഗ്യം കാണിച്ചതും ശബ്ദം പതിയെപ്പതിയെ നിലച്ചു. കാറ്റിന്റെ ചൂളംവിളി ചെവികൾക്ക്

കേൾക്കാനാകുന്ന വിധത്തിൽ നിശ്ശബ്ദതയായി. തന്നെത്തന്നെ ഉറ്റു നോക്കുന്ന മുഖങ്ങളിലേക്ക് തിരിഞ്ഞ് ജബൽ പറഞ്ഞു.

“നമ്മുടെ തെരുവിലെ ജനങ്ങളേ, നമസ്കാരം! നന്ദി പറയുകയാണ് ഞാൻ നിങ്ങൾക്കെല്ലാം.”

ആൾക്കൂട്ടം വീണ്ടും മുദ്രാവാക്യം മുഴക്കിയപ്പോൾ ജബൽ നിശ്ശബ്ദ രാകാൻ ആംഗ്യംകാട്ടി.

“നിങ്ങൾ ശാന്തരായി പിരിഞ്ഞു പോയാൽ മാത്രമേ ഞങ്ങളുടെ ജോലി പൂർണമാക്കാൻ കഴിയുകയുള്ളൂ.”

“ഞങ്ങൾക്ക് നീതി വേണം, തെരുവിന്റെ നായകാ.”

ചിലരുടെ ആവശ്യം കേട്ടതും ഏവരും കേൾക്കത്തക്ക വിധത്തിൽ ജബൽ പറഞ്ഞു.

“നിങ്ങൾ ഇപ്പോൾ സമാധാനത്തോടെ പിരിഞ്ഞുപോകണം. ജബ ലാവിയുടെ ഉദ്ദേശ്യം നടപ്പിലാക്കപ്പെടുക തന്നെ ചെയ്യും.”

ഇത് കേട്ടതും ജനം ജബലാവിക്കും അദ്ദേഹത്തിന്റെ പുത്രൻ ജബ ലിനും മുദ്രാവാക്യങ്ങൾ മുഴക്കി. ജബലിന്റെ നോട്ടം കണ്ടതും ആളു കൾ പിരിഞ്ഞു പോകാൻ തുടങ്ങി. അവിടെ തന്നെ നിൽക്കാനാണ് സത്യ ത്തിലവർ ആഗ്രഹിച്ചതെങ്കിലും ജബലിന്റെ നോട്ടം താങ്ങാനാകാതെ പിരിഞ്ഞുപോകാൻ മാത്രമേ അവർക്കാകുമായിരുന്നുള്ളൂ. ഓരോരുത്ത രായി സ്ഥലം വിട്ടതോടെ തെരുവ് കാലിയായി. ജബൽ കങ്കാണിയുടെ വീടിന്റെ ഗേറ്റിനരികെച്ചെന്ന് മുട്ടി വിളിച്ചു.

“ഹസനൈൻ മാമാ, ഗേറ്റ് തുറക്ക്!”

“ആളുകൾ... ആളുകളെന്ത് ചെയ്യും?”

പാറാവുകാരന്റെ സ്വരത്തിൽ വിറയലുണ്ടായിരുന്നു.

“ഇവിടെ ഇപ്പോൾ ഞങ്ങൾ മാത്രമേയുള്ളൂ.”

ഗേറ്റ് തുറന്നതും ജബൽ അകത്തേക്ക് കടന്നു. ഹംദാൻ കുടുംബാം ഗങ്ങളിൽ ചിലരും ഒപ്പം കൂടി. മേൽക്കൂരയുള്ള നടപ്പാതയിലൂടെ അവർ മട്ടുപ്പാവിലേക്ക് നീങ്ങി. അകത്തളത്തിലേക്കുള്ള വാതിലിന് മുന്നിൽ തകർന്ന ഭാവത്തിൽ നിൽക്കുകയായിരുന്നു ഹുദ. വാതിൽപ്പടിയിൽ പ്രത്യക്ഷപ്പെട്ട കങ്കാണി തല കുമ്പിട്ട് നിൽക്കുകയാണ്. വെള്ള പുത പ്പിച്ച് കിടത്തിയതു പോലെ അയാളുടെ മുഖമാകെ വിളറിയിരിക്കുന്നു. അയാളെ കണ്ടതും ആളുകൾ എന്തോ പിറുപിറുത്തു.

“എന്റെ അവസ്ഥ തീർത്തും ഭീകരമാണ്, ജബലേ” ഹുദയുടെ വാക്ക് കേട്ടതും ജബൽ പരിഹാസത്തോടെ അഫന്തിയുടെ നേരേ വിരൽ ചൂണ്ടി.

“ഈ മനുഷ്യന്റെ വൃത്തികെട്ട തന്ത്രങ്ങളെങ്ങാനും വിജയം കണ്ടി രുന്നെങ്കിൽ ഞങ്ങളെല്ലാം ഇപ്പോൾ വെട്ടിനുറുക്കപ്പെട്ട ശവശരീരങ്ങളായി മാറിയേനേ.”

ഒന്നും പറയാതെ എല്ലാവരും കേൾക്കത്തക്ക തരത്തിൽ നെടുവീർപ്പിടുകയായിരുന്നു ഹുദ. എന്നാൽ കങ്കാണിയെത്തന്നെ രൂക്ഷമായി നോക്കുകയാണ് ജബൽ.

“ശക്തിയും അധികാരവുമില്ലാത്ത നിങ്ങൾ എത്ര നിന്ദ്യനാണെന്ന് കണ്ടോ? സംരക്ഷിക്കാൻ ഗുണ്ടകളില്ല. പിന്തുണയ്ക്കാൻ ധൈര്യമില്ല. ശുപാർശ ചെയ്യാൻ മാന്യതയെന്ന കാര്യം തന്നെയില്ല. ഞാൻ വഴിമാറി നിന്നശേഷം തെരുവിലെ ആൾക്കൂട്ടത്തിന് മുന്നിലേക്ക് നിങ്ങളെ വിട്ടുകൊടുത്താൽ അവർ നിങ്ങളെ പിച്ചിച്ചീന്തും. ചവിട്ടിമെതിക്കും!”

കങ്കാണിയുടെ ഭാവങ്ങളിലാകെ ഒരു വിറയൽ പോലെ തോന്നി. ആകെ തകർന്നമട്ടിൽ തലകുമ്പിട്ടുതന്നെ നിൽക്കുകയാണയാൾ. ഹുദയാകട്ടെ ജബലിനരികിലേക്ക് ഒരു ചുവട് കൂടിവച്ചുകൊണ്ട് പ്രതീക്ഷയോടെ പറഞ്ഞു.

“കേട്ട് ശീലിച്ചിട്ടുള്ള മാന്യമായ വാക്കുകൾ മാത്രമാണ് ഞാൻ നിന്നിൽനിന്നും കേൾക്കാനാഗ്രഹിക്കുന്നത് ജബൽ. നിന്റെ ദയ നിറഞ്ഞ പെരുമാറ്റം അർഹിക്കുന്ന പരിതാപകരമായ അവസ്ഥയിലാണ് ഞങ്ങളിപ്പോൾ.”

ആ വാക്കുകൾ കേട്ട് താൻ ഇളകിപ്പോയെന്ന കാര്യം മറച്ചുപിടിക്കാനെന്നവണ്ണം ജബൽ മുഖം ചുളിച്ചു.

“എനിക്ക് നിങ്ങളോടുള്ള ആദരവുണ്ടായിരുന്നില്ലെങ്കിൽ കാര്യങ്ങൾ തികച്ചും വ്യത്യസ്തമായി മാറിയേനേ.”

“എനിക്കക്കാര്യത്തിലൊരു സംശയവുമില്ല ജബൽ. പ്രതീക്ഷ തകർക്കാത്ത ആളാണല്ലോ നീ?”

“ഒരു തുള്ളി രക്തം പോലും ചിന്താതെ നീതി നടപ്പിലാക്കപ്പെടുക എന്നത് തികച്ചും ലളിതമായി മാറിയിരിക്കുകയാണല്ലേ?”

തന്റെ ദൗർബല്യവും പരാജയവും തുറന്നുകാട്ടും വിധത്തിലൊരു ഗൂഢമായ ചലനമാണ് ജബലിന്റെ വാക്കുകൾ കങ്കാണിയിൽ സൃഷ്ടിച്ചത്.

“നടക്കാനുള്ളതൊക്കെ നടന്നു. ഇനിമേലിൽ ഞങ്ങളിൽ നിന്നും അനുസരണം മാത്രമേ നിനക്ക് നേരെയുണ്ടാകൂ.”

ഏത് വിധേനയും സ്വന്തം നിശ്ശബ്ദതയിൽ നിന്നും പുറത്തേക്ക് വരാൻ കൊതിക്കുകയായിരുന്നു കങ്കാണി. അവസാനം ദുർബലമായ സ്വരത്തിൽ അയാൾ പറഞ്ഞു.

“കഴിഞ്ഞകാലത്തെ തെറ്റുകൾ തിരുത്താൻ പറ്റിയ അവസരമാണിത്.”

അധികാരം നഷ്ടപ്പെട്ട സ്വേച്ഛാധിപതിയുടെ അവസ്ഥയെന്തെന്നറിയാനായി ആകാംക്ഷയോടെ ചെവി കൂർപ്പിച്ച് നിൽക്കുകയാണ് ഏവരും. പരിധിയില്ലാത്ത ആകാംക്ഷയോടും വെറുപ്പോടും പിന്നെ അല്പം

ആനന്ദത്തോടും കൂടി ഉറ്റുനോക്കുകയാണവർ. അല്പം ധൈര്യം കിട്ടിയതും കങ്കാണി തുടർന്നു.

"ഇന്നുമുതൽ സഖ്ലുതിന്റെ സ്ഥാനമലങ്കരിക്കുവാൻ നിനക്ക് എല്ലാ നിലയ്ക്കും അർഹതയുണ്ട്."

ഇതുകേട്ട് ജബലിന്റെ മുഖം ചുവന്നു.

"ഒരു ഗുണ്ടയാവാൻ എന്നെ കിട്ടില്ല. നിങ്ങളുടെ സംരക്ഷകനാകാൻ വേറെയാളെ നോക്കണം. ഹംദാൻ കുടുംബത്തിന്റെ അവകാശങ്ങൾ സംരക്ഷിക്കണമെന്ന് മാത്രമാണ് ഞാനാഗ്രഹിക്കുന്നത്"

"ഒട്ടും കുറയാത്ത സർവ്വ അവകാശവും നിങ്ങൾക്കുണ്ടാകും. നിനക്ക് സ്വന്തമായി ഈ ഭൂസ്വത്ത് നോക്കിനടത്തുകയും ചെയ്യാം."

"പണ്ട് നീ അങ്ങനെയായിരുന്നല്ലോ, ജബൽ?"

പ്രതീക്ഷയോടെയുള്ള ഹുദയുടെ വാക്കുകൾ കേട്ടതും ഹംദാൻ കുടുംബാംഗങ്ങളുടെ കൂട്ടത്തിൽ വന്ന ദഅബിസ് ഉറക്കെ ചോദിച്ചു.

"ഈ ഭൂസ്വത്ത് മുഴുവൻ നമുക്കവകാശപ്പെട്ടതല്ലേ?"

ഇത്കേട്ടതും ഹംദാൻ കുടുംബക്കാർക്കിടയിലൊരു മുറുമുറുപ്പുയർന്നു. കങ്കാണിയുടേയും ഭാര്യയുടേയും മുഖം മരിച്ചതുപോലെ മഞ്ഞളിച്ചുപോയിക്കഴിഞ്ഞിരുന്നു. എന്നാൽ ഉറച്ച ശബ്ദത്തിൽ ജബൽ പറഞ്ഞത് മറ്റൊന്നായിരുന്നു.

"നിങ്ങളുടെ അവകാശങ്ങൾ തിരികെ വാങ്ങിത്തരുവാനായിരുന്നു ജബലാവി എന്നോട് കല്പിച്ചത്. അല്ലാതെ മറ്റുള്ളവരുടെ അവകാശങ്ങൾ കവർന്നെടുക്കാനല്ല."

"മറ്റുള്ളവർ തങ്ങളുടെ അവകാശങ്ങൾ നേടിയെടുക്കാൻ ശ്രമിക്കില്ലെന്ന് ആരാ പറഞ്ഞത്?"

"അത് ഞാൻ കാര്യമാക്കുന്നില്ല. അക്രമത്തെ നിങ്ങൾ വെറുക്കുന്നത് അത് തങ്ങൾക്കെതിരായതുകൊണ്ട് മാത്രമല്ലേ?"

"ശരിയാണ്. നീ വളരെ മാന്യനായ വ്യക്തിയാണ് ജബൽ. നീ ഞങ്ങളുടെ വീട്ടിലേക്ക് തിരികെ വരണമെന്ന് വളരെയധികം ആഗ്രഹിച്ചുപോകുകയാണ് ഞാൻ."

ഹുദയുടെ ആവശ്യംകേട്ട് ജബൽ ഉറച്ച സ്വരത്തിൽ പ്രതികരിച്ചു.

"ഞാൻ ഹംദാൻ കുടുംബക്കാർക്കൊപ്പമേ താമസിക്കുകയുള്ളൂ."

"അത് നിന്റെ സ്ഥാനത്തിന് യോജിച്ചതായിരിക്കില്ല, ജബൽ"

"നമുക്കിടയിൽ നന്മ പുലരുന്നതോടെ ജബലാവിയുടെ മാളികയോളം ഇവരുടെ സ്വന്തം താമസസ്ഥലങ്ങളും ഉയരും. അതുതന്നെയാണ് പിതാമഹനായ ജബലാവിയുടേയും ആഗ്രഹം."

ഇതിനിടയ്ക്ക് അല്പം ആശങ്കയോടെ ജബലിനെ നോക്കി കങ്കാണി ചോദിച്ചു.

“തെരുവിലുള്ളവരിൽനിന്നും ഇന്നുണ്ടായ പ്രവർത്തി ഞങ്ങളുടെ സുരക്ഷിതത്വത്തിന് തന്നെ ഭീഷണിയല്ലേ?”

“നിങ്ങളും അവരും തമ്മിലുള്ള പ്രശ്നങ്ങൾക്ക് ഞാനുത്തരവാദിയല്ല”

“ഞങ്ങളോടുള്ള കരാറിനെ മാനിക്കാൻ നിങ്ങൾ തയ്യാറായാൽ നിങ്ങളെ ഉപദ്രവിക്കാൻ ആരും ധൈര്യപ്പെടില്ല.”

ദഅബിസിന്റെ വാക്കുകേട്ടതും ഉത്സാഹത്തോടെ കങ്കാണി പ്രതികരിച്ചു.

“നിങ്ങളുടെ അവകാശങ്ങൾ തിരികെ നൽകുകതന്നെ ചെയ്യും. അതിനിവരെല്ലാം സാക്ഷിയാണ്!”

“ഇന്ന് വൈകിട്ട് നീ ഞങ്ങൾക്കൊപ്പം അത്താഴം കഴിക്കാൻ വരുമോ ജബൽ? ഒരുമ്മയുടെ ആഗ്രഹമാണിത്.”

കങ്കാണിയുടെ വീട്ടിൽനിന്നും ലഭിച്ചിരിക്കുന്ന സൗഹൃദവാഗ്ദാനത്തിന്റെ അർത്ഥമെന്താണെന്ന് ജബലിന് നല്ലതുപോലെയറിയാം. അതിനാൽ തന്നെ ഹുദയുടെ ആവശ്യം തള്ളിക്കളയാനാകില്ല അയാൾക്ക്.

“യജമാനത്തീ, താങ്കളെന്താണോ ആഗ്രഹിക്കുന്നത് അതുപോലെ തന്നെ നടക്കട്ടെ കാര്യങ്ങൾ.”

നാല്പത്തിരണ്ട്

തുടർന്നുള്ള ദിനങ്ങൾ ഹംദാൻ കുടുംബത്തെ സംബന്ധിച്ച് വളരെ ആനന്ദകരമായിരുന്നു അല്ലെങ്കിൽ ഇപ്പോൾ അറിയപ്പെടുന്നത് പോലെ ‘ജബൽ കുടുംബം’ എന്ന് പറയുന്നതാകും ശരി. അവരുടെ കാപ്പിക്കട വീണ്ടും തുറന്നു. കവി റിസ്വാൻ തന്റെ ഇരിപ്പിടത്തിൽ ചമ്രം പടിഞ്ഞിരുന്ന് റബാബിന്റെ തംബുരുകൾ മീട്ടാൻ തുടങ്ങി. മദ്യം പുഴപോലെ ഒഴുകാനും കഞ്ചാവ് പുകച്ചുരുളുകൾ എല്ലാ വീടുകളുടെയും മേൽക്കൂരകളിലേക്ക് പറന്നുയരാനും തുടങ്ങി. നൃത്തമാടിയാടി തമർഹന്ന മെലിഞ്ഞു. ഖിദ്റയെ കൊന്നതാരെന്ന് കണ്ടുപിടിക്കുന്ന കാര്യം ഇപ്പോൾ ആരും കാര്യമാക്കുന്നതേയില്ല. എന്നാൽ ജബൽ ജബലാവിയുമായി സംഗമിച്ച സംഭവത്തെ സംബന്ധിച്ച ഭാവനാത്മകമായ ചിത്രങ്ങൾ എങ്ങും പ്രചരിച്ചു. ജബലിനേയും ഷഫീഖയെയും സംബന്ധിച്ചിടത്തോളം ആ ദിനങ്ങൾ തീർത്തും മനോഹരമായ കാലം തന്നെയായിരുന്നു.

“ബൽഖീതി അങ്ങോരെ നമുക്കൊപ്പം കഴിയാൻ ക്ഷണിച്ചാൽ വളരെ മനോഹരമായിരിക്കും.”

ഗർഭധാരണത്തിന്റെ അവസാന യാതനകൾ അനുഭവിക്കുകയായിരുന്നു ഷഫീഖ അപ്പോൾ.

“ശരിയാണ്. എങ്കിൽ അദ്ദേഹത്തിന് തന്റെ പേരക്കുട്ടിയെ ആശീർവദിക്കുകയും ചെയ്യാമല്ലേ?”

“ഷഫീഖാ, നീയാണെന്റെ സന്തോഷമെല്ലാം. സയ്യിദയ്ക്ക് യോജിച്ചൊരു വരനെ ഹംദാൻ കുടുംബക്കാർക്കിടയിൽ നിന്നും കണ്ടെത്താനും കഴിയും.”

“മറ്റുള്ളവരൊക്കെ പറയുന്നതുപോലെ ജബലിന്റെ കുടുംബമെന്ന് പറയൂ. ഈ തെരുവിലെ ഏറ്റവും മാന്യനായ വ്യക്തിയല്ലേ നിങ്ങൾ?”

“അല്ല. അദ്ഹമായിരുന്നു നമ്മളെക്കാളൊക്കെ മാന്യനായ വ്യക്തി. പാടുകയല്ലാതെ വേറൊരു ഉത്തരവാദിത്വവുമില്ലാത്ത ജീവിതം എത്രമാത്രം സ്വപ്നം കണ്ടിട്ടുണ്ടെന്നോ അദ്ദേഹം. എന്നാൽ ആ സ്വപ്നം ഞങ്ങളിലൂടെയായിരിക്കും പുലരുകയെന്നു മാത്രം.”

ജബൽ കുടുംബാംഗങ്ങളടങ്ങിയ ഒരു സംഘത്തിനൊപ്പം മദ്യപിച്ച് നൃത്തം വയ്ക്കുകയായിരുന്നു ദഅബിസ്. തന്റെ നേർക്ക് നടന്നു വരുന്ന ജബലിനെ കണ്ടതും കുറുവടി വീശിക്കൊണ്ട് ദഅബിസ് വീരം പ്രകടിപ്പിച്ചു.

“നിനക്ക് തെരുവിന്റെ ദാദയാകാനാഗ്രഹമില്ലായിരിക്കും. എന്നാൽ ഞാനായിരിക്കും ഇനി ഈ തെരുവ് ഭരിക്കുന്നത്”

ഇതുകേട്ടതും ഏവരും കേൾക്കത്തക്ക ഉച്ചത്തിൽ ജബൽ അലറി.

“ഹംദാൻ കുടുംബത്തിലൊരു ഗുണ്ടയുമുണ്ടാകില്ലൊരിക്കലും. എന്നാൽ തങ്ങൾക്കെതിരെ തിരിയുന്നവർക്കെതിരെ അവരെല്ലാവരും ശക്തി പ്രകടിപ്പിക്കുകയും ചെയ്യും.”

കാപ്പിക്കടയിലേക്ക് നടന്ന ജബലിന് പിന്നാലെ മദ്യപിച്ച് കുഴഞ്ഞാടി മറ്റുള്ളവരും കൂടെക്കൂടി. ജബൽ ആകെ സന്തോഷവാനായിരുന്നു.

“ഈ തെരുവിൽ നിങ്ങളായിരിക്കും പിതാമഹന് ഏറ്റവും പ്രിയങ്കരരായ ജനം. ആരാലും ചോദ്യം ചെയ്യപ്പെടാത്ത തെരുവിന്റെ ഉടമകളാണ് നിങ്ങളിപ്പോൾ. അതിനാൽ തന്നെ സ്നേഹവും നീതിയും മാന്യതയും നിങ്ങൾക്കിടയിൽ പുലർന്നേ തീരു. ഈ തെരുവിലൊരിക്കലും ഒരു കുറ്റകൃത്യം നടക്കാൻ പാടില്ല.”

ഹംദാൻകാരുടെ വീടുകളിൽ നിന്നും പാട്ടും സംഗീതവുമൊക്കെ മുഴങ്ങി കേൾക്കാൻ തുടങ്ങി. പതിവുള്ള ഇരുളിൽ തെരുവാകെ മുങ്ങിക്കിടക്കുന്നതിനിടയിലും അവരുടെ കോളനിയിൽ സന്തോഷത്തിന്റെ വെള്ളിവെളിച്ചമായിരുന്നു. അവരെ ദൂരെനിന്ന് വീക്ഷിക്കാനായി തെരുവിലുള്ള ചെറുപ്പക്കാർ ഹംദാൻകാരുടെ കോളനിക്കരികിൽ കൂട്ടംകൂടി നിൽക്കാൻ തുടങ്ങി.

ഇതിനിടയിലാണ് ഇരുണ്ട മുഖങ്ങളുമായി ആ തെരുവിലെ താമസക്കാരിൽപെട്ട ചിലയാളുകൾ കാപ്പിക്കടയിലേക്ക് കയറി വന്നത്. വളരെ ഊഷ്മളതയോടെ അവരെ സ്വീകരിച്ച് ഇരുത്തിയശേഷം കുടിക്കാൻ ചായയും നൽകി. വെറുതെ അഭിനന്ദനമറിയിക്കാനൊന്നുമല്ല അവർ വന്നിരിക്കുന്നതെന്ന് ജബലിന് മനസ്സിലായി. കൂട്ടത്തിലെ മുതിർന്നയാളായ

സനാത്തി സംസാരിക്കാൻ തുടങ്ങിയതോടെ ആ തോന്നൽ വളരെ ശരിയാണെന്നും മനസ്സിലായി.

“ജബലേ, നമ്മളെല്ലാം ഒരേ തെരുവിന്റെ സന്തതികളാണ്. നമ്മുടെ പിതാമഹനും ഒരേയാളാണ്. ഇന്ന് താങ്കൾ ഈ തെരുവിന്റെ നായകനാണ്. ഏറ്റവും ശക്തനുമാണ്. അതിനാൽ ഹംദാൻ കുടുംബത്തിന് മാത്രമാകാതെ നീതി ഈ തെരുവിലെ സകല സ്ഥലങ്ങളിലും പുലരണമെന്നാണ് ഞങ്ങളാഗ്രഹിക്കുന്നത്.”

ജബൽ മറുപടിയൊന്നും പറഞ്ഞില്ലെങ്കിലും ഹംദാൻകാരുടെ മുഖത്താകെ അസംതൃപ്തി ദൃശ്യമായിരുന്നു.

“ഈ തെരുവിൽ മുഴുവൻ നീതി പുലരാൻ താങ്കൾ വിചാരിച്ചാൽ മാത്രമേ സാധിക്കൂ.”

സത്യത്തിൽ തെരുവിലുള്ള മറ്റാളുകളുടെ കാര്യത്തിൽ ജബലിന് വലിയ താത്പര്യമൊന്നുമുണ്ടായിരുന്നില്ല. അതുപോലെ തന്നെയായിരുന്നു ഹംദാൻ കുടുംബത്തിലെ മറ്റുള്ളവരുടെ മനോഭാവവും. എന്നല്ല തങ്ങളുടെ ദുരിതകാലത്തുപോലും അവർ അധീശത്വ മനോഭാവം വച്ചു പുലർത്തിയിരുന്നു എന്ന് വേണം പറയാൻ.

“സ്വന്തം ആളുകളുടെ കാര്യം ശ്രദ്ധിക്കാനാണ് പിതാമഹനായ ജബലാവി എന്നോട് നിർദ്ദേശിച്ചത്.”

“പക്ഷേ അദ്ദേഹം നമ്മുടെ എല്ലാവരുടേയും പിതാമഹൻ അല്ലേ, ജബൽ?”

“അക്കാര്യമൊരു തർക്കവിഷയമാണ്.”

തന്റെ വാക്കുകൾ മറ്റുള്ളവരിലെന്ത് സ്വാധീനമാണുണ്ടാക്കിയതെന്നറിയാനായി ഹംദാൻ ആളുകളുടെ മുഖങ്ങളിലേക്ക് തന്നെ സൂക്ഷിച്ച് നോക്കി. എല്ലാവരും ആകെ അസ്വസ്ഥരാണെന്ന് മനസ്സിലായതും അയാൾ തുടർന്നു.

“എന്നാൽ മരുഭൂമിയിലെ സമാഗമത്തിലൂടെ ഞങ്ങളുമായുള്ള ബന്ധം അദ്ദേഹം തന്നെ അംഗീകരിച്ചതാണ്.”

അക്കാര്യത്തെക്കുറിച്ചും തർക്കമുണ്ടെന്ന് പറയാനാഗ്രഹിച്ചെങ്കിലും സനാത്തിക്ക് അതിന് ധൈര്യം ലഭിച്ചില്ല. അയാൾ പകരമായി ചോദിച്ചത് ഇങ്ങനെയായിരുന്നു.

“ഞങ്ങളുടെ ദാരിദ്ര്യവും അപമാനം നിറഞ്ഞ ജീവിതവും നിങ്ങളെ തൃപ്തിപ്പെടുത്തുന്നുണ്ടോ ജബൽ?”

ജബലിന്റെ മറുപടിയിൽ വലിയ ഉത്സാഹമൊന്നുമുണ്ടായിരുന്നില്ല.

“ഒരിക്കലുമില്ല. പക്ഷേ, അതിൽ ഞങ്ങൾക്ക് ഒരു പങ്കും ഇല്ലല്ലോ?”

“അതിൽ നിങ്ങൾക്കൊന്നും ഒരു പങ്കുമില്ലാതാകുന്നത് എങ്ങനെയാണ്?”

ഈ മനുഷ്യൻ എന്ത് അവകാശം വച്ചാണ് തന്നോട് ഇങ്ങനെ സംസാരിക്കുന്നത് എന്ന് അതിശയിച്ചെങ്കിലും ജബലിന് ദേഷ്യം തോന്നിയില്ല. തന്റെ മനസ്സിന്റെ ഒരുഭാഗം സനാത്തി പറഞ്ഞ കാര്യത്തോട് സഹതാപം പ്രകടിപ്പിക്കുമ്പോഴും മറ്റേഭാഗം പുതിയ പ്രശ്നങ്ങളിൽ മറ്റുള്ളവർക്ക് വേണ്ടി ചെന്നു ചാടാൻ ആഗ്രഹിക്കുന്നതേയില്ല. അല്ലെങ്കിൽ തന്നെ ഈ 'മറ്റുള്ളവർ' ആരാണ്? ഇതിനൊക്കെയുള്ള മറുപടിയായി ദഅബിസ് സനാത്തിക്ക് നേരെ തട്ടിക്കയറി.

"ദുരിതകാലത്ത് നിങ്ങളൊക്കെ ഞങ്ങളോട് പെരുമാറിയതൊക്കെ മറന്നു പോയോ പെട്ടെന്ന്?"

ഒരു നിമിഷം കണ്ണുകൾ താഴ്ത്തിയശേഷം സനാത്തി പറഞ്ഞു.

"ഗുണ്ടകൾ വാഴുന്ന കാലത്ത് സ്വന്തം അഭിപ്രായം പറയാനും പരസ്യമായി സഹതാപം പ്രകടിപ്പിക്കാനുമൊക്കെ ആർക്കാണ് സാധിക്കുക? തങ്ങൾക്ക് തൃപ്തികരമല്ലാത്ത രീതിയിൽ ജനങ്ങളോട് ഇടപെടുന്നവരെ ഈ ഗുണ്ടകൾ വെറുതെവിടുമായിരുന്നോ?"

കേട്ട കാര്യത്തിലെ അവിശ്വാസം പ്രകടിപ്പിക്കാനായി ദഅബിസ് ചുണ്ടുകൾ കോട്ടി.

"ഈ തെരുവിൽ ഞങ്ങൾക്കുള്ള സ്ഥാനത്തിന്റെ പേരിൽ എന്നും അസൂയയായിരുന്നു നിങ്ങൾക്ക്. അതിവിടെ ഗുണ്ടകളൊക്കെ ഉണ്ടാകുന്നതിനു മുമ്പേ തുടങ്ങിയതാണ്"

വിഷണ്ണതയോടെ തലകുമ്പിട്ട് ഇരിക്കുകയാണ് സനാത്തി.

"ദൈവം നിങ്ങളോട് ക്ഷമിക്കട്ടെ ദഅബിസ്."

"നിങ്ങൾക്ക് നേരെ പ്രതികാരത്തിന്റെ കൈകൾ നീട്ടാത്തതിന് ജബലിനോട് നന്ദി പറയാൻ നോക്കുക"

ദഅബിസിന്റെ സ്വരത്തിൽ കരുണ തീരെ ഇല്ലായിരുന്നു. പരസ്പര വിരുദ്ധമായ ചിന്തകളുടെ സമ്മർദ്ദത്തിൽ ജബലാകട്ടെ നിശ്ശബ്ദനായിരിക്കുകയാണ്. സഹായഹസ്തം നീട്ടുന്ന കാര്യത്തിൽ അയാൾക്ക് അല്പം ജാഗ്രതയുണ്ട്. എന്നാൽ അത് വെട്ടിത്തുറന്ന് പറയുവാനാഗ്രഹിക്കുന്നില്ല. ദഅബിസിന്റെ വിദ്വേഷവും ഒരു പ്രതീക്ഷയും നൽകാത്ത ജബലിന്റെ നിശ്ശബ്ദതയും പിന്നെ മറ്റുള്ളവരുടെ കണ്ണുകളിലെ തണുപ്പൻ നോട്ടവും ഒക്കെ കണ്ടതോടെ കാപ്പി കടയിലേക്ക് വന്നവർ നിരാശയോടെ എഴുന്നേറ്റു. പിന്നീട് അവർ എവിടെ നിന്നാണോ വന്നത് അവിടേക്ക് തന്നെ തിരികെ പോയി. അവർ കൺമുന്നിൽ നിന്നും അപ്രത്യക്ഷമാകുന്നതു വരെ ക്ഷമിച്ചു നിന്ന ദഅബിസ് അശ്ലീലഭാവത്തിൽ വലതു മുഷ്ടി ചലിപ്പിച്ചുകൊണ്ട് ഉറക്കെ പറഞ്ഞു.

"പോയി തുലയിനെടാ പന്നികളേ"

ഇതുകൂടി കേട്ടതും ജബലിന് ദേഷ്യം വന്നു.

"മറ്റുള്ളവരുടെ ദുരിതങ്ങൾ കണ്ടാസ്വദിക്കുന്നത് മാന്യന്മാർക്ക് നിരക്കുന്ന കാര്യമല്ല!"

നാല്പത്തിമൂന്ന്

ഭൂസ്വത്തിൽ നിന്നുള്ള തന്റെ കുടുംബത്തിന്റെ വിഹിതം ജബൽ കൈപ്പറ്റിയ ദിനം തികച്ചും അവിസ്മരണീയം തന്നെയായിരുന്നു. തങ്ങൾക്ക് വിജയം സമ്മാനിച്ച അതേ ഭവനത്തിന്റെ മുറ്റത്തിരുന്ന് ജബൽ ഹംദാൻ കുടുംബക്കാരെ എല്ലാം അവിടേക്ക് ക്ഷണിച്ചു. ഓരോ വീട്ടിലേയും അംഗങ്ങളുടെ എണ്ണം കണക്കാക്കി ലഭിച്ച സ്വത്ത് തുല്യമായി പങ്കുവച്ചു. തന്റെ കാര്യത്തിലും യാതൊരു വ്യത്യാസവും വരുത്തിയില്ല. ഇത്തരമൊരു വീതം വയ്ക്കലിൽ ഹംദാന് വലിയ സംതൃപ്തിയില്ലായിരുന്നു. തന്റെ അനിഷ്ടം അയാൾ വ്യംഗ്യമായി സൂചിപ്പിക്കുകയും ചെയ്തു.

“സ്വയം വഞ്ചിക്കുന്നതല്ല നീതിയെന്ന് ജബൽ മനസ്സിലാക്കണം.”

“ഞാനതിന് രണ്ടോഹരി എടുത്തല്ലോ? എന്റേതും പിന്നെ ഷഫീഖയുടേയും?”

“പക്ഷേ, നീ ഈ കുടുംബത്തിന്റെ നായകനല്ലേ?”

“ഒരു ജനതയുടെ നായകൻ തന്റെ ആളുകളെ കൊള്ളയടിക്കുന്നവനാകരുത്.”

എല്ലാവരും കേൾക്കത്തക്ക തരത്തിലുള്ള ജബലിന്റെ പ്രതികരണം ശ്രദ്ധിച്ചതും തർക്കിക്കാൻ ഒരവസരം നോക്കിയിരുന്നതു പോലെ ദഅബിസ് അസ്വസ്ഥതയോടെ പറഞ്ഞു.

“ഹംദാനെ പോലെയല്ല ജബൽ. ദഅബിസിനെ പോലെയല്ല ഹംദാൻ. കഅബൽഹയെ പോലെയുമല്ല ദഅബിസ്.”

“ഒരു കുടുംബത്തെ യജമാനരും ഭൃത്യന്മാരും ആക്കി വിഭജിക്കാൻ തുനിയുകയാണോ നിങ്ങളൊക്കെ?”

എന്നാൽ ദഅബിസ് സ്വന്തം അഭിപ്രായത്തിൽ ഉറച്ചു തന്നെ നിന്നു.

“നമുക്കിടയിൽ കാപ്പിക്കട നടത്തുന്നവരുണ്ട്. സാധനങ്ങൾ കൊണ്ട് നടന്ന് വിൽക്കുന്നവരുണ്ട്. യാചകന്മാരുമുണ്ട്. ഇവരൊക്കെ എങ്ങനെയാണ് തുല്യരാവുന്നത്? ഹംദാൻ കുടുംബത്തിനെതിരെയുള്ള ഉപരോധത്തെ ആദ്യമായി വെല്ലുവിളിച്ചതും അങ്ങനെ ഖിദ്റയുടെ മർദ്ദനത്തിനിരയായതും ഞാനാണ്. അന്യനാട്ടിൽ ആയിരുന്ന നിന്നെ കണ്ടു പിടിച്ച ഞാൻ തന്നെയല്ലേ ഇവരൊക്കെ സംശയിച്ചു നിന്നപ്പോഴും നിന്റെ ആശയത്തിന് ആദ്യമായി പിന്തുണ നൽകിയതും?”

“സ്വയം പുകഴ്ത്തുന്നവർ കള്ളന്മാരാണ്. ദൈവമാണേ സത്യം, അനുഭവിച്ചിരുന്ന ദുരിതങ്ങളൊക്കെ നിങ്ങളെപ്പോലുള്ളവർ ശരിക്കുമർഹിക്കുന്നുണ്ട്.”

തർക്കം തുടരാനായിരുന്നു ദഅബിസ് ആഗ്രഹിച്ചതെങ്കിലും ജബലിന്റെ കണ്ണുകളിലെ കോപാഗ്നി തിരിച്ചറിഞ്ഞതും ഒന്നുമുരിയാടാതെ അയാൾ സ്ഥലം വിട്ടു. അന്ന് വൈകുന്നേരമായതോടെ ദഅബിസ് നേരെ

ഇത്രീസിന്റെ കഞ്ചാവ് പുരയിലേക്ക് ചെന്നു. അവിടെ വട്ടംകൂടിയിരുന്ന വർക്കൊപ്പം ചേർന്ന് ആശങ്കകൾ തീർക്കാനായി പുകവലിക്കാൻ തുടങ്ങി. ഒരല്പം വിനോദം ആകാമെന്ന് കരുതിയപ്പോൾ കഅബൽഹയെ ചൂതു കളിക്കാൻ ക്ഷണിച്ചു.

എന്നാൽ ചൂതുകളി തുടങ്ങി അരമണിക്കൂർ കഴിയുന്നതിനു മുമ്പ് തന്നെ ഭൂസ്വത്ത് വിഹിതം വച്ചപ്പോൾ തനിക്ക് കിട്ടിയ തുക അയാൾക്ക് നഷ്ടപ്പെട്ടു.

കഞ്ചാവ് ഹുക്കയിലെ വെള്ളം മാറ്റുന്നതിനിടയിൽ ഇത്രീസ് പൊട്ടി ച്ചിരിച്ചു.

“കഷ്ടം തന്നെ ദഅബിസ്, ദരിദ്രൻ ആകാനാണ് നിന്റെ വിധി. ജബലാവി എന്താഗ്രഹിച്ചിട്ടും കാര്യമില്ല.”

“സ്വത്തുക്കൾ അതിന് അത്ര പെട്ടെന്നൊന്നും നഷ്ടമാകില്ല.” തോൽവി കാരണം സമനിലതെറ്റിയ അവസ്ഥയിലായിക്കഴിഞ്ഞിരുന്നു ദഅബിസ്. ഹുക്കയ്ക്കുള്ളിലെ വെള്ളത്തിന്റെ അളവ് ആവശ്യത്തിനുണ്ടോ എന്നുറ പ്പിക്കാനായി ഇത്രീസ് ഒരു പുകയെടുത്തു നോക്കി.

“പക്ഷേ, പണമൊക്കെ പോയില്ലേ, സഹോദരാ?”

കഅബൽഹയാകട്ടെ നോട്ടുകൾ ശ്രദ്ധയോടെ അടുക്കി കുപ്പായത്തി നുള്ളിൽ തിരുകാൻ ശ്രമിക്കുകയാണ്. എന്നാൽ ദ അബിസാകട്ടെ കഅബൽഹയെ ഒരു കൈകൊണ്ട് തടഞ്ഞ ശേഷം പണം മടക്കിത്തരാൻ മറ്റേ കൈകൊണ്ട് ആംഗ്യം കാണിച്ചു.

“അതിന് ഇതിപ്പോൾ നിങ്ങളുടെ പണം അല്ലല്ലോ നിങ്ങൾക്കിതിൽ ഇപ്പോൾ യാതൊരു അവകാശവുമില്ല.”

“പണം തിരികെ താടാ ചണ്ടീ. ”

ഇരുവരെയും ആശങ്കയോടെ നോക്കുകയാണ് ഇത്രീസ്.

“എന്റെ വീട്ടിൽ കിടന്ന് വഴക്ക് കൂടാൻ പറ്റില്ല.”

“എന്റെ പണം കൊള്ളയടിക്കാൻ ഈ ചണ്ടിയെ ഞാൻ അനുവദി ക്കില്ല.”

ദഅബിസ് കഅബൽഹയുടെ കയ്യിൽ മുറുകെ പിടിച്ചിരിക്കുകയാണ്.

“എന്റെ കയ്യിൽ നിന്ന് വിടൂ ദഅബിസ്, ഞാൻ നിങ്ങളെ കൊള്ളയടി ച്ചിട്ടൊന്നുമില്ല”

“പിന്നെ ഇതെന്താ കച്ചവടം ചെയ്ത് ലാഭമുണ്ടാക്കിയ പണമാണോ?”

“അങ്ങനെയാണെങ്കിൽ നിങ്ങളെന്തിനാണ് ചൂതാടാൻ വന്നത്?”

ദഅബിസ് കഅബൽഹയെ ആഞ്ഞിടിച്ചു.

“നിന്റെ എല്ല് ഞാൻ തകർക്കുന്നതിന് മുമ്പേ എന്റെ പണം താടാ...”

കഅബൽഹ കൈ പിൻവലിച്ചതും ദേഷ്യം കയറിയ ദഅബിസ് അയാളുടെ വലത്തെ കണ്ണിൽ ചൂണ്ടുവിരൽ കൊണ്ട് കുത്തി. ആർത്ത

നാദത്തോടെ കൈകൊണ്ട് കണ്ണു പൊത്തിപ്പിടിച്ച് പിടയുകയായിരുന്ന കഅബൽഹയുടെ പക്കൽ നിന്ന് പണം ദഅബിസിന്റെ മടിയിലേക്ക് വീണു. വേദന സഹിക്കാനാകാതെ കഅബൽഹ താഴെവീണ് പുളയാൻ തുടങ്ങി. ചുറ്റുമുണ്ടായിരുന്ന മറ്റ് പുകവലിക്കാർ കഅബൽഹയ്ക്ക് ചുറ്റും കൂടി നിൽക്കുന്നതിനിടയിൽ പണം മുഴുവൻ തന്റെ കീശയിൽ തിരുകുകയായിരുന്നു ദഅബിസ്. ഇത്രീസ് ദഅബിസിനരികെ വന്ന് അമർഷത്തോടെ പറഞ്ഞു.

"നിങ്ങളവന്റെ കണ്ണ് കുത്തിപ്പൊട്ടിച്ചല്ലേ?"

ഒരുനിമിഷം നടുങ്ങിപ്പോയെങ്കിലും പെട്ടെന്ന് തന്നെ അയാൾ അവിടെ നിന്നും കടന്നുകളഞ്ഞു.

ഹംദാൻ കുടുംബക്കാരടങ്ങുന്ന ഒരു സംഘത്തിനൊപ്പം അൽ–നസ്വർ ഭവനത്തിന്റെ മുറ്റത്ത് നിൽക്കുകയാണ് ജബൽ. അയാളുടെ കണ്ണുകളിലും വായിലുമൊക്കെ ദേഷ്യം തുളുമ്പി നിൽക്കുന്നു. കണ്ണിൽ ബാൻഡേജ് കെട്ടി ഒരിടത്ത് പതുങ്ങിയിരിക്കുകയാണ് കഅബൽഹ. ദഅബിസാകട്ടെ ജബലിന്റെ കോപം താങ്ങാനാകാതെ നിശ്ശബ്ദമായി അരികിൽ വിറങ്ങലിച്ച് നിൽക്കുന്നു.

"ദഅബിസ് കഅബൽഹയ്ക്ക് പണം തിരികെ നൽകും."

ജബലിന്റെ ദേഷ്യം തണുപ്പിക്കാനായി ഹംദാൻ പറഞ്ഞു. എന്നാൽ വളരെ ഉച്ചത്തിൽ അലറുകയായിരുന്നു ജബൽ.

"ആദ്യം അയാളുടെ കാഴ്ചശക്തി തിരികെ നൽകട്ടെ."

കഅബൽഹ കരയുന്നത് കണ്ടതും കവി റിസ്വാൻ പരിതപിച്ചു.

"കാഴ്ചശക്തി തിരികെ കിട്ടിയിരുന്നെങ്കിൽ..."

ഇടിയും മിന്നലും നിറഞ്ഞ ആകാശം കണക്കെ ജബലിന്റെ മുഖം കറുത്തിരുണ്ടിരുന്നു.

"പക്ഷേ, പോയ കണ്ണിന് പകരം വേറൊരു കണ്ണെടുക്കാനാകും."

ഒന്നും മനസ്സിലാകാത്തതുപോലെ ജബലിന്റെ മുഖത്തേക്ക് നോക്കിയ ശേഷം ദഅബിസ് പണം ഹംദാന് കൈമാറി.

"ദേഷ്യം കാരണം എനിക്ക് സമനിലതെറ്റിപ്പോയി. സത്യത്തിൽ ഇയാളെ ഉപദ്രവിക്കാൻ എനിക്ക് യാതൊരു ഉദ്ദേശ്യവുമില്ലായിരുന്നു."

അടക്കാനാകാത്ത ദേഷ്യത്തോടെ ദഅബിസിന്റെ മുഖത്തേക്കുതന്നെ കുറേ നേരം നോക്കിനിന്നശേഷം പേടിപ്പെടുത്തുന്ന ശബ്ദത്തിൽ ജബൽ പറഞ്ഞു.

"കണ്ണിന് കണ്ണ്! തെറ്റ് ചെയ്തവൻ ശിക്ഷ അനുഭവിച്ചേ തീരൂ."

പരിഭ്രമം നിറഞ്ഞ നോട്ടങ്ങളായിരുന്നു ഏവരുടേയും കണ്ണുകളിൽ. ഇന്നത്തെ ദിവസത്തേക്കാൾ കോപിഷ്ഠനായി ജബലിനെയാരും കണ്ടിട്ടേയില്ല. അയാളുടെ ദേഷ്യത്തിന്റെ ശക്തിയെന്താണെന്നതിന് തെളിവാണ് ഇതുവരെ നടന്നിട്ടുള്ള പല സംഭവങ്ങളും. സർവ്വസുഖങ്ങളും നിറഞ്ഞ

വീടുപേക്ഷിച്ചിറങ്ങിയ ദിവസത്തേയും ഖിദ്റയെ കൊലപ്പെടുത്തിയ നാളിലേയും ദേഷ്യം തന്നെമതി അയാളുടെ വിദ്വേഷം എത്ര ശക്തമാണെന്നറിയാൻ. ദേഷ്യപ്പെട്ടാൽ പിന്നെ അയാൾക്ക് സംതൃപ്തി നൽകാൻ ഒന്നിനുമാകാറില്ല. ഹംദാൻ എന്തോ പറയാൻ തുനിഞ്ഞതായിരുന്നു. എന്നാൽ അതിന് മുമ്പ്തന്നെ ജബൽ പറഞ്ഞു കഴിഞ്ഞിരുന്നു.

“പരസ്പരം പോരടിക്കുന്നത് കാണാനല്ല ജബലാവി നിങ്ങളെ തിരഞ്ഞെടുത്തത്. നമ്മുടെ ജീവിതം ഒന്നുകിൽ നിയമവ്യവസ്ഥയ്ക്കനുകൂലമാകണം. അല്ലെങ്കിൽ അരാജകത്വം നിറഞ്ഞ ജീവിതമായിരിക്കും. അത് സർവ്വരുടേയും കഥ കഴിക്കുകയും ചെയ്യും. അതുകൊണ്ടുതന്നെ ദഅബിസ്, നിന്റെ കണ്ണ് പോയേ തീരൂ.”

പേടിച്ച് വിരണ്ടു പോയിരുന്നു ദഅബിസ്.

“ആരുമെന്നെതൊട്ടു പോകരുത്! കൊല്ലും ഞാനെല്ലാവരേയും.”

ഞൊടിയിടയ്ക്കുള്ളിൽ ജബൽ ദഅബിസിന്റെ മുകളിലേക്ക് ഒരു കാളക്കൂറ്റനെപ്പോലെ ചാടിവീണു. മുഖത്തേക്ക് ആഞ്ഞിടിച്ചതും ദഅബിസ് അനക്കമറ്റ് താഴേക്ക് വീണു. ബോധമില്ലാതെ കിടന്ന അയാളെ പിടിച്ചെഴുന്നേൽപിച്ചശേഷം പിന്നിൽനിന്നും ജബൽ പിടിച്ചുവച്ചു കൊടുത്തു. ശേഷം കഅബൽഹയുടെ നേർക്ക് തിരിഞ്ഞ് ജബൽ കല്പിച്ചു.

“എഴുന്നേറ്റ് സ്വന്തം പ്രതികാരം ചെയ്യ്.”

എഴുന്നേറ്റെങ്കിലും കഅബൽഹയ്ക്ക് നേരേ നിൽക്കാനാകുന്നില്ല. ദഅബിസിന്റെ വീട്ടിൽ നിന്നും നിലവിളികളുയരുന്നത് കേൾക്കാം. കഅബൽഹയെ രൂക്ഷമായി നോക്കി ജബൽ പരുഷമായി പറഞ്ഞു.

“മുന്നോട്ട് വരാൻ! അല്ലെങ്കിൽ ഞാൻ നിങ്ങളെ ജീവനോടെ കുഴിച്ചുമൂടും.”

കഅബൽഹ ദഅബിസിനരികിലേക്ക് ചെന്നു. പിന്നെ ഏവരും കണ്ടു നിൽക്കെ അയാൾ തന്റെ ചൂണ്ടുവിരൽ ദഅബിസിന്റെ വലത്തേ കണ്ണിലേക്ക് കുത്തിയിറക്കി. ദഅബിസിന്റെ വീട്ടിൽനിന്നും നിലവിളിയുയർന്നതിനൊപ്പം ഇത്രീസിനേയും അലി ഫവാനീസിനേയും പോലുള്ള ചില സുഹൃത്തുക്കൾക്കും കരച്ചിൽ വന്നുപോയി.

“എടോ ഭീരുക്കളേ, ദുഷ്ടന്മാരേ... ദൈവമാണേ സത്യം നിങ്ങളൊക്കെ ഗുണ്ടകളെ വെറുത്തിരുന്നത് അവർ നിങ്ങൾക്കെതിരായത് കൊണ്ടു മാത്രമായിരുന്നു. എപ്പോഴെങ്കിലും നിങ്ങൾക്കാർക്കെങ്കിലും അല്പം ശക്തിയെങ്ങാനും ലഭിച്ചാൽ നിങ്ങൾ മറ്റുള്ളവരെ ഉപദ്രവിക്കാനും ആക്രമിക്കാനുമാകും ശ്രമിക്കുക. നിങ്ങൾക്കുള്ളിൽ പതിയിരിക്കുന്ന പിശാചുക്കൾ അർഹിക്കുന്ന ശിക്ഷ ദയയില്ലാത്ത പ്രഹരം മാത്രമായിരിക്കും. ഒന്നുകിൽ നിയമവാഴ്ചയുണ്ടാകണം. അല്ലെങ്കിൽ സർവ്വനാശമായിരിക്കും ഫലം.”

മുറിവേറ്റ ദഅബിസിനെ സുഹൃത്തുക്കൾക്ക് വിട്ടുകൊടുത്തശേഷം ജബൽ നടന്നുനീങ്ങി. ഈ സംഭവത്തിന് ആളുകളുടെ മനസ്സിൽ വലിയ

സ്വാധീനമാണുണ്ടായത്. അതുവരേയും പ്രിയങ്കരനായൊരു നേതാവായിരുന്നു ജബൽ. എന്നാലിപ്പോൾ പേരും ഉടയാടകളും സ്വീകരിക്കുന്നില്ലെങ്കിൽ പോലും ജനം അയാളെയൊരു തെരുവ് ദാദയായി കാണുകയാണ്. ഇപ്പോൾ അയാളെ പേടിക്കുകയാണ് ഏവരും. അയാളുടെ അടിച്ചമർത്തലിനേയും കഠിനമനസിനെക്കുറിച്ചും ആളുകൾ അടക്കം പറയാൻ തുടങ്ങി. എന്നാൽ അതേസമയം തന്നെ ആളുകൾ പറയുന്നതിന് വിരുദ്ധമായി ജബലിന്റെ കഠിനമനസ്സിന്റെ മറ്റൊരു മുഖത്തെക്കുറിച്ച് ഓർമ്മിപ്പിക്കാനും ആളുകളുണ്ടായിരുന്നു. അക്രമിക്കപ്പെട്ടവരോടുള്ള ജബലിന്റെ കരുണയും ഹംദാൻ കുടുംബാംഗങ്ങൾക്കിടയിൽ നീതിയും വ്യവസ്ഥയും സാഹോദര്യവും ഉറപ്പുവരുത്തി നിയമവാഴ്ച സ്ഥാപിക്കാനുള്ള സത്യസന്ധമായ ആഗ്രഹവുമൊക്കെ അവർ ജനങ്ങൾക്ക് മുന്നിൽ അവതരിപ്പിച്ചു.

പതിയെപ്പതിയെ ഈ രണ്ടാമത്തെ അഭിപ്രായത്തിന് ജബലിന്റെ വാക്കുകളും പ്രവർത്തികളുമംഗീകരിക്കുന്ന ആളുകളെ സൃഷ്ടിക്കാനായി. അങ്ങനെ പേടിച്ചകന്നുനിന്നവർ അയാളോട് അടുത്തിടപഴകുവാൻ തുടങ്ങി. പേടിച്ചിരുന്നവർ വിശ്വസിക്കാനും തുടങ്ങി. അയാൾ സ്ഥാപിച്ച നീതിവ്യവസ്ഥയിൽ അസൂയ പൂണ്ടജനം അതനുസരിച്ച് ജീവിക്കാനും തയ്യാറായി. ജബലിന്റെ കാലത്ത് സുരക്ഷിതത്വവും വിശ്വസ്തതയും സമൂഹത്തിൽ നിലനിന്നു. അതോടെ നീതിയുടേയും നിയമവ്യവസ്ഥയുടേയും പ്രതീകമായി ജബൽ മാറുകയായിരുന്നു. അങ്ങനെ തന്റെ പാതയിൽ നിന്നും അണുവിട തെറ്റാതെയാണ് ജബൽ ഇഹലോകവാസം വെടിഞ്ഞത്.

ഇതാണ് ജബലിന്റെ കഥ.

ഞങ്ങളുടെ തെരുവിൽ അതിക്രമത്തിനെതിരെ ആദ്യമായി ശബ്ദമുയർത്തിയത് ജബലായിരുന്നു. ഏകാന്തവാസം തുടങ്ങിയ ശേഷം ജബലാവിയുമായി കൂടിക്കാഴ്ച നടത്താനുള്ള ഭാഗ്യം ലഭിച്ച ഏക വ്യക്തിയാണയാൾ. ആർക്കും നിഷേധിക്കാനാകാത്ത അധികാരം സ്വന്തമാക്കിയെങ്കിലും തെരുവ് ദാദയാകാനോ, ഗുണ്ടാപ്പിരിവ് നടത്താനോ, മയക്കുമരുന്ന് കച്ചവടം നടത്താനോ ഒന്നും തയ്യാറായതുമില്ല. സ്വന്തം ജനതയുടെ ഇടയിൽ നീതിയുടേയും ശക്തിയുടേയും നിയമവ്യവസ്ഥയുടേയും പ്രതീകമായിരുന്നു ജബൽ. എന്നാൽ ഞങ്ങളുടെ തെരുവിന്റെ സന്തതികളിൽപെട്ട മറ്റു ജനങ്ങളുടെ കാര്യത്തിൽ ജബലിന് വലിയ താത്പര്യമൊന്നും ഉണ്ടായിരുന്നില്ല എന്നതാണ് വാസ്തവം. തന്റെ ബന്ധുക്കളെപ്പോലെ ഈ ജനങ്ങളോട് വെറുപ്പായിരുന്നു ജബലിനും. എന്നാൽ അവരെയാരെയും ഉപദ്രവിക്കാനോ ശല്യപ്പെടുത്താനോ ശ്രമിക്കാതെ ഏവർക്കും അനുകരിക്കാൻ പറ്റിയൊരു മാതൃകയായി മാറുകയായിരുന്നു ജബൽ.

എന്നാൽ മറവിയെന്ന ദുരിതം ഞങ്ങളുടെ തെരുവിനെ പിടികൂടിയില്ലായിരുന്നെങ്കിൽ ഈ നല്ല മാതൃകയൊന്നും പാഴായിപ്പോകില്ലായിരുന്നു.

പക്ഷേ, മറവി ഞങ്ങളുടെ തെരുവിന്റെ തീരാദുരിതമായിപ്പോയി!

രിഫാഅ

നാല്പത്തിനാല്

നേരം ഏതാണ്ട് വെളുക്കാറായിരിക്കുന്നു. ഗുണ്ടകളും നായ്ക്കളും പൂച്ചകളുമടക്കം തെരുവിലെ സർവ്വജീവജാലങ്ങളും ഉറക്കത്തിലാണ്. ഒരിക്കലും വിട്ടകന്നിട്ടില്ലായിരുന്നു എന്നത്പോലെ ഇരുളാണ് എല്ലായിടത്തും. ഈ സമ്പൂർണ നിശ്ശബ്ദതയ്ക്കുള്ളിൽ ജബൽ കുടുംബത്തിന്റെ കോളനിയിലുള്ള അൽ-നസ്വർ ഭവനത്തിന്റെ ഗേറ്റ് വളരെ ജാഗ്രതയോടെ തുറക്കപ്പെട്ടു. ഉള്ളിൽ നിന്നും രണ്ട് നിഴലുകൾ പുറത്തേക്കിറങ്ങിയശേഷം മാളികയ്ക്ക് നേരേ നിശ്ശബ്ദമായി നീങ്ങാൻ തുടങ്ങി. മാളികയുടെ ഉയരമുള്ള ചുറ്റുമതിലിന്റെ നിഴൽപറ്റി ആ രണ്ടാളുകൾ മരുഭൂമിയിലേക്ക് പോകുകയാണ്. വളരെ ജാഗ്രതയോടെ നടക്കുന്നതിനിടയിലും ഇടയ്ക്കിടയ്ക്ക് തങ്ങളെയാരും പിന്തുടരുന്നില്ലെന്ന് ഉറപ്പുവരുത്തുന്നതിനായി തിരിഞ്ഞു നോക്കുന്നുണ്ടായിരുന്നു. ആകാശത്തെ ചിതറിയ നക്ഷത്രങ്ങളുടെ വെളിച്ചം പറ്റി അവർ മരുഭൂമിക്കുള്ളിലേക്ക് നീങ്ങി. ഹിന്ദിന്റെ ഉരുളൻ പാറ ചുറ്റുപാടുമുള്ള ഇരുട്ടിനേക്കാൾ കൂടുതൽ കറുത്തിരുണ്ടൊരു ഇടമാണെന്ന് തോന്നിപ്പോയി. മധ്യവയസ്കനായൊരു പുരുഷനും ഗർഭിണിയായൊരു യുവതിയുമായിരുന്നു ആ രണ്ടാളുകൾ. രണ്ടുപേരുടേയും കൈവശം സാധനങ്ങൾ കുത്തിനിറച്ച രണ്ട് കെട്ടുകളുമുണ്ട്. ഉരുളൻ പാറയ്ക്കരികിലെത്തിയതും യുവതി പരിക്ഷീണയായി നെടുവീർപ്പിട്ടു.

"ഷാഫിഈ, ഞാനാകെ തളർന്നു."

നടത്തം മതിയാക്കി മധ്യവയസ്കൻ പറഞ്ഞു.

"നീയൊന്ന് വിശ്രമിച്ചോളൂ. നിന്റെ ഈ ദുരിതങ്ങൾക്ക് കാരണക്കാരായവരെ ദൈവം ശിക്ഷിക്കട്ടെ!"

കയ്യിലിരുന്ന കെട്ട് നിലത്ത് വച്ചശേഷം യുവതി അതിന്മേലിരുന്നു. അവളുടെ വീർത്ത വയർ മടിയിൽ തട്ടുന്നുണ്ട്. ഒരു നിമിഷം ചുറ്റും നോക്കിയശേഷം മധ്യവയസ്കനും തന്റെ കെട്ടിന്റെ മുകളിൽ കയറി ഇരുന്നു. ഈർപ്പം നിറഞ്ഞ പ്രഭാതത്തിന്റെ ഗന്ധമടങ്ങിയ ഇളംകാറ്റുകൾ അവരെ തഴുകി കടന്നുപോയി. എന്നാൽ യുവതിയാകട്ടെ ആകെ അസ്വസ്ഥയായിരുന്നു.

“എവിടെവെച്ചായിരിക്കും ഞാനെന്റെ കുഞ്ഞിന് ജന്മം നൽകുക?”

“നമ്മുടെ ഈ ശപിക്കപ്പെട്ട തെരുവിനെക്കാൾ ഭേദപ്പെട്ട ഏത് സ്ഥലമായാലും കുഴപ്പമില്ല.”

വടക്ക് അങ്ങേയറ്റം മുതൽ തെക്ക് ഇങ്ങേയറ്റം വരെ നീണ്ടുകിടക്കുന്ന മലയിലേക്ക് നോക്കി മധ്യവയസ്കൻ തുടർന്നു.

“നമുക്ക് മുഖത്തംകമ്പോളത്തിലേക്ക് പോകാം. ദുരിതകാലത്ത് ജബൽ പോയത് അങ്ങോട്ടായിരുന്നല്ലോ? അവിടെയൊരു ആശാരിക്കട തുറന്ന് തെരുവിൽ ചെയ്തിരുന്നതുപോലെ ആശാരിപ്പണിതുടരുകയും ചെയ്യാം. സ്വർണത്തിന്റെ മൂല്യമുള്ള രണ്ട് കൈകളുണ്ടല്ലോ? അത്യാവശ്യം നല്ലതുപോലെ ജീവിതം തുടങ്ങാനുള്ള പണവും കയ്യിലുണ്ട്.”

ശിരോവസ്ത്രം തലയിലേക്കും തോളിലേക്കും വലിച്ചിട്ടശേഷം ദുഃഖത്തോടെ അബ്ദ പറഞ്ഞു.

“ബന്ധുക്കളായി ആരുമില്ലാത്തവരെപ്പോലെ നമ്മൾ അന്യനാട്ടിൽ താമസിക്കേണ്ടിവരുമല്ലേ? സത്യത്തിൽ ഈ തെരുവിന്റെ നായകരായ ജബൽ കുടുംബാംഗങ്ങളായിട്ടും ഇതാണല്ലോ നമ്മുടെ ഗതി.”

മധ്യവയസ്കൻ പുച്ഛത്തോടെ കാർക്കിച്ചു തുപ്പി.

“തെരുവിന്റെ നായകരെന്നോ? സത്യത്തിൽ നാം നിന്ദ്യരായ അടിമകളല്ലേ അബ്ദ? ജബലും അദ്ദേഹത്തിന്റെ നല്ലകാലവുമൊക്കെ പോയ് മറഞ്ഞിരിക്കുന്നു. തെരുവ് ദാദയായ സൻഫിൽ നമ്മുടെ നന്മയ്ക്കായല്ല, മറിച്ച് ദ്രോഹിക്കാനാണ് ശ്രമിക്കുന്നത്. ദൈവം അയാളെ ശപിക്കട്ടെ! നമ്മുടെ സ്വത്തുക്കളൊക്കെ അപഹരിക്കുകയും പരാതിപ്പെടുന്നവരെയൊക്കെ കൊല്ലാക്കൊല ചെയ്യുകയുമല്ലേ ആ മനുഷ്യൻ?”

ഇതൊന്നും അബ്ദ നിഷേധിക്കുന്നില്ല. ഇപ്പോഴും കയ്പ് നിറഞ്ഞ പകലുകളും ദുഃഖമയമായ രാത്രികളുമുള്ള ജീവിതം നയിക്കുന്നത് പോലെയാണ് അവൾക്ക് തോന്നുന്നത്. സ്വന്തം തെരുവിന്റെ ദുരിതങ്ങളിൽ നിന്നും ദൂരത്തായെന്ന് ഉറപ്പാകുമ്പോഴും പഴയകാലത്തെ മനോഹര ഓർമ്മകൾക്കായി മനസ്സ് കേഴുന്നുണ്ടായിരുന്നു. അവൾ നെടുവീർപ്പോടെ പറഞ്ഞു.

“ഈ തിന്മകളൊന്നുമില്ലായിരുന്നെങ്കിൽ നമ്മുടെ തെരുവിനെക്കാൾ മികച്ചൊരു തെരുവുണ്ടോ? പിതാമഹന്റെ മാളികപോലൊരു വീട് വേറെവിടെങ്കിലുമുണ്ടോ? നമ്മുടേതുപോലുള്ള അയൽക്കാർ എവിടെയുണ്ടാകും? അദ്ഹമിന്റേയും ജബലിന്റേയും പിന്നെ ഹിന്ദിന്റെ ഉരുളൻ പാറയുടേയും കഥകൾ വേറെയെവിടെപ്പോയാലാണ് കേൾക്കാനാകുക? സർവ്വതിന്മകളും സൃഷ്ടിക്കുന്ന വൃത്തികെട്ടവന്മാരെ ദൈവം ശപിക്കട്ടെ.”

“നിസ്സാരകാര്യങ്ങൾക്കാണ് ഗുണ്ടകളുടെ കുറുവടികൾ ആളുകളെ മർദ്ദിക്കുന്നത്. അഹങ്കാരം നിറഞ്ഞ മുഖങ്ങളുമായി നമ്മുടെ തലവര പോലെ ഞെളിഞ്ഞു നടക്കുകയല്ലേ ഇവന്മാരൊക്കെ?”

ഇതു പറയുമ്പോഴും ഷാഫിഇൗ ആലോചിച്ചത് ആ ശപിക്കപ്പെട്ട സൻഫിൽ എങ്ങനെയാണ് തന്റെ കുപ്പായത്തിന്റെ കഴുത്തിൽ പിടിമുറുക്കിയതെന്ന കാര്യത്തെക്കുറിച്ചായിരുന്നു. വാരിയെല്ലുകൾ തകരുമെന്ന് തോന്നുംവിധത്തിൽ അയാൾതന്നെ പിടിച്ചുകുലുക്കുകയും പിന്നീട് എല്ലാവരുടെയും മുന്നിൽവച്ച് ചളിയിലേക്ക് തള്ളിയിടുകയുമായിരുന്നു. ഭൂസ്വത്തിനെക്കുറിച്ച് ഒരുതവണ സംസാരിച്ചു പോയതായിരുന്നു ആകെ ചെയ്തതെറ്റ്. നിലത്ത് ആഞ്ഞ് തൊഴിച്ചുകൊണ്ട് ഷാഫിഇൗ തുടർന്നു.

"ഇറച്ചിവില്പനക്കാരനായ സൈദ്ഹുമ്മിന്റെ കുഞ്ഞിനെ ആ ശപിക്കപ്പെട്ട കുറ്റവാളി തട്ടിയെടുത്തില്ലേ? പിന്നീടൊരിക്കലും ആ കുഞ്ഞിനെക്കുറിച്ച് യാതൊരു വിവരവും ലഭിച്ചില്ല. ഒരു മാസം മാത്രം പ്രായമുള്ള കുഞ്ഞിനോട് അല്പം പോലും കരുണ ആ മനുഷ്യൻ കാണിച്ചില്ല. സ്വന്തം കുഞ്ഞിന് എവിടെ വച്ചായിരിക്കും താൻ ജന്മം നൽകുന്നതെന്ന് ചോദിക്കുകയാണല്ലോ നീ? കുഞ്ഞുങ്ങളെ കൂട്ടക്കൊല നടത്തുന്ന ആളുകൾക്കിടയിലായിരിക്കില്ല നിന്റെ കുഞ്ഞ് ജനിക്കുക എന്ന് മാത്രമറിയാം."

ഒന്ന് നെടുവീർപ്പിട്ടശേഷം തന്റെ വാക്കുകളുടെ ഉള്ളടക്കം ലഘൂകരിക്കാനെന്നവണ്ണം അബ്ദ പറഞ്ഞു.

"മറ്റുള്ള ആളുകളൊക്കെ സംതൃപ്തരായി കഴിഞ്ഞുപോകുന്ന ജീവിതം നിങ്ങളും തൃപ്തിപ്പെട്ടിരുന്നെങ്കിൽ നന്നായിരുന്നേനേ എന്നാണ് ഞാനുദ്ദേശിച്ചത്"

ഇരുളിന്റെ മറവിലും ശാഫിഇൗ ദേഷ്യത്തോടെ മുഖം ചുളിച്ചു.

"ഞാനതിന് എന്ത് തെറ്റാണ് ചെയ്തത്, അബ്ദ? ഒന്നുമില്ല. ജബലും അദ്ദേഹത്തിന്റെ കാലവുമൊക്കെ എവിടെപ്പോയെന്ന് ചോദിച്ചു പോയി. എവിടെപ്പോയി നീതിയുടെ ശക്തിയൊക്കെ? ഹംദാൻ കുടുംബത്തെ വീണ്ടും പട്ടിണിയിലേക്കും അപമാനത്തിലേക്കും തള്ളിവിട്ടകാര്യമെന്താണ്? ഇത്രയും ചോദിച്ചതിന്റെ പേരിൽ ആ ശപിക്കപ്പെട്ട കുറ്റവാളി എന്റെ കട അടിച്ചുതകർത്തു. മർദ്ദിച്ചവശനാക്കി. അയൽക്കാർ ഓടിവന്നില്ലായിരുന്നെങ്കിൽ അയാളെന്നെ കൊന്നേനേ. പിന്നെ നിന്റെ പ്രസവം വരെ സ്വന്തം വീടിനുള്ളിൽ കഴിഞ്ഞാൽ സൈദ്ഹുമ്മിന്റെ കുഞ്ഞിന് സംഭവിച്ച ഗതി നമ്മുടെ കുഞ്ഞിനുമുണ്ടാകും."

വേദനയോടെ അബ്ദ തലകുലുക്കി.

"ശരിയാണ്. എന്നാലും നിങ്ങളല്പംകൂടി ക്ഷമിക്കേണ്ടതായിരുന്നു. തന്റെ പേരമക്കളെ അതിക്രമത്തിൽ നിന്നും അപമാനത്തിൽ നിന്നും രക്ഷിക്കാനായി ഒരുനാൾ ഏകാന്തവാസം വെടിഞ്ഞ് ജബലാവി പുറത്തുവരുമെന്ന് ആളുകൾ പറയുന്നത് കേട്ടിട്ടില്ലേ?" നെടുവീർപ്പോടെയാണ് പരിഹാസസ്വരത്തിൽ ഷാഫിഇൗ പ്രതികരിച്ചത്.

"അതൊക്കെ ആളുകൾ പറയുന്നതല്ലേ? കുട്ടിയായിരുന്ന കാലം മുതലേ കേൾക്കുന്നതാണിത്. സത്യത്തിൽ നമ്മുടെ പിതാമഹൻ മാളികയിൽ മുറിയടച്ചിരിക്കുകയാണ്. ഭൂസ്വത്ത് നോക്കി നടത്തുന്ന

കങ്കാണിയാകട്ടെ വരുമാനമൊക്കെ കയ്യടക്കി വച്ചിരിക്കുന്നു. തന്റെ സംരക്ഷണത്തിനായി ഗുണ്ടകൾക്ക് നൽകുന്ന കൂലി മാത്രമാണ് അയാളുടെ ചെലവ്. പിന്നെ ജബൽ കുടുംബത്തിന്റെ സംരക്ഷകനെന്നറിയപ്പെടുന്ന സൻഫിലാകട്ടെ സ്വന്തം പങ്ക് കൈപ്പറ്റി വയറ് നിറയ്ക്കുന്നു. ഇതൊക്കെ കണ്ടാൽ ജബലെന്നൊരാൾ ഈ തെരുവിലേക്ക് വന്നിട്ടേയില്ലെന്നും പാവം കഅബൽഹയുടെ കണ്ണ് കുത്തിപ്പൊട്ടിച്ചതിന് പകരമായി ദഅബിസിന്റെ കണ്ണ് കുത്തിപ്പൊട്ടിച്ച് പ്രതികാരം ചെയ്തിട്ടുണ്ടെന്നും തോന്നുകയേ ഇല്ല."

ഇരുളിന്റെ തിരമാലകളിൽ നീന്തിത്തുടിക്കാനെന്നവണ്ണം അബ്ദ നിശ്ശബ്ദയായി നിന്നു. അടുത്ത പ്രഭാതമാകുമ്പോഴേക്കും താൻ തീർത്തും അപരിചിതമായ ആളുകൾക്കിടയിലായിരിക്കും. അവരായിരിക്കും തങ്ങളുടെ പുതിയ അയൽക്കാർ. അവർക്കിടയിലായിരിക്കും തന്റെ കുഞ്ഞ് ജനിച്ചുവീഴുക. മരത്തിൽനിന്നും മുറിച്ചിട്ട ശിഖരം കണക്കെ അവൻ അന്യദേശത്ത് വളരും. ജബൽ കുടുംബത്തിനൊപ്പമുള്ള തന്റെ ജീവിതം വളരെ സന്തുഷ്ടി നിറഞ്ഞതായിരുന്നു. ഭർത്താവിന്റെ കടയിൽ ഭക്ഷണം കൊണ്ടുവന്ന് നൽകുകയും വൈകുന്നേരങ്ങളിൽ അന്ധനായ കവി ജവാദ് റബാബ് തംബുരുമീട്ടി കഥകൾ പറയുന്നത് ജനാലയ്ക്ക് പിറകിലിരുന്ന് കേൾക്കുകയും ചെയ്യും. എത്ര മനോഹരമായ തംബുരുവാദ്യവും എത്ര ആനന്ദകരമായ ജബൽ കഥകളുമായിരുന്നു അതൊക്കെ! ജബലാവിയെ സംഗമിച്ച ആ രാവിൽ 'ഭയപ്പെടേണ്ട' എന്നദ്ദേഹം ജബലിനോട് പറഞ്ഞത്രേ. പിന്നെ അദ്ദേഹത്തിന്റെ സഹായത്തോടെ ജബൽ അന്തിമ വിജയം നേടി. ആനന്ദം നിറഞ്ഞ മനസ്സോടെയായിരുന്നു ജബൽ സ്വന്തം തെരുവിലേക്ക് തിരികെയെത്തിയത്. അജ്ഞാതവാസം കഴിഞ്ഞ് സ്വന്തം നാട്ടിലേക്ക് തിരികെ വരുന്നതിനേക്കാൾ ആനന്ദകരമായി എന്താണുള്ളത്?

ആകാശത്തിലെ ഉണർന്നിരിക്കുന്ന നക്ഷത്രങ്ങളെതന്നെ നോക്കിയിരിക്കുകയാണ് ഷാഫിഇൗ. കറുത്തിരുണ്ട ആകാശചക്രവാളത്തിലെ വെളുത്തമേഘങ്ങളെപ്പോലെ മലയുടെ മുകളിൽ നിന്നും കടന്നുവരുന്ന വെളിച്ചം കാണാം.

"സൂര്യനുദിക്കുന്നതിന് മുമ്പ് മുഖത്തംകമ്പോളത്തിലെത്തണം. അതിന് ഇപ്പോൾതന്നെ യാത്ര തുടർന്നേ തീരൂ."

"എനിക്കല്പം കൂടി വിശ്രമിക്കണം."

സൻഫിലിന്റെ സാന്നിദ്ധ്യമില്ലാത്ത ജീവിതം എത്ര മനോഹരമായിരിക്കും. സർവ്വനന്മകളും ശുദ്ധവായുവും നക്ഷത്രനിബിഡമായ ആകാശവും മനോഹരമായ ആനന്ദവുമൊക്കെയായിരുന്നു തങ്ങളുടെ തെരുവിലുണ്ടായിരുന്നത്. അതേസമയം കങ്കാണി ഈഹാബും ഗുണ്ടകളായ ബയൂമിയും ജാബിറും ഹന്ദൂസയും ഖാലിദും ബത്തീഖയും സൻഫിലുമൊക്കെ ഉണ്ട് താനും. ഓരോ വീടുകൾക്കും വേണമെങ്കിൽ ആ മാളികയെപ്പോലെയാകാനാകും. ആർത്തനാദങ്ങൾ സംഗീതമാകാനുമിടയുണ്ട്. പണ്ട് അദ്ഹം കിനാവ് കണ്ടിരുന്നതുപോലെ സാധുക്കളിവിടെയും

സ്വപ്നം കാണുകയാണ്. അല്ലെങ്കിൽ തന്നെ ഈ പാവങ്ങളൊക്കെ ആരാണ്? അടിയും തൊഴിയുമേറ്റ് നീരുവന്ന മുതുകുകളും പൃഷ്ടഭാഗ ങ്ങളുമുള്ളയാളുകൾ. ഈച്ച പൊതിയുന്ന കണ്ണുകളും പേനരിക്കുന്ന ശിരസ്സുകളുമുള്ളവർ.

"ജബലാവി എന്തുകൊണ്ടായിരിക്കും നമ്മെ മറന്നു കളഞ്ഞത്?"

"ദൈവത്തിന് മാത്രമേ അദ്ദേഹത്തിനെന്ത് പറ്റിയെന്ന് അറിയുകയുള്ളൂ."

നിരാശയും ദേഷ്യവും കലർന്ന സ്വരത്തിൽ മധ്യവയസ്കൻ ഉറക്കെ വിളിച്ചു.

"ജബലാവീ..."

തന്റെ ശബ്ദം പ്രതിധ്വനികൊള്ളുന്നതിനിടയിൽ ശാഫിഈ എഴുന്നേറ്റു.

"നീ ദൈവത്തിൽ എല്ലാ ഭാരവുമേല്പിക്കുക."

എഴുന്നേൽക്കാൻ ശ്രമിച്ച അബ്ദയുടെ കയ്യും പിടിച്ച് ശാഫിഈ തെക്കോട്ട് നീങ്ങാൻ തുടങ്ങി... മുഖത്തംകമ്പോളം സ്ഥിതിചെയ്യുന്നയിട ത്തേക്ക്.

നാല്പത്തിയഞ്ച്

"**അ**താ നമ്മുടെ സ്വന്തം തെരുവ്. നീണ്ട വിദേശവാസത്തിന് ശേഷം നാം ഇതാ തിരിച്ചെത്തിയിരിക്കുന്നു. സകലലോകപരിപാലകനായ ദൈവമേ നിനക്കാണ് സർവ്വസ്തുതികളും."

കണ്ണുകളിലും ചിരിയിലുമൊക്കെ ആനന്ദം നിറച്ച് അബ്ദ പറഞ്ഞു. കുപ്പായത്തിന്റെ കൈകൊണ്ട് നെറ്റി തുടയ്ക്കുന്നതിനിടയിലും ശാഫിഈ പുഞ്ചിരിച്ചു.

"സ്വന്തം തെരുവിലേക്ക് തിരികെ വരികയെന്നത് പരമാനന്ദകരം തന്നെ യാണ്."

മാതാപിതാക്കളുടെ സംസാരം ശ്രദ്ധിച്ചുകൊണ്ട് ഒപ്പം രിഫാഅയു മുണ്ട്. അവന്റെ സുന്ദരമായ മുഖഭാവങ്ങളിൽ ദുഃഖം കലർന്ന അതിശയം പ്രകടമാണ്. അല്പം പ്രതിഷേധത്തോടെ അവൻ തിരക്കി.

"അപ്പോൾ മുഖത്തംകമ്പോളത്തേയും അവിടെയുണ്ടായിരുന്ന അയൽക്കാരെയുമൊക്കെ നിങ്ങൾ മറന്നോ?"

പുഞ്ചിരിയോടെ നരകയറിയ ശിരസ്സിലേക്ക് ശിരോവസ്ത്രത്തിന്റെ അറ്റം പിടിച്ചിടുകയായിരുന്നു അബ്ദ. തങ്ങൾ സ്വന്തം തെരുവിനെ കാണാനാഗ്രഹിക്കുന്നതുപോലെ ഈ യുവാവിന് തന്റെ ജന്മനാടിനോട് ഗൃഹാതുരത്വം തോന്നുകയാണെന്ന് അവർക്ക് മനസ്സിലായി. സ്നേഹവും നന്മയും കാരണം അയാൾക്ക് പെട്ടെന്നൊന്നും തന്റെ സൗഹൃദങ്ങളെ മറക്കാനാകില്ല.

“നല്ല കാര്യങ്ങളെ ആരുമൊരിക്കലും മറക്കാറില്ല. പക്ഷേ, ഇതാണ് മോനേ നിന്റെ സ്വന്തം തെരുവ്! ഇവിടെയാണ് നിന്റെ ബന്ധുക്കളൊക്കെയുള്ളത്. അവരാണ് ഈ തെരുവിന്റെ ഉടമസ്ഥർ. നീയവരേയും അവർ നിന്നേയും സ്നേഹിക്കും. സൻഫിൽ മരിച്ചു കഴിഞ്ഞ സ്ഥിതിക്ക് ജബൽ കുടുംബം താമസിക്കുന്ന സ്ഥലം മനോഹരമായൊരിടമായിതീർന്നിട്ടുണ്ടാകും.”

“അതിന് ആ ഖുൻഫിസ് സൻഫിലിനേക്കാൾ ഒട്ടും ഭേദപ്പെട്ടവനാകില്ലല്ലോ?”

“എന്നാലീ ഖുൻഫിസിന് നിങ്ങളോട് വ്യക്തിപരമായ പകയുണ്ടാകില്ല!”

“മഴ പെയ്താലുടനെ ചളിയുണ്ടാകുന്ന വേഗതയിലല്ലേ ഈ ഗുണ്ടകളുടെ ശത്രുതയൊക്കെ ഉണ്ടാകുന്നത്?”

“അങ്ങനെയൊന്നും ചിന്തിക്കരുത്. സമാധാനത്തോടെ കഴിയാനാണ് നാമിവിടെ തിരിച്ചെത്തിയിരിക്കുന്നത്.”

“നിങ്ങളിവിടെ ആശാരിക്കട തുറക്കും. അത് നമുക്കൊരു ജീവനോപാധി ആവുകയും ചെയ്യും. പിന്നെ മുഖത്തംകമ്പോളത്തിലും നിങ്ങൾ ഗുണ്ടകളുടെ നിയന്ത്രണത്തിലല്ലേ ജീവിച്ചുപോന്നത്?” സത്യത്തിൽ സർവ്വ സ്ഥലത്തും ഗുണ്ടകൾ ഉണ്ടാകും. ജനങ്ങൾ അവർക്ക് കീഴ്പ്പെടുകയും ചെയ്യും.”

സംസാരിക്കുന്നതിനിടയിലും ആ കുടുംബം തെരുവിലേക്കുള്ള തങ്ങളുടെ യാത്ര തുടരുകയാണ്. കയ്യിൽ ഒരു ചാക്കുമായി മുന്നിൽ നടക്കുകയാണ് ഷാഫിഈ. പിറകിലായി അബ്ദയും രിഫാഅയുമുണ്ട്. മകന്റെ കയ്യിൽ വലിയൊരു കെട്ടാണുള്ളത്. നല്ല ഉയരവും ഒതുങ്ങിയ ശരീരപ്രകൃതിയുമുള്ള സുന്ദരനായ ചെറുപ്പക്കാരനായിരുന്നു രിഫാഅ. ഊഷ്മളതയും മാന്യതയും തുളുമ്പിനിൽക്കുന്ന നിഷ്കളങ്കമായ മുഖം. എന്നാൽ അയാൾ ഇവിടെ തീർത്തും അപരിചിതനാണ്. വഴിയിൽ കണ്ട കാര്യങ്ങളൊക്കെ വളരെ താത്പര്യത്തോടെ നോക്കുകയാണ് അയാൾ. തെരുവിന്റെ തുടക്കത്തിൽ തന്നെ തനിച്ച് നിൽക്കുന്ന മാളിക പ്രത്യേകം ശ്രദ്ധിച്ചു. ഒപ്പം അതിന്റെ മതിലിൽ തട്ടിനിൽക്കുന്ന മരങ്ങളും കുറേനേരം നോക്കി നിന്ന ശേഷം രിഫാഅ ചോദിച്ചു.

“ഇതാണോ നമ്മുടെ പിതാമഹന്റെ മാളിക?”

വളരെ ആനന്ദത്തോടെ മറുപടി പറഞ്ഞത് അബ്ദയായിരുന്നു.

“അതെ. ഈ മാളികയെക്കുറിച്ച് ഞാൻ മുമ്പ് നിന്നോട് പറഞ്ഞിട്ടുള്ളതൊക്കെ ഓർക്കുന്നുണ്ടോ? ഇതിനുള്ളിലാണ് നിന്റെ പിതാമഹനുള്ളത്. ഇവിടെയുള്ള സർവ്വസ്വത്തിന്റെയും ഉടമയാണ് അദ്ദേഹം. സർവ്വ നന്മയും കീർത്തിയും ഒക്കെ അദ്ദേഹത്തിന്റേതാണ്. വാതിലടച്ച് അകത്തിരിക്കാതിരുന്നെങ്കിൽ അദ്ദേഹം ഈ തെരുവിൽ പ്രകാശം നിറച്ചേനേ.”

തുടർന്ന് സംസാരിച്ച ഷാഫിഈയുടെ സ്വരത്തിൽ അല്പം പരിഹാസമുണ്ടായിരുന്നു.

"അദ്ദേഹത്തിന്റെ പേര് പറഞ്ഞാണ് ഈ ഭൂസ്വത്തിന്റെ കങ്കാണിയായ ഈൗഹാബ് തെരുവിനെയാകെ കൊള്ളയടിക്കുന്നത്. ഗുണ്ടകൾ അതിക്രമമൊക്കെ കാട്ടുന്നതും."

മാളികയുടെ തെക്കേ മതിലിനരികിലൂടെ അവർ തെരുവിലേക്ക് നടന്നു. അടഞ്ഞുകിടക്കുന്ന മാളികയിലേക്ക് തന്നെ നോക്കുകയായിരുന്നു രിഫായുടെ കണ്ണുകൾ.

കങ്കാണി ഈൗഹാബിന്റെ വീട് കണ്ടു. തുറന്നുകിടക്കുന്ന ഗേറ്റിനു മുന്നിലുള്ള കസേരയിൽ ഇരിക്കുകയാണ് പാറാവുകാരൻ. നേരെ എതിർ വശത്താണ് തെരുവ് ഗുണ്ടയായ ബയൂമിയുടെ വീട്. അതിന്റെ മുന്നിൽ അരിച്ചാക്കുകളും പഴവർഗ്ഗങ്ങളുടെ കുട്ടകളും നിറച്ച ഒരു ഉന്തുവണ്ടി കിടക്കുന്നു. സാധനങ്ങൾ വീടിനുള്ളിലേക്ക് ചുമന്നു കൊണ്ട് പോകുകയാണ് വേലക്കാർ. ചെരുപ്പിടാത്ത കുട്ടികൾ ഓടി കളിക്കുകയാണ് തെരുവിലെങ്ങും. വീടുകളുടെ മുന്നിൽ നിലത്തും ചൂരൽ വിരിപ്പിലുമൊക്കെയായി ആളുകൾ ഇരിക്കുന്നു. പയറിന്റെ പതിര് കളയുകയോ പച്ചക്കറികൾ നുറുക്കുകയോ ചെയ്യുകയാണവർ. ഒപ്പം തമാശകൾ പറയുകയും കളിയാക്കുകയും അധിക്ഷേപിക്കുകയും പൊട്ടിച്ചിരിക്കുകയും ഒക്കെ ചെയ്യുന്നുമുണ്ട്.

ഷാഫിഈയും കുടുംബവും നേരെ ജബൽ കുടുംബക്കാർ താമസിക്കുന്ന കോളനിയിലേക്ക് നീങ്ങി. വഴിയിൽവച്ച് അന്ധനായ ഒരു വൃദ്ധനെ കണ്ടു. വടികുത്തിക്കുത്തി പതിയെ നടക്കുകയായിരുന്നു ആ മനുഷ്യൻ. ഷാഫിഈ ചുമലിലിരുന്ന ചാക്ക് താഴെ ഇറക്കിയശേഷം ആഹ്ലാദത്തോടെ ആ വൃദ്ധനരികിലേക്ക് ചെന്നു. നേരെ മുന്നിൽ വന്ന് നിന്ന ശേഷം അയാൾ വിളിച്ചു.

"കവി ജവാദ് മാമാ ദൈവം നിങ്ങളെ രക്ഷിക്കട്ടെ."

ശബ്ദംകേട്ട് നടത്തം നിർത്തി ചെവി വട്ടം പിടിച്ച് കവി പരിഭ്രമത്തോടെ തലകുലുക്കി.

"ദൈവം രക്ഷിക്കട്ടെ! നല്ല പരിചയമുള്ള ശബ്ദം ആണല്ലോ?"

"ആശാരി ഷാഫിഈ എന്ന സുഹൃത്തിനെ മറന്നോ നിങ്ങൾ?"

വൃദ്ധന്റെ മുഖത്ത് സന്തോഷം നിറഞ്ഞു.

"പടച്ചതമ്പുരാനേ, ഷാഫിഈയോ?"

അയാൾ കൈകൾ വിരിച്ചതും രണ്ടുപേരും വളരെ ഊഷ്മളതയോടെ കെട്ടിപ്പിടിച്ചു. അരികത്ത് കൂടി കടന്നു പോയവരൊക്കെ അവരെ തുറിച്ചു നോക്കുന്നുണ്ട്. രണ്ടു കുട്ടികൾ അവരെ കളിയാക്കുന്ന വിധത്തിൽ അതുപോലെ കെട്ടിപ്പിടിച്ച് കാണിച്ചു. സുഹൃത്തിന്റെ കൈകളിൽ മുറുകെപ്പിടിച്ചുകൊണ്ട് കവി ചോദിച്ചു.

"നീ ഇവിടം വിട്ടു പോയിട്ട് ഇരുപതിലധികം വർഷം ആയല്ലോ? ഒരായുസ്സ് കഴിയാറായി. നിന്റെ ഭാര്യയ്ക്ക് സുഖമാണോ?"

അബ്ദയാണ് മറുപടി പറഞ്ഞത്.

"സുഖമാണ് ജവാദ് മാമാ. താങ്കൾക്കും സുഖമാണെന്നു കരുതുന്നു. പിന്നെ ഇത് ഞങ്ങളുടെ മകനാണ് രിഫാഅ. കവി ജവാദ് മാമയുടെ കയ്യിൽ ചുംബിക്ക് മോനേ."

രിഫാഅ പുഞ്ചിരിയോടെ കവിയുടെ അരികിലേക്ക് ചെന്നശേഷം അദ്ദേഹത്തിന്റെ കയ്യിൽ പിടിച്ച് ചുംബിച്ചു. വൃദ്ധൻ അയാളുടെ തോളിൽ തട്ടിയശേഷം തലയിലും മുഖത്തും ഒക്കെ സ്പർശിച്ചു നോക്കി.

"സുന്ദരനാണല്ലോ...? നീ നിന്റെ പിതാമഹനെപോലെ തന്നെ യാണല്ലോ?"

നല്ല വാക്കുകൾ കേട്ടതും അബ്ദയുടെ മുഖം തിളങ്ങി. ഷാഫിഈ യാണെങ്കിൽ ചിരിക്കുകയായിരുന്നു.

"ഇവന്റെ മെലിഞ്ഞ ശരീരം കാണാൻ ആകുമായിരുന്നെങ്കിൽ നിങ്ങൾ അങ്ങനെ പറയില്ലായിരുന്നു."

"ഏതാണ്ട് അതുപോലെയാണ് എന്നാണ് ഞാൻ പറഞ്ഞത്. ജബ ലാവിക്ക് തുല്യൻ ജബലാവി മാത്രമാണ്. പിന്നെ ഈ ചെറുപ്പക്കാരൻ എന്ത് ചെയ്യാനാണ്?"

"ഞാനിവനെ ആശാരിപ്പണി പഠിപ്പിച്ചിട്ടുണ്ട്. എന്നാൽ വളരെ ലാളിച്ചു വളർത്തിയ മകനായി പോയി. കടയിൽ അല്പനേരം മാത്രമേ ഇരിക്കാ റുള്ളൂ. പിന്നെ അധികസമയവും മരുഭൂമിയിൽ ചുറ്റി നടക്കുകയാണ് പതിവ്."

കവി പുഞ്ചിരിച്ചു.

"കല്യാണം കഴിക്കുന്നതുവരെ ആണുങ്ങൾ അടങ്ങിയൊതുങ്ങി നിൽ ക്കുകയില്ല. അല്ല ഷാഫിഈ നീ ഇത്രയും കാലംവരെ എവിടെയായിരുന്നു?"

"മുഖത്തംകമ്പോളത്തിൽ."

കവി ഇത് കേട്ടതും പൊട്ടിച്ചിരിച്ചു.

"ജബൽ ചെയ്തതുപോലെ അല്ലേ? പക്ഷേ അദ്ദേഹം തിരികെ വന്നത് സർപ്പമാന്ത്രികനായിട്ടായിരുന്നു. നീയാകട്ടെ ഇപ്പോഴും ആശാരി തന്നെ യാണല്ലോ? എന്തൊക്കെയായാലും നിന്റെ ശത്രു മരിച്ചു. പകരം വന്ന യാൾ ഒട്ടും ഭേദമല്ല എന്നത് മറ്റൊരു കാര്യം"

"അവരെല്ലാവരും ഒരേ തൂവൽ പക്ഷികളാണ്. സമാധാനത്തോടെ ജീവിക്കാൻ കഴിയണേ എന്ന് മാത്രമേ ഞങ്ങൾ ആഗ്രഹിക്കുന്നുള്ളൂ."

ശാഫിഈയെ തിരിച്ചറിഞ്ഞ് കുറെ ആളുകൾ ഓടി അടുത്തേക്ക് വന്നു. ആശ്ലേഷിക്കുകയും ഉറക്കെ സംസാരിക്കുകയുമാണവർ. രിഫാഅയാവട്ടെ വലിയ താത്പര്യത്തോടെ ചുറ്റും നോക്കുകയാണ്. ചുറ്റും കൂടിയവരുടെ സ്നേഹം തിരിച്ചറിഞ്ഞതോടെ മുഖത്തംകമ്പോളം വിട്ടത് മുതൽനെഞ്ചിൽ കുടിയേറിയ മ്ലാനത കാര്യമായി കുറഞ്ഞിരിക്കുന്നു. അയാളുടെ പരതി നടന്ന കണ്ണുകൾ നേരെ ചെന്ന് പതിച്ചത് ആദ്യം കണ്ട വീടിന്റെ ജനാല യ്ക്കായിരുന്നു. അതിലൂടെ ഒരു പെൺകുട്ടി തന്നെത്തന്നെ ശ്രദ്ധയോടെ

നോക്കുന്നത് കണ്ടു. തങ്ങളുടെ കണ്ണുകൾ തമ്മിൽ കൂട്ടിമുട്ടിയതും അവൾ നോട്ടം ദൂരേക്കെങ്ങോ മാറ്റിക്കളഞ്ഞു. പിതാവിന്റെ സുഹൃത്തുക്കളിലൊരാൾ ഇതൊക്കെ ശ്രദ്ധിക്കുന്നുണ്ടായിരുന്നു. അയാൾ രിഫാഅയുടെ ചെവിയിൽ മന്ത്രിച്ചു.

“അത് ആയിഷയാണ്. ഖുൻഫിസിന്റെ മകൾ. അവളെയൊന്ന് നോക്കിയാൽ ഇവിടെ കൂട്ടക്കൊല നടക്കും കേട്ടോ?” രിഫാഅയുടെ മുഖം ചുവന്നു പോയി. ഇതൊക്കെ കണ്ട് ഉമ്മ പറഞ്ഞു.

“അവനതിന് അത്തരത്തിലുള്ള ചെറുപ്പക്കാരൻ ഒന്നുമല്ല. അവൻ സ്വന്തം തെരുവ് ആദ്യമായിട്ടല്ലേ കാണുന്നത്?”

ഇതിനിടയ്ക്ക് ആ വീട്ടിൽനിന്നും കാളക്കൂറ്റനെപ്പോലൊരാൾ പുറത്തേക്കിറങ്ങി വന്നു. അയഞ്ഞൊരു ജല്ലാബിയ കുപ്പായമാണ് വേഷം. പാടുകൾ നിറഞ്ഞ മുഖത്ത് പരുക്കൻ മീശയും ഉണ്ട്.”

“ഖുൻഫിസ് ...ഖുൻഫിസ്...”

ആളെ കണ്ടതും കൂടിനിന്നവർ അടക്കം പറഞ്ഞു. കവി ജവാദ് ഷാഫിഈയുടെ കയ്യിൽ പിടിച്ചുകൊണ്ട് ആ വീടിന് അരികിലേക്ക് ചെന്നു.

“ജബൽ കുടുംബത്തിന്റെ സംരക്ഷകാ, നമസ്കാരം. ഇത് നമ്മുടെ സഹോദരനാണ്. ആശാരി ഷാഫി. ഇരുപത് വർഷത്തോളം അന്യനാട്ടിൽ കഴിഞ്ഞശേഷം സ്വന്തം തെരുവിലേക്ക് തിരിച്ചു വന്നിരിക്കുകയാണിദ്ദേഹം.”

ഖുൻഫിസ് ഷാഫിഈയുടെ മുഖത്തേക്ക് അല്പനേരം തുറിച്ചു നോക്കി. ഷാഫിഈ കൈനീട്ടിയെങ്കിലും കുറേസമയം അവഗണിച്ച ശേഷമാണ് പരുഷമായ മുഖത്തോടെ കൈനീട്ടാൻ ഖുൻഫിസ് തയ്യാറായത് തന്നെ.

“സ്വാഗതം.”

തണുപ്പൻ രീതിയിൽ പ്രതികരിക്കുന്ന ഖുൻഫിസിന് നേരെ ദേഷ്യത്തോടെ നോക്കുകയായിരുന്നു രിഫാഅ. അടുത്തുപോയി സലാം പറയാൻ ഉമ്മ അയാളുടെ ചെവിയിൽ മന്ത്രിച്ചു. അതോടെ ഇഷ്ടമില്ലാതെയാണെങ്കിലും രിഫാഅ ഖുൻഫിസിന്റെ അരികിൽ ചെന്ന് കൈനീട്ടി.

“എന്റെ മകനാണ് രിഫാഅ.”

ഷാഫിഈ മകനെ പരിചയപ്പെടുത്തി. എന്നാൽ അയാൾ രിഫാഅയേയും പുച്ഛത്തോടെയാണ് നോക്കിയത്. തെരുവിന് തീരെ പരിചിതമല്ലാത്ത രിഫാഅയുടെ മാന്യമായ രൂപത്തോടുള്ള വെറുപ്പ് കൊണ്ടായിരിക്കും ഖുൻഫിസ് ഇത്തരത്തിൽ പെരുമാറുന്നത് എന്നായിരുന്നു കൂടിനിന്നവരൊക്കെ കരുതിയത്. വലിയ താത്പര്യം ഇല്ലാതെ മകന് കൈകൊടുത്തശേഷം പിതാവിനോടായി ഖുൻഫിസ് തിരക്കി.

“അപ്പോൾ ഈ തെരുവിൽ കാര്യങ്ങൾ എങ്ങനെയാണ് നടക്കുന്നത് എന്നൊക്കെ ഈ വിദേശ വാസത്തിനിടയ്ക്ക് മറന്നു പോയിട്ടുണ്ടാവും അല്ലേ?”

ഖുൻഫിസ് എന്താണ് ഉദ്ദേശിച്ചത് എന്ന് മനസ്സിലായിട്ടും അസ്വസ്ഥതകളൊന്നും ഷാഫി പുറത്ത് അറിയിച്ചില്ല.

“ഞങ്ങളെന്നും അങ്ങയുടെ സേവനത്തിനായി ഉണ്ടാകും.” ഖുൻഫിസ് ഷാഫിഈയുടെ മുഖത്തേക്ക് സംശയത്തോടെ നോക്കി.

“നിങ്ങളെന്തിനാണ് ഈ തെരുവ് ഉപേക്ഷിച്ചുപോയത്?”

നല്ലൊരു മറുപടി കിട്ടാൻ എന്നവണ്ണം ഷാഫിഈ നിശ്ശബ്ദത പാലിച്ചു.

“സൻഫിലിനെ പേടിച്ചോടിയതാണോ?”

“എന്നാൽ അത് പൊറുക്കാൻ പറ്റാത്ത തെറ്റിന്റെ പേരിൽ ഒന്നുമായിരുന്നില്ല.”

കവി ജവാദിന്റെ മറുപടി കേട്ടതും ഷാഫിഈയെ നോക്കി ഭീഷണിസ്വരത്തിൽ ഖുൻഫിസ് പറഞ്ഞു.

“പക്ഷേ, എന്റെ കോപത്തിൽ നിന്നും രക്ഷപ്പെടാൻ ഒന്നും നിങ്ങൾക്കാവില്ല.”

“നല്ലവരുടെ കൂട്ടത്തിൽ മാത്രമേ താങ്കൾ ഞങ്ങളെ കാണുകയുള്ളൂ.”

അബ്ദ പ്രതീക്ഷയോടുകൂടി ഖുൻഫിസിനോട് പറഞ്ഞു. ശേഷം സുഹൃത്തുക്കൾക്കൊപ്പം ഷാഫിഈയും കുടുംബവും നേരെ പോയത് അൽ-നസ്വർ ഭവനത്തിന്റെ നടപ്പാതയിലേക്കായിരുന്നു. അവിടെ ആളൊഴിഞ്ഞൊരു വാസസ്ഥലം കവി ജവാദ് കാണിച്ചുകൊടുത്തു. നടപ്പാതയിലേക്ക് തുറക്കുന്ന ജനാലകളിൽ ഒന്നിൽ മാദക സൗന്ദര്യമുള്ള ഒരു യുവതിയെ കണ്ടു. ജനാലയുടെ കണ്ണാടി നോക്കി മുടി കോതുകയാണവൾ. പുതിയ ആളുകളെ കണ്ടതും കൊഞ്ചിക്കുഴഞ്ഞു കൊണ്ട് അവൾ ചോദിച്ചു.

“വിവാഹാഘോഷയാത്രയിലെ പുതുമാരനെപ്പോലെ ഈ വരുന്നതാരാണ്?”

ഇതു കേട്ട് പലരും ചിരിച്ച കൂട്ടത്തിൽ ആരോ പറഞ്ഞു.

“നിന്റെ പുതിയ അയൽക്കാരാണ് യാസ്മീനാ. നിന്റെ വീടിന്റെ എതിർവശത്ത് തന്നെയാണ് താമസം കേട്ടോ?”

“ദൈവമേ, കൂടുതൽ പുരുഷന്മാരെ നീ ഞങ്ങൾക്ക് നൽകണേ.”

യാസ്മീന പൊട്ടിച്ചിരിയോടെ പറഞ്ഞു. അബ്ദയെ വെറുതെ ഒന്ന് നോക്കിയശേഷം അവൾ രിഫാഅയെ തന്നെ വലിയ താത്പര്യത്തോടും മതിപ്പോടും കൂടി നോക്കാൻ തുടങ്ങി. രിഫാഅയ്ക്കാകട്ടെ ഖുൻഫിസിന്റെ മകൾ ആയിഷയുടെ നോട്ടം കണ്ടപ്പോൾ തോന്നിയതിനേക്കാൾ അമ്പരപ്പാണ് യാസ്മീനയുടെ നോട്ടം കണ്ടപ്പോൾ തോന്നിയത്. നടപ്പാതയുടെ മറുവശത്തായി യാസ്മീനയുടെ വീടിന്റെ നേരെ എതിർഭാഗത്ത് സ്ഥിതി ചെയ്യുന്ന തങ്ങളുടെ വാസസ്ഥലത്തേക്ക് മാതാപിതാക്കൾക്കൊപ്പം നീങ്ങുന്ന രിഫാഅയെ നോക്കി യാസ്മീന പാടി.

“എന്റുമ്മാ... എന്ത് ചന്തമാണീ ചെറുക്കന്?”

നാല്പത്തിയാറ്

അൽ-നസ്വ്ർ ഭവനത്തിന്റെ പ്രവേശന കവാടത്തിനരികെ തന്നെയാണ് ഷാഫിഈ തന്റെ ആശാരിക്കട തുറന്നത്. രാവിലെ തന്നെ അബ്ദ സാധനങ്ങൾ വാങ്ങാൻ പോകും. ഷാഫിഈയും മകൻ രിഫാഅയും നേരേ കടയിലേക്കും ചെല്ലും. പിന്നെ കടയുടെ മുന്നിൽ പണിയും നോക്കിയിരിക്കും. ഒന്നോ അതിലധികമോ മാസത്തെ ചെലവുകൾക്ക് വേണ്ട പണം കയ്യിലുള്ളതിനാൽ വലിയ ആശങ്കയൊന്നുമില്ല. ഇരുഭാഗത്തും വീടുകളുള്ള മേൽക്കൂരയിട്ട നടപ്പാതയുടെ അങ്ങേയറ്റത്തുള്ള വലിയ മുറ്റത്തേക്ക് നോക്കിയിരിക്കുമ്പോൾ ഷാഫിഈ പറഞ്ഞു.

"ജബൽ നമ്മുടെ ശത്രുക്കളെ ചളിയിൽ മുക്കിക്കൊന്നത് ഈ നടപ്പാതയിൽ വച്ചാണ്."

സ്വപ്നം കാണുന്നതുപോലുള്ള കണ്ണുകളും പുഞ്ചിരിയുമായി നടപ്പാതയിലേക്ക് നോക്കുന്ന മകനെക്കണ്ടതും പിതാവ് തുടർന്നു.

"ഇതേ സ്ഥലത്ത് തന്നെയാണ് പണ്ട് അദ്ഹം തന്റെ കുടിൽ പണിതതും പിന്നെ നടന്ന സംഭവങ്ങളൊക്കെ അരങ്ങേറിയതും. ഇവിടെ തന്നെയാണ് ജബലാവി തന്റെ പുത്രന് അനുഗ്രഹം നൽകിയതും മാപ്പുകൊടുത്തതും."

രിഫാഅയുടെ പുഞ്ചിരിക്ക് ചന്തമേറി. കണ്ണുകളിൽ കൂടുതൽ ആലസ്യം നിറഞ്ഞു. മനോഹരമായ ഓർമ്മകളെല്ലാം ജന്മംകൊണ്ടത് ഇവിടെയാണ്. കാലം കുറേ കഴിഞ്ഞ് പോയിരുന്നില്ലെങ്കിൽ അദ്ഹമിന്റേയും ജബലാവിയുടേയും കാലടിപ്പാടുകൾ ഇപ്പോഴും കാണാമായിരുന്നു. വായുവിൽ അവരുടെ ഗന്ധം നിറഞ്ഞു നിന്നേനേ. ഈ ജനാലകളിൽ നിന്നാണ് കുഴിയിൽ വീണ് കിടന്ന ഗുണ്ടകളുടെ മുകളിലേക്ക് വെള്ളം കോരിയൊഴിക്കപ്പെട്ടതൊക്കെ. യാസ്മീനയുടെ ജനാലയിൽ നിന്നും ശത്രുവിന്റെ മുകളിലേക്ക് വെള്ളം കോരിഒഴിച്ചിട്ടുണ്ടാകും. എന്നാൽ ഇന്ന് ആ ജനാലകളിൽനിന്നും ഭീതി നിറഞ്ഞ നോട്ടങ്ങൾ മാത്രമേ പുറത്തേക്ക് നീളാറുള്ളൂ. സർവ്വനന്മകളേയും പ്രഹസനമാക്കുന്ന കാലം. ഈ മുറ്റത്ത് ജബൽ കാത്തു നിന്നത് ദുർബലന്മാർക്കൊപ്പമായിരുന്നു. എന്നിട്ടും അന്തിമ വിജയം അയാൾക്ക് തന്നെയായിരുന്നു.

"ജബൽ വിജയം നേടിയെന്നത് ശരിയാണ്. പക്ഷേ, വാപ്പാ അതുകൊണ്ടെന്ത് പ്രയോജനമാണുണ്ടായത്?"

ഷാഫിഈ നെടുവീർപ്പിട്ടു.

"അക്കാര്യത്തെക്കുറിച്ചൊന്നും ചിന്തിക്കുകയേ ഇല്ലെന്ന് വാക്കു കൊടുത്തതാണ് നാം. ഖുൻഫിസിനെ നീയും കണ്ടതല്ലേ?"

അപ്പോഴാണ് കൊഞ്ചിക്കുഴഞ്ഞ ആ ശബ്ദം കേട്ടത്.

"ആശാരിമാമാ..."

പിതാവും മകനും പരസ്പരം നോക്കി. ഷാഫിഈ എഴുന്നേറ്റ് തല ഉയർത്തി മുകളിലേക്ക് നോക്കിയതും ജനാലയിലൂടെ എത്തിനോക്കുന്ന യാസ്മീനയെ കണ്ടു. തലമുടി രണ്ടായി പിരിച്ച് നിവർത്തിയിട്ടിരിക്കുകയാണവൾ.

"എന്ത് വേണം?"

"എന്റെ മേശയൊന്ന് നന്നാക്കണം. നിങ്ങളുടെ മകനെ ഒന്നിങ്ങോട്ടയയ്ക്കുമോ?"

ഷാഫിഈ ഇരിപ്പിടത്തിലേക്ക് മടങ്ങുന്നതിനിടയിൽ മകനോട് പറഞ്ഞു.

"എല്ലാം ദൈവത്തിൽ ഭാരമേല്പിക്കുക."

രിഫാഅ യാസ്മീനയുടെ വീട്ടിലെത്തുമ്പോൾ തന്നെക്കാത്ത് വാതിൽ തുറന്ന് കിടക്കുകയായിരുന്നു. തൊണ്ടയനക്കിയതും അകത്തേക്ക് കയറാനുള്ള അനുവാദം ലഭിച്ചു. വീടിനുള്ളിലേക്ക് പ്രവേശിച്ച രിഫാഅ കാണുന്നത് കാപ്പിനിറത്തിലുള്ള ജല്ലാബിയ കുപ്പായം ധരിച്ച യാസ്മീനയെ ആയിരുന്നു. കഴുത്തിന് ചുറ്റും പിന്നെ മാറിടങ്ങളുടെ ഭാഗത്തും വെള്ള പട്ടപിടിപ്പിച്ചിട്ടുള്ള കുപ്പായം. കാലുകളും പാദങ്ങളും ഏതാണ്ട് നഗ്നമാണ്. തന്റെ രൂപം കണ്ടപ്പോൾ രിഫാഅയിൽ എന്ത് സ്വാധീനമാണുണ്ടായതെന്നറിയാനായി അവൾ ഒരുനിമിഷം നിശ്ശബ്ദയായി നിന്നു. എന്നാൽ ചാഞ്ചല്യമില്ലാത്ത ആ കണ്ണുകൾ കണ്ടതോടെ മുറിയുടെ മൂലയിലായി കിടക്കുന്ന മൂന്ന് കാലുകൾ മാത്രമുള്ള ചെറിയ മേശയിലേക്ക് വിരൽ ചൂണ്ടി.

"നാലാമത്തെ കാല് മെത്തയ്ക്കടിയിലുണ്ട്. ഈ മേശയൊന്ന് നന്നാക്കിത്തരണം."

"ശരി അങ്ങുന്നേ."

"എത്ര തുകയാകും?"

"വാപ്പയോട് ചോദിച്ചിട്ട് പറയാം."

"അപ്പോൾ നിനക്കോ? നിനക്കറിയില്ലേ എത്രയാണ് പണിക്കൂലിയെന്ന്?"

"അദ്ദേഹമാണ് കൂലി നിശ്ചയിക്കുന്നതൊക്കെ"

രിഫാഅയുടെ മുഖത്തേക്കുതന്നെ സൂക്ഷിച്ച് നോക്കുകയാണ് യാസ്മീന.

"അപ്പോൾ ഇത് നന്നാക്കുന്നത് ആരായിരിക്കും?"

"ഞാൻ തന്നെ. വാപ്പ സഹായിക്കുകയും നിർദ്ദേശങ്ങൾ നൽകുകയും ചെയ്യും."

യാസ്മീന ചിരിച്ചു.

“ഈ തെരുവിലെ ഏറ്റവും പയ്യനായ ഗുണ്ട ബത്തീഖയ്ക്ക് നിന്നെക്കാളും പ്രായക്കുറവാണ്. ഒരു വിവാഹഘോഷയാത്രയെ മുഴുവൻ അലങ്കോലമാക്കുവാൻ അവനൊറ്റയ്ക്ക് സാധിക്കും. എന്നാൽ നിനക്കാകട്ടെ ഒരു മേശയുടെ കാല്പോലും ഒറ്റയ്ക്ക് ശരിയാക്കാനറിയില്ല.”

ഈ സംഭാഷണം ഒന്നവസാനിപ്പിച്ചെങ്കിലെന്നാണ് രിഫാഅ ആശിച്ചുപോയത്.

“നല്ല രീതിയിൽ മേശ നന്നാക്കി തിരികെ തരലല്ലേ പ്രധാനം?”

മെത്തയുടെ അടിയിൽ നിന്ന് നാലാമത്തെ കാലും പിന്നെ മേശയും ചുമലിൽ താങ്ങി രിഫാഅ വാതിലിന് നേരേ നീങ്ങി.

“പോകട്ടെ അങ്ങുന്നേ.”

മേശ നേരേ പിതാവിന്റെ മുന്നിൽ കൊണ്ടുവച്ചു. അയാൾ അത് സൂക്ഷിച്ച് നോക്കിയശേഷം പറഞ്ഞു.

“കുറച്ചുകൂടി നല്ലൊരാളിന്റെ കയ്യിൽനിന്ന് ആദ്യത്തെ ജോലി കിട്ടിയിരുന്നെങ്കിലെന്നാണ് ഞാൻ സത്യത്തിൽ പ്രതീക്ഷിച്ചിരുന്നത്.”

“ആ സ്ത്രീ മോശക്കാരിയൊന്നുമല്ല വാപ്പാ. എന്നാൽ അവർ ഏകാകിയാണെന്ന് തോന്നുന്നു.”

“ഏകാകിയായൊരു സ്ത്രീയേക്കാൾ അപകടകാരിയായ ആരുമില്ലെന്നോർക്കണം.”

“അവർക്കാവശ്യം ഒരു വഴികാട്ടിയാണെന്നാണ് എനിക്ക് തോന്നുന്നത്.”

“പക്ഷേ, നമ്മുടെ പണി നേർവഴി കാട്ടലല്ലല്ലോ? ആശാരിപ്പണിയല്ലേ? ആ പശയിങ്ങ് എടുത്തുതരാമോ?”

അന്ന് വൈകുന്നേരം ഷാഫിഈയും രിഫാഅയും കൂടി ജബൽ കുടുംബത്തിന്റെ കാപ്പിക്കടയിലേക്ക് ചെന്നു. കാപ്പിയും കുടിച്ച് തന്റെ ഇരിപ്പിടത്തിൽ ചമ്രം പടിഞ്ഞിരിക്കുകയാണ് കവി ജവാദ്. കാപ്പിക്കടയുടെ ഉടമ ശൽദും പ്രവേശനകവാടത്തിനരികിൽ തന്നെയാണിരിക്കുന്നത്. ഒരു കൂട്ടം ആരാധകർക്കിടയിൽ ഇരിപ്പുറപ്പിച്ചിരിക്കുകയാണ് ഖുൻഫിസ്. തെരുവ് ദാദയെ അഭിവാദ്യം ചെയ്യാനായി മകനുമൊത്ത് ഖുൻഫിസിന്റെ മുന്നിലേക്ക് പോയശേഷം അവർ ഇരുവരും ശൽദുമിന്റെ അരികിൽ ഒഴിഞ്ഞ് കിടന്ന സ്ഥലത്ത് ചെന്നിരുന്നു. ഷാഫിഈ ഹൂക്ക വലിക്കാനെടുത്തശേഷം മകന് ഹെയ്സൽ കുരുക്കൾ ചേർത്ത പാനീയം കൈമാറി. കാപ്പിക്കടയിലെ അന്തരീക്ഷത്തിന് തന്നെയൊരു ആലസ്യം. കടയുടെ മേൽക്കൂരവരെ നിറഞ്ഞ് നിൽക്കുന്ന ഹുക്കയുടെ പുക. ശാന്തമായ അന്തരീക്ഷം. നിറയെ ശർക്കരപ്പാവിന്റേയും കർപ്പൂരതുളസിയുടേയും പിന്നെ കരയാമ്പൂവിന്റേയും ഗന്ധമാണ്. താടിയും മീശയും നിറഞ്ഞ മുഖങ്ങളാകെ വിളറി ഉറക്കം തൂങ്ങി നിൽക്കുന്നു. അശ്ലീലത നിറഞ്ഞ തമാശകളും

കളിചിരികളും ചുമയ്ക്കും തുമ്മലിനുമൊപ്പം സംഗമിക്കുകയാണ്. ആ സമയം തെരുവിന്റെ ഉള്ളിൽനിന്നും കുറച്ച് കുട്ടികൾ പാടുന്നത് കേട്ടു.

"ഞങ്ങളുടെ തെരുവിന്റെ സന്തതികളേ,
പാട്ടിലാക്കൂ ഞങ്ങളുടെ സർപ്പങ്ങളേ,
നിങ്ങൾ ക്രിസ്ത്യാനികളോ അതോ ജൂതന്മാരോ?
എന്താ കഴിച്ചത് നിങ്ങൾ? ഞങ്ങൾ കഴിച്ചത് ഈന്തപ്പഴം.
എന്താ കുടിക്കുന്നത് നിങ്ങൾ?
ഞങ്ങൾ കുടിക്കുന്നത് കാപ്പി."

ഈ നേരത്ത് കാപ്പിക്കടയുടെ മുന്നിൽ തക്കംപാർത്തിരുന്നൊരു പൂച്ച മെത്തയ്ക്കടിയിലൂടെ പായുന്നത് കണ്ടു. എന്തോ ചിലയ്ക്കുന്ന ശബ്ദം കേട്ടു. പിന്നെ ആ പൂച്ച പല്ലുകൾക്കിടയിലൊരു എലിയേയും കടിച്ചു പിടിച്ച് തെരുവിലേക്കിറങ്ങി ഓടിപ്പോയി. അറപ്പോട് കൂടി പാനീയം താഴെ വയ്ക്കുന്നതിനിടയിൽ രിഫാഅ ഖുൻഫിസിന് നേരേനോക്കി. കവി ജവാദിനോട് സംസാരിക്കുകയായിരുന്നു ഖുൻഫിസ്.

"താൻ കഥ പറയാൻ തുടങ്ങുന്നത് ഇനി എപ്പോഴാണ് കിഴവാ?"

പുഞ്ചിരിയോടെ തലകുലുക്കുകയാണ് ജവാദ്. ശേഷമയാൾ തന്റെ റബാബ് തംബുരു കയ്യിലെടുത്ത് പ്രാരംഭ ഈണങ്ങൾ മീട്ടാൻ തുടങ്ങി. കങ്കാണിയായ ഈഹാബിനും തെരുവിന്റെ സംരക്ഷകനായ ബയൂമിക്കും പിന്നെ ജബലിന്റെ പിൻഗാമിയായ ഖുൻഫിസിനും ആശംസകൾ നേർന്ന ശേഷം കവി പറയാൻ തുടങ്ങി.

"ഭൂസ്വത്തിന്റെ കാര്യാലയത്തിലിരുന്ന് പുതിയ കുടിയാന്മാരെ സ്വീകരിക്കുകയും കണക്ക് പുസ്തകം പരിശോധിക്കുകയുമായിരുന്നു അദ്ദേഹം. അന്നേരമാണ് അവസാനത്തെയാളുടെ ഒച്ചകേട്ടത്. 'ഞാൻ ഇദ്‌രീസ് ജബലാവിയാണ്.' പേടിച്ചരണ്ട അദ്ദേഹം തലയുയർത്തിയപ്പോൾ കണ്ടത് സ്വന്തം സഹോദരൻ അരികിൽ നിൽക്കുന്ന കാഴ്ചയായിരുന്നു."

തീർത്തും നിശ്ശബ്ദമായ അന്തരീക്ഷത്തിൽ കവി കഥ പറയുന്നത് തുടരുകയാണ്. വളരെ ശ്രദ്ധയോടെ എല്ലാം കേട്ടിരിക്കുകയാണ് രിഫാഅ. അപ്പോൾ ഇതാണ് ആ കവി. ഇതാണിവരുടെ കഥയും. 'കഥകളുടെ സങ്കേതമാണ് നമ്മുടെ തെരുവ്' എന്ന് ഉമ്മ പറയുന്നത് എത്രയോ തവണ കേട്ടിരിക്കുന്നു. സത്യത്തിൽ ഈ കഥകൾ തീർത്തും പ്രിയങ്കരമായവ തന്നെയാണ്. അത് ഒരുപക്ഷേ, മുഖത്തംകമ്പോളത്തിലെ കളികളും സ്വകാര്യതയുമൊക്കെ നഷ്ടമായതിനുള്ള ആശ്വാസമായി മാറാം. ആ അടഞ്ഞ് കിടക്കുന്ന മാളികയുടെ നിഗൂഢതപോലെയുള്ള പ്രണയത്താൽ എരിയുന്ന മനസ്സിനൊരു ആശ്വാസവുമായിരിക്കാം ഈ കഥകൾ. കാട്ടത്തിയുടേയും മൾബറിയുടേയും ഈന്തപ്പനയുടേയുമൊക്കെ ശിഖരങ്ങൾ കാറ്റിലാടുന്നതൊഴിച്ചാൽ ജീവന്റെ യാതൊരടയാളവുമില്ല ഇന്ന് ആ മാളികയിൽ. ഈ മരങ്ങളും പിന്നെ കഥകളും ഉണ്ടെന്നതൊഴിച്ചാൽ

ജബലാവി എന്ന വ്യക്തി ജീവിച്ചിരിക്കുന്നു എന്നതിന് വല്ല തെളിവുകളുമുണ്ടോ? കവി ജവാദ് കയ്യിൽ സ്പർശിച്ചശേഷം പറഞ്ഞ സാമ്യമുണ്ടെന്നതല്ലാതെ താൻ ജബലാവിയുടെ പിൻഗാമികളിലൊരാളാണെന്നതിന് വല്ല തെളിവുകളുമുണ്ടോ?

രാത്രിയായി. ഷാഫിഇൗയാകട്ടെ മൂന്നാമത്തെ ഹുക്ക വലിക്കാനുള്ള തയ്യാറെടുപ്പിലാണ്. തെരുവിൽ നിന്നുള്ള കച്ചവടക്കാരുടെ വിളികളും കുട്ടികളുടെ ഒച്ചയുമൊക്കെ അടങ്ങിയിരിക്കുന്നു. റബാബ് തംബുരു മീട്ടുന്ന ശബ്ദവും പിന്നെ ദൂരെയെങ്ങോ നിന്നുള്ള പടഹധ്വനിയും മാത്രമേ കേൾക്കാനുള്ളൂ. അതിനിടയ്ക്കാണ് ഭർത്താവിന്റെ മർദ്ദനമേറ്റ ഏതോ ഒരു സ്ത്രീയുടെ അലർച്ച കേട്ടത്.

അദ്ഹമിനെ ഇദ്‌രീസിപ്പോൾ തന്റെ അതേ വിധിയിലേക്ക് വലിച്ചുകൊണ്ടു പോയിരിക്കുകയാണ്. മരുഭൂമിയിലേക്കിറങ്ങിപ്പോയ അദ്ഹമിനൊപ്പം കരഞ്ഞുകൊണ്ട് ഭാര്യ ഉമൈമയുമുണ്ട്. തന്നെ ഗർഭം ധരിച്ചുകൊണ്ട് ഉമ്മ ഈ തെരുവ് ഉപേക്ഷിച്ച് പോയനാളിലേതുപോലെ. സർവ്വ ഗുണ്ടകളും നശിച്ചുപോകട്ടെ! അന്ത്യശ്വാസം വലിക്കുന്ന എലിയെ കടിച്ചുകീറുന്ന പൂച്ചകളും പുച്ഛം നിറഞ്ഞ നോട്ടവും ചിരിയും ചൊരിയുന്നവരും നാട്ടിലേക്ക് തിരിച്ചെത്തുന്ന സഹോദരനെ നോക്കി ‘എന്റെ കോപത്തിൽ നിന്നും രക്ഷപ്പെടാനൊന്നും നിങ്ങൾക്കാവില്ല’ എന്ന് വീമ്പിളക്കുന്നവരും സർവ്വഭീകരന്മാരും കപടസ്നേഹികളുമൊക്കെ നശിച്ചുപോയെങ്കിൽ! എന്നാൽ ഇപ്പോൾ അദ്ഹമിന്റെ മുന്നിൽ മരുഭൂമിയല്ലാതെ വേറൊരു സ്ഥലവുമില്ല പോകാനായി. കവി പിന്നീട് പാടാൻ തുടങ്ങിയത് ഇദ്‌രീസിന്റെ ഏതോ ഉന്മാദഗാനമായിരുന്നു. ഇതിനിടയ്ക്ക് രിഫാഅ പിതാവിന്റെ ചെവിയിൽ പറഞ്ഞു.

“എനിക്ക് മറ്റുള്ള കാപ്പിക്കടകളിലും പോകണം.”

“അതിന് നമ്മുടെ കാപ്പിക്കടയല്ലേ ഈ തെരുവിലെ ഏറ്റവും മികച്ചയിടം?”

“മറ്റ് കടകളിലുള്ള കവികൾ പറയുന്ന കഥകളെന്തായിരിക്കുമെന്നറിയണം.”

“ഇതേ കഥകൾ തന്നെയായിരിക്കും. എന്നാൽ നിനക്ക് മനസ്സിലാകാത്ത രീതിയിലായിരിക്കും അവിടെ ഉള്ള കവികൾ അവ പറയുക.”

പിതാവും മകനും തമ്മിലുള്ള രഹസ്യ സംഭാഷണം ചെവിയിലെത്തിയതും ശൽദും രിഫാഅയുടെ നേരേ തിരിഞ്ഞു.

“ഈ തെരുവിൽ നമ്മേക്കാൾ വലിയ കള്ളന്മാർ വേറെയുണ്ടാകില്ല. കവികളായിരിക്കും മഹാകള്ളന്മാർ. അടുത്ത കാപ്പിക്കടയിൽ ചെന്നാൽ താൻ ഈ തെരുവിന്റെ സന്തതിയാണെന്ന് ജബൽ പറഞ്ഞതായി നിനക്ക് കേൾക്കാനായേക്കും. എന്നാൽ ദൈവമാണേ സത്യം താൻ ഹംദാൻ കുടുംബാംഗമാണെന്നേ ജബൽ പറയുകയുള്ളൂ.”

"എന്ത് വിലകൊടുത്തും തന്റെ ശ്രോതാക്കളെ തൃപ്തരാക്കാനായിരിക്കും കവി ശ്രമിക്കുക."

ഷാഫിഈയുടെ പ്രതികരണം കേട്ട ശൽദും തിരക്കി.

"ഗുണ്ടകളെ തൃപ്തിപ്പെടുത്തുക എന്നാണോ നിങ്ങളുദ്ദേശിച്ചത്?"

അർധരാത്രിയായപ്പോൾ മാത്രമാണ് പിതാവും മകനും കാപ്പിക്കടയിൽ നിന്നും പുറത്തേക്കിറങ്ങിയത്. നല്ല ഇരുട്ടാണെങ്ങും. എവിടെ നിന്നാണെന്നറിയില്ല ആരൊക്കെയോ സംസാരിക്കുന്നത് കേൾക്കാം. ഭൂമിയിലേക്ക് പതിക്കുന്നൊരു നക്ഷത്രം കണക്കെ ആരുടെയോ കയ്യിലിരുന്ന് എരിയുന്ന പുകയിലച്ചുരുട്ടും കാണാം.

"നിനക്ക് കഥ ഇഷ്ടമായോ?"

"ഉവ്വ്. എത്ര മനോഹരമായ കഥകളാണവയൊക്കെ!"

പിതാവ് ചിരിച്ചു.

"ജവാദ് മാമയ്ക്ക് നിന്നെ വലിയ ഇഷ്ടമാണ്. ഇടവേളയിൽ അദ്ദേഹമെന്താ നിന്നോട് പറഞ്ഞത്?"

"വീട്ടിൽ ചെന്നു കാണാൻ എന്നെ ക്ഷണിക്കുകയായിരുന്നു അദ്ദേഹം"

"എത്ര പെട്ടെന്നാണ് ആളുകൾ നിന്നെ ഇഷ്ടപ്പെടുന്നത്! എന്നാൽ നീയാകട്ടെ കാര്യങ്ങൾ സാവധാനമേ മനസ്സിലാക്കാറുമുള്ളൂ."

"ആശാരിപ്പണി പഠിക്കാൻ ഒരായുസ്സ് മുഴുവനുമുണ്ടല്ലോ? എന്നാലിപ്പോൾ എല്ലാ കാപ്പിക്കടകളിലും കയറിയിറങ്ങണമെന്നാണ് ഞാനാഗ്രഹിക്കുന്നത്."

തങ്ങൾ താമസിക്കുന്ന ഇടത്തെ നീണ്ട നടപ്പാതയിലേക്ക് കടന്നതും യാസ്മീനയുടെ വീട്ടിൽ നിന്നും വലിയ ഉച്ചത്തിലുള്ള ആട്ടവും പാട്ടും കേട്ടു.

> "ചിത്രാലങ്കാരപ്പണിചെയ്ത തൊപ്പി ധരിച്ചവനേ
> ആരാണിത് ഉണ്ടാക്കിയതെന്ന് പറയുമോ?
> എന്റെ ഹൃദയത്തെ കുടുക്കിലാക്കിയവനേ
> നിനക്കുള്ളതല്ലേ എൻ ഹൃദയം?"

പാട്ട് കേട്ടതും രിഫാഅ പിതാവിന്റെ ചെവിയിൽ മന്ത്രിച്ചു.

"ഞാൻ കരുതിയതുപോലെ ആ സ്ത്രീ ഏകാകിനിയൊന്നുമല്ല."

"തനിച്ചിരുന്ന് നീ പാഴാക്കിയ നിമിഷങ്ങൾ എത്രയോ അധികമാണ് മോനേ."

ഷാഫിഈ നെടുവീർപ്പോടെയാണ് പ്രതികരിച്ചത്. വളരെ സാവധാനം സൂക്ഷിച്ച് പടിക്കെട്ടുകൾ കയറുന്നതിനിടയിൽ രിഫാഅ പിതാവിനെ നോക്കി പറഞ്ഞു.

"വാപ്പാ, ഞാൻ നാളെ കവി ജവാദ് മാമയുടെ വീട് സന്ദർശിക്കാൻ പോകും കേട്ടോ?"

നാല്പത്തിയേഴ്

ജബൽ കുടുംബക്കാർ താമസിക്കുന്ന കോളനിയിലെ മൂന്നാമത്തെ വീടാണ് കവി ജവാദിന്റേത്. രിഫാഅ അവിടെയെത്തി വാതിലിൽ മുട്ടി വിളിച്ചു. ആ വീടിന്റെ മുറ്റത്തെത്തിയതും ഉച്ചത്തിലുള്ള തെറിയഭിഷേക ത്തിനാണ് രിഫാഅ സാക്ഷിയായത്. തുണി കഴുകാനും പാചകം ചെയ്യാ നുമൊക്കെ ആയി അവിടെ എത്തിയ സ്ത്രീകളാണ് ഇങ്ങനെ പരസ്പരം ചീത്ത വിളിക്കുന്നത്. വീടിന്റെ മുറ്റത്തിന് ചുറ്റുമായുള്ള കമ്പിവേലിക്ക് മുകളിലൂടെ എത്തി നോക്കിയപ്പോൾ വഴക്ക് പ്രധാനമായും രണ്ട് സ്ത്രീകൾ തമ്മിലാണെന്ന് മനസ്സിലായി. ഒരാൾ സോപ്പ് പതച്ച കൈകൾ ഉയർത്തിക്കൊണ്ട് തുണികഴുകുന്ന ബക്കറ്റിന് പിറകിൽ നിൽക്കുകയാണ്. രണ്ടാമത്തെ സ്ത്രീയാകട്ടെ നടപ്പാത തുടങ്ങുന്ന സ്ഥലത്താണുള്ളത്. കുപ്പായത്തിന്റെ കൈകൾ മടക്കിവച്ചശേഷം കൂടുതൽ അശ്ലീലമായ രീതി യിൽ കേട്ട ചീത്തകൾക്കൊക്കെ മറുപടി പറയുകയാണ്. പരിഹാസച്ചുവ യോടെ അരക്കെട്ടിളക്കി കാണിക്കുന്നുമുണ്ട്. ബാക്കിയുള്ള സ്ത്രീ കളെല്ലാം കൂടി രണ്ട് സംഘമായി തിരിഞ്ഞിരുന്ന് വഴക്കിടുകയാണ്. ഇവ രുടെ ഉച്ചത്തിലുള്ള ചീത്തവിളികൾ വീടിന്റെ ചുമരുകളിൽതട്ടി പ്രതി ധ്വനിക്കുകയാണ്. കണ്ടതും കേട്ടതുമൊക്കെ അമ്പരപ്പിച്ചുകളഞ്ഞെങ്കിലും രിഫാഅ നേരേ കവിയുടെ വീട്ടുവാതിൽക്കൽ ചെന്ന് മുട്ടിവിളിച്ചു.

എവിടെ തിരിഞ്ഞാലും വഴക്കുണ്ടാക്കുന്ന സ്ത്രീകളും പൂച്ചകളും പിന്നെ ഗുണ്ടകളുമാണ്. സർവ്വരുടെയും കരങ്ങളിൽ നഖങ്ങൾ ആണ്ടിറ ങ്ങിയ പാടുകളാണ്. നാവുകളിൽ വിഷവും മനസ്സുകളിൽ ഭയവും വെറുപ്പുമാണ്. ശുദ്ധവായ ലഭിക്കുന്നത് ഒന്നുകിൽ മുഖത്തം മരുഭൂമി യിലോ, അല്ലെങ്കിൽ മാളികയിലോ ആയിരിക്കും. മാളികയിൽ സമാധാനം ലഭിക്കുന്നതാകട്ടെ ജബലാവിക്ക് മാത്രമായിരിക്കും.

വാതിൽ തുറന്നതും പുറത്തേക്ക് വന്നത് അതിഥിയാരാണെന്ന് തിരയുന്ന അന്ധനായ മനുഷ്യന്റെ മുഖമായിരുന്നു. രിഫാഅ ആശംസ യറിയിച്ചതോടെ വൃദ്ധന്റെ മുഖത്തൊരു ചിരി വിടർന്നു. വഴിമാറി കൊടുത്തുകൊണ്ട് അയാൾ പറഞ്ഞു.

“സ്വാഗതം മോനേ.”

വീടിനുള്ളിലേക്ക് കയറിയതും രിഫാഅയെ സ്വീകരിച്ചത് കുന്തിരി ക്കത്തിന്റെ കടുത്ത ഗന്ധമായിരുന്നു. മാലാഖയുടെ നിശ്വാസം പോലെ യൊരു ഗന്ധം. കവിയുടെ പിന്നാലെ ചെന്നെത്തിയതൊരു ചെറിയ ചതുരാ കൃതിയിലുള്ള മുറിയിലേക്കായിരുന്നു. അതിന്റെ ചുമരുകളോട് ചേർന്ന് മെത്തയും പിന്നെ നിലത്ത് അലംകൃതമായ ചൂരലിൽ തീർത്ത വിരിപ്പും കാണാം. അടഞ്ഞ് കിടക്കുന്ന ജനാലപ്പഴുതുകളിലൂടെ തേൻപോലെയുള്ള ഉച്ചനേരത്തെ മഞ്ഞവെളിച്ചം കടന്നുവരുന്നുണ്ട്. തൂക്കുവിളക്കിന് ചുറ്റു മുള്ള മേൽക്കൂരയിൽ പക്ഷികളുടേയും പ്രാവുകളുടേയുമൊക്കെ

ചിത്രങ്ങൾ ആലേഖനം ചെയ്തിരിക്കുന്നു. മെത്തയിൽ കവി ചമ്രം പടിഞ്ഞിരുന്നതും രിഫാഅയും അരികിൽ ചെന്നിരുന്നു.

“ഞങ്ങൾ കാപ്പി ഉണ്ടാക്കുകയായിരുന്നു.”

ഭാര്യയെ വിളിച്ചതും കയ്യിലൊരു കാപ്പിത്താലവുമായി ഒരു സ്ത്രീ മുറിയിലേക്ക് വന്നു.

“വരൂ ഉമ്മ് ബഖാതിർഹാ, ഇത് രിഫാഅ. എന്റെ സുഹൃത്ത് ഷാഫി ഈയുടെ മകനാണ്.”

“സ്വാഗതം മകനേ.”

അറുപതിലധികം വയസ്സ് തോന്നിക്കുന്ന ശക്തയും ഉയരവുമുള്ളൊരു സ്ത്രീയായിരുന്നു അവർ. കൂർത്ത നോട്ടം. താടിക്ക് മുകളിലായൊരു പച്ചകുത്തിയ പാടുമുണ്ട്.

തന്റെ അതിഥിയുടെ നേരേ കൈചൂണ്ടിക്കൊണ്ട് കവി പറഞ്ഞു.

“ഉമ്മ് ബഖാതിർഹാ, ഇയാൾ എല്ലാം ശ്രദ്ധയോടെ കേൾക്കുന്നയാളാണ്. കഥകളുടെ കാര്യത്തിൽ വലിയ താത്പര്യമുള്ളയാളാണ്. ഇതുപോലുള്ള ആളുകൾ കവികളെ ആവേശം കൊള്ളിക്കും തൃപ്തരാക്കും. മറ്റുള്ളവരെല്ലാം കഞ്ചാവും പുകച്ച് ഉറക്കം തൂങ്ങുന്നവരാണ്.”

“നിങ്ങളുടെ കഥകൾ ഇയാൾക്ക് പുതിയതായിരിക്കും. എന്നാൽ അവരൊക്കെ ഈ കഥകൾ മുമ്പ് കേട്ടിട്ടുള്ളതാണല്ലോ?”

“ഇത് നിന്റെ ജിന്നുകളിലാരോ പറയുന്ന വർത്തമാനമാണ്.”

രിഫാഅയുടെ നേരേ തിരിഞ്ഞശേഷം കവി പറഞ്ഞു.

“അറിയുമോ ഈ സ്ത്രീ ഒന്നാന്തരമൊരു ബാധഒഴിപ്പിക്കൽ വിദഗ്ധയാണ്.”

ജവാദിന്റെ വാക്കുകൾ കേട്ടതും രിഫാഅ ആ സ്ത്രീയെ ശ്രദ്ധയോടെ നോക്കാൻ തുടങ്ങി. കാപ്പിക്കപ്പ് വച്ച് നീട്ടുന്നതിനിടയിൽ അവരുടെ കണ്ണുകൾ പരസ്പരം കണ്ടു. മുഖത്തംകമ്പോളത്തിൽ വച്ച് ആളുകളുടെ ദേഹത്ത് നിന്നും ബാധ ഒഴിപ്പിക്കുന്ന ചടങ്ങുകൾ രിഫാഅയ്ക്ക് വലിയ ഇഷ്ടമായിരുന്നു. വളരെ ആനന്ദത്തോടെയായിരുന്നു തന്റെ മനസ്സ് ആ ചടങ്ങുകളൊക്കെ കണ്ടുനിന്നിട്ടുള്ളത്. തെരുവിൽ നിന്നുകൊണ്ട് ജനാലകളിലേക്ക് തന്നെ തല ഉയർത്തി നോക്കുകയായിരുന്നു തന്റെ പതിവ്. കുന്തിരിക്കത്തിന്റെ ഗന്ധം വായുവിലേക്ക് ഒഴുകിയിറങ്ങുന്നതും വെട്ടിത്തിരിയുന്ന ശിരസ്സുകളുമൊക്കെയായിരിക്കും രിഫാഅയുടെ ശ്രദ്ധയാകർഷിച്ചിരുന്നത്.

“അന്യനാട്ടിൽ താമസിക്കുന്നതിനിടയിൽ നീ നമ്മുടെ തെരുവിനെക്കുറിച്ച് ഒന്നും മനസ്സിലാക്കിയിട്ടില്ലേ?”

“വാപ്പയും ഉമ്മയുമൊക്കെ ഈ തെരുവിനെക്കുറിച്ച് പറഞ്ഞുതന്നിട്ടുണ്ട്. എന്നാൽ എന്റെ ഹൃദയമെപ്പോഴും ആ നാട്ടിലായിരുന്നു.

അതിനാൽ തന്നെ ഇവിടത്തെ ഭൂസ്വത്തിനെക്കുറിച്ചോ അതുമായി ബന്ധപ്പെട്ട പ്രശ്നങ്ങളെക്കുറിച്ചോ ഞാൻ ശരിക്കും ഗൗനിച്ചിരുന്നില്ല. എന്നാൽ ഈ സ്വത്തിന്റെ പേര് പറഞ്ഞ് മരിച്ച് വീണ ഇരകളുടെ കാര്യമോർക്കുമ്പോൾ അതിശയമാണെനിക്ക്. അതിനാൽ തന്നെ സ്നേഹവും സമാധാനവും കൊതിക്കുന്ന ഉമ്മയുടെ നിലപാട് തന്നെയാണെനിക്കുമുള്ളത്."

കവി ദുഃഖത്തോടെ തലകുലുക്കി.

"പക്ഷേ, ദാരിദ്ര്യത്തിനും ഗുണ്ടകളുടെ കുറുവടികൾക്കുമിടയിൽ സ്നേഹത്തിനും സമാധാനത്തിനുമൊക്കെ കഴിഞ്ഞുകൂടാൻ സാധിക്കുന്നതെങ്ങനെ?"

രിഫാഅ മറുപടിയായി ഒന്നും പറഞ്ഞില്ല. അത് ഉത്തരം മുട്ടിപ്പോയത് കൊണ്ടൊന്നുമായിരുന്നില്ല. മറിച്ച് മുറിയുടെ വലത്തേ ചുമരിന്മേലുണ്ടായിരുന്ന വിചിത്രമായൊരു ചിത്രത്തിൽ അയാളുടെ കണ്ണുടക്കിപ്പോയത് കൊണ്ടായിരുന്നു. കാപ്പിക്കടകളുടെ ചുമരുകൾ അലങ്കരിക്കുന്ന ചിത്രങ്ങൾപോലെ ചുമരിൽ തീർത്ത എണ്ണച്ഛായാചിത്രമായിരുന്നു അത്. ഭീമാകാരനായൊരു മനുഷ്യന്റെ ചിത്രമായിരുന്നത്. അദ്ദേഹത്തിന്റെ ഇരുവശത്തുമായി കുട്ടികളുടെ കളിപ്പാട്ടങ്ങൾ പോലുള്ള തെരുവിലെ വീടുകളും കാണാം.

"ഈ ചിത്രത്തിൽ കാണുന്നതാരാണ്?"

ഉമ്മ് ബഖാതിർഹയാണ് മറുപടി പറഞ്ഞത്.

"ജബലാവി!"

"ആരെങ്കിലും അദ്ദേഹത്തെ കണ്ടിട്ടുണ്ടോ?"

"ഇല്ല. നമ്മുടെ തലമുറയിൽപെട്ട ഒരാളും അദ്ദേഹത്തെ കണ്ടിട്ടില്ല. മരുഭൂമിയുടെ ഇരുളിൽ വച്ച് സാക്ഷാൽ ജബലിന് പോലും അദ്ദേഹത്തെ വ്യക്തമായി കാണാൻ സാധിച്ചിട്ടില്ല. എന്നാൽ കഥകളിൽ കേട്ട വിവരണങ്ങൾ അനുസരിച്ചാണ് ചിത്രകാരൻ ഇത് വരച്ചുണ്ടാക്കിയിട്ടുള്ളത്."

"അദ്ദേഹം എന്ത് കൊണ്ടായിരിക്കും സ്വന്തം അനന്തരവകാശികൾക്ക് മുഖം കൊടുക്കാതെ മാളികയിൽ ഏകാന്തവാസം നയിക്കുന്നത്?"

രിഫാഅ നെടുവീർപ്പോടെയാണ് ചോദിച്ചത്.

"വാർദ്ധക്യം കൊണ്ടാണെന്ന് ചിലർ പറയുന്നു. കാലം അദ്ദേഹത്തിൽ ഉണ്ടാക്കിയ മാറ്റങ്ങളെന്തൊക്കെയാണെന്ന് ആർക്കറിയാം? അദ്ദേഹം ആ വാതിലെങ്ങാനും തുറന്നിട്ടാൽ പിന്നെ ഈ തെരുവിൽ ഒറ്റയൊരാൾ പോലും തങ്ങളുടെ വൃത്തികെട്ട വീടുകളിൽ കഴിയില്ല."

"പക്ഷേ, നിങ്ങൾക്ക് ഒരു കാര്യം സാധിക്കില്ലേ...?"

രിഫാഅയെ മുഴുമിപ്പിക്കാൻ സമ്മതിക്കാതെ ഉമ്മ് ബഖാതിർഹ ഇടയ്ക്ക് കയറിപ്പറഞ്ഞു.

"നീ ഇക്കാര്യത്തെക്കുറിച്ച് കൂടുതൽ ചിന്തിച്ച് പ്രശ്നങ്ങളുണ്ടാക്കേണ്ട. ഈ തെരുവിലുള്ളവർ എപ്പോഴെല്ലാം ജബലാവിയെക്കുറിച്ച് സംസാരിക്കുവാൻ തുടങ്ങിയിട്ടുണ്ടോ അപ്പോഴെല്ലാം ചർച്ച പിന്നീട് നീങ്ങുക അദ്ദേഹത്തിന്റെ ഭൂസ്വത്തുക്കളെ സംബന്ധിച്ചായിരിക്കും. പിന്നീടുണ്ടാകുന്നത് പലതരത്തിലും രൂപത്തിലുമുള്ള ദുരന്തങ്ങളായിരിക്കും."

നിരാശയോടെ രിഫാഅ തലകുലുക്കിക്കൊണ്ട് ചോദിച്ചു.

"ഇതുപോലെ ആരെയും അതിശയിപ്പിക്കുന്നൊരു പിതാമഹനെപ്പോലൊരു വ്യക്തിയെക്കുറിച്ച് ചിന്തിക്കാതിരിക്കാൻ ആർക്കാണ് കഴിയുക?"

"നമുക്ക് അദ്ദേഹത്തിന്റെ സമീപനം സ്വീകരിക്കാം. അദ്ദേഹം നമ്മെക്കുറിച്ച് ചിന്തിക്കുന്നതേയില്ലല്ലോ?"

രിഫാഅ വീണ്ടും ചിത്രത്തിലേക്ക് നോക്കി.

"പക്ഷേ, അദ്ദേഹം ജബലിനെ കാണുകയും സംസാരിക്കുകയും ചെയ്തില്ലേ?"

"ശരിയാണ്. എന്നാൽ ജബലിന്റെ മരണശേഷം സൻഫിൽ വന്നു. ഇപ്പോഴിതാ ഖുൻഫിസും. എന്തുപറയാനാണ്. ഒന്നും മാറിയിട്ടില്ല ഒരു നാളും."

പൊട്ടിച്ചിരിച്ചുകൊണ്ട് ജവാദ് ഭാര്യയോട് പറഞ്ഞു.

"ജിന്ന് ബാധയേറ്റവരെ നീ രക്ഷപ്പെടുത്തുന്നത് പോലെ ഈ തെരുവിന് അതിൽനിന്നും പിശാചുക്കളെ തുരത്തുന്നൊരാളുടെ ആവശ്യമുണ്ട് കേട്ടോ?"

രിഫാഅ പുഞ്ചിരിച്ചു.

"സത്യത്തിൽ ഇവരൊക്കെ തന്നെയാണ് ഈ തെരുവിലെ ശരിക്കുമുള്ള പിശാചുക്കൾ. ഖുൻഫിസ് എന്റെ വാപ്പയെ സ്വീകരിച്ച രീതി നിങ്ങൾ കാണേണ്ടതായിരുന്നു."

"എനിക്കതിന് ഇവരുമായൊന്നും ഒരിടപാടുമില്ല. പണ്ട് ജബലിന് മുന്നിൽ സർപ്പങ്ങൾ കീഴടങ്ങിയതുപോലെ ജിന്നുകളെ കീഴടക്കാനെനിക്ക് സാധിക്കും. അവർക്കിഷ്ടപ്പെട്ട തരത്തിലുള്ള സുഡാനിയൻ കുന്തിരിക്കവും എത്യോപ്യൻ മന്ത്രത്തകിടുകളും പിന്നെ അധികാരം നൽകുന്ന മന്ത്രങ്ങളുമൊക്കെ എന്റെ കൈവശമുണ്ട്."

"ജിന്നുകൾക്കെതിരെ ഈ കഴിവുകളൊക്കെ നിങ്ങൾക്കെവിടെ നിന്നാണ് കിട്ടിയത്?"

വലിയ താത്പര്യത്തോടെയുള്ള രിഫാഅയുടെ ചോദ്യം കേട്ടതും ആ സ്ത്രീ അയാളെ തന്നെ സൂക്ഷിച്ച് നോക്കാൻ തുടങ്ങി.

"നിന്റെ വാപ്പയ്ക്ക് ആശാരിപ്പണി എന്താണോ അതുപോലെ ഇതെന്റെ തൊഴിലാണ്. പിന്നെ എല്ലാം പടച്ചവൻ തന്ന കഴിവാണ്."

കാപ്പിക്കപ്പിലെ അവസാന ഇറക്കും കുടിച്ച ശേഷം എന്തോ പറയാൻ തുനിഞ്ഞതായിരുന്നു രിഫാഅ. അപ്പോഴാണ് തെരുവിൽ നിന്നുള്ള വാപ്പയുടെ വിളികേട്ടത്.

“എടാ രിഫാആ... അലസൻ പയ്യാ...”

രിഫാഅ എഴുന്നേറ്റു ജനാലയ്ക്കരികിലേക്ക് ചെന്നു. പാളി തുറന്ന് താഴേക്ക് നോക്കിയതും വാപ്പയെ കണ്ടു.

“ഒരു അരമണിക്കൂർ സമയം കൂടി സാവകാശം തരൂ വാപ്പ...”

നിരാശൻ ആണെന്ന് സൂചിപ്പിക്കുന്നത് പോലെ തോളുകൾ ചലിപ്പിച്ച ശേഷം ഷാഫിഈ തന്റെ കടയിലേക്ക് തിരികെ പോയി. ജനാലയുടെ പാളി തിരിച്ചടയ്ക്കാൻ ശ്രമിക്കുന്നതിനിടയിൽ ആയിഷ പഴയതുപോലെ അവളുടെ വീടിന്റെ ജനാലയ്ക്കരികെ നിൽക്കുന്നത് കണ്ടു. ആദ്യം കണ്ടപ്പോൾ എന്നതുപോലെ തന്നെ തന്നെ ഉറ്റ് നോക്കുകയായിരുന്നു ആയിഷ. അവളൊന്നു പുഞ്ചിരിച്ചു എന്ന് തോന്നിപ്പോയി. അല്ലെങ്കിൽ ആ കണ്ണുകൾ എന്തോ പറയുന്നതുപോലെ. ഒരു നിമിഷം ഒന്ന് അമാന്തിച്ചെങ്കിലും ജനാല അടച്ചശേഷം രിഫാഅ തിരികെ തന്റെ ഇരിപ്പിടത്തിൽ വന്നിരുന്നു. ജവാദ് ചിരിയോടെ ചോദിച്ചു.

“നീയൊരു കൽപ്പണിക്കാരൻ ആകണമെന്നാണ് പിതാവ് ആഗ്രഹിക്കുന്നത്. എന്നാൽ നീ എന്താണ് ആഗ്രഹിക്കുന്നത്?”

ഒരു നിമിഷം എന്തോ ആലോചിച്ച ശേഷം രിഫാഅ പറഞ്ഞു.

“വാപ്പയെ പോലെ എനിക്കും ആശാരി ആകേണ്ടി വരും. എന്നാൽ എനിക്ക് കഥകൾ വലിയ ഇഷ്ടമാണ്. പിന്നെ ഈ ജിന്നുകളെ ചുറ്റിപ്പറ്റിയുള്ള രഹസ്യങ്ങളും. എനിക്ക് അതിനെക്കുറിച്ചൊക്കെ പറഞ്ഞുതരുമോ മാമി...”

രിഫാഅയുടെ വാക്കുകൾ കേട്ട് ഉമ്മ് ബഖാതിർഹ പുഞ്ചിരിച്ചു. തന്റെ അറിവിൽ നിന്ന് ഒരല്പം അയാൾക്ക് പകർന്നുനൽകാൻ സന്തോഷമേയുള്ളൂവെന്ന് തോന്നിപ്പിക്കുകയായിരുന്നു ആ സ്ത്രീ.

“എല്ലാ മനുഷ്യർക്കൊപ്പവും അവരുടെ തലതൊട്ടപ്പനായി ഒരു ജിന്ന് ഉണ്ടാകും. എന്നാൽ എല്ലാ ജിന്നുകളും ബാധ ഒഴിപ്പിക്കേണ്ട വിധത്തിൽ മോശപ്പെട്ടവരും അല്ല!”

“പക്ഷേ, നമുക്കെങ്ങനെയാണ് ഇവരെ വേർതിരിച്ചറിയാൻ കഴിയുക?”

“പ്രവർത്തികൾ തന്നെയാണ് സൂചന. ഉദാഹരണമായി നീ ഒരു നല്ല ചെറുപ്പക്കാരനാണ്. അതിനാൽ തന്നെ നിന്നിലെ ജിന്നും അർഹിക്കുന്നത് നല്ല പെരുമാറ്റമായിരിക്കും. എന്നാൽ ബയൂമിയുടേയോ, ഖുൻഫിസിന്റേയോ, ബത്തീഖയുടേയോ ദേഹത്തെ ജിന്നുകൾ അങ്ങനെയാകണമെന്നില്ല!”

“അപ്പോൾ യാസ്മീനയുടെ ദേഹത്തെ ജിന്നിന്റെ കാര്യമോ? അതിനെ പുറത്താക്കേണ്ടി വരുമോ?”

നിഷ്കളങ്കമായ രിഫാഅയുടെ വാക്കുകൾ കേട്ടതും ഉമ്മ് ബഖാതിർഹ ചിരിച്ചു.

“നിന്റെ അയൽക്കാരിയുടെ കാര്യമാണോ? എന്നാൽ ജബൽ കുടുംബത്തിലെ ആണുങ്ങൾ അവളെ അങ്ങനെ തന്നെ കാണുവാനല്ലേ ഇഷ്ടപ്പെടുന്നത്?”

“എനിക്ക് ഈ കാര്യങ്ങളൊക്കെ മനസ്സിലാക്കണം എന്നുണ്ട്. എന്നെ നിരാശനാക്കരുത്.”

രിഫാഅ വളരെ ഗൗരവത്തോടെ ആവശ്യപ്പെട്ടത് കേട്ടതും കവി പറഞ്ഞു.

“നല്ലൊരു ചെറുപ്പക്കാരനെ ആരെങ്കിലും നിരാശപ്പെടുത്തുമോ?”

“സമയം കിട്ടുമ്പോഴൊക്കെ നീ എന്നെ കാണാൻ വന്നാൽ കൊള്ളാം. പക്ഷേ, ഒരു നിബന്ധനയുണ്ട്. ഇക്കാര്യം നിന്റെ വാപ്പയ്ക്ക് അനിഷ്ടകരമാകരുത്. കാര്യം അറിഞ്ഞാൽ ഈ നല്ല ചെറുപ്പക്കാരനും ജിന്നുകളും തമ്മിൽ എന്താ ബന്ധം എന്നായിരിക്കും ആളുകൾ ചോദിക്കുക. എന്നാൽ മനുഷ്യരുടെ സർവ്വ വ്യഥകൾക്കും കാരണം ബാധകൾ ആണെന്ന് മനസ്സിലാക്കിക്കൊള്ളൂ.”

ഉമ്മ് ബഖാതിർഹ പറയുന്നത് കേൾക്കുമ്പോഴും രിഫാഅയുടെ കണ്ണുകൾ ജബലാവിയുടെ ചിത്രത്തിൽ തന്നെയായിരുന്നു.

നാല്പത്തിയെട്ട്

ആശാരിപ്പണി തന്റെ തൊഴിലാണ്. അതിൽ തന്നെയാണ് ഭാവിയും. അതിൽ നിന്നൊരു മോചനം ഉണ്ടെന്ന് തോന്നുന്നതുമില്ല. അതിനാൽ തന്നെ ഈ തൊഴിൽ തന്നെ തൃപ്തനാക്കിയില്ലെങ്കിൽ പിന്നെ സന്തോഷം നൽകുന്ന വേറെ ഏതു തൊഴിലാണ് ലഭിക്കാനുള്ളത്? എന്തായാലും ഒരു ഉന്തുവണ്ടി തള്ളി നടക്കുന്നതും തലയിൽ കുട്ടയും താലവും ചുമന്ന് നടക്കുന്നതുമായ അവസ്ഥയെക്കാൾ എത്രയോ ഭേദമല്ലേ ഇത്? ഇനി അതുമല്ലെങ്കിൽ പിടിച്ചുപറിയും ഗുണ്ടാപണിയും അടക്കമുള്ള വെറുപ്പും അറപ്പും സൃഷ്ടിക്കുന്ന മറ്റ് ജോലികളേക്കാൾ എത്രയോ ഭേദം!

ഉമ്മ് ബഖാതിർഹ മറ്റൊരു വസ്തുവിനും കഴിയാത്ത തരത്തിലായിരുന്നു രിഫാഅയുടെ ഭാവനയെ ഉണർത്തിവിട്ടത്. കവി ജവാദിന്റെ വീട്ടിലെ മുറിയുടെ ചുമരിൽ കണ്ട ജബലാവിയുടെ ചിത്രം മാത്രമായിരുന്നു ഇതിനെക്കാൾ അയാളിൽ ആകാംക്ഷ ഉണർത്തിയ കാര്യം! അതുപോലൊരു ചിത്രം തങ്ങളുടെ വീട്ടിലോ കടയിലോ വരയ്ക്കാനാകുമോ എന്ന് പിതാവിനോട് ചോദിച്ചപ്പോൾ അതിനുള്ള പണം കൊണ്ട് തങ്ങൾക്ക് വേറെ ആവശ്യങ്ങൾ ഉണ്ടെന്നായിരുന്നു പ്രതികരണം. ഇതൊക്കെ വെറും ഭാവനയല്ലേ? അതിനെന്താണ് വിലയുള്ളത്? എനിക്ക് പിതാമഹനെ ഒന്ന്

കാണണം. അത്രയേ ആഗ്രഹമുള്ളൂ എന്നായിരിക്കും രിഫാഅയ്ക്ക് ആകെക്കൂടി പിതാവിനോട് പറയാനുള്ള ന്യായം. ഇത് കേട്ട് അദ്ദേഹം പൊട്ടിച്ചിരിച്ചുകൊണ്ട് ചോദിക്കും.

"നിനക്ക് സ്വന്തം ജോലി നല്ലതുപോലെ നോക്കിനടത്തുന്നതല്ലേ നല്ലത്? ഞാനെന്നുമുണ്ടാകില്ല. ഉമ്മയുടെയും പിന്നെ നിന്റെ ഭാര്യയുടെയും കുഞ്ഞുങ്ങളുടെയും ഒക്കെ ഉത്തരവാദിത്വം തനിച്ച് ഏറ്റെടുക്കേണ്ട ഒരു ദിവസം വരും. അതിനായി ഇപ്പോഴേ തയ്യാറെടുക്കണം."

പക്ഷേ, ഉമ്മ്ബഖാതിർഹ പറഞ്ഞതും പ്രവർത്തിച്ചതും ആയ കാര്യങ്ങളെക്കുറിച്ച് മാത്രമായിരുന്നു രിഫാഅ ചിന്തിച്ചുകൊണ്ടിരുന്നത്. മറ്റൊന്നിനെക്കുറിച്ചും യാതൊരു വേവലാതിയുമില്ല. ജിന്നുകളെക്കുറിച്ച് ആ സ്ത്രീ പറഞ്ഞതൊക്കെ ആയിരുന്നു രിഫാഅയെ സംബന്ധിച്ച സുപ്രധാനമായ കാര്യം. തെരുവിലെ കാപ്പി കടകളിൽ ഓരോന്നായി കയറിയിറങ്ങുന്ന ആനന്ദമുഹൂർത്തങ്ങളിൽ പോലും ആ കാര്യങ്ങൾ രിഫാഅയുടെ മനസ്സിൽ തന്നെ തങ്ങി നിന്നു. ആ കാപ്പിക്കടകളിൽ കയറിയപ്പോൾ കേട്ട കഥകൾ പോലും ഉമ്മ് ബഖാതിർഹയുടെ വാക്കുകളെ പോലെ മനസ്സിൽ തങ്ങിനിന്നില്ല. 'ഓരോ മനുഷ്യന്റേയും തലതൊട്ടപ്പനായി ഒരു ജിന്ന് ഉണ്ടാകും. ജിന്ന് ഏത് തരക്കാരൻ ആയിരിക്കുമോ അതേ സ്വഭാവമായിരിക്കും അടിമയായ ആ മനുഷ്യനും' ഉമ്മ് ബഖാതിർഹയുടെ അഭിപ്രായമിങ്ങനെയാണ്.

പടഹധ്വനിക്ക് കാതോർത്ത് ജിന്നുകളെ മെരുക്കുന്നതിന് എത്രയോ രാത്രികളിൽ ഉമ്മ്ബഖാതിർഹയ്ക്ക് ഒപ്പമിരുന്ന് രിഫാഅ സാക്ഷിയായിട്ടുണ്ടെന്നോ! ശക്തിഹീനരും ദുർബലരുമായ അവസ്ഥയിലായിരിക്കും രോഗികളെ ആ വീട്ടിലേക്ക് കൂട്ടിക്കൊണ്ടുവരിക. ചിലരെയൊക്കെ ഉപദ്രവം ഭയന്ന് ചങ്ങലയിൽ തളച്ചിരിക്കും. പിന്നീട് യോജിച്ച കുന്തിരിക്കം പുകയ്ക്കും. ഓരോ ജിന്നിനും യോജിച്ച കുന്തിരിക്കപ്പുകകൾ തന്നെയുണ്ട്. അതുപോലെ ഓരോ ജിന്നും ആവശ്യപ്പെടുന്ന തരത്തിലുള്ള പടഹധ്വനി മുഴക്കും. അതിനുശേഷം നടക്കുന്നതൊക്കെ അതിശയങ്ങൾ ആയിരിക്കും!

ഓരോ ജിന്നുകൾക്കും പറ്റിയ ചികിത്സയേതെന്ന് നമുക്കറിയാം. എന്നാൽ ഈ കങ്കാണിക്കും അയാളുടെ ഗുണ്ടകൾക്കും യോജിച്ച മരുന്ന് ഏതാണ്? ബാധ ഒഴിപ്പിക്കൽ എന്ന് കേട്ടാൽ ഈ വൃത്തികെട്ടവന്മാർ പരിഹസിക്കും. സത്യത്തിൽ ഇവന്മാർക്ക് വേണ്ടിയായിരിക്കും ബാധ ഒഴിപ്പിക്കൽ ഉണ്ടായത് തന്നെ! സുഗന്ധപ്പുകയും പടഹധ്വനിയുമൊക്കെക്കൊണ്ട് ജിന്നുകളെ മെരുക്കാനായേക്കും. എന്നാൽ ഇവന്മാരിൽ നിന്നും രക്ഷപ്പെടാൻ കൊന്നുതള്ളുക മാത്രമായിരിക്കും പോംവഴി! അല്ലെങ്കിൽ തന്നെ ദുഷിച്ച ജിന്നിനെ സൗന്ദര്യവും നന്മയും കൊണ്ട് കീഴടക്കാൻ ആകില്ലല്ലോ?

ഈ ജിന്നുകളെയും പിന്നെ ബാധ ഒഴിപ്പിക്കലിനെക്കുറിച്ചുമൊക്കെ മനസ്സിലാക്കിയ കാര്യങ്ങൾ എത്ര വിചിത്രമാണ്!

ഈ ബാധ ഒഴിപ്പിക്കലിന്റെ രഹസ്യങ്ങൾ പഠിക്കാൻ തന്റെ ഉള്ളിന്റെയുള്ളിൽ മോഹമുണ്ടെന്ന് രിഫാഅ ഉമ്മ്ബഖാതിർഹയോട് തുറന്നു തന്നെ പറഞ്ഞു. കൂടുതൽ പണം സ്വന്തമാക്കാനാണോ കൊതിക്കുന്നതെന്നായിരുന്നു ആ സ്ത്രീക്ക് അറിയേണ്ടിയിരുന്നത്. പണമല്ല ലക്ഷ്യമെന്നും തെരുവിനെ വിമലീകരിക്കുകയാണ് തന്റെ ആഗ്രഹമെന്നും രിഫാഅ തുറന്നുപറഞ്ഞു. ഈ പണി പഠിക്കാൻ കൊതിച്ച ആദ്യത്തെ പുരുഷൻ രിഫാഅയാണെന്ന് പറഞ്ഞ് ഉമ്മ്ബഖാതിർഹ പൊട്ടിച്ചിരിച്ചു. എന്തായിരിക്കും ഇക്കാര്യത്തിൽ അയാളെ ഇത്ര മോഹിപ്പിക്കുന്ന കാര്യം? നിങ്ങൾ തിന്മയെ നന്മയും സൗന്ദര്യവും കൊണ്ടാണ് പരാജയപ്പെടുത്തുന്നത്. ഇതാണ് ഞാൻ കണ്ട ഏറ്റവും മികച്ച കാര്യം. രിഫാഅ ഉമ്മ്ബഖാതിർഹയോട് തുറന്നു പറഞ്ഞു. ആ സ്ത്രീ തന്റെ രഹസ്യങ്ങൾ പകർന്നുകൊടുക്കാൻ തുടങ്ങിയതോടെയാണ് രിഫാഅയുടെ മനസ്സിന് ആശ്വാസം കിട്ടിയത്.

തന്റെ സന്തോഷം പ്രകടിപ്പിക്കുന്നതിനായി അതിരാവിലെ രിഫാഅ താമസിക്കുന്ന വീടിന്റെ മട്ടുപ്പാവിലേക്ക് കയറിച്ചെല്ലും. പ്രകാശം ഉണർന്നു വരുന്നത് കാണണം. എന്നാൽ ആകാശത്തെ താരകങ്ങൾ, അവയുടെ ശാന്തത, പിന്നെ കോഴികളുടെ കൂവൽ ഇവയെക്കാളൊക്കെ അയാളുടെ ശ്രദ്ധയാകർഷിക്കുന്നത് ആ മാളികയായിരിക്കും. മരച്ചില്ലകൾക്കിടയിൽ മറഞ്ഞുകിടക്കുന്ന മാളികയ്ക്ക് നേരെ നോക്കി നിൽക്കുമ്പോൾ അറിയാതെ ചോദിച്ചുപോകും.

"പിതാമഹാ, എവിടെയാണ് താങ്കൾ? ഒരു നിമിഷത്തേക്കെങ്കിലും ഒന്ന് പുറത്തേക്കിറങ്ങാത്തതെന്താ താങ്കൾ? ഒന്ന് പ്രത്യക്ഷപ്പെട്ടു കൂടെ ഒരു തവണയെങ്കിലും? ഒരു വാക്കെങ്കിലും സംസാരിച്ചു കൂടെ? താങ്കളുടെ ഒരൊറ്റ വാക്കിനു പോലും നമ്മുടെ തെരുവിനെ മാറ്റിമറിക്കാൻ ആവും എന്നറിയില്ലേ? അതോ ഇവിടെ നടക്കുന്നതിലൊക്കെ താങ്കൾ സംതൃപ്തനാണെന്നാണോ? മാളികയ്ക്ക് ചുറ്റുമുള്ള മരങ്ങളെ കാണാൻ എത്ര ഭംഗിയാണ്. എന്നാൽ താങ്കൾ അവയെ ഇഷ്ടപ്പെടുന്നതു കൊണ്ടാണ് ഞാനും അവയെ ഇഷ്ടപ്പെടുന്നത്. താങ്കൾ ആ മരങ്ങളിലേക്കൊന്ന് നോക്കാമോ? എങ്കിലാ നോട്ടത്തിന്റ മുദ്രകൾ എനിക്കാ മരച്ചില്ലകളിൽ വായിച്ചെടുക്കുകയെങ്കിലും ചെയ്യാമല്ലോ?"

എന്നാൽ തന്റെ ചിന്തകൾ പങ്കു വയ്ക്കുമ്പോൾ പിതാവ് രിഫാഅയെ ആക്ഷേപിക്കുകയേ ഉള്ളൂ.

"എടാ അലസാ, നിനക്ക് സ്വന്തം ജോലിയെക്കുറിച്ച് ഒന്നും പറയാനില്ലേ? നിന്റെ പ്രായത്തിലുള്ള ചെറുപ്പക്കാരൊക്കെ ഒരു ജീവനോപാധിയും തേടി വിവിധ സ്ഥലങ്ങളിൽ അലഞ്ഞു തിരിയുകയാണ്. അല്ലെങ്കിൽ കുറുവടികളുയർത്തി തെരുവിനെ മൊത്തം പ്രകമ്പനം കൊള്ളിക്കുകയായിരിക്കും അവരൊക്കെ."

ഒരുദിവസം ഉച്ചഭക്ഷണം കഴിഞ്ഞ് ഒന്നിച്ചിരിക്കാൻ തുടങ്ങിയ സമയത്ത് അബ്ദ പുഞ്ചിരിയോടെ ഭർത്താവിനോട് പറഞ്ഞു.

“നിങ്ങൾ അവനോട് കാര്യം പറയ്.”

തന്നെ സംബന്ധിച്ച എന്തോ കാര്യമാണെന്ന് രിഫാഅയ്ക്ക് മനസ്സിലായി. ആകാംക്ഷയോടെ പിതാവിന് നേരെ നോക്കിയെങ്കിലും ഷാഫിഈ ഭാര്യയെ നോക്കുകയായിരുന്നു.

“ആദ്യം നിനക്ക് പറയാനുള്ളത് നീ അവനോട് പറയ്.”

അബ്ദ അഭിമാനത്തോടെ മകന്റെ നേരെ നോക്കി.

“ഒരു സന്തോഷ വാർത്തയുണ്ട് രിഫാഅ. നമ്മുടെ സംരക്ഷകനായ ഖുൻഫിസിന്റെ ഭാര്യ സകിയ്യ കൊച്ചമ്മ എന്നെ കാണാൻ വന്നിരുന്നു. ഞാനും തിരിച്ച് അവരുടെ വീട്ടിൽ പോയി. സ്നേഹത്തോടെ എന്നെ സ്വീകരിച്ച ശേഷം മകൾ ആയിഷയെ എനിക്ക് പരിചയപ്പെടുത്തി തരികയും ചെയ്തു. ചന്ദ്രനെ പോലെ സുന്ദരിയായ ഒരു പെൺകുട്ടി. പിന്നീടവർ എന്നെ കാണാൻ വീണ്ടും വന്നു. ഒപ്പം ആയിഷയും ഉണ്ടായിരുന്നു!”

കയ്യിലിരുന്ന കാപ്പിക്കപ്പ് ചുണ്ടിലേക്കടിപ്പിക്കുന്നതിനിടയിൽ ഷാഫിഈ മകന്റെ നേർക്ക് ഗൂഢമായി ഒന്ന് നോക്കി. ഉമ്മ പറഞ്ഞ കാര്യം കേട്ടപ്പോൾ അവനിൽ എന്ത് പ്രതികരണമാണ് ഉണ്ടായത് എന്നറിയണമെന്നുണ്ടായിരുന്നു. പിന്നെ തലകുലുക്കിക്കൊണ്ട് അയാൾ പറഞ്ഞു.

“ജബൽ കുടുംബത്തിലെ മറ്റൊരു വീട്ടുകാർക്കും ലഭിച്ചിട്ടില്ലാത്ത അഭിമാനമാണിത്. ഖുൻഫിസിന്റെ വീട്ടുകാരിയും മകളും നമ്മുടെ ഈ വീട് സന്ദർശിച്ചുവെന്ന കാര്യം ഒന്ന് സങ്കല്പിച്ചു നോക്കിക്കേ.”

പരിഭ്രമത്തോടെ തന്നെ നോക്കുന്ന മകനെ കണ്ടതും അബ്ദ ആവേശത്തോടെ പറഞ്ഞു.

“എത്ര മനോഹരമായ വീടാണെന്നോ അവരുടേത്. മൃദുലമായ ഇരിപ്പിടങ്ങളും വിലപിടിച്ച പരവതാനികളും. ജനാലകളിലും വാതിലുകളിലുമൊക്കെ തിരശ്ശീലകളാണ്.”

“എല്ലാം ജബൽ കുടുംബത്തിന്റെ സ്വത്തുക്കൾ കവർന്നുണ്ടാക്കിയ ആഡംബരങ്ങളല്ലേ?”

രിഫാഅയുടെ ദേഷ്യം കലർന്ന വാക്കുകൾ കേട്ടതും ഷാഫിഈ പൊന്തി വന്ന ചിരി അമർത്തിപ്പിടിച്ചു.

“അത്തരം കാര്യങ്ങളെക്കുറിച്ച് സംസാരിക്കുകയേ ഇല്ലെന്ന് നാം വാക്കുനൽകിയതാണെന്ന് നീ മറന്നുപോയോ?”

“ഖുൻഫിസ് ജബൽ കുടുംബത്തിന്റെ നേതാവാണെന്നും അയാളുടെ കുടുംബവുമായൊരു സൗഹൃദം സ്ഥാപിക്കുന്നത് പ്രാർത്ഥനയ്ക്കുത്തരം കിട്ടുന്നതുപോലെ വലിയ കാര്യമാണെന്നും മാത്രം ഓർക്കുന്നത് നല്ലത്.”

ഉമ്മയുടെ വാക്കുകൾ കേട്ടതും രിഫാഅയ്ക്ക് ദേഷ്യം വന്നു.

“പുതിയ സൗഹൃദത്തിന് ആശംസകൾ.”

ഉമ്മയും വാപ്പയും അർത്ഥം വച്ച് പരസ്പരം നോക്കാൻ തുടങ്ങി.

"ആയിഷ അവളുടെ ഉമ്മയ്ക്കൊപ്പം ഇവിടെ വന്നതിനൊരർത്ഥമുണ്ട്."

"എന്തർത്ഥമുണ്ടെന്നാണ്?"

രിഫാഅയ്ക്ക് ആകെ അസ്വസ്ഥത തോന്നി. നിരാശയോടെ കൈ വീശിക്കാണിച്ച ശേഷം ഷാഫിഈ ഭാര്യയുടെ നേരെ തിരിഞ്ഞു.

"നമ്മുടെ വിവാഹം നടന്നതെങ്ങനെയാണെന്ന് ഇവനോട് പറയണമെന്ന് തോന്നുന്നു."

"വേണ്ട വാപ്പാ...വേണ്ട."

"നീ എന്താണീ പറയുന്നത്? വെറുതെ കന്യകയെപ്പോലെ പെരുമാറരുതേ."

അബ്ദ മകനെ നോക്കി പ്രതീക്ഷയോടെ പറഞ്ഞു.

"ജബൽ കുടുംബത്തിനർഹപ്പെട്ട ഭൂസ്വത്ത് നോക്കിനടത്താനുള്ള ഉത്തരവാദിത്വത്തിലേക്ക് നമ്മെക്കൂടി പങ്കാളിയാക്കാൻ നിനക്ക് സാധിക്കും. നീ മുന്നോട്ട് ചെന്നാൽ അവർ നിന്നെ സ്വാഗതം ചെയ്യും. ഖുൻഫിസ് വരെ അതംഗീകരിക്കും. ആ സ്ത്രീക്ക് ഇക്കാര്യത്തിൽ തന്റെ ഭർത്താവിനെ സ്വാധീനിക്കാമെന്ന ആത്മവിശ്വാസമില്ലായിരുന്നെങ്കിൽ അവർ ഇവിടെ വരികയേ ഇല്ലായിരുന്നു. ഈ തെരുവിന്റെ ഒരറ്റം മുതൽ മറ്റേയറ്റം വരെയുള്ളവർ അസൂയയോടെ നോക്കിക്കാണുന്ന സ്ഥാനം നേടിയെടുക്കാനുള്ള അവസരമാണ് നിന്റെ മുന്നിലുള്ളത്."

"ആർക്കറിയാം ഒരുപക്ഷേ, എന്നെങ്കിലുമൊരുനാൾ ഈ ഭൂസ്വത്തിന്റെ നോക്കി നടത്തിപ്പുകാരനാകുന്നത് നീയായിരിക്കും. അല്ലെങ്കിൽ നിന്റെ മക്കളിൽ ആരെങ്കിലുമൊരാൾ!"

"വാപ്പാ താങ്കൾ തന്നെയാണോ ഇതൊക്കെ പറയുന്നത്? ഇരുപത് വർഷം മുമ്പ് ഈ തെരുവിൽ നിന്നും ഒളിച്ചോടിപ്പോകേണ്ടി വന്നതെന്തുകൊണ്ടാണെന്നൊക്കെ താങ്കൾ മറന്നുപോയോ?"

അല്പം സംശയത്തോടെയാണ് ഷാഫിഈ മകന് നേരേ നോക്കിയത്.

"ഇന്ന് നാം മറ്റുള്ളവരെപ്പോലെ തന്നെയാണ് ജീവിക്കുന്നത്. പിന്നെ സ്വയം നമുക്കരികിലേക്ക് വരുന്നൊരു അവസരത്തെ നാം അവഗണിക്കാൻ പാടില്ലല്ലോ?"

രിഫാഅ തന്നോടു തന്നെയെന്നവണ്ണം പിറുപിറുക്കാൻ തുടങ്ങി.

"ജിന്നുകളെ ബാധ ഒഴിപ്പിക്കുക എന്ന ഉദ്ദേശം മാത്രമുള്ള ഞാനെങ്ങനെയാണ് ഏറ്റവും വലിയൊരു ജിന്നിന്റെ കുടുംബത്തിൽ ചെന്ന് വിവാഹം കഴിക്കുന്നത്?"

ഷാഫിഈക്ക് ദേഷ്യം വന്നു.

"ആശാരിയേക്കാൾ മികച്ചൊരു ജോലി നിനക്ക് ലഭിക്കണമെന്ന് മാത്രമേ ഞാനാഗ്രഹിച്ചിട്ടുള്ളൂ. ഇപ്പോൾ നമ്മുടെ തെരുവിൽ വളരെ പ്രധാനപ്പെട്ടൊരു സ്ഥാനം നേടാനുള്ള അവസരമാണ് ഭാഗ്യം വച്ചു നീട്ടുന്നത്. എന്നാൽ നീയാഗ്രഹിക്കുന്നത് ഏതോ കറുത്ത സ്ത്രീകളെപ്പോലെ ജിന്നുകളെ ബാധ ഒഴിപ്പിക്കുന്നയാളാകാനാണ്. എന്തൊരു അപമാനമാണിത്! ഏത് അസൂയാലുവിന്റെ കണ്ണാണ് നിന്നെ ബാധിച്ചത്? ഈ തമാശകളൊക്കെ കളഞ്ഞിട്ട് നീ ആ പെൺകുട്ടിയെ വിവാഹം കഴിക്കാമെന്ന് പറയ്."

"ഞാനവളെ വിവാഹം കഴിക്കില്ല വാപ്പാ..."

"ഞാൻ ഖുൻഫിസിനെ ചെന്ന് കണ്ട് വിവാഹം ആലോചിക്കുവാൻ പോകുകയാണ്."

മകൻ പറഞ്ഞത് കാര്യമാക്കാതെയുള്ള ഷാഫിഈയുടെ വാക്കുകൾ കേട്ടതും രിഫാഅ ഉച്ചത്തിൽ പറഞ്ഞു.

"വാപ്പാ...അങ്ങനെ ചെയ്യരുത്!"

"നിനക്കെന്താ പറ്റിയതെന്ന് പറയൂ മോനേ"

"നിങ്ങൾ അവനെ വഴക്ക് പറയരുത്. അവന്റെ സ്വഭാവം നിങ്ങൾക്ക് നല്ലത് പോലെ അറിയാമല്ലോ?"

"എനിക്കറിയില്ല. എന്നാൽ ഈ സ്വഭാവത്തിന്റെ പേരിൽ തെരുവിലുള്ളവർ മുഴുവൻ നമ്മെ അധിക്ഷേപിക്കും. നോക്കിക്കോ."

"നിങ്ങൾ സമാധാനിക്ക്. അവന് ഇക്കാര്യത്തെക്കുറിച്ചൊന്ന് ആലോചിക്കാനുള്ള സമയം കൊടുക്കണമല്ലോ?"

"ഇവന്റെ പ്രായത്തിലുള്ള മറ്റ് ആൺകുട്ടികളൊക്കെ ഇപ്പോൾ വിവാഹം കഴിച്ച് പിതാക്കന്മാരായി മാറിയിരിക്കുന്നു. അവരുടെ കാലടികളിൽ പ്രകമ്പനം കൊള്ളും ഈ തെരുവാകെ."

ഷാഫിഈ ദേഷ്യത്തോടെ മകനെ തുറിച്ചുനോക്കിയ ശേഷം തുടർന്ന് പറഞ്ഞു.

"നിന്റെ മുഖത്തെന്താ രക്തമയമില്ലാത്തത്? ആണുങ്ങൾക്കുണ്ടായവനല്ലേ നീ?"

രിഫാഅ നെടുവീർപ്പിട്ടു. കരയാൻ മാത്രമുള്ള ദേഷ്യമുണ്ടായിരുന്നു മനസ്സ് നിറയെ. പിതൃത്വത്തിന്റെ ബന്ധങ്ങൾ വിദ്വേഷത്താൽ ചിന്നിച്ചിതറുകയാണ്. ചിലപ്പോൾ ഇരുണ്ട ജയിലറ പോലെയാകുന്ന വീട്. പക്ഷേ, നീയാഗ്രഹിക്കുന്നത് ഈ സ്ഥലത്തോ ഈ ആളുകൾക്കിടയിലോ കിട്ടാൻ പോകുന്നില്ല രിഫാഅ.

"എന്നെ കൂടുതൽ ഉപദ്രവിക്കരുതേ...വാപ്പാ..."

രിഫാഅയുടെ ശബ്ദം ഇടറിയിരുന്നു.

"നീയല്ലേ എന്നെ ഉപദ്രവിക്കുന്നത്. ജനിച്ചനാൾ മുതൽ തുടങ്ങിയതല്ലേ നിന്റെ ഉപദ്രവം?"

മാതാപിതാക്കൾ തന്റെ മുഖം കാണാത്ത വിധത്തിൽ അയാൾ തല കുനിച്ച് നിന്നു. ഷാഫിഈയാകട്ടെ ശബ്ദം താഴ്ത്തി കഴിയുന്നത്ര ദേഷ്യം നിയന്ത്രിച്ച് മകനോട് ചോദിച്ചു.

"നിനക്ക് വിവാഹത്തെ പേടിയാണോ? വിവാഹം കഴിക്കാൻ ഇഷ്ടമില്ലേ? നിന്റെ മനസ്സിനകത്തെന്താണെന്ന് എന്നോട് തുറന്ന് പറയ്. അതോ ഇനി ഞാൻ ഉമ്മ് ബഖാതിർഹയുടെ അരികിൽ പോകണമോ? നിന്നെക്കുറിച്ച് ഞങ്ങൾക്കറിയാത്ത കാര്യങ്ങൾ ആ സ്ത്രീക്ക് അറിയാമെങ്കിലോ!"

"വേണ്ട!"

കടുത്ത സ്വരത്തിൽ പ്രതികരിച്ചശേഷം രിഫാഅ മുറിയിൽനിന്നും പുറത്തേക്കിറങ്ങി പൊയ്ക്കളഞ്ഞു.

നാല്പത്തിയൊമ്പത്

കടതുറക്കാനെത്തിയ ഷാഫിഈക്ക് പ്രതീക്ഷിച്ചതുപോലെ അവിടെ രിഫാഅയെ കാണാനായില്ല. എന്നാൽ എവിടെയാണെന്ന് വിളിച്ചന്വേഷിക്കാനും ശ്രമിച്ചില്ല. അവനവിടെ ഇല്ലാതിരിക്കുന്നതാണ് മനഃസമാധാനം കിട്ടാൻ നല്ലതെന്ന് വെറുതെ പറയുകയും ചെയ്തു. പകൽ പതിയെപ്പതിയെ ഇഴഞ്ഞ് കടന്നുപോയി. സൂര്യപ്രകാശം തെരുവിനെ വിട്ടകന്നുപോയി. ഷാഫിഈയുടെ കാലടികളിൽ ഈർച്ചപ്പൊടി നിറഞ്ഞു. എന്നിട്ടും രിഫാഅ കടയിലേക്ക് വന്നില്ല. വൈകിട്ട് ആശങ്കയും കോപവും നിറഞ്ഞ മനസ്സോടെയാണ് അയാൾ കടയടച്ചത്. പതിവ്പോലെ നേരേ ശൽദുമിന്റെ കാപ്പിക്കടയിലേക്ക് ചെന്നു. തന്റെ ഇരിപ്പിടത്തിൽ ചെന്നിരുന്നു. എന്നാൽ കവി ജവാദ് തനിച്ച് കാപ്പിക്കടയിലേക്ക് കയറിവരുന്നത് കണ്ടതും ഷാഫിഈ ആകെ അന്തംവിട്ടു പോയി.

"അപ്പോൾ രിഫാഅ എവിടെപ്പോയി?"

"ഇന്നലെ മുതൽ ഞാനവനെ കണ്ടിട്ടേയില്ല."

ഇരിപ്പിടത്തിലേക്കുള്ള വഴി തപ്പുന്നതിനിടയിൽ കവി പറഞ്ഞു.

"ഉച്ചഭക്ഷണം കഴിച്ചശേഷം അവൻ വീട്ടിൽ നിന്നിറങ്ങിയതാണ്. പിന്നെ ഇതുവരെ കണ്ടിട്ടേയില്ല."

ഷാഫിഈയുടെ ആശങ്ക നിറഞ്ഞ വാക്കുകൾ കേട്ടതും നരച്ച പുരികങ്ങൾ ഉയർത്തിക്കൊണ്ട് കവി തന്റെ ബഞ്ചിൽ ഇരിപ്പുറപ്പിച്ചു. റബാബ് തംബുരു അരികിൽ വയ്ക്കുന്നതിനിടയിൽ അദ്ദേഹം തിരക്കി.

"നിങ്ങൾ തമ്മിൽ വഴക്ക് വല്ലതുമുണ്ടായോ?"

ഒന്നും പറയാതെ ഷാഫിഈ പെട്ടെന്ന് എഴുന്നേറ്റ് കാപ്പിക്കടയിൽ നിന്നും പുറത്തേക്ക് പോയി. അയാളുടെ അസ്വസ്ഥത ശ്രദ്ധിച്ചതും ശൽദും അതിശയിച്ചുപോയി. അല്പം പരിഹാസത്തോടെയാണ് അയാൾ പറഞ്ഞത്.

"മരുഭൂമിയിൽ പണ്ട് ഇദ്‌രീസ് കുടിൽ പണിത കാലം മുതൽ ഇന്ന് വരെ നമ്മുടെ തെരുവിന് തീരെ പരിചയമില്ലാത്ത നാടകമാണല്ലോ ഇത്. ചെറുപ്പത്തിൽ ഞാനും തെരുവിൽ നിന്നും ദിവസങ്ങളോളം മാറിനിൽക്കാറുണ്ടായിരുന്നു. എന്നാൽ അന്നൊന്നും ആരും എന്നെ അന്വേഷിച്ചിരുന്നില്ല. മാത്രമല്ല തിരികെ വരുമ്പോൾ എന്റെ വാപ്പ മുഖത്ത് നോക്കി അലറുക എന്തിനാടാ ശപിക്കപ്പെട്ടവനേ തിരികെ വന്നതെന്നായിരിക്കും. പടച്ചവൻ അദ്ദേഹത്തിന് ശാന്തി നൽകട്ടെ."

"അതിന്റെ കാരണം നിങ്ങൾ തന്റെ തന്നെ മകനാണോയെന്ന് അദ്ദേഹത്തിന് ഉറപ്പില്ലാത്തത് കൊണ്ടായിരിക്കും."

കാപ്പിക്കടയുടെ മധ്യഭാഗത്തിരിക്കുകയായിരുന്ന ഖുൻഫിസിന്റെ പ്രതികരണം കേട്ടതും അവിടമാകെ ചിരിമയമായി. മിക്കവരും ഖുൻഫിസിന്റെ നർമ്മബോധത്തെ അഭിനന്ദിക്കുകവരെ ചെയ്തു!

ഷാഫിഈ നേരേ വീട്ടിലേക്കാണ് ചെന്നത്.

"രിഫാഅ തിരിച്ച് വന്നോ?"

അയാളുടെ ചോദ്യം കേട്ടതും അബ്ദയ്ക്കാകെ ആശങ്കയായി. പതിവ് പോലെ മകൻ കടയിലുണ്ടാകുമെന്നാണ് താൻ കരുതിയതെന്ന് അവർ പറഞ്ഞു. എന്നാൽ മകൻ കവി ജവാദിന്റെ വീട്ടിലേക്കും പോയിട്ടില്ലെന്ന് ഷാഫിഈ പറഞ്ഞതും കൂടുതൽ ആശങ്കയോടെ അബ്ദ തിരക്കി.

"പിന്നെ അവനെവിടെപ്പോയി?"

അപ്പോഴാണ് യാസ്മീനയുടെ ശബ്ദം കേട്ടത്. അവൾ ഏതോ അത്തിപ്പഴ കച്ചവടക്കാരനെ വിളിക്കുകയാണ്. അബ്ദ സംശയത്തോടെ ഷാഫിഈയ്ക്ക് നേരേ നോക്കി. എന്നാൽ അയാൾ തലകുലുക്കിക്കൊണ്ട് പരുഷമായൊന്ന് ചിരിച്ചു.

"അവളെപ്പോലുള്ള പെണ്ണുങ്ങൾക്കറിയാമായിരിക്കും ആണുങ്ങളെ എവിടെത്തിരയണമെന്ന്."

ഭാര്യയുടെ വാക്കുകൾ കേട്ട് ഷാഫിഈ നിരാശയോടെയാണെങ്കിലും നേരെ യാസ്മീനയുടെ വീട്ടിലേക്ക് ചെന്നു. മുട്ടിവിളിച്ചപ്പോൾ വാതിൽ തുറന്നത് അവൾ തന്നെയായിരുന്നു. ആളെ തിരിച്ചറിഞ്ഞതും വിജയഭാവത്തിൽ അതിശയത്തോടെ അവൾ തല അകത്തേക്ക് വലിച്ചു.

"നിങ്ങളോ...ഇത് വലിയ അതിശയമാണല്ലോ?"

അവളുടെ നേർത്ത കുപ്പായം കണ്ടതും ഷാഫിഈ തലതാഴ്ത്തിക്കളഞ്ഞു. ശേഷം ഇടിഞ്ഞ മനസ്സോടെ അയാൾ ചോദിച്ചു.

"രിഫാഅ ഇവിടെ വന്നിട്ടുണ്ടോ?"

യാസ്മീനയ്ക്ക് അതിശയം കൂടിയതേയുള്ളൂ.

"രിഫാഅയോ? ഇവിടെയോ?"

ഷാഫിഈയുടെ വല്ലായ്മ വർദ്ധിക്കുന്നത് ശ്രദ്ധിച്ചതും വീടിനുള്ളിലേക്ക് ചൂണ്ടി അവൾ പറഞ്ഞു.

"നിങ്ങൾ തന്നെ അകത്ത് കയറി നോക്കിക്കോളൂ."

എന്നാൽ അയാൾ പുറത്തേക്കിറങ്ങി പോകുകയാണ് ചെയ്തത്. അതിനിടയിൽ പരിഹാസത്തോടെ യാസ്മീന ചോദിച്ചു.

"അവനെന്താ, ഇന്ന് പ്രായപൂർത്തിയായോ?"

ആ സ്ത്രീ വീടിനകത്തുള്ള ആരോടോ പറയുന്നതുപോലെ ഷാഫിഈക്ക് തോന്നി.

"ഇക്കാലത്ത് ആളുകൾക്ക് പെൺകുട്ടികളേക്കാൾ ആൺപിള്ളാരുടെ കാര്യത്തിലാ വലിയ ആധി."

നടപ്പാതയിൽ തന്നെയും കാത്തുനിൽക്കുന്ന അബ്ദയെയാണ് ഷാഫിഈ കണ്ടത്.

"നമുക്ക് മുഖത്തംകമ്പോളത്തിൽ പോയി നോക്കിയാലോ?"

ഭാര്യയുടെ ചോദ്യം കേട്ടതും അയാൾക്ക് ദേഷ്യം വന്നു.

"ഈ ചെറുക്കന്റെ കാര്യം. പകൽ മുഴുവൻ കഷ്ടപ്പെട്ടാലും ഇതാണോ എനിക്ക് കിട്ടുന്ന പ്രതിഫലം?"

അവരൊരു കഴുതവണ്ടി സംഘടിപ്പിച്ച് മുഖത്തംകമ്പോളത്തിലേക്ക് പോയി. അവിടെ തങ്ങളുടെ പഴയ അയൽക്കാരുടേയും പരിചയക്കാരുടേയുമൊക്കെ അരികിൽ ചെന്ന് മകനെക്കുറിച്ച് അന്വേഷിച്ചു. എന്നാൽ രിഫാഅയെക്കുറിച്ച് യാതൊരു സൂചനയും കിട്ടിയില്ല. ഉച്ചയ്ക്ക് ശേഷമോ വൈകുന്നേരമോ ഒക്കെ ഏതാനും മണിക്കൂർ നേരം മകൻ മലയിലോ ഒഴിഞ്ഞ സ്ഥലങ്ങളിലോ ഒക്കെ പോയി ഇരിക്കാറുണ്ടായിരുന്നു. എന്നാൽ അപ്പോഴൊന്നും രാത്രി ഈ നേരംവരെ അവൻ മരുഭൂമിയിലെങ്ങോ മറയുമെന്ന് അവർ ഒരിക്കലും കരുതിയിരുന്നില്ല. പോയത്പോലെ തന്നെ അവർ തെരുവിലേക്ക് തിരികെ വന്നു. എന്നാൽ കൂടുതൽ പരിഭ്രമം മനസ്സിൽ നിറഞ്ഞുവെന്ന് മാത്രം.

ആളുകൾ രിഫാഅയുടെ തിരോധാനത്തെക്കുറിച്ച് അപവാദങ്ങൾ പലതും പറയാൻ തുടങ്ങി. പ്രത്യേകിച്ച് ദിവസങ്ങൾ പലത് കഴിഞ്ഞപ്പോൾ. അതോടെ കാപ്പിക്കടയിലും യാസ്മീനയുടെ വീട്ടിലും ജബൽ കുടുംബക്കാരുടെ കോളനിയിലുമൊക്കെ രിഫാഅ ഒരു ഹാസ്യകഥാപാത്രമായിമാറി. അയാളുടെ മാതാപിതാക്കളുടെ വേദന കാണുമ്പോൾ ആളുകൾക്ക് പരിഹാസമായിരുന്നു തോന്നിയത്. അവരുടെ ദുഃഖത്തിൽ ആകെ പങ്കാളിയായത് ഉമ്മ് ബഖാതിർഹയും അവരുടെ ഭർത്താവ് ജവാദും മാത്രമായിരുന്നു.

“ആ ചെറുപ്പക്കാരൻ എവിടെ പോയിട്ടുണ്ടാകും? അവൻ മോശം സ്വഭാവക്കാരനായൊരാളായിരുന്നില്ല. അങ്ങനെയായിരുന്നെങ്കിൽ ഇത്ര വേദന തോന്നില്ലായിരുന്നു.”

കവി ജവാദ് പറഞ്ഞതിങ്ങനെയായിരുന്നു. ഒരുദിവസം മദ്യപിച്ച് ബത്തീഖ വിളിച്ചു കൂവി.

“നല്ലവരായ ആൾക്കാരേ, ആ പയ്യൻ നാട്വിട്ടേ.”

ഒളിച്ചോടിപ്പോയൊരു ചെറുപ്പക്കാരനെന്നപോലെ രിഫാഅയെക്കുറിച്ച് പറഞ്ഞത് കേട്ടതും ആ തെരുവാകെ ആർത്ത് ചിരിച്ചു. തെരുവ് പിള്ളേർ അതാവർത്തിച്ചുകൊണ്ടേയിരുന്നു. വിഷമം താങ്ങാനാകാതെ അബ്ദയ്ക്ക് എന്തോ രോഗം പിടികൂടി. ഷാഫിഈയാകട്ടെ ഒരു ശ്രദ്ധയുമില്ലാതെ കടയിൽ പോകും. ഉറക്കമില്ലായ്മ കാരണം അയാളുടെ കണ്ണുകളാകെ ചുവന്നിരിക്കും എപ്പോഴും. ഖുൻഫിസിന്റെ ഭാര്യ സകിയ്യ അബ്ദയെ കാണാൻ വരുന്നതൊക്കെ നിർത്തി. വഴിയിൽ കണ്ടാൽ അവഗണിക്കുകയും ചെയ്യും.

അങ്ങനെയിരിക്കെ ഒരു ദിവസം ഷാഫിഈ ഒരു പലകക്കഷ്ണം മുറിച്ചുകൊണ്ടിരിക്കുകയായിരുന്നു. അപ്പോഴാണ് ഏതോ യാത്രകഴിഞ്ഞ് വരികയായിരുന്ന യാസ്മീനയുടെ ശബ്ദം കേട്ടത്.

“ഷാഫിഈ അങ്ങുന്നേ... ഇത് നോക്കിക്കേ.”

തെരുവിന്റെ അങ്ങേയറ്റത്തുള്ള മരുഭൂമിയുടെ ഭാഗത്തേക്ക് വിരൽ ചൂണ്ടുകയായിരുന്നു യാസ്മീന. എന്താണ് കാര്യമെന്നറിയാനായി കയ്യിൽ ഈർച്ചവാളുമായി ഷാഫിഈ കടയിൽ നിന്നും പുറത്തേക്കിറങ്ങി. അപ്പോൾ കണ്ട കാഴ്ച രിഫാഅ ലജ്ജയോടെ വീട്ടിലേക്ക് വരുന്നതായിരുന്നു. വാൾ തറയിലിട്ടശേഷം ഷാഫിഈ മകനരികിലേക്ക് ഓടിച്ചെന്നു. അതിശയത്തോടെ മകനെ സൂക്ഷിച്ചു നോക്കി. അവന്റെ തോളിൽ പിടിച്ചശേഷം അയാൾ അലറിവിളിച്ചു.

“രിഫാഅ! എവിടെയായിരുന്നു നീ ഇത്രയും നാൾ? നിന്നെ കാണാതാവുക എന്നാൽ ഞങ്ങളെ സംബന്ധിച്ച് എന്താണെന്നറിയില്ലേ നിനക്ക്? വേവലാതി കാരണം മരിക്കാറായ അവസ്ഥയിലാണ് നിന്റെ ഉമ്മയിപ്പോൾ?”

ഒന്നും പറയാതെ നിൽക്കുകയാണ് ആ യുവാവ്. മകന്റെ പരിക്ഷീണാവസ്ഥ കണ്ടതും ഷാഫിഈ ചോദിച്ചു.

“നിനക്ക് അസുഖം വല്ലതുമുണ്ടോ?”

“ഇല്ല. ഞാനൊന്ന് ഉമ്മയെ കാണട്ടെ.”

രിഫാഅയുടെ മറുപടിയിൽ അല്പം വല്ലായ്മയുണ്ടായിരുന്നു. യാസ്മീന ഇതിനിടയിൽ അവർക്കരികിലേക്ക് ചെന്നു.

“എന്നാലും നീ എവിടെയായിരുന്നു ഇതുവരെ?”

രിഫാഅയാകട്ടെ അവൾക്ക് നേരേ നോക്കിയതേയില്ല. കുട്ടികൾ അയാൾക്ക് ചുറ്റും കൂടിയതും മകനുമായി ഷാഫിഈ വീട്ടിലേക്ക് പോയി. അധികം വൈകാതെ ജവാദും ഉമ്മ് ബഖാതിർഹയും അവർക്ക് പിന്നാലെ വന്നു. മകനെ കണ്ടതും അബ്ദ കിടക്കയിൽ നിന്നും ചാടി ഇറങ്ങി വന്ന് അയാളെ നെഞ്ചോടണച്ചു പിടിച്ചു.

“ദൈവം നിന്നോട് ക്ഷമിക്കട്ടെ! നിനക്കെങ്ങനെയാ സ്വന്തം ഉമ്മയോട് ഇത്തരത്തിൽ പെരുമാറാനായത്?”

ഉമ്മയുടെ കൈ തന്റെ ഇരുകൈകൾ കൊണ്ടും പിടിച്ചശേഷം രിഫാഅ അവരെ കിടക്കയിൽ പിടിച്ചിരുത്തി. പിന്നെ ചാരത്ത് ഇരുന്ന ശേഷം അയാൾ പറഞ്ഞു.

“എന്നോട് ക്ഷമിക്കൂ ഉമ്മാ.”

കറുത്തിരുണ്ട മേഘപടലം ചന്ദ്രനെ മറയ്ക്കുന്നതുപോലെ ഉള്ളിൽ ഉരുണ്ടുകൂടിയ ആശ്വാസം മറച്ചു പിടിച്ചുകൊണ്ട് ഗൗരവം നിറഞ്ഞ മുഖ മുയർത്തി ഷാഫിഈ പറഞ്ഞു.

“നിന്റെ സന്തോഷം മാത്രമാണ് ഞങ്ങളിതുവരെ ആഗ്രഹിച്ചിട്ടുള്ളത്.”

“ഞങ്ങൾ നിന്നെ വിവാഹിതനാകാൻ നിർബന്ധിക്കുമെന്നാണോ കരുതിയത്?”

കണ്ണുനീരോടെയുള്ള ഉമ്മയുടെ ചോദ്യം കേട്ടപ്പോൾ രിഫാഅയ്ക്ക് ദുഃഖം തോന്നി.

“ഞാനാകെ ക്ഷീണിതനാണ്.”

“എവിടെയായിരുന്നു നീ ഇതുവരെ?”

എല്ലാവരും ഒരേസ്വരത്തിൽ ചോദിക്കുന്നത് കേട്ടതും രിഫാഅ നെടു വീർപ്പിട്ടു.

“ജീവിതം ദുഃസഹമായപ്പോൾ ഞാനൊന്ന് മരുഭൂമിയിലേക്ക് പോയ താണ്. ഒറ്റയ്ക്ക് കഴിയണമെന്നും മരുഭൂമിയിലേക്ക് പോകണമെന്നുമൊരു മോഹം തോന്നി. എന്തെങ്കിലും കഴിക്കാനുള്ള വസ്തുക്കൾ വാങ്ങാന ല്ലാതെ മരുഭൂമി വിട്ട് പുറത്തേക്കൊന്നും പോയതേ ഇല്ല.”

മകന്റെ വാക്ക് കേട്ട് ഷാഫിഈ നെറ്റിയിലടിച്ചു.

“സമനിലയുള്ള ആളുകൾ ചെയ്യുന്നതാണോ ഇതൊക്കെ?”

“നിങ്ങളവനെ വെറുതേ വിടൂ. ഇത്തരം അവസ്ഥകളെക്കുറിച്ച് നന്നാ യറിയാവുന്ന ആളാണ് ഞാൻ. ഇഷ്ടപ്പെടാത്ത കാര്യം ചെയ്യണമെന്ന് നിങ്ങൾക്കൊരാളെ നിർബന്ധിക്കാനൊന്നും കഴിയില്ല.”

ഉമ്മ ബഖാതിർഹയുടെ വാക്കുകൾ കേട്ടതും അബ്ദ പറഞ്ഞു.

“അവന്റെ സന്തോഷം മാത്രമാണ് ഞങ്ങളുടെ പ്രതീക്ഷ. പക്ഷേ, വിധി മറ്റൊന്നായിപ്പോയല്ലോ? നീയാകെ മെലിഞ്ഞു പോയല്ലോ മോനേ?”

ഷാഫിഇൗയ്ക്കാണെങ്കിൽ ആകെ ദേഷ്യം വന്ന അവസ്ഥയായിരുന്നു.

“നമ്മുടെ തെരുവിൽ ഇതുപോലൊരു കാര്യം മുമ്പെങ്ങാനും നടന്നിട്ടുണ്ടോയെന്ന് നിങ്ങൾ തന്നെ പറയ്.”

“എന്നെ സംബന്ധിച്ച് രിഫാഅയുടെ കാര്യമൊരു അതിശയമേ അല്ല. അവൻ അപൂർവ്വമായി മാത്രം കാണുന്ന തരത്തിലുള്ളൊരു ചെറുപ്പക്കാരനാണ്. നിങ്ങളത് വിശ്വസിച്ചേ തീരൂ, ഷാഫിഇൗ.”

ഉമ്മ്ബഖാതിർഹയുടെ വാക്കുകൾ കേട്ട് ഷാഫിഇൗ ദുഃഖത്തോടെ പിറുപിറുത്തു.

“തെരുവിലാകെ സംസാരവിഷയമാണ് നാമിപ്പോൾ.”

“അതിന് ഇവനെപ്പോലൊരു ചെറുപ്പക്കാരൻ ഈ തെരുവിലെങ്ങുമില്ലല്ലോ?”

“അതു തന്നെയാണ് ഞങ്ങളുടെ ദുഃഖവും.”

“ഏകനായ ദൈവത്തെ സാക്ഷിനിർത്തി ഞാൻ പറയുകയാണ് എന്താണ് പറയുന്നതെന്ന് നിങ്ങൾക്കറിയില്ല. മറ്റുള്ളവർ പറയുന്നത് മനസ്സിലാക്കുന്നതുമില്ല.”

അമ്പത്

ഇപ്പോൾ ആശാരിക്കടയിൽ എപ്പോഴും തിരക്കാണ്. സംഗതി വിജയപ്രദവുമാണെന്നേ തോന്നൂ. ഒരു മേശയുടെ അരികിൽ നിന്ന് ഷാഫിഇൗ തടി മുറിക്കുകയാണ്. മറുവശത്ത് നിൽക്കുന്ന രിഫാഅ ഉളിയും കയ്യിലെടുത്ത് ആണി തറയ്ക്കുന്നു. മേശയുടെ അടിഭാഗത്തിരിക്കുന്ന പശപ്പാത്രത്തിന്റെ പകുതിയോളമായിരിക്കുന്നു ഈർച്ചപ്പൊടി. ജനാലപ്പാളികളും കതകുകളുമൊക്കെ ചുമരിൽ ചാരി വച്ചിരിക്കുന്നു. മുറിയുടെ മധ്യഭാഗത്തായി ഇളംനിറത്തിലുള്ള മിനുസപ്പെടുത്തിയ ചായം പൂശൽ മാത്രം ബാക്കിയുള്ള വീഞ്ഞപ്പെട്ടികളുമുണ്ട്. അന്തരീക്ഷം നിറയെ തടിയുടെ ഗന്ധമാണ്. ഒപ്പം തടി മുറിക്കുന്നതിന്റേയും ആണി തറയ്ക്കുന്നതിന്റേയും സാന്റ് പേപ്പറുപയോഗിച്ച് മിനുസപ്പെടുത്തുന്നതിന്റേയും ശബ്ദവും. കടയുടെ മുൻവശത്ത് സംസാരിച്ചുകൊണ്ടിരിക്കുന്ന നാല് ഇടപാടുകാർ ഹുക്ക വലിക്കുന്നതിന്റെ ശബ്ദവുമുണ്ട് കൂടെ.

“നിങ്ങളുടെ കഴിവ് ഈ മെത്തയുടെ കാര്യത്തിലറിയാം. ദൈവകൃപയുണ്ടായാൽ അടുത്ത പണി എന്റെ മകളുടെ വിവാഹത്തിന് വേണ്ട ഗൃഹോപകരണങ്ങളായിരിക്കും.”

ഷാഫിഇൗയെ നോക്കി സംസാരിച്ച ഹിജാസി പിന്നീട് സുഹൃത്തുക്കളുടെ നേരേ തിരിഞ്ഞു.

“നമ്മൾ ജീവിച്ചുകൊണ്ടിരിക്കുന്ന ഈ കാലത്തെങ്ങാനും ജബൽ ആഗതനായാൽ അദ്ദേഹത്തിന് ഭ്രാന്ത് പിടിക്കുകതന്നെ ചെയ്യും കേട്ടോ?”

പുകവലിക്കുന്നതിനിടയിലും അല്പം വിഷമത്തോടെ അവർ തല കുലുക്കി. ഇതിനിടയ്ക്ക് ശവക്കുഴിവെട്ടുകാരനായ ബർഹൂം ഷാഫി ഈയെ നോക്കി പുഞ്ചിരിച്ചു.

"താങ്കളെന്താ എനിക്കൊരു ശവപ്പെട്ടി പണിത് തരാത്തത്? എല്ലാത്തിനുമുണ്ടാകുമല്ലോ അതിന്റേതായ വില?"

ഒരു നിമിഷം തടി മുറിക്കുന്നത് നിർത്തിയശേഷം ചിരിയോടെ ഷാഫിഈ പറഞ്ഞു.

"ഒരിക്കലുമില്ല. കടയിൽ ശവപ്പെട്ടി ഇരിക്കുന്നത് കണ്ടാൽ ഇടപാടുകാരെല്ലാം ഭയന്നുപോകില്ലേ?"

ആ പറഞ്ഞത് ശരിവയ്ക്കുകയായിരുന്നു ഫർഹാത്.

"വളരെ ശരിയാണ് നിങ്ങൾ പറഞ്ഞത്. മരണവും അതുമായി ബന്ധപ്പെട്ട സർവ്വകാര്യങ്ങളും വെറുക്കപ്പെട്ടവ തന്നെയാണ്."

"നിങ്ങൾ ആവശ്യത്തിലുമധികം മരണത്തെ ഭയപ്പെടുന്നതാണ് പ്രധാന പ്രശ്നം. അതുകൊണ്ടാണ് ഖുൻഫിസിന് നിങ്ങളെ നിയന്ത്രിക്കാനാകുന്നത്. ബയൂമിക്ക് നിങ്ങളെ അടക്കി ഭരിക്കാൻ കഴിയുന്നതും ഈഹാബിന് നിങ്ങളെ കൊള്ളയടിക്കാനും സാധിക്കുന്നത് അത്കൊണ്ട് തന്നെയാണ്."

ഹിജാസിയുടെ വാക്കുകൾ കേട്ടതും ആരോ തിരക്കി.

"അപ്പോൾ ഞങ്ങളെയൊക്കെപ്പോലെ നിങ്ങൾക്ക് മരണത്തെ ഭയമില്ലെന്നാണോ?"

"ഇത് നമ്മുടെ മുഴുവൻ ദൗർബല്യം തന്നെയാണ്. ജബൽ ശക്തനായിരുന്നു. ഭീരുത്വം കാരണം നഷ്ടമായിരുന്ന നമ്മുടെ അവകാശങ്ങൾ അദ്ദേഹം നേടിത്തന്നത് ശക്തിയും പോരാട്ടവും കൊണ്ടാണ്."

ആണിതറയ്ക്കുന്ന പണി നിർത്തി വായിലിരുന്ന ആണി കയ്യിലെടുത്തു കൊണ്ട് രിഫാഅ പറഞ്ഞു.

"ജബൽ നന്മയിലൂടെ നമ്മുടെ അവകാശങ്ങൾ തിരികെ വാങ്ങിത്തരാനാണ് ആഗ്രഹിച്ചിരുന്നത്. ആത്മരക്ഷാർത്ഥമാണ് അദ്ദേഹം ബലപ്രയോഗം നടത്തിയത്."

ഹിജാസി പരിഹാസത്തോടെ ചിരിച്ചു.

"ശക്തിയില്ലാതെ നീ എങ്ങനെയാ ആണി പറിച്ചെടുക്കുന്നതെന്ന് കൂടെ ഒന്ന് പറഞ്ഞു താ..."

മനുഷ്യർ തടികളെ പോലെയല്ലല്ലോ അങ്ങുന്നേ?"

ഷാഫിഈ മകനെയൊന്നു തുറിച്ചു നോക്കിയ ശേഷം തന്റെ ജോലി തുടർന്നു.

"സത്യം പറഞ്ഞാൽ ജബൽ നമ്മുടെ തെരുവ് കണ്ടിട്ടുള്ള ഏറ്റവും

വലിയ ശക്തൻ തന്നെയായിരുന്നു. അതുപോലെതന്നെ ജബൽ കുടുംബ ത്തെയാകെ ശക്തരാക്കാനും അദ്ദേഹം ശ്രമിച്ചിരുന്നു."

ഹിജാസിയെ തിരുത്തുന്ന വിധത്തിൽ ഫർഹാത് പറഞ്ഞു.

"ജബൽ കുടുംബത്തിന്റെ മാത്രമല്ല, ഈ തെരുവിന്റെയാകെ സംരക്ഷകരായി അവർ മാറണമെന്നാണ് അദ്ദേഹം ആഗ്രഹിച്ചത്."

"എന്നിട്ടിപ്പോൾ അവർ വെറും എലികളും മുയലുകളും മാത്രമല്ലേ?"

പുറം കൈ കൊണ്ട് മൂക്ക് തുടച്ചശേഷം ഷാഫിഈ ചോദിച്ചു.

"മെത്തയ്ക്ക് ഏത് നിറമാണ് വേണ്ടത് ഹിജാസി?"

"പെട്ടെന്ന് അഴുക്കാകാത്ത ഏതെങ്കിലും നിറം തിരഞ്ഞെടുത്തോളൂ. അതായിരിക്കും വൃത്തിക്കും നല്ലത്."

ശേഷം അയാൾ സുഹൃത്തുക്കളുമായുള്ള സംസാരം തുടർന്നു.

"പണ്ട് ദഅബിസ് കഅബൽഹയുടെ കണ്ണ് കുത്തിപ്പൊട്ടിച്ചതിന് പകരമായി ജബൽ ദഅബിസിന്റെ കണ്ണെടുക്കുകയായിരുന്നു. ശക്തി കൊണ്ടാണ് അവിടെ അദ്ദേഹം നീതി നടപ്പാക്കിയത്."

രിഫാഅ സർവ്വരും കേൾക്കുന്ന സ്വരത്തിൽ നെടുവീർപ്പിട്ടു.

"നമുക്കും ശക്തിക്ക് കുറവൊന്നും ഇല്ലല്ലോ? പകലും രാത്രിയും ഓരോ മണിക്കൂറുകൾ കടന്നു പോകുമ്പോഴും ആളുകൾ പരസ്പരം മർദ്ദിക്കു കയും പോരടിക്കുകയും കൊല്ലുന്നതും ഒക്കെ നാം കാണുന്നില്ലേ? പെണ്ണുങ്ങൾ പോലും തങ്ങളുടെ കൂർത്ത നഖങ്ങൾ നീട്ടി രക്തം ചീന്തുന്നു. എന്നിട്ടും എവിടെ പോയി നീതി മാത്രം? എത്ര വൃത്തികേടാണ് ഇതൊക്കെ!"

ഒരു നിമിഷം സർവ്വരും നിശ്ശബ്ദരായിരുന്നു. ശേഷം ഹന്നൂറ സംസാ രിക്കാൻ തുടങ്ങി.

"ഈ പയ്യൻ നമ്മുടെ തെരുവിനെ അവമതിക്കുകയാണല്ലോ? ആവശ്യ ത്തിലുമധികമുള്ള മൃദുസമീപനമാണിത്. എല്ലാത്തിനും കാരണം നിങ്ങ ളാണ് ഷാഫിഈ."

"ഞാനാണെന്നോ?"

"അതെ. ഇവനെ നിങ്ങൾ ലാളിച്ചു വഷളാക്കിയിരിക്കുകയല്ലേ?"

ഹിജാസി രിഫാഅയുടെ നേരെ തിരിഞ്ഞ് ചിരിയോടെ പറഞ്ഞു.

"നീ ഒരു പെണ്ണ് കെട്ടാൻ നോക്ക്. അതാണ് നല്ലത്!"

വലിയ ചിരി ഉയർന്നതും ഷാഫിഈയുടെ മുഖം ചുളിഞ്ഞു പോയി. രിഫാഅയുടെ മുഖം ആകട്ടെ ചുവന്നു പോയ നിലയിലായിരുന്നു.

"ശക്തി... ശക്തി കൂടാതെ നീതി നടപ്പാക്കപ്പെടുകയേ ഇല്ല."

ഹിജാസി സ്ഥാപിക്കുന്നത് കേട്ടതും രിഫാഅ പിതാവ് നോക്കുന്ന തൊന്നും ഗൗനിക്കാതെ തിരുത്താൻ ശ്രമിച്ചു.

“സത്യം പറഞ്ഞാൽ നമ്മുടെ തെരുവിന് ആവശ്യമുള്ളത് കാരുണ്യമാണ്!”

ഇത് കേട്ടതും ശവക്കുഴി വെട്ടുകാരൻ ബർഹൂം ആർത്ത് ചിരിച്ചു.

“എന്റെ കുടുംബം കുളംതോണ്ടാൻ ഉള്ള പണിയാണോ?”

അതോടെ ആകെ ചിരിമയമായി. പിന്നീടത് ചുമയായി മാറി. ചുവന്ന പശയുടെ നിറത്തിലായ കണ്ണുകളോടെ ഹിജാസി പറഞ്ഞു.

“പണ്ട് നീതിയും കാരുണ്യവും തേടിയാണ് ജബൽ അഫന്തിയുടെ അരികിലേക്ക് ചെന്നത്. അപ്പോൾ അയാൾ സഖ്‌ലുത്വിനേയും കൂട്ടാളികളേയുമാണ് ഹംദാൻ കുടുംബക്കാരുടെ അടുത്തേക്ക് തിരിച്ചയച്ചത്. കാരുണ്യത്തിന്റെ സ്ഥാനത്ത് തങ്ങളുടെ കുറുവടികൾ ഉണ്ടായിരുന്നത് കൊണ്ട് മാത്രമാണ് ജബലും കുടുംബവും നശിക്കാതെ രക്ഷപ്പെട്ടത്.”

“എല്ലാവരും ഒന്ന് കേൾക്കണേ... ചുവരുകൾക്ക് പോലും കാതുകളുണ്ട്. നിങ്ങൾ പറയുന്നതൊക്കെ അവരെങ്ങാനും കേൾക്കാനിടയായാൽ പിന്നീട് നിങ്ങൾ പറയുന്നതൊന്നും ആരും കേൾക്കാൻ തയ്യാറാകില്ല.”

ഷാഫിഈയുടെ മുന്നറിയിപ്പ് ശരിവയ്ക്കുകയായിരുന്നു ഹന്നൂറ.

“ശരിയാണ് ഇദ്ദേഹം പറഞ്ഞത്. ഒരു വിലയുമില്ലാത്ത കഞ്ചാവ് വലിയൻമാരല്ലേ നിങ്ങളൊക്കെ? ഖുൻഫിസ് എങ്ങാനും ഇപ്പോൾ ഇതു വഴിയെ പോയാൽ നീയൊക്കെ ചെന്ന് അയാളുടെ കാൽക്കൽ വീഴും!”

പിന്നെ രിഫാഅയുടെ നേരെ തിരിഞ്ഞ് അയാൾ തുടർന്നു.

“ഞങ്ങളോട് വഴക്കിനൊന്നും വരണ്ട മോനേ. അല്ലെങ്കിൽതന്നെ കഞ്ചാവ് അടിച്ചു കഴിഞ്ഞാൽ പിന്നെ നാണക്കേട് എന്ന കാര്യം തന്നെ തോന്നില്ല. നീ കഞ്ചാവ് ഉപയോഗിച്ചിട്ടുണ്ടോ, രിഫാആ?”

ചോദ്യം കേട്ട് ഷാഫിഈ ചിരിച്ചു.

“അവന് ആഘോഷസദസ്സുകൾ വലിയ ഇഷ്ടമല്ല. ഇനി രണ്ടിലധികം തവണ പുക എടുത്താൽ ഒന്നുകിൽ അവൻ ചുമച്ചിരിക്കും അല്ലെങ്കിൽ ഉറങ്ങിപ്പോകും.”

“പാവം ചെറുപ്പക്കാരൻ തന്നെ! ഉമ്മ്ബഖാതിർഹയുമായുള്ള ബന്ധം കാരണം ചിലർ ഇവനെ കാണുന്നത് ഒരു ജിന്ന് ബാധ ഒഴിപ്പിക്കുന്നവനായിട്ടായിരിക്കും. കഥകൾ വലിയ ഇഷ്ടമായതിനാൽ മറ്റു ചിലർ കരുതുന്നത് ആളൊരു കവി ആയിരിക്കുമെന്നാണ്.”

ഫർഹാതിന്റെ വാക്കുകൾ കേട്ട് ഹിജാസിയും ചിരിച്ചു.

“കഞ്ചാവ് സദസ്സുകളെ വെറുക്കുന്നതുപോലെ ഇവന് വിവാഹത്തെയും വെറുപ്പാണല്ലോ?”

ഹുക്ക എടുത്തു കൊണ്ട് പോകാനായി ബർഹൂം കാപ്പിക്കടയിലെ വിളമ്പുകാരൻ പയ്യനെ വിളിച്ചുപറഞ്ഞു. ശേഷം അവർ എഴുന്നേറ്റ് സ്ഥലം

വിട്ടു. ഷാഫിഇൗ ആകട്ടെ കയ്യിലിരുന്ന വാൾ നിലത്തിട്ട ശേഷം മകന്റെ നേരെ കുറ്റപ്പെടുത്തുന്നതുപോലെ നോക്കി.

"നീ വെറുതെ നാട്ടുകാരുടെ ആക്ഷേപത്തിന് പാത്രമാകരുതേ."

കടയുടെ മുന്നിൽ വന്നു നിന്ന് കളിക്കാൻ തുടങ്ങുകയാണ് കുട്ടികൾ. രിഫാഅയാകട്ടെ മേശ ചുറ്റിവന്ന് പിതാവിന്റെ മുന്നിൽ നിന്നു. ശേഷം അദ്ദേഹത്തിന്റെ കയ്യിൽ പിടിച്ചുകൊണ്ട് ആരും കേൾക്കാത്ത ഒരു മൂലയിലേക്ക് മാറിനിന്നു. ആകെ അസ്വസ്ഥനാണെന്ന് തോന്നിയെങ്കിലും തീരുമാനിച്ചുറച്ചതുപോലെയാണ് രിഫാഅ വായ തുറന്നത്. അയാളുടെ കണ്ണുകളിലെ തിളക്കം കണ്ടതും ആ പിതാവിന്റെ കണ്ണുകളിൽ ആശങ്ക നിറഞ്ഞു.

"ഇന്നത്തെ ദിവസത്തിന് ശേഷം നിശബ്ദനായിരിക്കാൻ എനിക്കാകില്ല!"

മകന്റെ വാക്കുകൾ കേട്ടതും ഷാഫിഇൗയ്ക്ക് ആകെ അസ്വസ്ഥതയായി. പ്രിയപ്പെട്ട മകൻ എന്ത് ഭ്രാന്താണ് ഈ പറയുന്നത്! മിക്കവാറും സമയം അയാൾ ഉമ്മ്ബഖാതിർഹയുടെ വീട്ടിലായിരിക്കും. പിന്നെ മണിക്കൂറുകളോളം മരുഭൂമിയിലുള്ള ഹിന്ദിന്റെ ഉരുളൻ പാറയ്ക്കരികിൽ പോയി തനിച്ചിരിക്കും. ഇനി കടയിലെത്തുന്ന അല്പസമയങ്ങളിൽ എന്തെങ്കിലും പറഞ്ഞ് പ്രശ്നങ്ങളുണ്ടാക്കുകയും ചെയ്യും.

"നീ ക്ഷീണിച്ചോ?"

"മനസ്സിൽ തോന്നിയത് അങ്ങയിൽ നിന്നും മറച്ചു പിടിക്കാൻ എനിക്ക് കഴിയില്ല."

അസ്വസ്ഥതയുടെ സ്ഥാനത്ത് വിചിത്രമായ ഒരു ശാന്തതയായിരുന്നു രിഫാഅയുടെ വാക്കുകളിൽ.

"എന്താണെന്ന് പറയ്."

കുറച്ചുകൂടി അരികിലേക്ക് വന്നശേഷം രിഫാഅ പറഞ്ഞു.

"ഇന്നലെ അർദ്ധരാത്രി കവിയുടെ വീട്ടിൽ നിന്നിറങ്ങിയ ഉടനെ എനിക്ക് തോന്നി ഒന്ന് നടക്കണമെന്ന്. അങ്ങനെ നേരേ മരുഭൂമിയിലേക്ക് പോയി. ക്ഷീണം തോന്നുന്നതുവരെ ഇരുളിലൂടെ നടന്നു. പിന്നെ മരുഭൂമിയിലേക്ക് നോക്കി നിൽക്കുന്ന ആ മാളികയുടെ മതിലിനരികിലേക്ക് ചെന്നു."

"അതിന്റെ ചുമരിൽ ചാരി ഞാൻ നിലത്തിരുന്നു."

മകന്റെ വാക്കുകൾ കേട്ടതും ഷാഫിഇൗയുടെ കണ്ണുകളിൽ വലിയ താത്പര്യം നിറഞ്ഞു. സംസാരം തുടരാൻ പ്രേരിപ്പിക്കുംവിധം അയാൾ മകന്റെ നേരെ നോക്കി.

"പെട്ടെന്നാണ് വിചിത്രമായ ഏതോ ശബ്ദം എന്നോട് സംസാരിക്കുന്നത് പോലെ കേട്ടത്. ഇരുളിൽ നിന്നും ആരോ തന്നോട് സംസാരിക്കുന്നത്

പോലെ. ഒരു നിമിഷം അതിശയകരമായി ഞാൻ തിരിച്ചറിഞ്ഞു, ആ ശബ്ദം നമ്മുടെ പിതാമഹനായ ജബലാവിയുടേതാണെന്ന്!"

മകന്റെ മുഖത്തേക്ക് തുറിച്ചു നോക്കുന്നതിനിടയ്ക്ക് ഷാഫിഈ വിക്കി വിക്കി ചോദിച്ചുപോയി.

"ജബലാവിയുടെ ശബ്ദമോ? നിനക്കെന്താ അങ്ങനെ തോന്നിയത്?"

"എനിക്ക് വെറുതെ തോന്നിയത് ഒന്നുമല്ല വാപ്പ. അതിന് തെളിവ് നൽകാൻ എനിക്ക് സാധിക്കും. ശബ്ദം കേട്ട മാത്രയിൽ തന്നെ ഞാൻ ചാടി എഴുന്നേറ്റ് മാളികയിലേക്ക് തിരിഞ്ഞുനോക്കി. പിറകിലേക്ക് മാറി സൂക്ഷിച്ചു നോക്കിയെങ്കിലും ഇരുൾ അല്ലാതെ വേറൊന്നും കാണാനായില്ല."

"ദൈവത്തിന് സ്തുതി!"

"ഞാൻ പറയുന്നതൊന്ന് കേൾക്കൂ വാപ്പ. ആ ശബ്ദത്തിനുടമ ഇങ്ങനെ പറയുന്നത് കൂടി ഞാൻ കേട്ടതാണ്. 'നല്ല ഉദ്ദേശത്തോടുകൂടിയാണ് ജബൽ തന്റെ കൃത്യം നിർവഹിച്ചത്. എന്നാൽ കാര്യങ്ങൾ ഇപ്പോൾ പണ്ടത്തേക്കാൾ ഏറെ വൃത്തികേടായിരിക്കുകയാണ്.

തന്റെ നെഞ്ച് കത്തിയെരിയുന്നത് പോലെയാണ് ഷാഫിഈയ്ക്ക് തോന്നിയത്. നെറ്റിയിൽ നിന്നും വിയർപ്പു ചാലിട്ടൊഴുകാൻ തുടങ്ങി.

"നീ ഇരുന്നു എന്ന് പറഞ്ഞ സ്ഥലത്ത് ആ മതിലിന് കീഴേ എത്രയോ പേര് മുമ്പൊക്കെ പോയിരുന്നിട്ടുണ്ടല്ലോ? എന്നാൽ അവരാരും ഒന്നും ഇതുവരെ കേട്ടിട്ടുമില്ല!"

"പക്ഷേ, ഞാൻ കേട്ടതാണ്, വാപ്പാ."

"ഇരുളിൽ പതിയിരുന്ന മറ്റാരെങ്കിലുമായിരിക്കാം."

എന്നാൽ നിശ്ചയദാർഢ്യത്തോടെ തലകുലുക്കിക്കൊണ്ട് രിഫാഅ പറഞ്ഞു.

"പക്ഷേ, ആ ശബ്ദം മാളികയിൽ നിന്നാണ് കേട്ടത്."

"അത് നിനക്കെങ്ങനെ മനസ്സിലായി?"

" 'പിതാമഹാ, ജബൽ മരണപ്പെട്ടു കഴിഞ്ഞു. പകരം അദ്ദേഹത്തിന്റെ സ്ഥാനത്തിപ്പോൾ വേറെ ചിലരാണ്. ഞങ്ങൾക്ക് താങ്കളുടെ സഹായം വേണം' എന്ന് ഞാൻ വിളിച്ച് പറഞ്ഞു."

"നിന്റെ സംസാരം ആരും കേട്ടിരിക്കല്ലേയെന്ന് ദൈവത്തോട് പ്രാർത്ഥിക്കുകയാണ് ഞാൻ."

അസ്വസ്ഥനായ പിതാവിന്റെ വാക്കുകൾ കേട്ടതും രിഫാഅയുടെ കണ്ണുകൾ തിളങ്ങി.

"പിതാമഹൻ ഞാൻ പറഞ്ഞത് കേട്ടു. അദ്ദേഹത്തിന്റെ മറുപടിയും കേട്ടു. 'വൃദ്ധനായ പിതാമഹനോട് പ്രവർത്തിക്കാൻ ഒരു യുവാവ് ആവശ്യപ്പെടുന്നത് എത്ര മോശമാണ്. പ്രവർത്തിക്കേണ്ടത് പ്രിയപ്പെട്ട പുത്രൻ

തന്നെയാണ്.' ഞാൻ ദുർബലനല്ലേ? ഈ ഗുണ്ടകൾക്കെതിരെ എനിക്കെന്ത് ചെയ്യാനാകും? അതിനുള്ള മറുപടി ഇങ്ങനെയായിരുന്നു. 'സ്വന്തം ശക്തിയെന്തെന്നറിയാത്ത വിഡ്ഢിയാണ് യഥാർത്ഥ ദുർബലൻ. എനിക്ക് വിഡ്ഢികളെ ഇഷ്ടമേയല്ല.' "

"ഈ സംഭാഷണമൊക്കെ നീയും ജബലാവിയും തമ്മിൽ നടന്നുവെന്നാണോ വിശ്വസിച്ചിരിക്കുന്നത്?"

ഷാഫിഈയുടെ ചോദ്യത്തിൽ പരിഭ്രമം കലർന്നിരുന്നു.

"പടച്ചതമ്പുരാനാണേ സത്യം!"

"ദിവാസ്വപ്നങ്ങൾ ദുരന്തം ക്ഷണിച്ചുവരുത്തും!"

ആ പിതാവ് വേദനയോടെ പറഞ്ഞു.

"ഞാൻ പറഞ്ഞത് വിശ്വസിക്കണം വാപ്പാ. ഞാൻ പറഞ്ഞത് പൂർണമായും ശരിയാണ്."

"അങ്ങനെ ആകാതിരിക്കട്ടെയെന്ന് ആഗ്രഹിക്കുകയാണ് ഞാൻ."

നെടുവീർപ്പോടെയുള്ള ഷാഫിഈയുടെ വാക്ക് കേട്ടതും മധുരതരമായൊരു ഗാനം കണക്കെയുള്ള ആലസ്യം തുളുമ്പുന്ന മുഖത്തോടെ രിഫാഅ പറഞ്ഞു.

"അദ്ദേഹം എന്നിൽ നിന്നെന്താണ് പ്രതീക്ഷിക്കുന്നതെന്ന് എനിക്കിപ്പോൾ മനസ്സിലാകുന്നു."

നിരാശയോടെ ആ പിതാവ് തലയിലടിച്ചു.

"അദ്ദേഹം നിന്നിൽ നിന്നും എന്തോ പ്രതീക്ഷിക്കുന്നുവെന്നോ?"

"അതെ. ഞാൻ ദുർബലനാണെങ്കിലും വിഡ്ഢിയല്ല. പ്രിയപ്പെട്ട പുത്രനായ ഞാൻ എന്തെങ്കിലും ചെയ്തേ തീരൂ."

ഈർച്ചവാൾകൊണ്ട് തന്റെ ഹൃദയം കീറിമുറിക്കുന്നതുപോലെയാണ് ഷാഫിഈയ്ക്ക് തോന്നിയത്.

"നിന്റെ പ്രവർത്തികൾ അനർത്ഥം സൃഷ്ടിക്കും. നീ സ്വയം നശിക്കുക മാത്രമല്ല. ഞങ്ങളെക്കൂടി നാശത്തിലേക്ക് വലിച്ചിഴയ്ക്കുകയും ചെയ്യും."

"എന്നാൽ ഭൂസ്വത്തിൽ കണ്ണ് വയ്ക്കാത്തവരെ അവരാരും കൊല്ലാൻ വരില്ലല്ലോ?"

"സ്വത്തല്ലാതെ പിന്നെ നീ എന്താണ് ലക്ഷ്യം വയ്ക്കാൻ പോകുന്നത്?"

ആത്മവിശ്വാസം തുളുമ്പുന്ന സ്വരത്തിലാണ് രിഫാഅ മറുപടി പറഞ്ഞത്.

"നന്മനിറഞ്ഞ സ്വച്ഛന്ദമായ ജീവിതം കൊതിച്ചയാളായിരുന്നു അദ്ഹം. ജബലും അങ്ങനെ തന്നെയായിരുന്നു. ഇത്തരത്തിൽ നന്മ

നിറഞ്ഞ സ്വച്ഛന്ദജീവിതം നേടിയെടുക്കാൻ വേണ്ടി മാത്രമാണ് ഭൂസ്വത്തിൽ അവകാശം വേണമെന്ന് ജബൽ ആവശ്യമുന്നയിച്ചത്. എന്നാൽ ഭൂസ്വത്ത് എല്ലാവർക്കുമായി പങ്ക് വച്ചാൽ മാത്രമേ ജീവിതം അനായാസകരമാകുകയുള്ളൂ എന്ന് എല്ലാവരും കരുതി. അങ്ങനെ ഓരോരുത്തർക്കും അവരവരുടെ ഓഹരികൾ ലഭിച്ചു. അവരത് ഉപയോഗപ്പെടുത്തുകയും ചെയ്തു. അതോടെ കഠിനാധ്വാനം ചെയ്യാതെ തന്നെ ഓരോരുത്തർക്കും നന്മ നിറഞ്ഞ സ്വച്ഛന്ദജീവിതം ലഭിക്കാൻ തുടങ്ങി. എന്നാൽ ഇതൊന്നുമില്ലാതെ തന്നെ ജീവിതം മനോഹരമാകുമെന്ന് കരുതുന്നൊരാൾക്ക് ഈ ഭൂസ്വത്ത് നിസ്സാരമാണെന്നോ തോന്നുകയുള്ളൂ. ആഗ്രഹമുള്ളവർക്ക് സാധ്യമായ കാര്യമാണത്. ഈ നിമിഷം മുതൽ നമുക്ക് വേണമെങ്കിൽ ഭൂസ്വത്ത് കൂടാതെയുള്ള സുന്ദരജീവിതത്തിനായി പണിപ്പെടാൻ സാധിക്കും."

മകന്റെ വാക്കുകൾ കേട്ട് ഷാഫിഈ നെടുവീർപ്പിട്ടു.

"ഇതൊക്കെ നിന്റെ പിതാമഹൻ പറഞ്ഞ കാര്യങ്ങളാണോ?"

"തനിക്ക് വിഡ്ഢികളെ ഇഷ്ടമല്ലായെന്നാണ് അദ്ദേഹം പറഞ്ഞത്. അതുപോലെ സ്വന്തം ശക്തിയെന്താണെന്നറിയാത്തവനാണ് യഥാർത്ഥ വിഡ്ഢിയെന്നും. ഭൂസ്വത്തിന്റെ പേരിൽ പോരടിക്കുന്ന അവസാനത്തെയാൾ ഞാനായിരിക്കും. വാപ്പാ ഈ സ്വത്തൊന്നും ഒന്നുമല്ല. ആനന്ദകരമായ ജീവിതം മറ്റ് സർവ്വ വസ്തുക്കളിലൂടെയുമാണ് ലഭിക്കുക. നമ്മുടെ ഉള്ളുകളിൽ പതിയിരിക്കുന്ന പിശാചുക്കളാണ് സത്യത്തിൽ നമ്മേയും യഥാർത്ഥ ആനന്ദത്തേയും തമ്മിലകറ്റുന്നത്. അതുകൊണ്ട് തന്നെയാണ് ഞാൻ ബാധ ഒഴിപ്പിക്കുന്ന ജോലി ഇഷ്ടപ്പെടുന്നതും അതിൽ മികവുണ്ടാക്കാൻ ശ്രമിക്കുന്നതും. പടച്ചതമ്പുരാന്റെ തീരുമാനം കൊണ്ട് തന്നെയായിരിക്കണം ഞാൻ ഈ പ്രവർത്തിയിലേക്കിറങ്ങിച്ചെല്ലാൻ കാരണം."

ഒരു പീഢനം കഴിഞ്ഞത് പോലെ അല്പം ആശ്വാസം കണ്ടെത്താൻ ശ്രമിക്കുകയായിരുന്നു ഷാഫിഈ. ആ പീഢ തന്റെ ശക്തിയെല്ലാം കവർന്നിരിക്കുകയാണ്. കയ്യിലിരുന്ന വാൾ നിലത്ത് വച്ചശേഷം നന്നാക്കാൻ വച്ചിരുന്ന ഒരു ജനൽ പാളിയിൽ ചാരിയിരുന്നു. ശേഷം അല്പം വിരോധാഭാസം നിറഞ്ഞ ഭാവത്തിൽ അയാൾ മകനോട് ചോദിച്ചു.

"നീ ജനിക്കുന്നതിന് മുമ്പ് തന്നെ ഞങ്ങൾക്കിടയിൽ ഉമ്മ്ബഖാതിർഹ ഉണ്ടായിരുന്നല്ലോ? എന്നിട്ടുമെന്തേ ഞങ്ങൾക്ക് സമാധാനം നിറഞ്ഞൊരു ശാന്തജീവിതം ലഭിച്ചില്ല?"

രിഫാഅയുടെ മറുപടിയിൽ നല്ല ആത്മവിശ്വാസമുണ്ടായിരുന്നു.

"അതിന് കാരണം അവർ സ്വയം പാവങ്ങളായ രോഗികൾക്കരികിലേക്ക് പോകാതെ സമ്പന്നരായ ബാധയേറ്റവർ തന്റെയരികിലേക്ക് വരുന്നതും കാത്തിരുന്നതുകൊണ്ടാണ്."

കടയുടെ വിവിധ കോണുകളിലേക്ക് നോക്കിയശേഷം സംശയഭാവത്തിൽ ഷാഫിഈ പറഞ്ഞു.

“നോക്കൂ, നമുക്കെത്രമാത്രം ജോലിത്തിരക്കുണ്ടെന്ന്. എന്നാൽ നീ കാരണം നാളെ നമ്മുടെ ഗതിയെന്താകുമെന്നാലോചിക്കുകയാണ് ഞാൻ.”

“നന്മ മാത്രമായിരിക്കും വാപ്പാ. രോഗികൾക്ക് ശമനം നൽകുന്നത് ജിന്നുകളെ മാത്രമേ അസ്വസ്ഥരാക്കുകയുള്ളൂ.”

രിഫാഅയുടെ സ്വരത്തിൽ സന്തോഷമായിരുന്നു. കടമുറിയുടെ വാതിലിനരികിലിരുന്ന കണ്ണാടിയിൽ അസ്തമനസൂര്യന്റെ കിരണങ്ങൾ പ്രതിഫലിക്കുമ്പോൾ അവിടമാകെ ദീപ്തി നിറയുന്നുണ്ടായിരുന്നു.

അമ്പത്തിയൊന്ന്

രാത്രിയായതോടെ ഷാഫിഈയുടെ വീട്ടിലേക്കും കൂടി അസ്വസ്ഥത പടർന്നുപിടിച്ചു. നടന്ന സംഭവങ്ങളൊക്കെ അബ്ദ ശാന്തമായാണ് കേട്ടു നിന്നത്. എന്നാൽ രിഫാഅ പിതാമഹൻ സംസാരിക്കുന്നത് നേരിട്ട് കേട്ടെന്നും അതിന്റെ തുടർച്ചയായി ബാധകൾ ഒഴിപ്പിക്കുന്നതിനായി പാവങ്ങളുടെ വീടുകൾ സന്ദർശിക്കുവാൻ മകൻ തീരുമാനിച്ചുകഴിഞ്ഞു എന്ന് കൂടി കേട്ടതോടെ അബ്ദയ്ക്കാകെ അസ്വസ്ഥതയായി. ഇതുണ്ടാക്കുന്ന പ്രത്യാഘാതങ്ങൾ എന്തൊക്കെയായിരിക്കുമെന്ന് ചികയുകയായിരുന്നു ആ സ്ത്രീ. അന്നേരം രിഫാഅ വീട്ടിലുണ്ടായിരുന്നില്ല. ജബൽ കുടുംബക്കാർ താമസിക്കുന്ന കോളനിയിൽ നിന്നും മാറി തെരുവിന്റെ അങ്ങേയറ്റത്ത് നിന്നൊരു വിവാഹാഘോഷത്തിന്റെ ആരവം കേൾക്കാം. പടഹവും കുഴൽ വാദ്യവും സ്ത്രീകളുടെ ആനന്ദത്തോടെയുള്ള കുരവയിടലുമൊക്കെ കേൾക്കാം. യാഥാർത്ഥ്യത്തെ അഭിമുഖീകരിക്കുവാൻ ആഗ്രഹിക്കുന്നത് പോലെ വേദനയോടെ അബ്ദ പറഞ്ഞു.

“രിഫാഅ കള്ളം പറയില്ല.”

“പക്ഷേ ഇല്ലാത്ത ചിന്തകൾ അവനെ വഞ്ചിതനാക്കും. നാമെല്ലാം അതിന്റെ ഇരകളായി തീരുകയും ചെയ്യും.”

ഷാഫിഈയുടെ സ്വരത്തിൽ വിദ്വേഷമുണ്ടായിരുന്നു.

“അവൻ കേട്ടുവെന്ന് പറയുന്ന ശബ്ദത്തിന്റെ കാര്യത്തിൽ എന്താ നിങ്ങളുടെ അഭിപ്രായം?”

“എനിക്കെങ്ങനെയാണ് അതിലൊരു അഭിപ്രായം പറയാനാകുക?”

“നമ്മുടെ പിതാമഹൻ ഇപ്പോഴും ജീവനോടെ തന്നെയുണ്ട്. അതിനാൽ തന്നെ ഒന്നും അസാധ്യമല്ലല്ലോ?”

“ഇക്കാര്യം പുറത്തറിഞ്ഞാൽ നമ്മുടെ കാര്യം കഴിഞ്ഞു.”

“നമുക്കിത് രഹസ്യമാക്കി വയ്ക്കാം. എന്തൊക്കെയായാലും അവന്റെ ശ്രദ്ധ ഭൂസ്വത്തിലല്ലല്ലോ, ആളുകളുടെ ആത്മാക്കളുടെ കാര്യത്തിലല്ലേ?

അതിന് ദൈവത്തിന് സ്തുതി പറയാം. താനാരേയും ദ്രോഹിക്കാത്ത കാലത്തോളം അവനേയും ആരും ദ്രോഹിക്കില്ല!"

"പക്ഷേ, ആർക്കും ഒരു ദ്രോഹവും ചെയ്യാത്ത എത്രയെത്ര ആളുകളാണ് നമ്മുടെ ഈ തെരുവിൽ ആക്രമിക്കപ്പെടുന്നത്."

എന്നാൽ പെട്ടെന്ന് നടപ്പാതയിൽ മുഴങ്ങിക്കേട്ട ഒച്ചപ്പാടിൽ വിവാഹാരവങ്ങൾ മുങ്ങിപ്പോയി. ജനാലയിലൂടെ തലനീട്ടി നോക്കിയപ്പോൾ കാണുന്ന കാഴ്ച നടപ്പാത നിറഞ്ഞുനിൽക്കുന്ന ആൾക്കൂട്ടത്തെയാണ്. ആരുടെയോ കയ്യിലിരിക്കുന്ന റാന്തലിന്റെ വെളിച്ചത്തിൽ കുറേ മുഖങ്ങൾ തിരിച്ചറിയാനായി. ഹിജാസി, ബർഹൂം, ഫർഹാത്, ഹന്നൂറ പിന്നെ വേറെ കുറേയാളുകളും. എല്ലാവരും വലിയ ഒച്ചയിൽ സംസാരിക്കുകയാണ്. അതിനാൽ തന്നെ ചെവിയടഞ്ഞു പോകുന്ന അവസ്ഥയായി. ഇതിനിടയിൽ ആരോ പറയുന്നത് കേട്ടു.

"ജബൽ കുടുംബത്തിന്റെ അഭിമാനം തുലാസ്സിലായിരിക്കുന്നു. അത് മലിനമാക്കാൻ നാമൊറ്റയൊരുത്തനെയും അനുവദിക്കാൻ പാടില്ല."

ഇത് കേട്ടതും വിറയ്ക്കുന്ന ശരീരത്തോടെ അബ്ദ ഭർത്താവിന്റെ ചെവിയിൽ മന്ത്രിച്ചു.

"നമ്മുടെ മകന്റെ രഹസ്യം പുറത്തായിരിക്കുന്നു!"

ജനാലയ്ക്കരികിൽ നിന്നും പിന്മാറുന്നതിനിടയിൽ ഷാഫിഈ പിറുപിറുത്തു.

"എന്റെ മനസ്സെന്നോട് കള്ളം പറയാറേ ഇല്ല."

കാത്തിരിക്കുന്ന അപകടം വക വയ്ക്കാതെ അയാൾ വീടിന് പുറത്തേക്കിറങ്ങിച്ചെന്നു. പിന്നാലെ ഭാര്യയും. പിന്നെ ആൾക്കൂട്ടത്തിനിടയിലൂടെ ഷാഫിഈ മകനെത്തിരക്കി.

"രിഫാആ... മോനേ നീ എവിടെയാ രിഫാആ?"

റാന്തൽ വിളക്കിന്റെ വെളിച്ചം കിട്ടുന്ന സ്ഥലത്തൊന്നും രിഫാആയെ കാണാനായില്ല. ശബ്ദവും കേൾക്കുന്നില്ല. ഇതിനിടയ്ക്ക് ഹിജാസി അരികിലേക്ക് വന്നശേഷം ബഹളത്തിനിടയിലും കേൾക്കാവുന്ന ഒച്ചയിൽ തിരക്കി.

"എന്താ നിങ്ങളുടെ മകനെ പിന്നെയും കാണാതായോ?

"ഒന്ന് വന്ന് കേട്ട് നോക്കിക്കേ... ഈ അവസാനകാലത്ത് വൃത്തികെട്ടയാളുകൾ ജബൽ കുടുംബത്തിന്റെ അഭിമാനം നശിപ്പിക്കുന്നതെങ്ങനെയാണെന്ന്."

ഫർഹാതിന്റെ അലർച്ചകേട്ട് അബ്ദ തീവ്രവേദനയോടെ പറഞ്ഞു.

"ഏകനായ ദൈവത്തെ സാക്ഷിയാക്കി പറയുകയാണ്, അല്പം സഹിഷ്ണുത കാട്ടണം നിങ്ങൾ."

അതോടെ കോപാകുലരായ ആളുകൾ ആർത്ത് വിളിക്കാൻ തുടങ്ങി.

"ഈ സ്ത്രീക്ക് ഭ്രാന്താണ്!"

"അഭിമാനത്തിന്റെ അർത്ഥമെന്താണെന്ന് ഇവർക്കറിയില്ല!"

ഷാഫിഇൗയ്ക്ക് ഭയമായി. അയാൾ ഹിജാസിയെ നോക്കി യാചിക്കുകയായിരുന്നു.

"എന്റെ മോനെവിടെയാ?"

ഹിജാസി ആൾക്കൂട്ടത്തിനിടയിലൂടെ ഗേറ്റിന് മുന്നിലേക്ക് ചെന്ന ശേഷം ആളുകളെ നോക്കി വിളിച്ചു.

"രിഫാആ... മുന്നോട്ടു വരൂ, നിന്റെ വാപ്പയോട് സംസാരിക്ക്."

ഇത് കേട്ടതോടെ ഷാഫിഇൗയ്ക്ക് ആകെ അമ്പരപ്പായി. അയാൾ കരുതിയത് മകനെ നടപ്പാതയുടെ മുന്നിൽ ആളുകൾ പിടിച്ചു വച്ചിരിക്കുകയായിരിക്കും എന്നാണ്. അപ്പോഴേക്കും രിഫാആ വെളിച്ചത്തിലേക്ക് വന്നു. ഷാഫിഇൗ മകന്റെ കയ്യിൽ പിടിച്ച് വലിച്ചുകൊണ്ട് അബ്ദ നിന്നയിടത്തേക്ക് നടന്നു. അധികം വൈകാതെ ശൽദും ഒരു റാന്തലുമായി മുന്നോട്ടുവന്നു. അയാളുടെ പിറകിലായി വിദ്വേഷം കാരണം വികൃതമായ മുഖത്തോടെ ഖുൻഫിസുമുണ്ട്. എല്ലാവരുടെയും കണ്ണുകൾ കോളനിയിലെ ഗുണ്ടയുടെ നേർക്കായി. ആകെ നിശ്ശബ്ദത നിറഞ്ഞു നിൽക്കുകയാണ് അവിടമാകെ. പരുക്കൻ ശബ്ദത്തിലാണ് അയാൾ തിരക്കിയത്.

"ഇവിടെ എന്താ പ്രശ്നം?"

"യാസ്മീന നമ്മെയാകെ അപമാനിച്ചിരിക്കുകയാണ്."

"നിങ്ങളുടെ കൂട്ടത്തിൽ സാക്ഷികളാരെങ്കിലുമുണ്ടെങ്കിൽ സംസാരിക്ക്."

കഴുതവണ്ടിക്കാരനായ സൈതൂന ഖുൻഫിസിന്റെ മുന്നിലേക്ക് ചെന്നു.

"അല്പം മുമ്പ് ഇവൾ ബയൂമിയുടെ വീടിന്റെ പിറക് വാതിലൂടെ ഇറങ്ങിപ്പോകുന്നത് ഞാൻ കണ്ടതാണ്. ശേഷം ഇവിടെ വരെ പിന്തുടർന്നുവന്ന ഞാൻ ബയൂമിയുടെ വീട്ടിൽ നിനക്കെന്താ കാര്യമെന്ന് തിരക്കി. അപ്പോഴാണ് മനസ്സിലായത് അവൾ മദ്യപിച്ചിരുന്നുവെന്ന്. അവളുടെ വായിലെ മദ്യത്തിന്റെ ഗന്ധം ഈ നടപ്പാത മുഴുവൻ നിറഞ്ഞു നിന്നു. എന്നാൽ കുതറി മാറി ഓടിയ യാസ്മീന തന്റെ വീട്ടിൽ കയറി വാതിലടയ്ക്കുകയായിരുന്നു. നിങ്ങൾ തന്നെ പറയ് മദ്യപിച്ചൊരു സ്ത്രീ ബയൂമിയുടെ വീടിനുള്ളിൽ എന്ത് ചെയ്യുകയായിരിക്കുമെന്ന്."

ഷാഫിഇൗയക്കും അബ്ദയ്ക്കും അല്പം ആശ്വാസം തോന്നി. അതേ സമയം ആശങ്ക തുടങ്ങിയത് ഖുൻഫിസിന്റെ ഉള്ളിലായിരുന്നു. കോളനിയിലെ ഗുണ്ടയെന്ന തന്റെ സ്ഥാനത്തിന് വലിയ വെല്ലുവിളിയാണ് ഈ സംഭവമെന്ന് അയാൾക്ക് മനസ്സിലായി. യാസ്മീനയെ ശിക്ഷിക്കാൻ കഴിയാതെ പോയാൽ ജബൽ കുടുംബാംഗങ്ങൾക്കിടയിൽ തനിക്കുള്ള

മാന്യതയായിരിക്കും നഷ്ടപ്പെടുക. ഇനി അവളെ കോപാകുലരായ ഈ ആൾക്കൂട്ടത്തിന് നേരിടാനായി വിട്ടു കൊടുത്താൽ അത് താനും തെരുവിന്റെ മൊത്തം ദാദയായ ബയൂമിയും തമ്മിലുള്ള ഏറ്റുമുട്ടലിലേക്കായിരിക്കും നയിക്കുക. താനിനി എന്തുചെയ്യും? ജബൽ കുടുംബക്കാരായ ആളുകൾ വീടുകളിൽ നിന്നും പുറത്തിറങ്ങി അൽ-നസ്ർ ഭവനത്തിന് മുന്നിലെ തെരുവിലും നടപ്പാതയിലുമൊക്കെ തടിച്ചു കൂടുകയാണ്. അങ്ങനെ ഈ നടപ്പാതയ്ക്ക് മുന്നിൽ ഖുൻഫിസിന്റെ അധികാരം വല്ലാത്ത പ്രതിസന്ധിയെ നേരിടുകയാണ്.

"ആ സ്ത്രീയെ ജബൽ കുടുംബത്തിന്റെ കോളനിയിൽ നിന്നും ആട്ടിയിറക്കി വിടണം."

"ആട്ടിയിറക്കുന്നതിന് മുമ്പ് അവളെ ചാട്ടയ്ക്കടിക്കണം."

"കൊല്ലുകയാണ് വേണ്ടത്."

ആൾക്കൂട്ടം ആക്രോശിക്കുകയാണ്. ഇതൊക്കെ ജനാലയുടെ പിറകിൽ നിന്നു കൊണ്ട് കേൾക്കുകയായിരുന്ന യാസ്മീന അലറി വിളിക്കാൻ തുടങ്ങി. ആളുകളെല്ലാം ഖുൻഫിസിനെ തന്നെ ഉറ്റുനോക്കുകയാണ്. ഇതിനിടയിലാണ് രിഫാഅ പിതാവിനോട് ചോദിച്ചത്.

"ഈ സ്ത്രീയുമായി അവിഹിത ബന്ധത്തിലേർപ്പെട്ടുവെന്ന് പറയുന്ന ബയൂമിയോടല്ലേ ഇവർ സത്യത്തിൽ തങ്ങളുടെ ദേഷ്യം പ്രകടിപ്പിക്കേണ്ടത്?"

ഇത് സൈതൂനയടക്കമുള്ള മിക്കവരേയും പ്രകോപിപ്പിച്ചു.

"ഈ സ്ത്രീയല്ലേ അയാളുടെ വീട്ടിലേക്ക് പോയത്?"

"മര്യാദയെന്ന സാധനമില്ലെങ്കിൽ വായടച്ച് മിണ്ടാതിരുന്നു കൂടെ?"

പിതാവിന്റെ രൂക്ഷമായ നോട്ടം അവഗണിച്ചും രിഫാഅ തുടർന്നു.

"നിങ്ങളൊക്കെ ചെയ്യുന്നതുപോലെയേ ബയൂമിയും പ്രവർത്തിച്ചിട്ടുള്ളൂ."

"ഈ സ്ത്രീ ജബൽ കുടുംബക്കാരിയാണ്. അങ്ങനെയുള്ളൊരാൾ മറ്റാളുകൾക്കൊപ്പം പോകാൻ പാടില്ല."

സൈതൂന ഭ്രാന്തമായ ആവേശത്തോടെ രിഫാഅയെ നോക്കി അലറി.

"ഈ ചെറുപ്പക്കാരൻ വിഡ്ഢിയാണ്. മാന്യതയെന്ന സാധനം തൊട്ടുതീണ്ടിയിട്ടില്ലാത്തയാൾ."

മിണ്ടാതിരിക്കാനായി ഷാഫിഈ മകന്റെ ദേഹത്ത് കുത്തി. അപ്പോൾ ബർഹൂം പറഞ്ഞു.

"ഖുൻഫിസ് അങ്ങുന്ന് പറയട്ടെ തീരുമാനം!"

ഖുൻഫിസിന്റെ നെഞ്ചിനുള്ളിലെ ദേഷ്യം പൊട്ടിത്തെറിയുടെ വക്കോളമെത്തിയിരിക്കുകയാണ്. യാസ്മീനയാകട്ടെ സഹായത്തിനായി നിലവിളിക്കുന്നു. വിദ്വേഷം ആളുകൾക്കിടയിലൂടെ പ്രചരിക്കുകയും

സർവ്വരും പകയോടെ ആ സ്ത്രീയുടെ വീടിനുനേരെ നോക്കാനും തുടങ്ങി. യാസ്മീനയുടെ നിലവിളി ശബ്ദം കേട്ട് രിഫാഅയ്ക്ക് നെഞ്ച് തകരുന്നതുപോലെയാണ് തോന്നിയത്. കൂടുതൽ സഹിക്കാനാകാതെ അയാൾ പിതാവിന്റെ കൈ തട്ടിമാറ്റിയ ശേഷം നേരേ യാസ്മീനയുടെ വീടിനരികിലേക്ക് ചെന്നു.

"ദുർബലയായ ഈ സ്ത്രീയോട് അല്പം കരുണ കാട്ടണം നിങ്ങൾ."

"നീയാണ് ദുർബലൻ."

സൈതൂന അട്ടഹസിച്ചു. ഷാഫിഈ മകനെ വിളിച്ചെങ്കിലും അതവഗണിച്ചു കൊണ്ട് രിഫാഅ സൈതൂനയോട് പറഞ്ഞു.

"ദൈവം നിങ്ങൾക്ക് മാപ്പ് തരട്ടെ."

ആൾക്കൂട്ടത്തിന് നേർക്ക് നോക്കി അയാൾ തുടർന്നു.

"ഈ സ്ത്രീയോട് കരുണ കാണിക്കണം. പകരം എന്നെ എന്തു വേണമെങ്കിലും ചെയ്തുകൊള്ളൂ. സഹായം തേടിക്കൊണ്ടുള്ള ഇവളുടെ കരച്ചിൽ നിങ്ങളുടെയൊന്നും മനസ്സിളക്കുന്നില്ലേ?"

"ഈ കോമാളി പറയുന്നതൊന്നും താങ്കൾ കേൾക്കരുത്. താങ്കളാണ് അഭിപ്രായം പറയേണ്ടത് അങ്ങുന്നേ."

സൈതൂന ഖുൻഫിസിനെ നോക്കി പറഞ്ഞു.

"ഞാൻ ഈ സ്ത്രീയെ വിവാഹം ചെയ്താൽ നിങ്ങൾക്കൊക്കെ തൃപ്തിയാകുമോ?"

രിഫാഅയുടെ വാക്കുകൾ കേട്ടതും കോപാകുലരായ ആളുകളുടെ ഒച്ചകൾക്കിടയിൽ നിന്നും പിന്നീട് കേട്ടത് പരിഹാസശരങ്ങളായിരുന്നു.

"അവൾക്ക് ശിക്ഷ കിട്ടിയേ തീരൂ"

"അവളുടെ ശിക്ഷ ഞാനേറ്റെടുത്തു കൊള്ളാം."

"പോരാ. ഞങ്ങളാണത് തീരുമാനിക്കേണ്ടത്."

കാര്യമിതൊക്കെയാണെങ്കിലും രിഫാഅയുടെ നിർദ്ദേശം താനകപ്പെട്ടിരിക്കുന്ന പ്രതിസന്ധിയിൽ നിന്നും രക്ഷപ്പെടാനുള്ള വഴിയാണെന്ന് ഖുൻഫിസ് തിരിച്ചറിഞ്ഞു കഴിഞ്ഞിരുന്നു. മനഃസംതൃപ്തി തീരെയില്ലെങ്കിലും അയാളുടെ മുന്നിൽ മറ്റു വഴികളൊന്നുമില്ലായിരുന്നു. തന്റെ ബലഹീനത മറച്ചുവയ്ക്കാനായി മുഖം കൂടുതൽ കടുപ്പിക്കുകയായിരുന്നു ഖുൻഫിസ്.

"അവളെ വിവാഹം ചെയ്യാമെന്ന് ഈ പയ്യൻ സമ്മതിച്ചതല്ലേ? അവന്റെ ആഗ്രഹം നടക്കട്ടെ!"

ഇത് കേട്ടതും സൈതൂനയ്ക്ക് കലിയടക്കാനായില്ല. അയാളുടെ കണ്ണുകൾ കീഴ്മേൽ മറിഞ്ഞു.

"ഈ ഭീരുത്വം നമ്മുടെ അഭിമാനത്തെയാകും തകർത്തുകളയുന്നത്."

പെട്ടെന്നാണ് ഖുൻഫിസിന്റെ മുഷ്ടി സൈതൂനയുടെ മൂക്കിന്റെ പാലം ഇടിച്ചു തകർത്തത്. പിറകിലേക്ക് മറിഞ്ഞുവീണ അയാളുടെ മൂക്കിൽ നിന്ന് രക്തം ധാരധാരയായി ഒഴുകാൻ തുടങ്ങി. തന്റെ ദൗർബല്യം മറച്ചു പിടിക്കാനായി എതിർക്കുന്നവരെ ഭീകരമായി നേരിടാനേ ഖുൻഫിസ് ശ്രമിക്കുകയുള്ളൂവെന്ന് സകലർക്കും അറിയാം. റാന്തൽ വിളക്കിന്റെ വെളിച്ചത്തിൽ പേടിച്ചരണ്ട മുഖങ്ങളിലേക്ക് മാറിമാറി നോക്കിയ ഖുൻഫിസിന് മൂക്ക് തകർന്ന തൈസൂനയോട് സഹതാപമുള്ള ഒറ്റയൊരാളെയും കാണാനായില്ല. മാത്രമല്ല ഫർഹാത് സൈതൂനയെ കുറ്റപ്പെടുത്തുകയും ചെയ്തു.

"നിങ്ങളുടെ നാവാണ് സർവ്വത്ര കുഴപ്പം സൃഷ്ടിക്കുന്നത്."

"താങ്കളില്ലെങ്കിൽ നമുക്ക് ഈ പ്രശ്നത്തിനൊരു പരിഹാരം കണ്ടെത്താനേ കഴിയില്ല."

ബർഹൂം ഖുൻഫിസിനോട് പറഞ്ഞതിന് പിന്നാലെ ഹന്നൂറ സംസാരിച്ചു.

"താങ്കളുടെ ദേഷ്യമാണ് ഞങ്ങളെ രക്ഷിക്കുന്നത്."

കൂടി നിന്നവരൊക്കെ പതിയെ പിരിഞ്ഞുപോകാൻ തുടങ്ങി. അവസാനം അവിടെ അവശേഷിച്ചത് ഖുൻഫിസും ശൽദുമും ഷാഫിഈയും അബ്ദയും രിഫാഅയും മാത്രമായി. ഷാഫിഈ ഖുൻഫിസിന്റെ മുന്നിലേക്ക് ചെന്ന് അഭിവാദ്യം ചെയ്യാനായി കൈ നീട്ടിയെങ്കിലും കോപാകുലനായ ഖുൻഫിസ് പുറംകൈകൊണ്ട് ആഞ്ഞ് തട്ടിക്കളഞ്ഞു. കിതച്ചു കൊണ്ട് പുറകിലേക്ക് മാറിയ ഷാഫിഈയുടെ അരികിലേക്ക് ഭാര്യയും മകനും ഓടി വന്നു. നടപ്പാത വിട്ട് പുറത്തേക്ക് പോകുന്നതിനിടയിൽ ഖുൻഫിസ് സർവ്വ ആണുങ്ങളെയും പെണ്ണുങ്ങളെയും ജബൽ കുടുംബക്കാരേയും ജബലിനെത്തന്നെയും ശപിക്കുന്നുണ്ടായിരുന്നു. ചൂടുവെള്ളത്തിൽ മുക്കിയ ഷാഫിഈയുടെ കൈ തിരുമ്മി കൊടുക്കുന്നതിനിടയിൽ അബ്ദ പറഞ്ഞു.

"നിങ്ങൾ നോക്കിക്കോ സകിയ്യ അവളുടെ ഭർത്താവിനെ നമുക്കെതിരെ തിരിച്ചുവിട്ടിരിക്കും."

ഭാര്യയുടെ വാക്കുകൾ കേട്ടപ്പോൾ ഷാഫിഈ വിലപിക്കുന്നത് പോലെ പറഞ്ഞത് മറ്റൊന്നായിരുന്നു.

"ബയൂമിയുടെ കുറുവടിയിൽ നിന്നും തന്നെ രക്ഷിച്ചത് നമ്മുടെ വിഡ്ഢിയായ മോനാണെന്ന് ആ ഭീരുവായ ഖുൻഫിസ് മറന്നുകളഞ്ഞു..."

അമ്പത്തിരണ്ട്

മാതാപിതാക്കളുടെ പ്രതീക്ഷകളൊക്കെ രിഫഅയിലായിരുന്നു. എന്നാലവയൊക്കെ തകർന്നിരിക്കുകയാണിപ്പോൾ. യാസ്മീനയെ വിവാഹം ചെയ്യുന്നതോടെ രിഫാഅ ഒന്നുമല്ലാതാകും. അതിനുമുമ്പ് തന്നെ ആ

കുടുംബം തെരുവിലാകെ പരിഹാസ്യരായി മാറിയിരുന്നു. കരഞ്ഞ് കരഞ്ഞ് അബ്ദയ്ക്ക് അസുഖമായി. വിധി തന്നോട് ക്രൂരത കാണിക്കുന്നതുപോലെ ഷാഫിഈയുടെ മുഖം കറുത്തിരുണ്ടിരിക്കുന്നു. എന്നാൽ അവർ ഇരുവരും കോപം അമർത്തിവച്ചതല്ലാതെ രിഫാഅയോട് പ്രകടിപ്പിക്കാൻ പോയില്ല. നടന്ന സംഭവങ്ങൾക്കുശേഷം യാസ്മീനയുടെ പെരുമാറ്റമാണ് കാര്യങ്ങൾ കുറച്ചെങ്കിലും ലഘൂകരിച്ചത്. ആ സ്ത്രീ ഷാഫിഈയുടെ വീട്ടിലേക്ക് ഓടി വന്നശേഷം അയാളുടെയും ഭാര്യയുടെയും കാൽക്കൽ വീണ് പൊട്ടിക്കരഞ്ഞു. ഹൃദയം നിറഞ്ഞ നന്ദിയും ആത്മാർത്ഥമായ പശ്ചാത്താപവുമായിരുന്നു അവളുടെ പ്രവർത്തിയിൽ ഉണ്ടായിരുന്നത്.

ജബൽ കുടുംബക്കാരുടെ മുന്നിൽവച്ചാണ് യാസ്മിനയെ വിവാഹം ചെയ്തു കൊള്ളാമെന്ന് രിഫാഅ പരസ്യമായി സമ്മതിച്ചത്. അതുകൊണ്ടുതന്നെ ഈ വിവാഹത്തിൽ നിന്നും പിന്മാറാനാകില്ല. ഷാഫിഈയും ഭാര്യയും ആ യാഥാർത്ഥ്യം അംഗീകരിക്കുകയും അതിനോട് പൊരുത്തപ്പെടാൻ ശ്രമിക്കുകയുമായിരുന്നു. അവരുടെ മനസ്സിൽ ഒരേ സമയം രണ്ട് ആഗ്രഹങ്ങളുടെ സംഘർഷം നടക്കുകയായിരുന്നു. ഒന്ന് തെരുവിലെ രീതിയനുസരിച്ച് മകന്റെ വിവാഹം വലിയ ഘോഷയാത്രയോടെ ആഘോഷിക്കണം എന്നാണെങ്കിൽ ഈ വിവാഹത്തെ അംഗീകരിക്കാത്ത മട്ടിൽ പരിഹസിച്ച് മാത്രം സംസാരിക്കുന്ന ജബൽ കുടുംബക്കാരുടെ ആക്ഷേപത്തിന് പാത്രമാകാതിരിക്കാനായി ആഘോഷങ്ങളൊക്കെ വീട്ടിലേക്ക് മാത്രം പരിമിതപ്പെടുത്താനാണ് മനസ്സ് രണ്ടാമത് കൊതിച്ചു പോകുന്നത്. അമർത്തിയ വികാരങ്ങൾ പ്രകടിപ്പിക്കാനുള്ള ഖേദം നിറഞ്ഞ ശ്രമം എന്നോണം അബ്ദ ഭർത്താവിനോട് പറഞ്ഞു.

“ഒരേയൊരു മകനായ രിഫാഅയുടെ വിവാഹ ഘോഷയാത്ര കോളനികളിലൂടെയൊക്കെ കടന്നു പോകുന്നത് കാണാൻ ഞാൻ എത്രമാത്രം കൊതിച്ചിട്ടുണ്ടെന്നോ!”

“ജബൽ കുടുംബത്തിൽപെട്ട ഒറ്റയൊരാൾപോലും അതിൽ പങ്കെടുക്കാൻ ഇഷ്ടപ്പെടില്ല.”

ഭർത്താവിന്റെ വാക്കുകൾ കേട്ടതും അബ്ദയുടെ മുഖം വല്ലാതെയായി.

“ഇങ്ങനെ നമ്മെ ഇഷ്ടപ്പെടാത്ത ആളുകൾക്കിടയിൽ കഴിയുന്നതിനെക്കാൾ നല്ലത് മുഖത്തംകമ്പോളത്തിലേക്ക് മടങ്ങിപ്പോകുന്നതാണ്.”

“നമ്മൾ ഈ തെരുവ് വിട്ട് എങ്ങോട്ടും പോകുന്നില്ല ഉമ്മാ...”

തുറന്ന് കിടക്കുന്ന ജനാലയുടെ കീഴിൽ കാൽനീട്ടിയിരുന്ന് വെയിൽ കൊള്ളുകയായിരുന്നു രിഫാഅ.

“നമ്മൾ ആ നാട് വിട്ട് ഇങ്ങോട്ടൊരിക്കലും തിരിച്ചുവരാതിരുന്നെങ്കിലെന്ന് കൊതിച്ചു പോകുകയാണ് ഞാൻ.”

ആത്മഗതം നടത്തിയ ഷാഫിഇൗ മകന്റെ നേരേ തിരിഞ്ഞ് ചോദിച്ചു.

"ഇവിടെ തിരികെയെത്തിയ നാൾ നീ വളരെ ദുഃഖിതനായിരുന്നല്ലോ?"

രിഫാഅ പുഞ്ചിരിച്ചു.

"ഇന്നലത്തെപോലെയല്ലല്ലോ ഇന്ന്? നമ്മൾ പോയാൽ പിന്നെ ജബൽ കുടുംബക്കാരുടെ ബാധകൾ ഒഴിപ്പിക്കാൻ വേറെയാരാണുള്ളത്?"

"അവന്മാരുടെയൊക്കെ ബാധ എന്നുമെന്നും അതുപോലെ തന്നെ തുടരട്ടെ. പക്ഷേ, നീ ഈ വീട്ടിലേക്ക് കൂട്ടിക്കൊണ്ട് വരാനൊരുങ്ങുന്ന തൊരു..."

രിഫാഅ പിതാവിനെ പറഞ്ഞു പൂർത്തിയാക്കാനനുവദിച്ചില്ല.

"ഞാനാരെയും ഈ വീട്ടിലേക്ക് കൂട്ടിക്കൊണ്ടുവരാൻ പോകുന്നില്ല. ഞാൻ ആ വീട്ടിൽ പോയി താമസിക്കാൻ പോകുകയാണ്."

"നിന്റെ വാപ്പ ഉദ്ദേശിച്ചത് അതല്ല."

അബ്ദയുടെ വാക്കുകൾ കേട്ട് രിഫഅ പറഞ്ഞു.

"ഞാനുദ്ദേശിച്ച കാര്യം തന്നെയാണ് പറഞ്ഞത് ഉമ്മാ. പുതിയ വീട് വളരെ അകലെയൊന്നുമല്ലല്ലോ? നമുക്ക് വേണമെങ്കിൽ എന്നും രാവിലെ ജനാലകളിലൂടെ പരസ്പരം കൈകൊടുക്കാൻ പോലും സാധിക്കും."

ദുഃഖത്തോടെയാണെങ്കിലും പരിമിതമായ തോതിൽ വിവാഹദിനം ആഘോഷിക്കാൻ തന്നെ അവസാനം ഷാഫിഇൗയ്ക്ക് തീരുമാനി ക്കേണ്ടി വന്നു. നടപ്പാതയിൽ അലങ്കാരവിതാനങ്ങൾ തൂക്കിയിട്ടു. ഒപ്പം ഇരു വീടുകളുടെയും വാതിലുകളിലും. ഒരു ഗായകനെയും പാചകക്കാര നെയും വിളിച്ചുവരുത്തി. സുഹൃത്തുക്കളെയും പരിചയക്കാരെയും ഒക്കെ ക്ഷണിച്ചെങ്കിലും ആകെക്കൂടി വിവാഹാഘോഷത്തിൽ പങ്കെടുത്തത് കവി ജവാദും ഉമ്മ്ബഖാതിർഹയും ഹിജാസിയും അയാളുടെ കുടുംബവും പിന്നെ ഭക്ഷണം കൊതിച്ചെത്തിയ പാവപ്പെട്ടവരും മാത്രമായിരുന്നു. ഒരു ഘോഷയാത്രയില്ലാതെ വിവാഹം കഴിച്ച ആ തെരുവിലെ ആദ്യത്തെ ചെറുപ്പക്കാരനായിരുന്നു രിഫാഅ. ആ കുടുംബം നടപ്പാത കടന്ന് വധുവിന്റെ വീട്ടിലേക്ക് പോയി. എണ്ണത്തിൽ കുറഞ്ഞ ക്ഷണിതാക്കൾ ക്കായി ഗായകൻ ഉദാസീനമായി എന്തോ പാടി. ഭക്ഷണം കഴിക്കുന്ന തിനിടയിൽ കവി ജവാദ് ധാർമികതയേയും നല്ല മനസിനെയും പുകഴ് ത്തുകയും ബുദ്ധിമാനും സദ്വൃത്തനും ശുദ്ധഹൃദനുമാണ് രിഫാഅയെന്ന് പറയുകയും ചെയ്തു. എന്നാൽ ഗുണ്ടാപണിക്കും കുറുവടിക്കും വ്യഭി ചാരത്തിനും മാത്രം വിലയുള്ള തെരുവിൽ ആയിപ്പോയി താമസം. അതേസമയം വീടിന് മുന്നിൽ നിന്ന് കുറച്ചു കുട്ടികൾ ഒരുമിച്ച് പാടു ന്നത് കേട്ടു.

"രിഫാആ... രിഫാആ കുഞ്ഞുകീടമേ

ഈ പണി ചെയ്യാൻ പറഞ്ഞതാരാ നിന്നോട്?"

പിന്നീട് ആ കുട്ടികൾ ഉച്ചത്തിൽ ബഹളം വയ്ക്കാൻ തുടങ്ങി. രിഫാഅ നിലത്തേക്ക് നോക്കിയപ്പോൾ ഷാഫിഈയുടെ മുഖം ആകെ വിളറി വെളുത്തു.

"പോയിനെടാ നായിന്റെ മക്കളേ."

ഹിജാസിയുടെ തെറിവിളി കേട്ടപ്പോൾ കവി പറഞ്ഞു.

"എത്ര വൃത്തികെട്ട തെരുവാണിത്! എങ്കിലും അതിലെ നന്മ മറക്കാതിരിക്കാൻ ശ്രമിക്കാം നമുക്ക്. എത്രയെത്ര ഗുണ്ടകൾ ഇവിടം അടക്കി വാണിരിക്കുന്നു. എന്നാൽ ജനം സ്നേഹത്തോടെ ഓർക്കുന്നത് അദ്ഹമിനേയും ജബലിനേയും മാത്രമല്ലേ?"

പിന്നെ പുറത്തെ ഒച്ചയെ കവച്ചുവയ്ക്കുന്ന വിധത്തിൽ എന്തെങ്കിലും പാടാൻ ഗായകനോട് നിർദ്ദേശിച്ചു. മൂടിക്കെട്ടിയ നിശ്ശബ്ദതയിലും അങ്ങനെ വിവാഹാഘോഷം തുടർന്നു. ശേഷം ആളുകളെല്ലാം തങ്ങളുടെ വാസസ്ഥലങ്ങളിലേക്ക് തിരികെപ്പോയി. ആ വീട്ടിൽ അവസാനം രിഫാഅയും യാസ്മീനയും മാത്രം അവശേഷിച്ചു.

വിവാഹവസ്ത്രത്തിൽ യാസ്മീന വളരെ സുന്ദരിയായിരുന്നു. ഒരു അയഞ്ഞ പട്ട് ജല്ലാബിയ കുപ്പായവും അലങ്കാരപ്പണികൾ ചെയ്ത തലപ്പാവും കടും മഞ്ഞ നിറത്തിലുള്ള തുകൽ ചെരുപ്പമായിരുന്നു രിഫാഅയുടെ വേഷം. പിങ്ക് നിറത്തിലുള്ള കിടക്കയ്ക്ക് അഭിമുഖമായി ഒരു സോഫയിലാണ് അവർ രണ്ടുപേരും ഇരുന്നത്. വലിയ കണ്ണാടിയിലൂടെ കിടക്കയ്ക്ക് അടിയിൽ ഇരിക്കുന്ന താലവും വെള്ളം കോരുന്ന കപ്പും കാണാം. രിഫാഅയുടെ ഭാഗത്ത് നിന്ന് ഒരു ആക്രമണമോ അല്ലെങ്കിൽ പ്രതീക്ഷിക്കാവുന്ന ആക്രമണത്തിന്റെ തുടക്കമോ എപ്പോൾ വേണമെങ്കിലും ഉണ്ടാകാമെന്ന് നോക്കിയിരിക്കുകയാണ് യാസ്മീന. എന്നാൽ മേൽക്കൂരയിൽ തൂക്കിയിട്ടിരിക്കുന്ന റാന്തൽ വിളക്കിലോ നിറമാർന്ന വിരിപ്പിലോ വെറുതെ നോക്കിയിരിക്കുകയാണയാൾ.

കുറെ നേരം കാത്തിരുന്ന ശേഷം മൂടി നിന്ന നിശ്ശബ്ദതയെ ഭേദിക്കാനെന്നവണ്ണം യാസ്മീന പതിയെ പറഞ്ഞു.

"നിങ്ങളുടെ ദയ ഞാൻ ഒരിക്കലും മറക്കില്ല. എന്റെ ജീവിതം തന്നെ നിങ്ങളോട് കടപ്പെട്ടിരിക്കുന്നു!"

സ്നേഹത്തോടെ രിഫാഅ അവൾക്ക് നേരെ നോക്കി. പിന്നെ ആ സംസാരം തുടരാനാഗ്രഹിക്കാത്തൊരാളുടെ സ്വരത്തിൽ പറഞ്ഞു.

"നമ്മുടെയെല്ലാം ജീവിതം ഒരു തരത്തിൽ മറ്റൊരാളോട് കടപ്പെട്ടിരിക്കുന്നു."

എത്ര മാന്യനാണിയാൾ! ആ സംഭവം നടന്ന രാത്രിയിൽ തന്റെ കയ്യിൽ ചുംബിക്കാൻ തുനിഞ്ഞ യാസ്മീനയെ അയാളതിന് അനുവദിച്ചിരുന്നില്ല. ഇപ്പോഴിതാ താൻ ചെയ്ത നന്മയെക്കുറിച്ച് പരാമർശിക്കാൻ പോലും തയ്യാറാകുന്നില്ല. ഇയാളുടെ നന്മയുമായി ഉപമിക്കാൻ കഴിയുന്നത് ആ

ക്ഷമയെ മാത്രമായിരിക്കും. എന്നാൽ എന്തിനെക്കുറിച്ചായിരിക്കും ഇയാൾ ഇങ്ങനെ ആലോചിച്ചു കൊണ്ടിരിക്കുന്നത്? സ്വന്തം മനസ്സിലെ നന്മ കാരണം എന്നെപ്പോലൊരാളെ വിവാഹം ചെയ്യേണ്ടി വന്നതിലുള്ള അസംതൃപ്തിയായിരിക്കുമോ?

"ജനം കരുതുന്നതുപോലെ അത്ര ചീത്തയൊന്നുമല്ല ഞാൻ. സത്യത്തിൽ അവർ എന്നെ ഇഷ്ടപ്പെടുന്നതും വെറുക്കുന്നതും ഒരേ കാര്യത്തിന്റെ പേരിലാണ്."

"എനിക്കറിയാം. എത്രവലിയ അനീതികളാണ് നമ്മുടെ ഈ തെരുവിൽ അരങ്ങേറുന്നത്."

ആശ്വസിപ്പിക്കുന്നത് പോലെ രിഫാഅ പറഞ്ഞു.

"തങ്ങൾ അദ്ഹമിന്റെ പിൻതലമുറക്കാരാണെന്ന് പൊങ്ങച്ചം പറയുമ്പോൾ തന്നെ സ്വന്തം കുറ്റകൃത്യങ്ങളെക്കുറിച്ച് പെരുമ നടിക്കാനും ഇവർക്ക് മടിയില്ല."

"പക്ഷേ, മനസ്സിനുള്ളിലെ ബാധകളെ കുടിയൊഴിപ്പിക്കാനായാൽ ആനന്ദത്തിലേക്ക് കടന്നുചെല്ലാനാകും നമുക്ക്."

രിഫാഅ എന്താണുദ്ദേശിച്ചതെന്ന് അവൾക്ക് മനസ്സിലായില്ല. അപ്പോഴാണ് ഇങ്ങനെ ഇരിക്കുന്നത് എത്ര വിരോധാഭാസമാണെന്ന് യാസ്മീനയ്ക്ക് തോന്നിയത്.

"വിവാഹ രാത്രിയിൽ നമ്മൾ ഇത് എന്ത് വിചിത്രമായ കാര്യങ്ങളാണ് സംസാരിച്ചുകൊണ്ടിരിക്കുന്നത്!"

പിന്നീടവൾ രിഫാഅയോടുള്ള തന്റെ കടപ്പാട് ഭാവമൊക്കെ കൈയ്യൊഴിഞ്ഞെന്ന രീതിയിൽ അല്പം അഭിമാനത്തോടെ തല ഉയർത്തിപ്പിടിച്ചു. ചുമലിൽ കിടന്ന വസ്ത്രം ഊരിമാറ്റുന്നതിനിടയിൽ വശീകരിക്കുംവിധം രിഫാഅയുടെ നേരേ നോക്കി.

"നമ്മുടെ തെരുവിലെ ആദ്യത്തെ സന്തുഷ്ടയായ വ്യക്തിയായി മാറാനാകും നിനക്ക്."

"ശരിക്കും? എന്റെ കയ്യിൽ കുടിക്കാൻ മദ്യമുണ്ട്."

"അത്താഴം കഴിച്ചപ്പോൾ ഞാനല്പം കുടിച്ചതാണ്. അതുതന്നെ ധാരാളം."

ഒരല്പം പരിഭ്രമം തോന്നി. ശേഷം യാസ്മീന പറഞ്ഞു.

"എന്റെ കയ്യിൽ നല്ല കഞ്ചാവുണ്ട്"

"ഞാനത് പരീക്ഷിച്ച് നോക്കിയിട്ടുണ്ട്. പക്ഷേ, എനിക്കത് താങ്ങാനാകില്ല."

"നിങ്ങളുടെ വാപ്പ നന്നായി പുകവലിക്കുന്നയാളാണല്ലോ? ഒരിക്കൽ ശൽദൂമിന്റെ കഞ്ചാവ് പുരയിൽ നിന്നും ഇറങ്ങിപ്പോകുന്നത് ഞാൻ

കണ്ടിട്ടുണ്ട്. പകലാണോ രാത്രിയാണോ നേരമെന്ന് പോലും തിരിച്ചറിയാനാവാത്ത അവസ്ഥയിലായിരുന്നു പുള്ളിക്കാരനപ്പോൾ.”

പുഞ്ചിരിച്ചതല്ലാതെ രിഫാഅ ഒന്നും പറഞ്ഞില്ല. മുഖം തിരിച്ചുകളയുമ്പോൾ പരാജിതയായതിന്റെ വിദ്വേഷമായിരുന്നു യാസ്മീനയുടെ മനസ്സ് നിറയെ. അവൾ എഴുന്നേറ്റ് വാതിലിനരികിലേക്ക് ചെന്നു. ശേഷം തിരികെ വന്ന് റാന്തൽ വിളക്കിനരികിൽ നിന്നു. മൃദുലമായ വസ്ത്രത്തിനുള്ളിലൂടെ അവളുടെ അഴകളവുകൾ പുറത്തുകാണാമായിരുന്നു. എന്നാൽ രിഫാഅയുടെ ശാന്തമായ കണ്ണുകളിലേക്ക് നോക്കി നിന്നപ്പോൾ അവൾക്കാകെ നിരാശയാണ് തോന്നിയത്.

“നിങ്ങളെന്തിനാണ് എന്നെ രക്ഷിച്ചത്?”

“ഒരു മനുഷ്യനെ പീഡിപ്പിക്കുന്നത് കണ്ടുനിൽക്കാനായില്ല അതുകൊണ്ടാണ്.”

“അതുകൊണ്ടാണോ എന്നെ വിവാഹം ചെയ്തത്? അതുകൊണ്ട് മാത്രം?”

യാസ്മീനയ്ക്ക് വല്ലാതെ ദേഷ്യം വന്നു. അവളുടെ സ്വരം കടുത്തിരുന്നു.

“നീ വീണ്ടും പഴയതുപോലെ രോഷാകുലയാകരുത്.”

ഖേദിക്കുന്നത് പോലെ ചുണ്ടിൽ കടിച്ചുകൊണ്ട് അവൾ പതുക്കെ പറഞ്ഞു.

“ഞാൻ കരുതി നിങ്ങളെന്നെ സ്നേഹിക്കുകയാണെന്ന്.”

“എനിക്ക് നിന്നെ ഇഷ്ടം തന്നെയാണ് യാസ്മീന.”

അയാളുടെ സ്വരത്തിൽ സത്യസന്ധതയും ലാളിത്യവും നിറഞ്ഞുനിന്നിരുന്നു. അത് ശ്രദ്ധിച്ചതും യാസ്മീനയുടെ കണ്ണുകളിൽ അതിശയമായി.

“ശരിക്കും?”

“അതെ. എനിക്ക് നമ്മുടെ തെരുവിലെ സർവ്വ ജീവജാലങ്ങളേയും ഇഷ്ടം തന്നെയാണ്.”

രിഫാഅയുടെ മറുപടി കേട്ടതും നിരാശയോടെ നെടുവീർപ്പിട്ടുകൊണ്ട് സംശയത്തോടെ നോക്കി.

“എനിക്ക് മനസ്സിലായി. കുറച്ച് മാസക്കാലം എനിക്കൊപ്പം കഴിഞ്ഞ ശേഷം നിങ്ങളെന്നെ വിവാഹമോചനം ചെയ്യുമല്ലേ?”

രിഫാഅയുടെ കണ്ണുകൾ വിടർന്നു.

“അങ്ങനെയൊന്നും ചിന്തിക്കേണ്ട.”

“എനിക്ക് നിങ്ങളെ മനസ്സിലാകുന്നതേയില്ല. എനിക്ക് നൽകാൻ നിങ്ങളുടെ കയ്യിൽ എന്താണുള്ളത്?”

"യഥാർത്ഥ ആനന്ദം."

"നിങ്ങളെ കണ്ടുമുട്ടുന്നതിന് മുമ്പ് തന്നെ ചിലപ്പോഴൊക്കെ ഞാനത് അനുഭവിച്ചിട്ടുള്ളത് തന്നെയാണ്"

"അഭിമാനമില്ലാതെ എന്താനന്ദമാണുള്ളത്?"

"അഭിമാനം മാത്രം വച്ച് നമുക്ക് സന്തോഷകരമായ ജീവിതം ലഭിക്കില്ലല്ലോ?"

യാസ്മീന ചിരിക്കുന്നത് കണ്ടപ്പോൾ രിഫാഅയ്ക്ക് വേദന തോന്നി.

"നമ്മുടെ പ്രദേശത്തുള്ള ഒറ്റയൊരാളും യഥാർത്ഥ ആനന്ദമെന്തെന്നറിയുന്നില്ല!"

ഉറച്ച കാൽവയ്പുകളോടെ കിടയ്ക്കക്കരികിലേക്ക് പോയ യാസ്മീന വല്ലായ്മയോടെ അതിനരികിൽ ചെന്നിരുന്നു. വാത്സല്യത്തോടെ അവൾക്ക് നേരേ നോക്കിക്കൊണ്ട് രിഫാഅ പറഞ്ഞു.

"നമ്മുടെ പ്രദേശത്തുള്ള സർവ്വ ആളുകളേയും പോലെയാണ് നീയും. തങ്ങൾക്ക് നഷ്ടമായ സമയത്തെക്കുറിച്ചാണ് നിങ്ങളെല്ലാം ചിന്തിച്ചുകൊണ്ടിരിക്കുന്നത്."

യാസ്മീനയുടെ മുഖത്ത് ദേഷ്യം വ്യക്തമായിത്തന്നെ കാണാമായിരുന്നു.

"നിങ്ങളുടെ ഈ നിഗൂഢതകൾ പരിഹരിക്കാൻ ദൈവമെന്നെ സഹായിക്കട്ടെ."

"സ്വന്തം ബാധകളിൽനിന്നും മുക്തയായാൽ നിനക്ക് സ്വയം തന്നെ അവയെല്ലാം പരിഹരിക്കാവുന്നതേയുള്ളൂ."

"ഞാനെന്താണോ അതിലെനിക്ക് പൂർണസംതൃപ്തിയേ ഉള്ളൂ."

യാസ്മീന തിരിച്ചടിച്ചു.

"ഇങ്ങനെ തന്നെയാണ് ഖുൻഫിസും മറ്റുള്ളവരുമൊക്കെ പറഞ്ഞുകൊണ്ടിരിക്കുന്നത്"

"നമ്മളെന്താ ഇതുപോലെ രാവിലെവരെ സംസാരിച്ചുകൊണ്ടിരിക്കാൻ പോകുകയാണോ?"

അവൾ രൂക്ഷമായി നെടുവീർപ്പിട്ടു.

"നീ കിടന്നോളൂ. നല്ല സ്വപ്നങ്ങൾ കണ്ടുറങ്ങാനാകട്ടെ!"

കിടക്കയിലേക്ക് കയറി ഇരുന്നശേഷം യാസ്മീന മലർന്ന് കിടന്നു. തന്റെ കണ്ണുകളിലേക്കും പിന്നെ ചുറ്റിലുമായി നോക്കിക്കൊണ്ടിരിക്കുന്ന യാസ്മീനയോട് രിഫാഅ പറഞ്ഞു.

"വിശ്രമിച്ചോളൂ. ഞാൻ ഈ മെത്തയിൽ കിടന്നോളാം."

പൊട്ടിച്ചിരിക്കാനാണ് തോന്നിയതെങ്കിലും അവളത് അമർത്തിക്കളഞ്ഞു.

"നാളെ നിങ്ങളുടെ ഉമ്മ ഇവിടെ വരുമ്പോൾ നിങ്ങളുടെ ക്ഷീണം കാണുമ്പോൾ മുന്നറിയിപ്പ് തരുമോ എന്നാണെന്റെ പേടി."

രിഫാഅയുടെ മുഖത്ത് തെളിയുന്ന നാണമൊന്ന് കണ്ട് രസിക്കാനായി നോക്കിയെങ്കിലും യാസ്മീനയ്ക്ക് കാണാനായത് അയാളുടെ ശാന്തമായ കണ്ണുകൾ മാത്രമായിരുന്നു.

"നിന്നെ സ്വന്തം ബാധകളിൽ നിന്നും മുക്തയാക്കാനാണ് ഞാനാഗ്രഹിക്കുന്നത്."

യാസ്മീന ദേഷ്യം സഹിക്കാതെ പൊട്ടിത്തെറിച്ചു.

"പെണ്ണുങ്ങളുടെ പണി അവർക്ക് തന്നെ വിട്ടുകൊടുത്തു കൂടേ നിങ്ങൾക്ക്?"

മുഖം എതിർവശത്തെ ചുമരിലേക്ക് തിരിച്ചു കളയുമ്പോൾ അവളുടെ നെഞ്ചിൽ അസ്വസ്ഥതയും വിദ്വേഷവും ആളിക്കത്തുകയായിരുന്നു. റാന്തൽ കിടന്ന സ്ഥലത്തേക്ക് എഴുന്നേറ്റ് ചെന്ന രിഫാഅ തിരി താഴ്ത്തിയ ശേഷം തീ ഊതിയണച്ചു. അതോടെ മുറിയിലാകെ ഇരുൾ നിറഞ്ഞു.

അമ്പത്തിമൂന്ന്

വിവാഹത്തിനുശേഷമുള്ള ദിവസങ്ങൾ രിഫാഅയെ സംബന്ധിച്ച് വളരെ തിരക്ക് നിറഞ്ഞവയായിരുന്നു. ആശാരിക്കടയിലേക്ക് പോകാതെ തന്നെയായി. പിതാവിന്റെ സ്നേഹവും കാരുണ്യവുമില്ലായിരുന്നെങ്കിൽ ജീവൻ നിലനിർത്താൻ വേണ്ടതൊന്നും അയാൾക്ക് ലഭിക്കില്ലായിരുന്നു. ജബൽ കുടുംബക്കാരിൽപെട്ട ആരെക്കണ്ടാലും തന്നെ വിശ്വസിക്കാനവരെ രിഫാഅ പ്രേരിപ്പിക്കും. അവരുടെ ഉള്ളിലെ ബാധകളെ ഒഴിപ്പിച്ച് ഇതുവരെ അനുഭവിച്ചിട്ടില്ലാത്ത സംശുദ്ധമായ ആനന്ദം നേടിയെടുക്കാമെന്നവരോട് പറയും. ഷാഫിഈയുടെ മകൻ രിഫാഅയ്ക്ക് ബുദ്ധിസ്ഥിരതയില്ലെന്നും അയാൾക്ക് ഭ്രാന്തായെന്നുമാണ് ജബൽ കുടുംബത്തിലുള്ളവർ അടക്കം പറയാൻ തുടങ്ങിയത്. അയാളുടെ വിചിത്രസ്വഭാവമാണ് എല്ലാത്തിനും കാരണമെന്ന് ചിലർ കണ്ടെത്തി. മറ്റ് ചിലർ പറഞ്ഞത് ഇതിനെല്ലാം കാരണം യാസ്മീനയെപ്പോലൊരു സ്ത്രീയെ വിവാഹം ചെയ്തതാണെന്നായിരുന്നു. കാപ്പിക്കടയിലും വീടുകളിലും ഉന്തുവണ്ടി തള്ളുന്നവർക്കിടയിലും കഞ്ചാവ് പുരയിലുമൊക്കെ ആളുകൾ ഇക്കാര്യത്തെക്കുറിച്ച് തന്നെയാണ് സംസാരിച്ചുകൊണ്ടിരുന്നത്. ഒരുനാൾ രിഫാഅ തന്റെ ചെവിക്കരികിൽ വന്ന് സ്വാഭാവികമായി ചോദിച്ചത് കേട്ട് ഉമ്മ്ബ ഖാതിർഹവരെ അന്തംവിട്ടുപോയി.

"നിങ്ങളെ സംശുദ്ധയാക്കാൻ എന്നെ അനുവദിക്കില്ലേ?"

ആ സ്ത്രീ നെഞ്ചിലടിച്ചുകൊണ്ട് തിരക്കി.

“എന്റെ ഉള്ളിൽ ദുഷിച്ച ജിന്ന് കയറി ഇരിക്കുന്നുവെന്ന് നിന്നോടാരാണ് പറഞ്ഞത്? നിന്നെ സ്വന്തം മകനെപ്പോലെ സ്നേഹിച്ചൊരാളെക്കുറിച്ച് ഇതാണോ അഭിപ്രായം?”

രിഫാഅ വളരെ ഗൗരവത്തോടെയാണ് മറുപടി പറഞ്ഞത്.

“സ്നേഹവും ബഹുമാനവും തോന്നുന്നവർക്ക് മുന്നിലേ ഞാനെന്റെ സേവനം വാഗ്ദാനം ചെയ്യാറുള്ളൂ. നന്മയും വിശുദ്ധിയും നിറഞ്ഞ വ്യക്തിയാണെങ്കിലും നിങ്ങളുടെ ഉള്ളിൽ നിന്ന് വ്യാമോഹങ്ങൾ മാത്രം മാറിയിട്ടില്ല. അതുകൊണ്ടാണ് രോഗികളിൽ നിന്ന് നിങ്ങൾ പണം വാങ്ങുന്നത്. ആ ദുഷിച്ച ബാധയിൽ നിന്നും മുക്തയായാൽ നിങ്ങൾ സൗജന്യമായി ആളുകൾക്ക് നന്മ ചെയ്യും.”

ഉമ്മ്ബഖാതിർഹയ്ക്ക് ചിരിയടക്കാൻ കഴിഞ്ഞില്ല.

“എന്റെ കുടുംബം കുളം തോണ്ടാൻ തന്നെയാണോ നിന്റെ ഭാവം? പടച്ചവൻ നിന്നോട് ക്ഷമിക്കട്ടെ, രിഫാഅ.”

ഈ സംഭവം പറഞ്ഞ് ആളുകൾ ചിരിക്കാൻ തുടങ്ങി. എന്തിനേറെ ഷാഫിഈക്ക് പോലും ചെറുതായി ചിരിവന്നുപോയി. എന്നാൽ ഇതിനെല്ലാം രിഫാഅയുടെ കയ്യിൽ മറുപടിയുണ്ടായിരുന്നു.

“വാപ്പാ, താങ്കൾക്ക്പോലും എന്റെ ആവശ്യമുണ്ട്. എന്റെ ജോലി താങ്കളിൽ നിന്നും തുടങ്ങുന്നതാണ് നല്ലതെന്ന് തോന്നുന്നു.”

ദുഃഖത്തോടെ തലകുലുക്കിയ ശേഷം ദേഷ്യം തീർക്കാനായി ഷാഫിഈ കയ്യിലിരുന്ന ആണി ശക്തിയോടെ തടിയിൽ തറയ്ക്കാൻ തുടങ്ങി.

“പടച്ചവനേ, ക്ഷമിക്കാനുള്ള കഴിവ് തരണേ നീയെനിക്ക്.”

തന്നെ കാര്യങ്ങൾ ബോധ്യപ്പെടുത്താൻ ശ്രമിച്ചുകൊണ്ടിരുന്ന മകനെ നോക്കി അയാൾ ചോദിച്ചു.

“നമ്മളെ ഈ നാട്ടിലെ ആളുകളുടെ പരിഹാസവിഷയമാക്കി മാറ്റിയിട്ടും നിനക്ക് മതിയായില്ലേ, മോനേ?”

പിതാവിന്റെ സംശയം നിറഞ്ഞ നോട്ടം കണ്ടതും കടയുടെ മൂലയിലേക്ക് നിരാശയോടെ മാറി നിന്ന മകനോട് ഷാഫിഈ തിരക്കി.

“ഞങ്ങളോട് നടത്തിയ അതേ ആവശ്യം നീ സ്വന്തം ഭാര്യയോടും നടത്തിയെന്നത് ശരിയാണോ?”

രിഫാഅയുടെ വാക്കുകളിൽ നിരാശ നിറഞ്ഞു നിന്നു.

“നിങ്ങളെപ്പോലെ അവൾക്കും യഥാർത്ഥ ആനന്ദം വേണമെന്ന ആഗ്രഹമേയില്ല.”

കാപ്പിക്കടയുടെ പിറകിലുള്ള ഇടിഞ്ഞു പൊളിഞ്ഞ സ്ഥലത്തെ ശൽദൂമിന്റെ കഞ്ചാവ് പുരയിലേക്ക് ചെന്ന രിഫാഅ ഹിജാസിയേയും ബർഹൂമിനേയും ഫർഹാതിനേയും ഹന്നൂറയേയും സൈതൂനയേയും കണ്ടു.

നെരിപ്പോടിന് ചുറ്റുമിരിക്കുകയായിരുന്ന സുഹൃത്തുക്കൾ ആകാംക്ഷ യോടെ രിഫാഅയുടെ നേർക്ക് നോക്കി.

"ഷാഫിഈയുടെ മകനേ സ്വാഗതം. അവസാനം വിവാഹം കഴിച്ച തോടെ കഞ്ചാവ് പുരയുടെ ഉപയോഗമെന്തെന്ന് നിനക്ക് മനസ്സിലാ യില്ലേ?"

ശൽദൂമിന്റെ വാക്കുകൾ കേട്ട രിഫാഅ കയ്യിലിരുന്ന കുനാഫ പല ഹാരത്തിന്റെ ചെറിയ പൊതി അവിടെ കിടന്ന കുഞ്ഞ് മേശയുടെ മേൽ കൊണ്ട് വച്ചശേഷം ഒരിടത്തിരുന്നു.

"നിങ്ങൾക്ക് ഈ സമ്മാനം കൊണ്ട് തരാൻ വന്നതാണ് ഞാൻ."

"ഓ... വളരെ നന്ദി!"

ഹുക്ക കൈമാറുന്നതിനിടയിൽ ശൽദൂം പറഞ്ഞു. എന്നാൽ ബർഹൂം പരിഹസിച്ച് ചിരിക്കുകയായിരുന്നു.

"ഇനി ഇദ്ദേഹം മുന്നിൽ വയ്ക്കാൻ പോകുന്ന നിർദ്ദേശം നമ്മുടെ ഉള്ളിലെ ബാധകളെ ഒഴിപ്പിക്കുന്നതിനുള്ള ചടങ്ങ് നടത്താമെന്നായി രിക്കും നോക്കിക്കോളൂ."

"നിന്റെ ഭാര്യയുടെ ദേഹത്ത് ബയൂമിയെന്ന് പേരുള്ളൊരു ബാധ യുണ്ട്. കഴിയുമെങ്കിൽ നീ ആ ബാധയൊന്ന് ഒഴിപ്പിച്ച് കാണിക്ക്."

രിഫാഅയെ രൂക്ഷമായി നോക്കിക്കൊണ്ട് സൈതൂന മൂക്കടഞ്ഞ സ്വര ത്തിൽ പകയോടെ പറഞ്ഞു. കൂടിയിരുന്നവരൊക്കെ ഒരുനിമിഷം വല്ലാ തായി. ആ വല്ലായ്മ അവരുടെ മുഖങ്ങളിലും പ്രകടമായിരുന്നു. തന്റെ തകർന്ന മൂക്കിലേക്ക് ചൂണ്ടി സൈതൂന പറഞ്ഞു.

"അയാൾ കാരണമാണ് എന്റെ മൂക്ക് ഇങ്ങനെയായത്"

രിഫാഅയ്ക്ക് ദേഷ്യം വന്നതുപോലെയൊന്നും തോന്നിയില്ല. ഫർഹാത് വേദനയോടെയാണ് അയാളുടെ നേർക്ക് നോക്കിയത്.

"നിന്റെ പിതാവൊരു നല്ല മനുഷ്യനാണ്. മികച്ച ആശാരിയുമാണ്. എന്നാൽ ഈ പെരുമാറ്റത്തിലൂടെ നീ അയാൾക്ക് ഉപദ്രവവും അപമാന വുമാണ് സൃഷ്ടിച്ചുകൊണ്ടിരിക്കുന്നത്. നിന്റെ വിവാഹത്തിന്റെ ഞെട്ട ലിൽ നിന്ന് തന്നെ അയാൾക്ക് മുക്തനാകാനായിട്ടില്ല. അതിനിടയിലാണ് നീ ആശാരിക്കടയിൽ പോകാതെ ആളുകളുടെ ബാധ ഒഴിപ്പിക്കാൻ നടക്കുന്നത്. ദൈവം നിനക്ക് മുക്തി നൽകട്ടെ, മോനേ."

"ഞാനൊരു രോഗിയൊന്നുമല്ല. നിങ്ങൾ സന്തോഷമായിരിക്കണ മെന്നേ ഞാനാഗ്രഹിക്കുന്നുള്ളൂ."

രിഫാഅയെത്തന്നെ രൂക്ഷമായി നോക്കിക്കൊണ്ട് സൈതൂന ഏറെ നേരം ഹുക്ക വലിച്ചശേഷം പുക പുറത്തേക്ക് തള്ളി.

"ഞങ്ങൾക്ക് സന്തോഷമേയില്ലെന്ന് നിന്നോടാരാ പറഞ്ഞത്?"

"നമ്മുടെ പിതാമഹൻ ആഗ്രഹിക്കുന്നതുപോലെയല്ല നാമിപ്പോൾ ജീവിച്ചുകൊണ്ടിരിക്കുന്നത്."

രിഫാഅയുടെ വാക്ക് കേട്ടതും ഫർഹാതിന് ചിരി വന്നു.

“പിതാമഹന്റെ കാര്യം വിട്. അദ്ദേഹം നമ്മെയെല്ലാം എന്നേ മറന്നിരിക്കുന്നു. അങ്ങനെയല്ലെന്ന് നിന്നോടാരാ പറഞ്ഞത്?”

രിഫാഅയെ പകയോടെ നോക്കുന്ന സൈതൂനയുടെ ദേഹത്ത് കുത്തിക്കൊണ്ട് ഹിജാസി മുന്നറിയിപ്പ് നൽകി.

“ഈ സദസ്സിനോടൊരു ബഹുമാനം വേണം. വെറുതെ പ്രശ്നങ്ങളുണ്ടാക്കുന്നതിനെക്കുറിച്ച് ചിന്തിക്കുക പോലും ചെയ്യരുത്!”

അന്തരീക്ഷമൊന്ന് മാറ്റാനാഗ്രഹിച്ചുകൊണ്ട് ഹിജാസി തലകുലുക്കുകയും സുഹൃത്തുക്കളെ നോക്കി ആംഗ്യം കാണിക്കുകയും ചെയ്തു. അതോടെ കൂടിയിരുന്നവർ പാടാൻ തുടങ്ങി.

“എന്റെ പ്രിയതമയുടെ നൗകയിതാ
കടൽ താണ്ടിയെത്തുന്നു...
പക്ഷേ, എത്ര ദുഃഖാർദ്രമായാണ്
അതിന്റെ പായകൾ തൂങ്ങിയാടുന്നത്!”

അവിടെ നിന്നും ഇറങ്ങിപ്പോയ രിഫാഅയെ സഹതാപത്തോടെ നോക്കുകയായിരുന്നു സുഹൃത്തുക്കളിൽ ചിലർ. തകർന്ന ഹൃദയത്തോടെ വീട്ടിൽ തിരികെയെത്തിയ രിഫാഅയെ തെളിഞ്ഞ പുഞ്ചിരിയോടെ യാസ്മീന സ്വീകരിച്ചു. തുടക്കത്തിൽ അയാളുടെ പെരുമാറ്റത്തെ കുറ്റപ്പെടുത്തുന്ന സ്വഭാവമായിരുന്നു അവൾക്ക്. അത് അവരെ ഇരുവരെയും മറ്റുള്ളവർക്ക് മുന്നിൽ പരിഹാസ്യരാക്കിയതോടെ അയാളെ വെറുതെ കുറ്റപ്പെടുത്തുന്നത് യാസ്മീന വേണ്ടെന്ന് വച്ചു. എങ്ങനെയായിത്തീരുമെന്ന് യാതൊരു പിടുത്തവും കിട്ടാത്ത പുതിയ ജീവിതത്തെ ക്ഷമയോടെ സഹിക്കാൻ തുടങ്ങുകയായിരുന്നു അവൾ. എന്നല്ല അല്പം കരുണയോടും വാത്സല്യത്തോടും കൂടി രിഫാഅയോട് ഇടപെടാനും തുടങ്ങി.

ഇതിനിടയിൽ ആരോ ആ വീടിന്റെ വാതിൽ മുട്ടിവിളിച്ചു. ജബൽ കുടുംബക്കാരുടെ സംരക്ഷകനായ ഖുൻഫിസായിരുന്നു സന്ദർശകൻ. അനുവാദമൊന്നും ചോദിക്കാതെ അകത്തേക്ക് കയറി വന്നയാളെ സ്വീകരിക്കാനായി രിഫാഅ എഴുന്നേറ്റ് നിന്നു. ഭ്രാന്ത് പിടിച്ചൊരു താടിയെല്ല് പോലെയുള്ള കൈകൊണ്ട് അയാൾ രിഫാഅയുടെ തോളിലിടിച്ചു. പിന്നെ മുഖവുരയൊന്നുമില്ലാതെ അയാൾ തിരക്കി.

“നീ ശൽദൂമിന്റെ കഞ്ചാവ് പുരയിൽ വച്ച് ഭൂസ്വത്തിനെക്കുറിച്ച് എന്താ പറഞ്ഞത്?”

യാസ്മീനയ്ക്കാകെ ഭയമായി. അവളുടെ മുഖത്ത് നിന്ന് രക്തം തന്നെ വറ്റിപ്പോയ അവസ്ഥ. കഴുകന്റെ നഖങ്ങൾക്കിടയിൽ പെട്ടുപോയ പക്ഷിയുടെ അവസ്ഥയായിരുന്നിട്ടും ശാന്തമായ ഭാവത്തിലായിരുന്നു രിഫാഅ.

“നാം സന്തുഷ്ടരായിരിക്കണമെന്ന് പിതാമഹൻ ആഗ്രഹിക്കുന്നുവെന്നാണ് ഞാൻ പറഞ്ഞത്.”

ഖുൻഫിസ് രിഫാഅയെ ശക്തമായൊന്ന് പിടിച്ചുലച്ചു.

“അത് നിന്നോടാരാ പറഞ്ഞത്?”

“അദ്ദേഹം ജബലിനോട് പറഞ്ഞ കാര്യങ്ങളുടെ കൂട്ടത്തിലുള്ളതാണല്ലോ ഇതും?”

ഇതോടെ രിഫാഅയുടെ ചുമലിലുള്ള പിടിമുറുക്കുകയായിരുന്നു ഖുൻഫിസ്.

“അദ്ദേഹം ജബലിനോട് സംസാരിച്ചത് ഭൂസ്വത്തിനെക്കുറിച്ചല്ലേ?”

നന്നായി വേദനിക്കുന്നുണ്ടായിരുന്നു രിഫാഅയ്ക്ക്.

“ഭൂസ്വത്തൊന്നും ഞാൻ കാര്യമാക്കുന്നതേയില്ല. മറ്റുള്ളവർക്കായി എനിക്കിതുവരെ നേടിക്കൊടുക്കാനാകാത്ത യഥാർത്ഥ ആനന്ദത്തിന്റെ കാര്യത്തിൽ ഭൂസ്വത്തിനോ, മദ്യത്തിനോ, കഞ്ചാവിനോ ഒന്നും ഒരു പങ്കുമില്ല. ഞാനിക്കാര്യം ജബൽ കുടുംബക്കാർ താമസിക്കുന്ന എല്ലായിടത്ത് വച്ചും പറഞ്ഞിട്ടുണ്ട്. ഞാൻ പറയുന്നത് എല്ലാവരും കേട്ടിട്ടുമുണ്ട്.”

ഖുൻഫിസ് വീണ്ടും രിഫാഅയെ പിടിച്ചുലച്ചു.

“നിന്റെ പിതാവും ഇതുപോലെ കലാപകാരിയായിരുന്നു. എന്നാലയാൾക്ക് തന്റെ തെറ്റ് ബോധ്യമായി. അയാളുടെ പാതയനുസരിക്കാനാണ് ഭാവമെങ്കിൽ നിന്നെ ഞാൻ കിടക്കയിലെ പ്രാണിയെപ്പോലെ ഞെരിച്ചമർത്തും നോക്കിക്കോ.”

അയാൾ രിഫാഅയെ പിറകിൽ കിടന്ന സോഫയിലേക്ക് തള്ളിയിട്ടു. ഖുൻഫിസ് പുറത്തേക്കിറങ്ങിയതും യാസ്മീന ഭർത്താവിനെ ആശ്വസിപ്പിക്കാനായി ഓടിയടുത്തെത്തി. വേദനകാരണം രിഫാഅ നോക്കിക്കൊണ്ടിരുന്ന തോൾ ഭാഗം തടവിക്കൊടുത്തു. പകുതി അബോധാവസ്ഥയിലായിരുന്ന രിഫാഅ തന്നോട് തന്നെ സംസാരിക്കുകയായിരുന്നു.

“ഞാൻ കേട്ടത് പിതാമഹന്റെ ശബ്ദം തന്നെയാണ്.”

ഭർത്താവിന് സ്വബോധം നഷ്ടപ്പെട്ടുപോയോ എന്ന ഭീതിയിൽ സഹതാപത്തോടെ അയാളുടെ മുഖത്തേക്ക് തന്നെ നോക്കുകയാണ് യാസ്മീന. മുമ്പൊരിക്കലും തോന്നിയിട്ടില്ലാത്ത തരത്തിലുള്ള ആശങ്കയായിരുന്നു അവളുടെയുള്ളിലാകെ. രിഫാഅ എന്താണ് പറഞ്ഞതെന്ന് മനസ്സിലായതുമില്ല.

ഒരു ദിവസം വീട്ടിൽ നിന്നും പുറത്തേക്കിറങ്ങിയ രിഫാഅയുടെ വഴി മുടക്കിക്കൊണ്ട് ജബൽ കുടുംബാംഗമല്ലാത്തൊരു സ്ത്രീ പറഞ്ഞു.

“രിഫാഅ അങ്ങുന്നേ നമസ്കാരം”

ആ സ്ത്രീയുടെ സ്വരത്തിലെ ബഹുമാനവും തന്നെ പേരിനോട്

ചേർത്ത് 'അങ്ങുന്നേ' എന്ന് വിളിച്ചതുമൊക്കെ അയാളെ അമ്പരപ്പിച്ചു കളഞ്ഞു.

"എന്താ വേണ്ടത്?"

"എനിക്കൊരു ബാധയേറ്റ മകനുണ്ട്. അവനെ രക്ഷിക്കണം"

ജബൽ കുടുംബത്തിലുള്ളവർക്കെല്ലാം തെരുവിലെ മറ്റാളുകളോട് പുച്ഛമാണ്. അതുകൊണ്ട് ഈ സ്ത്രീയെ സഹായിക്കുന്ന കാര്യത്തിൽ അത്ര താത്പര്യം രിഫാഅയ്ക്ക് തോന്നിയില്ല. അത് സ്വന്തം ആളുകൾക്ക് തന്നോടുള്ള വെറുപ്പ് ഇരട്ടിയാക്കാനേ ഇടയാക്കൂ.

"നിങ്ങളുടെ പ്രദേശത്ത് വേറെ ബാധഒഴിപ്പിക്കുന്ന ആളുകളെയൊന്നും കിട്ടിയില്ലേ?"

"ഉണ്ടാകും. പക്ഷേ, ഞാനൊരു പാവപ്പെട്ട സ്ത്രീയാണ്."

അവരുടെ കരച്ചിൽ കണ്ടതും രിഫാഅയ്ക്ക് അലിവ് തോന്നി. ആ സ്ത്രീ തന്റെയരികിലെത്തിയതിൽ സന്തോഷവും തോന്നി. സ്വന്തം ആൾക്കാരുടെ അരികിൽ നിന്നും അപമാനവും ആക്ഷേപവും മാത്രമല്ലേ ലഭിച്ചിട്ടുള്ളൂ? അവളുടെ മുഖത്ത് നോക്കി ഉറച്ച സ്വരത്തിലാണ് രിഫാഅ പറഞ്ഞത്.

"നീ പറഞ്ഞത് പോലെ തന്നെ നടക്കട്ടെ."

അമ്പത്തിനാല്

പുറത്തെ പുതിയ കാഴ്ചകൾ ജനാലയിലൂടെ നോക്കി രസിക്കുകയാണ് യാസ്മീന. വീടിന് മുന്നിൽ കുട്ടികൾ കളിച്ചുകൊണ്ടിരിക്കുന്നു. ദൂം പഴങ്ങൾ കൊണ്ട് നടന്ന് വിൽക്കുന്നവരുടെ ഒച്ചയും കേൾക്കാം. ഇതിനിടയിൽ ഗുണ്ടയായ ബത്തീഖ ഒരാളുടെ കുപ്പായത്തിന്റെ കഴുത്തിൽ പിടിച്ച് വലിച്ചശേഷം അയാളുടെ മുഖത്തടിക്കുന്നത് കണ്ടു. ആ മനുഷ്യൻ ഉപദ്രവിക്കരുതേയെന്ന് കെഞ്ചി നോക്കിയെങ്കിലും ഫലമൊന്നുമുണ്ടായില്ല.

സോഫയിലിരുന്ന് കാലിലെ നഖം മുറിക്കുകയായിരുന്നു രിഫാഅ.

"നമ്മുടെ പുതിയ വീട് നിനക്കിഷ്ടമായോ?"

യാസ്മീന ഭർത്താവിന് നേരേ തിരിഞ്ഞു.

"ഇവിടെ വീടിന് തൊട്ട് താഴെത്തന്നെ തെരുവ് കാണാം. അവിടെയാകട്ടെ ഇരുൾ നിറഞ്ഞ നടപ്പാതയല്ലേ കാണാൻ കഴിഞ്ഞിരുന്നുള്ളൂ."

"നമുക്കിപ്പോഴുമൊരു നടപ്പാതയുണ്ടല്ലോ? അത് തന്നെ വലിയ കാര്യം. അനുഗൃഹീതമായൊരു നടപ്പാതയാണത്. ജബൽ കുടുംബം തങ്ങളുടെ ശത്രുക്കൾക്കെതിരെ വിജയം നേടിയതവിടെ വച്ചാണ്. എന്നാൽ ഓരോ ചുവടിലും അധിക്ഷേപിക്കുക മാത്രം ചെയ്യുന്ന ആളുകൾക്കിടയിൽ

ജീവിതം തുടരാനെനിക്ക് സാധിക്കില്ല. ഇവിടെയാണെങ്കിൽ പാവപ്പെട്ട വരാണെങ്കിലും നല്ലവരായ ആളുകളാണുള്ളത്. ജബൽ കുടുംബത്തിൽ പെട്ടയാളാകുക എന്നതിനെക്കാളൊക്കെ വലുതല്ലേ നല്ലവരാകുക എന്നത്?"

"എന്നെ തെരുവിൽ നിന്നും ആട്ടിയോടിക്കാൻ തീരുമാനിച്ചത് മുതലേ എനിക്കവരെയൊക്കെ വെറുപ്പാണ്."

യാസ്മീനയുടെ സ്വരത്തിലെ പുച്ഛം കണ്ടതും രിഫാഅ പുഞ്ചിരിച്ചു കൊണ്ട് തിരക്കി.

"പിന്നെ എന്തുകൊണ്ടാണ് ജബൽ കുടുംബത്തിൽ പെട്ടയാളാണെന്ന് നീ ഇവിടത്തെ അയൽക്കാരോടൊക്കെ പറഞ്ഞത്?"

ഇതുകേട്ടതും മുത്തുപോലെയുള്ള പല്ലുകൾ പുറത്ത് കാണുംവിധ ത്തിൽ യാസ്മീന പൊട്ടിച്ചിരിച്ചു. പിന്നെ അല്പം അഭിമാനത്തോടെ പറഞ്ഞു.

"അപ്പോഴല്ലേ ഞാൻ അവരെക്കാൾ മികച്ചവളാണെന്ന് എല്ലാവരും അറിയുകയുള്ളൂ?"

നഖം മുറിച്ചുകൊണ്ടിരുന്ന കത്തി സോഫയിൽ വച്ചശേഷം രിഫാഅ കാലുകൾ വിരിപ്പിലേക്ക് ഇറക്കിവച്ചു.

"സ്വന്തം പൊങ്ങച്ചങ്ങളിൽ നിന്നും മുക്തയായാൽ നീ കൂടുതൽ സുന്ദരിയും മികച്ചവളുമായി മാറും. നമ്മുടെ തെരുവിലെ ഏറ്റവും മികച്ച ജനങ്ങളൊന്നുമല്ല ഈ ജബൽ കുടംബത്തിലുള്ളവർ. ദയയുള്ളവരാണ് ഏറ്റവും നല്ലവരായ ജനം. നിന്നെപ്പോലെ തന്നെ ഞാനും തെറ്റായ ധാരണ വച്ചു പുലർത്തിയിരുന്നു ഇക്കാലമത്രയും. അതിനാലാണ് ഞാൻ ജബൽ കുടുംബക്കാരെ മാത്രം വിലമതിച്ചിരുന്നത്. എന്നാൽ യഥാർത്ഥ ആനന്ദം ആത്മാർത്ഥമായി ആഗ്രഹിക്കുന്നവർ മാത്രമേ അതർഹിക്കുന്നുമുള്ളൂ. ഇവിടെയുള്ള നല്ലവരായ ആളുകൾ എന്റെയരികിൽ വന്ന് സ്വന്തം ബാധ കളിൽ നിന്നും മുക്തരായി പോകുന്നതെങ്ങനെയാണെന്ന് നീ കാണു ന്നില്ലേ?"

"അതിന് ഈ നാട്ടിൽ സൗജന്യമായി പണിയെടുക്കുന്നയാൾ നിങ്ങൾ മാത്രമല്ലേയുള്ളൂ?"

"ഞാനില്ലായിരുന്നെങ്കിൽ ഈ പാവപ്പെട്ടവരെ ചികിത്സിക്കാനാരുമു ണ്ടാകില്ല. അവരെ ഭേദപ്പെടുത്താൻ പലർക്കുമാകും. എന്നാലതിന്റെ ചെലവ് വഹിക്കാൻ ഈ പാവങ്ങൾക്ക് സാധിക്കില്ല. ഇവരെ പരിചയ പ്പെടുന്നതുവരെ എനിക്ക് സുഹൃത്തുക്കളായി ആരുമുണ്ടായിരുന്നില്ല."

തർക്കിക്കേണ്ട എന്ന് കരുതി നിശ്ശബ്ദയായിരുന്നെങ്കിലും യാസ്മീന യുടെ മുഖത്ത് ദേഷ്യമുണ്ടായിരുന്നു.

“അവരെന്നെ വിശ്വസിക്കുന്നതുപോലെ നീ എന്നോടും പെരുമാറിയിരുന്നെങ്കിൽ എത്ര നന്നായേനേ! എന്നാൽ സന്തുഷ്ടകരമായ ജീവിതത്തിന് വിഘാതമാകുന്ന കാര്യങ്ങളിൽ നിന്നും നിന്നെ മുക്തയാക്കാൻ എനിക്കും കഴിയുമായിരുന്നു.”

യാസ്മീനയ്ക്ക് ദേഷ്യം സഹിക്കാനായില്ല.

“ഞാനത്രമാത്രം അസന്തുഷ്ടയാണെന്നാണോ നിങ്ങൾ കരുതിയിരിക്കുന്നത്?”

“അറിയാതെ തന്നെ സ്വന്തം ബാധകളെ സ്നേഹിക്കുന്ന ആളുകളുമുണ്ട് മനുഷ്യർക്കിടയിൽ.”

“എത്ര കടുത്ത വർത്തമാനമാണെന്നറിയാമോ നിങ്ങളെന്നോട് പറഞ്ഞത്?”

“നീയും ജബൽ കുടുംബത്തിൽ പെട്ടയാളല്ലേ? എന്റെ ചികിത്സയ്ക്ക് വിധേയരാവാൻ വിസമ്മതിക്കുന്നവരാണ് അവരെല്ലാവരും. എന്റെ വാപ്പ വരെ അങ്ങനെയാണ്.”

അന്നേരം വാതിലിൽ മുട്ട് കേട്ടു. പുതിയ ഏതോ ഇടപാടുകാരൻ തന്നെ കാണാനെത്തിയിരിക്കുകയാണെന്ന് മനസ്സിലായതും അയാളെ സ്വീകരിക്കാനായി രിഫാഅ എഴുന്നേറ്റു.

സത്യം പറഞ്ഞാൽ ഇതുപോലെ സന്തോഷകരമായ ദിനങ്ങൾ രിഫാഅയുടെ ജീവിതത്തിലിന്നോളം ഉണ്ടായിട്ടേയില്ല. പുതിയ വാസസ്ഥലത്തെ ആളുകളൊക്കെ അയാളെ ‘രിഫാഅ അങ്ങുന്നേ’ എന്നാണ് അഭിസംബോധന ചെയ്യുന്നത്. അതും വളരെ സ്നേഹത്തോടും ആത്മാർത്ഥതയോടും കൂടി. ബാധകളെ ഒഴിപ്പിക്കുന്നതും ആരോഗ്യവും സന്തോഷവും നൽകുന്നതുമൊക്കെ ദൈവത്തിന്റെ തൃപ്തിയെ കരുതി മാത്രമാണെന്നും ആളുകൾക്കെല്ലാം അറിയാം. ഇതുപോലെ വിശുദ്ധമായ ഒരു പെരുമാറ്റത്തെക്കുറിച്ച് അവരാരും മുമ്പൊന്നും കേട്ടിട്ട് തന്നെയില്ല. അതിനാലാണ് മുമ്പാരെയും സ്നേഹിച്ചിട്ടില്ലാത്തതുപോലെ പാവങ്ങൾ അയാളെ ഇഷ്ടപ്പെടുന്നത്. പുതിയ കോളനിയിലെ ഗുണ്ടയായ ബത്തീഖയ്ക്ക് രിഫാഅയെ ഇഷ്ടമേയല്ല എന്നത് സ്വാഭാവികമാണ്. അത് രിഫാഅയുടെ നല്ലനടപ്പ് രീതികൾ കണ്ടതുകൊണ്ടും പിന്നെ ഗുണ്ടാപിരിവ് നൽകാനുള്ള ശേഷി ഇല്ലാത്തത് കൊണ്ടുമായിരുന്നു. അതേസമയം തന്നെ രിഫാഅയെ ഉപദ്രവിക്കണമെന്ന ഉദ്ദേശ്യമൊന്നും ബത്തീഖയ്ക്ക് ഉണ്ടായിരുന്നില്ല.

രിഫാഅ രോഗശാന്തി നൽകിയ ഓരോരുത്തർക്കും പറയാൻ ഒരു കഥയുണ്ടായിരുന്നു. ബാധ കയറിക്കഴിഞ്ഞാൽ ഉമ്മ്ദാവൂദ് സ്വന്തം കുഞ്ഞിനെ തന്നെ കടിക്കുമായിരുന്നു. എന്നാൽ ഇന്നവർ ശാന്തതയുടേയും മാനസികാരോഗ്യത്തിന്റേയും കാര്യത്തിൽ മാതൃകാവനിതയായി മാറിയിരിക്കുകയാണ്. വഴക്കുണ്ടാക്കലും അടിപിടികൂടലുമല്ലാതെ

വേറൊരു വിനോദവുമില്ലാതിരുന്ന സിന്നാറ മാന്യനും സമാധാനത്തിന്റെ ആൾരൂപവുമായി മാറിയിരിക്കുകയാണ്. പോക്കറ്റടിക്കാരനായ തുൽബ സത്യസന്ധമായി പശ്ചാത്തപിക്കുകയും ഒരു ചെമ്പ് കൊല്ലന്റെ അരികിൽ പോയി തൊഴിൽ പഠിക്കാനും തുടങ്ങിയിരിക്കുന്നു. ഉവൈസാകട്ടെ എല്ലാം കഴിഞ്ഞപ്പോൾ വിവാഹിതനായി മാറി.

ചികിത്സയ്ക്ക് വിധേയരായവരിൽ നിന്നും നാല് പേരെ രിഫാഅ തന്റെ സുഹൃത്തുക്കൾ ആയി തിരഞ്ഞെടുത്തു. സക്കി, ഹുസൈൻ, അലി, കരീം എന്നീ നാല് സുഹൃത്തുക്കൾ അയാളെ സംബന്ധിച്ച് സഹോദരന്മാരെ പോലെയായിരുന്നു. രിഫാഅയെ പരിചയപ്പെടുന്നതിനു മുൻപ് അവരാരും സ്നേഹമോ സൗഹൃദമോ ഒന്നും അനുഭവിച്ചറിഞ്ഞിട്ടില്ലാത്തവരായിരുന്നു. ദുർനടപ്പുകാരനായിരുന്നു സക്കി. ഒരു പ്രതീക്ഷയും ഇല്ലാത്ത കറുപ്പ് മയക്കുമരുന്നിന് അടിമയായിരുന്നു ഹുസൈൻ. അലി ഒരു ഗുണ്ടയായിരുന്നെങ്കിൽ കരീം കൂട്ടിക്കൊടുപ്പുകാരനായിരുന്നു. എന്നാൽ അവരെല്ലാം ഇപ്പോൾ നല്ല മനുഷ്യരായി മാറിയിരിക്കുകയാണ്. മരുഭൂമിയിൽ ശുദ്ധവായു കിട്ടുന്ന ഹിന്ദിന്റെ ഉരുളൻ പാറയ്ക്കരികിൽ സംഗമിക്കാറുള്ള അവർ സ്നേഹത്തോടെയും നല്ല മനസ്സോടും കൂടി സംസാരിച്ചിരിക്കും. സ്നേഹവും ആത്മാർത്ഥതയും തുളുമ്പുന്ന കണ്ണുകളോടെ ആയിരിക്കും അവർ തങ്ങൾക്ക് ശമനം നൽകിയ രിഫാഅയുടെ നേർക്ക് നോക്കുക. വെളുത്ത ചിറകുകൾ വിരിച്ച് തങ്ങളുടെ തെരുവിനാകെ തണലായി മാറുന്ന യഥാർത്ഥ ആനന്ദത്തെ സ്വപ്നം കാണുകയാണ് അവരെല്ലാവരും ഇപ്പോൾ.

ഒരു ദിവസം സായംസന്ധ്യയുടെ ചുവപ്പ് നോക്കി ചക്രവാളത്തിലേക്ക് കണ്ണുനട്ടിരിക്കുന്നതിനിടയിൽ രിഫാഅ ചോദിച്ചു.

"നമുക്ക് ആനന്ദം ലഭിക്കുന്നതെന്തുകൊണ്ടാണെന്നറിയാമോ നിങ്ങൾക്ക്?"

ഹുസൈനിന്റെ മറുപടിയിൽ ആവേശം നിറഞ്ഞു നിന്നിരുന്നു.

"നിങ്ങളാണ് ഞങ്ങളുടെ ആനന്ദത്തിന്റെ കാരണക്കാരൻ."

നന്ദിയോടെ രിഫാഅ പുഞ്ചിരിച്ചു.

"ബാധകളിൽ നിന്നും നാം മുക്തരായതോടെയാണ് പക, അതിമോഹം, വെറുപ്പ് തുടങ്ങിയ നമ്മുടെ തെരുവിലെ ആളുകളെയൊക്കെ നശിപ്പിച്ചു കൊണ്ടിരിക്കുന്ന തിന്മകളിൽ നിന്നൊക്കെ നാം മുക്തി നേടിയത്."

"ദാരിദ്ര്യം ദുർബലമാണെങ്കിലും ഭൂസ്വത്തിന്റെ പങ്കോ, പേശീബലമോ ഇല്ലെങ്കിലും നാം ശരിക്കും സന്തുഷ്ടർ തന്നെയാണ്."

അലിയുടെ വാക്കുകളിൽ നല്ല വിശ്വാസം തുളുമ്പുന്നുണ്ടായിരുന്നു.

രിഫാഅ വേദനയോടെ തലകുലുക്കി.

“നഷ്ടപ്പെട്ടുപോയ ഭൂസ്വത്തിന്റേയും അന്ധമായ അധികാരത്തിന്റേയും പേരിൽ എത്രയെത്ര ആളുകളാണ് ഇവിടെ കഷ്ടതയനുഭവിച്ചു കൊണ്ടിരിക്കുന്നത്! അതിനാൽ നമുക്കൊരുമിച്ച് ഈ ഭൂസ്വത്തിനേയും കൈക്കരുത്തിനേയുമൊക്കെ തള്ളിപ്പറയാം.”

അവരൊരുമിച്ച് ഭൂസ്വത്തിനേയും കൈക്കരുത്തിനേയും ശപിക്കാൻ തുടങ്ങി. അലി ഒരു കല്ല് നിലത്ത് നിന്നെടുത്ത് സർവ്വശക്തിയുമെടുത്ത് മലയുടെ നേരെ എറിഞ്ഞു.

“മാളികയുടെ സൗന്ദര്യവും മഹിമയുമുള്ള വീടുകളായി ജബൽ കുടുംബക്കാരുടെ വീടുകൾ കൂടി മാറണമെന്ന് ജബലാവി ജബലിനോട് നിർദ്ദേശിച്ചതായി കവികൾ പറയാൻ തുടങ്ങിയത് മുതൽ അദ്ദേഹത്തിന്റെ ശക്തിയും മഹിമയും മോഹിക്കാൻ തുടങ്ങിയതാണ് ജനം. പിന്നെ മറ്റ് ഗുണങ്ങളൊക്കെ അവർ മറന്നു. അതോടെ ഭൂസ്വത്തിൽ വിഹിതം നേടാൻ കഴിഞ്ഞിട്ടും അവരുടെ മനസ്സുകളെ മാറ്റാൻ മാത്രം ജബലിന് സാധിച്ചില്ല. അദ്ദേഹം ഇഹലോകവാസം വെടിഞ്ഞതോടെ ശക്തന്മാർ ജനങ്ങളെ കൊള്ളയടിക്കുന്നവരായി. ദുർബലരാകട്ടെ എല്ലാം സഹിക്കേണ്ടവരുമായി. സർവ്വരുടേയും ജീവിതം ദുഃസ്സഹമായി. എന്നാൽ ഭൂസ്വത്തും കായികശക്തിയും ജീവിതമഹിമയുമൊന്നും കൂടാതെയുള്ള ആനന്ദത്തിന്റെ വാതായനങ്ങളാണ് ഞാൻ തുറന്നിടുന്നത്.”

രിഫാഅയുടെ വാക്കുകൾ കേട്ട കരീം അയാളെ ആശ്ലേഷിച്ച ശേഷം മുഖത്ത് ചുംബിച്ചു.

“നാളെ ദുർബലരുടെ ആനന്ദത്തെക്കുറിച്ച് ബോധ്യം വരുമ്പോൾ തങ്ങൾ കവർന്നെടുത്ത കൈക്കരുത്തിനും മഹിമയ്ക്കും സ്വത്തിനുമൊന്നും ഒരുവിലയുമില്ലെന്ന് ഈ ശക്തന്മാരൊക്കെ തിരിച്ചറിയാനിരിക്കുന്നതേയുള്ളൂ.”

രിഫാഅയുടെ വാക്കുകൾ കേട്ടതും സുഹൃത്തുക്കൾ അഭിനന്ദനങ്ങളും സ്നേഹവും നിറഞ്ഞ വാക്കുകൾ ചൊരിഞ്ഞു. മരുഭൂമിയുടെ ഉള്ളിൽ നിന്നും ഒരാട്ടിടയന്റെ പാട്ടിനൊപ്പം ഇളംകാറ്റ് വീശി. ആകാശത്ത് ആകെയൊരു നക്ഷത്രത്തെ മാത്രമേ കാണാനുള്ളൂ. രിഫാഅ സുഹൃത്തുക്കളുടെ മുഖങ്ങളിലേക്ക് മാറിമാറി നോക്കി.

“പക്ഷേ, എനിക്കൊറ്റയ്ക്ക് ഈ തെരുവിലെ ആളുകളെയെല്ലാം ചികിത്സിക്കാനാകില്ല. അതിനാൾ നിങ്ങളും കാര്യങ്ങൾ പഠിക്കാനുള്ള നേരമായിരിക്കുന്നു. രോഗികളെ ബാധകളിൽ നിന്നും മുക്തരാക്കുന്നതിന്റെ രഹസ്യങ്ങൾ നിങ്ങളും മനസ്സിലാക്കണം.”

രിഫാഅയുടെ വാക്കുകൾ കേട്ടതും അവരുടെ മുഖങ്ങളിലെല്ലാം സന്തോഷം നിറഞ്ഞു കവിഞ്ഞു.

“ഞങ്ങളുടെ ഏറ്റവും വലിയ സ്വപ്നമാണത്.”

സക്കി ഉച്ചത്തിൽ പറഞ്ഞു.

“നമ്മുടെ തെരുവിന്റെ ആനന്ദത്തിന്റെയാകെ താക്കോലുകളായിരിക്കും നിങ്ങൾ!”

തിരികെ തെരുവിലെത്തിയപ്പോൾ അവിടെയൊരു വീട്ടിൽ വലിയ വിവാഹ വെളിച്ചങ്ങൾ കണ്ടു. രിഫാഅയെ കണ്ടതും ആളുകൾ കൈകൊടുത്ത് അയാളെ സ്വീകരിക്കാൻ തുടങ്ങി. ഇതൊക്കെ കണ്ട ഗുണ്ട ബത്തീഖ ദേഷ്യത്തോടെ കാപ്പിക്കടയിൽ നിന്നിറങ്ങിപ്പോയി. ആളുകളെയൊക്കെ ചീത്തപറഞ്ഞും ശപിച്ചും അടിച്ചും മുന്നോട്ട് വന്ന ബത്തീഖ രിഫാഅയുടെ നേർക്ക് രൂക്ഷമായി നോക്കി.

“നീ ആരെന്നാണ് നിന്റെ വിചാരം?”

“പാവങ്ങളുടെ സുഹൃത്താണ് അങ്ങുന്നേ”

രിഫാഅയുടെ മറുപടി കേട്ടതും ബത്തീഖ അലറി.

“എങ്കിൽ പാവങ്ങളെപ്പോലെ നടക്കെടാ. അല്ലാതെ ഘോഷയാത്രയിലെ പുതുമാരനെപ്പോലെയല്ല നടക്കേണ്ടത്. സ്വന്തം കുടുംബക്കാർ താമസിക്കുന്നയിടത്ത് നിന്നും പുറത്താക്കപ്പെട്ടവനാണെന്ന കാര്യമെന്താ മറന്നുപോയോ? പോരാത്തതിന് യാസ്മീനയെപ്പോലൊരു സ്ത്രീയുടെ ഭർത്താവും വെറുമൊരു ബാധഒഴിപ്പിക്കലുകാരനുമല്ലേടോ താൻ?”

ദേഷ്യത്തോടെ നിലത്ത് കാർക്കിച്ച് തുപ്പിയശേഷം ബത്തീഖ അവിടം വിട്ടുപോയി. ആളുകളാകെ വിഷണ്ണരായി നിൽക്കുകയാണ്. എന്നാൽ വിവാഹാഘോഷങ്ങളുടെ പടഹധ്വനി സർവ്വതിനേയും ഗ്രസിക്കുംവിധത്തിൽ അവിടമാകെ നിറഞ്ഞു നിൽക്കുന്നുണ്ടായിരുന്നു.

അമ്പത്തിയഞ്ച്

മരുഭൂമിയിലേക്ക് തുറക്കുന്ന തന്റെ വീടിന്റെ പിറകിലുള്ള തോട്ടത്തിലെ വാതിലിന് പിന്നിൽ നിൽക്കുകയാണ് തെരുവ്ദാദയായ ബയൂമി. രാത്രിയാവുന്നതേയുള്ളൂ. ചെവിയോർത്ത് ആരെയോ കാത്തു നിൽക്കുകയാണയാൾ. ആരോ പതിയെ മുട്ടിയതും അയാൾ വാതിൽ തുറന്നു. അതോടെ പുറത്ത് നിൽക്കുകയായിരുന്ന ഒരു സ്ത്രീ തോട്ടത്തിനുള്ളിലേക്ക് കയറി. കറുത്ത കുപ്പായവും ശിരോവസ്ത്രവും ധരിച്ചിരുന്നതിനാൽ രാത്രിയുടെ ഒരു ഭാഗമാണെന്നേ ആളെ കണ്ടാൽ തോന്നുകയുള്ളൂ. ബയൂമി അവളുടെ കൈയും പിടിച്ചുകൊണ്ട് തോട്ടത്തിനുള്ളിലെ നടപ്പാതയിലൂടെ നടന്നു. വീടിനകത്തേക്ക് കയറാതെ അവർ പോയത് സ്വീകരണ ഹാളിലേക്ക് ആയിരുന്നു. വാതിൽ തള്ളിത്തുറന്ന് അകത്തേക്ക് കയറിയ ബയൂമിക്ക് പിന്നാലെ ഒപ്പമുണ്ടായിരുന്ന സ്ത്രീയും ഉള്ളിലേക്ക് പ്രവേശിച്ചു.

ഒരു മെഴുകുതിരി കത്തിച്ച് ജനാലയുടെ ഓരത്ത് വച്ചു. തികച്ചും അപരിചിതമായ ഭാവത്തിലായിരുന്നു സ്വീകരണ ഹാൾ. വശങ്ങളിൽ

സോഫകൾ നിരത്തിയിരിക്കുന്നു. മധ്യഭാഗത്തായി മെത്തകൾ ചുറ്റിയ നിലയിലൊരു തളം കണ്ടു. അതിനുള്ളിൽ ഹുക്കയും അനുബന്ധ സാധനങ്ങളും നിരത്തിയിരിക്കുന്നു. സ്ത്രീ തന്റെ കുപ്പായവും ശിരോവസ്ത്രവും ഊരിമാറ്റി. ബയൂമി ശക്തിയോടെ അവളെ തന്നിലേക്ക് അണച്ചു പിടിച്ചു. ഒരു ഊഷ്മളത അയാളുടെ അസ്ഥികളിൽ പടർന്നു പിടിക്കുന്നതിനിടയിൽ അവൾ ബയൂമിയെ നോക്കി കടാക്ഷിച്ചു. വിദഗ്ധമായി ഒഴിഞ്ഞു മാറിയ ശേഷം ചിരിച്ചുകൊണ്ട് അവളൊരു മെത്തയിൽ ചെന്നിരുന്നു. നെരിപ്പോടിനുള്ളിലെ ചാരത്തിൽ ഇളക്കി നോക്കിയ ബയൂമിക്ക് അവസാനം അണയാത്തൊരു കൽക്കരി കഷണം കിട്ടി. അയാളുടെ അരികിൽ വന്നിരുന്ന ശേഷം ചെവിയിൽ ചുംബിക്കുന്നതിനിടയിൽ ഹുക്കയിലേക്ക് ചൂണ്ടി അവൾ പറഞ്ഞു.

“ഞാനിതിന്റെ ഗന്ധംതന്നെ ഏതാണ്ട് മറന്നുപോയി.”

അവളുടെ കവിളിലും കഴുത്തിലും ചുംബനങ്ങൾ കൊണ്ട് മൂടിയ ശേഷം ബയൂമി ഒരു കഞ്ചാവ് തുണ്ട് മടിയിലേക്ക് ഇട്ട് കൊടുത്തു.

“ഈ തരം സാധനം തെരുവിലാകെക്കൂടി വലിക്കാറുള്ളത് കങ്കാണിയും പിന്നെ ഈ ഞാനുമാണ്.”

അന്നേരം തെരുവിൽ നിന്ന് ശക്തമായ ഏതോ വഴക്കിടലിന്റെ ശബ്ദം കേട്ടു. ചീത്ത വിളിക്കുന്നതും വടികൾ കൂട്ടിമുട്ടുന്നതും കണ്ണാടി ഉടയുന്നതും ആരൊക്കെയോ ഓടുന്ന ശബ്ദവും. ഒരു സ്ത്രീയുടെ നിലവിളിയും പിന്നെ ഏതോ പട്ടി കുരയ്ക്കുന്ന ശബ്ദവും പിന്നാലെ വന്നു. അവളുടെ കണ്ണുകളിൽ നല്ല ആശങ്ക നിറഞ്ഞു നിന്നെങ്കിലും അതൊന്നും ശ്രദ്ധിക്കാത്ത മട്ടിൽ കഞ്ചാവ് തുണ്ട് മുറിക്കുന്ന തിരക്കിലായിരുന്നു ബയൂമി.

“ഇവിടെ എത്താൻ ഞാനെത്ര ബുദ്ധിമുട്ടിയെന്നോ! ആളുകളുടെ കണ്ണിൽ പെടാതിരിക്കാനായി ഞാൻ തെരുവിൽ നിന്ന് നേരേ പോയത് ജമാലിയ്യയിലേക്കായിരുന്നു. അവിടെ നിന്ന് അൽ-ദർറാസയിലേക്കും പിന്നെ മരുഭൂമിയിലേക്കും നീങ്ങി. അങ്ങനെ അവസാനം നിങ്ങളുടെ വീടിന് പുറകിലെത്തിച്ചേർന്നു.”

ചെയ്തുകൊണ്ടിരുന്ന ജോലി തുടരുന്നതിനിടയിൽ തന്നെ അരികിലേക്ക് ചാഞ്ഞ് വന്ന ബയൂമി ആനന്ദത്തോടെ അവളുടെ കക്ഷം മണത്തു നോക്കി.

“നിന്റെ വീട്ടിൽ വന്ന് നിന്നെ കാണാൻ പോലും എനിക്ക് മടിയില്ല കേട്ടോ?”

അവൾ പുഞ്ചിരിച്ചു.

“നിങ്ങൾ അങ്ങനെ ചെയ്താൽപോലും ഭീരുക്കളായ ഒറ്റയൊരുത്തനും എതിർക്കാൻ വരില്ല. ബത്തീഖവരെ നിങ്ങൾക്ക് വഴിയൊരുക്കിത്തരും. എന്നാൽ പിന്നീട് അവരൊക്കെ തങ്ങളുടെ അരിശം തീർക്കുന്നത് എന്റെ മേലായിരിക്കുമെന്ന് മാത്രം.”

ബയൂമിയുടെ കട്ടിമീശയിൽ വിരലോടിച്ചുകൊണ്ട് അവൾ ചോദിച്ചു.

"ഭാര്യയെ ഭയമുള്ളത് കൊണ്ടല്ലേ നിങ്ങൾ വീടിനുള്ളിൽ കയറാതെ ഇവിടേക്ക് വന്നത്?"

അതോടെ കഞ്ചാവ് തുണ്ട് നിലത്ത് വച്ചശേഷം ബയൂമി അവളെ കൈകൊണ്ട് ചുറ്റിപ്പിടിച്ചു. പിന്നെ ശക്തിയോടെ അവളെ തന്നിലേക്ക് പിടിച്ചടുപ്പിച്ചു. ഞരങ്ങുന്നതിനിടയിൽ യാസ്മീന മന്ത്രിക്കുന്നുണ്ടായിരുന്നു.

"ഈ തെരുവുദാദമാരുടെ പ്രണയത്തിൽ നിന്നും രക്ഷിക്കണേ ദൈവമേ."

അവളെ വിട്ടശേഷം തലയുയർത്തി പൂവൻ കോഴിയെപ്പോലെ നെഞ്ച് വിരിച്ച് നിൽക്കുന്നതിനിടയിൽ ബയൂമി പറഞ്ഞു.

"അതിനിവിടെ ഒരേയൊരു ദാദയല്ലേയുള്ളൂ. ബാക്കിയുള്ളവരെല്ലാം അയാളുടെ കാൽക്കീഴിലാണ്."

കുപ്പായത്തിന്റെ കഴുത്ത് ഭാഗത്ത് കൂടെ പുറത്ത് കാണാവുന്ന അയാളുടെ നെഞ്ചിലെ രോമങ്ങളിൽ തഴുകിക്കൊണ്ട് യാസ്മീന പറഞ്ഞു.

"മറ്റുള്ളവരുടെ ദാദയായിരിക്കും. പക്ഷേ, എന്റെയടുത്ത് അതൊന്നും വിലപ്പോകില്ല."

ബയൂമി അവളുടെ മാറിടത്ത് പതിയെ നുള്ളി.

"നീ ഈ ദാദയുടെ കിരീടമല്ലേ?"

താളത്തിന് പുറകിലേക്ക് കൈനീട്ടി അയാളൊരു കൂജ കയ്യിലെടുത്തു.

"ഒന്നാന്തരം മദ്യമാണ്."

"ഇതിന് നല്ല ഗന്ധമായിരിക്കും. എന്റെ പ്രിയപ്പെട്ട ഭർത്താവത് മണത്തറിയും."

മതിയാകുന്നത് വരെ കൂജയിലിരുന്ന മദ്യം കുടിച്ചശേഷം മുഷിച്ചിലോടെ ബയൂമി പറഞ്ഞു.

"എന്തൊരു ഭർത്താവാണയാൾ! ഒരു ഭ്രാന്തനെപ്പോലെ അയാൾ തെരുവിൽ അലഞ്ഞ് തിരിയുന്നത് ഞാൻ പലപ്പോഴും കണ്ടിട്ടുണ്ട്. ഈ വിചിത്രമായ തെരുവിലെ ആദ്യത്തെ ആൺ പിറന്ന ബാധ ഒഴിപ്പിക്കൽ കാരനല്ലേ?"

പുകവലിക്കുകയായിരുന്ന ബയൂമിയെത്തന്നെ നോക്കുകയായിരുന്നു യാസ്മീന.

"എനിക്കെന്റെ ജീവിതത്തിന്റെ കാര്യത്തിൽ അയാളോട് കടപ്പാടുണ്ട്. അതിനാലാണ് ഞാനയാൾക്കൊപ്പം സഹിച്ച് ജീവിച്ചു പോകുന്നത്. ആളെക്കൊണ്ടൊരു ശല്യവുമില്ല. അതിനാൽത്തന്നെ വിഡ്ഢിയാക്കാനും എളുപ്പമാണ്."

ബയൂമി ഹുക്ക കൈമാറിയതും അത് വാങ്ങി യാസ്മീന താത്പര്യത്തോടെ പുക ഉള്ളിലേക്കെടുത്തു. പിന്നെ കണ്ണുകളടച്ച് പുക പുറത്തേക്ക് തള്ളുമ്പോൾ അവൾ ആകെ മയങ്ങിയ നിലയിലായിക്കഴിഞ്ഞിരുന്നു. പിന്നീട് ബയൂമിയുടെ ഊഴമായി. പുകവലിക്കുന്നതിന്റെ ഇടവേളകളിൽ അയാൾ സംസാരവും തുടർന്നു.

"നീ അയാളെ ഉപേക്ഷിക്ക്...ഒരു ഉപയോഗം ഇല്ലാത്തവനാണയാൾ... നിന്റെ സമയമാണ് വെറുതെ പാഴാക്കുന്നത്... വിഡ്ഢിപ്പയ്യൻ..."

പരിഹാസഭാവത്തിൽ യാസ്മീന ചുമലുകൾ കുലുക്കി.

"പാവങ്ങളെ അവരുടെ ബാധകളിൽ നിന്നും മുക്തരാക്കുന്നതല്ലാതെ എന്റെ ഭർത്താവിന് വേറെ പണികളൊന്നുമില്ല!"

"നിങ്ങൾ തമ്മിലുള്ള ബന്ധമെങ്ങനെയാ?"

"കഷ്ടമാണെന്റെ കാര്യം. അയാളുടെ മുഖത്തേക്കൊന്ന് നോക്കിയാൽ തന്നെ പിന്നെ ഒന്നും പറയാനേ തോന്നില്ല."

"മാസത്തിലൊരിക്കൽ പോലും നിങ്ങൾ തമ്മിൽ ബന്ധപ്പെട്ടിട്ടില്ലേ?"

"വർഷത്തിലൊരു ദിവസമെന്ന് പറയാൻ പോലും സാധിക്കില്ല. മറ്റ് ജനങ്ങളുടെ ബാധകളുടെ കാര്യം ശ്രദ്ധിക്കുന്നതിനാൽ അയാൾക്ക് സ്വന്തം ഭാര്യയുടെ കാര്യത്തിൽ യാതൊരു താത്പര്യവുമില്ല."

"അയാൾ തന്റെ ബാധകളുടെ കാര്യം തന്നെ നോക്കട്ടെ. അയാൾക്കിത് കൊണ്ട് എന്താണ് നേട്ടം?"

യാസ്മീന ഒന്നും മനസ്സിലാകാത്തത് പോലെ ശിരസ്സ് കുലുക്കി.

"ഒന്നുമില്ല. അയാളുടെ പിതാവില്ലായിരുന്നെങ്കിൽ ഞങ്ങൾ എന്നേ പട്ടിണി കിടന്ന് ചത്തേനേ. പാവങ്ങളെ സന്തുഷ്ടരാക്കാനും ശുദ്ധീകരിക്കാനുമുള്ള ഉത്തരവാദിത്വം തനിക്കുണ്ടെന്നാണ് അയാൾ ഉറച്ച് വിശ്വസിക്കുന്നത്."

"ആരാ അയാളെ ഈ ഉത്തരവാദിത്വം ഏല്പിച്ചതെന്നാ പറയുന്നത്?"

"ഈ ഭൂസ്വത്തിന്റെയൊക്കെ ഉടമയായ ജബലാവിയാണത്രേ തന്റെ സന്തതികളുടെ കാര്യത്തിൽ ഇങ്ങനെ ചെയ്യാൻ അയാളെ പ്രേരിപ്പിച്ചതെന്നാണ് പറയുന്നത്."

ഇതുകേട്ടതും ബയൂമിയുടെ ഇടുങ്ങിയ കണ്ണുകളിൽ പ്രത്യേക താത്പര്യം മിന്നിമറഞ്ഞു. അതോടെ കയ്യിലിരുന്ന ഹുക്ക താളത്തിൽ വച്ചശേഷം അയാൾ തിരക്കി.

"ജബലാവി ഇങ്ങനെ ആഗ്രഹിക്കുന്നുവെന്ന് അയാൾ പറഞ്ഞെന്നാണോ?"

"അതെ.."

"ജബലാവിയുടെ ആഗ്രഹമിതാണെന്ന് അയാളോട് ആരാ പറഞ്ഞത്?"

യാസ്മീനയ്ക്ക് ആകെ അസ്വസ്ഥതയും ദേഷ്യവും തോന്നി. ഒന്നുകിൽ ഈ സംഭാഷണം നല്ല അന്തരീക്ഷത്തെ വഷളാക്കുകയേ ഉള്ളൂ. അല്ലെങ്കിൽ അപകടകരമായ എന്തെങ്കിലും സംഭവിക്കും.

“കവികൾ പറയുന്നത് പോലെ ജബലാവിയുടെ വാക്കുകൾ ഇത്തരത്തിലാണ് അയാൾ വ്യാഖ്യാനിക്കുന്നത്.”

“എന്തൊരു വൃത്തികെട്ട തെരുവാണിത്. ജബൽ കുടുംബക്കാരാണ് ഈ തെരുവിലെ ഏറ്റവും വൃത്തികെട്ടവന്മാർ. ഏറ്റവും വലിയ വിടുവായിത്തം പറയുന്നവന്മാരൊക്കെ ഉണ്ടായത് അവർക്കിടയിലാണല്ലോ? ഭൂസ്വത്തിനെക്കുറിച്ചും ജബലാവിയുടെ പത്ത് നിബന്ധനകളെക്കുറിച്ചുമൊക്കെ വിചിത്ര കഥകൾ പ്രചരിപ്പിച്ചതും ഇവന്മാരാണ്. ജബലാവി തങ്ങളുടെ മാത്രം മുൻഗാമിയാണെന്നാണ് വിചാരം. ഇന്നലെ ജബലെന്ന വിടുവായിത്തം പറയുന്നവൻ വന്ന് കള്ളം പറഞ്ഞ് ഭൂസ്വത്ത് കവർന്നെടുത്തു. ഇന്നിതാ മറ്റൊരു വിഡ്ഢി വ്യാഖ്യാനിക്കാൻ കഴിയാത്ത കാര്യങ്ങൾ ഗണിച്ചെടുക്കുന്നു. താനിതൊക്കെ ജബലാവി പറയുന്നതായി നേരിട്ട് കേട്ടുവെന്ന് പോലും ഇയാൾ പറഞ്ഞ് നടക്കാം.”

“പക്ഷേ, ജനങ്ങളുടെ മനസ്സുകളിൽ നിന്നും ബാധകളെ കുടിയിറക്കുന്നതല്ലാതെ അയാൾക്ക് വേറെ ലക്ഷ്യങ്ങളൊന്നുമില്ല.”

യാസ്മീനയുടെ അസ്വസ്ഥത നിറഞ്ഞ വാക്കുകൾ കേട്ടതും തെരുവ് ദാദയ്ക്ക് ദേഷ്യം വന്നു.

“ആർക്കറിയാം ഭൂസ്വത്തിനുള്ളിൽ തന്നെ വല്ല ബാധയുമുണ്ടെങ്കിലോ?”

പിന്നെ തങ്ങളുടെ രഹസ്യസമാഗമത്തിന് യോജിക്കാത്ത തരത്തിലുള്ള ഒച്ചയിൽ ബയൂമി പറഞ്ഞു.

“എടാ നായിന്റെ മക്കളേ, ജബലാവി മരിച്ചിരിക്കുന്നു. അല്ലെങ്കിൽ മരിച്ചതുപോലെ തന്നെയാണ്.”

വീണുകിട്ടിയ അവസരം തന്നെ പാഴായിപ്പോകുമെന്നോ അല്ലെങ്കിൽ താത്പര്യം ഇല്ലാതായിപ്പോകുമോ എന്ന ഭയം മനസ്സിൽ നിറഞ്ഞതോടെ യാസ്മീനയ്ക്ക് ആകെ അസ്വസ്ഥതയായി. അവൾ പതിയെ കുപ്പായം ഊരിമാറ്റാൻ തുടങ്ങി. അതു കണ്ടതും ബയൂമിയുടെ ഇരുണ്ട മുഖഭാവങ്ങൾ വീണ്ടും വിടർന്നു. ശേഷം തിളങ്ങുന്ന കണ്ണുകളോടെ അയാൾ യാസ്മീനയെത്തന്നെ നോക്കാൻ തുടങ്ങി.

അമ്പത്തിയാറ്

കുപ്പായം ധരിച്ച് നിൽക്കുന്ന എസ്റ്റേറ്റ് കങ്കാണി ഈഹാബ് വളരെ മെലിഞ്ഞതു പോലെ തോന്നി. അയാളുടെ വെളുത്തുരുണ്ട മുഖത്ത് വ്യക്തമായ ആശങ്ക കാണാം. കൺപോളകളിൽ ഭാരം തൂങ്ങുന്ന ക്ഷീണവും കണ്ണുകളിലെ നേരത്തേയെത്തിയ വാർദ്ധക്യവും അവയ്ക്ക് താഴെയുള്ള

കാമനകൾ അവശേഷിപ്പിച്ച ചുളിവുകളുമൊക്കെ വ്യക്തമായി തന്നെ കാണാം. തന്റെ യജമാനന്റെ ആശങ്ക സമ്മാനിച്ച ആന്തരിക സന്തോഷ മൊന്നും പക്ഷേ, തെരുവ് ദാദയായ ബയൂമിയുടെ തടിച്ച മുഖത്ത് മാത്രം പ്രകടമായില്ല. താൻ വന്നറിയിച്ച വാർത്തകളുടെ അപകടാവസ്ഥയെയാ യിരിക്കും കങ്കാണിയുടെ ആശങ്ക സൂചിപ്പിക്കുന്നത്. ഒപ്പം കങ്കാണിക്കും ഭൂസ്വത്തിനുമായി താൻ നിർവഹിച്ചുകൊണ്ടിരിക്കുന്ന പങ്ക് എത്രത്തോളം വലുതാണെന്നും അത് സൂചിപ്പിക്കുന്നുണ്ടാകും. ബയൂമി കങ്കാണിയെ നോക്കി പറഞ്ഞു.

"ഇഷ്ടമില്ലെങ്കിൽ പോലും എനിക്ക് ഈ വിവരങ്ങൾ അറിയിച്ച് താങ്കളെ ശല്യപ്പെടുത്തേണ്ടി വന്നു. ഭൂസ്വത്തുമായി ബന്ധപ്പെട്ട കാര്യ മായതിനാൽ എനിക്ക് താങ്കളുമായി കൂടിയാലോചിക്കാതെ ഇക്കാര്യത്തി ലൊന്നും ചെയ്യാനാകില്ലല്ലോ? പോരാത്തതിന് ഈ പ്രശ്നക്കാരൻ ജബൽ കുടുംബത്തിൽ പെട്ടയാളുമാണ്. താങ്കളുടെ അനുവാദമില്ലാതെ ആ കുടുംബത്തിലൊരാളേയും ഞങ്ങളാരും കയ്യേറ്റം ചെയ്യാൻ പാടില്ല എന്നൊരു തീരുമാനവും ഉള്ളതാണല്ലോ?"

"താൻ ശരിക്കും ജബലാവിയുമായി സംസാരിച്ചുവെന്ന് അയാൾ അവകാശപ്പെട്ടോ?"

മൂടിക്കെട്ടിയ മുഖത്തോടെയാണ് കങ്കാണി ഈഹാബ് തിരക്കിയത്.

"ഒന്നിലധികം കേന്ദ്രങ്ങളിൽ നിന്ന് ഞാനിക്കാര്യം കേട്ടതാണ്. അയാ ളുടെ ചികിത്സയ്ക്ക് വിധേയരായവരൊക്കെ ഇക്കാര്യം വിശ്വസിക്കുന്നു. അവരൊക്കെ ഈ കാര്യം രഹസ്യമാക്കി വയ്ക്കാൻ പ്രത്യേക താത്പര്യം കാണിക്കുന്നു എന്നത് വേറൊരു കാര്യം!"

"അയാളൊരു ഭ്രാന്തനാകാനാണ് സാധ്യത. പണ്ട് ജബലെന്നൊരു വിടുവായിത്തം പറയുന്നവനുണ്ടായിരുന്നല്ലോ? അതുപോലെ. പക്ഷേ, ഈ വൃത്തികെട്ട തെരുവിന് ഭ്രാന്തന്മാരേയും വിടുവായിത്തം പറയുന്ന വരേയുമാണ് ഇഷ്ടം. തങ്ങൾക്കൊരവകാശവുമില്ലാതിരുന്ന ഭൂസ്വത്ത് കവർന്നെടുത്തു കഴിഞ്ഞിട്ടും ഈ ജബൽ കുടുംബക്കാരുടെ പുതിയ ഉദ്ദേശമെന്താണ്? ഈ ജബലാവിയെന്താ അവരല്ലാത്ത മറ്റുള്ള ആളു കളാരുമായും ബന്ധപ്പെടാത്തത്? അദ്ദേഹമെന്താ ഞാനുമായി ബന്ധ പ്പെടാത്തത്? ഞാനല്ലേ അദ്ദേഹത്തിന്റെ ഏറ്റവും അടുത്ത ബന്ധു? സ്വന്തം അറയിൽ അടച്ചിരിക്കുന്ന ജബലാവിയുടെ മാളികവാതിൽ തുറക്കപ്പെടു ന്നത് അദ്ദേഹത്തിനാവശ്യമുള്ള വസ്തുക്കൾ കൊണ്ടു ചെല്ലുമ്പോൾ മാത്രമായിരിക്കും. ആരും അദ്ദേഹത്തെ കാണാറില്ല. അദ്ദേഹമാകട്ടെ ആകെക്കൂടി കാണുന്നത് തന്റെ പരിചാരികയായൊരു സ്ത്രീയെ മാത്രവും. എന്നിട്ടും എത്ര എളുപ്പത്തിലാണ് ജബൽ കുടുംബത്തിലുള്ള വർ അദ്ദേഹത്തെ കാണുന്നതും പറയുന്നതൊക്കെ കേൾക്കുന്നതും."

കങ്കാണിയുടെ വാക്കുകൾ കേട്ടതും വെറുപ്പോടെ ബയൂമി പറഞ്ഞു.

"ഈ ഭൂസ്വത്ത് മുഴുവൻ തങ്ങളുടെ കയ്യിലാവുന്നതുവരെ അവന്മാർ തൃപ്തരാകാനേ പോകുന്നില്ല."

കങ്കാണിയുടെ മുഖം കോപം കാരണം മഞ്ഞളിച്ച നിലയിലായിക്കഴിഞ്ഞിരുന്നു. എന്തോ ഉത്തരവിടാനെന്നവണ്ണം ചാടി എഴുന്നേറ്റെങ്കിലും പിന്നീട് മനസ്സ് മാറിയത് പോലെ അയാൾ തിരക്കി.

“അയാൾ സ്വത്തുക്കളെക്കുറിച്ച് വല്ലതും പറഞ്ഞോ? അതോ ബാധ ഒഴിപ്പിക്കുന്നതിൽ മാത്രമാണോ അയാളുടെ ശ്രദ്ധ?”

“ജബലും ഇതുപോലെ തന്നെയായിരുന്നല്ലോ? പാമ്പുകളെ പുറത്തിറക്കലായിരുന്നല്ലോ അയാൾ ആകെക്കൂടി ചെയ്തിരുന്നത്?”

പരിഹാസത്തോടെ ബയൂമി തുടർന്നു.

“അല്ലെങ്കിൽ തന്നെ ബാധകളുടെ കാര്യത്തിൽ ജബലാവിക്ക് എന്താ ബന്ധം?”

എഴുന്നേൽക്കുന്നതിനിടയിൽ തീരുമാനിച്ചുറച്ചതുപോലെ കങ്കാണി പറഞ്ഞു.

“എന്തായാലും അഫന്തിക്ക് സംഭവിച്ചത് പോലൊരു ശാപം എന്റെ മേലുണ്ടാകുന്നത് അനുവദിക്കാനാകില്ല.”

ബയൂമി തന്റെ കഞ്ചാവ് പുരയിലേക്ക് ഗുണ്ടകളായ ജാബിറിനേയും ഹന്ദൂസയേയും ഖാലിദിനേയും ബത്തീഖയേയും വിളിച്ചുവരുത്തി.

“ആ ആശാരി ഷാഫിഈയുടെ മകൻ രിഫാഅയുടെ ഭ്രാന്തിനൊരു ചികിത്സ കണ്ടെത്തണം നിങ്ങൾ.”

“ഇക്കാര്യത്തിനാണോ താങ്കൾ ഞങ്ങളെ ഇവിടേക്ക് വിളിച്ച് വരുത്തിയത്?”

തന്റെ ചോദ്യം കേട്ട് ബയൂമി അതേയെന്ന് തലകുലുക്കുന്നത് കണ്ടതും ബത്തീഖ അതിശയത്തോടെ കയ്യടിച്ചു.

“ഹാ! ആണും പെണ്ണുമല്ലാത്തൊരുത്തന്റെ കാര്യം ചർച്ചചെയ്യാനായി തെരുവ് ദാദമാർക്ക് ഒത്തൊരുമിക്കേണ്ടി വന്നിരിക്കുന്നുവല്ലേ?”

ബയൂമി വെറുപ്പോടെ ബത്തീഖയുടെ നേർക്ക് നോക്കി.

“നിന്റെയൊക്കെ കണ്ണിനും കാതിനും മുന്നിലല്ലേ അവൻ തന്റെ പണിയൊക്കെ ചെയ്തുകൊണ്ടിരുന്നത്. എന്നിട്ടും നിങ്ങൾക്കൊന്നും യാതൊര പകടവും മണത്തില്ലല്ലോ? ജബലാവിയുമായി ബന്ധപ്പെട്ട അവന്റെ യാതൊരു അവകാശവാദവും നിങ്ങൾ കേട്ടിട്ടില്ല എന്നത് ശരിയായിരിക്കാം.”

പുകവലിക്കുന്നതിനിടയിൽ ഗുണ്ടകൾ അമർഷത്തോടെ പരസ്പരം നോക്കുന്നുണ്ടായിരുന്നു. ഇതിനിടയിൽ അന്ധാളിപ്പോടെ ബത്തീഖ പറഞ്ഞു.

“നായിന്റെ മോൻ. അല്ലെങ്കിൽ തന്നെ ബാധകളുടെ കാര്യത്തിൽ ജബലാവിക്കെന്താ ബന്ധം? ഇനി നമ്മുടെ പിതാമഹനൊരു ബാധഒഴിപ്പിക്കൽകാരൻ വല്ലതുമായിരുന്നോ?”

ചിരിക്കാൻ തുടങ്ങിയ ഗുണ്ടകൾ ബയൂമിയുടെ മുഷിച്ചിൽ നിറഞ്ഞ

മുഖം കണ്ടതും ചിരി നിർത്തി. ബയൂമി ബത്തീഖയുടെ നേർക്ക് തിരിഞ്ഞു.

"ബത്തീഖാ, നീ മയക്കുമരുന്ന് കഴിച്ചിരിക്കുകയാണല്ലേ? ഗുണ്ടകളായാൽ മദ്യപിക്കും കഞ്ചാവ് വലിക്കും. പക്ഷേ, മയക്കുമരുന്ന് കഴിക്കുന്നത് അവർക്ക് നിരക്കുന്ന പണിയല്ല!"

"അങ്ങുന്നേ, അൻതറയുടെ കല്യാണാഘോഷവേളയിൽ ഇരുപതാളുകളാണ് കുറുവടികൊണ്ട് എന്നെ നേരിട്ടത്. മുഖവും കഴുത്തുമൊക്കെ രക്തം കൊണ്ട് മൂടിയിട്ടും എന്റെ കയ്യിലെ വടിമാത്രം താഴെ വീണില്ല കേട്ടോ?"

ബത്തീഖയുടെ ന്യായീകരണം കേട്ടതും ഹന്ദൂസ പറഞ്ഞു.

"തനിക്കിഷ്ടപ്പെട്ട രീതിയിൽ ഇക്കാര്യം കൈകാര്യം ചെയ്യാൻ ഇയാളെ അനുവദിക്കണം. അല്ലെങ്കിൽ ഗുണ്ടയെന്ന നിലയിൽ ആളുകൾക്കിടയിലുള്ള ഭയം നഷ്ടമാകും. ആ പീറച്ചെക്കനെ ആക്രമിക്കുന്നതല്ലാതെ മറ്റെന്തെങ്കിലും വഴി കണ്ടെത്തണം. അത്തരമൊരാളെ ആക്രമിച്ചാലത് ഗുണ്ടകൾക്ക് പേർദോഷം വരുത്തുകയേ ഉള്ളൂ."

തെരുവാകെ ഉറങ്ങിക്കിടക്കുകയാണ്. ബയൂമിയുടെ കഞ്ചാവ് പുരയിൽ നടന്ന കാര്യങ്ങളൊന്നും ആരുമറിഞ്ഞില്ല. പിറ്റേദിവസം രാവിലെ വീട് വിട്ടിറങ്ങിയ രിഫാഅ വഴിയിൽ വച്ച് ബത്തീഖയെ കണ്ടതും അഭിവാദ്യം ചെയ്തു.

"നമസ്കാരം, ബത്തീഖ അങ്ങുന്നേ..."

ബത്തീഖയാകട്ടെ അറപ്പോടെ നോക്കുകയായിരുന്നു രിഫാഅയുടെ നേർക്ക്.

"നീയും നിന്റെ ഉമ്മയും നശിച്ചുപോകട്ടെ. വീട്ടിലേക്ക് തിരിച്ചുപോടാ. പുറത്തിറങ്ങിയാൽ നിന്റെ തലയടിച്ച് പൊട്ടിക്കും ഞാൻ."

രിഫാഅയ്ക്ക് ആകെ അതിശയം തോന്നി.

"ഞങ്ങളുടെ സംരക്ഷകനായ താങ്കൾക്ക് ഇത്ര ദേഷ്യമുണ്ടാകാൻ എന്താ സംഭവിച്ചത്?"

"നീ സംസാരിച്ചുകൊണ്ടിരിക്കുന്നത് ജബലാവിയോടൊന്നുമല്ല. ബത്തീഖയോടാണ്. മടിച്ചു നിൽക്കാതെ തിരികെപ്പോടാ..."

രിഫാഅ എന്തോ പറയാൻ തുനിഞ്ഞതും ആ ഗുണ്ട അയാളെ ആഞ്ഞടിച്ചു. അടികൊണ്ട് രിഫാഅ വീടിന്റെ ചുമരിലേക്ക് മറിഞ്ഞ് വീണു. ഈ സംഭവം കണ്ട ഒരു സ്ത്രീ നിലവിളിച്ചതും അവളുടെ ശബ്ദം തെരുവിലാകെ നിറഞ്ഞു. അതിന് പിന്നാലെ മറ്റു സ്ത്രീകളും കൂടി നിലവിളിക്കാൻ തുടങ്ങിയതോടെ രിഫാഅയ്ക്ക് വേണ്ടി സഹായത്തിനായുള്ള മുറവിളികളുയർന്നു. കണ്ണടച്ച് തുറക്കുന്നതിന് മുമ്പ് തന്നെ ആളുകൾ രംഗത്തേക്ക് കുതിച്ചെത്താൻ തുടങ്ങി. അക്കൂട്ടത്തിൽ സക്കിയും അലിയും ഹുസൈനും കരീമുമൊക്കെയുണ്ടായിരുന്നു. ശേഷം ഷാഫിഈയുമെത്തി.

കവി ജവാദ് വടിയും കുത്തിപ്പിടിച്ചാണവിടേക്കെത്തിയത്. സ്ത്രീകളും പുരുഷന്മാരുമായ രിഫാഅയുടെ അനുയായികളെക്കൊണ്ട് അവിടമാകെ നിറഞ്ഞു. ഇതൊന്നും തീരെ പ്രതീക്ഷിക്കാത്ത ബത്തീഖ ആകെ അമ്പരന്നു പോയി. എന്നാൽ അയാൾ കയ്യുയർത്തി രിഫാഅയുടെ മുഖത്തടിച്ചു. ഒന്ന് പ്രതിരോധിക്കാൻ പോലും ശ്രമിക്കാതെ രിഫാഅ മർദ്ദനം സഹിച്ച് നിന്നു. എന്നാൽ കണ്ടുനിന്ന ആൾക്കൂട്ടം അസ്വസ്ഥതയോടെ ബഹളം വച്ചു. ആകെ പ്രക്ഷുബ്ധരായി മാറുകയായിരുന്നു ആളുകൾ. ചിലർ രിഫാഅയെ വെറുതെ വിടാൻ ബത്തീഖയോട് അപേക്ഷിച്ചപ്പോൾ മറ്റ് ചിലർ രിഫാഅയുടെ സൽപ്രവർത്തികളും മേന്മകളും എണ്ണിപ്പറഞ്ഞു. മിക്കവരും ചോദിച്ചത് എന്താണ് ഈ ആക്രമണത്തിന് പിന്നിലുള്ള കാരണമെന്നായിരുന്നു. അതോടെ പ്രതിഷേധങ്ങൾ ശക്തമായി. ബത്തീഖയുടെ ദേഷ്യവും ഇരട്ടിച്ചു.

“ഞാനാരാണെന്ന് മറന്നുപോയോ, നീയൊക്കെ?”

സത്യത്തിൽ അറിയാതെ തന്നെ ആളുകൾ അവിടെ തടിച്ചു കൂടിയത് അവർക്ക് രിഫാഅയോടുള്ള സ്നേഹം കൊണ്ടായിരുന്നു. അതു തന്നെയാണ് ബത്തീഖയുടെ മുന്നറിയിപ്പിനോട് പ്രതികരിക്കാനുള്ള ധൈര്യമവർക്ക് നൽകിയതും. ആൾക്കൂട്ടത്തിന് മുന്നിൽ നിൽക്കുന്നവരിലൊരാൾ ബത്തീഖയെ നോക്കി മറുപടി പറഞ്ഞു.

“ഞങ്ങളുടെ സംരക്ഷകനും ശിരസ്സിലെ കിരീടവുമാണല്ലോ നിങ്ങൾ? ആ നിങ്ങളോട് ഈ നല്ല മനുഷ്യന് മാപ്പ് നൽകണമെന്ന് അപേക്ഷിക്കാനെത്തിയതാണ് ഞങ്ങൾ.”

“താങ്കൾ ഞങ്ങളുടെ സംരക്ഷകനാണ്. ഞങ്ങൾ നിങ്ങളെ അനുസരിക്കുകയും ചെയ്യുന്നു. പക്ഷേ, ഈ രിഫാഅ ചെയ്ത തെറ്റെന്താണ്?”

ആൾക്കൂട്ടത്തിനകത്ത് നിന്നൊരാൾ തങ്ങളുടെ ആൾബലവും പിന്നെ താൻ നിൽക്കുന്നയിടത്തെക്കുറിച്ചുള്ള ആത്മവിശ്വാസവും മുതലെടുത്തു കൊണ്ട് ചോദിച്ചു. ഇത് കേട്ടതും പിറകിൽ നിൽക്കുകയായിരുന്നൊരാൾ തന്നെ ഗുണ്ട കാണില്ലെന്ന ഉറപ്പിൽ പറയുന്നത് കേട്ടു.

“രിഫാഅ നിരപരാധിയാണ്. അയാളെ ഉപദ്രവിക്കാൻ ആരെങ്കിലും തുനിഞ്ഞാൽ അവന് നാശമായിരിക്കും നോക്കിക്കോ.”

ബത്തീഖയുടെ ദേഷ്യം ഇതോടെ വർദ്ധിച്ചു. അയാൾ കയ്യിലിരുന്ന കുറുവടി ഉയർത്തി ഗർജ്ജിച്ചു.

“എടാ പെൺകോന്തന്മാരെ, നിന്നെയൊക്കെ ഞാനൊരു പാഠം പഠിപ്പിക്കും നോക്കിക്കോ.”

അതോടെ നാലുപാടുനിന്നും സ്ത്രീകളുടെ ശബ്ദമുയർന്നു. ആ കോളനിയാകെ നിലവിളിയിലമരാൻ തുടങ്ങി. കുപിതരായ ആളുകളുടെ കണ്ഠങ്ങളിൽ നിന്നും അങ്ങേയറ്റം ഭീഷണി നിറഞ്ഞവാക്കുകൾ പുറത്തേക്ക് വരാൻ തുടങ്ങി. പിന്നാലെ ബത്തീഖ മുന്നോട്ട് ചുവട് വയ്ക്കുന്നത് തടയാനെന്നവണ്ണം അയാളുടെ കാൽക്കലേക്ക് കല്ലുകൾ പറന്നു

വന്ന് വീഴാൻ തുടങ്ങി. ഒരുപേക്കിനാവിൽ പോലും അനുവഭവിച്ചിട്ടില്ലാത്ത തരത്തിലുള്ള അപകടസന്ധിയിലാണ് താനകപ്പെട്ടിരിക്കുന്നതെന്ന് ബത്തീഖയ്ക്ക് മനസ്സിലായി. ഏതെങ്കിലുമൊരു ഗുണ്ടയോട് സഹായ മഭ്യർത്ഥിക്കുന്നതിനേക്കാൾ എളുപ്പത്തിൽ മരണം മുന്നിലെത്തിയിരിക്കും. ഈ കല്ല് വർഷം തന്റെ കഥ കഴിയാൻ പോകുന്നു എന്നതിന്റെ ഭീഷണി തന്നെയാണ്. നിശ്ശബ്ദനായിരുന്നാലത് ഗുണ്ടയെന്ന തന്റെ പദവി തന്നെ ഇല്ലാതാക്കും. അതോടെ ബത്തീഖയുടെ കണ്ണുകളിൽ പകയുടെ കന ലെരിയാൻ തുടങ്ങി. കല്ല്വർഷം തുടരുകയും ആൾക്കൂട്ടം ഭീഷണി മുഴക്കിക്കൊണ്ടിരിക്കുകയുമാണ്. ഇതുപോലൊരനുഭവം മുമ്പൊരിക്കലും ഒരു ഗുണ്ടയ്ക്കും നേരിടേണ്ടി വന്നിട്ടുണ്ടാകില്ല.

പെട്ടെന്നാണ് രിഫാഅ ബത്തീഖയുടെ മുന്നിൽ കയറിനിന്ന ശേഷം ജനങ്ങൾക്ക് നേരേ കൈവീശിക്കാണിച്ചത്. ആൾക്കൂട്ടം നിശ്ശബ്ദരായതും അയാൾ ഉറക്കെപ്പറഞ്ഞു.

“നമ്മുടെ സംരക്ഷകനായ ഇദ്ദേഹം ഒരു തെറ്റും ചെയ്തിട്ടില്ല. കുറ്റ മൊക്കെ എന്റേതാണ്.”

വിശ്വസിക്കാനാകാതെ പരസ്പരം നോക്കുകയാണ് ആളുകളെല്ലാം. എന്നാൽ ഒറ്റയൊരാളും ഒരുവാക്ക് പോലും മിണ്ടിയതുമില്ല.

“ഇദ്ദേഹത്തിന്റെ കോപം നിങ്ങൾക്കെതിരെ തിരിയുന്നതിന് മുമ്പ് നിങ്ങൾ പിരിഞ്ഞ് പോകണം.”

തെരുവ് ഗുണ്ടയുടെ അഭിമാനം സംരക്ഷിക്കാനും അങ്ങനെ ഈ പ്രതി സന്ധിക്കൊരു പരിഹാരം കണ്ടെത്താനുമാണ് രിഫാഅയുടെ ശ്രമമെന്ന് മിക്കവർക്കും മനസ്സിലായി. അതോടെ അവർ പിരിഞ്ഞു പോകാൻ തുടങ്ങി. ഒന്നും മനസ്സിലായില്ലെങ്കിലും മറ്റുള്ളവരും അവർക്ക് പിന്നാലെ സ്ഥലം വിട്ടു. ബത്തീഖ ഇനി തങ്ങൾക്കെതിരെ തിരിയുമോയെന്ന പേടി യായിരുന്നു അവശേഷിച്ചവർക്ക്. അതോടെ അവരും കളം വിട്ടു. അവ സാനം ആളൊഴിഞ്ഞ പൂരപ്പറമ്പ്പോലെയായി ആ സ്ഥലം.

അമ്പത്തിയേഴ്

ഈ സംഭവത്തിനു ശേഷം തെരുവിലെ സംഘർഷാവസ്ഥ കനത്തു. തങ്ങൾ ഒറ്റക്കെട്ടായി നിന്നാൽ ഗുണ്ടകളെ എതിർത്ത് നിൽക്കാനുള്ള ശക്തി ലഭിക്കുമെന്ന ചിന്ത തെരുവിനുണ്ടാകുമോ എന്നാണ് എസ്റ്റേറ്റ് കങ്കാണിയുടെ ഏറ്റവും വലിയ ഭയം. അതിനാൽ തന്നെ രിഫാഅയു ടേയും അയാൾക്കൊപ്പം നിൽക്കുന്നവരുടേയും കഥ കഴിച്ചേതീരു വെന്നാണ് കങ്കാണിയുടെ പക്ഷം. തെരുവിലൊരു തുറന്ന യുദ്ധം ഉണ്ടാ കുന്നതൊഴിവാക്കാനായി ജബൽ കുടുംബക്കാരുടെ ഗുണ്ടയായ ഖുൻഫി സുമായി ഉണ്ടാക്കുന്ന ഒരു രഹസ്യധാരണയുടെ അടിസ്ഥാനത്തിലായി രിക്കണം ഇത്.

"നിങ്ങൾ കരുതിയിരിക്കുന്നതുപോലെ അത്ര ദുർബലനൊന്നുമല്ല രിഫാഅ. ഗുണ്ടകളിൽ നിന്നൊക്കെ അവനെ സംരക്ഷിക്കാൻ പോന്ന സഹായികളുമുണ്ട്. ഇന്ന് താമസിക്കുന്ന സ്ഥലത്തെ ആളുകൾ പിന്തുണ ച്ചതുപോലെ ഈ തെരുവിലുള്ള ആളുകൾ മുഴുവൻ അവന്റെ പിന്നാലെ പോയാലുള്ള അവസ്ഥയെന്താകും? അതോടെ ബാധകളുടെ കാര്യ മൊക്കെ മാറ്റിവച്ചശേഷം ഭൂസ്വത്താണ് തന്റെ യഥാർത്ഥ ലക്ഷ്യമെന്ന് അവൻ പ്രഖ്യാപിച്ചേക്കും."

കങ്കാണി ബയൂമിയോട് പറഞ്ഞതിങ്ങനെയാണ്. എന്നാൽ ബത്തീഖ യുടെ തോളിൽ പിടിച്ച് കുലുക്കി തന്റെ ദേഷ്യമെല്ലാം അയാളുടെമേൽ തീർക്കുകയായിരുന്നു ബയൂമി.

"ഇക്കാര്യം കൈകാര്യം ചെയ്യാൻ നിന്നെ ഞങ്ങൾ ഏല്പിച്ചതല്ലേ? എന്നിട്ട് നീ എന്താടാ ചെയ്തത്? ഞങ്ങൾക്കെല്ലാം അപമാനമാണ് നീ..."

ദേഷ്യത്തോടെ ബത്തീഖ പല്ലിറുമ്മി.

"അവനെ കൊന്നിട്ടായാലും ശരി ഞാനീ ശല്യം ഇല്ലാതാക്കുക തന്നെ ചെയ്യും!"

" നീ ഈ തെരുവിൽനിന്നും എന്നെന്നേക്കുമായി എങ്ങോട്ടെങ്കിലു മൊന്ന് പോയാൽ അതായിരിക്കും നിനക്ക് ചെയ്യാവുന്ന ഏറ്റവും നല്ല കാര്യം!"

ബയൂമി ബത്തീഖയെ നോക്കി പൊട്ടിത്തെറിച്ചു.

തന്നെ വന്ന് കാണണമെന്നാവശ്യപ്പെട്ട് ബയൂമി ഖുൻഫിസിന്റെ അടു ത്തേക്ക് ആളെ അയച്ചു. എന്നാൽ വഴിയിൽ വച്ച് ഷാഫിഈ ഖുൻഫി സിനെ തടഞ്ഞുനിർത്തി. മുമ്പെന്നത്തേക്കാളുമേറെ ഷാഫിഈ ആകെ ഭയന്നിരുന്നു. ആശാരിക്കടയിലേക്ക് തിരികെ വരാനും തനിക്ക് കഷ്ടത കളൊക്കെ സൃഷ്ടിച്ച പുതിയ ജോലി ഉപേക്ഷിക്കണമെന്നുമൊക്കെ മകനെ ബോധ്യപ്പെടുത്താൻ അയാൾ ശ്രമിച്ചതായിരുന്നു. പക്ഷേ, എല്ലാം വെറുതെ ആയി. നിരാശയോടെ മടങ്ങാനായിരുന്നു അയാളുടെ വിധി. ബയൂമിയെ കാണാൻ ഖുൻഫിസിനെ വിളിപ്പിച്ചിരിക്കുന്നു എന്നറിഞ്ഞ തോടെയാണ് ഷാഫിഈ അയാളെ വഴിയിൽ തടഞ്ഞ് നിർത്തിയത്.

"ഖുൻഫിസ് അങ്ങുന്നേ, താങ്കൾ ഞങ്ങളുടെ സംരക്ഷകനല്ലേ? രിഫാ അയെ കയ്യൊഴിയാനായിരിക്കും അവർ ആവശ്യപ്പെടുക. പക്ഷേ, താങ്കൾ അങ്ങനെ ചെയ്യരുതേ. അവർ ആവശ്യപ്പെടുന്നതൊക്കെ ചെയ്യാൻ തയ്യാറാണെന്ന് വാക്ക് കൊടുത്തു കൊള്ളൂ. പക്ഷേ, രിഫാഅയെ കയ്യൊ ഴിയുക മാത്രം ചെയ്യരുതേ. ഉത്തരവ് നൽകിയാൽ നിർബന്ധിച്ചിട്ടാ ണെങ്കിലും ശരി അവനേയും കൂട്ടിക്കൊണ്ട് ഞാനീതെരുവിൽനിന്ന് തന്നെ പൊയ്ക്കോളാം. താങ്കൾ അവനെതിരെ തിരിയാതിരുന്നാൽ മാത്രം മതി."

ഖുൻഫിസിന്റെ പ്രതികരണം വളരെ ജാഗ്രതയോടെയായിരുന്നു.

"എന്താണ് ചെയ്യേണ്ടതെന്നും ജബൽ കുടുംബത്തിന്റെ താത്പര്യങ്ങളെന്തൊക്കെയാണെന്നും എനിക്ക് നല്ലതുപോലെയറിയാം."

സത്യത്തിൽ ബത്തീഖയുമായുള്ള സംഭവത്തെക്കുറിച്ച് കേട്ടതു മുതലേ രിഫാഅയുടെ കാര്യത്തിൽ ഖുൻഫിസിന് ആശങ്ക തോന്നിയിരുന്നു. കങ്കാണിയോ, തെരുവ് ദാദയായ ബയൂമിയോ ഒന്നുമല്ല താനായിരിക്കണം ഇക്കാര്യത്തിൽ ജാഗരൂകനാകേണ്ടതെന്ന് അയാളുടെ മനസ്സ് പറയുന്നുണ്ടായിരുന്നു.

ബയൂമിയുടെ വീട്ടിലേക്ക് ചെന്ന ഖുൻഫിസ് സ്വീകരണ മുറിയിൽ വച്ച് ദാദയുമായി സംസാരിച്ചു. രിഫാഅയുടെ കാര്യത്തിൽ ഒരു തീരുമാനമെടുക്കണം. അതിനായി ജബൽ കുടുംബത്തിന്റെ സംരക്ഷകനെന്ന ചുമതലയുള്ളതിനാലാണ് ഖുൻഫിസിനെ വിളിപ്പിച്ചതെന്ന് തുറന്നു തന്നെ പറഞ്ഞു.

"അവനെ നിസ്സാരനായി കരുതരുത്. ഈ സംഭവങ്ങളൊക്കെ അവൻ എത്രമാത്രം അപകടകാരിയാണെന്നാണ് സൂചിപ്പിക്കുന്നത്."

ബയൂമിയുടെ അഭിപ്രായം ഖുൻഫിസും ശരിവച്ചു. "പക്ഷേ, എന്റെ മുന്നിൽ വച്ച് അവനെ ആക്രമിക്കരുതെന്നൊരു അപേക്ഷയുണ്ട്."

"എടോ നാമൊക്കെ ആണുങ്ങളാണ്. നമ്മുടെ താത്പര്യങ്ങളും ഒന്നാണ്. സ്വന്തം വീടുകൾക്കകത്തുവച്ച് നാമാരേയും ആക്രമിക്കാറില്ല. ആ പയ്യൻ ഇപ്പോഴിങ്ങോട്ട് വരും. നിങ്ങളുടെ മുന്നിൽ വച്ച് ഞാൻ അവനെ ചോദ്യം ചെയ്യാൻ പോകുകയാണ്"

തിളക്കമുള്ള മുഖവുമായി അവിടേക്ക് വന്ന രിഫാഅ രണ്ടുപേരെയും അഭിവാദ്യംചെയ്തു. തങ്ങൾക്ക് മുന്നിൽ കിടന്ന, ബയൂമി ചൂണ്ടിക്കാണിച്ച, മെത്തയിൽ ചെന്നിരുന്ന രിഫാഅയുടെ ശാന്തവും സുന്ദരവുമായ മുഖത്തേക്കുതന്നെ സൂക്ഷിച്ച് നോക്കുകയായിരുന്നു തെരുവുദാദ. തികച്ചും ഭീകരമായ സംഭവവികാസങ്ങൾക്ക് ഈ പീറച്ചെറുക്കനൊരു കാരണമായല്ലോ എന്നതിശയിച്ചു പോകുകയായിരുന്നു ബയൂമി.

"നീ എന്തിനാ സ്വന്തം താമസസ്ഥലവും കുടുംബക്കാരേയുമൊക്കെ ഉപേക്ഷിച്ച് പുതിയ സ്ഥലത്തേക്ക് പോയത്?"

കടുത്ത വാക്കിലുള്ള ദാദയുടെ ചോദ്യം കേട്ടതും രിഫാഅ വളരെ നിഷ്കളങ്കമായി മറുപടി പറഞ്ഞു.

"ഞാൻ പറയുന്നത് അവരാരും ശ്രദ്ധിക്കാൻ തയ്യാറാകാത്തതുകൊണ്ടാണ്!"

"നീ അവരിൽ നിന്ന് എന്താണാഗ്രഹിക്കുന്നത്?"

"അവരുടെ ആനന്ദത്തിന് വിഘാതം സൃഷ്ടിക്കുന്ന ബാധകളിൽ നിന്നും വിശുദ്ധീകരിക്കുകയാണെന്റെ ലക്ഷ്യം"

"ജനങ്ങളുടെ ആനന്ദത്തിന്റെ കാര്യത്തിൽ നിനക്കാണോ ഉത്തരവാദിത്വം?"

ബയൂമിയുടെ സ്വരത്തിൽ കടുത്ത ദേഷ്യം കലർന്നിരുന്നു.

"തീർച്ചയായും. എനിക്കതിന് സാധിക്കുമെങ്കിൽ!"

രിഫാഅയുടെ മറുപടി തീർത്തും ആത്മാർത്ഥതയോടെയായിരുന്നു. ഇതോടെ ബയൂമിയുടെ മുഖം കനത്തു.

"അധികാരത്തോടും കുടുംബമഹിമയോടുമൊക്കെ നിനക്ക് പുച്ഛ മാണെന്ന് കേട്ടല്ലോ?"

"തങ്ങൾ കരുതുന്നതിലല്ല യഥാർത്ഥ ആനന്ദമെന്നും ഞാൻ ചെയ്യുന്ന കാര്യത്തിലാണെന്നും ആളുകൾക്ക് മനസ്സിലാകണമെന്നേ ഞാൻ ആഗ്രഹിച്ചിട്ടുള്ളൂ.

ഖുൻഫിസിന് ദേഷ്യം വർദ്ധിച്ചു.

"ഇതൊക്കെ അധികാരവും കുടുംബമഹിമയുമുള്ള ആളുകളോടുള്ള പുച്ഛമല്ലേ കാണിക്കുന്നത്?"

"ഒരിക്കലുമില്ല അങ്ങുന്നേ. നേരേമറിച്ച് യഥാർത്ഥ ആനന്ദം അധി കാരത്തിലോ കുടുംബമഹിമയിലോ ഒന്നുമല്ലെന്നുള്ള ഒരു ഉണർത്തലാണ് എന്റെ വാക്കുകളിലുള്ളത്."

തന്റെ വിദ്വേഷത്തിൽ അസ്വസ്ഥനാകാതെ സംസാരിക്കുന്ന രിഫാ അയെ സൂക്ഷിച്ചുനോക്കിക്കൊണ്ട് ബയൂമി ചോദിച്ചു.

"ജബലാവിയാണ് നിന്നോടിക്കാര്യം ആവശ്യപ്പെട്ടതെന്നൊക്കെ നീ പറയുന്നതായി കേട്ടല്ലോ, ശരിയാണോ?" രിഫാഅയുടെ തെളിഞ്ഞ കണ്ണുകളിൽ വലിയ താത്പര്യം തിളങ്ങി നിൽക്കുന്നുണ്ടായിരുന്നു.

"അതവർ പറയുന്നതല്ലേ?"

"എന്താ നിന്റെ അഭിപ്രായമെന്നാണറിയേണ്ടത്?"

ഇതാദ്യമായിട്ടായിരിക്കും മറുപടി പറയാൻ രിഫാഅ ഒന്ന് അമാന്തിച്ചത്.

"ഞാൻ മനസ്സിലാക്കിയതെന്താണോ അതു മാത്രമേ ഞാൻ പറഞ്ഞി ട്ടുള്ളൂ."

"വിഡ്ഢിത്തം നിറഞ്ഞ ചിന്തയിൽ നിന്നാണ് ദുരന്തങ്ങളുണ്ടാകുന്ന തെന്ന ഓർമ്മ വേണം."

ഖുൻഫിസ് പുച്ഛത്തോടെ പറയുന്നത് കേട്ടതും ഇടുങ്ങിയ കണ്ണു കളോടെ രിഫാഅയെത്തന്നെ നോക്കിക്കൊണ്ട് ബയൂമി ചോദിച്ചു.

"ജബലാവിയിൽ നിന്നും നേരിട്ട് കേട്ടുവെന്ന് നീ പലതവണ ആളു കളോട് പറഞ്ഞിരുന്നതായി കേട്ടല്ലോ?"

ഇതോടെ രിഫാഅയുടെ കണ്ണുകളിൽ അല്പം പരിഭ്രമം നിറഞ്ഞു. മറുപടി പറയുന്നതിന് മുമ്പ് അയാളൊന്ന് അമാന്തിക്കുകയും ചെയ്തു.

"അദ്ഹമിനോടും ജബലിനോടും ജബലാവി സംസാരിച്ച കാര്യ ങ്ങളിൽ നിന്നും ഞാൻ മനസ്സിലാക്കിയത് ഇങ്ങനെയാണ്."

ഖുൻഫിസിന് ദേഷ്യം വന്നു.

“ജബലിനോട് അദ്ദേഹം പറഞ്ഞ കാര്യങ്ങൾക്ക് ഇനി പുതിയൊരു വ്യാഖ്യാനത്തിന്റെ ആവശ്യമൊന്നുമില്ല.”

ബയൂമിക്ക് ദേഷ്യം കാരണം ശ്വാസം മുട്ടുന്ന അവസ്ഥയായി. ‘നിങ്ങളെല്ലാം കള്ളന്മാരാണ്. നിങ്ങൾക്കിടയിലേക്ക് വന്ന ആദ്യത്തെ കള്ളൻ ജബൽ തന്നെയായിരുന്നെടാ, മോഷ്ടാക്കളേ’ എന്നായിരുന്നു അയാളുടെ മനസ് പറഞ്ഞത്.

“ജബലാവി പറഞ്ഞത് കേട്ടുവെന്നും ഇതാണദ്ദേഹത്തിന്റെ മനസ്സ് പറയുന്നതെന്നും നീ പ്രചരിപ്പിക്കുകയാണല്ലേ? ജബലാവിയുടെ പേരിൽ സംസാരിക്കാൻ അർഹത കങ്കാണി അവർകൾക്കോ അദ്ദേഹത്തിന്റെ പിൻഗാമിക്കോ മാത്രമായിരിക്കും. എന്തെങ്കിലും അറിയിക്കാനുദ്ദേശമുണ്ടെങ്കിൽ ജബലാവി അത് കങ്കാണിയോടായിരിക്കും പറയുക. കാരണം തന്റെ സ്വത്തുക്കളുടെയെല്ലാം നോക്കി നടത്തിപ്പുകാരനും പത്ത് നിബന്ധനകൾ നടപ്പിലാക്കുന്നതുമൊക്കെ ഈ കങ്കാണിയാണല്ലോ? ജബലാവിയുടെ ഗുണങ്ങളായ അധികാരശക്തിയേയും കുടുംബമഹിമയേയും സമ്പൽസമൃദ്ധിയേയും അദ്ദേഹത്തിന്റെ പേരുപറഞ്ഞ് തള്ളിപ്പറയാനുള്ള ധൈര്യം നിനക്കെവിടെ നിന്നാടാ ലഭിച്ചത്?”

രിഫാഅയുടെ തെളിഞ്ഞ മുഖഭാവങ്ങളിൽ വേദന പ്രകടമായി കാണാമായിരുന്നു.

“ഞാനതിന് ജബലാവിയോടല്ല, ഈ തെരുവിലെ ജനങ്ങളോടാണ് സംസാരിക്കുന്നത്. അവരുടെ ദേഹങ്ങളിലാണ് ബാധകൾ കയറിയിട്ടുള്ളത്. അവരാണ് വിവിധ യാതനകളാൽ കഷ്ടതയനുഭവിക്കുന്നതും.”

രിഫാഅയുടെ വാക്കുകൾ കേട്ടതും ബയൂമിക്ക് ദേഷ്യമടക്കാനായില്ല.

“അധികാരവും കുടുംബമഹിമയുമൊന്നും സ്വന്തമാക്കാനാകാത്തവനാണ് നീ. അതിനാലാണ് നീ അവയൊക്കെ തള്ളിപ്പറയുന്നത്. ഈ തെരുവിലെ വിഡ്ഢികളായ ആളുകളുടെ കണ്ണുകളിൽ ഇവിടത്തെ യഥാർത്ഥ അധികാരികളേക്കാൾ വലിയ സ്ഥാനത്തേക്ക് സ്വന്തം ദൈന്യത നിറഞ്ഞ അവസ്ഥയെ ഉയർത്താനാണ് നിന്റെ ശ്രമം. അവർ തന്നെ അനുസരിക്കുമെന്നാവുമ്പോൾ അവരെ ഉപയോഗിച്ച് ഇതേ അധികാര ശക്തിയും കുടുംബമഹിമയുമൊക്കെ കവർന്നെടുക്കാമെന്നായിരിക്കും നീ കണക്കുകൂട്ടുന്നതല്ലേ?”

അതിശയം കൊണ്ട് രിഫാആയുടെ കണ്ണുകൾ വിടർന്നു പോയിരുന്നു. “നമ്മുടെ തെരുവിലെ ആളുകളുടെ സന്തോഷം. എനിക്ക് അതല്ലാതെ വേറൊരു ലക്ഷ്യവുമില്ല.”

“എടാ കുടിലബുദ്ധിക്കാരാ... തങ്ങളെല്ലാം രോഗികളാണെന്ന ചിന്ത ആളുകളിൽ സൃഷ്ടിക്കുകയാണല്ലേ നീ? ഞങ്ങൾക്കും കുഴപ്പമുണ്ടെന്നും ഈ തെരുവിൽ സ്വബോധമുള്ളത് തനിക്ക് മാത്രമാണെന്നും സ്ഥാപിക്കാൻ ആയിരിക്കുമല്ലേ നിന്റെ ശ്രമം?”

“മുന്നിലുണ്ടായിരുന്നിട്ടും നിങ്ങളെന്തുകൊണ്ടാണ് ഈ ആനന്ദത്തെ വെറുക്കുന്നത്?”

“എടാ വിഡ്ഢി...നിന്നെപ്പോലൊരുത്തന്റെ പക്കൽ നിന്നും ലഭിക്കുന്ന ആനന്ദം തന്നെ ശപിക്കപ്പെട്ടതായിരിക്കും.”

നെടുവീർപ്പിടുന്നതിനിടയിൽ രിഫാഅ ചോദിച്ചു.

“ഞാൻ ഒരാളേയും വെറുക്കുന്നില്ല. എന്നിട്ടുമെന്താണെന്നറിയില്ല. എന്നെ ചിലയാളുകൾ വെറുക്കുന്നത്.”

“വിഡ്ഢികളായ ആളുകളെ പറ്റിക്കുന്നത് പോലെ ഞങ്ങളെ വിഡ്ഢിയാക്കാൻ ശ്രമിക്കരുത്. നിന്റെ ഈ വിടുവായിത്തങ്ങളൊക്കെ മറന്നേക്കുക. എന്റെ തീരുമാനങ്ങൾ നടപ്പിലായേ പറ്റുമെന്നറിയാമല്ലോ? ഈ വീടിനുള്ളിൽ ആയതിന് ദൈവത്തിന് നന്ദി പറയുക. വേറെ എവിടെയെങ്കിലുമായിരുന്നെങ്കിൽ നീ തടികേടാകാതെ രക്ഷപ്പെടില്ലായിരുന്നു.”

ആകെ നിരാശനായി മാറിയ രിഫാഅ ഗുണ്ടകൾക്ക് അഭിവാദ്യമർപ്പിച്ചശേഷം അവിടെ നിന്നും ഇറങ്ങിപ്പോയി.

“ഇവനെ എനിക്ക് വിട്ടേക്ക്.”

ഖുൻഫിസിന്റെ വാക്കുകൾ കേട്ടതും ബയൂമി മുന്നറിയിപ്പ് നൽകും വിധം പറഞ്ഞു.

“ഈ വിഡ്ഢിക്ക് ധാരാളം അനുയായികളുണ്ട്. അതിനാൽ തന്നെ ഒരു കൂട്ടക്കൊലയുണ്ടാക്കാൻ എന്തായാലും നാമാഗ്രഹിക്കുന്നില്ല!”

അമ്പത്തിയെട്ട്

ബയൂമിയുടെ വീട്ടിൽ നിന്നും രിഫാഅ നേരേ പോയത് സ്വന്തം വീട്ടിലേക്കായിരുന്നു. ശരത്കാലത്തെ മൂടൽ മഞ്ഞ് നിറഞ്ഞ ആകാശം. ഇളം കാറ്റുള്ള അന്തരീക്ഷം. തെരുവ് നിറയെ നാരങ്ങ വിൽക്കുന്നയിടങ്ങളാണിപ്പോൾ. അച്ചാറിടുന്ന സീസൺ ആഘോഷമാക്കുകയാണ് തെരുവാകെ. ചിരിയും പിന്നെ ആളുകളുടെ വർത്തമാനങ്ങളുമാണ് സർവ്വയിടത്തും. കുട്ടികളിൽ ചിലർ വഴക്കടിക്കുന്നു. മറ്റ് ചിലർ പരസ്പരം മണ്ണ്വാരിയെറിയുന്നു. വഴിയിൽ വച്ച് കുറേയാളുകൾ രിഫാഅയെ കണ്ടപ്പോൾ അഭിവാദ്യങ്ങൾ നേർന്നു. ദേഹം മുഴുവൻ മണ്ണായതിനാൽ തോളും തലപ്പാവും പൊടിതട്ടിക്കൊണ്ടാണ് അയാൾ വീട്ടിലെത്തിയത്.

സക്കി, അലി, ഹുസൈൻ, കരീം...നാല് സുഹൃത്തുക്കളും രിഫാഅയെ കാത്തിരിക്കുകയായിരുന്നു അവിടെ. സാധാരണ എല്ലാസമാഗമങ്ങളിലുമെന്നത് പോലെ അവർ പരസ്പരം ആശ്ലേഷിച്ചു. പിന്നെ ഖുൻഫിസുമായും ബയൂമിയുമായും നടന്ന സംഭാഷണത്തിന്റെ കാര്യം സുഹൃത്തുക്കളുമായും ഒപ്പം ചേർന്ന ഭാര്യ യാസ്മീനയുമായും പങ്കുവച്ചു. വളരെ ശ്രദ്ധയോടും എന്നാൽ ആശങ്കയോടും കൂടിയാണ് അവർ രിഫാഅ

പറഞ്ഞതൊക്കെ കേട്ടിരുന്നത്. എല്ലാം കഴിഞ്ഞതും അവരുടെ മുഖങ്ങളാകെ ഇരുണ്ടു പോയിരുന്നു. ഈ നിർണായക സാഹചര്യം സൃഷ്ടിക്കുന്ന ഫലമെന്തായിരിക്കുമെന്നാണ് യാസ്മീന സ്വയം ചോദിച്ചത്. തന്റെ സന്തോഷത്തിനൊരു ഭീഷണി നേരിടാത്തവണ്ണം എങ്ങനെ ഈ നല്ല മനുഷ്യനെ അപകടത്തിൽ നിന്നും രക്ഷിക്കാൻ കഴിയും? അവരുടെ എല്ലാം കണ്ണുകളിൽ ആകാംക്ഷ നിറഞ്ഞു. രിഫാഅയാകട്ടെ ചുമരിൽ തല ചാരി ഇരിക്കുകയാണ്.

"ബയൂമിയുടെ ഉത്തരവുകൾ അത്ര നിസ്സാരമായി തള്ളാൻ പാടില്ല!"

യാസ്മീനയുടെ വാക്ക് കേട്ട് കൂട്ടത്തിലേറ്റവും സാഹസികനായ അലി പറഞ്ഞു.

"രിഫാഅയ്ക്കുമുണ്ടല്ലോ സുഹൃത്തുക്കൾ? അവരല്ലേ ബത്തീഖയെ പരാജയപ്പെടുത്തിയത്? എന്നിട്ട് അയാളെ ഇപ്പോൾ തെരുവിൽ കാണാൻ തന്നെയില്ല."

"പക്ഷേ, ബത്തീഖയെപ്പോലെയല്ലല്ലോ ബയൂമി? അയാൾക്കെതിരായി വല്ലതും പറഞ്ഞാൽ അത് നിങ്ങളുടെ അവസാനവാക്കായിരിക്കും."

യാസ്മീന മുന്നറിയിപ്പ് നൽകി. ഇതിനിടയിൽ ഹുസൈൻ രിഫാഅയുടെ നേരേ തിരിഞ്ഞ് പറഞ്ഞു.

"നമുക്കാദ്യം ഇദ്ദേഹത്തിനെന്താണ് പറയാനുള്ളതെന്ന് കേൾക്കാം."

രിഫാഅ കണ്ണുകൾ ഏതാണ്ടടച്ച രീതിയിൽ ഇരിക്കുകയാണ്.

"പോരടിക്കുന്നതിനെക്കുറിച്ച് ചിന്തിക്കാനേ പാടില്ല നാം. ജനങ്ങളുടെ സന്തോഷത്തിനായി പൊരുതുന്നവർ അവരുടെ രക്തം ചിന്തുന്ന കാര്യം അത്ര നിസ്സാരമായി കരുതാൻ പാടില്ലല്ലോ?" യാസ്മീനയുടെ മുഖം ഇത് കേട്ടതും പ്രകാശിക്കാൻ തുടങ്ങി. വിധവയായിപ്പോകുന്നത് അവൾക്ക് ഊഹിക്കാൻ തന്നെയാകില്ല. കാരണം അങ്ങനെ സംഭവിച്ചാൽ താൻ വീണ്ടും നിരീക്ഷിക്കപ്പെടും പിന്നെ തന്റെ കാമുകന്റെ അരികിലേക്ക് പോകാനും സാധിക്കാതാകും.

"ഈ വല്ലാത്ത അവസ്ഥയിൽ നിന്നും എങ്ങനെയെങ്കിലും രക്ഷപ്പെടുന്നതാണ് നല്ലത്."

"നമുക്കെന്തായാലും ഈ തൊഴിലുപേക്ഷിക്കാനാവില്ല. എന്നാൽ ഈ തെരുവ് ഉപേക്ഷിച്ച് പോകാനാകും."

സക്കിയുടെ സ്വരത്തിൽ അല്പം പ്രതിഷേധവുമുണ്ടായിരുന്നു. എന്നാൽ തന്റെ കാമുകന്റെ തെരുവിൽനിന്നും ദൂരെ ജീവിക്കേണ്ടി വരുമെന്ന ചിന്ത തന്നെ യാസ്മീനയുടെ ഹൃദയം ഉലച്ചുകളഞ്ഞു.

"നമുക്ക് ഈ തെരുവിൽ നിന്ന് ദൂരേപ്പോയി അന്യരെപ്പോലെ ജീവിക്കാനൊന്നും കഴിയില്ല."

യാസ്മീനയുടെ വാക്ക് കേട്ടതും എല്ലാവരും രിഫാഅയുടെ

മുഖത്തേക്ക് നോക്കി. അതോടെ അയാൾ പതിയെ അവരുടെ നേരേ മുഖം തിരിച്ച് പറഞ്ഞു.

"നമ്മുടെ തെരുവ് വിട്ട് പോകാനെനിക്ക് ഒരാഗ്രഹവുമില്ല."

പെട്ടെന്ന് വാതിലിൽ തുടർച്ചയായുള്ള അക്ഷമ നിറഞ്ഞ മുട്ടിവിളി കേട്ടതും യാസ്മീന ചെന്ന് വാതിൽ തുറന്നു. ഷാഫിഈയും അബ്ദയും തങ്ങളുടെ മകനെവിടെയെന്ന് അന്വേഷിക്കുന്ന ശബ്ദം അകത്തിരുന്നവർ കേട്ടു. രിഫാഅ എഴുന്നേറ്റ് ചെന്ന് മാതാപിതാക്കളെ ആശ്ലേഷിച്ചു. ഇരിക്കുമ്പോഴും ഷാഫിഈയും ഭാര്യയും കിതയ്ക്കുന്നുണ്ടായിരുന്നു. അത്ര സന്തോഷം നൽകാത്ത വാർത്തയുമായാണ് വന്നിരിക്കുന്നതെന്ന് അവരുടെ മുഖങ്ങൾ വിളിച്ച് പറയുന്നുണ്ടായിരുന്നു.

"മോനേ, ഖുൻഫിസ് നിന്നെ കയ്യൊഴിഞ്ഞിരിക്കുന്നു. നിന്റെ ജീവൻ അപകടത്തിലാണ്. ഗുണ്ടകളുടെ ശിങ്കിടികൾ നിന്റെ വീടിന് ചുറ്റും വല വിരിച്ചിരിക്കുകയാണെന്നാണ് എന്റെ സുഹൃത്തുക്കൾ വിവരം തന്നത്."

"ഒരു വിലയുമില്ലാതെ മനുഷ്യജീവൻ വിറ്റ് കാശാക്കുന്ന ഈ തെരുവിലേക്ക് നാമൊരിക്കലും മടങ്ങിവരാതിരുന്നെങ്കിൽ എത്ര നന്നായേനേ."

ചുവന്ന് തുടുത്ത കണ്ണുകൾ തുടച്ചുകൊണ്ട് അബ്ദ പരിതപിച്ചു.

"അവിടുന്ന് പേടിക്കേണ്ട. നമ്മുടെ ഈ പ്രദേശം മുഴുവൻ ഇദ്ദേഹത്തിന്റെ സുഹൃത്തുക്കളാണ്. അവർ ഇദ്ദേഹത്തെ ഇഷ്ടപ്പെടുന്നുമുണ്ട്."

അലിയുടെ ആവേശം നിറഞ്ഞ വാക്കുകൾ കേട്ടതും രിഫാഅ നെടുവീർപ്പിട്ടു.

"ഇത്തരമൊരു ശിക്ഷ ലഭിക്കാൻ മാത്രം നാമെന്ത് തെറ്റാണ് ചെയ്തത്!"

"അവർക്ക് തീരെ ഇഷ്ടമില്ലാത്ത ജബൽ കുടുംബത്തിലൊരംഗമായിപ്പോയി നീ. ജബലാവിയെക്കുറിച്ച് നീ ആദ്യം പറഞ്ഞപ്പോൾ മുതൽ ഞാനെത്രമാത്രം പേടിച്ചിട്ടുണ്ടെന്നോ."

പിതാവിന്റെ വേദന നിറഞ്ഞ വാക്കുകൾ കേട്ടതും രിഫാഅ അതിശയത്തോടെ പറഞ്ഞു.

"ഭൂസ്വത്തിൽ വാദമുന്നയിച്ചു എന്നു പറഞ്ഞ് ഇവർ ജബലുമായി പോരടിച്ചത് ഇന്നലെയാണ്. എന്നാൽ ഇന്നിതാ അതേ ഭൂസ്വത്തിനെ വില കുറച്ച് കണ്ടതിന്റെ പേരിൽ അവർ എന്നോട് പോരിന് വരുന്നു."

നിരാശ പ്രകടിപ്പിക്കുന്ന വിധത്തിൽ ഷാഫിഈ കൈകൊണ്ട് ആംഗ്യം കാണിച്ചു. ശേഷം അയാൾ പറഞ്ഞു.

"നീ അവരെക്കുറിച്ച് എന്തുപറഞ്ഞാലും അതൊന്നും അവരെ അല്പം പോലും മാറ്റാൻ പോകുന്നില്ല. പക്ഷേ, ഈ വീട് വിട്ടിറങ്ങിയാൽ അത് നിന്റെ നാശത്തിനിടയാക്കുമെന്ന് മനസ്സിലാക്കിക്കോളൂ. ഇനി ഇവിടെ കഴിഞ്ഞാൽ തന്നെ നീ സുരക്ഷിതനായിരിക്കുമോ എന്നെനിക്ക് യാതൊരു ഉറപ്പുമില്ല."

ഇതാദ്യമായിട്ടായിരിക്കും കരീമിന്റെ മനസ്സിൽ പേടി നിറയുന്നത്. എങ്കിലും ശക്തമായ മനോബലത്തോടെ അയാൾ രിഫാഅയെ അഭിസംബോധന ചെയ്തു.

“അവർ താങ്കൾ പുറത്തേക്കിറങ്ങുന്നതും നോക്കി പുറത്തിരിക്കുകയാകും. ഇനി ഇവിടെ കഴിഞ്ഞാൽ അവരിങ്ങോട്ട് വന്നേക്കും. ഇവരൊക്കെ നമ്മുടെ തെരുവിലെ ഗുണ്ടകളായിരിക്കും. അതിനാൽ നമുക്ക് അടുത്ത വീടുകളുടെ മേൽക്കൂരകളിലൂടെ എന്റെ വീട്ടിലേക്ക് രക്ഷപ്പെടാം. അവിടെയെത്തിയശേഷം പിന്നെ എന്താണ് ചെയ്യേണ്ടതെന്ന് ആലോചിച്ച് തീരുമാനിക്കാം.”

“അവിടെ നിന്ന് രാത്രിയിൽ നിനക്ക് ഈ തെരുവിൽ നിന്ന് തന്നെ രക്ഷപ്പെടാം.”

പിതാവിന്റെ വാക്ക് കേട്ട് രിഫാഅ നെടുവീർപ്പിട്ടു.

“അപ്പോൾ ഞാനിതുവരെ പണിതുയർത്തിയതൊക്കെ നശിക്കാനനുവദിക്കണമെന്നാണോ നിങ്ങളൊക്കെ പറയുന്നത്?”

“സ്വന്തം ഉമ്മയെക്കരുതിയെങ്കിലും അദ്ദേഹം പറയുന്നതു പോലെ ചെയ്യൂ, മോനേ.”

അബ്ദ കരഞ്ഞുകൊണ്ട് യാചിക്കുകയായിരുന്നു.

“നിനക്ക് വേണമെങ്കിൽ മരുഭൂമി കടന്നാൽ സ്വന്തം ജോലി തുടരാനാവുന്നതല്ലേയുള്ളൂ.”

പിതാവിന്റെ വാക്ക് കേട്ടതും കരീം എഴുന്നേറ്റുകൊണ്ട് ശ്രദ്ധയോടെ പറഞ്ഞു.

“നമുക്ക് ഒരു പദ്ധതി തയ്യാറാക്കാം. ഷാഫിഈ അങ്ങുന്നും ഭാര്യയും കുറച്ച് സമയം കൂടി ഇവിടെ കഴിയണം. പിന്നെ സാദാ കുടുംബസന്ദർശനം കഴിഞ്ഞെന്നവണ്ണം അൽ-നസ്വർ ഭവനത്തിലേക്ക് തിരികെപ്പോകണം. യാസ്മീന അങ്ങുന്ന് എന്തെങ്കിലും വാങ്ങാനെന്ന ഭാവത്തിൽ ജമാലിയ്യവരെ പോകട്ടെ. തിരിച്ചു വന്നശേഷം താങ്കൾ എന്റെ വീട്ടിലേക്ക് ഒളിച്ചെത്തണം. മേൽക്കൂരകളിലൂടെ രക്ഷപ്പെടാൻ ശ്രമിക്കുന്നതിനേക്കാൾ ഇതാണ് എളുപ്പമുള്ള മാർഗമെന്ന് തോന്നുന്നു.”

ഷാഫിഈയ്ക്ക് ഈ പദ്ധതി നല്ലതു പോലെ ഇഷ്ടപ്പെട്ടു. കരീമാണ് തുടർന്ന് സംസാരിച്ചത്.

“നമ്മളിനി ഒരുനിമിഷം പോലും പാഴാക്കാൻ പാടില്ല. ഞാൻ മേൽക്കൂരയിലേക്ക് ചെന്ന് ചുറ്റുപാടുകൾ നിരീക്ഷിച്ചിട്ട് വരാം.”

അയാൾ പുറത്തേക്കിറങ്ങിയതും ഷാഫിഈ മകന്റെ കയ്യിൽ പിടിച്ചുകൊണ്ട് എഴുന്നേറ്റു. യാസ്മീനയോട് തുണികളൊക്കെ കെട്ടിവയ്ക്കാൻ അബ്ദ നിർദ്ദേശിച്ചു.

അസ്വസ്ഥവും മുറിവേറ്റതുമായ മനസ്സോടുകൂടി വസ്ത്രങ്ങൾ കെട്ടിവയ്ക്കാൻ തുടങ്ങുമ്പോൾ യാസ്മീനയുടെ ഉള്ളിലാകെ പകയുടെ

കൊടുങ്കാറ്റ് ഉരുണ്ടുകയറുകയായിരുന്നു. മകനെ കെട്ടിപ്പിടിച്ച് ചുംബിക്കുന്നതിനിടയിൽ അവനെ കണ്ണേറിൽ നിന്ന് രക്ഷിക്കണേയെന്ന് പ്രാർത്ഥിക്കുകയായിരുന്നു അബ്ദ. എന്നാൽ ദുഃഖം നിറഞ്ഞ മനസ്സോടെ തന്റെ ഗതിയെക്കുറിച്ച് ചിന്തിക്കുകയായിരുന്നു രിഫാഅ. താനെത്രമാത്രമാണ് സ്വന്തം ജനതയെ ഇഷ്ടപ്പെട്ടിരുന്നത്. അവരുടെ സന്തോഷത്തിനായി താൻ എത്രമാത്രം കഷ്ടപ്പെട്ടു. അവരുടെയൊക്കെ വെറുപ്പ് താനെത്രമാത്രമാണ് ഇതുവരെ സഹിച്ചത്. ഈ പരാജയം ജബലാവി അംഗീകരിച്ചുതരുമോ?

ഇതിനിടയ്ക്ക് കരീം തിരികെയെത്തി. അയാൾ രിഫാഅയേയും സുഹൃത്തുക്കളേയും നോക്കി പറഞ്ഞു.

“എന്റെ പിറകേ വരൂ.”

“ഒരല്പം കഴിഞ്ഞ് ഞങ്ങൾ പിന്നാലെ വരാം.”

കരച്ചിലിനിടയിൽ അബ്ദ പറഞ്ഞു.

“ദൈവം നിന്നെ രക്ഷിക്കട്ടെ, രിഫാആ.”

കരച്ചിലടക്കി നിർത്താൻ പാടുപെടുകയായിരുന്നു ഷാഫിഈ. മാതാപിതാക്കളെ കെട്ടിപ്പിടിച്ചശേഷം രിഫാഅ യാസ്മീനയുടെ നേരേ തിരിഞ്ഞു.

“ആരും നിന്നെ തിരിച്ചറിയാൻ പാടില്ല. അതിനായി കുപ്പായവും ശിരോവസ്ത്രവും നല്ലതുപോലെ പുതച്ചുവേണം പുറത്തേക്കിറങ്ങേണ്ടത്.”

ശേഷം അവളുടെ കാതിനരികിലേക്ക് ചാഞ്ഞശേഷം അയാൾ തുടർന്നു.

“നിന്നെയാരെങ്കിലും ഉപദ്രവിക്കാൻ വരുന്ന കാര്യം ഓർക്കാൻ പോലുമെനിക്കാകില്ല!”

അമ്പത്തിയൊമ്പത്

കറുപ്പ് പുതച്ച് വീട്ടിൽ നിന്നും പുറപ്പെടുമ്പോൾ അബ്ദയുടെ വാക്കുകൾ യാസ്മീനയുടെ ചെവികളിൽ മുഴങ്ങുന്നുണ്ടായിരുന്നു.

“പോയിട്ട് വരട്ടേ മോളേ, ദൈവം നിന്നെ കാത്തുകൊള്ളട്ടെ. രിഫാഅയെ നിന്നെ ഏല്പിക്കുകയാണ് ഞങ്ങൾ. നിങ്ങളിരുവർക്കുമായി ഞാൻ പകലെന്നോ രാത്രിയെന്നോ ഇല്ലാതെ പ്രാർത്ഥിക്കും.”

രാത്രി തുടങ്ങുന്ന നേരമാണ്. കാപ്പിക്കടകളിലെ വിളക്കുകൾ കത്തിക്കിടക്കുന്നു. ഉന്തുവണ്ടികളിലെ റാന്തൽ വിളക്കുകളുടെ വെളിച്ചത്തിൽ തെരുവിൽ കളിച്ച് നടക്കുന്ന കുട്ടികൾ. പകൽ സമയങ്ങളിലേത് പോലെ ചവറ്റുകൂനകൾക്ക് ചുറ്റും കടിപിടികൂടുന്ന പൂച്ചകളും തെരുവ് നായ്ക്കളും.

ജമാലിയ്യയിലേക്ക് പോകുകയായിരുന്ന യാസ്മീനയുടെ പ്രണയാതുരമായ ഹൃദയത്തിൽ കരുണയ്ക്കൊരു സ്ഥാനവുമില്ലായിരുന്നു. അമാന്തിച്ച് നിന്നൊന്നുമില്ലെങ്കിൽ പോലും തന്നെ പല കണ്ണുകളും നിരീക്ഷിക്കുന്നുണ്ടാവുമെന്നോർത്തപ്പോൾ അവൾക്കല്പം ഭയവും തോന്നിപ്പോയി. അൽ-ദർറാസയിൽ നിന്ന് മരുഭൂമിയിലേക്ക് തിരിക്കുന്നതു വരെ മനസ്സിലൊട്ടും ആശ്വാസം തോന്നിയില്ല. എന്നാൽ പൂർണമായ ആത്മസംയമനം തിരിച്ച് കിട്ടിയത് ബയൂമിയുടെ വീടിനോട് ചേർന്ന സ്വീകരണമുറിക്കുള്ളിലേക്ക് കയറിയപ്പോൾ മാത്രമായിരുന്നു. ശിരോവസ്ത്രം ഊരിമാറ്റുന്ന യാസ്മീനയുടെ മുഖത്തേക്ക് സൂക്ഷിച്ച് നോക്കിക്കൊണ്ട് ബയൂമി ചോദിച്ചു.

“നീ എന്താ ഭയന്നുപോയോ?”

“അതെ”

അവൾ കിതയ്ക്കുന്നുണ്ടായിരുന്നു.

“അതിന്റെ ആവശ്യമില്ല. ഭീരുത്വം നിനക്ക് യോജിച്ച ഗുണമേയല്ല. അത് പോട്ടെ, നീ കാര്യം പറയ്.”

“അവർ വീടുകളുടെ മേൽക്കൂരകൾ വഴി കരീമിന്റെ വീട്ടിലേക്ക് രക്ഷപ്പെടും. പിന്നെ പ്രഭാതമാവുമ്പോഴേക്കും തെരുവിൽ നിന്നും കടക്കാനാണ് പദ്ധതി.”

“പ്രഭാതത്തിൽ അല്ലേടാ നായിന്റെ മക്കളേ.”

ബയൂമി പരിഹസിച്ചു.

“ഇവിടെ നിന്നുംപോകുന്ന കാര്യത്തിൽ അവർ വല്ലവിധേനയും അയാളെ പറഞ്ഞ് സമ്മതിച്ചതാണ്. പിന്നെ നിങ്ങളെന്താ അയാളെ പോകാൻ വിടാത്തത്?”

“പണ്ടിതുപോലെ പോയതല്ലേ ജബൽ? എന്നിട്ടയാൾ തിരികെ വന്നു. ഈ കൃമികൾക്കൊന്നും ജീവിക്കാനുള്ള അർഹത തന്നെയില്ല.”

“അയാൾ ഈ ജീവിതം വേണ്ടായെന്ന് വെയ്ക്കുന്നയാൾ തന്നെയാണ്. പക്ഷേ, മരിക്കാൻ മാത്രം ഒരുതെറ്റും അയാൾ ചെയ്തിട്ടുമില്ല.”

പതർച്ചയോടെ യാസ്മീന പറയുന്നത് കേട്ടപ്പോൾ ബയൂമി പരിഹസിച്ച് മുഖം ചുളിച്ചു.

“ഈ തെരുവിൽ ഇപ്പോൾതന്നെ ആവശ്യത്തിന് ഭ്രാന്തന്മാരുണ്ട്.”

അയാളുടെ മുഖത്തേക്ക് യാചിക്കുന്നത് പോലെയൊന്ന് നോക്കിയ ശേഷം കണ്ണുകൾ താഴ്ത്തുന്നതിനിടയിൽ യാസ്മീന മന്ത്രിച്ചു.

“എന്റെ ജീവിതമൊരിക്കൽ രക്ഷിച്ചത് അയാളാണ്”

ബയൂമി പരുക്കൻ സ്വരത്തിൽ ചോദിച്ചു.

“എന്നിട്ടാണോ നീ അയാളെ ഇപ്പോൾ മരണത്തിന് വിട്ടുകൊടുക്കുന്നത്? കണ്ണിന് കണ്ണെന്നാണ്. തുടങ്ങിവച്ചതാരാണോ അയാൾ ശിക്ഷയുമനുഭവിച്ചേ തീരൂ.”

രോഗപീഡപോലെ തികച്ചും വേദനാജനകമായൊരു അസ്വസ്ഥത മനസ്സിൽ നിറയുന്നതിനിടയിൽ ബയൂമിയുടെ നേരേ കുറ്റപ്പെടുത്തുന്നത് പോലെ നോക്കുകയായിരുന്നു യാസ്മീന.

"നിങ്ങളെ സ്വന്തം ജീവനേക്കാൾ സ്നേഹിക്കുന്നത് കൊണ്ടാണ് എനിക്കിങ്ങനെയൊക്കെ ചെയ്യേണ്ടി വന്നത്."

ബയൂമി അവളുടെ കവിളിൽ പതിയെ തട്ടി.

"എല്ലാം ശരിയാകും. ഇനി നിന്റെ സാഹചര്യങ്ങൾ മോശമായാൽ ഈ വീട്ടിൽ നിനക്കുമുണ്ടാകുമൊരു സ്ഥാനം."

അത്രയും കേട്ടപ്പോൾ യാസ്മീനയ്ക്ക് അല്പം ആശ്വാസം തോന്നി.

"നിങ്ങളില്ലാതെ ജബലാവിയുടെ മാളികതന്നെ നൽകാമെന്ന് പറഞ്ഞാലും ഞാനത് സ്വീകരിക്കില്ല."

"നീ ആത്മാർത്ഥതയുള്ള പെണ്ണാണ്. എനിക്കറിയാം."

'ആത്മാർത്ഥതയുള്ളവൾ' എന്ന വാക്ക് കേട്ടതും പഴയ അസ്വസ്ഥത യാസ്മീനയുടെ മനസ്സിനെ വീണ്ടും കുത്തി മുറിവേൽപ്പിക്കാൻ തുടങ്ങി. ബയൂമി തന്നെ പരിഹസിച്ചതാണോയെന്ന് ഒന്നമ്പരക്കുകയും ചെയ്തു. സംസാരിച്ചിരിക്കാൻ അധികം നേരമില്ല. അതോടെ യാസ്മീന എഴുന്നേറ്റ് യാത്ര പറഞ്ഞ് പിറകുവാതിലിലൂടെ പുറത്തേക്ക് കടന്നു. തിരിച്ച് വീട്ടിലെത്തുമ്പോൾ രിഫാഅയും സുഹൃത്തുക്കളും അവളെ കാത്തിരിക്കുകയായിരുന്നു. ഭർത്താവിന്റെ അരികിൽ പോയി ഇരുന്നശേഷം യാസ്മീന പറഞ്ഞു.

"ഈ വീട് ആരോ നിരീക്ഷിക്കുന്നുണ്ട്. ഉമ്മയെന്തായാലും വിളക്ക് കത്തിച്ച് ജനാലയ്ക്കരികിൽ വച്ച് ഇവിടെ നിൽക്കുന്നതാണ് ബുദ്ധിയെന്ന് തോന്നുന്നു. പിന്നെ പ്രഭാതമാകുന്ന നേരത്ത് എളുപ്പത്തിൽ രക്ഷപ്പെടുകയും ചെയ്യാം."

സക്കി വളരെ വിഷമത്തോടെ രിഫാഅയുടെ നേർക്ക് നോക്കി.

"ഇദ്ദേഹം ആകെ ദുഃഖിതനാണല്ലോ? രോഗികൾ സർവ്വ സ്ഥലത്തുമുണ്ടല്ലോ? ഇവിടെയുള്ളവരെപ്പോലെ ആ സ്ഥലങ്ങളിലുള്ളവർക്കും ചികിത്സയുടെ ആവശ്യവുമുണ്ടാകുമല്ലോ?"

"രോഗം എവിടെയാണോ നിയന്ത്രണാതീതമാകുന്നത് അവിടെയാണ് രോഗശമനത്തിന്റെ ആവശ്യം കൂടുതലുള്ളത്."

രിഫാഅയുടെ വാക്കുകൾ കേട്ടതും യാസ്മീന സഹതാപത്തോടെ അയാളെത്തന്നെ നോക്കി. ഈ മനുഷ്യനെ കൊല്ലുന്നതൊരു കുറ്റകൃത്യം തന്നെയായിരിക്കുമെന്ന് അവളുടെ മനസ്സ് പറഞ്ഞു. ശിക്ഷയർഹിക്കുന്ന എന്തെങ്കിലുമൊരു തെറ്റ് അയാളുടെ ഭാഗത്ത് നിന്ന് കണ്ടെത്താനായെങ്കിലെന്ന് കൊതിച്ചു പോയി. ഈ ലോകത്ത് തന്നോട് കരുണ കാട്ടിയ ഒരേയൊരാൾ രിഫാഅ മാത്രമായിരുന്നില്ലേ എന്നവൾ ഓർത്തുപോയി.

എന്നാൽ ഇപ്പോൾ അതിന് അയാൾക്ക് ലഭിക്കാൻ പോകുന്ന പ്രതിഫലം മരണമാണല്ലോ! എന്നാൽ പിന്നീട് ഇത്തരം കാര്യങ്ങൾ ചിന്തിച്ചുപോകുന്നതിൽ സ്വയം പഴിച്ചുകൊണ്ട് തന്നോട് തന്നെ പറയാൻ ശ്രമിച്ചത് ഈ ജീവിതത്തിൽ നന്മ ലഭിച്ചവരൊക്കെ വേണമെങ്കിൽ നല്ലത് ചെയ്തോട്ടെ എന്നായിരുന്നു. തന്നെ തിരികെ നോക്കുന്ന രിഫാഅയെ കണ്ടതും സഹതാപത്തോടെ അവൾ പറഞ്ഞു.

"നമ്മുടെ ഈ ശപിക്കപ്പെട്ട തെരുവിനേക്കാളുമൊക്കെ എത്രയോ വിലപിടിച്ചതാണ് നിങ്ങളുടെ ജീവിതം."

"ഇത് നിന്റെ നാവ് പറയുന്നതായിരിക്കും. പക്ഷേ, നിന്റെ കണ്ണുകളിൽ ദുഃഖമാണല്ലോ കാണാനാവുന്നത്?"

പുഞ്ചിരിച്ചുകൊണ്ടുള്ള രിഫാഅയുടെ വാക്കുകൾ കേട്ടതും യാസ്മീന വിറച്ചുപോയി. മനസ്സിൽ നിന്നും ബാധകളെ കുടിയിറക്കുന്നത് പോലെ മനസ്സിനുള്ളിലെ കാര്യങ്ങൾ വായിച്ചെടുക്കാനുള്ള കഴിവെങ്ങാനും ഇയാൾക്കുണ്ടായാൽ എന്തായിരിക്കും ദൈവമേ തന്റെ ഗതിയെന്ന് യാസ്മീനയുടെ മനസ്സ് ചോദിച്ചു.

"എനിക്കൊരു ദുഃഖവുമില്ല. നിങ്ങളുടെ കാര്യത്തിൽ ഭയമേ ഉള്ളൂ."

"ഞാൻ അത്താഴം തയ്യാറാക്കാം."

കരീം എഴുന്നേൽക്കുന്നതിനിടയിൽ പറഞ്ഞു. കുറച്ച് സമയം കഴിഞ്ഞതും കയ്യിലൊരു താലവുമായി വന്ന കരീം അവരെ ചുറ്റുമിരിക്കാൻ ക്ഷണിച്ചു. അത്താഴത്തിന് റൊട്ടി, പാൽക്കട്ടി, തൈര്, വെള്ളരിക്ക, മുള്ളങ്കി എന്നിവയായിരുന്നു വിഭവങ്ങൾ. ഒപ്പം ഒരു കൂജയിൽ ബാർലി മദ്യവുമുണ്ട്. കപ്പുകൾ നിറയ്ക്കുന്നതിനിടയ്ക്ക് കരീം പറഞ്ഞു.

"ഇന്ന് രാത്രി നമുക്ക് നല്ല ആത്മവീര്യവും ഉത്സാഹവും ആവശ്യമാണ്."

"മദ്യം ബാധകളെ ഉണർത്തിവിടും. അതേസമയം ബാധകൾ ഒഴിഞ്ഞുപോയൊരാളെ സംബന്ധിച്ച് അത് ഉന്മേഷമായിരിക്കും നൽകുക."

പുഞ്ചിരിയോടെ ഇത്രയും പറഞ്ഞശേഷം രിഫാഅ അരികത്തിരുന്ന യാസ്മീനയുടെ നേരേ നോക്കി. ആ നോട്ടത്തിന്റെ അർത്ഥം മനസ്സിലായതും അവൾ പറഞ്ഞു.

"ദൈവം ആയുസ്സ് നൽകിയാൽ നാളെ നിങ്ങൾ എന്നെ ബാധകളിൽ നിന്ന് മുക്തയാക്കിയിരിക്കും."

സന്തോഷം കൊണ്ട് രിഫാഅയുടെ മുഖം വിടർന്നു. പരസ്പരം അഭിനന്ദിക്കുന്നതുപോലെയുള്ള നോട്ടങ്ങൾ കൈമാറിക്കൊണ്ട് അവർ അത്താഴം കഴിക്കാൻ തുടങ്ങി. റൊട്ടി മുറിച്ച് വിതരണം ചെയ്തു. ശേഷം വിവിധ പാത്രങ്ങളിൽ നിന്നും ആവശ്യമുള്ളതൊക്കെ അവർ എടുത്ത് കഴിക്കാൻ തുടങ്ങി. തങ്ങളെ വലയം ചെയ്തിരിക്കുന്ന മരണത്തിന്റെ കാര്യം തന്നെ അവൻ മറന്ന നിലയിലാണിപ്പോൾ.

"ഭൂസ്വത്തിന്റെ ഉടമയായ ജബലാവി തന്റെ സന്തതികൾ തന്നെപ്പോലെയാകണമെന്നായിരുന്നു ആഗ്രഹിച്ചിരുന്നത്. പക്ഷേ, തങ്ങളുടെ ബാധകളെപ്പോലെയാകാനാണ് ആളുകൾ നിർബന്ധം പിടിക്കുന്നത്. വിഡ്ഢികളാണിവർ. എന്നോട് പറഞ്ഞിട്ടുള്ളതുപോലെ അദ്ദേഹത്തിനാകട്ടെ വിഡ്ഢികളെ ഇഷ്ടവുമല്ല."

ഖേദത്തോടെ തലകുലുക്കിയശേഷം വായിലിരുന്ന ഭക്ഷണം വിഴുങ്ങിക്കൊണ്ട് കരീം പറഞ്ഞു.

"പക്ഷേ, അദ്ദേഹത്തിന് പണ്ടുണ്ടായിരുന്ന ശക്തികളെങ്ങാനും നമുക്കുണ്ടായിരുന്നെങ്കിൽ കാര്യങ്ങളെല്ലാം അദ്ദേഹം ആഗ്രഹിക്കുന്നത് പോലെ തന്നെ നടക്കുമായിരുന്നു."

"ഈ പക്ഷേ...പക്ഷേ, എന്ന് പറഞ്ഞത് കൊണ്ട് എന്താ പ്രയോജനം? നാമെന്തെങ്കിലും ചെയ്തേ തീരൂ."

അലിയുടെ ദേഷ്യം കണ്ടതും രിഫാഅ ഉറച്ച സ്വരത്തിൽ പറഞ്ഞു.

"നാം പരാജയപ്പെട്ടിട്ടൊന്നുമില്ല. ബാധകളോട് നിഷ്കരുണമല്ലേ നാം പൊരുതിയിട്ടുള്ളത്? ഒരു ബാധയെ പുറത്താക്കുമ്പോഴൊക്കെ ആ ശൂന്യത നികത്തുന്നത് സ്നേഹം കൊണ്ടായിരിക്കും. നമുക്കതല്ലാതെ വേറൊരു ലക്ഷ്യവുമില്ലല്ലോ?"

"നമ്മെ ജോലി ചെയ്യാനിവർ അനുവദിച്ചിരുന്നെങ്കിൽ ഈ തെരുവിലാകമാനം ആരോഗ്യവും സ്നേഹവും സമാധാനവും നിറയ്ക്കാനാകുമായിരുന്നു നമുക്ക്."

"സ്വന്തം നാട്ടിൽ ധാരാളം സുഹൃത്തുക്കളുള്ളപ്പോൾ അവിടെ നിന്ന് ഒളിച്ചോടുന്നതിനെപ്പറ്റി നാം ചിന്തിക്കുന്നത് തന്നെ അതിശയകരമാണ്."

അലിയുടെ പ്രതിഷേധം കേട്ടതും രിഫാഅ പുഞ്ചിരിച്ചു.

"സ്വന്തം ബാധ നിന്റെ ഉള്ളിന്റെയുള്ളിൽ തന്നെ ഇപ്പോഴുമുള്ളത് പോലെയാണല്ലോ തോന്നുന്നത്? പക്ഷേ, നമ്മുടെ ലക്ഷ്യം ആളുകൾക്ക് ശമനം നൽകലാണ്. അല്ലാതെ അവരെ കൊല്ലലല്ല എന്ന കാര്യം മറക്കാൻ പാടില്ല. ഒരാളെ കൊല്ലുന്നതിനേക്കാൾ നല്ലത് മറ്റാരുടെയെങ്കിലും കൈകളാൽ കൊല്ലപ്പെടുന്നതായിരിക്കും."

"നീ ഒന്നും തിന്നുന്നില്ലല്ലോ? ഒന്നും ശ്രദ്ധിക്കുന്നതായും തോന്നുന്നില്ല."

യാസ്മീനയുടെ നേരേ തിരിഞ്ഞ് രിഫാഅ ചോദിച്ചു. മനസ്സിൽ ഭയം നിറഞ്ഞെങ്കിലും അവൾ വികാരങ്ങളെ നിയന്ത്രിച്ച് നിർത്തി.

"ഏതോ വിവാഹാഘോഷ ചടങ്ങിന് ചെന്നതുപോലെ നിങ്ങൾ സന്തോഷിച്ച് വർത്തമാനം പറയുന്ന കാര്യമോർത്ത് അതിശയിച്ചിരിക്കുകയായിരുന്നു ഞാൻ."

"നാളെ സ്വന്തം ബാധകളിൽ നിന്നും മുക്തയാകുന്നതോടെ നിനക്കും

സന്തോഷമായിരിക്കുക എന്നത് വളരെ പരിചിതമായി മാറും നോക്കിക്കോളൂ."

ശേഷം തന്റെ സഹോദരങ്ങളുടെ നേർക്ക് നോക്കി രിഫാഅ തുടർന്നു പറഞ്ഞു.

"അനുരഞ്ജനമെന്നത് നിങ്ങളിൽ ചിലർക്ക് അത്ര ഇഷ്ടമുള്ള കാര്യമായിരിക്കില്ല. ഈ തെരുവിന്റെ സന്തതികളായ നമുക്ക് കയ്യൂക്കുള്ളവനോട് മാത്രമേ ബഹുമാനം തോന്നുകയുള്ളൂ. എന്നാൽ ഈ അധികാര ശക്തിയെന്നത് മറ്റുള്ളവരെ ഭയചകിതരാക്കുക എന്നത് മാത്രമല്ല. ദുർബലരായ ആളുകളെ ഉപദ്രവിക്കുന്നതിനെക്കാളും ഗുണ്ടകളോട് മല്ലിടുന്നതിനെക്കാളുമൊക്കെ ഒരു നൂറുമടങ്ങ് കഠിനമായ ജോലിയാണ് ഈ ബാധകളോട് പൊരുതുന്നത്."

അലി ദുഃഖത്തോടെ തല കുലുക്കാൻ തുടങ്ങി.

"ചെയ്ത നന്മകൾക്കെല്ലാം കിട്ടിയ പ്രതിഫലം നമ്മൾ ഇപ്പോൾ അകപ്പെട്ടിരിക്കുന്ന ഭീകര സാഹചര്യമായിപ്പോയല്ലോ?"

"അവർ കരുതുന്നതുപോലെ ഈ പോരാട്ടം അവസാനിക്കാൻ പോകുന്നില്ല. അവർ നമ്മെക്കുറിച്ച് കരുതിയിരിക്കുന്നതുപോലെ ദുർബലരുമല്ല നാം. ഒരു മുന്നണിയിൽ നിന്നും മറ്റൊരു യുദ്ധമുന്നണിയിലേക്ക് സ്ഥലം മാറുക മാത്രമാണ് ഞാൻ. കൂടുതൽ ധൈര്യവും ശക്തിയുമാണ് പുതിയ യുദ്ധമുന്നണി ആവശ്യപ്പെടുന്നത്."

രിഫാഅയുടെ വാക്കുകളിൽ നിശ്ചയദാർഢ്യം തുളുമ്പി നിന്നിരുന്നു. കേട്ട കാര്യങ്ങളെക്കുറിച്ച് ചിന്തിച്ചുകൊണ്ടാണ് അവർ അത്താഴം കഴിക്കുന്നത് തുടർന്നത്. സുന്ദരനും സൗമ്യനുമായ രിഫാഅ കൂടുതൽ ശാന്തനും ശക്തനുമാണെന്ന് സുഹൃത്തുക്കൾക്ക് തോന്നി. തുടർന്ന് നിശ്ശബ്ദരായിരുന്നപ്പോൾ തെരുവിലെ കവി കഥപറയുന്ന ശബ്ദം അവരുടെ ചെവികളിലുമെത്തി.

"ഒരു ദിവസം ഉച്ചനേരത്ത് അൽ-വത്വാവീത് തെരുവിൽ വിശ്രമിക്കാനായി ഒന്നിരുന്നതായിരുന്നു അദ്ദേഹം. പക്ഷേ, മയങ്ങിപ്പോയി. പെട്ടെന്ന് എന്തോ ശബ്ദം കേട്ട് ഞെട്ടിയുണർന്നു. അപ്പോൾ കണ്ട കാഴ്ച കുറേ കുട്ടികൾ തന്റെ ഉന്തുവണ്ടിയിലിരിക്കുന്ന സാധനങ്ങൾ മോഷ്ടിക്കുന്നതായിരുന്നു. ഭീഷണിയോടെ ചാടി എഴുന്നേല്ക്കുന്ന അദ്ഹമിനെ കുട്ടികളിലൊരാൾ ശ്രദ്ധിച്ചു. അതോടെ അവൻ ചൂളമടിച്ച് മറ്റുള്ളവർക്ക് മുന്നറിയിപ്പ് നൽകി. അയാൾ തങ്ങൾക്ക് പിറകേ വരാതിരിക്കുന്നതിനായി അവർ ഉന്തുവണ്ടി മറിച്ചിട്ടു. അതിന്മേലുണ്ടായിരുന്ന വെള്ളരിക്കകൾ മുഴുവൻ മണ്ണിലേക്ക് തട്ടിമറിഞ്ഞ് വീഴുന്നതിനിടയിൽ കുട്ടികൾ വെട്ടുകിളികളെപ്പോലെ ചിതറിയോടി. അദ്ഹമിന് വല്ലാത്ത ദേഷ്യമാണുണ്ടായത്. നല്ല വാക്കുകൾ മാത്രം പറഞ്ഞ് ശീലിച്ച അയാളുടെ വായിൽ നിന്നും കടുത്ത ചീത്ത വാക്കുകൾ പുറത്തേക്ക് വന്നു. ശേഷം കുനിഞ്ഞിരുന്ന്

മണ്ണിൽ വീണ് കിടന്ന വെള്ളരിക്കകൾ പെറുക്കിയെടുക്കാൻ തുടങ്ങി. ശമിക്കാനൊരു മാർഗവുമില്ലാത്ത വിധം അദ്ഹമിന്റെ കോപം ഇരട്ടിക്കുക യായിരുന്നു. വികാര പരവേശത്തോടെ അയാൾ പറഞ്ഞു പോയി."

"താങ്കളുടെ ദേഷ്യമെന്ത് കൊണ്ടാണ് പിതാവേ കരുണയെന്തെന്ന റിയാത്ത വിധം തീപോലെ കത്തിയെരിയുന്നത്? രക്തത്തെക്കാളും മാംസ ത്തെക്കാളുമൊക്കെ താങ്കൾക്ക് സ്വന്തം അഹന്ത പ്രിയങ്കരമാകുന്നതെന്ത് കൊണ്ടാണ്? പ്രാണികളെപ്പോലെ ഞങ്ങൾ ചവിട്ടിയരയ്ക്കപ്പെടുന്നുവെന്ന് മനസ്സിലാക്കിക്കൊണ്ട് സുഭിക്ഷമായ ജീവിതമെങ്ങനെയാണ് താങ്കൾക്ക് ആസ്വദിക്കാനാകുന്നത്? പ്രതാപിയായ മനുഷ്യാ, എന്ത് കൊണ്ടാണ് താങ്കളുടെ ആ മാളികയിൽ മാപ്പ് നൽകലിനോ, മാന്യതയ്ക്കോ, സഹാ നുഭൂതിക്കോ ഒന്നും ഒരിടവുമില്ലാതെ പോകുന്നത്?"

ഉന്തുവണ്ടിയുടെ പിടിയിൽ മുറുകെപ്പിടിച്ചുകൊണ്ട് അദ്ഹം ആ ശപിക്കപ്പെട്ട തെരുവിൽ നിന്നും പുറത്തേക്ക് പോകാൻ തുനിയവേ പരി ഹാസം നിറഞ്ഞൊരു ശബ്ദം കേട്ടു.

"വെള്ളരിക്കയ്ക്ക് എന്താ വില മാമാ?"

പരിഹാസച്ചിരിയോടെ ഇദ്‌രീസ് അവിടെ നിൽപുണ്ടായിരുന്നു.

അപ്പോഴാണ് കവിയുടെ ശബ്ദത്തെ കവച്ചുവയ്ക്കും വിധത്തിലൊരു സ്ത്രീയുടെ ഒച്ച കേട്ടത്

"നല്ലവരേ... കാണാതായല്ലോ ആ പയ്യനെ."

അറുപത്

സമയം പുരോഗമിക്കുന്തോറും സുഹൃത്തുക്കൾ സംസാരം തുടരുക യാണ്. അതേസമയം യാസ്മീനയാകട്ടെ ആകെ കടുത്ത മാനസിക സംഘർഷത്തിലായിരുന്നു. തെരുവിലേക്കിറങ്ങി ഒന്ന് നിരീക്ഷിച്ചിട്ട് വരാ മെന്ന് ഹുസൈൻ നിർദ്ദേശിച്ചെങ്കിലും ആരെങ്കിലും കണ്ടാൽ സംശയി ക്കുമെന്നതിനാൽ കരീം അത് വേണ്ടായെന്ന് പറഞ്ഞു. രിഫാഅയുടെ വീട് ആക്രമിക്കപ്പെട്ടിട്ടുണ്ടാവുമോ എന്നായിരുന്നു സക്കിക്ക് അറിയേണ്ടി യിരുന്നത്. എന്നാൽ റബാബ് തംബുരുവിന്റെ ശബ്ദവും കുട്ടികളുടെ ബഹളവുമാണ് പുറത്ത് കേൾക്കുന്നതെന്ന് രിഫാഅ പറഞ്ഞു. തെരു വിൽ സാധാരണ ജീവിതമാണ് നടന്നുകൊണ്ടിരിക്കുന്നത്. എന്തെങ്കിലും കുറ്റകൃത്യം നടപ്പാക്കപ്പെടാൻ പോകുന്നതിന്റെ ലക്ഷണമൊന്നും കാണാ നില്ല. യാസ്മീനയുടെ ഉള്ളിലൊരു കൊടുങ്കാറ്റ് ഉരുണ്ടുകൂടുകയായിരുന്നു. തന്റെ കണ്ണുകൾ എല്ലാം തുറന്നുപറഞ്ഞു കളയുമോ എന്നാണ് അവളുടെ പേടി. ഏതെങ്കിലും തരത്തിൽ, എന്ത് വിലകൊടുക്കേണ്ടി വന്നാലും കുഴപ്പമില്ല, ഈ ദുരിതമൊന്ന് അവസാനിച്ച് കിട്ടിയാൽ മതി യായിരുന്നു. വയറ് നിറയെ മദ്യപിക്കാനായെങ്കിലെന്ന് കൊതിച്ചു പോയി.

അങ്ങനെയാകുമ്പോൾ ചുറ്റും നടക്കുന്നതൊന്നും അറിയാതെ കഴിയാമല്ലോ? ബയൂമിയുടെ ജീവിതത്തിലെ ആദ്യപെണ്ണൊന്നുമല്ല താൻ. അവസാനത്തെയാളാകാനും തരമില്ല. ചവറ്റുകൂനകൾക്ക് ചുറ്റും തെരുവുനായ്ക്കൾ കൂട്ടം കൂടുന്നത് വർദ്ധിക്കുകയേ ഉള്ളൂ. പക്ഷേ, എന്ത് വില കൊടുക്കേണ്ടി വന്നാലും ഈ ദുരിതമൊന്നവസാനിച്ചാൽ മതിയായിരുന്നു.

സമയം കുറച്ച് കൂടെ കഴിഞ്ഞതോടെ പുറത്തെ ഒച്ച പതിയപ്പതിയെ നിശ്ശബ്ദതയ്ക്ക് കീഴടങ്ങാൻ തുടങ്ങി. കുട്ടികളുടെ ഒച്ചയും കച്ചവടക്കാരുടെ വിളികളുമൊക്കെയടങ്ങി. ആകെക്കൂടി അവശേഷിക്കുന്നത് റബാബ് തംബുരുവിന്റെ ശബ്ദം മാത്രമാണിപ്പോൾ. പെട്ടെന്നാണ് യാസ്മീനയ്ക്ക് അവരോടൊക്കെ എന്തോ വെറുപ്പ് തോന്നാൻ തുടങ്ങിയത്. ഇവരാണ് ഒരു തരത്തിൽ തന്നെ പീഡിപ്പിച്ചു കൊണ്ടിരിക്കുന്നതെന്ന ന്യായമായിരുന്നു അതിനവൾ കണ്ടെത്തിയത്.

“ഞാൻ ഹുക്ക തയ്യാറാക്കട്ടേ?”

കരീം ചോദിച്ചു.

“നമുക്കിപ്പോൾ സ്വബോധത്തിന്റെ ആവശ്യമാണുള്ളത്.”

രിഫാഅയുടെ മറുപടികേട്ടതും കരീം പറഞ്ഞു.

‘‘സമയം പോകാൻ അത് സഹായിക്കുമെന്ന് കരുതി. അതുകൊണ്ടാണ്.”

“നീ ആവശ്യത്തിലധികം ഭയന്നിരിക്കുകയാണല്ലേ?”

“ഇവിടെ ഇപ്പോൾ ഭയപ്പെടേണ്ട യാതൊരു കാര്യവുമുള്ളതായി എനിക്ക് തോന്നുന്നില്ല.”

രിഫാഅയുടെ വാദം ശരിയല്ലെന്ന് സ്ഥാപിക്കുന്നതിനായി കരീം പറഞ്ഞു. അയാൾ പറഞ്ഞത് ശരിയായിരുന്നു. അതിനു മാത്രം ഇവിടെ ഒന്നും സംഭവിച്ചിട്ടില്ല. രിഫാഅയുടെ വീടൊന്നും ആക്രമിക്കപ്പെട്ടിട്ടുമില്ല. അവസാനം തംബുരുവിനൊപ്പമുള്ള സംഗീതമൊക്കെ നിലയ്ക്കുകയും കവികൾ തങ്ങളുടെ വീടുകളിലേക്ക് മടങ്ങുകയും ചെയ്തിരിക്കുന്നു. വാതിലുകൾ അടയുന്ന ശബ്ദം കേൾക്കാം. ഒപ്പം വീടുകളിലേക്ക് മടങ്ങിപ്പോകുന്നവരുടെ വർത്തമാനങ്ങളും ചിരികളും ചുമകളും കേട്ടു. പിന്നീട് ആകെ നിശ്ശബ്ദതയായി എങ്ങും. ആദ്യത്തെ കോഴി കൂവുന്നത് വരെ അവർ കാത്തിരുന്നു. സക്കി ജനാലയുടെ അരികിലേക്ക് ചെന്ന് തെരുവിലേക്ക് നോക്കാൻ തുടങ്ങി. ശേഷം സുഹൃത്തുക്കളുടെ നേർക്ക് തിരിഞ്ഞ് അയാൾ പറഞ്ഞു.

“വളരെ ശാന്തമാണ് പുറത്തെങ്ങും. പണ്ട് ഇദ്‌രീസിനെ മാളികയിൽ നിന്നും പുറത്താക്കിയതുപോലെയാണ് തെരുവിപ്പോൾ.”

“നമുക്ക് പുറപ്പെടാനുള്ള സമയമായി!”

കരീമിന്റെ വാക്ക് കേട്ടതും യാസ്മീനയ്ക്ക് ആകെ ഭയമായി. വാക്ക് പറഞ്ഞതിൽ നിന്നും വ്യത്യസ്തമായി ബയൂമി എത്താൻ വൈകുകയോ,

അയാൾ അഭിപ്രായമെങ്ങാനും മാറ്റുകയോ ചെയ്താൽ തന്റെ ഗതി യെന്താകുമെന്ന ആശങ്കയായിരുന്നു അവൾക്ക്. പുരുഷന്മാരെല്ലാവരും എഴുന്നേറ്റ് തങ്ങളുടെ സാധനങ്ങളടങ്ങിയ കെട്ടുകൾ കയ്യിലെടുത്തു.

“നരകമായ നമ്മുടെ തെരുവേ, നിനക്ക് വിട.”

മുന്നിൽ നടക്കവെ ഹുസൈൻ പറഞ്ഞു.

രിഫാഅ യാസ്മീനയെ മുന്നോട്ട് പോകാനായി പതിയെ തള്ളി. ശേഷം അവളുടെ തോളിൽ കൈവച്ച് കൊണ്ട് പിറകേ നടന്നു. ഇരുളി ലെങ്ങാനും യാസ്മീനയെ നഷ്ടമാകുമോ എന്നാണയാളുടെ പേടി. പിന്നാലെ കരീമും ഹുസൈനും സക്കിയും നീങ്ങി. താമസിച്ചിരുന്ന കെട്ടിടത്തിന്റെ വാതിലിലൂടെ ഓരോരുത്തരായി പുറത്തു കടന്നശേഷം നല്ല ഇരുട്ടായതിനാൽ ഇരുമ്പഴികളിൽ പിടിച്ച് പടിക്കെട്ടുകൾ കയറി മുകളിലെത്തി. മേൽക്കൂരയിലെത്തിയപ്പോൾ അത്രത്തോളം ഇരുളാ യിരുന്നില്ല. എങ്കിലും മാനത്തൊരു നക്ഷത്രത്തെപ്പോലും കാണാനില്ല. ചന്ദ്രനെ പിറകിലൊളിപ്പിച്ച ശേഷം അതിന്റെ പ്രകാശമൊക്കെ കവർന്നെ ടുത്തിരിക്കുകയാണൊരു മേഘപടലം. ഓടിമറയുന്ന മേഘക്കീറുകൾക്കിട യിലൂടെ ചന്ദ്രോപരിതലം കാണാനാകുന്നുണ്ട്.

“മേൽക്കൂരകളുടെ ചുമരുകൾ തമ്മിൽ വലിയ അകലമൊന്നുമില്ല. എങ്കിലും യാസ്മീന അങ്ങുന്നിനെ ആവശ്യമാണെങ്കിൽ നമുക്ക് സഹാ യിക്കാം.” അലി പറഞ്ഞു.

പിന്നാലെ വന്നവരും മേൽക്കൂരയിലെത്തിച്ചേർന്നു. അവസാനത്തെ യാളായ സക്കി കൂടി എത്തിയതും പിറകിലെന്തോ ഒരു ചലനം മണത്തു. മേൽക്കൂരയിലേക്കുള്ള വാതിലിലേക്ക് തിരിഞ്ഞു നോക്കിയ സക്കി കണ്ടത് നാല് നിഴലുകളായിരുന്നു. അയാളാകെ അന്തംവിട്ടു പോയി.

“ആരാണത്?”

ശബ്ദം കേട്ട് മറ്റാളുകളും തിരിഞ്ഞുനോക്കി.

“നിക്കടാ അവിടെ, നായിന്റെ മക്കളേ.”

ബയൂമിയുടെ ശബ്ദമായിരുന്നത്. അയാളുടെ ഇടത്തും വലത്തുമായി ജാബിറും ഖാലിദും ഹന്ദൂസയും നിരന്ന് നിൽക്കുന്നത് കണ്ടതും യാസ്മീന കിതയ്ക്കാൻ തുടങ്ങി. രിഫാഅയുടെ കയ്യിൽനിന്നും കുതറി ഓടിയ ശേഷം അവൾ മേൽക്കൂരയിലേക്കുള്ള വാതിലിലൂടെ ഇറങ്ങി ഓടി. ഗുണ്ടകളാരും അവളെ തടഞ്ഞില്ലെന്ന് കണ്ടതും അലി രിഫാഅയെ നോക്കി പരിഭ്രാന്തിയോടെ പറഞ്ഞു.

“ഈ സ്ത്രീ താങ്കളെ വഞ്ചിച്ചല്ലോ?”

ഒരു നിമിഷത്തിനുള്ളിൽ തന്നെ അവർ വലയം ചെയ്യപ്പെട്ട് കഴിഞ്ഞി രുന്നു. അടുത്ത് വന്ന് ഓരോരുത്തരെയായി സൂക്ഷിച്ച് നോക്കിയ ശേഷം ബയൂമി ചോദിച്ചു.

“എവിടെയാടാ ബാധഒഴിപ്പിക്കൽകാരൻ?”

രിഫാഅയെ തിരിച്ചറിഞ്ഞതും ഇരുമ്പ്പോലെയുള്ള കൈകൾകൊണ്ട് അയാളുടെ തോളിൽ പിടി മുറുക്കിക്കൊണ്ട് ബയൂമി ചീറി.

“എവിടെപ്പോകുന്നെടാ ബാധകളുടെ സ്വന്തക്കാരാ?” രിഫാഅയുടെ മുഖം ഇരുണ്ടുപോയിരുന്നു.

“ഞങ്ങളുടെ സാന്നിദ്ധ്യം നിങ്ങൾക്കൊക്കെ ശല്യമായതിനാലാണ് ഈ നാട്ടിൽ നിന്നും പോകാമെന്ന് വച്ചത്.”

പരിഹസിച്ചൊരു ചിരിയായിരുന്നു ബയൂമിയുടെ പ്രതികരണം. ശേഷം കരീമിന്റെ നേരേ തിരിഞ്ഞ് അയാൾ ചോദിച്ചു.

“ഇവരെ സ്വന്തം വീട്ടിൽ ഒളിപ്പിച്ച് നിർത്താനുള്ള ധൈര്യമെങ്ങനെയാടാ നിനക്കുണ്ടായത്?”

കരീമിന്റെ തൊണ്ട വരണ്ടുപോയി. അയാളുടെ പേശികൾ വിറയ്ക്കുന്നുണ്ടായിരുന്നു.

“താങ്കളും ഇവരും തമ്മിൽ എന്തെങ്കിലും പ്രശ്നങ്ങളുള്ളതായി എനിക്കറിയില്ലായിരുന്നു.”

ബയൂമി കൈവീശി കരീമിന്റെ മുഖത്തടിച്ചതും അയാൾ നിലത്തേക്ക് വീണു. എങ്കിലും ചാടി എഴുന്നേറ്റ കരീം തൊട്ടടുത്ത വീടിന്റെ മേൽക്കൂരയിലേക്ക് പേടിയോടെ ചാടിക്കടന്നു. പിന്നാലെ ഹുസൈനും സക്കിയും ഓടി. ഇതിനിടയിൽ ഹന്ദൂസ അലിയുടെ മേൽ ചാടിവീണശേഷം വയറിൽ ചവിട്ടി. ഞരങ്ങിക്കൊണ്ട് നിലത്ത് വീണു പോകുകയായിരുന്നു അലി. ഓടിപ്പോയവർക്ക് പിന്നാലെ പോകാൻ ജാബിറും ഖാലിദും തുനിഞ്ഞതായിരുന്നു. എന്നാൽ ബയൂമിയുടെ പുച്ഛം നിറഞ്ഞ വാക്കുകൾ കേട്ടതും അവർ അത് വേണ്ടായെന്ന് വച്ചു.

“അവന്മാരുടെ കാര്യത്തിൽ പേടിയൊന്നും വേണ്ട. അവന്മാരൊന്നും മിണ്ടാൻ പോകുന്നില്ല. ഇനി മിണ്ടിയാൽ അത് അവരുടെ നാശത്തിനായിരിക്കും.”

ബയൂമിയുടെ പിടുത്തത്തിന്റെ കാഠിന്യം കാരണം രിഫാഅയുടെ ശിരസ്സ് കുനിഞ്ഞ് പോയിരുന്നു.

“ശിക്ഷിക്കപ്പെടാൻ മാത്രം അവരൊരു തെറ്റും ചെയ്തിട്ടില്ലല്ലോ?”

ബയൂമി രിഫാഅയുടെ മുഖത്ത് ആഞ്ഞടിച്ചുകൊണ്ട് പരിഹാസത്തോടെ ചോദിച്ചു.

“നീ കേട്ടത് പോലെയുള്ള കാര്യങ്ങൾ അവന്മാരും ജബലാവി പറഞ്ഞിട്ടുള്ളതായി കേട്ടിരിക്കുമല്ലേ? പറയെടാ.”

അയാൾ രിഫാഅയെ പിടിച്ച് മുന്നോട്ട് തള്ളി.

“വാ തുറക്കാതെ നടക്കെടാ മുന്നോട്ട്.”

തന്റെ വിധിക്ക് കീഴടങ്ങിയതുപോലെ രിഫാഅ നടക്കാൻ തുടങ്ങി. ഇരുൾ നിറഞ്ഞ പടിക്കെട്ട് സൂക്ഷിച്ച് താഴേക്കിറങ്ങുമ്പോൾ പിറകേനിന്ന് ഉറച്ച കാൽവയ്പുകൾ കേൾക്കാമായിരുന്നു. ഇരുട്ടും പരിഭ്രമവും തന്നെ കാത്തിരിക്കുന്ന ദുരന്തവുമൊക്കെ മനസ്സിൽ നിറയുന്നതിനിടയിൽ രിഫാഅ ഓടിപ്പോയവരേയോ, തന്നെ വഞ്ചിച്ചവരേയോക്കുറിച്ചൊന്നും ചിന്തിക്കാൻ തുനിഞ്ഞില്ല. തന്റെ ഭയങ്ങളെപ്പോലും മൂടുന്ന തരത്തിലുള്ള ഒരു വല്ലാത്ത ദുഃഖഭാവം നിറയുകയായിരുന്നു മനസ്സിലാകെ. ആ ഇരുൾ ഭൂമിയെ ആകമാനം മൂടുന്നത് പോലെ തോന്നിപ്പോയി. രിഫാഅയുടെ ശ്രമഫലമായി ബാധകളിൽനിന്നും പൂർണമായും മുക്തമായ ആ കോളനിയിൽ നിന്നും അവർ ജബൽ കുടുംബം താമസിക്കുന്ന കോളനി ലക്ഷ്യമാക്കി നീങ്ങി. ഹന്ദൂസയാണ് മുന്നിൽ നടന്നത്. അടഞ്ഞ് കിടക്കുന്ന അൽ-നസ്ർ ഭവനത്തിന് മുന്നിലൂടെ നടന്ന് നീങ്ങുമ്പോൾ മാതാപിതാക്കളുടെ നിശ്വാസം തനിക്ക് കേൾക്കാനാകുന്നതുപോലെ രിഫാഅയ്ക്ക് തോന്നി. ആ നിശ്ശബ്ദമായ രാത്രിയിലിരുന്ന് മാതാവ് അബ്ദ തേങ്ങുന്നതായി മനസ്സിൽ സങ്കല്പിച്ചു നോക്കി. എന്നാൽ വീണ്ടും ഇരുട്ടും പരിഭ്രമവും തന്നെ കാത്തിരിക്കുന്ന ദുരന്തവുമൊക്കെ മനസ്സ് കീഴടക്കാൻ തുടങ്ങി. ജബൽ കുടുംബത്തിന്റെ കോളനി കണ്ടാൽ ഇരുളിൽ പതിയിരിക്കുന്ന ഭീമാകാരന്മാരുടെ രൂപങ്ങളാണെന്നേ തോന്നൂ. എന്തൊരു ഇരുട്ടാണെങ്ങും! വല്ലാത്ത ഉറക്കവും! കൂരിരുട്ടിൽ നടന്നു നീങ്ങുന്ന ആരാച്ചാർമാരുടെ പാദചലനവും അവരുടെ ചെരുപ്പുകളുടെ കിറുകിറു ശബ്ദവുമൊക്കെ രാത്രിയിൽ കളിച്ചു തിമിർക്കുന്ന പിശാചുക്കളുടെ അട്ടഹാസം പോലെയാണ് തോന്നുക

മാളികയുടെ മതിലിനരികിലെത്തിയതും ഹന്ദൂസ മരുഭൂമിയിലേക്ക് തിരിഞ്ഞ് നടക്കാൻ തുടങ്ങി. തല ഉയർത്തി നോക്കിയപ്പോൾ മാളിക ആകാശം കണക്കെ കറുത്തിരുണ്ട് നിൽക്കുന്ന കാഴ്ചയാണ് രിഫാഅ കണ്ടത്. മതിലിന്റെ അങ്ങേയറ്റത്തൊരു രൂപം നിൽക്കുന്നത് കണ്ടതും ഹന്ദൂസ തിരക്കി.

“ഖുൻഫിസാണോ?”

“അതെ.”

ഒന്നും പറയാതെ ഖുൻഫിസ് അവർക്കൊപ്പം ചേർന്നു. രിഫാഅയുടെ കണ്ണുകളപ്പോഴും മാളികയുടെ നേർക്ക് തന്നെയായിരുന്നു. തന്റെ സാഹചര്യമെന്താണെന്ന് പിതാമഹൻ അറിയുന്നുണ്ടാവില്ലേ? അദ്ദേഹത്തിന്റെ ഒരൊറ്റ വാക്ക് മതി തന്നെ ഈ ഭീകരന്മാരുടെ ദംഷ്ട്രകളിൽനിന്നും രക്ഷിക്കാൻ. ഇവരുടെ പദ്ധതി തകർക്കാൻ. ഇതേ സ്ഥലത്ത് വച്ച് എന്നെ കേൾപ്പിക്കാൻ കഴിഞ്ഞ തന്റെ ശബ്ദം ഇവരേയും കേൾപ്പിക്കാൻ അദ്ദേഹത്തിന് കഴിയുമല്ലോ? ഇതുപോലൊരു ദുർഘടാവസ്ഥയിൽ പണ്ട് ജബലും പെട്ടുപോയതായിരുന്നു. എന്നാൽ അദ്ദേഹം അതിൽനിന്നൊക്കെ രക്ഷപ്പെടുകയും വിജയം വരിക്കുകയും ചെയ്തു. പക്ഷേ, മതിലിനരികിലൂടെ

കടന്നുപോയ രിഫാഅയ്ക്ക് ആ ഭീകരന്മാരുടെ കാലടിശബ്ദങ്ങളും അവരുടെ നിശ്വാസവുമല്ലാതെ വേറൊന്നും കേൾക്കാനേ സാധിച്ചില്ല.

മരുഭൂമിക്കുള്ളിലേക്ക് കടന്നതും മണലിന്മേലുള്ള കാലടികൾക്ക് ഭാരമേറി വന്നു. തന്റെ ഭാര്യയുടെ വഞ്ചനയും പിന്നെ സുഹൃത്തുക്കൾ ഓടി രക്ഷപ്പെട്ട കാര്യവുമോർത്തപ്പോൾ രിഫാഅയുടെ മനസ്സിൽ വല്ലാത്തൊരു വന്യത നിറയുകയായിരുന്നു. മാളികയുടെ നേർക്ക് തിരിഞ്ഞ് നോക്കാനാഗ്രഹിച്ചതായിരുന്നു. പെട്ടെന്നാണ് ബയൂമിയുടെ കൈകൾ അയാളെ മുന്നോട്ട് പിടിച്ച് തള്ളിയത്. രിഫാഅ മുഖമടിച്ച് മണലിലേക്ക് വീണു.

"ഖുൻഫിസ്?"

കയ്യിലിരുന്ന കുറുവടി ഉയർത്തിക്കൊണ്ട് ബയൂമി വിളിച്ചു.

"അവസാനംവരെ ഒപ്പമുണ്ടാകും ഞാൻ!"

കുറുവടി ഉയർത്തുന്നതിനിടയിൽ ഖുൻഫിസ് പ്രതികരിച്ചു.

"നിങ്ങളെന്തിനാണ് എന്നെ കൊല്ലാനാഗ്രഹിക്കുന്നത്?"

നിരാശ നിറഞ്ഞ രിഫാഅയുടെ വാക്കുകൾ കേട്ടതും ബയൂമിയുടെ കുറുവടി അയാളുടെ തലയിൽ പതിച്ചു കഴിഞ്ഞിരുന്നു. ഉച്ചത്തിലുള്ള നിലവിളിക്കൊപ്പം രിഫാഅ അറിയാതെ വിളിച്ചുപോയി.

"ജബലാവീ..."

തൊട്ടടുത്ത നിമിഷത്തിൽ ഖുൻഫിസിന്റെ കയ്യിലിരുന്ന കുറുവടി രിഫാഅയുടെ കഴുത്തിൽ പതിച്ചു. പിന്നാലെ മറ്റുള്ളവരുടെ കുറുവടികളും ഉയർന്ന് താഴാൻ തുടങ്ങി.

അവിടമാകെ നിശ്ശബ്ദത പരന്നു. ആ ശാന്തതയ്ക്ക് ഭംഗം ഏൽപിച്ചത് മരിച്ചുകൊണ്ടിരിക്കുന്നയാൾ ഊർദ്ധ്വശ്വാസം വലിക്കുന്ന ശബ്ദം മാത്രമായിരുന്നു. പിന്നെ ഗുണ്ടകളെല്ലാവരും ചേർന്ന് ഇരുട്ടിനിടയിലും സർവ്വശക്തിയുമെടുത്ത് ഒരു കുഴി കുത്താൻ തുടങ്ങി.

അറുപത്തിയൊന്ന്

കൊലയാളികൾ മരുഭൂമിയിൽ നിന്ന് നേരേ തെരുവിലേക്ക് മടങ്ങിപ്പോയി. അധികം വൈകാതെ അവർ ഇരുളിലെങ്ങോ അപ്രത്യക്ഷരായി. അതേ സമയം ഈ കുറ്റകൃത്യം നടന്ന സ്ഥലത്ത് നിന്നും വളരെയകലെയല്ലാത്തൊരിടത്ത് നിന്നും നാല് നിഴലുകൾ എഴുന്നേറ്റു വന്നു. അവർ നെടുവീർപ്പിടുകയും അടക്കിപ്പിടിച്ച് കരയുകയുമാണ്.

"ഭീരുക്കൾ! നിങ്ങളാണ് എന്നെക്കൂടി പിടിച്ചു നിർത്തുകയും നിശ്ശബ്ദനാക്കുകയും ചെയ്തത്. ഒരെതിർപ്പുപോലും നേരിടാതെ അദ്ദേഹത്തെ കൊന്നുകളഞ്ഞില്ലേ അവന്മാർ?"

അവരിലൊരാൾ ശബ്ദമുയർത്തി.

“നമ്മൾ നിങ്ങൾക്ക് വഴങ്ങിയിരുന്നെങ്കിൽ നാമെല്ലാവരും നാശമടഞ്ഞേനേ. അദ്ദേഹത്തെയൊട്ട് രക്ഷപ്പെടുത്താനും സാധിക്കില്ലായിരുന്നു.”

“ഭീരുക്കൾ...നിങ്ങളൊക്കെ ഭീരുക്കൾ തന്നെയാണ്.”

അലിയുടെ പ്രതിഷേധം തുടർന്നതും കരീം കരഞ്ഞുകൊണ്ട് പറഞ്ഞു.

“നിങ്ങൾ സംസാരിച്ച് സമയം പാഴാക്കരുതേ. പ്രഭാതമാകുന്നതിന് മുമ്പേ പൂർത്തിയാക്കേണ്ട തികച്ചും ദുഷ്കരമായൊരു പണിയാണ് നമ്മുടെ മുന്നിലുള്ളത്.”

കണ്ണീര് നിറഞ്ഞ കണ്ണുകളുയർത്തി ആകാശത്തിലേക്ക് നോക്കി ഹുസൈൻ വേദനയോടെ പറഞ്ഞു.

“പ്രഭാതമാകാറായിരിക്കുന്നു. നമ്മൾ വേഗം പണിതുടങ്ങിയേ മതിയാകൂ.”

“സ്വപ്നം പോലെ തികച്ചും ചെറിയൊരു ജീവിതം മാത്രം ലഭിച്ചൊരു മനുഷ്യനെ നഷ്ടപ്പെടുത്തിയതിലൂടെ ജീവിതത്തിലെ നമുക്കറിയാവുന്ന ഏറ്റവും വിലപിടിച്ച കാര്യത്തെയാണല്ലോ നഷ്ടപ്പെടുത്തിക്കളഞ്ഞത്.”

സക്കി വിതുമ്പുന്നത് കേട്ടതും കുറ്റകൃത്യം നടന്ന സ്ഥലത്തേക്ക് നടക്കുന്നതിനിടയിൽ പല്ലിറുമ്മിക്കൊണ്ട് അലി ആവർത്തിച്ചു.

“ഭീരുക്കൾ!”

പിറകേ ചെന്ന മറ്റു സുഹൃത്തുക്കളും ചേർന്ന് അർദ്ധവൃത്താകൃതിയിൽ മുട്ട് കുത്തിയിരുന്ന് നിലം പരിശോധിക്കാൻ തുടങ്ങി.

“ഇവിടെയാണ്!”

കുത്തേറ്റതുപോലെ കരീം ഉറക്കെപ്പറഞ്ഞു. ശേഷം കൈ മണത്തു നോക്കിക്കൊണ്ട് അയാൾ തുടർന്നു.

“ഇതദ്ദേഹത്തിന്റെ രക്തം തന്നെയാണ്.”

“ഈ മണലിളകി കിടക്കുന്നയിടത്ത് തന്നെയായിരിക്കും അദ്ദേഹത്തെ കുഴിച്ച് മൂടിയിട്ടുണ്ടാവുക.”

സക്കിയുടെ വാക്ക് കേട്ടതും മറ്റുള്ളവരും അയാൾക്കരികിലേക്ക് ചെന്നു. പിന്നെ കൈകളുപയോഗിച്ച് മണൽ നീക്കാൻ തുടങ്ങി. പ്രിയപ്പെട്ടൊരാളെ നഷ്ടപ്പെട്ട അവരെക്കാൾ ഹതഭാഗ്യരായി ആരുമില്ല. ഇപ്പോൾ രിഫാഅയെ കൊല്ലുന്ന നേരത്ത് ശക്തിഹീനരായി നിൽക്കേണ്ടി വന്നവരല്ലേ തങ്ങൾ? ഭ്രാന്തുപിടിക്കുന്നതുപോലെ തോന്നിയൊരു നിമിഷത്തിൽ ശുദ്ധഗതിയോടെ കരീം പറഞ്ഞു പോയി.

“നമുക്കദ്ദേഹത്തിനെ ജീവനോടെ കിട്ടിയെങ്കിൽ!”

“ഭീരുക്കളുടെ മതിഭ്രമം കേട്ടില്ലേ?”

നിർത്താതെ കുഴി തോണ്ടുന്നതിനിടയിലും അലി പരിഹസിച്ചു. അവരുടെ മൂക്കുകളിൽ മണ്ണിന്റേയും രക്തത്തിന്റേയും ഗന്ധം നിറയുകയായിരുന്നു. മലയുടെ ഭാഗത്ത് നിന്നൊരു നായയുടെ കുര കേട്ടതും അലി പതിയെ പറഞ്ഞു.

"പതുക്കെ. ഇതാ അദ്ദേഹത്തിന്റെ ശരീരം."

നെഞ്ച് തകരുന്നതുപോലെ തോന്നുകയായിരുന്നു അവർക്ക്. രിഫാഅയുടെ വസ്ത്രത്തിന്റെ അരിക് കൈകളിൽ സ്പർശിച്ചതും അവർ ഉറക്കെ വിലപിക്കാൻ തുടങ്ങി. എല്ലാവരും ചേർന്ന് മൃതശരീരം മണലിൽ നിന്നും പുറത്തേക്കെടുത്തു. പിന്നെ പതിയെ ശരീരം ഉയർത്തുമ്പോൾ തെരുവുകളിലെങ്ങുമുള്ള കോഴികൾ കൂവാൻ തുടങ്ങിയിരുന്നു. പെട്ടെന്ന് സ്ഥലം വിടാമെന്ന് ചിലർ പറഞ്ഞെങ്കിലും കുഴിപഴയത് പോലെ മൂടിയിടേണ്ടതിന്റെ ആവശ്യകത ബോധ്യപ്പെടുത്തുകയായിരുന്നു അലി. കരീം തന്റെ കുപ്പായം ഊരി നിലത്ത് വിരിച്ചതും മറ്റുള്ളവർ മൃതശരീരം അതിന്മേൽ വച്ചു. ശേഷം അവരെല്ലാവരും ചേർന്ന് കുഴി മൂടാൻ തുടങ്ങി. ഹുസൈനും തന്റെ കുപ്പായം ഊരി മൃതശരീരത്തെ പുതപ്പിച്ചു. ശേഷം അവർ ആ ശരീരവും ചുമലിലേറ്റി ബാബ് അൽ-നസ്റിന് നേരേ നീങ്ങി. മലയ്ക്ക് മുകളിലെ ഇരുള് കുറഞ്ഞു വരാൻ തുടങ്ങിക്കഴിഞ്ഞിരുന്നു. മേഘങ്ങൾ നീങ്ങുന്നതിനിടയ്ക്ക് കണ്ണീര് നിറഞ്ഞ അവരുടെ മുഖങ്ങളിലേക്ക് മഞ്ഞ് തുള്ളികൾ വീഴാൻ തുടങ്ങി. ഹുസൈനാണ് ശ്മശാനത്തിലേക്കുള്ള വഴി കാണിച്ചത്. സ്ഥലത്തെത്തിയതും നിശ്ശബ്ദരായി അവർ മഖ്ബറ തുറക്കാൻ തുടങ്ങി. വെളിച്ചം പതിയെ പരക്കാൻ തുടങ്ങിയതിനാൽ തുണിയിൽ പൊതിഞ്ഞ മൃതശരീരവും രക്തം പുരണ്ട തങ്ങളുടെ കൈകളും മറ്റുള്ളവരുടെ കരഞ്ഞ് കലങ്ങിയ കണ്ണുകളുമൊക്കെ അവർക്കിപ്പോൾ കാണാം. മൃതശരീരവും തോളിലേറ്റി അവർ മഖ്ബറയ്ക്കുള്ളിലേക്ക് ഇറങ്ങിപ്പോയി. ശവകുടീരത്തിനുള്ളിൽ വിഹ്വലതയോടെ നിൽക്കുമ്പോൾ കണ്ണീരടക്കാൻ പാടുപെടുകയായിരുന്നു ആ സുഹൃത്തുക്കൾ. കരച്ചിൽ കാരണം ശ്വാസം മുട്ടുന്നതിനിടയിൽ കരീം മന്ത്രിക്കുന്നുണ്ടായിരുന്നു.

"താങ്കളുടെ ജീവിതമൊരു ചെറിയ സ്വപ്നമായിരുന്നു. എന്നാലത് ഞങ്ങളുടെ ഹൃദയങ്ങളിൽ സ്നേഹവും വിശുദ്ധിയും നിറച്ചു തന്നു. ഇത്ര വേഗത്തിൽ താങ്കൾ ഞങ്ങളെ വിട്ടുപിരിയുമെന്നോ ഞങ്ങളുടെ ആളുകളുടെ കൈകൊണ്ട് കൊല്ലപ്പെടുമെന്നോ എന്നൊന്നും കരുതിയതേയില്ലായിരുന്നു. അതും താങ്കൾ ചികിത്സിക്കുകയും സ്നേഹിക്കുകയും ചെയ്ത ഈ തെരുവിലെ നന്ദികെട്ട ആളുകളുടെ കൈകൊണ്ട്. സത്യത്തിലവർ കൊന്നുകളഞ്ഞത് താങ്കളുടെ വ്യക്തിത്വത്തിനുള്ളിലെ സ്നേഹത്തേയും കരുണയേയും മുക്തിയേയുമാണ്. ലോകാവസാനം വരെ മാറാത്ത ശാപമാണവരുടെ മേൽ വിധിക്കപ്പെട്ടിരിക്കുന്നത്."

"നല്ലവർ മരിക്കുന്നു. കുറ്റവാളികൾ ജീവിച്ച് സുഖിക്കുന്നു. എന്തു കൊണ്ടാണിങ്ങനെ?"

സക്കിയുടെ വിതുമ്പൽ കേട്ട് ഹുസൈൻ പരിതപിച്ചു.

"ഹൃദയത്തിനുള്ളിൽ അവശേഷിച്ച താങ്കളോടുള്ള സ്നേഹമില്ലാതിരുന്നെങ്കിൽ ഞങ്ങൾ ജനങ്ങളെയൊക്കെ എന്നെന്നേക്കും വെറുത്തേനേ!"

"ഈ ഭീരുത്വത്തിൽനിന്നും മുക്തി നേടുന്നതുവരെ നമുക്ക് സമാധാനം കിട്ടാനേ പോകുന്നില്ല."

അലി പറഞ്ഞു. മഖ്ബറയിൽ നിന്നുമവർ നേരേ മരുഭൂമി ലക്ഷ്യമാക്കി നീങ്ങി. ചുവന്ന റോസയുടെ നിറം ചക്രവാളത്തിലെങ്ങും നിറയുകയായിരുന്നപ്പോൾ.

അറുപത്തിരണ്ട്

രിഫാഅയുടെ നാല് സുഹൃത്തുക്കളിലൊരാളെപ്പോലും പിന്നീട് ജബലാവി തെരുവിൽ കണ്ടില്ല. ഗുണ്ടകളുടെ ആക്രമണം ഭയന്ന് രിഫാഅയ്ക്ക് പിന്നാലെ അവരും തെരുവിൽ നിന്നും എങ്ങോട്ടെങ്കിലും പോയിക്കാണുമെന്നാണ് ആളുകൾ കരുതിയത്. എന്നാൽ അവർ നാലുപേരും മരുഭൂമിയുടെ മറ്റൊരു ഭാഗത്ത് കഴിയുന്നുണ്ടായിരുന്നു. സംഘർഷം നിറഞ്ഞ മാനസികാവസ്ഥയിൽ വേദനയോടും കുറ്റബോധത്തോടും പൊരുതി ജീവിക്കുകയായിരുന്നു അവർ. രിഫാഅയുടെ വേർപാട് മരണത്തേക്കാൾ ഭീകരമായിരുന്നു അവരെ സംബന്ധിച്ച്. അയാളുടെ സഹവാസം നഷ്ടമായത് കൊല്ലുന്നതുപോലെയുള്ള യാതനയാണ് സമ്മാനിച്ചത്. രിഫാഅയുടെ സന്ദേശത്തിന് ജീവൻ നൽകി അയാളുടെ മരണത്തിൽ യഥാവിധി വിലപിക്കുന്നതിലപ്പുറം അവർക്ക് തങ്ങളുടെ ജീവിതത്തിലിനി ഒരു പ്രതീക്ഷയുമില്ല. ഒപ്പം അലി ഉറച്ച് വിശ്വസിക്കുന്നതുപോലെ രിഫാഅയുടെ കൊലയാളികൾക്ക് അർഹിക്കുന്ന ശിക്ഷ ലഭിച്ചേ തീരൂ. തെരുവിലേക്ക് മടങ്ങിപ്പോകുന്ന കാര്യം അവരെ സംബന്ധിച്ച് അത്ര എളുപ്പമല്ലെങ്കിൽ കൂടിയും പുറത്ത് വച്ച് ഉദ്ദേശിക്കുന്ന കാര്യം നടപ്പിലാക്കാൻ തന്നെയാണവരുടെ പദ്ധതി.

അങ്ങനെയിരിക്കെ ഒരുദിവസം രാവിലെ അൽ-നസ്്ർ ഭവനം ഉണർന്നത് അബ്ദയുടെ കരച്ചിൽ കേട്ടുകൊണ്ടായിരുന്നു. കാര്യമറിയാനായി അയൽക്കാരൊക്കെ ഓടിയെത്തിയതും ആ സ്ത്രീ പരിതപിക്കാൻ തുടങ്ങി.

"അവരെന്റെ മോൻ രിഫാഅയെ കൊന്നു."

അമ്പരന്നു പോയ അയൽക്കാരൊക്കെ കണ്ണുനീർ തുടയ്ക്കുകയായിരുന്ന ഷാഫിഈയുടെ നേർക്ക് നോക്കി.

"ഗുണ്ടകൾ അവനെ മരുഭൂമിയിൽ വച്ച് കൊന്നുകളഞ്ഞു."

"ഈ ലോകത്തൊരാളേയും ദ്രോഹിക്കാത്തവനായിരുന്നു എന്റെ മോൻ"

"ഇക്കാര്യത്തെക്കുറിച്ച് നമ്മുടെ സംരക്ഷകനായ ഖുൻഫിസിനറിയാമോ?"

ആരോ ചോദിച്ചതും ഷാഫിഈ ദേഷ്യത്തോടെ പറഞ്ഞു.

"കൊലയാളികളുടെ കൂട്ടത്തിൽ അയാളുമുണ്ടായിരുന്നു."

"യാസ്മീനയാണ് രിഫാഅയെ വഞ്ചിച്ചത്. അവനെക്കുറിച്ച് ബയൂമിക്ക് വിവരം നൽകിയത് അവളാണ്."

അബ്ദ പറഞ്ഞ കാര്യം കേട്ടതും ആളുകളുടെ മുഖങ്ങളിലാകെ ഭയം നിറഞ്ഞു. ഇതിനിടയിൽ ആരോ പറഞ്ഞു.

"അതുകൊണ്ടാകും ബയൂമി തന്റെ ഭാര്യയെ പുറത്താക്കിയശേഷം യാസ്മീനയെ സ്വന്തം വീട്ടിൽ കയറ്റി താമസിപ്പിച്ചിരിക്കുന്നത്."

ആ വാർത്ത ജബൽ കുടുംബക്കാർ താമസിക്കുന്ന കോളനിയിലാകെ പടർന്നുപിടിച്ചു. കുറച്ച് കഴിഞ്ഞതും ഖുൻഫിസ് ഷാഫിഈയുടെ വീട്ടിലേക്ക് വന്നു.

"എടോ, തനിക്കെന്താ ഭ്രാന്ത് പിടിച്ചോ? താൻ എന്നെക്കുറിച്ച് എന്താ പറഞ്ഞ് നടക്കുന്നത്?"

എന്നാൽ ഭയമില്ലാതെ ഖുൻഫിസിന്റെ മുന്നിൽചെന്ന് നിന്നശേഷം ഷാഫിഈ തിരിച്ചടിച്ചു.

"രിഫാഅയുടെ സംരക്ഷകനാകേണ്ട നിങ്ങൾ അവനെ കൊല്ലാൻ കൂട്ടു നിന്നു."

ഖുൻഫിസ് ദേഷ്യം ഭാവിച്ചു.

"നിനക്ക് ഭ്രാന്താണ് ഷാഫിഈ. എന്താണ് പറയുന്നതെന്ന് തനിക്കറിയില്ല. ഞാനിവിടെ അധികനേരം നിൽക്കുന്നില്ല. നിന്നാൽ തന്നെ മര്യാദ പഠിപ്പിക്കേണ്ടിവരും."

എന്തൊക്കെയോ പിറുപിറുത്തുകൊണ്ട് ഖുൻഫിസ് അവിടെ നിന്നിറങ്ങിപ്പോയി. വാർത്ത ഉടനെ രിഫാഅ താമസിച്ചിരുന്ന കോളനിയിലും പ്രചരിച്ചു. അവിടെയായിരുന്നു ജബൽ കോളനി വിട്ടശേഷം രിഫാഅ കഴിഞ്ഞിരുന്നത്. ജനങ്ങളാകെ അമ്പരന്നു. പ്രതിഷേധവും കരച്ചിലുമായി ആളുകളുടെ ശബ്ദമുയർന്നു. എന്നാൽ അവിടേക്ക് വന്ന ഗുണ്ടകൾ കൈകളിൽ കുറുവടികളും കണ്ണുകളിൽ പകയുമായി കോളനിയിൽ അങ്ങോട്ടുമിങ്ങോട്ടും ചുറ്റിത്തിരിയാൻ തുടങ്ങി. അപ്പോഴേക്കും മരുഭൂമിയിലെ ഹിന്ദിന്റെ ഉരുളൻപാറയ്ക്ക് പടിഞ്ഞാറ് ഭാഗത്തുള്ള മണലിൽ രിഫാഅയുടെ രക്തപ്പാടുകൾ കണ്ടെന്ന വാർത്ത പ്രചരിച്ചു. അതോടെ മൃതദേഹം കണ്ടെത്താനായി ഷാഫിഈയും അടുത്ത സുഹൃത്തുക്കളും

കൂടി മരുഭൂമിയിലേക്ക് ചെന്നു. അവിടമാകെ പരിശോധിക്കുകയും കുഴിച്ചു നോക്കുകയും ചെയ്തെങ്കിലും ഒന്നും കണ്ടെത്താനായില്ല. ഈ വാർത്ത കേട്ടതും ജനങ്ങളാകെ അന്തംവിട്ട് പോയി. തെരുവിൽ ഇനി പലതും സംഭവിക്കാൻ പോകുകയാണെന്ന് അവർ കരുതി. എന്നാൽ രിഫാഅ യുടെ കോളനിയിലെ ആളുകൾ പരസ്പരം ചോദിച്ചത് കൊല്ലപ്പെടാൻ മാത്രം എന്ത് തെറ്റാണ് അയാൾ ചെയ്തതെന്നായിരുന്നു. രിഫാഅ കൊല്ല പ്പെട്ടിരിക്കുന്നു. അയാളുടെ ഭാര്യ യാസ്മീന ബയൂമിയുടെ വീട്ടിൽ താമസവും തുടങ്ങി. ഇതാണ് ജബൽ കുടുംബക്കാർ പരസ്പരം പറഞ്ഞ് നടന്ന കാര്യം. ഗുണ്ടകളാകട്ടെ രാത്രിയുടെ മറവിൽ രിഫാഅയെ കുഴി ച്ചിട്ട സ്ഥലത്തെത്തി വിളക്ക്വെളിച്ചത്തിൽ അവിടം കുഴിച്ച് നോക്കി. എന്നാൽ മൃതദേഹത്തിന്റെ യാതൊരടയാളവും അവിടെ കണ്ടെത്താൻ മാത്രം അവർക്കായില്ല.

“ആ ഷാഫിഈയായിരിക്കുമോ മൃതശരീരം ഇവിടെനിന്ന് മാറ്റിയിട്ടു ണ്ടാകുക?”

ബയൂമിയുടെ ചോദ്യത്തിന് മറുപടി പറഞ്ഞത് ഖുൻഫിസായിരുന്നു.

“ഇല്ല. ഇവിടെ വന്ന അവർക്കും ഒന്നും കിട്ടിയില്ലെന്നാണ് എന്റെ ചാരന്മാർ വിവരം തന്നത്.”

ബയൂമി നിലത്ത് ആഞ്ഞ് ചവിട്ടി.

“ഇത് അവന്റെ സുഹൃത്തുക്കളുടെ പണിയാണ്. അവന്മാരെ രക്ഷ പ്പെടാനനുവദിച്ചത് വലിയ പിഴവായിപ്പോയി. ഇപ്പോൾ മറഞ്ഞിരുന്ന് പൊരു താൻ നോക്കുകയാണവന്മാർ.”

തിരികെ പോകുന്ന വേളയിൽ ബയൂമിയുടെ കാതിനരികിൽ വന്ന് ഖുൻഫിസ് പതുക്കെ പറഞ്ഞു.

“അങ്ങുന്ന് യാസ്മീനയെ വീട്ടിൽ താമസിപ്പിക്കുന്നത് നമുക്കെല്ലാം പ്രശ്നം സൃഷ്ടിക്കും.”

“സ്വന്തം പ്രദേശത്തെ ദുർബലനായ ഗുണ്ടയാണ് താനെന്ന് നീയാദ്യം സമ്മതിക്ക്.”

ബയൂമിയുടെ വാക്കുകൾ കേട്ടതും ദേഷ്യത്തോടെ ഖുൻഫിസ് യാത്ര പറഞ്ഞ് പോയി. ജബൽ കുടുംബക്കാരും രിഫാഅയുടെ സുഹൃത്തു ക്കളും താമസിക്കുന്ന കോളനികളിലാകെ സംഘർഷം ഉരുണ്ടുകൂടാൻ തുടങ്ങി. എന്നാൽ പരാതിപ്പെടുന്നവരെയൊക്കെ മർദ്ദിച്ചൊതുക്കുന്നത് തുടരുകയായിരുന്നു ഗുണ്ടകൾ. ഒഴിവാക്കാനാകാത്ത എന്തെങ്കിലും കാര്യം സാധിക്കാനല്ലാതെ വീട് വിട്ടിറങ്ങാൻ ആളുകൾ മടിക്കുന്ന വിധ ത്തിൽ തെരുവിലാകെ ഭീതി നിറഞ്ഞു. ബയൂമി ശൽദൂമിന്റെ കാപ്പിക്കട യിൽ പോയിരുന്ന തക്കം നോക്കി ഒരു ദിവസം രാത്രി ബയൂമിയുടെ ഭാര്യയുടെ ബന്ധുക്കൾ അയാളുടെ വീട്ടിൽ കടന്നുകയറി. യാസ്മീനയെ കൈകാര്യം ചെയ്യുകയായിരുന്നു അവരുടെ ലക്ഷ്യം. എന്നാൽ അപകടം

മണത്തതും ധരിച്ചിരുന്ന നിശാവസ്ത്രത്തിൽ തന്നെ യാസ്മീന മരുഭൂമിയിലേക്ക് ഇറങ്ങിയോടി. ആളുകൾ അവളുടെ പിന്നാലെ ഓടി. ഒരു ഭ്രാന്തിയെപ്പോലെ ഓടുകയായിരുന്നു യാസ്മീന മരുഭൂമിയിലൂടെ. പിന്തുടർന്ന് വന്നവർ തിരികെപ്പോയിട്ടും അവൾ ഓടിക്കൊണ്ടേയിരുന്നു. അവസാനം ശ്വാസം വലിക്കാൻ തന്നെ ബുദ്ധിമുട്ടിയപ്പോഴാണ് ഓട്ടമൊന്ന് നിർത്തിയത്. ശക്തമായി കിതച്ചുകൊണ്ട് ശിരസ്സ് പിറകിലേക്ക് വളച്ച് കണ്ണുകൾ മുകളിലേക്ക് മറിഞ്ഞ അവസ്ഥയിലായിരുന്നു യാസ്മീന. അവസാനം ശ്വാസം തിരിച്ചു കിട്ടിയപ്പോൾ പിറകിലേക്ക് തിരിഞ്ഞു നോക്കി. ആരേയും കാണാനില്ലെങ്കിൽ പോലും ഈ രാത്രിയിൽ തന്നെ തെരുവിലേക്ക് തിരികെ പോകാനുള്ള ധൈര്യം കിട്ടിയില്ല.

മുന്നോട്ട് നോക്കിയതും ദൂരെ നിന്നൊരു അരണ്ടവെളിച്ചം കണ്ടു. ഏതോ കുടിലിൽ നിന്നുള്ള വെട്ടമാകണം. രാവിലെ വരെ കഴിച്ചുകൂട്ടാൻ പറ്റിയൊരു അഭയസ്ഥാനം കിട്ടിയേക്കുമെന്ന പ്രതീക്ഷയോടെ യാസ്മീന മുന്നോട്ട് നീങ്ങി. കുറച്ചധികം സമയം വേണ്ടിവന്നു അവിടെ എത്തിച്ചേരാൻ. കരുതിയതുപോലെ തന്നെ അതൊരു കുടിലായിരുന്നു. വാതിലിനരികിലേക്ക് ചെന്നശേഷം ആളില്ലേ എന്നവൾ വിളിച്ചുചോദിച്ചു. പെട്ടെന്നാണ് യാസ്മീന ആ യാഥാർത്ഥ്യം തിരിച്ചറിഞ്ഞത്. താൻ വന്ന് പെട്ടിരിക്കുന്നത് ഭർത്താവിന്റെ പ്രിയപ്പെട്ട കൂട്ടുകാരുടെ മുന്നിലേക്കാണ്. അലിയുടേയും സക്കിയുടേയും ഹുസൈനിന്റേയും കരീമിന്റേയും മുന്നിലേക്ക്!

അറുപത്തിമൂന്ന്

മരവിച്ച് നിൽക്കുന്നതിനിടയിൽ യാസ്മീന അവരുടെ മുഖങ്ങളിലേക്ക് മാറി മാറി നോക്കി. ഒരു പേക്കിനാവിൽ നിന്നും ഓടിയൊളിക്കാൻ ശ്രമിക്കുന്ന തനിക്ക് മുന്നിൽ തടസ്സമായി നിൽക്കുന്നൊരു ചുമർപോലെയാണ് അവരെ കണ്ടപ്പോൾ അവൾക്ക് തോന്നിയത്. അറപ്പോടു കൂടി അവളെത്തന്നെ തുറിച്ചുനോക്കുകയായിരുന്നു പുരുഷന്മാർ. അലിയുടെ കണ്ണുകളിലെ വെറുപ്പിന് ഉരുക്കിന്റെ കാഠിന്യമായിരുന്നു.

"ഞാൻ നിരപരാധിയാണ്. പടച്ചതമ്പുരാനാണേ ഞാൻ നിരപരാധിയാണ്. നിങ്ങൾക്കൊപ്പം വന്നപ്പോഴല്ലേ അവർ നമ്മളെ ആക്രമിച്ചത്? അപ്പോൾ നിങ്ങൾ ചെയ്തത് പോലെ ഞാനും ഓടിരക്ഷപ്പെട്ടതാണ്."

യാസ്മീനയുടെ ന്യായീകരണം കേട്ടതും മറ്റുള്ളവരുടെ മുഖങ്ങളാകെ കറുത്തിരുണ്ടു.

"ഞങ്ങൾ ഓടിരക്ഷപ്പെട്ടെന്ന് നിന്നോടാരാ പറഞ്ഞത്?"

അലി വെറുപ്പോടെ ചോദിച്ചു.

"ഓടിപ്പോയില്ലെങ്കിൽ നിങ്ങളാരും ഇപ്പോൾ ജീവനോടെ ഉണ്ടാകില്ലായിരുന്നു. ഞാൻ നിരപരാധിയാണ്. ഓടിരക്ഷപ്പെട്ടതല്ലാതെ ഞാനൊരു തെറ്റും ചെയ്തിട്ടില്ല."

"നീ ഓടിയൊളിച്ചത് നിന്റെ യജമാനനായ ബയൂമിയുടെ വീട്ടിലേക്കല്ലേ?"

അലി പല്ലിറുമ്മി.

"ഒരിക്കലുമല്ല. എന്നെ പോകാൻ വിടൂ. ഞാൻ നിരപരാധിയാണ്."

"നീ പോകുന്നത് പാതാളത്തിലേക്കായിരിക്കും"

അലിയുടെ അലർച്ച കേട്ടതും യാസ്മീന ഓടി രക്ഷപ്പെടാൻ തുനിഞ്ഞു. എന്നാൽ മുകളിലേക്ക് ചാടി വീണ അലി അവളുടെ ചുമലിൽ പിടിമുറുക്കി.

"അദ്ദേഹത്തെയോർത്തെങ്കിലും എന്നെ വെറുതേ വിടൂ. അദ്ദേഹത്തിനൊരിക്കലും കൊലയേയും കൊലപാതകികളേയും ഇഷ്ടമായിരുന്നില്ലല്ലോ?"

അലി യാസ്മീനയുടെ കഴുത്തിൽ പിടിമുറുക്കുന്നത് കണ്ടതും കരീം പറഞ്ഞു.

"ഒരു തീരുമാനമെടുക്കുന്നതുവരെ ഒന്ന് ക്ഷമിക്കൂ നിങ്ങൾ."

"മിണ്ടാതിരിക്കെടാ ഭീരുക്കളേ."

അലറുന്നതിനിടയിലും അലി സർവ്വത്ര കോപത്തോടും പകയോടും വേദനയോടും ഒപ്പം രിഫാഅയെ കൈവിടേണ്ടി വന്നതിലുള്ള ഖേദത്തോടും കൂടി യാസ്മീനയുടെ കഴുത്ത് ഞെരിക്കാൻ തുടങ്ങി. അയാളുടെ പിടിയിൽനിന്നും രക്ഷപ്പെടാൻ അവൾ വൃഥാ ശ്രമിച്ചുനോക്കി. അയാളുടെ കൈകളിൽ പിടിക്കുകയും ചവിട്ടുകയും തലവെട്ടിച്ചുനോക്കുകയൊക്കെ ചെയ്തുനോക്കി. പക്ഷേ, അതൊക്കെ വെറുതെയായെന്ന് മാത്രം. ശക്തിയൊക്കെ ചോർന്ന് തുടങ്ങിയതും അവളുടെ കണ്ണുകൾ പുറത്തേക്ക് തള്ളാനും മൂക്കിൽനിന്നും രക്തം വരാനും തുടങ്ങി. പിന്നെ അതിശക്തമായൊന്ന് വിറച്ചശേഷം അവളുടെ ശരീരത്തിന്റെ ചലനം നിലച്ചു. കഴുത്തിലെ പിടിവിട്ടതും യാസ്മീനയുടെ ശരീരം അലിയുടെ കാലുകൾക്കരികിലേക്ക് കുഴഞ്ഞ് വീണു.

തൊട്ടടുത്ത ദിവസം രാവിലെ ബയൂമിയുടെ വീടിന് മുന്നിൽ യാസ്മീനയുടെ ശവശരീരം ഉപേക്ഷിക്കപ്പെട്ട നിലയിൽ കണ്ടെത്തി. വേനൽക്കാലത്തെ ഖുമാസീൻ മരുഭൂമിക്കൊടുങ്കാറ്റ് കണക്കെയാണ് ഈ വാർത്ത തെരുവിൽ പ്രചരിച്ചത്. അതോടെ സ്ത്രീകളും പുരുഷന്മാരുമടങ്ങുന്ന വലിയൊരാൾക്കൂട്ടം തെരുവ് ദാദയുടെ വീടിന് മുന്നിലേക്ക് ഓടിയെത്താൻ തുടങ്ങി. വലിയ ബഹളവും വാഗ്വാദങ്ങളുമായി അവിടെയാകെ. എന്നാൽ മനസ്സിലുള്ള യഥാർത്ഥ ചിന്തകൾ മറച്ചുപിടിക്കുകയാണ് സർവ്വരും. പെട്ടെന്ന് വീടിന്റെ വാതിൽ തള്ളിത്തുറന്ന് ഒരു കാളക്കൂറ്റനെപ്പോലെ ബയൂമി പുറത്തേക്ക് പാഞ്ഞ് വന്നു. കയ്യിലിരുന്ന കുറുവടി ഉപയോഗിച്ച് അയാൾ കണ്ടവരെയൊക്കെ ആഞ്ഞടിക്കുവാൻ തുടങ്ങി. പേടിച്ചരണ്ട ആളുകൾ ചിതറിയോടി. അവർ വീടുകളിലും കാപ്പിക്കടകളിലുമൊക്കെ

കയറിയൊളിച്ചു. അവസാനം തെരുവിൽ ബയൂമിയെ മാത്രമേ കാണാനുള്ളൂ. അയാൾ ചീത്ത വിളിക്കുകയും ഭീഷണി മുഴക്കുകയും വായുവിലും ചുമരുകളിലും നിലത്തുമൊക്കെ കലിയോടെ തൊഴിക്കുകയുമായിരുന്നു.

അന്ന് തന്നെ ഷാഫിഈയും ഭാര്യയും തെരുവുപേക്ഷിച്ചു പോയി. അതേസമയം രിഫാഅയെ സംബന്ധിച്ച ഒരു വിവരവും ആർക്കും ലഭിച്ചതുമില്ല.

എന്നാൽ രിഫാഅയെ ഓർമ്മിപ്പിച്ചുകൊണ്ടേയിരിക്കുന്ന കുറേ കാര്യങ്ങൾ തെരുവിൽ ഉണ്ടായിരുന്നുതാനും. അൽ–നസ്ർ ഭവനത്തിനുള്ളിലെ രിഫാഅ താമസിച്ചിരുന്ന വീട്, ഷാഫിഈയുടെ ആശാരിക്കട, 'ശമനത്തിന്റെ ഭവന'മെന്ന് പിൽക്കാലത്ത് ആളുകൾ വിളിച്ച പുതിയ കോളനിയിൽ രിഫാഅ കഴിഞ്ഞ വീട്, ഹിന്ദിന്റെ ഉരുളൻപാറയ്ക്ക് പടിഞ്ഞാറ് ഭാഗത്തുള്ള രിഫാഅ കൊല്ലപ്പെട്ടയിടം. ഇതിനെല്ലാമുപരിയായി രിഫാഅയെ സ്നേഹിക്കുന്നവരുമായി ബന്ധം പുലർത്തിക്കൊണ്ടിരുന്ന കുറേ ആത്മാർത്ഥതയുള്ള അനുയായികളുമുണ്ടായിരുന്നു തെരുവിലാകെ. മനുഷ്യമനസ്സുകളെ ബാധകളിൽ നിന്നും മുക്തമാക്കുന്ന ജോലി ചെയ്യുന്നതിനൊപ്പം ആ വിദ്യ മറ്റുള്ളവർക്ക് പകർന്നുകൊടുക്കുക കൂടി ചെയ്യുന്നുണ്ടവർ. ഈ പ്രവർത്തിയിലൂടെ രിഫാഅയുടെ പുനർജനനം തന്നെയാണവർ സാധ്യമാക്കിയിരിക്കുന്നത്. അതേസമയം അലിയാകട്ടെ കുറ്റം ചെയ്തവർ ശിക്ഷിക്കപ്പെടുന്നതുവരെ താൻ അടങ്ങിയിരിക്കാനേ പോകുന്നില്ല എന്ന കർശന നിലപാടിലായിരുന്നു.

"നിങ്ങൾക്കെന്താ രിഫാഅയുടെ കാര്യത്തിൽ ഇത്രയധികം വിദ്വേഷം?"

ഒരുദിവസം ഹുസൈൻ അലിയെ കുറ്റപ്പെടുത്തി.

"നിങ്ങളെക്കാളൊക്കെ ഏറെ അദ്ദേഹത്തെ എനിക്കാണറിയുന്നത്. ബാധകൾക്കെതിരെയുള്ള രൂക്ഷമായ പോരാട്ടത്തിനായി തന്റെ ചെറിയ ജീവിതം മുഴുവൻ ചെലവഴിച്ചയാളാണ് ആ മനുഷ്യൻ."

"വീണ്ടും ഗുണ്ടാപ്പണിയിലേക്ക് തിരികെപ്പോകാനാണോ നിങ്ങളാഗ്രഹിക്കുന്നത്? രിഫാഅയ്ക്ക് ഏറ്റവും വെറുപ്പുണ്ടായിരുന്ന കാര്യമായിരുന്നില്ലേ അത്?"

"ഏതൊരു ഗുണ്ടയേക്കാളും വലിയൊരു നായകൻ തന്നെയായിരുന്നദ്ദേഹം. പക്ഷേ, തന്റെ നിഷ്കളങ്കതയാണ് അദ്ദേഹത്തെ വഞ്ചിച്ചത്."

പൂർണവിശ്വാസത്തോടെ ഓരോ വിഭാഗമാളുകളും തങ്ങളുടെ വീക്ഷണങ്ങൾക്കനുസരിച്ച് പ്രവർത്തിക്കാൻ തുടങ്ങി. പലർക്കുമറിയാതിരുന്ന കാര്യങ്ങളുമടങ്ങുന്ന രിഫാഅയുടെ യഥാർത്ഥ കഥ തെരുവിലെങ്ങും പ്രചരിക്കാൻ തുടങ്ങി. രിഫാഅയുടെ മൃതദേഹം മരുഭൂമിയിൽ നിന്നും കുഴിച്ചെടുത്തശേഷം ജബലാവിയത് തന്റെ മനോഹരമായ

പൂന്തോട്ടത്തിൽ മറവ് ചെയ്തു എന്നൊരു കഥയും പ്രചരിക്കുന്നുണ്ടായിരുന്നു. അപകടം നിറഞ്ഞ സംഭവങ്ങൾ ഏതാണ്ടൊതുങ്ങി വരികയായിരുന്നു. അതിനിടയിലാണ് ഗുണ്ടയായ ഹന്ദൂസ ദുരൂഹ സാഹചര്യത്തിൽ അപ്രത്യക്ഷനാകുന്നത്. ഒരു ദിവസം രാവിലെ അയാളുടെ വികൃതമാക്കപ്പെട്ട മൃതശരീരം കങ്കാണി ഈഹാബിന്റെ വീടിന് മുന്നിൽ ഉപേക്ഷിക്കപ്പെട്ട നിലയിൽ കണ്ടെത്തി. ഇതോടെ ബയൂമിയുടെ വീട്ടിലേതുപോലെ കങ്കാണിയുടെ വീടും പ്രക്ഷുബ്ധമായി മാറി. ഭയത്തിന്റെ ഭീകരമായൊരു ഘട്ടത്തിലൂടെ കടന്നു പോകുകയായിരുന്നു ആ തെരുവാകെ. അതോടെ രിഫാഅയുമായോ, അയാളുടെ സുഹൃത്തുക്കളുമായോ എന്തെങ്കിലും ബന്ധമുള്ളവരൊക്കെ ഭീകരമായ അതിക്രമങ്ങൾക്ക് വിധേയരാകാൻ തുടങ്ങി. ഗുണ്ടകളുടെ കുറുവടികൾ ആളുകളുടെ തലകൾ തകർക്കാൻ തുടങ്ങി. കാലുകൾകൊണ്ട് ഉദരത്തിൽ ചവിട്ടുകൊള്ളാനും കുത്തുവാക്കുകൾ കൊണ്ട് മനസ്സിന് മുറിവേൽക്കാനും ആളുകളുടെ ചെകിടത്തടികൊള്ളാനുമൊക്കെ തുടങ്ങി. ചിലയാളുകൾ പുറത്തേക്കിറങ്ങാതെ വീടുകൾക്കുള്ളിൽ ഒളിച്ചിരുന്നെങ്കിൽ മറ്റു ചിലർ തെരുവ് തന്നെ ഉപേക്ഷിച്ച് പോയി. ചിലർ മരുഭൂമിയിൽ കൊല്ലപ്പെടുകകൂടി ചെയ്തതോടെ തെരുവിലാകെ നിലവിളിയും വിലാപവുമായി. ഇരുൾ നിറഞ്ഞു നിന്ന ആ തെരുവിൽ നിന്നും പുറത്തേക്കു വന്ന ഗന്ധം തന്നെ രക്തത്തിന്റേതായി മാറി.

എന്നാൽ വിചിത്രമെന്നേ പറയേണ്ടൂ. ഇതൊന്നും തന്നെ തെരുവിലെ ഭ്രാന്തമായ സംഭവവികാസങ്ങൾക്കൊരന്ത്യം സൃഷ്ടിച്ചതേയില്ല. ഗുണ്ടയായ ഖാലിദിനെ ബയൂമിയുടെ വീടിന് പുറത്ത് വച്ച് ആരോ വധിച്ചു. ആളുകളുടെ ഉള്ളിലെ ഭീതി ഭ്രാന്തിനോളമെത്തി. ഒരു ദിവസം രാത്രി തെരുവിലുള്ളവർ ഉറക്കത്തിൽ നിന്നും ഞെട്ടിയുണർന്നത് മറ്റൊരു ഗുണ്ടയായ ജാബിറിന്റെ വീടിന് തീപിടിച്ചെന്നും അതിൽപെട്ട് അയാളുടെ കുടുംബം കൊല്ലപ്പെട്ടെന്ന വാർത്ത കേട്ടുകൊണ്ടാണ്.

“രിഫാഅയുടെ ഭ്രാന്തന്മാരായ ആളുകൾ കിടക്കയിലെ പ്രാണികളെപ്പോലെ സർവ്വയിടത്തുമുണ്ട്. സ്വന്തം വീടുകൾക്കുള്ളിലാണ് അടച്ചിരിക്കുന്നതെങ്കിലും ഞാൻ ഇവന്മാരെയൊക്കെ കൊല്ലാൻ പോകുകയാണ്.”

ബയൂമിയുടെ വെല്ലുവിളി കേട്ടതും രാത്രിയിൽ ഗുണ്ടകൾ തങ്ങളുടെ വീടുകൾ ആക്രമിക്കുമെന്നൊരു ഭീതിയായിരുന്നു ആളുകളുടെയൊക്കെ ഉള്ളിൽ. അതോടെ അവർക്ക് ഭ്രാന്തുപിടിച്ചതുപോലെയായി. സ്വന്തം വീടുകളിൽ നിന്നും പുറത്തേക്കിറങ്ങിയ ആൾക്കൂട്ടം കയ്യിൽ കിട്ടിയ കുറുവടികളും കസേരകളും പാചകപ്പാത്രങ്ങളുടെ അടുപ്പുകളും കത്തികളും മരച്ചെരിപ്പും ചുടുകട്ടകളുമായി നീങ്ങാൻ തുടങ്ങി. കാര്യങ്ങൾ പൂർണമായും കൈവിട്ടുപോകുന്നതിന് മുമ്പ് തിരിച്ചടിച്ചേ തീരുവെന്ന് ബയൂമി തീരുമാനിച്ചു കഴിഞ്ഞിരുന്നു. തന്റെ കയ്യിലിരുന്ന കുറുവടി ഉയർത്തി

ക്കൊണ്ട് വീടിന് പുറത്തേക്കിറങ്ങിയ ബയൂമിക്ക് ചുറ്റും അയാളുടെ കുറേ സഹായികളുമുണ്ടായിരുന്നു.

ഇതാദ്യമായിട്ടായിരിക്കും അലി ആൾക്കൂട്ടത്തിൽ പ്രത്യക്ഷപ്പെടുന്നത്. കലാപകാരികളായ ജനത്തിനിടയിൽ അയാൾക്കൊപ്പം കുറേ തടിമിടുക്കുള്ള ആളുകളുമുണ്ട്. ബയൂമി വീട്ടിൽ നിന്നും പുറത്തേക്കിറങ്ങുന്നത് കണ്ടയുടനേ തന്നെ ചുടുകട്ടകൾ എടുത്തെറിയാൻ അലി കല്പന നൽകി. അതോടെ ബയൂമിയുടേയും സഹായികളുടേയും മേലേക്ക് ചുടുകട്ടകൾ വെട്ടുകിളികളെപ്പോലെ വന്നു പതിക്കാൻ തുടങ്ങി. ദേഹത്ത് നിന്ന് രക്തമൊഴുകാൻ തുടങ്ങിയതും ഒരു വന്യമൃഗത്തെപ്പോലെ ആക്രോശിച്ചുകൊണ്ട് ബയൂമി ആക്രമിക്കുന്നതിനായി മുന്നോട്ട് കുതിച്ചു. എന്നാലൊരു ഇഷ്ടിക ഇതിനിടയിൽ അയാളുടെ തലയിൽ വന്ന് പതിച്ചു. അതോടെ ദേഷ്യവും ശക്തിയും കൈക്കരുത്തുമൊന്നും ഉപയോഗപ്പെടാതെ ബയൂമി ഒന്ന് ചാഞ്ചാടി. പിന്നെ അയാൾ രക്തമൊലിക്കുന്ന മുഖവുമായി തലയടിച്ച് താഴേക്ക് വീണു. പെട്ടെന്നുതന്നെ അയാളുടെ സഹായികൾ ചിതറിയോടി. രോഷാകുലരായ ജനക്കൂട്ടമാകട്ടെ ബയൂമിയുടെ വീടിനുള്ളിലേക്ക് ഇരച്ചു കയറുകയായിരുന്നു. സാധനങ്ങൾ തല്ലിത്തകർക്കുന്നതും പൊട്ടിക്കുന്നതുമായ ശബ്ദം തന്റെ വീട്ടിലിരിക്കുകയായിരുന്ന കങ്കാണിക്കുവരെ കേൾക്കാൻ കഴിഞ്ഞു. പിന്നെ അവിടെ നടന്നതൊക്കെ അരാജകത്വമായിരുന്നു. അവശേഷിച്ച ഗുണ്ടകളും അവരുടെ സഹായികളുമൊക്കെ ആക്രമിക്കപ്പെട്ടു. അവരുടെ വീടുകളൊക്കെ നാശമാക്കി. കാര്യങ്ങൾ കൈപ്പിടിയിൽ നിന്നും പോകുമെന്നുറപ്പായതോടെ കങ്കാണി അലിയുടെ അടുത്തേക്ക് ആളെയയച്ചു. അലി കങ്കാണിയെ കാണാൻ ചെന്നു. കൂടിക്കാഴ്ചയുടെ ഫലമെന്തെന്നറിയുന്നതുവരെ കാത്തിരിക്കാനും പ്രതികാരനടപടികളും നശീകരണവും നിർത്തിവയ്ക്കാനും അലിയുടെ അനുയായികൾ തീരുമാനിച്ചതോടെ കാര്യങ്ങൾ അല്പം ശാന്തമാകുകയും ജനങ്ങൾ കുറച്ചടങ്ങുകയും ചെയ്തു.

ആ കൂടിക്കാഴ്ച തെരുവിൽ പുതിയൊരു കരാറിന് ജന്മം നൽകി. ജബൽ കുടുംബക്കാരുടെ കോളനിപോലെ രിഫാഅയുടെ അനുയായികളെ പുതിയൊരു വിഭാഗമായി അംഗീകരിച്ചു. അവർക്കുള്ള അവകാശങ്ങളും സവിശേഷാധികാരങ്ങളും നിശ്ചയിക്കപ്പെട്ടു. അവർക്ക് ലഭിച്ച ഭൂസ്വത്തുക്കൾ നോക്കിനടത്തുന്നതിനുള്ള ഉത്തരവാദിത്വവും അവരുടെ സംരക്ഷണാവകാശവും അലിക്ക് നൽകപ്പെട്ടു. രിഫാഅയുടെ ആളുകൾക്കർഹതപ്പെട്ട ഭൂസ്വത്തുക്കൾ അലി കൈപ്പറ്റി തുല്യമായി അവർക്ക് വീതിച്ചു നൽകും. പ്രശ്നബാധിതമായ കാലത്ത് നാട്വിട്ട് പോയവരൊക്കെ തെരുവിലെ പുതിയ കോളനിയിലേക്ക് തിരിച്ചുവന്നു. അവരിൽ പ്രമുഖർ ഷാഫിഈയും ഭാര്യയും പിന്നെ രിഫാഅയുടെ മറ്റ് സുഹൃത്തുക്കളായ സക്കിയും ഹുസൈനും കരീമുമായിരുന്നു.

ജീവിച്ചിരുന്ന കാലത്ത് സ്വപ്നംപോലും കണ്ടിട്ടില്ലാത്ത തരത്തിലുള്ള ആദരവും സ്നേഹവുമാണ് മരണാനന്തരം രിഫാഅയെ തേടിയെത്തിയത്. ജനങ്ങളിലോരോരുത്തരും അയാളുടെ കഥകൾ പറയാൻ തുടങ്ങി. റബാബ് തംബുരുവിന്റെ ഈണങ്ങൾക്കൊപ്പം കവികൾ അവ പാടാൻ തുടങ്ങി. പ്രത്യേകിച്ച് രിഫാഅയുടെ മൃതശരീരം ജബലാവി മരുഭൂമിയിൽ നിന്നും കണ്ടെടുത്ത് മാളികയ്ക്കുള്ളിലെ തോട്ടത്തിൽ മറമാടിയ കഥ. രിഫാഅയുടെ ആളുകളെല്ലാം ഇതൊക്കെ അംഗീകരിക്കുകയും അയാളുടെ മാതാപിതാക്കളോട് കൂറു പുലർത്തുകയും അവരെ ആദരവോടെ കാണുകയും ചെയ്തു. എന്നാൽ മറ്റുള്ള കാര്യങ്ങളിലൊക്കെ അവർക്കിടയിൽ അഭിപ്രായ വ്യത്യാസം നിലനിന്നിരുന്നു.

കരീമും ഹുസൈനും സക്കിയും ഉറച്ച് വിശ്വസിച്ചിരുന്നത് രിഫാഅയുടെ സന്ദേശം ബാധകളാൽ പീഡയനുഭവിക്കുന്നവരുടെ ചികിത്സയിലും കുടുംബമഹിമ, കൈക്കരുത്ത് തുടങ്ങിയവയോടുള്ള വെറുപ്പിലും പരിമിതപ്പെടുന്നതാണ് എന്നായിരുന്നു. അവരും അവരുടെ അനുയായികളും രിഫാഅയുടെ ഈ പാത പിന്തുടരുകയും ചെയ്തു. മറ്റു ചിലരാകട്ടെ രിഫാഅയെ അനുകരിക്കാനും അയാളുടെ ചര്യ പുനഃസ്ഥാപിക്കാനുള്ള വ്യഗ്രതയിൽ വിവാഹംപോലും വേണ്ടെന്ന് വയ്ക്കാനും തീരുമാനിച്ചു. എന്നാൽ അലിയാകട്ടെ ഭൂസ്വത്ത് വീതം വച്ചപ്പോൾ കിട്ടിയ വിഹിതം ഏറ്റെടുക്കുകയും വിവാഹിതനാകുകയും രിഫാഅയുടെ കോളനിയുടെ പുനരുദ്ധാരണത്തിനായി പ്രയത്നിക്കുകയും ചെയ്തുകൊണ്ടിരുന്നു.

രിഫാഅയ്ക്ക് എസ്റ്റേറ്റിനോടായിരുന്നില്ല സത്യത്തിൽ വെറുപ്പ്. മറിച്ച് യഥാർത്ഥ ജീവിതസുഖം ആ ഭൂസ്വത്തൊന്നുമില്ലാതെ തന്നെ നേടിയെടുക്കാനാകുമെന്ന് തെളിയിക്കാനായിരുന്നു അയാൾ ശ്രമിച്ചിരുന്നത്. അതുപോലെ സമ്പത്തിന്റെ കാര്യത്തിലെ അത്യാർത്തി മൂലമുണ്ടാകുന്ന തിന്മകളെ ഇല്ലാതാക്കുകയും വേണം. എന്നാൽ ഭൂസ്വത്തിലൂടെ ലഭിക്കുന്ന വരുമാനം നീതിപൂർവ്വം വീതംവയ്ക്കുകയും നിർമ്മാണത്തിനും ദുരിതങ്ങളകറ്റാനുമായത് ഉപയോഗിക്കുകയും ചെയ്താൽ അതായിരിക്കും ഏറ്റവും വലിയ നന്മ.

എന്തൊക്കെയായാലും തങ്ങളുടെ പുതിയ ജീവിതത്തിൽ തെരുവിലെയാളുകൾ വളരെ സന്തുഷ്ടരായിരുന്നു. ശോഭിക്കുന്ന മുഖങ്ങളോടെയാണ് അവർ ആ ജീവിതത്തെ എതിരേറ്റത്. ഇന്ന് ഇന്നലത്തേക്കാൾ എത്രയോ ഭേദമാണെന്നാണ് അവർ ആത്മവിശ്വാസത്തോടും സംതൃപ്തിയോടും കൂടി പറഞ്ഞു. ഒപ്പം നാളെ ഇന്നത്തേക്കാൾ കൂടുതൽ മനോഹരമായിരിക്കുമെന്നും അവർ വിശ്വസിച്ചു.

എന്നിട്ടും മറവി ഞങ്ങളുടെ തെരുവിന്റെ തീരാദുരിതമായി മാറിയതെന്തുകൊണ്ടായിരിക്കും?

ഖാസിം

അറുപത്തിനാല്

തെരുവിലെ കാര്യങ്ങളൊന്നും മാറിയിട്ടേയില്ല. നഗ്നമായ കാൽപാദങ്ങൾ മണ്ണിൽ ആഴമേറിയ പാടുകൾ അവശേഷിപ്പിക്കുന്നുണ്ട് ഇപ്പോഴും. ചവറു കൂനകൾക്കും ആളുകളുടെ കണ്ണുകൾക്ക് ചുറ്റിലും ഈച്ചകളിപ്പോഴും പാറി നടക്കുന്നു. മുഖങ്ങളുടെ ക്ഷീണവും ദൗർബല്യവും പഴയതുപോലെ തന്നെയുണ്ട്. പഴകിയ വസ്ത്രങ്ങൾ. അഭിവാദ്യമർപ്പിക്കുന്നത് പോലെ യാണ് ആളുകൾ ചീത്ത വിളിക്കുന്നത്. കള്ളവും കാപട്യവും കേട്ട് കേട്ട് കാതുകളൊക്ക മരവിച്ചുപോയിരിക്കുന്നു. നിശ്ശബ്ദതയിലും ഓർമ്മയിലും ആണ്ട് മതിലിനപ്പുറം ചടഞ്ഞു കൂടിയിരിക്കുകയാണ് ജബലാവിയുടെ മാളികയിപ്പോഴും. തെരുവിന്റെ വലതുഭാഗത്താണ് കങ്കാണിയുടെ വീടെ ങ്കിൽ ഇടതുഭാഗത്ത് തെരുവ് ദാദ താമസിക്കുന്നുണ്ട്. അത് കഴിഞ്ഞാലു ടൻ ജബൽ കുടുംബക്കാരുടെ കോളനിയാണ്. തെരുവിന്റെ മധ്യഭാഗ ത്താണ് രിഫാഅ കുടുംബത്തിന്റെ കോളനി. തെരുവിന്റെ ബാക്കിഭാഗം ജമാലിയ്യവരെ നീണ്ടുകിടക്കുന്നു. പ്രത്യേക വിശേഷണങ്ങളോ കുടുംബ മഹിമയോ അവകാശപ്പെടാനില്ലാത്തവരുടെയൊക്കെ താവളമാണത്. 'മരുഭൂമിയിലെ എലികൾ' എന്ന് മറ്റുള്ളവർ വിളിക്കുന്ന ഇക്കൂട്ടരായി രിക്കും തെരുവിലെ ഏറ്റവും യാതന അനുഭവിക്കുന്നവരും പുറന്തള്ള പ്പെട്ടവരുമായ ജനം!

ഇപ്പോഴത്തെ കങ്കാണി സയ്യിദ് രിഫഅത്താണ്. തന്റെ മുൻഗാമി കളായ കങ്കാണിമാരെപ്പോലെ തന്നെയാണ് ഇയാളും. തെരുവ് ദാദയായ ലഹീത്വ പൊക്കം കുറഞ്ഞ് ഒതുങ്ങിയ ശരീരമുള്ളൊരാളാണ്. അയാളുടെ രൂപം കണ്ടാൽ ശക്തനാണെന്ന് തോന്നുകയേയില്ല. എന്നാൽ ഒരു പോരാട്ടമുണ്ടായാൽ നശീകരണശേഷിയിലും വേഗതയിലും പ്രഹരശേഷി യിലുമൊക്കെ അയാളൊരു തീനാളമായി മാറുകയും ചെയ്യും. തെരുവിലെ കോളനികളിലാകെ രക്തമൊഴുക്കിയ പോരാട്ടങ്ങളുടെ ഒരു പരമ്പരയ്ക്ക് ശേഷമാണ് തെരുവ് ദാദാപട്ടം അയാൾ നേടിയെടുത്തത്.

ജബൽ കുടുംബക്കാരുടെ കോളനിയിലെ ഗുണ്ട ജൽത്വയാണ്. ജബൽ കുടുംബക്കാരിപ്പോഴും തങ്ങൾക്ക് ജബലാവിയുമായുള്ള ബന്ധത്തിൽ

അഭിമാനം കൊള്ളുകയും തങ്ങളുടേതാണ് ഏറ്റവും മികച്ച കോളനി യെന്ന് ഉറച്ച് വിശ്വസിക്കുകയും ചെയ്യുകയാണ്. ജബലാവിയുമായി നേരിട്ട് സംസാരിച്ച ആദ്യത്തേയും അവസാനത്തേയും ആളായിരുന്നു ജബൽ. ജബലാവിയുടെ പ്രീതി ഏറ്റവുമധികം സിദ്ധിച്ചതും ജബലിന് തന്നെയാ യിരുന്നു. ഇതുകൊണ്ടൊക്കെ തന്നെ ജബൽ കുടുംബക്കാരെ മറ്റുള്ള വർക്കാർക്കും ഇഷ്ടമായിരുന്നില്ല.

രിഫാഅ കുടുംബക്കാരുടെ കോളനിയിലെ ഗുണ്ടയുടെ പേര് ഹജ്ജാജ് എന്നാണ്. എന്നാലയാൾക്ക് തന്റെ മുൻഗാമിയായ അലിയു മായി യാതൊരു സാമ്യവുമുണ്ടായിരുന്നില്ല. നേരേമറിച്ച് ഖുൻഫിസ്, ജൽത്വ തുടങ്ങിയ കൈയ്യേറ്റക്കാരോടായിരുന്നു അയാൾക്ക് സാമ്യം. ഭൂസ്വത്തിന്റെ വരുമാനം കവർന്നെടുക്കാൻ ശ്രമിച്ചിരുന്ന ഹജ്ജാജ് പരാതി പ്പെടുന്നവരെയൊക്കെ അടിച്ചമർത്താൻ ശ്രമിക്കുകയും അധികാരവും സമ്പത്തുമൊക്കെ പരിത്യജിക്കണമെന്ന രിഫാഅയുടെ സിദ്ധാന്തം പിന്തു ടരാൻ ആളുകളെ പ്രേരിപ്പിക്കുകയുമായിരുന്നു.

'മരുഭൂമിയിലെ എലികൾക്ക്' വരെ സ്വന്തം ഗുണ്ടയുണ്ടായിരുന്നു. സവാരിസ് എന്നാണയാളുടെ പേര്. എന്നാൽ സ്വത്ത് നോക്കി നടത്തുന്ന ചുമതലയൊന്നും അയാൾക്കില്ലായിരുന്നു.

കാര്യങ്ങൾ പതിയെ ഇങ്ങനെയൊക്കെയായി അങ്ങ് മാറിക്കഴിഞ്ഞി രുന്നു. കുറുവടികളേന്തി നടക്കുന്ന ഗുണ്ടകളും, റബാബ് തംബുരുമായി നടക്കുന്ന കവികളുമൊക്കെ സ്ഥാപിക്കാൻ ശ്രമിച്ചത് ഇത് തീർത്തും നീതി യുക്തമായ വ്യവസ്ഥയാണെന്നാണ്. എല്ലാം ജബലാവിയുടെ പത്ത് നിബ ന്ധനകൾക്കനുസരിച്ചാണത്രേ നടക്കുന്നത്. എല്ലാം ഭരിക്കാനും നോക്കി നടത്താനും കങ്കാണിയും ഗുണ്ടകളും കൂടി ഉറക്കമൊഴിഞ്ഞ് കഷ്ടപ്പെടു കയാണത്രേ.

'മരുഭൂമിയിലെ എലികളു'ടെ കോളനിയിൽ ഉരുളക്കിഴങ്ങ് കച്ചവട ക്കാരനായ നല്ലൊരു മനുഷ്യനുണ്ടായിരുന്നു. സകരിയ്യ. കോളനിയിലെ ഗുണ്ടയായ സവാരിസിന്റെ അകന്ന ബന്ധുവാണെന്നൊരു പ്രത്യേകത യുമുണ്ടയാൾക്ക്. തന്റെ ഉന്തുവണ്ടിയിൽ ഉരുളക്കിഴങ്ങ് കൊണ്ടുനടന്നു വിൽക്കാനായി സകരിയ്യ തെരുവിലെ കോളനികളിലെല്ലാം ചുറ്റിക്കറ ങ്ങാറുണ്ട്. ഉന്തുവണ്ടിയുടെ മധ്യഭാഗത്തായി ഉരുളക്കിഴങ്ങ് പാചകം ചെയ്യാനൊരു അടുപ്പ് വച്ചിട്ടുണ്ടാകും. അതിന്റെ ഗന്ധവും പുകയും ആസ്വദി ക്കാനായി രിഫാഅ, ജബൽ കോളനികളിലൊക്കെയുള്ള കുട്ടികൾ ഉന്തു വണ്ടിക്ക് ചുറ്റും കൂടും. അവരെകൂടാതെ ജമാലിയ്യ അതൂഫ്, അൽ-ദർറാസ, കഫർ അൽ-സഗാരി, ബൈത്ത് അൽ-കാസി തുടങ്ങിയ ഇടങ്ങളിലെ ത്തുമ്പോൾ അവിടത്തെ കുട്ടികളും ഇതുപോലെ ചുറ്റും കൂടാറുണ്ട്.

വളരെക്കാലം മുമ്പേ വിവാഹിതനായെങ്കിലും സകരിയ്യയ്ക്ക് കുട്ടി കളൊന്നുമില്ലായിരുന്നു. അക്കാലത്താണ് തങ്ങൾക്ക് കൂട്ടായി അനാഥ നായൊരു കുട്ടി സകരിയ്യയുടെ ജീവിതത്തിലേക്ക് കയറിവന്നത്. സഹോദരന്റെ മകനായ ഖാസിം, അവന്റെ മാതാപിതാക്കൾ ഇരുവരും

മരണപ്പെട്ടിരുന്നു. ഈ കുട്ടി തനിക്കൊരു ഭാരമാണെന്ന് സകരിയ്യ ഒരിക്കലും കരുതിയിട്ടേയില്ല. ചപ്പുചവറ് കൂനകൾക്ക് ചുറ്റും കറങ്ങി നടന്ന് ജീവനോപാധി കണ്ടെത്തുന്ന തെരുവുനായ്ക്കൾ, പൂച്ചകൾ, ഈച്ചകൾ തുടങ്ങിയവയുടെ ജീവിതത്തിനേക്കാൾ ഒട്ടും ഭേദമായിരുന്നില്ല സകരിയ്യയും മറ്റും താമസിച്ചിരുന്ന കോളനിയിലെ മനുഷ്യരുടെ ജീവിതം. പണ്ട് സഹോദരനെ ഇഷ്ടപ്പെട്ടിരുന്നതുപോലെയാണ് സക്കരിയ്യ ഇപ്പോൾ സഹോദരന്റെ പുത്രനായ ഖാസിമിനേയും സ്നേഹിക്കുന്നത്. ഖാസിം തങ്ങളുടെ കുടുംബത്തിനൊപ്പം ചേർന്നശേഷം ഭാര്യ ഗർഭിണിയായി മാറിയപ്പോൾ സക്കരിയ്യ അവനെ നല്ല ശകുനമായാണ് കണ്ടത്. ഒപ്പം അവനോട് കൂടുതൽ അലിവോടെ പെരുമാറുകയും ചെയ്തു. ഹസൻ എന്നൊരു മകൻ ജനിച്ചശേഷവും സകരിയ്യയ്ക്ക് ഖാസിമിനോടുള്ള സ്നേഹത്തിനൊരു കുറവുണ്ടായില്ല.

ഏകനായിട്ടാണ് ഖാസിം വളർന്നത്. സകരിയ്യ തെരുവിൽ ഉന്തുവണ്ടിയുമായി ചുറ്റിക്കറങ്ങുമ്പോൾ അയാളുടെ ഭാര്യ വീട്ടുജോലികളും മകനെ വളർത്തുന്ന തിരക്കിലുമായിരിക്കും. എന്നാൽ വളർന്നതോടെ ഖാസിമിന്റെ ലോകവും വലുതാവാൻ തുടങ്ങി. വീട്ടിലും തെരുവിലുമൊക്കെ കളിച്ചു നടന്ന അവൻ സ്വന്തം കോളനിയിലും പിന്നെ ജബൽ, രിഫാഅ കോളനികളിലുമൊക്കെയുള്ള സമപ്രായക്കാരുമായി ചങ്ങാത്തത്തിലായി. ഹിന്ദിന്റെ ഉരുളൻ പാറയ്ക്കരികിൽ കളിക്കാൻ പോകാൻ തുടങ്ങിയതോടെ മരുഭൂമിയുടെ കിഴക്കും പടിഞ്ഞാറുമുള്ള ദിക്കുകളിലേക്കെല്ലാം പോകാനും മലയിൽ കയറാനുമൊക്കെ സാധിച്ചു. മറ്റു കുട്ടികൾക്കൊപ്പം മാളികയിലേക്ക് നോക്കുമ്പോൾ തങ്ങളുടെ പിതാമഹനായ ജബലാവിയുടെ കീർത്തിയെക്കുറിച്ച് ഖാസിം അഭിമാനത്തോടെ ആലോചിക്കാറുണ്ട്. എന്നാൽ ആരെങ്കിലും ജബലാവിയേയോ, രിഫാഅയേയോ സംബന്ധിച്ച് സംസാരിച്ചാൽ എന്ത് പറയണമെന്നറിയാത്ത അവസ്ഥയിലാകുന്ന ഖാസിം മറ്റു കുട്ടികൾ വഴക്കിടുകയോ, ചീത്തവിളിക്കുകയോ ചെയ്താൽ അമ്പരന്നു നിൽക്കും.

അതിശയത്തോടും അദ്ഭുതത്തോടുംകൂടി എത്രയോ തവണ ഖാസിം കങ്കാണിയുടെ വീട്ടിലേക്കും പിന്നെ മോഹത്തോടെ അവിടെയുള്ള മരങ്ങളിലെ പഴങ്ങളിലേക്കുമൊക്കെ നോക്കി നിന്നിട്ടുണ്ട്. ഒരു ദിവസം പാറാവുകാരൻ മയങ്ങിയിരിക്കുന്ന തക്കം നോക്കി ഖാസിം കങ്കാണിയുടെ തോട്ടത്തിലേക്ക് ഒളിച്ചുകയറി. അതാരും കണ്ടതുമില്ല. തോട്ടത്തിനുള്ളിലേക്ക് കയറിയ ഖാസിമിന് മറ്റാരെയും അവിടെ കണ്ടെത്താനുമായില്ല. സന്തോഷത്തോടെ നടപ്പാതയിലൂടെ നടക്കുന്നതിനിടയിൽ പുൽത്തകിടുകളിൽ വീണു കിടന്ന പേരയ്ക്കകൾ പെറുക്കിയെടുത്ത് ആർത്തിയോടെ തിന്നാൻ തുടങ്ങി. അവസാനം അവനൊരു കുളത്തിനരികിലെത്തി. അവിടെ ഉള്ള ജലധാരയിൽനിന്നും മുകളിലേക്ക് കുതിച്ചുയരുന്ന വെള്ളത്തിലേക്ക് തന്നെ കണ്ണെടുക്കാതെ നോക്കിനിന്നു.

സന്തോഷമടക്കാനാകാതെ വസ്ത്രങ്ങളൊക്കെ ഊരിമാറ്റി ഖാസിം കുളത്തിലേക്കിറങ്ങി. ശേഷം ജലോപരിതലത്തിൽ കൈയിട്ടടിക്കാനും

ചുറ്റുമുള്ള കാര്യങ്ങളൊന്നും ശ്രദ്ധിക്കാതെ ദേഹം തേച്ച് കഴുകാനും തുടങ്ങി. പെട്ടെന്നാണ് ആരോ കോപത്തോടെ അലറുന്ന ഒച്ചകേട്ടത്.

“എടാ ഉസ്മാനേ.... നായിന്റെ മോനേ... ഇവിടെ വാടാ പൊട്ടാ... പൊട്ടന്റെ മോനേ...”

ശബ്ദം കേട്ട ഭാഗത്തേക്ക് നോക്കിയതും ചുവന്ന നിറത്തിലുള്ള കുപ്പായം ധരിച്ചൊരാൾ മട്ടുപ്പാവിൽ നിൽക്കുന്നത് കണ്ടു. വിറയ്ക്കുന്ന വിരൽ തന്റെ നേരേ ചൂണ്ടുന്ന അയാളുടെ മുഖത്ത് കോപം കത്തിയാളുന്നുണ്ട്. ഖാസിം പെട്ടെന്ന് തന്നെ കുളത്തിന്റെ തീരത്തേക്ക് ചെന്നശേഷം കൈയ്യൂന്നി മുകളിലേക്ക് വലിഞ്ഞ് കയറാൻ തുടങ്ങി. പാറാവുകാരൻ തന്റെ നേർക്ക് ഓടിവരുന്നത് കണ്ടു. ഊരിയിട്ടിരുന്ന വസ്ത്രത്തിന്റെ കാര്യമൊക്കെ മറന്നിട്ട് അവർ മതിലിനോട് ചേർന്ന് നിൽക്കുന്ന മുല്ലവള്ളികൾക്കരികിലേക്ക് ഓടി. ശേഷം ഗേറ്റിന് നേരേ ഓടാൻ തുടങ്ങി. തെരുവിലേക്ക് രക്ഷപ്പെട്ട ഖാസിം സർവ്വശക്തിയുമെടുത്ത് ഓട്ടം തുടർന്നു. പുറത്തിറങ്ങിയതും കുറേ കുട്ടികളും കൂടി ആരവത്തോടെ അവനൊപ്പം ഓടാൻ തുടങ്ങി. ഇതുകണ്ട് തെരുവ് നായ്ക്കൾ കുരച്ചു. ഗേറ്റ് കടന്ന് പുറത്തേക്ക് വന്ന പാറാവുകാരൻ ഖാസിമിന്റെ പിന്നാലെ ഓടി. തെരുവിന്റെ ഭാഗത്തെത്തിയതും ഉസ്മാൻ അവനെ പിടികൂടി. ഖാസിമിന്റെ കൈയ്യിൽ പിടികൂടിയപ്പോൾ അയാൾ നിന്ന് കിതയ്ക്കുന്നുണ്ടായിരുന്നു. ഖാസിമാകട്ടെ തെരുവിലെങ്ങും പ്രകമ്പനം കൊള്ളുന്ന വിധത്തിൽ നിലവിളിക്കുകയാണ്. ഒട്ടും വൈകാതെ കൊച്ചുമ്മ തന്റെ മകനേയും ഒക്കത്തെടുത്തുകൊണ്ട് അങ്ങോട്ട് പാഞ്ഞെത്തി. കാപ്പിക്കടയിലിരുന്ന ഗുണ്ടയായ സവാരിസും പുറത്തേക്കിറങ്ങി. ഖാസിമിന്റെ രൂപം കണ്ടതും ആ സ്ത്രീ അതിശയിച്ചുപോയി. അവന്റെ കൈയിൽ പിടിച്ചുകൊണ്ട് അവർ പാറാവുകാരനോട് പറഞ്ഞു.

“ഉസ്മാൻ വളരെ നാണക്കേടാണിത്. നിങ്ങളീ കൂട്ടിയെ പേടിപ്പിച്ചുകളഞ്ഞല്ലോ? ഇതിന് മാത്രം അവനെന്താ ചെയ്തത്? അവന്റെ തുണിയൊക്കെ എവിടെയാ?”

“കങ്കാണി അങ്ങുന്നേ, ഇവൻ അദ്ദേഹത്തിന്റെ കുളത്തിൽ കിടന്ന് നീന്തുന്നത് കണ്ടു. ഈ ജിന്നിനെ കെട്ടിയിട്ടടിക്കണം. ഞാനൊന്ന് മയങ്ങുന്നതിനിടയ്ക്ക് തോട്ടത്തിനുള്ളിൽ കയറുകയായിരുന്നു. നിങ്ങളുടെ ഈ ശല്യങ്ങൾ കാരണം ഞങ്ങൾക്കാണ് ഇരിക്കപ്പൊറുതിയില്ലാത്തത്.”

പാറാവുകാരന്റെ ദേഷ്യം കണ്ടതും സ്ത്രീ യാചിക്കുന്നത് പോലെ പറഞ്ഞു. “ഉസ്മാൻ മാപ്പാക്കണം ഈ കുട്ടിയൊരു അനാഥനാണ്. നിങ്ങൾ ചെയ്തതിലൊരു തെറ്റുമില്ല.”

ഖാസിമിനെ അയാളുടെ പിടിയിൽ നിന്നും മോചിപ്പിക്കുന്നതിനിടയിൽ അവർ കൂട്ടിച്ചേർത്തു.

“ഇവനർഹിക്കുന്ന ശിക്ഷ ഞാൻ തന്നെ കൊടുത്തോളാം. ദയവ് ചെയ്ത് ഇവന്റെ വസ്ത്രങ്ങൾ തിരിച്ച് തരാമോ?” ദേഷ്യത്തോടെ കൈ

വീശിക്കൊണ്ട് പുറംതിരിഞ്ഞ് നടക്കുന്നതിനിടയ്ക്ക് പാറാവുകാരൻ കൂട്ടിച്ചേർത്തു.

"ഈ കൃമിച്ചെറുക്കൻ കാരണം എനിക്കാണ് പഴിയും ചീത്തയും കേൾക്കേണ്ടിവന്നത്. നശിച്ച തെരുവും ബാധപിടിച്ച പിള്ളേരും!" ഹസനെ ഒക്കത്തെടുത്തശേഷം ആ സ്ത്രീ കരഞ്ഞ് നിലവിളിക്കുന്ന ഖാസിമിന്റെ കൈയിൽ പിടിച്ചുകൊണ്ട് വീട്ടിലേക്ക് നടക്കാൻ തുടങ്ങി.

അറുപത്തിയഞ്ച്

"**ഖാ**സിം നീയിന്നൊരു കുട്ടിയല്ല. പത്ത് വയസ്സാകാറായി. ജോലി ചെയ്തു തുടങ്ങാനുള്ള സമയമായിരിക്കുന്നു."

സംതൃപ്തിയോടെ തന്നെ നോക്കി കൊച്ചാപ്പ സകരിയ്യ പറഞ്ഞ വാക്കുകൾ കേട്ടതും ഖാസിമിന്റെ കറുത്ത കണ്ണുകൾ ആനന്ദത്തോടെ തിളങ്ങാൻ തുടങ്ങി.

"നിങ്ങൾ എന്നെക്കൂടി ജോലിക്ക് കൊണ്ടുപോകുന്നകാര്യം എത്ര കാലമായെന്നോ ഞാൻ കൊതിക്കുന്നു, കൊച്ചാപ്പാ."

സകരിയ്യ ചിരിച്ചു.

"നിന്റെ ആഗ്രഹം കളിച്ചുനടക്കലായിരുന്നല്ലോ? പണിയെടുക്കാനൊന്നുമായിട്ടില്ലായിരുന്നു. എന്നാലിപ്പോൾ നീയൊരു കഴിവുറ്റ ചെറുപ്പക്കാരനാകാൻ തുടങ്ങിയിരിക്കുന്നു. അതിനാൽതന്നെ എന്നെ ജോലിയിൽ സഹായിക്കാനും നിനക്കാകും."

ഖാസിം ഓടിച്ചെന്ന് ഉന്തിവണ്ടി തള്ളാൻ ശ്രമിച്ചെങ്കിലും സകരിയ്യ തടഞ്ഞു.

"ഉരുളക്കിഴങ്ങുകൾ തെന്നി താഴെവീഴാതെ നോക്കണേ. ഇല്ലെങ്കിൽ നമ്മളായിരിക്കും പട്ടിണികിടന്ന് ചാകുക"

ഉന്തുവണ്ടി തള്ളാൻ തുടങ്ങുന്നതിനിടയിൽ സകരിയ്യ ഖാസിമിനോട് പറഞ്ഞു.

"നീ മുമ്പിൽ നടന്ന് 'നല്ല ഉരുളക്കിഴങ്ങേ... വേവിച്ച ഉരുളക്കിഴങ്ങേ...' എന്ന് ഉറക്കെ വിളിച്ചുപറയണം. ഞാൻ പറയുന്നതും ചെയ്യുന്നതുമൊക്കെ ശ്രദ്ധിക്കണം. വീടുകളുടെ മുകളിലത്തെ നിലകളിൽ താമസിക്കുന്ന ഇടപാടുകാർക്ക് ഉരുളക്കിഴങ്ങുകൊണ്ട് കൊടുക്കണം. കണ്ണുകൾ തുറന്ന് നടക്കണമെന്ന് ചുരുക്കം!"

"പക്ഷേ ഈ വണ്ടി തള്ളാനെനിക്ക് കഴിയുമായിരുന്നു." ഉന്തുവണ്ടിക്ക് നേരേ നോക്കുമ്പോൾ ഖാസിമിന് സങ്കടം വരുന്നുണ്ടായിരുന്നു. എന്നാൽ വണ്ടി തള്ളിക്കൊണ്ട് സകരിയ്യ ശാസിച്ചു. "നീ ഞാൻ പറയുന്നത് കേൾക്ക്. അല്ലാതെ പിടിവാശി കാണിക്കരുത്. നിന്റെ വാപ്പ നല്ലൊരു മനുഷ്യനായിരുന്നുവെന്നോർക്കണം." ഉന്തുവണ്ടി ജമാലിയ്യയിലേക്ക്

നീങ്ങാൻ തുടങ്ങി. ചൂളം വിളിക്കുന്നതുപോലെയുള്ള ശബ്ദത്തിൽ ഖാസിം ഉറക്കെ വിളിച്ചു പറയുന്നുണ്ടായിരുന്നു.

"നല്ല ഉരുളക്കിഴങ്ങേ... വേവിച്ച ഉരുളക്കിഴങ്ങേ..." അറിയാത്ത സ്ഥല ങ്ങളിലേക്കൊക്കെപോയി വലിയൊരാളെപ്പോലെ ജോലി ചെയ്യാൻ തുടങ്ങിയപ്പോൾ ഖാസിമിന്റെ സന്തോഷത്തിനതിരുണ്ടായിരുന്നില്ല. ഉന്തുവണ്ടിയുമായി അൽ-വത്വാവീത് തെരുവിലെത്തിയതും ചുറ്റും നോക്കിക്കൊണ്ട് ഖാസിം കൊച്ചാപ്പയോട് പറഞ്ഞു.

"ഇവിടെവച്ചാണ് ഇദ്‌രീസ് അദ്ഹമിന്റെ വഴിമുടക്കി മുന്നിൽ കയറി നിന്നത്."

വലിയ ശ്രദ്ധയില്ലാതെ സകരിയ്യ തലകുലുക്കുന്നത് കണ്ടതും ചിരി യോടെ ഖാസിം തുടർന്നു.

"കൊച്ചാപ്പാ താങ്കളെപ്പോലെ ഉന്തുവണ്ടിതള്ളുകയായിരുന്നു അദ്ദേഹം അപ്പോൾ."

ഉന്തുവണ്ടി അതിന്റെ പതിവുയാത്രകൾ തുടരുകയാണ്. അൽ-ഹുസൈനിൽനിന്നും ബൈത്ത് അൽ-കാസിയിലേക്ക്. പിന്നെ അവിടെ നിന്ന് അൽ-ദർറാസയിലേക്ക്. കാൽനടയാത്രക്കാരേയും കാളകളേയും പള്ളികളേയുമൊക്കെ അതിശയത്തോടെ നോക്കുകയാണ് ഖാസിം. അവ സാനം അവരൊരു ചെറിയ മൈതാനത്തെത്തിച്ചേർന്നു. സകരിയ്യ പറഞ്ഞു അതാണ് മുഖത്തം കമ്പോളമെന്ന്. അതിശയത്തോടെ നോക്കി നിൽക്കുന്നതിനിടയിൽ ഖാസിം ചോദിച്ചു.

"ശരിക്കും ഇതാണോ മുഖത്തം കമ്പോളം? ഇവിടേക്കല്ലേ ജബൽ ഒളിച്ചോടിവന്നത്? ഇവിടെയല്ലേ രിഫാഅ ജനിച്ചത്?"

"ശരിയാണ്. പക്ഷേ നമുക്കവരുമായി വലിയ ബന്ധമൊന്നുമില്ല." സകരിയ്യയുടെ മറുപടിയിൽ വലിയ ഉത്സാഹമൊന്നുമില്ലായിരുന്നു.

"പക്ഷേ നാമെല്ലാം ജബലവിയുടെ സന്തതികളല്ലേ? പിന്നെന്താ നമ്മൾ അവരെപ്പോലെയാകാത്തത്?

"എന്തായാലും നമ്മളെല്ലാം ദരിദ്രരാണ്."

സകരിയ്യ ചിരിച്ചുകൊണ്ട് തന്റെ ഉന്തുവണ്ടി മരുഭൂമിയിലേക്ക് നീളുന്ന കമ്പോളത്തിന്റെ പാർശ്വത്തിലേക്ക് തള്ളാൻ തുടങ്ങി. തകരഷീറ്റുകൊണ്ടു ണ്ടാക്കിയ ഒരു കുടിലിന് നേരെയാണവർ നീങ്ങിയത്. ജപമാലകളും കുന്തിരിക്കവും മന്ത്രത്തകിടുകളുമൊക്കെ വിൽക്കുന്ന കടയാണെന്ന് തോന്നി. അതിനു മുന്നിൽ നീണ്ട വെളുത്ത താടിയുള്ളൊരു വൃദ്ധൻ ഇരിക്കുന്നു.

"എന്റെ കൈയിൽ ഇന്നത്തേക്കാവശ്യമുള്ള ഉരുളക്കിഴങ്ങൊക്കെയു ണ്ടല്ലോ?"

വൃദ്ധന്റെ അരികത്ത് ചെന്നിരുന്നുകൊണ്ട് സകരിയ്യ പറഞ്ഞു.

"താങ്കളുടെ അരികത്ത് വന്നിരിക്കുന്നത് കച്ചവടത്തിൽ ലാഭം കിട്ടു ന്നതിനേക്കാളൊക്കെ ഉത്തമമായ കാര്യമല്ലേ?"

വൃദ്ധൻ ഖാസിമിന്റെ നേരെ താത്പര്യത്തോടെ നോക്കുന്നത് ശ്രദ്ധിച്ചതും സകരിയ്യ അവനെ വിളിച്ചു.

“ഖാസിം ഇങ്ങോട്ട് വന്നേ... യഹ്യാ അങ്ങുന്നിന്റെ കൈയിൽ മുത്തിയേ...”

ഖാസിം അരികിലേക്ക് ചെന്നശേഷം വൃദ്ധന്റെ ശോഷിച്ച കൈയിൽ പിടിച്ച് ആദരവോടെ ചുംബിച്ചു. അദ്ദേഹം അവന്റെ സുന്ദരമായ മുഖത്തേക്ക് നോക്കിക്കൊണ്ട് തിങ്ങിയ തലമുടിയിൽ തഴുകി.

“ഈ കുട്ടി ഏതാ സകരിയ്യാ?”

“മരിച്ചുപോയ എന്റെ സഹോദരന്റെ മകനാണ്.” വെയിലത്തേക്ക് കാൽനീട്ടി ഇരിക്കുന്നതിനിടയിൽ സകരിയ്യ പറഞ്ഞു. ഖാസിമിനെ അരികിൽ പിടിച്ചിരുത്തുന്നതിനിടയിൽ വൃദ്ധൻ ചോദിച്ചു.

“നിനക്ക് വാപ്പയെ ഓർമ്മയുണ്ടോ മോനേ?”

“ഇല്ല അങ്ങുന്നേ”

ഖാസിം തലകുലുക്കി.

“നിന്റെ വാപ്പ എന്റെ സുഹൃത്തായിരുന്നു. നല്ലൊരു മനുഷ്യൻ” കടയ്ക്കകത്തിരുന്ന സാധനങ്ങളുടെ നിറം കണ്ട് ഖാസിം തല ഉയർത്തി നോക്കി. യഹ്യ തൊട്ടടുത്ത ഷെൽഫിൽ നിന്നൊരു മന്ത്രത്തകിടെടുത്ത് ഖാസിമിന്റെ കഴുത്തിൽ കെട്ടിക്കൊടുത്തു.

“ഇത് കളയരുത്. ഇത് നിന്നെ സർവ്വദുഷ്യങ്ങളിൽനിന്നും രക്ഷിക്കും.”

“അറിയാമോ, യഹ്യാ അങ്ങുന്ന് നമ്മുടെ തെരുവിലുള്ളയാളായിരുന്നു. രിഫാഅ കുടുംബക്കാരുടെ കോളനിയിൽ താമസിച്ചിരുന്നയാൾ.”

സകരിയ്യയുടെ വാക്കുകൾ കേട്ടതും ഖാസിം വൃദ്ധനെ നോക്കി.

“താങ്കളെന്തുകൊണ്ടാണ് പിന്നെ നമ്മുടെ തെരുവ് ഉപേക്ഷിച്ചുപോയത്? ”

“വളരെക്കാലം മുമ്പ് രിഫാഅ കുടുംബക്കാരുടെ ഗുണ്ട എന്നോട് ശത്രുതയിലായി. അതോടെ ആ തെരുവ് തന്നെ ഉപേക്ഷിക്കാൻ തീരുമാനിക്കുകയായിരുന്നു”

“രിഫാഅയുടെ പിതാവ് ഷാഫി ഈ ചെയ്ത അതേ പ്രവർത്തിയാണല്ലോ താങ്കളും ചെയ്തത്?

അതിശയത്തോടെയുള്ള ഖാസിമിന്റെ വാക്കുകൾ കേട്ടതും പല്ലില്ലാത്ത വായകാട്ടി യഹ്യ കുറേ നേരം ചിരിച്ചു. “നിനക്കതൊക്കെയറിയാമോ മോനേ. നമ്മുടെ തെരുവിലെ ആളുകൾക്കൊക്കെ തങ്ങളുടെ കഥകൾ നല്ലതുപോലെയറിയാം. എന്നാൽ അതിൽനിന്ന് പാഠമുൾക്കൊള്ളാത്ത അവരുടെ ചിന്തകൾക്കെന്തുപറ്റിയെന്നാണ് ഞാൻ ചിന്തിക്കുന്നത്.”

തൊട്ടടുത്ത കാപ്പിക്കടയിലെ വിളമ്പുകാരൻ പയ്യൻ ചായക്കപ്പുകൾ നിരത്തിയൊരു താലംകൊണ്ട് വന്ന് യഹ്യായുടെ മുന്നിൽ വച്ചു. അവൻ

പോയതും തന്റെ കുപ്പായത്തിന്റെ പോക്കറ്റിൽ നിന്നൊരു ചെറിയ പൊതി പുറത്തെടുത്ത് തുറന്നു.

“വിലപിടിച്ചൊരു സാധനമുണ്ടെന്റെ കൈയിൽ. ഇതിന്റെ ഊർജ്ജം രാവിലെ വരെ നീണ്ടുനിൽക്കും.”

“ഒന്ന് പരീക്ഷിച്ച് നോക്കിയാലോ?” സകരിയ്യയുടെ ശബ്ദത്തിൽ താത്പര്യം തുളുമ്പി.

“നിങ്ങൾ വേണ്ടായെന്ന് പറയുന്നത് ഞാനിതുവരെ കേട്ടിട്ടേയില്ലല്ലോ?”

യഹ്‌യാ ചിരിച്ചു.

“ആനന്ദം ലഭിക്കുന്നത് ഞാനെങ്ങനെയാ അങ്ങുന്നേ വേണ്ടെന്ന് വയ്ക്കുന്നത്?”

പുകയില വീതം വച്ച് ചവയ്ക്കാൻ തുടങ്ങിയ സകരിയ്യയേയും യഹ്‌യായേയും സന്തോഷത്തോടെ നോക്കിനിൽക്കുകയായിരുന്നു ഖാസിം. അവസാനം സകരിയ്യ പൊട്ടിച്ചിരിച്ചു. ചായ കുടിക്കാൻ തുടങ്ങിയ വൃദ്ധൻ ഖാസിമിനോട് ചോദിച്ചു.

“നമ്മുടെ തെരുവിലെ ആളുകളെപ്പോലെ ഒരു ദാദയായി മാറാൻ നിനക്കും ആഗ്രഹമില്ലേ?”

“ഉവ്വ്.”

ചിരിക്കുന്ന ഖാസിമിനെ നോക്കി സകരിയ്യ പൊട്ടിച്ചിരിച്ചു. ക്ഷമാപണമെന്നവണ്ണം അയാൾ പറഞ്ഞു.

“ഇവനോട് ക്ഷമിക്കണേ അങ്ങുന്നേ. നമ്മുടെ തെരുവിൽ ഒരാൾ ഒന്നുകിലൊരു ഗുണ്ടയാകണം. അല്ലെങ്കിൽ മറ്റുള്ളവർക്ക് അടിച്ചു പൊട്ടിക്കാൻ പാകത്തിന് തലനീട്ടിക്കൊടുക്കണം. ഇതാണ് ഇവിടത്തെ അവസ്ഥയെന്ന് താങ്കൾക്കറിയാമല്ലോ?”

“ദൈവം താങ്കൾക്ക് ശാന്തി നൽകട്ടെ രിഫാഅ്. നമ്മുടെ നരകമായ ഈ തെരുവിൽതന്നെ താങ്കൾക്ക് ജനിക്കേണ്ടിവന്നല്ലോ?”

യഹ്‌യാ നെടുവീർപ്പിട്ടു.

“അദ്ദേഹത്തിന്റെ അന്ത്യവും അവിടെ തന്നെയായിരുന്നല്ലോ?”

“ആ ദുരന്തം നടന്ന ദിവസത്തിലൊന്നുമായിരുന്നില്ല രിഫാഅ മരിച്ചത്. മറിച്ച് അദ്ദേഹത്തിന്റെ പിൻഗാമിയൊരു ഗുണ്ടയായി മാറിയപ്പോഴായിരിക്കും അദ്ദേഹം ശരിക്കും മരിച്ചിട്ടുണ്ടാകുക.”

യഹ്‌യായുടെ ശബ്ദത്തിൽ നല്ല വിഷമമുണ്ടായിരുന്നു.

“രിഫാഅയെ മറമാടിയത് എവിടെയാണ് അങ്ങുന്നേ?” ഖാസിം വലിയ താത്പര്യത്തോടെ യഹ്‌യായോട് ചോദിച്ചു.

“രിഫാഅയുടെ ആളുകൾ പറയുന്നത് ജബലാവി മൃതദേഹം മരുഭൂമിയിൽ നിന്നെടുത്ത് മാളികയിലെ തോട്ടത്തിൽ മറമാടിയെന്നാണ്.

എന്നാൽ ജബൽ കുടുംബക്കാർ പറയുന്നത് രിഫാഅയുടെ മൃതദേഹം മരുഭൂമിയിലെങ്ങോ അപ്രത്യക്ഷമായെന്നും.”

യഹ്‌യ ദേഷ്യമടക്കാനാകാതെ ഉറക്കെപ്പറഞ്ഞു.

“വൃത്തികെട്ടവന്മാർ! ഇന്നും അവർക്ക് രിഫാഅയോട് പകയാണ്.”

പിന്നെ അല്പം ശാന്തത വീണ്ടെടുത്തുകൊണ്ട് അദ്ദേഹം ഖാസിമിനോട് തിരക്കി.

“ഖാസിം പറയൂ, നിനക്ക് രിഫാഅയെ ഇഷ്ടമാണോ?” കൊച്ചാപ്പയെ ഒന്ന് സൂക്ഷിച്ച് നോക്കിയ ശേഷം അവൻ പറഞ്ഞു.

“അതെ അങ്ങുന്നേ.”

“അദ്ദേഹത്തെപ്പോലെയാകുന്നതോ? അതോ ഒരു ഗുണ്ടയാകുന്നതോ? ഏതാണ് നിനക്കേറ്റവും ഇഷ്ടപ്പെട്ടകാര്യം?” ഖാസിമിന്റെ കണ്ണുകളിൽ ഒരേസമയം പരിഭ്രമവും അതിശയവുമായിരുന്നു. എന്തോ പറയാൻ തുനിഞ്ഞെങ്കിലും അവൻ ഒന്നും പറഞ്ഞില്ല.

“അവൻ എന്നെപ്പോലെ ഉരുളക്കിഴങ്ങ് വിറ്റ് ജീവിക്കുന്നതിൽ തൃപ്തിയടയട്ടെ!”

സകരിയ്യ പറഞ്ഞു. കമ്പോളത്തിലെന്തോ ഒച്ചകേട്ടതും അവർ നിശ്ശബ്ദരായി. ഒരു കഴുത മറിഞ്ഞ് നിലത്തുവീണതാണ്. ഒപ്പം അതുമായി ബന്ധിച്ചിരുന്ന വണ്ടിയും. അതിനകത്തുണ്ടായിരുന്ന യാത്രക്കാരായ സ്ത്രീകൾ പുറത്തേക്ക് ചാടിയിറങ്ങി. വണ്ടിക്കാരനാകട്ടെ കഴുതയെ ചാട്ടകൊണ്ടടിക്കുകയാണ്.

“നമുക്കിനി വളരെ ദൂരം പോകാനുണ്ട് കേട്ടോ. പോകട്ടെ അങ്ങുന്നേ?”

സകരിയ്യ എഴുന്നേറ്റു.

“നീ വരുമ്പോഴൊക്കെ ഇവനെക്കൂടി കൂട്ടണം” ഖാസിമിന്റെ തലമുടിഇഴകളിൽ തഴുകിയ ശേഷം കൈപിടിച്ച് കുലുക്കുന്നതിനിടയിൽ യഹ്‌യ പറഞ്ഞു.

“നീ ആള് കൊള്ളാം കേട്ടോ!”

അറുപത്തിയാറ്

കത്തിജ്ജ്വലിക്കുന്ന സൂര്യനിൽനിന്നും തണൽ കിട്ടുന്ന മരുഭൂമിയിലെ ഒരേയൊരിടമാണ് ഹിന്ദിന്റെ ഉരുളൻപാറ. ആട്ടിൻകൂട്ടമൊഴികെ വേറെ കൂട്ടുകാരൊന്നുമില്ലാതെ ഖാസിം അവിടെയാണ് ചെന്നിരിക്കാറുള്ളത്. വൃത്തിയുള്ള നീല ജല്ലാബിയ കുപ്പായമാണയാളുടെ വേഷം. ആട്ടിടയന്റെ വേഷത്തിന് എത്രമാത്രം വൃത്തിയാകാമോ അത്രയും വൃത്തിയുള്ള വസ്ത്രം. വെയിലിൽ നിന്നും രക്ഷപ്പെടാനായി കട്ടിയുള്ളൊരു തലപ്പാവും പിന്നെ പാദങ്ങളിൽ തേഞ്ഞ തോൽ ചെരിപ്പും.

കുറെ നേരം എന്തെങ്കിലുമൊക്കെ ആലോചിച്ചിരിക്കും. മറ്റു ചിലപ്പോൾ പെണ്ണാടുകളേയും ആണാടുകളേയും തള്ളയും കുഞ്ഞുങ്ങളുമായ

ആടുകളേയുമൊക്കെ നോക്കിയിരിക്കും. വടി അരികിൽ വച്ചിട്ടുണ്ടാകും. താൻ ഇരിക്കുന്ന സ്ഥലത്ത് നിന്ന് നോക്കിയാൽ മുഖത്തംമല ഭീമാകാര രൂപത്തിൽ തലയുയർത്തി നിൽക്കുന്നത് കാണാം. മർക്കട മുഷ്ടിയോടെ സൂര്യന്റെ കോപത്തെ വെല്ലുവിളിക്കുന്ന ഒരേയൊരു സൃഷ്ടിയായി തെളിഞ്ഞ ആകാശഗോപുരത്തിന് കീഴിലിരിക്കുകയായിരിക്കും ഖാസിം. കനത്ത നിശ്ശബ്ദതയോടെ, കത്തിയാളുന്ന ചൂടിലും ചക്രവാളത്തോളം നീണ്ടുകിടക്കുകയാണ് മരുഭൂമി.

സ്വന്തം ചിന്തകളും സ്വപ്നങ്ങളും പിന്നെ യൗവനകാലകാമനകളും മടുക്കുന്നതോടെ ഖാസിം തന്റെ ആട്ടിൻകൂട്ടത്തെ നോക്കിയിരിക്കും. അവയുടെ കളികളും പോരടിക്കലുകളും പ്രണയലീലകളും ചലനവും നിശ്ശബ്ദമായ നില്പുമൊക്കെ കണ്ടുനിൽക്കും. പ്രത്യേകിച്ച് ആട്ടിൻകുട്ടികളെ നോക്കിയിരിക്കുമ്പോൾ അയാളുടെ ഉള്ളിലെ സ്നേഹവും അനുതാപവുമൊക്കെ ഉത്തേജിതമാകും. ആട്ടിൻകൂട്ടത്തിന്റെ കറുത്ത കണ്ണുകൾ അയാൾക്ക് വലിയ ഇഷ്ടമാണ്. തന്നോട് സംസാരിക്കുന്നതു പോലെയുള്ള അവയുടെ നോട്ടം കാണുമ്പോൾതന്നെ നെഞ്ചിടിക്കാൻ തുടങ്ങും. തിരിച്ചും അവയോട് സംസാരിക്കാൻ ശ്രമിക്കുകയും താനവയ്ക്ക് നൽകുന്ന സ്നേഹം നിറഞ്ഞ ശ്രദ്ധയെ ഗുണ്ടകളുടെ കൈയ്യിൽ നിന്നും തെരുവിലുള്ളയാളുകൾ നേരിടുന്ന അപമാനവുമായി താരതമ്യം ചെയ്ത് നോക്കുകയും ചെയ്യും. ആട്ടിടയന്മാർക്ക് നേരെ തെരുവിലുള്ളവർ അവജ്ഞയോടെ നോക്കുന്നതൊന്നും അയാൾ ശ്രദ്ധിക്കുകയേ ഇല്ല. എന്തൊക്കെ പറഞ്ഞാലും ഒരു ആട്ടിടയൻ വീമ്പിളക്കുകയും തെണ്ടി നടക്കുകയും ചെയ്യുന്നവരെക്കാളൊക്കെ എത്രയോ ഭേദമാണെന്ന ചിന്തയായിരിക്കും അതിനവന് ബലമേകുന്നത്.

എന്തൊക്കെ പറഞ്ഞാലും ഖാസിമിന് മരുഭൂമിയേയും അവിടത്തെ ശുദ്ധവായുവിനേയും വലിയ ഇഷ്ടമാണ്. മുഖ്ത്തം മലയും ഹിന്ദിന്റെ ഉരുളൻപാറയും വിചിത്രഭാവങ്ങൾ നിറഞ്ഞ ആകാശ ഗോപുരവുമൊക്കെ അയാളുടെ സഹവാസത്തിന് പാത്രമായി. ആട്ടിടയനായതിനാൽ ഖാസിമിന് സ്ഥിരമായി യഹ്യായുടെ അരികിലേക്ക് പോകാനും സാധിച്ചു. ആട്ടിടയന്റെ രൂപത്തിൽ ആദ്യമയാളെ കണ്ടപ്പോൾ യഹ്യ തിരക്കി:

“ഉരുളക്കിഴങ്ങ് വിൽക്കാൻ നടന്നയാളിപ്പോൾ ആട്ടിടയനായി മാറിയോ?”

ഖാസിമിന് അസ്വസ്ഥതയൊന്നും തോന്നിയില്ല.

“എന്തുകൊണ്ടായിക്കൂടാ അങ്ങുന്നേ? നമ്മുടെ തെരുവിലെ വെറുതെ കുത്തിയിരിക്കുന്ന നൂറുകണക്കിന് ആളുകൾക്കൊക്കെ അസൂയയുണ്ടാക്കുന്ന പണിയല്ലേയിത്?”

“നിന്റെ കൊച്ചാപ്പ ഇതെങ്ങനെയാ അനുവദിച്ചത്?”

“അദ്ദേഹത്തിന്റെ മകൻ ഹസൻ വലിയ കുട്ടിയായി. പിതാവിനൊപ്പം പോകാൻ അവന് തന്നെയാണ് കൂടുതൽ അർഹത. പിന്നെ വെറുതെ തെണ്ടി നടക്കുന്നതിനേക്കാൾ ഉത്തമമല്ലേ ആടുകളെ മേയ്ക്കുന്ന ജോലി?”

യഹ്യായെ സന്ദർശിക്കാത്ത ഒരു ദിനവും ഖാസിമിന്റെ ജീവിതത്തിലില്ലെന്നായി. അദ്ദേഹത്തെ സ്നേഹിക്കുകയും സംസാരിച്ചിരിക്കാൻ കൊതിക്കുകയുമാണ് ഖാസിം, സ്വന്തം തെരുവിനെ സംബന്ധിച്ച വിവരങ്ങളൊക്കെ അറിയാവുന്നൊരാളായി യഹ്യായെ കാണുകയായിരുന്നു അയാൾ. തെരുവിന്റെ ഭൂതകാലവും വർത്തമാനകാലവും അറിയുന്നൊരാൾ. റബാബ് തംബുരു നീട്ടി കവികൾ പറയുന്നതും അതിനപ്പുറവുമുള്ള കാര്യങ്ങളറിയാവുന്നയാൾ. ഒപ്പം ഈ കവികൾ മനഃപൂർവ്വം അവഗണിച്ചു കളയുന്ന കാര്യങ്ങൾപോലും അദ്ദേഹത്തിനറിയാമായിരിക്കും.

"ഏതാണ്ടെല്ലാ സ്ഥലങ്ങളിലുമുള്ള ആടുകളെ ഞാൻ മേയ്ക്കാൻ കൊണ്ട് പോകാറുണ്ട്. ജബൽ കുടുംബക്കാരുടേയും രിഫാഅയുടെ ആൾക്കാരുടേയും പിന്നെ ഞങ്ങൾ താമസിക്കുന്ന സ്ഥലത്തെ പണക്കാരുടേയുമൊക്കെ ആടുകളെ ഞാൻ മേയ്ക്കാൻ കൊണ്ടുപോകും. നമ്മുടെ തെരുവിലുള്ള അവയുടെ കഠിനഹൃദയരായ ഉടമസ്ഥർക്കൊന്നും ലഭിക്കാത്ത തരത്തിലുള്ള സാഹോദര്യത്തോടെ ഈ ആടുകളൊക്കെ ഒത്തൊരുമിച്ച് മേഞ്ഞുനടക്കുന്നതാണ് ഏറ്റവും വലിയ അതിശയകരമായ കാര്യം. അദ്ഹമിന്റെ മകൻ ഹുമാമും ആട്ടിടയനായിരുന്നല്ലോ? ഇനിയാരാണ് ആട്ടിടയന്മാരെ പരിഹസിക്കുന്നത്? യാചകന്മാരും തൊഴിലില്ലാത്തവരും വെറുതെ കുത്തിയിരിക്കുന്നവരും! ഇവർക്കൊക്കെ അതേസമയം തന്നെ ഗുണ്ടകളെ വലിയ ബഹുമാനവുമാണ്. കള്ളന്മാരും രക്തദാഹികളുമായ ഗുണ്ടകളെ! നമ്മുടെ തെരുവിന്റെ സന്തതികളേ, ദൈവം നിങ്ങൾക്ക് മാപ്പ് നൽകട്ടെ!"

ഒരുക്കൽ തമാശയെന്നോണം ഖാസിം പറഞ്ഞു.

ദരിദ്രനാണെങ്കിലും ഞാൻ സന്തുഷ്ടനാണ്. ഒരൊറ്റ മനുഷ്യനെപ്പോലും ഞാനെന്റെ കൈകൾ ഉയർത്തി ഉപദ്രവിക്കാൻ ശ്രമിച്ചിട്ടില്ല. എന്റെ ആടുകൾക്ക് പോലും സ്നേഹമല്ലാതെ മറ്റൊന്നും ഞാൻ നൽകിയിട്ടില്ല. എന്താ ഞാനും രിഫാഅയെ പോലെയല്ലേ?"

യഹ്യ ഭയത്തോടെ ഖാസിമിനെ തുറിച്ച് നോക്കാൻ തുടങ്ങി.

"രിഫാഅയോ? നീ രിഫാഅയെ പോലെയാണെന്നോ? തന്റെ സഹോദരങ്ങൾക്ക് ജീവിതാനന്ദം സാധ്യമാക്കാൻ വേണ്ടി അവരുടെ ദേഹങ്ങളിൽ നിന്നും ബാധകളെ ഒഴിപ്പിക്കാനായിരുന്നു രിഫാഅ സ്വന്തം ജീവിതം മുഴുവൻ ചെലവിട്ടത്. എന്നാൽ നീയാകട്ടെ സ്ത്രീകളുടെ കാര്യത്തിൽ അല്പം താത്പര്യമുള്ള ചെറുപ്പക്കാരനല്ലേ? അസ്തമനവേളയിൽ മരുഭൂമിയിലൂടെ പോകുന്ന സ്ത്രീകളെ നോക്കിയിരിക്കുന്നവൻ!"

ഖാസിം പുഞ്ചിരിയോടെയാണ് പ്രതികരിച്ചത്.

"അതിലെന്തെങ്കിലും തെറ്റുണ്ടോ അങ്ങുന്നേ?"

"അതൊക്കെ നിന്റെ കാര്യം. പക്ഷേ നീ രിഫാഅയെ പോലെയാണെന്ന് മാത്രം പറയരുത്!"

ഒരു നിമിഷം എന്തോ ആലോചിച്ചശേഷം ഖാസിം തുടർന്നു.

“രിഫാഅയെപ്പോലെ നമ്മുടെ തെരുവിലെ സൽസന്തതികളിലൊരാളായിരുന്നില്ലേ ജബലും? ആയിരുന്നു അങ്ങുന്നേ. അദ്ദേഹം പ്രണയിച്ചു. വിവാഹിതനായി. ഭൂസ്വത്തിൽ തന്റെ കുടുംബത്തിന് അർഹതപ്പെട്ട വിഹിതം വാങ്ങിയെടുക്കുകയും അത് നീതിപൂർവ്വം വീതം വച്ച് നൽകുകയും ചെയ്തു”.

“പക്ഷേ ജബലിന്റെ ലക്ഷ്യം ഭൂസ്വത്ത് മാത്രമായിരുന്നല്ലോ?”

അല്പനേരം ചിന്തിച്ച ശേഷം ഖാസിം പറഞ്ഞു.

“നല്ലപെരുമാറ്റവും നീതിയും നിയമവാഴ്ചയുമൊക്കെ അദ്ദേഹത്തിന്റെ ലക്ഷ്യങ്ങൾ തന്നെയായിരുന്നു”

‘അപ്പോൾ ജബൽ രിഫാഅയേക്കാൾ ഉത്തമനാണെന്നാണോ നീ കരുതുന്നത്?”

അല്പം ദേഷ്യം കലർന്ന യഹ്യായുടെ പ്രതികരണം കേട്ടതും ഖാസിമിന്റെ കറുത്ത കണ്ണുകളിൽ ഭയം നിഴലിച്ചു. കുറച്ചധികം സമയം അമാന്തിച്ചശേഷമാണ് അയാൾ തുടർന്ന് സംസാരിച്ചത്.

“അവർ രണ്ടുപേരും ഉത്തമരായ ആളുകൾ തന്നെയായിരുന്നു. അല്ലെങ്കിൽ തന്നെ നമ്മുടെ തെരുവിൽ നല്ലവരുടെ എണ്ണം വളരെക്കുറവല്ലേ? അദ്ഹം, ഹുമാം, ജബൽ, രിഫാഅ തീർന്നില്ലേ ആകെക്കൂടിയുള്ള നല്ലവരുടെ എണ്ണം. എന്നാൽ ഗുണ്ടകളാകട്ടെ എണ്ണിയാലൊടുങ്ങാത്തവരുമാണ്!”

“ഈ അദ്ഹം നെഞ്ച് തകർന്നാണ് മരിച്ചത്. ഹുമാമിനെ കൊന്നു. രിഫാഅയേയും അടിച്ചുകൊല്ലുകയായിരുന്നു!”

യഹ്യായുടെ സ്വരത്തിൽ നല്ല ഖേദമുണ്ടായിരുന്നു.

ഈ തെരുവ് ജന്മം നൽകിയ യഥാർത്ഥ ഉത്തമന്മാർ തന്നെയായിരുന്നു അവരൊക്കെ. മഹത്തായ ജീവിതമായിരുന്നെങ്കിലും വേദനിപ്പിക്കുന്ന അന്ത്യം നേരിട്ടവർ. ഉരുളൻ പാറയുടെ തണലിൽ ഇരിക്കുമ്പോൾ ഖാസിമിന്റെ മനസ് പറഞ്ഞതങ്ങനെയായിരുന്നു. അവരെപ്പോലെയാകുവാൻ തീവ്രമായി കൊതിച്ചുപോയി. അതേസമയം എത്ര വൃത്തികെട്ട പ്രവർത്തികളാണ് ഗുണ്ടകൾ ചെയ്തുകൊണ്ടിരിക്കുന്നത്. അഗാധമായ ദുഃഖവും ആശങ്കയുമായിരുന്നു മനസ് നിറയെ. തന്റെ ഉള്ളിലെ പീഢയെ ശാന്തമാക്കാനെന്നവണ്ണം അയാൾ സ്വയം പറഞ്ഞു.

എത്രയെത്ര സംഭവങ്ങൾക്കും ആളുകളുടെ സാന്നിദ്ധ്യത്തിനുമാണ് ഈ ഉരുളൻപാറ സാക്ഷിയായിട്ടുള്ളത്! ഖദ്രിയുടേയും ഹിന്ദിന്റേയും പ്രണയം, ഹുമാമിന്റെ കൊലപാതകം, ജബലും ജബലാവിയും തമ്മിൽ നടന്ന സമാഗമം, രിഫാഅയും പിതാമഹനും തമ്മിൽ സംസാരിച്ചത്. പക്ഷേ എവിടെപ്പോയി ആ സംഭവങ്ങളും ആളുകളുമൊക്കെ? നല്ല ഓർമ്മകൾ നിലനിൽക്കുന്നുവെന്ന് മാത്രം. ആണും പെണ്ണുമായ ആട്ടിൻകൂട്ടത്തേക്കാൾ വിലയുണ്ടാകുമല്ലോ ആ ഓർമ്മകൾക്ക്! ഒപ്പം ഇതേ ഉരുളൻ

പാറ നമ്മുടെ പിതാമഹൻ പണ്ട് തനിയേ ഇവിടെ ചുറ്റിനടന്നതിനും സാക്ഷിയായിരിക്കും. താനാഗ്രഹിച്ചതൊക്കെ സ്വന്തമാക്കുകയും, അധാർമ്മികരെയൊക്കെ അടിച്ചമർത്തിയും ഒരു കാലത്തിവിടെ വാണിരുന്ന അദ്ദേഹത്തിന്റെ ഇപ്പോഴത്തെ അവസ്ഥയെന്തായിരിക്കും?.

സൂര്യനസ്തമിക്കാറായതും ഖാസിം ഇരുന്ന ഇടത്ത് നിന്നെഴുന്നേറ്റ് നടുവ് നിവർത്തി കോട്ടുവായയിട്ടു. വടി കൈയിലെടുത്തശേഷം രാഗാർദ്രമായൊന്ന് ചൂളമടിച്ചു. ശേഷം വടി ചുഴറ്റിക്കാണിച്ചതും ആട്ടിൻകൂട്ടം കരഞ്ഞുകൊണ്ട് കൂട്ടം കൂടാനും തെരുവിലേക്ക് മടങ്ങാനും തുടങ്ങി. ഖാസിമിന് നല്ല വിശപ്പുണ്ടായിരുന്നു. പകൽ ആകെ കഴിച്ചത് ഒരു ചെറിയ മീനും പിന്നെ ചെറിയൊരു കഷണം റൊട്ടിയും മാത്രമായിരുന്നു. കൊച്ചാപ്പയുടെ വീട്ടിൽ തന്നെ കാത്തിരിക്കുന്നത് നല്ലൊരു അത്താഴമായിരിക്കും. വേഗത്തിൽ നടക്കാൻ തുടങ്ങിയതും ദൂരെനിന്ന് ആദ്യം കണ്ണിൽ പെട്ടത് മാളികയും അതിന്റെ ഉയരമേറിയ മതിലും, അടഞ്ഞ് കിടക്കുന്ന ജനാലകളും വൃക്ഷത്തലപ്പുകളുമായിരുന്നു. കവികൾ പാടിപ്പുകഴ്ത്തുകയും അദ്ദേഹം വിരഹദുഃഖത്താൽ മരിച്ചതുമായ അവിടത്തെ തോട്ടത്തിന്റെ അവസ്ഥയെന്തായിരിക്കുമിപ്പോൾ?

തെരുവിനടുത്തെത്താറായതും ഒച്ചപ്പാടുകൾ ചെവിയിലെത്താൻ തുടങ്ങി. മാളികയുടെ വലിയ മതിലിനരികിലൂടെ തെരുവിലേക്ക് പ്രവേശിക്കുമ്പോൾ ഇരുൾ പരക്കാൻ തുടങ്ങിയിരുന്നു. നിലത്ത് കളിച്ചുനടക്കുകയും മണ്ണ് വാരിയെറിയുകയുമൊക്കെ ചെയ്യുന്ന കുട്ടികളെ വകഞ്ഞുമാറി നടക്കുന്നതിനിടയിലും കച്ചവടക്കാരുടെ ശബ്ദവും, സ്ത്രീകളുടെ കിന്നാരം പറച്ചിലും വഴിയിൽ കുത്തിയിരിക്കുന്നവരുടെ ചീത്തകളും ഭ്രാന്തന്മാരുടെ ജല്പനങ്ങളും കങ്കാണിയുടെ വാഹനത്തിന്റെ മണികിലുക്കവും ഒക്കെ ചെവിയിൽ വന്നലയ്ക്കുന്നുണ്ടായിരുന്നു. ഒപ്പം തേൻ ചേർത്ത പുകയിലയുടേയും ദുർഗന്ധം വമിക്കുന്ന ചവറ് കൂനകളുടേയും വെളുത്തുള്ളിയും മല്ലിയും ചേർത്ത മസാലക്കൂട്ടിന്റേയുമൊക്കെ ഗന്ധങ്ങളും മൂക്കിലെത്തി.

ജബൽ കുടുംബക്കാരുടെ കോളനിക്കരികിലെത്തിയതും അവിടേക്ക് കയറി അവരുടെ ആടുകളെ തിരികെയേല്പിച്ചു. ശേഷം രിഫാഅയുടെ കോളനിയിലേക്ക് പുറപ്പെട്ടു. അവരുടെ ആടുകളേയും തിരിച്ചേല്പിച്ചതോടെ ഖാസിമിന്റെ കൈയ്യിലിപ്പോൾ ഒരേയൊരു പെണ്ണാടേ ബാക്കിയുള്ളൂ. അത് ഖമർ കൊച്ചമ്മയുടേതാണ്. 'മരുഭൂമിയിലെ എലികളു'ടെ കോളനിയിൽ സ്വന്തമായി ഭൂസ്വത്തുള്ളത് അവർക്ക് മാത്രമാണ്. ഒരു ഇരുനിലവീട്ടിലാണവർ താമസിക്കുന്നത്. അതിന് മുന്നിലൊരു ഇടത്തരം വലിപ്പമുള്ള മുറ്റവുമുണ്ട്. മധ്യത്തായൊരു ഈന്തപ്പനമരവും മൂലയിലൊരു പേരമരവും കാണാം. 'നഅമ'യേയും കൂട്ടിക്കൊണ്ട് ഖാസിം മുറ്റത്തേക്ക് കയറിച്ചെല്ലുമ്പോൾ വഴിയിൽവച്ച് പരിചാരികയായ സക്കീനയെ കണ്ടു. നര കയറാൻ തുടങ്ങിയ ചുരുണ്ട തലമുടിയുള്ളൊരു സ്ത്രീ. ഖാസിം

അഭിവാദ്യം ചെയ്തതും പുഞ്ചിരിയോടെ അവർ തിരിച്ചും അഭിവാദ്യ മർപ്പിച്ചു. ശേഷം ആ സ്ത്രീ തിരക്കി.

“നഅമയുടെ കാര്യങ്ങളൊക്കെ എങ്ങനെയാ?” തനിക്ക് ഈ പെണ്ണാടിനെ വലിയ ഇഷ്ടമാണെന്ന് ഖാസിം പറഞ്ഞു. ആടിനെ സക്കീനായുടെ കൈയ്യിലേൽപ്പിച്ചശേഷം തിരിഞ്ഞ് നടക്കുന്നതിനിടയിലാണ് തെരുവിൽ നിന്നും ഖമർ മുറ്റത്തേക്ക് കയറിവരുന്നത്. ദേഹം മുഴുവൻ മറയ്ക്കുന്ന തരത്തിലുള്ള കുപ്പായമാണ് വേഷം. മുഖത്തിന്റെ താഴ്ഭാഗം മറയ്ക്കുന്ന മുഖാവരണത്തിനുള്ളിലെ കറുത്ത കണ്ണുകൾ അയാളെത്തന്നെ നോക്കുന്നുണ്ടായിരുന്നു. വഴി മാറിയശേഷം നിലത്തേക്ക് നോക്കിനിന്ന ഖാസിമിനോട് വളരെ മര്യാദയോടെ ഖമർ പറഞ്ഞു. “നമസ്കാരം” “നമസ്കാരം അങ്ങുന്നേ” നഅമയെ നോക്കുന്നതിനിടയിൽ അവർ നടത്തത്തിന് വേഗത കുറച്ചശേഷം ഖാസിമിന്റെ നേരെ നോക്കിപറഞ്ഞു.

“ഓരോരോ ദിവസം കഴിയുന്തോറും നഅമ തടിക്കുന്നുണ്ട് കേട്ടോ? അതിന്റെ മികവ് നിങ്ങൾക്കവകാശപ്പെട്ടതാണ്.”

ആ സ്ത്രീയുടെ കരുണ നിറഞ്ഞ വാക്കുകളേക്കാൾ ഖാസിമിനെ സ്പർശിച്ചത് അവരുടെ വാത്സല്യം നിറഞ്ഞ നോട്ടംതന്നെയായിരുന്നു.

“എല്ലാത്തിനും ദൈവത്തിന് നന്ദി പറയണം. പിന്നെ അങ്ങുന്നിന്റെ കരുതലിനും.”

“ഇദ്ദേഹത്തിന് കഴിക്കാൻ ഭക്ഷണം നൽകു.”

സക്കീനയെ നോക്കി ഖമർ പറയുന്നത് കേട്ടതും നന്ദി പ്രകടിപ്പിക്കാനായി ഖാസിം കൈ ശിരസ്സിനോടടുപ്പിച്ചു.

“അങ്ങുന്ന് എന്നോട് വളരെ കരുണ കാണിക്കുന്നു!”യാത്ര പറഞ്ഞ് നടന്നു നീങ്ങുന്നതിനിടയ്ക്ക് ഖമറിന്റെ ഒരു കടാക്ഷം കൂടി കാണാനുള്ള സൗഭാഗ്യമുണ്ടായി. എപ്പോഴൊക്കെ കണ്ടുമുട്ടാൻ സാധിച്ചിട്ടുണ്ടോ അപ്പോഴെല്ലാമെന്നതുപോലെ ഇപ്പോഴും അവരുടെ സ്നേഹവും അനുതാപവും ഖാസിമിനെ വല്ലാതെ സ്വാധീനിച്ചു. ഇതുപോലൊരു അനുതാപം താൻ മുമ്പൊരിക്കലും അനുഭവിച്ചിട്ടേയില്ല. തനിക്കൊരിക്കലും ലഭിച്ചിട്ടില്ലാത്ത മാതൃവാത്സല്യത്തെക്കുറിച്ചൊക്കെ കുറച്ച് കേട്ടിട്ടുണ്ടെന്നത് മാത്രമാണ് ആകെ അപവാദമായിട്ടുള്ളത്. തന്റെ ഉമ്മ ഇന്ന് ജീവിച്ചിരിപ്പുണ്ടായിരുന്നെങ്കിൽ നാല്പത് വയസ്സ് തോന്നിക്കുന്ന ഇവരെപ്പോലെ ഇരുന്നേനേ. കൈക്കരുത്തും അക്രമവും അഹന്തയായി കൊണ്ടുനടക്കുന്നൊരു തെരുവിൽ ഈ സ്നേഹം തികച്ചും വിചിത്രം തന്നെയാണ്. അതിനേക്കാൾ അതിശയം ജനിപ്പിക്കുന്നത് അവരുടെ ദീപ്തമായ സൗന്ദര്യവും പിന്നെ അത് തന്റെ ആത്മാവിൽ നിറയ്ക്കുന്ന ആനന്ദവും മാത്രമായിരിക്കും. മരുഭൂമിയിലെ ആവേശം നിറഞ്ഞ സാഹസികയാത്രകളും അത് സൃഷ്ടിക്കുന്ന കത്തിയാളുന്ന വിശപ്പും ശോകാർദ്രമായ ദാഹവുമൊന്നും ഒന്നുമല്ലാതാകുന്നു ഇതിന് മുന്നിൽ.

വടി തോളിൽവച്ച് കൊച്ചാപ്പയുടെ വീട്ടിലേക്ക് നടക്കുമ്പോൾ വികാര പരവേശം കാരണം മുന്നിലുള്ളതൊന്നും കാണാൻ കഴിയുന്നില്ല. വീടിന്റെ മുറ്റത്തേക്ക് നോക്കിനിൽക്കുന്ന മട്ടുപ്പാവിൽ ഖാസിമിനേയും പ്രതീക്ഷിച്ച് കാത്തിരിക്കുകയായിരുന്നു ആ കുടുംബം. അവർ മൂന്ന് പേർക്കൊപ്പം ചെന്നിരുന്നപ്പോൾ മുന്നിലെ ചെറിയ മേശപ്പുറത്ത് അത്താഴത്തിനുള്ള ഫലാഫിലും വെളുത്തുള്ളിയും തണ്ണിമത്തനും തയ്യാറാക്കി വച്ചിരിക്കുന്നത് കണ്ടു. ഹസന് പ്രായം പതിനാറായി. നല്ല ഉയരവും ഉറച്ച ശരീരവുമുള്ള ഹസൻ നാളെയൊരു ദിവസം 'മരുഭൂമിയിലെ എലികളു'ടെ കോളനിയുടെ സംരക്ഷകനായി മാറുമെന്നാണ് സകരിയ്യ സ്വപ്നം കാണുന്നത്. അത്താഴം കഴിച്ചുകഴിഞ്ഞതും കൊച്ചുമ്മ മേശപ്പുറം വൃത്തിയാക്കി. സകരിയ്യ മുറ്റത്തിറങ്ങിപ്പോയതും ഖാസിമും ഹസനും അവിടെ തനിച്ചായി. പെട്ടെന്നാണ് മുറ്റത്ത് നിന്നാരോ വിളിക്കുന്ന ശബ്ദം കേട്ടത്.

'ഖാസിമേ..."

ഇരുവരും എഴുന്നേൽക്കുന്നതിനിടയ്ക്ക് ഖാസിം വിളിച്ചുപറഞ്ഞു.

"ഞങ്ങൾ ഇതാ വരുന്നു സ്വാദിഖ്."

നിറഞ്ഞ ആനന്ദത്തോടെയാണ് സ്വാദിഖ് അവരെ എതിരേറ്റത്, ഖാസിമിന്റെ ഏതാണ്ടതേ പ്രായവും ഉയരവുമായിരുന്നു സ്വാദിഖിന്റേത്. മെലിഞ്ഞിട്ടാണെന്നു മാത്രം. 'മരുഭൂമിയിലെ എലികളു' ടെ കോളനിയിൽ നിന്നും ജമാലിയ്യയുടെ അരികിലുള്ള ആദ്യത്തെ കടയിൽ ഒരു ചെമ്പ് കൊല്ലന്റെ സഹായിയായി ജോലി ചെയ്യുകയാണ് സ്വാദിഖ്.

സുഹൃത്തുക്കൾ മൂവരും കൂടി ദിൻജിലിന്റെ കാപ്പിക്കടയിലേക്ക് ചെന്നു. മുൻഭാഗത്തുള്ള ബഞ്ചിൽ ചമ്രം പടിഞ്ഞിരിക്കുന്ന കവി ത്വാസയെ കയറി ചെന്നപ്പോഴേ കണ്ടു. കോളനിയിലെ ഗുണ്ടയായ സവാരിസ് കവിയുടെ അടുത്ത് കാപ്പിക്കടയുടെ പ്രവേശന കവാടത്തിനരികെ ഇരിക്കുന്നു. സുഹൃത്തുക്കൾ നേരെചെന്ന് ഗുണ്ടയ്ക്ക് വിനയത്തോടെ അഭിവാദ്യമർപ്പിച്ചു. തങ്ങളുടെ കോളനിക്കാരനാണ് സവാരിസെന്നതിൽ ഖാസിമിനും ഹസനും അല്പം അഭിമാനം തോന്നുകയും ചെയ്തു. അവർ തങ്ങളുടെ ഇരിപ്പിടത്തിൽ ചെന്നിരുന്ന ഉടനെ വിളമ്പുകാരൻ പയ്യൻ പതിവ് സാധനങ്ങൾകൊണ്ട് വച്ചു. ഖാസിമിന് ഹുക്കയും പുതിന ഇലയിട്ട ചായയുമാണിഷ്ടം. ഖാസിമിന്റെ മുഖത്തേക്ക് അവജ്ഞയോടെ നോക്കിയ ശേഷം സവാരിസ് ചോദിച്ചു.

"എന്താടാ ചെറുക്കാ പെൺപിള്ളാരെപ്പോലെ ഒരുങ്ങിയാണല്ലോ നടപ്പ്?"

ലജ്ജ കാരണം ഖാസിമിന്റെ മുഖം ചുവന്നു.

"വൃത്തിയായി നടക്കുന്നതിൽ എന്താ കുഴപ്പം, അങ്ങുന്നേ?"

"പക്ഷേ നിന്റേത് പോലുള്ള പ്രായത്തിൽ ഇതൊക്കെ വിഡ്ഢിത്തമാണ്."

കാപ്പിക്കടയിലാകെ നിശ്ശബ്ദതയായി. ഇടപാടുകാരും കടയിലെ ഉപകരണങ്ങളും ചുമരുകളുംവരെ ഗുണ്ടയുടെ വാക്കുകൾക്കായി കാതോർക്കുകയാണ്. സുഹൃത്തിന് നേരെ ദുഃഖത്തോടെ നോക്കുമ്പോൾ അയാളുടെ വികാരങ്ങൾക്ക് എത്രമാത്രം മുറിവേറ്റിട്ടുണ്ടാകുമെന്ന് സ്വാദിഖിന് മനസ്സിലാകും. ഹസനാകട്ടെ തന്റെ ദേഷ്യം ഗുണ്ട കാണാതിരിക്കാനായി കുടിച്ചുകൊണ്ടിരുന്ന ഇഞ്ചിപ്പാനീയം നിറച്ച കപ്പിലേക്ക് മുഖം താഴ്ത്തിയിരുന്നു. കവി ത്വാസ റബാബ് തംബുരു കൈയിലെടുത്ത് തന്ത്രികൾ മീട്ടാൻ തുടങ്ങി. പിന്നീടയാൾ കങ്കാണിയായ രിഫഅത്തിനും തെരുവ് ദാദ ലഹീത്വയ്ക്കും തങ്ങളുടെ കോളനിയിലെ ഗുണ്ടയായ സവാരിസിനും അഭിവാദ്യങ്ങളർപ്പിച്ചു. പിന്നീട് കഥ പറയാൻ തുടങ്ങി:

"ഏതോ കാലടി ശബ്ദം കേൾക്കുകയാണോ എന്ന് അദ്ഹമിന് തോന്നി. പതിയെ വരുന്ന ആ ഉറച്ച കാലടികൾ വേർതിരിച്ചറിയാൻ അനുവദിക്കാത്ത തരത്തിലുള്ള സുന്ദരമായ ഏതോ സുഗന്ധമുള്ള നിഗൂഢമായ ഓർമ്മകൾ ഉണർത്തിവിടുകയാണ്. കുടിലിന്റെ പ്രവേശന കവാടത്തിലേക്ക് അദ്ഹം തിരിഞ്ഞുനോക്കി. വാതിൽ തുറന്നതും വലിയൊരു രൂപം വാതിൽപ്പടിയിൽ നിറഞ്ഞുനിൽക്കുന്നത് കണ്ടു. അദ്ഭുതത്തോടെ അയാൾ തുറിച്ചുനോക്കിപ്പോയി. പ്രതീക്ഷയും നിരാശയും കലർന്ന മനസ്സോടെ അയാൾ ഇരുളിലേക്ക് സൂക്ഷിച്ച് നോക്കി. ആളെ തിരിച്ചറിഞ്ഞതും ഉള്ളിൽ നിന്നൊരു ആർത്തനാദമാണ് പുറത്തേക്ക് വന്നത്.

"പിതാവോ?"

വളരെ പുരാതനമായൊരു ശബ്ദം കേൾക്കുന്നതുപോലെയാണ് പിന്നീട് അദ്ഹമിന് തോന്നിയത്.

"അദ്ഹം, സുഖമാണോ നിനക്ക്?" കണ്ണുകൾ നിറയുന്നതിനിടെ ഒന്നെഴുന്നേൽക്കാൻ ശ്രമിച്ചെങ്കിലും കഴിഞ്ഞില്ല. കഴിഞ്ഞ ഇരുപത് വർഷക്കാലത്തിലധികമായി അനുഭവിച്ചിട്ടില്ലാത്തൊരു നിർവൃതിയിലായിരുന്നു അദ്ഹം അപ്പോൾ."

അറുപത്തിയേഴ്

"**ഖാ**സിം ഒന്ന് നിന്നേ, നിങ്ങൾക്ക് തരാൻ എന്റെ കൈയ്യിലൊരു സാധനമുണ്ട്."

പരിചാരിക സക്കീനയുടെ വിളികേട്ടതും ഈന്തപ്പനയിൽ കെട്ടിയിട്ടിരുന്ന പെണ്ണാടിനരികെത്തന്നെ ഖാസിം കാത്തുനിന്നു. പരിചാരിക വീടിനുള്ളിലേക്ക് കയറിപ്പോയതും അയാളുടെ ഹൃദയം മിടിക്കാൻ തുടങ്ങി, ആ സ്ത്രീയുടെ ശബ്ദം നൽകുന്ന പ്രതീക്ഷ എന്തായാലും

വീട്ടുടമസ്ഥയുടെ മനസ്സിലെ എന്തെങ്കിലുമൊരു നന്മ തന്നെയായിരിക്കുമെന്ന് ശരിക്കും കൊതിച്ചുപോയി. അല്ലെങ്കിൽ ആ ശബ്ദമൊന്ന് കേൾക്കാനായെങ്കിൽ. അത് പകൽ മുഴുവൻ മരുഭൂമിയിൽനിന്ന് കത്തിയെരിയുന്ന ശരീരത്തിന് തീർത്തും കുളിർമ്മയായി മാറും. സക്കീന തിരികെ വന്നത് ഒരു പൊതിയുമായിട്ടായിരുന്നു. അത് ഖാസിമിന് കൈമാറുന്നതിനിടയിൽ ആ സ്ത്രീ പറഞ്ഞു.

"ഇത് കുറച്ച് ഇറച്ചിയടയാണ്. കഴിച്ചോളൂ. ആരോഗ്യത്തിന് നല്ലതാണ്."

"കൊച്ചമ്മയോട് നന്ദിപറയണം എനിക്ക് വേണ്ടി."

പൊതി കൈപ്പറ്റുന്നതിനിടയിൽ ഖാസിം പറഞ്ഞു. ഉടനെ ജനാലയുടെ പിറകിൽ നിന്ന് ആ ശബ്ദം കേട്ടു.

"നന്ദിയൊക്കെ ദൈവത്തിനല്ലേ പറയേണ്ടത്, നല്ല മനുഷ്യാ."

അങ്ങോട്ട് നോക്കാതെ കൈ വീശിക്കാണിച്ചശേഷം തിരിഞ്ഞ് നടക്കുന്നതിനിടയിൽ 'നല്ല മനുഷ്യാ' എന്ന ആ വിളി ഉന്മാദം നിറഞ്ഞൊരാനന്ദമായി മനസ്സിൽ മുഴങ്ങുന്നുണ്ടായിരുന്നു. ഈ ആട്ടിടയൻ മുമ്പൊരിക്കലും ഇതുപോലെയുള്ള വാക്കുകൾ കേട്ടിട്ടേയില്ല. അതും ആരാണതൊക്കെ പറഞ്ഞതെന്നോർക്കണം. ഈ ദുരിതം പിടിച്ച കോളനിയിലെ ആകെയുള്ളൊരു കുലീനയായൊരു സ്ത്രീയാണ് ഖമർ. ഇരുൾ വീഴാൻ തുടങ്ങിയ തെരുവിലേക്ക് സ്നേഹത്തോടെ നോക്കിക്കൊണ്ട് ഖാസിം തന്നോട് തന്നെ പറഞ്ഞു.

"നമ്മുടെ തെരുവിലാകെ ദുരിതമായിരിക്കും. എങ്കിലും ക്ഷീണിച്ച മനസ്സുകളിൽ സന്തോഷം നിറയ്ക്കാൻ സാധിക്കുന്ന ചില കാര്യങ്ങൾ ഇപ്പോഴുമിവിടെയുണ്ട്."

പെട്ടെന്നാണ് ഈ ദിവാസ്വപ്നങ്ങളിൽ നിന്നും ഒരു നിലവിളി ശബ്ദം അയാളെ വിളിച്ചുണർത്തിയത്.

"എന്റെ പണം... എന്റെ പണം മോഷണം പോയേ." അയഞ്ഞ വെള്ള ജല്ലാബിയ കുപ്പായവും തലപ്പാവും ധരിച്ചൊരു മനുഷ്യൻ തങ്ങളുടെ കോളനിയുടെ അങ്ങേയറ്റത്ത് നിന്ന് തെരുവിലേക്ക് ഓടിവരുന്നത് കണ്ടു. സർവ്വരും അലറിവിളിക്കുന്ന ആളിന്റെ നേരേ തിരിഞ്ഞു. കുട്ടികൾ ഓടിയടുത്തെത്തി. കച്ചവടക്കാരും വാതിൽക്കൽ കുത്തിയിരിക്കുന്നവരും എത്തിനോക്കാൻ തുടങ്ങി. ജനാലകളിലും നിലവറകളിലെ കിളിവാതിലുകളിലുമൊക്കെ ആളുകൾ പ്രത്യക്ഷപ്പെട്ടു. കാപ്പിക്കടകളിൽനിന്നും പുറത്തേക്കിറങ്ങിവന്ന ഇടപാടുകാർ അയാളുടെ ചുറ്റും കൂടി. ജല്ലാബിയ കുപ്പായത്തിന്റെ കഴുത്തിലൂടെ ഒരു തടിക്കഷണം ഉള്ളിലേക്ക് കടത്തി ചൊറിഞ്ഞുകൊണ്ട് വികാരരഹിതമായ കണ്ണുകളുമായി ഇതൊക്കെ നോക്കി നിൽക്കുന്നൊരാളെ കണ്ടതും ഖാസിം അടുത്ത് ചെന്ന് ചോദിച്ചു.

“അതാരാ?”

“കങ്കാണിയുടെ വീട്ടിൽ പണിചെയ്യാൻ വന്ന അലങ്കാരപ്പണിക്കാര നാണ്.”

‘മരുഭൂമിയിലെ എലികളു’ടെ ഗുണ്ടയായ സവാരിസും രിഫാഅ കോളനിയിലെ ഗുണ്ട ഹജ്ജാജും പിന്നെ ജബൽ കോളനിയിലെ ഗുണ്ട ജൽത്വയും അരികിലേക്ക് വന്നശേഷം ആളുകളോട് ദൂരേക്ക് പോകാൻ കൽപ്പിച്ചു. ആളുകൾ പെട്ടെന്ന് തന്നെ പിറകിലേക്ക് മാറാൻ തുടങ്ങി.

“കണ്ണേറ് ബാധിച്ചതാണയാൾക്ക്.”

രിഫാഅ കോളനിയിലെ വീടുകളിലൊന്നിന്റെ ജനാലയിലൂടെ ഇതൊക്കെ നോക്കി നിന്നൊരു സ്ത്രീ വിളിച്ചുപറഞ്ഞു. ഇത് കേട്ടതും തൊട്ടടുത്ത ജബൽ കുടുംബക്കാർ താമസിക്കുന്ന ഇടത്തിലെ വീടുകളിലൊന്നിന്റെ ജനാലയിൽ നിന്ന് വേറൊരു സ്ത്രീ പ്രതികരിച്ചു.

“ശരിയാണ്. കങ്കാണിയുടെ വീട്ടുപകരണങ്ങൾ അലങ്കാരപ്പണി ചെയ്തുകഴിയുമ്പോൾ ലഭിക്കുന്ന തുകയുടെ കാര്യത്തിൽ സർവ്വർക്കും അയാളോട് അസൂയയായിരുന്നു. കണ്ണേറിൽ നിന്ന് കാത്ത് രക്ഷിക്കണേ തമ്പുരാനേ!”

ഇതിനിടയ്ക്ക് വേറൊരു വീടിന്റെ മുന്നിൽ തന്റെ കുട്ടിയുടെ തലയിൽ പേൻ നോക്കുകയായിരുന്നൊരു സ്ത്രീ പറഞ്ഞു.

“കങ്കാണിയുടെ വീട്ടിൽ നിന്നിറങ്ങുമ്പോൾ ഇയാൾ ചിരിക്കുകയായിരുന്നു. താൻ അട്ടഹസിച്ച് കരയാൻ പോകുകയാണെന്ന് അന്നേരം അയാൾ അറിഞ്ഞിരിക്കില്ല. ദൈവമേ, നശിച്ചു പോകട്ടെ ഈ പണമെല്ലാം!”

“എന്റെ പണമെല്ലാം ആരോ മോഷ്ടിച്ചേ... ഒരാഴ്ച ജോലി ചെയ്ത കൂലിയും പിന്നെ കീശയിലുണ്ടായിരുന്നതുമായ പണവുമാണ്. എന്റെ വീടിനും കടയ്ക്കും മക്കൾക്കും അവകാശപ്പെട്ട പണം. ഇരുപത് ജുനൈഹും പിന്നെ കുറെ ഖിർശും. തെമ്മാടികളെ നീ വെറുതെ വിടരുതേ തമ്പുരാനേ...’

വലിയ വായിൽ നിലവിളിക്കുന്ന പണിക്കാരനെ കണ്ടതും ജബൽ കോളനിയിലെ ഗുണ്ട ജൽത്വ ഉറക്കെപ്പറഞ്ഞു.

“ഹൂ... മിണ്ടാതിരിക്കെടാ എല്ലാവരും. ഒറ്റ നാൽക്കാലികളും മിണ്ടിപ്പോകരുത്. തെരുവിന്റെ അഭിമാനമാണ് തുലാസിലായിരിക്കുന്നത്. എന്ത് കുഴപ്പമുണ്ടായാലും അവസാനമതിന്റെ പഴികേൾക്കേണ്ടിവരുന്നത് തെരുവ് സംരക്ഷകർക്കായിരിക്കുമല്ലോ?”

“ഒരിക്കലുമില്ല. ഇയാളുടെ പണം നമ്മുടെ തെരുവിൽ നിന്നാണോ നഷ്ടപ്പെട്ടതെന്ന് ആർക്കറിയാം!”

രിഫാഅ കോളനിയിലെ ഗുണ്ട ഹജ്ജാജിന്റെ വാക്കുകൾ കേട്ടതും പണിക്കാരൻ കരയുന്നതുപോലെ പറഞ്ഞു.

“എന്റെ പണമൊക്കെ മോഷ്ടിക്കപ്പെട്ടത് നിങ്ങളുടെ തെരുവിൽ വച്ച ല്ലെങ്കിൽ ഞാനും എന്റെ ഭാര്യയും തമ്മിലുള്ള വിവാഹബന്ധം തന്നെ ഇല്ലാതാകട്ടെ! കങ്കാണിയങ്ങുന്നിന്റെ വീട്ടിൽ നിന്നാണ് എനിക്ക് പണം കിട്ടിയത്. തെരുവിന്റെ ഇങ്ങേയറ്റത്തെത്തി കീശ തപ്പിനോക്കുമ്പോഴേക്കും എല്ലാം പൊയ്ക്കഴിഞ്ഞിരുന്നു.”

ആളുകൾ ബഹളം വയ്ക്കാൻ തുടങ്ങിയതും ഹജ്ജാജ് ഒച്ചവച്ചു.

“മിണ്ടാതിരിക്കെടാ വിഡ്ഢിക്കോമരങ്ങളെ! എടോ, താൻ ഞാൻ പറയുന്നത് കേൾക്ക്. പണം നഷ്ടമായ കാര്യം തനിക്ക് എവിടെ വച്ചാണ് ശരിക്കും മനസ്സിലായത്?”

‘മരുഭൂമിയിലെ എലികളു’ടെ കോളനിയുടെ അങ്ങേയറ്റത്തേക്ക് വിരൽ ചൂണ്ടിക്കൊണ്ട് പണിക്കാരൻ പറഞ്ഞു.

“അവിടെയുള്ള ചെമ്പ് കൊല്ലന്റെ കടയുടെ മുന്നിൽ വച്ച്. പക്ഷേ സത്യമായിട്ടും അവിടെ വച്ച് എന്റെയടുത്തേക്ക് ആരും വന്നിരുന്നില്ല.”

“എങ്കിലിയാൾ കൊള്ളയടിക്കപ്പെട്ടത് ഞങ്ങളുടെ പ്രദേശത്തേക്ക് കടക്കുന്നതിന് മുമ്പ് തന്നെയാണ്.”

‘മരുഭൂമിയിലെ എലികളു’ടെ ഗുണ്ട സവാരിസിന്റെ വാക്ക് കേട്ടതും രിഫാഅകളുടെ ഗുണ്ട ഹജ്ജാജ് പറഞ്ഞു.

“ഇയാൾ ഞങ്ങളുടെ പ്രദേശത്ത് കൂടെ കടന്ന് പോയപ്പോൾ ഞാൻ കാപ്പിക്കടയിലുണ്ടായിരുന്നു. അന്നേരം ഞങ്ങളുടെ ആളുകളാരും ഇയാളുടെ അടുത്തേക്ക് പോകുന്നത് ഞാൻ കണ്ടില്ല.”

“അതിന് ഞങ്ങളുടെ പ്രദേശത്ത് കള്ളന്മാരൊന്നുമില്ല. ഈ തെരുവിലെ തന്നെ ഏറ്റവും ഉത്തമരായ ആളുകളാണ് ജബൽ കുടുംബ ക്കാർ!”

ജബൽ കുടുംബക്കാരുടെ ഗുണ്ട ജൽത്വയ്ക്ക് ദേഷ്യമടക്കാനായില്ല. എന്നാൽ അയാൾ പറഞ്ഞത് ഹജ്ജാജിന് തീരെ ഇഷ്ടപ്പെട്ടില്ല.

“ജൽത്വാ മതിയാക്കൂ... തെരുവിലെ ഉത്തമമായ ആളുകളെന്ന് പറയാൻ നിങ്ങൾക്ക് നാണമില്ലേ? ”

“ആർക്കും നിഷേധിക്കാനാകാത്ത കാര്യമാണത്.”

“എന്റെ ഉള്ളിലെ പിശാചിനെ വെറുതെ ഇളക്കിവിടരുത് കേട്ടോ? പഴഞ്ചൻ വിശ്വാസങ്ങൾ തുലയട്ടെ!”

“ അതെ തുലയട്ടെ... ഒരായിരം തവണ. പക്ഷേ പഴഞ്ചൻ വിശ്വാസ ങ്ങളൊന്നും ഞങ്ങളുടെ പ്രദേശത്തില്ലതന്നെ!”

ഗുണ്ടകൾ പരസ്പരം പോര് കൂടുന്നത് കണ്ടതും പണിക്കാരൻ കരഞ്ഞുകൊണ്ട് യാചിച്ചു.

“എന്റെ പണം നിങ്ങളുടെ തെരുവിൽവച്ചാണ് നഷ്ടമായത്. നിങ്ങ ളൊക്കെ ഉത്തമരായ ആളുകളാണെന്നൊക്കെ എനിക്കറിയാം. പക്ഷേ

എന്റെ പണമെവിടെപ്പോയി? ഫൻജരീ... എന്റെ വീട്ടുകാരുടെ അവസ്ഥ യിനിയെന്താകും?"

"നമുക്ക് പരിശോധിക്കാം. ഓരോ ആണിനേയും പെണ്ണിനേയും പരി ശോധിക്കണം. കുട്ടികളേയും ഒരോ മൂലയും അരിച്ചുപെറുക്കണം."

ഹജ്ജാജിന്റെ വാക്ക് കേട്ടതും ജൽത്വ പറഞ്ഞു.

"പരിശോധിച്ചോളൂ. കള്ളനെ പിടികൂടാം പക്ഷേ അത് ജബൽ കുടുംബത്തിലൊരാളാകില്ല."

"ഇയാൾ കങ്കാണിയുടെ വീട്ടിൽ നിന്നിറങ്ങി ആദ്യം കടന്നുപോയത് ജബലുകാരുടെ സ്ഥലത്തുകൂടിയാണല്ലോ? അതിനാൽ പരിശോധന അവിടെ നിന്നുതന്നെ തുടങ്ങണം."

ഹജ്ജാജിന്റെ നിർദ്ദേശം ജൽത്വയെ വിറളി പിടിപ്പിച്ചു. "ജൽത്വ ജീവിച്ചിരിക്കുമ്പോൾ അത് നടക്കില്ല. ഹജ്ജാജേ... നീയാരാണെന്ന ഓർമ്മ വേണം. അതുപൊലെ ഞാനാരാണെന്നും."

"അതിന് എന്റെ ദേഹത്തിനി രോമം വളരാൻ സ്ഥലമൊന്നും ബാക്കി യില്ലല്ലോ?"

"എന്റെ ഉള്ളിലെ പിശാചിനെ ഇളക്കിവിടരുതേ..."

"ഈ ലോകത്തെ സർവ്വപിശാചുക്കളേയും നേരിടാൻ ഞാൻ തയ്യാ റാണെങ്കിലോ?"

"നിങ്ങൾ എന്റെ പണത്തിന്റെ കാര്യംപറയൂ. നിങ്ങളുടെ തെരുവിൽ വച്ചാണ് ഞാൻ കൊള്ളയടിക്കപ്പെട്ടതെന്ന് ആളുകൾ അപവാദം പറയുന്ന തിൽ നിങ്ങളൊരു തെറ്റും കാണുന്നില്ലേ?"

പണിക്കാരന്റെ പരിവേദനം കേട്ടതും സ്ത്രീകളിലാരോ അലറുന്നത് കേട്ടു.

"സമാധാനമായില്ലേ? നിങ്ങളൊക്കെ കാരണം ഈ തെരുവിന്റെ പേര് ചീത്തയാവാൻ പോകുകയാണ്."

"എന്തുകൊണ്ട് പണം 'മരുഭൂമിയിലെ എലികളു'ടെ പ്രദേശത്തുവച്ച് നഷ്ടപ്പെട്ടുകൂടാ? അവന്മാരധികവും കള്ളന്മാരും തെണ്ടികളുമല്ലേ?"

"അതിന് ഞങ്ങളുടെ കൂട്ടത്തിലെ കള്ളന്മാരാരും സ്വന്തം തെരുവിൽ മോഷണം നടത്താറില്ല."

സവാരിസിന്റെ വാദം കേട്ടതും ആരോ തിരക്കി.

"അതെങ്ങനെ അറിയാനാണ്?"

കോപം കാരണം സവാരിസിന്റെ കണ്ണുകൾ ചുവന്നുപോയിരുന്നു.

"കൂടുതൽ പ്രസംഗമൊന്നും വേണ്ട. എന്തായാലും പരിശോധന നടത്തിയാൽ കള്ളനാരെന്ന് വെളിപ്പെടുമല്ലോ? അല്ലാത്ത പക്ഷം ഇത് തെരുവിന്റെ അന്ത്യമായിരിക്കും!"

“മരുഭൂമിയിലെ എലികളു' ടെ സ്ഥലത്ത് നിന്ന് തന്നെ പരിശോധന തുടങ്ങണം.”

ഒന്നിലധികം ആളുകളുടെ ആവശ്യംകേട്ടതും സവാരിസ് അട്ടഹസിച്ചു.

“പരിശോധനയ്ക്കൊക്കെ ഒരു രീതിയും ക്രമവുമുണ്ട്. അത് മറി കടക്കാൻ ആരെങ്കിലും ശ്രമിച്ചാൽ എന്റെ കുറുവടി പതിച്ചിരിക്കും അവന്റെ മുഖത്ത്”.

സവാരിസ് കുറുവടിയുയർത്തിയതും സഹായികൾ അയാൾക്ക് ചുറ്റും കൂടി. ഇത് തന്നെയാണ് രിഫാഅക്കാരുടെ ഗുണ്ട ഹജ്ജാജും ചെയ്തത്. ജൽത്വയും ജബൽ കുടുംബക്കാരുടെ കോളനിയിലേക്ക് പിന്മാറിയശേഷം ആളുകളെ സംഘടിപ്പിച്ചു. പണിക്കാരൻ കണ്ണീരോടെ ഒരു വീടിന് മുന്നി ലേക്ക് മാറിനിന്നു. ഇരുൾ പരക്കാറായിരിക്കുന്നു. രക്തരൂക്ഷിതമായൊരു പോരാട്ടം ഇതാ തുടങ്ങാൻ പോകുകയാണെന്ന് സർവ്വരും പ്രതീക്ഷിക്കുക യാണ്.

അന്നേരമാണ് ഖാസിം തെരുവിന്റെ മധ്യഭാഗത്തേക്ക് കയറിവന്നത്. ശേഷം അയാൾ ഉറക്കെ വിളിച്ചുപറഞ്ഞു.

“നോക്കൂ, രക്തം ചിന്തിയാലൊന്നും നഷ്ടപ്പെട്ട പണം തിരിച്ചുകിട്ടില്ല. ജബലാവി തെരുവിലേക്ക് പോയാൽ... അവിടത്തെ കങ്കാണിയുടേയോ തെരുവ് സംരക്ഷകരുടേയോ സംരക്ഷണമുണ്ടെങ്കിൽപോലും നിങ്ങൾ കൊള്ളയടിക്കപ്പെട്ടിരിക്കുമെന്ന് ജമാലിയ്യയിലും, അൽ-ദർറാസയിലും അത്വൂഫിലുമൊക്കെയുള്ള ആളുകൾ പറയും.”

“ഈ ആട്ടിടയന് എന്താ വേണ്ടത്?”

ജബൽ കുടുംബത്തിലാരോ ചോദിച്ചു.

“ഒരു പോരാട്ടവും കൂടാതെ പണം അതിന്റെ ഉടമസ്ഥന് തിരികെ കിട്ടാൻ എന്റെ കൈയ്യിലൊരു ഉപായമുണ്ട്.”

“എനിക്ക് സമ്മതമാണ്.” പണിക്കാരൻ ഖാസിമിനരികിലേക്ക് ഓടിയടുത്തു.

“കള്ളനാരാണെന്ന് ആരുമറിയാതെ തന്നെ പണം ഉടമയ്ക്ക് തിരികെ ക്കിട്ടും.”

ഖാസിമിന്റെ വാക്കുകൾ കേട്ടതും നിശ്ശബ്ദത പരന്നു. എല്ലാവരും അതിശ്രദ്ധയോടെ അയാളെത്തന്നെ നോക്കുകയാണ്.

“അധികം വൈകാതെ ഇരുൾ പരക്കും. അതുവരെ നമുക്ക് കാത്തി രിക്കാം. തെരുവിലെ വിളക്കുകളെല്ലാം അണയ്ക്കണം. ശേഷം നാമെ ല്ലാവരും തെരുവിന്റെ ഒരറ്റം മുതൽ മറ്റേയറ്റംവരെ നടക്കണം. അങ്ങനെ യാകുമ്പോൾ സംശയം ഒരു പ്രത്യേക പ്രദേശത്തിന് മേൽപതിക്കില്ല. ഇതിനിടയിൽ പണം കവർന്നെടുത്തയാളിന് അത് ഉപേക്ഷിക്കാനുള്ള

അവസരം കിട്ടും. വിവരം ആരുമറിയുകയുമില്ല. ശേഷം പണം കണ്ടെടുക്കുന്നതിലൂടെ നമുക്കീ തെരുവിനെ ഒരു പോരാട്ടത്തിൽ നിന്നും രക്ഷിക്കുകയും ചെയ്യാം."

പണിക്കാരൻ ഖാസിമിന്റെ കരം കവർന്നശേഷം വിനയത്തോടെ പറഞ്ഞു.

"അതെ, ഇതുതന്നെയാണ് പറ്റിയ പരിഹാരം. ദയവായി നിങ്ങളിത് സ്വീകരിക്കണം... എന്നെക്കരുതിയെങ്കിലും."

"നല്ലൊരു ആശയം തന്നെയാണിത്."

"കള്ളന് രക്ഷപ്പെടാനുള്ള വഴിയാണിത്. ഒപ്പം തെരുവിനും രക്ഷപ്പെടാം."

ഒരു സ്ത്രീ നീട്ടി കുരവയിട്ടു. ജനങ്ങളാകട്ടെ മൂന്ന് ഗുണ്ടകളേയും പ്രതീക്ഷയോടും ഭയത്തോടും കൂടി മാറിമാറി നോക്കുകയാണ്. അഹന്ത കാരണം ഈ നിർദ്ദേശം ആദ്യമംഗീകരിക്കാനുള്ള മടിയായിരുന്നു ഗുണ്ടകൾക്ക്. വിവേകം വിജയം നേടുമോ അതോ കുറുവടികൾ കൂട്ടിമുട്ടി രക്തം ചിന്തുന്നതിൽ കാര്യങ്ങൾ അവസാനിക്കുമോ എന്നാണിനി അറിയാനുള്ളത്. പെട്ടെന്നാണ് സുപരിചിതമായൊരു ശബ്ദം കേട്ടത്.

"ഹൂ..."

ശബ്ദം കേട്ട ഭാഗത്തേക്ക് ആളുകളുടെയാകെ ശിരസ്സുകൾ തിരിഞ്ഞു. തന്റെ വീടിനരികിൽനിന്നും വളരെയകലെയല്ലാതെ തെരുവിന്റെയാകെ ദാദയായ ലഹീത്വ നിൽക്കുകയാണ്. സർവ്വരും നിശ്ശബ്ദരായി. അയാൾക്കെന്താണ് പറയാനുള്ളതെന്നറിയാനായി ശ്വാസമടക്കിപ്പിടിച്ച് നിന്നു.

"ആ നിർദ്ദേശം സ്വീകരിക്കെടാ നാടോടികളേ...വിഡ്ഢികളല്ലായിരുന്നെങ്കിൽ നിങ്ങൾക്കൊരു ആട്ടിടയന്റെ സഹായം വേണ്ടി വരില്ലായിരുന്നു."

ആശ്വാസത്തിരയായിരുന്നു ആളുകൾക്കിടയിൽ നിറഞ്ഞത്. സ്ത്രീകൾ ആനന്ദത്തോടെ കുരവയിട്ടു. അതോടെ ഖാസിമിന്റെ നെഞ്ചിടിക്കാൻ തുടങ്ങി. ഖമറിന്റെ വീട് അയാൾക്ക് കാണാം. തെരുവിനഭിമുഖമായ ജനാലകളിലൊന്നിലൂടെ ആ കറുത്ത കണ്ണുകൾ തന്നെത്തന്നെ നോക്കി നിൽക്കുകയായിരിക്കുമെന്ന കാര്യം ഖാസിമിനുറപ്പായിരുന്നു. അതോടെ മനസ്സിൽ അതിരറ്റ ആനന്ദം നിറഞ്ഞു. തനിക്ക് തീരെ പരിചിതമല്ലാത്ത തരത്തിലുള്ള വലിയൊരു വിജയഭാവം നിറയുകയായിരുന്നു അയാളുടെ മനസ്സിൽ.

ആളുകളെല്ലാം ഇരുട്ട് പരക്കാൻ കാത്തിരിക്കുകയാണ്. അവർ ആകാശത്തിലേക്കും ഭൂമിയിലേക്കും മാറിമാറി നോക്കി. ഇരുട്ട് പതിയെപ്പതിയെ പരക്കുന്നത് അവർ കണ്ടു. കെട്ടിടങ്ങൾ ഓരോന്നായി അപ്രത്യക്ഷമാകാൻ തുടങ്ങി. ആളുകളുടെ മുഖങ്ങൾ കാണാൻ കഴിയാതായതോടെ വെറും രൂപങ്ങളായി മാറുകയായിരുന്നു സർവ്വരും. മരുഭൂമിയിലേക്ക് നീളുന്ന മാളികയ്ക്ക് ചുറ്റുമുള്ള രണ്ട് പാതകളും ഇരുളിൽ

മുങ്ങിപ്പോയിരിക്കുന്നു. അതോടെ തെരുവിലുള്ളവരുടെ രൂപങ്ങൾ പതിയെ മാളികയുടെ നേരെ നീങ്ങാൻ തുടങ്ങി. പിന്നീടവർ തെരുവിലൂടെ ജമാലിയ്യ ലക്ഷ്യമാക്കി നടന്നു. ശേഷം സർവ്വരും അവരവരുടെ കോളനികളിലേക്ക് പിരിഞ്ഞുപോയി.

"വിളക്കുകൾ കത്തിക്കൂ."

ലഹീത്വയുടെ കല്പനാസ്വരം അവിടമാകെ നിറഞ്ഞു.

'മരുഭൂമിയിലെ എലികളു'ടെ കോളനിയിലുള്ള ഖമറിന്റെ വീട്ടിലായിരുന്നു ആദ്യം വിളക്ക് തെളിഞ്ഞത്. പിന്നാലെ ഉന്തുവണ്ടികളിലെ റാന്തൽ വിളക്കുകളും കാപ്പിക്കടകളിലെ വിളക്കുകളും കത്തിയതോടെ തെരുവ് വീണ്ടും സജീവമായി. ഇതിനിടയിൽ കൈകളിൽ വിളക്കുമായി കുറച്ചാളുകൾ തെരുവ് പരിശോധിക്കാൻ തുടങ്ങി. അല്പം കഴിഞ്ഞതും അവരിലൊരാൾ അലറിവിളിച്ചു.

'പണസഞ്ചി ഇവിടെയുണ്ടേ..."

പണിക്കാരൻ ഫൻജരി അവിടേക്ക് കുതിച്ചെത്തി. പണസഞ്ചി വാങ്ങി പണം എണ്ണിനോക്കിയശേഷം അയാൾ തിരിഞ്ഞുനോക്കാതെ ജമാലിയ്യ ലക്ഷ്യമാക്കി ഓടിപ്പോയി. ഇത് കണ്ടതും ആളുകൾ പൊട്ടിച്ചിരിക്കാനും കുരവയിടാനും തുടങ്ങി.

ആളുകളെല്ലാം തന്നെത്തന്നെ നോക്കുന്നത് ഖാസിം തിരിച്ചറിഞ്ഞു. ആശംസകളും തമാശകളുമൊക്കെ തന്നെക്കുറിച്ചാണ്. പനിനീർപൂക്കളെപ്പോലെ തന്റെ പാദങ്ങളിൽ പതിക്കുന്നത് നല്ല വാക്കുകൾ മാത്രമാണ്.

അന്ന് രാത്രി ഖാസിമും ഹസനും സ്വാദിഖും കൂടി 'മരുഭൂമിയിലെ എലി'കളുടെ കോളനിയിലെ കാപ്പിക്കടയിലേക്ക് ചെന്നതും ഗുണ്ടയായ സവാരിസ് പുഞ്ചിരിയോടെ അവരെ സ്വീകരിച്ചു.

"എന്റെ കണക്കിൽ ഖാസിമിനൊരു ഹുക്ക കൊടുക്കൂ."

അറുപത്തിയെട്ട്

ലജ്ജ നിറഞ്ഞ മുഖവും തിളങ്ങുന്ന കണ്ണുകളോടും പുഞ്ചിരിയോടും ആനന്ദം നിറഞ്ഞ ഹൃദയത്തോടും കൂടിയായിരുന്നു ആടിനെ മേയ്ക്കാൻ കൊണ്ടുപോകാനായി ഖമറിന്റെ വീട്ടുമുറ്റത്തേക്ക് ഖാസിം കയറിവന്നത്.

"ഞാനിതാ വന്നിരിക്കുന്നു."

പടിക്കെട്ടിന് കീഴിൽ കെട്ടിയിട്ടിരുന്ന നഅ്മയെ അഴിച്ചുകൊണ്ട് പോകാൻ ശ്രമിക്കുന്നതിനിടയിൽ ഖാസിം പറഞ്ഞു. അപ്പോഴാണ് സ്ത്രീകൾ താമസിക്കുന്ന ഭാഗത്തെ വാതിൽ തുറക്കുന്ന ശബ്ദം കേട്ടത്.

"നമസ്കാരം."

ഖമറിന്റെ ശബ്ദമായിരുന്നത്.

“നമസ്കാരം അങ്ങുന്നേ. ദൈവം സന്തോഷം നൽകട്ടെ.”

“ഇന്നലെ നിങ്ങൾ നമ്മുടെ തെരുവിന് വലിയൊരു നന്മയാണ് ചെയ്തത്.”

ഖാസിമിന്റെ ഹൃദയം ആനന്ദംകൊണ്ട് തുള്ളിച്ചാടിപ്പോയി.

“ദൈവമെനിക്ക് വഴികാട്ടിത്തന്നു. അതുകൊണ്ടാണ്.”

“കൈക്കരുത്തിനേക്കാൾ മികവ് വിവേകത്തിനാണെന്ന് നിങ്ങൾ നമ്മെ പഠിപ്പിച്ചു.”

ആദരവ് നിറഞ്ഞ മധുരസ്വരത്തിൽ ഖമർ പറഞ്ഞു.

“നിങ്ങളുടെ സ്നേഹം വിവേകത്തെക്കാളൊക്കെ വിലപ്പെട്ടതാണ്.” ഖാസിമിന്റെ മനസ്സ് പറഞ്ഞതങ്ങനെയായിരുന്നു.

“ദൈവത്തിന് നന്ദി.”

ഖമർ പുഞ്ചിരിച്ചു.

“ആട്ടിൻകൂട്ടത്തെ പരിപാലിക്കുന്നത് പോലെയല്ലേ നിങ്ങൾ ഈ തെരുവിന്റെ സന്തതികളെ കൈകാര്യം ചെയ്യുന്നത് നാം കണ്ടത്. സുഖമായി പോയിട്ട് വരൂ.”

നഅമയുമായി അവിടെ നിന്നും പുറപ്പെട്ട ഖാസിം ഓരോ വീട് പിന്നിടുന്തോറും ഒരു ആണാടോ, പെണ്ണാടോ, ആട്ടിൻകുട്ടിയോ, തള്ളയാടോ ഒക്കെ അയാളുടെ ആട്ടിൻകൂട്ടത്തോട് ചേർന്നു കൊണ്ടിരുന്നു. സർവ്വരും അയാളെ സ്വാഗതം ചെയ്യാൻ തുടങ്ങി. മുമ്പ് തന്നെ അവഗണിച്ചിരുന്ന ഗുണ്ടകൾവരെ ഇപ്പോൾ അയാളുടെ അഭിവാദ്യങ്ങൾക്ക് മറുപടി പറയാൻ തുടങ്ങിയിരിക്കുന്നു. മാളികയുടെ മതിലിനോട് ചേർന്ന പാതയിലൂടെ വലിയൊരു കൂട്ടം ആട്ടിൻപറ്റത്തിന്റെ പിന്നാലെ ഖാസിം മരുഭൂമിയിലേക്ക് നീങ്ങി. മുഖത്തം മലയുടെ മുകളിൽ പതിയിരിക്കുന്ന കത്തുന്ന സൂര്യനും പ്രകാശമയമായ പ്രഭാതത്തിലെ ചൂടുള്ള നിശ്വാസങ്ങളുമായിരുന്നു ഖാസിമിനെ മരുഭൂമിയിൽ കാത്തിരുന്നത്. മലയടിവാരത്തായി കുറച്ച് ആട്ടിടയന്മാരെയും കണ്ടു. പഴകിയ വസ്ത്രം ധരിച്ചൊരു മനുഷ്യൻ പുല്ലാങ്കുഴലൂതിക്കൊണ്ട് കടന്നുപോയി. തെളിഞ്ഞ ആകാശത്ത് റാകിപ്പറക്കുന്ന പരുന്തിൻകൂട്ടങ്ങൾ. ഓരോ നിശ്വാസത്തിലും ശുദ്ധവും നിർമ്മലവുമായ വായുവായിരുന്നു ശ്വാസകോശത്തിലേക്കെത്തുന്നത്. കൂറ്റൻ മല കണ്ടപ്പോൾ മോഹവാഗ്ദാനങ്ങളുടെ മഹത്തായ നിധിയാണെന്ന് തോന്നിപ്പോകുന്നു. മരുഭൂമിയിലേക്ക് കണ്ണുനട്ടിരിക്കുമ്പോൾ അതിശയകരമായ ആനന്ദം നിറയുകയായിരുന്നു മനസ്സിലാകെ. അറിയാതെ മനസ്സ് പാടിപ്പോയി.

“മധുരതരവും സുന്ദരവുമായ മേലേ ഈജിപ്ത്
നിന്റെ പേര് പച്ചകുത്തിയിരിക്കുകയല്ലേ എന്റെ കൈകളിൽ!”

ഹിന്ദിന്റേയും ഖദ്‌രിയുടേയും ഉരുളൻപാറയ്ക്ക് നേരെയും ഹുമാമും രിഫാഅയും കൊല്ലപ്പെട്ട ഇടത്തേക്കും ജബലാവിയും ജബലും സംഗമിച്ച സ്ഥലത്തേക്കുമൊക്കെ മാറിമാറി നോക്കുകയായിരുന്നു ഖാസിമിന്റെ കണ്ണുകൾ. ഇവിടെയാണ് സൂര്യനും മലയും മണൽക്കാടും പ്രതാപവും പ്രണയവും മരണവുമൊക്കെയുള്ളത്. ഒപ്പം പ്രണയം തുളുമ്പുന്നൊരു മനസ്സും. പക്ഷേ ഇതിന്റെയൊക്കെ അർത്ഥമെന്തായിരിക്കുമെന്ന് ചോദിച്ചു പോകുകയാണ് ഖാസിം. കഴിഞ്ഞതും വരാനിരിക്കുന്നവയുമായ സംഭവങ്ങളേയും പോരടിക്കുന്ന കോളനികളേയും ഊതിവീർത്ത ഗുണ്ടകളേയും ചില്ലറ വ്യത്യാസങ്ങളോടെ ഏതാണ്ടെല്ലാ കാപ്പിക്കടകളിലും അവതരിപ്പിക്കപ്പെടുന്ന കഥകളേയും കുറിച്ചൊക്കെ മനസ്സ് ചോദിക്കുകയാണ്, എന്താണിവയുടെയൊക്കെ അർത്ഥമെന്ന്.

ഉച്ചയ്ക്ക് കുറച്ച് മുമ്പ് ഖാസിം തന്റെ ആടുകളേയും തെളിച്ചുകൊണ്ട് മുഖത്തം കമ്പോളത്തിലേക്ക് പോയി. അവിടെ നേരേ യഹ്‌യയുടെ കുടിലിലേക്ക് ചെന്നു.

“ഇന്നലെ നീ നമ്മുടെ തെരുവിൽ ചെയ്ത കാര്യത്തെക്കുറിച്ച് കേട്ടു. എന്താണിതൊക്കെ?”

യഹ്‌യായുടെ ചോദ്യം കേട്ടപ്പോഴുണ്ടായ നാണം ഖാസിം ചായ കുടിക്കുന്നതിലൊളിപ്പിച്ചു.

“അവന്മാരെയൊക്കെ പരസ്പരം പോരടിച്ച് ചാകാൻ വിടേണ്ടതായിരുന്നു നല്ലത്.”

“ഇത് താങ്കൾ തന്നെയാണോ പറയുന്നത്?” തല ഉയർത്താതെ ഖാസിം ചോദിച്ചു. യഹ്‌യായുടെ പ്രതികരണത്തിൽ മുന്നറിയിപ്പിന്റെ സ്വരമുണ്ടായിരുന്നു.

“ആരാധകരിൽ നിന്നകന്ന് നിൽക്കണം. അല്ലെങ്കിലത് ഗുണ്ടകളെ പ്രകോപിപ്പിക്കും.”

“എന്നെപ്പോലുള്ള ആളുകൾ എങ്ങനെയാണ് ഗുണ്ടകളെ പ്രകോപിപ്പിക്കുന്നത്?”

വൃദ്ധൻ നെടുവീർപ്പിട്ടു.

“രിഫാഅയെ ഒരാൾ ഒറ്റിക്കൊടുക്കുമെന്ന് ആരെങ്കിലും സങ്കല്പിക്കുകയെങ്കിലും ചെയ്തിട്ടുണ്ടോ?”

“മഹാനായ രിഫാഅയും ഈ ഞാനും തമ്മിൽ ഇങ്ങനെയൊരു കാര്യത്തിലെങ്കിലും സാമ്യമുണ്ടായല്ലോ?”

ഖാസിമിന്റെ സ്വരത്തിൽ അതിശയം നിറഞ്ഞിരുന്നു. യാത്ര പറഞ്ഞിറങ്ങാൻ നേരം വൃദ്ധൻ ഓർമ്മിപ്പിച്ചു.

“ഞാൻ നിനക്ക് നൽകിയ മന്ത്രത്തകിട് എപ്പോഴും സൂക്ഷിക്കണം കേട്ടോ.”

അന്ന് വൈകുന്നേരം ഹിന്ദിന്റെ ഉരുളൻ പാറയുടെ തണലിൽ ഇരിക്കു മ്പോഴായിരുന്നു പരിചാരിക സക്കീനയുടെ ശബ്ദം കേട്ടത്:

“നഅമാ...”

ചാടി എഴുന്നേറ്റ ഖാസിം ഉരുളൻ പാറയുടെ മറുവശത്തേക്ക് ചെന്നു. പെണ്ണാടിന്റെ അരികിൽ വന്ന് നിന്ന് മുഖത്ത് തഴുകുകയാണ് സക്കീന. പുഞ്ചിരിയോടെ ഖാസിം അവരെ സ്വാഗതം ചെയ്തു.

“അൽ-ദർറാസയിലേക്ക് പോകുകയാണ്. അങ്ങോട്ടുള്ള എളുപ്പവഴി യായതിനാലാണ് ഇതുവഴി വന്നത്” ‘

“പക്ഷേ ഇത് വളരെ ചൂട് പിടിച്ച വഴിയല്ലേ?”

“അതുകൊണ്ടാണ് ഉരുളൻപാറയുടെ തണലിൽ അല്പം വിശ്രമി ക്കാമെന്ന് കരുതിയത്.”

കൈയിലിരുന്ന വടി നിലത്ത് വച്ചശേഷം ഖാസിം സക്കീനയുടെ സമീപത്ത് ചെന്നിരുന്നു.

“ഇന്നലെയുള്ള നിങ്ങളുടെ പ്രവർത്തി കണ്ടപ്പോൾ എനിക്കൊരു കാര്യം മനസ്സിലായി. മരിക്കുന്നതിനുമുമ്പ് ഉമ്മ നിങ്ങൾക്കായി ആത്മാർത്ഥ മായി പ്രാർത്ഥിച്ചിട്ടുണ്ടാകും.”

“നിങ്ങൾ എനിക്ക് വേണ്ടി പ്രാർത്ഥിക്കില്ലേ?” പുഞ്ചിരിയോടെയുള്ള ഖാസിമിന്റെ ചോദ്യം കേട്ടതും മുഖത്തെ കൗശലം മറച്ചുകൊണ്ട് സക്കീന പറഞ്ഞു:

“നിങ്ങളെപ്പോലുള്ളൊരാൾക്ക് നല്ലൊരു സ്ത്രീയെ ഭാര്യയായി കിട്ടണേ എന്നായിരിക്കും ഞാൻ പ്രാർത്ഥിക്കുക.”

“അതിന് ഒരു ആട്ടിടയനെ വരനായി അംഗീകരിക്കാൻ ആരെങ്കിലും തയ്യാറാകുമോ?”

ഖാസിം ചിരിയോടെ ചോദിച്ചു.

“ഭാഗ്യം അദ്ഭുതങ്ങൾ സൃഷ്ടിക്കും. ഒരു തുള്ളി രക്തംപോലും ചിന്താതെ നിങ്ങളിപ്പോൾ തെരുവ് സംരക്ഷകരായ ഗുണ്ടകളുടേത് പോലുള്ള സ്ഥാനത്തെത്തിയിരിക്കുകയല്ലേ?”

“നിങ്ങളുടെ വാക്കുകൾക്ക് തേനിനേക്കാൾ മധുരമാണ് കേട്ടോ?” ക്ഷീണിച്ച കണ്ണുകൾകൊണ്ട് ഖാസിമിന് നേരേ നോക്കുന്നതിനിടയിൽ സക്കീന ചോദിച്ചു.

“അതിശയിപ്പിക്കുന്നൊരു കാര്യം പറയട്ടെ ഞാൻ?’

“പറഞ്ഞോളൂ.”

ഖാസിമിനാകെ പരവേശമായി.

“നമ്മുടെ തെരുവിലെ കൊച്ചമ്മയെ വിവാഹമാലോചിച്ച് സ്വന്തം ഭാഗ്യ മൊന്ന് പരീക്ഷിച്ചുകൂടേ?”

ആഫ്രിക്കൻ നിഷ്കളങ്കത തുളുമ്പി നിൽക്കുന്ന സക്കീനയുടെ വാക്കുകൾ കേട്ട് ഖാസിം വല്ലാതെയായി.

"സക്കീനാ... നിങ്ങളെന്താണീ പറയുന്നത്?"

" ഞാൻ പറഞ്ഞത് മനസ്സിലായില്ല എന്ന് മാത്രം നടിക്കരുത്. നമ്മുടെ തെരുവിൽ ഒരേയൊരു കുലീനയായ സ്ത്രീയല്ലേയുള്ളൂ?"

"ഖമർ അങ്ങുന്നിന്റെ കാര്യമാണോ?"

"വേറെയാരാകാനാണ്?"

"അവരുടെ ഭർത്താവൊരു വലിയ മനുഷ്യനായിരുന്നില്ലേ? ഞാനാണെങ്കിൽ വെറുമൊരു ആട്ടിടയനും!"

ഖാസിമിന്റെ ശബ്ദത്തിൽ അല്പം വിറയലുമുണ്ടായിരുന്നു.

"ഭാഗ്യം കടാക്ഷിച്ചാൽ മറ്റെല്ലാം മാറി മറിയും. പാവങ്ങളുടെ അവസ്ഥയും അതു തന്നെയായിരിക്കും."

"ഞാൻ ഇങ്ങനെയൊരു വിവാഹാഭ്യർത്ഥനയുമായി ചെല്ലുന്നത് അവരെ ദേഷ്യം പിടിപ്പിച്ചാലോ?"

ഇരുന്നയിടത്ത് നിന്ന് എഴുന്നേൽക്കുന്നതിനിടയ്ക്ക് സക്കീന കൂട്ടിച്ചേർത്തു.

"ഒരു പെണ്ണെപ്പോഴാണ് സന്തോഷവതിയാകുന്നതെന്നോ കോപിഷ്ഠയാകുന്നതെന്നോ ആർക്കും പറയാനാകില്ല. എല്ലാം ദൈവത്തിൽ ഭാരമേല്പിക്കുക. നന്നായിരിക്കട്ടെ സർവ്വതും!"

ഖാസിം ആകാശത്തേക്ക് നോക്കി. പിന്നെ സുഖനിദ്രയിലെന്നവണ്ണം കണ്ണുകളടച്ചിരുന്നു.

അറുപത്തിയൊമ്പത്

സകരിയ്യ അന്തംവിട്ട് ഖാസിമിന്റെ മുഖത്തേക്ക് നോക്കി. ഇതുതന്നെയാണ് കൊച്ചുമ്മയുടേയും ഹസന്റേയും അവസ്ഥ. അത്താഴം കഴിഞ്ഞ ശേഷം താമസിക്കുന്ന സ്ഥലത്തിന്റെ പൂമുഖത്ത് വിശ്രമിക്കാനിരിക്കുകയായിരുന്നു അവർ.

"നീ ഇതല്ലാതെ വേറെയെന്തെങ്കിലും പറയ്. ദാരിദ്ര്യമാണെങ്കിൽ പോലും ബുദ്ധിയും മാന്യയും ഉള്ള മാതൃകായോഗ്യനായ ചെറുപ്പക്കാരനല്ലേ നീ? എന്നിട്ടും നിന്റെ സ്വബോധത്തിനിതെന്ത് പറ്റി?"

സകരിയ്യ ഖാസിമിനോട് ചോദിക്കുന്നത് കേട്ടതും കൊച്ചുമ്മയുടെ കണ്ണുകളിൽ കാര്യമെന്തെന്നറിയാനുള്ള തീക്ഷ്ണമായ ആഗ്രഹമുണ്ടായി.

"എന്നെ ഇക്കാര്യത്തിന് പ്രേരിപ്പിക്കുന്ന കാര്യം അവരുടെ പരിചാരിക തന്നെയാണ് എന്നോട് ഇക്കാര്യം പറഞ്ഞതെന്ന വസ്തുതയാണ്."

“അവരുടെ പരിചാരികയോ?”

കൊച്ചുമ്മയ്ക്ക് വിശ്വസിക്കാനാകാത്ത അവസ്ഥയായി. അവരുടെ കണ്ണുകൾ കണ്ടാൽ കൂടുതൽ വിശേഷങ്ങൾ അറിയാൻ കൊതിയുണ്ടെന്ന് തോന്നിപ്പോകും. എന്നാൽ കൊച്ചാപ്പയുടെ പരിഭ്രമം ചെറിയൊരു ചിരിയുടെ രൂപത്തിലായിരുന്നു. ശേഷം ഒന്നും മനസ്സിലാകാത്തത് പോലെ അയാൾ പറഞ്ഞു.

“അത് നീ കാര്യങ്ങൾ തെറ്റിദ്ധരിച്ചത് കൊണ്ടായിരിക്കും.”

“ഒരിക്കലുമല്ല കൊച്ചാപ്പാ.”

മനസ്സിലെ അസ്വസ്ഥത മറച്ചുപിടിച്ചുകൊണ്ട് ശാന്തമായി ഖാസിം പറഞ്ഞു.

“എനിക്കിപ്പോൾ കാര്യം മനസ്സിലായി. പരിചാരിക അങ്ങനെ പറഞ്ഞിട്ടുണ്ടെങ്കിൽ അതിനർത്ഥം കൊച്ചമ്മതന്നെ അതാഗ്രഹിക്കുന്നുണ്ടാകും.”

കൊച്ചുമ്മയുടെ വാക്കുകൾ കേട്ടതും പിതൃസഹോദരന്റെ പുത്രനോടുള്ള സ്നേഹത്തിൽ ഹസൻ പറഞ്ഞു.

“ഖാസിമിനേക്കാളും ഉത്തമനായ വേറെ ഏത് ആണൊരുത്തനാണിവിടെയുള്ളത്?

സക്കരിയ്യ തലകുനിച്ചിരുന്ന് പിറുപിറുക്കാൻ തുടങ്ങി.

“നല്ല ഉരുളക്കിഴങ്ങേ... വേവിച്ച ഉരുളക്കിഴങ്ങേ...” പക്ഷേ നിന്റെ കൈയിൽ പണമൊന്നുമില്ലല്ലോ?

“അതിന് ഇവൻ അവരുടെ പെണ്ണാടിനെ മേയ്ക്കാൻ കൊണ്ടുപോകുന്നയാളല്ലേ? അതവഗണിക്കാൻ അവർക്കുമാകില്ല. പിന്നെ ഖാസിം, നഅമയോടുള്ള ബഹുമാനം കാരണം നീ ഇനി ജീവിതത്തിലൊരിക്കലും പെണ്ണാടിനെ അറുക്കരുത്. കേട്ടോ?” കൊച്ചുമ്മയുടെ തമാശ കേട്ടതും ഹസൻ ആലോചിച്ചുറച്ചപോലെ പറഞ്ഞു.

“പല ചരക്ക് വ്യാപാരിയായ ഉവൈസ് ഖമർ കൊച്ചമ്മയുടെ പിതൃസഹോദരനാണ്. നമ്മുടെ പ്രദേശത്തെ ഏറ്റവും വലിയ സമ്പന്നനാണയാൾ. ആ മനുഷ്യൻ നമ്മുടെ ബന്ധുവായി മാറുന്നു. ഗുണ്ടയായ സവാരിസും നമ്മുടെ അടുപ്പക്കാരൻ തന്നെ. ഒന്നാലോചിച്ചുനോക്കിക്കേ, എത്ര മനോഹരമാണല്ലേ കാര്യങ്ങളൊക്കെ!”

“കങ്കാണിയങ്ങുന്നിന്റെ ഭാര്യ അമീന അങ്ങുന്നിന്റെ ബന്ധുകൂടിയാണ് ഖമർ കൊച്ചമ്മ. അവരുടെ മരിച്ചുപോയ ഭർത്താവ് അമീന അങ്ങുന്നിന്റെ ബന്ധുവായിരുന്നു.”

കൊച്ചുമ്മയുടെ വാക്കുകൾ കൂടി കേട്ടതും ഖാസിം അസ്വസ്ഥതയോടെ പറഞ്ഞു:

“ഇതൊക്കെ തന്നെയാണ് കാര്യങ്ങൾ കൂടുതൽ ദുഷ്കരമാക്കുന്നതും.”

എന്നാൽ ഈ ബന്ധം നടപ്പിലായാൽ ലഭിക്കാനിടയുള്ള സാമൂഹിക ഔന്നത്യം സങ്കല്പിച്ചതോടെ സകരിയ്യയ്ക്ക് പെട്ടെന്ന് ആവേശം കയറി.

"കങ്കാണിയുടെ വീട്ടിലെത്തിയ പണിക്കാരന്റെ പണം മോഷ്ടിക്കപ്പെട്ട ദിവസം സംസാരിച്ചത് പോലെയാവണം നീ കാര്യങ്ങൾ അവതരിപ്പിക്കേണ്ടത്. നീ ധീരനും യുക്തിമാനുമാണ്. നമുക്കൊരുമിച്ച് ഖമർ കൊച്ചമ്മയുടെ അരികിൽ പോയി വിവാഹം ആലോചിക്കാം. പിന്നീട് ഉവൈസുമായി സംസാരിക്കാം. അല്ലാതെ നാം ആദ്യം ഉവൈസിനോടാണ് കാര്യം പറയുന്നതെങ്കിൽ അയാൾ നമ്മളെ വല്ല ഭ്രാന്താലയത്തിലും കൊണ്ട് തള്ളും."

എന്തായാലും കാര്യങ്ങളൊക്കെ സകരിയ്യ തീരുമാനിച്ചതുപോലെ തന്നെ നടന്നു. അങ്ങനെ ഉവൈസ് ഖമറിന്റെ വീട്ടിലെത്തി. ഖമർ വരുന്നതും കാത്ത് സ്വീകരണമുറിയിലിരിക്കുമ്പോൾ അസ്വസ്ഥത മറയ്ക്കാനായി തന്റെ തിങ്ങിയ മീശരോമങ്ങളിലൂടെ വിരലോടിക്കുകയായിരുന്നു അയാൾ. ലളിതമായൊരു കുപ്പായവും ശിരസ്സ് മറയുന്ന കാപ്പി നിറത്തിലുള്ള സ്കാർഫും ധരിച്ചുകൊണ്ട് മുറിക്കകത്തേക്ക് കയറിവന്ന ഖമർ ആദരവോടെ ഉവൈസിനെ അഭിവാദ്യം ചെയ്തശേഷം ഒരിടത്ത് ചെന്നിരുന്നു. അവരുടെ കണ്ണുകളിൽ ശാന്തതയും നിശ്ചയദാർഢ്യവുമായിരുന്നു മിന്നിമറഞ്ഞത്.

"മോളേ, നിന്റെ കാര്യത്തിൽ എനിക്ക് നല്ല പരിഭ്രമമുണ്ട്. ഇന്നലെ എന്റെ കച്ചവട പങ്കാളിയായ മുർസിയെ തനിക്ക് യോജിച്ചയാളല്ലെന്ന് പറഞ്ഞ് നിരസിച്ച നീ ഇന്ന് വെറുമൊരു ആട്ടിടയനിൽ തൃപ്തിയടഞ്ഞെന്നാണോ പറയുന്നത്?"

ഖമറിന്റെ മുഖം ലജ്ജ കാരണം ചുവന്നുപോയിരുന്നു.

"കൊച്ചാപ്പാ... അദ്ദേഹം ദരിദ്രനാണെന്നത് ശരിയാണ്. എന്നാൽ ഖാസിമിന്റേയോ കുടുംബത്തിന്റേയോ നന്മയെ അംഗീകരിക്കാത്ത ഒരൊറ്റയൊരാൾപോലും നമ്മുടെ ഈ പ്രദേശത്തുണ്ടാകില്ല."

ഉവൈസിന് ശരിക്കും ദേഷ്യം വന്നു.

"ശരിയായിരിക്കും. പക്ഷേ അതൊരു പരിചാരകൻ വിശ്വസ്തനും വൃത്തിയുള്ളവനുമാണെന്ന് പറയുന്നതുപോലെയല്ലേ? എന്നാൽ വിവാഹപ്പൊരുത്തം വേറൊരു കാര്യം തന്നെയല്ലേ?"

അദ്ദേഹത്തെപ്പോലെ നല്ല വേറൊരു ചെറുപ്പക്കാരൻ ഈ തെരുവിലുണ്ടെങ്കിൽ എന്നോട് പറയൂ കൊച്ചാപ്പാ. സ്വന്തം വിടുവായിത്തത്തിലും കാടത്തത്തിലും അൽപ്പത്തത്തിലും മേനി നടിക്കാത്ത ഒരൊറ്റ പുരുഷനെങ്കിലും ഈ തെരുവിലുണ്ടെങ്കിൽ അയാളെയൊന്ന് കാണിച്ചു തരൂ."

ഖമറിന്റെ മര്യാദയോടെയുള്ള വാക്ക് കേട്ടതും ഉവൈസിന് പൊട്ടിത്തെറിക്കാനാണ് തോന്നിയത്. എന്നാൽ താൻ സംസാരിച്ചുകൊണ്ടിരിക്കുന്നത് കേവലം സഹോദരപുത്രിയോടല്ല. മറിച്ച് തന്റെ കച്ചവടത്തിൽ

തീരെ ചെറുതല്ലാത്തൊരു തുക മുതൽ മുടക്കിയിരിക്കുന്ന ആൾ കൂടിയാണ് ഖമർ. അതിനാൽ തന്നെ വലിയ മര്യാദയോടെയാണ് ഉവൈസ് പ്രതികരിച്ചത്.

“ഖമർ, എനിക്ക് ഈ തെരുവിലെ ഏതൊരു ഗുണ്ടയുമായും നിന്റെ വിവാഹം വേണമെങ്കിൽ നടത്താൻ കഴിയും. തന്റെ മറ്റു ഭാര്യമാർക്കൊപ്പം ജീവിക്കാൻ തയ്യാറായാൽ തെരുവ് ദാദയായ ലഹീത്വ വരെ നിന്നെ വിവാഹം ചെയ്യാൻ ആഗ്രഹിക്കുന്നുണ്ടാകും.”

“അതിനെനിക്ക് ഈ ഗുണ്ടകളെയൊന്നും ഇഷ്ടമല്ല. അത്തരക്കാരായ മറ്റാളുകളേയും വെറുപ്പാണെനിക്ക്. താങ്കളെപ്പോലെ നല്ലൊരു മനുഷ്യനായിരുന്നു എന്റെ വാപ്പയും. ഈ ഗുണ്ടകളിൽനിന്നും വളരെയധികം യാതന അനുഭവിച്ചയാളായിരുന്ന അദ്ദേഹത്തിന്റെ ഇവരോടുള്ള വെറുപ്പ് എനിക്കും പകർന്ന് കിട്ടിയിട്ടുണ്ട്. എന്നാൽ ഖാസിം നല്ലൊരു മനുഷ്യനാണ്. അദ്ദേഹത്തിന് പണത്തിന്റെ കുറവ് മാത്രമേയുള്ളൂ. അതാകട്ടെ എന്റെ കൈവശം ആവശ്യത്തിനുണ്ട് താനും.”

നെടുവീർപ്പോടെ ഉവൈസ് കുറേനേരെ ഖമറിനെത്തന്നെ നോക്കിയിരുന്നു. ശേഷം ഒരവസാനശ്രമമെന്നോണം അയാൾ പറഞ്ഞു.

“കങ്കാണി അവർകളുടെ ഭാര്യ അമീന അങ്ങുന്ന് നിന്നോട് പറയാനായി എന്നോടൊരു കാര്യം സൂചിപ്പിച്ചിട്ടുണ്ട്. കുറച്ചുംകൂടി ബുദ്ധികാണിക്കണമെന്നും ഈ കാണിക്കുന്ന വിഡ്ഢിത്തത്തിലൂടെ തെരുവിന്റെ മുഴുവൻ പരിഹാസപാത്രമായി മാറേണ്ടിവരുമെന്നാണ് അവർ നിന്നോട് പറയാൻ എന്നെ ചുമതലപ്പെടുത്തിയത്!”

ഖമറിന് ദേഷ്യം അടക്കാനായില്ല.

“അവരുടെ ഉത്തരവുകളൊന്നും ഞാൻ കാര്യമാക്കുന്നില്ല. അല്ലെങ്കിൽ തന്നെ ആരുടെ പ്രവർത്തികൾ കാരണമാണ് അവരൊക്കെ തെരുവിന്റെ പരിഹാസത്തിന് പാത്രമാകുന്നതെന്ന് ആ സ്ത്രീക്ക് അറിയില്ലെന്ന് തോന്നുന്നു.”

“അവർക്ക് നിന്റെ അഭിമാനത്തിന്റെ കാര്യത്തിലേ താത്പര്യമുള്ളൂ മോളേ.”

“കൊച്ചാപ്പാ, അവരൊക്കെ നമ്മുടെ കാര്യത്തിൽ വലിയ ശ്രദ്ധയുള്ളവരാണെന്നോ, ഇനിയതല്ല നമ്മെക്കുറിച്ചാണവരുടെ ചിന്തയെന്നുമൊന്നും വെറുതെ പോലും പറയരുതേ. എന്റെ ഭർത്താവ് മരിച്ചിട്ട് വർഷം പത്ത് കഴിഞ്ഞു. ഇന്നുവരെ അവരൊന്നും നമ്മളെക്കുറിച്ച് ഓർത്തിട്ടില്ല.”

പ്രകടമായി കാണാവുന്ന അസ്വസ്ഥതയോടെ ഒരു നിമിഷം അമാന്തിച്ച് നിന്നശേഷം ഉവൈസ് വീണ്ടും പറഞ്ഞു.

“ഒരു സ്ത്രീ തനിക്ക് തീരെ യോജിക്കാത്തൊരു പുരുഷനെ വിവാഹം കഴിക്കുന്നുവെന്ന് പറയുന്നത് വിശ്വസിക്കാൻ തന്നെ സാധിക്കില്ലെന്ന് കൂടി

അവർ എന്നോട് പറഞ്ഞിരുന്നു. പ്രത്യേകിച്ച് ആ മനുഷ്യൻ ഇട യ്ക്കിടയ്ക്ക് ആ സ്ത്രീയുടെ വീട്ടിലേക്ക് വന്നുപോകുന്നുണ്ടെങ്കിൽ!"

ഖമർ ഇത് കേട്ടതും ചാടി എഴുന്നേറ്റു. ദേഷ്യം കാരണം അവരുടെ മുഖമാകെ മഞ്ഞളിച്ചുപോയിരുന്നു.

"ആ സ്ത്രീയോട് പോകാൻ പറയ്. ഞാൻ ജനിച്ചതും വളർന്നതും വിവാഹിതയായതും വിധവയായതുമൊക്കെ ഈ തെരുവിൽ തന്നെ യാണ്. ഇവിടെയുള്ളവർക്കെല്ലാം എന്നെയറിയാം. എന്റെ മാന്യതയെ ക്കുറിച്ച് ആരോടും പറഞ്ഞുകൊടുക്കേണ്ട ആവശ്യവുമെനിക്കില്ല.

"ശരിയാണ് മോളേ, ശരിയാണ്. പറയേണ്ട കാര്യം അവർ സൂചിപ്പി ച്ചെന്നേയുള്ളൂ. വേറൊന്നുമില്ല."

"കൊച്ചാപ്പാ, നമുക്ക് ആ സ്ത്രീയുടെ കാര്യം വിടാം. അത് നമുക്ക് കൂടുതൽ തലവേദനയേ തരൂ. താങ്കളെന്റെ പിതൃസഹോദരനായതു കൊണ്ടാണ് ഞാനെന്റെ തീരുമാനം താങ്കളുടെ തൃപ്തിയോടും താങ്കളുടെ സാന്നിദ്ധ്യത്തിലുമാകണമെന്ന് ആഗ്രഹിക്കുന്നത്!"

നിശ്ശബ്ദനായിരുന്ന് ഉവൈസ് എന്തോ ആലോചിച്ചു. ഖമറിനെ തടയാൻ അയാൾക്ക് സാധിക്കില്ല. അവളെ പ്രകോപിപ്പിക്കുന്നതും ബുദ്ധിയല്ല. അങ്ങനെ സംഭവിച്ചാൽ തന്റെ കച്ചവടത്തിൽ മുടക്കിയിരി ക്കുന്ന തുകയൊക്കെ ഖമർ പിൻവലിക്കാനിടയാകും. ദുഃഖത്തോടെയും അസ്വസ്ഥതയോടും കൂടി സ്വന്തം പാദങ്ങളിലേക്ക് തന്നെ കുറെനേരം നോക്കിയിരുന്നു. പിന്നെ എന്തോ പറയാനായി വായ തുറന്നെങ്കിലും അവ്യക്തമായ എന്തോ കാര്യങ്ങൾ മാത്രമാണ് പുറത്തേക്ക് വന്നത്. എന്നാൽ ക്ഷമയോടും തീരുമാനിച്ചുറച്ച മനസ്സോടുംകൂടി അയാളെത്തന്നെ നോക്കി നിൽക്കുകയായിരുന്നു ഖമർ.

എഴുപത്

വിവാഹത്തിന് മുമ്പുള്ള ചെലവുകൾക്കായി സകരിയ്യ സഹോദരപുത്രന് കുറച്ച് ജുനൈഹുകൾ നൽകി. അതിലധികവും അയാൾ കടം വാങ്ങിയ തായിരുന്നു.

"കഴിയുമായിരുന്നെങ്കിൽ നിനക്കാവശ്യമുള്ള പണം മുഴുവൻ ഞാൻ നൽകുമായിരുന്നു ഖാസിം. നിന്റെ പിതാവ് നല്ലൊരു സഹോദരനായി രുന്നു എന്നെ സംബന്ധിച്ച്. എന്റെ വിവാഹദിവസം അദ്ദേഹം കാണിച്ച ഉദാരത എനിക്കൊരിക്കലും മറക്കാനാകില്ല.

ആ പണമുപയോഗിച്ച് ഖാസിം ഒരു ജല്ലാബിയ കുപ്പായവും കുറച്ച് അടിവസ്ത്രങ്ങളും അലങ്കാരപ്പണി ചെയ്തൊരു തലപ്പാവും മഞ്ഞനിറ ത്തിലുള്ള തോൽ ചെരിപ്പും മുളവടിയും പൊടി ഡപ്പിയും വാങ്ങി. രാവിലെ

പൊതുകുളിപ്പുരയിൽ പോയി ആവിയിൽ കുളിച്ച് കുളിതൊട്ടിയിൽ മുങ്ങിയശേഷം തേച്ചുകുളിക്കുന്ന ഇടത്തേക്ക് ചെന്നു. കുളികഴിഞ്ഞ് കുന്തിരിക്കം പുകയ്ക്കുകയും ചെറിയ അറയിൽ ചെന്ന് കിടക്കുകയും ചെയ്തു. ഒരു ചായ കുടിക്കുന്നതിനിടയിൽ തന്നെ കാത്തിരിക്കുന്ന ആനന്ദ നിമിഷങ്ങളെ കിനാവ് കാണുകയായിരുന്നു ഖാസിം.

വിവാഹച്ചടങ്ങുകളുടെ ചെലവുകളൊക്കെ ഖമർ തന്നെയാണ് വഹിച്ചത്. തന്റെ വീടിന്റെ മേൽക്കൂരയിൽ സ്ത്രീകളായ ക്ഷണിതാക്കൾക്കായി ഇടമൊരുക്കി. പ്രശസ്തയായൊരു ഗായികയേയും പ്രദേശത്തെ ഏറ്റവും കഴിവുറ്റ പാചകക്കാരനെയും പ്രത്യേകം ക്ഷണിച്ചിരുന്നു. പുരുഷന്മാരായ അതിഥികൾക്കും അവർക്കായി പാടാനെത്തിയ ഗായകനുമായി വീട്ടുമുറ്റത്ത് പന്തൽകെട്ടി. ഖാസിമിന്റെ കുടുംബവും സുഹൃത്തുക്കളും സ്ഥലത്തെത്തി. സവാരിസിന്റെ നേതൃത്വത്തിൽ കോളനിയിലെ പുരുഷന്മാരൊക്കെയും വന്നിട്ടുണ്ട്. ബാർലി മദ്യം നിറച്ച കപ്പുകളും ഇരുപത് ഹുക്കകളും ആളുകൾക്കിടയിൽ വിതരണം ചെയ്യപ്പെട്ടു. അവസാനം വിളക്കുകൾ പുകകൊണ്ട് മൂടുകയും സർവ്വയിടത്തും കഞ്ചാവിന്റെ ഗന്ധം നിറയുകയും ചെയ്തു. വീടിന്റെ സർവ്വഭാഗങ്ങളിൽ നിന്നും സ്ത്രീകളുടെ കുരവയിടലും ചിരിയും ആനന്ദവുമൊക്കെ മുഴങ്ങിക്കേൾക്കാം. ലഹരി തലയ്ക്ക് പിടിച്ചതും സകരിയ്യ പറയാൻ തുടങ്ങി.

“വളരെ വലിയ പാരമ്പര്യമുള്ള മാന്യരായ കുടുംബക്കാരാണ് ഞങ്ങൾ.”സവാരിസിനും സകരിയ്യയ്ക്കും ഇടയിലിരിക്കുകയായിരുന്ന ഉവൈസ് ദേഷ്യം കടിച്ചമർത്തുകയായിരുന്നു.

“സവാരിസുമായുള്ള ബന്ധം തന്നെ മതിയല്ലോ നിങ്ങൾക്ക്?”

“ദൈവം സവാരിസിനെ അനുഗ്രഹിക്കട്ടെ.” സകരിയ്യ ഉറക്കെപ്പറഞ്ഞു. പാട്ടുകാർ സവാരിസിനെ അഭിവാദ്യം ചെയ്തതും അയാൾ പുഞ്ചിരിയോടെ കൈ വീശിക്കാണിച്ചു. മുമ്പൊക്കെ തന്റെ അകന്ന ബന്ധുത്വം സകരിയ്യ അവകാശപ്പെടുന്നതിൽ ഗുണ്ടയ്ക്ക് നല്ല ഈർഷ്യയായിരുന്നു. എന്നാൽ ഖാസിം ഖമറിനെ വിവാഹം കഴിക്കാൻ പോകുന്നുവെന്ന വാർത്ത കേട്ടതോടെ ഇക്കാര്യത്തിലുള്ള അയാളുടെ വികാരങ്ങൾ മാറിമറിഞ്ഞു. അതേസമയം ഖാസിമിനെ ഗുണ്ടാപ്പിരിവ് നൽകുന്നതിൽ നിന്നും ഒഴിവാക്കേണ്ടതില്ലെന്നും തീരുമാനിച്ചു.

“ഖാസിം ഏവർക്കും പ്രിയങ്കരനായ ചെറുപ്പക്കാരനാണ്. അവനെ ഇഷ്ടമില്ലാത്ത ആരെങ്കിലുമുണ്ടോ ഈ തെരുവിൽ?” ശേഷം സവാരിസിന്റെ മുഖത്ത് എന്തോ നീരസമുണ്ടെന്ന് തിരിച്ചറിഞ്ഞതും സകരിയ്യ കൂട്ടിച്ചേർത്തു. “അന്ന് മോഷണം നടന്ന ദിവസം അവന്റെ ബുദ്ധിശക്തിയില്ലായിരുന്നെങ്കിൽ നമ്മുടെ സംരക്ഷകനായ സവാരിസിന്റെ കുറുവടിയിൽ നിന്ന് ജബൽ കുടുംബക്കാരുടേയും രിഫാഅയുടെ ആൾക്കാരുടേയും ശിരസ്സുകളെ രക്ഷിക്കാൻ ആർക്കും കഴിയില്ലായിരുന്നു.”

ഇത് കേട്ടതും സവാരിസിന്റെ മുഖം വിടർന്നു. ഉവൈസും സകരിയ്യ പറഞ്ഞത് ശരിവച്ചു.

“നിങ്ങൾ പറഞ്ഞത് ശരിയാണ്. പടച്ചതമ്പുരാനാണേ സത്യം!”

“ആനന്ദകരമായ സമാഗമത്തിനിതാ നേരമായിരിക്കുന്നു” ഗായകൻ പാടാൻ തുടങ്ങി. ഖാസിമിനാകട്ടെ ആകെ അസ്വസ്ഥത തോന്നി. പതിവ്പോലെ സ്വാദിഖായിരുന്നു ഇത് പെട്ടെന്ന് തന്നെ ശ്രദ്ധിച്ചത്. പുതിയൊരു കപ്പിൽ മദ്യം നിറച്ച് നൽകിയതും ഖാസിം അത് അവസാനതുള്ളി വരെ കുടിച്ചുതീർത്തു. ഹുക്ക ഇപ്പോഴും കൈയ്യിൽ തന്നെയുണ്ട്. ഹസനാകട്ടെ മദ്യപിച്ച് നിയന്ത്രണം വിട്ടതോടെ മുറ്റത്തെ പന്തലിന്റെ തുണിയിൽ കണ്ട ചിത്രങ്ങൾ നൃത്തം ചെയ്യുന്നതുപോലെയാണ് തോന്നിയത്. ഇത് ഉവൈസ് ശ്രദ്ധിച്ചുവെന്ന് മനസ്സിലായതും സകരിയ്യ പറഞ്ഞു.

“തന്റെ പ്രായത്തിന് ചേരുന്നതിലധികം മദ്യപിച്ചിരിക്കുകയാണ് ഹസൻ.”

കൈയിൽ മദ്യക്കപ്പുമായി എഴുന്നേറ്റശേഷം അയാൾ മകനെ ഉപദേശിച്ചു.

“ഹസൻ, നീ ഇതുപോലെ മദ്യപിക്കരുത്!”

‘ഇതുപോലെ’ എന്നു പറയുന്നതിനിടയിൽ അയാൾ കപ്പിലുണ്ടായിരുന്ന മദ്യം വായിലേക്ക് കമഴ്ത്തുന്നത് കണ്ടതും ആളുകൾ പൊട്ടിച്ചിരിച്ചു. എന്നാൽ തികട്ടിവന്ന ദേഷ്യം അടക്കി നിർത്തുന്നതിനിടയിൽ ഉവൈസ് പറഞ്ഞു.

“എന്റെ സഹോദരന്റെ പുത്രി കാണിച്ച വിഡ്ഢിത്തമില്ലായിരുന്നെങ്കിൽ ഇന്ന് രാത്രി നീയൊക്കെ കുടിച്ച് തീർക്കുന്നതിന്റെ വിലയായി ഇതുവരെ സമ്പാദിച്ചതൊക്കെ കൊടുക്കേണ്ടിവരുമായിരുന്നെടാ!”

അർദ്ധരാത്രിയായതും ഖാസിം വിവാഹഘോഷയാത്രയ്ക്ക് തയ്യാറായി. സർവരും ദിൻജിലിന്റെ കാപ്പിക്കടയിലേക്ക് ചെന്നു. സവാരിസായിരുന്നു ഘോഷയാത്രയുടെ തലവൻ. ഖമറിന്റെ വീടിന് പുറത്തുള്ള തെരുവ് കുട്ടികളേയും യാചകരേയും പിന്നെ അടുക്കളയിലെ മണം പിടിച്ചെത്തിയ പൂച്ചകളേയും കൊണ്ടു നിറഞ്ഞു. ഹസന്റേയും സ്വാദിഖിന്റേയും മധ്യഭാഗത്തിരിക്കുകയാണ് ഖാസിം. ദിൻജിൽ അവരെ സ്വാഗതം ചെയ്തു. ശേഷം തന്റെ വിളമ്പുകാരനെ വിളിച്ച് പറഞ്ഞു.

“ശുഭരാത്രി നേരുന്നു. ഈ ചെറുപ്പക്കാർക്ക് ദിൻജിലിന്റെ ഹുക്ക കൊടുക്കെടാ, പയ്യാ!”

ശേഷം അയാൾ തന്റെ ചെലവിൽ സമ്പന്നന്മാർക്കൊക്കെ ഹുക്ക നൽകി. ഘോഷയാത്രയിലേക്ക് ഗായകർ എത്തിച്ചേർന്നു. ഏറ്റവും മുന്നിൽ പടഹധ്വനി മുഴക്കുന്നവരും കുഴൽവാദ്യക്കാരും നിരന്നു. സവാരിസ് എഴുന്നേറ്റശേഷം ഘോഷയാത്ര തുടങ്ങാമെന്ന് ആജ്ഞാസ്വരത്തിൽ

പറഞ്ഞു. മുന്നിൽ നടന്ന പൊണ്ണത്തടിയനായ കഅബൂറ ദേഹത്ത് ഒട്ടിക്കിടന്ന കുപ്പായം മാത്രമേ ധരിച്ചിട്ടുള്ളൂ. കാലിൽ പാദരക്ഷയൊന്നുമില്ലാതെ ശിരസ്സിലൊരു കുറുവടി വച്ച് നൃത്തം ചെയ്യുകയാണയാൾ. പിന്നാലെ ഗായകരും സവാരിസും നീങ്ങി. തന്റെ സുഹൃത്തുക്കൾക്കിടയിലാണ് വരന്റെ സ്ഥാനം. വിളക്കുകളേന്തിയവർ ചുറ്റുമുണ്ട്. മനോഹരമായ ശബ്ദത്തിൽ ഗായകൻ പാടാൻ തുടങ്ങി.

“ഒന്നാമതായി... എന്റെ ഈ കണ്ണുകൾ
രണ്ടാമതായി... എന്റെ ഈ കരങ്ങൾ
മൂന്നാമതായി... എന്റെ പാദങ്ങൾ
എന്നാലെന്റെ പ്രണയവുമായെന്നെ
കുരുക്കിലാക്കിയതെന്റെ കണ്ണുകളാണ്
എന്നാൽ ആ പ്രണയത്തെ അഭിവാദ്യം
ചെയ്തതെന്റെ കരങ്ങൾ കൊണ്ടായിരുന്നു.
പിന്നെ ഇപ്പോഴാ പ്രണയത്തിനരികത്തേക്ക്
നയിക്കപ്പെടുന്നത്
കാലുകൾ കൊണ്ടായിരുന്നു.”

മദ്യപിച്ച്, പുകവലിച്ച് ഉന്മാദികളായവരുടെ ആനന്ദം നിറഞ്ഞ ആർപ്പുവിളികൾ ഉയർന്നു. ഘോഷയാത്ര ജമാലിയ്യയിലേക്കും പിന്നെ ബൈത്ത് അൽ-കാസി, അൽ-ഹുസൈൻ, അൽ-ദർറാസ തുടങ്ങിയ ഇടങ്ങളിലേക്കും നീങ്ങി. ആനന്ദത്തിൽ ആറാടിയ ഒരു രാത്രിയായിരുന്നത്. പോയതുപോലെ ഉല്ലാസത്തോടും ബഹളത്തോടും കൂടി തന്നെയാണ് ഘോഷയാത്ര തിരികെ തെരുവിലേക്കെത്തിയതും. സമാധാനമായി കലാശിച്ച ആദ്യവിവാഹഘോഷയാത്രയായിരിക്കുമിത്. ആരും കുറുവടികളുയർത്തി ഭീഷണി മുഴക്കുകയോ, രക്തം ചിന്തുകയോ ചെയ്തില്ല. സകരിയ്യ ആനന്ദത്തിന്റെ പാരമ്യത്തിലെത്തിയതും വടി കൈയ്യിലെടുത്ത് നൃത്തം ചെയ്യാൻ തുടങ്ങി. വടിയുയർത്തി ഗർവോടെ ചാഞ്ചാടിയ സകരിയ്യ ശിരസ്സും നെഞ്ചും അരയുമിളക്കി നൃത്തം ചെയ്യുകയാണ്. ചൈതന്യം നിറഞ്ഞ ചുവടുവയ്പുകൾക്കൊടുവിൽ കരഘോഷങ്ങൾക്കും ഹർഷാരവങ്ങൾക്കുമൊപ്പം നൃത്തമവസാനിപ്പിക്കുന്ന അറിയിപ്പോടെ സകരിയ്യ വട്ടം ചുറ്റി.

എല്ലാം കഴിഞ്ഞതും ഖാസിം നേരേ അന്തഃപുരത്തിലേക്ക് പോയി. രണ്ട് വരിയായി ഇരിക്കുന്ന ക്ഷണിതാക്കളായ സ്ത്രീകൾക്കൊപ്പം ഖമറിനെ കണ്ടു. ആവേശം നിറഞ്ഞ കുരവയിടലിനൊപ്പമാണ് ഖാസിം ഖമറിനരികിലേക്ക് നടന്നെത്തിയത്. ഖാസിമിന്റെ കരം ഗ്രഹിച്ചശേഷം ഖമർ ഇരുന്നയിടത്ത് നിന്നെഴുന്നേറ്റു. നടന്നു നീങ്ങുമ്പോൾ മുമ്പേ നീങ്ങിയ നർത്തകി അവസാനപാഠങ്ങൾ പകർന്നു നൽകുന്നതുപോലെയാണ് പെരുമാറിയത്.

അവസാനം ഖാസിമും ഖമറും വധുവിന്റെ മുറിയിൽ തനിച്ചായി. വാതിലടച്ചതും അവർ പുറംലോകത്തിൽ നിന്നും തീർത്തും ഒറ്റപ്പെട്ട നിലയിലായി. മുറിക്കുള്ളിലാകെ നിശ്ശബ്ദതയാണ്. പുറത്തുനിന്ന് അടക്കിപ്പിടിച്ച ശബ്ദങ്ങളും കാലടി ഒച്ചയുമല്ലാതെ ഒന്നും കേൾക്കാനില്ല. ഒറ്റനോട്ടത്തിൽ തന്നെ പനിനീർ പൂക്കളുടെ നിറത്തിലുള്ള കിടക്കയും മൃദുലമായ സോഫയും അലംകൃതമായ പരവതാനികളും പിന്നെ ഭാവനയിൽ പോലും താൻ കണ്ടിട്ടില്ലാത്ത വസ്തുക്കളുമൊക്കെ ഖാസിമിന്റെ കണ്ണിൽ പെട്ടു.

അയാൾ ഖമറിന് നേരെ നോക്കി. ശിരസ്സിൽ നിന്ന് ആഭരണങ്ങൾ ഊരി മാറ്റുകയായിരുന്ന ഖമറിൽ സൗന്ദര്യം നിറഞ്ഞ് തുളുമ്പുന്നതുപോലെ തോന്നി. ചുമരുകളാകെ തിളങ്ങുന്നത് പോലെ. അതിരറ്റ ആനന്ദത്തിനും ആവേശത്തിനും അസ്വസ്ഥതയ്ക്കുമിടയിൽ എല്ലാം നോക്കി നിൽക്കുകയായിരുന്ന ഖാസിമിനരികിലേക്ക് ഖമർ നടന്നുവന്നു. പട്ട് ജല്ലാബിയ കുപ്പായം ധരിച്ചിരുന്ന അയാളുടെ ദേഹത്ത് നിന്നും മദ്യത്തിന്റെ ഗന്ധം കലർന്ന ചൂട് വരുന്നുണ്ടായിരുന്നു. അയാൾ അരികിലേക്ക് ചെന്നശേഷം പ്രതീക്ഷയോടെ ശിരസ്സ് കുമ്പിട്ട് നിൽക്കുന്ന ഖമറിന് നേരെ നോക്കി. ആ മുഖം കൈക്കുമ്പിളിൽ കോരിയെടുത്തശേഷം എന്തോ പറയാൻ തുനിഞ്ഞെങ്കിലും പിന്നീടത് വേണ്ടെന്ന് വച്ചു. ഖാസിമിന്റെ നിശ്വാസത്തിൽ ഖമറിന്റെ തലമുടിച്ചുരുളുകൾ ചെറുതായൊന്നുലഞ്ഞു. പിന്നീട് ഖമറിന്റെ നെറുകയിലും കവിളുകളിലും അയാൾ ചുംബിച്ചു.

മുറിയുടെ വാതിലിന് പിറകിൽ നിന്ന് കുന്തിരിക്കത്തിന്റെ ഗന്ധം ഖാസിമിന്റെ മൂക്കിലുമെത്തി. ഒപ്പം പരിചാരിക സക്കീനയുടെ ശബ്ദവും കേട്ടു. ഗൂഢമായ എന്തോ മന്ത്രങ്ങൾ ചൊല്ലുകയാണ് ആ സ്ത്രീ.

എഴുപത്തിയൊന്ന്

പ്രണയവും സ്നേഹവും മനഃസമാധാനവും നിറഞ്ഞ രാപകലുകളാണ് പിന്നീടുണ്ടായത്. എത്ര ആനന്ദകരമാണ് ഈ ലോകത്തെ സന്തോഷങ്ങളൊക്കെ! വിവാഹശേഷം വധൂഗൃഹത്തിൽനിന്നും പുറത്തേക്കിറങ്ങാറേയില്ലെന്ന് ആളുകൾ പറയുമെന്ന അസ്വസ്ഥത ഒഴിവാക്കാൻ മാത്രമായിരുന്നു ഖാസിം പുറത്തേക്കിറങ്ങിയത്. ആഗ്രഹിച്ച സ്നേഹവും വാത്സല്യവും ശ്രദ്ധയുമൊക്കെ ആസ്വദിക്കാനായതോടെ ആനന്ദത്തിൽ ആറാടുകയായിരുന്നു അയാളുടെ മനസ്സാകെ. വിശുദ്ധിയുടെ വലിയ ആരാധകനായി മാറുകയായിരുന്നു ഖാസിം. കാണുന്നതൊക്കെ വളരെ ക്രമത്തിൽ നിരത്തിയൊരു വീട്. സുഗന്ധം നിറഞ്ഞു നിൽക്കുന്ന അന്തരീക്ഷം. സുന്ദരമായി വസ്ത്രം ധരിച്ചും സ്നേഹം തുളുമ്പുന്ന ചിരിക്കുന്ന മുഖത്തോടുംകൂടി മാത്രം മുന്നിൽ വരുന്ന ഭാര്യ.

ഒരു ദിവസം ഇരിപ്പുമുറിയിൽ അടുത്തടുത്തിരിക്കുമ്പോൾ ഖമർ പറഞ്ഞു.

“നിങ്ങളെ കണ്ടാൽ അടക്കവും ഒതുക്കവുമുള്ളൊരു ആട്ടിൻകുട്ടിയാണെന്നേ തോന്നുന്നുള്ളൂ. ഒന്നും ആവശ്യപ്പെടുകയോ, കല്പിക്കുകയോ, ആരെയും കുറ്റപ്പെടുത്തുകയോ ചെയ്യുന്നില്ല. എന്നാൽ ഈ വീട്ടിലുള്ള സർവ്വതും നിങ്ങളുടെ സ്വന്തമാണ് താനും.”

“ആവശ്യമുള്ളതെന്തെല്ലാമാണോ അതൊക്കെ ലഭിച്ച അവസ്ഥയിലാണ് ഞാനിപ്പോൾ.”

മൈലാഞ്ചി പുരട്ടിയ തന്റെ ശിരസ്സിലെ മുടിച്ചുരുളുകളിൽ തഴുകുന്ന ഖാസിമിന്റെ കൈയിൽ അമർത്തിപ്പിടിച്ചുകൊണ്ട് ഖമർ പറഞ്ഞു.

“നമ്മുടെ പ്രദേശത്തെ ഏറ്റവും ഉത്തമനായ പുരുഷൻ നിങ്ങൾതന്നെയാണെന്ന് തുടക്കം മുതലേ എന്റെ മനസ്സ് പറഞ്ഞിട്ടുണ്ട്. എന്നാൽ മര്യാദ നിറഞ്ഞ ഈ പെരുമാറ്റത്തിലൂടെ സ്വന്തം വീട്ടിൽ ഒരു അന്യനാണെന്ന ഭാവത്തിലാണ് നിങ്ങൾ പെരുമാറുന്നത്. അതെന്നെ വേദനിപ്പിക്കുകയാണെന്ന കാര്യമറിയില്ലേ?”

“ചുട്ടുപഴുത്ത മലരാരണ്യത്തിൽ നിന്നും ഭാഗ്യത്തിന്റെ കൃപയാൽ ഈ വീട്ടിലെ പൂങ്കാവനത്തിലേക്ക് വന്ന് പെട്ടൊരു മനുഷ്യനോടാണ് നിങ്ങൾ സംസാരിച്ചുകൊണ്ടിരിക്കുന്നത്.”

ഗൗരവം ഭാവിക്കാൻ ശ്രമിച്ചെങ്കിലും ഖമറിന് ചിരിയടക്കാൻ സാധിച്ചില്ല.

“എന്റെ വീട്ടിൽ വിശ്രമിച്ചിരിക്കാമെന്ന് കരുതേണ്ട കേട്ടോ? നാളെയോ മറ്റന്നാളോ തന്നെ എന്റെ സ്വത്തുക്കൾ നോക്കി നടത്തുന്ന ചുമതല കൊച്ചാപ്പയിൽ നിന്നും ഏറ്റെടുക്കണം. അത് നിങ്ങൾ ഏറ്റെടുക്കുമെന്ന് തന്നെയാണ് പ്രതീക്ഷിക്കുന്നത്.”

ഖാസിം ചിരിച്ചു

“ആടിനെ മേയ്ക്കുന്നതുമായി താരതമ്യം ചെയ്യുമ്പോൾ ഇത് വെറും കളിയാണെന്നേ തോന്നുന്നുള്ളൂ.”

അങ്ങനെ ‘മരുഭൂമിയിലെ എലികളു’ടെ കോളനി മുതൽ ജമാലിയ്യ വരെ നീണ്ടുകിടക്കുന്ന ഖമറിന്റെ സ്വത്തുക്കളുടെ നടത്തിപ്പ് ചുമതല ഖാസിം ഏറ്റെടുത്തു. പ്രശ്നക്കാരായ കുടിയാന്മാരെ കൈകാര്യം ചെയ്യുന്നതിന് നല്ല വൈദഗ്ധ്യം ആവശ്യമാണ്. എന്നാൽ ഈ നടപടിയിലൂടെ കാര്യങ്ങൾ സുഗമമായി നീങ്ങാൻ തുടങ്ങി. ഓരോ മാസവും ഏതാനും ദിവസത്തെ ജോലി മാത്രമേ ഇതിനാവശ്യമുണ്ടായിരുന്നുള്ളൂ. അതിനാൽ തന്നെ മുമ്പൊന്നും ലഭിച്ചിട്ടില്ലാത്ത ഒഴിവു സമയങ്ങൾ ഖാസിമിന് ലഭിച്ചു. പുതിയ ജീവിതത്തിൽ അയാൾ നേടിയ ഏറ്റവും വലിയ വിജയം ഖമറിന്റെ പിതൃസഹോദരനായ ഉവൈസിന്റെ വിശ്വാസം നേടിയെടുത്തുവെന്നതാണ്. തുടക്കം മുതലേ ഖാസിം ഉവൈസിനെ ബഹുമാനിക്കുകയും

പരിഗണനയോടെ ഇടപെടുകയും ചെയ്തു. ചില കച്ചവടകാര്യങ്ങളിൽ ഉവൈസിനെ സഹായിക്കാൻ ഖാസിം സന്നദ്ധനായി. അങ്ങനെ ഖാസിമുമായി ഇണങ്ങിയ ഉവൈസ് തിരിച്ചും സ്നേഹവും ആദരവും പകർന്നു നൽകി. ഒരു ദിവസം ഉവൈസിന് സമ്മതിക്കേണ്ടിവന്നു.

"സത്യമായും ചില ഊഹങ്ങൾ തിന്മ തന്നെയാണ്! ഈ തെരുവിലെ ഒരു സ്ത്രീലമ്പടനാണെന്നാണ് നിന്നെ ഞാൻ കരുതിയിരുന്നതെന്നറിയാമോ? എന്റെ സഹോദരപുത്രിയുടെ സ്നേഹം ചൂഷണം ചെയ്ത് അവളുടെ സ്വത്തുക്കൾ ധൂർത്തടിക്കാനും പരസ്ത്രീഗമനം നടത്താനുമായിരിക്കും നിന്റെ ഉദ്ദേശ്യമെന്നാണ് കരുതിയിരുന്നത്. അല്ലെങ്കിൽ ആ പണമുപയോഗിച്ച് മറ്റൊരു സ്ത്രീയെ വിവാഹം കഴിക്കുക. എന്നാൽ താൻ വിശ്വസ്തനും ബുദ്ധിമാനുമാണെന്ന് നീ തെളിയിച്ചു. ഖമറിന്റെ തീരുമാനം തികച്ചും ശരിയാണ്!"

ദിൻജിലിന്റെ കാപ്പിക്കടയിലിരിക്കുകയായിരുന്ന സ്വാദിഖ് ആനന്ദത്തോടെ പറഞ്ഞു.

"നിന്നെപ്പോലുള്ള സമ്പന്നർ ചെയ്യുന്നതുപോലെ സ്വന്തം ചെലവിൽ ഞങ്ങൾക്കൊരു ഹുക്ക തരാൻ പറയ്."

"നമുക്കെന്തുകൊണ്ട് മദ്യശാലയിലേക്ക് തന്നെ പൊയ്ക്കൂടാ?"

ഹസന്റെ വാക്കുകൾ കൂടി കേട്ടതോടെ ഗൗരവത്തോടെ ഖാസിം പ്രതികരിച്ചു.

"ഭാര്യയുടെ സ്വത്തുക്കൾ കൈകാര്യം ചെയ്യാനും പിന്നെ ഉവൈസ് മാമയ്ക്കായി ചെയ്യുന്ന ജോലികൾക്കുമായി ലഭിക്കുന്ന പണം മാത്രമേ എന്റെ കൈയിലുള്ളൂ കേട്ടോ?"

സ്വാദിഖിനത് വിശ്വസിക്കാൻ തന്നെ കഴിഞ്ഞില്ല.

"പ്രണയിനിയായൊരു സ്ത്രീ പുരുഷന്റെ കൈയിലെ പാവയല്ലേ?"

ഖാസിമിന് ദേഷ്യം വന്നു.

"ആ പുരുഷനും അതുപോലെ ആ സ്ത്രീയെ സ്നേഹിക്കുന്നില്ലെങ്കിലാണത്"

സുഹൃത്തിനെ കുറ്റപ്പെടുത്തുന്നതുപോലെ തുറിച്ചുനോക്കി ഖാസിം തുടർന്നു.

"നമ്മുടെ തെരുവിലെ ആളുകളെപ്പോലെ നീയും പ്രണയത്തെ മറ്റുള്ളവരെ ചൂഷണം ചെയ്യാനുള്ള ഉപാധിയായി കാണുകയാണോ സ്വാദിഖ്?"

സ്വാദിഖ് നാണത്തോടെ പുഞ്ചിരിച്ചു. മാപ്പപേക്ഷിക്കുന്നത് പോലെ പറഞ്ഞു.

"ദുർബലരായ ജനം ഇങ്ങനെയാണ് ചിന്തിക്കുന്നത്. ഹസനെപ്പോലെയോ നിന്നെപ്പോലെയോ ശക്തരൊന്നുമല്ല ഞങ്ങൾ. ഒരു

ഗുണ്ടയായിത്തീരാമെന്ന മോഹവുമില്ല. നമ്മുടെ ഈ തെരുവിൽ ഒന്നുകി ലൊരു മർദ്ദകനാകണം. അല്ലെങ്കിൽ മറ്റുള്ളവരുടെ മർദ്ദനം നേരിടണ മല്ലോ?"

സുഹൃത്തിന്റെ മാപ്പപേക്ഷ സ്വീകരിക്കുന്നത് പോലെ ഖാസിമിന്റെ സ്വരം തന്നെ മാറി.

"എന്തൊരു വിചിത്രമായ തെരുവാണിത്. സ്വാദിഖ് നീ പറഞ്ഞതാണ് ശരി. നമ്മുടെ തെരുവിന്റെ അവസ്ഥ നിന്നെപ്പോലുള്ളവരിൽ നൈരാശ്യം സൃഷ്ടിക്കാൻ ധാരാളമാണ്!"

"പുറത്തുള്ള ആളുകൾ കരുതുന്നതുപോലയായിത്തീർന്നെങ്കിൽ നമ്മുടെ തെരുവ്."

ഹസൻ ചിരിയോടെ പറഞ്ഞത് സ്വാദിഖും ശരിവച്ചു.

"ജബലാവിയുടെ തെരുവെന്നല്ലേ ആളുകൾ പറയുന്നത്? ആരെയും ഭീതിയിലാഴ്ത്തുന്ന ഗുണ്ടകളുടെ തെരുവ്." ഖാസിമിന്റെ മുഖത്ത് വിഷാദം നിറഞ്ഞുനിൽക്കുകയായിരുന്നു. കാപ്പിക്കടയുടെ മുൻവശത്ത് സവാരിസ് ഇരിക്കുന്ന സ്ഥലത്തേക്ക് ഒളികണ്ണിട്ട് നോക്കിയശേഷം തങ്ങൾ പറയു ന്നത് അയാൾ കേൾക്കുന്നില്ലെന്ന് ഉറപ്പാക്കിയശേഷം ഖാസിം പറഞ്ഞു.

"നമ്മുടെ ദുരിതമൊന്നും ഇവരാരും കാണുന്നില്ലല്ലോ."

"ഇരകളായ ആളുകളടക്കമുള്ള സർവ്വർക്കും ശക്തിയോടാണല്ലോ ആരാധന?"

ഒരു നിമിഷം എന്തോ ആലോചിച്ചശേഷം ഖാസിം പറഞ്ഞു.

"നന്മ സൃഷ്ടിക്കുന്ന ജബലിന്റേയും രിഫാഅയുടേയും പോലുള്ള വരുടെ ശക്തി ഗുണ്ടകളുടേയും കുറ്റവാളികളുടേയും കൈക്കരുത്തിൽ നിന്നും തികച്ചും വ്യത്യസ്തമാണെന്ന് നാം മനസ്സിലാക്കണം"

കാപ്പിക്കടയിലിരുന്ന കവി ത്വാസ കഥ പറയുന്നത് തുടർന്നു.

മകനെ നോക്കി അദ്ദ്ഹം അലറി:

"ചുമക്കെടാ നിന്റെ സഹോദരനെ."

"എനിക്ക് കഴിയില്ല."

വിലപിക്കുന്നത് പോലെ ഖദ്രി പറഞ്ഞു.

"നിനക്കവനെ കൊല്ലാൻ സാധിച്ചില്ലേ?"

"എനിക്ക് കഴിയില്ല വാപ്പാ."

"നീ എന്നെ വാപ്പയെന്ന് വിളിച്ചുപോകരുത്. സ്വന്തം സഹോദരനെ കൊല്ലുന്നവന് പിതാവുമില്ല. മാതാവുമില്ല. സഹോദരനുമില്ല."

"എനിക്ക് കഴിയില്ല.''

അദ്ദേഹം ഖദ്രിയുടെ ചുമലിൽ മുറുകെപ്പിടിച്ചുകൊണ്ട് പറഞ്ഞു.

"കൊലയാളിയുടെ ബാധ്യതയാണ് ഇരയെ ചുമന്നുകൊണ്ട് പോകുകയെന്നത്!"

കവി തന്റെ റബാബ് തംബുരു കൈയ്യിലെടുത്തശേഷം പാടാൻ തുടങ്ങി. അപ്പോൾ സ്വാദിഖ് ഖാസിമിനെ നോക്കി പറഞ്ഞു.

“അദ്ഹം സ്വപ്നം കണ്ടിരുന്ന ജീവിതമാണ് ഖാസിം നീ ഇപ്പോൾ ജീവിച്ചുകൊണ്ടിരിക്കുന്നത്”

എന്നാൽ ഖാസിമിന്റെ മുഖത്ത് പ്രതിഷേധം വ്യക്തമായിട്ട്തന്നെ കാണാം.

“പക്ഷേ ഓരോ ചുവട്‌വയ്പിലും എന്തോ ദുഃഖമയമോ അസ്വസ്ഥത യുണ്ടാക്കുന്നതോ ആയ കാര്യമായിരിക്കും എന്നെ കാത്തിരിക്കുന്നത്. അദ്ഹമാകട്ടെ യഥാർത്ഥ ആനന്ദത്തിലേക്കുള്ള മാർഗ്ഗമെന്ന നിലയിലാണ് വിനോദനേരങ്ങളും സ്വത്തുക്കളുമൊക്കെ സ്വപ്നം കണ്ടത്.”

മൂന്ന് സുഹൃത്തുക്കളും അല്പനേരം നിശ്ശബ്ദരായിരുന്നു. ഹസൻ നിഷ്കളങ്കമായി പറഞ്ഞു.

‘‘അത്തരത്തിലുള്ള യഥാർത്ഥ ആനന്ദമൊന്നും ഒരിക്കലും ഉണ്ടാകാനേ പോകുന്നില്ല.”

“അതിനു വേണ്ട സാഹചര്യങ്ങൾ ഏവർക്കും ലഭിക്കാതിരുന്നാ ലങ്ങനെ സംഭവിക്കാം.”

ഖാസിന്റെ കണ്ണുകളിൽ കിനാവ് കാണുന്നതുപോലൊരു ഭാവമാ യിരുന്നു. സമ്പത്തും ഒഴിവ് നേരവുമൊക്കെ ആസ്വദിക്കുന്നതിനെപ്പറ്റി ചിന്തിക്കുകയായിരുന്നു ഖാസിം. അതേസമയം മറ്റുള്ളവരുടെ ദുരിതങ്ങൾ തന്റെ ആനന്ദങ്ങൾ തല്ലിക്കെടുത്തുകയാണ്. സവാരിസിന് ഗുണ്ടാപ്പിരിവ് നൽകേണ്ടിവരുന്നു. ഒഴിവ് വേളകളിൽ മറ്റെന്തെങ്കിലും ജോലി ചെയ്യണ മെന്ന് തോന്നുന്നു. തന്നിൽനിന്നുതന്നെ ഓടി രക്ഷപ്പെടണം. ക്രൂരത നിറഞ്ഞ തെരുവിൽ നിന്നും രക്ഷപ്പെടണം. അദ്ഹമിന് ആഗ്രഹിച്ച തൊക്കെ ലഭിക്കുകയും തന്റെ അവസ്ഥയിലെത്തുകയും ചെയ്തിരുന്നെ ങ്കിൽ ആ ആനന്ദത്തിൽ മനംമടുത്ത് മറ്റെന്തെങ്കിലും ജോലി ചെയ്യാൻ തുനിഞ്ഞേനേ!

ഏതാണ്ട് ഈ സമയത്താണ് ഖമറിൽ വിചിത്രമായ ഭാവവ്യത്യാസം കണ്ടു തുടങ്ങിയത്. ഗർഭധാരണത്തിന്റെ ലക്ഷണങ്ങളാണവയെന്ന് സക്കീന പറഞ്ഞു. ഖമറിനത് വിശ്വസിക്കാൻ തന്നെ കഴിഞ്ഞില്ല. ഒരു മാതാവാകുകയെന്നത് അവളുടെ ഏറ്റവും വലിയ സ്വപ്നമായിരുന്നു. അതുകൊണ്ടുതന്നെ അതിരറ്റ ആനന്ദത്തിൽ ആറാടുകയായിരുന്നു ഖമർ. ഖാസിമിന്റെ ഹൃദയത്തിലും നിർവൃതിയായിരുന്നു. തനിക്ക് പ്രിയപ്പെട്ട വരുള്ള തെരുവിലെ സകല കോണുകളിലും അയാൾ ആ വാർത്ത യെത്തിച്ചു. അതോടെ വാർത്ത കൊച്ചാപ്പയുടെ വീട്ടിലും ചെമ്പ് കൊല്ലന്റെ കടയിലും ഉവൈസ് മാമയുടെ പലചരക്ക് കടയിലും യഹ്യാ യുടെ കുടിലിലുമൊക്കെ എത്തിച്ചേർന്നു. ഖമറാകട്ടെ തന്റെ കാര്യത്തിൽ പ്രത്യേക ശ്രദ്ധയാണ് പുലർത്തിയത്. അർത്ഥംവച്ചാണ് ഖമർ ഖാസിമി നോട് സംസാരിച്ചത്.

“എനിക്കെന്തായാലും ബുദ്ധിമുട്ടുകളൊന്നുമില്ലാതെ നോക്കിയേ തീരൂ.”

അവൾ എന്താണർത്ഥമാക്കിയതെന്ന് മനസ്സിലായെന്ന മട്ടിൽ ഖാസിം പുഞ്ചിരിച്ചു.

“വീട്ടുജോലികളൊക്കെ സക്കീന നോക്കിക്കൊള്ളും. ഞാൻ ക്ഷമ യോടെ കാത്തിരുന്നുകൊള്ളാം.”

“നന്ദിയുണ്ട്. നിങ്ങൾ നിൽക്കുന്ന ഭൂമിയെ ചുംബിക്കാനായെങ്കിലെന്ന് കൊതിച്ചുപോകുകയാണ്.” കുട്ടികളുടേതുപോലുള്ള പ്രസരിപ്പായിരുന്നു ഖമറിന്റെ വാക്കുകളിൽ.

ഖാസിം യഹ്യായെ സന്ദർശിക്കാനായി മരുഭൂമിയിലേക്ക് പുറപ്പെട്ടു. എന്നാൽ ഹിന്ദിന്റെ ഉരുളൻ പാറയ്ക്കരികിലെത്തിയതും അതിന്റെ തണലിൽ ചെന്ന് അല്പനേരമിരുന്നു. കുറച്ച് ദൂരെ ഒരു ആട്ടിടയൻ തന്റെ ആട്ടിൻപറ്റത്തെ മേയാൻ വിടുന്നത് കണ്ടതും ഖാസിമിന്റെ ഹൃദയം വികാരക്ഷോഭത്തിനടിപ്പെട്ടു. കൈക്കരുത്ത് കൊണ്ട് മാത്രം മനുഷ്യ നൊരിക്കലും സന്തുഷ്ടനാകാൻ കഴിയില്ല. എന്നല്ല കൈക്കരുത്തിനൊരി ക്കലും മനുഷ്യന് ആനന്ദം നൽകാനും കഴിയില്ല എന്ന് ആ ആട്ടിടയ നോട് പറയാനായെങ്കിലെന്ന് കൊതിച്ചുപോയി. എന്നാലിത് ലഹീത്വ യേയും സവാരിസിനേയും പോലുള്ള ഗുണ്ടകളോടാണല്ലോ പറയേണ്ടത്? ജീവിതസുഖങ്ങൾ ലഭിക്കാനായി വെറുതേ സ്വപ്നം കാണുന്ന തന്റെ തെരുവിലുള്ള ആളുകളെക്കുറിച്ചോർത്തപ്പോൾ ഖാസിമിന് സഹതാപം തോന്നി. എന്നാൽ ഒട്ടും വൈകാതെ തന്നെ കാലം അവരുടെ ഈ സ്വപ്ന ങ്ങളെയൊക്കെ ചപ്പ് ചവറുകൾക്കൊപ്പം ചവറ്റു കൂനയിലേക്ക് വലി ച്ചെറിയും. തനിക്ക് ലഭിച്ച ജീവിതാനന്ദങ്ങൾ ആസ്വദിക്കാതെ മനുഷ്യ നെന്തുകൊണ്ടായിരിക്കും ചുറ്റുമുള്ളവയെ ഓർത്ത് കണ്ണടയ്ക്കുന്നത്? ഇതേ ചോദ്യം പണ്ട് ജബലിനേയും പിന്നീട് രിഫാഅയേയുമൊക്കെ പരിഭ്രമിപ്പിച്ചിരിക്കാം. അവർക്ക് ഇരുവർക്കും ലഭ്യമായ സുഖങ്ങൾ അനു ഭവിക്കാനും ജിവിച്ചിരുന്ന കാലത്തെല്ലാം സമാധാനത്തോടെ കഴിയാനും സാധിക്കുമായിരുന്നു.

പിന്നെ ഇങ്ങനെ വിടാതെ പിന്തുടരുന്ന യാതനകളുടെ പിന്നിലുള്ള രഹസ്യമെന്തായിരിക്കും? മലയുടെ മുകളിലെ ആകാശത്തേക്ക് നോക്കി യിരിക്കുകയായിരുന്നു ഖാസിം. തെളിഞ്ഞ ആകാശത്തിൽ വെളുത്ത റോസയുടെ ചിതറിയ ഇതളുകൾപോലെ ചെറുമേഘക്കീറുകളും കാണാം. ക്ഷീണം തോന്നിയതും ഖാസിം തലകുനിച്ചിരുന്നു. അപ്പോഴാണ് ഇഴഞ്ഞുനീങ്ങുന്ന എന്തോ ഒന്ന് കണ്ണിൽപെട്ടത്. ഒരു തേൾ അതിന്റെ മാളത്തിലേക്ക് നീങ്ങുകയാണ്. ഖാസിം വടി എടുത്ത് ആ തേളിനെ അടിച്ചുകൊന്നു. കുറെ നേരം അതിനെത്തന്നെ അറപ്പോടെ നോക്കി നിന്ന ശേഷം അയാൾ യാത്ര തുടരാനായി എഴുന്നേറ്റു.

എഴുപത്തിരണ്ട്

ഒരു പുതുജീവനെ സ്വാഗതം ചെയ്യുകയായിരുന്നു ഖാസിമിന്റെ വീട്. ആ സന്തോഷത്തിൽ തങ്ങളുടെ കോളനിയിലെ പാവങ്ങളും പങ്കാളികളായി മാറി. നേരിൽ കണ്ടിട്ടില്ലാത്ത തന്റെ മാതാവിന്റെ പേരാണ് മകൾക്ക് നൽകിയത്: ഇഹ്സാൻ. അവളുടെ ജനനത്തോടെ കരച്ചിൽ, വൃത്തിക്കുറവ്, ഉറക്കമില്ലായ്മ തുടങ്ങിയവയുടെ പുതുരീതികൾ ആ വീട് പരിചയപ്പെട്ടു. എന്നാൽ ആ കുഞ്ഞിന്റെ സാന്നിദ്ധ്യം പുതിയ ആനന്ദവും സംതൃപ്തിയുമാണ് സർവ്വർക്കുമേകിയത്. എന്നിട്ടും എന്തുകൊണ്ടായിരിക്കും കുഞ്ഞിന്റെ പിതാവിന്റെ കണ്ണുകളും മനസ്സു മാത്രം ആകുലതകളിൽ നട്ടംതിരിയുന്നത്പോലെ എന്തിനേയോ തേടുന്നതായി തോന്നുന്നത്? ഇത് ഖമറിനേയും വളരെ അസ്വസ്ഥയാക്കി. ഒരു ദിവസം അവൾ ഖാസിമിനോട് ചോദിച്ചു.

“നിങ്ങൾക്ക് സുഖം തന്നെയല്ലേ?”

“അതെ...”

“പക്ഷേ നിങ്ങളെക്കണ്ടാൽ പഴയതുപോലെ തോന്നുന്നതേയില്ലല്ലോ?”

“എന്റെ അവസ്ഥയെക്കുറിച്ച് ഏറ്റവും നന്നായറിയാവുന്നത് ദൈവത്തിനായിരിക്കും.”

കണ്ണുകളടച്ചുകൊണ്ട് ഖാസിം മറുപടി പറഞ്ഞു. ഒരു നിമിഷം എന്തോ ആലോചിച്ചശേഷം ഖമർ തിരക്കി:

“എന്നിൽനിന്നും എന്തെങ്കിലും അനിഷ്ടകരമായുണ്ടായോ?”

“ഈ കുഞ്ഞടക്കം ഒരു വസ്തുവും എനിക്ക് നിന്നേക്കാൾ പ്രിയങ്കരമല്ല.”

ഖമർ നെടുവീർപ്പിട്ടു.

“കണ്ണേറായിരിക്കും സർവ്വതിനും കാരണം.”

“ആയിരിക്കാം.”

ഖാസിം പുഞ്ചിരിക്കുന്നത് കണ്ടതും ഖമറിന് അയാളോട് കഷ്ടം തോന്നി. അയാൾക്ക് വേണ്ടി കുന്തിരിക്കം പുകയ്ക്കുകയും പ്രാർത്ഥിക്കുകയും ചെയ്തു.

ഒരു ദിവസം രാത്രി ഇഹ്സാന്റെ കരച്ചിൽ കേട്ടുണർന്ന ഖമറിന് ഖാസിമിനെ അരികത്ത് കാണാനായില്ല. രാത്രി കാപ്പിക്കടയിൽ പോയ ശേഷം ആൾ തിരികെ വന്നിട്ടുണ്ടാവില്ലെന്നാണ് ആദ്യം കരുതിയത്. എന്നാൽ കുഞ്ഞിന്റെ കരച്ചിലവസാനിച്ചപ്പോഴാണ് തെരുവിലെ ബഹളമെല്ലാമടങ്ങിയല്ലോ എന്ന കാര്യം ശ്രദ്ധിച്ചത്. സാധാരണയായി കാപ്പിക്കടകൾ അടച്ച് അല്പസമയം കഴിയുമ്പോൾ മാത്രമാണ് ഇത്തരത്തിൽ ശാന്തതയുണ്ടാകാറുള്ളത്. സംശയം തോന്നിയതും ഖമർ എഴുന്നേറ്റ് ചെന്ന് ജനാലയിലൂടെ ഉറക്കത്തിൽ മുങ്ങിനിൽക്കുന്ന സമ്പൂർണ്ണമായ

ഇരുളിലേക്ക് എത്തിനോക്കി. വീണ്ടും കരയാൻ തുടങ്ങിയ കുഞ്ഞിന് മുലപ്പാൽ നൽകിയശേഷം ഭർത്താവ് എത്താൻ വൈകുന്നതിന്റെ കാരണ മെന്തായിരിക്കുമെന്ന് ആലോചിച്ചു. തങ്ങൾ ഒരുമിച്ച് ജീവിക്കാൻ തുടങ്ങിയ ശേഷം ഇങ്ങനെയൊരു സംഭവം ഇതാദ്യമായിട്ടായിരിക്കും. ഇഹ്സാൻ ഉറങ്ങാൻ തുടങ്ങിയതും ഖമർ വീണ്ടും കട്ടിലിൽ നിന്നിറങ്ങി ജനാല യ്ക്കരികിലേക്ക് ചെന്നു. അനക്കമൊന്നും കാണാനാകാത്തതോടെ സ്വീകരണഹാളിലേക്ക് ചെന്നശേഷം സക്കീനയെ വിളിച്ചുണർത്തി. ഉറക്ക ച്ചടവോടെ ഉണർന്ന പരിചാരിക യജമാനത്തി തന്റെയരികിലെത്തിയത് കണ്ട് ചാടി എഴുന്നേറ്റു. യജമാനന്റെ വിവരമറിയാനായി ഉടനേ തന്നെ സകരിയ്യയുടെ അരികിലേക്ക് പോകാൻ സക്കീന തീരുമാനിച്ചു. ഈ സമയംവരെ ഭർത്താവ് കൊച്ചാപ്പയുടെ വീട്ടിൽ തന്നെ കഴിയാനുള്ള കാരണമെന്തായിരിക്കുമെന്ന് അതിശയിക്കുകയായിരുന്നു ഖമർ. മറുപടി അത്ര പ്രതീക്ഷ നൽകുന്നതല്ലെങ്കിൽപോലും പരിചാരിക സകരിയ്യയുടെ അരികിലേക്ക് പോകുന്നത് വിലക്കിയില്ല. ചിലപ്പോൾ അപ്രതീക്ഷിതമായ എന്തെങ്കിലുമായിരിക്കാം കാരണം. ഒന്നുമല്ലെങ്കിൽ തന്റെ ഈ പരിഭ്രമ ത്തിൽ നിന്നൊരു മോചനത്തിന് കൊച്ചാപ്പ സഹായിച്ചേക്കും.

സക്കീന പുറത്തേക്ക് പോയതും ഖമർ വീണ്ടും ഭർത്താവ് വൈകാ നുള്ള കാരണമെന്തായിരിക്കുമെന്ന് ചിന്തിക്കാൻ തുടങ്ങി. അദ്ദേഹത്തിന്റെ മനോനിലയിലുണ്ടായ വ്യത്യാസങ്ങൾക്ക് ഇതുമായെന്തെങ്കിലും ബന്ധ മുണ്ടായിരിക്കുമോ?

സക്കീനയുടെ ഉറക്കെയുള്ള വിളികേട്ടാണ് സകരിയ്യയും ഹസനും ഞെട്ടിയുണർന്നത്. വൈകുന്നേരം തങ്ങൾക്കൊപ്പം ഖാസിം സമയം ചെല വിട്ടിരുന്നില്ലെന്ന് ഹസൻ പറഞ്ഞു. സഹോദര പുത്രൻ വീട് വിട്ടിറങ്ങിയ തെപ്പോഴാണെന്നാണ് സകരിയ്യ ചോദിച്ചത്. ഉച്ച തിരിഞ്ഞയുടനെ എന്നാ യിരുന്നു പരിചാരിക നൽകിയ മറുപടി. അവർ മൂവരും വീട്ടിൽനിന്നും പുറത്തേക്കിറങ്ങി. ഹസൻ അടുത്ത വീട്ടിലേക്ക് പോയശേഷം സുഹൃത്ത് സ്വാദിഖിനൊപ്പം തിരികെ വന്നു.

“നേരം പുലരാറായല്ലോ? ഖാസിം എവിടെപ്പോയിട്ടുണ്ടാകും?”

അസ്വസ്ഥതയോടെയുള്ള സ്വാദിഖിന്റെ ചോദ്യത്തിനുത്തരമായി ഹസൻ പറഞ്ഞു.

“ചിലപ്പോൾ മരുഭൂമിയിലെ ഹിന്ദിന്റെ ഉരുളൻ പാറയ്ക്കരികിൽ കിടന്നുറങ്ങിപ്പോയിരിക്കും.”

തങ്ങൾ ഖാസിമിനെ തിരക്കിയിറങ്ങാൻ പോകുകയാണെന്ന കാര്യം ഖമറിന്റെയരികിൽ ചെന്നറിയിക്കാൻ സകരിയ്യ പരിചാരികയോട് നിർ ദ്ദേശിച്ചു. അവർ മൂവരും മരുഭൂമിയിലേക്ക് പുറപ്പെട്ടു. ശിശിരകാല രാത്രി യുടെ തണുപ്പ് കാരണം ശിരസ്സിൽ തലപ്പാവുകൾ മുറുകെക്കെട്ടിയാ യിരുന്നു യാത്ര. മാസാവസാനത്തെ ചന്ദ്രന്റെ വെളിച്ചമുണ്ട്. മേഘങ്ങൾ ഒഴിഞ്ഞ ആകാശത്ത് നിറയെ നക്ഷത്രങ്ങളുമുണ്ടായിരുന്നു.

"ഖാസിമേ... ഖാസിമേ..."

ഒരു കൊള്ളിയാൻ കണക്കെയായിരുന്നു ഹസന്റെ ഒച്ച മരുഭൂമിയുടെ അന്തരീക്ഷത്തെ പ്രകമ്പനം കൊള്ളിച്ചത്. മുഖത്തംമലയിൽ തട്ടിയ ശേഷം ആ ശബ്ദം പ്രതിധ്വനി കൊള്ളുന്നതിനിടയിൽ അവർ ഹിന്ദിന്റെ ഉരുളൻപാറയ്ക്കരികിലേക്ക് ധൃതിയിൽ നടക്കാൻ തുടങ്ങി. സ്ഥലത്തെത്തി ചുറ്റും നടന്ന് നോക്കിയെങ്കിലും ഖാസിം അവിടെയുള്ളതിന്റെ യാതൊരു ലക്ഷണവും കണ്ടില്ല.

"പിന്നെ അവൻ എവിടെപ്പോയി? വികൃതി കാണിക്കുന്ന തരക്കാരനല്ല. അവനാകട്ടെ ശത്രുക്കളുമില്ലല്ലോ?"

സകരിയ്യയുടെ കനത്ത ശബ്ദം കേട്ടതും ഹസൻ പരിഭ്രമത്തോടെ പിറുപിറുത്തു.

"പിന്നെ ഇങ്ങനെ അപ്രത്യക്ഷനാകാൻ വേറൊരു കാരണവുമില്ലല്ലോ?"

മരുഭൂമിയിൽ കൊള്ളക്കാരുടെ സാന്നിദ്ധ്യം ഉണ്ടാകാനിടയുണ്ടല്ലോ എന്നോർത്തതും സ്വാദിഖിന്റെ മനസ്സിടിഞ്ഞുപോയി. എന്നിട്ടും അയാൾ ഒന്നും പറഞ്ഞില്ല.

"അവൻ യഹ്യാ അങ്ങുന്നിന്റെ അരികിലായിരിക്കുമോ?"

സകരിയ്യയുടെ ദുർബലമായ വാക്കുകൾ കേട്ടതും സുഹൃത്തുക്കൾ ഇരുവരും ആശ്വാസത്തോടെ ഉരുവിട്ടു.

"യഹ്യാ അങ്ങുന്നിന്റെ അടുക്കലോ?"

"പക്ഷേ അവനെന്തുകൊണ്ടാകും അവിടെത്തന്നെ കഴിയുന്നത്?" സകരിയ്യ ദുഃഖത്തോടെ ചോദിച്ചു.

ഒന്നും മിണ്ടാതെ അവർ മരുഭൂമിയുടെ മറുവശത്തേക്ക് നടന്നു. മനസ്സിലാകെ കറുത്ത ചിന്തകളാണ്. വളരെ ദൂരെനിന്ന് കോഴികൂവുന്ന ഒച്ച കേൾക്കാം. പക്ഷേ മേഘങ്ങളുള്ളതിനാൽ ഇരുളിനിയും മാറിയിട്ടില്ല. നെടുവീർപ്പിടുന്നതുപോലെയുള്ള ശബ്ദത്തിൽ സ്വാദിഖ് പിറുപിറുത്തു:

"ഖാസിം നീ എവിടെയാ?"

പോകുന്നത് വെറുതെയാകുമെന്ന ഭീതിയുണ്ടായിരുന്നിട്ടും അവർ യാത്ര തുടർന്നു. അവസാനം അവർ ഉറങ്ങിക്കിടക്കുന്ന യഹ്യായുടെ കുടിലിന് മുന്നിലെത്തി. സകരിയ്യ മുന്നോട്ട് ചെന്ന് വാതിലിൽ മുട്ടി. അകത്ത് നിന്നും വൃദ്ധന്റെ ശബ്ദം കേട്ടു.

"ആരാണത്?"

വാതിൽ തുറന്നതും വടി കുത്തിപ്പിടിച്ച് നിൽക്കുന്ന യഹ്യായുടെ രൂപം കണ്ടു.

“ക്ഷമിക്കണം. ഖാസിമിനെ അന്വേഷിച്ച് വന്നതാണ് ഞങ്ങൾ.”

സകരിയ്യ ക്ഷമാപണ രൂപത്തിൽ പറഞ്ഞതും വൃദ്ധൻ ശാന്തമായ സ്വരത്തിൽ പ്രതികരിച്ചു.

“ഞാൻ നിങ്ങളെ പ്രതീക്ഷിച്ചിരിക്കുകയായിരുന്നു.”

വലിയ ആശ്വാസമാണ് ആ വാക്കുകൾ നൽകിയത്. എന്നാൽ ആശങ്ക വിട്ടൊഴിഞ്ഞതുമില്ല.

“അവനെക്കുറിച്ച് എന്തെങ്കിലും വിവരമുണ്ടോ?”

സകരിയ്യയുടെ ചോദ്യം കേട്ടതും യഹ്‌യാ പറഞ്ഞു:

“അവൻ കുടിലിനകത്ത് ഉറങ്ങിക്കിടക്കുകയാണ്.”

“അവന് സുഖം തന്നെയല്ലേ?”

“ദൈവം ഇച്ഛിച്ചാൽ...”

ശേഷം എന്തോ ആലോചിച്ചുറച്ചത്പോലെ യഹ്‌യാ തുടർന്നു:

“അവനിപ്പോൾ കുഴപ്പമൊന്നുമില്ല. എന്റെ അയൽക്കാരിൽപെട്ട ചില യാളുകൾ അതൂഫിൽ നിന്നും വീടുകളിലേക്ക് മടങ്ങുമ്പോഴാണ് ഹിന്ദിന്റെ ഉരുളൻ പാറയ്ക്കരികിൽ ഖാസിമിനെ അബോധാവസ്ഥയിൽ കണ്ടത്. അങ്ങനെ അവരാണ് അവനെ ഇവിടേക്ക് കൂട്ടിക്കൊണ്ട് വന്നത്. ഞാൻ മുഖത്ത് അല്പം സുഗന്ധവസ്തു തളിച്ചപ്പോൾ ബോധം വന്നു. എന്നാൽ നല്ല ക്ഷീണമുണ്ടെന്ന് മനസ്സിലായതോടെ ഞാനവനെ ഉറങ്ങാൻ വിട്ടു. ഒട്ടും വൈകാതെ അവൻ ഉറക്കത്തിലേക്ക് വഴുതിവീഴുകയും ചെയ്തു.”

“താങ്കൾക്ക് ഈ വിവരം ഞങ്ങളെ ഒന്നറിയിക്കാമായിരുന്നു.”

സകരിയ്യയുടെ പരിഭവം കേട്ടതും യഹ്‌യാ ശാന്തമായി മറുപടി പറഞ്ഞു:

“അർദ്ധരാത്രിയാണ് ആളുകൾ അവനെ ഇവിടേക്ക് കൊണ്ടുവന്നത്. അന്നേരം നിങ്ങളുടെ അരികിലേക്ക് അയയ്ക്കാൻ ഇവിടെ ആരേയും കണ്ടില്ല.”

“അവനെന്തെങ്കിലും അസുഖമുണ്ടാകും, സംശയമില്ല.”

സ്വാദിഖ് അസ്വസ്ഥതയോടെ പറഞ്ഞു.

“ഉറക്കമുണരുമ്പോഴേക്കും അവന് സുഖമാകും.”

“ഒരു മനഃസമാധാനത്തിന് വേണ്ടി നമുക്കവനെ ഉണർത്തി നോക്കി യാലോ?”

ഹസൻ പറഞ്ഞു. എന്നാൽ യഹ്‌യാ കടുത്ത സ്വരത്തിൽ അത് തടഞ്ഞു:

“പാടില്ല. അവൻ തനിയേ ഉണരുന്നതുവരെ നാം കാത്തിരുന്നേ തീരൂ.”

എഴുപത്തിമൂന്ന്

തലയണയിൽ ചാരി കിടക്കയിൽ ഇരിക്കുകയാണ് ഖാസിം. പുതപ്പ് നെഞ്ചുവരെ മൂടിയിട്ടുണ്ട്. കണ്ണുകളിൽ ഗൗരവമായതെന്തോ ആലോചിക്കുന്ന ഭാവം. ഇഹ്സാനെ ഒക്കത്തെടുത്തുകൊണ്ട് അയാളുടെ കാൽക്കൽ ചമ്രം പടിഞ്ഞിരിക്കുകയാണ് ഖമർ. കുഞ്ഞ് കൈകൾ നിരന്തരമെന്നോണം ചലിപ്പിച്ചുകൊണ്ടേയിരിക്കുകയാണ്. ഒപ്പം മൃദുലമായ എന്നാൽ തിരിച്ചറിയാനാകാത്ത വിചിത്രമായ ശബ്ദങ്ങളുണ്ടാക്കുകയും ചെയ്യുന്നു. മുറിയുടെ മധ്യത്തിൽ വച്ചിരിക്കുന്ന കുന്തിരിക്കപ്പാത്രത്തിൽ നിന്നും സുഗന്ധപ്പുക ഉയരുന്നു. വളഞ്ഞും പുളഞ്ഞും പിന്നെ ചിതറുകയും ചെയ്യുന്ന പുക മധുരതരമായ ഏതോ രഹസ്യം വെളിപ്പെടുത്തുന്നതുപോലെ സുഗന്ധം നിറയ്ക്കുകയാണ്. കിടക്കയ്ക്കരികിലെ മേശയിലേക്ക് കൈനീട്ടി അതിന് മുകളിലിരുന്ന അയമോദകച്ചെടിയുടെ പാനീയം എടുത്ത് അല്പാല്പമായി കുടിക്കുകയാണ് ഖാസിം. കപ്പ് തിരികെ വയ്ക്കുമ്പോൾ 'കൊത്ത്' മാത്രമേ ബാക്കിയുണ്ടായിരുന്നുള്ളൂ. ഖമറാകട്ടെ കുഞ്ഞിനോട് എന്തോ മന്ത്രിക്കുകയും ലാളിക്കുകയുമാണ്. എന്നാൽ ഭർത്താവിന് നേരേ അസ്വസ്ഥതയോടെ നോക്കുന്നത് കാണുമ്പോൾ തന്നെ മനസ്സിലാകും ഈ ലാളനയും കൊഞ്ചലുമൊക്കെ തന്റെയുള്ളിലെ ആശങ്ക മറച്ചുപിടിക്കാനുള്ള ശ്രമം മാത്രമാണെന്ന്.

"ഇപ്പോൾ എന്ത് തോന്നുന്നു?"

അടഞ്ഞ് കിടക്കുന്ന മുറിയുടെ വാതിലിന് നേരേ തിരിഞ്ഞശേഷം ഖമറിനെ നോക്കി ശാന്തമായ സ്വരത്തിൽ ഖാസിം പറഞ്ഞു.

"എനിക്കതിന് ഒരസുഖവുമില്ലല്ലോ!"

"എനിക്കത് കേട്ടാൽ മതി. ദൈവത്തെയോർത്ത് നിങ്ങൾക്ക് എന്താണ് സംഭവിച്ചതെന്ന് പറയൂ."

"എനിക്കറിയില്ല... എന്നാൽ ഞാനിങ്ങനെ പറയാൻ പാടില്ല. എനിക്കെല്ലാം അറിയാം. സമാധാനം ലഭിച്ചിരുന്ന പഴയ ദിനങ്ങളൊക്കെ അവസാനിച്ചു കഴിഞ്ഞോ എന്ന് ശരിക്കും ഭയക്കുകയാണ് ഇപ്പോൾ."

പെട്ടെന്ന് ഇഹ്സാൻ കരയാൻ തുടങ്ങി. ഖമർ കുഞ്ഞിന് മുലപ്പാൽ നൽകുന്നതിനിടയിൽ തന്നെ ആശങ്കയും ആകാംക്ഷയും നിറഞ്ഞ കണ്ണുകളോടെ ഭർത്താവിന് നേരെ നോക്കുന്നുണ്ടായിരുന്നു.

"അതെന്താ അങ്ങനെ?"

നെടുവീർപ്പിട്ടുകൊണ്ട് ഖാസിം നെഞ്ചിലേക്ക് വിരൽ ചൂണ്ടി.

"വലിയൊരു രഹസ്യമാണിതിനുള്ളിലുള്ളത്. ഒറ്റയ്ക്ക് കൊണ്ട് നടക്കാൻ കഴിയാത്തൊരു രഹസ്യം."

ഖമറിന്റെ ആശങ്ക ഇതോടെ കൂടുതൽ വർദ്ധിച്ചു.

“അത് എന്നോട് പറയൂ, ഖാസിം.”

ഖാസിം പറഞ്ഞുതുടങ്ങി.

“ഞാനിക്കാര്യം പറയുന്നത് ആദ്യമായി കേൾക്കുന്നത് നീയായിരിക്കും. എന്നാൽ ഞാൻ പറയുന്നത് വിശ്വസിക്കണം. സത്യം മാത്രമാണിത്. ഇന്നലെ രാത്രി അതിശയകരമായൊരു കാര്യം നടന്നു. മരുഭൂമിയിൽ ഹിന്ദിന്റെ ഉരുളൻ പാറയ്ക്കരികെ തനിച്ചിരിക്കുകയായിരുന്നു ഞാൻ.”

ഖാസിം ഉമിനീരിറക്കുന്നത് കണ്ടതും തുടരാൻ പ്രേരിപ്പിക്കുന്നത് പോലെ ഖമർ ഭർത്താവിന് നേരെ സ്നേഹത്തോടെ നോക്കി.

“ആകാശത്തിലെ ചന്ദ്രന്റെ പ്രയാണം നോക്കിയിരിക്കുകയായിരുന്നു ഞാൻ. പെട്ടെന്ന് തന്നെ ചന്ദ്രൻ മേഘങ്ങൾക്കടിയിലായി. അതോടെ ആകെ ഇരുട്ടായി. എഴുന്നേൽക്കാമെന്ന് കരുതിയതും പെട്ടെന്ന് അരികത്ത് നിന്ന് ആരോ വിളിക്കുന്ന ശബ്ദം കേട്ടു. “നമസ്കാരം ഖാസിം’. ഞാൻ ഞെട്ടിപ്പോയി. കാരണം അതിന് മുമ്പ് എന്തെങ്കിലും അനക്കമോ, ഒച്ചയോ ഒന്നും കേട്ടിരുന്നില്ല. സൂക്ഷിച്ച് നോക്കിയപ്പോൾ ഞാൻ ഇരുന്നയിടത്ത് നിന്നും ഒരു ചുവടകലെ ഒരു മനുഷ്യൻ നിൽക്കുന്നത് കണ്ടു. മുഖം വ്യക്തമായില്ലെങ്കിൽപോലും അയാളുടെ വെളുത്ത തലപ്പാവും ദേഹം പുതച്ചിരുന്ന കുപ്പായവും കണ്ണിൽപെട്ടു. ദേഷ്യം അടക്കിപ്പിടിച്ചാണെങ്കിലും മറുപടി പറഞ്ഞു.

“നമസ്കാരം, നിങ്ങളാരാണ്?”

“അയാൾ മറുപടി പറഞ്ഞു. അതാരായിരിക്കുമെന്നാണ് നിങ്ങൾ കരുതുന്നത്.”

“നിങ്ങൾ തുടർന്നു പറയൂ. എനിക്ക് ക്ഷമിച്ചിരിക്കാൻ കഴിയുന്നില്ല.”

പരിഭ്രമത്തോടെ ഖമർ തലകുലുക്കി.

“അയാൾ എന്നോട് പറഞ്ഞത് ‘ഞാൻ ഖൻദീൽ’ എന്നായിരുന്നു. ഞാൻ അതിശയിച്ചു പോയി. “ക്ഷമിക്കണം, എനിക്ക്...” എന്ന് പറയാൻ തുനിഞ്ഞതായിരുന്നു ഞാൻ. എന്നാൽ മുഴുവനാക്കാൻ അനുവദിക്കാതെ അയാൾ പറഞ്ഞു: “ഞാൻ ഖൻദീൽ... ജബലാവിയുടെ സേവകൻ.”

“ആ മനുഷ്യൻ എന്താണ് പറഞ്ഞത്?”

“ഞാൻ ഖൻദീൽ... ജബലാവിയുടെ സേവകൻ...”

വിളറിയ മുഖത്തോടെ ഖമർ ചോദിച്ചു.

“ജബലാവിയുടെ സേവകൻ ഖൻദീലെന്നോ? അദ്ദേഹത്തിന്റെ സേവകരെക്കുറിച്ചാർക്കും ഒന്നുമറിയില്ല. മാളികയിലേക്ക് വേണ്ട കാര്യങ്ങളൊക്കെ നോക്കി നടത്തുന്നത് കങ്കാണി അങ്ങുന്ന് നേരിട്ടാണ്. അയാളുടെ ജോലിക്കാരാണ് സാധനങ്ങൾ മാളികയിലേക്ക് കൊണ്ടുപോകുന്നത്. തോട്ടത്തിലെത്തുമ്പോൾ അതൊക്കെ ജബലാവിയുടെ സേവകർ ഏറ്റുവാങ്ങുകയാണ് ചെയ്യുന്നത്.”

“ശരിയാണ്. നമ്മുടെ തെരുവിനറിയാവുന്ന കാര്യമാണല്ലോ അത്? എന്നാൽ അയാൾ ഇക്കാര്യം എന്നോട് പറഞ്ഞതാണ്.”

“അയാൾ പറഞ്ഞത് നിങ്ങൾ വിശ്വസിച്ചോ?”

“ഞാൻ പെട്ടെന്ന് ചാടി എഴുന്നേറ്റു. ഒന്നാമതായി ബഹുമാനം കൊണ്ടും രണ്ടാമതായി ആവശ്യമായി വന്നാൽ പ്രതിരോധിക്കുകയും ചെയ്യണമല്ലോ?

നിങ്ങൾ പറയുന്നത് സത്യമാണോയെന്ന് ഞാനെങ്ങനെ അറിയാനാണെന്ന് ചോദിച്ചു. മറുപടി വളരെ ശാന്തമായിട്ടായിരുന്നു. “വേണമെങ്കിൽ എന്റെ പിന്നാലെ വന്നോളൂ. ഞാൻ മാളികയ്ക്കുള്ളിലേക്ക് കയറിപ്പോകുന്നത് നിങ്ങൾക്ക് കാണാം.” അതോടെ എനിക്കുറപ്പായി അയാൾ എന്താണ് പറയാൻ വന്നതെന്നറിയണമെങ്കിൽ അയാളെ വിശ്വസിച്ചേ തീരൂവെന്ന്. കാണാൻ സാധിച്ചതിൽ അതിയായ സന്തോഷമുണ്ടെന്ന കാര്യം അയാളിൽ നിന്നും മറച്ചുപിടിച്ചതുമില്ല. ഒപ്പം പിതാമഹനെക്കുറിച്ച് അന്വേഷിക്കുകയും ചെയ്തു. അദ്ദേഹത്തിന് സുഖമാണോ? ഇപ്പോൾ എന്ത് ചെയ്യുകയാണ് എന്നൊക്കെ.”

“ഇതൊക്കെ നിങ്ങൾ തമ്മിൽ നടന്ന കാര്യമാണെന്നാണോ പറഞ്ഞുവരുന്നത്?”

“അതെ! ദൈവമാണേ സത്യം. ഞാൻ പറയുന്നതൊന്ന് കേൾക്കൂ. ആ മനുഷ്യൻ പറഞ്ഞത് നമ്മുടെ പിതാമഹന് സുഖം തന്നെയാണെന്നാണ്. എന്നാൽ കൂടുതലൊന്നും പറഞ്ഞതുമില്ല. നമ്മുടെ തെരുവിൽ നടക്കുന്ന കാര്യങ്ങളൊക്കെ അദ്ദേഹം അറിയുന്നുണ്ടോയെന്ന് തിരക്കിയപ്പോൾ ജബലാവി എല്ലാമറിയുന്നുണ്ടെന്നായിരുന്നു മറുപടി. തെരുവിൽ നടക്കുന്ന ഓരോ ചെറുതും വലുതുമായ കാര്യങ്ങളും മാളികയിൽ കഴിയുന്ന അദ്ദേഹം അറിയുന്നുണ്ട്. അതുകൊണ്ടാണത്രേ അദ്ദേഹം എന്റെയരികിലേക്ക് ആ സേവകനെ പറഞ്ഞയച്ചത്.”

“നിങ്ങളുടെ അരികിലേക്കെന്നോ?”

ഖാസിമിന് ദേഷ്യം വന്നു.

“അങ്ങനെയാണ് ആ മനുഷ്യൻ പറഞ്ഞത്.” എന്റെ അതിശയം വളരെ പ്രകടമായിത്തന്നെ കാണാമായിരുന്നെങ്കിലും അയാളത് ശ്രദ്ധിച്ചതായിപ്പോലും നടിച്ചില്ല. “അന്ന് മോഷണം നടന്ന ദിവസം നിങ്ങൾ പ്രകടിപ്പിച്ച യുക്തിബോധംകൊണ്ടായിരിക്കാം അദ്ദേഹം നിങ്ങളെ തെരഞ്ഞെടുത്തത്. അല്ലെങ്കിൽ സ്വന്തം വീട്ടിൽ നിങ്ങൾ പ്രകടിപ്പിക്കുന്ന വിശ്വസ്തത കൊണ്ടുമാകാം. ഈ തെരുവിലുള്ള സർവ്വജനങ്ങളും അദ്ദേഹത്തിന്റെ തുല്യരായ പിൻതലമുറക്കാരാണെന്നും ഈ ഭൂസ്വത്തുക്കൾ അവർക്കെല്ലാം തുല്യമായി അവകാശപ്പെട്ടതാണെന്നും തുടച്ചുനീക്കപ്പെടേണ്ട തിന്മയാണ് ഇവിടത്തെ ഗുണ്ടകളെന്നും ഈ തെരുവ് മാളികയുടെ തുടർച്ച

തന്നെയാകണമെന്നും നിങ്ങളെ അറിയിക്കാനാണ് അദ്ദേഹം എന്നെ അയച്ചിരിക്കുന്നത്." അയാളുടെ വാക്കുകൾ കഴിഞ്ഞതും പിന്നെ ആകെ നിശ്ശബ്ദതയായി. എനിക്കാണെങ്കിൽ എന്തെങ്കിലും പറയാനുള്ള ശേഷി തന്നെ നഷ്ടമായിരുന്നു. ഞാൻ ആകാശത്തേക്ക് തല ഉയർത്തിനോക്കിയപ്പോൾ ചന്ദ്രനെ മറച്ചിരുന്ന വലിയ മേഘക്കീറുകൾ അകന്നു പോകുന്നത് കണ്ടു.

"അദ്ദേഹം ഇതൊക്കെ എന്നോട് പറയുന്നതെന്തുകൊണ്ടായിരിക്കും?" ഞാൻ ചോദിച്ചു. 'അപ്പോൾ നിങ്ങൾക്ക് ഇതൊക്കെ യാഥാർത്ഥ്യമാക്കുവാൻ സാധിക്കുമല്ലോ?" എന്നായിരുന്നു മറുപടി.

"നിങ്ങൾ യാഥാർത്ഥ്യമാക്കുമെന്നോ?"

ഖമറിന്റെ ചോദ്യം കേട്ടതും വിറയ്ക്കുന്ന സ്വരത്തിൽ ഖാസിം തുടർന്നു:

"അങ്ങനെയാണ് അയാൾ പറഞ്ഞത്. കൂടുതൽ വിശദീകരണം തേടാനാഗ്രഹിച്ചതാണ്. പക്ഷേ ആ മനുഷ്യൻ എനിക്ക് അഭിവാദ്യമർപ്പിച്ച ശേഷം നടന്നുപോയി. ഞാൻ പിറകേ പോയി. അവസാനം മരുഭൂമിക്ക് അഭിമുഖമായ മാളികയുടെ ഉയരമേറിയ മതിലിലേക്ക് വളരെ നീളമുള്ളൊരു ഏണിയിലൂടെയോ മറ്റോ അയാൾ കയറിപ്പോകുന്നതാണ് കണ്ടത്. അന്തംവിട്ടുപോയ ഞാൻ അവിടെത്തന്നെ നിന്നു. നേരത്തേ നിന്ന അതേയിടത്തേക്ക് തിരികെപ്പോയി. യഹ്‌യാ അങ്ങുന്നിന്റെ അരികിലേക്ക് പോകാമെന്ന് തീരുമാനിച്ചു. പക്ഷേ ബോധം കെട്ടുവീണു. പിന്നെ അദ്ദേഹത്തിന്റെ കുടിലിൽ വച്ചാണെനിക്ക് ബോധം തിരിച്ചുകിട്ടിയത്."

മുറിക്കുള്ളിൽ വീണ്ടും നിശ്ശബ്ദത. അതിശയം തുളുമ്പുന്ന കണ്ണുകളോടെ ഖാസിമിനെത്തന്നെ നോക്കുകയാണ് ഖമർ. മുലപ്പാൽ കുടിച്ചുകൊണ്ടിരുന്ന ഇഹ്സാനിന്റെ കണ്ണുകൾ പതിയെ അടയാനും അവളുടെ ശിരസ്സ് ഉമ്മയുടെ കൈയിലേക്ക് വഴുതാനും തുടങ്ങി. അതോടെ ഖമർ കുഞ്ഞിനെ കിടക്കയിലേക്ക് പതിയെ കിടത്തി. ആശങ്ക നിറഞ്ഞ കണ്ണുകളോടും വിളറിയ മുഖത്തോടും കൂടി ഭർത്താവിനെ നോക്കി.

തെരുവിൽ നിന്നും ഗുണ്ട സവാരിസിന്റെ പരുക്കൻ ഒച്ചകേട്ടു. അയാൾ ആരെയോ ചീത്ത വിളിക്കുകയാണ്. അടിയോ ഇടിയോ കൊണ്ടതിനാൽ ആ മനുഷ്യൻ ഞരങ്ങുന്നുണ്ട്. നടന്നു നീങ്ങുന്നതിനിടയിൽ സവാരിസ് വീണ്ടും ഭീഷണി മുഴക്കുന്നതും കണ്ടു. "ജബലാവീ.." എന്ന് മർദ്ദനമേറ്റ മനുഷ്യന്റെ നിലവിളിയും പിന്നാലെയെത്തി. ഭാര്യയുടെ നോട്ടം സഹിക്കാനാവാത്ത അവസ്ഥയിൽ ഖാസിം തന്നോട് തന്നെ ചോദിച്ചു പോയി: "എന്നെക്കുറിച്ച് എന്തായിരിക്കും ഈ സ്ത്രീ കരുതുന്നുണ്ടാകുക?" എന്നാൽ ഖമറിന്റെ മനസ്സ് പറഞ്ഞതിങ്ങനെയായിരുന്നു.

"ഈ മനുഷ്യൻ പറയുന്നത് സത്യം തന്നെയായിരിക്കും. എന്നോടൊരിക്കലും കള്ളം പറഞ്ഞിട്ടില്ലല്ലോ? പിന്നെ എന്തിന് ഇങ്ങനെയൊരു കഥ

ഉണ്ടാക്കിപ്പറയണം? വിശ്വസ്തനാണ്. എളുപ്പം സ്വന്തമാക്കാമെങ്കിൽ പോലും എന്റെ സ്വത്തിൽ വ്യാമോഹിക്കുന്ന ആളുമല്ല. പിന്നെ എങ്ങനെ തികച്ചും അപകടകരമായ ജബലാവിയുടെ സ്വത്ത് മോഹിക്കുന്നുവെന്ന് കരുതാനാകും? സത്യത്തിൽ ഞങ്ങളുടെ സമാധാനം നിറഞ്ഞ ജീവിത മൊക്കെ തീർന്നെന്നാണോ?"

"ഈ രഹസ്യം നിങ്ങൾ ആദ്യം പറയുന്നത് എന്നോടാണോ?" ഖാസിം തലകുലുക്കി.

"ഖാസിം, നമ്മുടെ ജീവിതം ഒന്നാണ്. നിങ്ങളുടെ കാര്യത്തിലുള്ള ശ്രദ്ധ എനിക്കെന്റെ സ്വന്തം കാര്യത്തിൽ പോലുമില്ല. നിങ്ങളുടെ ഈ രഹസ്യം അപകടകരമാണ്. ഇതിന്റെ പ്രത്യാഘാതങ്ങളെന്തൊക്കെ യായിരിക്കുമെന്നറിയണം. നല്ലതുപോലെ ആലോചിച്ചുനോക്കൂ. ഇതൊക്കെ യഥാർത്ഥത്തിൽ നടന്നതാണോ അതോ വല്ല സ്വപ്നവു മാണോയെന്ന് ഉറപ്പുവരുത്തിയേ തീരൂ."

"എല്ലാം യഥാർത്ഥത്തിൽ നടന്നതാണ്. പരമമായ സത്യം. അല്ലാതെ സ്വപ്നമൊന്നുമല്ല!"

ഖാസിമിന്റെ സ്വരത്തിൽ നിശ്ചയദാർഢ്യവും ഒപ്പം അല്പം നീരസവു മുണ്ടായിരുന്നു.

"അവർ നിങ്ങളെ അബോധാവസ്ഥയിലാണോ കണ്ടെത്തിയത്?"

"ആ കൂടിക്കാഴ്ചയ്ക്ക് ശേഷമാണ് എനിക്ക് ബോധക്കേടുണ്ടായ തൊക്കെ"

"നിങ്ങൾക്ക് ആകെ ആശയക്കുഴപ്പമുണ്ടായതുകൊണ്ടാകാം" അനുതാപം നിറഞ്ഞ ഖമറിന്റെ വാക്കുകൾ കേട്ടതും മുമ്പൊരിക്കലും അനുഭവിച്ചിട്ടില്ലാത്ത തരത്തിലുള്ള വേദനയായിരുന്നു മനസ്സിൽ. നെടു വീർപ്പോടെ ഖാസിം പറഞ്ഞു.

"എനിക്ക് യാതൊരു ആശയക്കുഴപ്പവുമില്ല. പകൽ വെളിച്ചത്തിലെ സൂര്യനെപ്പോലെ വ്യക്തമായിരുന്നു ആ കൂടിക്കാഴ്ച." അല്പം അമാന്തിച്ച് നിന്നശേഷം ഖമർ ചോദിച്ചു:

"സത്യത്തിൽ ആ മനുഷ്യൻ ജബലാവിയുടെ സേവകനാണെന്നോ, അയാളെ പിതാമഹൻ നിങ്ങളുടെ അരികിലേക്ക് അയച്ചിട്ടുണ്ടോ എന്നൊക്കെ എങ്ങനെയറിയാനാണ്? തെരുവിലെ ഏതെങ്കിലും മദ്യപനോ, മയക്കുമരുന്നിനടിമയായ ആളോ ആകാം. അത്തരക്കാർ ഈ തെരുവിൽ ധാരാളമുണ്ടല്ലോ?"

"ആ മനുഷ്യൻ മാളികയുടെ മതിലിലേക്ക് കയറിപ്പോകുന്നത് ഞാൻ കണ്ടതാണല്ലോ?"

ഖാസിമിന്റെ സ്വരത്തിൽ അല്പം കാർക്കശ്യമുണ്ടായിരുന്നു.

“ആ മതിലിന്റെ പകുതി ഉയരം പോലുമുള്ള ഒരൊറ്റ ഏണിയും ഈ തെരുവിലെങ്ങുമില്ലല്ലോ? പിന്നെങ്ങനെയാ?”

ഖമർ നെടുവീർപ്പിച്ചു.

“ഞാൻ കണ്ടതാണല്ലോ?”

കെണിയിലകപ്പെട്ട എലിയുടെ അവസ്ഥയായിരുന്നു ഖമറിന്റേത്. എങ്കിലും കീഴടങ്ങാൻ തയ്യാറായില്ല.

“എനിക്ക് നിങ്ങളുടെ കാര്യത്തിൽ ഭയമുള്ളതുകൊണ്ടാണ് ഞാനിങ്ങനെയൊക്കെ പറയുന്നത്. എന്റെ ഉദ്ദേശ്യമെന്താണെന്ന് നിങ്ങൾക്കറിയാമല്ലോ? എനിക്ക് ഭയം നിങ്ങളുടേയും ഈ വീടിന്റേയും നമ്മുടെ കുഞ്ഞിന്റേയും പിന്നെ സന്തോഷകരമായ ജീവിതത്തിന്റേയും കാര്യത്തിലാണ്. ആ മനുഷ്യൻ എന്തിന് നിങ്ങളെത്തന്നെ വന്ന് കാണണമെന്നാണ് ഞാൻ എന്നോട് തന്നെ ചോദിക്കുന്നത്. എന്തുകൊണ്ട് ജബലാവിക്ക് തന്റെ തീരുമാനം സ്വയം നടപ്പിലാക്കിക്കൂടാ? ഈ ഭൂസ്വത്തിന്റേയും പിന്നെ സർവ്വതിന്റേയും ഉടമയല്ലേ അദ്ദേഹം?

“എങ്കിൽ പിന്നെ അദ്ദേഹം ജബലിനോടും രിഫാഅയോടും സംസാരിച്ചതെന്തിനാണ്?”

ഖാസിമിന്റെ മറുചോദ്യം കേട്ടതും ഖമറിന്റെ കണ്ണുകൾ വിടർന്നു. കരയാൻ പോകുന്ന കുഞ്ഞിന്റേതുപോലെ ആ സ്ത്രീയുടെ വായയുടെ കോണുകൾ ചുളിഞ്ഞു. അസ്വസ്ഥതയോടെ ഖമർ നോട്ടം മാറ്റിക്കളഞ്ഞു.

“നിങ്ങൾ എന്നെ വിശ്വസിക്കില്ലായിരിക്കും. വിശ്വസിക്കണമെന്ന് ഞാൻ ആവശ്യപ്പെടുന്നതുമില്ല.”

ഭർത്താവിന്റെ വാക്കുകൾ കേട്ടതും ഖമർ കരയാൻ തുടങ്ങി. തന്റെ ചിന്തകളിൽനിന്നും രക്ഷപ്പെടാനെന്നവണ്ണം കണ്ണുനീർപൊഴിക്കുന്ന ഭാര്യയുടെ അരികിലേക്ക് നീങ്ങി ഇരുന്നശേഷം ഖാസിം ഖമറിനെ കൈകൊണ്ട് അടുത്തേക്ക് അണച്ചുപിടിച്ചു.

“എന്തിനാണ് കരയുന്നത്?”

കരച്ചിലിനിടയിലും ഭർത്താവിനെ നോക്കി വിതുമ്പലോടെ ഖമർ പറഞ്ഞു:

“ഞാൻ നിങ്ങളെ സ്നേഹിക്കുന്നതുകൊണ്ടാണ്. എനിക്ക് നിങ്ങളെ വിശ്വാസം തന്നെയാണ്. അതേസമയം നമ്മുടെ ജീവിതത്തിലെ സമാധാനം നിറഞ്ഞ ദിനങ്ങളൊക്കെ നഷ്ടമായിക്കഴിഞ്ഞോ എന്ന ഭയമാണെന്റെ മനസ്സിലാകെ!”

ശേഷം അടഞ്ഞ സ്വരത്തിൽ ഖമർ തിരക്കി:

“ഇനി എന്താ ചെയ്യാൻ പോകുന്നത്?”

എഴുപത്തിനാല്

മുറിക്കുള്ളിലെ അന്തരീക്ഷമാകെ ആശങ്കയുടേയും അസ്വസ്ഥത യുടേയും സമ്മർദ്ദത്തിലാണ്. സകരിയ്യ ദേഷ്യത്തോടെ എന്തോ ആലോചി ച്ചിരിക്കുന്നു. ഉവൈസ് മാമ മീശ തടവുന്നു. ഹസനാകട്ടെ തന്നോട് തന്നെ എന്തോ സംസാരിക്കുന്നതുപോലെ. സ്വാദിഖ് സുഹൃത്ത് ഖാസിമിന്റെ മുഖത്ത് കണ്ണെടുക്കാതെ നോക്കുന്നുണ്ട്. സ്വീകരണമുറിയുടെ മൂല യിലിരുന്ന് സകലർക്കും നേർവഴി കാട്ടാൻ ദൈവത്തോട് പ്രാർത്ഥിക്കുക യാണ് ഖമർ. ഒഴിഞ്ഞ കാപ്പിക്കപ്പുകൾക്ക് ചുറ്റും രണ്ട് ഈച്ചകൾ വട്ടമിട്ട് പറക്കുന്നത് കണ്ടതും താലം എടുത്തുകൊണ്ട് പോകാൻ ഖമർ പരി ചാരികയോട് പറഞ്ഞു. സക്കീന വന്ന് കാപ്പിക്കപ്പുകൾ നിരത്തിയ താലം എടുത്തുകൊണ്ട് പോകുന്നതിനിടയ്ക്ക് വാതിൽ പഴയതുപോലെ അടയ്ക്കുകയും ചെയ്തു.

"ഈ രഹസ്യം നമ്മുടെയൊക്കെ കഥ കഴിക്കും"

ഉവൈസ് അസ്വസ്ഥതയോടെ പറഞ്ഞു. ആരോ കല്ലെറിയുകയോ, അടിക്കുകയോ ചെയ്തതുപോലെ തെരുവിലെങ്ങോ നായ കുരയ്ക്കുന്ന ശബ്ദം കേട്ടു. ഈന്തപ്പഴം വിറ്റുനടക്കുന്ന ഏതോ കച്ചവടക്കാരന്റെ ഒച്ചയും പിന്നെ വൃദ്ധയായൊരു സ്ത്രീയുടെ വിലാപവും:

"ദൈവമേ.. മടുത്തല്ലോ ഈ ജീവിതം!"

"ഉവൈസ് അങ്ങുന്നേ, താങ്കൾ ഞങ്ങൾക്കിടയിൽ ഏറ്റവും പദവിയും മഹിമയുമുള്ള ആളാണല്ലോ? താങ്കൾ തന്നെ ഒരഭിപ്രായം പറയൂ."

സകരിയ്യയുടെ വാക്കുകൾ കേട്ടതും ഉവൈസ് അയാളേയും ഖാസി മിനേയും മാറി മാറി നോക്കാൻ തുടങ്ങി. "ഖാസിം മറ്റുള്ളയാളുകളെ പ്പോലെയേ അല്ല എന്നുള്ളത് വളരെ ശരിയാണ്. പക്ഷേ ഇയാൾ ഈ പറയുന്ന കാര്യം കേട്ടിട്ട് എനിക്ക് തല ചുറ്റുകയാണ്."

"ഇദ്ദേഹം സത്യസന്ധനാണ്. ഏതെങ്കിലുമൊരു കള്ളം ഖാസിം പറ ഞ്ഞെന്ന് വാദിക്കുന്ന ഒരാളെയെങ്കിലും കണ്ടെത്താനാകുമോയെന്ന് വെല്ലുവിളിക്കുകയാണ് ഞാൻ, എനിക്കിദ്ദേഹത്തെ വിശ്വാസം തന്നെ യാണ്. എനിക്കത് മാതാവിന്റെ കുഴിമാടത്തിൽ തൊട്ട് സത്യം ചെയ്ത് പറയാനാകും."

സംസാരിക്കാൻ ഒരവസരം കാത്തിരിക്കുകയായിരുന്ന സ്വാദിഖിന്റെ വാക്കുകൾ കേട്ടതും ഹസനും ആവേശമായി.

"എനിക്കും ഇതേ അഭിപ്രായം തന്നെയാണ്. ഞാനെന്നും ഇദ്ദേഹ ത്തിന്റെ കൂടെത്തന്നെയുണ്ടാകും"

ഇതാദ്യമായിട്ടായിരിക്കും ഖാസിം നന്ദിയോടെ പുഞ്ചിരിക്കുന്നത്. ഒപ്പം കൊച്ചാപ്പയുടെ മകന്റെ ബലിഷ്ഠമായ ശരീരത്തിലേക്ക് അതിശയ ത്തോടെ നോക്കുകയും ചെയ്യുന്നുണ്ടായിരുന്നു. സകരിയ്യയാകട്ടെ സ്വന്തം പുത്രന് നേരെ കുറ്റപ്പെടുത്തുന്നതുപോലെയാണ് നോക്കിയത്.

“ഇത് കളിയല്ല കാര്യം. നിങ്ങളൊക്കെ നമ്മുടെയെല്ലാവരുടേയും ജീവിതത്തേയും സുരക്ഷയേയും കുറിച്ചും ചിന്തിക്കണം.”

ആ പറഞ്ഞത് ശരിവയ്ക്കും വിധത്തിൽ ഉവൈസും തലകുലുക്കി. “ശരിയാണ്. നാമിന്ന് കേട്ടത് പോലൊരു കാര്യം ഇന്നുവരെ ആരും കേൾക്കാത്തതാണ്.”

“ജബലിന്റേയും രിഫാഅയുടേയും കാര്യത്തിൽ ഇതിലും വലിയ കാര്യങ്ങളല്ലേ ഈ തെരുവിലുള്ളവർ കേട്ടിട്ടുള്ളത്.” ഉവൈസ് ഖാസിമിന് നേരേ അവിശ്വാസത്തോടെ തുറിച്ചുനോക്കി.

“നീ ജബലിനേയും രിഫാഅയേയും പോലെയാണെന്നാണോ കരുതിയിരിക്കുന്നത്?”

ഖാസിം വേദനയോടെ നിലത്തേക്ക് നോക്കുന്നത് കണ്ടപ്പോൾ ഖമറിന് സഹതാപം തോന്നിപ്പോയി.

“കൊച്ചാപ്പാ.. ആർക്കറിയാം എന്തൊക്കെയാണ് സത്യമെന്ന്?”

ഉവൈസ് വീണ്ടും മീശ തടവുന്നത് തുടരുന്നതിനിടയ്ക്ക് സകരിയ്യ ചോദിച്ചു.

“ഇവൻ ജബലിനേയും രിഫാഅയേയും പോലെയാണെന്ന് കരുതുന്നതിൽ എന്ത് നന്മയാണുള്ളത്? ഭീകരമായി കൊലചെയ്യപ്പെടുകയായിരുന്നു രിഫാഅ. സ്വന്തം കുടുംബക്കാർ ഒപ്പം ചേർന്നിരുന്നില്ലെങ്കിൽ ജബലും വധിക്കപ്പെടുമായിരുന്നു. എന്നാൽ നിനക്കാരാണുള്ളത് ഖാസിം? നമ്മുടെ പ്രദേശത്തെത്തന്നെ ഈ തെരുവുകാർ ‘മരുഭൂമിയിലെ എലികളു’ടെ സ്ഥലം എന്നാണ് വിളിക്കുന്നതെന്ന് മറന്നുപോയോ? പിന്നെ ഇവിടെയുള്ളവരിൽ അധികം പേരും തെരുവ് തെണ്ടികളും ഗതികെട്ടവന്മാരുമല്ലേ?”

“തെരുവിലെ മറ്റുള്ളവരെയൊക്കെ അവഗണിച്ചാണ് ജബലാവി ഖാസിമിനെ തിരഞ്ഞെടുത്തതെന്ന കാര്യം നാം മറക്കാൻ പാടില്ല. ആ ആളുകളുടെ കൂട്ടത്തിൽ ഗുണ്ടകളും ഉൾപ്പെടില്ലേ? അങ്ങനെയാകുമ്പോൾ കാര്യങ്ങൾ കൈവിട്ട് പോയാൽ അദ്ദേഹം ഖാസിമിനെ കൈയ്യൊഴിയുമെന്ന് ഞാൻ കരുതുന്നില്ല!”

സ്വാദിഖിന്റെ വാക്കുകൾ കേട്ടപ്പോൾ സകരിയ്യയ്ക്ക് ദേഷ്യം വന്നു. “ഇത് തന്നെയാണ് രിഫാഅ ജീവിച്ചിരുന്ന കാലത്ത് അദ്ദേഹത്തെക്കുറിച്ചും ആളുകൾ പറഞ്ഞിരുന്നത്. എന്നിട്ടും ആ രിഫാഅയെ കൊന്നുകളഞ്ഞത് ഇതേ ജബലാവി താമസിക്കുന്ന ഇടത്ത് നിന്നും ഏതാനും വാര അകലെവച്ച് മാത്രമായിരുന്നില്ലേ?”

“നിങ്ങൾ ഉറക്കെ സംസാരിക്കരുതേ.” എന്തോ ആലോചിച്ചിരിക്കുന്ന ഖമറിന്റെ മുന്നറിയിപ്പ് കേട്ടതും ഉവൈസ് ഖമറിന് നേരേ ഒളികണ്ണിട്ട് നോക്കി. സത്യത്തിൽ എത്ര വിചിത്രമായ കാര്യങ്ങളാണ് ഈ കേട്ടത്. തന്റെ സഹോദരന്റെ മകളാണ് ഈ ആട്ടിടയനെ കുലീനനാക്കി മാറ്റിയത്.

സത്യമേ പറയാറുള്ളൂവെന്നും ആള് വിശ്വസ്തനാണെന്നുമറിയാം. പക്ഷേ അതൊന്നും ഇയാളെ ജബലിനോ, രിഫാഅയ്ക്കോ തുല്യനാക്കി മാറ്റുകയില്ലല്ലോ? അത്രയെളുപ്പത്തിൽ മഹാന്മാർ ഉടലെടുക്കുമോ? ഇനി ഈ സ്വപ്നങ്ങളെങ്ങാനും സത്യമായി മാറിയാൽ എന്തൊക്കെയാകും സംഭവിക്കുക!

"നമ്മുടെ മുന്നറിയിപ്പുകളൊന്നും ഖാസിമിനെ സ്വാധീനിച്ചിട്ടുണ്ടാവുമെന്ന് തോന്നുന്നില്ല. ഈ ചെറുപ്പക്കാരന്റെ ഉദ്ദേശ്യമെന്താണെന്ന് മനസ്സിലാകുന്നതേയില്ലല്ലോ? ഭൂസ്വത്തിൽ നമ്മുടെ പ്രദേശത്തിന് മാത്രം ഒരു പങ്കുമില്ലാതായിപ്പോകുന്നതിലാണോ ഇയാൾക്ക് പ്രതിഷേധം? അതോ നമ്മുടെ പ്രദേശത്തിന്റെ ദാദയോ കങ്കാണിയോ ആകാനാണോ ഖാസിം നീയാഗ്രഹിക്കുന്നത്?"

ഉവൈസിന്റെ വാക്കുകൾ കേട്ട് ഖാസിമിന്റെ മുഖത്ത് പ്രതിഷേധം നിറഞ്ഞു.

"ഞാൻ പറഞ്ഞത് ഇതൊന്നുമല്ല. ഈ തെരുവിലെ സർവ്വജനങ്ങളും തന്റെ സന്തതികളാണെന്നാണ് ജബലാവി അറിയിച്ചത്. ഈ ഭൂസ്വത്ത് മുഴുവൻ പേർക്കുമായി സമത്വത്തോടെ വിതരണം ചെയ്യപ്പെടണമെന്നും ഗുണ്ടകൾ തിന്മയാണെന്നും അദ്ദേഹം എന്നെ അറിയിച്ചിരിക്കുകയാണ്!" സ്വാദിഖിന്റേയും ഹസന്റേയും കണ്ണുകളിൽ ആവേശമായിരുന്നെങ്കിൽ ഉവൈസിന്റെ മുഖത്ത് ഞെട്ടലായിരുന്നു.

"എന്താണ് ഈ പറഞ്ഞതിന്റെ അർത്ഥമെന്നറിയാമോ നിനക്ക്?"

സകരിയ്യയുടെ ചോദ്യം കേട്ടതും ഉവൈസ് ദേഷ്യത്തോടെ പറഞ്ഞു.

"നിങ്ങൾ തന്നെ പറഞ്ഞുകൊടുക്ക്."

"നീ വെല്ലുവിളിക്കുകയാണ് കങ്കാണിയുടെ അധികാരത്തെ. ഒപ്പം ലഹീത്വയുടേയും ജൽത്വയുടേയും ഹജ്ജാജിന്റേയും, സവാരിസിന്റേയും കുറുവടികളേയും."

ഇത് കേട്ടതും ഖമറിന്റെ മുഖമാകെ വിളറിപ്പോയിരുന്നു.

"ശരിയാണ്."

ദുഃഖത്തോടും എന്നാൽ ശാന്തതയോടും കൂടി ഖാസിം സമ്മതിച്ചു. ഇത് കേട്ട് ഉവൈസ് പൊട്ടിച്ചിരിച്ചതും ഖാസിമിനും സ്വാദിഖിനും ഹസനും ദേഷ്യം തോന്നി. എന്നാൽ അതൊന്നും ശ്രദ്ധിക്കാത്ത ഭാവത്തിൽ സകരിയ്യ പറഞ്ഞു.

"നാമെല്ലാവരും നശിക്കാൻ പോകുകയാണ്. ഉറുമ്പുകളെപ്പോലെ നമ്മെയവർ ചവിട്ടിയരയ്ക്കും. ആരും നിന്നെ വിശ്വസിക്കാൻ പോകുന്നില്ല ഖാസിം... ജബലാവിയെ കണ്ടെന്നോ ശബ്ദം കേട്ടെന്നോ സംസാരിച്ചെന്നോ പറഞ്ഞവരെയാരെയും അവർ വിശ്വസിച്ചിട്ടില്ല. പിന്നെയല്ലേ

ജബലാവി തന്റെ സേവകന്മാരിലൊരാളെ ദൂതനായി അയച്ചുവെന്ന് പറഞ്ഞാൽ അവർ വിശ്വസിക്കുന്നത്?"

"ആ കഥകളൊന്നും ശ്രദ്ധിക്കാതിരിക്കുന്നതാണ് നല്ലത്. ജബലാവിയും ജബലും തമ്മിൽ നടന്ന കൂടിക്കാഴ്ച ആരും കണ്ടിട്ടില്ല. അല്ലെങ്കിൽ ജബലാവിയും രിഫാഅയും തമ്മിലുണ്ടായ സമാഗമം. കഥകൾ അങ്ങനെയൊക്കെയാണെങ്കിലും ആരും അവരെ ഒരുമിച്ച് കണ്ടിട്ടില്ല. എങ്കിലും അവ ജനങ്ങൾക്ക് ഉപകാരമായി ഭവിച്ചുവെന്നത് നേരാണ്. ജബൽ കുടുംബക്കാർക്ക് തങ്ങളുടെ മാന്യമായ ഓഹരി ലഭിച്ചു. അതുപോലെ തന്നെയാണ് രിഫാഅ കുടുംബക്കാരുടേയും അവസ്ഥ. നമ്മുടെ പ്രദേശത്തിന് ഈ രണ്ട് കുടുംബക്കാർക്ക് ലഭിച്ചതുപോലുള്ള ആനുകൂല്യങ്ങൾക്ക് അർഹതയുണ്ട്. ശരിയല്ലേ? ആ മാളികയിൽ അടച്ചിരിക്കുന്ന മനുഷ്യന്റെ പിൻഗാമികളാണല്ലോ നാമെല്ലാവരും? എന്നാൽ നാമിക്കാര്യം യുക്തിയോടെയും ജാഗ്രതയോടെയും വേണം കൈകാര്യം ചെയ്യാൻ. ഖാസിം നീ നമ്മുടെ ആളുകളെക്കുറിച്ച് മാത്രം ചിന്തിക്കുക. 'പിൻഗാമികൾ', 'തുല്യത', പിന്നെ നന്മയും തിന്മയും തുടങ്ങിയവയുടെ കാര്യമൊക്കെ മറക്കുക. സവാരിസിനെ നമുക്കൊപ്പം ചേർക്കുന്നത് എളുപ്പമാണ്. അയാൾ നിങ്ങളുടെ ബന്ധുവുമാണല്ലോ? ഭൂസ്വത്തിന്റെ വരുമാനത്തിൽ ഒരോഹരി ലഭിക്കാനായി നമുക്ക് അയാളുമായി ഒത്തൊരുമിച്ച് പ്രവർത്തിക്കാൻ കഴിയുമല്ലോ?"

ഉവൈസിന്റെ നിർദ്ദേശങ്ങൾ കേട്ടതും ഖാസിമിന്റെ മുഖം ദേഷ്യം കാരണം ചുളിഞ്ഞുപോയിരുന്നു.

"ഉവൈസ് അങ്ങുന്നേ... നമ്മളിരുവരും രണ്ട് വ്യത്യസ്ത താഴ്വരകളിലാണ്. ഭൂസ്വത്തിന്റെ കാര്യത്തിൽ വില പേശാനോ പങ്കുപറ്റാനോ ഒന്നുമല്ല എന്റെയുദ്ദേശ്യം. മറിച്ച് പിതാമഹൻ എന്നെ അറിയിച്ചതെന്താണോ അക്കാര്യം നടപ്പിലാക്കാൻ തന്നെയാണ് എന്റെ തീരുമാനം!"

"കാത്തുകൊള്ളണേ തമ്പുരാനേ..."

സകരിയ്യയുടെ പരിവേദനം കേട്ടിട്ടും ഖാസിമിന്റെ മുഖത്തെ ദേഷ്യം മാറിയില്ല. ഗുരുനാഥനായ യഹ്യായുമൊത്തുള്ള സംഭാഷണങ്ങളും ഏകാന്തമായ സമാഗമങ്ങളും ആശങ്കകളുമൊക്കെ അയാൾക്ക് ഓർമ്മ വന്നു. മുൻപരിചയമില്ലാത്തൊരു പരിചാരകനിലൂടെ തനിക്ക് മുക്തി ലഭിച്ചിരിക്കുകയാണ്. ചക്രവാളത്തിൽ തെളിയുന്ന പുതിയ സാഹസങ്ങൾ. സ്വന്തം സുരക്ഷയെക്കുറിച്ച് മാത്രം ചിന്തിക്കുന്ന സകരിയ്യയും ലാഭത്തെക്കുറിച്ച് മാത്രം ചിന്തിക്കുന്ന ഉവൈസും. സാഹസികതകൾ നിറഞ്ഞ ചക്രവാളത്തെ അഭിമുഖീകരിക്കാതെ ജീവിതം ആനന്ദകരമാകില്ലെന്നാണോ?

"കൊച്ചാപ്പാ, താങ്കളോട് കൂടിയാലോചിച്ചശേഷം ആരംഭിക്കാമെന്ന് കരുതി. അല്ലാതെ ഞാൻ താങ്കളിൽ നിന്നും ഒന്നും ആവശ്യപ്പെട്ടില്ല."

"ഞാൻ ഉണ്ടാകും നിന്റെ കൂടെ."

സ്വാദിഖ് ഖാസിമിന്റെ കൈയിൽ മുറുകെപിടിച്ചു.

"ഞാനും ഒപ്പമുണ്ടാകും... നന്മയിലായാലും തിന്മയിലായാലും ശരി തന്നെ!"

ഹസൻ മുഷ്ടിചുരുട്ടുന്നത് കണ്ടതും സകരിയ്യയ്ക്ക് ദേഷ്യം വന്നു:

"വെറുതെ കളിവർത്തമാനം പറയരുത്. കുറുവടികളുയരുമ്പോൾ നിങ്ങളെപ്പോലുള്ളവരൊക്കെ മാളത്തിൽ കയറിയൊളിക്കും. ആർക്ക് വേണ്ടിയാണിങ്ങനെ സ്വയം അപകടത്തിൽ ചെന്ന് ചാടുന്നത്? നമ്മുടെ ഈ തെരുവിൽ ആകെയുള്ളത് മൃഗങ്ങളും പ്രാണികളും മാത്രമല്ലേ? സമാധാനവും സുഖവും നിറഞ്ഞ നല്ലൊരു ജീവിതം ലഭിക്കുമെന്ന് ഉറപ്പുള്ള ആളാണ് നീ. അതുകൊണ്ട് സ്വബോധത്തോടെ ജീവിക്കാൻ നോക്കുക. ജീവിതം ആസ്വദിക്കാൻ നോക്കുക."

ഖാസിം തന്നോട് തന്നെ ചോദിച്ചത് സകരിയ്യ എന്താണീ പറയുന്ന തെന്നായിരുന്നു. നിന്റെ മകൾ, നിന്റെ ഭാര്യ, നിന്റെ വീട്, നിന്റെ കാര്യം ഇങ്ങനെ എന്തൊക്കെയോ ആണ് താൻ കേട്ടുകൊണ്ടിരിക്കുന്നത്. പക്ഷേ പണ്ട് ജബലും രിഫാഅയും തിരഞ്ഞെടുക്കപ്പെട്ടത് എങ്ങനെയാണോ അതുപോലെയാണ് താനുമിപ്പോൾ തിരഞ്ഞെടുക്കപ്പെട്ടിരിക്കുന്നത്. അതിനാൽ തന്റെ ഉത്തരവും അവരുടേതുപോലെ തന്നെയായിരിക്കും.

"നല്ലതുപോലെ ആലോചിച്ചത് തന്നെയാണ് കൊച്ചാപ്പാ. അതിനു ശേഷം തന്നെയാണ് ഞാനെന്റെ വഴി തിരഞ്ഞെടുത്തത്."

ഖാസിമിന്റെ പ്രതികരണം കേട്ടതും ഉവൈസ് കൈയ്യടിച്ചു.

"അധികാരവും ശക്തിയുമൊക്കെ ദൈവം തമ്പുരാന്റെ കൈയിൽ മാത്രമാണല്ലോ?"

"ശക്തന്മാർ നിന്നെ കൊന്നുകളയും ദുർബലർ പരിഹസിക്കും." ഉവൈസിന്റെ മുന്നറിയിപ്പ് കേട്ടതും ഖമർ പരിഭ്രമത്തോടെ ഭർത്താവി നേയും പിതൃസഹോദരനേയും മാറിമാറി നോക്കി. ഖാസിമിന്റെ നിരാശ യിൽ ഖേദവും അതേസമയം അയാളുടെ നിലപാടിൽ ഉറച്ചുനിന്നാലു ണ്ടാകുന്ന പ്രത്യാഘാതങ്ങളെക്കുറിച്ചുള്ള ഭയവുമായിരുന്നു ഖമറിന്റെ മനസ്സിൽ.

"കൊച്ചാപ്പാ... താങ്കൾ ഈ തെരുവിലെ പ്രമുഖരുടെ കൂട്ടത്തിലെ പ്രധാനിയാണല്ലോ? സ്വന്തം സ്വാധീനമുപയോഗിച്ച് താങ്കൾക്ക് ഇദ്ദേഹത്തെ സഹായിക്കാനാകില്ലേ?"

"ഖമർ നീ എന്താണാഗ്രഹിക്കുന്നതെന്ന് പറയ്. നിനക്ക് സ്വത്തു ക്കളുണ്ട്. ഭർത്താവും കുഞ്ഞുമുണ്ട്. പിന്നെ നീ എന്തിന് ഈ ഭൂസ്വത്ത് എല്ലാവർക്കുമായി വീതംവയ്ക്കുന്നുണ്ടോ, ഗുണ്ടകൾ കൈയടക്കു ന്നുണ്ടോ എന്നൊക്കെ കാര്യമാക്കണം? ഗുണ്ടയാവാൻ മോഹിക്കുന്നവരെ നാം ഭ്രാന്തന്മാരായാണ് കരുതുന്നത്. അപ്പോൾ ഈ തെരുവിന്റെ മുഴുവൻ കങ്കാണിയാവാൻ മോഹിക്കുന്നയാളെപ്പറ്റി നിന്റെയഭിപ്രായമെന്താണ്?"

അതിയായ വേദനയോടെ ഖാസിം ചാടി എഴുന്നേറ്റു.

"എനിക്ക് അങ്ങനെ യാതൊരു വ്യാമോഹവുമില്ല. പിതാമഹൻ ആഗ്രഹിക്കുന്ന നല്ല കാര്യങ്ങൾ നടക്കണമെന്നു മാത്രമേ ഞാനാഗ്രഹിക്കുന്നുള്ളൂ"

ഒരു കൃത്രിമച്ചിരിയിലൂടെ ഖാസിമിനെ ശാന്തനാക്കാൻ ഉവൈസ് ശ്രമിച്ചു.

"നമ്മുടെ ഈ പിതാമഹൻ സത്യത്തിലെവിടെയാണ്? തന്റെ സേവകരുടെ ചുമരിലേറിയെങ്കിലും അദ്ദേഹമൊന്ന് പുറത്തുവന്നിരുന്നെങ്കിൽ! താനാഗ്രഹിക്കുന്നതുപോലെ ഭൂസ്വത്തിനെ സംബന്ധിച്ച നിബന്ധനങ്ങൾ നേരിട്ട് നടപ്പിൽ വരുത്താമല്ലോ? അദ്ദേഹം സംസാരിച്ചുവെന്ന് കരുതുക. എങ്കിൽ എത്രശക്തനായ ആളാണെങ്കിലും ശരി ആരെങ്കിലും അദ്ദേഹത്തിന് നേരേ കണ്ണോ വിരലോ ഉയർത്തുമോ?"

"ഇനി ഈ ഗുണ്ടകൾ നമ്മുടെ മേലെങ്ങാനും ചാടി വീണാൽ ജബലാവി ഒന്നനങ്ങുകയെങ്കിലും ചെയ്യുമോ? നമുക്കെന്തെങ്കിലും അപകടം പറ്റിയാലും അദ്ദേഹമത് ഗൗനിക്കുകയെങ്കിലും ചെയ്യുമോ?"

സകരിയ്യയുടെ വാക്കുകൾ കൂടി കേട്ടതും ഖാസിം വിഷാദത്തോടെ പറഞ്ഞു.

"നിങ്ങളാരെങ്കിലും ഞാൻ പറയുന്നത് വിശ്വസിക്കണമെന്നോ എന്നെ പിന്തുണയ്ക്കണമെന്നോ ഞാനാവശ്യപ്പെട്ടില്ലല്ലോ?"

സകരിയ്യ എഴുന്നേറ്റ് ഖാസിമിന്റെ അരികിലേക്ക് ചെന്നു. ശേഷം ചുമലിൽ പിടിച്ചുകൊണ്ട് അലിവോടെ അയാൾ പറഞ്ഞു. "ഖാസിം, ഇത് ദുഷിച്ച കണ്ണേറ് ബാധിച്ചതിന്റെ ഫലമാണ്. എനിക്കിത്തരം വിപത്തുകളെക്കുറിച്ചറിയാം. നിന്റെ ബുദ്ധിശക്തിയേയും ഭാഗ്യത്തേയും കുറിച്ചെല്ലാം ജനം വളരെയധികമല്ലേ സംസാരിച്ചിട്ടുള്ളത്? അങ്ങനെ കണ്ണേറ് ബാധിച്ചതാണിത്. പിശാചിൽനിന്ന് ദൈവത്തിൽ അഭയം തേടുക. നീ ഇന്ന് നമ്മുടെ പ്രദേശത്തെ പ്രമുഖരിലൊരാളാണെന്നറിയണം. ഭാര്യയുടെ കുറച്ച് സ്വത്തുക്കളുപയോഗിച്ച് വേണമെങ്കിൽ സ്വന്തമായി എന്തെങ്കിലും കച്ചവടം നടത്താം. ഈ വേണ്ടാത്ത ചിന്തകളൊക്കെ മറന്നിട്ട് ദൈവം നൽകിയ നന്മകളിലും അനുഗ്രഹങ്ങളിലും സംതൃപ്തനായി ജീവിക്കാൻ നോക്കുക."

ദുഃഖത്തോടെ തലകുമ്പിട്ടിരിക്കുകയാണ് ഖാസിം. പിന്നീട് തലയുയർത്തി പിതൃസഹോദരന് നേരെ നോക്കുമ്പോൾ അയാളുടെ കണ്ണുകളിൽ അതിശയകരമായ നിശ്ചയദാർഢ്യം നിറഞ്ഞുനിൽക്കുന്നുണ്ടായിരുന്നു.

"ഈ ഭൂസ്വത്തുക്കൾ മുഴുവൻ എന്റേതായാൽ പോലും ഞാനെന്റെ മനസ്സിലുള്ള കാര്യം ഉപേക്ഷിക്കുകയേയില്ല!"

എഴുപത്തിയഞ്ച്

നീ എന്താണ് ചെയ്യാൻ പോകുന്നത്? എത്രകാലം ഇങ്ങനെ ആലോചിച്ച് കാത്തിരിക്കും? എന്തിനായാണ് ഈ കാത്തിരിപ്പ്? ബന്ധുക്കൾക്ക് തന്നെ വിശ്വാസമില്ലാത്തപ്പോൾ നിന്നെ വിശ്വസിക്കാൻ ആരാണുണ്ടാകുക? ഇങ്ങനെ ദുഃഖിച്ചിരുന്നതുകൊണ്ട് എന്താണ് പ്രയോജനം? ഹിന്ദിന്റെ ഉരുളൻ പാറയ്ക്കരികിൽചെന്ന് തനിച്ചിരുന്നിട്ട് എന്തെങ്കിലും ഗുണ മുണ്ടോ? നക്ഷത്രങ്ങളോ ഇരുട്ടോ ചന്ദ്രനോ ഒന്നും നിന്റെ ചോദ്യങ്ങൾക്ക് ഉത്തരം നൽകില്ലല്ലോ? ജബലാവിയുടെ സേവകനെ വീണ്ടും കാണണ മെന്നാണോ ആഗ്രഹം? പക്ഷേ അയാളുടെ പക്കൽ നിന്നും പുതിയ എന്തെങ്കിലും കാര്യം ലഭിക്കാനിടയുണ്ടോ? പിതാമഹൻ ജബലാവി ജബലിനെ കണ്ടുവെന്ന് പറയപ്പെടുന്ന ഇടത്തേക്ക് ഇരുട്ടിലും കണ്ണുനട്ടിരി ക്കുകയല്ലേ നീ? രിഫാഅയുമായി അദ്ദേഹം ആശയവിനിമയം നടത്തി എന്നു കരുതപ്പെടുന്ന മാളികയുടെ കൂറ്റൻ മതിലിനരികിലുള്ള സ്ഥലത്ത് നീ എത്ര സമയമാണ് ചെലവഴിച്ചത്? എന്നാൽ അദ്ദേഹത്തെ കാണാനോ ആ ശബ്ദമൊന്ന് കേൾക്കാനോ കഴിഞ്ഞില്ല. ആ സേവകൻ വീണ്ടും വന്നതുമില്ല. അപ്പോൾ ഇനി നീ എന്താണ് ചെയ്യാൻ പോകുന്നത്? മരു ഭൂമിയിലെ ആട്ടിടയനെ കത്തുന്ന സൂര്യൻ വിടാതെ പിന്തുടരുന്നതു പോലെ ഈ ചോദ്യം നിന്നെ വേട്ടയാടുകതന്നെ ചെയ്യും. നിന്റെ മന സ്സമാധാനവും ജീവിത സുഖങ്ങളുമൊക്കെ അത് നിരന്തരമെന്നോണം കവർന്നെടുത്തുകൊണ്ടിരിക്കും. ജബലും നിന്നെപ്പോലെ ഏകനായിരുന്നു. പക്ഷേ അദ്ദേഹം വിജയം നേടി. രിഫാഅയും സ്വന്തം വഴി കണ്ടെത്തി അതിലൂടെ സഞ്ചരിച്ചു. അതിനിടയിൽ കൊല്ലപ്പെട്ടെങ്കിലും അന്തിമവിജയം രിഫാഅയ്ക്ക് തന്നെയായിരുന്നു. എന്നാൽ നീ ഇനി എന്താണ് ചെയ്യാൻ പോകുന്നത്, ഖാസിം?

"നിങ്ങൾ എത്രകാലം മനോഹരിയായ സ്വന്തം കുഞ്ഞിനെ ഇങ്ങനെ അവഗണിക്കും? അവൾ കരയുന്നത് കണ്ടാലും നിങ്ങളത് കാര്യമാക്കില്ല. കളിക്കുന്നത് കണ്ടാലും കൂടെക്കളിക്കാനും തയ്യാറാകില്ല"

ഭാര്യയുടെ കുറ്റപ്പെടുത്തൽ കേട്ട് ഖാസിം മകളുടെ കുഞ്ഞ് മുഖ ത്തേക്ക് നോക്കി പുഞ്ചിരിച്ചു. അവളുടെ മധുരമായ നിശ്വാസത്തിന്റെ ഗന്ധം തന്റെ ചിന്തകളുടെ നരകാഗ്നിയിൽ നിന്നുള്ള മോചനമാകുക യായിരുന്നു.

"ഇവൾ നല്ല കുട്ടിയല്ലേ?"

"നമ്മൾ രണ്ടുപേരും ഒരുമിച്ചിരിക്കുന്ന നേരങ്ങളിൽ പോലും നിങ്ങൾ ശരിക്കും ഇവിടെയല്ലല്ലോ? ഞാനും മോളുമൊന്നും നിങ്ങളുടെ ലോക ത്തിന്റെ ഭാഗമേയല്ലെന്നതു പോലെ."

സോഫയിൽ കൂടുതൽ അരികത്തേക്ക് മറിയിരുന്നശേഷം ഖാസിം

ഭാര്യയുടെ കവിളിൽ ചുംബിച്ചു. പിന്നെ കുഞ്ഞിന്റെ മുഖത്ത് പല യിടത്തും ചുംബിക്കുന്നതിനിടയിൽ അയാൾ ചോദിച്ചു.

"നിങ്ങളുടെ സ്നേഹവും കരുതലും എത്രമാത്രം എനിക്കാവശ്യ മുണ്ടെന്നറിയില്ലേ?"

"എന്റെ ഹൃദയവും അതിനുള്ളിലെ സകല വാത്സല്യവും പ്രണയവും സ്നേഹവുമൊക്കെ നിങ്ങൾക്കുള്ളതാണ്. നിങ്ങൾ സ്വന്തം കാര്യത്തിൽ അല്പം കൂടി ശ്രദ്ധിക്കണം"

ഖമർ കുഞ്ഞിനെ ഖാസിമിന്റെ കൈയിൽ നിന്നും വാങ്ങി അണച്ചു പിടിക്കാനും വാത്സല്യത്തോടും ആർദ്രതയോടും കൂടി ആട്ടാനും തുടങ്ങി. ആ ദൈവികമായ സ്വരം കേൾക്കാൻ കൊതിക്കുകയും ചെയ്തു. പെട്ടെന്നാണ് ഖാസിം പറഞ്ഞത്:

"ദൈവം എനിക്ക് വിജയം നൽകിയാൽ ഭൂസ്വത്തിന്റെ ലാഭവിഹിത ത്തിൽനിന്നും സ്ത്രീകളെ വിലക്കാൻ അനുവദിക്കുകയേ ഇല്ല!"

ഖമർ ആകെ അതിശയിച്ചുപോയി

"അതിന് ഭൂസ്വത്തിൽ ആണുങ്ങൾക്കല്ലേ അവകാശമുള്ളൂ? സ്ത്രീ കൾക്ക് ഒരവകാശവുമില്ലല്ലോ?"

മകളുടെ കുഞ്ഞ്മുഖത്തേക്ക് തന്റെ കറുത്ത കണ്ണുകളോടെ നോക്കുന്നതിനിടയിൽ ഖാസിം പറഞ്ഞു.

"ഭൂസ്വത്ത് സർവ്വർക്കും അവകാശപ്പെട്ടതാണെന്നല്ലേ ജബലാവി തന്റെ സേവകനിലൂടെ എന്നെ അറിയിച്ചത്. നമ്മുടെ തെരുവുവാസി കളുടെ പകുതിപ്പേരും സ്ത്രീകളാണ്. എന്നിട്ടും സ്ത്രീകളെ മാനിക്കാൻ നമ്മുടെ തെരുവ് തയ്യാറാകാത്തത് അതിശയം തന്നെയാണ്. നീതിയേയും കാരുണ്യത്തേയും മാനിക്കാൻ തുടങ്ങുന്ന നാൾ മുതൽ ഈ തെരുവ് സ്ത്രീകളേയും ബഹുമാനിക്കും."

ഖമറിന്റെ കണ്ണുകളിൽ സ്നേഹവും വാത്സല്യവും തുളുമ്പുകയായി രുന്നു. പിന്നെ തന്നോട് തന്നെ ഖമർ ചോദിച്ചു: വിജയത്തെക്കുറിച്ചാണ് ഇദ്ദേഹം സംസാരിക്കുന്നത്. എന്നാൽ എവിടെനിന്ന് കിട്ടാനാണ് അങ്ങനെയൊരു വിജയം? സമാധാനത്തോടും സുരക്ഷയോടും കൂടി ജിവിക്കാൻ ശ്രമിക്കണമെന്ന് ഭർത്താവിനെ ഉപദേശിക്കാൻ ആഗ്രഹിച്ച താണ്. എന്നാൽ അതിനുള്ള ധൈര്യം മാത്രം കിട്ടിയില്ല. നാളെ തങ്ങൾ ക്കായി എന്തായിരിക്കും കരുതിവച്ചിരുന്നതെന്ന് സ്വയം ചോദിക്കുക യായിരുന്നു ഖമർ. ജബലിന്റെ ഭാര്യ ഷഫീഖയുടേതുപോലെ ഭാഗ്യ മായിരിക്കുമോ തന്നെ കാത്തിരിക്കുന്നത്? അതോ രിഫാഅയുടെ ഉമ്മ അബ്ദയെപ്പോലെ ദുരന്തമായിരിക്കുമോ? ദേഹത്തിലൂടെ ഒരു കൊള്ളി യാൻ കടന്നുപോയതും തന്റെ കണ്ണുകളിലുള്ള വികാരങ്ങൾ ഭർത്താവ് കാണാതിരിക്കാനായി ഖമർ ദൂരേക്ക് നോക്കി.

സ്വാദിഖും ഹസനും കൂടി കാപ്പിക്കടയിലേക്ക് പോകാനായി വീട്ടിലെത്തിയപ്പോൾ യഹ്യായുടെ അരികിൽ പോയാലോ എന്ന് ഖാസിം ചോദിച്ചു. അവരെ അദ്ദേഹത്തിന് പരിയപ്പെടുത്താമല്ലോ? സ്ഥലത്തെത്തുമ്പോൾ യഹ്യ ഹുക്ക വലിച്ചുകൊണ്ടിരിക്കുകയാണ്. കഞ്ചാവിന്റെ ഗന്ധം നിറഞ്ഞുനിൽക്കുന്ന അന്തരീക്ഷം. ഖാസിം സുഹൃത്തുക്കളെ യഹ്യായ്ക്ക് പരിചയപ്പെടുത്തിക്കൊടുത്തു. കുടിലിന്റെ മുൻഭാഗത്ത് ഇരിപ്പുറപ്പിക്കുമ്പോൾ ചെറിയ ജനാലയിലൂടെ പൂർണചന്ദ്രന്റെ പ്രകാശം അകത്തേക്ക് കടന്നുവരുന്നുണ്ടായിരുന്നു.

ചെറുപ്പക്കാരുടെ മൂന്നുപേരുടേയും മുഖത്തേക്ക് നോക്കുമ്പോൾ അതിശയത്തോടെ യഹ്യ ചോദിച്ചുപോയത് ഇവരാണോ ജബലാവി തെരുവ് കീഴ്മേൽ മറിക്കാൻ പോകുന്നതെന്നായിരുന്നു. നേരത്തേ പറഞ്ഞകാര്യം ഖാസിം കേൾക്കെ അദ്ദേഹം ആവർത്തിച്ചു.

"സ്വയം തയ്യാറാകുന്നതിന് മുമ്പ് നിന്റെ രഹസ്യം ആരുമറിയാതിരിക്കാൻ ജാഗ്രത കാണിക്കണം."

ആനന്ദത്തോടെ ഹുക്ക കൈമാറുന്നതിനിടയിൽ ജനാലയിലൂടെ കടന്നുവരുന്ന തേജസ്സാർന്ന ചന്ദ്രന്റെ വെളിച്ചം ഖാസിമിന്റെ ശിരസ്സിലും സ്വാദിഖിന്റെ ചുമലിലും പതിക്കുന്നുണ്ടായിരുന്നു. കുടിലിനുള്ളിലെ ഇരുട്ടിലിരിക്കുന്ന കൽക്കരിപ്പാത്രത്തിൽ കനലുകൾ അപ്പോഴും കത്തിയെരിയുന്നുണ്ടായിരുന്നു.

"ഞാനെങ്ങനെ തയ്യാറാകാനാണ്?"

വൃദ്ധൻ തമാശപോലെ ചിരിച്ചു:

"ജബലാവിയാൽ തിരഞ്ഞെടുക്കപ്പെട്ടൊരാൾക്ക് എന്നെപ്പോലൊരു വൃദ്ധന്റെ അഭിപ്രായം ചോദിക്കേണ്ട കാര്യമൊന്നുമില്ലല്ലോ?"

ഹുക്കയുടെ ശബ്ദമൊഴികെ വേറൊന്നും കേൾക്കുന്നതേയില്ല. പിന്നെ നിശ്ശബ്ദതയെ ഭേദിക്കാനെന്നവണ്ണം യഹ്യ പറഞ്ഞു.

"നിന്റെ കൂടെ സ്വന്തം കൊച്ചാപ്പയും ഭാര്യയുടെ പിതൃസഹോദരനുമുണ്ട്. സ്വന്തം കൊച്ചാപ്പയെക്കൊണ്ട് പ്രത്യേക ഉപയോഗമോ ഉപദ്രവമോ ഇല്ലെങ്കിൽ പോലും വേറെയൊരാളെ എന്തെങ്കിലും വാഗ്ദാനങ്ങൾ നൽകി നിന്റെ കൂടെ നിർത്താനാകും."

"എന്ത് വാഗ്ദാനം നൽകണമെന്നാണ് താങ്കളുദ്ദേശിക്കുന്നത്?"

"മരുഭൂമിയിലെ എലികളു'ടെ പ്രദേശത്തിന്റെ നോക്കി നടത്തിപ്പിക്കുകാരനാക്കാമെന്ന് പറയുക"

"അതിന് ഭൂസ്വത്തിന്റെ വരുമാനം പങ്കിടുന്ന കാര്യത്തിൽ ആർക്കുമിടയിൽ വിവേചനമുണ്ടാകില്ലല്ലോ? ജബലാവി പറഞ്ഞതുപോലെ തുല്യതയോടെ എല്ലാവർക്കുമിടയിൽ വീതിക്കപ്പെടാൻ പോവുകയല്ലേ?"

സ്വാദിഖിന്റെ നിഷ്കളങ്കമായ പ്രതികരണം കേട്ടതും യഹ്യായ്ക്ക് ചിരിവന്നു.

"എന്തൊരു വിചിത്രവ്യക്തിത്വമാണ് നമ്മുടെ ഈ പിതാമഹൻ! ജബലിന്റെ കാര്യത്തിൽ കാരുണ്യമായിരുന്നു. ഇപ്പോൾ അദ്ദേഹത്തിന് മറ്റെന്തോ കാര്യമായിരിക്കുന്നു പ്രധാനം!"

"ഈ ഭൂസ്വത്തുക്കളുടെയൊക്കെ ഉടമസ്ഥനല്ലേ ജബലാവി? അതിനാൽ തന്നെ പത്ത് നിബന്ധനകളിൽ മാറ്റം വരുത്താനും പൂർണ്ണമായും തിരുത്താനുമൊക്കെ അദ്ദേഹത്തിന് അവകാശമുണ്ടാകും."

"പക്ഷേ നിന്റെ മുന്നിലുള്ളത് വളരെ കഠിനമായൊരു കർമ്മമാണ് മോനേ. അത് ഏതെങ്കിലുമൊരു പ്രദേശത്തെ ബാധിക്കുന്നതല്ല. മറിച്ച് ഈ തെരുവിനെയാകെ ബാധിക്കുന്ന കാര്യമാണ്."

"അതാണല്ലോ ജബലാവി ആഗ്രഹിക്കുന്നതും."

തുടർച്ചയായി ചുമയ്ക്കാൻ തുടങ്ങിയ യഹ്യ ആകെ അവശനായി. അതോടെ ഹുക്ക കൈകാര്യം ചെയ്യുന്ന പണി ഹസൻ ഏറ്റെടുത്തു. കാലുകൾ നീട്ടിയിരുന്ന ശേഷം ആഴത്തിൽ നെടുവീർപ്പിട്ടുകൊണ്ട് യഹ്യ ചോദിച്ചു.

"അപ്പോൾ നീ ജബലിനെപ്പോലെ ബലപ്രയോഗം നടത്തുമോ അതോ രിഫാഅയെപ്പോലെ സ്നേഹത്തിന് പ്രാമുഖ്യം നൽകുമോ? "

"ആവശ്യം വരുമ്പോൾ മാത്രം ബലമുപയോഗിക്കുക. ബാക്കി എല്ലാ അവസരങ്ങളിലും സ്നേഹം സ്വീകരിക്കുക" തലപ്പാവിലൂടെ കൈയോടിച്ചുകൊണ്ട് ഖാസിം പറഞ്ഞു. യഹ്യ പുഞ്ചിരിയോടെ തലകുലുക്കി.

"ഭൂസ്വത്തിന്റെ കാര്യത്തിലുള്ള പ്രത്യേക താത്പര്യം മാത്രമാണ് നിന്റെ പ്രശ്നം. അതാകട്ടെ എണ്ണിയാലൊതുങ്ങാത്ത പ്രശ്നങ്ങളിലേക്ക് നിന്നെ നയിക്കുകയും ചെയ്യും."

"ഈ ഭൂസ്വത്തിനെ ആശ്രയിക്കാതെ ആളുകൾക്ക് എങ്ങനെയാണ് ജീവിക്കാനാകുക?"

"രിഫാഅ ജീവിച്ചതെങ്ങനെയാണോ, അങ്ങനെ."

"അദ്ദേഹം തന്റെ പിതാവിന്റേയും സ്നേഹിതരുടേയും സഹായത്തിലല്ലേ ജീവിച്ചത്? അദ്ദേഹം അവശേഷിപ്പിച്ചുപോയ സുഹൃത്തുക്കൾക്കൊന്നും തന്നെ രിഫാഅയുടെ പാത പിന്തുടരാനുമായിട്ടില്ല. സത്യത്തിൽ നമ്മുടെ ഈ ദുരിതംപിടിച്ച തെരുവിനാവശ്യം വൃത്തിയും മാന്യതയുമാണ്."

"അതൊക്കെ ഭൂസ്വത്തിലൂടെ മാത്രമേ ലഭിക്കുകയുള്ളൂ എന്നാണോ?"

"തീർച്ചയായും അങ്ങുന്നേ. ഭൂസ്വത്തിലൂടെയും പിന്നെ ഗുണ്ടാഭരണത്തിനൊരന്ത്യം കുറിച്ചുമാണത് സാധ്യമാക്കേണ്ടത്. അതിലൂടെ ജബൽ

തന്റെ കുടുംബക്കാർക്ക് നേടിക്കൊടുത്ത മാന്യതയും രിഫാഅ പ്രബോധനം ചെയ്ത സ്നേഹവും പിന്നെ അദ്ദേഹം സ്വപ്നം കണ്ടിരുന്ന പരമാനന്ദവും സ്വന്തമാക്കാനാകും"

"നിനക്ക് ശേഷം വരുന്നവർക്കായി എന്തായിരിക്കും അവശേഷിപ്പിക്കാൻ പോകുന്നത്"

ചിരിച്ചുകൊണ്ട് യഹ്യ ചോദിച്ചു. അല്പസമയം ആലോചിച്ചിരുന്ന ശേഷമാണ് ഖാസിം മറുപടി പറഞ്ഞത്.

"സർവ്വശക്തനായ ദൈവം എനിക്ക് വിജയം നൽകുകയാണെങ്കിൽ എനിക്കുശേഷം ഒരാളുടെ ആവശ്യംതന്നെ ഈ തെരുവിനുണ്ടാകില്ല."

സ്വപ്നത്തിലെ മാലാഖയെപ്പോലെ ഹുക്ക അവർക്കിടയിൽ ചുറ്റിത്തിരിഞ്ഞുകൊണ്ടേയിരുന്നു. കണ്ണാടിക്കുപ്പിക്കുള്ളിൽനിന്നും വെള്ളത്തിന്റെ കളകളാരവം കേൾക്കാം. കോട്ടുവായിട്ടുകൊണ്ട് യഹ്യ തിരക്കി.

"ഭൂസ്വത്ത് ലഭിച്ചാൽ അത് ഉപയോഗപ്പെടുത്താനാണ് ഞങ്ങളാഗ്രഹിക്കുന്നത്. അതിലൂടെ ഈ തെരുവ് മുഴുവൻ ജബലാവിയുടെ മാളികയുടെ തുടർച്ചയായി മാറും."

സ്വാദിഖായിരുന്നു മറുപടി പറഞ്ഞത്.

"എന്തൊക്കെ തയ്യാറെടുപ്പുകളാണ് നിങ്ങൾ നടത്തിയിരിക്കുന്നത്?"

ചന്ദ്രനെ ഒരു മേഘം വന്നു മൂടിയതും അവർ ഇരുന്ന സ്ഥലമാകെ ഇരുണ്ടുപോയി. എന്നാൽ അല്പം കഴിഞ്ഞതും ചന്ദ്രൻ വീണ്ടും പുറത്തേക്ക് വന്നു. ഹസന്റെ ബലിഷ്ഠമായ ശരീരത്തിലേക്ക് നോക്കിക്കൊണ്ട് യഹ്യ തിരക്കി:

"നിന്റെ ഈ പിതൃസഹോദരപുത്രന് ഗുണ്ടകളെ തോല്പിക്കാനാകുമോ, ഖാസിം?"

"നിയമങ്ങളറിയാവുന്നൊരാളെ കണ്ട് കാര്യങ്ങൾ ആലോചിക്കാൻ ഗൗരവമായി ആലോചിക്കുകയാണ് ഞാൻ."

"അതിന് കങ്കാണിയായ രിഫഅത്തിനേയും അയാളുടെ ഗുണ്ടകളേയും നേരിടാൻ സമ്മതിക്കുന്ന നിയമങ്ങളറിയാവുന്ന ആരാണുള്ളത്?"

മയക്കത്തിനൊപ്പം ആശയറ്റ മാനസിക അവസ്ഥയിലായിരുന്നു ധൈര്യമൊക്കെ ചോർന്ന് ആ മൂന്ന് സുഹൃത്തുക്കളും തെരുവിലേക്ക് തിരികെപ്പോയത്. തന്റെ ഏകാന്തതകളിൽ കടുത്ത മാനസിക പീഡകളനുഭവിക്കുകയായിരുന്നു ഖാസിം. ഒരു ദിവസം സഹികെട്ട് ഖമറിന് ചോദിക്കേണ്ടിവന്നു.

"സ്വന്തം ജീവിതം ദുരിതമയമാക്കിക്കൊണ്ടാണോ നാം മറ്റുള്ള ആളുകളുടെ സന്തോഷത്തെക്കുറിച്ച് ആശങ്കപ്പെടേണ്ടത്?"

"എന്നെ സംബന്ധിച്ചിടത്തോളം ശുഭാപ്തിവിശ്വാസമുണ്ടാകലാണ് പ്രധാനം."

നിങ്ങൾ എന്താണിനി ചെയ്യാൻ പോകുന്നത്? നരകത്തിന്റെ പടുകുഴിയിൽ നിന്നെന്തേ അകന്നുപോകാൻ ശ്രമിക്കാത്തത്? നിശ്ശബ്ദതയും നിർജീവിതവും നിറഞ്ഞ നിരാശയുടെ പടുകുഴിയിൽ നിന്ന്. ചാരം മൂടിയ സ്വപ്നങ്ങളുടെ ശവക്കുഴിയിൽനിന്ന്. നല്ല ഓർമ്മകളും ആനന്ദവുമുണ്ടായിട്ടും ഇന്നലെയുടെ ശവപ്പുടവയിൽ നാളെയെ വലിച്ചെറിയാനാണോ നിങ്ങളുടെ ശ്രമം?

അങ്ങനെയിരിക്കെ ഒരു ദിവസം ഖാസിം സ്വാദിഖിനേയും ഹസനേയും വിളിച്ചുവരുത്തി.

“നമ്മുടെ ജോലി തുടങ്ങാനുള്ള സമയമായിരിക്കുന്നു.”

സുഹൃത്തുക്കൾ ഇരുവരുടേയും മുഖങ്ങൾ ശോഭിച്ചു. “എന്താണ് ചെയ്യേണ്ടതെന്ന് പറഞ്ഞാൽ മാത്രം മതി.”

ഹസന്റെ പ്രതികരണം കേട്ടതും ഖാസിം പറഞ്ഞു:

“നല്ലതുപോലെ ആലോചിച്ച് ഞാനൊരു തീരുമാനമെടുത്തു. ശാരീരികവ്യായാമങ്ങൾ ചെയ്യാനായി നാമൊരു കേന്ദ്രം തുടങ്ങാൻ പോകുന്നു.”

അതിശയം കാരണം ഒന്നും പറയാനാകാതെ നിൽക്കുന്ന സുഹൃത്തുക്കളെക്കണ്ട് ഖാസിം പുഞ്ചിരിച്ചു.

‘എന്റെ വീടിന്റെ മുറ്റത്ത് തന്നെയാകട്ടെ സ്ഥലം. വ്യായാമം മിക്ക സ്ഥലങ്ങളിലേയും ആളുകളുടെ വിനോദങ്ങളിലൊന്നാണല്ലോ?”

“ഇതിന് നമ്മുടെ ദൗത്യവുമായി എന്ത് ബന്ധമാണുള്ളത്?”

“ഭാരോദ്വഹനത്തിന് വേണ്ടിയുള്ള കേന്ദ്രംപോലെ അല്ലേ? പക്ഷേ അതിന് ഭൂസ്വത്തുമായി എന്താ ബന്ധം?”

മറുപടി പറയുമ്പോൾ ഖാസിമിന്റെ കണ്ണുകൾ തിളങ്ങുന്നുണ്ടായിരുന്നു.

“ശാരീരിക ബലവും വിനോദവും തേടി ചെറുപ്പക്കാർ നമുക്കരികിലെത്തും. അവരിൽനിന്നും വിശ്വസിക്കാൻ കൊള്ളാവുന്ന, പക്വതയുള്ള ആളുകളെ നമുക്ക് തിരഞ്ഞെടുക്കാനുമാകും.”

അത് കേട്ടതും സുഹൃത്തുക്കൾ ഇരുവരുടേയും കണ്ണുകൾ വികസിച്ചു. ഹസൻ ആകെ ആവേശത്തിലാണ്.

“എന്തൊരു സംഘമായിരിക്കുമല്ലേ നാമപ്പോൾ.”

“അതെ. ജബൽ കുടുംബത്തിലേയും രിഫാഅയുടെ സ്ഥലത്തേയും ചെറുപ്പക്കാർ നമുക്കരികിലെത്തും. നോക്കിക്കോളൂ.” സന്തോഷം കൊണ്ട് പാടാൻ പറ്റിയ മനോനിലയിലെത്തിയിരുന്നു അവർ മൂവരും. ഖാസിമാകട്ടെ നടക്കുന്നതിനിടയിൽ നൃത്തം ചെയ്തുപോകുന്ന മാനസികാവസ്ഥയിലും.

എഴുപത്തിയാറ്

തെരുവിലെ പെരുന്നാൾ ആഘോഷങ്ങളും നോക്കി ജനാലയ്ക്കരികിലിരിക്കുകയാണ് ഖാസിം. എത്ര മനോഹരമായ ആഘോഷമാണ് തെരുവിലെങ്ങും!

തോൽപ്പാത്രങ്ങളിൽ കൊണ്ടുവന്ന വെള്ളം നിലത്ത് തളിക്കുന്നു. കഴുതകളുടെ കഴുത്തിലും വാലിലുമൊക്കെ കൃത്രിമ പൂക്കളുപയോഗിച്ച് അലങ്കരിച്ചിരിക്കുന്നു. വിവിധ വർണങ്ങളിലുള്ള കുട്ടികളുടെ വസ്ത്രങ്ങളും ബലൂണുകളുംകൊണ്ട് തെരുവ് നിറഞ്ഞിരിക്കുന്നു. ഉന്തുവണ്ടികളിൽ ചെറുപതാകകൾ കെട്ടിയിരിക്കുന്നു. കുഴൽവാദ്യത്തിനൊപ്പം ആളുകളുടെ അട്ടഹാസവും ആരവവും കേൾക്കാം. കഴുത വണ്ടിപ്പുറത്തു കയറി നൃത്തമാടുന്ന നർത്തകരും നർത്തകികളും. സാദാ കടകളൊക്കെ അടച്ചു കഴിഞ്ഞു. എന്നാൽ കാപ്പിക്കടകളിലും മദ്യശാലകളിലും കഞ്ചാവ് പുരകളിലുമൊക്കെ നല്ല തിരക്കാണ്. സർവസ്ഥലത്തുമുള്ള ആളുകളെല്ലാം മനോഹരമായി പുഞ്ചിരിച്ചുകൊണ്ട് പെരുന്നാളാശംസകൾ കൈമാറുകയാണ്. 'ഇനിയുള്ള ഒരു വർഷം മുഴുവൻ സുഖമായിരിക്കട്ടെ.'

പുതുവസ്ത്രങ്ങളണിഞ്ഞാണ് ഖാസിമിന്റെ ഇരിപ്പ്. മടിയിലിരിക്കുന്ന മകൾ ഇഹ്സാൻ തന്റെ കുഞ്ഞുകരങ്ങൾകൊണ്ട് അയാളുടെ മുഖത്താകെ സ്പർശിക്കുകയും കവിളിൽ നഖംകൊണ്ട് മാന്തുകയുമാണ്. ജനാലയുടെ താഴെനിന്നും ആരോ പാടുന്ന ഒച്ചകേട്ടു.

"എന്നാലെന്റെ പ്രണയവുമായെന്നെ

കുരുക്കിലാക്കിയതെന്റെ കണ്ണുകളാണ്"

പെട്ടെന്ന് തന്റെ വിവാഹഘോഷയാത്രയെക്കുറിച്ച് ഓർത്ത് ഖാസിം ആനന്ദംകൊണ്ടു. സംഗീതവും വിനോദവുമൊക്കെ ഇഷ്ടപ്പെടുന്ന ആളാണ് താനും. സുന്ദരമായ തോട്ടത്തിലിരുന്ന ഒഴിവ് നേരങ്ങളിൽ പാടിയിരിക്കാൻ അതിയായി മോഹിച്ചിരുന്ന ആളായിരുന്നു അദ്ദേഹം. പെരുന്നാൾ ദിനത്തിൽ ഇയാൾ പാടുന്നതെന്താ?

എന്നാലെന്റെ പ്രണയവുമായെന്നെ
കുരുക്കിലാക്കിയതെന്റെ കണ്ണുകളാണ്.

ശരിയാണ് അയാൾ പാടിയത്. എപ്പോൾ ജബലാവിയുടെ സേവകനായ ഖൻദീലിന് നേരേ ഇരുട്ടിൽ നോക്കിയോ, അപ്പോൾതന്നെ സ്വന്തം മനസ്സും ബുദ്ധിയും തീരുമാനശേഷിയുമൊക്കെ കവർന്നെടുക്കപ്പെട്ടയാളാണ് താൻ. ഖാസിമിന്റെ വീടിതാ ശരീരങ്ങൾ ശക്തിപ്പെടുത്താനും ആത്മാക്കൾ വിശുദ്ധീകരിക്കാനുമുള്ള കേന്ദ്രമായി മാറിയിരിക്കുകയാണ്. മറ്റുള്ളവരെപ്പോലെ അയാളും ഭാരോദ്വഹനം നടത്തുകയും ആയുധപ്പയറ്റ് പഠിക്കുകയും ചെയ്യുന്നു. ചെമ്പ് കൊല്ലന്റെയരികിൽ ജോലി ചെയ്തുകൊണ്ടിരുന്നതിനാൽ സ്വാദിഖിന്റെ കാലുകളിലെ പേശികൾ ബലിഷ്ടമായിരുന്നു. അതുപോലെ ഇപ്പോൾ അയാളുടെ കൈകളിലെ പേശികളും

ശക്തിപ്പെട്ടിരിക്കുന്നു. ഹസനാകട്ടെ ആളൊരു അതികായൻ തന്നെയായിരിക്കുന്നു. മറ്റുള്ളവരുടെയൊക്കെ ആവേശംതന്നെ എത്ര ഉജ്വലമാണ്. തൊഴിലില്ലാതെ നടക്കുന്നവരേയും യാചകരേയും കൂടി വ്യായാമകേന്ദ്രത്തിലേക്ക് ക്ഷണിക്കണമെന്ന സ്വാദിഖിന്റെ നിർദ്ദേശം വളരെ യുക്തിപരമായിരുന്നു. ഒട്ടും വൈകാതെ തന്നെ ഇവരെല്ലാം അവിടത്തെ കായികവിനോദങ്ങളിൽ ആകൃഷ്ടരായതുപോലെ ഖാസിമിന്റെ വാക്കുകളിലും ആവേശഭരിതരായി. അവരുടെ എണ്ണം കുറവായിരിക്കാം. എന്നാൽ തങ്ങളുടെ ഇരട്ടി വരുന്ന ശക്തികളെക്കാളൊക്കെ ശക്തിയുണ്ടായിരുന്നു അവരുടെ ഇച്ഛാശക്തിക്ക്.

അദ്...അദ്... എന്ന് ശബ്ദമുണ്ടാക്കിക്കൊണ്ടിരുന്ന ഇഹ്സാനിനെ ചുംബനങ്ങൾകൊണ്ട് മൂടുകയായിരുന്നു ഖാസിം. അതിനിടയിൽ അയാളുടെ പുതിയ കുപ്പായം കുഞ്ഞ് മൂത്രമൊഴിച്ച് നനഞ്ഞുകഴിഞ്ഞിരുന്നു. അടുക്കളയിൽനിന്ന് ഉരലിൽ ഉലക്ക വീഴുന്ന ശബ്ദം കേൾക്കാം. ഒപ്പം ഖമറിന്റേയും സക്കീനയുടേയും ഒച്ചയും പൂച്ചയുടെ കരച്ചിലും കേൾക്കുന്നു. ജനാലയ്ക്ക് താഴെക്കൂടി ഒരു കഴുത വണ്ടി കടന്നുപോയി. അതിനകത്തുള്ള ഗായകർ കൈകൊട്ടി പാടുന്നുണ്ടായിരുന്നു.

"സൈനികനായി ചൊല്ലൂ പ്രാർത്ഥനയൊന്ന്
വിശുദ്ധന്റെ ജോലിക്കായി സ്വന്തം
തുർക്കിത്തൊപ്പി എറിഞ്ഞു കളഞ്ഞവനല്ലേ അയാൾ?"

കഞ്ചാവിന്റെ മയക്കം നിറഞ്ഞുനിന്നൊരു രാത്രിയിൽ ഈ വരികൾ യഹ്യ തനിക്കായി ചൊല്ലിത്തന്ന കാര്യം ഓർമ്മവന്നതും ഖാസിം പുഞ്ചിരിച്ചു. ഓഹ്... കാര്യങ്ങളൊക്കെ നേരെയായിക്കഴിഞ്ഞാൽ നമ്മുടെ തെരുവിൽ പിന്നെ ഗാനാലാപനം മാത്രമല്ലേയുണ്ടാകൂ? ശക്തരും വിശ്വസ്തരുമായ സഹായികളെക്കൊണ്ട് വ്യായാമകേന്ദ്രം നാളെ നിറഞ്ഞുകവിയും. നാളെ ഇവരുടെ സഹായത്തോടെ ഞാൻ കങ്കാണിയേയും ഗുണ്ടകളേയും, മറ്റു സകല തടസ്സങ്ങളേയും വെല്ലുവിളിക്കും. അങ്ങനെയവസാനം ഈ തെരുവിൽ അവശേഷിക്കുക കരുണാനിധിയായ പിതാമഹനും പിന്നെ കർത്തവ്യബോധമുള്ള പിൻഗാമികളും മാത്രമായിരിക്കും. ദാരിദ്ര്യവും മാലിന്യവും യാചനയും ദുഷ്പ്രഭുത്വവും തുടച്ചുനീക്കപ്പെടും. പ്രാണികളും ഈച്ചകളും കുറുവടികളുമൊക്കെ അപ്രത്യക്ഷമാകും. സുരക്ഷിതത്വബോധത്തോടെ ആളുകൾ തോട്ടങ്ങളുടെ ശീതളച്ഛായയിലിരുന്നു പാടിക്കൊണ്ടിരിക്കും.

ദിവാസ്വപ്നങ്ങളിൽ മുഴുകിയിരുന്ന ഖാസിമിനെ വിളിച്ചുണർത്തിയത് ഖമറിന്റെ ഒച്ചയായിരുന്നു. അതിയായ ദേഷ്യത്തോടെ പരിചാരിക സക്കീനയെ വഴക്കു പറയുകയാണ് ഖമർ. ഒരു നിമിഷം അതിശയത്തോടെ ചെവിയോർത്തശേഷം ഭാര്യയെ വിളിച്ചു. പെട്ടെന്ന് വാതിൽ തുറന്നശേഷം സക്കീനയെ മുറിക്കുള്ളിലേക്ക് തള്ളിക്കൊണ്ട് ഖമർ അകത്തേക്ക് കയറിവന്നു.

“ഈ സ്ത്രീയെ ഒന്ന് നോക്കൂ! തന്റെ ഉമ്മയെപ്പോലെ ഇവളും നമ്മുടെ ഈ വീട്ടിൽ ജനിച്ചവളാണ്. എന്നിട്ടും നമ്മൾ സംസാരിക്കുന്ന കാര്യം ഒളിച്ചുനിന്ന് കേൾക്കാൻ ഈ സ്ത്രീക്ക് മടിയില്ലാതായിരിക്കുന്നു.”

വിശ്വസിക്കാനാകാത്തതുപോലെ തന്റെ നേരേ നോക്കുന്ന ഖാസിമിനെ കണ്ടതും പരുക്കൻ ശബ്ദത്തിൽ സക്കീന പറഞ്ഞു.

“ഞാനൊരു വഞ്ചകിയൊന്നുമല്ല യജമാനേ. പക്ഷേ കൊച്ചമ്മയ്ക്ക് എന്നോടൊരു കരുണയുമില്ലാതായിരിക്കുന്നു.”

കണ്ണിൽ മിന്നിമറഞ്ഞ ഭീതി മറച്ചുപിടിക്കാൻ തന്നെ ഖമറിന് കഴിഞ്ഞില്ല.

“ഈ സ്ത്രീ എന്നെ നോക്കി ചിരിയോടെ പറഞ്ഞതിങ്ങനെയാണ്:

“അടുത്ത പെരുന്നാളിന് ദൈവം ഇച്ഛിച്ചാൽ എന്റെ യജമാനൻ ഖാസിം ഈ തെരുവിന്റെയാകെ നായകനായി മാറിയിരിക്കും. പണ്ട് ജബൽ ഹംദാൻ കുടുംബത്തിന്റെ നായകനായിരുന്നതുപോലെ.” ഇതുകൊണ്ട് എന്താണിവൾ ഉദ്ദേശിച്ചതെന്ന് നിങ്ങൾ തന്നെ ചോദിക്ക്.”

ഖാസിമിന്റെ മുഖവും ചുളിഞ്ഞു.

“സക്കീനാ, എന്താ നിങ്ങൾ ഉദ്ദേശിച്ചത്?”

പരിചാരികയുടെ മറുപടി തന്റെ സുപരിചിതമായ ധൈര്യത്തോടെ തന്നെയായിരുന്നു.

“എന്താണോ പറഞ്ഞത് അതു തന്നെയാണ് ഉദ്ദേശിച്ചത്. ഇന്ന് ഇവിടെയും നാളെ മറ്റൊരിടത്തും ജോലിചെയ്യുന്ന മറ്റു പരിചാരികമാരെ പോലെയല്ല ഞാൻ. ഈ വീട്ടിൽ വളർന്നവളാണ് ഞാൻ. അങ്ങനെയുള്ള എന്നിൽ നിന്ന് ഒരു രഹസ്യം മറച്ചുപിടിച്ചത് തീരെ ശരിയായില്ല.”

സക്കീനയുടെ വാക്കുകൾ കേട്ട് ഖാസിമും ഖമറും പരസ്പരം നോക്കി. കുഞ്ഞിന് നേരെ വിരൽ ചൂണ്ടിയതും ഖമർ അടുത്ത് വന്ന് ഇഹ്സാനെ കൈയിലെടുത്തു. ഇരിക്കാൻ പറഞ്ഞതും സക്കീന ഖമറിന്റെ പാദത്തിനരികെ വന്നിരുന്നു.

“ഈ വീടുമായി യാതൊരു ബന്ധവുമില്ലാത്തവർപോലും താങ്കളുടെ രഹസ്യങ്ങളറിഞ്ഞിട്ടും എന്നോട് മാത്രം ഒന്നും പറഞ്ഞില്ല.”

“എന്ത് രഹസ്യത്തിന്റെ കാര്യമാണ് നിങ്ങളീ പറയുന്നത്?”

“ഹിന്ദിന്റെ ഉരുളൻ പാറയ്ക്കരികിൽ വച്ച് ജബലാവിയുടെ സേവകൻ ഖൻദീൽ താങ്കളോട് സംസാരിച്ച കാര്യം തന്നെ.”

പഴയ കൂസലില്ലായ്മയോടെ തന്നെയായിരുന്നു സക്കീനയുടെ ഈ മറുപടിയും. ഖമറിന് വീർപ്പുമുട്ടുന്ന അവസ്ഥയായി. ഖാസിമാകട്ടെ സക്കീനയെ തുടർന്ന് സംസാരിക്കാൻ പ്രേരിപ്പിക്കുകയായിരുന്നു.

“പണ്ട് ജബലിനും രിഫാഅയ്ക്കും സംഭവിച്ചതുപോലൊരു കാര്യമാണിത്. യജമാനേ, താങ്കൾ അവരേക്കാൾ ഒട്ടും ചെറിയ ആളല്ല,

താങ്കളിന്നൊരു നായകനാണ്. ആട്ടിടയനായിരുന്ന കാലത്തും അങ്ങനെ തന്നെയായിരുന്നു. നിങ്ങളെ ഇരുവരേയും യോജിപ്പിക്കുവാൻ ഇടനില ക്കാരിയായിരുന്നത് ഞാനായിരുന്നു. താങ്കൾക്കതൊന്നും ഓർമ്മയില്ലേ? മറ്റുള്ളവർക്ക് മുമ്പ് ഞാനായിരുന്നു ഇക്കാര്യം അറിയേണ്ടിയിരുന്നത്. അന്യരെ വിശ്വസിക്കാൻ സാധിച്ച നിങ്ങൾക്കെങ്ങനെയാണ് ഈ സക്കീനയെ വിശ്വാസമില്ലാതായത്? ദൈവം നിങ്ങളോട് ക്ഷമിക്കട്ടെ. പക്ഷേ താങ്കളുടെ വിജയത്തിനായി ഞാൻ പ്രാർത്ഥിക്കും. കങ്കാണിക്കും ഗുണ്ടകൾക്കുമെതിരെ വിജയം വരിക്കാൻ ഞാൻ ദൈവത്തോട് പ്രാർത്ഥിക്കും. അല്ലെങ്കിൽ തന്നെ താങ്കൾക്കായി പ്രാർത്ഥിക്കാതിരിക്കാൻ ആർക്കാ കഴിയുക?"

"പക്ഷേ ഇങ്ങനെ ചാരപ്പണി ചെയ്യാൻ നിനക്കൊരവകാശവുമില്ല. ഈ തെറ്റ് ഞങ്ങളൊരിക്കലും മറക്കുകയുമില്ല!"

കുഞ്ഞിനെ ആട്ടുന്നതിനിടയിൽ ഖമർ ദേഷ്യത്തോടെ ഗർജിച്ചു.

"ദൈവം സാക്ഷിയായി പറയുകയാണ് ഞാനൊരു ചാരപ്രവർത്തിയും ചെയ്തിട്ടില്ല. വാതിലിന് പിന്നിൽ നിൽക്കുമ്പോൾ കേട്ടതാണ്. ശ്രദ്ധിക്കാതിരിക്കാൻ മനസ്സ് വന്നില്ല. ഇത്തരം കാര്യങ്ങൾ കേട്ടാൽ ആർക്കാണ് കാതടച്ചുപിടിക്കാനാകുക? എന്നാൽ എന്റെ മനസ്സിനെ ആകെ മുറിവേൽപ്പി ക്കുന്നത് യജമാനത്തിക്ക് എന്നെ വിശ്വാസമില്ലാത്തതിലാണ്. ഞാനൊരു ചാരപ്പണിക്കാരിയൊന്നുമല്ല. അങ്ങനെ ചതിക്കുകയാണെങ്കിൽ നിങ്ങളാ യിരിക്കും ഞാൻ ചതിക്കുന്ന അവസാനത്തെ വ്യക്തി. അല്ലെങ്കിൽ തന്നെ ആർക്ക് വേണ്ടി ഞാൻ നിങ്ങളെ വഞ്ചിക്കണം? ദൈവം നിങ്ങളോട് ക്ഷമിക്കട്ടെ കൊച്ചമ്മേ..."

കണ്ണും മനസ്സുംകൊണ്ട് സക്കീനയെത്തന്നെ സൂക്ഷിച്ച് നോക്കുക യാണ് ഖാസിം. പരിചാരിക പറഞ്ഞു നിർത്തിയതും അയാൾ പറഞ്ഞു.

"സക്കീനാ... നിങ്ങൾ വിശ്വസ്ത തന്നെയാണ്. നിങ്ങളുടെ ആത്മാർത്ഥ തയിൽ എനിക്ക് യാതൊരു സംശയവുമില്ല!"

ഖാസിമിന്റെ നേരെ സക്കീന പ്രതീക്ഷയോടും വേദനയോടും കൂടി തുറിച്ചുനോക്കി.

"യജമാന്നേ, ദീർഘായുസായിരിക്കട്ടെ താങ്കൾക്ക്! ഞാൻ വിശ്വസ്ത തന്നെയാണ്."

"വിശ്വസ്തരായ ആളുകളെ എനിക്ക് തിരിച്ചറിയാനാകും സക്കീന. നമ്മുടെ ഈ വീട്ടിൽ രിഫാഅയുടെ വീട്ടിൽ സംഭവിച്ചത് പോലെ ചതി നടക്കില്ല. ഖമർ... ഈ സ്ത്രീ നിങ്ങളെപ്പോലെ തന്നെ വിശ്വസ്തയാണ്. ഇവരെക്കുറിച്ചോർത്ത് വേവലാതിപ്പെടണ്ട. ഇവർ നമ്മുടെ സ്വന്തമാണ്. നമ്മൾ ഇവരുടേയും, എനിക്ക് സന്തോഷത്തിന്റെ ദൂതുമായി വന്ന യാളാണ് സക്കീനയെന്ന കാര്യം മറക്കാനാകില്ലല്ലോ?"

"പക്ഷേ ഒളിഞ്ഞ് നിന്ന് കേൾക്കുകയായിരുന്നില്ലേ?"

ഖമറിന്റെ സ്വരത്തിൽ അല്പം ആശ്വാസം കലർന്നിരുന്നു.

"സക്കീന ഒളിഞ്ഞ് നിന്ന് കേൾക്കുകയൊന്നുമായിരുന്നില്ല. ദൈവത്തിന്റെ ഇച്ഛപോലെ നമ്മൾ സംസാരിച്ചത് അവരുടെ കാതിൽവന്ന് പെട്ടതായിരിക്കും. യാതൊന്നും ചെയ്യാതെ പണ്ട് രിഫാഅ പിതാമഹന്റെ ശബ്ദം കേട്ടതുപോലെ, സക്കീനാ, ദൈവം നിങ്ങളെ അനുഗ്രഹിക്കട്ടെ!"

പരിചാരിക ഖാസിമിന്റെ കരം ഗ്രഹിച്ചശേഷം തുരുതുരെ ചുംബിച്ചു.

"ദൈവമാണെ സത്യം, ഞാൻ താങ്കൾക്കായി മരിക്കാൻ തയ്യാറാകും. ഞങ്ങളുടേയും താങ്കളുടേയും ശത്രുക്കൾക്കെതിരെ വിജയം നേടാൻ കഴിയട്ടെ. അങ്ങനെ ഈ തെരുവിന്റെയാകെ നായകനാകാൻ സാധിക്കട്ടെ."

"നായകനാവുക എന്നതൊന്നുമല്ല സക്കീനാ എന്റെ ലക്ഷ്യം."

"ആഗ്രഹിക്കുന്നതൊക്കെ സാധിച്ചുകൊടുക്കണേ, ദൈവമേ" സക്കീന കൈയ്യുയർത്തി പ്രാർത്ഥിച്ചു.

"ആമീൻ."

സക്കീനയുടെ നേരെ നോക്കി പുഞ്ചിരിച്ചുകൊണ്ട് ഖാസിം പറഞ്ഞു:

"ഒരു ദൂതന്റെ ആവശ്യം വന്നാൽ നിങ്ങളായിരിക്കും എന്റെ ദൂതി. അങ്ങനെ ഞങ്ങളുടെ ദൗത്യത്തിൽ നിങ്ങൾക്കും പങ്കാളിയാകാനാകും."

ആ സ്ത്രീയുടെ മുഖം ആനന്ദത്താൽ തിളങ്ങുന്നുണ്ടായിരുന്നു. കണ്ണിൽ വ്യക്തമായ ആത്മാഭിമാനമായിരുന്നു.

"നാം ആഗ്രഹിക്കുന്നതുപോലെ ഭൂസ്വത്ത് വിതരണം ചെയ്യാൻ വിധി അനുവദിച്ചാൽ ഒരു സ്ത്രീയേയും അക്കൂട്ടത്തിൽനിന്നും ഒഴിവാക്കില്ല. അതിനി യജമാനത്തിയായാലും പരിചാരികയായാലും."

ഖാസിമിന്റെ വാക്കുകൾ കേട്ടതും സക്കീനയ്ക്ക് അതിശയം കാരണം ഒന്നും മിണ്ടാൻ പോലും സാധിച്ചില്ല.

"ജബലാവി അറിയിച്ചത് ഭൂസ്വത്ത് തെരുവിലെ സർവ്വരുടേയുമാണെന്നാണ്. ഈ ഖമറിനെപ്പോലെതന്നെ നിങ്ങളും അദ്ദേഹത്തിന്റെ പിൻഗാമി തന്നെയാണ്. രണ്ടുപേരും തുല്യർ."

പരിചാരികയുടെ മുഖത്ത് ആനന്ദം നിറഞ്ഞു. നന്ദിയോടെ ആ സ്ത്രീ തന്റെ യജമാനത്തിയുടെ നേർക്ക് നോക്കാൻ തുടങ്ങി. അന്നേരം തെരുവിൽ നിന്നും ഏതോ നർത്തകന്റെ കുഴൽവാദ്യം കേട്ടു.

"ലഹീത്വാ... ഒരായിരം ആശംസകൾ!"

തെരുവിലേക്ക് നോക്കിയപ്പോൾ ഗുണ്ടകൾ അലങ്കരിച്ച കുതിരകൾക്ക് പുറത്തേറി ഘോഷയാത്രയായി നീങ്ങുന്നത് കണ്ടു. ജനം അവരെ സ്വാഗതം ചെയ്യുകയും ആർപ്പുവിളിക്കുകയുമാണ്. പിന്നെയവർ മരുഭൂമിയിലേക്ക് നീങ്ങി. പെരുന്നാൾ ദിനത്തിൽ പതിവുപോലെ ആയുധപ്പയറ്റും

മറ്റ് മത്സരങ്ങളും നടത്താനാണവർ പോകുന്നത്. ഘോഷയാത്ര പോയിക്കഴിഞ്ഞതും അജ്റമ തെരുവിൽ പ്രത്യക്ഷപ്പെട്ടു. മദ്യപിച്ച് കുഴഞ്ഞാടുകയാണയാൾ. തന്റെ വ്യായാമകേന്ദ്രത്തിലെ ഏറ്റവും വിശ്വസ്തരിലൊരൊളായ ചെറുപ്പക്കാരനെ കണ്ടതും ഖാസിം പുഞ്ചിരി തൂകി. നോക്കിയിരിക്കുന്നതിനിടെ അജ്റമ 'മരുഭൂമിയിലെ എലികളു'ടെ കോളനിയുടെ മധ്യഭാഗത്ത് പോയി നിന്ന് ഉറക്കെ വിളിച്ചുപറഞ്ഞു.

"ശക്തനാണ് ഞാൻ."

"മരുഭൂമിയിലെ എലികളു'ടെ രാജകുമാരനായിരിക്കുമല്ലേ?"

രിഫാഅയുടെ കോളനിയിലെ ആദ്യവീട്ടിൽനിന്നും ആരോ അയാളെ പരിഹസിച്ചു. ചുവന്ന കണ്ണുകളോടെ അജ്റമ ആ വീടിന്റെ ജനാലയിലേക്ക് നോട്ടം പായിച്ചു.

"ഇനി ഞങ്ങളുടെ ഊഴമാണെടാ നാടോടികളേ..."

അജ്റമയുടെ ഉന്മാദം നിറഞ്ഞ ഒച്ചകേട്ടതും കുറേ കുട്ടികളും മദ്യപന്മാരും മയക്കുമരുന്നിനടിമപ്പെട്ടവരും ചുറ്റും കൂടി പാടാനും കുരവയിടാനും പടഹധ്വനിമുഴക്കാനും കുഴൽ വിളിക്കാനും തുടങ്ങി. ഇതിനിടയ്ക്ക് ആരോ പറയുന്നത് കേട്ടു.

"കേട്ടില്ലേ? 'മരുഭൂമിയിലെ എലികളു'ടെ കാലമാണത്രേ ഇനിയെന്ന്. ഇത് കേൾക്കാനൊന്നും ആഗ്രഹിക്കുന്നില്ലേ നിങ്ങൾ?"

"സകലർക്കുമായി ഒരേയൊരു പിതാമഹനേയുള്ളൂ. ഭൂസ്വത്തും സകലർക്കുമായിരിക്കണം. തെരുവ് സംരക്ഷകരുടെ ഭരണമേ വിട..."

ഇടറിയ സ്വരത്തിൽ വിളിച്ചുപറഞ്ഞശേഷം അജ്റമ ആൾക്കൂട്ടത്തിലേങ്ങോ പോയ്മറഞ്ഞു. ഖാസിം പെട്ടെന്ന് ചാടി എഴുന്നേറ്റു. തന്റെ കുപ്പായവും എടുത്തണിഞ്ഞുകൊണ്ട് അയാൾ ധൃതിയിൽ മുറി വിട്ടിറങ്ങി.

"ദൈവമേ...ഈ മദ്യം നശിക്കട്ടെ!"

എഴുപത്തിയേഴ്

"**മേ**ലിൽ മദ്യപിച്ചുകൊണ്ട് പൊതുജനങ്ങൾക്കിടയിലേക്കിറങ്ങരുത്"

ഹിന്ദിന്റെ ഉരുളൻ പാറയ്ക്കരികിലിരുന്ന് ദേഷ്യത്തോടെ ഖാസിം പറഞ്ഞു. തന്റെ വ്യായാമ കേന്ദ്രത്തിലെ ഏറ്റവും അടുത്ത സുഹൃത്തുക്കളുടെ മുഖത്തേക്ക് മാറിമാറി നോക്കുകയാണയാൾ. സ്വാദിഖ്, ഹസൻ, അജ്റമ, ഷഅബാൻ, അബൂഫിസാദ, ഹംറൂശ്. അവരുടെ പിറകിൽ മുഖത്തംമല തല ഉയർത്തി നിൽക്കുന്നു. വൈകുന്നേരമായതോടെ ഇരുട്ടിന്റെ കീറുകൾ മലയെ വിഴുങ്ങിക്കൊണ്ടിരിക്കുന്നു. തെക്കേ ദിക്കിൽ വടിയൂന്നി നിൽക്കുന്നൊരു ആട്ടിടയൻ. മരുഭൂമി ആകെ ശൂന്യമാണ്. ഖേദത്തോടെ തലകുനിച്ചിരിക്കുകയാണ് അജ്റമ.

“ഇങ്ങനെയൊരു വിഡ്ഢിത്തം കാണിക്കുന്നതിന് മുമ്പ് ഞാൻ മരിച്ചു പോയിരുന്നെങ്കിൽ എത്ര നന്നായേനെ!”

“ക്ഷമ പറഞ്ഞതുകൊണ്ട് യാതൊരു പ്രയോജനവുമില്ലാത്ത തെറ്റുകളിലൊന്നാണിത്. എന്നാൽ നിന്റെ ഈ വിഡ്ഢിത്തം നമ്മുടെ ശത്രുക്കളിൽ സൃഷ്ടിക്കുന്ന പ്രതികരണമെന്തായിരിക്കുമെന്ന് അറിയലാണ് എനിക്കിപ്പോൾ പ്രധാനം.”

ഖാസിമിന്റെ വാക്ക് കേട്ട് സ്വാദിഖ് പറഞ്ഞു.

“സർവ്വരും കേട്ടിട്ടുണ്ടാകുമെന്ന കാര്യമുറപ്പാണ്”

“ജബൽ കുടുംബക്കാരുടെ കാപ്പിക്കടയിൽ വച്ച് എനിക്കും ഇതുപോലൊരനുഭവമുണ്ടായി. ആ കുടുംബത്തിൽ പെട്ട ഒരു സുഹൃത്ത് എന്നെ കാപ്പിക്കടയിലേക്ക് ക്ഷണിക്കുകയായിരുന്നു. അപ്പോഴാണ് അജ്റമയുടെ അതേ വർത്തമാനം ഒരാൾ അവിടെ നിന്ന് ഉറക്കെപ്പറഞ്ഞ് പരിഹസിച്ച് ചിരിക്കുന്നത് കണ്ടത്. ഇതൊക്കെ കേട്ട് ആളുകളുടെ മനസ്സിൽ സംശയം ജനിക്കുമോയെന്നാണെന്റെ പേടി. അങ്ങനെ ഒരു വായിൽ നിന്നും മറ്റൊരു വായിലേക്ക് നീങ്ങിയാൽ അവസാനമത് എത്തിച്ചേരുന്നത് ഏതെങ്കിലുമൊരു ഗുണ്ടയുടെ ചെവിയിലേക്കായിരിക്കും.”

ഹസന്റെ സംസാരം അജ്റമയെ വേദനിപ്പിച്ചു.

“വെറുതെ അതിര് കടന്ന വർത്തമാനം പറയരുതേ ഹസൻ.”

“അപമാനിക്കപ്പെടുന്നതിനേക്കാൾ നല്ലതല്ലേ അല്പം അതിര് കടന്ന സംസാരം? അല്ലാത്തപക്ഷം അവർക്കെതിരെ തയ്യാറെടുക്കാൻ നമുക്കൊരിക്കലുമാകില്ല”

സ്വാദിഖിന്റെ വാക്കുകൾ കേട്ട് അജ്റമ പറഞ്ഞു.

“നാമൊരിക്കലും മരണത്തെ ഭയപ്പെടാൻ പാടില്ല”

“അതുപോലെതന്നെ നാം സ്വന്തം രഹസ്യം സൂക്ഷിക്കുകയും വേണം”

“ഇന്ന് നാം തോറ്റാൽ നമ്മുടെ സർവ്വപ്രതീക്ഷകളുമായിരിക്കും തകർന്നു പോകുക”

ഇരുൾ കൂടുതൽ പരക്കാൻ തുടങ്ങിയതോടെ അവരുടെ മാനസിക സംഘർഷവും ഉരുണ്ടുകൂടാൻ തുടങ്ങിയിരുന്നു. അവസാനം ഖാസിം പറഞ്ഞു.

“നാം ഒരു പദ്ധതി തയ്യാറാക്കിയേ തീരൂ”

“ഏറ്റവും മോശമായ സാധ്യതകളേയും പരിഗണിച്ചുവേണം പദ്ധതി തയ്യാറാക്കേണ്ടത്”

ഇരുട്ടായിരുന്നിട്ടും സർവ്വരും അംഗീകരിക്കുന്ന മട്ടിൽ തലകുലുക്കുകയും പരസ്പരം നോക്കുകയും ചെയ്തു. ആകാശത്ത് പതിയെ

നക്ഷത്രങ്ങൾ പ്രത്യക്ഷപ്പെടാൻ തുടങ്ങിയിരുന്നു. ക്രൂരമായ ചിന്തകൾ പോലെ പകലിന്റെ തീക്ഷ്ണത തങ്ങിനിൽക്കുന്നൊരു കാറ്റ് വീശിയടിച്ചു.

"മരണംവരെ പോരാടും നമ്മൾ"

ഹംറൂശ് പറഞ്ഞതിനോടുള്ള ഖാസിമിന്റെ പ്രതികരണം ഇങ്ങനെയായിരുന്നു:

"അപ്പോഴും കാര്യങ്ങൾ പഴയതുപോലെ തന്നെ തുടരില്ലേ!"

"അവർ ഒട്ടും വൈകാതെ തന്നെ നമ്മുടെ കഥ കഴിക്കാൻ ശ്രമിക്കും."

സ്വാദിവിന്റെ വാക്കുകൾ കേട്ട് അബൂഫിസാദ ഖാസിമിന്റെ നേരേ തിരിഞ്ഞു.

"ഭാഗ്യത്തിന് നിങ്ങൾക്ക് സവാരിസുമായി ബന്ധമുണ്ടല്ലോ? നിങ്ങളുടെ ഭാര്യയും കങ്കാണിയുടെ ഭാര്യയും അടുപ്പക്കാരാണ്. പോരാത്തതിന് തെരുവ് ദാദയായ ലഹീത്വ ചെറുപ്പത്തിൽ നിങ്ങളുടെ പിതാവിന്റെ സുഹൃത്തുക്കളിലൊരാളായിരുന്നല്ലോ?"

"ഇതെല്ലാം ഉറപ്പായ വിധിയെ അല്പം വച്ചു താമസിപ്പിക്കുമെന്നേയുള്ളൂ. അല്ലാതെ അതിനെ തടയാനൊന്നും പോകുന്നില്ല!"

"മുമ്പൊരിക്കൽ നിയമം അറിയാവുന്ന ഒരാളുടെ സഹായം തേടുന്ന കാര്യം ആലോചിച്ചിരുന്നല്ലോ?"

സ്വാദിഖ് ചോദിച്ചു.

"പക്ഷേ കങ്കാണിയേയും ഗുണ്ടകളേയും എതിർക്കാൻ ധൈര്യം കാണിക്കുന്ന ഒറ്റയൊരു നിയമമറിയാവുന്നയാളും ഉണ്ടാകില്ലെന്നും കേട്ടു."

"ബൈത്ത് അൽ-കാസിയിൽ ധീരതയ്ക്ക് പേര് കേട്ടൊരു നിയമസ്ഥനുണ്ട്."

കുറ്റബോധം ലഘൂകരിക്കാനെന്നവണ്ണം അജ്റമ പറഞ്ഞു.

"കോടതിയിൽ അന്യായം സമർപ്പിക്കുന്നതിലൂടെ നാം അവർക്കെതിരെയുള്ള ശത്രുത പരസ്യമായി പ്രഖ്യാപിക്കുകയാണോ എന്നാണെന്റെ ഭയം. അജ്റമയുടെ വാക്കുകൾ സൃഷ്ടിക്കാവുന്ന പ്രത്യാഘാതങ്ങളെ സംബന്ധിച്ച് ഭയപ്പെടേണ്ട സമയമായിട്ടില്ലെന്നും തോന്നുന്നു."

സ്വാദിഖിന്റെ വാക്കുകൾ കേട്ടപ്പോൾ അയാൾ തന്റെ മുൻതീരുമാനം മാറ്റിയതുപോലെ തോന്നിപ്പോയി.

"നമുക്ക് കാര്യം അയാളുമായി കൂടിയാലോചിച്ചാൽ മതി. പിന്നെ അത്യാവശ്യം വരുന്ന സമയത്തേക്ക് അന്യായം സമർപ്പിക്കുന്നത് മാറ്റി വയ്ക്കാൻ തീരുമാനിക്കാം. നമുക്കായി ഈ കാര്യം നോക്കിനടത്താൻ ആരെയെങ്കിലും കണ്ടെത്താം. അതിന് തെരുവിന് പുറത്തുള്ളൊരു ആളായാലും മതിയല്ലോ?

അജ്റമയുടെ നിർദ്ദേശം ഖാസിമും മറ്റുള്ളവരും ഒരു കരുതൽ നടപടിയെന്നോണം അംഗീകരിച്ചു. പിന്നെ അവർ ബൈത്ത് അൽകാസിയിലുള്ള നിയമജ്ഞനായ ശനാഫീരിയുടെ കാര്യാലയത്തിലേക്ക് പുറപ്പെട്ടു. നിയമജ്ഞനെ നേരിൽ കണ്ടു. ഖാസിം തങ്ങളുടെ വിഷയം അയാൾക്ക് മുന്നിൽ അവതരിപ്പിക്കുകയും അന്യായം സമർപ്പിക്കുന്നത് കുറച്ച് കാലത്തേക്ക് നീട്ടിവയ്ക്കാനാണ് തങ്ങളുദ്ദേശിക്കുന്നതെന്നും പറഞ്ഞു. ആ സമയം കൊണ്ട് നിയമജ്ഞന് വിഷയം പഠിക്കാനും അത്യാവശ്യം വേണ്ട നടപടിക്രമങ്ങൾ സ്വീകരിക്കാനായി തയ്യാറെടുക്കുകയും ചെയ്യാമല്ലോ? എന്നാൽ അവർ കരുതിയതിൽ നിന്നൊക്കെ വ്യത്യസ്തമായി നിയമജ്ഞൻ അവരുടെ അന്യായം സമർപ്പിക്കുന്ന കാര്യം ഏറ്റെടുത്തുവെന്ന് മാത്രമല്ല തന്റെ മുൻകൂർ പ്രതിഫലം കൈപ്പറ്റുകയും ചെയ്തു.

അത്യധികം സന്തോഷത്തോടെയാണ് സുഹൃത്തുക്കൾ അവിടെ നിന്നും തിരിച്ചുവന്നത്. പലരും പല വഴിക്ക് നീങ്ങി. സുഹൃത്തുക്കൾ തെരുവിലേക്ക് മടങ്ങിയപ്പോൾ ഖാസിം നേരേ പോയത് യഹ്യായെ കാണാനാണ്. കട്ടിലിന്റെ മുൻഭാഗത്തിരുന്ന് പുകവലിച്ച് സംസാരിക്കുന്നതിനിടയിൽ നടന്ന കാര്യങ്ങളിൽ യഹ്യായ്ക്ക് ആശങ്കയുള്ളതുപോലെ തോന്നി. തുടർന്നുള്ള കാര്യങ്ങളിൽ സൂക്ഷ്മതയും ജാഗ്രതയും പുലർത്തണമെന്ന് അദ്ദേഹം ഖാസിമിനെ ഉണർത്തുകയും ചെയ്തു.

വീട്ടിൽ തിരിച്ചെത്തിയപ്പോൾ വാതിൽ തുറന്നത് ഖമർ ആയിരുന്നു. അവളുടെ മുഖത്തെ അസ്വസ്ഥത കണ്ടതും ഖാസിം അപകടം മണത്തു. എന്താ പ്രശ്നമെന്ന് തിരക്കി.

“കങ്കാണിയങ്ങുന്ന് നിങ്ങളെ കാണണമെന്ന് പറഞ്ഞ് ആളെ അയച്ചു.”

ഖാസിമിന്റെ നെഞ്ചിടിക്കാൻ തുടങ്ങി.

“എപ്പോൾ?”

“പത്ത് നിമിഷം മുമ്പായിരുന്നു അവസാനമായി ആൾ വന്നത്?”

“അവസാനമായി വന്നതെന്നോ?”

“കഴിഞ്ഞ ഏതാനും മണിക്കൂറുകൾക്കുള്ളിൽ മൂന്നു പേരെയാണ് ഇങ്ങോട്ടയച്ചത്.”

“ഞാനിതൊന്നുമല്ല പ്രതീക്ഷിച്ചിരുന്നത്.”

“നിങ്ങൾ പോകരുത്.”

വിതുമ്പുന്ന ഖമറിനെക്കണ്ട് ധൈര്യം ഭാവിച്ചുകൊണ്ട് ഖാസിം പറഞ്ഞു.

“പോകാതിരിക്കുന്നതിലും സുരക്ഷിതമായ കാര്യം പോകൽ തന്നെയാണ്. ഈ കള്ളന്മാരൊക്കെ തങ്ങളുടെ വീടുകളിൽ വച്ച് ആരേയും ഉപദ്രവിക്കാറില്ലെന്ന് അറിയാമല്ലോ?”

അകത്ത് നിന്ന് ഇഹ്സാന്റെ കരച്ചിൽ കേട്ട് സക്കീന ഓടിപ്പോയി.

“ഞാൻ കങ്കാണിയുടെ ഭാര്യ അമീന അങ്ങുന്നിനെ ഒന്ന് കാണട്ടെ. അതിന് മുമ്പ് നിങ്ങൾ അങ്ങോട്ട് പോകരുത്.”

“അതുകൊണ്ട് യാതൊരു പ്രയോജനവുമില്ല. ഞാൻ ഉടനെ തന്നെ അങ്ങോട്ട് പോകുകയാണ്. പേടിച്ചിരിക്കേണ്ട കാര്യമൊന്നുമില്ല. അവർക്കാർക്കും എന്നെക്കുറിച്ച് കൂടുതലൊന്നുമറിയില്ലല്ലോ?”

ഉറച്ച മനസ്സോടെയുള്ള ഭർത്താവിന്റെ വാക്കുകൾ കേട്ടതും ഖമർ ഖാസിമിനെ പിടിച്ചുനിർത്തിക്കൊണ്ട് പറഞ്ഞു.

“അയാൾ വിളിച്ചിരിക്കുന്നത് നിങ്ങളെയാണ്. അല്ലാതെ അജ്റമയെ അല്ല. അതിനർത്ഥം നിങ്ങളെക്കുറിച്ച് ആരോ അയാൾക്ക് വിവരം നൽകിയിട്ടുണ്ടെന്നാണ് ഞാൻ ഭയക്കുന്നത്.” പതിയെ ഖമറിനെ പിടിച്ചുമാറ്റുന്നതിനിടയിൽ ഖാസിം ഇത്രകൂടി പറഞ്ഞു.

“ആദ്യം മുതലേ ഞാൻ നിങ്ങളോട് പറഞ്ഞൊരു കാര്യമുണ്ട്. നമ്മുടെ ജീവിതത്തിലെ സമാധാനത്തിന്റെ ദിനങ്ങളൊക്കെ കഴിഞ്ഞിരിക്കുന്നു. ഉടനെയോ അല്ലെങ്കിൽ അല്പം വൈകിയോ നാം ഈ അപകടം നേരിട്ടേ തീരുവെന്ന് എല്ലാവർക്കുമറിയാമല്ലോ? അതുകൊണ്ടുതന്നെ ഭയപ്പെടേണ്ട. ഞാൻ തിരിച്ചെത്തുന്നത് വരെ സമാധാനമായിരിക്കൂ.”

എഴുപത്തിയെട്ട്

കങ്കാണിയുടെ വീടിനകത്തുനിന്ന് പാറാവുകാരൻ തിരികെ വന്നത് ധാർഷ്ട്യത്തോടെയായിരുന്നു.

“അകത്തേക്ക് വരൂ...”

മുന്നേ നടക്കുന്ന പാറാവുകാരന് പിന്നാലെ പോകുമ്പോൾ വികാരങ്ങളെ അടക്കിനിർത്താൻ പണിപ്പെടുകയായിരുന്നു ഖാസിം. തിരിഞ്ഞു നോക്കിയില്ലെങ്കിൽപോലും തോട്ടത്തിന്റെ മനോഹരമായ ഗന്ധം ഒഴുകിയെത്തുന്നുണ്ട്. സ്വീകരണമുറിയുടെ മുന്നിലെത്തിയതും പാറാവുകാരൻ വഴിമാറിക്കൊടുത്തു. അകത്തേക്ക് പ്രവേശിക്കുമ്പോൾ മുമ്പൊരിക്കലും അനുഭവിച്ചിട്ടില്ലാത്ത മനോബലമായിരുന്നു ഉള്ള് നിറയെ. മുന്നിലേക്ക് നോക്കിയതും അകത്തളത്തിന്റെ അങ്ങേയറ്റത്ത് കിടക്കുന്നൊരു സോഫയിൽ ഇരിക്കുന്ന കങ്കാണിയെ കണ്ടു. ഒപ്പം വേറെ രണ്ടാളുകളുമുണ്ട്. കങ്കാണിയുടെ വലത്തും ഇടത്തുമായി. അവരാരൊക്കെയാണെന്ന് മനസ്സിലായില്ല. നല്ലതുപോലെ ശ്രദ്ധിച്ച് നോക്കിയില്ല എന്ന് പറയുന്നതാകും ശരി. കങ്കാണി ഇരിക്കുന്നതിന്റെ അരികിലേക്കെത്തി. ഏതാനും വാര അടുത്തെത്തിയതും കൈ ഉയർത്തി ഖാസിം ആദരവോടെ അഭിവാദ്യം ചെയ്തു:

"നമസ്കാരം കങ്കാണി അങ്ങുന്നേ..."

അറിയാതെ തിരിഞ്ഞുനോക്കിയപ്പോഴാണ് വലതുവശത്തിരിക്കുന്നത് തെരുവ്ദാദയായ ലഹീത്വയാണെന്ന് മനസ്സിലായത്. ശേഷം ഇടതുവശത്തിരുന്ന ആളെയൊന്ന് നോക്കി. എന്നാൽ ആ നോട്ടം അറിയാതെ തുറിച്ചുനോട്ടമായി മാറി. ആളെ തിരിച്ചറിഞ്ഞതും ഖാസിമിന് പക്ഷാഘാതം ബാധിച്ചതുപോലെയായി. അത് മറ്റാരുമായിരുന്നില്ല. നിയമജ്ഞനായ ശനാഫീരിയായിരുന്നു!

അതോടെ ഖാസിമിന് കാര്യങ്ങളുടെ അപകടാവസ്ഥ മനസ്സിലായി. തങ്ങളുടെ രഹസ്യം പുറത്തായിരിക്കുന്നു. ചതിയനായ നിയമജ്ഞൻ തങ്ങളുടെ വിശ്വാസത്തെ വഞ്ചിച്ചിരിക്കുകയാണ്. വല്ലാത്തൊരു കെണിയിലകപ്പെട്ടിരിക്കുകയാണ് താൻ. നിരാശയ്ക്കൊപ്പം ഖാസിമിന്റെ മനസ്സിലാകെ വിദ്വേഷവും പകയും നിറയുകയായിരുന്നു. കൗശലവും തട്ടിപ്പും കൊണ്ടൊന്നും രക്ഷപ്പെടാനാകില്ലെന്ന് മനസ്സിലായതോടെ ശക്തിയോടും മനോബലത്തോടുംകൂടിത്തന്നെ പിടിച്ചുനിൽക്കാൻ തീരുമാനിച്ചു. ഇനി പിന്നിലേക്കൊരു ചുവടുപോലും വയ്ക്കാനാകില്ല. മുന്നോട്ടുതന്നെ നീങ്ങിയേ തീരൂ. അല്ലെങ്കിൽ കുറഞ്ഞപക്ഷം നിൽക്കുന്ന ഇടത്തുതന്നെ ഉറച്ചുനിൽക്കുകയെങ്കിലും വേണം. സങ്കല്പിക്കുകകൂടി ചെയ്തിട്ടില്ലാത്ത തരത്തിൽ തന്റെ ഉള്ളിൽ പുതിയൊരു വ്യക്തി ജന്മമെടുത്തിരിക്കുകയാണിപ്പോൾ. കങ്കാണിയുടെ പരുക്കൻ ശബ്ദം കേട്ടാണ് ഖാസിം ചിന്തകളുടെ കൊടുങ്കാറ്റിൽനിന്നും പുറത്തേക്ക് വന്നത്.

"നീയാണോ ഖാസിം?"

"അതെ, അങ്ങുന്നേ!"

ഖാസിമിന്റെ സ്വാഭാവിക പ്രതികരണം കേട്ടതും ഇരിക്കാൻ അനുവാദംപോലും നൽകാതെ കങ്കാണി ചോദിച്ചു:

"ഈ നിയമജ്ഞന്റെ സാന്നിധ്യം നിന്നെ അതിശയിപ്പിക്കുന്നുണ്ടോ?"

"ഒരിക്കലുമില്ല, അങ്ങുന്നേ."

ഖാസിമിന്റെ പ്രതികരണം പഴയ അതേ ഭാവത്തിൽ തന്നെയായിരുന്നു. കങ്കാണിയാകട്ടെ പരിഹാസം തുടരുകയായിരുന്നു.

"നീ ആട്ടിടയനാണോ?"

"കഴിഞ്ഞ രണ്ട് വർഷക്കാലത്തിലധികമായി ആടുകളെ മേയ്ക്കാറില്ല."

"പിന്നെ ഇപ്പോൾ എന്ത് പണിയാണ്?"

"ഭാര്യയുടെ സ്വത്തുക്കൾ നോക്കിനടത്തുന്നു."

പരിഹാസത്തോടെ തലയാട്ടിയശേഷം നിയമജ്ഞന് നേരെ നോക്കി സംസാരിക്കാൻ ആംഗ്യം കാണിച്ചു. അതോടെ ശനാഫീരി സംസാരിക്കാൻ തുടങ്ങി:

"എന്നെ ഇവിടെ കണ്ട് നിങ്ങൾ അതിശയിക്കുന്നുണ്ടാകുമെന്നറിയാം. ഞാൻ നിങ്ങളുടെ നിയമജ്ഞനാണല്ലോ, അല്ലേ? എന്നാൽ അതിനെക്കാളൊക്കെ വളരെ വലുതാണ് കങ്കാണിയങ്ങുന്നിന്റെ പദവി. പശ്ചാത്തപിക്കാനൊരവസരമാണ് എന്റെ ഈ പെരുമാറ്റത്തിലൂടെ നിങ്ങൾക്ക് ലഭിക്കുന്നത്. സ്വന്തം നാശത്തിലേക്ക് നയിച്ചേക്കാവുന്ന ഈ ശത്രുതയിൽ ചെന്ന് ചാടുന്നതിനേക്കാൾ നല്ലത് അതാണ്. പശ്ചാത്തപിക്കാൻ തയ്യാറാണെങ്കിൽ നിങ്ങൾക്ക് മാപ്പ് നൽകുന്ന കാര്യത്തിൽ ഇടപെടാമെന്ന് ഞാനറിയിക്കുകയാണ്. അതിനുള്ള അനുവാദം കങ്കാണി അങ്ങുന്ന് എനിക്ക് നൽകിയിട്ടുണ്ട്. എന്റെ സദുദ്ദേശ്യത്തെ അംഗീകരിക്കുക. ഇതാ നിങ്ങൾ നൽകിയ മുൻകൂർ പ്രതിഫലം... ഞാനിത് തിരികെ നൽകുകയാണ്."

ഖാസിം നിയമജ്ഞന് നേരെ പരുഷമായി നോക്കി.

"നിങ്ങളുടെ കാര്യാലയത്തിൽ വന്നപ്പോൾ തന്നെ ഞങ്ങളോട് സത്യം പറയാമായിരുന്നില്ലേ?"

ഖാസിമിന്റെ ധൈര്യം നിയമജ്ഞനെ അതിശയിപ്പിച്ചു. എന്നാൽ പ്രതികരിച്ചത് കങ്കാണിയായിരുന്നു:

"നിന്നെ ഇവിടേക്ക് വിളിപ്പിച്ചത് ചോദ്യങ്ങൾ ചോദിക്കാനല്ല. ചോദ്യങ്ങൾക്കുത്തരം നൽകാനാണ്."

ഇതോടെ നിയമജ്ഞൻ എഴുന്നേറ്റു. അനുവാദം ചോദിച്ചശേഷം പരിഭ്രമം മറയ്ക്കാനായി മേൽക്കുപ്പായം നേരെയാക്കിയശേഷം അയാൾ സ്ഥലംവിട്ടു.

കങ്കാണിയാകട്ടെ ഖാസിമിനെത്തന്നെ പകയോടെ നോക്കുകയാണ്. പിന്നെ ശപിക്കുന്നതുപോലെ അയാൾ പറഞ്ഞു:

"എനിക്കെതിരെ അന്യായം സമർപ്പിക്കുന്ന കാര്യം ആലോചിക്കാനുള്ള ധൈര്യം നിനക്കെങ്ങനെയാ കിട്ടിയത്?"

താൻ കെണിയിലകപ്പെട്ടിരിക്കുന്നു എന്ന് ഖാസിമിന് ഉറപ്പായി. ഇനി ഒന്നുകിൽ പോരാടുക. അല്ലെങ്കിൽ കൊല്ലപ്പെടാൻ ഒരുങ്ങുക. മറുപടി എന്തു പറയണമെന്നറിയാത്ത അവസ്ഥ.

"വാ തുറക്കെടാ... എന്താ നിന്റെ ഉദ്ദേശ്യമെന്ന് പറയ്... നിനക്കെന്താ ഭ്രാന്താണോ?"

"ദൈവം സഹായിച്ച് എനിക്കൊരു കുഴപ്പവുമില്ല!"

വിഷണ്ണതയോടെ ഖാസിം പറഞ്ഞു.

"അത് തീർച്ചയാണെന്ന് തോന്നുന്നില്ല. ഇത്തരമൊരു നിഷിദ്ധമായ കാര്യം ചെയ്യാൻ നീ എന്തിനാ തുനിഞ്ഞത്? ആ കിറുക്കിയായ സ്ത്രീ ഭർത്താവായി അംഗീകരിച്ചതു മുതൽ നീ ദരിദ്രനൊന്നുമല്ലല്ലോ? പിന്നെ എന്താ ഈ പ്രവർത്തികളുടെയൊക്കെ അർത്ഥം?"

ദേഷ്യമടക്കാനായി ഖാസിം പ്രതിരോധിക്കാൻ ശ്രമിച്ചു:

"എനിക്കായി ഞാനൊന്നുമാഗ്രഹിക്കുന്നില്ല."

ഈ വിചിത്രമായ കാര്യങ്ങൾ കേൾക്കുന്നുണ്ടോ എന്ന് ചോദിക്കുന്ന ഭാവത്തിൽ കങ്കാണി ദാദയായ ലഹീത്വയെ നോക്കി. ശേഷം വിദ്വേഷം നിറഞ്ഞ കണ്ണുകളോടെ ഖാസിമിന് നേർക്ക് നോക്കാൻ തുടങ്ങി.

"പിന്നെ എന്തിനാണ് നീ ഈ പ്രവർത്തി ചെയ്തത്?"

"ഞാനാകെക്കൂടി ആഗ്രഹിക്കുന്നത് നീതി മാത്രമാണ്."

പക കാരണം കങ്കാണിയുടെ കണ്ണുകൾ കുറുകിപ്പോയിരുന്നു.

"എന്റെ വീട്ടുകാരിയുമായി നിന്റെ ഭാര്യയ്ക്കുള്ള ബന്ധം നിനക്ക് സംരക്ഷണം നൽകുമെന്നാണോ കരുതിയിരിക്കുന്നത്?"

"ഒരിക്കലുമില്ല അങ്ങുന്നേ."

ഖാസിം തല താഴ്ത്തിനിന്നു.

"ഈ തെരുവിലെ ഗുണ്ടകളെയൊക്കെ വെല്ലുവിളിക്കാൻ ശേഷിയുള്ള ദാദയാണെന്നാണോ നിന്റെ വിചാരം?"

"ഒരിക്കലുമല്ല, അങ്ങുന്നേ."

"ഭ്രാന്തനാണെന്ന് സമ്മതിച്ചശേഷം കടന്നുപൊയ്ക്കൂടേടാ എന്റെ മുന്നിൽ നിന്ന്?"

കങ്കാണി അലറി.

"ദൈവം സഹായിച്ച് എനിക്കൊരു കുഴപ്പവുമില്ല!"

"എനിക്കെതിരെ അന്യായം സമർപ്പിക്കുന്ന കാര്യത്തിനിറങ്ങാനുള്ള ധൈര്യം എവിടെനിന്നാ നിനക്ക് കിട്ടിയത്?"

"എനിക്ക് നീതി വേണമായിരുന്നു."

"ആർക്ക് വേണ്ടി?"

"സകലർക്കും വേണ്ടി!"

ഖാസിമിന്റെ കണ്ണുകളിലെ നിശ്ചയദാർഢ്യം കണ്ടതും കങ്കാണി അയാളെ സംശയത്തോടെ നോക്കാൻ തുടങ്ങി.

"ഇതിൽ നിനക്കെന്താ കാര്യം?"

"അതിലൂടെ ജബലാവിയുടെ നിബന്ധനകൾ നടപ്പിലാക്കപ്പെടും."

ധൈര്യം കാരണം ഉന്മാദാവസ്ഥയിലായിരുന്നു ഖാസിം. കങ്കാണിയുടെ പ്രതികരണം ഒരലർച്ചയായിരുന്നു:

"'മരുഭൂമിയിലെ എലികളായ' നീയൊക്കെയാണോ ജബലാവിയുടെ നിബന്ധനകളെക്കുറിച്ച് സംസാരിക്കുന്നത്?"

"അദ്ദേഹം ഞങ്ങളുടെ എല്ലാവരുടെയും പിതാമഹനാണ്!"

ഖാസിമിന്റെ ശാന്തമായ മറുപടി കേട്ട് കങ്കാണി ദേഷ്യത്തോടെ ചാടി എഴുന്നേറ്റു. കൈയിലുണ്ടായിരുന്ന കുതിരരോമംകൊണ്ടുണ്ടാക്കിയ വിശറി എടുത്ത് സർവ്വശക്തിയോടുംകൂടി ഖാസിമിന്റെ മുഖത്തടിച്ചു.

"ഞങ്ങളുടെ പിതാമഹനെന്നോ? നിങ്ങളുടെ കൂട്ടത്തിൽ ഒറ്റയെണ്ണത്തിന് പോലും സ്വന്തം തന്തയാരെന്നറിയില്ല. എന്നിട്ടാണ് 'ഞങ്ങളുടെ പിതാമഹനെ'ന്ന് പുലമ്പാനുള്ള ധിക്കാരം കാണിക്കുന്നത്. കള്ളന്മാർ! എലികൾ! ചണ്ടികൾ! സ്വന്തം ധിക്കാരം തുടരുന്നതിനിടയിലും നീയും നിന്റെ ഭാര്യയും ഈ വീടിന്റെ സംരക്ഷണം തേടുകയല്ലേ? എന്നാൽ പാൽ തരുന്ന കൈയിൽ കടിച്ചാൽ ഈ വീട്ടിലെ നായയ്ക്ക് പോലും സംരക്ഷണം ലഭിക്കാൻ പോകുന്നില്ല."

കങ്കാണിയുടെ കലിയടക്കാനായി ലഹീത്വ പതിയെ എഴുന്നേറ്റു.

"ഒന്നിരുന്നാലും അങ്ങുന്നേ... ഈ കീടത്തിന്റെ പേരിൽ താങ്കളുടെ മനസ്സമാധാനം തകരാൻ പാടില്ല!"

ഇരിക്കാൻ തുടങ്ങിയ കങ്കാണി രിഫഅത്തിന്റെ ചുണ്ടുകൾ അപ്പോഴും കോപംകൊണ്ട് വിറയ്ക്കുന്നുണ്ടായിരുന്നു.

"'മരുഭൂമിയിലെ എലികൾ'ക്ക് വരെ ഭൂസ്വത്തിൽ മോഹമുദിച്ചിരിക്കുന്നു. അതിനുവേണ്ടി ലജ്ജയില്ലാതെ പറയുന്നു 'ഞങ്ങളുടെ പിതാമഹനെ'ന്ന്."

ഇത് കേട്ടുകൊണ്ട് ഇരിക്കുന്നതിനിടയിൽ ലഹീത്വ പറഞ്ഞു:

"ഈ 'മരുഭൂമിയിലെ എലികളെ'ക്കുറിച്ച് ജനം പറയുന്നത് എത്ര ശരിയാണെന്ന് ഇപ്പോൾ മനസ്സിലാകുന്നു. നമ്മുടെ ഈ തെരുവിന്റെ നിർഭാഗ്യമെന്നേ പറയേണ്ടൂ, ഇവരും വിനാശത്തിലേക്ക് കുതിക്കുകയാണ്."

ഖാസിമിനെ നോക്കി അയാൾ തുടർന്നു:

"എന്റെ പഴയകാല സഹായികളിലൊരാളായിരുന്നു നിന്റെ പിതാവ്. അങ്ങനെയുള്ള നിന്നെ കൊല്ലിക്കാൻ എന്നെ വെറുതെ നിർബന്ധിക്കരുത്."

"ഇവന്റെ പ്രവർത്തി കൊലയേക്കാൾ ഭീകരമായ എന്തെങ്കിലുമാണ് അർഹിക്കുന്നത്. എന്റെ ഭാര്യയുമായുള്ള ബന്ധം പരിഗണിച്ചില്ലായിരുന്നെങ്കിൽ ഇവൻ ഇതിനകംതന്നെ ശവമായേനെ." കങ്കാണി അലറി. ലഹീത്വയാകട്ടെ ഖാസിമിനെ ചോദ്യം ചെയ്യുന്ന ഊഴം ഏറ്റെടുത്തു.

"മോനേ, ഞാൻ പറയുന്നത് കേൾക്ക്. നിന്റെ പിറകിലുള്ളത് ആരാണെന്ന് എന്നോട് പറയ്."

അടിയേറ്റതിനാൽ ഖാസിമിന് മുഖത്ത് നല്ല നീറ്റലുണ്ടായിരുന്നു.

"ആരുടെ കാര്യമാണ് അങ്ങുന്ന് ഉദ്ദേശിക്കുന്നത്?"

"അന്യായം സമർപ്പിക്കാൻ നിന്നെ പ്രേരിപ്പിച്ചതാരാണ്?"

“ആരുമല്ല. ഞാൻ തന്നെ തീരുമാനിച്ചതാണ്.”

“വിധിയുടെ കടാക്ഷം ലഭിക്കുന്നതിന് മുമ്പ് നീ വെറുമൊരു ആട്ടിടയൻ മാത്രമായിരുന്നില്ലേ? പിന്നെ ഇപ്പോൾ ലഭിക്കുന്നതിലും കൂടുതലായി നീ എന്താ കൊതിക്കുന്നത്?”

“നീതി വേണം അങ്ങുന്നേ. നീതി!”

ഖാസിമിന്റെ വാക്ക് കേട്ട് പല്ലിറുമ്മുകയാണ് കങ്കാണി.

“നീതി! നായ്ക്കൾ! ചണ്ടികൾ! അന്യരുടെ സ്വത്തുക്കൾ മോഷ്ടിക്കാനും കവർന്നെടുക്കാനും തുനിഞ്ഞിറങ്ങുമ്പോൾ ഇവറ്റകൾ സ്ഥിരമുപയോഗിക്കുന്ന രഹസ്യവാക്കല്ലേയിത്?”

ശേഷം ലഹീത്വയുടെ നേർക്ക് തിരിഞ്ഞ് അയാൾ കല്പിച്ചു.

“ഇവനെക്കൊണ്ട് തുറന്നു പറയിപ്പിക്ക്.”

“ആരാണ് നിന്റെ പിറകിലെന്ന് പറയെടാ.”

ദാദയുടെ സ്വരത്തിന് ഭീഷണിയുടെ സ്വരമായിരുന്നു.

“നമ്മുടെ പിതാമഹൻ.”

“നമ്മുടെ പിതാമഹനോ?”

“അതെ. അദ്ദേഹത്തിന്റെ പത്ത് നിബന്ധനകൾ വായിച്ചുനോക്കൂ. അപ്പോൾ മനസ്സിലാകും അദ്ദേഹമാണ് എന്റെ പിന്നിലുള്ളതെന്ന്.”

ഇതുംകൂടി കേട്ടതോടെ കങ്കാണി വീണ്ടും ചാടി എഴുന്നേറ്റു.

“പറഞ്ഞുവിടെടോ ഇവനെ എന്റെ മുന്നിൽനിന്ന്. പുറത്തേക്ക് ചവിട്ടിയിറക്കി വിട്!”

ലഹീത്വ എഴുന്നേറ്റ് ഖാസിമിന്റെ കൈയിൽ പിടിച്ചുകൊണ്ട് വാതിലിനു നേരെ നീങ്ങി. അയാളുടെ കാരിരുമ്പ് പോലുള്ള പിടി ക്ഷമയോടെ സഹിക്കുകയായിരുന്നു ഖാസിം. ദാദ ഖാസിമിന്റെ കാതിൽ പിറുപിറുത്തു.

“സ്വബോധം കാണിച്ചാൽ നിനക്ക് കൊള്ളാം. നിന്നെ കൊന്ന് രക്തം കുടിക്കാൻ എന്നെ വെറുതെ നിർബന്ധിക്കരുതേ.”

എഴുപത്തിയൊൻപത്

ഖാസിം വീട്ടിൽ തിരിച്ചെത്തിയപ്പോൾ അവിടെ സകരിയ്യയും ഉവൈസും ഹസനും സ്വാദിഖും അജ്റമയും ഷഅബാനും അബൂഫിസാദയും ഹംറൂശുമൊക്കെയുണ്ടായിരുന്നു. സഹതാപത്തോടെ നിശ്ശബ്ദമായി ഖാസിമിനെ ഉറ്റുനോക്കുകയാണ് ഏവരും. ഭാര്യയുടെ അരികിൽ ചെന്നിരുന്ന ഖാസിമിനോട് ഉവൈസ് ചോദിച്ചു:

“ഞാൻ നിന്നോട് നല്ലതുപോലെ പറഞ്ഞതല്ലേ?”

“അല്പം കഴിയട്ടെ കൊച്ചാപ്പാ. അദ്ദേഹമൊന്ന് വിശ്രമിക്കട്ടെ.”

ഖമർ ഉവൈസിനെ കുറ്റപ്പെടുത്തുന്നതുപോലെ പറഞ്ഞു.

“നീ സ്വയം വരുത്തിവച്ചതാണ് ഈ ദുരിതങ്ങളൊക്കെ.”

മകന്റെ മുഖഭാവങ്ങൾ സൂക്ഷിച്ച് നോക്കുകയായിരുന്നു സകരിയ്യ.

“അവർ നിന്നെ അപമാനിച്ചുവല്ലേ മോനേ...? എനിക്ക് എന്നെക്കുറിച്ചറിയാവുന്നതുപോലെതന്നെ നിന്നെ മനസ്സിലാക്കാനാകും. സത്യത്തിൽ നീ ഇതൊന്നും അർഹിക്കുന്നവനല്ല.”

“അമീന അങ്ങുന്നില്ലായിരുന്നെങ്കിൽ നിനക്ക് ഞങ്ങളുടെയരികിലേക്ക് ഇങ്ങനെ തിരിച്ചെത്താനേ കഴിയില്ലായിരുന്നു.”

ഉവൈസിന്റെ വാക്കുകൾ കേട്ടതും ഖാസിം സുഹൃത്തുക്കളുടെ മുഖത്തേക്ക് മാറിമാറി നോക്കാൻ തുടങ്ങി.

“ആ വൃത്തികെട്ട നിയമജ്ഞൻ നമ്മളെ വഞ്ചിച്ചുകളഞ്ഞു!”

മരവിച്ചുപോയ സുഹൃത്തുക്കൾ പരിഭ്രമത്തോടെ പരസ്പരം നോക്കാൻ തുടങ്ങി. എന്നാൽ അവരെന്തെങ്കിലും മിണ്ടുന്നതിന് മുമ്പുതന്നെ ഉവൈസ് പറഞ്ഞു:

“നിങ്ങൾ സമാധാനത്തോടെ പിരിഞ്ഞുപോകണം. ഖാസിം രക്ഷപ്പെട്ടതിന് തന്നെ ദൈവത്തോട് നന്ദി പറയണം.”

“ഖാസിം, നിങ്ങളുടെ അഭിപ്രായമെന്താണ്?”

ഹസന്റെ ചോദ്യം കേട്ടതും അല്പം ആലോചിച്ചശേഷം ഖാസിം പറഞ്ഞു:

“മരണം ഒരു ഭീഷണിയായി നമ്മുടെ മുന്നിൽ തന്നെയുണ്ടെന്ന വസ്തുത ഞാൻ നിങ്ങളിൽനിന്നും മറച്ചുപിടിക്കാൻ ശ്രമിക്കുന്നില്ല. എന്നെ സഹായിക്കാൻ ബുദ്ധിമുട്ടുള്ള ആരോടും എനിക്കൊരു പരിഭവവും ഇല്ല.”

“നമുക്കിത് ഇവിടെ അവസാനിപ്പിക്കാം.”

സകരിയ്യ പറഞ്ഞു. എന്നാൽ ഖാസിം തീരുമാനിച്ചുറച്ചതുപോലെ ശാന്തനായി പ്രതികരിച്ചു:

“എന്തൊക്കെ പ്രത്യാഘാതങ്ങളുണ്ടായാലും ശരിതന്നെ ഞാൻ ഇക്കാര്യത്തിൽനിന്നും പിൻതിരിയുകയേ ഇല്ല. ജബലിനെയും രിഫാഅയെയുംപോലെ പിതാമഹനോടും ഈ തെരുവിലുള്ളവരോടുള്ള വിശ്വാസം നിലനിർത്തിയേ തീരൂ എനിക്ക്.”

ദേഷ്യത്തോടെ എഴുന്നേറ്റ ഉവൈസ് മുറിയിൽനിന്നും പുറത്തേക്കിറങ്ങിപ്പോകുന്നതിനിടയിൽ പറഞ്ഞു:

“ഇയാൾക്ക് ഭ്രാന്താണ്. ഖമർ നിന്നെ ദൈവം സഹായിക്കട്ടെ!”

സ്വാദിഖാകട്ടെ എഴുന്നേറ്റ് ഖാസിമിന്റെ അരികിൽ വന്ന് അയാളുടെ നെറുകയിൽ ചുംബിക്കുകയായിരുന്നു.

“നിങ്ങളുടെ വാക്കുകൾ എനിക്കെന്റെ ആത്മാവിനെയാണ് തിരികെ നൽകിയിരിക്കുന്നത്.”

“വെറുമൊരു നാണയത്തുട്ടിന്റെ പേരിൽ ഒരു കാരണവുമില്ലാതെ മനുഷ്യർ കൊല്ലപ്പെടുന്ന നാടാണ് നമ്മുടെ തെരുവ്. പിന്നെ നല്ലൊരു കാരണത്തിന്റെ പേരിൽ നാമെന്തിന് മരണത്തെ ഭയക്കണം?”

ഹസൻ ആവേശത്തോടെ പറഞ്ഞു. അപ്പോഴാണ് തെരുവിൽനിന്ന് സവാരിസ് സകരിയ്യയെ വിളിക്കുന്ന ഒച്ചകേട്ടത്. സകരിയ്യ ജനാലയിലൂടെ തല പുറത്തേക്കിട്ട് സവാരിസിനെ അകത്തേക്ക് കയറിവരാൻ ക്ഷണിച്ചു. മുറിക്കകത്തേക്ക് കയറിവന്ന സവാരിസ് വീർത്ത മുഖവുമായി ഇരിക്കുന്നതിനിടയിൽ ഖാസിമിന് നേർക്ക് നോക്കി.

“നമ്മുടെ പ്രദേശത്ത് എന്നെക്കൂടാതെ മറ്റൊരു സംരക്ഷകനുണ്ടെന്ന് ഞാനറിഞ്ഞില്ല.”

“താങ്കൾ കേട്ടതുപോലെയൊന്നുമല്ല കാര്യങ്ങൾ.”

സകരിയ്യ വിഷമത്തോടെ പറഞ്ഞു.

“ഞാൻ കേട്ടത് ഇതിനെക്കാളൊക്കെ വൃത്തികെട്ട കാര്യങ്ങളാണ്!”

“പിശാച് ഞങ്ങളുടെ കുട്ടികളുടെ ബുദ്ധി ഭ്രമിപ്പിച്ചിരിക്കുകയാണ് അങ്ങുന്നേ.”

“നിങ്ങളുടെ സഹോദരന്റെ മകൻ കാരണം ലഹീത്വയുടെ വായിൽനിന്നും കടുത്ത വാക്കുകളാണ് ഞാൻ കേട്ടത്. തലയിൽ ആൾത്താമസമുള്ള ഒരാളെന്നാണ് ഇവനെക്കുറിച്ച് ഞാൻ കരുതിയത്. എന്നാൽ ഇവന്റെ ഭ്രാന്ത് മറ്റെല്ലാ ഭ്രാന്തിനെക്കാളുമൊക്കെ വലുതാണെന്ന് ഇപ്പോൾ മനസ്സിലാകുന്നു. ഒരു കാര്യം നല്ലതുപോലെ കേട്ടോളൂ. ഞാൻ നിങ്ങളോട് മയമായി പെരുമാറിയാൽ നിങ്ങളെ മര്യാദ പഠിപ്പിക്കാൻ ലഹീത്വ തന്നെ നേരിട്ട് വരും. എന്നാൽ എന്റെ മാനംവച്ച് കളിക്കാൻ ഞാനാരേയും അനുവദിക്കില്ല. അതിനാൽ സ്വന്തം പരിധിക്കകത്ത് നിൽക്കണം എല്ലായെണ്ണവും. തന്നിഷ്ടം കാണിക്കുന്നവർക്കൊക്കെ നാശമായിരിക്കും. സൂക്ഷിച്ചോളൂ.”

സവാരിസിന്റെ നിരീക്ഷണമായിരുന്നു പിന്നീട് ഖാസിമിന്റെ സുഹൃത്തുക്കൾക്ക് ചുറ്റും. ഖാസിമിന്റെ വീടിനരികിലേക്ക് പോകാൻ പോലും അവരെയാരെയും സവാരിസ് അനുവദിച്ചില്ല. തന്റെ ഉത്തരവ് നടപ്പിലാക്കുന്നതിന്റെ പേരിൽ സ്വാദിഖിനെ അപമാനിക്കാനും അബൂഫിസാദയെ മർദ്ദിക്കാനും മടിച്ചില്ല. ഈ കോലാഹലങ്ങളൊന്ന് അടങ്ങുന്നതുവരെ ഖാസിമിനോട് വീടിനുള്ളിൽതന്നെ കഴിയാൻ ഉപദേശിക്കണമെന്ന് സവാരിസ് സകരിയ്യയോട് ആവശ്യപ്പെട്ടു. സ്വന്തം വീട്ടിൽ തടവുകാരനായ അവസ്ഥയായിരുന്നു ഖാസിമിന്റേത്. പിതൃസഹോദരന്റെ പുത്രനായ ഹസനൊഴികെ വേറൊരാൾക്കും അയാളെ സന്ദർശിക്കാനും

സാധിച്ചില്ല. എന്നാൽ തെരുവിലെ ഈ വാർത്തകൾ തടഞ്ഞുനിർത്താൻ മാത്രം ആർക്കും കഴിഞ്ഞില്ല. 'മരുഭൂമിയിലെ എലികളു'ടെ കോളനിയിൽ നടക്കുന്ന ഈ പ്രക്ഷുബ്ധസംഭവങ്ങളെക്കുറിച്ചുള്ള കുശുകുശുക്കലുകൾ ജബൽ, രിഫാഅ കുടുംബക്കാരുടെ കോളനികളിലുമെത്തി. കങ്കാണിക്കെതിരെ അന്യായം സമർപ്പിക്കാനൊരുങ്ങിയതും ജബലാവിയുടെ പത്ത് നിബന്ധനകളെ സംബന്ധിച്ച ഊഹാപോഹങ്ങളും പിന്നെ ഖാസിമും ജബലാവിയുടെ സേവകരിലൊരാളായ ഖൻദീലും തമ്മിൽ നടന്ന കൂടിക്കാഴ്ചയുടെയുമൊക്കെ വിവരങ്ങൾ സകലരുമറിഞ്ഞു. വിവിധതരം വികാരങ്ങളായിരുന്നു ആളുകളുടെ മനസ്സുകളിലാകെ. ആരോപണങ്ങളും ആക്ഷേപശരങ്ങളുമായിരുന്നു സകലയിടത്തും.

ഒരു ദിവസം ഹസൻ ഖാസിമിനോട് പറഞ്ഞു:

"ഈ വാർത്തയെക്കുറിച്ചാണ് തെരുവാകെ ഇപ്പോൾ സംസാരം. സർവ്വ കഞ്ചാവ്പുരകളിലും നിങ്ങളെക്കുറിച്ച് മാത്രമാണ് ചർച്ചകൾ."

ആശങ്കയും ആലോചനയും നിറഞ്ഞ മുഖഭാവത്തോടെ ഖാസിം ഹസനെ നോക്കി. കഴിഞ്ഞ കുറെ ദിവസങ്ങളായി അയാളുടെ അവസ്ഥ ഇതുതന്നെയായിരുന്നു.

"നാം തടവുകാരായി മാറിയിരിക്കുകയല്ലേ? ഒന്നും ചെയ്യാനാകാതെ സമയം വെറുതെ പാഴായിപ്പോകുന്നു."

"മനുഷ്യസാധ്യമല്ലാത്ത കാര്യങ്ങൾ ആർക്കും ചെയ്യാനാകില്ലല്ലോ?"

ഖാസിമിനെ ആശ്വസിപ്പിക്കാനായി ഖമർ പറഞ്ഞു.

"എന്നാൽ നമ്മുടെ സഹോദരന്മാരെല്ലാം വലിയ ആവേശത്തിൽ തന്നെയാണ്."

ഹസൻ പറഞ്ഞു.

"ജബൽ കുടുംബക്കാരും രിഫാഅയുടെ ആൾക്കാരും ഞാനൊരു കള്ളനും ഭ്രാന്തനുമാണെന്ന് ആക്ഷേപിക്കുന്നതായി കേട്ടത് ശരിയാണോ?"

ഹസൻ വേദനയോടെ ശിരസ് കുനിച്ചു.

"ഭീരുത്വം മനുഷ്യരെയൊക്കെ ദുഷിപ്പിച്ചിരിക്കുകയാണല്ലേ?"

ഖാസിം പരിഭ്രമത്തോടെ തലകുലുക്കി.

"ഈ ജബൽ കുടുംബക്കാരും രിഫാഅയുടെ ആളുകളും ഞാൻ പറയുന്നത് കള്ളമാണെന്ന് കരുതുന്നതെന്തുകൊണ്ടായിരിക്കും? അവരുടെ കൂട്ടത്തിൽപെട്ടയാളുകൾ പണ്ട് ജബലാവിയെ കാണുകയോ സംസാരിക്കുകയോ ഒക്കെ ചെയ്തിട്ടുള്ളതല്ലേ? സത്യത്തിൽ ഞാൻ പറയുന്ന കാര്യം ഏറ്റവുമധികം വിശ്വസിക്കേണ്ടതും എന്നെ ഏറ്റവും കൂടുതൽ പിന്തുണയ്ക്കേണ്ടതുമൊക്കെ അവരായിരുന്നില്ലേ?"

"ഭീരുത്വം നമ്മുടെ തെരുവിന്റെ ശാപമായിപ്പോയി. അതുകൊണ്ടാണല്ലോ ഇവിടെയുള്ളവർ ഗുണ്ടകളോട് കപടമായി വിധേയത്വം കാണിക്കുന്നത്?"

തെരുവിൽനിന്നും കാള മുക്കറയിടുന്നതുപോലുള്ള സവാരിസിന്റെ ഒച്ചകേട്ടു. ആരെയോ ചീത്ത വിളിക്കുകയും ശപിക്കുകയുമാണയാൾ. മുറിക്കുള്ളിലിരുന്നവർ ജനാലയിലൂടെ പുറത്തേക്ക് നോക്കി. ഖാസിമിന്റെ സുഹൃത്ത് ഷഅബാന്റെ കുപ്പായക്കഴുത്തിൽ പിടിച്ച് അലറുന്ന സവാരിസിനെയാണ് പുറത്ത് കണ്ടത്.

"നീ എന്തിനാടാ ഇവിടെ വന്നത്? തേവിടിശ്ശിയുടെ മോനേ..."

ചെറുപ്പക്കാരൻ അയാളുടെ പിടിയിൽനിന്നും കുതറിമാറാൻ വെറുതെ ശ്രമിച്ചുകൊണ്ടിരുന്നു. സവാരിസാകട്ടെ ഇടതുകൈകൊണ്ട് ഷഅബാന്റെ കഴുത്തിൽ പിടിമുറുക്കിയശേഷം വലത്തേകൈകൊണ്ട് അയാളുടെ മുഖത്തും തലയിലുമൊക്കെ അടിക്കാൻ തുടങ്ങി. ദേഷ്യം സഹിക്കാനാവാതായതോടെ ജനാലയുടെ അരികിൽനിന്നും മാറിയശേഷം ഖമറിന്റെ യാചനകളൊന്നും കേട്ടുനിൽക്കാതെ ഖാസിം പുറത്തേക്കുള്ള വാതിലിന് നേരെ കുതിച്ചു. ഒരു നിമിഷത്തിനുള്ളിൽ തന്നെ അയാൾ സവാരിസിന്റെ മുന്നിലെത്തി.

"ഇയാളെ വിടൂ, സവാരിസ് അങ്ങുന്നേ."

ഖാസിമിന്റെ ഉറച്ച ശബ്ദം കേട്ടിട്ടൊന്നും സവാരിസ് തന്റെ ഇരയെ മർദ്ദിക്കുന്നത് നിർത്തിയതേയില്ല.

"മാറി നില്ലെടാ. ഇല്ലെങ്കിൽ ശത്രുക്കൾപോലും നിന്നെ ഓർത്ത് കരയുന്ന അവസ്ഥയുണ്ടാകും, സൂക്ഷിച്ചോ."

ഖാസിമാകട്ടെ സവാരിസിന്റെ കൈയിൽ കയറി മുറുകെപ്പിടിച്ചു.

"ഇയാളെ കൊല്ലാൻ ഞാനനുവദിക്കില്ല. എന്നെ എന്തു വേണമെങ്കിലും ചെയ്തുകൊള്ളൂ."

സവാരിസ് ഷഅബാന്റെ കഴുത്തിലെ പിടിവിട്ടതും അയാൾ ബോധരഹിതനായി നിലത്തേക്ക് വീണു. അരികത്ത് കൂടെ നടന്നുപോകുകയായിരുന്ന ഒരു സ്ത്രീയുടെ തലയിലിരുന്ന മണ്ണ് കൂട തട്ടിയെടുത്ത സവാരിസ് അത് നേരെ ഖാസിമിന്റെ ശിരസ്സിലേക്ക് കമഴ്ത്തി. സകരിയ്യ വട്ടംചുറ്റിപ്പിടിച്ചില്ലായിരുന്നെങ്കിൽ ഹസൻ സവാരിസിന്റെ മേൽ ചാടിവീഴേണ്ടതായിരുന്നു. ഖാസിം തന്റെ ശിരസ്സിൽ പതിച്ച കൂട എടുത്തു മാറ്റി. മുഖമാകെ ചളികൊണ്ട് മൂടിയിരിക്കുന്നു. ശിരസ്സിൽനിന്നും താഴേക്ക് വീണ മണ്ണിൽ വസ്ത്രങ്ങളാകെ വൃത്തികേടായി. പെട്ടെന്ന് ഖാസിം ചുമയ്ക്കാൻ തുടങ്ങി. ഇത് കണ്ടതും ഖമറും സക്കീനയും വാവിട്ട് കരഞ്ഞു. അങ്കലാപ്പോടെ ഉവൈസ് ഓടിയരികിലേക്ക് വന്നു. വലിയ കോലാഹലങ്ങൾക്കിടയിൽ സ്ത്രീകളും പുരുഷന്മാരും കുട്ടികളുമടങ്ങുന്നയാളുകൾ വീടുകളിൽ നിന്നിറങ്ങി അങ്ങോട്ട് ഓടിയടുത്തു. ഹസന്റെ

കൈയിൽ സർവശക്തിയുമെടുത്ത് മുറുകെപ്പിടിക്കുന്നതിനിടയിൽ യാചനയും മുന്നറിയിപ്പും നിറഞ്ഞ കണ്ണുകളോടെ മകന്റെ തുറിച്ച കണ്ണുകളിലേക്ക് നോക്കുകയാണ് സകരിയ്യ. സവാരിസിന്റെ അരികിലേക്ക് ചെന്ന ഉവൈസ് പറഞ്ഞു:

"സവാരിസ് അങ്ങുന്നേ, ഈ പ്രശ്നത്തിന്റെ ഉത്തരവാദിത്വം ഞാനേറ്റെടുത്തുകൊള്ളാം."

"കരുണ കാണിക്കണം അങ്ങുന്നേ."

പലയാളുകളും യാചിച്ചുനോക്കി.

"സുഹൃത്തുക്കളും ബന്ധുക്കളുമായിപ്പോയില്ലേ നിങ്ങളൊക്കെ. ഈ പ്രദേശത്തിന്റെ സംരക്ഷകനായിരുന്ന ഞാനിതാ വെറുമൊരു പെൺകോന്തനായി മാറിയിരിക്കുന്നു."

"ദൈവം ഞങ്ങൾക്ക് മാപ്പ് നൽകട്ടെ! സവാരിസ്, താങ്കൾ നമ്മുടെ നേതാവാണ്. തലതൊട്ടപ്പനാണ്!"

സകരിയ്യയുടെ വാക്കുകൾ കേട്ടുകൊണ്ട് സവാരിസ് കാപ്പിക്കടയിലേക്ക് നീങ്ങി. ആളുകൾ വന്ന് നിലത്ത് കിടന്ന ഷഅബാനെ എടുത്തുകൊണ്ടുപോയി. ഖാസിമിന്റെ മുഖത്തും വസ്ത്രങ്ങളിലും പൊതിഞ്ഞ മണ്ണും ചളിയും തട്ടിക്കളയുകയാണ് ഹസൻ. സവാരിസ് സ്ഥലം വിട്ടതിനാൽ അവിടെയെത്തിയവർക്കൊക്കെ ഇപ്പോൾ ഖാസിമിനോട് സഹതാപം പ്രകടിപ്പിക്കാനാകുന്നുണ്ട്.

എൺപത്

അന്ന് വൈകുന്നരം 'മരുഭൂമിയിലെ എലികളു'ടെ കോളനിയിലെ വീടുകളിലൊന്നിൽനിന്നും മരണവീട്ടിലേതുപോലുള്ള വലിയ നിലവിളിയുയർന്നു. നിമിഷങ്ങൾക്കുള്ളിൽതന്നെ ആ കെട്ടിടത്തിൽനിന്നും ധാരാളമാളുകൾ വാവിട്ട് കരയാൻ തുടങ്ങി. വീടിന്റെ ജനാലയിലൂടെ പുറത്തേക്ക് നോക്കിയ ഖാസിം കശുവണ്ടി വിൽപ്പനക്കാരനായ ഫത്വീനിനോട് എന്താണ് സംഭവമെന്ന് തിരക്കി.

"നിനക്കെങ്കിലും ആയുസ്സുണ്ടാകട്ടെ! ഷഅബാൻ മരിച്ചു!" അന്തം വിട്ടുപോയ ഖാസിം വീട്ടിൽ നിന്നിറങ്ങി ഷഅബാന്റെ വീട്ടിലേക്ക് കുതിച്ചു. തന്റെ വീട്ടിൽനിന്നും വെറും രണ്ട് വീടുകൾക്കപ്പുറമാണ് ആ സ്ഥലം. അവിടെയെത്തുമ്പോൾ മുറ്റത്താകെ കെട്ടിടത്തിന്റെ താഴത്തെ നിലയിലെ വീടുകളിൽ താമസിക്കുന്നവരെക്കൊണ്ട് നിറഞ്ഞിരിക്കുന്നു. ആശ്വസിപ്പിക്കാനും ദുഃഖം രേഖപ്പെടുത്താനും അമർഷം പ്രകടിപ്പിക്കാനുമാണ് ആളുകൾ ശ്രമിക്കുന്നത്. മുകളിലത്തെ നിലയിലെ അകത്തളങ്ങളിൽനിന്നും വേറെയാളുകളുടെ ഒച്ച കേൾക്കാം. ഒരു സ്ത്രീ അമർഷത്തോടെ പറയുന്നത് കേട്ടു:

"അവൻ മരിച്ചതല്ല. സവാരിസ് കൊന്നതാണ്."

"ദൈവമേ, ഈ സവാരിസ് നശിച്ചുപോകട്ടെ!"

"അവനെ കൊല്ലാൻ കൊടുത്തത് ഖാസിമാണ്. അവന്റെ കള്ളവർത്ത മാനങ്ങൾക്ക് ജീവൻ കൊടുക്കേണ്ടിവന്നത് നമ്മുടെ പയ്യനല്ലേ?"

ദുഃഖം കാരണം ഖാസിമിന് നെഞ്ച് തകരുന്നതുപോലെ തോന്നി. താഴത്തെ നിലയിലെ ഇരുട്ടിലൂടെ അയാൾ മുകളിലത്തെ നിലയിലേക്ക് കയറി. അവിടെയാണ് മരിച്ചയാളിന്റെ വീട് സ്ഥിതി ചെയ്യുന്നത്. മുകളി ലത്തെ ഇടനാഴിയുടെ ചുമരിൽ ഉറപ്പിച്ചിരിക്കുന്ന വിളക്കിന്റെ വെളിച്ച ത്തിൽ ഖാസിം തന്റെ സുഹൃത്തുക്കളെ കണ്ടു. ഹസനും സ്വാദിഖും അജ്റമയും അബൂഫിസാദയും ഹംറൂശും മറ്റുമൊക്കെയുണ്ടായിരുന്നു അവിടെ. കരഞ്ഞുകൊണ്ട് അരികിലേക്ക് വന്ന സ്വാദിഖ് ഒന്നും പറയാതെ ഖാസിമിനെ കെട്ടിപ്പിടിച്ചു. അരണ്ട വെളിച്ചത്തിൽ ഹസന്റെ ക്ഷീണിച്ച മുഖം കണ്ടു.

"അവന്റെ രക്തം ചിന്തിയതിന് പ്രതികാരം ചെയ്യാതെ പോകരുത്!"

അജ്റമ ഖാസിമിന്റെ അരികിലേക്ക് വന്ന് ചെവിയിൽ പറഞ്ഞു:

"ഷഅബാന്റെ ഭാര്യ വളരെ മോശമായ അവസ്ഥയിലാണ്. അവനെ കൊന്നത് ഞങ്ങളാണെന്ന് ആരോപിക്കുകകൂടി ചെയ്തു."

"അവൾക്ക് സഹിക്കാനുള്ള കഴിവ് ദൈവം നൽകട്ടെ!"

"കൊലചെയ്തവനേയും കൊന്നേ തീരൂ."

ഹസൻ പ്രതികാരബുദ്ധിയോടെ പറയുന്നതു കേട്ടപ്പോൾ ആബൂഫി സാദ ചോദിച്ചു:

"അതിന് ഈ തെരുവിൽ ആരാണ് സാക്ഷി പറയാനുള്ള ധൈര്യം കാണിക്കുക?"

"മറ്റുള്ളവരെപ്പോലെ കൊല നടത്താൻ നമുക്കും സാധിക്കും കേട്ടോ?"

മിണ്ടാതിരിക്കാനായി ഖാസിം ഹസന്റെ ദേഹത്ത് വിരൽകൊണ്ട് കുത്തി.

"മൃതദേഹം ഘോഷയാത്രയായി കൊണ്ടുപോകുമ്പോൾ ഒപ്പം പോകാ തിരിക്കുന്നതാണ് യുക്തിയെന്ന് തോന്നുന്നു. പകരം നമുക്ക് ശ്മശാന ത്തിൽ വച്ച് കാണാം."

ഖാസിം നേരെ പരേതന്റെ വീട്ടിലേക്ക് ചെന്നു. സ്വാദിഖ് തടയാൻ ശ്രമിച്ചെങ്കിലും ഖാസിം ഒഴിഞ്ഞുമാറി ഉള്ളിലേക്ക് കയറി. അയാൾ ഷഅബാന്റെ ഭാര്യയെ അന്വേഷിച്ചു. ആ സ്ത്രീ കരഞ്ഞുകലങ്ങിയ കണ്ണു കളോടെ ഖാസിമിന് നേർക്ക് രൂക്ഷമായി നോക്കാൻ തുടങ്ങി.

“എന്താ നിങ്ങൾക്ക് വേണ്ടത്?”

“നിങ്ങളെ കണ്ട് അനുശോചനം അറിയിക്കാൻ വന്നതാണ്.”

ഖാസിമിന്റെ ദുഃഖം നിറഞ്ഞ വാക്കുകളോട് രൂക്ഷമായാണ് ആ സ്ത്രീ പ്രതികരിച്ചത്.

“നിങ്ങളാണ് അദ്ദേഹത്തെ കൊന്നത്. ആ ഭൂസ്വത്തിന്റെ ആവശ്യമൊന്നുമുണ്ടായിരുന്നില്ല ഞങ്ങൾക്ക്. ഞങ്ങൾക്കാവശ്യം അദ്ദേഹത്തെയായിരുന്നു.”

“ദൈവം നിങ്ങൾക്ക് ക്ഷമിക്കാനുള്ള കഴിവ് തരട്ടെ. അക്രമകാരികളെ നശിപ്പിക്കട്ടെ. എപ്പോൾ ആവശ്യം വരുന്നോ അപ്പോൾ നിങ്ങളുടെ കുടുംബമായി ഞങ്ങളുണ്ടാകും ഒപ്പം. അവന്റെ രക്തം ചിന്തപ്പെട്ടത് വെറുതെയാകില്ലതന്നെ!”

വിശ്വാസം വരാത്തതുപോലെ അയാളെ തുറിച്ചുനോക്കിയശേഷം ആ സ്ത്രീ തിരിഞ്ഞുപൊയ്ക്കളഞ്ഞു. അതോടെ വീണ്ടും വിലാപവും കരച്ചിലും അവിടെ നിറഞ്ഞു. വളരെയധികം മനസ്സ് വേദനിച്ചിട്ടാണ് ഖാസിം ആ വീട്ടിൽനിന്നും പുറത്തേക്കിറങ്ങിയത്.

പിറ്റേ ദിവസം രാവിലെ ദിൻജിലിന്റെ കാപ്പിക്കടയുടെ മുന്നിലിരിക്കുന്ന സവാരിസിനെ ആളുകൾ കണ്ടു. പകയോടും ക്രൂരതയോടുംകൂടി വിജയഭാവത്തിൽ കടന്നുപോകുന്നവരെയെല്ലാം നോക്കുകയാണയാൾ. സ്വന്തം ദേഷ്യം മറച്ചുപിടിക്കാനെന്നവണ്ണം ആളുകൾ പതിവിലധികം അയാളെ അഭിവാദ്യം ചെയ്യാൻ തുടങ്ങി. ഷഅബാന്റെ അനുശോചനചടങ്ങുകളിൽ പോലും പങ്കെടുക്കാതിരുന്ന ഈയാളുകൾ തങ്ങളുടെ കടകളിലും ഉന്തുവണ്ടികളിലും നിലത്തുമൊക്കെ കുത്തിയിരുന്നു. ഉച്ചയ്ക്ക് തൊട്ട് മുമ്പുള്ള സമയത്താണ് മൃതശരീരം ശ്മശാനത്തിലേക്ക് കൊണ്ടുപോയത്. എന്നാൽ അവിടെ എത്തിയവർ അടുത്ത ബന്ധുക്കളും സുഹൃത്തും മാത്രമായിരുന്നു. ഗുണ്ടയായ സവാരിസിന്റെ രൂക്ഷമായ നോട്ടങ്ങളൊക്കെ അവഗണിച്ചുകൊണ്ട് ഖാസിമും ചടങ്ങുകളിൽ പങ്കെടുത്തു. പരേതന്റെ അളിയൻ ഖാസിമിനോട് തട്ടിക്കയറി:

“നിങ്ങൾ ഒരുത്തനെ കൊലയ്ക്ക് കൊടുത്തശേഷം അയാളുടെ സംസ്കാരചടങ്ങിൽ പങ്കെടുക്കുകയാണല്ലേ?”

ഖാസിമാകട്ടെ ഒന്നും പറയാതെ ക്ഷമിച്ചുനിന്നു. ഇതിനിടയിൽ വേറൊരാൾ പരുഷമായി ചോദിച്ചു:

“താനെന്തിനാ ഇവിടെ വന്നത്?”

“എന്റെ സുഹൃത്ത് എങ്ങനെയായിരുന്നോ അതുപോലെ പൊരുതാനാണ് ഞാൻ വന്നിരിക്കുന്നത്. ദൈവം അയാളുടെ ആത്മാവിന് ശാന്തി നൽകട്ടെ! ധീരനായിരുന്നയാൾ. നിങ്ങളെപ്പോലെയൊന്നുമായിരുന്നില്ല.

ആരാണ് കൊലപാതകിയെന്ന് നിങ്ങൾക്കെല്ലാമറിയാം. എന്നിട്ടും നിങ്ങളൊക്കെ ദേഷ്യം തീർക്കുന്നത് എന്റെ മേലാണല്ലോ?"

ശവസംസ്കാരചടങ്ങിനെത്തിയവരിൽ അധികംപേരും നിശ്ശബ്ദരായാണ് നടന്നുനീങ്ങിയത്. പുരുഷന്മാർക്ക് പിന്നാലെ സ്ത്രീകൾ കറുത്ത വസ്ത്രങ്ങളണിഞ്ഞ് പാദരക്ഷകളില്ലാതെ നടക്കുന്നു. തലയിൽ മണ്ണ് വാരിയിടുകയും സ്വന്തം കവിളത്തടിക്കുകയുമാണവർ. ഘോഷയാത്ര ജമാലിയ്യയിലൂടെ ശ്മശാനം സ്ഥിതിചെയ്യുന്ന ബാബ് അൽ-നസ്റിലേക്ക് നീങ്ങി. ചടങ്ങുകൾ കഴിഞ്ഞതും അനുശോചനത്തിനെത്തിയവരെല്ലാം സ്ഥലം വിട്ടു. എന്നാൽ ഖാസിം തിരിച്ച് നടക്കുന്നതിനിടയിൽ പതിയെ നീങ്ങിയതിനാൽ ഏറ്റവും പിറകിലായിരുന്നു. പിന്നെ അയാൾ വീണ്ടും ശ്മശാനത്തിലേക്ക് തിരികെ നടന്നു. അവിടെ എത്തിയപ്പോൾ സുഹൃത്തുക്കൾ കാത്തിരിക്കുന്നുണ്ടായിരുന്നു. ഖാസിമിന്റെ കണ്ണുകൾ നിറഞ്ഞിരിക്കുന്നത് കണ്ടതും എല്ലാവരും പൊട്ടിക്കരയാൻ തുടങ്ങി. കണ്ണുനീർ തുടയ്ക്കുന്നതിനിടയിൽ ഖാസിം പറഞ്ഞു:

"സുരക്ഷിതത്വം ആഗ്രഹിക്കുന്ന ആർക്കും ഇപ്പോൾതന്നെ പിരിഞ്ഞുപോകാം."

"അങ്ങനെ സ്വന്തം സുരക്ഷ മാത്രം നോക്കുന്നവരായിരുന്നെങ്കിൽ ഞങ്ങൾ ഇങ്ങനെ നിങ്ങൾക്ക് ചുറ്റും നിൽക്കില്ലായിരുന്നല്ലോ?"

ഹംറൂശിന്റെ വാക്കുകൾ കേട്ടതും സുഹൃത്തിന്റെ കുഴിമാടത്തിന് മുകളിലെ സ്മാരകശിലയിൽ പിടിച്ചുകൊണ്ട് ഖാസിം പറഞ്ഞു:

"ഷഅബാന്റെ നഷ്ടം മനസ്സിനെ വല്ലാതെ വേദനിപ്പിക്കുന്നു. നല്ല ധീരനും അത്യുൽസാഹിയുമായിരുന്നയാളാണ് ക്രൂരമായി കൊല ചെയ്യപ്പെട്ടിരിക്കുന്നത്. അതും അയാളെ നമുക്ക് അത്യധികം ആവശ്യമുള്ള ഈ വേളയിൽ!"

"വഞ്ചകനായൊരു ഗുണ്ടയുടെ കൈകൊണ്ട് ഷഅബാൻ കൊല്ലപ്പെട്ടു. എന്നാൽ ഈ തെരുവിലെ അവസാന ഗുണ്ടയുടെയും അന്ത്യം കാണാൻ നമുക്കിടയിൽ ചിലരെങ്കിലും ബാക്കിയുണ്ടാകും!"

"പക്ഷേ ഈ സുഹൃത്തിന് സംഭവിച്ചതുപോലെ നാമും ഇത്തരത്തിൽ ചതിച്ച് കൊല്ലപ്പെടാൻ പാടില്ല. നാളെയെക്കുറിച്ചും എങ്ങനെ വിജയിക്കാമെന്നും ചിന്തിക്കുക."

"നാമെങ്ങനെയാണിനി പരസ്പരം കാണുന്നത്?"

സുഹൃത്തുക്കളുടെ വാക്കുകൾ കേട്ടശേഷം ഖാസിം പറഞ്ഞു:

"ഏകാന്തതയിലും എനിക്കാകെയുള്ള തുണ ഇക്കാര്യത്തെക്കുറിച്ചുള്ള ചിന്ത തന്നെയാണ്. എന്തായാലും ഞാനൊരു തീരുമാനമെടുത്തു കഴിഞ്ഞു. എളുപ്പമല്ലെന്നറിയാം. പക്ഷേ നമുക്ക് വേറെ മാർഗമില്ല!"

ഖാസിമിന്റെ മനസ്സിലുള്ളതെന്തെന്നറിയാനായി സുഹൃത്തുക്കൾ അയാളുടെ മുഖത്തേക്ക് തന്നെ ഉറ്റുനോക്കി.

"ഈ തെരുവിൽനിന്നും പലായനം ചെയ്യുക. ഓരോരുത്തരും തെരുവ് വിടാനുള്ള തയ്യാറെടുപ്പുകൾ തുടങ്ങുക. പണ്ട് ജബൽ ഈ തെരുവിൽ നിന്നും പലായനം ചെയ്തതുപോലെ നമുക്കും പോകാം. കുറച്ചുകാലം മുൻപ് യഹ്‌യ അങ്ങുന്നും ഇതുപോലെ നാടുവിട്ടതാണ്. മരുഭൂമിയിലെ സുരക്ഷിതമായ ഏതെങ്കിലും സ്ഥലത്ത് നമുക്ക് വ്യായാമകേന്ദ്രം സ്ഥാപിക്കാം. അതിലൂടെ കൂടുതൽ കരുത്തരാകാനും ആൾബലം കൂട്ടാനും സാധിക്കും!"

"ഇത് നല്ല ആശയം തന്നെയാണ്."

സ്വാദിഖിന്റെ പ്രതികരണം വളരെ വേഗത്തിലായിരുന്നു.

"നമുക്ക് കൈക്കരുത്തിലൂടെ മാത്രമേ ഈ തെരുവിനെ ഗുണ്ടകളിൽ നിന്നും സംശുദ്ധമാക്കാനാവുകയുള്ളൂ. ജബലാവിയുടെ നിബന്ധനകൾ നടപ്പിൽവരുത്താനും ശക്തിയിലൂടെ മാത്രമേ കഴിയുകയുള്ളൂ. അതേ ശക്തിയിലൂടെ മാത്രമേ നീതിയും കാരുണ്യവും സമാധാനവും പുലരുക യുമുള്ളൂ. ഈ തെരുവിലെ ആദ്യത്തെ നീതിയുള്ള കൈക്കരുത്തിനുടമ കളായിരിക്കും നാം. അതാരോടും അതിക്രമം കാട്ടാനുള്ള വഴിയായിരി ക്കില്ല!"

വളരെ ശ്രദ്ധയോടെ ഖാസിമിന്റെ വാക്കുകൾ കേൾക്കുകയാണ് സുഹൃത്തുക്കൾ. ഖാസിമിനൊപ്പം അയാൾക്ക് പിറകിലുള്ള സ്മാരകശില യിലേക്കുംകൂടി നോക്കിനിന്നപ്പോൾ മരണപ്പെട്ട ഷഅബാനും തങ്ങൾ ക്കൊപ്പം ഇതൊക്കെ കേൾക്കുന്നുണ്ടെന്നും തന്റെ പിന്തുണ നൽകുന്നു ണ്ടെന്നും സുഹൃത്തുക്കൾക്ക് തോന്നിപ്പോയി.

"അതെ ശരിയാണ്. കൈക്കരുത്തിലൂടെ മാത്രമേ ഈ പ്രശ്ന ങ്ങളൊക്കെ പരിഹരിക്കപ്പെടുകയുള്ളൂ. മറ്റുള്ളവരോട് അതിക്രമം കാണി ക്കാത്ത കൈക്കരുത്ത്! ഖാസിം, നിങ്ങളെ കാണാൻ വരുമ്പോഴായിരുന്നു ഷഅബാനെ സവാരിസ് തടഞ്ഞത്. നാം അവനൊപ്പമുണ്ടായിരുന്നെങ്കിൽ ആ ഗുണ്ടയ്ക്ക് അത്രയെളുപ്പം കീഴടക്കാനാകാത്ത നമ്മുടെ കൈക്കരു ത്തിനെ നേരിടേണ്ടിവന്നേനെ. ദൈവം ഈ ഭീതിയെയും അനൈക്യ ത്തെയും ശപിക്കട്ടെ!"

അജ്റമയുടെ വാക്കുകൾ കേട്ടതും ഇതാദ്യമായിട്ടെന്നവണ്ണം ഖാസിം ആശ്വാസത്തോടെ നിശ്വസിച്ചു.

"പിതാമഹൻ തന്റെ വിശ്വാസം നമ്മിലർപ്പിച്ചിരിക്കുകയാണ്. ആ വിശ്വാസം നേടിയെടുക്കാൻ അർഹതയുള്ള ചിലരെങ്കിലും തന്റെ സന്തതി കളുടെ കൂട്ടത്തിലുണ്ടെന്ന് അദ്ദേഹത്തിന് അറിയാമെന്ന കാര്യവും ഉറപ്പാണ്!"

എൺപത്തിയൊന്ന്

ഖാസിം വീട്ടിൽ തിരിച്ചെത്തിയപ്പോൾ നേരം അർദ്ധരാത്രിയായിരുന്നു. ഖമർ ഉറങ്ങാതെ തന്നെ കാത്തിരിക്കുന്ന കാഴ്ചയാണ് വീട്ടിലെത്തിയപ്പോൾ കണ്ടത്. പതിവിലും അധികം സ്നേഹവും കരുതലുമായിരുന്നു ഖമറിന്. രാത്രി ഇത്രയേറെ വൈകിയിട്ടും ഭാര്യ തന്നെ നോക്കി ഉറക്കമിളയ്ക്കേണ്ടിവന്നതിൽ വേദന തോന്നി. ഖമറിന്റെ കണ്ണുകളിൽ നല്ല ക്ഷീണമുണ്ട്. പോരാത്തതിന് കരഞ്ഞതിനാൽ അസ്തമനസൂര്യന്റെ ചുവപ്പ് പോലെ കണ്ണുകൾ ചുവന്നിട്ടുമുണ്ട്.

"കരയുകയായിരുന്നോ ഇതുവരെ?"

ഖമർ മറുപടിയൊന്നും പറഞ്ഞില്ല. അയാൾക്ക് നൽകാനായി തയ്യാറാക്കി വച്ചിരുന്ന ചൂടുപാൽ കപ്പിലേക്ക് പകരുന്ന തിരക്കിലായിരുന്നു ഖമർ.

"ഷഅബാന്റെ മരണം നമുക്കെല്ലാം വലിയ ആഘാതം തന്നെയാണ്. ദൈവം അവന് ആത്മശാന്തി നൽകട്ടെ!"

"ഷഅബാനെയോർത്ത് ഞാൻ കുറേ കരഞ്ഞു. എന്നാൽ ആ സവാരിസ് നിങ്ങളെ ഉപദ്രവിക്കുമോ എന്നോർത്താണ് ഞാനിപ്പോൾ കരഞ്ഞത്. തലയിലും മുഖത്തുമൊക്കെയായി മൺകൂട കമഴ്ത്താൻ മാത്രം നിങ്ങളെന്ത് തെറ്റാണ് ചെയ്തത്!"

"നമ്മുടെ പാവം സുഹൃത്തിന് സംഭവിച്ച ദുരന്തത്തിനോട് താരതമ്യം ചെയ്യുമ്പോൾ ഇതെത്ര നിസ്സാരമായ കാര്യമാണ്."

ഖാസിമിന്റെ അരികിൽ വന്ന് ഇരുന്നശേഷം ഖമർ പാൽ നിറച്ച കപ്പ് കുടിക്കാൻ കൊടുത്തു.

"നിങ്ങളെക്കുറിച്ച് പറയുന്ന കാര്യങ്ങൾ കേട്ടപ്പോൾ ശരിക്കും വേദനിച്ചു."

എന്നാൽ അതൊക്കെ നിസ്സാരമെന്ന് ഭാവിക്കുന്ന മട്ടിൽ പുഞ്ചിരിച്ചുകൊണ്ട് ഖാസിം പാൽകപ്പ് വായിലേക്കടുപ്പിച്ചു.

"ഭൂസ്വത്ത് ഒറ്റയ്ക്ക് തട്ടിയെടുക്കുകയാണ് നിങ്ങളുടെ മോഹമെന്ന് ജൽത്വ ജബൽ കുടുംബക്കാരോട് പറയുകയാണ്. രിഫാഅയുടെ പ്രദേശത്തുള്ളവരോട് ഹജ്ജാജ് പറയുന്നതും ഇതു തന്നെയാണ്. ഒപ്പം ജബലിനെയും രിഫാഅയെയും ആക്ഷേപിക്കുകയാണ് നിങ്ങളെന്നും പ്രചരിപ്പിക്കുകയാണവർ."

ഖാസിമിന്റെ പ്രതികരണത്തിൽ അയാളുടെ ആശങ്കയും കാണാമായിരുന്നു.

"എനിക്കറിയാം. ഖമർ നിങ്ങളില്ലായിരുന്നെങ്കിൽ ഞാനിപ്പോൾ ജീവനോടെ ഉണ്ടാകില്ലെന്നുമറിയാം."

ഖമർ വാത്സല്യത്തോടെ ഭർത്താവിന്റെ തോൾ തിരുമ്മിക്കൊടുത്തു. അവൾക്ക് തങ്ങളുടെ പഴയ ദിനങ്ങൾ ഓർമ്മ വന്നു. തങ്ങളുടെ സംസാരങ്ങൾക്ക് ഒരു പരിധിയും ആനന്ദത്തിന് ഒരറ്റവുമില്ലാതിരുന്ന നല്ല ദിനങ്ങൾ. ഇഹ്സാൻ ജനിച്ച ശേഷമുള്ള പ്രകാശമയമായ രാവുകൾ നൽകിയ ആനന്ദങ്ങൾ. എന്നാൽ ഇന്നാകട്ടെ തന്നിൽനിന്ന് ഭർത്താവിനോ ഭർത്താവിൽനിന്ന് തനിക്കോ ഒരാനന്ദവും ലഭിക്കുന്നില്ല. തന്റെ രോഗപീഡയുടെ കാര്യംപോലും ഖമർ ഖാസിമിൽനിന്നും മറച്ചുപിടിക്കുകയാണിപ്പോൾ. സ്വന്തം കാര്യത്തിൽപോലും യാതൊരു ശ്രദ്ധയില്ലാത്ത ഒരാൾക്കെങ്ങനെയാണ് ഭാര്യയുടെ കാര്യത്തിൽ ശ്രദ്ധ ചെലുത്താനാകുക? ഭർത്താവിന് കൂടുതൽ മാനസികപീഡനമാകുന്ന കാര്യങ്ങൾ ഉണ്ടാകാൻ തന്റെ മനസ്സ് അനുവദിക്കില്ല. അതിലൂടെ ശത്രുക്കൾക്ക് സഹായമേ ലഭിക്കുകയുള്ളൂ. സമാധാനത്തിന്റെ നല്ല ദിനങ്ങളെപ്പോലെ തങ്ങളുടെ ആയുസ്സും തീർന്നുകൊണ്ടിരിക്കെ ഭർത്താവിന്റെ കാര്യത്തിൽ നല്ലതേ നടക്കൂവെന്ന് ഉറപ്പുതരാൻ ആർക്കാണ് സാധിക്കുക? ഞങ്ങളുടെ തെരുവേ, ദൈവം മാപ്പ് തരട്ടെ നിങ്ങൾക്കൊക്കെ!”

ഭാര്യയുടെ ഭാവം കണ്ടതും ഖാസിം തുടന്ന് പറഞ്ഞു:

“ഇരുട്ടായിരുന്നാൽപോലും പ്രതീക്ഷ നശിച്ചിട്ടേയില്ല ഖമർ. തനിച്ചാണെങ്കിൽപോലും ധാരാളം സുഹൃത്തുക്കളുണ്ട്. അവരിലൊരാൾ സവാരിസിനെ വെല്ലുവിളിച്ചില്ലേ? ഇതിന് മുമ്പ് ആരെങ്കിലും അതിന് ധൈര്യം കാണിച്ചിട്ടുണ്ടോ? അവനെപ്പോലെ തന്നെയാണ് മറ്റുള്ളവരും. ആയുസ്സ് മുഴുവൻ ഗുണ്ടകളുടെ കാലടിയിൽ ചവിട്ടി മെതിക്കപ്പെടാതിരിക്കാൻ ഉദ്ദേശ്യമുണ്ടെങ്കിൽ ഈ തെരുവിലെ ആളുകൾ ധീരത പ്രകടിപ്പിച്ചേ തീരൂ. സുരക്ഷിതമായ വഴി തേടാൻ എന്നെ ഉപദേശിക്കരുത്. ഇവിടെ കൊല ചെയ്യപ്പെട്ട മനുഷ്യൻ എന്നെ കാണാൻ ഈ വീട്ടിലേക്ക് വരികയായിരുന്നു. ഭീരുത്വം ആസ്വദിച്ച് ജീവിക്കുന്ന ഭർത്താവിന്റെ യോഗത്തിൽ നിങ്ങൾക്ക് സംതൃപ്തയാകാനാകുമോ?

ഒഴിഞ്ഞ കപ്പ് എടുത്തു മാറ്റുന്നതിനിടയിൽ ഖമർ പുഞ്ചിരിച്ചു:

“തിന്മയ്ക്ക് വേണ്ടിയുള്ള അടിപിടികൾ നടക്കുമ്പോൾ ആനന്ദിക്കുന്നവരാണ് ഇവിടത്തെ ഗുണ്ടകളുടെ ഭാര്യമാർ. അപ്പോൾ നന്മയ്ക്കായുള്ള ഈ പോരാട്ടത്തിൽ ഞാനെന്തിന് അവരേക്കാൾ സന്തോഷിക്കാതിരിക്കണം?”

പുറത്ത് കാണിക്കുന്നതിലൊക്കെ എത്രയോ വലുതാണ് ഖമറിന്റെ വേദനയെന്ന് ഖാസിമിന് മനസ്സിലാകുന്നുണ്ട്: ഭാര്യയുടെ കവിളിൽ തഴുകിക്കൊണ്ട് ഖാസിം ആശ്വസിപ്പിച്ചു:

“ഈ ലോകത്ത് എനിക്കെല്ലാം നിങ്ങളാണ് ഖമർ. ഈ ലോകത്തെ എന്റെ ഏറ്റവും നല്ല സഹയാത്രിക.”

ഉറങ്ങണമെങ്കിൽ അല്പം മനസ്സമാധാനം കിട്ടിയേ തീരൂ. അതിനായി ഒന്ന് പുഞ്ചിരിക്കുകയായിരുന്നു ഖമർ.

സ്വാദിഖ് തെരുവിൽനിന്നും അപ്രത്യക്ഷനായതും ചെമ്പ് കൊല്ലനായ ശൻത്വജ് അതിശയിച്ചുപോയി. വീട്ടിൽചെന്ന് നോക്കിയെങ്കിലും സ്വാദിഖിന്റെയോ അയാളുടെ കുടുംബത്തിന്റെയോ യാതൊരു ലക്ഷണവും അവിടെ കണ്ടില്ല. ഇതുപോലെതന്നെയായിരുന്നു ഉണക്കമീൻ വിൽക്കുന്ന അബ്ദുൽ ഫത്താഹിന്റെ അവസ്ഥയും. അയാളുടെ തൊഴിലാളിയായ അജ്റമയെ ഇപ്പോൾ തെരുവിൽ കാണാനേയില്ല. ലഘുഭക്ഷണം തയ്യാറാക്കുന്ന കടക്കാരൻ ഹംദൂനിന് അബൂഫിസാദയെക്കുറിച്ച് യാതൊരു വിവരവുമില്ല. അയാൾ ഹംദൂനിനോട് താനെങ്ങോട്ടെങ്കിലും പോകുന്നുണ്ടെന്ന വിവരവും അറിയിച്ചിട്ടില്ല. പിന്നെ ഹംറൂശ്. അയാളെവിടെപ്പോയെന്നാണ് റൊട്ടിക്കച്ചവടക്കാരനായ ഹസ്സൂനയ്ക്ക് അറിയേണ്ടത്. ഹംറൂശിനെ തന്റെ റൊട്ടിക്കടയിലെ അടുപ്പിലെ തീ വിഴുങ്ങിയതായിരിക്കുമോ? ഇതുപോലെതന്നെ വേറെ പലരും എങ്ങോട്ടോ പോയിരിക്കുന്നു. ആരും തിരികെ വന്നതേയില്ല.

'മരുഭൂമിയിലെ എലികളു'ടെ കോളനിയിലെങ്ങും പ്രചരിച്ച ഈ വാർത്തയുടെ അലകൾ തെരുവിന്റെ ബാക്കിഭാഗങ്ങളിലുമെത്തി. ജബൽ, രിഫാഅ കോളനിയിലുള്ള ആളുകൾ പരിഹസിക്കാൻ തുടങ്ങി: 'മരുഭൂമിയിലെ എലികൾ' ഒളിച്ചോടുകയാണ്. ഇങ്ങനെയാണെങ്കിൽ കുറച്ചു കാലം കഴിയുമ്പോൾ അവരുടെ ഗുണ്ടയായ സവാരിസിന് ഗുണ്ടാപ്പിരിവ് നൽകാൻ ആളുണ്ടാകില്ല. സവാരിസാകട്ടെ സകരിയ്യയെ ദിൻജിലിന്റെ കാപ്പിക്കടയിലേക്ക് വിളിച്ചുവരുത്തി ഭീഷണിപ്പെടുത്തുകയായിരുന്നു.

"ഈ ഒളിച്ചോടിപ്പോയവർ എവിടെയാണെന്ന് നിന്റെ സഹോദരപുത്രൻ തന്നെ പറയുന്നതാണ് നല്ലത്."

"സവാരിസ് അങ്ങുന്നേ, ദയവുചെയ്ത് ഖാസിമിനെ കുറ്റപ്പെടുത്തരുതേ. എത്രയോ ദിവസങ്ങളും ആഴ്ചകളും മാസങ്ങളുമായി അവൻ സ്വന്തം വീട്ടിനുള്ളിൽതന്നെ കഴിയുകയല്ലേ?"

"കുട്ടിക്കളിയാണിതൊക്കെ. സഹോദരപുത്രനെ കാത്തിരിക്കുന്ന അപകടത്തെക്കുറിച്ച് മുന്നറിയിപ്പ് നല്കാനാണ് നിന്നെ ഞാൻ വിളിച്ചുവരുത്തിയത്."

"ഖാസിം അങ്ങയുടെ രക്തത്തിൽപ്പെട്ടയാളല്ലേ? അവനെ ശത്രുക്കൾക്ക് വിട്ടുകൊടുക്കരുതേ."

"അവൻ തന്റെതന്നെ ശത്രുവാണ്. എന്റെയും ശത്രുവായ അവൻ ഇക്കാലത്തെ ജബലാണ് താനെന്ന ഭാവത്തിലാണ്. ശ്മശാനം സ്ഥിതിചെയ്യുന്ന ബാബ് അൽ-നസ്വ്റിലേക്കുള്ള കുറുക്കുവഴിയിലാണ് ആ ശാപം പിടിച്ചവൻ!"

"ക്ഷമിക്കണം സവാരിസ് അങ്ങുന്നേ. ഞങ്ങളെല്ലാം താങ്കളുടെ സംരക്ഷണയിൽ കഴിയുന്നവരല്ലേ?"

തിരിച്ച് വീട്ടിലേക്ക് പോകുമ്പോൾ ഖാസിമിന്റെ വീട്ടിൽനിന്നും മടങ്ങിവരുന്ന മകൻ ഹസനെ സകരിയ്യ കണ്ടു. സവാരിസിനോടുള്ള ദേഷ്യമൊക്കെ അയാൾ മകന്റെ മേൽ തീർക്കാൻ തുടങ്ങി. എന്നാൽ പിതാവിനെ തടഞ്ഞുകൊണ്ട് ഹസൻ പറഞ്ഞു:

"വാപ്പാ ഒന്ന് ക്ഷമിച്ചേ... ഖമറിന് സുഖമില്ല.. തീരെ സുഖമില്ല വാപ്പാ..."

തെരുവിലാകെ ഖമറിന്റെ രോഗവാർത്ത പ്രചരിച്ചു. കങ്കാണിയുടെ വീട്ടിലുമെത്തി ആ വാർത്ത. അങ്ങേയറ്റം വേദനയോടും വിഷാദത്തോടും കൂടി ഖാസിം ഖമറിന്റെ ഒപ്പം തന്നെയുണ്ടായിരുന്നു. പരിഭ്രമത്തോടെ തലകുലുക്കിക്കൊണ്ട് ഖാസിം ഖമറിനോട് ചോദിച്ചു:

"ഒരൊറ്റ നിമിഷംകൊണ്ടല്ലേ എന്നോടൊരു വാക്കുപോലും പറയാതെ നിങ്ങൾ ദുർബലയായി ഇങ്ങനെ വീണുപോയത്?"

ഖമറിന്റെ സ്വരം വളരെ ദുർബലമായിരുന്നു:

"ധാരാളം പ്രശ്നങ്ങളാൽ നട്ടം തിരിയുന്ന നിങ്ങളുടെ മനസ്സിനെ കൂടുതൽ വിഷമിപ്പിക്കാതിരിക്കാനാണ് ഞാനൊന്നും പറയാതിരുന്നത്."

"തുടക്കം മുതലേ നിങ്ങളുടെ വേദനയിൽ ഞാനും പങ്കാളിയാകേണ്ട തായിരുന്നു."

അതിയായ വേദനനിറഞ്ഞ ഖാസിമിന്റെ വാക്കുകൾ കേട്ടതും ഉണങ്ങിയ തണ്ടിലെ വാടിയ പൂവ് പോലെയൊരു വിളറിയ ചിരി ഖമറിന്റെ ചുണ്ടുകളിൽ വിടർന്നു.

"പഴയതുപോലെ ഞാൻ വീണ്ടും ആരോഗ്യവതിയാകും!"

അതുതന്നെയായിരുന്നു ഖാസിമിന്റെയും പ്രാർത്ഥന. പക്ഷേ എന്താ യിരിക്കും ഖമറിന്റെ കണ്ണുകളെ മൂടിയിരിക്കുന്ന ഈ ആവരണം? മുഖത്തെ ഈ പരുക്കൻ ഭാവം? വേദന മറച്ചുപിടിക്കാനുള്ള ഈ കഴിവിന് പിന്നിലെ രഹസ്യമെന്തായിരിക്കും? ഇതെല്ലാം നിങ്ങൾക്ക് വേണ്ടിയായി രുന്നു. ദൈവമേ നിന്റെ കാരുണ്യംകൊണ്ട് ഈ സ്ത്രീയെ രക്ഷിക്കണേ. എനിക്കിവരെ ജീവനോടെ വേണം. നിർത്താതെ കരഞ്ഞുകൊണ്ടിരിക്കുന്ന കുഞ്ഞിന്റെ പേരിലെങ്കിലും കരുണ കാണിക്കണേ ദൈവമേ.

"നിങ്ങൾ എന്നോട് കാണിച്ചിട്ടുള്ള സഹാനുഭൂതി കാരണം എനിക്ക് എന്നോടുതന്നെ ക്ഷമിക്കാനാകുന്നില്ല!"

കുറ്റപ്പെടുത്തുന്നതുപോലെ ഖമർ വീണ്ടും പുഞ്ചിരിക്കാൻ ശ്രമിച്ചു. വീട്ടിലെത്തിയ ഉമ്മ്സലീം എന്ന സ്ത്രീ ഖമറിന്റെ ആരോഗ്യത്തിനായി സുഗന്ധം പുകയ്ക്കാൻ തുടങ്ങി. ഉമ്മ് അതിയ്യ വസ്ത്രങ്ങൾ തയ്യാറാക്കി. ക്ഷുരകനായ ഇബ്റാഹീം വീട്ടിൽ വന്ന് ഖമറിന്റെ ശരീരത്തിൽനിന്ന് അശുദ്ധരക്തം നീക്കാനുള്ള നടപടി തുടങ്ങി. എന്നാലിതൊന്നും ഇഹ് സാനിന്റെ മാതാവിന് രോഗശമനം മാത്രം നൽകിയില്ല.

"നിങ്ങളുടെ വേദനയൊന്ന് കുറയ്ക്കാൻ എന്തെങ്കിലും ചെയ്യാനാ യെങ്കിൽ! അതിനായി എന്നെത്തന്നെ നൽകാൻ തയ്യാറാണ് ഞാൻ!"

“നിങ്ങൾക്ക് ഒരു കുഴപ്പവും ഉണ്ടാകാതിരിക്കട്ടെ! എനിക്ക് നിങ്ങളെ എത്ര ഇഷ്ടമാണെന്നോ?”

ഖമറിനെ ഇങ്ങനെ കാണുമ്പോൾ ഈ ലോകംതന്നെ കറുത്തിരുളുന്നതുപോലെയാണ് ഖാസിമിന് തോന്നിയത്.

“നിങ്ങളെപ്പോലൊരു യുക്തിമാനായൊരാൾക്ക് ഒരിക്കലും ഇത്തരമൊരു ദയനീയ അവസ്ഥയുണ്ടാകാൻ പാടില്ലായിരുന്നു.”

പുരുഷന്മാരും സ്ത്രീകളുമായ ധാരാളമാളുകൾ ഖമറിനെ സന്ദർശിക്കാനെത്തി. തിരക്ക് സഹിക്കാനാകാതെ ഖാസിം വീടിന്റെ മട്ടുപ്പാവിലേക്ക് പോയി. വീടുകളുടെ ജനാലകളിൽനിന്നും സത്രീകളുടെ ഒച്ച ഉയർന്നു കേൾക്കാം. തെരുവിലെ കച്ചവടക്കാരുടെ ഒച്ചകൾക്കൊപ്പം കലർന്ന ശാപവാചകങ്ങൾ. ഒരു കുഞ്ഞിന്റെ കരച്ചിലും കേട്ടു. ആദ്യമാത്രയിൽ തന്നെ അത് തന്റെ മകളുടേതാണെന്ന് ഖാസിം തിരിച്ചറിഞ്ഞു. തൊട്ടടുത്ത വീടിന്റെ മേൽക്കൂരയിലുള്ള മണ്ണിൽ കളിക്കുന്നൊരു കുഞ്ഞിനെ കണ്ടതും അന്നേരം തന്നെയായിരുന്നു. പതിയെ ഇരുട്ട് പരക്കുകയാണ്. ഒരുപറ്റം പ്രാവുകൾ തങ്ങളുടെ കൂടുകളിലേക്ക് പറന്നകലുന്നു. ചക്രവാളത്തിൽ മിഴിചിമ്മുന്ന ഒരേയൊരു നക്ഷത്രം. ഖമറിന്റെ കണ്ണുകളിലെ അവൾക്ക് തന്നെ അറിയാത്തതുപോലുള്ള വിചിത്രമായ നോട്ടത്തിന്റെ അർത്ഥമെന്തായിരിക്കുമെന്ന് ആലോചിക്കുകയായിരുന്നു ഖാസിം. വായയുടെ അരികുകളിൽ കണ്ട വിറയൽ, ചുണ്ടുകളിലെ നീലനിറം, പിന്നെ തന്റെ അതിരു കവിഞ്ഞ മനോവേദന... ഇതൊക്കെ എന്തുകൊണ്ടായിരിക്കും?

കുറെ മണിക്കൂറുകൾ മട്ടുപ്പാവിൽതന്നെ ചെലവഴിച്ചശേഷം ഖാസിം താഴേക്ക് ചെന്നു. ഇസ്ഹാനെയും ഒക്കത്തെടുത്തുകൊണ്ട് നിൽക്കുന്ന സക്കീനയെ കണ്ടു.

“അകത്തേക്ക് പൊയ്ക്കോളൂ. ഉണർത്തേണ്ട.”

ഖമറിന്റെ കിടക്കയുടെ അഭിമുഖമായിക്കിടന്ന സോഫയിൽ നിവർന്ന് കിടക്കുമ്പോൾ മുറിയിൽ ജാലകപ്പടിയിന്മേൽ ഇരിക്കുന്ന വിളക്കിന്റെ അരണ്ട വെളിച്ചം മാത്രമാണുണ്ടായിരുന്നത്. തെരുവിൽനിന്ന് ആകെക്കൂടി കേൾക്കാനുണ്ടായിരുന്നത് റബാബ് തംബുരുവിന്റെ ശബ്ദം മാത്രമായിരുന്നു. പിന്നാലെ കവി ത്വാസ കഥ പറയുന്നതും കേട്ടു:

“ജബലാവി തികച്ചും ശാന്തമായി സംസാരിക്കാൻ തുടങ്ങി.

‘പുറത്തുള്ള ഒരാൾക്കും ഇതുവരെ ലഭിച്ചിട്ടില്ലാത്ത ഒരവസരം നിനക്ക് നൽകാമെന്നാണ് ഞാനുദ്ദേശിക്കുന്നത്. നിനക്ക് ഈ വീട്ടിൽ താമസിക്കാം. ഇവിടെയുള്ളൊരാളെ വിവാഹം കഴിക്കാം. പുതിയൊരു ജീവിതം തുടങ്ങാം.”

സന്തോഷാരവത്തിൽ നെഞ്ചിടിക്കുന്നതിനിടയിൽ ഹുമാം പറഞ്ഞു:

“താങ്കളുടെ ദയയ്ക്ക് വളരെ നന്ദിയുണ്ട്.”

"നീയത് അർഹിക്കുന്നുണ്ട് മകനേ."

പിതാമഹനേയും നിലത്തെ പരവതാനിയേയും മാറിമാറി നോക്കിക്കൊണ്ട് ഹുമാം ആകാംക്ഷയോടെ തിരക്കി:

"എന്റെ കുടുംബത്തിന്റെ കാര്യമോ?"

"എന്താണ് തീരുമാനമെന്ന് ഞാൻ വ്യക്തമായി പറഞ്ഞുകഴിഞ്ഞു."

ജബലാവിയുടെ ദേഷ്യം കണ്ടതും ഹുമാം യാചിച്ചുനോക്കി:

"താങ്കളുടെ ദയയും കാരുണ്യവും അവരർഹിക്കുന്നുണ്ട്."

ഉറങ്ങിക്കിടക്കുകയായിരുന്ന ഖമർ പെട്ടെന്ന് എന്തോ ചലനമുണ്ടാക്കിയതിനെത്തുടർന്ന് ഖാസിം സോഫയിൽനിന്നും ചാടി എഴുന്നേറ്റ് ഭാര്യയ്ക്കരികിലെത്തി. നേരത്തെ ഉണ്ടായിരുന്ന ഒരു മൂടലിന് പകരം ഇപ്പോൾ ആ കണ്ണുകളിൽ കണ്ടതൊരു പുതിയ തിളക്കമായിരുന്നു. എന്തുപറ്റിയെന്ന് തിരക്കി.

'ഇഹ്സാൻ... എവിടെ ഇഹ്സാൻ?"

ഉറക്കെയാണ് ഖമർ മകളെ അന്വേഷിച്ചത്. ഖാസിം പെട്ടെന്ന് മുറിയിൽനിന്നും പുറത്തേക്കിറങ്ങി. തിരികെ വന്നപ്പോൾ ഉറങ്ങിക്കിടക്കുന്ന ഇഹ്സാനെയും ഒക്കത്തെടുത്ത് സക്കീനയുമുണ്ടായിരുന്നു കൂടെ. കുഞ്ഞിന് നേർക്ക് വിരൽ ചൂണ്ടുന്നത് കണ്ടതും സക്കീന ഇഹ്സാനെ കവിളിൽ ചുംബിക്കാൻ പാകത്തിന് ഖമറിന്റെ അരികിലേക്ക് അടുപ്പിച്ചു പിടിച്ചു. കിടക്കയുടെ അരികിൽ വന്നിരുന്ന ഖാസിമിന് നേർക്ക് നോക്കിക്കൊണ്ട് ഖമർ മന്ത്രിച്ചു:

"എന്റേതാണ് ഏറ്റവും കടുത്തത്."

കാര്യം മനസ്സിലാകാത്തതുപോലെ ഖാസിം ഭാര്യയുടെ അടുത്തേക്ക് ചാഞ്ഞു.

"എന്താണെന്ന് മനസ്സിലായില്ല."

"ഞാൻ നിങ്ങൾക്ക് വളരെയേറെ വേദന നൽകി. എന്നാൽ ഞാനിപ്പോൾ അനുഭവിക്കുന്നതാണ് ഏറ്റവും കടുത്ത വേദന."

ഖാസിം ചുണ്ടിൽ കടിച്ചുകൊണ്ട് പറഞ്ഞു:

"ഖമർ. നിങ്ങളുടെ വേദന അല്പം കുറയ്ക്കാൻ പോലും സാധിക്കാത്തതിൽ ഞാൻ അങ്ങേയറ്റം ദുഃഖിതനാണ്."

"ഞാൻ മരിച്ച ശേഷം നിങ്ങളുടെ അവസ്ഥയെന്താകുമെന്ന് ആലോചിക്കുമ്പോഴാണ് എനിക്കേറ്റവും വേദന."

"എന്നെക്കുറിച്ച് ആലോചിച്ച് വിഷമിക്കേണ്ട."

"ഖാസിം, അങ്ങ് ഈ നാട്ടിൽനിന്നും പോകണം. സുഹൃത്തുക്കൾക്കൊപ്പം ചെന്ന് ചേരണം. ഇവിടെ തുടർന്നാൽ നിങ്ങളെയവർ കൊല്ലും."

"നമുക്കൊരുമിച്ച് പോകാം, ഖമർ."

“നമ്മുടെ യാത്രകൾ ഒരേ വഴിക്കല്ലല്ലോ, ഖാസിം?”

“പഴയതുപോലെ എന്നോട് കരുണയോടെ പെരുമാറുന്നില്ലല്ലോ നിങ്ങൾ?”

“ഓഹ്... അതൊക്കെ പഴയ ദിനങ്ങളല്ലേ?”

എന്തോ ശക്തമായ സമ്മർദ്ദത്തെ പ്രതിരോധിക്കുന്നതുപോലെ തോന്നി ഖമറിനെ കണ്ടപ്പോൾ. കൈകൊണ്ട് ആംഗ്യം കാണിച്ചതും ഖാസിം കൂടുതൽ അരികിലേക്ക് തല അടുപ്പിച്ച് പിടിച്ചു. ഇപ്പോൾ ആ നിശ്വാസംപോലും തൊട്ടറിയാനാവുന്നുണ്ട്. കേഴുന്നതുപോലെ വളഞ്ഞു പുളയാനും കഴുത്ത് നീട്ടാനുമൊക്കെ തുടങ്ങിയ ഖമറിന്റെ നെഞ്ച് ശക്തമായി ഉയർന്നു താഴാൻ തുടങ്ങി. പരുക്കൻ ശബ്ദത്തിൽ ശ്വാസം വലിച്ച് വിടുന്നത് കണ്ടതും സക്കീന പറഞ്ഞു:

“ഒന്നെഴുന്നേൽപ്പിച്ച് ഇരുത്തിയേ... ഇരിക്കാനാഗ്രഹിക്കുകയാണ്.”

ഖാസിം ഭാര്യയെ എഴുന്നേറ്റിരിക്കാൻ സഹായിക്കാനായി കൈകൊണ്ട് ചുറ്റിപ്പിടിച്ചു. എന്നാൽ മൂകമായൊരു യാത്രാമൊഴി കണക്കെ ഖമറിൽ നിന്നൊരു ഞരക്കം മാത്രമാണുണ്ടായത്. അപ്പോഴേക്കും ശിരസ്സ് നെഞ്ചിലേക്ക് കുഴഞ്ഞുവീണ് കഴിഞ്ഞിരുന്നു. കൈയിൽ കുഞ്ഞിനേയും പിടിച്ചുകൊണ്ട് പരിചാരിക പുറത്തേക്കോടി. പുറത്തെ നിശ്ശബ്ദതയെ ഭേദിക്കുമാറ് ആ സ്ത്രീയുടെ നിലവിളിയിൽ അവിടമാകെ പ്രകമ്പനം കൊണ്ടു.

എൺപത്തിരണ്ട്

നേരം പുലർന്നതോടെ ഖാസിമിന്റെ വീടും മുന്നിലുള്ള നിരത്തുമൊക്കെ അനുശോചനമറിയിക്കാൻ എത്തിയവരെക്കൊണ്ട് നിറഞ്ഞു. കുടുംബബന്ധങ്ങൾക്ക് ആഴത്തിലുള്ള മാന്യത ലഭിച്ചിരുന്ന ഇടമാണ് ഈ തെരുവ്. അതുകൊണ്ട് പ്രത്യേകനേട്ടമൊന്നും ആർക്കും കിട്ടിയിട്ടില്ലെങ്കിൽ പോലും. അതിനാൽ തന്നെ ഗുണ്ടയായ സവാരിസ് അനുശോചനമറിയിക്കാൻ എത്തിയേ തീരൂ. പിന്നാലെ ‘മരുഭൂമിയിലെ എലികളിൽ’പ്പെട്ട മറ്റുള്ളവരുമെത്തി. കങ്കാണിയായ രിഫഅത്തും എത്തേണ്ടിവരും. പിന്നാലെ ഗുണ്ടകളായ ലഹീത്വയും ജൽത്വയും ഹജ്ജാജും ഉണ്ടാകും. അതോടെ തെരുവിലുള്ളവർ മുഴുവൻ ആ വീട്ടിലെത്തിച്ചേരും. വൻജനാവലിയായിരുന്നു മൃതദേഹം സംസ്കരിക്കുന്ന ചടങ്ങിനെത്തിയത്. സാധാരണയായി ഗുണ്ടകളുടെ ശവസംസ്കാരചടങ്ങുകളിലല്ലാതെ ഇത്രയും ആൾത്തിരക്ക് ഉണ്ടാകാറില്ലാത്തതാണ്. ദുഃഖങ്ങൾ മനസ്സിലടക്കിപ്പിടിച്ചുകൊണ്ട് വിവേകിയായൊരു മനുഷ്യനെപ്പോലെയാണ് ഖാസിം പെരുമാറിയത്. ശരീരം മറമാടുന്ന സമയത്തുപോലും മനസ്സും ദേഹവും കരഞ്ഞിട്ടും

അയാളുടെ കണ്ണുകളിൽനിന്നും കണ്ണുനീർ ഒഴുകിയില്ല. അനുശോചിക്കാനെത്തിയവരൊക്കെ പിരിഞ്ഞുപോയപ്പോൾ ശ്മശാനത്തിൽ ഖാസിമും സകരിയ്യയും ഉവൈസും ഹസനും മാത്രം ബാക്കിയായി. ഖാസിമിന്റെ ചുമലിൽ തട്ടിക്കൊണ്ട് വേദനയോടെ സകരിയ്യ പറഞ്ഞു:

"ക്ഷമിക്കണം സഹോദരപുത്രാ. ദൈവം തുണയുണ്ടാകും നിനക്ക്."

ദേഹം കുനിപ്പോകുന്നതിനിടയിൽ ആഴത്തിൽ നെടുവീർപ്പിട്ടുകൊണ്ട് ഖാസിം മന്ത്രിച്ചു:

"കൊച്ചാപ്പാ, എന്റെ ഹൃദയമാണ് ഇവിടെ കുഴിച്ചിട്ടിരിക്കുന്നത്."

ഹസന്റെ മുഖത്തും വികാരക്ഷോഭം നിറഞ്ഞുനിന്നു. ശ്മശാനം മുഴുവൻ അങ്ങേയറ്റം നിശ്ശബ്ദമായിരിക്കുന്നു. നടന്നകലാൻ ശ്രമിക്കുന്നതിനിടയ്ക്ക് സകരിയ്യ പറഞ്ഞു:

"നമുക്ക് തിരികെപ്പോകാൻ സമയമായിരിക്കുന്നു."

എന്നാൽ നിന്ന സ്ഥലത്തുനിന്ന് മാറാതെ ഖാസിം ദേഷ്യത്തോടെ ചോദിച്ചു:

"അവന്മാരൊക്കെ എന്തിനാണിവിടെ വന്നത്?"

ആരെക്കുറിച്ചാണ് ഖാസിം ഉദ്ദേശിച്ചതെന്ന് സകരിയ്യയ്ക്ക് മനസ്സിലായി.

"എന്തൊക്കെയായാലും നാമവർക്ക് നന്ദി പറഞ്ഞല്ലേ തീരൂ?"

സകരിയ്യയുടെ വാക്കുകൾ കേട്ടതും ഉവൈസും പ്രോത്സാഹിപ്പിച്ചു:

"അവരുമായി പുതിയൊരു തുടക്കമാണിനി വേണ്ടത്. അവരുടെ ഭാഗത്തുനിന്നൊരു ചുവട്വയ്പുണ്ടായിരിക്കുന്നു. അതാവശ്യപ്പെടുന്നത് നിന്നിൽനിന്നുള്ള തുടർനിലപാടുകളാണ്. ഭാഗ്യത്തിന് നിന്നെക്കുറിച്ച് നമ്മുടെ പ്രദേശത്തിന് പുറത്തു കേൾക്കുന്ന കാര്യങ്ങളൊന്നും ഇവിടെ ഗൗരവമായി ആരും കണക്കാക്കിയിട്ടില്ല."

നല്ല വേദന തോന്നിയതിനാൽ നിശ്ശബ്ദനായിരുന്നതല്ലാതെ ഉവൈസിനോട് തർക്കിക്കാനൊന്നും ഖാസിം ശ്രമിച്ചില്ല. അപ്പോഴാണ് സ്വാദിഖിന്റെ നേതൃത്വത്തിൽ ഒരു സംഘമാളുകൾ അവിടെ എത്തിയത്. അനുശോചനത്തിനെത്തിയവർ സ്ഥലംവിടാൻവേണ്ടി കാത്തിരിക്കുകയായിരുന്നു അവരെന്ന് തോന്നി. ധാരാളമാളുകളുണ്ടായിരുന്നെങ്കിലും ആരും അപരിചിതരായിരുന്നില്ല. അവർ വന്ന് ഖാസിമിനെ ആശ്ലേഷിക്കാൻ ആരംഭിച്ചതും അയാളുടെ കണ്ണുകൾ നിറഞ്ഞൊഴുകാൻ തുടങ്ങി. ഉവൈസ് ദേഷ്യത്തോടെ അവരെ മാറിമാറി നോക്കിയെങ്കിലും ആരും അയാളെ ഗൗനിച്ചതേയില്ല.

"ഇനി ഈ തെരുവിൽ നിങ്ങളെ പിടിച്ചുനിർത്തുന്ന ഒന്നുമില്ലല്ലോ?"

സ്വാദിഖ് ഖാസിമിനെ നോക്കിപ്പറഞ്ഞ കാര്യം കേട്ടതും സകരിയ്യ രൂക്ഷമായി എതിർത്തു:

“അതിന് ഇവന്റെ മകളും വീടും സ്വത്തുക്കളുമൊക്കെ ഇവിടെയല്ലേ?”

“എനിക്ക് ഈ തെരുവിൽ തന്നെ കഴിയേണ്ടത് അത്യാവശ്യമാണ്. എന്തായാലും കാലമിത്രയായപ്പോൾ നിങ്ങളുടെ എണ്ണം കൂടിയല്ലോ, നന്നായി!”

തന്റെ നേരെ തിരിയുന്ന മുഖങ്ങളിലേക്ക് നോക്കുമ്പോൾ അവരുടെ എണ്ണത്തിലെ വർദ്ധനവ് താൻ പറഞ്ഞ കാര്യങ്ങൾ ശരിയാണെന്നതിന്റെ തെളിവായിട്ടാണ് ഖാസിമിന് തോന്നിയത്. ഇവരിൽ അധികം പേരോടും തെരുവിൽനിന്നും പലായനം ചെയ്ത് സുഹൃത്തുക്കൾക്കൊപ്പം ചേരാൻ പ്രേരിപ്പിച്ചിരുന്നത് ഖാസിം തന്നെയായിരുന്നു. രാത്രി തെരുവ് ഉറങ്ങിക്കഴിഞ്ഞാൽ തന്നോട് സൗഹൃദം കാണിക്കുമെന്നും പറയുന്ന കാര്യങ്ങൾ കേൾക്കാനുള്ള സന്നദ്ധത കാട്ടുമെന്നും ഉറപ്പുള്ളവരുടെ അരികിലേക്ക് ഖാസിം രഹസ്യമായി പോകാറുണ്ടായിരുന്നു.

“ഞങ്ങൾ നിങ്ങളെ വളരെക്കാലം കാത്തിരിക്കേണ്ടിവരുമോ?” അജ്റമ ചോദിച്ചു.

“നിങ്ങളുടെ എണ്ണം ആവശ്യത്തിനാകുന്നതുവരെ!”

“നിങ്ങളുടെ വേദനയിൽ എന്റെ മനസ്സ് പിടയുന്നുണ്ട്. നിങ്ങളുടെ നഷ്ടം എത്രമാത്രം കടുത്തതാണെന്ന് ഏറ്റവും നന്നായറിയുന്നത് ഞാൻ തന്നെയായിരിക്കും.”

“അജ്റമാ, നിങ്ങൾ പറഞ്ഞത് വളരെ ശരിയാണ്. വല്ലാത്ത വേദന തന്നെയാണിത്.”

“നിങ്ങളിവിടെ തനിച്ചാണ്. അതിനാൽതന്നെ കഴിവതും വേഗം ഞങ്ങൾക്കൊപ്പം വന്നുചേരണം.”

അജ്റമ സഹതാപത്തോടെ പറഞ്ഞു.

“എല്ലാത്തിനും അതിന്റേതായൊരു നേരമുണ്ട്!”

“നമുക്ക് മടങ്ങാനുള്ള നേരമായി.”

ഉവൈസ് ഉറക്കെപ്പറഞ്ഞു. സുഹൃത്തുക്കൾ യാത്ര പറയുന്നനേരം പരസ്പരം ആശ്ലേഷിക്കുവാൻ തുടങ്ങി. ഖാസിമും ബന്ധുക്കളും തങ്ങളുടെ വീടുകളിലേക്ക് മടങ്ങിപ്പോയി. ദിവസങ്ങൾ കടന്നുപോകുന്തോറും ഖാസിം വീട്ടിൽ തനിച്ചായി. ഈ വേദനയുടെ പ്രത്യാഘാതങ്ങളെന്തായിരിക്കുമെന്ന ആശങ്കയായിരുന്നു സക്കീനയ്ക്ക്. എന്നാൽ ക്ഷീണമറിയാത്തവണ്ണം ആത്മവിശ്വാസത്തോടെ ഖാസിം തന്റെ രാത്രിയാത്രകൾ തുടർന്നുകൊണ്ടേയിരുന്നു. അതോടെ അപ്രത്യക്ഷരാകുന്നവരുടെ എണ്ണവും വർദ്ധിക്കാൻ തുടങ്ങി. ഈ ആളുകളുടെ കാര്യത്തിൽ അതിശയം കൂറുകയായിരുന്നു മറ്റുള്ള തെരുവുവാസികളാകെ. തെരുവിന്റെ മറ്റു ഭാഗങ്ങളിലുള്ളവരെല്ലാം ‘മരുഭൂമിയിലെ എലികളേ’യും

അവരുടെ ഗുണ്ടയേയും ആക്ഷേപിക്കാൻ തുടങ്ങി. സവാരിസും ഇന്നല്ലെങ്കിൽ നാളെ ഒളിച്ചോടിയേക്കുമെന്ന് ആളുകൾ പറഞ്ഞുനടന്നു. ഒരു ദിവസം സകരിയ്യ സഹോദരപുത്രനോട് മുന്നറിയിപ്പെന്നവണ്ണം പറഞ്ഞു:

"അങ്ങേയറ്റം ആശങ്ക ജനിപ്പിക്കുന്ന അവസ്ഥ തന്നെയാണിത്. നാം പ്രത്യാഘാതങ്ങളെ ഭയക്കുകതന്നെ വേണം!"

എന്തായാലും കാത്തിരുന്നേ മതിയാകൂ. തിരക്കുപിടിച്ച എന്നാൽ അപകടം പതിയിരിക്കുന്ന ദിനങ്ങളാണ് മുന്നിലുള്ളത്. കാലത്തിന്റെ ഇരുണ്ട മുഖത്തെ ആകെയുള്ള പുഞ്ചിരികൾ ഇഹ്സാനിന്റെ മാത്രമായിരിക്കും. കസേരയുടെ കൈകളിൽ പിടിച്ച് എഴുന്നേറ്റ് നിൽക്കാൻ പഠിക്കുന്ന ഇഹ്സാൻ ഖാസിമിനെത്തന്നെ നോക്കുകയും പക്ഷികളുടെയും വാനമ്പാടികളുടെയും ഭാഷയിൽ സംസാരിക്കാൻ ശ്രമിക്കുകയുമാണ്. അവളുടെ സുന്ദരമായ മുഖത്തേക്ക് വാത്സല്യത്തോടെ നോക്കിയിരിക്കുന്നതുതന്നെ ഖാസിമിനെ സംബന്ധിച്ച് ആനന്ദകരമാണ്.

സുന്ദരിയായൊരു പെൺകുട്ടിയായിരിക്കും ഇവൾ. എന്നാൽ തന്റെ ഉമ്മയെപ്പോലെ നല്ല മനസ്സിനുടമയും സ്നേഹവുമുള്ളവളായി മകൾ മാറുകയെന്നതാണ് തന്നെ സംബന്ധിച്ച് സുപ്രധാനമായ കാര്യം.

ഖമറിന്റെ ഉരുണ്ട മുഖത്തെ കറുത്ത കണ്ണുകളായിരുന്നു തന്റെ ഏറ്റവും വലിയ ആനന്ദം. വിധി അവസാനം കുറിച്ച ഒരു പ്രണയബന്ധത്തിന്റെ അവസാനിക്കാത്ത അടയാളമായി അത് നിലനിൽക്കുകതന്നെ ചെയ്യും. ഇഹ്സാൻ സുന്ദരിയായൊരു മണവാട്ടിയാകുന്നത് കാണാൻ മാത്രമുള്ള ആയുസ് തനിക്ക് ലഭിക്കുമോ എന്ന് അതിശയത്തോടെ ആലോചിച്ചുപോകുകയാണ് ഖാസിം. അതോ താൻ ജനിച്ച വീടിനെ സംബന്ധിച്ച് വേദന നിറഞ്ഞ ഓർമ്മകൾ മാത്രം പേറാനായിരിക്കുമോ ഇഹ്സാനിന്റെ യോഗം?

അങ്ങനെ ഇരിക്കെ ഒരു ദിവസം വീടിന്റെ വാതിലിൽ ആരോ മുട്ടിവിളിക്കുന്നത് കേട്ടു. സക്കീന വാതിലിനരികിലെത്തിയശേഷം ആരാണ് മുട്ടിവിളിച്ചതെന്ന് തിരക്കി. യുവത്വം നിറഞ്ഞൊരു സ്വരമായിരുന്നു പുറത്തുനിന്ന് കേട്ടത്:

"വാതിൽ തുറക്കൂ, സക്കീനാ..."

വാതിൽ തുറന്നപ്പോൾ പന്ത്രണ്ടോ അതിൽ കൂടുതലോ വയസ്സ് പ്രായമുള്ളൊരു പെൺകുട്ടിയെ കണ്ടു. പരിചയമില്ലാത്ത രീതിയിലൊരു കുപ്പായം മൂടി മുഖാവരണം ധരിച്ചെത്തിയ പെൺകുട്ടിയെ കണ്ട് അതിശയിച്ച സക്കീന എന്താണ് വേണ്ടതെന്ന് ചോദിച്ചു. എന്നാൽ അവൾ നേരെ ഖാസിം ഇരിക്കുന്ന മുറിയിലേക്ക് കയറിച്ചെന്നു.

"നമസ്കാരം അങ്ങുന്നേ..."

മുഖാവരണം മാറ്റിയതും ഇരുണ്ട നിറത്തിൽ മനോഹരമായ ഉരുണ്ട മുഖം കണ്ട് ഖാസിം അതിശയിച്ചു.

“നമസ്കാരം. വരൂ... ഇരുന്നാലും.”

സോഫയുടെ അരികിൽ ചെന്നിരിക്കുന്നതിനിടയിൽ പെൺകുട്ടി പരിചയപ്പെടുത്തി.

“ഞാൻ ബദ്‌രിയ്യ. സഹോദരൻ സ്വാദിഖ് അയച്ചതാണെന്നെ.”

“സ്വാദിഖോ...?”

“അതെ.”

ഖാസിം പെൺകുട്ടിയുടെ നേരെ ആകാംക്ഷയോടെ നോക്കി.

“ഇത്തരത്തിൽ അപകടകരമായൊരു കാര്യം ചെയ്യാൻ സ്വാദിഖിനെ പ്രേരിപ്പിച്ചതെന്തായിരിക്കും?”

“ഈ കുപ്പായം ധരിച്ചിരിക്കുന്നതിനാൽ എന്നെയാരും തിരിച്ചറിയില്ല.” ബദ്‌രിയ്യയുടെ മറുപടിയിലെ വ്യഗ്രത അവൾക്ക് കൂടുതൽ ആകർഷകത്വം നൽകുന്നതുപോലെ തോന്നി. പ്രായത്തിൽ കവിഞ്ഞ ശരീരവളർച്ചയാണ് അവൾക്കെന്ന് മനസ്സിലായതും ഖാസിം ശരിയാണെന്ന മട്ടിൽ തല കുലുക്കി. ബദ്‌രിയ്യ തുടർന്ന് പറഞ്ഞു:

“താങ്കൾ എത്രയും പെട്ടെന്ന് ഈ തെരുവിൽനിന്നും പുറത്തു കടക്കണമെന്ന് അറിയിക്കാനാണ് സ്വാദിഖ് എന്നെ അയച്ചത്. ലഹീത്വയും ജൽത്വയും ഹജ്ജാജും സവാരിസും ചേർന്ന് താങ്കളെ ഇന്നു രാത്രി കൊലപ്പെടുത്താൻ ഗൂഢാലോചന നടത്തുകയാണത്രേ.”

ഖാസിം ആകെ അമ്പരന്നുപോയി. സക്കീന എന്തോ പുലമ്പുകയും ചെയ്തു.

“അക്കാര്യം സ്വാദിഖിന് എങ്ങനെയറിയാം?”

“യഹ്‌യ അങ്ങുന്നാണ് വിവരം നൽകിയത്.”

“യഹ്‌യ അങ്ങുന്നിന് എങ്ങനെയറിയാം?”

“മദ്യശാലയിലെത്തിയ ഒരു മദ്യപനാണ് ഈ രഹസ്യം പരസ്യമാക്കിയത്. അവിടെ യഹ്‌യ അങ്ങുന്നിന്റെ ഒരു സുഹൃത്തുമുണ്ടായിരുന്നു എന്നാണ് സഹോദരൻ പറഞ്ഞത്.”

നിശ്ശബ്ദമായി ഖാസിം നോക്കിയിരിക്കെ ബദ്‌രിയ്യ എഴുന്നേറ്റ് മേൽകുപ്പായം നേരെ ഇട്ടു. ഖാസിമും ഒപ്പമെഴുന്നേറ്റു.

“നന്ദി, ബദ്‌രിയ്യ സൂക്ഷിച്ചു പോകണം. നിന്റെ സഹോദരനെ എന്റെ ആശംസകൾ അറിയിക്കുക. ആരും കാണരുത്.”

മുഖാവരണം ധരിക്കുന്നതിനിടയ്ക്ക് അവൾ തിരക്കി:

“ഞാൻ സഹോദരനോട് എന്തു പറയണം?”

“നാളെ രാവിലെയാകുന്നതിന് മുൻപ് നാം തമ്മിൽ കാണുമെന്നറിയിക്കുക.”

ആശംസകൾ നേർന്നശേഷം ബദ്‌രിയ്യ യാത്ര പറഞ്ഞിറങ്ങി.

എൺപത്തിമൂന്ന്

സക്കീനയുടെ മുഖമാകെ വിളറിയിരുന്നു. കണ്ണുകളിലാകെ ഭീതിയും.

"നമുക്ക് ഇപ്പോൾ തന്നെ വീട് വിട്ടിറങ്ങാം."

ചാടി ഇറങ്ങിയ പരിചാരികയോട് ഖാസിം പറഞ്ഞു:

"ഇഹ്സാനെ ഒരു തുണിയിൽ പൊതിഞ്ഞ് നിങ്ങളുടെ കുപ്പായത്തിനുള്ളിൽ ഒളിപ്പിക്കണം. എന്തെങ്കിലും കാര്യസാധനത്തിനായി പുറത്തിറങ്ങുന്നതുപോലെ നേരെ ഖമറിനെ മറമാടിയ സ്ഥലത്തേക്ക് പോകുക. ശേഷം ഞാനെത്തുന്നതുവരെ അവിടെ കാത്തിരിക്കുക."

"അപ്പോൾ നിങ്ങളുടെ കാര്യമോ?"

"പറ്റിയ സമയത്ത് ഞാൻ വന്നുചേർന്നുകൊള്ളാം."

ഖാസിമിന്റെ കണ്ണുകളിൽ ആശങ്കയും ഭീതിയും നിറഞ്ഞുനിന്നു.

"ഞങ്ങൾ താമസിക്കുന്ന ഇടത്തേക്ക് ഹസൻ നിങ്ങളെ കൂട്ടിക്കൊണ്ട് വന്നോളും."

ഖാസിമിന്റെ ഉറപ്പ് ലഭിച്ചതും സക്കീന നിമിഷങ്ങൾക്കുള്ളിൽ തന്നെ പുറപ്പെടാൻ തയ്യാറെടുത്തു. ഖാസിം മകളെ പലതവണ ചുംബിച്ചു.

"മരണമില്ലാത്ത എന്നെന്നും ജീവിക്കുന്ന ദൈവത്തിങ്കൽ താങ്കളെ ഞങ്ങൾ ഭാരമേൽപ്പിക്കുകയാണ്."

വാതിലിന് നേരെ നീങ്ങുന്നതിനിടയിൽ സക്കീന പറഞ്ഞു.

ജനാലയുടെ വിടവിലൂടെ നിരത്തിലേക്ക് നോക്കിനിന്ന ഖാസിമിന് ജമാലിയ്യ ലക്ഷ്യമാക്കി നടന്ന് നീങ്ങുന്ന പരിചാരികയെ കാണാം. നോക്കി നിൽക്കേ അവർ ഏതോ വളവിൽ അപ്രത്യക്ഷയായി. അവരുടെ കൈമടക്കിലിരിക്കുന്ന തുണിക്കെട്ടിലേക്ക് നോക്കിയിരിക്കുമ്പോൾ നെഞ്ചിടിക്കുന്നുണ്ടായിരുന്നു. കോളനിയുടെ ചുറ്റുഭാഗത്തേക്ക് നോക്കിയപ്പോൾ ഗുണ്ടകളുടെ സഹായികളായ ചിലരെ കണ്ടു. ചിലർ ദിൻജിലിന്റെ കാപ്പിക്കടയിലായിരുന്നെങ്കിൽ മറ്റു ചിലർ അവിടെയുമിവിടെയും കുത്തിയിരിക്കുകയാണ്. ഇരുട്ട് പരന്നുകൊണ്ടിരിക്കുന്നതിനാൽ ആളുകളുടെ രൂപങ്ങൾ വ്യക്തമായി മനസ്സിലാകുന്നില്ല. ഗുണ്ടകൾ തയ്യാറെടുത്തിരിക്കുന്നു എന്നുതന്നെയാണ് സാഹചര്യങ്ങൾ നൽകുന്ന സൂചനകൾ. തന്റെ രഹസ്യം പുറത്തറിഞ്ഞാൽ പതിവുള്ള രാത്രി നേരത്തെ പുറത്തിറങ്ങലിന് ഇടയിലായിരിക്കുമോ ആക്രമണം? അതോ രാത്രിയുടെ അന്ത്യയാമത്തിലായിരിക്കുമോ വീടാക്രമിക്കാനുള്ള പദ്ധതി? തങ്ങളുടെ പദ്ധതി പുറത്തറിയാതിരിക്കാനായി സൂക്ഷിച്ചാണ് ഗുണ്ടകൾ നിൽപ്പുറപ്പിച്ചിരിക്കുന്നത്. പ്രാണികളെപ്പോലെ ഇരുളിലൂടെ ഇഴഞ്ഞുനീങ്ങുന്ന അവരുടെ നിശ്വാസങ്ങളിൽപോലും കുറ്റകൃത്യത്തിന്റെ ഗന്ധമായിരുന്നു.

ജബലിന്റെയും രിഫാഅയുടെയും വിധിപോലെ തന്നെ ആയി ത്തീരുമോ തന്റെയും അവസ്ഥ? ഇതുപോലൊരു രാത്രികളിലൊന്നിലാ യിരുന്നു രിഫാഅയ്ക്ക് ദുരന്തമേറ്റു വാങ്ങേണ്ടിവന്നത്. നല്ല ഉദ്ദേശ്യങ്ങൾ നിറഞ്ഞ മനസ്സുമായാണ് ഖാസിം വീടിനുള്ളിൽ മറഞ്ഞിരുന്നതെങ്കിൽ വീടിന്റെ താഴെ രക്തം മണക്കുന്ന ചർമ്മങ്ങളുള്ള ആളുകളുടെ ഉറച്ച കാലടികൾ മുഴങ്ങുകയായിരുന്നു. ദുരിതം പിടിച്ച തെരുവേ, എപ്പോഴാ യിരിക്കും നിന്റെ ഈ രക്തംചിന്തലൊക്കെ ഒന്നവസാനിക്കുന്നത്? മുറി ക്കുള്ളിൽ അങ്ങോട്ടുമിങ്ങോട്ടും ഉലാത്തുന്നതിനിടയിലാണ് വാതിലിൽ മുട്ട് കേട്ടത്. ഒപ്പം ഹസന്റെ ശബ്ദവും കേട്ടു.

ബലിഷ്ഠമായ ദേഹത്തോടെയും എന്നാൽ ആശങ്ക നിഴലിച്ച കണ്ണു കളോടെയുമായിരുന്നു ഹസൻ വീടിനകത്ത് കയറിവന്നത്:

“തെരുവിലെങ്ങും വിചിത്രമായ... എന്നാൽ സംശയമുണ്ടാക്കുന്ന ആളുകളുടെ നീക്കമാണ്.”

“നടക്കാൻപോയ കൊച്ചാപ്പ തിരിച്ചുവന്നോ?”

ഹസന്റെ നിരീക്ഷണം ഗൗനിക്കാത്തതുപോലെയാണ് ഖാസിം തിരക്കിയത്.

“ഇല്ല. തെരുവിൽ സംശയാസ്പദമായ നീക്കമുണ്ടെന്നാണ് ഞാൻ പറഞ്ഞത്. ജനാലപ്പഴുതിലൂടെ നോക്കിയാൽ കാണാം.”

“നീ എന്താണോ ആശങ്കപ്പെടുന്നത് അത് ഞാനും കണ്ടതാണ്. എന്താണ് നടക്കുന്നതെന്ന് എനിക്കറിയാം. സ്വാദിഖ് തന്റെ ഇളയ സഹോ ദരിയെ അയച്ച് മുന്നറിയിപ്പ് നൽകിയിരുന്നു. അത് സത്യമാണെങ്കിൽ ഗുണ്ടകൾ ഇന്നു രാത്രി എന്നെ കൊലപ്പെടുത്താൻ ശ്രമിക്കും. അതി നാലാണ് ഞാൻ ഇഹ്സാനെ സക്കീനയ്ക്കൊപ്പം ഇവിടെനിന്നും മാറ്റി യത്. അവർ നിന്നെ കാത്ത് ഖമറിന്റെ കുഴിമാടത്തിനരികിലുണ്ടാകും. നീ പോയി അവരേയുംകൂട്ടി നമ്മുടെ സഹോദരന്മാരുടെ പുതിയ താവള ത്തിലേക്ക് പോകണം.”

“അപ്പോൾ നിങ്ങളുടെ കാര്യമോ?”

“ഞാനും രക്ഷപ്പെടും. പിന്നാലെ എത്തിക്കോളാം.”

“പക്ഷേ ഞാൻ നിങ്ങളെ തനിച്ചിവിടെ വിട്ടിട്ട് പോകില്ല.”

ഹസന്റെ ഉറച്ച സ്വരം കേട്ടതും ഖാസിം അല്പം ദേഷ്യത്തോടെ പറഞ്ഞു:

“ഞാൻ പറഞ്ഞതുപോലെ ചെയ്യുക. ഞാൻ രക്ഷപ്പെടുന്നത് ബല പ്രയോഗത്തിലൂടെയായിരിക്കില്ല. തന്ത്രത്തിലൂടെയായിരിക്കും. എന്തെ ങ്കിലും ചെറുത്ത് നില്പ് നേരിട്ടാൽ നിന്റെ ശക്തിയൊന്നും നമുക്ക് മതി യാകില്ല. എന്നാൽ നീ ഇപ്പോൾ പോയാൽ എന്റെ മകളെ സംരക്ഷിക്കാ നാകും. കൂടാതെ ജമാലിയ്യ മുതൽ മല വരെയുള്ള നിരത്തുകളിൽ നമ്മുടെ ആളുകളെ വിന്യസിക്കാനുമാകും. രക്ഷപ്പെടുന്ന നേരത്ത് ആവശ്യം വന്നാൽ അവർക്ക് എന്നെ സഹായിക്കാൻ കഴിയും.”

ഖാസിമിന്റെ ആഗ്രഹമെന്താണോ അതംഗീകരിച്ചുകൊണ്ട് ഹസൻ അയാളുടെ കരം ഗ്രഹിച്ചു.

“നിങ്ങളെപ്പോലെ ബുദ്ധിമാനായൊരാൾ ഈ തെരുവിൽ വേറെയില്ല. നിങ്ങളുടെ പദ്ധതി തന്നെയായിരിക്കും മികച്ചത്.”

ആത്മവിശ്വാസം നൽകുന്ന രീതിയിലുള്ള പുഞ്ചിരിയായിരുന്നു ഖാസിമിന്റെ പ്രതികരണം. ഹസനാകട്ടെ മങ്ങിയ മുഖവുമായാണ് മടങ്ങിയത്. അധികം വൈകാതെ സകരിയ്യ വീട്ടിലെത്തി. അയാൾ കിതയ്ക്കുന്നുണ്ടായിരുന്നു. യഹ്‌യയുടെ അരികിൽനിന്ന് വിവരം അറിഞ്ഞിട്ടുള്ള വരവാണെന്ന് ഖാസിമിന് ഉറപ്പായി.

“സ്വാദിഖ് വിവരമറിയിച്ചുകൊണ്ട് ആളെ അയച്ചിരുന്നു.”

“അല്പം മുൻപ് യാഹ്‌യായുടെ അടുത്തുകൂടി കടന്നുപോയപ്പോഴാണ് ഞാനിക്കാര്യമറിഞ്ഞത്. നിനക്ക് വിവരം കിട്ടിയിട്ടുണ്ടാകില്ല എന്ന ഭയമായിരുന്നു എനിക്ക്.”

സകരിയ്യ ആകെ അസ്വസ്ഥനായിരുന്നു.

“ഈ പ്രശ്നങ്ങൾക്കൊക്കെ കാരണക്കാരനായതിനാൽ എനിക്ക് നല്ല വേദനയുണ്ട്.”

പിതൃസഹോദരനെ ഇരിക്കാൻ ക്ഷണിക്കുന്നതിനിടയിൽ മാപ്പപേക്ഷിക്കുന്ന രീതിയിൽ ഖാസിം പറഞ്ഞു.

“ഇതുപോലൊരു കാര്യം ഞാൻ കുറച്ചുകാലമായി പ്രതീക്ഷിച്ചിരിക്കുകയായിരുന്നു. സവാരിസ് എന്നോട് പെരുമാറുന്ന രീതിയിൽ തന്നെ എന്തോ മാറ്റമുണ്ടെന്ന് ഞാൻ ശ്രദ്ധിച്ചിരുന്നു. പക്ഷേ, ഞാനത് വിശ്വസിച്ചിരുന്നില്ല. എന്നാൽ ഇന്ന് വെട്ടുകിളികളെപ്പോലെ തെരുവിലെങ്ങും പതിയിരിക്കുകയാണ് ആ പിശാചുക്കൾ. നീയാണെങ്കിൽ ഒറ്റയ്ക്കാണ്. രക്ഷപ്പെടാനൊരു വഴിയുമില്ല!”

ഖാസിം നിവർന്നുനിന്നുകൊണ്ട് മറുപടി പറഞ്ഞു.

“ഞാൻ ശ്രമിക്കും. ഇനി പരാജയപ്പെട്ടാൽപോലും ഇവർക്കൊന്നും തോൽപ്പിക്കാനാവാത്ത ആളുകൾ അങ്ങ് മലയിൽ കഴിയുന്നുണ്ട്.”

“നിന്റെയും കുഞ്ഞിന്റെയും ജീവനുമായി താരതമ്യം ചെയ്യുമ്പോൾ അതിനൊക്കെ എന്താ മൂല്യമുള്ളത്?”

സകരിയ്യയ്ക്ക് ദേഷ്യം വന്നു.

“അങ്ങ് എന്റെ അനുയായികളുടെ നേതാവാകാത്തതെന്തെന്ന് അതിശയിക്കുകയാണ് ഞാൻ.”

“നീ എന്നോടൊപ്പം സവാരിസിന്റെ അരികിലേക്ക് വാ. നമുക്കയാളുമായി ഒരു ഉടമ്പടിയിലെത്താം. അയാൾ ആഗ്രഹിക്കുന്ന കാര്യം ചെയ്യാമെന്ന് വാക്ക് കൊടുക്കാം.”

ഖാസിം പറഞ്ഞത് കേൾക്കാത്തമട്ടിലായിരുന്നു സകരിയ്യയുടെ പ്രതി കരണം. എന്നാൽ കൊച്ചാപ്പയുടെ നിർദ്ദേശം കേട്ടപ്പോൾ ഒന്നും പറ യാതെ വെറുതെയിരിക്കുകയായിരുന്നു ഖാസിം. ജനാലയിലൂടെ സകരിയ്യ തെരുവിലേക്ക് നോക്കി. പേടിപ്പെടുത്തുന്നവിധം ഇരുട്ടാണ് പുറത്തെങ്ങും.

"അവരെന്തുകൊണ്ടായിരിക്കും ഇന്നു രാത്രിതന്നെ എന്നെ കൊല്ലാ നായി തിരഞ്ഞെടുത്തിട്ടുണ്ടാകുക?"

"മിനിഞ്ഞാന്ന് ജബൽ കുടുംബത്തിൽ നിന്നുള്ള ഒരാൾ നിന്റെ ആശയങ്ങൾ എല്ലാവർക്കും നന്മയാണെന്ന് പരസ്യമായി പറഞ്ഞിരുന്നു. രിഫാഅയുടെ പ്രദേശത്തുള്ള മറ്റൊരാളും ഇതേ അഭിപ്രായം രേഖ പ്പെടുത്തി. അതുകൊണ്ടായിരിക്കാം ഇത്ര ധൃതിയിൽ കാര്യങ്ങൾ തീരു മാനിക്കപ്പെട്ടത്."

ഖാസിമിന്റെ മുഖം ഇതുകേട്ടതും തിളങ്ങാൻ തുടങ്ങി.

"നോക്കൂ കൊച്ചാപ്പാ. ഞാൻ കങ്കാണിയുടെയും ഗുണ്ടകളുടെയു മൊക്കെ ശത്രുവായിരിക്കാം. എന്നാൽ ഈ തെരുവിന്റെ സുഹൃത്താണ് ഞാൻ. അക്കാര്യം എല്ലാവരും അറിയാൻ പോകുന്നതേയുള്ളൂ."

"ഇപ്പോൾ ചിന്തിക്കേണ്ടത് എന്താണ് നിന്നെ കാത്തിരിക്കുന്ന അപകടങ്ങളെന്നാണ്."

"കൊച്ചാപ്പാ, എന്റെ പദ്ധതി ഇങ്ങനെയാണ്. ഇവിടെ വിളക്ക് കത്തിച്ച് വച്ച് ശത്രുക്കളെ വഴിതെറ്റിച്ചശേഷം മേൽക്കൂരകളിലൂടെ താങ്കളുടെ വീട് വരെ എത്താനാണെന്റെ പരിപാടി."

"നിന്നെ ആരെങ്കിലും കാണാനിടയുണ്ട്."

"ഇരുട്ട് പരക്കുന്നതുവരെ ഞാൻ പുറത്തിറങ്ങില്ല. അത് കഴിഞ്ഞ് ആളുകൾ വീടുകളുടെ മേൽക്കൂരകളിൽ കയറി ഇരിക്കാറില്ലല്ലോ?"

"അതിന് മുൻപ് തന്നെ ശത്രുക്കൾ ഈ വീട് ആക്രമിച്ചാലെന്ത് ചെയ്യും?"

"തെരുവിലുള്ളവരൊക്കെ ഉറങ്ങുന്നതിന് മുമ്പ് അങ്ങനെ സംഭവി ക്കില്ല."

"നീ കരുതുന്നതിനേക്കാളേറെ കൂസലില്ലാത്ത ആളുകളായി മാറി യിരിക്കുകയാണവർ."

"അങ്ങനെയാണെങ്കിൽ ഞാൻ മരിക്കുമായിരിക്കും. വിധിയെ ചെറു ക്കാൻ ആർക്കാണ് സാധിക്കുക?"

സകരിയ്യയുടെ ആശങ്ക നിറഞ്ഞ മുഖത്തേക്ക് ശാന്തമായി നോക്കുക യാണ് ഖാസിം. നിരാശ ഒഴിയാത്ത ഭാവത്തിൽ സകരിയ്യ പറഞ്ഞു:

"അവർ എന്റെ വീടും പരിശോധിക്കാനിടയുണ്ട്."

"ഭാഗ്യത്തിന് തങ്ങളുടെ പദ്ധതികളൊന്നും നാം അറിഞ്ഞിരിക്കുമെന്ന് അവർ വിചാരിക്കുന്നുണ്ടാവില്ല. അതിനാൽ തന്നെ ദൈവത്തിന്റെ

തീരുമാനമുണ്ടെങ്കിൽ അവർ എത്തുന്നതിന് മുമ്പുതന്നെ ഞാനിവിടെ നിന്നും രക്ഷപ്പെട്ടിരിക്കും."

കണ്ണുനീരിനേക്കാൾ വാചാലമായ രീതിയിൽ ഖാസിമും സകരിയ്യയും അല്പനേരം പരസ്പരം നോക്കി ഇരുന്നു. പിന്നെ ആലിംഗനം ചെയ്തു. കൊച്ചാപ്പ പോയിക്കഴിഞ്ഞതും വികാരങ്ങളെ അടക്കിനിർത്തിയശേഷം ഖാസിം ജനാലയുടെ അരികിലേക്ക് ചെന്ന് നിരത്തിലേക്ക് നോക്കി. കോളനിയിൽ എല്ലാം പഴയതുതന്നെയാണിപ്പോൾ. ഉന്തുവണ്ടികളുടെ വിളക്കുകൾക്ക് ചുറ്റും കളിക്കുന്ന കുട്ടികൾ, വൈകുന്നേരത്തെ സംഭാഷണങ്ങളിൽ മുഴുകിയിരിക്കുന്ന ആളുകളെക്കൊണ്ട് നിറഞ്ഞ കാപ്പിക്കട, സ്ത്രീകളുടെ വർത്തമാനങ്ങൾ മുഴങ്ങുന്ന മട്ടുപ്പാവുകൾ, പുക വലിക്കുന്നവരുടെ ചുമയ്ക്കുന്ന ശബ്ദം, ഒപ്പം ചീത്തവിളികളും ആക്ഷേപ ശരങ്ങളും കേൾക്കാം. ഒപ്പം റബാബ് തംബുരുവിന്റെ ശോകമായ സ്വരവുമുണ്ട്. കാപ്പിക്കടയുടെ മുന്നിൽ ഇരിക്കുകയാണ് ഗുണ്ട സവാരിസ്. ഒപ്പം മറ്റ് മരണദൂതന്മാരും പല കോണുകളിൽ സ്ഥലം കൈയടക്കിയിരിക്കുന്നു.

വഞ്ചനയുടെ ഇളമുറക്കാരേ... മനുഷ്യരെ കൊള്ളയടിക്കുന്നവരേ... ഇദ്‌രീസിന്റെ തണുത്ത പരിഹാസച്ചിരി മുഴങ്ങിയകാലം മുതലേ നിങ്ങളൊക്കെ കുറ്റകൃത്യങ്ങൾ പാരമ്പര്യമായി തുടർന്നുകൊണ്ടിരിക്കുകയല്ലേ? തെരുവാകട്ടെ ഇരുളിന്റെ ആഴിയിൽ മുങ്ങിക്കൊണ്ടിരിക്കുന്നു. കൂട്ടിലകപ്പെട്ട കിളിയെ തുറന്നുവിടാനുള്ള സമയമായില്ലേ എന്നിട്ടും നിങ്ങൾക്ക്?

സമയം പതിയെ കടന്നുപോയിക്കൊണ്ടിരുന്നു. സായാഹ്ന സമാഗമങ്ങൾ അവസാനിച്ചിരിക്കുന്നു. മട്ടുപ്പാവുകൾ നിശ്ശബ്ദമായി. നിരത്തിലിപ്പോൾ ഉന്തുവണ്ടികളും കുട്ടികളുമൊന്നും കാണാനില്ല. കാപ്പിക്കടയിൽ ആളൊഴിഞ്ഞു. വീടുകളിലേക്ക് മടങ്ങുന്നവരുടെ നിഴലുകൾ കാണാം. ജമാലിയ്യയിൽ നിന്നും കുഴഞ്ഞാടിവരുന്ന മദ്യപന്മാർ. കഞ്ചാവ്പുരകളിലെ അടുപ്പുകൾപോലും അണഞ്ഞിരിക്കുന്നു. ഇരുളിലിനി ബാക്കിയുള്ളത് മരണത്തിന്റെ ദൂതന്മാർ മാത്രമായിരിക്കും. എന്തെങ്കിലും ചെയ്യാനുള്ള നേരമായിരിക്കുന്നു എന്ന് മനസ്സ് പറഞ്ഞതും ഖാസിം പടികൾ കയറി വീടിന്റെ മട്ടുപ്പാവിലെത്തി. ആ വീടിനെയും തൊട്ടടുത്ത വീടിനെയും തമ്മിൽ വേർതിരിക്കുന്ന മട്ടുപ്പാവിന്റെ ചുമരിനടുത്തെത്തിയശേഷം എളുപ്പത്തിൽ അടുത്ത വീടിന്റെ മട്ടുപ്പാവിലേക്ക് കയറി. ശേഷം ഓടി മറയുവാൻ ശ്രമിച്ചപ്പോഴായിരുന്നു ഒരു രൂപം വഴിമുടക്കി മുന്നിൽ കയറി നിന്നത്.

"നിൽക്കവിടെ."

ചുറ്റുമുള്ള മട്ടുപ്പാവുകളിലൊക്കെ കൊലയാളികൾ ഒളിച്ചിരിക്കുകയാണെന്നും താൻ വളയപ്പെട്ടു കഴിഞ്ഞതായും ഖാസിമിന് ഉറപ്പായി. തിരികെപ്പോകാൻ തുനിഞ്ഞെങ്കിലും ആ രൂപം ഖാസിമിന് നേരെ ചാടി വീണുകഴിഞ്ഞിരുന്നു. ശേഷം ഉരുക്കുപോലുള്ള കൈകൾകൊണ്ട് വട്ടം

പിടിച്ചു. ഖാസിമാകട്ടെ ഭയംകൊണ്ട് ഇരട്ടിയായ തന്റെ സകലശക്തിയും സമാഹരിച്ച് എതിരാളിയുടെ വയറ്റിൽ ആഞ്ഞിടിച്ചു. അതോടെ തന്നെ വട്ടംപിടിച്ചിരുന്ന കൈകളിൽനിന്നും കുതറിമാറിയ ഖാസിം അയാളുടെ വയറിൽ കാലുകൊണ്ട് തൊഴിച്ചു. ഞരങ്ങിക്കൊണ്ട് നിലത്തേക്ക് വീണ ആ മനുഷ്യന് എഴുന്നേൽക്കാൻപോലും കഴിഞ്ഞില്ല. മൂന്നാമത്തെയും നാലാമത്തെയും വീടുകളുടെ മട്ടുപ്പാവുകളിൽനിന്നും അമർത്തിപ്പിടിച്ച ചുമ കൂടി കേട്ടതോടെ മുന്നോട്ട് പോകാമെന്ന ചിന്ത തന്നെ ഉപേക്ഷിച്ചു. അസ്വസ്ഥമായ മനസ്സോടെ ഖാസിം വീടിന്റെ മട്ടുപ്പാവിലേക്ക് തിരികെക്കയറി. കോണിപ്പടിയുടെ അടുത്തെത്തി ചെവിയോർത്തപ്പോൾ മുകളിലേക്ക് കയറിവരുന്ന കാലടിശബ്ദങ്ങൾ കേട്ടു. വീടിന്റെ മുന്നിൽ തടിച്ചുകൂടിയ ശത്രുക്കൾ വാതിലിൽ ബലമായി തള്ളാൻ തുടങ്ങി. മലർക്കെ തുറന്ന കതക് പാളികൾ ഇളകിപ്പോകുന്ന അവസ്ഥയിലായി. അവർ ഉള്ളിലേക്ക് തള്ളിക്കയറിയതും ഒരു നിമിഷംപോലും പാഴാക്കാത്ത പടിക്കെട്ടുകളിറങ്ങി ഖാസിം വീടിന്റെ മുറ്റത്തെത്തി.

വാതിലിനരികിലേക്ക് വന്നതും വീടിന് പുറത്തൊരു നിഴൽ നീങ്ങുന്നത് കണ്ടു. ഖാസിം അയാളുടെ മേൽക്ക് ചാടിവീണു. കഴുത്തിൽ പിടിമുറുക്കിയശേഷം തലകൊണ്ട് അയാളുടെ തലയിൽ ശക്തിയോടെ ഇടിച്ചു. കാലിന്റെ മുട്ടുകൊണ്ട് വയറിൽ തൊഴിക്കുകകൂടി ചെയ്തതോടെ ആ മനുഷ്യൻ അനക്കമറ്റ് മലർന്നടിച്ച് വീണു. ജമാലിയ്യയ്ക്ക് നേരെ ഓടിമറയുമ്പോൾ ഖാസിമിന്റെ നെഞ്ച് പടപടാ എന്ന് മിടിക്കുന്നുണ്ടായിരുന്നു. വീടിനുള്ളിൽ ആരുമില്ലെന്ന് മനസ്സിലായതോടെ അവർ മേൽക്കൂരയിലേക്ക് കയറിയിട്ടുണ്ടാകും. അവിടെ വീണുകിടക്കുന്ന സുഹൃത്തിനെ കണ്ടു കഴിഞ്ഞിട്ടുമുണ്ടാകും. മറ്റുള്ളവർ തന്റെ പിറകെ ഓടിവരികയായിരിക്കുമിപ്പോൾ. കൊച്ചാപ്പയുടെ വീടിനരികിലെത്തിയിട്ടും ഖാസിം ഓട്ടം നിർത്തിയില്ല. തെരുവിന്റെ അവസാനഭാഗത്തെത്തിയതും ഓട്ടത്തിന് വേഗത കൂട്ടി. ജമാലിയ്യയുടെ ഭാഗത്തെത്തിയതും പെട്ടെന്നൊരു രൂപം മുന്നിലേക്ക് ചാടിവീണു. മറ്റുള്ളവർക്ക് മുന്നറിയിപ്പ് നൽകുന്നതുപോലെ ഇടിവെട്ടുന്ന സ്വരത്തിലൊരു അലർച്ചയും കേട്ടു:

“നിക്കടാ അവിടെ. നായിന്റെ മോനേ...”

ഖാസിമിന് ഒഴിഞ്ഞുമാറാൻ കഴിയുന്നതിന് മുൻപേ അയാളുടെ കുറുവടി ഉയർന്നുകഴിഞ്ഞിരുന്നു. എന്നാൽ വഴിവക്കിൽനിന്ന് മറ്റൊരു നിഴൽ ഓടിവന്ന് ആദ്യത്തെയാളുടെ തലയിൽ ശക്തിയോടെ അടിച്ചു. ആർത്തനാദത്തോടെ അയാൾ താഴേക്ക് വീഴുന്നതിനിടയിൽ രണ്ടാമത്തെ നിഴൽ ഖാസിമിനോട് പറയുന്നുണ്ടായിരുന്നു.

“കഴിയുന്നത്ര വേഗത്തിൽ ഓടണം.”

ഇരുളിലൂടെ ഓടിമറയുന്നതിനിടയിൽ നിലത്തെ കല്ലുകളോ കുണ്ടും കുഴികളോ ഒന്നും ഗൗനിക്കുന്നതേ ഇല്ലായിരുന്നു ഖാസിമും പിന്നെ ഹസനും.

എൺപത്തിനാല്

അൽ-വത്വാവീത് തെരുവ് ആരംഭിക്കുന്ന ഇടത്ത് വച്ച് അവർക്കൊപ്പം സ്വാദിഖും ചേർന്നു. തെരുവിന്റെ അവസാനഭാഗത്തെത്തിയപ്പോൾ അജ്റമയും അസൂഫിസാദയും ഹംറൂശും നാല്ചക്രങ്ങളുള്ള ഒരു കുതിര വണ്ടിക്കരികിൽ നിൽക്കുന്നത് കണ്ടു. വണ്ടിയിലേക്ക് കയറിയതും കുതിര ക്കാരന്റെ ചാട്ട ഉയർന്നുപൊങ്ങി. അതോടെ കുതിര മുന്നോട്ട് കുതിച്ചു. ഇരുളായിരുന്നെങ്കിലും കുതിരവണ്ടി അതിവേഗം നീങ്ങിക്കൊണ്ടിരുന്നു. രാത്രിയുടെ നിശ്ശബ്ദതയെ ഭേദിക്കുംവിധത്തിലുള്ള പടപടശബ്ദമുണ്ടാക്കി ക്കൊണ്ടാണ് കുതിരവണ്ടിയുടെ യാത്ര. ഇടയ്ക്കിടയ്ക്ക് ഭീതിയോടും ആകാംക്ഷയോടുംകൂടി അവർ പിറകിലേക്ക് തിരിഞ്ഞുനോക്കുന്നുമുണ്ട്.

"അവന്മാർ നേരെ ബാബ് അൽ-നസ്വ്റിലേക്കായിരിക്കും പോകുക. ഖാസിം നിങ്ങൾ ശ്മശാനത്തിനരികെ മരുഭൂമിയിലെവിടെയെങ്കിലും ഒളിച്ചിരിക്കുമെന്നായിരിക്കും അവർ കരുതുക."

സ്വാദിഖിന്റെ ആശ്വസിപ്പിക്കാനുള്ള ശ്രമം കണ്ടതും ഖാസിം സംശയം പ്രകടിപ്പിച്ചു.

"പക്ഷേ നിങ്ങളാരും ശ്മശാനത്തിനരികിലല്ല താമസമെന്ന് അവർക്ക് അറിയാമല്ലോ?"

കുതിരവണ്ടിയുടെ വേഗത വളരെ നിർണായകമായിരുന്നു. അതോടെ തങ്ങൾ അപകടത്തിൽനിന്നും അകലെയായിരിക്കുന്നുവെന്ന ചിന്ത മനസ്സിൽ നിറയാൻ തുടങ്ങി.

"നിങ്ങളുടെ പദ്ധതി വളരെ മികച്ച നിലയിലാണ് കേട്ടോ, സ്വാദിഖ്, പ്രത്യേക നന്ദി പറയുന്നു. നിങ്ങളുടെ മുന്നറിയിപ്പ് ലഭിച്ചില്ലായിരുന്നെങ്കിൽ ഞാനിപ്പോൾ നാശമടയുമായിരുന്നു."

ഒന്നും പറയാതെ സ്വാദിഖ് ഖാസിമിന്റെ കൈയിൽ മുറുകെ പിടിച്ചു. നക്ഷത്രങ്ങളുടെ വെളിച്ചത്തിൽ മുഖത്തം കമ്പോളം ദൂരെ കാണുന്നതു വരെ കുതിരവണ്ടിയുടെ വേഗത കുറഞ്ഞതേയില്ല. ഇരുളും വന്യതയും നിറഞ്ഞുനിൽക്കുന്ന ആ സ്ഥലത്ത് കണ്ട ആകെയുള്ള വെളിച്ചം യഹ്യ യുടെ കുടിലിൽ നിന്നായിരുന്നു. മൈതാനത്തിന്റെ മധ്യഭാഗത്ത് വണ്ടി നിർത്തിയിട്ടശേഷം അവർ കുടിലിലേക്ക് ചെന്നു. ആരാണ് വന്നിരിക്കുന്ന തെന്ന് യഹ്യ ചോദിക്കുന്നതു കേട്ടതും ഖാസിം താനാണെന്ന് പറഞ്ഞു. അതുകേട്ടതും യഹ്യ ദൈവത്തിന് നന്ദി പറഞ്ഞു. ശേഷം അവർ ഇരുവരും ഊഷ്മളമായി ആലിംഗനം ചെയ്തു.

"എന്റെ ഈ ജീവിതത്തിന് അങ്ങയോട് ഞാൻ കടപ്പെട്ടിരിക്കുക യാണ്."

ഖാസിമിന്റെ വാക്കുകൾ കേട്ട് വൃദ്ധൻ പുഞ്ചിരിച്ചു.

“അത് വെറും യാദൃച്ഛികമായി സംഭവിച്ചതാണ്. എന്നാലത് അർഹിക്കുന്നൊരാളുടെ ജീവൻ രക്ഷിക്കുന്ന രീതിയിലായത് നന്നായി. എത്രയും വേഗം മലയിലേക്ക് പോകണം. അതായിരിക്കും നിങ്ങൾക്ക് ഏറ്റവും യോജിച്ച താവളം.”

ഖാസിം യഹ്യായുടെ കരം ഗ്രഹിച്ചശേഷം വിളക്കിന്റെ വെളിച്ചത്തിൽ അദ്ദേഹത്തിന്റെ മുഖത്തേക്ക് സ്നേഹത്തോടും കടപ്പാടോടുംകൂടി നോക്കാൻ തുടങ്ങി.

“ഇന്ന് നീ രീഫാഅയെപ്പോലെയോ ജബലിനെപ്പോലെയോ ആയിരിക്കുന്നു. നീ എന്ന് വിജയം നേടുന്നുവോ അന്ന് ഞാനും മടങ്ങിവരും നമ്മുടെ തെരുവിലേക്ക്.”

കുടിലിൽനിന്നിറങ്ങിയശേഷം അവർ മരുഭൂമിയിലൂടെ കിഴക്ക് ദിക്കിലേക്ക് യാത്ര തുടർന്നു. മറ്റുള്ളവരേക്കാൾ വഴി നന്നായറിയാവുന്നതിനാൽ സ്വാദിഖാണ് മുന്നിൽ നടന്നത്. പ്രഭാതമാകാൻ പോകുന്നുവെന്നതിന്റെ സൂചനയായി ഇരുളിനല്പം തിളക്കം കലർന്നതുപോലെ തോന്നി. ആകാശത്തുനിന്ന് മഞ്ഞ് പെയ്യുന്നുമുണ്ടായിരുന്നു. പുതിയൊരു ദിനത്തിന്റെ വരവറിയിച്ചുകൊണ്ട് ദൂരെയെങ്ങോ നിന്നൊരു കോഴിയുടെ കൂവൽ കേൾക്കാം. മലയടിവാരത്തിലെത്തിച്ചേർന്നതും തെക്കോട്ട് നീങ്ങിയപ്പോൾ ഇടുങ്ങിയൊരു ചുരം കണ്ടു. അതുവഴി മലയുടെ മുകളിലുള്ള പുതിയ താവളത്തിലേക്ക് കയറിപ്പോകാനാകും. സ്വാദിഖിന് പിന്നാലെ ഒന്നിന് പിറകെ മറ്റൊരാളായി വരിയായവർ മുകളിലേക്ക് കയറാൻ തുടങ്ങി. വഴിക്ക് വീതി തീരേ കുറവായിരുന്നു.

“ഞങ്ങളുടെ വീടുകൾക്ക് മധ്യത്തിലായി നിങ്ങൾക്ക് താമസിക്കാനായൊരു സ്ഥലം തയ്യാറാക്കിയിട്ടുണ്ട്. ഇഹ്സാൻ ഇപ്പോൾ അവിടെ ഉറങ്ങിക്കിടക്കുകയാകും.”

“തകരപ്പാളികളും ചാക്കുംകൊണ്ടുണ്ടാക്കിയതാണ് ഞങ്ങളുടെ വീടുകൾ.”

അജ്റമയുടെ വാക്കുകൾ കേട്ട് ഹസൻ കളിയാക്കി:

“അത് തെരുവിലുള്ള നമ്മുടെ വീടുകളേക്കാൾ അത്രയധികം മോശപ്പെട്ട അവസ്ഥയിലൊന്നുമല്ലല്ലോ?”

“കങ്കാണിയോ, ഗുണ്ടകളോ ഒന്നുമില്ലായിരുന്നാൽ മതി നമുക്കിടയിൽ.”

ഖാസിം പറഞ്ഞു. മലയുടെ മുകളിൽനിന്നും ശബ്ദം കേൾക്കാൻ തുടങ്ങിയതോടെ സ്വാദിഖ് പറഞ്ഞു:

“നമ്മുടെ പുതിയ തെരുവ് നിങ്ങളെക്കാത്ത് ഉണർന്നിരിക്കുകയാണ്!”

മുകളിലേക്ക് നോക്കിയപ്പോൾ ഇരുളിന്റെ അവശേഷിപ്പുകളെ പിന്തുടർന്നെത്തുന്ന വെളിച്ചത്തിന്റെ ആദ്യകിരണങ്ങൾ കാണാൻ കഴിഞ്ഞു. അതോടെ സ്വാദിഖ് കഴിയുന്നത്ര ഒച്ചയിൽ വിളിച്ചുപറഞ്ഞു:

"ഞങ്ങളെത്തി."

മുകളിൽനിന്നും സ്ത്രീകളും പുരുഷന്മാരുമായ ആളുകൾ എത്തി നോക്കാനും ആനന്ദത്തോടെ മുദ്രാവാക്യം മുഴക്കാനും കുരവയിടാനും തുടങ്ങി. ആളുകൾ ഒരുമിച്ച് പാടുന്നത് കേട്ടു:

"പുരട്ടൂ മൈലാഞ്ചി കുരുവിയുടെ വാലിൽ..."

ആനന്ദംകൊണ്ട് ഖാസിമിന്റെ മനം നിറഞ്ഞുപോയി.

"എത്ര പേരാണിവിടെ!"

"ഇതാണ് മലമുകളിലെ പുതിയ തെരുവ്. ഇവിടത്തെ താമസക്കാരുടെ എണ്ണം ദിനംപ്രതി വർദ്ധിച്ചുകൊണ്ടേയിരിക്കുന്നു. യഹ്‌യ അങ്ങുന്നിന്റെ നിർദ്ദേശാനുസരണം തെരുവിൽനിന്നും പലായനം ചെയ്തവരെല്ലാം നമുക്കൊപ്പം ചേർന്നിരിക്കുകയാണ്.

സ്വാദിഖ് അഭിമാനത്തോടെ പറഞ്ഞു.

"സ്വന്തം തെരുവിലുള്ളവർ കണ്ടുപിടിക്കുമോ എന്ന ഭയത്താൽ വിദൂരമായ തെരുവുകളിൽ പോയി സ്വന്തം അന്നം കണ്ടെത്തേണ്ടിവരുമെന്നത് മാത്രമാണ് ആകെയുള്ള കുഴപ്പം."

ഹാറൂശാണ് അങ്ങനെ സൂചിപ്പിച്ചത്.

മലമുകളിലെത്തിച്ചേർന്നതും പുരുഷന്മാർ ഖാസിമിനെ ആലിംഗനത്തോടെ സ്വീകരിച്ചു. സ്ത്രീകൾ കൈപിടിച്ച് കുലുക്കാനെത്തി. സ്വാഗതമോതുകയും ആരവം മുഴക്കുകയുമായിരുന്നു ആളുകളാകെ. സ്വീകരിക്കാനെത്തിയവർക്കിടയിൽ സക്കീനയുമുണ്ടായിരുന്നു. തങ്ങൾക്ക് താമസിക്കാനായി തയ്യാറാക്കിയ കുടിലിൽ ഇഹ്സാൻ കിടന്നുറങ്ങുകയാണെന്ന് ആ സ്ത്രീ ഖാസിമിനെ അറിയിച്ചു. പുതിയ തെരുവിലേക്കാണവർ നടന്നെത്തിയത്. ചതുരാകൃതിയിൽ മലമുകളിലായി നിർമ്മിച്ചിരിക്കുന്ന കുടിലുകൾ. ആവേശമുയർത്തി പാട്ടുകൾ പാടുന്ന ആളുകളാണവിടെ നിറയെ. വെളുത്ത പൂക്കളുടെ തടാകം കണക്കെ ചക്രവാളത്തിലാകെ പ്രകാശം നിറയാൻ തുടങ്ങിയിരുന്നു അപ്പോഴേക്കും.

"ഞങ്ങളുടെ പുതിയ ദാദയായ ഖാസിം, അങ്ങേക്ക് സ്വാഗതം."

ആരോ വിളിച്ചുപറയുന്നത് കേട്ടതും ഖാസിമിന്റെ മുഖത്തെ ഭാവമാകെ മാറി. അയാൾക്കാകെ ദേഷ്യം കയറി.

"ഒരിക്കലുമല്ല. സർവഗുണ്ടകളെയും ദൈവം ശപിക്കട്ടെ. ഇത്തരക്കാരുള്ള ഒരിടത്തും യാതൊരു സമാധാനവും സുരക്ഷയും ഉണ്ടാകാൻ പോകുന്നില്ല!"

പുതുമുഖങ്ങളെല്ലാം ഖാസിമിന്റെ നേർക്ക് തിരിഞ്ഞു.

"ജബലിനെപ്പോലെ നാമും കുറുവടികളുയർത്തും. എന്നാലത് രിഫാഅ ആഹ്വാനം ചെയ്ത കാരുണ്യം നേടിയെടുക്കാനായിരിക്കും. ശേഷം അദ്ഹമിന്റെ സ്വപ്നം സാക്ഷാത്കരിക്കാനായി നാം ഭൂസ്വത്ത്

സർവരുടെയും നന്മയ്ക്കായി ഉപയോഗിക്കും. ഇതായിരിക്കും നമ്മുടെ ലക്ഷ്യം. അല്ലാതെ ഗുണ്ടാഭരണമല്ല!"

തനിക്കായി തയ്യാറാക്കിയിരിക്കുന്ന കുടിലിലേക്ക് ഖാസിമിനെ പതിയെ തള്ളിക്കൊണ്ട് ഹസൻ ആൾക്കൂട്ടത്തിനെ നോക്കി പറഞ്ഞു:

"കഴിഞ്ഞ രാത്രി ഇദ്ദേഹം ഒരു പോള കണ്ണടച്ചിട്ടില്ല. അതിനാൽ അല്പം വിശ്രമിക്കാനനുവദിക്കുക."

മകൾക്കരികിൽ ഒരു ചാക്ക് വിരിച്ച് നിലത്ത് കിടന്ന ഉടനെതന്നെ ഖാസിം ഉറങ്ങിപ്പോയി. ഉച്ചകഴിഞ്ഞശേഷമാണ് ഉണർന്നത്. തലയ്ക്ക് നല്ല ഭാരം തോന്നി. ശരീരമാകെ വല്ലാത്ത ക്ഷീണവും. ഇഹ്സാനെ സക്കീന എടുത്തുകൊണ്ട് വന്ന് ഖാസിമിന്റെ കൈയിൽ നൽകി. സ്നേഹത്തോടെ മകളെ ചുംബിക്കാൻ തുടങ്ങിയ ഖാസിമിന് കുടിക്കാനായി സക്കീന ഒരു കൂജയിൽ വെള്ളവും നൽകി.

"പൊതുജലം എടുക്കുന്ന സ്ഥലത്ത് നിന്നാണ് ഈ വെള്ളം കൊണ്ടുവന്നത്. പണ്ട് ജബലിന്റെ ഭാര്യ വെള്ളം കൊണ്ടുവന്നിരുന്നതുപോലെ!"

ഖാസിം പുഞ്ചിരിച്ചു. ജബലിന്റെയും രിഫാഅയുടെയും ഓർമ്മകൾ നൽകുന്നതെന്തും അയാൾക്കിഷ്ടമാണ്. പുതിയ കുടിൽ നല്ലതുപോലൊന്ന് നോക്കിയപ്പോൾ ചുമരുകളിൽ ചാക്ക് മാത്രമാണ് മൂടിയിട്ടുള്ളതെന്ന് മനസ്സിലായി. മകളെ കൂടുതൽ വാത്സല്യത്തോടെ നെഞ്ചിലേക്ക് അണച്ചുപിടിച്ചു. ശേഷം എഴുന്നേൽക്കുന്നതിനിടയിൽ അവളെ സക്കീനയെ ഏല്പിച്ചു. തന്നെ കാത്തുനിൽക്കുന്ന സ്വാദിഖിനേയും ഹസനേയും കാണാനായി കുടിലിൽനിന്നും പുറത്തേക്കിറങ്ങി.

അവർക്കിടയിൽ ചെന്നിരിക്കുന്നതിനിടയിൽ ഖാസിം ആശംസകൾ നേർന്നു. ചുറ്റും നോക്കിയെങ്കിലും സ്ത്രീകളേയും കുഞ്ഞുങ്ങളേയും മാത്രമേ കാണാനുള്ളൂ.

"പുരുഷന്മാരെല്ലാം ജോലി തേടി സയ്യിദയിലേക്കും സൈൻഹുമിലേക്കും പോയിരിക്കുകയാണ്. നിങ്ങളുടെ കാര്യം നോക്കാനുള്ളതുകൊണ്ടാണ് ഞങ്ങൾ പോകാത്തത്."

സ്വാദിഖിന്റെ വാക്കുകൾ കേൾക്കുമ്പോൾ കുടിലുകൾക്ക് മുന്നിലിരുന്ന് പാചകം ചെയ്യുകയും തുണികൾ കഴുകുകയും ചെയ്യുന്ന സ്ത്രീകളെയും അവിടെയും ഇവിടെയുമായി കളിച്ചുനടക്കുന്ന കുട്ടികളെയും നോക്കിയിരിക്കുകയാണ് ഖാസിം.

"ഈ സ്ത്രീകളൊക്കെ തങ്ങളുടെ അവസ്ഥയിൽ സംതൃപ്തരാണെന്ന് നിങ്ങൾക്ക് തോന്നുന്നുണ്ടോ?"

"ഭൂസ്വത്ത് സ്വന്തമായിത്തീരുന്നത് സ്വപ്നം കണ്ടിരിക്കുകയാണവർ. ഒപ്പം കങ്കാണിയുടെ ഭാര്യ അമീന അങ്ങുന്ന് അനുഭവിക്കുന്ന സുഖസൗകര്യങ്ങളും അവരെ മോഹിപ്പിക്കുന്നു."

ഒന്ന് പുഞ്ചിരിച്ചശേഷം ഖാസിം ആ സ്ത്രീകളെ മാറിമാറി നോക്കാൻ തുടങ്ങി.

"നമ്മുടെ അടുത്ത ചുവടുവയ്പിനെക്കുറിച്ച് നിങ്ങളെന്താണ് കരുതുന്നത്?"

ബലിഷ്ഠമായ ചുമലുകൾക്ക് മുകളിലേക്ക് തല ഉയർത്തിപ്പിടിച്ച് ഹസൻ പറഞ്ഞു:

"എന്താണ് ചെയ്യേണ്ടതെന്ന് നമുക്ക് വ്യക്തമായറിയാം."

"പക്ഷേ എങ്ങനെയാണ്?"

"നമ്മുടെ അവസരം വരുന്നതുവരെ കാത്തിരിക്കുക. എന്നിട്ട് ആക്രമിക്കുക."

"തെരുവിലുള്ള കൂടുതലാളുകൾ നമുക്കൊപ്പം ചേരുന്നതുവരെ നാം കാത്തിരുന്നേ തീരൂ. അതിനുശേഷം മതി ആക്രമണം. അതിലൂടെ വിജയം ഉറപ്പുവരുത്താനും അപകടങ്ങൾ കുറയ്ക്കാനും സാധിക്കും."

സ്വാദിഖ് തിരുത്തിയത് കണ്ടതും ഖാസിമിന്റെ മുഖഭാവങ്ങൾ വിടർന്നു.

"അതാണ് നല്ലത്!"

ശാന്തമായൊരു ആശ്വാസം മനസ്സിൽ നിറഞ്ഞുകവിയുന്നതിനിടയിലാണ് ലജ്ജ നിറഞ്ഞൊരു ശബ്ദം കേൾക്കുന്നത്:

"ഭക്ഷണം!"

തല ഉയർത്തി നോക്കിയ ഖാസിം കാണുന്നത് ഒരു പാത്രത്തിൽ പയറും റൊട്ടിക്കഷണങ്ങളുമായി വന്ന ബദ്‌രിയ്യയെ ആയിരുന്നു. അവളുടെ പുഞ്ചിരിക്കുന്ന മിഴികൾ കണ്ടതും അയാൾക്കും പുഞ്ചിരിക്കാതിരിക്കാനായില്ല.

"ഇതാരാ എന്റെ രക്ഷകയോ? വന്നാലും!"

ബദ്‌രിയ്യ പാത്രം മുന്നിൽ കൊണ്ടുവച്ചു.

"ദൈവം താങ്കൾക്ക് ദീർഘായുസ് നൽകട്ടെ!"

അവൾ തന്റെ കുടിലിനരികിലുള്ള സ്വാദിഖിന്റെ കുടിലിലേക്ക് പോയതും ഖാസിമിന്റെ മനസ്സിൽ സംതൃപ്തിയും സന്തോഷവും നിറഞ്ഞു. കൊതിയോടെ ആഹാരം കഴിക്കുന്നതിനിടയ്ക്ക് അയാൾ പറഞ്ഞു:

"എന്റെ കൈവശം കുറച്ചധികം പണമുണ്ട്. അത് ആവശ്യം വരുമ്പോൾ നമുക്ക് ഉപയോഗിക്കാം."

അല്പം കഴിഞ്ഞശേഷം ഖാസിം കൂട്ടിച്ചേർത്തു.

"തെരുവിൽനിന്നും ഇനിയും നമുക്കൊപ്പം ചേരാനിടയുള്ള സർവ്വരേയും നാം സമീപിക്കണം. നാം വിജയിക്കണമെന്ന് ആഗ്രഹിക്കുന്ന

ധാരാളം പീഡിതരായ ആളുകളുണ്ടാകും അവിടെ. പേടികൊണ്ട് മാത്ര മായിരിക്കും അവർ നമുക്കൊപ്പം ചേരാൻ മടിക്കുന്നത്."

മറ്റുള്ള പുരുഷന്മാർ പോയ ഇടങ്ങളിലേക്ക് സ്വാദിഖും ഹസനും കൂടി പോയതും അവിടെ ഖാസിം തനിച്ചായി. അയാൾ എഴുന്നേറ്റ് അവിടമാകെ ചുറ്റിനടന്ന് കാണാൻ തുടങ്ങി. കളിക്കുന്ന കുട്ടികൾക്കരികിലൂടെ പോയെങ്കിലും അവരാരും അയാളെ ശ്രദ്ധിച്ചതേയില്ല. എന്നാൽ സ്ത്രീകൾ പ്രാർത്ഥനകൾ നേർന്നു. നല്ല പ്രായമുള്ളൊരു വൃദ്ധയെ കണ്ടു. നല്ല നര കയറിയ തലമുടി. പ്രായാധിക്യം തുളുമ്പുന്ന കണ്ണുകൾ. വിറയ്ക്കുന്ന താടി. പല്ല് കൊഴിഞ്ഞ വായ. അരികിലേക്ക് ചെന്ന് അഭിവാദ്യം ചെയ്തതും വൃദ്ധയും പ്രതികരിച്ചു.

"ഉമ്മ ഏതാണ്?"

"ഹംറൂശിന്റെ ഉമ്മയാണ്."

ഉണങ്ങിയ ഇലകളുടെ കലപില പോലുള്ള ശബ്ദം.

"ഓ... നമ്മുടെ എല്ലാം ഉമ്മാ... സ്വാഗതം... എന്തുകൊണ്ടാണ് ഉമ്മ നമ്മുടെ തെരുവ് വിട്ട് പോരാൻ തയ്യാറായത്?"

"എന്റെ മോൻ ഉള്ളയിടമാണ് എനിക്കേറ്റവും പ്രിയങ്കരം."

പിന്നെ എന്തോ ഓർമ്മവന്നതുപോലെ ആവർത്തിച്ചു:

"ഗുണ്ടകളിൽനിന്നും ദൂരെയുള്ളൊരിടം."

ഖാസിമിന്റെ പുഞ്ചിരി കണ്ടതും അവർക്ക് ആവേശമായി.

"ചെറുപ്പമായിരുന്നപ്പോൾ ഞാൻ രിഫാഅയെ കണ്ടിട്ടുണ്ട്."

"അതേയോ?"

"നീയാണെ സത്യം. നല്ലവനായിരുന്നു അദ്ദേഹം. സുന്ദരനും. എന്നാൽ ഒരു പ്രദേശംതന്നെ അദ്ദേഹത്തിന്റെ പേരിൽ പിന്നീടറിയപ്പെടുമെന്നോ, സംഗീതത്തിന്റെ അകമ്പടിയോടെ കഥകൾ പ്രചരിക്കുമെന്നോ ഒന്നും അന്ന് കരുതിയിരുന്നില്ല."

"മറ്റുള്ളവരെപ്പോലെ നിങ്ങളും അദ്ദേഹത്തിന്റെ അനുയായിയായില്ലേ?"

"ഇല്ല. നമ്മുടെ പ്രദേശത്തുള്ള ആരേയും അദ്ദേഹത്തിന് അറിയില്ലായിരുന്നു. നമുക്കുതന്നെ നമ്മെ നല്ലതുപോലെ അറിയില്ലായിരുന്നു എന്നതാണ് സത്യം. നീ ഇല്ലായിരുന്നെങ്കിൽ 'മരുഭൂമിയിലെ എലികളെ'ക്കുറിച്ച് ആരും സംസാരിക്കുകയേ ഇല്ലായിരുന്നു മോനേ."

ഖാസിം വൃദ്ധയെ തന്നെ സൂക്ഷിച്ചു നോക്കാൻ തുടങ്ങി. നമ്മുടെ പിതാമഹന്റെ അവസ്ഥ ഇപ്പോൾ എന്തായിരിക്കുമെന്ന് അതിശയിച്ചു പോകുകയായിരുന്നു അയാൾ. അവരെത്തന്നെ നോക്കി പുഞ്ചിരിച്ചു കൊണ്ടിരുന്ന ഖാസിമിനായി പ്രാർത്ഥിച്ചശേഷം വൃദ്ധ നടന്ന് നീങ്ങി.

നടത്തം തുടർന്ന ഖാസിം മലയടിവാരത്ത് നിന്നുള്ള പാതയുടെ തലയ്ക്കൽ ചെന്നുനിന്നു. താഴെയുള്ള മരുഭൂമിയിലേക്കും പിന്നെ ചക്രവാളത്തിലേക്കും നോട്ടം പായിച്ചു. വളരെ ദൂരെയുള്ള വീടുകളുടെ മേൽക്കൂരകളും താഴികക്കുടങ്ങളും കണ്ടപ്പോൾ അവയൊക്കെ ഒരേയൊരു വസ്തുവിന്റെ വിവിധ ഭാഗങ്ങളായേ തോന്നിയുള്ളൂ. ഇവയെല്ലാം ഒരൊറ്റ വസ്തു തന്നെയാവാനേ തരമുള്ളൂ എന്ന് മനസ്സ് പറഞ്ഞുപോകുന്നു. മുകളിൽ നിന്ന് നോക്കുമ്പോൾ ഇവയെല്ലാം എത്ര ചെറുതാണ്. ഇവിടെനിന്ന് നോക്കുമ്പോൾ കങ്കാണി രിഫഅത്തിനും തെരുവ് ദാദ ലഹീത്വയ്ക്കുമൊന്നും ഒരു വിലയുമില്ല. കങ്കാണിക്കും കൊച്ചാപ്പ സകരിയ്യയ്ക്കുമിടയിൽ എന്തെങ്കിലും വ്യത്യാസമുണ്ടെന്നും തോന്നുന്നില്ല.

ഏത് സ്ഥലത്തുനിന്ന് നോക്കിയാലും കാണാവുന്ന മാളിക ഇല്ലായിരുന്നെങ്കിൽ ഇവിടെ നിന്ന് നോക്കിയാൽ ആ പ്രക്ഷുബ്ധമായ തെരുവ് തിരിച്ചറിയാൻ തന്നെയാകില്ല. അതിശയിപ്പിക്കുന്ന ഉയരമുള്ള മതിലും പൊക്കമേറിയ വൃക്ഷങ്ങളുമുള്ള പിതാമഹൻ ജബലാവിയുടെ മാളിക. എന്നാൽ അദ്ദേഹത്തിനിപ്പോൾ വാർദ്ധക്യം ബാധിച്ചിരിക്കുന്നു. ചക്രവാളത്തിലേക്ക് മുങ്ങിക്കൊണ്ടിരിക്കുന്ന ഈ അസ്തമനസൂര്യനെപ്പോലെ അദ്ദേഹത്തെ സംബന്ധിച്ച ഭീതിയും അപ്രത്യക്ഷമായിരിക്കുന്നു. പിതാമഹാ, അങ്ങ് എവിടെയാണ്? സുഖമാണോ താങ്കൾക്ക്? എന്തുകൊണ്ടാണ് താങ്കളെന്നൊരാൾ ഉണ്ടെന്നുതന്നെ തോന്നാത്തത്? താങ്കളുടെ നിർദ്ദേശങ്ങൾ ലംഘിക്കുന്നവർ ആ മാളികയിൽനിന്ന് വെറും ഒരു കൈയകലത്ത് മാത്രമല്ലേ? ഇങ്ങകലെ ഈ മലയിൽ താമസിക്കുന്ന സ്ത്രീകളും കുട്ടികളുമല്ലേ അങ്ങയുടെ ഹൃദയത്തോട് ഏറ്റവും അടുത്തവർ? കങ്കാണിയുടെ കൊലപാതകങ്ങളും ഗുണ്ടകളുടെ അതിക്രമങ്ങളും അവസാനിപ്പിച്ച് ഭൂസ്വത്തുമായി ബന്ധപ്പെട്ട നിബന്ധനകൾ നടപ്പിലാക്കിയാൽ അങ്ങയുടെ പഴയ പദവി തിരിച്ചുകിട്ടും. നാളെ പ്രഭാതത്തിൽ ആകാശത്തിന്റെ ഉത്തുംഗതയിൽ സൂര്യൻ വീണ്ടും തിരിച്ചെത്തുന്നതുപോലെ. അങ്ങില്ലെങ്കിൽ ഞങ്ങൾക്ക് പിതാവുമില്ല. തെരുവുമില്ല. ഭൂസ്വത്തുമില്ല. പ്രതീക്ഷയുമില്ല.

“ഖാസിം അങ്ങുന്നേ, കാപ്പി.”

മധുരതരമായൊരു ശബ്ദമാണ് ഭ്രമചിന്തകളിൽനിന്ന് വിളിച്ചുണർത്തിയത്. തിരിഞ്ഞുനോക്കിയപ്പോൾ കൈയിലൊരു കപ്പുമായി നിൽക്കുന്ന ബദ്രിയ്യയെ കണ്ടു. കാപ്പി വാങ്ങുന്നതിനിടയിൽ ഖാസിം ചോദിച്ചു:

“എന്തിനാ ഇങ്ങനെ ബുദ്ധിമുട്ടുന്നത്?”

“താങ്കൾക്കായി അല്പം ബുദ്ധിമുട്ടുന്നത് സന്തോഷകരമാണ്.”

ഖാസിമിന് ഖമറിനെ ഓർമ്മവന്നു. ദൈവം നിങ്ങൾക്ക് ആത്മശാന്തി നൽകട്ടെ. പതിയെ കാപ്പി കുടിക്കുന്നതിനിടയിൽ അവർ ഇരുവരും പുഞ്ചിരിയോടെ പരസ്പരം നോക്കിക്കൊണ്ടിരുന്നു. മലമുകളിലിരുന്ന് മരുഭൂമിയെ നോക്കി ഇങ്ങനെ കാപ്പികുടിച്ചിരിക്കുന്നത് എത്ര മധുരതരമാണ്!

“ബദ്രിയ്യ നിനക്കെത്ര വയസ്സായി?”

“എനിക്കറിയില്ല.”

അവൾ ചുണ്ട് കടിച്ചു.

“നമ്മൾ ഈ മലമുകളിലേക്ക് വരാനുള്ള കാരണമെന്താണെന്ന് നിനക്കറിയുമായിരിക്കുമല്ലോ?”

“താങ്കൾ തന്നെയാണ് കാരണം!”

“ഞാനോ?”

“കങ്കാണിയെയും ഗുണ്ടകളെയും നിലംപരിശാക്കി ഭൂസ്വത്ത് നമ്മുടെയെല്ലാം സ്വന്തമാക്കാനാണ് താങ്കളാഗ്രഹിക്കുന്നതെന്ന് വാപ്പ പറഞ്ഞിട്ടുണ്ട്.”

ഖാസിം പുഞ്ചിരിച്ചു. കാപ്പി കുടിച്ച് തീർന്നിട്ടും കപ്പ് തിരികെ നൽകിയിട്ടില്ലല്ലോ എന്ന് അപ്പോഴാണ് ശ്രദ്ധിച്ചത്.

“നീ അർഹിക്കുന്ന നന്ദിയുടെ അല്പമെങ്കിലും തിരികെത്തരാനായെങ്കിലെന്നാണ് ഞാൻ ആഗ്രഹിച്ചുപോകുന്നത് ബദ്രിയ്യ.”

കാപ്പിക്കപ്പ് തിരികെ നൽകുന്നതിനിടയിൽ ഖാസിം പറഞ്ഞു. ചുവന്ന് തുടുത്ത മുഖവുമായി പുഞ്ചിരിച്ചുകൊണ്ട് അവൾ കുടിലിലേക്ക് ഓടിപ്പോയി.

“സൂക്ഷിക്കണേ...”

ഖാസിം അവളെ നോക്കി വിളിച്ചുപറഞ്ഞു.

എൺപത്തിയഞ്ച്

വൈകുന്നേരങ്ങളിലാണ് സായുധഅഭ്യാസങ്ങൾ നടക്കാറുള്ളത്. കുറുവടികളുമായി പുരുഷന്മാർ കടുത്ത പരിശീലനങ്ങളിൽ ഏർപ്പെടും. ഒരു പകൽ നീണ്ട കഠിനാധ്വാനത്തിനുശേഷം അല്പം പണവും ഭക്ഷണപദാർത്ഥങ്ങളുമായി തിരികെ എത്തിക്കഴിഞ്ഞാണ് ഈ പരിശീലനപരിപാടി. ഇക്കാര്യത്തിൽ പുരുഷന്മാരും സ്ത്രീകളുമൊക്കെയുണ്ട്. അഭ്യാസകാര്യങ്ങളിൽ ഏറ്റവും ആവേശം ഖാസിമിനാണ്. നിർണായകദിനത്തിനായി ആളുകൾ ആവേശത്തോടും ഉന്മേഷത്തോടുംകൂടി തയ്യാറെടുക്കുന്നത് നോക്കിയിരിക്കാൻ തന്നെ അയാൾക്ക് എത്ര ഇഷ്ടമാണെന്നോ! ആളുകൾക്കിടയിൽ അതിശക്തന്മാരായ ചിലരുണ്ട്. എന്നാലവർക്കൊക്കെ ഖാസിമിനോട് മനസ്സിലൊളിപ്പിച്ച സ്നേഹമാണുള്ളത്. പകമാത്രം പരിചയമുള്ള തങ്ങളുടെ തെരുവിന് തീരെ പരിചിതമല്ലാത്ത സ്നേഹം. കുറുവടികൾ ഉയർന്നു പൊങ്ങുകയും പരസ്പരം കൂട്ടിമുട്ടുകയും ചെയ്യുന്നു. കുട്ടികൾ അവരെ നോക്കിയിരിക്കുകയും അനുകരിക്കുകയും ചെയ്യുന്നു. സ്ത്രീകൾ വിശ്രമിക്കുകയോ അത്താഴം തയ്യാറാക്കുകയോ

ചെയ്യുന്ന തിരക്കിലായിരിക്കും. മലമുകളിലെ പുതിയ തെരുവിലേക്ക് കൂടുതൽ ആളുകൾ എത്തിച്ചേരുന്നതോടെ കുടിലുകളുടെ നിര വീണ്ടും വലുതായിക്കൊണ്ടിരുന്നു. സ്വാദിഖും ഹസനും അബൂഫിസാദയുമൊക്കെ കഴിവുറ്റ പ്രചാരകരാണെന്ന് തെളിയിച്ചിരിക്കുന്നു. കണ്ടുമുട്ടാനിടയുള്ള സ്ഥലങ്ങളിൽ കാത്തിരുന്ന് അവർ തെരുവിലെ ആളുകളെ കാണുകയും ഒപ്പം കൂടി തങ്ങൾക്കൊപ്പം ചേരാൻ അവരെ പ്രേരിപ്പിക്കുകയും ചെയ്യും. പിന്നെ രഹസ്യമായി തെരുവിൽനിന്ന് മലമുകളിലേക്ക് പലായനം ചെയ്യുമ്പോൾ മുമ്പൊരിക്കലും തങ്ങൾക്ക് പരിചിതമല്ലാത്ത പ്രതീക്ഷകളായിരിക്കും അവരുടെ മനസ്സിലാകെ.

"ഇത്രയൊക്കെ ചെയ്തിട്ടും ശത്രുക്കൾ നമ്മുടെ ഈ താവളത്തിലെത്തിച്ചേരില്ല എന്നൊന്നും ഞാൻ ഉറപ്പുതരുന്നില്ല."

സ്വാദിഖിന്റെ വാക്ക് കേട്ടതും ഖാസിം മറുപടി പറഞ്ഞു:

"മലമുകളിലെത്തിച്ചേരാനുള്ള ഒരേയൊരു വഴി ഈ ഇടുങ്ങിയ ചുരം മാത്രമാണ്. അതിലൂടെ മുകളിലേക്ക് കയറാൻ ശ്രമിച്ചാൽ അവരുടെ അന്ത്യമായിരിക്കും."

മകളായിരുന്നു ഖാസിമിന്റെ അവശേഷിക്കുന്ന ആനന്ദം. അവൾക്കൊപ്പം കളിക്കുമ്പോഴും ആട്ടിക്കൊടുക്കുമ്പോഴും താരാട്ട് പാട്ടുകൾ പാടുമ്പോഴുമൊക്കെ ആ ആനന്ദം ആസ്വദിക്കുന്നുണ്ടായിരുന്നു ഖാസിം. എന്നാൽ മരിച്ചുപോയ ഭാര്യയെക്കുറിച്ചോർക്കുമ്പോഴുള്ള അവസ്ഥ അങ്ങനെയായിരുന്നില്ല. അന്നേരങ്ങളിൽ കടുത്ത വന്യതയും ഭാര്യയോടുള്ള വിരഹവും ആ മനസ്സിനെ മൂടും. തങ്ങളുടെ യാത്ര തുടങ്ങിയപ്പോഴേക്കും വിധി ഭാര്യയെ തന്നിൽനിന്നും തട്ടിയെടുക്കുകയായിരുന്നു. പിന്നെ തനിച്ചാകുമ്പോഴെല്ലാം കടുത്ത വന്യതയുടെ ഇരയായി മാറുകയായിരുന്നു. ഒപ്പം മലമുകളിലിരുന്ന് കാപ്പി കുടിച്ചപ്പോഴും വൈകുന്നേരത്തെ കുളിർതെന്നൽപോലുള്ള ബദ്‌രിയ്യയുടെ നാണം കലർന്ന പുഞ്ചിരി കണ്ടപ്പോഴുമൊക്കെ കുറ്റബോധവും ഖാസിമിനെ വേട്ടയാടിക്കൊണ്ടിരുന്നു.

ഒരു ദിവസം രാത്രി തീരെ ഉറക്കം വന്നില്ല. കുടിലിനുള്ളിലെ ഇരുട്ടിൽ ഏകാന്തതയും ഉറക്കമില്ലായ്മയും അസഹനീയമായതോടെ ഖാസിം കിടക്ക വിട്ടെഴുന്നേറ്റ് പുറത്തേക്കിറങ്ങി. കുടിലുകൾക്ക് മധ്യത്തിലെ മൈതാനത്തിലേക്ക് നടന്നു. മലമുകളിലെ അർദ്ധരാത്രിയുള്ള വേനൽക്കാലത്തെ ഉന്മേഷം നൽകുന്ന ശുദ്ധവായു ശ്വസിക്കാനാകും നക്ഷത്രങ്ങളുടെ വെളിച്ചത്തിൽ മുങ്ങിക്കിടക്കുന്ന മൈതാനത്തിലെത്തിയാൽ.

"രാത്രി ഈ നേരത്ത് എങ്ങോട്ടാണ് പോകുന്നത്?"

തിരിഞ്ഞുനോക്കിയപ്പോൾ അരികിലേക്ക് വരുന്ന സ്വാദിഖിനെ കണ്ടു.

"നീ ഇതുവരെ ഉറങ്ങിയില്ലേ?"

"ഞാൻ കുടിലിന് മുന്നിൽ കിടക്കുകയായിരുന്നു. അപ്പോഴാണ്

നിങ്ങളെ കണ്ടത്. ഉറക്കത്തെക്കാൾ വേണ്ടപ്പെട്ടതാണല്ലോ നിങ്ങളുടെ കാര്യം?"

അവരൊരുമിച്ച് മലമുകളിന്റെ അറ്റംവരെ നടന്നു.

"ചില നേരങ്ങളിൽ ഏകാന്തത സഹിക്കാനാകുന്നില്ല."

"എനിക്കത് ഒരുസമയത്തും സഹിക്കാനാകില്ല."

സ്വാദിഖ് ചിരിച്ചു. മലമുകളിൽനിന്നുകൊണ്ട് അവർ ചക്രവാളത്തിലേക്കും മിന്നുന്ന ആകാശത്തിലേക്കും ഇരുളിൽ മുങ്ങിക്കിടക്കുന്ന മരുഭൂമിയിലേക്കും നോക്കാൻ തുടങ്ങി.

"ഇവിടെയുള്ള മിക്കവാറും ആളുകൾ വിവാഹിതരോ കുടുംബവുമൊത്ത് കഴിയുന്നവരോ ആയതിനാൽ അവരാരും ഇതുപോലെ ഏകാന്തത അനുഭവിക്കുന്നുണ്ടാകില്ല."

"എന്താണുദ്ദേശിക്കുന്നത്?"

"നിങ്ങളെപ്പോലൊരാൾക്ക് ഒരു സ്ത്രീയുടെ തുണ വേണം."

"ഖമറിനുശേഷം ഞാൻ വേറെ വിവാഹം കഴിക്കണമെന്നാണോ?"

സുഹൃത്തിന്റെ വാക്കുകൾ സത്യമാണെന്നറിയുമ്പോൾതന്നെ ഖാസിമിന്റെ സ്വരത്തിൽ അല്പം പ്രതിഷേധവുമുണ്ടായിരുന്നു.

"സ്വന്തം ശബ്ദം നിങ്ങളെ കേൾപ്പിക്കാൻ കഴിയുമായിരുന്നെങ്കിൽ ഖമറും ഇതേകാര്യംതന്നെ പറഞ്ഞേനേ."

മനസ്സിൽ ആകെ അസ്വസ്ഥത നിറയവേ ഖാസിം തന്നോടുതന്നെ പറഞ്ഞു:

"ഖമറിന്റെ സ്നേഹവും കരുതലും ഏറ്റുവാങ്ങിയശേഷം ഇത് തീർത്തും വഞ്ചനയാണ്."

"നമ്മുടെ ആത്മാർത്ഥതകൊണ്ട് മരിച്ചവർക്ക് എന്താണ് പ്രയോജനം?"

നല്ലവനാണെങ്കിലും ഇയാൾ എന്താണുദ്ദേശിക്കുന്നത്? സത്യം പറയുന്നതോ അതോ എന്റെ മനസ്സിലെ കാമനകളെ ന്യായീകരിക്കുന്നതോ? ചിലപ്പോഴെങ്കിലും യാഥാർത്ഥ്യത്തിന് കയ്പ്രസമായിരിക്കും. തെരുവിലെ സാഹചര്യങ്ങളെ അഭിമുഖീകരിക്കുന്ന അതേ ആർജ്ജവത്തോടെ സ്വന്തം മനസ്സിനെ നേരിടാനാവുന്നില്ലല്ലോ ഖാസിം നിനക്ക്? നിന്റെ ജീവിതത്തിൽ ഇക്കാര്യങ്ങളൊക്കെ തീരുമാനിക്കുന്നത് ആകാശത്ത് നക്ഷത്രങ്ങളെ തയ്യാറാക്കിയവൻ തന്നെയാണ്. സത്യത്തിൽ ആദ്യതവണത്തേതുപോലെ നിന്റെ ഹൃദയമിപ്പോഴും മിടിച്ചുകൊണ്ടേയിരിക്കുകയാണ്. പുറത്ത് കേൾക്കുന്നവിധത്തിൽ നെടുവീർപ്പിടുന്ന ഖാസിമിനെ നോക്കി സ്വാദിഖ് പറഞ്ഞു:

"മറ്റാരെക്കാളും ഒരു കൂട്ട് വേണ്ടയാളാണ് നിങ്ങൾ."

തിരിച്ച് കുടിലിലെത്തിയപ്പോൾ വാതിലിനരികിൽ നിൽക്കുന്ന സക്കീനയെ കണ്ടു. ചോദ്യം ചെയ്യുന്ന ഭാവത്തിൽ നോക്കുകയാണവർ.

"ഉറങ്ങിക്കാണുമെന്നാണ് കരുതിയത്. അപ്പോഴാണ് നിങ്ങൾ പുറത്തേക്ക് പോകുന്നത് കണ്ടത്."

"ആ സ്വാദിഖ് എന്നെ വീണ്ടും വിവാഹം കഴിപ്പിക്കാൻ ശ്രമിക്കുകയാണ്."

മനസ്സിനുള്ളിലെ ചിന്തകളുടെ സമ്മർദ്ദം സഹിക്കവയ്യാതെ യാതൊരു മുഖവുരയും കൂടാതെ ഖാസിം പറഞ്ഞു. എന്നാൽ കാത്തിരുന്നതുപോലൊരു അവസരം വീണുകിട്ടിയ മട്ടിലായിരുന്നു സക്കീനയുടെ പ്രതികരണം:

"അയാൾക്ക് മുമ്പേ ഞാനിത് നിങ്ങളോട് പറയേണ്ടതായിരുന്നു."

"നിങ്ങളോ?"

"അതെ അങ്ങുന്നേ. നിങ്ങൾ ഇങ്ങനെ തനിച്ചിരുന്ന് പലതും ആലോചിക്കുന്നത് കാണുന്നതുതന്നെ എന്റെ മനസ്സിനെ മുറിവേല്പിക്കാറുണ്ട്."

"അതിന് ഇവരെല്ലാം എന്നോടൊപ്പമുണ്ടല്ലോ?"

ഉറങ്ങിക്കിടക്കുന്ന കുടിലിനുള്ളിലേക്ക് വിരൽചൂണ്ടി ഖാസിം പറഞ്ഞു.

"ശരിതന്നെയാണ്. പക്ഷേ സ്വന്തം വീട്ടിൽ നിങ്ങൾക്ക് തുണയായി ആരുമില്ല എന്നാണ് ഞാനുദ്ദേശിച്ചത്. എനിക്കാണെങ്കിൽ വയസ്സായി. ഒരു കാല് ഭൂമിയിലും മറ്റൊന്ന് ശവക്കുഴിയിലുമെന്ന അവസ്ഥയിലാണ് ഞാൻ."

അമാന്തിച്ച് നിന്നാൽ താൻ പറഞ്ഞത് ഞാൻ ശരിവച്ചതുപോലെ സക്കീനയ്ക്ക് തോന്നിയേക്കും. എന്നിട്ടും കുടിലിനകത്തേക്ക് കയറാതെ പരിതപിക്കുന്ന സ്വരത്തിൽ ഖാസിം പറഞ്ഞു:

"ഖമറിനെപ്പോലൊരു ഇണയെ എനിക്കൊരിക്കലും ലഭിക്കില്ല."

"ശരിയാണ്. എങ്കിലും നല്ല കുട്ടികളെ വേറെയും കിട്ടുമല്ലോ?"

ഇരുളിനിടയിലും അവർ പരസ്പരം നോക്കുന്നുണ്ടായിരുന്നു. ഒരു നിമിഷം നിശ്ശബ്ദയായിരുന്നശേഷം സക്കീന പറഞ്ഞു:

"ബദ്‌രിയ്യ! എന്ത് നല്ല കുട്ടിയാണവൾ!"

"ആ കൊച്ച് പെണ്ണോ?"

ഖാസിം ആകെ അതിശയിച്ചുപോയി. നെഞ്ച് നന്നായി മിടിക്കുന്നുണ്ടായിരുന്നു.

"നിങ്ങൾക്ക് ഭക്ഷണവും കാപ്പിയും കൊണ്ടുവന്നുതരുമ്പോഴൊക്കെ അവൾ വിവാഹപ്രായമായൊരു പെൺകുട്ടിയായിട്ടാണ് എനിക്ക് തോന്നിയിട്ടുള്ളത്."

കള്ളച്ചിരി മറച്ചുപിടിച്ചുകൊണ്ട് സംസാരിച്ച സക്കീനയുടെ അരികിൽ നിന്നും മാറുന്നതിനിടയിൽ ഖാസിം പറഞ്ഞു:

"രാക്ഷസീ... ദൈവശാപം കിട്ടും കേട്ടോ?"

മലമുകളിലെ തെരുവുകളിലാകെ ആ സന്തോഷവാർത്ത ആനന്ദം സൃഷ്ടിച്ചു. സ്വാദിഖ് കാര്യമറിഞ്ഞ് നൃത്തമാടുന്ന അവസ്ഥയായി. അയാളുടെ ഉമ്മയുടെ കുരവയിടൽ മരുഭൂമിയിൽവരെ കേൾക്കാമായിരുന്നു. ആളുകളെല്ലാം ഖാസിമിനെ അഭിനന്ദനങ്ങൾകൊണ്ട് മൂടി. ഗായകരും നർത്തകരുമായ ആരെയും ക്ഷണിച്ചില്ലെങ്കിൽകൂടി മലമുകളിലുള്ളവരെല്ലാം ആ വിവാഹം ആഘോഷിച്ചു. നൃത്തം ചവിട്ടിയ സ്ത്രീകളുടെ കൂട്ടത്തിൽ ബദ്രിയ്യയുടെ ഉമ്മയുമുണ്ടായിരുന്നു. സന്തോഷത്തോടെ അസൂഫിസാദ പാടുന്നതു കേട്ടു.

"ഞാനൊരു മുക്കുവനായിരുന്നു
എന്നാൽ മീൻപിടിക്കുകയെന്നത്
എനിക്ക് വിനോദം മാത്രമാണ്."

കുടിലുകൾക്ക് ചുറ്റുമായി വിവാഹഘോഷയാത്ര നീങ്ങി. ആകാശത്തെ നക്ഷത്രങ്ങളുടെ വെളിച്ചം മാത്രമായിരുന്നു ആകെ കൂട്ടിന്. സക്കീന ഇഹ്സാനെയുംകൊണ്ട് ഹസന്റെ കുടിലിലേക്ക് മാറി. അതോടെ ഖാസിമിന്റെ കുടിലിൽ വധുവും വരനും തനിച്ചായി.

എൺപത്തിയാറ്

മാവ് കുഴച്ചുകൊണ്ടിരിക്കുന്ന ബദ്രിയ്യയെത്തന്നെ നോക്കിയിരിക്കുന്നത് ഖാസിമിന് വളരെ ഇഷ്ടമാണ്. കുടിലിന് മുന്നിലിട്ടിരിക്കുന്ന വിരിപ്പിൽ ഇരിക്കുകയാണയാൾ. ചെറുപ്രായമാണെങ്കിൽകൂടിയും അവളുടെ ഉന്മേഷവും കാര്യങ്ങൾ നടത്താനുള്ള കഴിവും വേറെ ഏതു പെണ്ണിനാണുള്ളത്? ക്ഷീണിച്ചപ്പോൾ നടുവ് നിവർത്തിയശേഷം നെറ്റിയിലേക്ക് വീണുകിടക്കുന്ന തലമുടിച്ചുരുളുകളെ ബദ്രിയ്യ പുറംകൈകൊണ്ട് മാടിയൊതുക്കി. ഖാസിമിന്റെ ഹൃദയതന്ത്രികളെ കീഴടക്കാൻ പാകത്തിന് മോഹിനിയാണവളിപ്പോൾ. ഭർത്താവ് തന്നെതന്നെ നോക്കിയിരിക്കുകയാണെന്ന് മനസ്സിലായതോടെ അവളുടെ മുഖം ചുവന്ന് തുടുത്തു. അതോടെ അല്പം മുഷിച്ചിൽ ഭാവിച്ചുകൊണ്ട് ബദ്രിയ്യ ചെയ്യുന്ന പണി നിർത്തി. ഖാസിം ചിരിച്ചുകൊണ്ട് അവൾക്കരികിലേക്ക് ചെന്നു. ഭാര്യയുടെ മുടിക്കെട്ടിൽ പിടിച്ച് മാറിമാറി ചുംബിച്ചശേഷം അയാൾ വീണ്ടും വിരിപ്പിൽ ചെന്നിരുന്നു. സുഹൃത്തുക്കളോ ആകുലചിന്തകളോ ഒന്നുമില്ലാത്ത അപൂർവ്വാവസരങ്ങളിലേതുപോലെ സന്തോഷവാനും ഉത്കണ്ഠകളില്ലാത്തവനുമാണ് ഖാസിമിപ്പോൾ. ഒരിടത്തുനിന്നും മറ്റൊരിടത്തേക്ക് പിച്ചവച്ച് നീങ്ങുന്ന ഇഹ്സാനെ തൊട്ടടുത്ത് കിടക്കുന്ന കല്ലിന്മേലിരുന്ന് നോക്കുകയാണ് സക്കീന.

അപ്പോഴാണ് ചുരത്തിന്റെ തലയ്ക്കലൊരു ബഹളം കേട്ടത്. സ്വാദിഖും ഹസനും മറ്റ് ചില സുഹൃത്തുക്കളും മറ്റൊരാളേയുംകൂട്ടി തനിക്കരികിലേക്ക് വരികയാണ്. ഖാസിമിന് ആ മനുഷ്യനെ അറിയാം. രിഫാഅ കോളനിയിലെ ചപ്പുചവറുകൾ ശേഖരിക്കുന്ന ഖുർദ. വരുന്നവരെ സ്വീകരിക്കാനായി ഖാസിം എഴുന്നേറ്റു. സ്ത്രീകൾ കുരവയിട്ടു. തെരുവിലുള്ള ആരെങ്കിലും പുതുതായി മലമുകളിലെ സമൂഹത്തിനൊപ്പം ചേരാൻ വരുമ്പോഴൊക്കെ സ്ത്രീകളുടെ പതിവാണത്. ഖുർദ ഖാസിമിനെ കെട്ടിപ്പിടിച്ചു.

“ഞാനും ഇനി നിങ്ങൾക്കൊപ്പമാണ്. വരുമ്പോൾ ഞാനെന്റെ കുറുവടി കൂടി കൈയിലെടുത്തു.”

“സ്വാഗതം ഖുർദ! ഞങ്ങളൊരിക്കലും തെരുവിലെ വിവിധ പ്രദേശക്കാർക്കിടയിൽ വിവേചനം കാണിക്കാറില്ല. തെരുവ് മുഴുവൻ നമ്മുടേതാണ്. ആ തെരുവിലെ ഭൂസ്വത്ത് സർവ്വർക്കും അവകാശപ്പെട്ടതുമാണ്.”

രിഫാഅ കോളനിയിൽ നിന്നെത്തിയ ഖുർദ ചിരിച്ചു.

“നിങ്ങൾ എവിടെയാണ് കഴിയുന്നതെന്നോർത്ത് അതിശയിച്ചിരിക്കുകയാണ് തെരുവിലുള്ളവരാകെ. നിങ്ങളുടെ ഭാഗത്തുനിന്ന് എന്തെങ്കിലും ഉപദ്രവമുണ്ടാകുമെന്ന് അവർ ഭയക്കുന്നുണ്ട്. അതേസമയം നിങ്ങൾ വിജയിച്ചെങ്കിലെന്ന് കൊതിക്കുന്ന ധാരാളം മനസ്സുകളുമുണ്ട് തെരുവിൽ.”

ആ മനുഷ്യൻ ചുറ്റുമുള്ള കുടിലുകളിലേക്കും ആളുകളിലേക്കുമൊക്കെ മാറിമാറി നോക്കാൻ തുടങ്ങി.

“ഇവരെല്ലാം നിങ്ങൾക്കൊപ്പമാണല്ലേ?”

“ഖുർദ വന്നിരിക്കുന്നത് പ്രധാനപ്പെട്ടൊരു വാർത്തയുമായാണ്.”

സ്വാദിഖിന്റെ വാക്കുകൾ കേട്ടതും ഖാസിം ആകാംക്ഷയോടെ തുറിച്ചുനോക്കി.

“ഇന്ന് സവാരിസ് അഞ്ചാംതവണ വിവാഹം കഴിക്കാൻ പോകുകയാണ്. ഇന്ന് രാത്രി വിവാഹഘോഷയാത്രയുമുണ്ടാകും.”

ഖുർദയുടെ വാക്കുകൾ കേട്ടതും ഹസന് ആവേശം കയറി.

“അയാളുടെ കഥകഴിക്കാനുള്ള ഇതുപോലൊരവസരം ഇനിയൊരിക്കലും കിട്ടില്ല.”

മറ്റുള്ളവർക്കും ആവേശമായി. സ്വാദിഖ് പറഞ്ഞു:

“ഒരു ദിവസം നമുക്കെന്തായാലും തെരുവ് ആക്രമിച്ച് കീഴടക്കേണ്ടിവരും. അതിനിടയിൽ നമുക്ക് ഇല്ലാതാക്കാനാകുന്ന ഓരോ ഗുണ്ടയും അന്തിമ ആക്രമണത്തെ എളുപ്പമാക്കും. ഫലം ഉറപ്പുവരുത്തുകയും ചെയ്യും.”

ഖാസിമും ഇക്കാര്യത്തെക്കുറിച്ച് ആലോചിച്ചു.

“ഗുണ്ടകൾ ചെയ്യാറുള്ളതുപോലെ നമുക്ക് ഘോഷയാത്രയെ

ആക്രമിക്കാം. എന്നാൽ ഈ ഗുണ്ടാഭരണത്തിനൊരന്ത്യം കാണാനാണ് നമ്മൾ ആക്രമണം നടത്തുന്നതെന്ന ചിന്ത എപ്പോഴും വേണം."

അർദ്ധരാത്രിക്ക് തൊട്ടുമുമ്പ് മലമുകളിലെ ആളുകൾ മലഞ്ചെരുവി നടുത്തെത്തി. പിന്നെയവർ ഖാസിമിന് പിന്നാലെ കൈകളിൽ കുറുവടി കളുമായി ഓരോരുത്തരായി ചുരമിറങ്ങാൻ തുടങ്ങി. നല്ല തെളിഞ്ഞ ആകാശം. ഉയരങ്ങളിലെ പൂർണചന്ദ്രന്റെ വെളിച്ചം സർവ്വയിടത്തും പ്രകാശം വിതറിക്കൊണ്ടിരിക്കുന്നു. മരുഭൂമിയിലെത്തിയശേഷം മുഖത്തം കമ്പോളത്തിന് പിറകിലൂടെ വടക്ക് ദിക്കിലേക്ക് നീങ്ങാൻ തുടങ്ങി. ശേഷം വഴിതെറ്റാതിരിക്കാനായി മലയുടെ എതിർവശത്തിലേക്ക് നീങ്ങി. ഹിന്ദിന്റെ ഉരുളൻപാറയ്ക്കരികിൽ എത്തിയതും ഒരു നിഴൽ അവരുടെ അരികിലേക്ക് വന്നു. ശത്രുക്കളുടെ വിവരങ്ങൾ ചോർത്താൻ നിയോഗിച്ച ചാരനായിരുന്നത്.

"ബാബ് അൽ-നസ്റിലേക്കായിരിക്കും ഘോഷയാത്ര പോകുന്നത്."

ഖാസിം അതിശയിച്ചുപോയി.

"പക്ഷേ നമ്മുടെ ഘോഷയാത്രകളൊക്കെ സാധാരണ ജമാലിയ്യ യിലേക്കാണല്ലോ പോകാറുള്ളത്?"

"നിങ്ങളുടെ താവളത്തിനരികിലുള്ള പ്രദേശമാണെന്ന് കരുതുന്ന സ്ഥലങ്ങൾ അവർ ഒഴിവാക്കുന്നതായിരിക്കാം."

ഖുർദയുടെ വാക്കുകൾ കേട്ടതും ഖാസിം എന്തോ ആലോചിച്ചു.

"സ്വാദിഖും കുറച്ചാളുകളും ബാബ് അൽ-ഫുതൂഹിലേക്ക് പോകുക. അജ്റമയും വേറെ കുറച്ചാളുകളും ബാബ് അൽ-നസ്റിലെ മരുഭൂമിയി ലേക്കും പോകുക. ഞാൻ നിർദ്ദേശം നൽകുമ്പോഴേക്കും ആക്രമണം നടന്നിരിക്കണം."

ആളുകൾ വിവിധ സംഘങ്ങളായി തിരിഞ്ഞു. അവർ പുറപ്പെടുന്ന തിന് മുമ്പായി ഖാസിം കൂട്ടിച്ചേർത്തു:

"നമ്മുടെ ശ്രദ്ധ സവാരിസിലും അയാളുടെ സഹായികളിലുമാകണം. ബാക്കിയുള്ളവർ നാളെ നമ്മുടെ സഹോദരന്മാരാകേണ്ടവരാണ്."

ഓരോ സംഘങ്ങളും തങ്ങളുടെ ദിക്കിലേക്ക് പോയി. ഖാസിമും ഹസനും അവർക്കൊപ്പമുള്ള ആളുകളും മലയുടെ എതിർവശത്ത് വടക്ക് ദിക്കിലേക്കും നീങ്ങി. പിന്നീടവർ ശ്മശാനം സ്ഥിതി ചെയ്യുന്ന ഇടതു ഭാഗത്തേക്ക് തിരിഞ്ഞു. ശ്മശാനത്തിനകത്തേക്ക് കയറിയശേഷം ഗേറ്റിന് പിറകിൽ മറഞ്ഞിരിക്കാൻ തുടങ്ങി. സത്യത്തിൽ ഖാസിമും അയാളുടെ ആളുകളും ചേർന്ന് ആ വഴിയാകെ വളഞ്ഞിരിക്കുകയാണിപ്പോൾ. സ്വാദിഖും കൂട്ടരും വഴിയുടെ വലതുഭാഗം നിരീക്ഷിക്കുകയാണെങ്കിൽ അജ്റമ ഇടതുഭാഗത്ത് നിന്നായിരിക്കും ചാടിവീഴുക. ഖാസിമാകട്ടെ ശ്മശാനത്തിന്റെ ഗേറ്റിന് പിന്നിലും കാത്തിരിക്കുന്നു.

“അൽ-ഫലകി കാപ്പിക്കടയിലേക്കായിരിക്കും വിവാഹഘോഷയാത്ര നീങ്ങുക.”

ഹസന്റെ വാക്കുകൾ കേട്ടതും ഖാസിം നിർദ്ദേശിച്ചു:

“കാപ്പിക്കടയിലേക്ക് എത്തുന്നതിന് മുമ്പേ ആക്രമണം നടന്നിരിക്കണം. അതിലൂടെ നമുക്കൊരു പ്രശ്നവുമില്ലാത്തയാളുകളെ ആക്രമിക്കുന്നത് ഒഴിവാക്കാനാകും.”

വലിഞ്ഞ് മുറുകിയ ഞരമ്പുകളുമായി അവർ ഇരുളിൽ കാത്തിരിക്കുന്നത് തുടർന്നു. പെട്ടെന്ന് ഹസൻ പറഞ്ഞു:

“ഷഅബാൻ കൊലചെയ്യപ്പെട്ടത് മറക്കാനേ കഴിയുന്നില്ല.”

“ഗുണ്ടകളുടെ ഇരകൾക്ക് കൈയും കണക്കുമില്ലല്ലോ?”

സ്വാദിഖിന്റെ ചൂളംവിളി കേട്ടു. പിന്നാലെ അജ്റമയുടെയും അടയാള ശബ്ദം കേട്ടതോടെ സർവ്വരും കൂടുതൽ നിശ്ചയദാർഢ്യത്തോടെ തയ്യാറെടുത്തു.

“സവാരിസ് കൊല്ലപ്പെട്ടാൽ നമ്മുടെ പ്രദേശത്തുകാരെല്ലാം നമുക്കൊപ്പം ചേരും.”

ഹസൻ പറഞ്ഞു.

“ഇനി മറ്റുള്ളവർ നമ്മെ നേരിടാനെത്തിയാൽ മലഞ്ചുരത്തിൽ വച്ച് നാമവരുടെ കഥ കഴിക്കും.”

ചന്ദ്രന്റെ വെളിച്ചംപോലെയായിരുന്നു ഈ സ്വപ്നങ്ങളാകെ. തങ്ങളുടെ വിജയം തീരുമാനിക്കപ്പെടാൻ വെറും ഒരു മണിക്കൂർ മതി. അല്ലെങ്കിൽ കൊല ചെയ്യപ്പെടുന്ന ആത്മാക്കൾക്കൊപ്പം പ്രതീക്ഷകളും ആവിയായി മാറും. ജബലാവിയുടെ സേവകൻ ഖൻദീലിന്റെ രൂപം കാണുന്നതുപോലെയും ഖമറിന്റെ സ്വരം കേൾക്കുന്നതുപോലെയും തോന്നിപ്പോകുന്നു. ആടിനെ മേച്ച് നടന്നിരുന്ന ദിനങ്ങളൊക്കെ കഴിഞ്ഞ് എത്രയോ കാലമായതുപോലെ. കുറുവടിയിൽ മുറുകെപ്പിടിക്കുന്നതിനിടയിൽ മനസ്സ് പറഞ്ഞു:

ഞങ്ങളെ തോല്പിക്കാനാകില്ല.

“കേൾക്കുന്നില്ലേ?”

ഹസന്റെ വാക്ക് കേട്ട് ഖാസിം ചെവി കൂർപ്പിച്ചപ്പോൾ സംഗീതത്തിന്റെ അലകൾ കേൾക്കാൻ തുടങ്ങി.

“തയ്യാറായിക്കൊള്ളൂ. ഘോഷയാത്ര എത്താറായി.”

ശബ്ദം കൂടുതൽ അരികിലെത്തിയതോടെ വ്യക്തമായി മനസ്സിലാകുന്നു. പടഹധ്വനിയും കുഴൽവാദ്യവും കുരവയിടലും ആരവങ്ങളും കേൾക്കാം. വിളക്കുകളുടെ വെട്ടത്തിൽ മുന്നോട്ട് വരുന്ന ഘോഷയാത്ര കാണാമിപ്പോൾ. കുറുവടികളുമായി നൃത്തം ചെയ്യുന്ന ഒരു സംഘത്തിന് മധ്യത്തിൽ നീങ്ങുന്ന സവാരിസിനെ കണ്ടതും ഹസൻ ചോദിച്ചു.

"അജ്റമയ്ക്ക് ചൂളമടിച്ചാലോ?"

"ഘോഷയാത്രയുടെ മുൻഭാഗം വെളുത്തുള്ളിക്കടയുടെ അടുത്തെത്തുമ്പോൾ മതി."

ഘോഷയാത്ര വളരെ അടുത്തെത്തിയതോടെ നൃത്തവും കളികളുമൊക്കെ കൂടുതൽ ശക്തമായി. നൃത്തത്തിന്റെ ആവേശം കയറിയതോടെ ഒരു നർത്തകൻ ഘോഷയാത്രയുടെ മുൻവശത്തെത്തിയശേഷം മുന്നിലേക്ക് തലകുത്തനെ മറിയാൻ തുടങ്ങി. നല്ല വേഗതയിൽ തിരമാലകണക്കെ ചാടിക്കൊണ്ടിരുന്ന അയാളുടെ കൈയിലിരുന്ന കുറുവടിയും വിശറികണക്കെ ചുഴറ്റുന്നുണ്ട്. ഓരോ തവണ വട്ടംചുറ്റിയശേഷം അയാളൊരു ചുവട് മുന്നോട്ടു നീങ്ങും. അയാൾക്ക് പിന്നാലെ പതിയെ നീങ്ങിക്കൊണ്ടിരുന്ന ഘോഷയാത്രയുടെ മുൻഭാഗം വെളുത്തുള്ളിക്കടയുടെ അരികിലെത്തിയതും ഹസൻ മൂന്നുതവണ ചൂളമടിച്ചു. അതോടെ അൽ-ത്വമാഇൗൻ ഇടവഴിയിൽ നിന്ന് അജ്റമയും സംഘവും ഘോഷയാത്രയുടെ പിറകുഭാഗത്തിനുമേൽ ചാടിവീണു. കുറുവടികളുമായി ആക്രമണം തുടങ്ങിയതോടെ ഘോഷയാത്രയായി വന്നവർക്കിടയിൽ ആകെ ആശയക്കുഴപ്പമായി. കലിയും പേടിയും നിറഞ്ഞ അലർച്ചകൾ ഉയരുന്നതിനിടയിൽ ഹസൻ വീണ്ടുമൊരിക്കൽകൂടി മൂന്നുതവണ ചൂളമടിച്ചു. ശബ്ദം കേട്ടതും മറുവശത്തുള്ള സമാകീനിൽനിന്നും സ്വാദിഖും കൂട്ടരും യാത്രയുടെ മധ്യഭാഗത്തിന് നേർക്ക് ആക്രമണം തുടങ്ങി. ആദ്യത്തെ ആക്രമണത്തിന്റെ ഞെട്ടലിൽനിന്നുണരുന്നതിന് മുമ്പായിരുന്നു രണ്ടാമത്തേത്. ഇതിനിടയ്ക്ക് ശ്മശാനത്തിന്റെ ഗേറ്റിന് പിന്നിൽ പതുങ്ങിയിരിക്കുകയായിരുന്ന ഖാസിമും സംഘവും ഘോഷയാത്രയുടെ മുൻവശത്ത് ആക്രമണം തുടങ്ങി.

ആക്രമണത്തിന്റെ ആദ്യഞെട്ടലിൽനിന്നും ഉണർന്ന സവാരിസും അയാളുടെ ആളുകളും കുറുവടികളുമായി തിരിച്ചടിക്കാൻ ആരംഭിച്ചു. പോരടിക്കാൻ താത്പര്യമില്ലാത്ത ധാരാളമാളുകൾ തൊട്ടടുത്ത നിരത്തുകളിലേക്കും ഇടവഴികളിലേക്കുമൊക്കെ ഓടിരക്ഷപ്പെട്ടു. കുറുവടികൾ കൂട്ടിമുട്ടുന്നത് രൂക്ഷമായതോടെ ആളുകളുടെ ശിരസ്സുകളിൽനിന്നും മുഖങ്ങളിൽനിന്നും രക്തം ചാലിട്ടൊഴുകുവാൻ തുടങ്ങി. റാന്തലുകൾ പൊട്ടിച്ചിതറി. പൂക്കൾ നിലത്ത് ചിതറി വീണതും ആളുകൾ ചവിട്ടിമെതിച്ചു. ജനാലകളിൽനിന്നും സ്ത്രീകളുടെ നിലവിളിയുയർന്നു. കാപ്പിക്കടകൾ വാതിലുകൾ കൊട്ടിയടച്ചു.

വളരെ രൂക്ഷമായും വൈദഗ്ധ്യത്തോടും കൂടിയാണ് സവാരിസ് പോരാടിയത്. ഒരു ഭ്രാന്തനെപ്പോലെ സർവ്വദിക്കിലേക്കും കുറുവടി ചുഴറ്റുകയാണയാൾ. രാത്രിയുടെ കൂരിരുട്ട്പോലെ പകയും വളർന്നതോടെ പോരാട്ടം രൂക്ഷമായി. പൊടുന്നനവേ സവാരിസും സ്വാദിഖും നേർക്കുനേർ കണ്ടു.

"വൃത്തികെട്ട നായിന്റെ മോനേ..."

ഒരലർച്ചയോടെ സവാരിസ് കുറുവടിയുയർത്തി സ്വാദിഖിന്റെ മുഖത്തേക്ക് ആഞ്ഞടിച്ചു. വിറച്ചുപോയ സ്വാദിഖ് അടികൊണ്ടതും നിന്ന് ചാഞ്ചാടാൻ തുടങ്ങി. സവാരിസ് വീണ്ടും കുറുവടി ഉയർത്തി അടിക്കാൻ ശ്രമിച്ചു. എന്നാൽ സ്വാദിഖ് തന്റെ കൈവശമുള്ള കുറുവടി കൊണ്ടത് തടഞ്ഞു. എങ്കിലും അടിയുടെ ആഘാതത്തിൽ മുട്ടുകുത്തി താഴേക്ക് വീണുപോയി. സവാരിസ് സ്വാദിഖിന് നേരെ മൂന്നാമത്തെ കടുത്ത പ്രഹരം ഏൽപ്പിക്കാൻ തുടങ്ങുകയായിരുന്നു. എന്നാൽ സുഹൃത്തിനെ രക്ഷിക്കാനായി ഹസൻ സവാരിസിന് മുകളിലേക്ക് ഒരു വന്യമൃഗത്തെപ്പോലെ ചാടിവീണുകഴിഞ്ഞിരുന്നു. അതോടെ സവാരിസ് ക്രൗര്യത്തോടെ ഹസന് നേരെ തിരിഞ്ഞു.

“നീയുമുണ്ടോടാ.... നായിന്റെ മോനേ...?”

സവാരിസ് ഹസന് നേരെ കുറുവടി ആഞ്ഞുവീശി. ഒഴിഞ്ഞുമാറിയില്ലായിരുന്നെങ്കിൽ ഹസന്റെ കഥ അതോടെ കഴിയേണ്ടതായിരുന്നു. എന്നാൽ ചാടി മാറുന്നതിനിടയിൽ ഹസന്റെ കൈയിലിരുന്ന കുറുവടിയുടെ പ്രഹരത്തിൽ സവാരിസിന്റെ കഴുത്തിൽ മുറിവേറ്റു. ഇത് കാരണം സവാരിസിന് കുറച്ചുനേരത്തേക്ക് ഒന്നും ചെയ്യാനായില്ല. ഹസനാകട്ടെ സമനില വീണ്ടെടുത്തശേഷം സർവ്വശക്തിയും സമാഹരിച്ച് സവാരിസിന്റെ നെറ്റിയിൽ ആഞ്ഞടിച്ചു. രക്തം പ്രവഹിക്കാൻ തുടങ്ങിയതും സവാരിസിന്റെ പിടിയിൽനിന്നും കുറുവടി വഴുതി താഴേക്ക് വീണു. പിറകിലേക്ക് വേച്ച് വേച്ച് നീങ്ങിയ സവാരിസ് അനക്കമറ്റ് മലർന്നടിച്ചുവീണു. അതോടെ കുറുവടികളുടെ കൂട്ടിമുട്ടൽ ശബ്ദത്തേക്കാൾ ഉയർന്ന ഒച്ചയിൽ ആരോ അലറിവിളിച്ചു.

“സവാരിസിനെ കൊന്നേ...”

അജ്റമ ആ മനുഷ്യന്റെ മൂക്കിന് നേരെ കുറുവടി വീശി. അടികൊണ്ടതും അലർച്ചയോടെ പിറകിലേക്ക് മാറിയെങ്കിലും അയാൾ ഏതോ ശരീരത്തിൽ തട്ടി താഴേക്ക് പതിച്ചു. ഇതോടെ ഖാസിമിന്റെ ആളുകളുടെ വീര്യം വർദ്ധിക്കുകയും പോരാട്ടം കടുക്കുകയും ചെയ്തു. അതേസമയം സവാരിസിന്റെ ആളുകളാകെ പതറിപ്പോയിരുന്നു. തങ്ങളുടെ കൂട്ടത്തിൽ നിന്നും നിലംപതിച്ച ആളുകളുടെ എണ്ണക്കൂടുതൽ കണ്ട് ഭയന്ന് അവർ പിൻതിരിഞ്ഞോടാൻ തുടങ്ങി. കിതച്ചുകൊണ്ട് ഖാസിമിന്റെ ആളുകൾ അയാൾക്ക് ചുറ്റും കൂടി. അവരിൽ ചിലരുടെ ദേഹത്തുനിന്നും രക്തമൊഴുകുന്നുണ്ട്. ചിലർക്ക് നല്ല പരിക്കേറ്റിരിക്കുന്നു. കാപ്പിക്കടകളുടെ വാതിലുകളിലെ വിടവിലൂടെ പുറത്തേക്ക് വന്ന റാന്തൽവിളക്കുകളുടെ വെളിച്ചത്തിൽ അവർ നിലത്ത് വീണുകിടന്ന ശരീരങ്ങളിലേക്ക് നോക്കി. ചിലരൊക്കെ ഇതിനകം മരിച്ചുകഴിഞ്ഞിരിക്കുന്നു. മറ്റുചിലർ ബോധംകെട്ട് കിടക്കുകയാണ്.

സവാരിസിന്റെ ശവശരീരത്തിനരികിൽ ചെന്നുനിന്ന് ഹംറൂശ് അലറിവിളിച്ചു.

"ഷഅബാൻ, നിന്റെ ആത്മാവിന് ഇപ്പോൾ ശാന്തി കിട്ടിക്കാണുമല്ലേ?"

ഖാസിം അയാളെ പിടിച്ചുമാറ്റി.

"വിജയദിനം ആസന്നമായിരിക്കുന്നു. അന്ന് ഇതേ വിധിയാണ് മറ്റു ഗുണ്ടകളേയും കാത്തിരിക്കുന്നത്. അന്ന് നാം ഈ തെരുവിന്റെ നായകരായിത്തീരും. നമ്മുടെ ഭൂസ്വത്തിന്റെ ഉടമകളും ജബലാവിയുടെ നല്ലവരായ പിൻഗാമികളുമാകും നാം."

മലമുകളിലേക്ക് തിരികെയെത്തിയ ഖാസിമിനേയും കൂട്ടരേയും സ്ത്രീകൾ ആനന്ദത്തോടെ കുരവയിട്ടാണ് സ്വീകരിച്ചത്. ആ വിജയവാർത്ത കാറ്റുപോലെയാണ് എങ്ങും പടർന്നുകയറിയത്. ഖാസിം തന്റെ കുടിലിലേക്ക് ചെന്നതും ഭാര്യ പറഞ്ഞു:

"നിങ്ങളുടെ ദേഹത്താകെ മണ്ണും രക്തവുമാണല്ലോ? ഉറങ്ങുന്നതിനു മുമ്പ് ഒന്നു കുളിക്കണം."

കുളി കഴിഞ്ഞ് കിടക്കുമ്പോൾ അയാൾ വേദനകൊണ്ട് ഞരങ്ങുന്നുണ്ടായിരുന്നു. എഴുന്നേൽക്കുന്നതുവരെ ഭക്ഷണം അരികിൽ കൊണ്ടുവച്ച് ബദ്‌രിയ്യ കാത്തിരുന്നു. എന്നാൽ അയാൾ ഉറക്കത്തിനും ഉണർച്ചയ്ക്കും ഇടയിലുള്ള അവസ്ഥയിലായിരുന്നു. ആനന്ദം കണക്കെയുള്ള ഒരാശ്വാസം അനുഭവിക്കുകയായിരുന്നു ഖാസിം. ഒപ്പം വേദന നിറഞ്ഞ അസ്വസ്ഥതയുമുണ്ടായിരുന്നു മനസ്സിലാകെ.

"ഭക്ഷണം കഴിക്കൂ."

സ്വപ്നം കാണുന്നതുപോലുള്ള ക്ഷീണിച്ച കണ്ണുകളുയർത്തി ഖാസിം ഭാര്യയെ നോക്കി.

"ഖമർ, നിങ്ങൾ ഒട്ടും വൈകാതെ അന്തിമവിജയം കാണും, നോക്കിക്കോളൂ."

നാവ് പിഴ പറ്റിയ കാര്യം അയാൾ തിരിച്ചറിയുമ്പോഴേക്കും വൈകിപ്പോയിരുന്നു. ബദ്‌രിയ്യയുടെ മുഖത്തെ ഭാവം മാറുന്നത് കണ്ടതും അയാൾ നിലത്തെ വിരിപ്പിൽ എഴുന്നേറ്റിരുന്നശേഷം അല്പം അസ്വസ്ഥതയോടും സ്നേഹം ഭാവിച്ചും പറഞ്ഞു:

"എത്ര നല്ല ഭക്ഷണമാണിത്!"

എന്നാൽ ദേഷ്യം വന്ന ബദ്‌രിയ്യ ആ സ്നേഹപ്രകടനം അവഗണിച്ചുകളഞ്ഞു. ഒരു ക്ഷണം ഫലാഫിൽ കൈയിലെടുത്തുകൊണ്ട് ഖാസിം പറഞ്ഞു:

"നീ കൂടി ഭക്ഷണം കഴിക്കാൻ വാ..."

ബദ്‌രിയ്യ മുഖം തിരിച്ചുകളഞ്ഞു.

"ആ സ്ത്രീ വയസ്സിയായിരുന്നില്ലേ? സുന്ദരിയുമായിരുന്നില്ല!"

ഭാര്യയുടെ വാക്കുകൾ കേട്ടതും ദുഃഖത്തോടെ ഖാസിമിന്റെ മുതുക് കുനിഞ്ഞുപോയി. കത്തുന്ന ദുഃഖത്തോടും പ്രതിഷേധത്തോടുംകൂടി അയാൾ പറഞ്ഞുപോയി.

“ഖമറിനെപ്പറ്റി മോശമായി ഒരക്ഷരംപോലും പറഞ്ഞുപോകരുത്. അവരെപ്പോലൊരാളെക്കുറിച്ച് കരുണയോടുകൂടി മാത്രമേ സംസാരിക്കാൻ പാടുള്ളൂ.”

ബദ്രിയ്യ വീര്യത്തോടെ ഭർത്താവിന് നേരെ തിരിഞ്ഞതാണ്. എന്നാൽ അയാളുടെ മുഖത്തെ പേടിപ്പെടുത്തുന്ന ദുഃഖം കണ്ണിൽപെട്ടതും ഒന്നു മടിച്ചുനിന്നു. ബദ്രിയ്യയ്ക്ക് ഒന്നും പറയാൻ കഴിഞ്ഞില്ല.

എൺപത്തിയേഴ്

ആക്രമണത്തിൽ പരാജിതരായവർ തീർത്തും അപമാനിതരായാണ് ജബലാവി തെരുവിലേക്ക് തിരികെയെത്തിയത്. വിവാഹത്തിന്റെയും വിനോദത്തിന്റെയും ആനന്ദ അന്തരീക്ഷം ഇപ്പോഴും തങ്ങിനിൽക്കുന്ന സവാരിസിന്റെ വീട്ടിൽനിന്നും കഴിയുന്നത്ര അകന്നുനിൽക്കാൻ ശ്രമിക്കുകയാണവർ. ഓരോരുത്തരും അവരവരുടെ വീടുകളിൽ പോയൊളിച്ചു. കാട്ടുതീ പോലെ ഈ കറുത്ത വാർത്ത പ്രചരിച്ചതോടെ പല വീടുകളിൽനിന്നും നിലവിളികളുയർന്നു. മണ്ണ് വീണ് കെട്ടതുപോലെ വിവാഹാഘോഷങ്ങളൊക്കെ പെട്ടെന്നുതന്നെ അവസാനിച്ചു. സവാരിസിനായും ഒപ്പം കൊല്ലപ്പെട്ടവർക്കുംവേണ്ടി ആളുകൾ അലറിക്കരയാൻ തുടങ്ങി. ഘോഷയാത്രയിൽ പങ്കെടുത്ത ചില ജബൽ കോളനിക്കാരും രിഫാഅ കോളനിക്കാരുംകൂടി ഈ ദുരന്തത്തിൽ കൊല്ലപ്പെട്ടിരുന്നു. ആരാണ് ഇത്തരത്തിൽ ആക്രമണം നടത്തിയത്? ഖാസിം. ആട്ടിടയനായിരുന്ന ഖാസിം. ഖമർ എന്ന സ്ത്രീ ഇല്ലായിരുന്നെങ്കിൽ ജീവിതകാലം മുഴുവൻ തെണ്ടിനടക്കേണ്ടവനായിരുന്ന ഖാസിം! ഖാസിമും സംഘവും മുഖത്തം മലയിലെ തങ്ങളുടെ താവളത്തിലേക്ക് കയറിപ്പോകുന്നത് താൻ പിൻതുടർന്നുചെന്ന് കണ്ടുപിടിച്ചെന്ന് തെരുവിലുള്ള ഒരാൾ പറഞ്ഞു. തെരുവിലെ ആളുകളെയാകെ നശിപ്പിക്കുന്നതുവരെ ഖാസിമിന്റെ ആളുകൾ മലയിൽതന്നെ കഴിയുമോ എന്നായിരുന്നു തെരുവിലുള്ളവർ പരസ്പരം ചോദിച്ചത്. ഉറങ്ങിക്കിടക്കുന്നവരൊക്കെ പുറത്തെ അലർച്ചകൾകേട്ട് തെരുവിലേക്കും മുറ്റത്തേക്കുമൊക്കെ ഇറങ്ങിച്ചെന്നു.

“മരുഭൂമിയിലെ എലികളെ' മുഴുവൻ കൊല്ലണം.”

ജബൽ കുടുംബത്തിലെ ഒരാൾ കോപാകുലനായി പറയുന്നത് കേട്ടതും ജൽത്വ അയാളെ തടഞ്ഞു:

“അതിന് അവർ എന്ത് തെറ്റാണ് ചെയ്തത്? അവരുടെ സംരക്ഷകനും പിന്നെ അവരിൽപെട്ട ധാരാളമാളുകളുമല്ലേ കൊല്ലപ്പെട്ടിരിക്കുന്നത്?”

“കത്തിക്കണം മുഖത്തംമലതന്നെ!”

“ആ ഖാസിമിന്റെ ജഡം നായ്ക്കൾക്ക് തിന്നാനിട്ടു കൊടുക്കണം.”

“അവന്റെ രക്തം കുടിക്കാനായില്ലെങ്കിൽ ഞാനും എന്റെ ഭാര്യയും തമ്മിലുള്ള വിവാഹം റദ്ദായിപ്പോകട്ടെ!”

“തന്തയില്ലാത്ത ഭീരുവായ വെറുമൊരു എലിയാണവൻ.”

“മലമുകളിൽ സുരക്ഷിതനാണെന്നായിരിക്കും അവൻ കരുതിയിരിക്കുന്നത്.”

“അവന് സുരക്ഷിതത്വം ലഭിക്കുന്നത് സ്വന്തം ശവക്കുഴിയിൽ മാത്രമായിരിക്കും.”

“എന്റെ കൈയ്യിൽനിന്നും നാണയത്തുട്ടുകൾ ഇരന്ന് വാങ്ങിയിട്ടുള്ളപ്പോൾ കാല് നക്കിയിരുന്നവനായിരുന്നു അവൻ.”

“മാന്യനും സുഹൃത്തുമാണെന്ന് നടിച്ചശേഷം ഇപ്പോഴവൻ നമ്മെ വഞ്ചിക്കുകയും നമ്മുടെ ആളുകളെ കൊല്ലുകയുമല്ലേ ചെയ്തിരിക്കുന്നത്?”

പിറ്റേദിവസം തെരുവാകെ വിലാപത്തിലായിരുന്നു. തൊട്ടടുത്ത ദിവസം ഗുണ്ടകളെല്ലാം കങ്കാണി രിഫഅത്തിന്റെ വീട്ടിൽ സംഗമിച്ചു. പകയും വിദ്വേഷവുംകൊണ്ട് ആളിക്കത്തുകയായിരുന്നു കങ്കാണി.

“മരണത്തിൽനിന്ന് രക്ഷപ്പെടാനായി നമുക്കിനി തെരുവിനുള്ളിൽ വാതിലടച്ചിരിക്കാമല്ലേ?”

ലഹീത്വയായിരുന്നു കൂട്ടത്തിൽ ഏറ്റവും അപമാനിതനായി കാണപ്പെട്ടത്. എങ്കിലും തന്റെ ഉത്തരവാദിത്വം കുറച്ചുകാട്ടാനായി അയാൾ സംഭവം നിസ്സാരവൽക്കരിക്കാൻ നോക്കി.

“ഇത് ആ പ്രദേശത്തെ സംരക്ഷകനും അയാളുടെ കീഴിലുള്ള കുറച്ചാളുകളും തമ്മിലുള്ള സംഘട്ടനം മാത്രമല്ലേ?”

“അതിനവർ എന്റെ പ്രദേശത്തെ ഒരാളെ കൊല്ലുകയും മൂന്നുപേർക്ക് പരിക്കേൽപ്പിക്കുകയും ചെയ്തല്ലോ?”

ജബൽ കോളനിയിലെ ഗുണ്ട ജൽത്വ എതിർത്തു സംസാരിച്ചതും രിഫാഅ കോളനിയിലെ ഗുണ്ട ഹജ്ജാജും ഒപ്പം ചേർന്നു.

“ഞങ്ങളുടെ കൂട്ടത്തിലും ഒരാൾ കൊല്ലപ്പെട്ടിട്ടുണ്ട്.”

“തെരുവിന്റെയാകെ ദാദയായ നിങ്ങളുടെ അഭിമാനത്തിനേറ്റ ക്ഷതമാണിത്, ലഹീത്വാ.”

കങ്കാണി ലഹീത്വയെനോക്കി കൗശലത്തോടെ പറഞ്ഞു.

“അവൻ വെറുമൊരു ആട്ടിടയനല്ലേ? ദൈവമാണേ, താങ്കൾ പറയുന്നത് വെറും തമാശയാണ്.”

“ആട്ടിടയനെന്നോ? അതൊക്കെ പണ്ട്. ഇന്നവനൊരു അപകടം തന്നെയാണ്. അവന്റെ പിച്ചുംപേയും നിറഞ്ഞ വാദങ്ങളൊക്കെ നാം കുറേക്കാലം ലഘുവായി കാണുകയായിരുന്നു. അവന്റെ ഭാര്യയോടുള്ള മാന്യതയുടെ ബലത്തിൽ കണ്ണടച്ചു. എന്നാലിപ്പോൾ അവന്റെ ദുഷ്

ചെയ്തികൾ നമ്മുടെ നിയന്ത്രണത്തിനപ്പുറമായിരിക്കുന്നു. സ്വന്തം പ്രദേശത്തിന്റെ സംരക്ഷകനേയും സഹായികളേയും കൊല്ലുന്നതുവരെ പാവം ചമയുകയായിരുന്നവൻ. മലമുകളിൽ ഒളിച്ചിരിക്കുന്ന അവന്റെ മോഹങ്ങൾക്ക് ഒരതിരുമില്ലിപ്പോൾ."

ഗുണ്ടകൾ ക്രോധത്തോടെ പരസ്പരം നോക്കുന്നതിനിടയിൽ കങ്കാണി തുടർന്നു:

"അവൻ ആളുകളെ പറഞ്ഞ് മോഹിപ്പിച്ച് വലയിലാക്കിക്കൊണ്ടിരിക്കുകയാണ്. ഇത് നമ്മുടെ തെരുവിന്റെ ശാപമാണ്. നമുക്കത് അവഗണിക്കാനാകില്ല. ഭൂസ്വത്ത് ആളുകൾക്ക് നൽകാമെന്ന് വാക്കു നൽകുകയാണവൻ. സത്യത്തിൽ ഇപ്പോഴുള്ള ഉടമസ്ഥർക്ക് തന്നെ മതിയാകുന്നതല്ല ഭൂസ്വത്തിന്റെ വരുമാനമെന്നു പറഞ്ഞാൽ ആരും വിശ്വസിക്കില്ല. പിച്ചക്കാർക്ക് ഒന്നും വിശ്വാസമില്ല. അവന്മാരുടെ എണ്ണമാകട്ടെ വളരെയധികവുമാണ്! പിച്ചക്കാരുടെ കേന്ദ്രമായിരിക്കുന്നു നമ്മുടെ തെരുവ്! സംരക്ഷകരുടെ ഭരണം അവസാനിപ്പിക്കുമെന്ന് അവൻ വാക്ക് നൽകുമ്പോൾ ഭീരുക്കൾക്കത് വലിയ ഇഷ്ടമാകുന്നു. അവന്മാരുടെ എണ്ണവും ധാരാളമാണ്. ഭീരുക്കളുടെ തെരുവായിരിക്കുന്നു ഇവിടമാകെ. ജനങ്ങളെപ്പോഴും ആര് വിജയം നേടുന്നുവോ അവർക്കൊപ്പമേ നിൽക്കുകയുള്ളൂ. എന്തെങ്കിലും ചെയ്തില്ലെങ്കിൽ നമ്മുടെ കഥ കഴിഞ്ഞതുതന്നെ!"

"അവന് ചുറ്റും കുറെ ചുണ്ടെലികളാണുള്ളത്. അവറ്റകളെ അനായാസമായി തുടച്ചുനീക്കാൻ നമുക്ക് കഴിയും."

ലഹീത്വയുടെ വീമ്പുപറച്ചിൽ കേട്ടതും ഹജ്ജാജ് ചോദിച്ചു:

"പക്ഷേ അവന്മാർ മലമുകളിൽ സുരക്ഷിതരായി കഴിയുകയല്ലേ?"

"മലമുകളിലേക്കൊരു വഴി കണ്ടെത്തുന്നതുവരെ നമുക്ക് മലയ്ക്ക് ചുറ്റും നിരീക്ഷണമേർപ്പെടുത്താം."

ജൽത്വയുടെ വാക്കുകൾ കേട്ടതും കങ്കാണി നിർബന്ധിച്ചു:

"എന്തെങ്കിലും ഉടനെ ചെയ്യണം. അല്ലെങ്കിൽ ഞാൻ നേരത്തെ പറഞ്ഞതുപോലെ നമ്മുടെ കഥ കഴിഞ്ഞു."

ലഹീത്വയുടെ ദേഷ്യം കൂടിവന്നു. അയാൾ കങ്കാണിയുടെ നേർക്ക് തിരിഞ്ഞ് ന്യായീകരിക്കാൻ തുടങ്ങി:

"അവന്മാരെ കൊല്ലാൻ ഞാൻ പദ്ധതിയിട്ടിരുന്നു എന്നത് താങ്കൾക്ക് ഓർമ്മയുണ്ടല്ലോ? അവന്റെ ഭാര്യ ജീവിച്ചിരുന്ന സമയത്ത്. അന്ന് അങ്ങയുടെ ഭാര്യയാണ് അതിനെ എതിർത്തത്."

ലഹീത്വയുടെ ക്രുദ്ധമായ കണ്ണുകളിൽനിന്നും നോട്ടം പിൻവലിച്ചുകളഞ്ഞ കങ്കാണി ക്ഷമാപണമെന്നോണം പറഞ്ഞു:

"പഴയ തെറ്റുകൾ ഓർത്തെടുത്തതുകൊണ്ട് പ്രയോജനമൊന്നുമില്ലല്ലോ?"

അല്പനേരത്തെ നിശ്ശബ്ദതയ്ക്കുശേഷം അയാൾ തുടർന്നു:

“അല്ലെങ്കിൽ തന്നെ പണ്ടുമുതലേ നമ്മുടെ തെരുവിൽ ബന്ധങ്ങൾക്ക് വില കല്പിക്കാറുണ്ടല്ലോ?”

പുതിയൊരു കുഴപ്പത്തിനെ സംബന്ധിച്ച മുന്നറിയിപ്പുപോലെ അത്ര പരിചിതമല്ലാത്തൊരു അലർച്ച പുറത്തുനിന്നും ഉയർന്നു. ഗുണ്ടകളുടെ ഞരമ്പുകൾ വലിഞ്ഞ് മുറുകുന്നതിനിടയിൽ കങ്കാണി പാറാവുകാരനെ വിളിച്ച് പുറത്തെന്താണ് പ്രശ്നമെന്ന് തിരക്കി.

“ഇവിടത്തെ ആട്ടിടയൻ ഖാസിമിന്റെ സംഘത്തിൽ ചേർന്നെന്നാണ് അവർ പറഞ്ഞത്. തെരുവിലെ മുഴുവൻ ആടുകളേയുംകൊണ്ടാണത്രേ അയാൾ സ്ഥലംവിട്ടത്.”

പാറാവുകാരന്റെ വാക്കുകൾ കേട്ടതും ലഹീത്വ ചാടി എഴുന്നേറ്റ് അലറി:

“നായ... നായകളുടെ തെരുവ് തന്നെയാണിത്. അവന്റെ കഥ കഴിഞ്ഞു.”

“ആ ആട്ടിടയൻ ഏത് പ്രദേശത്തുകാരനാണ്?”

കങ്കാണി തിരക്കിയതും പാറാവുകാരൻ മറുപടി പറഞ്ഞു:

“മരുഭൂമിയിലെ എലികളു’ടെ സ്ഥലത്തുള്ളവനാണ്. സുഖ്ല എന്നാണവന്റെ പേര്.”

എൺപത്തിയെട്ട്

“**സ്വാ**ഗതം സുഖ്ല...”

ഖാസിം ആശ്ലേഷിച്ചതും ആട്ടിടയന് ആവേശമായി.

“ഞാനൊരിക്കലും നിങ്ങൾക്കെതിരായിരുന്നില്ല. മനസ്സ് എന്നും നിങ്ങൾക്കൊപ്പം തന്നെയായിരുന്നു. ഗുണ്ടകളെ ഭയമായിരുന്നതിലാണ്. അല്ലെങ്കിൽ നിങ്ങൾക്കൊപ്പം ആദ്യം ചേർന്നവരിൽ ഒരാളായേനെ ഞാനും. സവാരിസിന്റെ കഥ കഴിഞ്ഞെന്ന് കേട്ട ഉടനെ ഞാൻ നിങ്ങളുടെ ശത്രുക്കളുടെ ആടുകളേയും തെളിച്ച് ഇങ്ങോട്ട് പോരുകയായിരുന്നു. ദൈവം ആ സവാരിസിനെ നരകത്തിലെറിയട്ടെ.”

കുടിലുകൾക്ക് മധ്യത്തിലുള്ള മൈതാനത്തിൽ കൂടിനിൽക്കുന്ന ആട്ടിൻപറ്റത്തിലേക്ക് ഖാസിം നോക്കി. അവയ്ക്കു ചുറ്റുംകൂടിനിന്ന് ആനന്ദത്തോടെ ഒച്ചവയ്ക്കുന്ന സ്ത്രീകളെ കണ്ടതും ഖാസിമിന് ചിരി വന്നു.

“തെരുവിലെ നമ്മുടെ സ്വത്തുക്കൾ കൊള്ളയടിച്ചതിന് പകരമായി ഈ ആട്ടിൻപറ്റത്തെ നാം സ്വന്തമാക്കുന്നതിൽ യാതൊരു തെറ്റുമില്ല.”

അന്ന് പകൽ മുമ്പൊരിക്കലും കണ്ടിട്ടില്ലാത്ത തരത്തിൽ തെരുവിലുള്ള ധാരാളമാളുകൾ ഖാസിമിന്റെ സംഘത്തിനൊപ്പം ചേർന്നു. അത്

മലമുകളിലുള്ളവരുടെ ആത്മവിശ്വാസം വർദ്ധിപ്പിക്കുകയും പ്രതീക്ഷയ്ക്ക് ശക്തി പകരുകയും ചെയ്തു. എന്നാൽ തൊട്ടടുത്ത ദിവസം രാവിലെ ഖാസിം ഉറക്കമുണർന്നത് വിചിത്രമായൊരു ബഹളം കേട്ടുകൊണ്ടായിരുന്നു. കുടിലിന് പുറത്തേക്കിറങ്ങിയപ്പോൾ തനിക്കരികിലേക്ക് അസ്വസ്ഥരായി ധൃതിയിൽ നടന്നടുക്കുന്ന മലവാസികളെയാണ് കണ്ടത്.

“തെരുവിലുള്ളവർ പ്രതികാരം ചെയ്യാനെത്തിയിരിക്കുന്നു. ചുരത്തിന് കീഴിൽ തമ്പടിച്ചിരിക്കുകയാണവർ.”

സ്വാദിഖിന് പിന്നാലെ ഖുർദ പറഞ്ഞു:

“ജോലിക്കായി ആദ്യം പുറത്തേക്ക് പോയത് ഞാനായിരുന്നു. ഏതാനും ചുവടകലെയായിരിക്കുമ്പോഴാണ് ഞാനവരെ കണ്ടത്. അതോടെ ഞാൻ തിരിഞ്ഞോടി. അവരിൽ ചിലർ എന്നെ പിറകേ ഓടിച്ചു. മുതുകിൽ കല്ലെടുത്തെറിഞ്ഞു. ഞാൻ സ്വാദിഖിനേയും ഹസനേയും സഹായത്തിനായി ഉറക്കെ വിളിച്ചു. അപ്പോഴേക്കും മലമുകളിൽ പ്രത്യക്ഷരായ നമ്മുടെ ആളുകളിൽ ചിലർ അപകടം മണക്കുകയും എന്നെ ആക്രമിക്കാൻ വന്നവർക്കുനേരെ കല്ലേറ് തുടങ്ങുകയും ചെയ്തു. അങ്ങനെയാണവന്മാർ തിരികെപ്പോയത്.”

മലമുകളിൽ ചുരം വന്നവസാനിക്കുന്ന ഇടത്തേക്ക് നോക്കിയ ഖാസിം കൈകളിൽ കല്ലുകളുമായി നിൽക്കുന്ന ഹസനേയും കൂട്ടരേയും കണ്ടു.

“പത്ത് പേരുണ്ടെങ്കിൽ നമുക്കവിടെ നിന്നുകൊണ്ട് താഴെനിന്ന് കയറി വരുന്നവന്മാരെ തടയാനാകും.”

“ചുരം കയറിവരുന്നത് അവരെ സംബന്ധിച്ച് ആത്മഹത്യാപരം തന്നെയായിരിക്കും. വേണമെങ്കിൽ അവന്മാർ കയറിവരട്ടെ, കാണാം.”

ഹംറൂശ് പറഞ്ഞു. സ്ത്രീകളും പുരുഷന്മാരുമായ സർവ്വരും ഖാസിമിന് ചുറ്റും കൂടി. കുടിലുകളിലിപ്പോൾ ആരുമില്ലാത്ത അവസ്ഥ. പുരുഷന്മാർ കുറുവടികളുമായെത്തിയപ്പോൾ ഇതുപോലൊരു ദിവസത്തിനായി ശേഖരിച്ച് വച്ചിരുന്ന കല്ല് നിറച്ച കുട്ടകളുമായാണ് സ്ത്രീകൾ വന്നത്. തെളിഞ്ഞ ആകാശത്തുനിന്ന് വെളിച്ചത്തിന്റെ ആദ്യരശ്മികൾ പുറത്തേക്ക് വരുന്നതിനിടയിൽ ഖാസിം ചോദിച്ചു:

“പട്ടണത്തിലേക്ക് പോകാൻ വേറെ ഏതെങ്കിലും വഴിയുണ്ടോ?”

“തെക്ക് ദിക്കിലൂടെ ഒരു വഴിയുണ്ട്. മലയിലൂടെ രണ്ട് മണിക്കൂർ നടക്കുന്ന ദൂരമുണ്ട്.”

സ്വാദിഖിന്റെ മറുപടി കേട്ടതും അജ്റമ പറഞ്ഞു:

“രണ്ടു ദിവസത്തെ ആവശ്യത്തിൽ കൂടുതലുള്ള വെള്ളം നമ്മുടെ പക്കലുണ്ടെന്ന് തോന്നുന്നില്ല.”

ഇതുകേട്ടതും അസ്വസ്ഥത നിറഞ്ഞൊരു മുറുമുറുപ്പ് ആളുകൾക്കിടയിലുണ്ടായി. പ്രത്യേകിച്ച് സ്ത്രീകൾക്കിടയിൽ.

“അവർ ഉപരോധം തീർക്കാനല്ല, പ്രതികാരം ചെയ്യാനാണ് വന്നിരിക്കുന്നത്. ഇനി അവർ ഉപരോധം നടത്തുകയാണെങ്കിൽ അത് തകർക്കാനായി നാം രണ്ടാമത്തെ വഴിയിലൂടെ പുറത്തേക്ക് പോകണം.”

ആളുകളെല്ലാം ഉറ്റുനോക്കിക്കൊണ്ടിരിക്കുന്ന തന്റെ മുഖം ശാന്തമാക്കി നിർത്തിക്കൊണ്ട് ഖാസിം ആലോചിക്കാൻ തുടങ്ങി. ഉപരോധിക്കപ്പെടുകയാണെങ്കിൽ തെക്കേപാതയിലൂടെ വെള്ളം കൊണ്ടുവരുന്നതും അതിദുർഘടം തന്നെയായിരിക്കും. ഇനി തന്റെ ആളുകൾ തെരുവുകാർക്ക് നേരെ ആക്രമണം നടത്തിയാൽ തന്നെ ലഹീത്വയും ജൽത്വയും ഹജ്ജാജും അടങ്ങുന്ന സംഘത്തിനെതിരെ വിജയം ഉറപ്പുവരുത്താൻ അവർക്ക് സാധിക്കുമോ? ഈ ദിവസം തന്റെ ആളുകൾക്കായി ഒളിപ്പിച്ചു വച്ചിരിക്കുന്ന വിധി എന്തായിരിക്കും? കുടിലിനുള്ളിലേക്ക് കയറിപ്പോയ ഖാസിം തന്റെ കുറുവടിയുമായി തിരികെയെത്തി. ശേഷം ചുരത്തിന്റെ മുകൾഭാഗത്ത് നിൽക്കുന്ന ഹസന്റെയും കൂട്ടാളികളുടെയും അരികിലേക്ക് ചെന്നു.

“അടുത്തേക്ക് വരാനുള്ള ധൈര്യം ഒറ്റയൊരുത്തനുമുണ്ടാകില്ല.”

ഹസൻ പറഞ്ഞതുകേട്ടതും ഖാസിം മലയുടെ അരികിലേക്ക് കൂടുതൽ അടുത്തശേഷം താഴേക്ക് നോക്കി. കല്ലേറ് കൊള്ളുന്നതിനപ്പുറമുള്ള ഒരിടത്ത് ചന്ദ്രക്കലയുടെ ആകൃതിയിൽ താവളമടിച്ചിരിക്കുകയാണ് ശത്രുക്കൾ. അവരുടെ എണ്ണം ഭയപ്പെടുത്തുന്നുണ്ടെങ്കിലും അക്കൂട്ടത്തിൽ ഗുണ്ടകളെയൊന്നും വേർതിരിച്ചറിയാൻ സാധിക്കുന്നില്ല. തരിശുഭൂമിയിലൂടെ നോക്കാൻ തുടങ്ങിയ ഖാസിമിന്റെ കണ്ണുകൾ മാളികയിൽ ചെന്നുനിന്നു. തന്റെ പേരിൽ സന്തതികൾ പോരടിക്കുന്നതൊന്നും ശ്രദ്ധിക്കാതെ നിശ്ശബ്ദതയിൽ ആണ്ടുകിടക്കുന്ന ജബലാവിയുടെ മാളിക. പണ്ട് ഈ പ്രദേശം മുഴുവൻ കീഴൊതുങ്ങിയിരുന്ന അദ്ദേഹത്തിന്റെ ശക്തി തങ്ങൾക്കിപ്പോൾ എത്രമാത്രം ആവശ്യമുണ്ടെന്നോ! പിതാമഹന്റെ മാളികയുടെ ഏതാനും വാരയകലെ വച്ചാണല്ലോ രിഫാഅയെ കൊന്നുകളഞ്ഞതെന്നോർത്തപ്പോഴാണ് ഖാസിമിന് കൂടുതൽ അസ്വസ്ഥത തോന്നിയത്. പലപ്പോഴും തെരുവ്വാസികൾ ചെയ്യാറുള്ളതുപോലെ ‘ജബലാവീ...’ എന്ന് അലറിവിളിക്കണമെന്നൊരു തോന്നൽ ഉള്ളിന്റെയുള്ളിൽ ഉടലെടുത്തതായിരുന്നു. എന്നാൽ അതിന് മുമ്പേ അരികിൽനിന്ന് സ്ത്രീകളുടെ ഒച്ച കേട്ടതും ഖാസിം തിരിഞ്ഞുനോക്കി. മലഞ്ചെരുവിൽനിന്ന് കൊണ്ട് താഴെയുള്ള ശത്രുക്കളെ നോക്കുന്ന പുരുഷന്മാരെയാണ് ഖാസിം കണ്ടത്. പോരാത്തതിന് സ്ത്രീകളും ഇതേ സ്ഥലത്തേക്ക് പോകുകയാണ്. അവർ തിരികെ വരണമെന്ന് ഖാസിം ഉറക്കെ വിളിച്ച് പറഞ്ഞു. മടിച്ചുനിൽക്കുന്നത് കണ്ടതും ഖാസിം വീണ്ടും ഉറക്കെ വിളിച്ചു. ഭക്ഷണം തയ്യാറാക്കാനും പതിവ് ജോലികൾ ചെയ്യാനും ഖാസിം ഉത്തരവ് നൽകി. സ്ത്രീകൾ അതനുസരിക്കുകയും ചെയ്തു.

സ്വാദിഖ് ഖാസിമിന്റെ അരികിലേക്ക് വന്നു.

“അതെന്തായാലും നന്നായി. ലഹീത്വയുടെ പേര് ആളുകളെ സ്വാധീനിക്കുന്നതാണ് ഏറ്റവും പേടിക്കേണ്ടത്.”

“പോരാടുക മാത്രമാണ് നമുക്കാകെ ചെയ്യാനുള്ളത്. അവർ നമ്മുടെ ഒളിത്താവളം മനസ്സിലാക്കിയ സ്ഥിതിക്ക് ഇനി നമുക്ക് ജോലി തേടി പുറത്തു പോകാനാകില്ല. അതിനാൽ പോരാടുക മാത്രമാണ് നമ്മുടെ മുന്നിലുള്ള വഴി.”

തന്റെ കുറുവടി ചലിപ്പിച്ചുകൊണ്ട് ഹസൻ പറഞ്ഞ കാര്യങ്ങൾ കേട്ട ശേഷം ഖാസിം മാളികയ്ക്കു നേരെ തലതിരിച്ചുനോക്കി.

“നീ പറഞ്ഞത് സത്യമാണ്. എന്താ സ്വാദിഖ് നിങ്ങളുടെ അഭിപ്രായം?”

“രാത്രിയാകുന്നതുവരെ കാത്തിരിക്കാമെന്നാണ് എനിക്കു തോന്നുന്നത്.”

“കാത്തിരുന്നാലത് നമുക്ക് ഹാനികരമാകുകയേ ഉള്ളൂ. ഇരുട്ടിൽ യുദ്ധം ചെയ്തിട്ട് കാര്യമില്ലല്ലോ?”

ഹസന്റെ എതിരഭിപ്രായം കേട്ട് ഖാസിം തിരക്കി:

“അവരുടെ പദ്ധതിയെന്തായിരിക്കുമെന്നാണ് നിങ്ങൾക്കു തോന്നുന്നത്?”

“നമ്മൾ മലയിറങ്ങി താഴേക്ക് ചെല്ലാനുള്ള സമ്മർദ്ദമാണവർ നടത്തുന്നത്.”

സ്വാദിഖ് പറഞ്ഞു. ഒരു നിമിഷം ചിന്തിച്ചശേഷം ഖാസിം പറഞ്ഞു:

“ലഹീത്വ കൊല്ലപ്പെട്ടാൽ വിജയമുറപ്പാണ്.”

സുഹൃത്തുക്കളെ രണ്ടുപേരെയും മാറി മാറി നോക്കിയശേഷം ഖാസിം തുടർന്നു:

“അയാൾ നിലംപറ്റിയാൽ പിന്നെ തെരുവ് ദാദയാകാനായി ജൽത്വയും ഹജ്ജാജും തമ്മിൽ പോരടിച്ചുകൊള്ളും.”

സൂര്യൻ കൂടുതൽ ഉയരങ്ങളിലെത്തിയതും മലമുകളിലെ നിലമാകെ വെയിലിൽ ചുട്ടുപൊള്ളാനും ചൂട് പരക്കാനും തുടങ്ങി.

“എന്ത് ചെയ്യണമെന്ന് നിങ്ങൾതന്നെ പറയൂ.”

ഉപരോധത്തെക്കുറിച്ചായിരുന്നു ഹസൻ ചോദിച്ചത്. എന്നാൽ അവർക്ക് മറുപടി പറയാനാകുന്നതിന് മുമ്പുതന്നെ മൈതാനത്തിന്റെ ഭാഗത്തുനിന്ന് സ്ത്രീകളുടെ നിലവിളി കേട്ടു. പിന്നാലെ കൂട്ടബഹളങ്ങൾക്കിടയിൽ ആരോ ഉറക്കെ വിളിച്ചുപറയുന്നത് വ്യക്തമായി കേട്ടു.

“മറുവശത്തുനിന്ന് ശത്രുക്കൾ നമ്മെ ആക്രമിക്കുന്നു...”

ഇതുകേട്ടതും മലഞ്ചരുവിൽ നിൽക്കുകയായിരുന്ന പുരുഷന്മാർ നേരെ മൈതാനത്തിന്റെ തെക്കുഭാഗത്തേക്കോടി. ഖാസിമാകട്ടെ ചുരം സംരക്ഷിക്കാൻ നിൽക്കുന്നവരോട് കൂടുതൽ ജാഗ്രത കാണിക്കാൻ

നിർദ്ദേശിക്കുകയായിരുന്നു. കഴിവുള്ള സ്ത്രീകളോട് ചുരം സംരക്ഷിക്കാനായി തങ്ങൾക്കൊപ്പം ചേരാൻ പറയാൻ ഖുർദയോട് കല്പിക്കുകയും ചെയ്തു. ശേഷം സ്വാദിഖിനും ഹസനുമൊപ്പം മൈതാനത്ത് നിൽക്കുന്ന ആളുകൾക്കരികിലേക്ക് ഓടിയെത്തി. മലയുടെ തെക്കുവശത്തുകൂടി വലിയൊരു സംഘം ആളുകളെയും നയിച്ചുകൊണ്ട് മലമുകളിലേക്ക് വരുന്ന ലഹീത്വയെ അവർക്ക് വ്യക്തമായി കാണാം.

"അയാൾ ചുരത്തിന് മുന്നിലെ ആളുകളെ ഉപയോഗിച്ച് നമ്മുടെ ശ്രദ്ധ തിരിച്ചുകളഞ്ഞു. ആ സമയംകൊണ്ട് മലചുറ്റി വന്ന് തെക്കുഭാഗത്തുകൂടി നമുക്കരികിലെത്തിയിരിക്കുകയാണയാൾ."

ഖാസിമിന്റെ ദേഷ്യം കണ്ടതും ആവേശം തുളുമ്പുന്ന ശരീരത്തോടെ ഹസൻ പറഞ്ഞു:

"അവൻ നടന്നടുക്കുന്നത് സ്വന്തം മരണത്തിലേക്കാണ് നോക്കിക്കോളൂ."

"നാം വിജയം നേടിയേ തീരൂ. വിജയിക്കുകയും ചെയ്യും."

ഖാസിമിന്റെ വാക്കുകൾ കേട്ടതും മലയിലുള്ളവർ ബലിഷ്ഠമായ കരങ്ങൾപോലെ അയാൾക്ക് ഇരുവശവുമായി നിരന്നുനിന്നു. ഉയർത്തിപ്പിടിച്ച കുറുവടികളുമായി പാഞ്ഞ് വരുന്ന ശത്രുനിരയെ കണ്ടാൽ മുള്ളുകൾ വളർന്നുനിൽക്കുന്ന ഇടമാണെന്ന് തോന്നിപ്പോകും. ആളുകളെ തിരിച്ചറിയാൻ സാധിക്കുമെന്നായതോടെ സ്വാദിഖ് പറഞ്ഞു:

"അക്കൂട്ടത്തിൽ ജൽത്വയെ കാണാനില്ല. ഹജ്ജാജുമില്ല."

ജൽത്വയും ഹജ്ജാജും മലയടിവാരത്തിൽ ചുരത്തിലേക്കുള്ള പാത ഉപരോധിക്കുന്നവരെ നയിക്കുകയായിരിക്കുമെന്ന് ഖാസിമിന് മനസ്സിലായി. എന്ത് വില കൊടുക്കേണ്ടിവന്നാലും അവർ ചുരത്തിലേക്ക് ആക്രമണം നടത്താനിടയുണ്ടെന്ന് ഊഹിക്കുകയും ചെയ്തു. എങ്കിലും തന്റെ തോന്നലുകൾ അയാൾ ആരോടും പങ്കുവെച്ചില്ല. കൈയിലിരുന്ന കുറുവടി വീശിക്കൊണ്ട് ഖാസിം ഏതാനും ചുവടുകൾ മുന്നോട്ടുവച്ചു. കൂടെയുള്ളവരും തങ്ങളുടെ കൈവശമുള്ള വടികളിൽ പിടുത്തം മുറുക്കി.

"തേവിടിശ്ശികളുടെ മക്കളേ, നിന്നെയൊക്കെ മര്യാദയ്ക്കൊരു ശവക്കുഴിയിൽ കുഴിച്ചിടാൻപോലും അനുവദിക്കില്ല, നോക്കിക്കോളൂ."

ലഹീത്വയുടെ അലർച്ച കേൾക്കാം. ഖാസിം ആക്രമണത്തിനായി മുന്നോട്ട് കുതിച്ചവതും ഒപ്പമുള്ളവരും കൂടെച്ചേർന്നു. മറുവശത്തുള്ളവരും കൂടി കൽവർഷംപോലെ മുന്നോട്ടുവന്നതോടെ കുറുവടികൾ കൂട്ടിയടിക്കാൻ തുടങ്ങി. അമർഷവും ആരവവുമുയർന്നു. അതേസമയംതന്നെ മലമുകളിൽ പ്രതിരോധം തീർത്ത സ്ത്രീകൾ ചുരത്തിന് താഴെ നിന്നവർക്ക് നേരെ കല്ലുകൾ തുരുതുരാ എറിയാൻ തുടങ്ങി. ഖാസിമിന്റെ ആൾക്കാരിൽപ്പെട്ട ഓരോരുത്തരും ശത്രുനിരയിൽപ്പെട്ട ആരെങ്കിലുമായി ഏറ്റുമുട്ടുകയാണ്. ഖാസിമും ദിൻജിലുമായുള്ള പോരാട്ടം അതിരൂക്ഷവും

തന്ത്രപരവുമായിരുന്നു. ലഹീത്വയുടെ കുറുവടികൊണ്ടുള്ള പ്രഹരമേറ്റ് ഹംറൂശിന്റെ തോളെല്ല് തകർന്നു. സ്വാദിഖും സൈൻഹുമും തമ്മിലുള്ള സംഘട്ടനം വളരെ നേരം നീണ്ടുനിന്നു. എന്നാൽ ഹസന്റെ രൂക്ഷമായ കുറുവടി പ്രയോഗമേറ്റ് സൈൻഹും നിലംപതിച്ചുപോയി. സുഖ്‌ല കഴുത്തിൽ ലഹീത്വയുടെ അടിയേറ്റ് കമഴ്ന്ന് വീണു. ദിൻജിലിന്റെ ചെവിയിൽ മുറിവേൽപ്പിക്കാൻ ഖാസിമിനായി. മുറിവേറ്റതും അലറിവിളിച്ചു കൊണ്ട് പിന്തിരിഞ്ഞോടിയ ദിൻജിൽ അടിതെറ്റി നിലത്ത് വീണു.

സൈൻഹുമാകട്ടെ സ്വാദിഖിന് നേരെ വീണ്ടും ശക്തമായൊരാക്രമണം നടത്തി. എന്നാൽ സ്വാദിഖ് അയാളുടെ വയറിൽ ആഞ്ഞടിച്ചതും സൈൻഹുമിന്റെ കരങ്ങൾ നിശ്ചലമായിപ്പോയി. രണ്ടാമത്തെ പ്രഹരം കൂടി കിട്ടിയതും അയാളുടെ അടിതെറ്റി. ഹഫ്നാവിയെ തറ പറ്റിച്ച ഖുർദയ്ക്ക് പക്ഷേ വിജയം ആസ്വദിക്കാനായില്ല. അതിനുമുമ്പേ ലഹീത്വ ഖുർദയുടെ കൈ അടിച്ചൊടിച്ചുകളഞ്ഞിരുന്നു. ഹസന്റെ കുറുവടി ലഹീത്വയുടെ നേരെ ഉയർന്ന് പൊങ്ങിയതാണ്. എന്നാൽ സമർത്ഥമായി ഒഴിഞ്ഞുമാറിയ തെരുവ്ദാദ ഹസനെ തിരിച്ചടിക്കാനായി കുറുവടി ഉയർത്തി. എന്നാൽ ആ അടി ഖാസിം തന്റെ വടികൊണ്ട് തടഞ്ഞു. മൂന്നാമത്തെ പ്രഹരമേൽപ്പിക്കാനായി അബൂഫിസാദ കാറ്റ് കണക്കെ പാഞ്ഞടുത്തെത്തിയെങ്കിലും ലഹീത്വയുടെ തലകൊണ്ടുള്ള ഇടിയേറ്റ് അയാളുടെ മൂക്ക് തകർന്നുപോയി. ആരാലും തടുക്കാനാവാത്തൊരു ശക്തിമാനെപ്പോലെയായിരുന്നു ലഹീത്വയുടെ ഭാവം!

പോരാട്ടം കടുത്തുകൊണ്ടേയിരുന്നു. കുറുവടികൾ രൂക്ഷമായി കൂട്ടി മുട്ടുന്നത് തുടർന്നു. ഒപ്പം ചീത്തവിളികളും ശാപവാക്കുകളും പ്രളയം പോലെ പുറത്തേക്ക് ചീറ്റുന്നു. കത്തുന്ന സൂര്യരശ്മികൾക്ക് കീഴിൽ രക്തം ചാലിട്ടൊഴുകുകയാണ്. ഇരുപക്ഷത്തേയും പരിക്കേറ്റയാളുകൾ നിലത്തുവീണ് കിടക്കുന്നു. ആരും പ്രതീക്ഷിക്കാത്ത ധീരോദാത്തമായ പോരാട്ടവീര്യം കടുത്തതോടെ ലഹീത്വയുടെ പകയും ആക്രമണങ്ങളുമൊക്കെ നേരെ ഇരട്ടിയായി.

മറുവശത്ത് ഈ അവസരം മുതലാക്കി ലഹീത്വയെ ആക്രമിക്കാൻ തനിക്കൊപ്പം ചേരാൻ ഖാസിം ഹസനോടും അജ്റമയോടും കല്പിച്ചു. അതിലൂടെ അക്രമിസംഘത്തിന്റെ നട്ടെല്ല് തകർക്കുകയാണ് ലക്ഷ്യം. ഇതിനിടയ്ക്ക് മലഞ്ചുരം സംരക്ഷിച്ചുകൊണ്ടിരുന്ന സ്ത്രീകളിലൊരാൾ ഓടിയടുത്തെത്തി. അലറി വിളിച്ചു:

“അടിവാരത്തുള്ളവർ പലകകൾ മറയാക്കി ചുരം കയറിവരികയാണ്.”

ഇതുകേട്ടതും മലമുകളിലുള്ളവരുടെ നെഞ്ച് കിടുങ്ങിപ്പോയി. അതു കണ്ടതും ലഹീത്വ വീണ്ടുമലറി:

“തേവിടിശ്ശികളുടെ മക്കളേ, നിന്നെയൊക്കെ മര്യാദയ്ക്കൊരു ശവക്കുഴിയിൽ കുഴിച്ചിടാൻപോലും അനുവദിക്കില്ല, നോക്കിക്കോളൂ.”

“അക്രമിസംഘം മുകളിലേക്ക് കയറിയെത്തുന്നതിനുമുമ്പ് തന്നെ വിജയം നേടൂ...”

ഖാസിം തന്റെ ആളുകളെ നോക്കി അലറിവിളിച്ചു. ശേഷം ഹസന്റെയും അജ്റമയുടെയും ഒപ്പം ലഹീത്വയുടെ നേർക്ക് ഓടിയടുത്തു. ദാദ ശക്തിമായൊരു പ്രഹരമേല്പിക്കാൻ ശ്രമിച്ചെങ്കിലും ഖാസിം അത് തന്റെ വടികൊണ്ട് തടഞ്ഞു. അജ്റമ ലഹീത്വയെ മർദ്ദിക്കാൻ തുനിഞ്ഞെങ്കിലും അതിനുമുമ്പ് തന്നെ തെരുവ്ദാദ അജ്റമയുടെ മുഖത്തടിച്ചു കഴിഞ്ഞിരുന്നു. ലഹീത്വയുടെ മുന്നിലേക്ക് ചാടിവീണ ഹസനും ദാദയും തമ്മിൽ പരസ്പരം ഏറ്റുമുട്ടാൻ തുടങ്ങി. എതിരാളിയുടെ ദേഹത്തേക്ക് ഹസൻ ചാടി വീണു. ശേഷം അവർ ഇരുവരും ഭീകരമായ പോരാട്ടത്തിലമർന്നു. അപകടം തിരിച്ചറിഞ്ഞതും മലഞ്ചെരുവിൽ നിൽക്കുകയായിരുന്ന സ്ത്രീകൾ ഉറക്കെ നിലവിളിച്ചു. അക്കൂട്ടത്തിൽ ചിലർ ഓടിയൊളിക്കുകയും ചെയ്തു.

ഖാസിം ഉടനെതന്നെ സ്വാദിഖിനെയും കുറച്ചനുയായികളെയും മലഞ്ചെരുവിലേക്ക് നിയോഗിച്ചു. ശേഷം ലഹീത്വയുടെ നേർക്ക് തിരിഞ്ഞു. എന്നാൽ സിഹ്‌ലിഫ എന്നൊരാൾ ഇടയ്ക്കു കയറിവന്നു. അതോടെ പോരാട്ടം അവർ തമ്മിലായി. സർവ്വശക്തിയുമെടുത്ത് ഹസൻ ലഹീത്വയെ പിറകിലേക്ക് പിടിച്ചുതള്ളിയതും അയാൾ ഒരു ചുവട് പിറകിലേക്ക് പോയി. ശേഷം ലഹീത്വയുടെ കണ്ണുകളിലേക്ക് കാർക്കിച്ച് തുപ്പിക്കൊണ്ട് ഒരലർച്ചയോടെ ഹസൻ അയാളുടെ കാലിൽ ആഞ്ഞുചവിട്ടി. ആക്രമണത്തിൽ ലഹീത്വയുടെ ഒരു കാലൊടിഞ്ഞുപോയി.

പിന്നീട് മിന്നൽവേഗതയിലാണ് ഹസൻ കുനിഞ്ഞ് ചെന്ന് ലഹീത്വയെ ആക്രമിച്ചത്. ക്രുദ്ധനായൊരു കാളക്കൂറ്റനെപ്പോലെ ഹസൻ അയാളുടെ വയറിൽ ആഞ്ഞുതൊഴിച്ചു. സമനില തെറ്റിയ ലഹീത്വ നിലത്തേക്ക് മലർന്നടിച്ച് വീണു. അയാളുടെ ദേഹത്തേക്ക് ചാടിക്കയറിയ ഹസൻ തന്റെ കുറുവടി സർവ്വശക്തിയുമെടുത്ത് ലഹീത്വയുടെ കഴുത്തിൽ ഇരുകൈയുംകൊണ്ട് ഞെരിഞ്ഞമർത്താൻ തുടങ്ങി. നിലത്ത് വീണു കിടക്കുന്ന തെരുവ്ദാദയുടെ സഹായത്തിനായി ചിലരോടിയടുത്തെത്തിയെങ്കിലും ഖാസിമും സുഹൃത്തുക്കളും ചേർന്ന് അവരെ നേരിട്ടു. കാലിട്ടടിക്കാൻ തുടങ്ങിയ ലഹീത്വയുടെ കണ്ണുകൾ പുറത്തേക്ക് തള്ളിവന്നു. മുഖമാകെ രക്തംകൊണ്ട് നിറഞ്ഞതും അയാൾക്ക് ശ്വാസംകിട്ടാതായി. പെട്ടെന്ന് ഹസൻ തന്റെ ശക്തിഹീനനായ എതിരാളിയുടെ മുകളിലേക്ക് ചാടിക്കയറിയശേഷം കൈയിലിരുന്ന കുറുവടി വന്യതയോടെ ലഹീത്വയുടെ തലയിലടിച്ചു. അടികൊണ്ടതും അയാളുടെ തലയോട്ടി തകർന്നു. ലഹീത്വയുടെ കഥകഴിഞ്ഞതും ഇടിവെട്ടുന്ന ഒച്ചയിൽ ഹസൻ അലറിവിളിച്ചു:

“ലഹീത്വ ചത്തേ... നിന്റെയൊക്കെ ദാദ ചത്തെടാ... നോക്കിനെടാ ഇവന്റെ ശവത്തിലേക്ക്...”

ലഹീത്വയുടെ അപ്രതീക്ഷിതമായ മരണം ഭീകരമായ പ്രതികരണമാണ് സൃഷ്ടിച്ചത്. പോരാളികളിൽ ഒരു കൂട്ടരുടെ ആത്മവിശ്വാസം ഇരട്ടിച്ചപ്പോൾ എതിരാളികളുടേത് വളരെ ദുർബലമായിപ്പോയിരുന്നു. കടുത്ത പോരാട്ടത്തിനിടയിലും നിരാശയും പ്രതീക്ഷയും മനസ്സുകളിൽ നിറഞ്ഞു. ഹസൻ ഖാസിമിനൊപ്പം പൊരുതാൻ തുടങ്ങി. അയാളുടെ ഒരു പ്രഹരംപോലും പാഴായില്ല. പോർക്കളത്തിൽ ചിലർ ഉറച്ചുനിന്നെങ്കിൽ മറ്റ് ചിലർ ഓടിയൊളിക്കാൻ ശ്രമിച്ചുകൊണ്ടിരുന്നു. കുറുവടികൾ ഉയർന്നുപൊങ്ങുന്നുണ്ടായിരുന്നു അപ്പോഴും. പൊടിപാറിക്കൊണ്ടിരിക്കുന്നതിനിടയിൽ പോരാളികൾക്കിടയിൽ പെട്ടെന്നൊരു ക്ഷീണം പടർന്നുപിടിച്ചു. ആളുകളുടെ ഉള്ളുകളിൽനിന്നും ശാപവാക്കുകളും അലർച്ചകളും അസഭ്യങ്ങളും വിലാപങ്ങളും ഭീഷണികളും പുറത്തേക്ക് വരുന്നുണ്ടായിരുന്നു അപ്പോഴും. ഓരോ കുറച്ച് നിമിഷങ്ങൾ കൂടുന്തോറും ഏതെങ്കിലുമൊരാൾ അടിയേറ്റ് നിലത്തേക്ക് വീഴും. അല്ലെങ്കിൽ പേടിച്ച് പിന്തിരിഞ്ഞോടും. അടിയേറ്റ് വീണവരെക്കൊണ്ട് നിറഞ്ഞിരിക്കുകയാണ് പോർക്കളമാകെ. വെയിലേറ്റ് നിലത്തെ രക്തക്കളമാകെ തിളങ്ങുന്നുണ്ടായിരുന്നു.

ഖാസിം മലഞ്ചെരുവിലെ ചുരം വന്നവസാനിക്കുന്ന ഇടത്തിലേക്ക് തിരിഞ്ഞു. അവിടത്തെ അവസ്ഥയെന്തായിരിക്കുമെന്ന അസ്വസ്ഥതയായിരുന്നു മനസ്സിലാകെ. കടുത്ത സമ്മർദ്ദത്തോടെ സ്വാദിഖും കൂട്ടരും ചുരത്തിലേക്ക് കുട്ടകളിൽ ശേഖരിച്ച കല്ലുകൾ വലിച്ചെറിഞ്ഞുകൊണ്ടിരിക്കുന്ന കാഴ്ച കണ്ടതും കയറിവന്നുകൊണ്ടിരിക്കുന്ന അപകടത്തിന്റെ തീവ്രത മനസ്സിലായി. തന്റെ ഭാര്യയടക്കമുള്ള സ്ത്രീകൾ സഹായത്തിനായി നിലവിളിക്കുന്നത് കേൾക്കാം. കൽവർഷത്തിനിടയിലും ചുരം കയറി എത്തുന്നവരെ നേരിടാൻ തയ്യാറായി കുറുവടികൾ ഉയർത്തിനിൽക്കുകയാണ് സ്വാദിഖിന്റെ കൂടെയുള്ളവരിൽ ചിലർ.

അപകടത്തിന്റെ ഗൗരവം തിരിച്ചറിഞ്ഞതും ഖാസിം ലഹീത്വയുടെ ശവശരീരം കിടന്ന ഇടത്തേക്ക് കുതിച്ചു. തെരുവിലെ ആളുകൾ ഓടിമാറിയതിനെത്തുടർന്ന് ലഹീത്വയുടെ ശരീരം കിടന്ന ഇടത്ത് പോരാട്ടം കഴിഞ്ഞിരുന്നു. ഖാസിം ലഹീത്വയുടെ ശവശരീരവും വലിച്ചിഴച്ചുകൊണ്ട് ചുരത്തിനരികിലേക്ക് ഓടി. സ്വാദിഖിനെ നോക്കി ഖാസിം അലറിവിളിച്ചതും സ്വാദിഖും കൂടി ഓടി അരികിലെത്തി. അവരിരുവരും ചേർന്ന് ലഹീത്വയുടെ ശവശരീരം ചുരത്തിനരികിലേക്ക് എടുത്തുകൊണ്ടുപോയി. ശവശരീരം ചുരത്തിലേക്ക് വലിച്ചെറിഞ്ഞു. നിലത്ത് വീണ ശരീരം ഉരുണ്ടുചെന്ന് പലകകൾ പരിചകളാക്കി ചുരം കയറിക്കൊണ്ടിരുന്ന ശത്രുക്കളുടെ കാലടികളിലേക്ക് വീണു. വല്ലാത്ത ആശയക്കുഴപ്പമാണ് ഇത് ശത്രുക്കളിൽ സൃഷ്ടിച്ചത്. കോപംകൊണ്ട് ഹജ്ജാജ് അലറിവിളിക്കുന്നത് കേട്ടു:

“മലമുകളിലേക്ക് കയറൂ... മുന്നോട്ട് നീങ്ങൂ... അക്രമികളുടെ കഥ കഴിക്കൂ!”

ഖാസിമാകട്ടെ ആത്മസംയമനം നഷ്ടപ്പെടാതെ പരിഹാസം ചൊരിഞ്ഞു.

"കയറിവാടാ... ഇതാ നിങ്ങളുടെ ദാദയുടെ ശവം. മറ്റുള്ളവരുടെ ശവങ്ങൾ ഇവിടെ കിടപ്പുണ്ട്. കയറിവാടാ... ഞങ്ങളിവിടെ കാത്തിരിക്കുകയാണ്. നിങ്ങളെയും നോക്കി."

ഖാസിമിന്റെ സന്ദേശം ലഭിച്ചതും മലവാസികളായ സ്ത്രീകളും പുരുഷന്മാരും ചേർന്ന് മഴപോലെ കല്ലുകൾ വാരിയെറിയുന്നത് തുടർന്നു. അതോടെ ആക്രമിക്കാനെത്തിയവരിലെ മുന്നണിപ്പോരാളികൾ മുന്നോട്ട് കയറുന്നത് നിർത്തുകയും ഹജ്ജാജിന്റെയും ജൽത്വയുടെയും നിർബന്ധമൊക്കെ അവഗണിച്ചുകൊണ്ട് പതിയെ പിന്മാറാനും തുടങ്ങി.

"ജൽത്വാ... ഹജ്ജാജ്... കയറിവാടാ... ഓടിപ്പോകാതെ."

ഖാസിമിന്റെ വെല്ലുവിളി കേട്ടതും ജൽത്വ വെറുപ്പോടെ തിരിച്ചടിച്ചു.

"ആണുങ്ങളാണെങ്കിൽ ഇറങ്ങിവാടാ താഴേക്ക്... ഇറങ്ങിവാടാ പെൺകോന്തന്മാരേ... നായിന്റെ മക്കളേ..."

പിൻതിരിഞ്ഞോടുന്ന ആൾക്കൂട്ടത്തിന് നടുവിൽനിന്നുകൊണ്ട് ഹജ്ജാജ് അലറിവിളിച്ചു:

"എടാ വൃത്തികെട്ട ആട്ടിടയാ... നിന്റെ രക്തം കുടിക്കാതെ ഞാനിനി ജീവിച്ചിരിക്കില്ല!"

ഖാസിം ഒരു കല്ല് കൈയിലെടുത്തശേഷം സർവ്വശക്തിയുമെടുത്ത് താഴേക്കെറിഞ്ഞു. അതോടെ കൽവർഷം പുനരാരംഭിച്ചു. പിന്തിരിഞ്ഞോടുന്നവരുടെ എണ്ണം നേരത്തേതിലും അധികമായി. അവസാനം ഏതാണ്ടെല്ലാവരും പിന്തിരിഞ്ഞോടി എന്നുതന്നെ പറയാം. നെറ്റിയിലെ രക്തം തുടച്ചുനീക്കിക്കൊണ്ട് ഹസൻ അരികിലേക്ക് വന്നു.

"യുദ്ധം കഴിഞ്ഞു. ബാക്കിയുള്ളവന്മാരൊക്കെ തെക്കേ ദിക്കിലേക്ക് തിരിഞ്ഞോടിയിരിക്കുകയാണ്."

"നമ്മുടെ ആളുകളോട് അവരെ പിന്തുടരാൻ പറയുക?"

"നിങ്ങളുടെ കവിളിൽനിന്നും വായിൽനിന്നും രക്തമൊലിക്കുന്നുണ്ടല്ലോ?"

സ്വാദിഖിന്റെ വാക്ക് കേട്ടതും ഖാസിം കൈപ്പത്തികൊണ്ട് വായും കവിളും തുടച്ചു. അതോടെ മുഖത്താകെ രക്തമയമായി.

"നമ്മുടെ കൂട്ടത്തിൽ എട്ടുപേര് കൊല്ലപ്പെട്ടു. ജീവനോടെയുള്ളവർക്ക് വലിയ പരിക്കുകളേറ്റിട്ടുണ്ട്. കൂടുതലൊന്നും ചെയ്യാനാകാത്തവിധം അശക്തരാണവർ."

ഹസന്റെ വാക്കുകൾ കേട്ടതും ഖാസിം കൽവർഷത്തിനിടയിലൂടെ ചുരത്തിന് താഴേക്ക് തിരിഞ്ഞോടുന്ന ശത്രുക്കളുടെ നേരെ നോക്കി.

“അവർ മുകളിലേക്ക് കയറിവരുന്നത് തുടർന്നിരുന്നെങ്കിൽ എതിർക്കാൻ ഒറ്റയൊരാളെപ്പോലും മലമുകളിൽ കാണില്ലായിരുന്നു എന്നതാണ് വാസ്തവം.”

ഖാസിമിന്റെ രക്തംപുരണ്ട കവിളിൽ ചുംബിച്ചശേഷം സ്വാദിഖ് തുടർന്നു പറഞ്ഞു:

“നിങ്ങളുടെ ബുദ്ധിയാണ് നമ്മെ രക്ഷിച്ചത്.”

ചുരത്തിന്റെ മുകൾഭാഗത്ത് കാവൽ നിൽക്കാൻ രണ്ടുപേരോട് ഖാസിം കല്പിച്ചു. ബാക്കിയുള്ളവരോട് പിന്തിരിഞ്ഞോടിയ ശത്രുക്കൾക്കു പിന്നാലെ ചെന്ന് വിവരങ്ങൾ ശേഖരിക്കാനും നിർദ്ദേശിച്ചു. ശേഷം സ്വാദിഖിനും ഹസനുമൊപ്പം പരിക്ഷീണിതരായി മൈതാനത്തിലേക്ക് ചെന്നു. അവിടെയാകട്ടെ ശവങ്ങൾ മാത്രമാണുണ്ടായത്. ഒരു കൂട്ടക്കൊല തന്നെയാണവിടെ നടന്നത്. തികച്ചും ഭീകരമായൊരു പോരാട്ടം! ഖാസിമിന്റെ കൂട്ടത്തിൽ എട്ടുപേർ കൊല്ലപ്പെട്ടു. ശത്രുനിരയിലാകട്ടെ ലഹീത്വയെക്കൂടാതെ പത്തുപേർ കൊല്ലപ്പെട്ടു. ഖാസിമിന്റെ കൂട്ടത്തിൽ ജീവനോടെ ഉള്ളവരിൽ ഒടിവോ മുറിവോ ഇല്ലാത്ത ഒറ്റയൊരാൾ പോലുമില്ലായിരുന്നു. കുടിലുകളിലേക്ക് തിരികെച്ചെന്ന അവരുടെ മുറിവുകൾ വച്ചുകെട്ടുകയായിരുന്നു സ്ത്രീകൾ. കൊല്ലപ്പെട്ടവരുടെ കുടിലുകളിൽനിന്ന് കരച്ചിലും നിലവിളികളുമുയരുന്നു. ആശങ്കയോടെ ഓടിവന്ന ബദ്രിയ്യ ഭർത്താവിനെയും സുഹൃത്തുക്കളെയും കുടിലിലേക്ക് കൂട്ടിക്കൊണ്ടുപോയശേഷം മുറിവുകൾ കഴുകി വൃത്തിയാക്കി. ഇഹ്സാനെയും ഒക്കത്തെടുത്തു കൊണ്ട് വന്ന സക്കീന ഏങ്ങലടിച്ച് കരയുകയാണ്.

ആകാശത്ത് കത്തിജ്ജ്വലിച്ച് നിൽക്കുന്ന സൂര്യൻ. ചുറ്റും പരുന്തുകളും കാക്കകളും പാറിപ്പറക്കുന്നു. അന്തരീക്ഷത്ത് നിന്ന് രക്തത്തിന്റെയും മണ്ണിന്റെയും ഗന്ധമാണെങ്ങും. ഇഹ്സാൻ നിർത്താതെ കരയുന്നുണ്ടെങ്കിലും ആരും ആ കുഞ്ഞിനെ ശ്രദ്ധിക്കുന്നതേയില്ല. കരുത്തനായ ഹസൻപോലും പതറിപ്പോകുന്ന അവസ്ഥ.

“ദൈവമേ ഞങ്ങളിൽനിന്ന് മരിച്ചവരോട് കരുണ കാണിക്കണേ...”

ദുഃഖം നിറഞ്ഞ സ്വരത്തിൽ സ്വാദിഖ് മന്ത്രിച്ചു.

“മരിച്ചവരോടും ജീവനോടെയുള്ളവരോടും ദൈവം ഒരുപോലെ കരുണ കാണിക്കട്ടെ!”

ഖാസിമിന്റെ പ്രാർത്ഥന കേട്ടതും ഹസൻ പെട്ടെന്നുതന്നെ ഉന്മേഷം വീണ്ടെടുത്തുകൊണ്ട് ശബ്ദമുയർത്തി:

“അധികം വൈകാതെ നാം അന്തിമവിജയം നേടും. രക്തദാഹത്തിന്റെയും ഭീകരതയുടെയും യുഗത്തിനോട് നമ്മുടെ തെരുവ് വിട പറയാൻ പോകുകയാണ്.”

“നശിക്കട്ടെ രക്തദാഹത്തിന്റെയും ഭീകരതയുടെയും കാലം!”

ഖാസിമും ഹസന്റെ അഭിപ്രായം പങ്ക് വയ്ക്കുകയായിരുന്നു.

എൺപത്തിയൊൻപത്

ഇതുപോലൊരു ദുരന്തത്തിന് തെരുവ് മുമ്പൊരിക്കൽപോലും സാക്ഷിയായിട്ടേയില്ല. മലയിലേക്ക് പോയവർ നിശ്ശബ്ദരായും സ്തംഭിച്ചും ക്ഷീണിതരുമായാണ് തിരികെ തെരുവിലേക്ക് മടങ്ങിയെത്തിയത്. തലയുയർത്താനാവാതെ നിലത്തേക്ക് നോക്കിനടക്കുകയാണവർ. തങ്ങൾക്ക് മുമ്പുതന്നെ പരാജയവാർത്ത തെരുവിലെത്തിച്ചേർന്നതായി അവർ തിരിച്ചറിഞ്ഞു. അവരുടെ വീടുകളിൽനിന്നും നിലവിളികളും ആക്രോശങ്ങളും ഉയർന്നുകേൾക്കാം. ഈ വാർത്ത മറ്റ് തെരുവുകളിലേക്കും ഇടവഴികളിലേക്കും കൂടി പ്രചരിച്ചതോടെ ജബലാവി തെരുവിന്റെ പേര് തന്നെ കളങ്കപ്പെടുന്ന അവസ്ഥയായി. അസൂയാലുക്കൾ തെരുവിന്റെ അവസ്ഥ പറഞ്ഞ് ആനന്ദിക്കാൻ തുടങ്ങി. പ്രതികാരം ഭയന്ന് 'മരുഭൂമിയിലെ എലികളു'ടെ കോളനിയിലുള്ളവർ പൂർണമായും സ്ഥലം വിട്ടിരിക്കുന്നു എന്ന കാര്യം വളരെ വ്യക്തമാണ്. വീടുകളിലും കടകളിലുമൊന്നും ആരെയും കാണാനില്ല. അവരെല്ലാം വിജയശ്രീലാളിതരായ തങ്ങളുടെ ആളായ ഖാസിമിനൊപ്പം ചേർന്നിട്ടുണ്ടാകുമെന്ന കാര്യത്തിൽ സംശയമേതുമില്ല. അതോടെ മലമുകളിലുള്ളവരുടെ എണ്ണവും ശക്തിയും വർദ്ധിച്ചിട്ടുണ്ടാകും. മരണം തളംകെട്ടിനിൽക്കുന്ന തെരുവിലാകെ ദുഃഖം നിറഞ്ഞുനിൽക്കുന്നു. അവരുടെ നിശ്വാസങ്ങളിൽ പകയും വെറുപ്പും പ്രതികാരദാഹവുമാണ് നിറഞ്ഞുനിൽക്കുന്നത്.

ഇനി ആരായിരിക്കും തെരുവിലെ പുതിയ ദാദ എന്നായിരുന്നു ജബൽ കോളനിയിലെ ആളുകൾ പരസ്പരം ചോദിച്ചത്. രിഫാഅ കോളനിയിലുള്ളവരും ചോദിച്ചത് ഇതേ കാര്യംതന്നെയാണ്. കൊടുങ്കാറ്റിൽ പൊടി പാറുന്നതുപോലെയാണ് തെറ്റിദ്ധാരണ എങ്ങും പരക്കുന്നതും. തെരുവിൽ പ്രചരിക്കുന്ന അപകടവാർത്തകളെക്കുറിച്ചറിഞ്ഞതും കങ്കാണി ഹജ്ജാജിനെയും ജൽത്വയേയും തന്റെ വീട്ടിലേക്ക് വിളിപ്പിച്ചു. രണ്ട് ഗുണ്ടകളും തങ്ങളുടെ കൂട്ടത്തിലെ ശക്തന്മാരായ ആളുകളെയും കൂട്ടിയാണ് സ്ഥലത്തെത്തിയത്. കങ്കാണിയുടെ വീട്ടിലെ സ്വീകരണമുറി അവരെക്കൊണ്ട് നിറഞ്ഞു. മുറിയുടെ ഇരുഭാഗത്തായി മാറിനിൽക്കുന്ന ഇരുസംഘത്തേയും കണ്ടാൽ പരസ്പരം കൂടിക്കലരുമോയെന്ന ഭയമാണവർക്കെന്ന് തോന്നിപ്പോകുന്നു. ഇത് ശ്രദ്ധിച്ചതും കങ്കാണിയുടെ ആശങ്ക ഇരട്ടിച്ചു.

"നം അനുഭവിച്ചുകൊണ്ടിരിക്കുന്നത് വലിയൊരു ദുരന്തമാണ്. എങ്കിലും നാമത് അതിജീവിക്കുകയാണിപ്പോൾ. ഇതിനൊന്നും നമ്മുടെ കഥ കഴിക്കാനാകില്ല. ഒത്തൊരുമിച്ച് നിന്നാൽ നമുക്കിപ്പോഴും വിജയം നേടാവുന്നതേയുള്ളൂ. നേരേമറിച്ച് ഭിന്നിക്കാനാണ് ഭാവമെങ്കിൽ നമ്മുടെ കഥ കഴിഞ്ഞു."

"അവസാനത്തെ പ്രഹരമേൽപ്പിക്കുന്നത് നാം തന്നെയായിരിക്കും. പിന്നെ നമുക്കിങ്ങനെയൊരു പ്രശ്നമുണ്ടാവുകയേ ഇല്ല."

ജബൽ കോളനിയിലെ ഒരാൾ പറയുന്നത് കേട്ടതും ഹജ്ജാജ് പറഞ്ഞു:

“മലമുകളിൽ കയറി ഒളിച്ചില്ലായിരുന്നെങ്കിൽ അവന്മാരുടെ കഥ ഇതിനകം കഴിഞ്ഞേനേ.”

“ഒട്ടകങ്ങൾപോലും ക്ഷീണിച്ച് മുട്ടുകുത്തിപ്പോകുന്ന തരത്തിലുള്ള ദൈർഘ്യമേറിയ കടുത്ത യാത്രയ്ക്കൊടുവിലാണ് ലഹീത്വ മലയിലുള്ള വരുമായി ഏറ്റുമുട്ടിയത്.”

“നിങ്ങൾ സ്വന്തം ഐക്യത്തെക്കുറിച്ച് പറയ്. എത്രമാത്രം ഒത്തൊരുമയുണ്ട് നിങ്ങൾക്ക്.”

കങ്കാണിയുടെ ദേഷ്യം കണ്ടതും ജൽത്വ പറഞ്ഞു:

“ദൈവകൃപകൊണ്ട് ഞങ്ങൾ എല്ലാവരും സഹോദരങ്ങളാണ്. അതങ്ങനെതന്നെ തുടരുകയും ചെയ്യും.”

“ഇതൊക്കെ നിങ്ങൾ വെറുതെ പറയുന്നതല്ലേ? എന്നാൽ ആളെണ്ണത്തിൽ കൂടുതലായിട്ടും നിങ്ങൾ ഇത്തരത്തിൽ ഇവിടെ എത്തിയതുതന്നെ സൂചിപ്പിക്കുന്നത് മനസ്സുകളിലെ ഭിന്നിപ്പുകളെയാണ്!”

“എന്നാലത് നമ്മുടെ പ്രതികാരദാഹംകൊണ്ടാണ്!”

ഹജ്ജാജിന്റെ വാക്കുകൾ കേട്ടതും കങ്കാണി വലിഞ്ഞ് മുറുകിയ ഞരമ്പുകളോടെ കൂടിനിന്നവരുടെ പ്രസന്നത തീരെയില്ലാത്ത മുഖങ്ങളിലേക്ക് മാറിമാറി നോക്കി.

“തുറന്നു പറയൂ. നിങ്ങൾ പരസ്പരം നോക്കുന്നത് ഒരു കണ്ണുകൊണ്ടാണെങ്കിൽ മറ്റേ കണ്ണുകൊണ്ട് തെരുവ് സംരക്ഷകന്റെ സ്ഥാനത്തിലേക്ക് നോക്കുകയല്ലേ? ഒഴിഞ്ഞുകിടക്കുന്ന ലഹീത്വയുടെ സ്ഥാനത്തിലേക്ക്. ഈ അവസ്ഥ തുടരുവോളം തെരുവിലുള്ളവർക്ക് സുരക്ഷിതത്വം ലഭിക്കാൻ പോകുന്നില്ല. ഇക്കാര്യം പറഞ്ഞ് നിങ്ങൾ തമ്മിൽ കുറുവടികളുയർത്തുമോയെന്നാണ് ഞാൻ ഭയക്കുന്നത്. അങ്ങനെയാണെങ്കിൽ നിങ്ങളെല്ലാവരും നശിക്കും. ഖാസിമും കൂട്ടരും നിങ്ങളെ വിഴുങ്ങുകയും ചെയ്യും.”

“അങ്ങനെ സഭവിക്കാതിരിക്കട്ടെ! ദൈവം കാക്കട്ടെ!”

ആളുകൾ ഒറ്റ സ്വരത്തിൽ ഉറക്കെപ്പറഞ്ഞു. കങ്കാണി വീണ്ടും ഉറച്ച സ്വരത്തിൽ ആവർത്തിച്ചു:

“തെരുവിലിപ്പോൾ രണ്ടു വിഭാഗക്കാർ മാത്രമേയുള്ളൂ. ജബലിന്റെയും രിഫാഅയുടെയും ആളുകൾ. അതുകൊണ്ടുതന്നെ രണ്ട് തെരുവ് സംരക്ഷകരുണ്ടാകട്ടെ. ഒരൊറ്റയാൾ തന്നെ വേണമെന്ന നിർബന്ധമില്ലല്ലോ? ഇക്കാര്യത്തിൽ നമുക്ക് പ്രതിജ്ഞ ചെയ്യാം. അങ്ങനെയാണെങ്കിലേ നമുക്ക് കലാപകാരികൾക്കെതിരെ ഒറ്റക്കെട്ടായി നിൽക്കാനാകൂ.”

ഭീതി ജനിപ്പിക്കുന്നതരത്തിലുള്ള നിശ്ശബ്ദതയ്ക്കുശേഷം ആളുകൾ മരവിപ്പോടെ ഒറ്റക്കെട്ടായി ശബ്ദിച്ചു:

"അതെ... അതെ..."

"പണ്ടുമുതലേതന്നെ ഈ തെരുവിലെ ഉത്തമരായ ജനമാണെങ്കിൽ പോലും ഞങ്ങളിത് അംഗീകരിക്കാൻ തയ്യാറാണ്."

ജൽത്വയുടെ വാക്കുകൾ കേട്ടതും ഹജ്ജാജ് പ്രതിഷേധിച്ചു.

"ഞങ്ങളും അംഗീകരിക്കാൻ തയ്യാറാണ്. എന്നാലിവിടെ ആരും യജമാനന്മാരുമല്ല, ആരും സേവകരുമല്ല. പ്രത്യേകിച്ച് 'മരുഭൂമിയിലെ എലികൾ' ഓടിപ്പോയശേഷം. അല്ലെങ്കിൽ തന്നെ ഈ തെരുവ് കണ്ടിട്ടുള്ള ഏറ്റവും വലിയ മാന്യനായിരുന്നു രിഫാഅ എന്ന കാര്യം ആർക്കാണ് നിഷേധിക്കാനാകുക?"

"ഹജ്ജാജേ... എനിക്കറിയാം നിന്റെ മനസ്സിലെന്താണെന്ന്."

ജൽത്വയുടെ പ്രകോപനം കേട്ടതും രിഫാഅകളുടെ കൂട്ടത്തിലൊരാൾ എന്തോ പറയാൻ തുനിഞ്ഞതാണ്. എന്നാലതിന് മുൻപേ കങ്കാണി പൊട്ടിത്തെറിച്ചു:

"എടോ, ആണുങ്ങളെപ്പോലെ വല്ലതും ചെയ്യാനാണോ അല്ലയോ എന്ന് പറയെടോ. നിങ്ങളുടെ ദൗർബല്യത്തെക്കുറിച്ച് എന്തെങ്കിലുമൊരു വാർത്ത പ്രചരിച്ചാൽ മലയിൽനിന്ന് ചെന്നായ്ക്കളെപ്പോലെ ആ 'മരുഭൂമിയിലെ എലികൾ' കുതിച്ചെത്തും. അതുകൊണ്ട് ഒറ്റക്കെട്ടായി നിൽക്കാൻ തയ്യാറാണോ അല്ലയോ എന്ന് പറയണം. അതോ ഞാൻ മറ്റെന്തെങ്കിലും വഴിനോക്കണോ?"

ആളുകൾ അവിടെയും ഇവിടെയുമായി സംസാരിക്കാൻ തുടങ്ങി.

"നാണക്കേടാണിത്."

"തെരുവിന് സർവ്വതും നഷ്ടപ്പെടാൻ പോകുകയാണ്."

എങ്കിലും ആളുകൾ നിസ്സഹായരായി കങ്കാണിയെത്തന്നെ നോക്കാൻ തുടങ്ങി:

"ഇപ്പോഴും ആളെണ്ണത്തിലും ശക്തിയിലും നിങ്ങൾതന്നെയാണ് മുന്നിൽ. എങ്കിലും വീണ്ടും മലയിലേക്കൊരു ആക്രമണം വേണ്ട."

ആളുകൾ ഒന്നും മനസ്സിലാകാത്തതുപോലെ തന്നെ നോക്കുന്നത് കണ്ടപ്പോൾ കങ്കാണി തുടർന്നു:

"നമുക്കവരെ മലമുകളിൽതന്നെ ഉപരോധിച്ച് നിർത്തണം. മലയിലേക്കുള്ള രണ്ട് വഴികളും നാം പിടിച്ചെടുക്കണം. അതോടെ അവർക്ക് ഒന്നുകിൽ വിശന്നു ചാവുകയോ, അല്ലെങ്കിൽ താഴേക്കിറങ്ങിവരാൻ നിർബന്ധിതരാവുകയോ മാത്രമേ വഴിയുണ്ടാകൂ. അങ്ങനെ അവന്മാരുടെ കഥ കഴിക്കാം."

“നല്ല ആശയമാണിത്. ഞാൻ ലഹീത്വയോട് പറഞ്ഞിരുന്നതായിരുന്നു മലമുകളിലുള്ളവരെ ആക്രമിക്കുന്നതിനു പകരം ഉപരോധിച്ചാൽ മതിയെന്ന്. എന്നാൽ അത് ഭീരുത്വമാണെന്ന് കരുതി ആക്രമണം നടത്താൻ നിർബന്ധിച്ചത് അയാളായിരുന്നു. ദൈവം അയാൾക്ക് ശാന്തി നൽകട്ടെ!”

ജൽത്വയുടെ വാക്കുകൾ ഹജ്ജാജും ശരിവച്ചു.

“ശരിയാണ്. ഇത് നല്ല ആശയം തന്നെയാണ്. പക്ഷേ നമ്മുടെ ആളുകൾക്ക് വിശ്രമം വേണം. അതുവരെ ഈ പദ്ധതി നീട്ടിവച്ചേ തീരൂ.”

സാഹോദര്യവും പരസ്പരസഹായവും പുലർത്തുമെന്ന് പ്രതിജ്ഞ ചെയ്യണമെന്ന് കങ്കാണി ആവശ്യപ്പെട്ടതും ആളുകൾ പരസ്പരം കൈകൊടുക്കുകയും സത്യം ചെയ്യാൻ തുനിയുകയും ചെയ്തു. തുടർന്നുള്ള ദിനങ്ങളിൽ എല്ലാവർക്കും മനസ്സിലായ കാര്യം ജൽത്വയും ഹജ്ജാജും തങ്ങളുടെ പരാജയഭാരം മറച്ചുപിടിക്കാനായി സ്വന്തം ആളുകളോട് പരുഷമായി പെരുമാറുകയാണെന്നാണ്. ലഹീത്വയുടെ മണ്ടത്തരമില്ലായിരുന്നെങ്കിൽ ഖാസിമിന്റെ ആളുകളെ അനായാസമായി നശിപ്പിക്കാൻ തങ്ങൾക്ക് കഴിയുമായിരുന്നെന്ന് അവർ ആളുകൾക്കിടയിൽ പ്രചരിപ്പിച്ചു. എന്നാൽ മലമുകളിലേക്ക് കയറിച്ചെല്ലാനുള്ള നിർബന്ധബുദ്ധിയാണത്രേ തെരുവിലുള്ളവരുടെ ശക്തിയും ധൈര്യവുമൊക്കെ ചോർത്തിക്കളഞ്ഞതും വളരെ ഭീകരമായ അവസ്ഥയിൽ ശത്രുക്കൾ അവരെ നേരിടുന്ന അവസ്ഥ സൃഷ്ടിച്ചതും. അവർ പറഞ്ഞതൊക്കെ ആളുകൾ വിശ്വസിച്ചു. ഇനി ആരെങ്കിലും സംശയം പ്രകടിപ്പിച്ചാൽ അവരെ ചീത്ത വിളിച്ചും ശാപം ചൊരിഞ്ഞും മർദ്ദിച്ചുമായിരിക്കും ഗുണ്ടകൾ നേരിടുക. തെരുവിന്റെ പുതിയ ദാദ ആരായിരിക്കണമെന്ന കാര്യത്തിൽ ഏറ്റവും കുറഞ്ഞത് പരസ്യമായെങ്കിലും ചർച്ച ചെയ്യാൻ ആരെയും ഗുണ്ടകൾ അനുവദിച്ചില്ല. എങ്കിലും കഞ്ചാവ്പുരകളിലിരുന്ന് കുറേയാളുകൾ അന്തിമവിജയം നേടിയ ശേഷം ആരായിരിക്കും ലഹീത്വയുടെ പിൻഗാമിയെന്ന കാര്യം ചർച്ച ചെയ്യുന്നുണ്ട്. അക്കൂട്ടത്തിൽ ജബൽ കോളനിയിലേയും രിഫാഅ കോളനിയിലേയും ആളുകളുണ്ടായിരുന്നു.

പക്ഷേ എല്ലാ പ്രതിജ്ഞകൾക്കും കരാറുകൾക്കുമപ്പുറം രഹസ്യമായൊരു സംശയത്തിന്റെ അന്തരീക്ഷം തെരുവിനെയാകെ ഗ്രസിച്ചിരിക്കുകയാണ്. ഓരോ ഗുണ്ടയും കൂടുതൽ ജാഗരൂകരാകുകയും തങ്ങളുടെ സഹായികൾക്കൊപ്പമല്ലാതെ പുറത്തേക്ക് പോകാതിരിക്കാൻ ശ്രദ്ധിക്കുകയും ചെയ്തു. അതേസമയം തന്നെ പ്രതികാരദിനത്തിനായുള്ള തയ്യാറെടുപ്പുകൾ ഒരു നിമിഷവും അവസാനിച്ചതുമില്ല. ജൽത്വയും അയാളുടെ ആളുകളും കമ്പോളത്തിനരികിലുള്ള മുഖത്തംപാതയിലും ഹജ്ജാജും കൂട്ടരും കോട്ടപാതയിലും തമ്പടിക്കാൻ തീരുമാനമായി. ഇരുസംഘങ്ങളും അവിടെത്തന്നെ ഉപരോധം തീർക്കും. ഇനി അത്

ഒരായുഷ്കാലം നീണ്ടാലും ശരിതന്നെ. സ്ത്രീകൾ സാധനങ്ങൾ വിൽക്കുകയും വാങ്ങുകയും ചെയ്യുന്ന പണികൾ നിർവ്വഹിക്കും. ഒപ്പം ഭക്ഷണം കൊണ്ടുവന്ന് നൽകും.

ഉപരോധത്തിനായി പുറപ്പെടാൻ തീരുമാനിച്ച ദിവസത്തിന് തലേന്ന് വൈകുന്നേരം തെരുവിലുള്ളവർ കഞ്ചാവ്പുരകളിൽ സംഘടിച്ചു. മദ്യം ശേഖരിച്ച പാത്രങ്ങളുമായി എത്തിയ ആളുകൾ ആവോളം കുടിക്കുകയും അർദ്ധരാത്രിവരെ പുകവലിക്കുകയും ഉന്മാദികളായി തുടരുകയും ചെയ്തു.

രിഫാഅ കോളനിയിലെ തന്റെ വീടിന് മുന്നിൽ ഹജ്ജാജ് എത്തിയതും സ്വന്തം ആളുകളോട് യാത്ര പറഞ്ഞു. തീർത്തും സന്തോഷവാനും ആനന്ദത്തിലുമായിരുന്ന ഗുണ്ട വീടിന്റെ വാതിൽ തള്ളിത്തുറന്ന് അകത്തളത്തിലേക്ക് നീങ്ങി.

“ആദ്യം നമ്മൾ...”

എന്തോ പറയാൻ ശ്രമിച്ചെങ്കിലും അത് മുഴുവനാക്കുന്നതിന് മുൻപ് ഒരു നിഴൽ ഹജ്ജാജിനെ പിറകിൽനിന്ന് കടന്നുപിടിച്ചു. ഒരു കൈകൊണ്ട് വായ പൊത്തിപ്പിടിച്ചശേഷം മറ്റേ കൈയിലിരുന്ന കഠാരി നെഞ്ചിലേക്ക് കുത്തിയിറക്കി. ഹജ്ജാജ് അജ്ഞാതന്റെ കൈകളിൽ കിടന്ന് ശക്തിയോടെ പിടഞ്ഞെങ്കിലും ആ പിടി അയഞ്ഞതേയില്ല. ഒച്ചയുണ്ടാക്കാനും സാധിക്കുന്നില്ല. പിന്നെ പതിയെ നിലത്ത് കിടത്തുമ്പോൾ ആ കൂരിരുട്ടിൽ അനക്കമറ്റ അവസ്ഥയിലായിരുന്നു ഹജ്ജാജിന്റെ ശരീരം.

തൊണ്ണൂറ്

പിറ്റേദിവസം രാവിലെ തെരുവ് ഉറക്കമുണർന്നത് അതിശക്തമായ ഒച്ചപ്പാടോടെയായിരുന്നു. ശബ്ദം കേട്ടതും ജനാലകൾ തുറന്ന് ആളുകൾ പുറത്തേക്ക് തലനീട്ടാൻ തുടങ്ങി. രിഫാഅ കോളനിയിലെ ഗുണ്ട ഹജ്ജാജ് താമസിച്ചിരുന്ന വീടിന് നേർക്ക് ഓടിയടുക്കുകയാണ് ആളുകൾ. അതിനുമുൻപ് തന്നെ അവിടമാകെ ആളുകൾ നിറഞ്ഞിരുന്നു. വിലാപങ്ങളും അലർച്ചകളുമാണ് അന്തരീക്ഷമാകെ. വീടിനുള്ളിലെ അകത്തളത്തിൽ നിറഞ്ഞുനിൽക്കുന്ന സ്ത്രീപുരുഷന്മാരായ ആളുകൾ അഭിപ്രായം പറയുകയും ചോദ്യങ്ങൾ ചോദിക്കുകയുമാണ്. കരഞ്ഞു ചുവന്ന കണ്ണുകൾ കടുത്ത അപകടത്തെ സൂചിപ്പിക്കുന്നു. തെരുവിലെ സർവ കെട്ടിടങ്ങളിലും വീടുകളിലും നിലവറകളിലുമുള്ളവർ രിഫാഅ കോളനിയിലേക്ക് കുതിച്ചെത്തുകയാണ്. അധികം വൈകാതെ ജൽത്വയും കൂട്ടാളികളും സ്ഥലത്തെത്തി. ആളുകൾ വഴിമാറിക്കൊടുത്തതും അവർ അകത്തളത്തിലേക്ക് കയറിച്ചെന്നു.

“എത്ര ഭീകരമായ ദുരന്തമാണിത്! ഹജ്ജാജ് നിങ്ങൾക്ക് പകരം ഞാനായിരുന്നു മരിച്ചതെങ്കിൽ!”

ജൽത്വയുടെ വാക്കുകൾ കേട്ടതും കരഞ്ഞുകൊണ്ടിരുന്നവർ കരച്ചിൽ നിർത്തി. അലറുന്നവരുടെ ഒച്ചകളും പ്രതിഷേധക്കാരുടെ ചോദ്യങ്ങളും നിലച്ചു. എന്നാൽ മാന്യമായ ഒരൊറ്റ വാക്കുപോലും ജൽത്വയ്ക്ക് കേൾക്കാനായില്ല.

“വൃത്തികെട്ട ചതിയാണിത്. തെരുവ് സംരക്ഷകന്മാരിലൊരാൾ മറ്റൊരാളെ ഇങ്ങനെ ചതിക്കുകയേ ഇല്ല. പക്ഷേ ആട്ടിടയനും തെണ്ടിയുമായ ഖാസിം അങ്ങനെയല്ലല്ലോ? അവന്റെ ശവം നായ്ക്കൾക്ക് തിന്നാനിട്ടുകൊടുക്കുന്നതുവരെ ഞാനിനി വിശ്രമിക്കുകയേ ഇല്ല!”

“അഭിനന്ദനങ്ങൾ ജൽത്വാ. ഇനി നിങ്ങളാണല്ലോ തെരുവിന്റെ ദാദ?”

വിഷമം സഹിക്കാനാകാതെ ഒരു സ്ത്രീ പൊട്ടിത്തെറിച്ചത് കേട്ടതും ജൽത്വയുടെ മുഖം ദേഷ്യംകൊണ്ട് വിവർണമായി. അയാൾക്കരികിൽ നിന്നവരൊക്കെ നിശ്ശബ്ദരായെങ്കിലും പിറകിൽ നിന്നവർക്കിടയിൽ ചെറിയ മുറുമുറുപ്പുയരുന്നുണ്ടായിരുന്നു.

“ഈ ദുരന്തദിനത്തിലെങ്കിലും പെണ്ണുങ്ങൾ ഒന്ന് വായടയ്ക്കുമോ?”

“ബുദ്ധിയുള്ളവർക്കൊക്കെ കാര്യം മനസ്സിലാകും.”

ആ സ്ത്രീ തിരിച്ചടിച്ചു. ആളുകൾ വീണ്ടും ബഹളം വയ്ക്കാൻ തുടങ്ങി. ആരവം ഒന്നടങ്ങാൻ കാത്തിരുന്നശേഷം ജൽത്വ വീണ്ടും പറഞ്ഞു:

“നമ്മെത്തമ്മിൽ ഭിന്നിപ്പിക്കാനായി രാത്രിയിൽ നടപ്പാക്കപ്പെട്ട ക്രൂരമായ ചതിയാണിത്.”

“ചതിയോ? ഖാസിമും ‘മരുഭൂമിയിലെ എലികളു’മൊക്കെ മലയിലല്ലേ? ഹജ്ജാജ് കൊലചെയ്യപ്പെട്ടത് അയാളുടെ ആളുകളും പിന്നെ തെരുവ്ദാദയാകാൻ മോഹിച്ചിരുന്ന അയൽവാസികളും താമസിക്കുന്ന ഈ തെരുവിലല്ലേ?”

സ്ത്രീകളിലൊരാൾ പ്രതികരിച്ചത് കേട്ട് ജൽത്വ അലറി:

“ഭ്രാന്താണിത്. ഇങ്ങനെ ചിന്തിക്കുന്നവർക്കൊക്കെ ഭ്രാന്താണ്. അങ്ങനെ തുടരാൻ തന്നെയാണ് ഭാവമെങ്കിൽ ഖാസിം പദ്ധതിയിട്ടപോലെ നാം എല്ലാവരും പരസ്പരം കൊല്ലുകയും ചാവുകയുമായിരിക്കും ഫലം.”

പറഞ്ഞുകഴിഞ്ഞതും ജൽത്വയുടെ പാദങ്ങൾക്കു മുന്നിലേക്ക് ഒരു കൂജ ആരോ വലിച്ചെറിഞ്ഞു. കൂജ പൊട്ടിച്ചിതറിയതും ഗുണ്ടയും കൂട്ടാളികളും ഒരു ചുവട് പിന്നോക്കം പോയി.

“ആ വേശ്യയുടെ മോനറിയാം നമുക്കിടയിൽ എങ്ങനെ കുഴപ്പമുണ്ടാക്കണമെന്ന്.”

ജൽത്വ ഉടനെതന്നെ കങ്കാണിയുടെ വീട്ടിലേക്ക് പുറപ്പെട്ടു. എന്നാൽ അയാൾ പോയശേഷം ബഹളം കൂടിയതേയുള്ളൂ. രിഫാഅ, ജബൽ കോളനിക്കാരായ രണ്ടാളുകൾ തമ്മിൽ രൂക്ഷമായ തർക്കത്തിലേർപ്പെട്ടു. തുടർന്നത് രണ്ട് സ്ത്രീകൾ തമ്മിലായി. രണ്ട് കോളനികളിലേയും കുട്ടികൾ വഴക്കടിക്കാൻ തുടങ്ങി. ജനാലകളിലൂടെയുള്ള ചീത്ത വിളികളും വർദ്ധിച്ചതോടെ തെരുവിലാകെ കലാപമായി. ഓരോ കോളനിയിലും ആളുകൾ സംഘടിക്കാനും കുറുവടികളുയർത്താനും തുടങ്ങി. തന്റെ സേവകർക്കും സഹായികൾക്കുമൊപ്പം കങ്കാണി വീട്ടിൽ നിന്നിറങ്ങി ഓരോ കോളനികളേയും തമ്മിൽ വേർതിരിക്കുന്ന ഇടത്തേക്കെത്തി. പിന്നെ അയാൾ ഉറക്കെ പറഞ്ഞു:

"നിങ്ങൾക്കാർക്കും ബുദ്ധിയില്ലേ? ഈ വിദ്വേഷം യഥാർത്ഥ ശത്രുവിനെ തിരിച്ചറിയുന്നതിൽനിന്നും നിങ്ങളെ അന്ധരാക്കുകയേയുള്ളൂ. ഹജ്ജാജിനെ കൊന്നത് അവരാണ്."

"നിങ്ങളോട് ആരാണത് പറഞ്ഞത്? 'മരുഭൂമിയിലെ എലികളി'ൽ പ്പെട്ട ആർക്കാണ് നമ്മുടെ തെരുവിൽ കടന്ന് കയറാനുള്ള ധൈര്യ മുള്ളത്?"

രിഫാഅ കോളനിയിലെ ആരുടെയോ ചോദ്യം കേട്ടതും കങ്കാണി രിഫഅത്ത് അലറിവിളിച്ചു:

"ഹജ്ജാജിന്റെ സേവനം അത്യധികം ആവശ്യമുള്ള ഈ അവസര ത്തിൽ തെരുവിലുള്ളവർക്കെങ്ങനെയാണ് അയാളെ കൊല്ലാൻ കഴിയു ന്നത്?"

"നിങ്ങൾ ഇക്കാര്യം ചോദിക്കേണ്ടത് യഥാർത്ഥ കുറ്റവാളികളോടാണ്. അല്ലാതെ ഞങ്ങളോടല്ല!"

"രിഫാഅ കുടുംബത്തിൽപ്പെട്ടവർ ജബലുകാരുടെ ഗുണ്ടയ്ക്ക് കീഴൊ തുങ്ങാൻ തയ്യാറല്ലതന്നെ!"

"ഹജ്ജാജിന്റെ രക്തത്തിന് ജബൽ കുടുംബക്കാർ വലിയ വില നൽകേണ്ടിവരും, നോക്കിക്കോളൂ."

"നിങ്ങൾ ഈ ഗൂഢാലോചനയ്ക്ക് വിധേയരാകരുത്. അല്ലെങ്കിൽ ഖാസിം ഒരു മഹാമാരി കണക്കെ നിങ്ങളെ വന്ന് മൂടും."

"അങ്ങനെയാണെങ്കിൽ അയാൾ വരട്ടെ. പക്ഷേ ഞങ്ങളെ ഭരിക്കാൻ ജൽത്വയെ അനുവദിക്കാൻ പറ്റുകയില്ലതന്നെ!"

കങ്കാണി കൈകൊട്ടിക്കൊണ്ട് പരിഹസിച്ചു.

"എങ്കിൽ നമ്മുടെ കഥ കഴിഞ്ഞു. എല്ലാം നശിക്കും!"

"ജൽത്വയേക്കാൾ ഭേദമായിരിക്കും അങ്ങനെ നശിക്കുന്നത്." ആരൊ ക്കെയോ വിളിച്ചു പറഞ്ഞു.

ഇതിനിടയിൽ രിഫാഅ കോളനിക്കാരുടെ ഭാഗത്ത് നിന്നൊരു കല്ല് വന്ന് ജബൽ കുടുംബക്കാരുടെ ആളുകൾക്കിടയിലേക്ക് വീണു. ജബൽ കോളനിയിലുള്ളവരും തിരിച്ച് കല്ലെറിയാൻ തുടങ്ങി. കങ്കാണി പെട്ടെന്ന് തന്നെ സ്ഥലത്ത് നിന്നും പിന്മാറി. ഇരുവശത്തേക്കും കല്ലേറ് തുടങ്ങി. ശേഷം ഇരുകോളനികൾ തമ്മിൽ അതിരൂക്ഷമായ പോരാട്ടമാണ് അവിടെ അരങ്ങേറിയത്. നിരത്തിലെ കടുത്ത പോരാട്ടം വീടുകളുടെ മേൽക്കൂരകളിലേക്കും കൂടി പടർന്നുപിടിച്ചു. ഇരുകോളനികളിലേയും സ്ത്രീകൾ മട്ടുപ്പാവുകളിൽനിന്ന് പരസ്പരം കല്ലും കട്ടയും മണ്ണും തടിക്കഷണങ്ങളും വലിച്ചെറിയാൻ തുടങ്ങി. പോരാട്ടം വളരെ നേരം നീണ്ടുനിന്നു. രിഫാഅ കോളനിക്കാർ തങ്ങളുടെ ഗുണ്ടയുടെ അഭാവത്തിലാണ് ഇങ്ങനെ പോരടിച്ചുകൊണ്ടിരിക്കുന്നത് എന്നതാണ് എടുത്തുപറയേണ്ടത്. അതിനാൽ തന്നെ ജൽത്വയുടെ മാരകമായ പ്രഹരങ്ങൾക്ക് മുന്നിൽ കടുത്ത രീതിയിൽ പൊരുതേണ്ടിവന്നു രിഫാഅക്കാർക്ക്. വീടുകളുടെ ജനാലകളിൽനിന്ന് സ്ത്രീകൾ ബഹളം വയ്ക്കുന്നുണ്ടെങ്കിലും നിരത്തിലെ പോരാട്ടത്തിന്റെ ഒച്ചപ്പാടിൽ ഒന്നും വേർതിരിച്ചറിയാനാകുന്നതേയില്ല. എങ്കിലും ഈ സ്ത്രീകൾ ഭീതിയോടെ തെരുവിന്റെ കിഴക്കേദിക്കിലേക്കും ഒപ്പം എതിർദിക്കിലേക്കും വിരൽ ചൂണ്ടുന്നത് കാണാം. സ്ത്രീകൾ വിരൽചൂണ്ടുന്ന ദിക്കുകളിലേക്ക് ആളുകൾ തിരിഞ്ഞു നോക്കാൻ തുടങ്ങി.

അപ്പോഴാണ് മാളികയ്ക്ക് മുന്നിലൂടെ ഖാസിം കുറുവടികളുമായി ഒരു സംഘമാളുകളേയും നയിച്ചുകൊണ്ട് തെരുവിലേക്ക് വരുന്ന കാഴ്ച കണ്ടത്. എതിർദിക്കിൽനിന്ന് അതേസമയം ഇതിലും അധികം ആളുകളുമായി ഹസനും സംഘവും നിരത്തിലേക്ക് നീങ്ങുന്നു. ഇതോടെ മുന്നറിയിപ്പ് നൽകുന്ന അലർച്ചകൾ തെരുവിലാകെ മുഴങ്ങി. പിന്നീട് അതിവേഗതയിലാണ് കാര്യങ്ങളൊക്കെ നടന്നത്. പക്ഷാഘാതം ബാധിച്ചതുപോലെ ആളുകൾ പോരടിക്കുന്നത് നിലച്ചു. വളരെ സ്വാഭാവികമായി ആളുകൾ കൂടിക്കലരാനും ഒത്തുചേരാനും തുടങ്ങി. അതോടെ പരസ്പരം പോരടിച്ചുകൊണ്ടിരുന്നവർ ഒറ്റച്ചേരിയായി മാറി. അവർ പിന്നീട് മലവാസികളെ നേരിടാനായി രണ്ട് സംഘങ്ങളായി തിരിഞ്ഞു.

“ഇതൊരു ചതിയാണെന്ന് ഞാൻ പറഞ്ഞതല്ലേ? അപ്പോൾ നിങ്ങളാരും വിശ്വസിച്ചില്ല.”

ജൽത്വയുടെ വിദ്വേഷം കലർന്ന അലർച്ചകേട്ടതും തെരുവിലുള്ളവർ പോരാടാൻ തയ്യാറെടുത്തു. എങ്കിലും അവരാകെ കടുത്ത നിരാശയിലും ശക്തിയൊക്കെ ചോർന്ന അവസ്ഥയിലുമാണ്. എന്നാൽ പെട്ടെന്ന് തന്നെ ഖാസിം മുന്നോട്ട് നീങ്ങുന്നത് നിർത്തി. നേരത്തെ തീരുമാനിച്ചതുപോലെ ഹസന്റെ സംഘവും മുന്നേറ്റം നടത്തുന്നത് അവസാനിപ്പിച്ചു.

“നിങ്ങളെയാരെയും ഉപദ്രവിക്കാൻ ഞങ്ങളാഗ്രഹിക്കുന്നില്ല. ആരെങ്കിലും വിജയിക്കണമെന്നോ, ആരെയെങ്കിലും പരാജയപ്പെടുത്തണമെന്നോ

ഞങ്ങളാഗ്രഹിക്കുന്നില്ല. ഒരേ തെരുവിലെ ജനമാണ് നാം. നമ്മുടെ പിതാമഹൻ ഒരേയാളാണ്. ഇവിടത്തെ ഭൂസ്വത്തും സകലർക്കും അവകാശപ്പെട്ടതാണ്."

ഖാസിം ഉറക്കെ വിളിച്ചുപറഞ്ഞു.

"പുതിയ തന്ത്രമാണിത്!"

ജൽത്വയുടെ വാക്കുകൾ കേട്ടതും ഖാസിം പൊട്ടിത്തെറിച്ചു:

"നിങ്ങളുടെ ഗുണ്ടാഭരണം നിലനിർത്താനായി വെറുതെ മറ്റുള്ളവരെക്കൂട്ടി നാശത്തിലേക്ക് തള്ളിവിടരുത്. നിങ്ങൾക്ക് വേണമെങ്കിൽ സ്വയം പ്രതിരോധിക്കാം."

"ആക്രമിക്കൂ."

ജൽത്വ ഖാസിമിന്റെ സംഘത്തിന് നേർക്ക് കുതിച്ചു. പിന്നാലെ അയാളുടെ ആളുകളും. വേറൊരു സംഘം ഹസനും കൂട്ടർക്കും നേരെ നീങ്ങി. എന്നാൽ വേറെ ധാരാളമാളുകൾ പിന്മാറിക്കളഞ്ഞു. പരിക്കേറ്റവർക്കും ക്ഷീണിതരായവർക്കും പിന്നാലെ ഇങ്ങനെ സംശയിച്ച് നിന്നവരും തങ്ങളുടെ വീടുകളിലേക്ക് പിന്തിരിഞ്ഞുപോയി. ഇപ്പോൾ തെരുവിലാകെ പോരാടാനുള്ളത് ജൽത്വയും അയാളുടെ ആളുകളും മാത്രമാണ്. എന്നിട്ടും അവർ ശക്തമായിത്തന്നെ ഏറ്റുമുട്ടുകയും തീവ്രമായ പ്രതിരോധം തീർക്കുകയും ചെയ്തു. കുറുവടികളും ശിരസ്സുകളും കാലുകളും കൈകളുമൊക്കെ ഉപയോഗിച്ച് അവർ ഏറ്റുമുട്ടി. അന്ധമായ പകയോടെ ഖാസിമിനെത്തന്നെ ആക്രമിക്കുന്നതിൽ ബദ്ധശ്രദ്ധനായിരുന്നു ജൽത്വ. രൂക്ഷമായ പോരാട്ടം തന്നെയാണവിടെ നടന്നത്. എതിരാളിയുടെ പ്രഹരങ്ങൾ ഖാസിം തന്റെ കുറുവടികൊണ്ട് വളരെ സമർത്ഥമായും ജാഗ്രതയോടെയുമാണ് നേരിട്ടത്. എണ്ണത്തിൽ വളരെക്കൂടുതൽ പേരുണ്ടായിരുന്ന ഖാസിമിന്റെ ആളുകൾ ജൽത്വയുടെ സംഘത്തെ വളഞ്ഞതോടെ എണ്ണമറ്റ കുറുവടികൾ ഒരേസമയം എതിരാളികളുടെ മുകളിൽ പതിച്ചുകൊണ്ടേയിരുന്നു.

ഖാസിമുമായി പോരാടിക്കൊണ്ടിരിക്കുന്ന ജൽത്വയുടെ നേർക്ക് ഹസനും സ്വാദിഖും കൂടി തിരിഞ്ഞു. സ്വാദിഖ് തന്റെ കുറുവടികൊണ്ട് ജൽത്വയുടെ പ്രഹരം തടുക്കുന്നതിനിടയിൽ ഹസന്റെ കൈയിലിരുന്ന വടി ഗുണ്ടയുടെ ശിരസ്സിൽ പതിച്ചുകഴിഞ്ഞിരുന്നു. രണ്ടാമതും മൂന്നാമതും ഹസന്റെ വടി ഉയർന്നുതാഴ്ന്നതോടെ ജൽത്വയുടെ കൈയിലിരുന്ന കുറുവടി താഴേക്ക് ഊർന്നുവീണു. എഴുന്നേറ്റോടുന്ന അറുത്ത കാളയെപ്പോലെ മുന്നോട്ട് നീങ്ങിയ ജൽത്വ വാതിൽപാളി വലിച്ചടയ്ക്കുന്നതുപോലെ മുഖമടിച്ച് നിലത്തേക്ക് വീണു.

പോരാട്ടം കഴിഞ്ഞിരിക്കുന്നു. കുറുവടികളുടെ ഒച്ചയും ആളുകളുടെ അലർച്ചയുമൊക്കെ നിലച്ചു. വിജയം നേടിയവർ നിന്ന് കിതയ്ക്കുകയാണ്. ശിരസ്സിലും തലയിലും കൈയിലുമൊക്കെയുള്ള രക്തം തുടച്ചു

കളയുമ്പോഴും അവരുടെ ചുണ്ടുകളിൽ വിജയവും സമാധാനവും നേടി യെടുത്തതിന്റെ പുഞ്ചിരി കാണാം. വീടുകളുടെ ജനാലകളിൽനിന്നും വിലാപങ്ങളുയരാൻ തുടങ്ങി. ജൽത്വയുടെ ആളുകളാകെ തെരുവിൽ വീണുകിടക്കുകയാണ്. സൂര്യനാകട്ടെ തലയ്ക്ക് മുകളിൽ കത്തിജ്വലിച്ച് നിൽക്കുന്നു.

"നിങ്ങൾ വിജയിച്ചിരിക്കുന്നു ഖാസിം. ദൈവം നിങ്ങൾക്ക് വിജയം നൽകി. നമ്മുടെ പിതമഹന്റെ തിരഞ്ഞെടുപ്പുകൾ തെറ്റാറേ ഇല്ല. ഇന്നത്തെ ദിവസത്തിനപ്പുറം നമ്മുടെ തെരുവിൽ ആർക്കും വിലപിക്കേണ്ടി വരില്ല."

സ്വാദിഖിന്റെ വാക്കുകൾകേട്ട് ശാന്തമായി പുഞ്ചിരിക്കുകയായിരുന്നു ഖാസിം. പിന്നെ തീരുമാനിച്ചുറച്ചതുപോലെ അയാൾ കങ്കാണിയുടെ വീടിന് നേരെ നോക്കി. എന്നാൽ അവിടെയുണ്ടായിരുന്ന സർവ്വരുടെയും ശിരസ്സുകൾ ഖാസിമിന് നേർക്കായിരുന്നു തിരിഞ്ഞത്.

തൊണ്ണൂറ്റിയൊന്ന്

തന്റെ ആളുകളെയും നയിച്ചുകൊണ്ട് ഖാസിം കങ്കാണിയുടെ വീടിനു നേർക്ക് തിരിച്ചു. അവിടെയെത്തുമ്പോൾ വാതിലുകളും ജനാലകളു മൊക്കെ അടഞ്ഞുകിടക്കുകയാണ്. നിശ്ശബ്ദതയും മ്ലാനതയും ഗ്രസി ച്ചിരിക്കുന്ന അന്തരീക്ഷം. ഹസൻ ഗേറ്റിൽ ആഞ്ഞ് മുട്ടിയെങ്കിലും ആരെയും പുറത്തേക്ക് കണ്ടില്ല. അതോടെ കുറെ ആളുകൾ ചേർന്ന് ഗേറ്റിൽ ശക്തമായി തള്ളാൻ തുടങ്ങി. ഗേറ്റ് മലർക്കെ തുറന്നതും ആദ്യം ഖാസിമും പിന്നാലെ മറ്റുള്ളവരും കങ്കാണിയുടെ വീടിനുള്ളിലേക്ക് കയറി. എന്നാലവിടെ പാറാവുകാരന്റേയോ മറ്റേതെങ്കിലും സേവകരുടേയു മൊന്നും യാതൊരു സൂചനയും ഉണ്ടായിരുന്നില്ല. അകത്തളത്തിലേക്ക് കയറിയ ആളുകൾ മുറികളെല്ലാം പരിശോധിച്ചു. മറ്റ് മൂന്നു നിലകളിലും കയറിനോക്കിയെങ്കിലും ആരെയും കണ്ടില്ല. കങ്കാണിയും കുടുംബവും വേലക്കാരുമൊക്കെ വീടുവിട്ട് ഓടിപ്പോയിരിക്കുകയാണെന്ന് വ്യക്തമായി. സത്യത്തിൽ ഇക്കാര്യമറിഞ്ഞപ്പോൾ ഖാസിമിന് ഖേദമൊന്നും തോന്നി യില്ല. കാരണം കങ്കാണിയെ കൊല്ലണമെന്ന ഉദ്ദേശമേ അയാൾക്കുണ്ടാ യിരുന്നില്ല. അത് കങ്കാണിയുടെ ഭാര്യയോടുള്ള ആദരവ് കൊണ്ടായി രുന്നു. ആ സ്ത്രീ ഇല്ലായിരുന്നെങ്കിൽ വളരെ മുമ്പേതന്നെ തന്റെ കഥ കഴിയേണ്ടതായിരുന്നു. എന്നാൽ കങ്കാണി രക്ഷപ്പെട്ടതിൽ വളരെ അരിശ ത്തിലായിരുന്നു ഹസനും കൂടെയുള്ളവരും. കാരണം തനിക്കധികാര മുണ്ടായിരുന്ന കാലത്തെല്ലാം തെരുവിന്റെ മേൽ ദാരിദ്ര്യവും അപമാനവും അടച്ചേൽപ്പിച്ചിരുന്ന ആളായിരുന്നു ഈ കങ്കാണി.

ഇങ്ങനെയാണ് ഖാസിം അന്തിമവിജയം നേടിയതും തെരുവിന്റെ ചോദ്യം ചെയ്യപ്പെടാത്ത നേതാവായി മാറിയതും. ഭൂസ്വത്തിന്റെ നോക്കി നടത്തിപ്പിന് ഒരാൾകൂടിയേ തീരൂ. അതിനാൽ ആ സ്ഥാനം ഖാസിമിന് ഏറ്റെടുക്കേണ്ടിവന്നു. 'മരുഭൂമിയിലെ എലികൾ' തങ്ങളുടെ കോളനിയിലേക്ക് തിരികെ വന്നു. അതുപോലെ ഗുണ്ടകളെപ്പേടിച്ച് പല കാലങ്ങളിലായി നാടുവിട്ടവരൊക്കെ തെരുവിലേക്ക് തിരികെയെത്തി. അക്കൂട്ടത്തിൽ എടുത്തുപറയേണ്ടത് യഹ്‌യയുടെ പേരാണ്. നാല്പത് ദിവസം നീണ്ടുനിന്ന സമാധാനകാലത്തിനുള്ളിൽ മുറിവുകൾ ഉണങ്ങുകയും മനസ്സുകൾ ശാന്തമാകുകയും ഹൃദയങ്ങൾക്ക് സമാധാനം ലഭിക്കുകയും ചെയ്തു.

ഒരു ദിവസം ജബലാവിയുടെ മാളികയുടെ മുന്നിൽ നിന്നശേഷം ഖാസിം തെരുവിലുള്ള എല്ലാ കോളനികളിലേയും സ്ത്രീ പുരുഷന്മാരെ തനിക്കരികിലേക്ക് ക്ഷണിച്ചു. വളരെ ആകാംക്ഷയോടും ആശങ്കയോടും കൂടി അവിടേക്ക് വരുമ്പോൾ അവരുടെ ഹൃദയങ്ങളിലാകെ വിവിധ അപകടങ്ങളെക്കുറിച്ചുള്ള ചിന്തയായിരുന്നു. തെരുവിലുള്ളവരെക്കൊണ്ട് ആ സ്ഥലമാകെ നിറഞ്ഞു. 'മരുഭൂമിയിലെ എലികളി'ൽപ്പെട്ട ആളുകൾ ജബൽ കോളനിയിലേയും രിഫാഅ കോളനിയിലേയും ആളുകൾക്കൊപ്പം കൂടിക്കലർന്ന് നിൽക്കുകയാണ്. വിനയത്തോടെയും അതേസമയം ഭീതിജനിപ്പിക്കുംവിധത്തിലും പുഞ്ചിരിച്ചുകൊണ്ട് ഖാസിം മാളികയിലേക്ക് വിരൽചൂണ്ടി.

"അവിടെയാണ് ജബലാവി താമസിക്കുന്നത്. നമ്മുടെ എല്ലാവരുടെയും പിതാമഹൻ. അദ്ദേഹം തന്റെ സന്തതികൾക്കിടയിലോ, തെരുവിലെ പ്രദേശങ്ങൾക്കിടയിലോ, സ്ത്രീപുരുഷന്മാർക്കിടയിലോ യാതൊരു വിവേചനവും കല്പിക്കുന്നില്ല."

തെരുവുവാസികളുടെ മുഖങ്ങൾ തിളങ്ങാനും ആനന്ദത്തോടെയുള്ള അത്ഭുതം നിറയാനും തുടങ്ങി. പ്രത്യേകിച്ച് വിജയശ്രീലാളിതനായൊരാൾ നടത്താനിടയുള്ള പ്രഭാഷണം പ്രതീക്ഷിച്ച് വന്നവരുടെ മുഖങ്ങളിൽ.

"നിങ്ങൾക്ക് ചുറ്റുമുള്ളതൊക്കെ അദ്ദേഹത്തിന്റെ ഭൂസ്വത്തുക്കളാണ്. ഭൂസ്വത്തുക്കൾ നിങ്ങൾക്കെല്ലാം ഒരുപോലെ അവകാശപ്പെട്ടതാണ്. 'എന്റെ ഭൂസ്വത്ത് നിന്റെ സന്തതികൾക്ക് അവകാശപ്പെട്ടതായിരിക്കും' എന്നാണ് ജബലാവി അദ്ഹമിന് നൽകിയ വാഗ്ദാനം. സർവ്വർക്കും മതിയാകുകയും കൂടുതൽ ഉപയോഗപ്പെടുകയും ചെയ്യാനായി ഈ സ്വത്തുക്കൾ നാം ശരിയായവണ്ണം ഉപയോഗപ്പെടുത്തണം. അങ്ങനെ അദ്ഹം കൊതിച്ചതുപോലൊരു ജീവിതം നമ്മൾക്കുണ്ടാകും. ആവശ്യത്തിനുള്ള ഭക്ഷണവും പൂർണമായ സമാധാനവും പിന്നെ സ്വച്ഛന്ദമായ ആനന്ദവും നിറഞ്ഞൊരു ജീവിതം."

തങ്ങൾ സ്വപ്നം കാണുകയാണെന്ന മട്ടിൽ ആളുകൾ പരസ്പരം നോക്കാൻ തുടങ്ങി.

“കങ്കാണി തിരിച്ചുവരാത്തയിടത്തേക്ക് പോയിരിക്കുന്നു. ഗുണ്ടകൾ അപ്രത്യക്ഷരായി. ഇനി നമ്മുടെ ഈ തെരുവിലൊരു ഗുണ്ടയുണ്ടാകില്ല. ഒരു അക്രമകാരിക്കും ഗുണ്ടാപ്പണം നൽകേണ്ടിവരില്ല. കിരാതനായ യാതൊരു മുട്ടാളനും കീഴൊതുങ്ങി ജീവിക്കേണ്ടതുമില്ല. സമാധാന ത്തോടും കരുണയോടും സ്നേഹത്തോടുംകൂടിയായിരിക്കും നിങ്ങളുടെ ഇനിയുള്ള ജീവിതം.”

ഖാസിം അവരുടെ ആനന്ദം നിറഞ്ഞ മുഖങ്ങളിലേക്ക് മാറിമാറി നോക്കി.

“തെരുവിലെ കാര്യങ്ങൾ വീണ്ടും പഴയതുപോലെയാകാതിരിക്കുന്ന തിനുള്ള ഉത്തരവാദിത്തം നിങ്ങളുടെ കൈകളിലായിരിക്കും. സ്വന്തം ഭൂസ്വത്തിന്റെ നോക്കിനടത്തിപ്പുകാരനെ നിങ്ങൾ നിരീക്ഷിക്കണം. അയാൾ നിങ്ങളെ വഞ്ചിച്ചാൽ ആ സ്ഥാനത്ത് നിന്നയാളെ നീക്കം ചെയ്യണം. നിങ്ങളിലാരെങ്കിലും അക്രമത്തിലേക്ക് തിരിഞ്ഞാൽ അയാളെ ശിക്ഷിക്കണം. ഏതെങ്കിലും വ്യക്തിയോ പ്രദേശമോ മറ്റുള്ളവരേക്കാൾ കേമന്മാരാണെന്ന് അവകാശപ്പെട്ടാൽ അവരെ പാഠം പഠിപ്പിക്കണം. ഇതിലൂടെ മാത്രമേ തെരുവിലെ കാര്യങ്ങൾ വീണ്ടും പഴയതുപോലെ ആകാതിരിക്കുകയുള്ളൂ എന്നുറപ്പ് വരുത്താനാവുകയുള്ളൂ. ദൈവം ഒപ്പമുണ്ടാകും നിങ്ങൾക്കൊപ്പം!”

അന്നേദിവസം കുറേയാളുകൾ തങ്ങളിൽനിന്നും മരിച്ചുപോയവരെ ഓർത്ത് അനുശോചനം രേഖപ്പെടുത്തിയപ്പോൾ മറ്റു ചിലർ സ്വന്തം പരാജയത്തെ ഓർത്ത് വിലപിച്ചു. വസന്തകാലരാത്രികളിലൊന്നിലെ പൂർണചന്ദ്രൻ പ്രത്യക്ഷപ്പെടുന്നതുപോലെ ആളുകളെല്ലാം നാളെയിലേക്ക് നോക്കാൻ തുടങ്ങി. തെരുവിന്റെ പുനർനിർമ്മാണത്തിനും ആധുനീകരണ ത്തിനുമായി ഒരു തുക മാറ്റിവച്ചശേഷം ഭൂസ്വത്ത് മുഴുവൻ ഖാസിം തെരുവ്വാസികൾക്കിടയിൽ നീതിപൂർവ്വം വീതംവച്ചു. ഇങ്ങനെ വീതം വച്ചപ്പോൾ ഓരോ വ്യക്തിക്കും ലഭിച്ച വിഹിതം ചെറുതായിരുന്നു എന്നത് ശരിയാണ്. എങ്കിലും അത് അതിരില്ലാത്ത നീതിബോധവും അഭിമാനവു മാണ് സർവ്വർക്കും സമ്മാനിച്ചത്. ഖാസിമിന്റെ കാലത്തുടനീളം തെരുവിൽ ആധുനീകരണവും നിർമ്മാണപ്രവർത്തനങ്ങളും സമാ ധാനവും പതിവായി. അക്കാലത്തുണ്ടായിരുന്നതുപോലൊരു ഐക്യവും സഹവർത്തിത്വവും ആനന്ദവുമൊന്നും നമ്മുടെ തെരുവ് മുമ്പൊരിക്കലും അനുഭവിച്ചിട്ടേയില്ല. ജബൽ കുടുംബക്കാർക്കിടയിലുള്ള ചിലർ പുറത്ത് കാണിക്കാത്ത പക മനസ്സിലടക്കിപ്പിടിച്ചിരുന്നു എന്നത് നേരാണ്. “ജബൽ കുടുംബക്കാരായ ഞങ്ങളെ ‘മരുഭൂമിയിലെ എലികളി’ൽപെട്ടൊരുവൻ ഭരിക്കുകയോ?” എന്നവർ അടക്കം പറയുകയും ചെയ്തിരുന്നു. രിഫാഅ

കുടുംബക്കാർക്കിടയിലും ഇതുപോലുള്ളവരുണ്ടായിരുന്നു. എന്നാൽ അഹന്തയും ദുരഭിമാനവും പിടികൂടിയ ചിലർ 'മരുഭൂമിയിലെ എലികളു'ടെ കൂട്ടത്തിലുമുണ്ടായിരുന്നു. പക്ഷേ ഖാസിമിന്റെ കാലത്ത് സമാധാനത്തിന് ഭംഗം വരുത്തുന്നവിധം ശബ്ദമുയർത്താൻ ആരും ധൈര്യം കാണിച്ചില്ല.

മുമ്പൊരിക്കലും ഉണ്ടാവുകയോ ഇനിയൊരിക്കലും ആവർത്തിക്കുകയോ ചെയ്യാത്തൊരു വ്യക്തിത്വത്തെയായിരുന്നു 'മരുഭൂമിയിലെ എലികൾ' ഖാസിമിൽ കണ്ടത്. ശക്തിയും മാന്യതയും വിജ്ഞാനവും ലാളിത്യവും ആഭിജാത്യവും സ്നേഹവും നേതൃത്വവും പിന്നെ സാമർത്ഥ്യവും വിനയവുമൊക്കെ സമ്മേളിച്ചൊരു വ്യക്തിത്വം. ഇതിനൊക്കെ ഒപ്പം രസികനും സുഹൃത്തും സുന്ദരനും ദയാലുവും വിശ്വസിക്കാൻ കൊള്ളാവുന്നവനുമായിരുന്നു ഖാസിം. ഒപ്പം നല്ലൊരു ആസ്വാദകനും പാട്ടുകൾ പാടാനിഷ്ടമുള്ളയാളും തമാശകളെ സ്നേഹിച്ചിരുന്ന ആളുമായിരുന്നു ഖാസിം. അയാളുടെ ജീവിതത്തിൽ പിന്നീടും ഒരു മാറ്റവുമുണ്ടായില്ല. ഭൂസ്വത്തിന്റെ കാര്യത്തിൽ ആധുനീകരണവും നിർമ്മാണപ്രവർത്തനങ്ങളും വ്യാപകമായതുപോലെ ഖാസിമിന്റെ വൈവാഹിക ജീവിതവും വളർന്നു എന്നതുമാത്രമാണ് ആകെയുണ്ടായ മാറ്റം. ബദ്രിയ്യയെ ഇഷ്ടമായിരുന്നപ്പോൾ തന്നെ ഖാസിം ജബൽ കുടുംബത്തിൽനിന്നും രിഫാഅ കുടുംബത്തിൽനിന്നും ഓരോ യുവതികളെ വിവാഹം കഴിച്ചു. ഇത് കൂടാതെ 'മരുഭൂമിയിലെ എലികളു'ടെ കൂട്ടത്തിലെ ഒരു സ്ത്രീയെ സ്നേഹിച്ച് വിവാഹം കഴിക്കുകയും ചെയ്തു. ആദ്യ ഭാര്യയായ ഖമറിന്റെ നിര്യാണത്തിലൂടെ തനിക്ക് നഷ്ടമായതെന്തോ തേടുകയാണ് ഈ വിവാഹങ്ങളിലൂടെ എന്നാണ് ആളുകൾ പറഞ്ഞു നടന്നത്. എന്നാൽ തെരുവിലെ സർവ്വ കോളനികളുമായുള്ള ബന്ധം ഊട്ടിഉറപ്പിക്കുന്നതിനുള്ള ഉപാധിയായിരുന്നു ഈ വിവാഹങ്ങൾ എന്നായിരുന്നു ഖാസിമിന്റെ പിതൃസഹോദരനായ സകരിയ്യ അഭിപ്രായപ്പെട്ടത്.

എന്നാൽ ഖാസിമിന്റെ പ്രവർത്തിക്ക് എന്തെങ്കിലും വിശദീകരണമോ ന്യായീകരണമോ ഒന്നും നമ്മുടെ തെരുവിനാവശ്യമില്ല. സത്യത്തിൽ ഖാസിമിന്റെ ധാർമ്മികതയെ ഇഷ്ടപ്പെടുന്നതിന്റെ എത്രയോ ഇരട്ടിയാണ് അയാളുടെ ഊർജ്ജസ്വലതയോടുള്ള തെരുവിന്റെ ആദരവ്. അല്ലെങ്കിൽ തന്നെ സ്ത്രീകളോടുള്ള സ്നേഹത്തിൽ പുരുഷന്മാർ ദുർബലരാകുന്ന ഇടമാണ് നമ്മുടെ തെരുവ്. ഇക്കാര്യത്തിൽ തെരുവിലുള്ളവർക്ക് അഭിമാനവുമുണ്ട്. ഗുണ്ടകളുണ്ടായിരുന്നകാലത്ത് അവർക്കുണ്ടായിരുന്നതുപോലുള്ളതോ അതിലുമുപരിയായതോ ആയ സ്ഥാനമായിരുന്നു ഇതവർക്ക് സമ്മാനിച്ചിരുന്നത്.

എന്തൊക്കെയായാലും ഞങ്ങളുടെ തെരുവൊരിക്കലും അതിന്റെ പരമാധികാരം തിരിച്ചറിഞ്ഞിട്ടേ ഇല്ല എന്നതാണ് വാസ്തവം. അതിന്

സ്വതന്ത്രമാകാൻ കഴിയുമെന്നോ, കങ്കാണിയുടെ ചൂഷണമോ ഗുണ്ടകളുടെ മർദ്ദനമോ ഇല്ലാത്തൊരു കാലം വരുമെന്നോ ആരും കരുതിയിരുന്നില്ല. ഖാസിമിന്റെ കാലത്തേതുപോലുള്ള സാഹോദര്യവും സ്നേഹവും സമാധാനവും നിറഞ്ഞ ദിനങ്ങൾ ഈ തെരുവിന് മുമ്പൊരിക്കലും തീരേ പരിചിതമായിരുന്നില്ല.

മറവി ഞങ്ങളുടെ തെരുവിന്റെ തീരാദുരിതമായിരുന്നെങ്കിലും ആ അപവാദത്തിൽനിന്നും മുക്തരാകാനുള്ള നേരമായിരിക്കുന്നു. ഈ തെരുവ് അതിൽനിന്നും എന്നെന്നേക്കുമായി രക്ഷപ്പെടുകതന്നെ ചെയ്യും. ഇങ്ങനെയാണ് മിക്ക ആളുകളും പറഞ്ഞിരുന്നത്.

ഇതാണ് ജബലാവി തെരുവിനെക്കുറിച്ച് അവർക്ക് പറയാനുള്ളത്!

തൊണ്ണൂറ്റിരണ്ട്

അറഫ

ഞങ്ങളുടെ തെരുവിന്റെ അവസ്ഥയെക്കുറിച്ച് ചിന്തിക്കുന്ന ആരുംതന്നെ കാപ്പിക്കടകളിലിരുന്ന് റബാബ് തംബുരുവിന്റെ അകമ്പടിയോടെ കവികൾ പറയുന്ന കഥകളൊന്നും വിശ്വസിക്കാനേ പോകുന്നില്ല. ആരാണീ ജബലും രിഫാഅയും ഖാസിമുമൊക്കെ? കാപ്പിക്കടകളിലെ കഥകൾക്കപ്പുറം ഇവ രൊക്കെ എന്തെങ്കിലും നേടിയെന്നതിന് വല്ല തെളിവുകളുമുണ്ടോ? ഇരുളിൽ മുങ്ങിക്കിടക്കുന്നൊരു തെരുവിനെയും പിന്നെ വെറുതെ സ്വപ്നം കാണുന്ന കവികളെയും മാത്രമാണ് കണ്ണുതുറന്ന് നോക്കുന്നവർക്ക് കാണാനാവുന്നത്. ഞങ്ങൾക്ക് ഈ അവസ്ഥ നേരിട്ടതെങ്ങനെയാണ്? എവിടെപ്പോയി ഖാസിമും ഐക്യപ്പെട്ട തെരുവും സർവ്വരുടെയും നന്മ യ്ക്കായി മാറ്റിവയ്ക്കപ്പെട്ട ഭൂസ്വത്തുമൊക്കെ? ഈ അത്യാഗ്രഹിയായ കങ്കാണിയും ഭ്രാന്തന്മാരായ ഗുണ്ടകളുമൊക്കെ എങ്ങുനിന്നാണിവിടേക്ക് വന്നത്?

കഞ്ചാവ്പുരകളിൽ ഹുക്കകൾ കൈമാറുന്നതിനിടയിൽ നെടുവീർപ്പു കൾക്കും പൊട്ടിച്ചിരികൾക്കുമിടയിൽ ഖാസിമിന്റെ കാലശേഷം സ്വാദിഖ് ഭൂസ്വത്തിന്റെ നോക്കിനടത്തിപ്പുകാരനായ കഥ നിങ്ങൾക്കു കേൾക്കാം. സ്വാദിഖ് ഖാസിമിന്റെ അതേ രീതിയിലാണ് കാര്യങ്ങൾ നിയന്ത്രിച്ചിരു ന്നത്. എന്നാൽ സ്വാദിഖിനേക്കാൾ ഹസനാണ് നടത്തിപ്പ് ചുമതലയ്ക്ക് കൂടുതൽ അർഹതയെന്ന് ചിലർ അഭിപ്രായപ്പെട്ടു. കാരണം ഹസൻ ഖാസിമിന്റെ ബന്ധുവാണ്. പോരാത്തതിന് അയാളാണ് ഗുണ്ടകളെ യൊക്കെ കൊലപ്പെടുത്തിയതും. ആർക്കും തടുക്കാനാകാത്ത തന്റെ കുറുവടി ഉയർത്താനായി ഹസനെ ഇവർ നിർബന്ധിച്ചെങ്കിലും ഗുണ്ട കളുടെ കാലഘട്ടത്തിലെ തെരുവിലേക്ക് മടങ്ങിപ്പോകാനെന്തായാലും അയാൾ തയ്യാറായില്ല.

തെരുവാകെ ഇപ്പോൾ ഭിന്നിച്ചിരിക്കുകയാണ്. മുമ്പ് രഹസ്യമാക്കി വച്ചിരുന്ന കാര്യങ്ങളൊക്കെ ജബൽ കുടുംബത്തിലേയും രിഫാഅ കുടുംബത്തിലേയും ആളുകൾ തുറന്നുപറയാൻ തുടങ്ങി. സ്വാദിഖ്

ഇഹലോകവാസം വെടിഞ്ഞതോടെ മനസ്സുകളിൽ അടക്കിവച്ചിരുന്ന മോഹങ്ങളൊക്കെ അവയുടെ വൃത്തികെട്ട മുഖവും ക്രൂരമായ നോട്ടങ്ങളുമൊക്കെ പുറത്തുകാണിക്കാൻ തുടങ്ങി. ഉറങ്ങിക്കിടന്ന കുറുവടികൾ വീണ്ടും ഉണർന്നു. തെരുവിനകത്തുള്ള സർവ്വകോളനികളിലും രക്തമൊഴുകാൻ തുടങ്ങി. വിവിധ കോളനികൾ തമ്മിൽ പോരാട്ടം തുടങ്ങിയതോടെ ഭൂസ്വത്തിന്റെ നോക്കിനടത്തിപ്പുകാരൻ തന്നെ അത്തരമൊരു പോരാട്ടത്തിനിടയ്ക്ക് കൊല്ലപ്പെട്ടു. കാര്യങ്ങൾ കൈവിട്ട് പോവുകയും സുരക്ഷയും സമാധാനവുമില്ലാത്ത അവസ്ഥയുമായി. അതോടെ പഴയ കങ്കാണി രിഫഅത്തിന്റെ ഇളമുറക്കാരിലൊരാളെ പുതിയ കങ്കാണിയായി തിരിച്ചു കൊണ്ടുവരികയല്ലാതെ ജനങ്ങൾക്ക് വേറെ മാർഗമില്ലാതെയായി. ധാരാളമാളുകൾ മോഹത്തോടെ പോരടിച്ചുകൊണ്ടിരുന്ന സ്ഥാനമായിരുന്നത്.

അങ്ങനെയാണ് ഖദ്‌രി പുതിയ കങ്കാണിയായി മാറിയത്. അതോടെ തെരുവിലെ കോളനികൾ പഴയ വംശീയതയിലേക്ക് തിരികെപ്പോയി. ഓരോ കോളനിയിലും പുതിയ ഗുണ്ടകൾ മേധാവിത്തം നേടാൻ തുടങ്ങി. ആര് തെരുവിന്റെയാകെ ദാദയാകുമെന്ന കാര്യത്തിൽ വലിയ പോരാട്ടങ്ങൾതന്നെ നടന്നു. അവസാനം സഅദുല്ലയാണ് ഇക്കാര്യത്തിൽ വിജയം കൈവരിച്ചത്. അങ്ങനെ അയാൾ തെരുവ് ദാദയായിത്തീരുകയും ദാദയുടെ വീട്ടിൽ താമസമാരംഭിക്കുകയും ചെയ്തു. യൂസുഫ് ജബൽ കോളനിക്കാരുടെ ഗുണ്ടയും അജ്ജാജ് രിഫാഅ കോളനിക്കാരുടെ ഗുണ്ടയുമായിത്തീർന്നു. സൻത്വൂരിയാണ് അറഫ കോളനിക്കാരുടെ ഗുണ്ട.

തുടക്കത്തിൽ കങ്കാണി ഭൂസ്വത്തിന്റെ വരുമാനമൊക്കെ തെരുവ് നിവാസികൾക്കിടയിൽ വിശ്വസ്തതയോടെ പങ്കുവച്ചിരുന്നു. ഒപ്പം തെരുവിലെ പുനർനിർമ്മാണ, ആധുനീകരണ പ്രവർത്തനങ്ങൾ തുടരുകയും ചെയ്തു. എന്നാൽ അധികം വൈകാതെ അതിമോഹങ്ങൾ കങ്കാണിയുടെ മനസ്സിനെ കീഴടക്കി. പ്രതീക്ഷിച്ചതുപോലെ ഗുണ്ടകളും അതുതന്നെ ചെയ്തു. സർവ്വരും പഴയരീതികളിലേക്ക് തിരികെപ്പോയി. സ്വത്തിൽനിന്നും ലഭിക്കുന്ന വരുമാനത്തിന്റെ പകുതി സ്വന്തം കീശയിലിട്ട കങ്കാണി മറ്റേ പകുതി നാല് ഗുണ്ടകൾക്കുമായി വീതിച്ച് നൽകാൻ തുടങ്ങി. ഗുണ്ടകളാകട്ടെ തങ്ങൾക്ക് ലഭിക്കുന്ന വിഹിതം യഥാർത്ഥ അവകാശികൾക്ക് നൽകാതെ കൈയടക്കിവയ്ക്കാൻ തുടങ്ങി. അവിടെയും നിർത്താതെ വളരെ ധിക്കാരത്തോടെ ഗുണ്ടകൾ തങ്ങൾക്ക് കീഴിലുള്ളവരുടെ മേൽ ഗുണ്ടാപ്പിരിവ് നൽകുന്ന ഭാരം കൂടി അടിച്ചേൽപ്പിക്കാൻ തുടങ്ങി. അതോടെ തെരുവിലെ നിർമ്മാണപ്രവർത്തനങ്ങൾ നിലയ്ക്കുകയും പകുതിയോ നാലിലൊന്നോ മാത്രം നിർമ്മാണപ്രവർത്തനങ്ങൾ പൂർത്തിയായ ആധുനീകരണശ്രമങ്ങളൊക്കെ നിർത്തിവയ്ക്കപ്പെടുകയും ചെയ്തു. പണ്ടത്തെ അപേക്ഷിച്ച് കാര്യങ്ങളൊന്നും കാര്യമായി മാറിയിട്ടില്ല എന്നുതന്നെ പറയാം. 'മരുഭൂമിയിലെ എലികളു'ടെ കോളനി ഖാസിം കോളനി എന്നറിയപ്പെടാൻ തുടങ്ങി എന്നതാണ് ആകെയുണ്ടായ മാറ്റം. മറ്റു കോളനികളുടേതുപോലെ ഈ കോളനിയുടെയും ഭരണം ഒരു ഗുണ്ടയുടെ നിയന്ത്രണത്തിലാണിപ്പോൾ. അവിടെയുള്ള കെട്ടിടങ്ങൾക്ക്

ഇരുവശത്തുമായി കുടിലുകളും പാഴിടങ്ങളുമാണ്. ജനങ്ങളാകട്ടെ പഴയ കറുത്തകാലത്ത് എങ്ങനെയായിരുന്നോ അതുപോലെ തന്നെയായിരിക്കുകയാണ് ഇപ്പോഴും. മാന്യതയുമില്ല അധികാരവുമില്ല. ദാരിദ്ര്യം കാരണം കഷ്ടത അനുഭവിക്കുകയും കുറുവടികൾകൊണ്ടും മറ്റും മർദ്ദനമേറ്റുകൊണ്ടേയിരിക്കുകയുമാണ്. ചപ്പുചവറുകളും ഈച്ചകളും പേനും സർവ്വയിടത്തും വ്യാപിച്ചിരിക്കുന്നു. യാചകർക്കും തട്ടിപ്പുകാർക്കും അംഗഹീനരായവർക്കും യാതൊരു കുറവുമില്ല.

ജബൽ, രിഫാഅ, ഖാസിം തുടങ്ങിയവയൊക്കെ വെറും നാമങ്ങളായി മാറിയിരിക്കുന്നു. അല്ലെങ്കിൽ കാപ്പിക്കടകളിലെ ഉന്മാദികളായ കവികളുടെ കഥകളിലെ കഥാപാത്രങ്ങൾ മാത്രമായിരിക്കുന്നു. യാതൊരു അടയാളവും അവശേഷിക്കുന്നില്ലെങ്കിൽ പോലും ഈ വീരപുരുഷന്മാരുടെ പേരിൽ അഹന്ത നടിക്കുകയാണ് ഓരോ വിഭാഗക്കാരും. മാത്രമല്ല ഇക്കാര്യം പറഞ്ഞ് വഴക്കിടാനും പോരടിക്കാനും പോലും മത്സരിക്കുകയാണ്.

ഉന്മാദികളായ ആളുകൾ ശബ്ദമുയർത്തിക്കൊണ്ടിരിക്കുന്നു. കഞ്ചാവ് പുരയ്ക്കകത്തിരിക്കുന്നൊരാൾ പറയുക 'ഈ ലോകത്തെക്കൊണ്ട് യാതൊരു പ്രയോജനവുമില്ലെന്നായിരിക്കും.' മരണമല്ലാതെ രക്ഷപ്പെടാൻ വേറൊരു വഴിയുമില്ല. ഏതെങ്കിലുമൊരു ഗുണ്ടയുടെ കുറുവടിക്കിരയാകാതെ ദൈവം തങ്ങളുടെ ജീവനെടുത്താൽ മതിയായിരുന്നു. മദ്യപിച്ചോ, കഞ്ചാവ് വലിച്ചോ ഉന്മാദിയാകാനായെങ്കിൽ!" ഇങ്ങനെയായിരിക്കും വേറൊരാൾ പറയുക. ദുരിതത്തേയും ദാരിദ്ര്യത്തേയും അപമാനത്തേയുംകുറിച്ച് ദുഃഖാർത്തമായ നാടോടിപ്പാട്ടുകൾ പാടുകയാണ് ആളുകൾ. ഇരുൾമൂടിയ പാഴിടങ്ങളിലെങ്കിലും വിനോദവും ആശ്വാസവും കണ്ടെത്താൻ ശ്രമിക്കുന്ന ആളുകളുടെ ചെവികൾ സ്ത്രീപുരുഷഭേദമില്ലാതെ അശ്ലീലമായ ശീലുകൾ കേട്ടുകൊണ്ടേയിരിക്കുന്നു. ദുരിതങ്ങൾ അസഹനീയമാകുമ്പോൾ അവർ പറയുക "വിധിച്ചതെന്തായാലും അനുഭവിച്ചല്ലേ തീരൂ? ജബൽ, രിഫാഅ, ഖാസിം എന്നൊക്കെ പറഞ്ഞിട്ടൊരു കാര്യവുമില്ല. ഈ ലോകത്ത് പ്രാണികളായിരുന്നു നമുക്ക് കിട്ടിയ സമ്പാദ്യമെങ്കിൽ, മരണശേഷം കിട്ടാനിരിക്കുന്നത് വെറും മണ്ണ് മാത്രമായിരിക്കും" എന്നായിരിക്കും.

ഇത്രയൊക്കെയായിട്ടും അതിശയിപ്പിക്കുന്ന കാര്യം ഞങ്ങളുടെ തെരുവ് ഇപ്പോഴും മറ്റു തെരുവുകളേക്കാൾ പ്രിയങ്കരമായിത്തുടരുന്നതാണ്. അയൽപക്കത്തെരുവുകളിലുള്ളവർ ആദരവോടെ പറയുക 'ജബലാവിയുടെ തെരുവല്ലേ' എന്നായിരിക്കും. അതേസമയം ഞങ്ങളുടെ തെരുവിലുള്ളവർ മ്ലാനതയോടെ ഏതെങ്കിലും മൂലകളിൽ കുത്തിയിരിക്കുകയാണ്. ഒന്നുകിലവർ പഴയകാലഓർമ്മകളെ മനസ്സിൽ താലോലിക്കും. അല്ലെങ്കിൽ ഉള്ളിന്റെ ഉള്ളിലിരുന്ന് ആരോ മന്ത്രിക്കുന്നത് ചെവിയോർത്തിരിക്കും:

"ഇന്നലെ ഈ തെരുവിൽ സംഭവിച്ചതൊക്കെ നാളെയൊരിക്കൽകൂടി ആവർത്തിക്കുന്നത് അസാധ്യമല്ലല്ലോ? അപ്പോൾ കവികൾ സ്വപ്നം കാണുന്നതൊരിക്കൽകൂടി സാധ്യമാകും. ഒപ്പം നമ്മുടെ ലോകത്തുനിന്നും ഇരുൾ അപ്രത്യക്ഷമാവുകയും ചെയ്യും."

തൊണ്ണൂറ്റിമൂന്ന്

അങ്ങനെ ഇരിക്കെ ഒരു ദിവസം വൈകുന്നേരം മരുഭൂമിയുടെ ഭാഗത്ത് നിന്നൊരു അപരിചിതനായ യുവാവ് തെരുവിലേക്ക് കടന്നുവരുന്നത് ആളുകൾ കണ്ടു. ഒപ്പം കുള്ളനായ വേറൊരാളുമുണ്ടായിരുന്നു. ചാര നിറത്തിലുള്ള ജല്ലാബിയ കുപ്പായം മാത്രമാണ് അയാളുടെ വേഷം. ഇടുപ്പിൽ ഒരു ബെൽറ്റ് കെട്ടിയിരിക്കുന്നത് കണ്ടാൽ കുപ്പായത്തിന്റെ മുകൾഭാഗം വീർത്തിരിക്കുന്നതായേ തോന്നൂ. പഴകി തേഞ്ഞൊരു ചുവന്ന തോൽചെരിപ്പാണ് കാലുകളിൽ. അലങ്കോലമായ നിറഞ്ഞ തലമുടിയുടെ മുകളിൽ തൊപ്പിയൊന്നുമില്ല. ഇരുണ്ടനിറം. ഉരുണ്ട കണ്ണുകൾ. കൂർത്ത നോട്ടം. ആശങ്കയോടെ ഉറ്റുനോക്കുന്നുണ്ടെങ്കിലും അയാളുടെ ചലന ങ്ങളിൽ വ്യക്തമായ ആത്മവിശ്വാസം കാണാം.

ജബലാവിയുടെ മാളികയുടെ മുന്നിലെത്തിയതും അയാൾ അല്പം നിന്നു. പിന്നെ പതിയെ നടന്ന അയാൾക്ക് പിന്നാലെ സുഹൃത്തും നീങ്ങി. തെരുവിലുള്ളവർ അയാളെത്തന്നെ ഉറ്റുനോക്കുകയാണ്:

"നമ്മുടെ തെരുവിലൊരു വരത്തനോ? നാണക്കേട് തന്നെയാണിത്!

ഇതേ അവജ്ഞ തന്നെയായിരുന്നു കച്ചവടക്കാരുടെയും കടകൾ നടത്തുന്നവരുടെയും കാപ്പിക്കടകളിൽ കുത്തിയിരിക്കുന്നവരുടെയും ജനാലകളിലൂടെ എത്തിനോക്കുന്നവരുടെയുമൊക്കെ കണ്ണുകളിൽ. എന്തിനേറെ നായ്ക്കളുടെയും പൂച്ചകളുടെയും കണ്ണിലും ഇതുതന്നെ യാണ് കണ്ടത്. പകയും പ്രതിഷേധവും മൂലം ഈച്ചകൾപോലും തനിക്കരികിൽ വരുന്നില്ലെന്ന് അയാൾക്ക് തോന്നി. കുട്ടികൾ പകയോടെ നോക്കുന്നുണ്ട്. അവരിൽ ചിലർ അരികിലേക്ക് വന്നപ്പോൾ മറ്റു ചിലർ തങ്ങളുടെ കവണകളിൽ കല്ല് തൊടുക്കുകയോ, നിലത്ത് കല്ലുകൾ വല്ലതും കിട്ടുമോയെന്ന് തിരയുകയാണ്.

എന്നാൽ തെരുവിലുള്ളവരെ നോക്കി സ്നേഹത്തോടെ പുഞ്ചിരിച്ചു കൊണ്ട് അയാൾ കുപ്പായത്തിന്റെ കീശയിലേക്ക് കൈ കടത്തി. ശേഷം കുറച്ച് കർപ്പൂരതുളസി എടുത്ത് ആളുകൾക്ക് വച്ചുനീട്ടി. അതോടെ സന്തോഷത്തോടെ ആളുകൾ അരികിലേക്ക് വന്നു. കർപ്പൂരതുളസി നുണ യുന്നതിനിടയിൽ അവർ അതിശയത്തോടെ തുറിച്ചുനോക്കുന്നുണ്ട്. പുഞ്ചിരി വിട്ടുമാറാത്ത മുഖത്തോടെ അയാൾ ചോദിച്ചു:

"വാടകയ്ക്ക് താമസിക്കുവാൻ ഇവിടെ ഏതെങ്കിലും നിലവറ കിട്ടുമോ? സഹായിക്കുമോ നിങ്ങൾ? വിവരം തരുന്നയാളിന് ഒരു കൂട് കർപ്പൂരതുളസി തരാം."

വീടുകളിലൊന്നിന്റെ മുന്നിൽ കുത്തിയിരിക്കുകയായിരുന്ന ഒരു സ്ത്രീയാണ് ആദ്യം പ്രതികരിച്ചത്:

“നടക്കാത്ത കാര്യം. ഞങ്ങളുടെ തെരുവിൽ വന്ന് താമസിക്കാൻ താനാരാണെടോ?”

അയാൾ ചിരിച്ചു.

“എന്റെ പേര് അറഫ എന്നാണ്. നിങ്ങളെപ്പോലെ ഞാനും ഈ തെരുവിന്റെ സന്തതി തന്നെയാണ്. നീണ്ട അന്യദേശവാസത്തിന് ശേഷം തിരിച്ചുവരികയാണ്.”

ആ സ്ത്രീ അയാളെ സൂക്ഷിച്ചുനോക്കി.

“നീയാരുടെ മോനാണ്?”

അറഫ വീണ്ടും ചിരിച്ചു.

“നിങ്ങൾക്കൊക്കെ നല്ലതുപോലെ ഓർമ്മയുണ്ടാകാനിടയുള്ള ജഹ്ശ യുടെ മകനാണ് ഞാൻ. ഓർമ്മയില്ലേ അവരെ?”

“ജഹ്ശയോ? ആ ഭാഗ്യം പറച്ചിലുകാരിയോ?”

“അതെ. അവർതന്നെ!”

ചുമരിൽ ചാരിയിരുന്ന് തന്റെ കുട്ടിയുടെ തലയിൽ പേൻ നോക്കി ക്കൊണ്ടിരുന്ന ഒരു സ്ത്രീ ഇതൊക്കെ കേട്ടുകൊണ്ടിരിക്കുന്നതിനിടയ്ക്ക് പറഞ്ഞു:

“കുട്ടിയായിരിക്കെ നീ അക്കാലത്ത് ഉമ്മയുടെ ഒപ്പം എപ്പോഴും നടക്കു മായിരുന്നു. എനിക്ക് നല്ല ഓർമ്മയുണ്ട്. പക്ഷേ നിന്റെ കണ്ണുകളൊഴികെ സർവ്വതും ആകെ മാറിപ്പോയല്ലോ?”

ഇതുകേട്ടതും ആദ്യത്തെ സ്ത്രീ പറഞ്ഞു:

“ശരിയാണല്ലോ, ദൈവമേ? നിന്റെ ഉമ്മ എവിടെയാണ്? മരിച്ചുപോയി ട്ടുണ്ടാവുമല്ലേ? ദൈവം അവൾക്ക് ശാന്തി നൽകട്ടെ. ഭാഗ്യമന്വേഷിച്ചു കൊണ്ട് ഞാനവളുടെ കൂടയുടെ മുന്നിൽ ചെന്നിരിക്കാറുണ്ടായിരുന്നു. കരുക്കൾ എറിഞ്ഞ് അവളെന്റെ ഭാഗ്യം ഗണിച്ച് പറയുമായിരുന്നു. ദൈവം നിന്റെ ആത്മാവിന് ശാന്തി നൽകട്ടെ ജഹ്ശാ.”

“ദൈവം നിങ്ങൾക്കും ദീർഘായുസ് നൽകട്ടെ. ദൈവത്തെ കരുതി എനിക്ക് താമസിക്കാനായി ഏതെങ്കിലുമൊരു ഒഴിഞ്ഞ നിലവറ കാണിച്ചു തരുമോ?”

അറഫയുടെ വാക്കുകൾ കേട്ടതും ആ സ്ത്രീ തന്റെ മങ്ങിയ കണ്ണു കളുപയോഗിച്ച് അയാളെത്തന്നെ സൂക്ഷിച്ചുനോക്കി.

“ഇത്രയും കാലം അന്യനാട്ടിൽ കഴിഞ്ഞശേഷം നീ എന്തിനാ ഇപ്പോൾ തിരികെ എത്തിയിരിക്കുന്നത്?”

“ജീവനുള്ള സർവ്വവസ്തുക്കളും സ്വന്തം നാട്ടിലേക്കും കുടുംബത്തി ലേക്കും തിരികെ എത്താറുണ്ടല്ലോ?”

വിജ്ഞാനിയുടെ ഭാവത്തിലുള്ള അറഫയുടെ മറുപടി കേട്ടതും രിഫാഅ കോളനിയിലെ ഒരു കെട്ടിടത്തിലേക്ക് ആ സ്ത്രീ വിരൽ ചൂണ്ടി.

"അവിടെ ഒരു നിലവറയുണ്ട്. അവിടെ താമസിച്ചിരുന്ന ഒരു സ്ത്രീ തീപിടിത്തത്തിൽ മരിച്ചിരുന്നു. അന്നു മുതൽ ഒഴിഞ്ഞുകിടക്കുകയാണ്. ദൈവം അവളുടെ ആത്മാവിന് ശാന്തി നൽകട്ടെ. നിനക്ക് ഭയമൊന്നുമില്ലല്ലോ അല്ലേ?"

തന്റെ വീടിന്റെ ജനാലയിലൂടെ ഇത് കേട്ടുകൊണ്ടിരുന്ന മറ്റൊരു സ്ത്രീ പൊട്ടിച്ചിരിച്ചു:

"അതിന് ഇയാളെ കണ്ട് പ്രേതങ്ങളായിരിക്കും പേടിക്കുക!"

സന്തോഷം നിറഞ്ഞ മുഖത്തോടെ അറഫ തലയുയർത്തി നോക്കി.

"എന്റെ പ്രിയപ്പെട്ട തെരുവേ, ഈ തെരുവിലുള്ളതിനേക്കാൾ നല്ലവരായ ആളുകൾ എവിടെയാണുണ്ടാകുക? മരണമെത്തിയനേരത്ത് ഞാൻ ഈ തെരുവിലേക്ക് തിരികെയെത്തണമെന്ന് ഉമ്മ എന്തുകൊണ്ടാണ് ഒസ്യത്ത് ചെയ്തതെന്ന് ഇപ്പോൾ മനസ്സിലാവുന്നു."

ശേഷം മുന്നിൽ ഇരിക്കുകയായിരുന്ന സ്ത്രീയെ നോക്കി അയാൾ തുടർന്നു:

"മരിച്ചുപോയ എന്റെ ഉമ്മയുടെ ഇടപാടുകാരിലൊരാളായിരുന്നല്ലോ നിങ്ങൾ? മരണം നമ്മെ എല്ലാവരെയും തേടിയെത്തുകതന്നെ ചെയ്യും. അത് തീപിടുത്തത്തിലോ, മുങ്ങിമരണമോ പ്രേതബാധയോ ഗുണ്ടകളുടെ ആക്രമണത്തിലോ ഒക്കെയായിരിക്കാം."

ആ സ്ത്രീക്ക് അഭിവാദ്യം അർപ്പിച്ചശേഷം അവർ ചൂണ്ടിക്കാണിച്ച നിലവറയിലേക്ക് അറഫ നടന്നുനീങ്ങി. സർവ്വരും അയാളെത്തന്നെ നോക്കിനിൽക്കുകയാണ്.

"നമുക്കിയാളുടെ ഉമ്മയെ അറിയാം. പക്ഷേ, പിതാവാരാണെന്ന് ആർക്കെങ്കിലും അറിയുമോ?"

"നാമത് അറിയരുതെന്നായിരിക്കും ദൈവം ആഗ്രഹിക്കുന്നത്."

"അയാൾക്ക് വേണമെങ്കിൽ താൻ ജബൽ, രിഫാഅ അല്ലെങ്കിൽ ഖാസിം കുടുംബങ്ങളിൽപ്പെട്ട ആരുടെയെങ്കിലും മകനാണെന്ന് അവകാശപ്പെടാവുന്നതേയുള്ളൂ. ദൈവം അയാളുടെ ഉമ്മയ്ക്ക് ശാന്തി നൽകട്ടെ!"

ഇതിനിടയിലാണ് കൂടെയുണ്ടായിരുന്ന സുഹൃത്ത് അറഫയോട് പതിയെ തിരക്കിയത്:

"നമ്മളെന്തിനാണ് ഇങ്ങനെയൊരു തെരുവിലേക്ക് തിരികെ വന്നത്?"

അറഫ പുഞ്ചിരിച്ചു.

"ഇതുപോലുള്ള വർത്തമാനങ്ങൾ ഞാൻ സർവ്വയിടത്തും കേട്ടിട്ടുണ്ട്. എന്തൊക്കെ പറഞ്ഞാലും ഇത് ഞങ്ങളുടെ തെരുവാണ്. നമുക്ക് താമസിക്കാൻ പറ്റിയ ഒരേയൊരു തെരുവാണിത്. നമുക്ക് താമസിക്കാൻ പറ്റിയ

ഒരേയൊരു ഇടമാണിത്. കമ്പോളങ്ങളിൽ നമ്മൾ കുറച്ചധികം അലഞ്ഞു നടന്നില്ലേ? മരുഭൂമിയിലും പാഴിടങ്ങളിലുമൊക്കെയല്ലേ ഇതുവരെ കിടന്നുറങ്ങിയതൊക്കെ? വൃത്തികെട്ട നാവുകളുള്ളവരാണെങ്കിലും ഈ തെരുവിലുള്ളവർ നല്ലവരാണ്. കുറെ ഗുണ്ടകളുണ്ടെങ്കിലും വിഡ്ഢികളാണിവർ. നാമിവിടെ എളുപ്പത്തിൽ ജീവനോപാധി കണ്ടെത്തുകതന്നെ ചെയ്യും. അക്കാര്യം ഓർത്തുവച്ചോളൂ, ഹനശ്."

'എല്ലാം ദൈവത്തിന്റെ കൈകളിലല്ലേ' എന്ന് പറയാൻ തുനിയുന്നതു പോലെ ഹനശ് തോളുകൾ കുലുക്കി. അപ്പോഴേക്കും മദ്യപാനിയായൊരാൾ അവരുടെ വഴിതടഞ്ഞു.

"നിന്റെ പേരെന്താടാ?"

"അറഫ."

"ഏത് അറഫ?"

"ജഹ്ശയുടെ മകൻ അറഫ."

അറഫ അപമാനിക്കപ്പെടുന്നതു കണ്ടാസ്വദിച്ച് കുറെയാളുകൾ ആർത്തുചിരിച്ചു.

"ഉമ്മ ഗർഭിണിയായിരുന്ന കാലം മുതലേ നിന്റെ തന്തയാരായിരിക്കുമെന്ന് ഞങ്ങൾ ചോദിക്കുമായിരുന്നു. ആ സ്ത്രീ നിന്നോടെങ്കിലും പറഞ്ഞിട്ടുണ്ടോടാ ആ സത്യം?"

വേദന മറച്ചുപിടിക്കാനായി അറഫ കുറച്ചുകൂടി ചിരിച്ചുകാണിച്ചു.

"അതാരാണെന്ന് തിരിച്ചറിയുന്നതിന് മുൻപുതന്നെ ഉമ്മ മരണപ്പെട്ടിരുന്നു."

അറഫ നടന്നുനീങ്ങുന്നതിനിടയിലും ആളുകൾ പൊട്ടിച്ചിരിക്കുന്നത് തുടരുകയായിരുന്നു. അയാളുടെ തിരിച്ചുവരവിന്റെ വാർത്ത തെരുവിലാകെ പടർന്നുപിടിച്ചിരുന്നു ഇതിനകം. നിലവറ വാടകയ്ക്ക് എടുക്കുന്നതിനു മുൻപുതന്നെ രിഫാഅ കോളനിയിലെ കാപ്പിക്കടയിലുള്ള വിളമ്പുകാരൻ പയ്യൻ ഓടിവന്നു.

"നമ്മുടെ പ്രദേശത്തിന്റെ സംരക്ഷകനായ അജ്ജാജ് അങ്ങുന്ന് നിങ്ങളെ വിളിച്ചുകൊണ്ട് ചെല്ലുവാൻ പറഞ്ഞു."

ആ കെട്ടിടത്തിൽനിന്നും വളരെ അകലെയൊന്നുമല്ലായിരുന്ന കാപ്പിക്കടയിലേക്ക് അറഫ കയറിച്ചെന്നു. സ്ഥലത്തെത്തിയതും ആദ്യം കണ്ണിൽപ്പെട്ടത് കവിയുടെ ബെഞ്ചിന് മുകളിലായി മധ്യഭാഗത്തുള്ള ചുമരിൽ വരച്ചിരിക്കുന്ന ചിത്രങ്ങളാണ്. ഗുണ്ടയായ അജ്ജാജ് കുതിരപ്പുറത്തേറിയ ചിത്രമാണ് ഏറ്റവും താഴെ. അതിന് മുകളിലായി വലിയ മീശയും അഴകുള്ള അബായ കുപ്പായവും ധരിച്ച് നിൽക്കുന്ന കങ്കാണി ഖദ്രിയുടെ ചിത്രം. ഏറ്റവും മുകളിലായി മരുഭൂമിയിൽ കുഴിച്ചിട്ടിരുന്ന രിഫാഅയുടെ മൃതശരീരം മാളികയിലേക്ക് കൊണ്ടുപോകാനായി ജബലാവി എടുത്തുയർത്തി നിൽക്കുന്ന ചിത്രവും കാണാം. ചിത്രങ്ങൾ ശ്രദ്ധയോടെ

വേഗത്തിലൊന്ന് നോക്കിയശേഷം അറഫ കാപ്പിക്കടയ്ക്കുള്ളിലേക്ക് കയറി. വലതുവശത്തെ ചുമരിന് മധ്യഭാഗത്തുള്ള ബഞ്ചിലിരിക്കുന്ന ഗുണ്ട അജ്ജാജിനേയും ചുറ്റുമുള്ള സഹായികളേയും അനുയായികളേയും കണ്ടു.

അയാൾ നേരെ ഗുണ്ടയുടെ മുന്നിലേക്ക് ചെന്നു. ആക്രമണത്തിന് മുമ്പുള്ള ശാന്തതപോലെ അജ്ജാജ് അറഫയ്ക്കുനേരെ വെറുപ്പോടെ നോക്കി. അറഫ കൈകൾ ശിരസ്സിനോടടുപ്പിച്ച് അഭിവാദ്യം നേർന്നു:

"ഞങ്ങളുടെ സംരക്ഷകാ, അഭിവാദ്യങ്ങൾ! താങ്കളാണ് ഞങ്ങളുടെ സംരക്ഷകൻ. അങ്ങയുടെ സാന്നിധ്യം ഞങ്ങൾക്ക് ആനന്ദം നൽകുന്നു."

അജ്ജാജിന്റെ ഇടുങ്ങിയ കണ്ണുകളിൽ ഇപ്പോഴുമുണ്ട് വെറുപ്പ്.

"മധുരം ചാലിച്ച വാക്കുകളാണല്ലോ ജഹ്ശയുടെ മോനേ? പക്ഷേ അതിന് മാത്രമല്ല ഇവിടെ വിലയുള്ളത് കേട്ടോ?"

"ദൈവം സഹായിച്ചാൽ വിലയുള്ള മറ്റ് വസ്തുക്കളും നിങ്ങൾക്ക് സമർപ്പിക്കാൻ എനിക്ക് അധികം വൈകാതെ സാധിക്കും." അറഫ പുഞ്ചിരിച്ചു.

"നമുക്കിവിടെ ആവശ്യത്തിലുമധികം യാചകന്മാരുണ്ട്."

"അതിന് ഞാൻ യാചകനൊന്നുമല്ല അങ്ങുന്നേ. ലക്ഷക്കണക്കിന് ആളുകൾ അംഗീകരിക്കുന്ന മാന്ത്രികനാണ് ഞാൻ."

അല്പം അഭിമാനത്തോടെ ചിരിക്കുന്ന അറഫയെ കണ്ടതും കാപ്പിക്കടയിലിരുന്നവർ പരസ്പരം നോക്കാൻ തുടങ്ങി. അജ്ജാജ് നെറ്റി ചുളിച്ചു.

"നിനക്കെന്താ വട്ടാണോ? എന്താണെന്ന് തെളിയിച്ച് പറയ്."

അറഫ കുപ്പായത്തിന്റെ കീശയിലേക്ക് കൈകടത്തിയശേഷം ഇലന്തക്കായുടെ വലിപ്പമുള്ളൊരു ചെറിയ കുടുക്ക പുറത്തേക്കെടുത്തു. പിന്നെയത് ആദരവോടെ ഗുണ്ടയ്ക്ക് നൽകി. പ്രത്യേക താത്പര്യമൊന്നുമില്ലാതെയാണ് അജ്ജാജ് ആ കുടുക്ക വാങ്ങിയത്. തുറന്നു നോക്കിയപ്പോൾ അതിനുള്ളിലൊരു കറുത്ത വസ്തു. എന്താണെന്നറിയാനായി സൂക്ഷിച്ചു നോക്കുന്ന ഗുണ്ടയോട് അടക്കാനാവാത്ത ആത്മവിശ്വാസത്തോടെ അറഫ പറഞ്ഞു:

"ഇതിൽനിന്നൊരു തരി വിരോധമില്ലെങ്കിൽ ഒരു രണ്ട് മണിക്കൂർ നേരം മുൻപ് കുടിക്കുന്ന ചായയിലിട്ട് നോക്കുക. അത് കഴിഞ്ഞിട്ട് അങ്ങേയ്ക്ക് തീരുമാനിക്കാം ഈ അറഫയെ അംഗീകരിക്കണമോ, അതോ സർവ്വവിധമായ ശാപങ്ങളും ചൊരിഞ്ഞ് ഈ തെരുവിൽനിന്നും ആട്ടിയിറക്കണമോ എന്ന്."

ഇതാദ്യമായിട്ടായിരിക്കും സർവ്വരും താത്പര്യത്തോടെ തലനീട്ടി നോക്കുന്നത്. അജ്ജാജിന് വരെ ആകാംക്ഷ അടക്കിനിർത്താനായില്ല. എങ്കിലും പരിഹാസം ഭാവിച്ചുകൊണ്ട് അയാൾ ചോദിച്ചു:

"ഇതാണോ നിന്റെ മാന്ത്രികവിദ്യ?"

"എന്റെ കൈവശം അപൂർവ്വമായ സുഗന്ധവസ്തുക്കളും വിദേശ ഔഷധച്ചെടികളും ചിക്തിത്സാവിധികളും മരുന്നുകളും ഏലസ്സുകളുമൊക്കെയുണ്ട്. സാധാരണ രോഗികൾക്കും വന്ധ്യരായവർക്കും ദുർബലർക്കുമൊക്കെ എന്റെ കഴിവുകൾ മനസ്സിലാകും."

"ശരി... ശരി... ആദ്യം നമുക്ക് തരുന്ന സംരക്ഷണപ്പണത്തെക്കുറിച്ച് പറയ്."

മനസ്സൊന്ന് ഇടിഞ്ഞെങ്കിലും അറഫയുടെ മുഖത്ത് ചിരി മാഞ്ഞില്ല.

"ഞാൻ സമ്പാദിക്കുന്നതൊക്കെ അങ്ങയുടെ സ്വന്തമായിരിക്കുമല്ലോ അങ്ങുന്നേ?"

ഗുണ്ട പൊട്ടിച്ചിരിച്ചു.

"പക്ഷേ നീ ഇതുവരെ സ്വന്തം വാപ്പയാരാണെന്ന് പറഞ്ഞില്ലല്ലോ?"

"അക്കാര്യം നിങ്ങൾക്കൊക്കെയാണല്ലോ കൂടുതലറിയാവുന്നത്?"

സന്തോഷം വിട്ടുമാറാത്ത ഭാവത്തോടെയുള്ള അറഫയുടെ വാക്കുകൾ കേട്ടതും കാപ്പിക്കടയിലിരുന്ന സർവ്വരും പൊട്ടിച്ചിരിച്ചു. പുക മൂടിയ അന്തരീക്ഷമാകെ പരുഷമായ കുത്തുവാക്കുകൾ നിറഞ്ഞു. കാപ്പിക്കടയിൽ നിന്നും പുറത്തേക്കിറങ്ങുമ്പോൾ അറഫ സ്വയം ചോദിച്ചു: തന്റെയൊക്കെ തന്തയാരാണെന്ന് ഇവിടെയാർക്കാണ് ശരിക്കുമുറപ്പുള്ളത്? നിനക്കറിയാമോടാ അജ്ജാജേ? ഒരു നായിന്റെ മക്കൾക്കും ഉറപ്പുണ്ടാകില്ല സ്വന്തം തന്തയാരാണെന്ന്!

നിലവറ പരിശോധിച്ച അറഫയ്ക്കും സഹായി ഹനശിനും സ്ഥലം ഇഷ്ടമായി.

"ഞാൻ വിചാരിച്ചതിലും വിസ്തൃതിയുണ്ടല്ലോ ഇവിടെ. നമുക്ക് പറ്റിയയിടം തന്നെയാണ് ഹനശ്. ഈ മുറിയിൽ ഇടപാടുകാരെ കാണാം. രണ്ടാമത്തെ മുറിയിൽ ഉറങ്ങാൻ കിടക്കാം. മറ്റേ മുറി നമ്മുടെ പണിസ്ഥലമായി ഉപയോഗിക്കുകയും ചെയ്യാം."

"ആ സ്ത്രീ വെന്തുമരിച്ചത് ഏതു മുറിയിലായിരിക്കും?"

ഹനശിന്റെ അസ്വസ്ഥതയോടെയുള്ള ചോദ്യം കേട്ടതും അറഫ നിലവറയിലെ ശൂന്യമായ ചുവരുകൾ പ്രകമ്പനംകൊള്ളും വിധത്തിൽ പൊട്ടിച്ചിരിച്ചു.

"ഹനശ് നിനക്ക് പ്രേതങ്ങളെ പേടിയുണ്ടല്ലേ? പണ്ട് ജബൽ പാമ്പുകളെ കൈകാര്യം ചെയ്തതുപോലെ നാം ഈ പ്രേതങ്ങളെ കൈകാര്യം ചെയ്യും."

ആശ്വാസത്തോടെ ചുറ്റും നോക്കിയശേഷം അറഫ തുടർന്നുപറഞ്ഞു:

"തെരുവിന് അഭിമുഖമായ മുറിയിൽ ഒരു ജനാല മാത്രമേയുള്ളൂ. ഈ ജനാലയുടെ അഴികൾക്കിടയിലൂടെ താഴെ നിന്ന് പുറത്തെ

നിരത്തിലേക്ക് നോക്കാമല്ലോ? എന്തൊക്കെപ്പറഞ്ഞാലും ഈ ശവകുടീരത്തിനൊരു പ്രത്യേകതയുണ്ട്. ഇവിടെ മോഷണം നടക്കില്ല."

"പക്ഷേ കൊള്ളയടിക്കപ്പെടാൻ സാധ്യതയുണ്ടല്ലോ?"

"ആ... ആവാം."

"ജനത്തിന് ഉപകാരപ്പെടുന്ന കാര്യങ്ങളാണ് എന്റെ കൈവശമുള്ള സർവ്വകാര്യങ്ങളും. എന്നിട്ടും എനിക്ക് ജീവിതത്തിലിന്നോളം അധിക്ഷേപം മാത്രമേ ലഭിച്ചിട്ടുള്ളൂ."

നെടുവീർപ്പോടെയുള്ള അറഫയുടെ വാക്കുകൾ കേട്ടതും സുഹൃത്ത് ആശ്വസിപ്പിച്ചു:

"നിങ്ങളനുഭവിച്ച കഷ്ടപ്പാടുകൾക്കും പിന്നെ പണ്ട് ഉമ്മ അനുഭവിച്ച ദുരിതങ്ങൾക്കുമെല്ലാം പകരമായി വിജയം നിങ്ങളെ തേടിയെത്തുക തന്നെ ചെയ്യും."

തൊണ്ണൂറ്റിനാല്

ഒഴിവുനേരങ്ങളിൽ തെരുവിനഭിമുഖമായ മുറിയിലെ പഴയ മെത്തയിൽ ചെന്നിരുന്ന് ജനാലയിലൂടെ പുറത്തേക്ക് നോക്കുന്നതാണ് അറഫയുടെ വിനോദം. നിലവറയിലെ ജനാലക്കമ്പികളിൽ നെറ്റി ചേർത്ത് നിന്നാൽ തെരുവിലെ നിരത്ത് കണ്ണിനുനേരെയുള്ള അവസ്ഥയിലെത്തും. കാൽനടക്കാരുടെ പാദങ്ങളും വണ്ടിച്ചക്രങ്ങളും നായ്ക്കളും പൂച്ചകളും പ്രാണികളും കുഞ്ഞുങ്ങളും നീങ്ങുന്ന നിരത്ത്. നല്ലതുപോലെ കുനിഞ്ഞ് തല മുകളിലേക്കുയർത്തി നോക്കിയാലേ നിരത്തിലൂടെ പോകുന്നവരുടെ മുഖങ്ങളോ അരയ്ക്കു മുകളിലുള്ള ഭാഗമോ കാണാനാവുകയുള്ളൂ. ചത്തൊരു എലിയെ കാലുകൊണ്ട് തട്ടിക്കളിക്കുന്ന നഗ്നനായൊരു കുട്ടി ജനാലയുടെ മുന്നിൽ വന്നുനിന്നു. അല്പം കഴിഞ്ഞപ്പോൾ അന്ധനായൊരു വൃദ്ധൻ നടന്നുപോയി. അയാളുടെ ഇടത്തേകൈയിലെ തടിപ്പാത്രത്തിൽ നിറയെ വിത്തുകളും പയറും മധുരപദാർത്ഥങ്ങളും പിന്നെ ഈച്ചകളുമാണ്. വലത്തേ കൈയിലിരിക്കുന്ന മുഴുത്ത വടി കുത്തിപ്പിടിച്ചാണ് നടത്തം. അടുത്തുള്ള മറ്റൊരു നിലവറയുടെ ജനാലയിലൂടെ ആരോ കരയുന്ന ശബ്ദം കേൾക്കാം. രണ്ട് പുരുഷന്മാർ തമ്മിൽ അടികൂടുന്നത് കണ്ടു. അവരുടെ മുഖത്തുനിന്നും രക്തമൊഴുകുന്നുണ്ട്. നഗ്നനായ കുട്ടിയെ നോക്കി അറഫ പുഞ്ചിരിച്ചു.

"എന്താ മോനേ നിന്റെ പേര്?"

"ഊനേ."

"ഹസൂന എന്നാണോ? നിനക്കീ ചത്ത എലിയെ അത്ര ഇഷ്ടപ്പെട്ടോ ഹസൂനാ?"

കുട്ടി ഉടനെ എലിയെ അറഫയുടെ നേർക്ക് തട്ടിയെറിഞ്ഞു. ജനാലക്കമ്പികളില്ലായിരുന്നെങ്കിൽ ചത്ത എലി നേരെ അയാളുടെ മുഖത്തേക്ക്

വന്നുവീഴുമായിരുന്നു. പിന്നെ ചാഞ്ചാടുന്നൊരു വള്ളംകണക്കെ ആ കുട്ടി ഓടിമറഞ്ഞു. നിലത്ത് തന്റെ പാദത്തിനരികെ ഇരുന്ന് മയങ്ങുന്ന ഹനശിന് നേരെ തിരിഞ്ഞ് അറഫ പറഞ്ഞു:

"തെരുവിന്റെ ഓരോ ഇഞ്ചിലും ഗുണ്ടകളുടെ അംശങ്ങളാണ് കാണാനുള്ളത്. എന്നാൽ ജബൽ, രിഫാഅ, ഖാസിം തുടങ്ങിയ നല്ല മനുഷ്യരുടെ യാതൊരു സൂചനയും കാണാനാകില്ല." ഹനശ് കോട്ടുവായിട്ടു.

"സഅദുല്ല, യൂസുഫ്, അജ്ജാജ്, സൻത്വൂരി തുടങ്ങിയവരെപ്പോലുള്ള ആളുകളെയാണ് നമുക്ക് കാണാനാകുന്നത്. എന്നാൽ ജബൽ, രിഫാഅ, ഖാസിം തുടങ്ങിയവരെപ്പോലുള്ളവരെക്കുറിച്ചാണ് എവിടെ തിരിഞ്ഞാലും കേൾക്കുന്നതെന്ന് മാത്രം!"

ഹനശിന്റെ വാക്ക് കേട്ട് അറഫ ചോദിച്ചു:

"പക്ഷേ അങ്ങനെയുള്ള ആളുകൾ ജീവിച്ചിരുന്നതാണല്ലോ ഇവിടെ? ശരിയല്ലേ?"

മുറിയുടെ തറയിലേക്ക് ഹനശ് വിരൽചൂണ്ടി.

"ഈ കെട്ടിടം രിഫാഅയുടെ പ്രദേശത്തല്ലേ നിലനിൽക്കുന്നത്? ഇവിടെ താമസിക്കുന്നവരൊക്കെ രിഫാഅയുടെ ആളുകളുമാണ്. എന്നും വൈകുന്നേരം റബാബ് തംബുരുവിന്റെ അകമ്പടിയോടെ സ്നേഹത്തിനും ആനന്ദത്തിനുമായാണ് ജീവിച്ചതും മരിച്ചതുമെന്ന് കഥകൾ പറയുന്ന അതേ രിഫാഅയുടെ ആളുകൾ. പിറ്റേദിവസം രാവിലെ നാമെന്നും തൊണ്ട നനയ്ക്കുന്നതും ഇതേയാളുകളുടെ ചീത്തവിളികളും വഴക്കിടലുകളും കേട്ടുകൊണ്ടാണ്. ഇവർ ആണായാലും പെണ്ണായാലുമൊക്കെ ഇങ്ങനെതന്നെയാണ്."

അറഫ അസ്വസ്ഥതയോടെ ചുണ്ടുകൾ കോട്ടി.

"പക്ഷേ അങ്ങനെയുള്ള ആളുകൾ ജീവിച്ചിരുന്നതാണല്ലോ ഇവിടെ? ശരിയല്ലേ?"

"രിഫാഅകളുടെ പ്രദേശത്ത് ഈ ചീത്തവിളിയൊക്കെ നിസ്സാരമല്ലേ? പിന്നെയല്ലേ കൊല? ദൈവം കാക്കട്ടെ. ഇന്നലെയാണ് അവന്മാരിലൊരാളുടെ കണ്ണ് കുത്തിപ്പൊട്ടിച്ചത്."

"വിചിത്രമായ തെരുവ് തന്നെയാണിത്! ഉമ്മാ ദൈവം നിങ്ങൾക്ക് ശാന്തി നൽകട്ടെ. നമ്മുടെ കാര്യംതന്നെ നോക്കൂ. സർവ്വരും നമ്മെ ഉപയോഗപ്പെടുത്തുന്നു. എന്നാൽ ഒറ്റയാൾക്കും നമ്മളോടൊരു ബഹുമാനവുമില്ല. ഇവർ ഒരിക്കലും ആരെയും മാനിക്കുകയില്ല... ഗുണ്ടകളെയല്ലാതെ!"

അറഫ പല്ലിറുമ്മുന്നത് കണ്ടതും ഹനശ് ചിരിച്ചു.

"ജബൽ, രിഫാഅ, ഖാസിം തുടങ്ങി സർവ്വപ്രദേശങ്ങളിലേയും ആളുകൾ നിങ്ങളുമായി ഇടപെടാൻ തയ്യാറാകുന്നുണ്ടല്ലോ? അതുതന്നെ വലിയ കാര്യമല്ലേ?"

"സർവ്വരും നശിക്കട്ടെ!"

കുറച്ചുനേരം നിശ്ശബ്ദനായിരുന്ന അറഫയുടെ കണ്ണുകൾ നിലവറയിലെ അരണ്ട വെളിച്ചത്തിലും തിളങ്ങുന്നുണ്ടായിരുന്നു.

“സർവ്വരും അന്ധമായി വിഡ്ഢികളെപ്പോലെ തങ്ങളുടെ വീരപുരുഷന്മാരെക്കുറിച്ച് അഭിമാനിക്കുകയാണ്. എന്നാൽ ഈ വീരപുരുഷന്മാരുടെ പേരുകളല്ലാതെ ഇന്ന് വേറെയൊന്നുമില്ല എന്നതാണ് വാസ്തവം. എന്നാൽ ഈ വ്യാജമായ പെരുമ നടിക്കലിനപ്പുറം ഒരു ചുവട് പോലും വയ്ക്കാൻ ഇവന്മാർ ശ്രമിക്കുന്നില്ല. ഭീരുക്കൾ! നായിന്റെ മക്കൾ!”

രിഫാഅ കോളനിയിലെ ഒരു സ്ത്രീയായിരുന്നു അറഫയെത്തേടിയെത്തിയ ആദ്യത്തെ ഇടപാടുകാരി. നിലവറയിൽ താമസമാക്കിയ ആദ്യ ആഴ്ചയിൽതന്നെയായിരുന്നു ഈ സ്ത്രീ അവിടെയെത്തിയത്.

“എനിക്കൊരു സ്ത്രീയുടെ ശല്യമില്ലാതാക്കണം. ആരുമറിയുകയും ചെയ്യരുത്. എന്ത് ചെയ്യണം?”

പതിഞ്ഞ സ്വരത്തിലുള്ള ആ സ്ത്രീയുടെ വാക്കുകൾ കേട്ടതും അറഫ നടുങ്ങിപ്പോയി. അതിശയത്തോടെ അവരെത്തന്നെ നോക്കി അറഫ പറഞ്ഞു:

“എനിക്കതൊന്നും ചെയ്യാനാകില്ല. ശരീരത്തിനോ മനസ്സിനോ വേണ്ട മരുന്നുകൾ വല്ലതും ആവശ്യമാണെങ്കിൽ പറയുക. ഞാൻ സഹായിക്കാം.”

“നിങ്ങളൊരു മാന്ത്രികനല്ലേ?”

“ജനങ്ങൾക്ക് ഉപകാരമുള്ള കാര്യങ്ങളാണ് ഞാൻ ചെയ്യുന്നത്. എന്നാൽ കൊലപാതകമൊക്കെ ചെയ്യാൻ വേറെയാളുകളുണ്ടല്ലോ?”

“നിങ്ങൾക്ക് ഭയമാണോ? എന്നാൽ നമ്മളല്ലാതെ വേറെയാരും ഈ രഹസ്യമറിയില്ല.”

“ഇതായിരുന്നില്ലല്ലോ രിഫാഅയുടെ വഴി?”

അറഫയുടെ സ്വരത്തിൽ പരിഹാസം പതിയിരിക്കുന്നുണ്ടായിരുന്നു.

“രിഫാഅയോ? ദൈവം അദ്ദേഹത്തെ അനുഗ്രഹിക്കട്ടെ! കരുണ കൊണ്ട് യാതൊരു ഉപകാരമില്ലാത്ത ഒരു തെരുവിലാണ് നാം ജീവിക്കുന്നത്. ഇവിടെ എന്തെങ്കിലും നന്മയുണ്ടായിരുന്നെങ്കിൽ രിഫാഅ കൊല്ലപ്പെടുമായിരുന്നില്ലല്ലോ?”

നിരാശയോടെയാണ് ആ സ്ത്രീ തിരികെപ്പോയത്. എന്നാലവർക്ക് യാതൊരു കുറ്റബോധവുമില്ലായിരുന്നു. ഈ തെരുവിൽ ജീവിച്ചിരുന്ന ഏറ്റവും ഉത്തമനായ രിഫാഅയ്ക്ക് പോലും ഇവിടെ സുരക്ഷിതത്വം ലഭിച്ചില്ല. പിന്നെ എങ്ങനെയായിരിക്കും ഒരു കുറ്റകൃത്യം ചെയ്തുകൊണ്ട് തൊഴിലാരംഭിച്ചാൽ തനിക്ക് സുരക്ഷിതത്വം പ്രതീക്ഷിക്കാൻ സാധിക്കുന്നത്? ഒരൊറ്റയാളേയും ഉപദ്രവിച്ചിട്ടില്ലാത്ത തന്റെ ഉമ്മ എത്ര യാതനകളാണ് അനുഭവിച്ചത്! ഏതൊരു മാന്യമായ കച്ചവടക്കാരനെപ്പോലെയും തനിക്ക് സർവ്വരുമായും നല്ല ബന്ധങ്ങളുണ്ടായേ തീരൂ. കാപ്പിക്കടകളിലെല്ലാം കയറിയിറങ്ങാൻ തുടങ്ങിയതോടെ ഓരോയിടത്തും പരിചയമുള്ള

ഇടപാടുകാരെ കണ്ടെത്താനായി. എല്ലാ കോളനികളിലേയും കവികളുടെ കഥകൾ കേൾക്കാൻ തുടങ്ങിയതോടെ തലയാകെ പെരുക്കുന്നതുപോലെ തോന്നി.

പിന്നീട് ഖാസിം കോളനിയിൽനിന്നുള്ള ആദ്യത്തെ ഇടപാടുകാരൻ വന്നു. പടുവൃദ്ധനായ ഒരു മനുഷ്യനായിരുന്നയാൾ. പുഞ്ചിരിയോടെ അയാൾ പതിയെ പറഞ്ഞു.

“രിഫാഅകളുടെ സംരക്ഷകനായ അജ്ജാജിന് നിങ്ങൾ നൽകിയ ഉപഹാരത്തെക്കുറിച്ച് കേട്ടു.”

ചുളിവുവീണ മുഖം കാട്ടി വൃദ്ധൻ വീണ്ടും ചിരിച്ചു.

“നമുക്കും എന്തെങ്കിലും ഉപഹാരം തരാമോ? എന്നെക്കണ്ട് അതിശ യിക്കേണ്ട. ജീവനുള്ളയാൾ തന്നെയാണ്.”

അറഫയും ചിരിച്ചതോടെ വൃദ്ധന് ആവേശമായി.

“നിങ്ങൾ ഖാസിം പ്രദേശത്തുകാരനല്ലേ? ഞങ്ങളുടെ ഇടയിലെ ആളുകൾ അങ്ങനെയാണ് കരുതുന്നത്.”

“അതിനവർക്ക് എന്റെ പിതാവാരാണെന്ന് അറിയാമോ?”

“ഖാസിം പ്രദേശത്തുകാരെ രൂപംകൊണ്ട് തന്നെ തിരിച്ചറിയാം. നിങ്ങൾ ഖാസിം പ്രദേശത്തുകാരൻ തന്നെയാണ്. നീതിയുടെയും ആനന്ദ ത്തിന്റെയും പരമോന്നതിയിലേക്ക് ഈ തെരുവിനെ പിടിച്ചുയർത്തിയത് ഞങ്ങളായിരുന്നു. പക്ഷേ എന്ത് പറയാനാണ്. ഇതൊരു ദുഃശകുനം പിടിച്ച തെരുവായിപ്പോയി.”

പിന്നീട് താൻ വന്ന കാര്യം ഓർമ്മവന്നതും വൃദ്ധൻ ചോദിച്ചു:

“എനിക്കുള്ള ഉപഹാരം തരുമോ?”

കൈയിൽ കിട്ടിയ കുടുക്ക കാഴ്ചകുറഞ്ഞ കണ്ണിനോടടുപ്പിച്ച് നോക്കി നടന്നുനീങ്ങുമ്പോൾ അയാളുടെ ശോഷിച്ച രൂപത്തിന് ചെറിയൊരു ഉന്മേഷം ലഭിച്ചതുപോലെ തോന്നി.

പിന്നീടാണ് തീർത്തും പ്രതീക്ഷിക്കാത്തൊരാൾ സന്ദർശനത്തി നെത്തിയത്. സ്വീകരണമുറിയിലെ മെത്തയിൽ ഇരിക്കുകയായിരുന്നു അറഫ. മുന്നിലായി മായികമായ സുഗന്ധം പുകയ്ക്കുന്ന ഒരു പുക പ്പാത്രവുമുണ്ട്. വൃദ്ധനായൊരു നൂബിയക്കാരനുമായി ഹനശ് കയറിവന്നു.

“കങ്കാണിയങ്ങുന്നിന്റെ പാറാവുകാരനായ യൂനുസ് മാമയാണിത്.”

അറഫ ചാടിയെഴുന്നേറ്റ് ഇരുകൈകളും നീട്ടി വൃദ്ധനെ സ്വാഗതം ചെയ്തു:

“വന്നാലും... വന്നാലും... ഇതൊരു പ്രവാചകന്റെ സന്ദർശനംപോലെ യാണല്ലോ? ഇരുന്നാലും!”

അടുത്തടുത്ത് ഇരുന്നശേഷം വൃദ്ധൻ നൂബിയക്കാരുടെ സ്വാഭാവിക ഭാവത്തിൽ പറഞ്ഞു:

“കങ്കാണിയങ്ങുന്നിന്റെ പത്നി നസീറ അവർകൾ ദുഃസ്വപ്നങ്ങൾ കാണുകയാണ്. അത് കാരണം ഉറക്കവും തീരേ കുറവാണ്.”

അറഫയുടെ കണ്ണുകളിൽ വലിയ താത്പര്യം പ്രകടമായി. പ്രതീക്ഷയും മോഹവും കാരണം നെഞ്ച് പടപടാ എന്നിടിക്കുകയാണ്.

“ഓ, അത് കുഴപ്പമില്ല. പെട്ടെന്ന് മാറാവുന്നതേയുള്ളൂ.”

“പക്ഷേ നസീറ അവർകൾ ആകെ അസ്വസ്ഥയാണ്. അതിനാലാണ് എന്തെങ്കിലും പ്രതിവിധി കിട്ടുമോ എന്നറിയാനായി എന്നെ ഇങ്ങോട്ട് അയച്ചത്.”

അറഫയ്ക്ക് വല്ലാത്ത ആനന്ദവും അധികാരബോധവും തോന്നിപ്പോയി. ഉമ്മ മരിച്ചശേഷം ഇക്കാലമത്രയുമുള്ള അലച്ചിൽ നിറഞ്ഞ ജീവിതത്തിനിടയിൽ അനുഭവിക്കാനാകാതെ പോയൊരു സന്തോഷം.

“ഞാൻ അവരുമായി നേരിട്ട് സംസാരിക്കുന്നതാണ് ഉത്തമം.”

“അസാധ്യം! അവർ നിങ്ങളുടെ അരികിലേക്ക് വരികയുമില്ല. നിങ്ങൾക്ക് അവരുടെ അടുത്ത് പോകാനുമാകില്ല!”

വൃദ്ധന്റെ കടുത്ത വാക്കുകൾ കേട്ടതും ലഭിച്ച സുവർണാവസരം നഷ്ടപ്പെട്ടുപോകാതിരിക്കാനായി അറഫ നിരാശ അടക്കിനിർത്തി.

“എങ്കിൽ എനിക്കവരുടെ തൂവാലയോ അതുപോലെ എന്തെങ്കിലും ആവശ്യമാണ്!”

പാറാവുകാരൻ തലപ്പാവ് ധരിച്ച ശിരസ്സ് കുനിച്ചശേഷം പുറത്തേക്കിറങ്ങാനായി എഴുന്നേറ്റു. ഇരുവരും നിലവറയുടെ വാതിലിനരികിലെത്തിയതും വൃദ്ധൻ ഒന്നുനിന്നു. പിന്നെ അറഫയുടെ ചെവിക്കരികിൽ വന്ന് അയാൾ മന്ത്രിച്ചു:

“രിഫാഅകളുടെ സംരക്ഷകനായ അജ്ജാജിന് നിങ്ങൾ നൽകിയ ഉപഹാരത്തെക്കുറിച്ച് കേട്ടു.”

വൃദ്ധൻ ഉപഹാരവും വാങ്ങി സ്ഥലംവിട്ടപ്പോൾ അറഫയും ഹനശും ഏറെനേരം പൊട്ടിച്ചിരിച്ചു.

“ഈ ഉപഹാരം അയാൾ ആർക്കായിട്ടായിരിക്കും വാങ്ങിക്കൊണ്ടുപോയിരിക്കുന്നത്? അയാൾക്കുവേണ്ടിയോ? കങ്കാണിക്ക് വേണ്ടിയോ? അതോ കങ്കാണിയുടെ ഭാര്യയ്ക്കുവേണ്ടിയോ?”

“ഉപഹാരങ്ങളുടെയും കുറുവടികളുടെയും തെരുവ്തന്നെ!”

അറഫ പരിഹാസത്തോടെ ഉറക്കെപ്പറഞ്ഞു. രാത്രിയായതും തെരുവിലേക്ക് നോക്കാനായി അയാൾ ജനാലയ്ക്കരികിലേക്ക് ചെന്നു. ചന്ദ്രപ്രഭയിൽ എതിർവശത്തെ ചുമരിന് വെളുത്ത നിറം ഏറിയതുപോലെ. പുറത്തുനിന്നും ചീവീടുകളുടെ ശബ്ദം കേൾക്കാം. ഒപ്പം കോളനിയിലെ കാപ്പിക്കടയിൽനിന്നും കവി കഥ പറയുന്നതും കേട്ടു:

“അദ്ഹം ഇദ്രീസിനോട് ചോദിച്ചു:

“നമുക്കിടയിൽ യാതൊരു ബന്ധവുമില്ലെന്ന് നിങ്ങൾ എപ്പോഴായിരിക്കും അംഗീകരിക്കുക?”

“ദൈവം ക്ഷമിക്കട്ടെ! നീ എന്റെ സഹോദരനല്ലേ അദ്ദേഹം? ആ ബന്ധം പൊട്ടിച്ചെറിയാൻ നിനക്കൊരിക്കലുമാകില്ല.”

“ഇദ്‌രീസ് നിങ്ങളെന്നെ ആവശ്യത്തിലുമധികം ഉപദ്രവിച്ചുകഴിഞ്ഞു.”

“ദുഃഖം കഠിനം തന്നെയാണ്. പക്ഷേ നമ്മൾ ഇരുവരും വിധിയുടെ ആക്രമണത്തിൽ പരിക്കേറ്റവരാണ്. നിനക്ക് ഹുമാമിനെയും ഖദ്‌രിയേയുമാണ് നഷ്ടപ്പെട്ടതെങ്കിൽ എനിക്ക് ഹിന്ദിനെയാണ് നഷ്ടമായത്. മഹാനായ ജബലാവിക്കിപ്പോൾ തെരുവ് വേശ്യയായൊരു ചെറുമകളും കൊലപാതകിയായൊരു ചെറുമകനുമുണ്ടായിരിക്കുന്നു!”

വേദനയോടെ അദ്ദേഹം പറഞ്ഞു.

“നിങ്ങളുടെ പ്രവർത്തനങ്ങളോളം ഭീകരമല്ല കിട്ടിയ ശിക്ഷയെങ്കിൽ ഈ ലോകം നരകത്തിൽ പോയി വീഴട്ടെ!”

മടുപ്പോടെ അറഫ ജനാലയ്ക്കരികിൽനിന്നും പിന്മാറി. പഴങ്കഥകൾ പാടി നടക്കുന്നതെപ്പോഴായിരിക്കും ഈ തെരുവ് അവസാനിപ്പിക്കുന്നത്? ഈ ലോകം നരകത്തിൽ പതിക്കുന്നതെന്നായിരിക്കും? ‘കിട്ടുന്ന ശിക്ഷ ചെയ്ത പാതകത്തിനോളം വലുതല്ലെങ്കിൽ ലോകം നരകത്തിൽ പതിക്കട്ടെ’ എന്ന് തന്റെ ഉമ്മയും പണ്ട് പറഞ്ഞുകേട്ടിട്ടുണ്ട്. ഒരു ഭൂമിയിലെ ശവക്കുഴിയിൽ കിടക്കുന്ന എന്റെ പാവം ഉമ്മ! ഞങ്ങളുടെ പാവം തെരുവേ, ഈ കഥകൾകൊണ്ട് നിനക്കെന്തെങ്കിലും ഉപകാരമുണ്ടായിട്ടുണ്ടോ?

തൊണ്ണൂറ്റിയഞ്ച്

ചുമരിൽ ഘടിപ്പിച്ചിരിക്കുന്ന വാതകവിളക്കിന്റെ വെളിച്ചത്തിൽ നിലവറയുടെ ഏറ്റവും പിറകിലുള്ള മുറിയിലിരുന്ന് കഠിനാധ്വാനം ചെയ്യുകയാണ് അറഫയും ഹനശും. ഈർപ്പവും ഇരുട്ടും പിന്നെ നിലവറയുടെ ഏറ്റവും പിറകിലായുള്ള സ്ഥലമായതും കാരണം സാധാരണ ജീവിതത്തിന് യോജിച്ച സ്ഥലമായിരുന്നില്ല ആ മുറി. അതിനാലാണ് അറഫ അതിനെ തന്റെ പണിസ്ഥലമാക്കി മാറ്റിയത്. നിലത്തും കോണുകളിലുമൊക്കെ കടലാസ് ഏലസുകളും മണ്ണും ചുണ്ണാമ്പും ചെടികളും സുഗന്ധദ്രവ്യങ്ങളും ഊറയ്ക്കിട്ട എലി, തവള, തേൾ തുടങ്ങിയ ജീവികളുടെയും പ്രാണികളുടെയും ശരീരങ്ങളുമടങ്ങിയ വിവിധ വസ്തുക്കൾ കാണാം. ഒപ്പം കുപ്പിച്ചില്ലുകളുടെ കൂമ്പാരം, നീളൻ കഴുത്തുള്ള കുപ്പികൾ, വിവിധ ദ്രാവക കന്നാസുകൾ, വിചിത്രമായ രൂക്ഷഗന്ധം പുറപ്പെടുവിക്കുന്ന ദ്രാവകങ്ങൾ, മരക്കരി, പിന്നെ ഒരു മണ്ണെണ്ണ അടുപ്പും. ചുമരിൽ ഘടിപ്പിച്ചിരിക്കുന്ന തട്ടുകളിൽ വിവിധതരം പാത്രങ്ങൾ, സംഭരണികൾ, സഞ്ചികൾ തുടങ്ങിയവയും വച്ചിരിക്കുന്നു.

വലിയൊരു മൺപാത്രത്തിൽ എന്തൊക്കെയോ കുറച്ച് വസ്തുക്കൾ ഇട്ട് കുഴയ്ക്കുന്ന തിരക്കിലാണ് അറഫ. നെറ്റിയിൽനിന്ന് വിയർപ്പ് പൊടിയുന്നുണ്ട്. അതയാൾ കുപ്പായക്കൈകൊണ്ട് തുടച്ചുമാറ്റിക്കൊണ്ടിരിക്കുന്നു. എന്ത് കല്പന കിട്ടിയാലും അനുസരിക്കാൻ തയ്യാറായി തൊട്ടരികിൽതന്നെ ചരിഞ്ഞുകിടന്ന് ശ്രദ്ധയോടെ നോക്കുകയാണ് ഹനശ്. അറഫയുടെ സ്നേഹം ലഭിക്കാനോ അല്ലെങ്കിൽ അയാളെ ആശ്വസിപ്പിക്കാനോ എന്നവണ്ണം ഹനശ് പറഞ്ഞു:

“ഈ ദുഃശകുനം പിടിച്ച തെരുവിലെ ഏറ്റവും തിരക്കുള്ള ആൾ പോലും നിങ്ങൾ ചെയ്യുന്നതിന്റെ ഒരംശംപോലും അധ്വാനിക്കുന്നുണ്ടാവില്ല. എന്തിനാണിതൊക്കെ ചെയ്യുന്നത്? ഏതാനും മില്ലീം നാണയങ്ങൾക്ക്. അല്ലെങ്കിൽ ഖിർശുകൾക്ക്.”

“ദൈവം എന്റെ ഉമ്മയ്ക്ക് ശാന്തി നൽകട്ടെ. അവരെ അംഗീകരിച്ച ഒരേയൊരു വ്യക്തി ഞാൻ മാത്രമായിരിക്കും. സ്വന്തം തലച്ചോറിൽ നടക്കുന്ന കാര്യങ്ങളെല്ലാം നിങ്ങൾക്ക് പറഞ്ഞുതരാൻ പ്രാപ്തിയുണ്ടായിരുന്ന ആ മാന്ത്രികന്റെ അരികിൽ എന്നെ കൊണ്ടുചെന്നാക്കുമ്പോൾ എന്റെ ജീവിതമാകെ മാറിപ്പോയിരുന്നു. ആ ഉമ്മയില്ലായിരുന്നെങ്കിൽ ഞാനിന്ന് ആളുകളുടെ കീശ കവരുന്നവനായേനെ. അല്ലെങ്കിലൊരു തെണ്ടി!”

“അപ്പോൾ നാണയങ്ങളോ?”

“സമാധാനത്തോടെ നീങ്ങിയാൽ പണം വരും. അതിൽ വേവലാതി വേണ്ട. സമ്പന്നനാകാനുള്ള ഒരേയൊരു വഴിയൊന്നുമല്ല ഗുണ്ടപ്പിരിവ് നടത്തൽ. ഇവിടെ എനിക്കുള്ള ഉന്നതമായ സ്ഥാനത്തിന്റെ കാര്യം മറന്നുപോകരുത്. എനിക്കരികിലെത്തുന്ന സർവ്വരും എന്നെ പൂർണമായി ആശ്രയിക്കുകയും അവരുടെ ആനന്ദത്തിന്റെ കാര്യം എന്റെ കൈയിൽ വിശ്വസിച്ചേല്പിക്കുകയുമാണ്. ഇതൊട്ടും ചെറിയ കാര്യമല്ല. അതുപോലെതന്നെ മാന്ത്രികവിദ്യയുടെ ആനന്ദത്തിന്റെ കാര്യവും മറക്കാൻ പാടില്ല. വൃത്തികെട്ട വസ്തുക്കളിൽനിന്നും തീർത്തും ഉപയോഗപ്രദമായ എന്തെങ്കിലും വസ്തു ഉണ്ടാക്കിയെടുക്കുമ്പോൾ കിട്ടുന്ന സന്തോഷം... ജനം നിങ്ങളെ അനുസരിക്കുമ്പോൾ അവർക്ക് രോഗമുക്തി സാധ്യമാകുന്നതിലൂടെ ലഭിക്കുന്ന സന്തോഷം... നിങ്ങൾക്ക് ബന്ധപ്പെടാനും സ്വന്തമാക്കാൻ കൊതിക്കുന്നതുമായ അജ്ഞാതമായ ശക്തികളുണ്ട് ഈ ലോകത്ത്!”

മണ്ണെണ്ണ അടുപ്പിലേക്ക് നോക്കിയ ഹനശ് സുഹൃത്തിന്റെ സംസാരത്തെ തടസ്സപ്പെടുത്താനെന്നവണ്ണം പറഞ്ഞു:

“പകൽവെളിച്ചം കിട്ടുന്നയിടത്തുവച്ച് അടുപ്പ് കത്തിക്കുന്നതാണ് നല്ലത്. അല്ലെങ്കിൽ ശ്വാസം മുട്ടും.”

“നീ അത് വേണമെങ്കിൽ നരകത്തിൽ കൊണ്ടുവച്ച് കത്തിച്ചോളൂ. എന്നാൽ എന്റെ ചിന്തകളെ മാത്രം തടസ്സപ്പെടുത്തരുത്, പറഞ്ഞേക്കാം.

ഈ തെരുവിലെ വലിയ കുലീനന്മാരെന്ന് സ്വയം കരുതുന്ന ഒറ്റ വിഡ്ഢി കൾക്കും ഈ വിചിത്രമായ ഗന്ധങ്ങളുള്ള വൃത്തിയില്ലാത്ത ഇരുട്ടുമുറി യിലിരുന്ന് ഞാനുണ്ടാക്കിക്കൊണ്ടിരിക്കുന്ന വസ്തുക്കളുടെ പ്രാധാന്യം എന്തെന്ന് അറിയുകയില്ല. ഉപഹാരങ്ങൾ കിട്ടുമ്പോൾ അവർക്ക് സന്തോഷമാകും. എന്നാൽ അവയൊന്നുമല്ല ജീവിതത്തിൽ സർവ്വവും. ഏതൊരാളുടെയും ഭാവനയ്ക്ക് സങ്കല്പിക്കാൻപോലും സാധിക്കാത്ത അതിശയങ്ങൾ സൃഷ്ടിക്കാൻ ഈ മുറിക്കാകും. അറഫയുടെ യഥാർത്ഥ വിലയെന്തെന്ന് ഇവിടത്തെ ഭ്രാന്തന്മാർക്കറിയില്ല. എന്നാൽ ഒരു ദിവസം അവരത് മനസ്സിലാക്കും. അന്ന് ഇന്ന് ചെയ്യുന്നതുപോലെ എന്റെ ഉമ്മയെ ക്കുറിച്ച് കുത്തുവാക്കുകൾ പറയുന്നതവസാനിപ്പിച്ച് അവരുടെ ആത്മ ശാന്തിക്കായി ഈയാളുകൾ പ്രാർത്ഥിക്കും."

പകുതി എഴുന്നേറ്റശേഷം ഹനശ് വീണ്ടും നിലത്ത് കുത്തിയിരുന്നു. പിന്നെ നീരസത്തോടെ ചോദിച്ചു:

"ഈ സൗന്ദര്യമൊക്കെ വിഡ്ഢിയായ ഏതെങ്കിലുമൊരു ഗുണ്ടയുടെ കുറുവടിയാൽ തച്ചുതകർക്കപ്പെടില്ലേ?"

"നാം ആർക്കും ഒരുപദ്രവവും ചെയ്യുന്നില്ല. ഗുണ്ടാപ്പിരിവ് നൽകുന്നു മുണ്ട്. പിന്നെ എന്തിന് ഗുണ്ടകൾ നമ്മെ ഉപദ്രവിക്കണം?"

ഹനശ് പൊട്ടിച്ചിരിച്ചു.

"അപ്പോൾ രിഫാഅ എന്തു തെറ്റാണ് ചെയ്തത്?"

"നീ എന്തിനാ എന്നെ വെറുതെ ദേഷ്യം പിടിപ്പിക്കുന്നത്?"

"സമ്പന്നനാകാനാഗ്രഹിക്കുകയാണ് നിങ്ങൾ. എന്നാലിവിടെ ഗുണ്ടകൾ മാത്രമേ സമ്പന്നരാകുകയുള്ളൂ. ശക്തനാകാനാഗ്രഹിക്കുക യാണ് നിങ്ങൾ. എന്നാലിവിടെ ഗുണ്ടകൾക്ക് മാത്രമാണ് ശക്തരാകാൻ അനുവാദമുള്ളത്. ശരിയല്ലേയെന്ന് ഒന്നാലോചിച്ചുനോക്കൂ, സഹോദരാ."

പാത്രത്തിലിട്ട് കുഴയ്ക്കുന്ന വസ്തുക്കൾ എല്ലാം കണക്കിനാണോ എന്നുറപ്പ് വരുത്തുന്നതിനായി അല്പനേരം നിശ്ശബ്ദനായ അറഫ ഹനശിന് നേർക്കു നോക്കി. അയാളുടെ മുഖത്തെ ആശങ്ക കണ്ടതും അറഫ ചിരിച്ചു.

"നിനക്കുമുമ്പേ ഉമ്മ എനിക്ക് മുന്നറിയിപ്പ് നൽകിയിരുന്നു. നന്ദി ഹനശ് നിന്റെ വാക്കുകൾക്ക്. എന്നാൽ ഞാനീ തെരുവിലേക്ക് തിരിച്ചു വന്നിരിക്കുന്നത് വ്യക്തമായൊരു പദ്ധതിയുമായാണ്."

"നിങ്ങൾക്ക് മാന്ത്രികവിദ്യയിൽ മാത്രമാണ് താത്പര്യമെന്ന് തോന്നു ന്നല്ലോ?"

അറഫയ്ക്ക് പെട്ടെന്ന് ഉന്മേഷമായി.

"മാന്ത്രികവിദ്യ തികച്ചും അതിശയിപ്പിക്കുന്നൊരു കാര്യം തന്നെ യാണ്. അതിന്റെ ശക്തിക്കൊരു അതിരുമില്ല. അതെവിടെച്ചെന്ന് നിൽക്കു മെന്ന് ആർക്കും അറിയുകയുമില്ല. ആ വിദ്യ സ്വന്തമാക്കിയവന് മുന്നിൽ

ഗുണ്ടകളുടെ കുറുവടികളൊക്കെ വെറും കളിപ്പാട്ടങ്ങളായിരിക്കും. വിഡ്ഢിയാകാതെ കാര്യങ്ങൾ മനസ്സിലാക്കാൻ ശ്രമിക്കൂ ഹനശ്. ഒന്നാലോചിച്ചു നോക്കിക്കേ... ഈ തെരുവിലെ കുട്ടികളെല്ലാം മാന്ത്രികന്മാരായാൽ എന്താണവസ്ഥയെന്ന്?"

"എല്ലാവരും മാന്ത്രികരായാൽ തൊഴിലില്ലാതെ സർവ്വരും പട്ടിണി കിടന്ന് മരിക്കില്ലേ?"

വായ്ക്കകത്തെ പല്ലുകൾ പുറത്ത് കാണുംവിധത്തിൽ അറഫ പൊട്ടിച്ചിരിച്ചു.

"ഹനശ്, വെറുതെ വിഡ്ഢിയാകാൻ നോക്കരുതേ... അവർക്ക് അങ്ങനെയായാൽ എന്തൊക്കെ ചെയ്യാൻ സാധിക്കുമെന്ന് സ്വയമൊന്ന് ചോദിച്ചുനോക്കിക്കേ. ഇന്ന് ചീത്തയും ശാപവചനങ്ങളും പുറത്തേക്കൊഴുകുന്നതുപോലെ ദൈവമാണെ സത്യം അതിശയങ്ങളായിരിക്കും ഈ തെരുവിൽ പിറവിയെടുക്കുന്നതൊക്കെ!"

"അതെ, ശരിയാണ്. എന്നാലതിനു മുമ്പവർ വിശന്ന് മരിക്കാൻ പാടില്ലെന്നു മാത്രം!"

"ശരിയാണ്. എന്നാലവരൊന്നും മരിക്കാതിരിക്കാൻ..."

പറയാൻ തുടങ്ങിയ കാര്യം മുഴുവനാക്കാതെ പെട്ടെന്ന് അറഫ നിശ്ശബ്ദനായി. പിന്നെ ചെയ്തുകൊണ്ടിരുന്ന ജോലി മതിയാക്കി അയാളെന്തോ ആലോചിക്കാൻ തുടങ്ങി. ശേഷം തുടർന്ന് പറഞ്ഞു:

"ഖാസിം കുടുംബത്തിലെ കവി പറയുന്നതു കേട്ടത് തെരുവിലെ സർവ്വരുടെയും ആവശ്യങ്ങൾക്കുതകാനായി ഭൂസ്വത്ത് ഉപയോഗപ്പെടുത്തണമെന്നാണത്രേ ഖാസിം ഉദ്ദേശിച്ചതെന്നാണ്. അപ്പോൾ അവർ വേറെ തൊഴിലുകളൊന്നും ചെയ്യേണ്ടിവരില്ല. പണ്ട് അദ്ദേഹം സ്വപ്നം കണ്ടിരുന്നതുപോലുള്ള വിനോദം നിറഞ്ഞ ആനന്ദം അനുഭവിക്കാനവർക്ക് സാധിക്കുകയും ചെയ്യുമത്രേ."

"അത് തന്നെയാണ് ഖാസിം പറഞ്ഞത്."

അറഫയുടെ കണ്ണുകൾ തിളങ്ങുന്നുണ്ടായിരുന്നു.

"പക്ഷേ വിനോദമല്ലല്ലോ ജീവിതത്തിന്റെ അന്തിമലക്ഷ്യം? ജീവിതം മുഴുവൻ ഒന്നും ചെയ്യാതെ വെറും വിനോദങ്ങളിൽ മുഴുകി കഴിയുന്ന കാര്യമൊന്ന് സങ്കല്പിച്ച് നോക്കിക്കേ. മനോഹരമായൊരു സ്വപ്നം തന്നെയാണത്. തീർത്തും അസംബന്ധവും. എന്നാൽ ഹനശ്, ഒരാൾ സ്വന്തം ജോലികളിൽനിന്നും സ്വതന്ത്രനാവുകയാണെങ്കിലത് ജീവിതത്തിലെന്തെങ്കിലും അദ്ഭുതങ്ങൾ സൃഷ്ടിക്കാനാകണം."

തന്നെ സംബന്ധിച്ച് പ്രത്യേക താത്പര്യമൊന്നുമില്ലാത്ത സംസാരം തുടരുന്നതിൽ അർത്ഥമില്ലെന്ന മട്ടിൽ ഹനശ് തലയാട്ടി. എടുത്തു പറയാൻ കഴുത്തെന്നൊരു ഭാഗമില്ലാതെ ശരീരത്തിലുറപ്പിച്ചതുപോലെയായിരുന്നു അയാളുടെ ശിരസ്സ്.

“ഞാനെന്തായാലും പകൽവെളിച്ചം കിട്ടുന്ന മുറിയിൽ പോയിരുന്ന് അടുപ്പ് കത്തിക്കട്ടെ.”

“കത്തിച്ചോ... പിന്നെ നീ ആ അടുപ്പിന്റെ മുകളിലേക്ക് കയറി നിൽക്കുകയും കൂടി ചെയ്തേക്ക്. നിനക്കൊക്കെ കത്തിത്തീരാനാണ് യോഗം?

ഒരു മണിക്കൂർ നേരം കൂടിക്കഴിഞ്ഞതും അറഫ പണിപ്പുരയിൽ നിന്നിറങ്ങി മുൻവശത്തെ മുറിയിലേക്ക് ചെന്നു. മെത്തയിൽ ഇരുന്ന ശേഷം ജനാലയിലൂടെ നിരത്തിലേക്ക് നോക്കാൻ തുടങ്ങി. കുറേ നേരത്തെ നിശ്ശബ്ദതയ്ക്കുശേഷം ജീവിതത്തിന്റെ ഒച്ചപ്പാടുകൾ ചെവിയിലെത്തി. ഉന്തുവണ്ടിക്കാരുടെ ഒച്ച, സ്ത്രീകളുടെ കൊച്ചുവർത്ത മാനങ്ങൾ, കടുത്ത തമാശകൾ, ചീത്തശരങ്ങൾ. ഒപ്പം ഒഴുകിയെത്തുന്ന വിവിധ ഗന്ധങ്ങളും പിന്നെ നിലയ്ക്കാതെ നീങ്ങുന്ന കാൽനടയാത്ര ക്കാരും.

അപ്പോഴാണ് തന്റെ ജനാലയുടെ അഭിമുഖമായി പുതിയൊരു കാര്യം ശ്രദ്ധയിൽപ്പെടുന്നത്. ഒരു കാപ്പിത്തട്ട്! പഴയൊരു മേൽമൂടികൊണ്ട് മൂടിയ ഉയരമേറിയൊരു കൂട് പോലെയുള്ള ചലിപ്പിക്കാവുന്ന കാപ്പിത്തട്ട്. കാപ്പി, തേയില, കറുവാപ്പട്ട, കപ്പുകൾ, കുപ്പിഗ്ലാസുകൾ, കരണ്ടികൾ തുടങ്ങി യവ നിരത്തിയ പെട്ടികൾ അതിന് മുകളിലുണ്ട്. വെള്ളം തിളയ്ക്കാനായി ഒരു വൃദ്ധൻ നിലത്തിരുന്ന് അടുപ്പിലെ തീ ഊതുകയാണ്. അതേസമയം കാപ്പിത്തട്ടിന് പിറകിൽ നിൽക്കുന്നൊരു ചെറുപ്പക്കാരി പെണ്ണ് ഊഷ്മള മായ ശബ്ദത്തിൽ “കാപ്പി... കാപ്പി...” എന്ന് വിളിച്ചുപറയുന്നു. ഖാസിം, രിഫാഅ കോളനികൾ സംഗമിക്കുന്നയിടത്താണ് കാപ്പിത്തട്ട് കൊണ്ടു വച്ചിരിക്കുന്നത്. ഉന്തുവണ്ടി തള്ളുന്നവരും പാവങ്ങളുമാണ് മിക്കവാറും ഇടപാടുകാരെന്ന് തോന്നുന്നു.

ജനാലയുടെ അഴികൾക്കിടയിലൂടെ അറഫ ആ പെൺകുട്ടിയെ സൂക്ഷിച്ചുനോക്കി. ഇരുണ്ട നിറമാണ്. കറുത്ത സ്കാർഫ് ധരിച്ച അവളെ കാണാൻ എത്ര സുന്ദരിയാണ്! കടുംകാപ്പി നിറത്തിലുള്ള ജല്ലാബിയ കുപ്പായം കഴുത്ത് മുതൽ പാദംവരെയുള്ള ഭാഗങ്ങളെ മൂടിയിരിക്കുന്നു. ആർക്കെങ്കിലും കാപ്പി കൊടുക്കാനോ അല്ലെങ്കിൽ ഒഴിഞ്ഞ കപ്പുകൾ തിരിച്ചെടുക്കാനോ പോകുമ്പോഴെല്ലാം കുപ്പായത്തിന്റെ അറ്റം നില ത്തിഴയുന്നുണ്ട്. വളരെ മാന്യവും ഒതുക്കവുമുള്ള വേഷം. മെലിഞ്ഞ ശരീരം. സുന്ദരമായ തേനിന്റെ നിറമുള്ള കണ്ണുകൾ. ആകെയുള്ള പ്രശ്നം ഇടത്തേ കണ്ണിന്റെ പോളയിലെ ചുവപ്പ് നിറമാണ്. നീരുകൊണ്ടോ അല്ലെങ്കിൽ വൃത്തിക്കുറവുകൊണ്ടോ ആയിരിക്കാം. വൃദ്ധന്റെ മകളാ യിരിക്കും. രണ്ടുപേരുടെയും മുഖങ്ങൾ കണ്ടാൽതന്നെ ഇത് വ്യക്തമാകും. വയസ്സുകാലത്ത് ജനിച്ച കുട്ടിയായിരിക്കും. അതാകാട്ടെ ഞങ്ങളുടെ തെരുവിൽ സർവ്വസാധാരണമാണ്താനും.

“ഏയ് കുട്ടീ... എനിക്കൊരു ചായ വേണം.”

അറഫ നിന്നയിടത്തേക്ക് നോക്കിയ പെൺകുട്ടി പെട്ടെന്ന് തന്നെ ചാരത്തിൽ പകുതി മുങ്ങിയിരിക്കുന്ന പിടിയുള്ള പാത്രത്തിൽനിന്ന് ഒരു കപ്പിൽ ചായ നിറച്ചശേഷം നിരത്ത് മുറിച്ച് കടന്ന് നിലവറയുടെ ജനാലയ്ക്ക് നേരേ ചെന്നു. ചായ തനിക്ക് കൈമാറിയതോടെ അറഫ ചോദിച്ചു:

“വളരെ നന്ദിയുണ്ട്... എത്രയാ വില?”

“ഒരു നിക്കൽ നാണയം.”

“അതല്പം കൂടുതലാണല്ലോ? പക്ഷേ നിനക്കായി എത്ര തുക തന്നാലും അധികമാകില്ല കേട്ടോ?”

എന്നാൽ പെൺകുട്ടി പ്രതിഷേധിച്ചു.

“വലിയ കാപ്പിക്കടകളിൽ നിങ്ങളുടെ കൈയിലിരിക്കുന്ന ഇതേ ചായയ്ക്ക് ഒരു തഅ്രീഫയെങ്കിലും കൊടുക്കണം.”

അറഫയുടെ മറുപടി കാത്തുനിൽക്കാതെ പെൺകുട്ടി കാപ്പിത്തട്ടി നരികിലേക്ക് തിരികെ പോയി. തണുക്കുന്നതിന് മുമ്പ് ചായ ഊതിക്കുടി ക്കുന്നതിനിടയിലും അവളെത്തന്നെ നോക്കുകയായിരുന്നു അറഫ. ഇതു പോലൊരു പെൺകുട്ടിയെ സ്വന്തമാക്കാനായാൽ എന്ത് ഭാഗ്യമായിരിക്കും. കണ്ണുകളിലുള്ള ചുവപ്പ് ഒഴിച്ചുനിർത്തിയാൽ അവൾക്ക് യാതൊരു കുറവു മില്ല. തനിക്കാകട്ടെ വളരെ എളുപ്പത്തിൽ അത് ചികിത്സിക്കാനും സാധിക്കും. എന്നാൽ അതിനാവശ്യം വരുന്ന പണം ഇപ്പോൾ തന്റെ കൈയ്യിലില്ലെന്ന് മാത്രം. നിലവറയിൽ എല്ലാ സൗകര്യവുമുണ്ട്. ഹനശിന് വേണമെങ്കിൽ ഇടനാഴിയിലോ സ്വീകരണമുറിയിലോ കിടന്നുറങ്ങാവുന്ന തേയുള്ളൂ. അവിടെയുള്ള കിടക്കയിലെ പ്രാണികളെ ഒന്നൊഴിവാക്കണ മെന്നേയുള്ളൂ.

വിചിത്രമായ എന്തോ ഒച്ച കേട്ടു. ആളുകൾ തെരുവിന്റെ അങ്ങേയറ്റ ത്തേക്ക് നോക്കുന്നതു കാണാം.

“സൻത്വൂരി.. സൻത്വൂരി...”

ആരൊക്കെയോ വിളിച്ചുപറയുന്നതു കേട്ടതും കഴിയുന്നത്ര ചരിഞ്ഞ് ജനാലയുടെ അഴികളിലൂടെ നോക്കിയപ്പോൾ സഹായികളുടെ വലയ ത്തിൽ നടന്നുവരുന്ന ഗുണ്ടയെ കണ്ടു. കാപ്പിത്തട്ടിനരികിലെത്തിയതും പെൺകുട്ടിയെ കണ്ട സൻതൂരി തന്റെ ആളുകളിലൊരാളോട് ചോദിച്ചു:

“ഏതാണീ പെണ്ണ്?”

“ഷക്റൂനിന്റെ മകൾ അവാത്വിഫ്.”

അവളെ ഇഷ്ടപ്പെട്ടെന്ന മട്ടിൽ കൺപുരികങ്ങൾ ചലിപ്പിച്ചശേഷം സൻതൂരി തന്റെ കോളനിയിലേക്ക് പോയി. ഇത് കണ്ടതോടെ അറഫ യ്ക്കാകെ അസ്വസ്ഥത തോന്നി. ഒഴിഞ്ഞ ചായക്കപ്പ് ആട്ടിക്കാണിച്ചതും അവാത്വിഫ് പതിയെ അരികിലേക്ക് വന്നു. കപ്പും പിന്നെ കൈയിൽ വച്ച്

നീട്ടിയ നാണയവും കൈപ്പറ്റിയ പെൺകുട്ടിയോട് സൻത്വൂരി പോയ ദിക്കിലേക്ക് താടികൊണ്ട് ചൂണ്ടിയശേഷം അറഫ ചോദിച്ചു:

“നിനക്കയാളുടെ നോട്ടം കണ്ടിട്ട് ഒന്നും തോന്നിയില്ലേ?”

തിരിഞ്ഞ് പോകുന്നതിനിടയ്ക്ക് അവൾ ചിരിച്ചു.

“ആവശ്യം വരുമ്പോൾ ഞാൻ സഹായം ചോദിക്കാം. നിങ്ങൾ സഹായിക്കുമോ?”

അവളുടെ അല്പം നിന്ദ നിറഞ്ഞ ചോദ്യം അറഫയെ വേദനിപ്പിച്ചു. അതൊരു വെല്ലുവിളിയൊന്നുമല്ലെങ്കിൽപോലും വേദന തോന്നി. അപ്പോഴേക്കും ഹനശ് വിളിക്കുന്നതു കേട്ടു. അതോടെ നിലത്തേക്കിറങ്ങി അറഫ അകത്തെ മുറിയിലേക്ക് പോയി.

തൊണ്ണൂറ്റിയാറ്

ഓരോ ദിവസം കഴിയുന്തോറും അറഫയുടെ ഇടപാടുകാരുടെ എണ്ണവും വർദ്ധിച്ചുകൊണ്ടിരുന്നു. എന്നാൽ തന്റെ സ്വീകരണമുറിയിലേക്ക് അവാത്വിഫ് കടന്നുവരുന്നതു കണ്ടപ്പോഴുണ്ടായതുപോലൊരു ആനന്ദം ഒരു ഇടപാടുകാരന്റെ സാന്നിധ്യവും അറഫയുടെ മനസ്സിലുണ്ടാക്കിയില്ല. സാധാരണ ഇടപാടുകാർ വരുമ്പോൾ കാണിക്കാറുള്ള ഗൗരവമൊക്കെ മറന്ന് അവൾ കയറിവന്നപ്പോൾ അയാൾ എഴുന്നേറ്റുചെന്ന് സ്വീകരിച്ചു. എതിർവശത്തുള്ള മെത്തയിൽ അവൾ ചെന്നിരുന്നു. തന്റെ ഇരിപ്പിടത്തിൽ ചമ്രം പടിഞ്ഞിരിക്കുമ്പോൾ സ്വന്തം ആനന്ദം ഉൾക്കൊള്ളാൻ ഈ ലോകം മതിയാകില്ലെന്ന് തോന്നിപ്പോയി. മൊത്തത്തിലൊന്ന് നോക്കിക്കൊണ്ട് അറഫ അവളെ സ്വാഗതം ചെയ്തു. അവസാനം ഇടത്തേകണ്ണിലെത്തി ശ്രദ്ധ. നീര് വന്ന് കൺപോള വീർത്തതിനാൽ ഇടത്തേ കണ്ണ് കാണാൻ കഴിയാത്ത അവസ്ഥയായിരിക്കുകയാണ്.

“നീ കണ്ണിന്റെ കാര്യം തീരെ അവഗണിച്ചല്ലേ? നിന്നെ ആദ്യം കണ്ട ദിവസം തന്നെ കണ്ണിൽ ചുവപ്പ് ഞാൻ ശ്രദ്ധിച്ചതാണ്.”

“ഞാൻ ചൂട് വെള്ളംകൊണ്ട് കണ്ണ് കഴുകാറുണ്ട്. പിന്നെ എന്നെപ്പോലെ ജോലിത്തിരക്കുള്ള ഒരാൾക്ക് ഇതൊക്കെ മറന്നുപോവുകയേ ഉള്ളൂ.”

ക്ഷമാപണം പോലെ അവാത്വിഫ് പറഞ്ഞു.

“സ്വന്തം ആരോഗ്യത്തിന്റെ കാര്യം ഇങ്ങനെ മറക്കുന്നത് അംഗീകരിക്കാനാകില്ല. പ്രത്യേകിച്ച് നിന്റെ സുന്ദരമായ കണ്ണുകൾപോലുള്ള അവയവങ്ങളുടെ കാര്യമാകുമ്പോൾ.”

തന്റെ സൗന്ദര്യത്തെ സ്തുതിച്ചത് ഇഷ്ടപ്പെട്ടതും അവാത്വിഫ് പുഞ്ചിരിച്ചു. ഇതിനിടയ്ക്ക് അറഫ പിറകിലിരുന്ന അലമാരയിലേക്ക്

കൈനീട്ടി ഒരു പാത്രമെടുത്തു. അതിനകത്ത് നിന്നൊരു കെട്ടെടുത്ത് അവൾക്കുനേരെ നീട്ടി.

“ഇതിനകത്തുള്ള സാധനം ഒരു തൂവാലയിൽവച്ച് കെട്ടണം. പിന്നെ തിളയ്ക്കുന്ന വെള്ളത്തിന്റെ ആവിയിൽ മുക്കിയശേഷം എന്നും രാത്രിയിൽ കണ്ണിൽ ചൂട് പിടിക്കണം. കണ്ണിന്റെ പഴയ സൗന്ദര്യം തിരികെ കിട്ടുന്നതുവരെ അപ്രകാരം തുടരണം.”

കെട്ട് കൈപ്പറ്റിയശേഷം അവാത്വിഫ് അതിനുള്ളിൽ നിന്നൊരു കൂട് പുറത്തെടുത്തു. പിന്നെ വലത്തേകണ്ണുകൊണ്ട് അവൾ ചോദിച്ചു മരുന്നിനെന്താ വിലയെന്ന്.

“ഓ... അതിന്റെയൊന്നും ആവശ്യമില്ല. നമ്മൾ അയൽക്കാരല്ലേ? ഇപ്പോൾ സുഹൃത്തുക്കളുമായി.”

“പക്ഷേ കുടിക്കുന്ന ചായയ്ക്ക് വില തരുന്നുണ്ടല്ലോ എനിക്ക്?”

“അത് സത്യത്തിൽ നിന്റെ വാപ്പയ്ക്ക് കൊടുക്കുന്നതല്ലേ? അദ്ദേഹം വളരെ ബഹുമാന്യനായ മനുഷ്യനാണ്. ഒന്ന് പരിചയപ്പെടണമെന്നുമുണ്ട്. ഇത്രയും വയസ്സായിട്ടും അദ്ദേഹത്തിന് ഇങ്ങനെ ജോലി ചെയ്യേണ്ടിവരുന്നതിൽ ദുഃഖം തോന്നുന്നു.”

“പക്ഷേ അദ്ദേഹത്തിന് നല്ല ആരോഗ്യമാണുള്ളത്. വീട്ടിലിരിക്കാൻ ആൾ തയ്യാറല്ല. തന്റെ ദീർഘായുസ്സാണ് പ്രധാന ദുഃഖകാരണമായി അദ്ദേഹം കാണുന്നത്. ഖാസിമിന്റെ കാലത്ത് നടന്ന സംഭവങ്ങൾക്കൊക്കെ സാക്ഷിയാണദ്ദേഹം.”

അവാത്വിഫിന്റെ വാക്കുകൾ കേട്ടതും അറഫയുടെ കണ്ണുകളിൽ താത്പര്യമുണർന്നു.

“സത്യമാണോ? അദ്ദേഹം ഖാസിമിന്റെ അനുയായികളിൽപ്പെട്ടയാളായിരുന്നോ?”

“അല്ല. പക്ഷേ അക്കാലത്ത് വാപ്പ ആനന്ദമെന്തെന്നറിഞ്ഞിരുന്നു. ആ കാലത്തെയോർത്ത് അദ്ദേഹം വളരെയേറെ വിലപിക്കുകയാണിപ്പോഴും.”

“എനിക്കദ്ദേഹത്തെ ഒന്ന് പരിചയപ്പെടണമെന്നുണ്ട്. പഴയ വിശേഷങ്ങൾ കേട്ടറിയണം!”

“ദയവായി അദ്ദേഹത്തെ അക്കാര്യത്തെക്കുറിച്ച് സംസാരിക്കാൻ പ്രേരിപ്പിക്കരുത്. വാപ്പ അതൊക്കെ എന്നെന്നേക്കുമായി മറന്നെങ്കിലെന്ന് കൊതിക്കുകയാണ് ഞാൻ. അദ്ദേഹത്തിന്റെ ആരോഗ്യത്തിന് അതാണാവശ്യം. ഒരിക്കൽ ഏതോ മദ്യശാലയിൽ ചെന്ന് കൂട്ടുകാർക്കൊപ്പം മദ്യപിച്ചു. ലഹരി തലയ്ക്ക് പിടിച്ചതോടെ സുഹൃത്തുക്കൾക്കിടയിൽ എഴുന്നേറ്റുനിന്നശേഷം ഖാസിമിന്റെ കാലത്തേതുപോലെ തെരുവിലെ ജീവിതം വീണ്ടുമായെങ്കിലെന്ന് ഉറക്കെ പറഞ്ഞു. എന്നാൽ തിരിച്ച് തെരുവിലെത്തിയതും ഗുണ്ട സൻത്വൂരിയുടെ മുന്നിൽ ചെന്നുപെട്ടു.

അടിക്കാനും തൊഴിക്കാനും തുടങ്ങിയ ആ മനുഷ്യൻ വാപ്പ ബോധം കെട്ട് വീഴുന്നതുവരെ പിന്മാറിയതേയില്ല!"

മനസ്സിൽ ദേഷ്യം പതഞ്ഞുയരുന്നതിനിടയിലും അല്പനേരം ആലോചിച്ചശേഷം അറഫ പറഞ്ഞു:

"ഈ ഗുണ്ടകൾ ചുറ്റുമുള്ളപ്പോൾ ഒറ്റയൊരാൾക്കും സുരക്ഷയുണ്ടാകില്ല!"

അറഫയുടെ വാക്കുകളിൽ എത്ര ഗൗരവമുണ്ടെന്നറിയാനെന്നവണ്ണം അവാത്വിഫ് അയാളെത്തന്നെ നോക്കി.

"നിങ്ങൾ പറഞ്ഞത് ശരിയാണ്. ഈ ഗുണ്ടകളുള്ളപ്പോൾ ആർക്കും സുരക്ഷയുണ്ടാകില്ല!"

എന്നാൽ ചുണ്ടിൽ കടിച്ചുകൊണ്ട് ഒരല്പം അമാന്തിച്ചശേഷം അറഫ പറഞ്ഞു:

"ആ സൻത്വൂരി നിന്റെ നേരെ വഷളൻ രീതിയിൽ നോക്കുന്നത് ഞാൻ കണ്ടതാണ്."

മുഖത്ത് വിരിഞ്ഞ പുഞ്ചിരി മറയ്ക്കാനായി അവൾ തലകുനിച്ചു കളഞ്ഞു.

"പടച്ചവനേ കാത്തുകൊള്ളണേ."

"അയാളെപ്പോലൊരു ഗുണ്ടയുടെ ശ്രദ്ധ കവരാൻ കഴിഞ്ഞത് ഏതു പെണ്ണിനാണ് ഇഷ്ടപ്പെടാത്തത്?"

അറഫയുടെ ചോദ്യത്തിൽ സംശയത്തിന്റെ ലാഞ്ചനയുണ്ടായിരുന്നു.

"അയാൾക്ക് നാല് ഭാര്യമാരുണ്ട്."

അയാളുടെ നെഞ്ചൊന്ന് പിടഞ്ഞു.

"കൂടുതൽ വിവാഹം കഴിക്കാൻ അയാൾക്ക് കഴിയുമെങ്കിലോ?"

"വാപ്പയെ ഉപദ്രവിച്ചതു മുതലേ എനിക്കയാളെ വെറുപ്പാണ്. ഇതുപോലെതന്നെ സർവ്വഗുണ്ടകളും ഹൃദയമില്ലാത്തവരാണ്. തങ്ങൾ നൽകിയ പണം തിരികെ വാങ്ങുന്നതുപോലെയല്ലേ അഹങ്കാരത്തോടുകൂടി അവർ ഗുണ്ടാപ്പിരിവ് നടത്തുന്നത്?"

അവാത്വിഫിന്റെ സ്വരത്തിലെ രൂക്ഷത തിരിച്ചറിഞ്ഞതും അയാൾക്ക് ഉന്മേഷവും ആശ്വാസവും തോന്നി.

"ശരിയാണ് അവാത്വിഫ്. ഈ ഗുണ്ടകളുടെ കഥ കഴിച്ചതിലൂടെ ഖാസിം ചെയ്തതും നന്മയാണ്. പക്ഷേ നീരുവന്ന കുരുപോലെ ആ ഗുണ്ടകൾ തിരികെ വന്നിരിക്കുകയാണ് വീണ്ടും!"

"അതുകൊണ്ടാണ് ഖാസിമിന്റെ കാര്യത്തെയോർത്ത് വാപ്പ ഇത്രയേറെ കേഴുന്നത്."

അറഫ അത് ശ്രദ്ധിക്കാത്തമട്ടിൽ തലകുലുക്കി.

“ഇതുപോലെ ജബലിന്റെയും അറഫയുടെയും കാലത്തെക്കുറിച്ചോർത്ത് വ്യസനിക്കുന്ന വേറെയും ആളുകളുണ്ടാകും. പക്ഷേ അക്കാലമൊക്കെ തിരിച്ചുവരാത്തവിധം കഴിഞ്ഞുപോയില്ലേ?”

“എന്റെ വാപ്പയെപ്പോലെ ഖാസിമിനെ കണ്ടിട്ടില്ലാത്തതിനാലാണ് നിങ്ങൾ ഇങ്ങനെ പറയുന്നത്.”

“നീ കണ്ടോ?”

“വാപ്പ എന്നോട് പറഞ്ഞിട്ടുണ്ട്.

“എന്റെ ഉമ്മയും അങ്ങനെയൊക്കെ പറഞ്ഞിട്ടുണ്ട്. എന്നാലതിലൊക്കെ എന്ത് പ്രയോജനമാണുള്ളത്? ഇതൊന്നും നമ്മെ ഗുണ്ടകളിൽ നിന്ന് രക്ഷിക്കില്ലല്ലോ? അവരുടെ ഇരയായിരുന്നു എന്റെ ഉമ്മതന്നെ. ഇപ്പോൾ ആ സ്ത്രീ മരിച്ചുകഴിഞ്ഞിട്ടുപോലും അപവാദങ്ങൾ പറഞ്ഞു പരത്തുകയല്ലേ ഇവന്മാരൊക്കെ?”

“ശരിക്കും?”

കുപ്പിഗ്ലാസിലിരുന്ന തെളിഞ്ഞ വെള്ളം പെട്ടെന്ന് കലങ്ങിയതുപോലെ അറഫയുടെ മുഖം കറുത്തു.

“അതുകൊണ്ടാണ് അവാത്വിഫ് നിന്റെ കാര്യത്തിൽ എനിക്ക് ഭയം. ആളുകളുടെ ജീവനും അഭിമാനത്തിനും സ്നേഹത്തിനും സമാധാനത്തിനുമെല്ലാം ഗുണ്ടകൾ ഭീഷണിയാണ്. സത്യം തുറന്നുപറയാമല്ലോ, ആ ജന്തു നിന്നെ തുറിച്ചുനോക്കുന്നത് കണ്ടനാൾ തന്നെ തീരുമാനിച്ചതാണ് എനിക്കയാളുടെ കഥ കഴിക്കേണ്ടിവരുമെന്ന്.”

“ഇതൊക്കെ നമ്മുടെ പിതാമഹനായ ഈ ഭൂസ്വത്തിന്റെയൊക്കെ അധിപനായ ജബലാവിയുടെ ആഗ്രഹമനുസരിച്ചാണെന്നാണ് അവർ പറയുന്നത്.”

“അതിന് എവിടെയാണ് നമ്മുടെ പിതാമഹനുള്ളത്?”

“മാളികയിൽ.”

അവാത്വിഫിന്റെ കപടമില്ലാത്ത മറുപടി കേട്ടതും സന്തോഷത്തിന്റെ ലക്ഷണമേതുമില്ലാത്ത മുഖത്തോടെ അയാൾ പറഞ്ഞു:

“അതെ. നിന്റെ വാപ്പ ഖാസിമിനെക്കുറിച്ച് പറയുന്നു. ഖാസിം പറഞ്ഞിട്ടുള്ളത് നമ്മുടെ പിതാമഹനെക്കുറിച്ചാണ്. അങ്ങനെയാണ് നാം കേട്ടിട്ടുള്ളത്. എന്നാൽ നാം കാണുന്നത് ഖദ്‌രിയേയും സഅദുല്ലയേയും അജ്ജാജിനേയും സൻത്വൂരിയേയും യൂസുഫിനേയും മാത്രമാണ്. സത്യത്തിൽ ഈ പീഡനത്തിൽനിന്നും മുക്തി നേടാനൊരു ശക്തിയാണ് നമുക്ക് വേണ്ടത്. ഈ പഴഞ്ചൻ ഓർമ്മകൾകൊണ്ടെന്താണ് പ്രയോജനം?”

സംഭാഷണം ഈ ഗതിക്ക് പോകുന്നത് തങ്ങളുടെ കൂടിക്കാഴ്ചയെത്തന്നെ അലങ്കോലമാക്കുമെന്ന് മനസ്സിലായതും അറഫ തീവ്രമായി പറഞ്ഞു:

"എനിക്ക് നിന്നെ ആവശ്യമുള്ളതുപോലെ ഈ തെരുവിനാവശ്യം ശക്തിയാണ്!"

അയാൾ പറഞ്ഞതത്ര ഇഷ്ടപ്പെടാത്ത മട്ടിൽ അവാത്വിഫ് തുറിച്ചു നോക്കുന്നതു കണ്ടതും തന്റെ കണ്ണുകളിൽ സ്ഥിരം കാണാറുള്ള കൂസലില്ലായ്മയോടെ അറഫ പുഞ്ചിരിച്ചു. പിന്നെ അവളുടെ കണ്ണിൽ തുളുമ്പുന്ന ദേഷ്യം അടക്കിനിർത്താനെന്നവണ്ണം അയാൾ പറഞ്ഞു:

"സുന്ദരിയും അധ്വാനിയും നല്ലവളുമായൊരു പെൺകുട്ടിയുണ്ട്. ജോലിത്തിരക്കിനിടയിൽ സ്വന്തം കണ്ണ് വീർത്ത കാര്യംപോലും അവൾ മറന്നുപോയി. പിന്നെ എന്നെ ആവശ്യമുള്ളതുപോലെ അവൾ എനിക്കരികിലെത്തി. എന്നാൽ ഇപ്പോളവൾക്ക് സത്യം മനസ്സിലാകുന്നു. യഥാർത്ഥത്തിൽ എനിക്കാണാവശ്യം അവളെക്കൊണ്ടെന്ന്!"

"എനിക്ക് പോകാൻ നേരമായി."

എഴുന്നേൽക്കാൻ ശ്രമിക്കുന്നതിനിടയ്ക്ക് അവൾ പറഞ്ഞു.

"ദയവുചെയ്ത് ദേഷ്യപ്പെട്ടുകൊണ്ട് പോകരുത്. ഞാൻ പുതുതായൊന്നും പറഞ്ഞിട്ടില്ലെന്നോർമ്മ വേണം. ഇക്കഴിഞ്ഞ ദിവസങ്ങളിലൊക്കെ ഞാൻ ആരാധനയോടെ നോക്കിയതൊക്കെ നീ ശ്രദ്ധിച്ചിട്ടുണ്ടാവുമെന്നത് ഉറപ്പല്ലേ? ഞാനെപ്പോഴും ജനാലയിലൂടെ നിന്റെ കാപ്പിത്തട്ട് തന്നെ നോക്കി നിൽക്കുകയായിരുന്നില്ലേ? എന്നെപ്പോലൊരു അവിവാഹിതന് എന്നും ഒറ്റയ്ക്ക് കഴിയാനാകില്ല. ജോലിത്തിരക്ക് നിറഞ്ഞ എന്റെ വീട് നോക്കിനടത്താനൊരാൾ വേണം. ആവശ്യത്തിലുമധികം പണമുണ്ടാക്കുന്നുണ്ട് ഞാൻ. അത് പങ്കിടാൻ എനിക്കൊരാളുടെ ആവശ്യമുണ്ട്."

അവാത്വിഫ് മുറിയിൽ നിന്നിറങ്ങിയതും അവളെ യാത്രയയയ്ക്കാനായി അറഫ ഇടനാഴിയുടെ അവസാനംവരെ കൂടെച്ചെന്നു. പോകാനിഷ്ടമല്ലെന്ന മട്ടിലായിരുന്നു അവൾ യാത്ര പറഞ്ഞത്.

"പോയിട്ട് വരട്ടെ! സൂക്ഷിക്കണേ..."

അവൾ പോയിട്ടും അവിടെത്തന്നെ നിന്ന് അറഫ പതിയെ പാടാൻ തുടങ്ങി.

"എത്ര ഉജ്ജ്വലമാണ് പെണ്ണേ നിന്റെ കവിളുകൾ
എനിക്കായി ചഷകം നിറയ്ക്കുമോ പെണ്ണേ
കൺമുന്നിലെത്തിയ ഏറ്റവും സുന്ദരിയല്ലയോ നീ?"

പിന്നെ ആവേശത്തോടെ പണിപ്പുരയിലേക്ക് ചെന്നപ്പോൾ ജോലിത്തിരക്കിൽ മുഴുകിയിരിക്കുന്ന ഹനശിനെ കണ്ടു.

"നീ എന്താ ചെയ്തുകൊണ്ടിരിക്കുന്നത്?"

ഹനശ് കൈയിലിരുന്ന കുപ്പി അറഫയെ കാണിച്ചു.

“ഇത് തയ്യാറായിട്ടുണ്ട്. നന്നായി അടച്ചു. ഇനി മരുഭൂമിയിൽ കൊണ്ടുപോയി പരീക്ഷിക്കണം.”

കുപ്പി കൈയിൽ വാങ്ങിയശേഷം അറഫ അതിന്റെ അടപ്പ് പരിശോധിച്ചു.

“അതെ. മരുഭൂമിയിൽ വച്ച് മതി. അല്ലെങ്കിൽ ആളുകൾ കാര്യമറിയാനിടയുണ്ട്.”

“നമുക്ക് വരുമാനം കിട്ടാൻ തുടങ്ങിയിരിക്കുകയാണ്. ജീവിതം ആനന്ദകരമാകാനും തുടങ്ങി. ദൈവം കനിഞ്ഞ് നൽകിയ ആ സന്തോഷം നിങ്ങളായിട്ട് നശിപ്പിക്കരുതേ.”

ജീവിതത്തിൽ വളരെ ബുദ്ധിമുട്ടുകൾ അനുഭവിച്ചിട്ടുള്ളയാളാണ് ഹനശ്. അയാൾ പറഞ്ഞ കാര്യമോർത്ത് ഒന്നു പുഞ്ചിരിച്ചശേഷം അറഫ പറഞ്ഞു:

“അവർ എന്റെ ഉമ്മയായിരുന്നതുപോലെ നിന്റെയും ഉമ്മയായിരുന്നു.”

“ശരിയാണ്. പക്ഷേ പ്രതികാരത്തിന് തുനിയരുതെന്ന് അവർ നിങ്ങളോട് യാചിച്ചിരുന്നില്ലേ?”

“അന്നൊക്കെ നീ ഇപ്പോൾ പറയുന്നതുപോലെയല്ലല്ലോ പറഞ്ഞിരുന്നത്?”

“പ്രതികാരത്തിന് തുനിയുന്നതിനു മുമ്പുതന്നെ നമ്മുടെ കഥ കഴിയും.”

അറഫ ചിരിച്ചു.

“വളരെക്കാലം മുമ്പുതന്നെ പ്രതികാരം ചെയ്യണമെന്ന ചിന്തയൊക്കെ ഞാൻ ഉപേക്ഷിച്ചുവെന്ന് പറഞ്ഞിട്ടുണ്ടല്ലോ?”

ഹനശിന്റെ മുഖം തിളങ്ങി.

“ആ കുപ്പി ഇങ്ങ് താ.. ഞാനത് കാലിയാക്കട്ടെ.”

എന്നാൽ അറഫ കുപ്പി മുറുകെപ്പിടിക്കുകയാണ് ചെയ്തത്.

“വേണ്ട. നമുക്കിത് പരീക്ഷിച്ച് നോക്കണം. എന്നാൽ മാത്രമേ സാധനം കുറ്റമറ്റതാണെന്ന് ഉറപ്പാക്കാനാവുകയുള്ളൂ.”

ഹനശ് നീരസത്തോടെ മുഖം ചുളിച്ചു.

“ഹനശ് ഞാൻ മനസ്സിലുള്ള കാര്യം തന്നെയാണ് പറഞ്ഞത്. എന്നെ വിശ്വസിക്ക്. പ്രതികാരം ചെയ്യുന്ന ചിന്തയൊക്കെ ഞാനുപേക്ഷിച്ചു കഴിഞ്ഞു. അത് ഉമ്മ യാചിച്ചതുകൊണ്ടൊന്നുമല്ല. മറിച്ച് നാം പ്രതികാരം ചെയ്തില്ലെങ്കിൽപോലും ഈ ഗുണ്ടകളുടെ ഭരണം അവസാനിക്കുക തന്നെ ചെയ്യുമെന്ന തിരിച്ചറിവ് കൊണ്ടാണ്.”

“അതോ ആ പെണ്ണിനെ പ്രേമിക്കുന്നതുകൊണ്ടോ?”

ഹനശിന്റെ എതിരഭിപ്രായം കേട്ടതും തൊണ്ട പുറത്തുകാണുന്ന തരത്തിൽ അറഫ പൊട്ടിച്ചിരിച്ചു.

“ആ പെണ്ണിനോടുള്ള പ്രേമമെന്നോ ജീവിതത്തിനോടുള്ള പ്രേമമെന്നോ എന്തുവേണമെങ്കിലും വിളച്ചോളൂ. ഖാസിം വളരെ വലിയ ശരിയായിരുന്നു!”

“അതിന് ഖാസിമും നിങ്ങളും തമ്മിലെന്താ ബന്ധം? പിതാമഹന്റെ ആഗ്രഹം നടപ്പിലാക്കുകയായിരുന്നല്ലോ ഖാസിം?”

അറഫയുടെ മുഖം വാടിപ്പോയി.

“ആർക്കറിയാം? നമ്മുടെ തെരുവ് വെറുതെ കഥകൾ പറയുകയല്ലേ? എന്നാൽ നമ്മൾ ഈ മുറിക്കുള്ളിലിരുന്ന് ചെയ്യുന്നത് വളരെ നിർണായകമായ കാര്യമാണ്. അക്കാര്യത്തിലൊരു സംശയവും വേണ്ട. പിന്നെ നമ്മുടെ ജീവിതത്തിനെന്ത് സുരക്ഷിതത്വമാണുള്ളത്? നാം സമ്പാദിച്ചതൊക്കെ കവർന്നെടുക്കാനായി നാളെ അജ്ജാജ് വരും. ഇനി ഞാൻ അവാത്വിഫിനെ വിവാഹം കഴിക്കാൻ ശ്രമിച്ചാൽ സൻത്വൂരിയുടെ കുറുവടിയെ നേരിടേണ്ടിവരും. ഇതാണ് തെണ്ടികളടക്കമുള്ള ഈ തെരുവിലെ സർവ്വരുടെയും അവസ്ഥ. എന്റെ സന്തോഷം തകർക്കുന്നതെന്തോ അത് ഈ തെരുവിന്റെയാകെ സമാധാനം കൂടിയാണ് തകർക്കുന്നത്. എനിക്ക് സുരക്ഷിതത്വം നൽകുന്നത് അവർക്കും സുരക്ഷിതത്വം നൽകും.

ഞാനൊരു ഗുണ്ടയോ ജബലാവിയുടെ സ്വന്തം ആളുകളിലൊരാളോ അല്ല. എന്നാൽ ഈ മുറിക്കുള്ളിൽ അദ്ഭുതങ്ങൾ സ്വന്തമായുള്ള ആളാണ് ഞാൻ. ജബലിന്റെയും രിഫാഅയുടെയും ഖാസിമിന്റെയും ഒരുമിച്ചുള്ള ശക്തികളുടെ പത്തിരട്ടി ശക്തിയാണ് അവ എനിക്ക് തരുന്നത്.”

കൈയിലിരുന്ന കുപ്പി ഉയർത്തിപ്പിടിച്ചശേഷം അത് താഴേക്കെറിയുന്ന ഭാവത്തിൽ ഹനശിനെ നോക്കി അറഫ തുടർന്നു:

“നമുക്കിത് ഇന്നു രാത്രിതന്നെ മരുഭൂമിയിൽവച്ച് പരീക്ഷിക്കണം. ചിരിക്കെടാ.... അതിശയിക്കാൻ തയ്യാറായിക്കോളൂ...”

പണിപ്പുരയിൽനിന്ന് നേരെ ജനാലയുള്ള മുറിയിലേക്ക് ചെന്ന അറഫ മെത്തയിൽ ഇരുന്നശേഷം പുറത്തെ കാപ്പിത്തട്ടിലേക്ക് നോക്കിയിരുന്നു. പതിയെ രാത്രി കടന്നുവരികയാണ്. അവാത്വിഫ് ചായയും കാപ്പിയുമൊക്കെ വിളിച്ചുകൊടുക്കുന്ന ശബ്ദം ഉയർന്നു കേൾക്കാം. അവൾ ജനാലയിലേക്ക് നോക്കാതിരിക്കാൻ ശ്രമിച്ചുകൊണ്ടിരിക്കുകയാണ്. അതിനർത്ഥം അവൾ തന്നെക്കുറിച്ച് ചിന്തിക്കുന്നുവെന്നാണ്. നക്ഷത്രത്തെപ്പോലൊരു പുഞ്ചിരി ആ ചുണ്ടിൽ വിരിയുന്നതു കാണാം. അറഫയും പുഞ്ചിരിച്ചു. ആ പുഞ്ചിരി ശരീരത്തിലാകെ പരന്നു. ആ ആനന്ദത്തിൽ ദിനവും രാവിലെ മുടി ചീകുമെന്ന് മനസ്സ് പ്രതിജ്ഞ എടുക്കുന്ന അവസ്ഥ.

ജമാലിയ്യയിൽനിന്ന് ആരുടെയൊക്കെയോ ഒച്ച കേൾക്കാം. ഒരു കള്ളനെ ഓടിച്ചുകൊണ്ട് വരികയാണവർ. പിന്നീട് കേട്ടത് കവിയുടെ റബാബ് തംബുരുവിനൊപ്പമുള്ള ശബ്ദമാണ്.

"ആദ്യത്തെ പ്രണാമം കങ്കാണി ഖദ്‌രി അവർകൾക്കാണ്.
രണ്ടാമതായി നമ്മുടെ തെരുവിന്റെ സംരക്ഷകൻ സഅ്ദുല്ലയ്ക്കാണ്.
മൂന്നാമതായി നമ്മുടെ സ്വന്തം സംരക്ഷകനായ
അജ്ജാജിനാണ് പ്രണാമം."

ഈ ശബ്ദങ്ങൾ അറഫയെ കരുണയില്ലാതെ തന്റെ സ്വപ്നങ്ങളിൽ നിന്നും തട്ടിയകറ്റുകയായിരുന്നു. മടുപ്പോടെയാണ് അയാൾ പറഞ്ഞു പോയത്:

"ഇനി തുടങ്ങും കഥകൾ പറയാൻ... എന്നായിരിക്കും ഈ പഴങ്കഥകൾ പറയുന്നതൊന്നവസാനിക്കുന്നത്? രാത്രികൾ മുഴുവൻ ഇതൊക്കെ ചെവിയോർത്തിരുന്നതുകൊണ്ടെന്ത് പ്രയോജനമാണുള്ളത്? കവി പിന്നെയും കഥകൾ പറയാൻ തുടങ്ങുന്നു... കഞ്ചാവ്പുരകൾ ഉണരാൻ പോകുന്നു... സങ്കടങ്ങളുടെ തെരുവായിപ്പോയല്ലോ നമ്മുടെ തെരുവേ നീ...?"

തൊണ്ണൂറ്റിയേഴ്

അവാതിഫിന്റെ പിതാവ് ഷക്റൂനിന്റെ ജീവിതം നിഗൂഢമായ ഏതോ അസ്വസ്ഥതകളിലൂടെ കടന്നുപോകുകയാണ്. ചിലപ്പോഴൊക്കെ അയാൾ തനിച്ചിരുന്ന് ഉറക്കെ സംസാരിക്കും. അത് കാണുമ്പോൾ ആളുകൾ പറയും: "വയസ്സായതുകൊണ്ടാണ്." നിസ്സാരകാര്യങ്ങളുടെ പേരിലും ചിലപ്പോൾ ഒരു കാര്യവുമില്ലാതെയും അയാൾ പൊട്ടിത്തെറിക്കുന്നത് കാണുമ്പോഴും ആളുകൾ പറയുക ഇതൊക്കെ വാർദ്ധക്യമായതുകൊണ്ടാണെന്നായിരിക്കും. തികച്ചും ദൈവനിഷേധമെന്ന് തെരുവിലുള്ളവർ കരുതുന്ന വാക്കുകൾ വിളിച്ചു പറയുമ്പോഴും സഹതാപത്തോടെ ആളുകൾ പറഞ്ഞുപോകും: "വാർദ്ധക്യത്തിൽനിന്നും രക്ഷിക്കണേ, ദൈവമേ."

നിലവറയിലെ ജനാലക്കമ്പികൾക്കിടയിലൂടെ ഷക്റൂനിന് നേരെ സഹതാപത്തോടും ശ്രദ്ധയോടുംകൂടി അറഫ നോക്കിനിൽക്കാറുണ്ട്. ഒരു ദിവസം അയാളെ നോക്കിനിൽക്കുമ്പോൾ അറഫ സ്വയം പറഞ്ഞു:

"വയസ്സായി, വൃത്തിക്കുറവുണ്ട്, എങ്കിലും അന്തസ്സുള്ള മനുഷ്യനാണിയാൾ. ഖാസിമിന്റെ കാലം കഴിഞ്ഞ ശേഷമുള്ള ഈ തെരുവിന്റെ അധോഗതി ആ ശോഷിച്ച മുഖത്ത് കോറിയിട്ടിട്ടുണ്ട്. ഖാസിമിന്റെ കാലത്ത് ജീവിക്കാനായതും നീതിയും സുരക്ഷയുമൊക്കെ അനുഭവിച്ചതുമൊക്കെ ഈ മനുഷ്യന്റെ നിർഭാഗ്യത്തിനാണ്. ഭൂസ്വത്ത് വരുമാനം വീതം വച്ചപ്പോൾ തന്റെ വിഹിതം കിട്ടിയ ആളാണ്. ജബലാവിയുടെ പേരിൽ തെരുവിൽ പുതിയ മന്ദിരങ്ങൾ പണികഴിപ്പിച്ചതിനും പിന്നീട് കങ്കാണിയായ ഖദ്‌രിയുടെ ഉത്തരവിന്റെ അടിസ്ഥാനത്തിൽ ആ നിർമ്മാണ പ്രവർത്തനങ്ങളൊക്കെ നിർത്തിവച്ചതിനും സാക്ഷിയാണ്. എന്തൊക്കെ

പറഞ്ഞാലും ആവശ്യമുള്ളതിലും അധികംകാലം ജീവിക്കാൻ വിധിക്കപ്പെട്ട ഹതഭാഗ്യനായൊരു മനുഷ്യൻ തന്നെയാണിയാൾ!"

അവാത്വിഫ് വരുന്നത് കണ്ടു. കണ്ണിലെ നീര് മാറിയതോടെ അവളുടെ മുഖം വീണ്ടും സുന്ദരമായിരിക്കുന്നു. അതോടെ പിതാവിനെ നോക്കിക്കൊണ്ടിരുന്ന അറഫ അവൾക്കുനേരെ തിരിഞ്ഞ് പുഞ്ചിരിയോടെ വിളിച്ചുപറഞ്ഞു:

"ഒരു ചായ കിട്ടുമോ?"

അവൾ ചായക്കപ്പുമായി ജനാലയ്ക്കരികിലേക്ക് വന്നു. എന്നാൽ കപ്പ് കൈയിൽനിന്നും വാങ്ങുന്നതിനു മുമ്പ് അവൾ അല്പനേരം അവിടെ നിൽക്കട്ടെ എന്ന് കരുതി അറഫ പറഞ്ഞു:

"കണ്ണ് സുഖമായതിന് ആശംസകൾ. തെരുവിന്റെ പനിനീർപ്പൂവല്ലേ നീയിപ്പോൾ!"

"അതിന്റെ നന്ദി ദൈവത്തിനും നിങ്ങൾക്കുമുള്ളതല്ലേ?"

അവാത്വിഫ് പുഞ്ചിരിച്ചു. കപ്പ് വാങ്ങുന്നതിനിടയിൽ അയാൾ മനപ്പൂർവ്വം അവളുടെ വിരൽത്തുമ്പുകളിൽ ഒന്ന് സ്പർശിച്ചു. തിരിച്ചുപോകുമ്പോഴുള്ള ആനന്ദം നിറഞ്ഞ നടത്തം കണ്ടതോടെ തന്റെ സ്പർശനം അവൾ അംഗീകരിച്ചുവെന്നും ആസ്വദിച്ചുവെന്നും മനസ്സിലായി. നിർണായകമായൊരു തീരുമാനമെടുക്കാൻ ഇതിലും മികച്ചൊരു നേരമുണ്ടോ ഇനി? താൻ ധൈര്യമില്ലാത്തയാളൊന്നുമല്ല. എന്നാൽ ഇക്കാര്യത്തിൽ സൻതൂരിയുമായൊരു ആയിരം കണക്കെങ്കിലും തീർക്കേണ്ടിവരും. ഈ ഗുണ്ടയുടെ മുന്നിലേക്ക് സ്വന്തം മകളെ ഇറക്കി നിർത്തിയതിന്റെ ഉത്തരവാദിത്തം ഷ്കറൂനിന് തന്നെയാണ്! പക്ഷേ, ആ പാവം മനുഷ്യൻ ഉന്തുവണ്ടി തള്ളിനടന്ന് പരിക്ഷീണനായിരിക്കുകയാണ്. തുടർന്നും ആ പണി ചെയ്യാനാകാത്തതുകൊണ്ടായിരിക്കും ഈ നിർഭാഗ്യം പിടിച്ച കാപ്പിത്തട്ട് തുടങ്ങേണ്ടിവന്നത്.

അങ്ങ് ദൂരെനിന്ന് ആരവങ്ങൾ കേൾക്കുന്നു. ആളുകൾ ജമാലിയ്യയുടെ ഭാഗത്തേക്ക് നോക്കി. ഒട്ടും താമസിയാതെ ഒരു കുതിരവണ്ടി പ്രത്യക്ഷപ്പെട്ടു. അതിന്മേൽ കൈകൊട്ടി പാടുന്ന കുറെ പെണ്ണുങ്ങളെ കണ്ടു. അവർക്ക് മധ്യത്തിലായി പൊതുകുളിപ്പുരയിൽനിന്നും മടങ്ങുന്നൊരു മണവാട്ടിയുമുണ്ട്. വണ്ടിക്കൊപ്പം ഓടുകയാണ് തെരുവിലെ കുട്ടികൾ. ജബൽകോളനിയിലേക്ക് കടക്കുന്ന കുതിരവണ്ടിയുടെ വശങ്ങളിൽ പിടിച്ച് ആർപ്പുവിളിക്കുകയാണ് കുട്ടികൾ. അന്തരീക്ഷത്തിലാകെ ആഹ്ലാദത്തോടെയുള്ള കുരവയിടലും ആശംസാവർഷങ്ങളും അശ്ലീലവർത്തമാനങ്ങളും നിറയുന്നു.

ഇതിനിടയിലാണ് ഷക്റൂൻ ചാടിയെഴുന്നേറ്റ് അലറിയത്:

"ആക്രമിക്കൂ... ആക്രമിക്കൂ..."

അവാത്വിഫ് പിതാവിന്റെ അരികിലേക്ക് ഓടിവന്നു. അയാളെ പിടിച്ച് ഇരുത്തിയശേഷം സ്നേഹത്തോടെ പുറം തഴുകിക്കൊടുക്കാൻ തുടങ്ങി. ഷക്റൂൻ ഉറക്കത്തിൽ പറഞ്ഞതാണോ, അതോ വാർദ്ധക്യസഹജമായ പിച്ചുംപേയും ആണോ എന്നതിശയിക്കുകയായിരുന്നു അറഫ. ഈ വാർദ്ധക്യം ശരിക്കുമൊരു ശാപംതന്നെയാണ്. അപ്പോൾ പിന്നെ ജബലാവിയുടെ അവസ്ഥയെന്തായിരിക്കും? അയാൾ ശാന്തനായി ഇരിക്കുന്നതുവരെ നോക്കിനിന്നശേഷം അറഫ തിരക്കി:

“ഷക്റൂൻ മാമാ, നിങ്ങൾ എപ്പോഴെങ്കിലും ജബലാവിയെ കണ്ടിട്ടുണ്ടോ?”

“വിഡ്ഢീ, ജബലിന്റെ കാലത്തിന് മുൻപുതന്നെ അദ്ദേഹം മാളികയിൽ അടച്ചിരിക്കുകയാണെന്ന വിവരം നിനക്കറിയില്ലേ?”

തന്റെ മുഖത്ത് നോക്കാതെയുള്ള വൃദ്ധന്റെ മറുപടി കേട്ട് അറഫ ചിരിച്ചു. അവാത്വിഫും പുഞ്ചിരിച്ചു.

“ദൈവം താങ്കൾക്ക് ദീർഘായുസ്സ് നൽകട്ടെ, ഷക്റൂൻ മാമാ.”

“ജീവിതത്തിനെന്തെങ്കിലും മൂല്യമുണ്ടായിരുന്നെങ്കിൽ ഈ പ്രാർത്ഥനയ്ക്കൊരർത്ഥമുണ്ടാകുമായിരുന്നു.”

ചായക്കപ്പ് എടുത്തുകൊണ്ടുപോകാനെത്തിയ അവാത്വിഫ് പറഞ്ഞു:

“നിങ്ങൾ അദ്ദേഹത്തെ വെറുതെ വിടൂ. രാത്രി ഒരു മണിക്കൂർപോലും നേരെ ചൊവ്വേ ഉറങ്ങാത്ത ആളാണദ്ദേഹം.”

“എന്റെ മനസ്സ് നിന്നോടൊപ്പമുണ്ട് അവാത്വിഫ്.”

ശേഷം അവൾ തിരികെപ്പോകുന്നതിനുമുമ്പ് അയാൾ കൂട്ടിച്ചേർത്തു:

“നമ്മുടെ കാര്യത്തിനെക്കുറിച്ച് അദ്ദേഹത്തോട് സംസാരിക്കണമെന്നാണെന്റെ ആഗ്രഹം.”

വിരൽകൊണ്ട് അയാൾക്ക് താക്കീത് നൽകിയശേഷം അവൾ തിരികെപ്പോയി. കുട്ടികൾ ഉള്ളി ഒളിപ്പിക്കുന്ന കളിയിലേർപ്പെടുന്നത് നോക്കിയിരിക്കുന്നതിനിടയിലാണ് പെട്ടെന്ന് ഖാസിംകാരുടെ കോളനിയിൽനിന്നും ഇറങ്ങിവരുന്ന സൻതൂരിയെ കണ്ടത്. അതോടെ അറഫയുടെ ശിരസ്സ് അറിയാതെ ജനലഴികൾക്കടുത്തുനിന്നും പിൻതിരിഞ്ഞു. ഇയാളെന്തിനായിരിക്കും ഇപ്പോഴിങ്ങോട്ട് വന്നിട്ടുണ്ടാവുക? തന്റെ ഭാഗ്യത്തിനാണ് രിഫാഅകളുടെ കോളനിയിൽ താമസിക്കാൻ തോന്നിയത്. അവിടെ ഗുണ്ട അജ്ജാജാണല്ലോ? അയാളാണെങ്കിൽ താൻ നൽകിയ ഉപഹാരങ്ങളിൽ മയങ്ങിയ ആളുമാണ്. ഷക്റൂനിന്റെ കാപ്പിത്തട്ടിന് മുന്നിൽ വന്നുനിന്നശേഷം സൻതൂരി അവാത്വിഫിന്റെ മുഖത്തേക്ക് സൂക്ഷിച്ചുനോക്കാൻ തുടങ്ങി.

“പഞ്ചസാരയിടാത്തൊരു കാപ്പി.”

അടുത്ത വീടുകളിലൊന്നിലെ ജനാലയിൽ നിന്നൊരു സ്ത്രീ ഇതു കേട്ട് ചിരിച്ചു.

"തെണ്ടികളുടെ കാപ്പിത്തട്ടിൽനിന്നും ഖാസിം കുടുംബത്തിന്റെ രക്ഷകൻ കാപ്പി കുടിക്കാനുള്ള കാരണമെന്തായിരിക്കുമോ എന്തോ?"

സൻതൂരിയാകട്ടെ ഇതൊന്നും ശ്രദ്ധിക്കുന്നുണ്ടായിരുന്നില്ല. അവാത്വിഫ് അയാൾക്ക് കാപ്പിക്കപ്പ് കൈമാറുന്നത് കണ്ടപ്പോൾ അറഫയുടെ നെഞ്ചാണ് പിടഞ്ഞത്. കാപ്പി തണുക്കാൻ കാത്തുനിൽക്കുന്നതിനിടയ്ക്ക് ഗുണ്ട അയാളുടെ വായിലെ സ്വർണപ്പല്ല് പുറത്ത് കാണുംവിധത്തിൽ വഷളൻ രീതിയിൽ അവാത്വിഫിനെ നോക്കി ചിരിച്ചു. മുഖത്തംമല എടുത്തുയർത്തി ഗുണ്ടയെ ഇടിക്കാനായെങ്കിലെന്ന് അറഫയുടെ മനസ്സ് കൊതിച്ചുപോയി.

"നിന്റെ സുന്ദരമായ കൈകൊണ്ട് ഉണ്ടാക്കിയതുകൊണ്ടാകും, നല്ല രുചിയുണ്ട്."

കാപ്പി നുണയുന്നതിനിടെ, സൻതൂരി അവാത്വിഫിനെ നോക്കി പറഞ്ഞു. പുഞ്ചിരിക്കാനോ, മുഖം ചുളിക്കാനോപോലും ഭയന്നു നിൽക്കുന്ന മകൾക്കുനേരെ ആശങ്കയോടെ വൃദ്ധൻ നോക്കി. ഗുണ്ട അവൾക്ക് അഞ്ച് ഖിർശിന്റെ നാണയം നൽകി. ബാക്കി നൽകാനായി അവൾ കീശയിൽ തിരയുന്നതിനിടയിൽ അതാവശ്യപ്പെടുകയോ, കാത്തു നിൽക്കുകയോ ചെയ്യാതെ സൻതൂരി ഖാസിം കോളനിക്കാരുടെ കാപ്പി ക്കടയിലേക്ക് നീങ്ങി. ആകെ വല്ലാതായ അവാത്വിഫിനോട് അറഫ പതിയെ പറഞ്ഞു:

"അയാൾക്കരികിലേക്ക് പോകരുത്."

"അപ്പോൾ ബാക്കി പണം തിരികെ കൊടുക്കേണ്ടേ?"

അതോടെ അവശനാണെങ്കിലും ഷക്റൂൻ എഴുന്നേറ്റ് ബാക്കി പണവും വാങ്ങി കാപ്പിക്കടയിലേക്ക് നടന്നു. അല്പം കഴിഞ്ഞതും തിരികെവന്ന ആ വൃദ്ധൻ തന്റെ ഇരിപ്പിടത്തിൽ ചെന്നിരുന്നു. പൊട്ടി ച്ചിരിക്കാൻ തുടങ്ങിയ പിതാവിനരികിലേക്ക് അവാത്വിഫ് ചെന്നു.

"വാപ്പാ... മതി ചിരിച്ചത്."

ഒരിക്കൽകൂടി ഇരുന്നിടത്തുനിന്നും എഴുന്നേറ്റശേഷം തെരുവിന്റെ ഓരത്തുള്ള മാളികയ്ക്ക് നേരെ തിരിഞ്ഞ് ഷക്റൂൻ ഉറക്കെ വിളിച്ചു:

"ജബലാവീ... ജബലാവീ..."

അതോടെ സർവ്വജനാലകളിൽനിന്നും കെട്ടിടങ്ങളുടെ വാതിലുകളി ലൂടെയും കാപ്പിക്കടകളിൽനിന്നും നിലവറകളിൽനിന്നുമൊക്കെ ആളുകൾ അയാളെത്തന്നെ ഉറ്റുനോക്കാൻ തുടങ്ങി. കുട്ടികൾ ഓടിയരികിലെത്തി. നായ്ക്കൾവരെ അയാളെ തുറിച്ചുനോക്കാൻ തുടങ്ങി.

"ജബലാവീ..."

അയാൾ വീണ്ടും അലറിവിളിച്ചു.

"എത്രകാലം നിങ്ങളിങ്ങനെ നിശ്ശബ്ദനായി മറഞ്ഞിരിക്കും? നിങ്ങളുടെ നിബന്ധനകൾ അവഗണിക്കപ്പെടുന്നു. സ്വത്തുക്കൾ പാഴാക്കി ക്കളയുന്നു. സത്യത്തിൽ നിങ്ങളുടെ പിൻഗാമികളെ കൊള്ളയടിക്കുന്നതു പോലെ ഇവർ നിങ്ങളേയുംകൂടിയാണ് കൊള്ളയടിച്ചുകൊണ്ടിരിക്കു ന്നത്."

കുട്ടികൾ ആർപ്പുവിളിച്ചു. ആളുകൾ അധികംപേരും പൊട്ടിച്ചിരിച്ചു. വൃദ്ധനാകട്ടെ അലർച്ച തുടരുകയാണ്:

"ജബലാവീ... നിങ്ങളിതൊന്നും കേൾക്കുന്നില്ലേ? ഞങ്ങൾക്ക് സംഭവിച്ചുകൊണ്ടിരിക്കുന്നതൊന്നും നിങ്ങളറിയുന്നില്ലെന്നാണോ? നിങ്ങളെന്തിനാണ് പണ്ട് ഇദ്‌രീസിനെ ശിക്ഷിച്ചത്? സത്യത്തിലയാൾ നമ്മുടെ തെരുവിലെ ഗുണ്ടകളെക്കാളൊക്കെ ഒരായിരം ഇരട്ടി നല്ലവനാ യിരുന്നില്ലേ? ജബലാവീ..."

ഇതോടെ കാപ്പിക്കടയ്ക്കുള്ളിലിരുന്ന സൻതൂരി പുറത്തേക്കിറങ്ങി വന്ന് ഉറക്കെ വിളിച്ചുപറഞ്ഞു:

"മിണ്ടാതിരുന്നോടാ... കിഴവാ..."

ഷക്റൂൻ ഗുണ്ടയ്ക്കു നേരെ ചീറ്റി:

"വൃത്തികെട്ടവനേ... ദൈവശാപമുണ്ടാകട്ടെ തനിക്ക്."

"ഇയാളുടെ കഥ കഴിഞ്ഞു."

ആളുകൾ പിറുപിറുക്കാൻ തുടങ്ങി. വൃദ്ധന്റെ നേരെ നടന്നടുത്ത സൻതൂരി പകകൊണ്ട് അന്ധനായിക്കഴിഞ്ഞിരുന്നു. പിന്നെ മുഷ്ടി ചുരുട്ടി അയാൾ വൃദ്ധന്റെ തലയിൽ ആഞ്ഞിടിച്ചു. അടികൊണ്ട വൃദ്ധൻ തല ചുറ്റി താഴേക്ക് വീഴേണ്ടതായിരുന്നു. അതിനുമുൻപുതന്നെ അവാത്വിഫ് ഓടിവന്ന് പിതാവിനെ താങ്ങിപ്പിടിച്ചു. അവളുടെ നേരെ ഒന്നു നോക്കിയ ശേഷം ഗുണ്ട നേരെ കാപ്പിക്കടയിലേക്ക് തിരികെപ്പോയി.

"നമുക്ക് വീട്ടിലേക്ക് പോകാം, വാപ്പാ.."

അവാത്വിഫ് കരയുന്നുണ്ടായിരുന്നു. പിതാവിനെ താങ്ങിപ്പിടിക്കാൻ അറഫയും സഹായിച്ചു. എന്നാൽ ദുർബലനായിട്ടും അവരെ ഇരുവരെയും അകറ്റിനിർത്താനാണ് വൃദ്ധൻ ശ്രമിച്ചത്. അയാൾ വളരെ ആയാസപ്പെട്ട് ശ്വാസംവലിക്കുകയാണ്. അടുത്ത് നിന്നവരൊക്കെ ആകെ വല്ലാതായി.

"ഇതൊക്കെ നിന്റെ കുഴപ്പമാണ് അവാത്വിഫ്. ഈ മനുഷ്യനെ വീട്ടിൽ തന്നെ ഇരുത്തേണ്ടതായിരുന്നു."

തൊട്ടടുത്ത ജനാലയിൽനിന്ന് ഏതോ ഒരു സ്ത്രീ കുറ്റപ്പെടുത്തി.

"ഞാനെന്ത് ചെയ്യാനാണ്?"

അവാത്വിഫിന് കരച്ചിലടക്കാനായില്ല. ഷക്റൂനാകട്ടെ ദുർബലമായ സ്വരത്തിൽ അപ്പോഴും പുലമ്പുന്നുണ്ടായിരുന്നു:

"ജബലാവീ... ജബലാവീ..."

തൊണ്ണൂറ്റിയെട്ട്

നേരം പുലരുന്നതിന് തൊട്ടുമുൻപാണ് നിശ്ശബ്ദതയെ ഭേദിക്കുന്ന ആ വിലാപം കേട്ടത്. ഷക്റൂൻ മരണപ്പെട്ടിരിക്കുന്നു എന്ന വാർത്ത ജനങ്ങളെല്ലാമറിഞ്ഞു. തെരുവിനെ സംബന്ധിച്ച് അതൊരു വിചിത്രസംഭവമൊന്നുമായിരുന്നില്ല.

"അയാൾ നരകത്തിൽ പോകട്ടെ! മര്യാദയില്ലാത്ത മനുഷ്യനാണയാൾ. അതുതന്നെയാണ് അയാളെ കൊലയ്ക്ക് കൊടുത്തതും."

സൻതൂരിയുടെ ആളുകൾ പറയാൻ തുടങ്ങി.

"ഷക്റൂൻ കൊല്ലപ്പെട്ടു. ഇത്തരത്തിൽ എത്രയാളുകളാണ് നമ്മുടെ ഈ തെരുവിൽ കൊല്ലപ്പെട്ടിരിക്കുന്നത്. സ്വന്തം കുറ്റകൃത്യങ്ങൾ മറച്ചു പിടിക്കാൻപോലും കുറ്റവാളികൾ ശ്രമിക്കുന്നില്ല. പരാതിപ്പെടാനോ സാക്ഷിപറയാനോപോലും ആരും ധൈര്യപ്പെടുന്നില്ല!"

അറഫയുടെ വാക്കുകൾ കേട്ടതും ഹനശ് അറപ്പ് കാണിച്ചു.

"ഭീകരംതന്നെയാണ് കാര്യങ്ങൾ. നമ്മളെന്തിനാണ് ഈ നാട്ടിലേക്ക് തിരികെ വന്നത്?"

"ഇത് നമ്മുടെ സ്വന്തം തെരുവല്ലേ?"

"തന്നെ നശിപ്പിച്ച ഈ തെരുവ് ഉപേക്ഷിച്ചുപോയതല്ലേ നമ്മുടെ ഉമ്മ? ശപിക്കപ്പെട്ടതാണ് ഈ തെരുവും അതിലുള്ള സർവ്വതും."

"പക്ഷേ ഇത് നമ്മുടെ സ്വന്തം തെരുവ്തന്നെയല്ലേ?"

"ചെയ്യാത്ത കുറ്റത്തിന് പശ്ചാത്തപിക്കേണ്ട അവസ്ഥപോലെയല്ലേ ഇത്?"

"കീഴടങ്ങുന്നതാണ് ഏറ്റവും വലിയ പാപം."

"മരുഭൂമിയിലെ മലയിൽവച്ച് നടത്തിയ കുപ്പി പരീക്ഷണവും പരാജയപ്പെട്ടല്ലോ?"

ഹനശ് ആകെ നിരാശനായിക്കഴിഞ്ഞിരുന്നു.

"അടുത്ത തവണ നമ്മുടെ പരീക്ഷണം വിജയിക്കും."

ഷക്റൂനിന്റെ ശവമഞ്ചത്തിന് പിറകെ നടക്കാൻ അറഫയും അവാത്വിഫും മാത്രമേ ഉണ്ടായിരുന്നുള്ളൂ. താമസിക്കുന്ന കെട്ടിടത്തിന് മുന്നിൽ അവരെ മാത്രമേ ആളുകൾ കണ്ടുള്ളൂ. മാന്ത്രികനായ അറഫ എന്തിനാണ് ഈ ശവസംസ്കാരചടങ്ങിൽ പങ്കെടുക്കുന്നതെന്ന് അതിശയിക്കുകയായിരുന്നു ആളുകളാകെ. അയാളുടെ ധൈര്യം കണ്ടപ്പോൾ ഭ്രാന്ത് തന്നെയായിരിക്കുമെന്നാണ് അവർ കരുതിയത്.

ഇതിനേക്കാളൊക്കെ വിചിത്രമായ കാര്യം മൃതദേഹം ഖാസിം കോളനിയിലൂടെ കടന്നുപോയപ്പോൾ അതിനൊപ്പം ഗുണ്ട സൻതൂരികൂടി ചേർന്നതായിരുന്നു. എത്ര ധിക്കാരത്തോടും അഹന്തയോടുംകൂടിയാണ്

അയാളങ്ങനെ ചെയ്തത്! നാണം തൊട്ടുതീണ്ടാത്തവിധത്തിൽ അയാൾ അവാത്വിഫിനെ നോക്കിപ്പറഞ്ഞു:

"അയാളുടെ ആയുസ്സ് കൂടി നിനക്ക് കിട്ടട്ടെ, അവാത്വിഫ്."

കൂടുതൽ ആവശ്യങ്ങൾ ഉന്നയിക്കാനുള്ള പുറപ്പാടിലാണ് ഗുണ്ട യെന്ന് അറഫയ്ക്ക് മനസ്സിലായി. എന്നാൽ കണ്ണടച്ച് തുറക്കുന്നതിന് മുൻപ് സാഹചര്യം മാറി. നേരത്തെ ഭയം കാരണം പങ്കെടുക്കാതെ മാറി നിന്ന അയൽക്കാരും ബന്ധുക്കളുമൊക്കെ അവിടേക്ക് കുതിച്ചെത്തി. ആളുകളെക്കൊണ്ട് നിരത്ത് നിറയുന്ന അവസ്ഥയായി. എന്നിട്ടും സൻതൂരി ആവർത്തിച്ചു.

"അയാളുടെ ആയുസ്സ് കൂടി നിനക്ക് കിട്ടട്ടെ, അവാത്വിഫ്."

അവാത്വിഫാകട്ടെ വെല്ലുവിളിക്കുന്നതുപോലെ ഗുണ്ടയുടെ നേർക്ക് നോക്കുകയാണ്.

"ഒരു മനുഷ്യനെ കൊന്നിട്ട് അയാളുടെ മൃതദേഹത്തിനൊപ്പം നടക്കാൻ നാണമില്ലേ നിങ്ങൾക്ക്?"

"പണ്ട് ഇതുപോലെ ആളുകൾ ഖാസിമിനോടും പറഞ്ഞിട്ടുണ്ട്."

സർവ്വരും കേൾക്കേയുള്ള സൻതൂരിയുടെ വാക്കുകൾ കേട്ടതും ആളുകൾ ശബ്ദമുയർത്താൻ തുടങ്ങി.

"ദൈവം എത്ര വലിയവനാണ്. ആയുസ്സെടുക്കാനുള്ള അധികാരം ദൈവത്തിന് മാത്രമല്ലേ?"

"നിങ്ങളുടെ അടിയേറ്റാണ് എന്റെ വാപ്പ മരിച്ചത്." അവാത്വിഫ് ശബ്ദ മുയർത്തി.

"ദൈവം നിന്നോട് ക്ഷമിക്കട്ടെ അവാത്വിഫ്. ഞാൻ ശരിക്കും ഇടി ച്ചിരുന്നെങ്കിൽ ഇയാൾ അപ്പോൾതന്നെ മരിച്ചേനേ. സത്യത്തിൽ ഞാനി യാളെ ഇടിച്ചിട്ടൊന്നുമില്ല. വെറുതെ പേടിപ്പിച്ചതേയുള്ളൂ. അതിന് സർവ്വരും സാക്ഷിയുമാണ്."

സൻതൂരിയുടെ വാക്കുകൾ കേട്ടതും അത് ശരിവയ്ക്കാൻ വേണ്ടി കുറെയാളുകൾ മത്സരിക്കുകയായിരുന്നു.

"അദ്ദേഹം വെറുതെ പേടിപ്പിച്ചതേയുള്ളൂ. ദേഹത്ത് തൊട്ടിട്ടുതന്നെ യില്ല. കള്ളം പറയുകയാണെങ്കിൽ ഞങ്ങളുടെ കണ്ണുകളിൽ പുഴുവരി ച്ചോട്ടെ!"

"ദൈവമേ നീ തന്നെ ഇതിന് പ്രതികാരം ചെയ്യണേ...!" അവാത്വിഫ് അലറിവിളിച്ചു.

"ദൈവം നിന്നോട് ക്ഷമിക്കട്ടെ, അവാത്വിഫ്."

വളരെ പഴയൊരു പഴഞ്ചൊല്ലുപോലെയാണ് സൻതൂരി പറഞ്ഞത്. അറഫയാകട്ടെ അവാത്വിഫിന്റെ കാതിൽ പതിയെ പറഞ്ഞു:

"ഈ ചടങ്ങൊന്ന് സമാധാനമായി കഴിഞ്ഞുപോകട്ടെ!"

അപ്പോഴേക്കും അദ്ദാദ് എന്നുപേരുള്ള സൻതൂരിയുടെ ഒരു സഹായി അറഫയുടെ മുഖത്തടിച്ചുകഴിഞ്ഞിരുന്നു.

"വൃത്തികെട്ടവനേ... അദ്ദേഹവും അവളും തമ്മിലുള്ള വിഷയത്തിൽ നീ എന്തിനാണെടാ തലയിടുന്നത്?"

അയാൾക്ക് നേരെ ഞെട്ടിത്തിരിഞ്ഞതും ആദ്യത്തേക്കാൾ ശക്തമായൊരു പ്രഹരമായിരുന്നു അറഫയെ തേടിയെത്തിയത്. വേറെ കുറെയാളുകൾ അടിക്കാനും മുഖത്ത് തുപ്പാനും കുപ്പായത്തിന്റെ കോളറിൽ കയറിപ്പിടിക്കാനുമൊക്കെ ശ്രമിച്ചു. ഇതിനിടയിൽ ഒരാൾ ശക്തിയോടെ പിടിച്ച് തള്ളിയതും അയാൾ മലർന്നടിച്ച് വീണു. വേറൊരാളാകട്ടെ അയാളെ തൊഴിച്ചുകൊണ്ട് ഉറക്കെയലറി:

"ഇനിയെങ്ങാനും നീയവളുടെ അടുത്തേക്ക് പോയാൽ കുഴിച്ചുമൂടിക്കളയും കേട്ടോ?"

പരിഭ്രാന്തിയോടെ നിലത്ത് വീണുകിടക്കുകയാണ് അറഫ. ആത്മസംയമനം വീണ്ടെടുത്തുകൊണ്ട് അയാൾ എഴുന്നേറ്റു. നല്ല വേദനയുണ്ട്. കുപ്പായത്തിലും മുഖത്തും പറ്റിപ്പിടിച്ച മണ്ണ് തട്ടിക്കളഞ്ഞു. കുറേ കുട്ടികൾ ഓടിയടുത്തെത്തിയശേഷം ചുറ്റും കൂടി നിന്ന് പാടാൻ തുടങ്ങി:

"കാളക്കുട്ടി താഴെ വീണേ...

കത്തിയുംകൊണ്ട് വായോ..."

വേച്ച് വേച്ച് നിലവറയിലേക്ക് തിരിച്ചെത്തുമ്പോൾ അരിശം കാരണം ഭ്രാന്ത് പിടിച്ച അവസ്ഥയായിലായിരുന്നു അറഫ.

"പോകരുതെന്ന് ഞാൻ പറഞ്ഞതല്ലേ?"

ദുഃഖത്തോടെ തന്നെ നോക്കുന്ന ഹനശിനെ കണ്ടതും അറഫയ്ക്ക് ദേഷ്യം കലശലായി.

"മിണ്ടാതിരിയെടാ... അവന്മാരുടെ സർവ്വനാശമാണിനി. നോക്കിക്കോ."

"ദയവുചെയ്ത് നിങ്ങൾ ആ പെണ്ണിനെ മറന്നേക്ക്. ഇല്ലെങ്കിൽ നമ്മുടെ കഥ കഴിയും."

അല്പനേരം നിശ്ശബ്ദനായി എന്തോ ആലോചിക്കുന്നതുപോലെ നിലത്തേക്ക് നോക്കിയിരുന്നശേഷം തീരുമാനിച്ചുറച്ചതുപോലെ ഇരുണ്ട മുഖമുയർത്തി അറഫ പറഞ്ഞു:

"നീ വിചാരിച്ചിരിക്കുന്നതിലും നേരത്തെ ഞാനവളെ വിവാഹം കഴിക്കുന്നത് കണ്ടോളൂ."

"ഇത് ഭ്രാന്ത് തന്നെയാണ്."

"വിവാഹഘോഷയാത്ര നയിക്കുന്നത് സാക്ഷാൽ അജ്ജാജായിരിക്കും."

"വസ്ത്രത്തിൽ മണ്ണെണ്ണ ഒഴിച്ച് സ്വയം തീ കൊളുത്തുകയാണോ നിങ്ങൾ?"

“ഇന്ന് രാത്രിതന്നെ ഞാൻ മരുഭൂമിയിൽ വച്ച് കുപ്പി പരീക്ഷണം ആവർത്തിക്കും.”

കുറെ ദിവസങ്ങളോളം പിന്നിട്ട് പുറത്തേക്കൊന്നും പോകാതെ അറഫ നിലവറയ്ക്കുള്ളിൽതന്നെ കഴിഞ്ഞു. എങ്കിലും ജനലയഴികളിലൂടെയുള്ള അവാത്വിഫുമായുള്ള ബന്ധം തുടരുകയും ചെയ്തു. മരണദുഃഖാചരണ ദിനങ്ങൾ കഴിഞ്ഞശേഷം ഒരു ദിവസം അവൾ താമസിക്കുന്നയിടത്ത് വച്ച് രഹസ്യമായി കാണുകയും ചെയ്തു.

“നാം എത്രയും പെട്ടെന്നുതന്നെ വിവാഹിതരാകണം.”

അറഫയുടെ തുറന്ന് പറച്ചിൽ കേട്ടതും അവാത്വിഫ് അതിശയിച്ചൊന്നുമില്ല. എന്നാൽ ദുഃഖത്തോടുകൂടിയായിരുന്നു അവളുടെ മറുപടി:

“ഞാനിത് അംഗീകരിച്ചാൽ നിങ്ങൾക്കുണ്ടാകാൻ പോകുന്നത് സഹിക്കാനാവുന്നതിലുമപ്പുറമുള്ള ദുരിതങ്ങളായിരിക്കും.”

“വിവാഹച്ചടങ്ങ് നയിക്കാമെന്ന ഗുണ്ടയായ അജ്ജാജ് സമ്മതിച്ചിട്ടുണ്ട്. അതിന്റെ അർത്ഥമെന്തെന്ന് നിനക്ക് മനസ്സിലായിക്കാണുമല്ലോ അല്ലേ?” തികഞ്ഞ ആത്മവിശ്വാസമായിരുന്നു അറഫയുടെ സ്വരത്തിൽ.

വിവാഹത്തിന് വേണ്ട സകല തയ്യാറെടുപ്പുകളും വളരെ രഹസ്യമായാണ് നടന്നത്. യാതൊരു മുന്നറിയിപ്പുമില്ലാതെയാണ് തെരുവ് ആ വാർത്തയറിഞ്ഞത്. ഷക്റൂനിന്റെ മകൾ അവാത്വിഫ് മാന്ത്രികനായ അറഫയെ വിവാഹം കഴിക്കുകയും അയാൾ ജീവിക്കുന്ന ഇടത്തേക്ക് താമസം മാറ്റുകയും ചെയ്തിരിക്കുന്നു. രിഫാഅ കോളനിയിലെ ഗുണ്ടയായ അജ്ജാജിന്റെ സാന്നിധ്യത്തിലാണ് വിവാഹകർമ്മം നടന്നത്.

ആളുകളാകെ അന്തംവിട്ടുപോയിരുന്നു. ഇതെങ്ങനെ സംഭവിച്ചുവെന്നാണ് പലർക്കും അറിയേണ്ടിയിരുന്നത്. ഇതിനുള്ള ധൈര്യം അറഫയ്ക്ക് എവിടെനിന്നാണ് കിട്ടിയത്? വിവാഹത്തിന് ആശംസ നേരാൻ അജ്ജാജിനെക്കൊണ്ട് സമ്മതിപ്പിച്ചതെങ്ങനെയായിരിക്കും?

തൊണ്ണൂറ്റിയൊൻപത്

സൻതൂരിയും അയാളുടെ സഹായികളുംകൂടി ഖാസിം കോളനിയിലെ കാപ്പിക്കടയിൽ ഒരുമിച്ചുകൂടി. ഈ വിവരമറിഞ്ഞതോടെ രിഫാഅ കോളനിയിലെ കാപ്പിക്കടയിൽ അജ്ജാജും കൂട്ടരും സംഘടിച്ചു. ഈ ആൾക്കൂട്ടത്തിന്റെ വിവരം തെരുവിലാകെ പരന്നതും ആശങ്കയും വർദ്ധിച്ചു. അല്പസമയത്തിനുള്ളിൽതന്നെ ഖാസിം, രിഫാഅ കോളനികൾക്കിടയിലുള്ള സ്ഥലത്തുനിന്നും ഉന്തുവണ്ടി തള്ളി നടക്കുന്ന കച്ചവടക്കാരും യാചകന്മാരും കുട്ടികളുമൊക്കെ സ്ഥലംവിട്ടു. കടകളും വീടുകളുടെ ജനാലകളും അടഞ്ഞു. സൻതൂരിയും കൂട്ടരും നിരത്തിലേക്കിറങ്ങിയതോടെ അജ്ജാജും സഹായികളും പുറത്തെത്തി. തിന്മ

അന്തരീക്ഷത്തിലാകെ നിറഞ്ഞുനിൽക്കുകയാണ്. അതിന്റെ രൂക്ഷഗന്ധ വുമുണ്ട്. കാട്ടുതീപോലെ സർവ്വതും പൊട്ടിത്തെറിക്കാൻ ഇനി ഒരു തീപ്പൊരിതന്നെ ധാരാളമാണ്.

"എന്തിനാ ആളുകളേ നിങ്ങളിങ്ങനെ ദേഷ്യപ്പെടുന്നത്? രക്തം ചിന്തുന്നതിനുമുമ്പ് ആലോചിച്ചുനോക്കൂ ജനമേ."

വീടുകളിലൊന്നിന്റെ മേൽക്കൂരയിൽ നിന്ന നല്ലൊരു മനുഷ്യന്റെ വാക്കുകൾ കേട്ടതും നിശ്ശബ്ദതയെ ഭേദിച്ചുകൊണ്ട് സൻതൂരിയെ രൂക്ഷമായി നോക്കിക്കൊണ്ട് അജ്ജാജ് പറഞ്ഞു:

"ഞങ്ങളാരും ദേഷ്യപ്പെടുന്നില്ലല്ലോ? അതിന്റെ ആവശ്യവുമില്ല ഞങ്ങൾക്ക്."

"മര്യാദയുടെ അതിരുകളൊക്കെ ലംഘിച്ചിരിക്കുകയാണ് നിങ്ങൾ. ഒരു തെരുവ്സംരക്ഷകനും അംഗീകരിക്കാൻ കഴിയാത്ത കാര്യമാണിത്."

സൻതൂരിയുടെ വാക്കുകൾക്ക് ഒരു മയവുമില്ലായിരുന്നു.

"അതിന് ഞാനെന്ത് ചെയ്തെന്നാണ്?"

"എന്നെ വെല്ലുവിളിക്കുന്നൊരുത്തനെ നിങ്ങൾ സംരക്ഷിക്കുക യാണ്."

സൻതൂരിയുടെ വാക്കുകൾ കണ്ണുകളിൽനിന്നും നാവിൽനിന്നും ഒരു മിച്ചെന്നതുപോലെയാണ് പുറത്തേക്കു വന്നത്.

"പിതാവ് മരിച്ചൊരു പെൺകുട്ടിയെ വിവാഹം കഴിച്ചത് മാത്രമാണ് അയാൾ ചെയ്ത പ്രവൃത്തി. പിന്നെ രിഫാഅ കുടുംബത്തിലെ സർവ്വ വിവാഹങ്ങളിലും ഞാൻ പങ്കെടുക്കാറുമുണ്ട്."

"അതിന് അയാൾക്ക് രിഫാഅ കുടുംബവുമായി ഒരു ബന്ധവു മില്ലല്ലോ? ഒറ്റയൊരാൾക്കുമറിയില്ല അവന്റെ തന്തയാരെന്ന്. അവനു മറിയില്ല. അത് നിങ്ങളാകാം. ഞാനാകാം. ഈ തെരുവിലെ ഏതെങ്കിലും തെണ്ടിയുമാകാം."

സൻതൂരിയുടെ സ്വരത്തിൽ കടുത്ത നിന്ദയായിരുന്നു.

"പക്ഷേ, അയാളിപ്പോൾ എന്റെ നിയന്ത്രണത്തിലുള്ള പ്രദേശ ത്താണല്ലോ താമസിക്കുന്നത്?"

"അതവൻ അവിടെയൊരു നിലവറയിൽ വാടകയ്ക്ക് കഴിയുക മാത്രമല്ലേ?"

"അതിനെന്താ കുഴപ്പം?"

"നിങ്ങൾ മര്യാദയുടെ അതിരുകളൊക്കെ ലംഘിച്ചിരിക്കുകയല്ലേ?"

സൻതൂരിയുടെ അലർച്ചയ്ക്ക് അതേ രീതിയിലായിരുന്നു അജ്ജാജി ന്റെയും മറുപടി:

"വെറുതെ കിടന്ന് അലറണ്ട. പൂവൻകോഴികളെപ്പോലെ കിടന്ന് പോരടിക്കേണ്ട യാതൊരു കാര്യവുമില്ല ഇവിടെ."

"ആവശ്യമുണ്ടെങ്കിലോ?"

"വെറുതെ എന്നെക്കൊണ്ട് അനർത്ഥം ചെയ്യിക്കരുത്."

"അജ്ജാജ്... മര്യാദയ്ക്ക് സംസാരിക്ക്."

"പോയി തുലയെടാ വിഡ്ഢീ..."

"നിന്റെ തന്തയാണ് തുലയേണ്ടത്."

കുറുവടികൾ ഉയർന്നതായിരുന്നു. എന്നാൽ അപ്പോഴേക്കും കാള അമറുന്നതുപോലുള്ള ശബ്ദംകേട്ട് സർവ്വരും സ്തബ്ധരായി.

"നാണമില്ലേടാ നിങ്ങൾക്കൊക്കെ?"

ശബ്ദം കേട്ട ദിക്കിലേക്ക് ആളുകൾ തിരിഞ്ഞുനോക്കി. തെരുവിന്റെയാകെ ദാദയായ സഅദുല്ലയായിരുന്നത്. രിഫാഅ കോളനിയിലൂടെ നടന്നെത്തിയ അയാൾ രണ്ട് കോളനികൾക്കും മധ്യത്തിലുള്ള ഇടത്ത് വന്നുനിന്നു.

"കുറുവടികൾ താഴെ ഇടടാ."

പ്രാർത്ഥിക്കുന്നവരുടെ ശിരസ്സുകൾ കുനിയുന്നതുപോലെ ആളുകളുടെ കൈകളിലിരുന്ന കുറുവടികൾ താഴ്ന്നു. സഅദുല്ല സൻതൂരിയേയും അജ്ജാജിനേയും മാറിമാറിനോക്കി.

"ആരും പറയുന്നതെനിക്ക് കേൾക്കേണ്ട. സമാധാനത്തോടെ പിരിഞ്ഞുപോടാ. ഒരു പെണ്ണിന്റെ പേരിൽ കൂട്ടക്കൊലയ്ക്ക് തുനിയുന്ന നീയൊക്കെ ആണുങ്ങളാണോടാ?"

അതോടെ ആളുകൾ നിശ്ശബ്ദരായി പിരിഞ്ഞുപോയി. സഅദുല്ലയും തന്റെ വീട്ടിലേക്ക് മടങ്ങി.

ആ രാത്രി സമാധാനത്തോടെ കടന്നുപോകുമെന്ന് വിശ്വസിക്കാനാവാത്ത അവസ്ഥയിൽ നിലവറയിൽ കഴിയുകയാണ് അറഫയും അവാത്വിഫും. പുറത്ത് നടന്ന സംഭവങ്ങളൊക്കെ വിറയ്ക്കുന്ന ഹൃദയത്തോടും വിളറിയ മുഖത്തോടും വരണ്ട തൊണ്ടയോടുംകൂടിയാണ് അവർ ശ്രദ്ധിച്ചിരുന്നത്. ആരും മറുപടിപോലും പറയാൻ ധൈര്യപ്പെടാത്ത സഅദുല്ലയുടെ സ്വരം കേട്ടപ്പോൾ അവാത്വിഫ് നെടുവീർപ്പോടെ പറഞ്ഞു:

"എന്തൊരു യാതനയാണിത്."

അവളുടെ മനസ്സിനല്പം ആശ്വാസം നൽകാൻ ശ്രമിക്കുകയായിരുന്നു അറഫ. സ്വന്തം ശിരസ്സിലേക്ക് വിരൽചൂണ്ടി അയാൾ പറഞ്ഞു:

"എന്റെ പണി ഞാൻ ഇതുപയോഗിച്ചാണ് ചെയ്യുന്നത്. പണ്ട് ജബലും പിന്നെ സൂത്രശാലിയായ ഖാസിമുമൊക്കെ അങ്ങനെതന്നെ ചെയ്തവരായിരുന്നു."

"എത്രകാലം നമുക്കിങ്ങനെ സുരക്ഷിതരായി കഴിയാനാകും?"

ഉമിനീരിറക്കാൻപോലും ബുദ്ധിമുട്ട് തോന്നുകയായിരുന്നു

അവാത്വിഫിന്. പുറമെ സന്തോഷം ഭാവിച്ചുകൊണ്ട് അറഫ ഭാര്യയെ മാറോട് അണച്ചുപിടിച്ചു.

“എല്ലാ ഭാര്യാഭർത്താക്കന്മാരും നമ്മെപ്പോലെ സന്തുഷ്ടരായിരുന്നെങ്കിൽ എത്ര നന്നായിരുന്നേനേ!”

അയാളുടെ ചുമലിൽ തല ചേർത്തുവച്ച് ശ്വാസം വലിച്ചുവിടാൻ ശ്രമിക്കുന്നതിനിടയ്ക്ക് അവൾ മന്ത്രിക്കുന്നുണ്ടായിരുന്നു:

“എല്ലാം ഇതോടെ അവസാനിക്കുമെന്നാണോ നിങ്ങൾ കരുതുന്നത്?”

“ഒരു ഗുണ്ടയ്ക്കും സുരക്ഷിതത്വം ഉറപ്പുണ്ടാകില്ല ഇനി മേലിൽ.”

“എനിക്കറിയാം. അയാളുടെ ശവം കാണുന്നതുവരെ ഉണങ്ങാത്തൊരു മുറിവുണ്ട് എന്റെ മനസ്സിലും.”

ആരുടെ കാര്യമാണ് സൂചിപ്പിച്ചതെന്ന് മനസ്സിലായതും അറഫ അവാത്വിഫിന്റെ കണ്ണുകളിലേക്ക് സൂക്ഷിച്ചുനോക്കി:

“നിന്റെ കാര്യത്തിൽ പ്രതികാരം ചെയ്തേ തീരൂ. എന്നാലത് നിർണായകമായ യാതൊരു ഫലവും സൃഷ്ടിക്കാൻ പോകുന്നില്ല. സൻതൂരി ആക്രമിക്കാൻ കൊതിക്കുന്നതുകൊണ്ടല്ല നമ്മുടെ സുരക്ഷയ്ക്ക് ഭീഷണി നേരിടുന്നത്. മറിച്ച് ഈ തെരുവിന്റെയാകെ ഭീഷണി ഇവിടത്തെ ഗുണ്ടാവ്യവസ്ഥയാണ്. ഇനി നാം സൻതൂരിയെ നേരിട്ടുവെന്നുതന്നെ കരുതുക. എന്നാൽ നാളെ അജ്ജാജ് നമുക്കെതിരെ തിരിയില്ലെന്ന് അല്ലെങ്കിൽ മറ്റന്നാൾ യൂസുഫ് നമ്മുടെ ശത്രുവാകില്ലെന്ന് ആർക്കാണ് ഉറപ്പ് നൽകാനാകുക? ഇവിടെ സുരക്ഷിതത്വം ഒന്നുകിൽ എല്ലാവർക്കും ലഭിക്കും. അല്ലെങ്കിലത് ആർക്കും കിട്ടാൻ പോകുന്നില്ല.”

ദുർബലയായ മട്ടിൽ അവാത്വിഫ് പുഞ്ചിരിച്ചു.

“ജബലിനെയും രിഫാഅയെയും ഖാസിമിനെയും പോലെയാകാനാണോ നിങ്ങളാഗ്രഹിക്കുന്നത്?”

അയാൾ അവളുടെ തലമുടിയിൽ ചുംബിച്ചശേഷം അതിന്റെ സുഗന്ധം ആസ്വദിച്ചതല്ലാതെ മറുപടിയൊന്നും പറഞ്ഞില്ല.

“നമ്മുടെ പിതാമഹനായ ജബലാവിയാൽ നിയോഗിക്കപ്പെട്ടവരായിരുന്നല്ലോ അവരൊക്കെ?”

ഭാര്യയുടെ ചോദ്യം കേട്ടതും അറഫയ്ക്ക് ദേഷ്യം വന്നു.

“നമ്മുടെ പിതാമഹൻ ജബലാവി! നിന്റെ മരിച്ചുപോയ വാപ്പയെപോലെ തോറ്റുപോകുന്നവരൊക്കെ അലറിവിളിക്കുക ‘ജബലാവീ...’ എന്നായിരിക്കും. സ്വന്തം പിതാമഹനെ ഒരിക്കൽപോലും കാണാനാവാതെ അദ്ദേഹത്തിന്റെ അടഞ്ഞുകിടക്കുന്ന മാളികയ്ക്കുചുറ്റും ജീവിക്കുന്ന നമ്മെപ്പോലുള്ള ഏതെങ്കിലും പിൻഗാമികളെക്കുറിച്ച് നീ കേട്ടിട്ടുണ്ടോ? സ്വന്തം ഭൂസ്വത്ത് ഇത്തരത്തിൽ കുറ്റവാളികൾക്ക് തോന്നിയതുപോലെ കൈകാര്യം ചെയ്യാൻ വിട്ടുകൊടുത്തശേഷം ഒരു ചെറുവിരൽപോലും

അനക്കാതിരിക്കുന്ന ഏതെങ്കിലും ഭൂസ്വത്തിന്റെ ഉടമയെക്കുറിച്ച് കേട്ടിട്ടുണ്ടോ?"

"വാർദ്ധക്യംകൊണ്ടായിരിക്കുമതൊക്കെ."

"ഇത്രയുംകാലം ഏതെങ്കിലുമൊരു വൃദ്ധൻ ജീവിച്ചിരുന്നുവെന്ന് ഞാൻ ഇതുവരെ കേട്ടിട്ടേയില്ല."

അറഫയുടെ സ്വരത്തിൽ സംശയഭാവമായിരുന്നു.

"മുഖത്തംകമ്പോളത്തിൽ നൂറ്റമ്പത് വയസ്സ് കഴിഞ്ഞൊരു വൃദ്ധൻ ജീവിച്ചിരിപ്പുണ്ടെന്ന് കേട്ടിട്ടുണ്ട്. ദൈവം എല്ലാത്തിനും കഴിവുള്ളവനല്ലേ?"

അല്പനേരം നിശ്ശബ്ദനായിരുന്ന അറഫ പതിയെ പറഞ്ഞു:

"മാന്ത്രികവിദ്യകൊണ്ടും സർവ്വതും സാധ്യമാണ്."

അറഫയുടെ ദുരഭിമാനം കണ്ടതും അവാത്വിഫ് ചിരിച്ചുകൊണ്ട് അയാളുടെ നെഞ്ചിലൂടെ വിരലോടിച്ചു.

"നിങ്ങളുടെ മാന്ത്രികശക്തിക്ക് എന്തായാലും കണ്ണുകളെ ശമനപ്പെടുത്താനാകും കേട്ടോ?"

"മറ്റനേകം കാര്യങ്ങളും സാധിക്കും."

"അല്ല നമ്മളെത്ര വിഡ്ഢികളാണ്. യാതൊന്നും നമുക്ക് ഭീഷണിയല്ലെന്ന മട്ടിലല്ലേ നാമിവിടെ തമാശ പറഞ്ഞിരിക്കുന്നത്?"

അവാത്വിഫ് ഇടയ്ക്ക് കയറി സംസാരിച്ചതൊന്നും ശ്രദ്ധിക്കാത്ത മട്ടിൽ അയാൾ തുടർന്നുപറഞ്ഞു:

"എന്നെങ്കിലും ഈ ഗുണ്ടകളിൽനിന്നൊക്കെ രക്ഷനേടാൻ നമുക്ക് സാധിക്കും. പുതിയ കെട്ടിടങ്ങൾ പണിയാം. തെരുവിലെ സർവ്വർക്കുമായി വിഭവങ്ങൾ ലഭ്യമാക്കുവാനും കഴിയുന്നൊരു നാൾ."

"അങ്ങനെയൊക്കെ ലോകാവസാനദിനത്തിന് മുൻപ് സംഭവിക്കുമെന്ന് കരുതുന്നുണ്ടോ?"

അവളുടെ ചിരിച്ചുകൊണ്ടുള്ള ചോദ്യം കേട്ടതും അറഫയുടെ കണ്ണുകളിൽ സ്വപ്നം കാണുന്ന ഭാവമായിരുന്നു.

"നാമെല്ലാവരും മാന്ത്രികരായിരുന്നെങ്കിൽ."

"എന്തായിരുന്നെങ്കിൽ? നിങ്ങളുടെ മാന്ത്രികവിദ്യയൊന്നുമില്ലാതെയല്ലേ കുറഞ്ഞകാലത്തിനുള്ളിൽ ഖാസിം നീതി നടപ്പിലാക്കിയത്?"

"പക്ഷേ അതൊന്നും നീണ്ടുനിന്നില്ലല്ലോ? എന്നാൽ മാന്ത്രികവിദ്യയുടെ ശക്തി ചോർന്നുപോകുകയേ ഇല്ല. എന്റെ തേൻനിറമുള്ള കണ്ണുള്ള പെണ്ണേ, മാന്ത്രികശക്തിയെ വിലകുറച്ച് കാണരുതേ. നമ്മുടെ പ്രണയം പോലെ ശക്തമാണത്. രണ്ടും ഒരുപോലെ പുതുജീവിതം സൃഷ്ടിക്കും. എന്നാൽ നമ്മളിൽ മിക്കവരും മാന്ത്രികരായാൽ മാത്രമേ അതിന്റെ പൂർണമായ ഫലം കിട്ടുകയുള്ളൂ."

"അതൊക്കെ എങ്ങനെ നടക്കും?"

അവളുടെ തമാശയോടെയുള്ള ചോദ്യം കേട്ടതും മറുപടി പറയുന്ന തിന് മുമ്പ് അറഫ കുറേനേരം എന്തോ ആലോചിച്ചിരുന്നു.

"നീതി പുലരുകയും ജബലാവിയുടെ നിബന്ധനകൾ നടപ്പിലാക്ക പ്പെടുകയും നമ്മളിലധികംപേരും കഠിനാധ്വാനം ചെയ്യുകയും മാന്ത്രിക വിദ്യയ്ക്കായി സ്വയം സമർപ്പിക്കുകയും ചെയ്താൽ."

"അപ്പോൾ ഇത് മാന്ത്രികരുടെ തെരുവാകണമെന്നാണോ നിങ്ങളാ ഗ്രഹിക്കുന്നത്?"

ചെറുതായി പുഞ്ചിരിച്ചശേഷം അവാത്വിഫ് തുടർന്നു:

"നമ്മുടെ പിതാമഹൻ ശയ്യാവലംബിയായിരിക്കെ അദ്ദേഹത്തിന്റെ പത്ത് നിബന്ധനകൾ എങ്ങനെയാണ് നടപ്പിലാക്കപ്പെടുക? അക്കാര്യം തന്റെ പിൻഗാമികളിലൊരാളെ ഏല്പിക്കാൻ പറ്റിയ അവസ്ഥയിലുമാണ് എന്ന് തോന്നുന്നില്ല."

അറഫ അവൾക്കുനേരെ ആകാംക്ഷയോടെ നോക്കി.

"എന്തുകൊണ്ട് അദ്ദേഹത്തെ നമുക്ക് നേരിട്ട് പോയി കണ്ടുകൂടാ?"

അത് കേട്ടതും അവാത്വിഫ് വീണ്ടും ചിരിച്ചു.

"നിങ്ങൾക്ക് കങ്കാണിയുടെ വീട്ടിലെങ്കിലും കയറാനാകുമോ?"

"ഇല്ല. എന്നാൽ ജബലാവിയുടെ മാളികയ്ക്കകത്ത് കയറാൻ കഴിയും."

"തമാശ പറഞ്ഞത് മതിയാക്കൂ. ആദ്യം നമുക്കൊന്ന് സമാധാനമായി ജീവിക്കാൻ നോക്കാം."

"തമാശ ഇഷ്ടമുള്ള ആളായിരുന്നെങ്കിൽ ഞാൻ ഈ തെരുവിലേക്ക് തിരികെ വരില്ലായിരുന്നു."

നിഗൂഢമായി പുഞ്ചിരിക്കുകയായിരുന്ന അറഫയുടെ സ്വരത്തിലെ എന്തോ ഒന്ന് അവളെ ചകിതയാക്കി. പരിഭ്രമത്തോടെ അയാളെത്തന്നെ നോക്കിക്കൊണ്ട് അവാത്വിഫ് ചോദിച്ചു:

"നിങ്ങൾ ഗൗരവമായിട്ട് പറഞ്ഞതാണോ?"

തന്റെ നേരെ നിശ്ശബ്ദമായി നോക്കിയിരിക്കുന്ന ഭർത്താവിനോട് അവൾ വീണ്ടും തിരക്കി:

"മാളികയ്ക്കകത്ത് വച്ച് അവർ നിങ്ങളെ പിടികൂടിയെന്ന് ഒന്ന് സങ്കല്പിച്ചുനോക്കിക്കേ. എന്തായിരിക്കും സംഭവിക്കുക?"

"സ്വന്തം പിതാമഹന്റെ വീട്ടിൽ പിൻഗാമി ചെല്ലുന്നതിനാൽ എന്താ ണൊരു അതിശയം?"

"നിങ്ങൾ തമാശ പറയുകയാണെന്ന് കരുതട്ടെ? എന്റെ ദൈവമേ! നിങ്ങളെന്തിനാണ് ഇങ്ങനെ ഗൗരവത്തോടെ നോക്കുന്നത്? വിചിത്രം തന്നെയാണിത്! നിങ്ങളെന്തിനാ അങ്ങോട്ട് പോകുന്നത്?"

"അദ്ദേഹത്തെ കാണുന്നതിന് ഗൗരവം വേണ്ടായെന്നാണോ?"

"നിങ്ങളുടെ നാവിൽനിന്നും വന്നൊരു വാക്കിപ്പോൾ പേടിപ്പെടുത്തുന്നൊരു സത്യമായിരിക്കുകയാണല്ലോ, ദൈവമേ."

ഭാര്യയുടെ ആശങ്കകൾ ശമിപ്പിക്കാനായി കൈപ്പത്തിയിൽ തഴുകിക്കൊണ്ട് അറഫ പറഞ്ഞു:

"ഈ തെരുവിലേക്ക് തിരികെ വന്നതുമുതലേ മറ്റാരും ചിന്തിക്കാത്ത കാര്യങ്ങളെക്കുറിച്ചാണ് ഞാൻ ആലോചിച്ചുകൊണ്ടിരിക്കുന്നത്."

"നമുക്കെന്തുകൊണ്ട് ഇപ്പോഴത്തേതുപോലെത്തന്നെ ജീവിച്ചുകൂടാ?"

"അത് തന്നെയാണ് ഞാനുമാഗ്രഹിക്കുന്നത്. പക്ഷേ നമ്മെ ജീവിക്കാൻ അവർ അനുവദിക്കില്ല. സ്വന്തം ജീവിതത്തിന്റെ കാര്യത്തിൽ സുരക്ഷ ഉറപ്പാക്കേണ്ടത് ഓരോരുത്തരുടേയും കടമയാണല്ലോ?"

"എങ്കിൽ നമുക്ക് ഈ തെരുവിൽനിന്നും എങ്ങോട്ടെങ്കിലും രക്ഷപ്പെട്ടു പോകാം."

"ഒരിക്കലുമില്ല. എന്റെ കൈവശം മാന്ത്രികവിദ്യയുണ്ട്."

ഉറച്ച ശബ്ദത്തിലായിരുന്നു അറഫയുടെ മറുപടി. ശേഷം അവാത്വിഫിനെ പതിയെ തന്നിലേക്ക് പിടിച്ചണച്ചു. അവളുടെ ചുമലിൽ തഴുകിക്കൊണ്ട് കാതിൽ മന്ത്രിച്ചു:

"സംസാരിക്കാൻ നമുക്കിനിയും ധാരാളം അവസരങ്ങൾ കിട്ടും. ഇപ്പോൾ സമാധാനമായൊന്ന് വിശ്രമിക്കാം."

നൂറ്

ഈ മനുഷ്യന് സമനില തെറ്റിയോ, അതോ അഹങ്കാരംകൊണ്ട് അന്ധനായതാണോ? അറഫയുടെ പണിപ്പുരയിലെ ജോലിയും ആലോചനയുമൊക്കെ നോക്കിയിരുന്നപ്പോൾ അവാത്വിഫ് ചിന്തിച്ചതിങ്ങനെയാണ്. അവളെ സംബന്ധിച്ച് നോക്കിയാൽ സ്വന്തം സന്തോഷജീവിതത്തിന്റെ പ്രശാന്തതയെ തകർക്കാൻ പോന്ന ഒരേയൊരു കാര്യം പിതാവിന്റെ ഘാതകനായ സൻതൂരിയോട് പ്രതികാരം ചെയ്യണമെന്ന ആഗ്രഹം മാത്രമാണ്. വളരെ പണ്ട് മുതലേതന്നെ ഈ തെരുവിൽ പ്രതികാരമെന്നത് വിശുദ്ധമായൊരു ആചാരം തന്നെയാണല്ലോ? വിവാഹത്തിലൂടെ ലഭിച്ച സന്തോഷം നിറഞ്ഞ ജീവിതത്തിന്റെ സുരക്ഷയ്ക്കായി വേണമെങ്കിൽ ഇഷ്ടമല്ലെങ്കിൽകൂടിയും ഈ പ്രതികാരം മറക്കാൻപോലും താൻ തയ്യാറായേക്കും. എന്നാൽ അറഫയെ സംബന്ധിച്ച് സൻതൂരിയോടുള്ള പ്രതികാരം തന്റെ വലിയ പദ്ധതിയുടെ ഒരു ഘടകം മാത്രമായിരിക്കുമെന്നാണ് അവാത്വിഫ് കരുതുന്നത്. എന്നാൽ അയാൾ ശരിക്കും എന്താണുദ്ദേശിക്കുന്നതെന്ന് മനസ്സിലാകുന്നതുമില്ല.

കവികൾ പാടിപ്പുകഴ്ത്തുന്ന ആളുകളിലൊരാളാണ് താനുമെന്ന് കരുതിയിരിക്കുകയാണോ ഈ മനുഷ്യൻ? ജബലാവി ഇദ്ദേഹത്തെ ഒന്നും ചുമതലപ്പെടുത്തിയിട്ടില്ലല്ലോ? ജബലാവിയിലോ, കവികൾ പറഞ്ഞു നടക്കുന്നതിലോ ഒന്നും വലിയ വിശ്വാസമൊന്നും ഇല്ലെന്നത് മറ്റൊരു കാര്യം. സ്വന്തം ഉപജീവനമാർഗ്ഗം എന്നതിലുപരിയായ എത്രയോ ഇരട്ടി സമയവും അദ്ധ്വാനവുമാണ് മാന്ത്രികവിദ്യയ്ക്ക് അറഫ നൽകിക്കൊണ്ടിരിക്കുന്നതെന്ന കാര്യം വളരെ വ്യക്തമാണ്. സ്വന്തം കാര്യത്തിലും കുടുംബത്തിന്റെ കാര്യത്തിലുമുള്ള ശ്രദ്ധയേക്കാൾ കൂടുതൽ അയാൾക്ക് താത്പര്യമിപ്പോൾ തെരുവ്, ഗുണ്ടകൾ, കങ്കാണി, ഭൂസ്വത്ത്, അതിന്റെ വരുമാനം, മാന്ത്രികവിദ്യപോലുള്ള മറ്റുള്ളവർ വലിയ പ്രാധാന്യം നൽകാത്ത പൊതുവിഷയങ്ങളിലാണ്. മാന്ത്രികവിദ്യയെയും ഭാവിയെയും സംബന്ധിച്ച് വലിയ സ്വപ്നങ്ങളാണ് കാണുന്നത്. തെരുവിൽ കഞ്ചാവ് വലിക്കാത്ത ഒരേയൊരു പുരുഷനാണെന്നതൊക്കെ ശരിതന്നെ. വളരെ ശ്രദ്ധയും ഉണർന്നിരിക്കുന്ന മനസും വേണ്ട പണിയാണല്ലോ അയാളുടേത്?

പക്ഷേ ഇതെല്ലാം ജബലാവിയുടെ മാളികയിലേക്ക് കടന്നുകയറണമെന്ന ഭ്രാന്തമായ ആഗ്രഹംകൊണ്ടാണ്. ഇതൊക്കെ എന്തിനാ മനുഷ്യാ... ഈ തെരുവിൽ കാര്യങ്ങൾ എങ്ങനെയാണ് നടക്കുന്നതെന്നും ഇനി എങ്ങനെയായിരിക്കുമെന്നൊക്കെ നിങ്ങൾക്കറിയാമല്ലോ? എല്ലാവർക്കുമറിയാം അക്കാര്യം. എന്നിട്ടുമെന്തേ സ്വന്തം നാശത്തിലേക്ക് നടന്നടുക്കുന്നു? ജബലാവിയുടെ പത്ത് നിബന്ധനകൾ എന്താണെന്നറിയണം. അറിയുന്നതിനേക്കാൾ പ്രധാനം എന്തെങ്കിലും ചെയ്യലാണ്. എന്നാൽ നിങ്ങൾക്ക് എന്തു ചെയ്യാനാണ് സാധിക്കുക? കേട്ട കഥകൾ ശരിയാണെങ്കിൽ അദ്ഹമിനെ മാളികയിൽനിന്നും ആട്ടിപ്പുറത്താക്കാൻ കാരണമായ ആ പുസ്തകമൊന്ന് കാണണമെന്നാണ് ഞാൻ കൊതിക്കുന്നത്. ആ പുസ്തകംകൊണ്ട് നിങ്ങൾക്കെന്ത് ഗുണമാണുള്ളത്? അതൊരു മാന്ത്രികപുസ്തകമായിരിക്കുമെന്ന് എന്തോ ഒന്ന് എന്നോട് പറയുന്നു.

മരുഭൂമിയിലെ ജബലാവിയുടെ പ്രവർത്തനങ്ങളുടെ യഥാർത്ഥ മർമ്മമെന്തെന്ന് വിശദീകരിക്കാൻ മാന്ത്രികവിദ്യയ്ക്കേ സാധിക്കൂ. അല്ലാതെ ആളുകൾ കരുതുന്നതുപോലെ പേശീബലത്തിനോ കുറുവടികൾക്കോ അതിന് സാധിക്കില്ല. എന്തിനാണ് ഇങ്ങനെ അപകടങ്ങൾ ക്ഷണിച്ചുവരുത്തുന്നത്? സന്തോഷത്തോടെ ജീവിക്കുകയല്ലേ നിങ്ങളിപ്പോൾ? ഇതൊന്നും കൂടാതെതന്നെ നിങ്ങൾ ഉപജീവനമാർഗം കണ്ടെത്തുന്നുമുണ്ടല്ലോ? അതിന് സൻതൂരി എല്ലാം മറന്നിരിക്കുമെന്നാണോ നീ കരുതിയിരിക്കുന്നത്? പുറത്തേക്കിറങ്ങുമ്പോഴൊക്കെ അയാളുടെ ആളുകളുടെ വൃത്തികെട്ട നോട്ടങ്ങളാണ് എനിക്കു നേരിടേണ്ടിവരുന്നത്. നിങ്ങൾക്ക് മാന്ത്രികവിദ്യ മാത്രം പോരേ? മാളികയുടെ കാര്യമൊക്കെ മറന്നേക്കുക. അവിടെയല്ലേ ആ പുസ്തകമുള്ളത്? ആദ്യത്തെ മാന്ത്രികഗ്രന്ഥമായിരിക്കുമത്. സ്വന്തം മകനോടുപോലും അതൃപ്തി സൃഷ്ടിച്ച ജബലാവിയുടെ

ശക്തിയുടെ രഹസ്യത്തിന്റെ പുസ്തകം. നമ്മൾ കരുതുന്നതുപോലെ ഒന്നുമുണ്ടാകില്ല അതിനുള്ളിൽ. ഉണ്ടെങ്കിലോ? എന്തായാലും ഇതിലൊരു വെല്ലുവിളിയുമുണ്ടല്ലോ?

അവസാനം സന്ദേഹമൊന്നുമില്ലാതെ അറഫ നിർണായകമായ ചുവടുവയ്പ് നടത്താനൊരുങ്ങുകയാണ്.

“ഞാനിങ്ങനെയാണ് അവാത്വിഫ്. എന്തുചെയ്യാം? പീഡിതയായൊരു സ്ത്രീയുടെ ഗതികെട്ട പുത്രനായിരുന്നു ഞാൻ. തന്തയാരാണെന്നറിയാത്തവൻ. ഇക്കാര്യമറിയാവുന്ന സർവരും എന്നെ പരിഹസിക്കാറുണ്ട്. എന്നാൽ ഈ ലോകത്ത് എന്നെ ആകെക്കൂടി അലോസരപ്പെടുത്തുന്നത് ആ മാളിക മാത്രമാണ്. സ്വന്തം പിതാവാരാണെന്നറിയാത്തൊരാൾ പിതാമഹനെ മനസ്സിലാക്കാൻ ശക്തമായി ശ്രമിക്കുന്നതിൽ അതിശയിക്കാനില്ലല്ലോ? സ്വന്തം കണ്ണുകൾകൊണ്ട് കാണാത്തതും കൈകൾകൊണ്ട് സ്പർശിച്ചു നോക്കാനാവാത്തതുമായ എന്തിനേയും അവിശ്വസിക്കണമെന്നാണ് ഈ നിലവറയിലെ പിറകിലുള്ള പണിപ്പുര എന്നെ പഠിപ്പിച്ചിട്ടുള്ളത്. അതിനാൽതന്നെ മാളികയ്ക്കുള്ളിൽ കയറിയേ തീരൂ എനിക്ക്. ഒന്നുകിൽ ഞാൻ തേടിക്കൊണ്ടിരിക്കുന്ന ശക്തിയെന്താണെന്ന് മനസ്സിലാക്കാനാകും. അല്ലെങ്കിൽ ഒന്നും കിട്ടില്ലായിരിക്കും. എന്നാൽ അതെന്തായാലും ഇപ്പോഴത്തെ ആശയക്കുഴപ്പത്തേക്കാളും നല്ലതായിരിക്കും. നമ്മുടെ തെരുവിൽ കഠിനമായ വഴികൾ തേടിയ ആദ്യവ്യക്തിയൊന്നുമല്ല ഞാൻ. ജബലിന് വേണമെങ്കിൽ കങ്കാണിയുടെ കാര്യാലയത്തിലെ ജോലിയിൽ തുടരാമായിരുന്നു. രിഫാഅയ്ക്ക് തെരുവിലെ ഏറ്റവും വലിയ ആശാരിയാകാനാകുമായിരുന്നു. ഖാസിമിന് ഭാര്യ ഖമറിനും അവരുടെ സ്വത്തിനുമൊക്കെ ഒപ്പം തെരുവിലെ പ്രമുഖരിലൊരാളായി ജീവിക്കാമായിരുന്നു. പക്ഷേ ഇവരൊക്കെ മറ്റൊരു പാതയാണ് സ്വീകരിച്ചത്.”

“നമ്മുടെ തെരുവിലെ എത്രയെത്ര ആളുകളാണ് സ്വന്തം നാശത്തിലേക്ക് ഓടിയടുക്കുന്നത്!”

ഹനശിന്റെ ഖേദം നിറഞ്ഞ വാക്കുകൾ കേട്ടതും അറഫ കടുത്ത രീതിയിൽ പ്രതികരിച്ചു.

“എന്നാൽ വ്യക്തമായ കാരണങ്ങളുള്ളവർ ഇക്കൂട്ടത്തിൽ വളരെ കുറവല്ലേ?”

ഇതൊക്കെയാണെങ്കിലും അറഫയെ സഹായിക്കുന്ന കാര്യത്തിൽ ഹനശ് ഒട്ടും അമാന്തിച്ചുനിന്നില്ല. രാവിന്റെ മറപറ്റി മരുഭൂമിയിലേക്ക് പുറപ്പെട്ട അറഫയുടെ നിഴലായി ഹനശും നീങ്ങി. ഭർത്താവിന്റെ മനസ്സ് മാറ്റുന്ന കാര്യത്തിൽ നിരാശയായതോടെ അയാൾക്കായി പ്രാർത്ഥിക്കാനായി കൈയുയർത്തുക മാത്രമായിരുന്നു അവാത്വിഫിന് ചെയ്യാനുണ്ടായിരുന്നത്. ഇരുൾ നിറഞ്ഞൊരു രാത്രിയായിരുന്നു അത്. നേരത്തെ ബാലചന്ദ്രൻ ആകാശത്തുണ്ടായിരുന്നെങ്കിലും പിന്നീട് അപ്രത്യക്ഷമായി.

വീടുകളുടെ ചുമരിന്റെ മറപറ്റി മുന്നോട്ടുനീങ്ങിയ അറഫയും ഹനശും മരുഭൂമിയോട് ചേർന്നുകിടക്കുന്ന മാളികയുടെ പിറകുവശത്തുള്ള മതിലിനരികിലെത്തി.

"ജബലാവിയുടെ ശബ്ദം കേട്ടപ്പോൾ രിഫാഅ പണ്ട് നാം നിൽക്കുന്ന ഇവിടെയാണുണ്ടായിരുന്നത്."

ഹനാശ് പതിയെ പറഞ്ഞു. അറഫയാകട്ടെ ചുറ്റും സൂക്ഷിച്ച് നോക്കുകയാണ്.

"അതൊക്കെ കവികൾ പറയുന്നതല്ലേ? എന്നാൽ സർവ്വകാര്യങ്ങളുടെയും യാഥാർത്ഥ്യം ഞാൻ കണ്ടെത്തുകതന്നെ ചെയ്യും."

ഹനശ് മരുഭൂമിയിലേക്ക് വിരൽചൂണ്ടിക്കൊണ്ട് വീണ്ടും പറഞ്ഞു:

"ഈ മരുഭൂമിയിൽ വച്ചാണ് ജബലാവി ജബലിനോട് സംസാരിച്ചത്. ഇവിടെ ഇരിക്കുകയായിരുന്ന ഖാസിമിന്റെ അരികിലേക്ക് തന്റെ സേവകനെ അയയ്ക്കുകയും ചെയ്തിരുന്നു."

"ഇതേ മരുഭൂമിയിൽവച്ച് തന്നെയല്ലേ രിഫാഅയെ കൊന്നത്? എന്റെ ഉമ്മയെ മാനഭംഗം ചെയ്യുകയും മർദ്ദിക്കുകയും ചെയ്തത്? എന്നിട്ടും ഈ ജബലാവി ഒന്നനങ്ങുകപോലും ചെയ്തില്ലല്ലോ?"

മുഖം മങ്ങിയെങ്കിലും ഹനശ് നിലം കുഴിക്കാനുള്ള സാമഗ്രികൾ പുറത്തെടുത്തു. മതിലിനോട് ചേർന്ന ഭാഗം അവർ ഇരുവരും ചേർന്ന് കുഴിക്കാൻ തുടങ്ങി. കുട്ട ഉപയോഗിച്ച് മണ്ണ് വാരാനും തുടങ്ങി. തീരുമാനിച്ചുറച്ചതുപോലെ കഠിനാധ്വാനം ചെയ്തതോടെ അവരുടെ പുറം നിറയെ മണ്ണിന്റെ ഗന്ധമായി. അറഫയുടേതിൽനിന്നും ഒട്ടും കുറയാത്ത ഉത്സാഹമായിരുന്നു ഹനശിനുമുണ്ടായിരുന്നത്. അതിയായ ഭയമുണ്ടായിരുന്നെങ്കിൽകൂടി അറഫയുടെ അതേ ആഗ്രഹം ഹനശിനുമുണ്ട്. കുഴിയിൽ നിൽക്കുന്ന അറഫയുടെ ശിരസ്സ് നിലത്തുനിന്നും ഒരിഞ്ച് മാത്രം ഉയരത്തിലാണിപ്പോൾ.

"ഇന്ന് രാത്രി ഇത്ര മതി."

നിലത്ത് കൈകുത്തി അയാൾ കുഴിയിൽനിന്നും ചാടിക്കയറി.

"കുഴിയുടെ മുകളിൽ കുറച്ച് പലകവച്ച് മറയ്ക്കണം. പിന്നെ അത് മണ്ണുകൊണ്ട് മൂടിയാൽ ആരും തിരിച്ചറിയില്ല."

അവർ വേഗം വീട്ടിലേക്ക് മടങ്ങി. നേരം പുലരാറായിരിക്കുന്നു. മാളികയ്ക്കരികിലൂടെ പോകുമ്പോൾ വിചിത്രമായ കാര്യങ്ങൾ നടക്കാൻ പോകുന്ന പിറ്റേദിവസത്തെക്കുറിച്ച് ആലോചിക്കുകയായിരുന്നു അറഫ. ആർക്കറിയാം ഒരുപക്ഷേ താൻ നാളെ ജബലാവിയെ കണ്ടുമുട്ടിയേക്കും. സംസാരിക്കാനും സാധിച്ചേക്കും. കഴിഞ്ഞകാലത്തേയും പിന്നെ ഇപ്പോൾ നടന്നുകൊണ്ടിരിക്കുന്ന കാര്യങ്ങളെക്കുറിച്ചും ഭൂസ്വത്തിനെ സംബന്ധിച്ച നിബന്ധനകളേയും ആ രഹസ്യപുസ്തകത്തെക്കുറിച്ചുമൊക്കെ സംസാരിച്ചേക്കാം. ഹുക്കകളിൽനിന്നും പുറത്തുവരുന്ന കഞ്ചാവ്

പുകച്ചുരുളുകൾക്കിടയിൽ വിരിയുന്ന സ്വപ്നങ്ങൾ മാത്രമായിരുന്നു ഇതുവരെ ഇവയൊക്കെ.

നിലവറയിലെത്തിയപ്പോൾ തന്നെ കാത്ത് ഉറങ്ങാതെ ഉണർന്നിരിക്കുന്ന അവാത്വിഫിനെ കണ്ടു. ഭർത്താവിനെ കണ്ടതും അവർ അരിശത്തോടും ഉറക്കച്ചടവോടുംകൂടി തിരക്കി:

"നിങ്ങളെ കണ്ടാൽ ശവക്കുഴിയിൽനിന്നും മടങ്ങിവരുന്നതുപോലെയുണ്ടല്ലോ?"

ഉള്ളിലെ ആശങ്ക മറയ്ക്കാൻ ശ്രമിച്ചുകൊണ്ട് അറഫ ഭാര്യയ്ക്കരികിൽ ചെന്നിരുന്നു.

"എന്നോട് അല്പമെങ്കിലും സ്നേഹമുണ്ടായിരുന്നെങ്കിൽ നിങ്ങൾ ഞാൻ പറഞ്ഞത് കേൾക്കുമായിരുന്നു."

"നാളെ നടക്കാൻ പോകുന്ന കാര്യങ്ങൾ കാണുന്നതോടെ നിന്റെ ഈ അഭിപ്രായമൊക്കെ മാറും നോക്കിക്കോ."

"എനിക്ക് സന്തോഷിക്കാൻ ഒരു യോഗമാണെങ്കിൽ സമ്പൂർണ നാശത്തിന് ഒരായിരം വഴികളാണല്ലോ മുന്നിൽ തുറന്നിരിക്കുന്നത്!"

അറഫ ചിരിച്ചു.

"അവരുടെ പകനിറഞ്ഞ കണ്ണുകൾ കണ്ടാൽ നാമിപ്പോൾ അനുഭവിച്ചുകൊണ്ടിരിക്കുന്ന സമാധാനമൊക്കെ വെറും ഭാവന മാത്രമാണെന്ന് മനസ്സിലാകും."

പ്രഭാതത്തിന്റെ ശാന്തതയെ ഭഞ്ജിച്ചുകൊണ്ട് അലർച്ചകളും വിലാപങ്ങളും മുഴങ്ങുന്നത് കേട്ടതും അവാത്വിഫ് മുഖം ചുളിച്ചു.

"ദുശ്ശകുനമാണല്ലോ?"

അറഫ ഉദാസീനതയോടെ ചുമലുകൾ കുലുക്കിക്കാണിക്കുകയായിരുന്നു.

"എന്നെ മാത്രം കുറ്റപ്പെടുത്തരുതേ അവാത്വിഫ്. നടന്നതിനൊക്കെ കുറച്ചുത്തരവാദിത്വം നിനക്കുമുണ്ടല്ലോ?"

"എനിക്കോ?"

"എന്റെ ഉമ്മയ്ക്കുവേണ്ടി പ്രതികാരം ചെയ്യാനുള്ള ഗൂഢമായ ആഗ്രഹത്തോടെയാണ് ഞാനീ തെരുവിലേക്ക് തിരികെ വന്നത്. നിന്റെ പിതാവ് കൂടി ആക്രമിക്കപ്പെട്ടതോടെ പ്രതികാരവാഞ്ഛ സർവ്വ ഗുണ്ടകൾക്കുമെതിരെയായി വളർന്നു. പിന്നെ എനിക്ക് നിന്നോടുള്ള പ്രണയം അതിനോട് പുതിയ പലതും കൂട്ടിച്ചേർത്തു. യഥാർത്ഥത്തിൽ ഉണ്ടായിരുന്നതിലും വലിയൊരാശയമായിരുന്നത്. ഗുണ്ടകളുടെ കഥ കഴിക്കുന്നത് പ്രതികാരത്തിനല്ല. മറിച്ച് അതിലൂടെ സർവ്വജനങ്ങൾക്കും ജീവിതസുഖം ലഭിക്കാനാണ്. ഞാൻ നമ്മുടെ പിതാമഹന്റെ വാസസ്ഥലത്തെത്തുന്നത് അദ്ദേഹത്തിന്റെ ശക്തിയുടെ രഹസ്യമെന്തെന്നറിയാൻ മാത്രമാണ്."

അവാത്വിഫ് കുറേനേരം അറഫയുടെ മുഖത്തേക്ക് തന്നെ നോക്കി യിരുന്നു. സ്വന്തം പിതാവിനെ നഷ്ടമായതുപോലെ ഭർത്താവിനെയും നഷ്ടമാകുമോ എന്ന വേദനയാണ് അവളുടെ കണ്ണുകളിൽ അറഫ വായി ച്ചെടുത്തത്. ഭാര്യയ്ക്ക് ധൈര്യം നൽകാനായി സ്നേഹത്തോടെ പുഞ്ചിരിച്ച് കാണിക്കുകയായിരുന്നു അയാൾ. പുറത്തെ വിലാപമാകട്ടെ കൂടുതൽ തീവ്രമായിക്കൊണ്ടേയിരിക്കുകയാണ്.

നൂറ്റിയൊന്ന്

യാത്ര പറയുന്നതുപോലെ കുഴിക്കുള്ളിൽ നിൽക്കുന്ന അറഫയുടെ കൈയിൽ ഹനശ് മുറുകെപ്പിടിച്ചു. പച്ചമണ്ണിന്റെ ഗന്ധം നിറഞ്ഞു നിൽക്കുന്ന തുരങ്കത്തിലൂടെ നുഴഞ്ഞുകയറാൻ തുടങ്ങിയ അറഫയുടെ ശിരസ്സ് ചെന്നുപൊങ്ങിയത് മാളികയ്ക്കകത്തുള്ള തോട്ടത്തിനുള്ളിലാണ്. പനിനീർപൂവ്, മുല്ലപ്പൂ, മൈലാഞ്ചി തുടങ്ങിയവയുടെ വിചിത്രഗന്ധവും പ്രഭാതത്തിന്റെ ഈർപ്പവും നിറഞ്ഞുനിൽക്കുന്ന അന്തരീക്ഷമാണ് മൂക്കിലെത്തിയത്. ഈ പരിമളം കടുത്ത ഭീതിക്കിടയിലും മനസ്സിനെ ലഹരിപിടിപ്പിക്കുന്നു. അദ്ഹം ഗൃഹാതുരത്വത്തോടെ ഓർത്തോർത്ത് മരിച്ച തോട്ടത്തിന്റെ ഗന്ധമാണ് താൻ നുകർന്നുകൊണ്ടിരിക്കുന്നത്. നക്ഷത്രങ്ങൾ ഉണർന്നിരിക്കുന്നുണ്ടെങ്കിൽപോലും കൊടുംകൂരിരുട്ട് മാത്രമേ കാണാനുള്ളൂ. ഇളംകാറ്റേറ്റ് മരച്ചില്ലകളിലെ ഇലകളനങ്ങുന്ന തൊഴിച്ച് എങ്ങും ഭീഷണമായ നിശ്ശബ്ദതയാണ്. നിലത്ത് നല്ല ഈർപ്പ മുണ്ടെന്ന് മനസ്സിലായതോടെ മാളികയിലേക്ക് കയറുന്നതിനു മുമ്പേ കാലിൽ കിടന്ന ചെരുപ്പ് ഊരിമാറ്റാൻ തീരുമാനിച്ചു. അല്ലെങ്കിൽ നിലത്ത് കാൽപ്പാടുകൾ പതിയാനിടയുണ്ട്. പാറാവുകാരനും തോട്ടക്കാരനും മറ്റ് ജോലിക്കാരുമൊക്കെ എവിടെയായിരിക്കും കിടന്നുറങ്ങുന്നുണ്ടാകുക? ഇരുളിൽ പർവ്വതസമാനം ഉയർന്നുനിൽക്കുന്ന മാളികയിലുള്ളവർ ഒരു ശബ്ദവും കേൾക്കാതിരിക്കാനായി അത്യധികം ജാഗ്രതയോടെയാണ് അറഫ മുന്നോട്ടുനീങ്ങിയത്. അതിനിടയിൽ തോന്നിയ ഭീതി ജീവിത ത്തിലിന്നോളം അനുഭവപ്പെട്ടിട്ടേയില്ല. തനിക്കാണെങ്കിൽ മരുഭൂമിയിലും പാഴിടങ്ങളിലുമൊക്കെ രാത്രികാലങ്ങൾ ചെലവഴിച്ച് നല്ല പരിചയമാ ണുള്ളത്.

ചുവരിനോട് ചേർന്ന് നീങ്ങിക്കൊണ്ടിരിക്കുന്നതിനിടയിൽ പടിക്കെട്ടിൽ കൈ ചെന്നുകൊണ്ടു. കവികൾ പറയുന്നത് സത്യമാണെങ്കിൽ മട്ടുപ്പാവി ലേക്ക് നീളുന്നതാണ് ആ പടിക്കെട്ട്. ഇവിടെവച്ചാണ് ജബലാവി ഇദ്‌രീസിനെ മാളികയിൽനിന്നും ചവിട്ടിപ്പുറത്താക്കിയത്. പിതാവിന്റെ ഉത്തരവിനെ വെല്ലുവിളിച്ചതിന് ലഭിച്ച അയാളുടെ വിധിയായിരുന്നത്. അപ്പോൾ തന്റെ ശക്തിയുടെ രഹസ്യം മോഷ്ടിച്ചെടുക്കാനായി മാളിക യിലേക്ക് അതിക്രമിച്ചു കയറുന്നയാളോട് ജബലാവി എങ്ങനെയായിരിക്കും

പെരുമാറുക? എന്നാൽ ധൃതിയൊന്നും വേണ്ട. കാലങ്ങളെത്രയോ ആയി സുരക്ഷിതവും ആരാലും കീഴടക്കാനാകാത്തതുമായ മാളികയിലേക്ക് നുഴഞ്ഞുകയറാൻ ഏതെങ്കിലുമൊരു മോഷ്ടാവ് ശ്രമിക്കുമെന്ന് ആരും കരുതാൻതന്നെ പോകുന്നില്ല.

അരമതിലിന് ചുറ്റും നീങ്ങിയശേഷം കൈയും കാലും നിലത്തൂന്നി പതിയെ പടികൾ കയറി മട്ടുപ്പാവോളമെത്തി. ചെരുപ്പുകൾ കക്ഷത്ത് തിരുകിയശേഷം വലത്തെ വാതിലിലേക്ക് നീങ്ങി. ജബലാവിയുടെ ഉറക്കമുറിയിലേക്ക് നീളുന്ന വാതിലാണതെന്നാണ് കവികൾ പറയാറുള്ളത്. പെട്ടെന്നാണ് ആരോ ചുമയ്ക്കുന്ന ശബ്ദം കേട്ടത്. തോട്ടത്തിൽ നിന്നാണത്. വാതിലിന് താഴെ ഭാഗത്തേക്ക് കുനിഞ്ഞശേഷം തോട്ടത്തിലേക്ക് നോട്ടം പായിച്ചു. മട്ടുപ്പാവിനരികിലേക്ക് ഒരു നിഴൽ നടന്നടുക്കുന്നത് കണ്ടു. ഹൃദയമിടിപ്പ് പോലും പുറത്തേക്ക് കേൾക്കുമെന്നു തോന്നിയപ്പോൾ ശ്വാസമടക്കിപ്പിടിച്ചുനിന്നു. ആൾരൂപം അരികിലേക്ക് വരികയാണ്. മട്ടുപ്പാവിലേക്കുള്ള പടി കയറുന്നയാൾ ഒരുപക്ഷേ ജബലാവി തന്നെയായിരിക്കാം. ഏതാണ്ട് ഇതുപോലൊരു നേരത്ത് പണ്ട് അദ്ഹമിനെ പിടികൂടിയതുപോലെ ജബലാവി തന്നേയും കൈയോടെ പിടികൂടിയേക്കാം. ആൾരൂപം മട്ടുപ്പാവിനരികിലെത്തി. താൻ പതിയിരിക്കുന്നതിന്റെ വെറും രണ്ടടിയകലത്തിൽ. എന്നാൽ ആ ആൾരൂപം മട്ടുപ്പാവിന്റെ മറുവശത്തേക്ക് നീങ്ങിയശേഷം കിടക്കയെന്ന് തോന്നുന്നൊരിടത്ത് ചെന്ന് കിടന്നു. അതോടെ ആശങ്ക നീങ്ങി. എങ്കിലും വല്ലാത്തൊരു ക്ഷീണം മാത്രം വിട്ടുമാറിയില്ല. അതൊരുപക്ഷേ ഏതെങ്കിലും വേലക്കാരനാകാം. എന്തെങ്കിലും കാര്യം സാധിക്കാനായി പുറത്തിറങ്ങിയശേഷം തിരികെ വന്നുകിടന്നതാകാം. എന്തായാലും ആൾ വീണ്ടും കൂർക്കം വലിക്കാൻ തുടങ്ങിയിരിക്കുന്നു.

അല്പം ധൈര്യം വീണ്ടെടുത്തശേഷം വാതിൽപ്പടി തേടി കൈ ഉയർത്തി. സാധനം കൈയിൽ കിട്ടിയതും പതിയെ തിരിച്ചശേഷം അകത്തേക്ക് കയറാൻ കഴിയുന്നത്ര രീതിയിൽ വാതിൽ തള്ളിത്തുറന്നു. അകത്തേക്ക് കയറിയ ഉടനെ വാതിൽ തിരിച്ചടയ്ക്കുകയും ചെയ്തു. ഇപ്പോൾ കൂരിരുട്ടിലാണ് താൻ നിൽക്കുന്നത്. അതിനാൽതന്നെ കൈ മുന്നോട്ട് നീട്ടി പതിയെ നടന്നു. പടിക്കെട്ടിൽ കൈ സ്പർശിച്ചതും പതിഞ്ഞ കാറ്റുപോലെ മുകളിലേക്ക് കയറാൻ തുടങ്ങി.

ചുമരിലെ പൊത്തിൽ വച്ചിരിക്കുന്ന വിളക്കിന്റെ വെളിച്ചമുള്ളൊരു നീളമേറിയ അകത്തളത്തിലേക്കാണ് ചെന്നുകയറിയത്. അകത്തളം വലത്തോട്ട് തിരിഞ്ഞുകിടക്കുകയാണ്. ഒപ്പം മാളികയുടെ വീതിയിൽ ഇടത്തേക്കും നീണ്ടുകിടപ്പുണ്ട്. അതിന് മധ്യത്തിലാണ് ജബലാവിയുടെ കിടപ്പുമുറിയിലേക്കുള്ള വാതിൽ. അകത്തളത്തിന്റെ ഈ തിരിവിലാണ് പണ്ട് ഉമൈമ പതുങ്ങിനിന്നതും അദ്ഹം തനിച്ചു നീങ്ങാൻ തുടങ്ങിയതും. ഇപ്പോൾ ഇതാ താനും അതേയിടത്തിൽ അതേ പണിക്കെത്തിയിരിക്കുന്നു. പെരുകുന്ന ഭീതി കാരണം മനസ്സ് ഇടുങ്ങിപ്പോവുകയാണ്.

ധൈര്യം കാണിച്ചേ തീരൂ ഇപ്പോൾ. തിരിച്ചുപോകുന്ന കാര്യം ആലോചിക്കാൻ തന്നെയാകില്ല ഇനി. ഏത് നിമിഷവും വേലക്കാരിലാരെങ്കിലും പ്രത്യക്ഷപ്പെട്ടേക്കാം. ഈ ഭ്രാന്തിൽനിന്നും ഞെട്ടി ഉണർത്തുംവിധത്തിൽ ഏതെങ്കിലുമൊരു കൈ തന്റെ ചുമലിൽ വന്നുവീണേക്കാം. അതിനാൽ തന്നെ കാര്യങ്ങൾ എത്രയും വേഗത്തിലാക്കിയേ തീരൂ.

കാൽവിരലുകളിലൂന്നി വാതിലിന് നേർക്ക് നീങ്ങി. തിളങ്ങുന്ന വാതിൽപ്പിടി പതിയെ തിരിച്ചശേഷം വാതിൽ സാവധാനം തള്ളിത്തുറന്നു. ഉള്ളിലേക്ക് കയറിയശേഷം വാതിൽ തിരികെയടയ്ക്കുകയും ചെയ്തു. അടഞ്ഞ വാതിലിൽ ചാരിനിന്ന് ഇരുളിലേക്കുതന്നെ ഉറ്റുനോക്കിയെങ്കിലും ഒന്നും കാണാനാകുന്നില്ല. ശ്രദ്ധയോടെ ശ്വാസം വലിച്ചുവിടുന്നതിനിടയ്ക്ക് എന്തെങ്കിലും കാണാനാവുമോ എന്ന് വെറുതെ വീണ്ടും ശ്രമിച്ചുനോക്കി. അല്പസമയം കഴിഞ്ഞതും മധുരതരമായ സുഗന്ധപ്പുകയുടെ ഗന്ധം മൂക്കിലെത്തി. അതാകട്ടെ കാരണമെന്തെന്നറിയാത്ത വിചിത്രമായ എന്തോ ആശങ്കയും ദുഃഖവും മനസ്സിൽ നിറച്ചു. അതോടെ ഒരു കാര്യം സംശയമില്ലാത്തവിധം ഉറപ്പായി. താനിപ്പോൾ ജബലാവിയുടെ കിടക്കറയ്ക്കകത്താണ് നിൽക്കുന്നത്.

ഈ ഇരുളൊന്ന് പരിചിതമാകുന്നതെപ്പോഴായിരിക്കും? അസ്വസ്ഥമായ സിരകളെ നിയന്ത്രിക്കാൻ കഴിയുന്നതെപ്പോഴായിരിക്കും? തന്റെ ഇതേ അവസ്ഥയിൽ മുമ്പാരെങ്കിലും ഇവിടെ വന്ന് നിന്നിട്ടുണ്ടാവുമോ? സർവ്വശക്തിയും സ്ഥൈര്യവും ധീരതയും തിരികെപ്പിടിക്കാത്തപക്ഷം താൻ സമ്പൂർണതകർച്ചയിലേക്കായിരിക്കും പതിക്കാൻ പോകുന്നതെന്ന് തോന്നുന്നതെന്തുകൊണ്ടായിരിക്കും? സൂക്ഷ്മമായി കണക്കുകൂട്ടാത്ത ഏതൊരു ചലനവും സ്വന്തം നാശത്തിലേക്കേ നയിക്കുകയുള്ളൂവെന്ന് സ്വയം ബോധ്യപ്പെടുത്താൻ ശ്രമിച്ചു. മേഘങ്ങളെക്കുറിച്ചോർത്തത് അപ്പോഴായിരുന്നു. സഞ്ചാരത്തിനിടയ്ക്ക് മലകണക്കെയും ശവക്കല്ലറ കണക്കെയുമൊക്കെയുള്ള എത്ര വിചിത്രരൂപങ്ങളാണ് രൂപംകൊള്ളുന്നത്. ചുമരിൽ വിരലുകൾകൊണ്ട് സ്പർശിച്ചശേഷം അതിനോട് ചേർന്ന് കുനിഞ്ഞുനീങ്ങുന്നതിനിടയ്ക്ക് ചുമൽ ഏതോ കസേരയിൽ ചെന്നുമുട്ടി.

പെട്ടെന്ന് മുറിയുടെ ദൂരെയുള്ളൊരു കോണിൽ എന്തോ ചലനം തിരിച്ചറിഞ്ഞതും ഞെരമ്പുകൾ മരവിച്ചുപോയി. കസേരയ്ക്ക് പിറകിൽ പതിയിരുന്നശേഷം നേരത്തെ കയറിവന്ന വാതിലിനുനേർക്ക് സൂക്ഷിച്ചു നോക്കാൻ തുടങ്ങി. ചെറിയ കാലടിശബ്ദവും വസ്ത്രമനങ്ങുന്ന ഒച്ചയും കേൾക്കാം. ഇരുളിനെ ഭേദിക്കുമാറ് വെളിച്ചം പരക്കുമെന്നും ജബലാവി മുന്നിൽ വന്നുനിൽക്കുമെന്നും തോന്നിപ്പോയി. പിന്നെ കാണുക താൻ ആ കാലടികളിൽ വീണ് യാചിക്കുന്ന കാഴ്ചയായിരിക്കും: “ഞാൻ അങ്ങയുടെ പിൻഗാമിയാണങ്ങുന്നേ... പിതാവാരാണെന്നറിയാത്തവൻ. യാതൊരു ചീത്ത ഉദ്ദേശ്യങ്ങളുമില്ല. എന്നെ എന്തു വേണമെങ്കിലും ചെയ്തോളൂ.”

ഇരുട്ടായിരുന്നെങ്കിലും ഒരു രൂപം വാതിലിന് നേർക്ക് നീങ്ങുന്നത് കണ്ടു. വാതിൽ പതിയെ തുറന്നതോടെ പുറത്തെ അകത്തളത്തിലെ വെളിച്ചം മുറിക്കുള്ളിലേക്ക് അല്പാല്പമായി കടന്നുകയറാൻ തുടങ്ങി. ആൾരൂപം പുറത്തേക്കിറങ്ങിയശേഷം വാതിൽ പകുതി തുറന്നിട്ട നിലയിൽ വലത്തേക്ക് തിരിഞ്ഞുനീങ്ങാൻ തുടങ്ങി. പുറത്തുനിന്നുള്ള വെളിച്ചത്തിൽ അതൊരു വൃദ്ധയാണെന്ന് മനസ്സിലായി. കറുത്ത നിറവും ആ നീണ്ടു മെലിഞ്ഞ മുഖവും മറക്കാനൊരിക്കലും കഴിയില്ല.

അതേതെങ്കിലും പരിചാരികയായിരിക്കുമോ? ഇനി ഈ മുറി വേലക്കാർ കഴിയുന്നിടമായിരിക്കുമോ? കസേരയുടെ പിന്നിൽ നിന്നുകൊണ്ട് വാതിലിലൂടെ കടന്നുവരുന്ന അരണ്ട വെളിച്ചത്തിൽ മുറിയുടെ മറ്റു ഭാഗങ്ങൾ ശ്രദ്ധിച്ചുനോക്കാൻ തുടങ്ങി. കസേരകളും മെത്തകളും കാണാം. മുറിയുടെ മധ്യഭാഗത്തിലായൊരു വലിയ കിടക്ക കാണാം. ഒപ്പം ഉയരമേറിയ കട്ടിൽ തൂണുകളും കൊതുകുവലയുമുണ്ട്. ആ കിടക്കയുടെ കാലിന്റെ ഭാഗത്തായി വേറൊരു ചെറിയ കിടക്കയുമുണ്ട്. ആ കിടക്കയിൽനിന്നും എഴുന്നേറ്റുപോയ വൃദ്ധയെയാകും അല്പം മുമ്പ് കണ്ടത്. പിന്നെ ഈ വലിയ കിടക്ക ജബലാവിയുടേതാകാനേ തരമുള്ളൂ. താൻ ചെയ്യാൻ പോകുന്ന കുറ്റകൃത്യത്തിനെക്കുറിച്ചൊന്നുമറിയാതെ അദ്ദേഹം കിടന്നുറങ്ങുകയാകും. ദൂരെനിന്നാണെങ്കിൽകൂടിയും അദ്ദേഹത്തെ ഒന്ന് കാണാനായെങ്കിലെന്ന് കൊതിച്ചുപോകുന്നു. പക്ഷേ ഈ പകുതി തുറന്ന് കിടക്കുന്ന വാതിലൊരു പ്രശ്നംതന്നെയാണ്. പുറത്തേക്കിറങ്ങിയ വൃദ്ധ എപ്പോൾ വേണമെങ്കിലും തിരികെയെത്താം.

ഇടതുവശത്തേക്ക് തിരിഞ്ഞുനോക്കിയപ്പോൾ ഭീതി നിറച്ച രഹസ്യം അടക്കം ചെയ്ത രഹസ്യഅറയുടെ വാതിൽ കാണാൻ സാധിച്ചു. പണ്ടും ഈ വാതിലിനു നേരെ അദ്ഹം ഇതുപോലെ നോക്കിനിന്നിട്ടുണ്ട്. അയാൾക്ക് ശാന്തി ലഭിക്കട്ടെ! അതോടെ ജബലാവിയുടെ കാര്യമൊക്കെ മറന്നുകൊണ്ട് കസേരകൾക്ക് പിന്നിലൂടെ ഇഴഞ്ഞ് അറയുടെ ചെറിയ വാതിലിന് കീഴിലെത്തി. ആകാംക്ഷ അടക്കാനാകാതെ വന്നതോടെ കൈ ഉയർത്തി താക്കോൽ പഴുതിൽ പിടിമുറുക്കി. പൂട്ട് തുറക്കാനായി താഴേക്ക് പിടിച്ചുവലിച്ചതോടെ വാതിൽ തുറന്നു. എന്നാൽ പെട്ടെന്നുതന്നെ വാതിൽ പഴയതുപോലെ തള്ളിയടച്ചു. നെഞ്ച് പേടി കാരണം പ്രകമ്പനം കൊള്ളുമ്പോഴും വിജയം നേടിയ ഭാവമായിരുന്നു മനസ്സിൽ. പുറത്തെ അരണ്ട വെളിച്ചം അപ്രത്യക്ഷമായിരിക്കുന്നു. അതോടെ മുറിക്കുള്ളിൽ വീണ്ടും ഇരുൾ നിറയാൻ തുടങ്ങി.

വീണ്ടും പതിഞ്ഞ കാലടിശബ്ദവും വൃദ്ധ വന്നുകിടന്നപ്പോഴുണ്ടായ കട്ടിലിന്റെ കിറുകിറുശബ്ദവും കേട്ടു. പിന്നീട് ഒന്നും കേൾക്കാത്ത അവസ്ഥയായി. വൃദ്ധ ഉറങ്ങുന്നതുവരെ കാത്തിരുന്നു. വലിയ കട്ടിലിന് നേർക്ക് സൂക്ഷിച്ചുനോക്കിയെങ്കിലും ഒന്നും കാണാനാകുന്നില്ല. പിതാമഹനുമായി സംസാരിക്കാൻ ശ്രമിച്ചാൽ അത് ഭ്രാന്ത് തന്നെയായിരിക്കുമെന്ന് ബോധ്യപ്പെടുത്താൻ ശ്രമിച്ചു. അതിനിടയിൽ വൃദ്ധ ചാടി എഴുന്നേറ്റ്

അന്തരീക്ഷം നിറയുമാറ് ഒച്ചവയ്ക്കും. അതോടെ എല്ലാം കഴിയും ആ പുസ്തകമൊന്ന് കണ്ടാൽ മതി തനിക്ക്. അതിനുള്ളിലാണല്ലോ ജബലാവി യുടെ നിബന്ധനകളുള്ളത്. അതുപോലെ ആദ്യകാലത്ത് ഈ മരുഭൂമി യേയും ഇവിടത്തെ ആളുകളേയും നിയന്ത്രിക്കാൻ അദ്ദേഹത്തിന് ശക്തി നൽകിയ മാന്ത്രികതയുടെ രഹസ്യങ്ങളും അതിലുണ്ടാകും. തനിക്ക് മുമ്പൊരാളും മാന്ത്രികവിദ്യ അഭ്യസിച്ചിട്ടില്ല. അതിനാൽതന്നെ വേറെ യാരും ജബലാവിയുടെ പുസ്തകത്തെ ഒരു മാന്ത്രികഗ്രന്ഥമായി കണ്ടിട്ടു മുണ്ടാകില്ല.

ഒരിക്കൽകൂടി കൈയുയർത്തി വാതിൽപ്പിടിയിൽ മുറുകെ പിടിച്ചു തിരിച്ചു. പിന്നെ വാതിൽ തള്ളിത്തുറന്ന് അകത്തേക്ക് ഇഴഞ്ഞ് കയറു കയും പഴയപടി തിരികെ അടയ്ക്കുകയും ചെയ്തു. പതിയെ എഴുന്നേറ്റ് നിൽക്കുന്നതിനിടയിൽ വികാരക്ഷോഭം നിറഞ്ഞ സിരകളെ അടക്കി നിർത്താനായി ശ്വാസം വലിച്ചുവിടാൻ തുടങ്ങി. എന്തുകൊണ്ടായിരിക്കും ജബലാവി ഈ പുസ്തകത്തിന്റെ രഹസ്യം തന്റെ സന്തതികളിൽനിന്നും മറച്ചുപിടിച്ചിട്ടുണ്ടാകുക? അതും തനിക്കേറ്റവും പ്രിയങ്കരനായിരുന്ന അദ്ഹമിൽനിന്നുപോലും! എന്തോ രഹസ്യമുണ്ടിതിന് പിന്നിൽ. സംശയം വേണ്ട! എന്നാൽ കൈയിലുള്ള മെഴുകുതിരി കത്തിച്ചാൽ ഏതാനും നിമിഷങ്ങൾക്കുള്ളിൽ താൻ ആ രഹസ്യം കണ്ടുപിടിക്കാൻ പോകുക യാണ്. പണ്ടിത്പോലൊരു മെഴുകുതിരി അദ്ഹമും കത്തിച്ചിരുന്നു. അതേ ഇടത്ത് വന്ന് പിതാവാരാണെന്നറിയാത്ത താനും മറ്റൊരു മെഴുകുതിരി കത്തിക്കാൻ പോകുന്നു. ഈ കഥയും ഇനി എന്നും കവികൾ പാടി പ്പുകഴ്ത്തും!

എന്നാൽ മെഴുകുതിരി കത്തിച്ചതും തന്നെത്തന്നെ ഉറ്റുനോക്കുന്ന രണ്ട് കണ്ണുകളെയാണ് കണ്ടത്. ഞെട്ടിപ്പോയെങ്കിലും അതൊരു വൃദ്ധ നാണെന്ന് മനസ്സിലായി. മുറിക്കുള്ളിലെ എതിർഭാഗത്തുള്ളൊരു കട്ടിലിൽ കിടക്കുകയായിരുന്ന കറുത്ത നിറമുള്ളൊരാൾ. ഉറക്കത്തിനും ഉണർച്ച യ്ക്കുമിടയിലുള്ളൊരവസ്ഥയിൽ നിന്നും പുറത്തുകടക്കാൻ യത്നി ക്കുന്നതുപോലെയാണ് വൃദ്ധനെ കണ്ടപ്പോൾ തോന്നിയത്. തീപ്പെട്ടി ക്കൊള്ളി ഉരച്ചപ്പോഴുണ്ടായ ശബ്ദം കേട്ട് ഞെട്ടിയുണർന്നതാകാ നിടയുണ്ട്. എന്നാൽ എന്തുകൊണ്ടാണെന്നറിയില്ല ഒന്നും ആലോചി ക്കാതെ വൃദ്ധന്റെ മേൽ ചാടിവീണശേഷം വലത്തേകൈകൊണ്ട് അയാളുടെ കഴുത്തിൽ പിടിമുറുക്കി. കഴുത്തിൽ പിടിമുറുകുന്നതിനിട യിൽ വൃദ്ധൻ കിടന്ന് പിടഞ്ഞു. അയാൾ കൈയിൽ കയറിപ്പിടിക്കാനും വയറിൽ ചവിട്ടാനും ശ്രമിച്ചെങ്കിലും വൃദ്ധന്റെ കഴുത്തിലെ പിടി കൂടുതൽ മുറുകിയതേയുള്ളൂ. ഇതിനിടയ്ക്ക് ഇടത്തേ കൈയിലിരുന്ന മെഴുകുതിരി നിലത്തുവീണ് അണഞ്ഞതോടെ മുറിയിലാകെ ഇരുട്ടായി. ആ ഇരുളിലും വൃദ്ധൻ തന്റെ അവസാനത്തെ പിടച്ചിൽ നടത്തുകയായി രുന്നു. പിന്നീട് ആ ചലനം പൂർണമായി നിലച്ചെങ്കിലും അറഫയുടെ

ഭ്രാന്തമായ കൈകൊണ്ട് വൃദ്ധന്റെ കഴുത്തിൽ മുറുകെപ്പിടിക്കുന്നത് വിരലുകൾ കഴയ്ക്കുന്നതുവരെ നിലച്ചതേയില്ല.

കിതച്ചുകൊണ്ട് പിന്മാറിയശേഷം ചുമരിൽ ചാരിനിന്നു. നരകീയമായ പീഡയുടെ നിശ്ശബ്ദനിമിഷങ്ങളായിരുന്നു പിന്നീട് കടന്നുപോയത്. ശക്തിയൊക്കെ ചോർന്നുപോകുന്നതുപോലെ. പാപങ്ങളേക്കാൾ സമയത്തിന് ഭാരമേറിയതുപോലെ. സ്വയം നിയന്ത്രിക്കാനായില്ലെങ്കിൽ താൻ നിലത്തേക്കോ അല്ലെങ്കിൽ തന്റെ ഇരയായ മനുഷ്യന്റെ ശരീരത്തിലേക്കോ ചെന്നുപതിച്ചേക്കാം. രക്ഷപ്പെടണമെന്ന് മനസ്സ് പറയാൻ തുടങ്ങി. വൃദ്ധന്റെ ശരീരം മറികടന്ന് ആ ദുശ്ശകുനം പിടിച്ച പഴയ പുസ്തകത്തിനടുത്തെത്താൻ സാധിക്കില്ല. വേറൊരു തീപ്പെട്ടിക്കൊള്ളി കൂടി ഉരയ്ക്കാനുള്ള ധൈര്യമില്ല. അതിനേക്കാൾ നല്ലത് ഇരുട്ട് തന്നെയാണ്. കൈയിൽ എന്തോ നീറ്റൽ തോന്നി. ദയനീയമായ ചെറുത്തുനില്പിനിടയ്ക്ക് വൃദ്ധന്റെ നഖങ്ങൾകൊണ്ട് മുറിഞ്ഞതായിരിക്കാം.

തന്റെ പ്രവർത്തിയെക്കുറിച്ചോർത്തപ്പോൾതന്നെ ദേഹത്താകെ വിറയലായി. അദ്ഹമിന്റെ കുറ്റം അനുസരണക്കേട് മാത്രമായിരുന്നു. തന്റേതാകട്ടെ കൊലപാതകവും. യാതൊരു പരിചയവുമില്ലാത്തൊരു മനുഷ്യനെയാണ് കൊന്നിരിക്കുന്നത്. അതും ഒരു കാരണവുമില്ലാതെ. കുറ്റവാളികളോട് ചെറുത്തുനിൽക്കാനാവശ്യമായ ശക്തി തേടിയാണ് താനിവിടെ എത്തിയത്. അങ്ങനെയുള്ള താനിതാ അറിയാതെ മറ്റൊരു കുറ്റവാളിയായി മാറിയിരിക്കുന്നു. ആ പുസ്തകം ചങ്ങലവച്ച് ബന്ധിച്ചിരിക്കുന്നുവെന്ന് കരുതിയിരിക്കുന്ന കോണിലേക്ക് ഇരുളിലൂടെ ഒന്നു നോക്കി.

അതോടെ അറയുടെ വാതിൽ തുറന്ന് പുറത്തേക്കിറങ്ങിയശേഷം തിരികെയടച്ചു. പിന്നെ ഉറക്കമുറിയുടെ ചുമരിനോട് ചേർന്ന് വാതിൽവരെ ഇഴഞ്ഞുനീങ്ങി. അവസാനത്തെ കസേരയുടെ പിറകിൽ അല്പനേരം പതുങ്ങിയിരുന്നു. ഈ മാളികയിലെത്തിയശേഷം ഇതുവരെ കണ്ടതൊക്കെ പരിചാരകരെ മാത്രമാണ്. അപ്പോൾ പിന്നെ യജമാനനായ ജബലാവി എവിടെപ്പോയി? ഈ കുറ്റകൃത്യം ഈ രണ്ട് പരിചാരകർക്കിടയിൽ മാത്രം എന്നെന്നേക്കുമായി ഒതുങ്ങി നിൽക്കുമോ? നിരാശയും പരാജയവും മനസ്സിന്റെ ആഴങ്ങൾവരെ എത്തിയിരിക്കുന്നു.

ഉറക്കമുറിയുടെ വാതിൽ പതിയെ തുറന്നതും പുറത്തുനിന്നുള്ള വെളിച്ചത്തിൽ കണ്ണ് മഞ്ഞളിച്ചുപോയി. കടുത്ത വെളിച്ചം വലിയ ഒച്ചപ്പാടോടെയും കടുത്ത ജ്വാലയോടെയുംകൂടി ആക്രമിക്കുന്നതുപോലെയാണ് തോന്നിപ്പോയത്. വാതിൽ തിരികെ അടച്ചശേഷം ശബ്ദമുണ്ടാകാതിരിക്കാനായി പതിയെ നടന്നു. പിന്നെ ഇരുൾ മൂടിക്കിടക്കുന്ന പടിക്കെട്ടുകളിറങ്ങി മട്ടുപ്പാവിൽനിന്നും തോട്ടത്തിലെത്തി. ക്ഷീണവും ദുഃഖവും കാരണം ജാഗ്രതയൊക്കെ കുറഞ്ഞിരിക്കുന്നു. ഇതിനിടയിൽ മട്ടുപ്പാവിൽ കിടന്നുറങ്ങുകയായിരുന്ന ഒരാൾ ചാടി എഴുന്നേറ്റു.

“ആരാ അത്?”

മട്ടുപ്പാവിന് കീഴിലുള്ള ചുമരിനോട് പതുങ്ങിയിരിക്കുമ്പോൾ ഭീതി കൂടുതൽ ശക്തി നൽകുന്നതുപോലെയാണ് തോന്നിയത്. മട്ടുപ്പാവിലുള്ള യാൾ വീണ്ടും ആരാണെന്ന് ചോദിച്ചു. മറുപടിയായി കേട്ടതൊരു പൂച്ചയുടെ കരച്ചിലായിരുന്നു. വീണ്ടുമൊരു കുറ്റകൃത്യംകൂടി ചെയ്യേണ്ടി വരുമോയെന്ന പേടികാരണം നിന്നയിടത്തുതന്നെ പതുങ്ങിയിരുന്നു.

ശബ്ദങ്ങളെല്ലാം അടങ്ങിയതോടെ തോട്ടത്തിന്റെ പിറകിലൂടെ പതുങ്ങിച്ചെന്ന് മതിൽവരെയെത്തി. പിന്നെ നേരത്തേ കയറിവന്ന കുഴി തിരഞ്ഞ് കണ്ടുപിടിച്ചു. അതിനുള്ളിലേക്ക് ഇറങ്ങിയശേഷം വന്നതു പോലെ തുരങ്കത്തിലൂടെ തിരിച്ചുപോയി. മറുവശത്തെത്തിയതും ആരു ടെയോ കാൽപ്പാദത്തിൽ ശിരസ് ചെന്നിടിച്ചു. പിന്നെ എന്താണ് സംഭവി ക്കുന്നതെന്ന് തിരിച്ചറിയാൻ കഴിയുന്നതിനു മുമ്പുതന്നെ അറഫയുടെ തലയിൽ ആ കാൽ പതിച്ചുകഴിഞ്ഞിരുന്നു.

നൂറ്റിരണ്ട്

അറഫ തന്നെ തൊഴിച്ചയാളുടെ നേരെ ചാടിയെഴുന്നേറ്റു. പിന്നെ ചെറി യൊരു മൽപ്പിടുത്തംതന്നെ അവിടെ നടന്നു. ഇതിനിടയിൽ ചവിട്ടിയ ആളുടെ കോപിച്ചരണ്ട ശബ്ദം കേട്ടതും അറഫയ്ക്ക് ആളെ മനസ്സി ലായി.

“ഹനശാണോ?”

അയാളുടെ ശബ്ദത്തിൽ ആകെ വിരണ്ടുപോയ ഭാവമായിരുന്നു. കുഴിയിൽനിന്നും പുറത്തേക്കിറങ്ങാൻ പരസ്പരം സഹായിക്കുന്നതി നിടയിൽ ഹനശ് പറഞ്ഞു:

“നിങ്ങൾ തിരിച്ചുവരാൻ വൈകിയതിനാലാണ് എന്താണ് സംഭവിച്ച തെന്നറിയാനായി ഞാനും കൂടി കുഴിയിലേക്കിറങ്ങിയത്.”

“പതിവുപോലെ നിനക്ക് ഇത്തവണയും അബദ്ധം പറ്റിയല്ലേ?”

“നമുക്ക് ആദ്യം ഇവിടെനിന്ന് രക്ഷപ്പെടാം.”

ശ്വാസം വലിച്ചുവിടാൻ അറഫ നന്നായി കഷ്ടപ്പെടുന്നുണ്ടായിരുന്നു. ഉറങ്ങിക്കിടക്കുന്ന തെരുവിലേക്ക് അവർ ഇരുവരും തിരികെപ്പോയി. ഭർത്താവിനെ കണ്ടതും അവാതിഫ് കരയുകയായിരുന്നു.

“എന്റെ ദൈവമേ... നിങ്ങളുടെ കഴുത്തിൽനിന്നും കൈയിൽനിന്നു മൊക്കെ രക്തം പൊടിയുന്നുണ്ടല്ലോ? അത് കഴുകിക്കളയൂ.”

ശരീരമൊന്ന് വിറച്ചെങ്കിലും അറഫ മറുപടിയൊന്നും പറഞ്ഞില്ല. ദേഹം കഴുകാൻ പോയെങ്കിലും പെട്ടെന്ന് അയാൾ കുഴഞ്ഞുവീണു പോയി. കുറച്ചുകഴിഞ്ഞ് എഴുന്നേൽക്കാനായതും അവാതിഫിന്റെയും ഹനശിന്റെയും സഹായത്തോടെ പുറത്തേക്കുവന്ന് മെത്തയിലിരുന്നു. ഭാര്യയ്ക്കും സുഹൃത്തിനും മധ്യത്തിലിരിക്കുമ്പോൾ ജബലാവിയേക്കാൾ

തനിക്ക് ഉറക്കം നിഷേധിക്കപ്പെടാൻ പോവുകയാണെന്ന് തോന്നി. രഹസ്യം തനിച്ച് താങ്ങാനാകില്ലെന്നായതോടെ തന്റെ സാഹസികയാത്രയ്ക്കിടയിൽ നടന്ന കാര്യങ്ങൾ അവരോടുകൂടി തുറന്നുപറഞ്ഞു. പറഞ്ഞു തീരുമ്പോഴേക്കും ഭാര്യയും സുഹൃത്തും അറഫയെത്തന്നെ തുറിച്ചു നോക്കുന്നുണ്ടായിരുന്നു.

"തുടക്കംമുതലേ ഞാനിതിന് എതിരായിരുന്നു."

അവാത്വിഫിന്റെ വാക്ക് കേട്ടതും ദുരന്തത്തിന്റെ ആഘാതം കുറയ്ക്കാനെന്നവണ്ണം ഹനശ് പറഞ്ഞു:

"ആ ഒരു സന്ദർഭത്തിൽ ഇത്തരമൊരു കൃത്യം ഒഴിവാക്കാനാകുമായിരുന്നില്ല."

"പക്ഷേ ഇത് സൻതൂരിയുടെയും മറ്റു സർവ്വഗുണ്ടകളുടെയുമൊക്കെ കുറ്റകൃത്യങ്ങളേക്കാൾ വൃത്തികെട്ടതായിപ്പോയല്ലോ?"

അറഫയുടെ ദുഃഖം നിറഞ്ഞ വാക്കുകൾ കേട്ടതും ഹനശ് പറഞ്ഞു:

"മറ്റുള്ളവരുടെ സംശയം നിങ്ങളുടെ നേരെ തിരിയാനനുവദിക്കരുത്."

"പക്ഷേ നിരപരാധിയായൊരു വൃദ്ധനെയല്ലേ ഞാൻ കൊന്നുകളഞ്ഞത്? ആർക്കറിയാം ഒരുപക്ഷേ അയാളെയായിരിക്കും ജബലാവി പണ്ട് ഖാസിമിന്റെ അരികിലേക്കയച്ചത്."

അസഹ്യമായ ഉറക്കമില്ലായ്മപോലുള്ള നിശ്ശബ്ദതയായിരുന്നു പിന്നെ കുറനേരം. ശേഷം അവാത്വിഫ് പറഞ്ഞു:

"അല്പം ഉറങ്ങുന്നതല്ലേ നല്ലത്?"

"നിങ്ങൾ ഉറങ്ങിക്കോളൂ. എനിക്കീ രാത്രി ഉറങ്ങാനാകില്ല."

വീണ്ടും അവരുടെ ശിരസ്സുകൾക്ക് മുകളിലേക്ക് നിശ്ശബ്ദത വന്നുവീണു.

"നിങ്ങൾ ജബലാവിയെ കാണുകയോ അദ്ദേഹത്തിന്റെ ശബ്ദം കേൾക്കുകയോ ചെയ്തോ?"

ഹനശിന്റെ ചോദ്യം കേട്ട് അറഫ തലകുലുക്കി.

"ഇല്ല."

"പക്ഷേ ഇരുട്ടിൽ നിങ്ങൾ അദ്ദേഹത്തിന്റെ കിടക്ക കണ്ടല്ലോ?"

"അത് നമ്മൾ അദ്ദേഹത്തിന്റെ മാളിക കാണുന്നതുപോലെ മാത്രമായിരുന്നു."

"നിങ്ങളെ കുറെനേരം കാണാതായപ്പോൾ ഞാൻ കരുതിയത് അദ്ദേഹവുമായി സംസാരിക്കുകയായിരിക്കും എന്നായിരുന്നു."

"മാളികയ്ക്ക് പുറത്തുനിന്ന് ഭാവന നടത്തുന്നത് വളരെ എളുപ്പമല്ലേ?"

"നിങ്ങളെ കണ്ടാൽ പനിപിടിച്ചതുപോലെ തോന്നുന്നു. അതുകൊണ്ടു തന്നെ ഒന്നു കിടന്നുറങ്ങുന്നത് വളരെ നല്ലതായിരിക്കുമെന്ന് തോന്നുന്നു."

അവാത്വിഫിന്റെ ശബ്ദത്തിൽ ആശങ്കയുണ്ടായിരുന്നു.

“എങ്ങനെ ഉറക്കം വരാനാണ്?”

ഭാര്യ പറഞ്ഞത് ശരിയാണെന്നറിയാമെങ്കിലും അറഫയുടെ മറുപടി ഇങ്ങനെയായിരുന്നു. കാരണം തന്റെ ശരീരമാകെ ചൂടുപിടിച്ച് ആകെ പരിഭ്രമിച്ച അവസ്ഥയിലായിരിക്കുന്നു എന്നതാണ് വാസ്തവം.

“ജബലാവിയുടെ നിബന്ധനകൾ വെറും ഒരു കൈയകലത്തിൽ മാത്രമായിരുന്നിട്ടും നിങ്ങൾക്കത് കാണാനായില്ലല്ലോ?”

ഹനശിന്റെ ഖേദം നിറഞ്ഞ വാക്കുകൾ കേട്ടതും അറഫയുടെ മുഖവും വേദനകൊണ്ട് ചുളിഞ്ഞുപോയി.

“അതികഠിനവും പ്രതീക്ഷ കെട്ടതുമായ യാത്രയായിപ്പോയല്ലോ ഇത്.”

ഹനശിന്റെ അഭിപ്രായം ശരിവയ്ക്കുന്നമട്ടിൽ അറഫ തലകുലുക്കി.

“ശരിയാണ്. പക്ഷേ ഇക്കാര്യം എന്നെ പഠിപ്പിച്ച വസ്തുത നാം മാന്ത്രികവിദ്യയെ മാത്രമേ ആശ്രയിക്കാൻ പാടുള്ളൂ എന്നതാണ്. അതാകട്ടെ നമ്മുടെ കൈവശമുണ്ടുതാനും. മുമ്പ് എന്റെ മനസ്സിൽ തീരെ യില്ലാതിരുന്ന ഒരു ഭ്രാന്തമായ സാഹസത്തിന് ഞാനിറങ്ങിപ്പുറപ്പെട്ടത് നിങ്ങൾ കണ്ടില്ലേ?”

“ശരിയാണ്. നിങ്ങൾക്കുമുമ്പ് ഒരാൾപോലും ജബലാവിയുടെ പ്രശസ്തമായ പുസ്തകമൊരു മാന്ത്രികഗ്രന്ഥമാണെന്ന് പറഞ്ഞുകേട്ടിട്ടേ യില്ല.”

അറഫ മനസ്സിലും ആത്മാവിലും കടുത്ത അസ്വസ്ഥത അനുഭവി ക്കുകയാണെന്ന് മറ്റുള്ളവർക്ക് തോന്നിപ്പോയി. അയാൾ പറഞ്ഞു:

“നിങ്ങൾ കരുതുന്നതിലും വേഗത്തിൽ കുപ്പിപരീക്ഷണം വിജയം നേടിയിരിക്കും. ശത്രുവിനെതിരെ പ്രതിരോധിക്കേണ്ട അവസരം വന്നാൽ അത് തീർത്തും പ്രയോജനപ്രദമാകുകതന്നെ ചെയ്യും.”

പേടിപ്പെടുത്തുന്ന നിശ്ശബ്ദത തിരിച്ചുവരുമെന്നായപ്പോൾ ഹനശ് പറഞ്ഞു:

“ഈ അപകടങ്ങളൊന്നും കൂടാതെ മാളികയിലേക്കും അതിന്റെ ഉടമയായ ജബലാവിക്കരികിലേക്കും എത്തിച്ചേരാൻ സഹായിക്കുന്ന എന്തെങ്കിലും മാന്ത്രികവിദ്യ നിങ്ങൾക്കറിയാമായിരുന്നെങ്കിൽ കൊള്ളാ മായിരുന്നു.”

“മാന്ത്രികവിദ്യയ്ക്കൊരതിരുമില്ല. ഇന്നെന്റെ കൈയിൽ ആകെ യുള്ളത് കുറെ മരുന്നുകളും പിന്നെ പ്രതിരോധത്തിനോ ആക്രമണ ത്തിനോ ഉതകുന്ന കുപ്പി പദ്ധതിയും മാത്രമായിരിക്കും. എന്നാൽ മനുഷ്യ ബുദ്ധിക്ക് സങ്കല്പിക്കാൻപോലുമാകാത്ത കാര്യങ്ങളും അതിന് സാധി ക്കാനാകും.”

“നിങ്ങൾ ഇങ്ങനെയൊരു സാഹസികതയെക്കുറിച്ച് ചിന്തിക്കാൻ പാടില്ലായിരുന്നു. പിതാമഹനും നാമും വേറെവേറെ ലോകത്ത് ജീവിക്കുന്നവരാണ്. അതിനാൽതന്നെ അദ്ദേഹവുമായി സംസാരിക്കാൻ സാധിച്ചിരുന്നെങ്കിൽതന്നെ അതുകൊണ്ട് യാതൊരു ഗുണവുമുണ്ടാകില്ല. അദ്ദേഹം ചിലപ്പോൾ ഭൂസ്വത്ത്, കങ്കാണി, ഗുണ്ടകൾ, തന്റെ പിൻഗാമികൾ, ഈ തെരുവ്... തുടങ്ങി സർവ്വകാര്യങ്ങളും മറന്നിരിക്കാൻപോലും സാധ്യതയുണ്ട്.”

അവാത്വിഫിന്റെ പ്രതികരണം കേട്ടതും പ്രത്യേക കാരണമൊന്നുമില്ലെങ്കിൽകൂടി അറഫയ്ക്ക് ദേഷ്യം വന്നു. എന്നാൽ അയാളുടെ ഇപ്പോഴത്തെ അവസ്ഥ ഏതു വിചിത്രമായ പെരുമാറ്റത്തേയും ന്യായീകരിച്ചുപോകും.

“ഇതൊരു ദുരഭിമാനിയായ വിഡ്ഢിത്തെരുവല്ലേ? എന്തിനെയെങ്കിലും കുറിച്ച് തെരുവിലുള്ളവർക്ക് സ്വന്തമായെന്തെങ്കിലും അറിയാമോ? ഇല്ല! കവികൾ പറഞ്ഞുനടക്കുന്ന കഥകളല്ലാതെ ഇവർക്കെന്തെങ്കിലുമറിയാമോ? എന്നാൽ കേട്ട കാര്യങ്ങളെന്തെങ്കിലും ഇവർ ചെയ്തതായി അറിവുണ്ടോ? തങ്ങളുടെ തെരുവ് ലോകത്തിന്റെ ഹൃദയമാണെന്നാണ് ഇവർ കരുതുന്നത്. എന്നാൽ ഇത് തെണ്ടികളുടെയും മുഠാളന്മാരുടെയും അഭയസ്ഥാനം മാത്രമല്ലേ? തുടക്കത്തിൽ ഇത് പ്രാണികൾ നിറഞ്ഞൊരു ചവറ് തെരുവ് മാത്രമായിരുന്നു. പിന്നീടാണ് നിങ്ങളുടെ പിതാമഹനായ ജബലാവി ഇവിടെ വന്ന് താമസമാരംഭിക്കുന്നത്.”

അവാത്വിഫ് ഒരു തുണിക്കഷണം നനച്ചശേഷം അറഫയുടെ നെറ്റിയിൽ വച്ചുകൊടുക്കാൻ നോക്കിയെങ്കിലും അയാൾ അവളെ തള്ളിമാറ്റിക്കളഞ്ഞു.

“മറ്റൊരാളുടെ പക്കലുമില്ലാത്തൊരു കാര്യം എന്റെ കൈയിലുണ്ട്. സാക്ഷാൽ ജബലാവിയുടെ പക്കൽപോലുമില്ലാത്തൊരു കാര്യം. എന്റെ കൈയിൽ മാന്ത്രികവിദ്യയുണ്ട്. ജബൽ, രിഫാഅ, ഖാസിം എന്നിവർ മൂന്നുപേരുംകൂടി ഒരുമിച്ച് നിന്നാൽപോലും കഴിയാത്ത കാര്യങ്ങൾ ഈ തെരുവിനായി സാധ്യമാക്കാൻ ഇതിലൂടെ എനിക്കു കഴിയും.”

“നിങ്ങൾ എപ്പോഴാണിനി ഉറങ്ങാൻ പോകുന്നത്?”

“തലയിൽ കത്തിയമരുന്ന തീയൊന്നണയട്ടെ!”

“നേരം പുലരാറായിരിക്കുന്നു.”

“പുലരട്ടെ. പക്ഷേ മാന്ത്രികശക്തിയാൽ ഗുണ്ടകളെ ഇല്ലായ്മ ചെയ്ത്, ആത്മാക്കളെ ബാധകളിൽനിന്ന് മുക്തരാക്കി, ഈ ഭൂസ്വത്തിലൂടെ അല്പംപോലും സ്വന്തമാക്കാനാകാത്ത നന്മ ജനങ്ങൾക്ക് സാധ്യമാക്കിയാൽ മാത്രമേ യഥാർത്ഥത്തിലുള്ള പുലരിയുണ്ടാകുകയുള്ളൂ. അദ്ഹം സ്വപ്നം കണ്ടിരുന്ന ഉദാത്തമായ സംഗീതമായത് മാറുകയും ചെയ്യും.”

ആഴത്തിൽ നെടുവീർപ്പിട്ടശേഷം അറഫ ക്ഷീണത്തോടെ ചുമരിൽ ചാരിയിരുന്നു. അയാൾ അങ്ങനെ ഇരുന്നൊന്ന് ഉറങ്ങിയെങ്കിലെന്ന്

അവാത്വിഫ് കൊതിച്ചുപോയി. പെട്ടെന്നാണ് ആരെയും പിടിച്ചുകുലുക്കുന്ന വിധത്തിലുള്ള ഒച്ച മുഴങ്ങുന്നതു കേട്ടത്. പിന്നാലെ വലിയ അലർച്ചും വിലാപവുംകൂടി കേട്ടതോടെ ഭീതിയോടെ അറഫ ചാടി എഴുന്നേറ്റു.

“ആ പരിചാരകന്റെ ശവശരീരം മറ്റുള്ളവർ കണ്ടിരിക്കുന്നു.”

“അതിന് ഈ ഒച്ചയൊക്കെ മാളികയിൽനിന്നാണെന്ന് നിങ്ങൾക്കെങ്ങനെയറിയാം?”

അവാത്വിഫിന്റെ തൊണ്ട വരണ്ടിരുന്നു. അറഫ പുറത്തേക്കിറങ്ങിയതും ഭാര്യയും സുഹൃത്തും പിന്നാലെ ചെന്നു. കെട്ടിടത്തിന് പുറത്തിറങ്ങിയശേഷം അവർ മാളികയ്ക്ക് നേരെ നോക്കി. ഇരുളിനെ വകഞ്ഞുമാറ്റി പ്രഭാതത്തിന്റെ ആദ്യരശ്മികൾ കടന്നുവരികയായിരുന്നു. ജനാലകൾ തുറന്ന് ആളുകൾ തല പുറത്തേക്കിട്ടു നോക്കാൻ തുടങ്ങി. സർവ്വരും നോക്കുന്നത് മാളികയുടെ ഭാഗത്തേക്കാണ്. അപ്പോഴാണ് തെരുവിന്റെ അങ്ങേയറ്റത്ത് നിന്നൊരാൾ ജമാലിയ്യയുടെ ഭാഗത്തേക്ക് ഓടിവരുന്നതു കണ്ടത്. അയാൾ തങ്ങൾക്കരികിലെത്തിയതും അറഫ ചോദിച്ചു:

“എന്താണ് സംഭവിച്ചത്?”

ഓടുന്നതിനിടയിൽ അയാൾ വിളിച്ചുപറഞ്ഞു:

“ദൈവമാണ് സർവ്വതും തീരുമാനിക്കുന്നത്. നീണ്ടകാലങ്ങളോളം ജീവിച്ചിരുന്ന ജബലാവി മരിച്ചിരിക്കുന്നു!”

നൂറ്റിമൂന്ന്

മൂന്നുപേരും തിരിച്ച് നിലവറയിലെത്തി. കാലുറപ്പിച്ച് നിൽക്കാൻ കഴിയാത്ത അവസ്ഥയിലായിരുന്നു അറഫ. മെത്തയിൽ ചെന്നിരിക്കുന്നതിനിടയിൽ അയാൾ പറഞ്ഞു:

“എന്റെ കൈകൊണ്ട് കൊല്ലപ്പെട്ടയാൾ, കണ്ടാൽ പാവം തോന്നുന്നൊരു കറുത്ത പരിചാരകനായിരുന്നു. ആ അറയ്ക്കുള്ളിൽ കിടന്നുറങ്ങുകയായിരുന്നയാൾ.”

അവാത്വിഫും ഹനശും ഒന്നും പറഞ്ഞില്ല. അയാളുടെ വന്യമായ നോട്ടം നേരിടാതിരിക്കാനായി അവർ ഇരുവരും നിലത്തേക്ക് കണ്ണ് നട്ടിരിക്കുകയാണ്.

“ഞാൻ പറയുന്നത് നിങ്ങൾ വിശ്വസിക്കില്ലെന്നറിയാം. എന്നാൽ ഞാൻ ജബലാവിയുടെ കിടക്കയ്ക്കരികിലേക്കുപോലും പോയിട്ടില്ലെന്ന് സത്യം ചെയ്യാനാകുമെനിക്ക്.”

കുറച്ചുസമയം നിശ്ശബ്ദനായിരുന്നെങ്കിലും അതിനെക്കാൾ നല്ലത് എന്തെങ്കിലും പറയുന്നതുതന്നെയാണെന്ന് മനസ്സിലാക്കി ഹനശ് പറഞ്ഞു:

“ഞെട്ടിപ്പോയതുകാരണം നിങ്ങൾ അദ്ദേഹത്തിന്റെ മുഖം നല്ലതു പോലെ ശ്രദ്ധിക്കാത്തതുകൊണ്ടായിരിക്കും.”

“ഒരിക്കലുമല്ല. അങ്ങനെ പറയാൻ നീ എനിക്കൊപ്പമുണ്ടായിരുന്നില്ലല്ലോ?”

നിരാശയോടെ ഭർത്താവ് സംസാരിക്കുന്നതു കേട്ടതും അവാത്വിഫ് ഭയത്തോടെ മന്ത്രിച്ചു:

“ഒന്ന് പതുക്കെപ്പറയൂ.”

അവർ ഇരുവരേയും വിട്ട് അറഫ ധൃതിയിൽ പിറകിലുള്ള പണിപ്പുരയിലേക്ക് ചെന്നു. അവിടെ ഇരുട്ടിൽ ചെന്നിരിക്കുമ്പോൾ അസ്വസ്ഥത കാരണം വിറയ്ക്കുന്നുണ്ടായിരുന്നു അറഫ. ഇത്രയും ദുശ്ശകുനം നിറഞ്ഞൊരു സാഹസികയാത്രയ്ക്ക് തന്നെ പ്രേരിപ്പിച്ചത് എന്ത് ഭ്രാന്തായിരിക്കും? ശരിക്കും ദുശ്ശകുനം പിടിച്ചൊരു യാത്രതന്നെയായിരുന്നത്! കാലടിയിലെ ഭൂമി വിറയ്ക്കുന്നതുപോലെയും അതിന്റെ അന്തർഭാഗത്തുനിന്ന് ദുരിതങ്ങൾ പൊട്ടിയൊഴുകുന്നതുപോലെയും തോന്നിപ്പോകുന്നു.

ആദ്യത്തെ സൂര്യരശ്മികൾ കടന്നെത്തിയപ്പോൾതന്നെ തെരുവിലുള്ള സകലരും മാളികയ്ക്കു ചുറ്റും തടിച്ചുകൂടി. ആ വാർത്ത ആളുകളുടെ വായകളിലൂടെ എങ്ങും പടർന്നുപിടിച്ചു. പ്രത്യേകിച്ച് കങ്കാണി മാളികയിലേക്ക് വന്നിട്ട് പെട്ടെന്നുതന്നെ തന്റെ വീട്ടിലേക്ക് തിരികെപ്പോയപ്പോൾ. മാളികയുടെ പിറകിലത്തെ മതിലിന് കീഴിൽ തീർത്ത തുരങ്കത്തിലൂടെ ഏതോ കള്ളന്മാർ മാളികയ്ക്കകത്തേക്ക് കടന്നുകയറിയെന്നും പിന്നീടവർ വിശ്വസ്തനായ പരിചാരകരിലൊരാളെ കൊലപ്പെടുത്തിയെന്നുമാണ് ആളുകൾ പറഞ്ഞത്. തന്റെ പരിചാരകൻ കൊല്ലപ്പെട്ട വാർത്തയറിഞ്ഞതോടെ അങ്ങേയറ്റം വാർദ്ധക്യവ്യഥകൾ അനുഭവിച്ചുകൊണ്ടിരുന്ന ജബലാവി ആ ആഘാതം താങ്ങാനാകാതെ ജീവൻ വെടിഞ്ഞത്രേ.

ജനങ്ങൾ അങ്ങേയറ്റം കോപാകുലരാണ്. അതിന്റെ കറുത്ത പുക കരയാനോ അലമുറയിടാനോപോലും അവരെ അനുവദിക്കുന്നില്ല. ഈ വാർത്ത ഭാര്യയും ഹനശും പറഞ്ഞറിഞ്ഞതും അറഫ പ്രതികരിച്ചു.

“ഞാൻ പറഞ്ഞത് ശരിയാണെന്ന് തെളിഞ്ഞില്ലേ?”

എന്തൊക്കെയായാലും താൻ തന്നെയാണല്ലോ ജബലാവിയുടെ മരണത്തിനുത്തരവാദിയെന്ന് ഓർത്തതോടെ അറഫ അപമാനത്തോടും വേദനയോടുംകൂടി നിശ്ശബ്ദനായിരുന്നു. എന്താണ് പറയേണ്ടതെന്നറിയാത്ത അവസ്ഥയിലായിരുന്ന അവാത്വിഫ് പതിയെപ്പറഞ്ഞു:

“ദൈവം അദ്ദേഹത്തിന്റെ ആത്മാവിന് ശാന്തി നൽകട്ടെ!”

“എന്തായാലും അദ്ദേഹത്തിന്റേത് അകാലചരമമൊന്നുമല്ലല്ലോ?”

ഹനശിന്റെ ആശ്വാസവാക്കുകൾ കേട്ടതും അറഫ കവികളുടേതുപോലുള്ള ദുഃഖഭാവത്തിൽ പറഞ്ഞു:

“പക്ഷേ ഞാനാണല്ലോ അദ്ദേഹത്തിന്റെ മരണത്തിന് കാരണക്കാരൻ? അദ്ദേഹത്തിന്റെ മറ്റു സർവ്വപിൻഗാമികളെക്കാളുമൊക്കെ വൃത്തികെട്ടവനായിപ്പോയല്ലോ ഞാൻ? തെരുവിലെ അധമന്മാർ ധാരാളമുണ്ടെങ്കിലും ഞാൻ അവരെക്കാളൊക്കെ അധമനായിപ്പോയല്ലോ?”

“നിങ്ങൾ മോശമായ ഉദ്ദേശ്യങ്ങളോടെയൊന്നുമല്ലല്ലോ അവിടേക്ക് പോയത്?”

അവാത്വിഫ് വിതുമ്പലോടെ പറയുന്നതുകേട്ടതും ഹനശ് തിരക്കി:

“നമുക്കെതിരെ എന്തെങ്കിലും തെളിവുണ്ടാകുമോ അവരുടെ കൈയിൽ?”

“നമുക്കിവിടെനിന്ന് എങ്ങോട്ടെങ്കിലും രക്ഷപ്പെടാം.”

“അങ്ങനെ ചെയ്താൽ അത് നമ്മുടെ കുറ്റകൃത്യത്തിനെതിരെയുള്ള ഏറ്റവും വലിയ തെളിവായിരിക്കും.”

ആൾത്തിരക്കേറിയ തെരുവിൽനിന്നും പകയോടെയുള്ള ശബ്ദങ്ങൾ ഉയർന്നുകേൾക്കാം:

“മരിച്ചയാളെ മറമാടുന്നതിനു മുമ്പുതന്നെ കൊലയാളിയെ കൊല്ലണം.”

“നമ്മുടെ തെരുവിലെ ഏറ്റവും ശപിക്കപ്പെട്ട തലമുറയാണിത്. ചരിത്രത്തിലിന്നോളം ഏറ്റവും വലിയ ദുർമാർഗികൾപോലും മാളികയെ മാനിച്ചിരുന്നു. സാക്ഷാൽ ഇദ്‌രീസ്പോലും അങ്ങനെയായിരുന്നു. അന്ത്യനാൾ വരെ ഇതിന്റെ ശാപം നാം പേറുകതന്നെ വേണം.”

“കൊലപാതകികൾ നമ്മുടെ തെരുവിലുള്ളവർ ആകാനിടയില്ല. നമുക്കാർക്കെങ്കിലും അക്കാര്യം സങ്കല്പിക്കാൻതന്നെ സാധിക്കുമോ?”

“ഇതുമായി ബന്ധപ്പെട്ട സർവ്വസത്യവും പുറത്തുവരികതന്നെ ചെയ്യും.”

“അന്ത്യനാൾവരെ ഇതിന്റെ ശാപം നാം പേറുകതന്നെ വേണം.”

പുറത്തെ ആക്രോശങ്ങൾ കൂടുതൽ ശക്തിയാർജ്ജിക്കവെ ഹനശ് ഭീതിയോടെ തിരക്കി:

“ഇന്നത്തെ ദിവസം കഴിഞ്ഞാൽ നമുക്കെങ്ങനെയാണ് ഈ തെരുവിൽ കഴിയാനാവുക?”

ജബൽ കുടുംബക്കാർ ജബലാവിയുടെ മൃതശരീരം തങ്ങളുടെ ശ്മശാനത്തിൽതന്നെ അടക്കം ചെയ്യണമെന്ന് നിർദ്ദേശിച്ചു. ഒന്നാമതായി മറ്റു കോളനിയിലുള്ളവരെക്കാളൊക്കെ തങ്ങൾക്കാണ് ജബലാവിയുമായി കൂടുതൽ ബന്ധമുള്ളത്. മറ്റൊന്ന് ഇദ്‌രീസ് അടക്കമുള്ള ജബലാവിയുടെ മറ്റു കുടുംബാംഗങ്ങളെയൊക്കെ സംസ്കരിച്ചിരിക്കുന്ന ശ്മശാനങ്ങളിൽ അദ്ദേഹത്തെ അടക്കം ചെയ്യുന്നത് അവർ വെറുക്കുന്നതുകൊണ്ടുംകൂടിയാണ്. രിഫാഅ കോളനിക്കാർ ആവശ്യപ്പെട്ടത് രിഫാഅയെ അടക്കം

ചെയ്യാനായി മാളികയ്ക്കുള്ളിൽ ജബലാവി തന്നെ കുഴിച്ച കുഴിമാട ത്തിൽ അദ്ദേഹത്തെ അടക്കം ചെയ്യണമെന്നാണ്. ഖാസിം കോളനി ക്കാരുടെ അഭിപ്രായത്തിൽ ഖാസിമാണ് ജബലാവിയുടെ ഏറ്റവും പ്രിയങ്കരനായ പിൻഗാമി. അതിനാൽതന്നെ ഖാസിമിന്റെ കബറിടം തന്നെയായിരിക്കും തന്റെ മഹാനായ മുൻഗാമിയെ അടക്കം ചെയ്യാനുള്ള ഏറ്റവും യോജിച്ച സ്ഥലം.

ജബലാവിയുടെ മൃതശരീരം അടക്കം ചെയ്യാനാകാതെ തെരുവി ലൊരു കലാപംതന്നെ ഉടലെടുക്കുന്ന അവസ്ഥ സംജാതമായി. അപ്പോഴാണ് കങ്കാണിയായ ഖദ്രി മാളികയ്ക്കകത്തുള്ള പഴയ കാര്യാ ലയം സ്ഥിതിചെയ്തിരുന്ന സ്ഥലത്ത് പണിത പള്ളിയിൽ ജബലാവിയെ അടക്കം ചെയ്യുമെന്ന് പ്രഖ്യാപിച്ചത്. ഈ നിർദ്ദേശം വലിയ ആശ്വാസ മാണ് ആളുകൾക്കിടയിലെങ്ങും സൃഷ്ടിച്ചത്. അങ്ങനെയാകുമ്പോൾ ജബലാവിയുടെ മൃതശരീരം ഒരു നോക്ക് കാണുവാൻ തങ്ങൾക്ക് കഴിയി ല്ലെന്നുള്ള ദുഃഖം അവർക്കുണ്ടായിരുന്നെന്നത് ശരിയാണ്. ജീവിച്ചിരുന്ന കാലത്തും തങ്ങൾക്ക് അദ്ദേഹത്തെ കാണാൻ സാധിച്ചിരുന്നില്ലല്ലോ? രിഫാഅയെ അടക്കം ചെയ്യാനായി തന്റെ സ്വന്തം കൈകൊണ്ട് കുഴിച്ച കുഴിമാടത്തിൽ തന്നെയായിരിക്കും ജബലാവിയെ അടക്കം ചെയ്യാൻ പോകുന്നതെന്ന് രിഫാഅ കോളനിക്കാർ അടക്കം പറയാൻ തുടങ്ങി. എന്നാൽ അവർ ഒഴികെയുള്ള മറ്റാരും ഈ പഴയ കഥ വിശ്വസിക്കുന്ന തേയില്ല. ഇക്കാര്യം പറഞ്ഞ് ആളുകൾ അവരെ പരിഹസിക്കാനും തുടങ്ങി. അതോടെ രിഫാഅ കോളനിയിലെ ഗുണ്ടയായ അജ്ജാജ് കലി യടക്കാനാകാതെ ഖാസിം കോളനിയിലെ ഗുണ്ട സൻതൂരിയുമായി പോരടിക്കാൻ തുടങ്ങുന്ന അവസ്ഥയോളമെത്തി. അന്നേരമാണ് തെരു വിന്റെയാകെ ദാദയായ സഅദുല്ല രംഗത്തെത്തിയത്. അയാൾ സർവ്വ രേയും നോക്കി അലറി:

“ഈ ദുഃഖം നിറഞ്ഞ ദിവസത്തിന്റെ പരിപാവനതയ്ക്ക് ഭംഗം വരു ത്താൻ ശ്രമിക്കുന്ന ഉപദ്രവകാരികളുടെ തല തകർത്തിരിക്കും ഞാൻ!”

ജബലാവിയുടെ വളരെ അടുത്ത പരിചാരകർ മാത്രമാണ് അദ്ദേഹ ത്തിന്റെ മൃതശരീരം കുളിപ്പിക്കുന്ന ഇടത്ത് ഹാജരായത്. അവർ തന്നെ യാണ് ശരീരം വെള്ളപുതപ്പിച്ചതും ശവമഞ്ചത്തിൽ എടുത്തുവച്ചതും. ശേഷം അവർ ആ ശവമഞ്ചം മാളികയുടെ വലിയ അകത്തളത്തിലേക്ക് കൊണ്ടുവന്നു. ആ കുടുംബത്തിലെ നിർണായകമായ ഒട്ടേറെ സംഭവ ങ്ങൾക്ക് സാക്ഷിയായ അതേ അകത്തളം! ജബലാവി ഭൂസ്വത്തിന്റെ നോക്കിനടത്തിപ്പ് ഉത്തരവാദിത്വം അദ്ഹമിനെ ഏല്പിച്ചതും അതിനെ തിരെ ഇദ്‌രീസ് കലാപമുയർത്തിയതും അവിടെവച്ചായിരുന്നു. പിന്നെ പരേതനായി പ്രാർത്ഥിക്കാനായി കങ്കാണിയും ജബൽ, രിഫാഅ, ഖാസിം കോളനിക്കാരുടെ ഗുണ്ടകളും രംഗത്തെത്തി. സൂര്യൻ പടിഞ്ഞാറ സ്തമിക്കുമ്പോഴേക്കും ജബലാവിയുടെ ശരീരം കുഴിമാടത്തിൽ അടക്കം ചെയ്തുകഴിഞ്ഞിരുന്നു.

വൈകുന്നേരം തെരുവിലുള്ള ആളുകളെല്ലാം അനുശോചകർക്കായി തയ്യാറാക്കിയ തമ്പിലേക്ക് വന്നു. രിഫാഅ കോളനിയിൽനിന്നും വന്ന സംഘത്തിനൊപ്പം അറഫയും ഹനശുമുണ്ടായിരുന്നു. തന്റെ കൈകൊണ്ട് ഒരാൾ കൊല്ലപ്പെട്ടശേഷം ഇതുവരെ ഉറങ്ങാൻ കഴിയാത്തതിനാൽ അറഫയുടെ മുഖം കണ്ടാൽ ശവത്തിന്റേതാണെന്ന് തോന്നിപ്പോകും. ജബലാവിയുടെ മഹത്വത്തെക്കുറിച്ച് മാത്രമാണ് ജനങ്ങൾക്കാകെ സംസാരിക്കാനുള്ളത്. ഈ മരുഭൂമിയുടെ ജേതാവും സർവ്വരുടെയും യജമാനനും ശക്തിയുടെയും ധീരതയുടെയും ചിഹ്നവും ഭൂസ്വത്തിന്റെയും തെരുവിന്റെയും ഉടമസ്ഥനും പിൽക്കാല തലമുറകളുടെയൊക്കെ പൂർവ്വികനുമൊക്കെയായ ജബലാവിയെക്കുറിച്ച്. അറഫയാകട്ടെ ആകെ ദുഃഖിതനായാണ് കാണപ്പെട്ടത്. എന്നാൽ അയാളുടെ മനസ്സിലെന്താണ് നടക്കുന്നതെന്ന് ആർക്കും മനസ്സിലായതുമില്ല. മാളികയുടെ മഹത്വത്തെ തീരെ പരിഗണിക്കാതെ അതിനുള്ളിലേക്ക് കടന്നുകയറിയ ആളാണ് അറഫ. സ്വന്തം പിതാമഹൻ ജീവിച്ചിരുന്നു എന്നയാൾ അംഗീകരിച്ചതുതന്നെ അദ്ദേഹം മരണപ്പെട്ടപ്പോൾ മാത്രമായിരുന്നു. സർവ്വരിൽനിന്നും അകന്നുപോകുകയും സ്വന്തം കൈകൾ മലിനമാക്കുകയും ചെയ്തയാളാണ് അറഫ.

ഇത്തരമൊരു കുറ്റകൃത്യം പ്രവർത്തിച്ചുപോയതിന്റെ പ്രായശ്ചിത്തമായി തനിക്ക് എന്തുചെയ്യാൻ കഴിയുമെന്ന് ചിന്തിക്കുകയായിരുന്നു അറഫ. ജബൽ, രിഫാഅ, ഖാസിം എന്നിവരുടെ കഴിവുകൾ തിരികെ കൊണ്ടുവരുന്നത് മതിയാകില്ല. കങ്കാണിയുടെയും ഗുണ്ടകളുടെയും കഥ കഴിച്ച് അവരുടെ തിന്മകളിൽനിന്നും തെരുവിനെ രക്ഷിച്ചാലും മതിയാകില്ല. ജനങ്ങളെയെല്ലാം മാന്ത്രികവിദ്യയും അതിന്റെ രീതികളും പ്രയോജനങ്ങളുമൊക്കെ പഠിപ്പിച്ചാലും മതിയാകില്ല. മറിച്ച് വേറൊരു കാര്യമാണ് ചെയ്യേണ്ടത്. ജബലാവിയെ ജീവിതത്തിലേക്ക് തിരികെ കൊണ്ടുവരാൻ സാധിക്കുന്നതരത്തിലുള്ള മാന്ത്രികവിദ്യ സ്വന്തമാക്കണം. നേരിൽ കാണാൻ കഴിയുന്നതിനേക്കാൾ എളുപ്പത്തിൽ കൊലചെയ്യാൻ സാധിച്ച ജബലാവി! കാലം കഴിയവെ ഹൃദയത്തിനേറ്റ ഭീകരമായ മുറിവ് ഭേദമാകാനുള്ള ശക്തി തനിക്ക് ലഭിക്കുമായിരിക്കും. കള്ളക്കരച്ചിലാണ് ഈ ഗുണ്ടകളൊക്കെ ഇപ്പോൾ ചൊരിയുന്നത്. പക്ഷേ... ഓഹ്... ഇവരൊന്നും തന്നെപ്പോലൊരു പാപം ചെയ്തിട്ടുണ്ടാകില്ലല്ലോ?

ഗുണ്ടകളാകട്ടെ ദുഃഖത്തോടും അപമാനത്തോടുംകൂടി വിഷാദഭാവത്തിൽ ഇരിക്കുകയാണ്. പേരുകേട്ട ഗുണ്ടകൾ കഞ്ചാവ് വലിച്ചിരിക്കെ ജബലാവി സ്വന്തം മാളികയിൽ കൊല്ലപ്പെട്ടല്ലോ എന്ന് മറ്റ് തെരുവുകാർ പറഞ്ഞ് പരിഹസിക്കും. അതിനാൽതന്നെ പ്രതികാരം ചെയ്തിരിക്കുമെന്ന് പ്രതിജ്ഞയെടുക്കുകയാണ് അവരുടെ ദൃഷ്ടികൾ. അവരുടെ കണ്ണുകളിൽ വായിച്ചെടുക്കാവുന്നത് സർവ്വനാശവും മരണവുമായിരിക്കും.

രാത്രി വൈകി നിലവറയിലേക്ക് തിരികെ എത്തിയതും അവാത്വിഫിനെ

ദേഹത്തേക്ക് അണച്ചുനിർത്തിയശേഷം യാചിക്കുന്ന ഭാവത്തിൽ അറഫ ചോദിച്ചു:

"അവാത്വിഫ്, ഞാനൊരു കുറ്റവാളിയാണെന്ന് നീ കരുതുന്നുണ്ടോ? സത്യം പറയ്."

"നിങ്ങളൊരു നല്ല മനുഷ്യനാണ്. ഞാനെന്റെ ജീവിതത്തിൽ നേരിൽ കണ്ടിട്ടുള്ള ഏറ്റവും ഉത്തമനായ മനുഷ്യൻ. പക്ഷേ ഇപ്പോൾ നടന്നത് വലിയൊരു നിർഭാഗ്യമായിപ്പോയി."

ഭാര്യയുടെ വാത്സല്യത്തോടെയുള്ള വാക്കുകൾ കേട്ടതും അറഫ കണ്ണുകളടച്ചുപിടിച്ചു.

"ഞാനിപ്പോൾ അനുഭവിച്ചുകൊണ്ടിരിക്കുന്നതുപോലൊരു വേദന ആരും മുമ്പനുഭവിച്ചിട്ടേ ഉണ്ടാകില്ല!"

"അതെ... എനിക്കതറിയാം. നാം ശപിക്കപ്പെട്ടവരാണോ എന്നാണെന്റെ ഭയം."

തണുത്ത ചുണ്ടുകൾകൊണ്ട് അവാത്വിഫ് അറഫയെ ചുംബിച്ചു. എന്നാൽ അയാൾ ദൂരേക്ക് നോക്കിക്കളഞ്ഞു.

"എനിക്കൊരു സ്വസ്ഥതയുമില്ല. ഇന്നല്ലെങ്കിൽ നാളെ അവർ നമ്മെ തിരിച്ചറിയും. ജബലാവിയുടെ ജീവിതാരംഭം, ഭൂസ്വത്ത്, മക്കളുമായുള്ള ബന്ധം, ജബൽ രിഫാഅ ഖാസിം തുടങ്ങിയവരുമായുള്ള ബന്ധങ്ങൾ തുടങ്ങിയ കാര്യങ്ങളുടെ രഹസ്യങ്ങളൊന്നും അറിഞ്ഞില്ലെങ്കിൽ പോലും അദ്ദേഹത്തിന്റെ മരണത്തിന്റെ രഹസ്യം അവർ തിരിച്ചറിയുകതന്നെ ചെയ്യും."

ഹനശിന്റെ വാക്കുകൾ കേട്ടതും അറഫ അസ്വസ്ഥതയോടെ നെടുവീർപ്പിട്ടു.

"ഒളിച്ചോട്ടമല്ലാതെ ഇതിൽനിന്നും രക്ഷപ്പെടാൻ എന്തെങ്കിലും ഉപായമുണ്ടോ നിന്റെ കൈയിൽ?"

ഹനശ് ഒന്നും മിണ്ടാതെയിരുന്നു.

"എന്നാൽ എനിക്ക് വേറൊരു പദ്ധതിയുണ്ട്. എങ്കിലും അത് നടപ്പിലാക്കുന്നതിനുമുമ്പ് എനിക്കെന്നെത്തന്നെ ബോധ്യപ്പെടുത്തേണ്ടതുണ്ട്. കുറ്റവാളിയാണെന്ന് സങ്കല്പിച്ചാൽ എനിക്കൊന്നും ചെയ്യാനാകില്ല."

"നിങ്ങൾ നിരപരാധിയാണ്."

ഹനശ് പറഞ്ഞു.

"ഞാൻ പണിതുടങ്ങാൻ പോവുകയാണ് ഹനശ്. നീ ഭയപ്പെടേണ്ട. ഞാനീ വലിയ കുറ്റകൃത്യത്തിൽനിന്നും തെരുവിന്റെ ശ്രദ്ധ തിരിച്ചുവിടും. അദ്ഭുതങ്ങൾ തന്നെ നടക്കും. ജബലാവി വീണ്ടും ജീവിതത്തിലേക്ക് തിരിച്ചുവരുന്നത് തന്നെയായിരിക്കും ഏറ്റവും വലിയ അദ്ഭുതം!"

അവാത്വിഫ് നെടുവീർപ്പിട്ടു. ഹനശിനാകട്ടെ ദേഷ്യം അടക്കാനായില്ല.

"നിങ്ങൾക്ക് ഭ്രാന്ത് പിടിച്ചോ?"

"പിതാമഹന്റെ ഒരൊറ്റ വാക്ക് മതി പിൻഗാമികളിലെ നല്ലവർ മരണം വരെ കഠിനാധ്വാനം ചെയ്യുന്നവരാകാൻ. അദ്ദേഹത്തിന്റെ വാക്കുകളെക്കാൾ ശക്തമാണ് അദ്ദേഹത്തിന്റെ മരണം. നല്ലവനായൊരു പിൻഗാമി തനിക്കാവുന്നതൊക്കെ ചെയ്യണം. അദ്ദേഹത്തിന്റെ സ്ഥാനത്തെത്താൻ... അദ്ദേഹത്തെപ്പോലെയാകാൻ... മനസ്സിലായോ?"

അറഫ പിച്ചുംപേയും പറയുന്നതുപോലെ സംസാരിച്ചുകൊണ്ടിരുന്നു.

നൂറ്റിനാല്

തെരുവിലെ അവസാനശബ്ദവും അടങ്ങിയതോടെ അറഫ നിലവറയിൽ നിന്നും പുറത്തേക്കിറങ്ങി. കരഞ്ഞുകലങ്ങിയ കണ്ണോടുകൂടി അവാത്വിഫ് ഇടനാഴിവരെ ഒപ്പമെത്തി. അവൾ വളരെ ദുർബലമായ സ്വരത്തിൽ പറഞ്ഞു:

"സൂക്ഷിച്ച് പോണേ..."

"ഞാനും കൂടെ വന്നാലെന്താ കുഴപ്പം?"

ഹനശ് പരുഷമായി തിരക്കി:

"രണ്ടുപേരാകുന്നതിനേക്കാൾ രക്ഷപ്പെടാനെളുപ്പം ഒറ്റയ്ക്കാണെങ്കിലാണ്."

അറഫയുടെ ചുമലിൽ തട്ടിക്കൊണ്ട് ഹനശ് ഉപദേശിക്കുന്നതുപോലെ പറഞ്ഞു:

"വേറെ ഒരു വഴിയുമില്ലെങ്കിൽ മാത്രമേ കുപ്പി ഉപയോഗിക്കാവൂ."

ശരിയെന്ന് തലകുലുക്കിക്കൊണ്ട് അറഫ പുറത്തേക്കിറങ്ങി. ഇരുൾ മൂടിക്കിടക്കുന്ന തെരുവിലേക്കൊന്നു നോക്കിയശേഷം അയാൾ ജമാലിയ്യയിലേക്ക് നീങ്ങി. അൽ-വത്വാവീത്, അൽ-ദർറാസ എന്നിവിടങ്ങളിലൂടെ വളഞ്ഞവഴി താണ്ടിയാണ് മാളികയുടെ പിറകിലുള്ള മരുഭൂമിയിലെത്തിച്ചേർന്നത്. അവസാനം മരുഭൂമിയുടെ തെക്കുഭാഗത്തുള്ള തെരുവ്ദാദ സഅ്ദുല്ലയുടെ വീടിന്റെ മതിലിനരികിലെത്തി. മതിലിന്റെ മധ്യഭാഗത്തേക്ക് നീങ്ങിയശേഷം നിലത്ത് തപ്പിനോക്കി ഒരു കല്ല് കണ്ടെത്തി. കല്ല് നീക്കിയതോടെ പ്രത്യക്ഷപ്പെട്ട കുഴിയിലേക്കിറങ്ങി. പല രാത്രികൾ കൊണ്ട് താനും ഹനശും ചേർന്ന് കുഴിച്ച തുരങ്കമാണ്. അതിനുള്ളിലൂടെ വയറിലിഴഞ്ഞ് മറുവശത്തെത്തി. തെരുവ്ദാദയുടെ വീട്ടിലെ തോട്ടത്തിലേക്കിറങ്ങുന്നതിന് ആകെ അവശേഷിച്ച തടസ്സം കൈകൊണ്ട് തട്ടിമാറ്റിയശേഷം അകത്തേക്ക് നുഴഞ്ഞിറങ്ങി മതിലിന്റെ മറപറ്റിനിന്നു.

ആ വീടിന് നേർക്ക് നോക്കിയപ്പോൾ ആദ്യം കണ്ടത് അരണ്ട വെളിച്ചം അരിച്ചിറങ്ങുന്നൊരു അടഞ്ഞ ജനാലയാണ്. തോട്ടമാകെ

ഇരുളിൽ മുങ്ങിനിൽക്കുന്നു. ആകെയുള്ള വെളിച്ചം സ്വീകരണഹാളിലെ ജനാലയിൽനിന്നാണ്. ഇടയ്ക്കിടെ അവിടെനിന്ന് വലിയ ഒച്ചയും പൊട്ടിച്ചിരികളുമൊക്കെ കേൾക്കാം. കുപ്പായത്തിനുള്ളിലൊളിപ്പിച്ച കഠാരി കൈയിലെടുത്തശേഷം അക്ഷമയോടെ കാത്തിരുന്നു. പാപത്തിന്റെ ഭാരം പേറുന്നതുപോലെ വളരെപ്പതിയെയാണ് സമയം ഇഴഞ്ഞുനീങ്ങുന്നത്. എന്നാൽ അരമണിക്കൂർ കഴിഞ്ഞതോടെ സ്വീകരണഹാളിൽ നടക്കുകയായിരുന്ന സംഗമം അവസാനിച്ചു. പുറത്തേക്കുള്ള വാതിൽ തുറക്കപ്പെടുകയും ആളുകൾ ഗേറ്റിലൂടെ തെരുവിലേക്കിറങ്ങിപ്പോവുകയും ചെയ്തു. പാറാവുകാരൻ റാന്തൽവിളക്കുമായി വഴികാട്ടുകയാണ്. ആളുകളെല്ലാം പുറത്തിറങ്ങിയതോടെ ഗേറ്റ് പൂട്ടിയശേഷം അയാൾ തിരികെ വെളിച്ചമേന്തി മട്ടുപ്പാവിലേക്ക് നടന്നു. പിന്നാലെ തെരുവ്ദാദ സഅദുല്ലയുമുണ്ട്.

അറഫ നിലത്ത് നിന്നൊരു കല്ല് ഇടതുകൈകൊണ്ടെടുത്തു. ശേഷം വലത്തേകൈയിൽ കഠാരയുമായി പതുങ്ങിപ്പതുങ്ങി മുന്നോട്ട് നീങ്ങി. സഅദുല്ല കൽപ്പടവുകളുടെ ആദ്യപടി ചവിട്ടുന്നതും പ്രതീക്ഷിച്ച് ഒരു ഈന്തപ്പനയുടെ പിന്നിൽ മറഞ്ഞിരുന്നു. പിന്നെ ചാടിവീണ് അയാളുടെ പിറകിൽ നെഞ്ചിന് മുകളിലുള്ള ഭാഗത്ത് കഠാര കുത്തിയിറക്കി. നിലവിളിയോടെ ദാദ നിലത്തേക്ക് വീണു. ഞെട്ടിത്തിരിഞ്ഞ പാറാവുകാരന്റെ കൈയിലിരുന്ന റാന്തലിനു നേരെ ഇടതുകൈയിലിരുന്ന കല്ല് വലിച്ചെറിഞ്ഞു. റാന്തലുടഞ്ഞ് വിളക്ക് കെട്ടതോടെ നേരത്തേ കയറിവന്ന തുരങ്കമുള്ള മതിലിന് നേർക്ക് കുതിച്ചു. പാറാവുകാരന്റെ അലറിക്കരച്ചിൽ കേട്ടതും വീടിനകത്തും തോട്ടത്തിന്റെ മറുഭാഗത്തുംനിന്ന് ആരൊക്കെയോ ഓടിവരുന്നതും ഉറക്കെ സംസാരിക്കുന്നതുമായ ശബ്ദങ്ങളുയർന്നു കേട്ടു. ഓടുന്നതിനിടയിൽ മരക്കുറ്റിപോലെ എന്തിലോ തട്ടി മുഖമടിച്ച് നിലത്തേക്കു വീണു. കാലിലും കൈമുട്ടിലുമൊക്കെ നല്ല വേദന തോന്നിയെങ്കിലും അതൊക്കെ അവഗണിച്ച് തുരങ്കംവരെയുള്ള ബാക്കിഭാഗത്തേക്ക് ഇഴഞ്ഞെത്തി. അലർച്ചകളും കാലടിയൊച്ചകളും കൂടുതൽ ഉയർന്നുകൊണ്ടിരിക്കുന്നു. തുരങ്കത്തിനുള്ളിലേക്ക് എടുത്തുചാടിയശേഷം അതിവേഗം ഇഴഞ്ഞിഴഞ്ഞ് മരുഭൂമിയുടെ ഭാഗത്തെത്തിച്ചേർന്നു. വേദനയോടെ എഴുന്നേറ്റ് നിന്നശേഷം കിഴക്കുഭാഗത്തേക്ക് തിരിഞ്ഞു.

മാളികയുടെ മതിൽ ചുറ്റി നീങ്ങാൻ തുടങ്ങുന്നതിനുമുമ്പൊന്ന് തിരിഞ്ഞുനോക്കിയപ്പോൾ കണ്ടത് നേരെ കുതിച്ചെത്തുന്ന ആൾരൂപങ്ങളായിരുന്നു. 'ഇതുവഴി' എന്ന് ആരോ വിളിച്ച് പറയുന്നതുകേട്ടു. അതോടെ വേദനയൊക്കെ അവഗണിച്ച് ഇരട്ടിവേഗതയിൽ ഓടി മാളികയുടെ പിറകുവശത്തെ മതിലിന്റെ അങ്ങേയറ്റം വരെയെത്തി. മാളികയ്ക്കും കങ്കാണിയുടെ വീടിന്റെയും ഇടയ്ക്കുള്ള ഒഴിഞ്ഞ സ്ഥലം പിന്നിട്ടപ്പോഴാണ് കൈയിൽ വിളക്കുകളുമായി പിന്തുടരുന്നവരേയും അവരുടെ അലർച്ചകളും ശ്രദ്ധിച്ചത്.

അതോടെ മരുഭൂമിയിലൂടെ മുഖത്തംകമ്പോളത്തിന്റെ ദിക്കിലേക്ക് കുതിച്ചു. അതേസമയം വേദന കാരണം എപ്പോൾ വേണമെങ്കിൽ താഴെ വീണേക്കാമെന്നും അറിയാമായിരുന്നു. പിന്തുടരുന്നവരുടെ കാലടികൾ കൂടുതലടുത്തെത്തുകയാണ്. കടുത്ത നിശ്ശബ്ദതയിൽ അവരുടെ ശബ്ദങ്ങൾ ഇപ്പോൾ കൂടുതൽ വ്യക്തമായി കേൾക്കാമെന്നായിരിക്കുന്നു.

"പിടിയവനെ... വളഞ്ഞുപിടിക്ക്!"

ഉടനെ കുപ്പായത്തിന്റെ കീശയിൽനിന്നും കുപ്പി പുറത്തേക്കെടുത്തു. മാസങ്ങൾ നീണ്ട പരീക്ഷണത്തിലൂടെ തയ്യാറാക്കിയ അതേ കുപ്പി. ഓട്ടം നിർത്തി തനിക്ക് നേരെ ഓടിയടുത്തെത്തുന്നവരുടെ നേർക്ക് തിരിഞ്ഞു. ആളുകളുടെ രൂപങ്ങൾ വ്യക്തമായി കാണാനായി സൂക്ഷിച്ചുനോക്കിയ ശേഷം കൈയിലിരുന്ന കുപ്പി അവർക്കുനേരെ വലിച്ചെറിഞ്ഞു. നിമിഷങ്ങൾക്കുള്ളിൽ അതുവരെ ആരും കേട്ടിട്ടില്ലാത്ത തരത്തിലുള്ള ഒരു ഉഗ്ര സ്ഫോടനശബ്ദം മുഴങ്ങി. പിന്നാലെ നിലവിളികളും ഞരക്കങ്ങളുമുയർന്നു കേട്ടു. പിൻതുടർന്ന് വരുന്ന ആരെയും കണ്ടില്ലെങ്കിലും തുടർന്നും ഓടിക്കൊണ്ടേയിരുന്നു. മരുഭൂമിയുടെ മറുവശത്തെത്തിയതും കിതച്ചുകൊണ്ട് നിലത്തേക്ക് വീണുപോയി.

നക്ഷത്രങ്ങൾ നിറഞ്ഞ ആകാശത്തിന് കീഴിൽ താനാകെ തനിച്ചാണ്. വേദന വിട്ടുമാറുന്നതേയില്ല. തിരിഞ്ഞുനോക്കിയെങ്കിലും ഇരുട്ടും നിശ്ശബ്ദതയുമേയുള്ളൂ. കാലിൽനിന്നും ഒഴുകിയിറങ്ങിയ രക്തം കൈകൊണ്ട് തുടച്ചുനീക്കിയശേഷം മണൽകൊണ്ട് രക്തമൊഴുകുന്നത് നിർത്താൻ നോക്കി. എന്തു വിലകൊടുത്തായാലും ശരി മുന്നോട്ടുപോയേ തീരൂ. അതോടെ കൈയൂന്നി എഴുന്നേറ്റുനിന്നശേഷം വേദനയെ അവഗണിച്ചുകൊണ്ട് അൽ-ദർറാസയിലേക്ക് നീങ്ങി.

അൽ-ദർറാസയിലെത്തിയതും ഒരു നിഴൽ നേരെ നടന്നടുക്കുന്നത് കണ്ടു. ഭയത്തോടും ജാഗ്രതയോടുംകൂടി സൂക്ഷിച്ച് നോക്കിയെങ്കിലും ആ രൂപം ശ്രദ്ധിക്കാതെ കടന്നുപോയി. അപ്പോഴാണ് ആശ്വാസത്തോടെ ശ്വാസം വിടാനായത്. പിന്നീട് പതിവുള്ള വഴിയിലൂടെ തെരുവിലേക്ക് നീങ്ങി. ജബലാവി തെരുവിനടുത്തെത്തിയപ്പോൾ രാത്രി ഈ നേരങ്ങളിൽ തീരെ പതിവില്ലാത്ത അലർച്ചകൾ കേട്ടു. വേദനയോടെ കരയുന്നതും തേങ്ങുന്നതും ഇരുളിന്റെ മറപറ്റി നടന്ന അനർത്ഥത്തിൽ പ്രതിഷേധിക്കുന്ന ഒച്ചകളുമൊക്കെയടങ്ങിയ ശബ്ദങ്ങൾ.

ഒരല്പം അമാന്തിച്ചുനിന്നശേഷം വീടുകളുടെ ചുമരുകളെ മറയാക്കി നടക്കാൻ തുടങ്ങി. തെരുവിന്റെ ഒരു മൂലയിലെത്തിയതും മറഞ്ഞുനിന്ന് മറ്റേയറ്റത്തേക്ക് നോക്കി. കങ്കാണിയുടെയും തെരുവ്ദാദയുടെയും വീടുകൾക്കിടയിലുള്ള സ്ഥലത്ത് കുറെയാളുകൾ കൂട്ടംകൂടി നിൽക്കുന്നതു കാണാം. എന്നാൽ ഖാസിം കോളനിയാകെ നിശ്ശബ്ദമാണ്. ആരെയും കാണാനില്ല. അതോടെ കെട്ടിടങ്ങളുടെ ചുമരുകൾ മറയാക്കി താമസിക്കുന്ന നിലവറയിൽ കടന്നുകൂടി.

അവാത്വിഫിനും ഹനശിനും മുന്നിലേക്ക് ചെന്ന് വീഴുകയായിരുന്നു അറഫ. ചോരയൊലിക്കുന്ന കാൽ കണ്ടതും ഭാര്യ പേടിച്ചുപോയി. അകത്തേക്ക് കയറിപ്പോയശേഷം വെള്ളം നിറച്ചൊരു താലവുമായി തിരികെ വന്ന ഭാര്യ മുറിവ് കഴുകിക്കൊടുത്തു. വേദനകൊണ്ട് അലറാതിരിക്കാനായി അറഫ പല്ലുകൾ കടിച്ചുപിടിച്ചു. മുറിവ് വൃത്തിയാക്കാൻ അവാത്വിഫിനെ സഹായിക്കുന്നതിനിടയിൽ ഹനശ് പറഞ്ഞു:

“പുറത്ത് തീപോലെ ആളിക്കത്തുകയാണവരുടെ ദേഷ്യം.”

“പൊട്ടിത്തെറിയെക്കുറിച്ച് ആളുകളെന്താ പറയുന്നത്?”

വികൃതമായ മുഖത്തോടെ അറഫ ചോദിച്ചു.

“നിങ്ങളെ പിന്തുടർന്നവർ കണ്ടകാര്യം വിശദീകരിച്ചെങ്കിലും ആരുമത് വിശ്വസിച്ചിട്ടില്ല. എന്നാൽ അവരുടെ മുഖങ്ങളിലും കഴുത്തുകളിലുമേറ്റ മുറിവുകൾ കണ്ട് അതിശയിച്ചിരിക്കുകയാണാളുകൾ. സഅദുല്ല കൊല്ലപ്പെട്ട വാർത്തയേക്കാൾ വലിയ വാർത്തയായിരിക്കുകയാണ് പൊട്ടിത്തെറി നടന്ന കാര്യം!”

“തെരുവ്ദാദയുടെ കഥ കഴിഞ്ഞു. അയാളുടെ സ്ഥാനം കൈയടക്കാനായി നാളെ മുതൽ മറ്റു ഗുണ്ടകൾ കൊന്ന് കൊലവിളിക്കാൻ തുടങ്ങിക്കോളും.”

മുറിവ് വച്ചുകെട്ടുന്നതിൽ മുഴുകിയിരിക്കുന്ന ഭാര്യയുടെ നേർക്കു നോക്കി അയാൾ തുടർന്നു:

“ഗുണ്ടകളുടെ യുഗം അവസാനിക്കാൻ തുടങ്ങിയിരിക്കുന്നു. ആദ്യം കഥകഴിയുന്നത് നിന്റെ പിതാവിന്റെ ഘാതകന്റേത് തന്നെയായിരിക്കും!”

അവാത്വിഫ് മറുപടിയൊന്നും പറഞ്ഞില്ല. ഹനശിന്റെ കണ്ണുകളിൽ അസ്വസ്ഥത മിന്നിമറയുന്നതു കാണാം. വേദന സഹിക്കാനാകാത്തതിനാൽ അറഫ തലയിൽ കൈകൊടുത്തിരുന്നു.

നൂറ്റിയഞ്ച്

പിറ്റേന്ന് അതിരാവിലെതന്നെ ആരോ മുട്ടിവിളിക്കുന്നതുകേട്ട് അവാത്വിഫ് ചെന്ന് നിലവറയുടെ വാതിൽ തുറന്നു. കങ്കാണിയുടെ പാറാവുകാരൻ യൂനുസ് മുന്നിൽ നിൽക്കുന്നത് കണ്ടതും അഭിവാദ്യം അർപ്പിച്ചശേഷം ഉള്ളിലേക്ക് ക്ഷണിച്ചു. പക്ഷേ അയാൾ അവിടെത്തന്നെ നിന്നതേയുള്ളൂ.

“കങ്കാണിയങ്ങുന്ന് അറഫയെ എത്രയും പെട്ടെന്ന് കാണണമെന്ന് അറിയിച്ചു.”

വിവരമറിയിക്കാനായി ഭർത്താവിനരികിലേക്ക് ചെല്ലുമ്പോൾ ഈ വലിയ ക്ഷണം മറ്റേതെങ്കിലും അവസരത്തിലായിരുന്നെങ്കിൽ നൽകുമായിരുന്ന സന്തോഷമൊന്നും അവാത്വിഫിനുണ്ടായിരുന്നില്ല.

അല്പസമയം കഴിഞ്ഞതും അറഫ ഉള്ളതിൽ ഏറ്റവും നല്ല വസ്ത്രങ്ങളും ധരിച്ച് തയ്യാറായി വന്നു. വെള്ള ജല്ലാബിയ കുപ്പായവും പുള്ളികളുള്ള തലപ്പാവും വൃത്തിയുള്ള തോൽചെരിപ്പുകളും. എന്നാൽ കാലിലെ മുടന്ത് കാരണം ഒരു വടി കുത്തിപ്പിടിച്ചാണ് നടത്തം. കൈ ഉയർത്തി യൂനുസിനെ അഭിവാദ്യം ചെയ്തു:

"പോകാം. ഞാൻ തയ്യാറാണ്."

പാറാവുകാരന്റെ പിന്നാലെ അറഫ നടന്നു. ഒരറ്റം മുതൽ മറ്റേയറ്റം വരെ തെരുവാകെ മൂകതയിൽ ആണ്ടുകിടക്കുന്നു. വരുംദിവസങ്ങളിലുണ്ടാകാനിടയുള്ള ദുരന്തങ്ങളെന്തായിരിക്കുമെന്ന ആശങ്കയായിരുന്നു എല്ലാ കണ്ണുകളിലും. ഗുണ്ടകളുടെ സഹായികളൊക്കെ കാപ്പിക്കടകളിലിരുന്ന് ഭാവികാര്യങ്ങൾ ആലോചിക്കുകയാണ്. തെരുവ്ദാദയുടെ വീട്ടിൽ നിന്നാകട്ടെ ഇപ്പോഴും നിലവിളിയും അലർച്ചയും കേൾക്കാം.

പാറാവുകാരന്റെ പിന്നാലെ അറഫ കങ്കാണിയുടെ വീട്ടിലേക്ക് പ്രവേശിച്ചു. മുല്ലവള്ളികൾ തണലിട്ട പാതയിലൂടെ മട്ടുപ്പാവിലേക്ക് നീങ്ങുന്നതിനിടയിൽ ജബലാവിയുടെ മാളികയുമായി ഈ സ്ഥലത്തിന് നല്ല സാമ്യമുണ്ടെന്ന് തോന്നി. ആകെയുള്ള വ്യത്യാസങ്ങൾ സാമ്യത്തിന്റെ തോതിൽ മാത്രമായിരിക്കും. "നിങ്ങളൊക്കെ അദ്ദേഹത്തെ അനുകരിക്കുന്നത് സ്വന്തം നേട്ടങ്ങൾക്കായാണ്. അല്ലാതെ ജനങ്ങൾക്ക് പ്രയോജനമുള്ള കാര്യങ്ങളിലൊന്നുമല്ലല്ലോ?" അറഫ മനസ്സിൽ പറഞ്ഞു.

പാറാവുകാരൻ അനുവാദം തേടി ആദ്യം ഉള്ളിലേക്ക് കയറിപ്പോയി. തിരിച്ചുവന്നശേഷം അകത്തേക്ക് പൊയ്ക്കൊള്ളുവാൻ ആംഗ്യം കാണിച്ചു.

വിശാലമായ അകത്തളത്തിലേക്ക് കയറിച്ചെന്ന അറഫ ദൂരെ തന്നെ കാത്തിരിക്കുന്ന കങ്കാണിയെ കണ്ടു. ഒരു കൈപ്പാടകലെ ചെന്ന് നിന്ന ശേഷം ആദരവോടെ ചുമൽ താഴ്ത്തി. നല്ല ഉയരവും ബലിഷ്ഠവുമായ ശരീരത്തിനുടമയുമാണ് കങ്കാണിയെന്ന് ഒറ്റനോട്ടത്തിൽ തോന്നി. ചുവന്ന് വീർത്ത മുഖം. ക്ഷണിച്ചതിന് നന്ദിയെന്നോണം അറഫ പുഞ്ചിരിച്ചപ്പോൾ മറുപടിയായി കങ്കാണി വായതുറന്നതും കണ്ടത് അയാളുടെ ഗംഭീരരൂപത്തിന് തീരെ ചേരാത്ത വൃത്തിയില്ലാത്ത മഞ്ഞളിച്ച പല്ലുകളായിരുന്നു. താനിരിക്കുന്ന മെത്തയിൽ ഒപ്പം വന്നിരിക്കാൻ കങ്കാണി ക്ഷണിച്ചെങ്കിലും അറഫ അരികിൽ കിടന്ന കസേരയ്ക്കരികിലേക്കാണ് നീങ്ങിയത്.

"ഇവിടെ ഇരുന്നോളാം അങ്ങുന്നേ."

എന്നാൽ അലിവും ആജ്ഞയും കലർന്നൊരു സ്വരത്തിൽ മെത്തയിൽതന്നെ വന്നിരിക്കുവാൻ വീണ്ടും കങ്കാണി അറഫയെ ക്ഷണിച്ചു:

"ഇവിടെ... ഇവിടെ വന്നിരിക്ക്!"

മെത്തയുടെ അങ്ങേയറ്റത്ത് പോയിരിക്കുകയല്ലാതെ വേറെ വഴിയൊന്നുമില്ലായിരുന്നു. ഇതെന്തോ രഹസ്യ ഇടപാടിന് തന്നെയായിരിക്കും.

പാറാവുകാരൻ അകത്തളത്തിന്റെ വാതിൽ അടയ്ക്കുന്നതു കണ്ടപ്പോൾ തന്നെ അക്കാര്യം ഏതാണ്ടുറപ്പായതാണ്. വിധേയത്വം നിറഞ്ഞ നിശ്ശബ്ദതയോടെ ഇരിക്കുന്ന അറഫയെ ശാന്തമായൊന്ന് സൂക്ഷിച്ചു നോക്കിയശേഷം തീർത്തും അക്ഷോഭ്യതയോടെ കങ്കാണി ചോദിച്ചു:

"അറഫാ... നീ എന്തിനാ സഅദുല്ലയെ കൊന്നത്?"

കങ്കാണിയുടെ നോട്ടം കണ്ടതും അറഫയുടെ കണ്ണുകൾ ആണ്ടുപോയി. സന്ധികളാകെ ദുർബലമാകുന്നു. എല്ലാം തകിടം മറിഞ്ഞിരിക്കുന്നു. സ്വപ്നം കണ്ട ഭാവിയൊക്കെ പഴങ്കഥയായിരിക്കുന്നു. ആത്മവിശ്വാസത്തോടെ തന്നെത്തന്നെ ഉറ്റുനോക്കുന്ന കങ്കാണിയെ കണ്ടതോടെ അയാൾ സർവ്വതുമറിഞ്ഞിരിക്കുന്നു എന്നതുറപ്പായി. വിധിപോലെ ഉറപ്പായ ദുരന്തം. അറഫയ്ക്ക് ചിന്തിക്കാനുള്ള അവസരംപോലും നൽകാതെ രൂക്ഷമായ സ്വരത്തിൽ കങ്കാണി തുടർന്നു:

"പേടിക്കേണ്ട! ഇത്രയും ഭയമായിരുന്നെങ്കിൽ പിന്നെ എന്തിനാ കൊല ചെയ്തത്? ധൈര്യമായി നിന്ന് എന്റെ ചോദ്യത്തിന് മറുപടി പറയ്. സത്യം പറയ്... നീ എന്തിനാ സഅദുല്ലയെ കൊന്നത്?"

നിശ്ശബ്ദത സഹിക്കാനായില്ലെങ്കിലും എന്താണ് പറയേണ്ടതെന്നറിയാത്ത അവസ്ഥയിലായിരുന്നു അറഫ:

"അങ്ങുന്നേ... ഞാൻ..."

"എടാ നെറികെട്ടവനേ... ഞാനെന്താ പിച്ചുംപേയും പറയുകയാണെന്നാണോ നീ കരുതിയിരിക്കുന്നത്? അതോ തെളിവില്ലാതെ സംസാരിക്കുകയാണെന്നാണോ? പറയെടാ നീ എന്തിനാ അയാളെ കൊന്നത്?"

ആകെ അമ്പരപ്പും നിരാശയും കാരണം എന്ത് ചെയ്യണമെന്നറിയാതെ അകത്തളത്തിന്റെ കോണുകളിലേക്ക് അർത്ഥമില്ലാതെ മാറിമാറി നോക്കുകയാണ് അറഫ. അയാളെ നോക്കി മരണംപോലെ തണുത്തുറഞ്ഞ സ്വരത്തിൽ കങ്കാണി പറഞ്ഞു:

"അറഫാ... നിനക്ക് രക്ഷപ്പെടാൻ ഒരു വഴിയുമില്ല. പുറത്തുള്ള ആളുകളെങ്ങാനും വിവരമറിഞ്ഞാൽ നിന്നെയവർ കടിച്ച് കീറി രക്തം കുടിക്കും."

തെരുവ്ദാദയുടെ വീട്ടിൽനിന്നുള്ള വിലാപം കൂടുതൽ ഉച്ചത്തിൽ ഉയർന്നു കേൾക്കാൻ തുടങ്ങിയതോടെ അറഫയുടെ പ്രതീക്ഷകളാകെ ജീവനോടെ കുഴിച്ചിടപ്പെട്ട നിലയിലായി. വായ തുറന്നെങ്കിലും ഒന്നും പറയാൻ കഴിഞ്ഞില്ല. ക്രൂരത നിറഞ്ഞ ഭാവത്തിൽ കങ്കാണി തുടർന്നു:

"നിശ്ശബ്ദനായിരിക്കാൻ എളുപ്പമാണ്. ഒപ്പം നിന്നെ പുറത്തുള്ള വന്യമൃഗങ്ങൾക്ക് എറിഞ്ഞുകൊടുത്തശേഷം 'ഇതാ സഅദുല്ലയുടെ കൊലയാളി' എന്ന് ഞാനവരോട് പറയും. വേണമെങ്കിൽ 'അതാ ജബലാവിയുടെ കൊലയാളി' എന്നും പറയാം."

"ജബലാവിയേയോ?"

"വീടുകളുടെ പിറകിലത്തെ മതിലുകൾക്ക് താഴെ തുരങ്കമുണ്ടാക്കുകയല്ലേ നിന്റെ പണി? ആദ്യതവണ രക്ഷപ്പെട്ടെങ്കിലും രണ്ടാമത്തെ തവണ നീ വീണു. പക്ഷേ അറഫാ... നീ എന്തിനാ സഅദുല്ലയെ കൊന്നത്?"

"ഞാൻ നിരപരാധിയാണ് കങ്കാണിയങ്ങുന്നേ... നിരപരാധി!"

ആകെ നിരാശയായിരുന്നു അറഫയുടെ സ്വരത്തിൽ. യാതൊരു അർത്ഥവുമില്ലാതെ പ്രത്യേകിച്ചൊന്നും കരുതാതെയുള്ള അയാളുടെ വാക്കുകൾ കേട്ടതും കങ്കാണി പരിഹസിച്ചു:

"നീ ചെയ്ത കുറ്റകൃത്യം തുറന്നുപറഞ്ഞാൽ ഒറ്റയൊരുത്തനും എന്നോട് തെളിവ് ചോദിക്കില്ല. നമ്മുടെ ഈ തെരുവിൽ കേട്ടുകേൾവികൾ തന്നെ സത്യമാണ്. സത്യമാണെങ്കിൽ വിധി പറഞ്ഞുകഴിഞ്ഞിരിക്കും. വിധി ഒന്നേയായിരിക്കുകയുള്ളൂ. മരണശിക്ഷ. പക്ഷേ നീ എന്തിനാ മാളികയിൽ അതിക്രമിച്ച് കയറിയതെന്ന് പറയ്... നീ എന്തിനാ സഅദുല്ലയെ കൊന്നത്?"

ഈ മനുഷ്യന് സർവ്വതുമറിയാം. പക്ഷേ എങ്ങനെ? അറഫയ്ക്കൊന്നും മനസ്സിലായില്ല. എന്നാൽ കങ്കാണിക്ക് സർവ്വതുമറിയാമെന്ന് ഉറപ്പാണ്. അല്ലെങ്കിലെന്തിന് മറ്റു തെരുവുവാസികൾക്കെതിരെയൊന്നും തിരിയാതെ ഇയാൾ തനിക്കെതിരെ തിരിയണം?

"എന്തെങ്കിലും മോഷ്ടിക്കാനായിരുന്നോ നിന്റെ ഉദ്ദേശ്യം?"

നിരാശയോടെ കണ്ണുകളടച്ച് പിടിച്ചിരുന്നതല്ലാതെ ഒന്നും പറഞ്ഞില്ല. കങ്കാണി ദേഷ്യത്തോടെ അലറുകയായിരുന്നു:

"വാ തുറക്കെടാ, വൃത്തികെട്ടവനേ."

"അങ്ങുന്നേ..."

"മറ്റുള്ളവരെക്കാളൊക്കെ മെച്ചപ്പെട്ട നിലയിലായിരുന്നിട്ടും നീ എന്തിനാ മോഷണം നടത്തിയത്?"

"തെറ്റ് ചെയ്യാൻ മനസ്സിന് തോന്നുമല്ലോ?"

നിരാശനിറഞ്ഞ കുമ്പസാരഭാവത്തിലുള്ള അറഫയുടെ വാക്കുകൾ കേട്ടതും കങ്കാണി പൊട്ടിച്ചിരിച്ചു. ഇയാൾ എന്തുകൊണ്ടായിരിക്കും തന്നെ നശിപ്പിക്കുന്ന കാര്യത്തിന് ഇതുവരെ തുനിയാത്തതെന്ന് സ്വയം ചോദിച്ചു. ഇത്തരത്തിൽ വിചിത്രമായ രീതിയിൽ വിളിച്ചുവരുത്തി സംസാരിക്കുന്നതിന് പകരം എന്തുകൊണ്ടായിരിക്കും തന്നെ സംബന്ധിച്ച രഹസ്യം മറ്റു ഗുണ്ടകളുമായി പങ്കുവയ്ക്കാത്തത്? പകരം തന്നെ പീഡിപ്പിക്കുന്ന ചുമതല കങ്കാണി സ്വയം ഏറ്റെടുത്ത നിലയാണിപ്പോൾ.

"നീയൊരു അപകടകാരിയായിരുന്നല്ലേ?"

"ഞാനൊരു പാവമാണ്."

"കുറുവടികളെ പരിഹസിക്കുന്നതരത്തിലുള്ള ആയുധവും പേറി നടക്കുന്ന നിന്നെപ്പോലെയുള്ളൊരാളാണോ പാവം?"

സ്വന്തം കാഴ്ചശക്തി നഷ്ടപ്പെട്ടതിനെക്കുറിച്ച് ശവമായി മാറിയൊരാൾ പരാതിപ്പെടുകയില്ലല്ലോ? താനല്ല ഇയാളാണ് യഥാർത്ഥ മാന്ത്രികനെന്ന് തോന്നിപ്പോകുന്നു. അറഫയുടെ യാതന കണ്ടാസ്വദിക്കുകയാണയാൾ.

"ദാദയുടെ വീട്ടിൽനിന്നും പുറത്തേക്കോടിയ നിന്നെ പിന്തുടർന്നവരുടെ കൂട്ടത്തിൽ എന്റെ സേവകരിലൊരാളുമുണ്ടായിരുന്നു. എന്നാൽ പിന്നിലായിരുന്നതിനാൽ നിന്റെ ആയുധമേറ്റ് അയാൾക്ക് പരിക്കേറ്റില്ല. നിശ്ശബ്ദമായി അയാൾ തനിച്ച് നിന്നെ പിന്തുടരുകയായിരുന്നു. ഇങ്ങനെയൊരാൾ പിറകെ കൂടിയത് നീയൊട്ടറിഞ്ഞതുമില്ല. അൽ-ദർറാസയിൽ വച്ച് നീ ആരാണെന്ന് തിരച്ചറിഞ്ഞെങ്കിലും അയാൾ ആക്രമിക്കാനൊന്നും തുനിഞ്ഞില്ല. നിന്റെ കൈവശം മറ്റെന്തെങ്കിലും അതിശയങ്ങൾ ബാക്കിയുണ്ടാകുമോയെന്ന ആശങ്കയുണ്ടായിരുന്നതിനാൽ വേഗം എന്റെയടുത്ത് വന്ന് സർവ്വവിവരങ്ങളും അറിയിക്കുകയായിരുന്നു."

"താങ്കളോടല്ലാതെ മറ്റാരോടെങ്കിലും അയാൾ ഇക്കാര്യം പറഞ്ഞിട്ടുണ്ടാകില്ലേ?"

പ്രത്യേകിച്ചൊന്നും ചിന്തിക്കാതെയുള്ള അറഫയുടെ ചോദ്യം കേട്ടതും കങ്കാണി ചിരിച്ചു.

"അയാൾ വിശ്വസ്തനായ സേവകനാണ്."

ശേഷം അർത്ഥംവച്ച സ്വരത്തിൽ അയാൾ തിരക്കി:

"ശരി. ഇനി നീ നിന്റെ ആയുധത്തെക്കുറിച്ച് പറയ്."

കാര്യങ്ങൾ കുറച്ചുകൂടി വ്യക്തമാകാൻ തുടങ്ങുകയാണ്. അറഫയുടെ ജീവനെക്കാൾ ഇയാൾ കൊതിക്കുന്നത് അതിനെക്കാൾ വിലപിടിച്ച മറ്റെന്തോ ആണ്. എന്നാൽ തന്റെ നിരാശ സമ്പൂർണമായിരിക്കുകയാണ്. രക്ഷപ്പെടാൻ എന്താണൊരു വഴി?

"അത് ആളുകൾ കരുതുന്നതിനേക്കാൾ ലളിതമായൊരു കാര്യം മാത്രമാണ്."

കങ്കാണിയുടെ മുഖം പെട്ടെന്ന് ദേഷ്യംകൊണ്ട് ചുളിഞ്ഞു.

"എനിക്ക് വേണമെങ്കിൽ ഇപ്പോൾതന്നെ നിന്റെ താമസസ്ഥലത്ത് പരിശോധന നടത്താൻ സാധിക്കും. എന്നാൽ നിനക്ക് നേരെ സംശയമുന നീളാതിരിക്കാനാണ് ഞാനത് വേണ്ടായെന്ന് വയ്ക്കുന്നത്. നിനക്ക് മനസ്സിലാകുന്നുണ്ടോ?"

ഒരു നിമിഷം നിശ്ശബ്ദനായിരുന്നശേഷം കങ്കാണി തുടർന്നു:

"എന്നെ അനുസരിക്കുന്നപക്ഷം നിനക്ക് അപകടമൊന്നുമുണ്ടാകില്ല!"

സംസാരിക്കുന്നതിനിടയിൽ കങ്കാണിയുടെ കണ്ണുകളിൽ ഭീഷണി മിന്നിമറയുന്നതു കാണാം. മനസ്സിൽ നിരാശ നിറഞ്ഞുകവിയുന്നതിനിടയിൽ അറഫ പ്രതികരിച്ചു:

“താങ്കൾ പറയുന്നതെന്തും ചെയ്യാൻ തയ്യാറാണ് ഞാൻ.”

“അപ്പോൾ തെരുവിന്റെ മാന്ത്രികന് കാര്യങ്ങൾ മനസ്സിലാകാൻ തുടങ്ങിയിരിക്കുന്നു. നിന്നെ കൊല്ലാനാണ് ഞാനുദ്ദേശിച്ചിരുന്നതെങ്കിൽ ഇതിനകം തന്നെ നിന്നെ നായ്ക്കൾ കടിച്ചുകീറിയേനേ.

തൊണ്ടയനക്കിയശേഷം അയാൾ തുടർന്ന് സംസാരിച്ചു:

“ജബലാവിയുടെയും സഅദുല്ലയുടെയുമൊക്കെ കാര്യം നമുക്ക് വിടാം. നീ ആദ്യം സ്വന്തം ആയുധത്തെക്കുറിച്ച് പറയ്. എന്ത് സാധന മാണത്?”

“അതൊരു മാന്ത്രികക്കുപ്പിയാണ്!”

“കൂടുതൽ വിശദീകരിച്ച് പറയ്!”

സംശയത്തോടെ തുറിച്ചുനോക്കുന്ന കങ്കാണിയെ കണ്ടതും ഇവിടെ വന്നശേഷം ഇതാദ്യമായിട്ടായിരിക്കും അറഫയ്ക്ക് അല്പം ആശ്വാസം തോന്നുന്നത്.

“മാന്ത്രികന്മാർക്ക് മാത്രമേ മാന്ത്രികവിദ്യ മനസ്സിലാവുകയുള്ളൂ.”

“നിനക്കൊരു കുഴപ്പവുമുണ്ടാകില്ലെന്ന് ഉറപ്പു നൽകിയിട്ടും വിശദീ കരിക്കാൻ മടിയാണോ?”

ഉള്ളിൽ ചിരി പൊട്ടിയെങ്കിലും അറഫ പുറമേ ഗൗരവം ഭാവിക്കുക യായിരുന്നു.

“ഞാൻ സത്യമാണ് പറഞ്ഞത്.”

അല്പനേരം നിലത്തേക്ക് നോക്കിയിരുന്നശേഷം തല ഉയർത്തി ക്കൊണ്ട് കങ്കാണി തിരക്കി:

“നിന്റെ കൈവശം ആ സാധനം ഏറെയുണ്ടോ?”

“ഇപ്പോൾ കൈയ്യിലൊന്നുമില്ല.”

“വൃത്തികെട്ടവനേ.”

കങ്കാണി പല്ലുകളിറുമ്മി. എന്നാൽ അറഫയുടെ മറുപടി വളരെ ലളിതമായിരുന്നു.

“ഞാൻ പറഞ്ഞത് സത്യമാണെന്ന് നേരിട്ട് കാണണമെന്നുണ്ടെങ്കിൽ എന്റെ വീട് പരിശോധിച്ചുകൊള്ളൂ.”

“നിനക്ക് അതുപോലുള്ള കൂടുതലെണ്ണം ഉണ്ടാക്കാൻ കഴിയുമോ?”

“തീർച്ചയായും!”

ശക്തമായ വികാരവിക്ഷോഭത്തിൽ നെഞ്ചിൽ കൈകെട്ടിക്കൊണ്ട് കങ്കാണി പറഞ്ഞു:

“എനിക്ക് അതുപോലുള്ള കുറേയെണ്ണം വേണം.”

“താങ്കൾക്ക് എത്രയെണ്ണം വേണമെങ്കിലും ഞാൻ ഉണ്ടാക്കിത്തരാം.”

ഇതാദ്യമായിട്ടായിരിക്കും അവർ പരസ്പരധാരണയോടെ നോക്കുന്നത്.

“ശപിക്കപ്പെട്ട ഗുണ്ടകളുടെ ശല്യമില്ലാതാക്കാനാണ് അങ്ങുന്ന് ആഗ്രഹിക്കുന്നതല്ലേ?”

അറഫയുടെ കൂസലില്ലാത്ത ചോദ്യം കേട്ടതോടെ കങ്കാണിയുടെ കണ്ണുകളിൽ വിചത്രമായൊരു നോട്ടം മിന്നിമറഞ്ഞു.

“ഇനിയെങ്കിലും സത്യം പറയ്. നീ എന്തിനാ ജബലാവിയുടെ മാളികയ്ക്കുള്ളിലേക്ക് അതിക്രമിച്ച് കയറിയത്?”

“വെറും ആകാംക്ഷകൊണ്ട് മാത്രമാണങ്ങുന്നേ. ആ വിശ്വസ്തനായ പരിചാരകനെ കൊല്ലേണ്ടിവന്നത് എന്നെ അത്യധികം വേദനിപ്പിക്കുന്നു. അത് മനഃപ്പൂർവ്വമേയായിരുന്നില്ല.”

കങ്കാണി സംശയത്തോടെ അറഫയെ തുറിച്ചുനോക്കി.

“എന്നാൽ ജബലാവിയുടെ മരണത്തിന് കാരണക്കാരനായതും നീ തന്നെയാണല്ലോ?”

“എനിക്കതിൽ അത്യധികം വേദനയുണ്ടങ്ങുന്നേ.” കങ്കാണി ചുമലുകൾ കുലുക്കി.

“അദ്ദേഹത്തെപ്പോലെ നമുക്കും ഏറെക്കാലം ജീവിച്ചിരിക്കാനായിരുന്നെങ്കിൽ!”

വൃത്തികെട്ട കാപട്യക്കാരാ... താനാകെ ആവലാതിപ്പെടുന്നത് ഭൂസ്വത്തിന്റെ കാര്യത്തിൽ മാത്രമല്ലേ?

“ദൈവം അങ്ങേക്ക് ദീർഘായുസ്സ് നൽകട്ടെ.”

“വെറും ആകാംക്ഷകൊണ്ട് മാത്രമായിരുന്നോ നീ അവിടെ ചെന്നത്?”

കങ്കാണിയുടെ സംശയഭാവം നീങ്ങുന്നതേയില്ല.

“തീർച്ചയായും.”

“പിന്നെ നീ എന്തിനാ സഅദുല്ലയെ കൊന്നത്?”

“കാരണം ഞാനും താങ്കളെപ്പോലെ ഗുണ്ടകളുടെ കഥ കഴിക്കാനാഗ്രഹിക്കുന്നതുകൊണ്ടാണ്.”

കങ്കാണി പുഞ്ചിരിച്ചു.

“ആഴത്തിൽ വേരോടിയ തിന്മയാണവർ!”

പക്ഷേ നിങ്ങളവരെ വെറുക്കുന്നത് ഭൂസ്വത്തിന്റെ വിഹിതം പറ്റുന്നതിന്റെ പകകൊണ്ടല്ലേ? അല്ലാതെ അവരുടെ കൊള്ളരുതായ്മകൾ കൊണ്ടൊന്നുമല്ലല്ലോ?

“ശരിയാണങ്ങുന്നേ.”

“സ്വപ്നം കാണാൻ കഴിയുന്നതിനേക്കാൾ വലിയ സമ്പന്നനാക്കി നിന്നെ ഞാൻ മാറ്റിത്തരാം.”

കങ്കാണിയുടെ മോഹിപ്പിക്കുന്ന വാക്കുകളോട് അറഫയുടെ മറുപടിയും തന്ത്രപൂർവ്വമായിരുന്നു.

"എന്റെ ആഗ്രഹവും അതുതന്നെയാണ്."

"ഏതാനും നാണയത്തുട്ടുകൾ സ്വന്തമാക്കാൻ മാത്രമായി നീ ഇനി കഷ്ടപ്പെടേണ്ടതില്ല. എന്റെ സംരക്ഷണത്തിൽതന്നെ നിനക്ക് സ്വന്തം മാന്ത്രികവിദ്യ തുടരാം. പകരമായി കൊതിക്കുന്നതെല്ലാം നിനക്ക് കിട്ടിയിരിക്കും."

നൂറ്റിയാറ്

നിലവറയ്ക്കുള്ളിലെ മെത്തയിലിരിക്കുകയാണ് മൂന്നുപേരും. നടന്ന കാര്യങ്ങൾ വിശദീകരിക്കുന്ന അറഫയെത്തന്നെ പേടിയോടെ ശ്രദ്ധിച്ചിരിക്കുകയാണ് അവാത്വിഫും ഹനശും.

"നമുക്ക് മുന്നിൽ വേറൊരു വഴിയുമില്ല. സഅദുല്ലയുടെ ശവസംസ്കാരം ഇനിയും കഴിഞ്ഞിട്ടില്ല. കങ്കാണി പറയുന്നത് അംഗീകരിച്ചില്ലെങ്കിൽ നമ്മുടെ കഥ കഴിഞ്ഞിരിക്കും."

അറഫ പറഞ്ഞവസാനിപ്പിച്ചതും അവാത്വിഫ് പറഞ്ഞു:

"നമുക്കിവിടെ നിന്ന് എങ്ങോട്ടെങ്കിലും ഓടിപ്പൊയ്ക്കൂടേ?"

"അയാളുടെ ചാരന്മാരുടെ കണ്ണ് വെട്ടിച്ച് നമുക്ക് രക്ഷപ്പെടാനേ കഴിയില്ല. അവർ നമുക്ക് ചുറ്റുമുണ്ട്."

"ഇവിടെക്കഴിഞ്ഞാലും നമുക്കവരിൽനിന്നും രക്ഷപ്പെടാനാകില്ല."

സ്വന്തം ചിന്തകളെ അവഗണിക്കാനാഗ്രഹിക്കുന്നതുപോലെ ഭാര്യയുടെ വാക്കുകളും അവഗണിച്ചുകൊണ്ട് അറഫ ഹനശിന് നേരെ തിരിഞ്ഞു:

"നീ എന്താ ഒന്നും പറയാത്തത്?"

ഹനശിന്റെ മറുപടിയിൽ ഗൗരവവും ദുഃഖവും തുളുമ്പുന്നുണ്ടായിരുന്നു:

"വളരെ കുറച്ച് ചെറിയ മോഹങ്ങളുമായാണ് നമ്മൾ ഈ തെരുവിലേക്ക് തിരികെ വന്നത്. പിന്നീടുണ്ടായ മാറ്റങ്ങൾക്കെല്ലാം ഉത്തരവാദി നിങ്ങൾ മാത്രമാണ്. തുടക്കംമുതലേ നിങ്ങളുടെ അതിമോഹങ്ങൾക്കെതിരായിരുന്നു ഞാൻ. എന്നിട്ടും മടിച്ചുനിൽക്കാതെ ഞാൻ നിങ്ങളെ സഹായിച്ചിട്ടുണ്ട്. പതിയെപ്പതിയെ നിങ്ങളുടെ വാദങ്ങൾ അംഗീകരിക്കാനും തുടങ്ങിയിരുന്നു ഞാൻ. എന്തൊക്കെയായാലും തെരുവിന്റെ രക്ഷയ്ക്കും പൂർണതയ്ക്കും അത് ഉതകുമെന്നാണ് ഞാൻ പ്രതീക്ഷിച്ചത്. എന്നാൽ നിങ്ങൾ പുതിയൊരു പദ്ധതിയിലൂടെ നമ്മളെ അതിശയിപ്പിച്ചിരിക്കുകയാണിന്ന്. അതിലൂടെ നമ്മുടെ തെരുവിനെ ഭീതിയിലാഴ്ത്താൻ പോന്നൊരു ഭീകരഉപകരണമായി നാം മാറാൻ പോവുകയാണ്. നശിപ്പിക്കാനോ ചെറുത്തുനിൽക്കാനോ കഴിയാത്തൊരു ആയുധമായിരിക്കുമത്.

ഗുണ്ടകളെ വേണമെങ്കിൽ ചെറുത്തുതോല്പിക്കാനും കൊല്ലാനുമൊക്കെ സാധിക്കുമായിരിക്കും."

"ഇനി നമുക്ക് സുരക്ഷിതത്വമേയുണ്ടാകില്ല. താനാഗ്രഹിക്കുന്നത് നിങ്ങളുടെ പക്കൽനിന്നും സ്വന്തമാക്കിക്കഴിഞ്ഞാൽ പിന്നെ ഇപ്പോൾ ഗുണ്ടകൾക്കെതിരെ നീങ്ങുന്നതുപോലെ നാളെ തന്ത്രപൂർവ്വം നിങ്ങളുടെ ശല്യവും ആ കങ്കാണി ഇല്ലാതാക്കും."

ഭാര്യയുടെ വാക്കുകൾകൂടി കേട്ടതോടെ അവർ ഇരുവരും പറയുന്ന കാര്യങ്ങളൊക്കെ ശരിയാണെന്ന് ഉള്ളിന്റെയുള്ളിൽ അറഫയ്ക്കും ബോധ്യമുണ്ട്. അക്കാര്യത്തെക്കുറിച്ച് ചിന്തിക്കാതിരിക്കാനുമാകില്ല. എന്നാൽ തന്നോടുതന്നെ സംസാരിക്കുന്നതുപോലെ അയാൾ പറഞ്ഞു:

"ഞാനയാളെ എന്നും എന്റെ മാന്ത്രികവിദ്യയുടെ ആവശ്യക്കാരനാക്കി നിർത്തും, നോക്കിക്കോളൂ."

"മിക്കവാറും നിങ്ങളായിരിക്കും അയാളുടെ പുതിയ ഗുണ്ട!" അവാത്വിഫിന്റെ അഭിപ്രായം ഹനശും ശരിവച്ചു.

"തീർച്ചയായും! കുറുവടിക്ക് പകരം കുപ്പി ആയുധമാക്കുന്ന ഗുണ്ട. കങ്കാണിക്ക് നാളെ നിങ്ങൾക്കെതിരെ തോന്നിയേക്കാവുന്ന വികാരമെന്തെന്നറിയണമെങ്കിൽ അയാൾക്ക് ഇന്ന് മറ്റു ഗുണ്ടകളോട് തോന്നുന്ന വികാരമെന്തെന്ന് ഓർത്താൽ മതി."

അറഫ ശക്തമായി തിരിച്ചടിച്ചു:

"ദൈവം വലിയവനാണ്! ഞാൻ വലിയ മോഹങ്ങളുള്ളവനാണെങ്കിൽ നിങ്ങൾ ഇരുവരും ഒന്നും കൊതിക്കുന്നില്ല. നിങ്ങൾ രണ്ടുപേരും സത്യമെന്ന് കരുതുന്ന വിശ്വാസമാണ് ഞാൻ. ഈ നിലവറയുടെ പിറകിലത്തെ പണിപ്പുരയിൽ എത്രയോ രാത്രികളാണ് ഞാൻ ഉറക്കമൊഴിച്ച് പണിപ്പെട്ടിട്ടുള്ളത്. രണ്ടുതവണ മരിക്കാതെ രക്ഷപ്പെട്ടത് ഈ തെരുവിന്റെ നന്മയ്ക്കായിട്ട് തന്നെയായിരിക്കും. യാതൊരു തിരഞ്ഞെടുപ്പിനും സാധ്യതയില്ലാത്തവിധം നമ്മുടെ മേൽ അടിച്ചേൽപ്പിച്ചിരിക്കുന്ന ഈ അവസ്ഥയെ അംഗീകരിക്കാൻ തയ്യാറല്ലെങ്കിൽ പിന്നെന്താണ് ചെയ്യേണ്ടതെന്ന് നിങ്ങൾതന്നെ പറയൂ."

രൂക്ഷമായി തങ്ങളെത്തന്നെ നോക്കി വെല്ലുവിളി മുഴക്കുന്ന അറഫയോട് ഒന്നും മിണ്ടാകാനാത്ത അവസ്ഥയിലായിരുന്നു അവാത്വിഫും ഹനശും. വേദനകൊണ്ട് ഞെരിഞ്ഞമരുന്നതുപോലെയാണ് അറഫയ്ക്കു തോന്നിയത്. ലോകമാകെ ശ്വാസംമുട്ടിക്കുന്ന പേക്കിനാവായി മാറിയിരിക്കുന്നു. എന്നാൽ പിതാമഹന്റെ നേർക്ക് നടത്തിയ ക്രൂരമായ ആക്രമണത്തിന് ലഭിക്കുന്ന തിരിച്ചടി മാത്രമാണ് താൻ ഇപ്പോഴനുഭവിക്കുന്ന യാതനകളൊക്കെയെന്നും മനസ്സിലൊരു വിചിത്രമായ തോന്നലുമുണ്ടായി. അതോടെ ദുഃഖവും വേദനയും ഇരട്ടിച്ചതേയുള്ളൂ.

"നമുക്കിവിടെനിന്ന് രക്ഷപ്പെടാം."

അവാത്വിഫിന്റെ യാചനയോട് അസ്വസ്ഥതയോടെയാണ് അയാൾ പ്രതികരിച്ചത്.

"എങ്ങനെ രക്ഷപ്പെടാനാണ്?"

"അറിയില്ല. എന്നാലത് ജബലാവിയുടെ മാളികയിലേക്ക് കടന്നുകയറുന്നതിനേക്കാൾ ബുദ്ധിമുട്ടേറിയ കാര്യമായിരിക്കുകയേ ഇല്ല."

നിരാശയോടെ നെടുവീർപ്പിട്ടശേഷം വിലപിക്കുന്നതുപോലെ അറഫ പറഞ്ഞു:

"കങ്കാണി നമ്മെ നിരീക്ഷിക്കുകയാണിപ്പോൾ. അയാളുടെ ചാരന്മാരാണ് ചുറ്റും. പിന്നെ എങ്ങനെയാണ് രക്ഷപ്പെടാനൊരുവഴി കണ്ടെത്താനാകുക?"

വീണ്ടും നിശ്ശബ്ദതയായി. എന്തൊരു നിശ്ശബ്ദതയാണിത്. ജബലാവിയെ മറമാടിയ കുഴിമാടത്തിനുള്ളിലെ നിശ്ശബ്ദതപോലെ.

"സംഭവിച്ച പരാജയത്തിന്റെ ഉത്തരവാദിത്വം ഒറ്റയ്ക്ക് പേറാനൊന്നും ഞാനില്ല."

നെടുവീർപ്പോടെ ഒഴികഴിവെന്നോണം ഹനശ് പറഞ്ഞു:

"നമുക്ക് വേറൊരു വഴിയുമില്ല. ഒരുപക്ഷേ ഭാവിയിൽ രക്ഷപ്പെടാനൊരു വഴി തെളിഞ്ഞേക്കും."

"ആർക്കറിയാം?"

അറഫ പിറകിലത്തെ മുറിയിലേക്ക് പോയതിന് പിന്നാലെ ഹനശും നീങ്ങി. നീണ്ട കഴുത്തുള്ള കുറേ കുപ്പികളിൽ മണലും കുപ്പിച്ചില്ലുകളുമടക്കമുള്ള വസ്തുക്കൾ നിറയാൻ തുടങ്ങുന്നതിനിടയിൽ ഹനശിനോട് അയാൾ പറഞ്ഞു:

"നമ്മുടെ ഈ മാന്ത്രികവിദ്യയുടെ വിവിധ ഘട്ടങ്ങളെ സൂചിപ്പിക്കുന്ന കുറെ ചിഹ്നങ്ങൾ നാം രൂപപ്പെടുത്തണം. ശേഷമത് രഹസ്യവും സുരക്ഷിതവുമായൊരു പുസ്തകത്തിൽ രേഖപ്പെടുത്തിവയ്ക്കണം. അതിലൂടെ നമ്മുടെ പരിശ്രമം പാഴായിപ്പോവുകയോ, എന്റെ അന്ത്യത്തോടെ നടത്തിയ പരീക്ഷണങ്ങളൊക്കെ അവസാനിച്ചുപോവുകയോ ഇല്ലെന്ന് ഉറപ്പു വരുത്താം. ഈ വിദ്യ മനസ്സിലാക്കിയെടുക്കാനുള്ള പ്രാപ്തി നിനക്കുണ്ടാകണമെന്നും എനിക്കാഗ്രഹമുണ്ട്. വിധി നമുക്കായി എന്താണ് കരുതി വച്ചിട്ടുള്ളത് എന്നൊന്നും അറിയാൻ കഴിയില്ലല്ലോ?"

വളരെ തിരക്കോടെ പണിയെടുക്കുന്നതിനിടയിൽ ഇടയ്ക്കിടയ്ക്ക് അറഫ സുഹൃത്തിനുനേരെ തിരിഞ്ഞുനോക്കും. എന്നാൽ ഹനശിന്റെ വീർത്ത മുഖം കണ്ടിട്ടും ഒന്നും ശ്രദ്ധിക്കാത്തമട്ടിൽ അയാൾ കൂട്ടിച്ചേർത്തു:

"ഗുണ്ടകളുടെ കഥകഴിക്കാൻ ഈ കുപ്പികൾതന്നെ ധാരാളം."

"എന്നാലിവ നമുക്കോ തെരുവിനോ യാതൊരു നന്മയും ഉണ്ടാക്കാൻ പോകുന്നില്ല."

അറഫയുടെ കൈകൾ വിശ്രമമില്ലാതെ പണിയെടുക്കുകയാണ്.

"ഹനശ്, കവികളുടെ കൈയിലെ റബാബ് തംബുരു നിന്നെ പഠിപ്പിച്ചതെന്താണെന്ന് ഒന്നോർത്ത് നോക്കിക്കേ. പണ്ടിവിടെ ജബൽ, രിഫാഅ, ഖാസിം തുടങ്ങിയവരെപ്പോലുള്ളവർ ജീവിച്ചിരുന്നിട്ടില്ലേ? പിന്നെന്തുകൊണ്ട് അവരെപ്പോലുള്ളവർ ഭാവിയിലും രംഗത്ത് വന്നുകൂടാ?"

"ചിലപ്പോഴൊക്കെ നിങ്ങളും അവരെപ്പോലെയാണെന്ന് എനിക്കും തോന്നിയിട്ടുണ്ട്."

ഹനശ് നെടുവീർപ്പിട്ടു. അറഫയ്ക്ക് ചിരിവന്നു.

"എന്താ എന്റെ പരാജയം കണ്ടപ്പോൾ അത് ശരിയല്ലെന്ന് തോന്നുന്നുണ്ടോ?"

ഹനശ് മറുപടിയൊന്നും പറയാതിരുന്നതോടെ അറഫ തുടർന്ന് പറഞ്ഞു:

"ഒരുതരത്തിലും ഞാനവരെപ്പോലെയൊന്നുമല്ല. നമ്മുടെ തെരുവിൽ അവർക്കനുയായികളുണ്ടായിരുന്നു. എന്നെയാകട്ടെ ഒറ്റയൊരാൾപോലും മനസ്സിലാക്കുന്നുപോലുമില്ല. നല്ലൊരു വാക്കുകൊണ്ട് അനുയായികളെ സൃഷ്ടിക്കാൻ കഴിയുമായിരുന്ന ആളായിരുന്നു ഖാസിം. എന്നാൽ ഞാൻ ചെയ്യുന്ന ജോലി ഒരാളെ പരിശീലിപ്പിച്ചെടുക്കാനും അങ്ങനെ അയാളെ അനുഭാവിയാക്കിമാറ്റാനും തന്നെ എനിക്ക് വർഷങ്ങൾ വേണ്ടിവരും."

ഒരു കുപ്പി തയ്യാറാക്കി അടപ്പ് മുറുക്കി അഭിമാനത്തോടെ വിളക്കിന് മുന്നിലേക്ക് നീട്ടിപ്പിടിച്ച് അയാൾ തുടർന്നുപറഞ്ഞു:

"ഇന്ന് ഇവ ധീരന്മാരെ ചകിതരാക്കും. അവരുടെ മുഖങ്ങൾ രക്തമയമാക്കും. നാളെ ഇതിന് ആളുകളെ കൊല്ലാനുമാകും. മാന്ത്രികവിദ്യയ്ക്കൊരു പരിധിയുമില്ലെന്ന് ഞാൻ നിന്നോട് പറഞ്ഞിട്ടുണ്ടല്ലോ?"

നൂറ്റിയേഴ്

ഇനി നമ്മുടെ തെരുവിന്റെ ദാദയാരായിരിക്കും? സഅദുല്ലയുടെ മൃതശരീരം മറമാടിയത് മുതൽ ആളുകൾ ആലോചിക്കാൻ തുടങ്ങിയ കാര്യമാണിത്. ഓരോ വിഭാഗക്കാരും തങ്ങളുടെ ഗുണ്ടയെ ആ സ്ഥാനത്തേക്ക് നിർദ്ദേശിക്കുന്ന അവസ്ഥ. ജബൽ കുടുംബക്കാരുടെ അഭിപ്രായത്തിൽ യൂസുഫാണ് തെരുവിലെ ഏറ്റവും ശക്തനും ജബലാവിയുമായി കൂടുതൽ അടുത്ത ബന്ധവുമുള്ള ഗുണ്ട. എന്നാൽ രിഫാഅ കുടുംബക്കാർ കരുതുന്നത് ഈ തെരുവ് കണ്ട ഏറ്റവും മാന്യനായ മനുഷ്യൻ രിഫാഅയാണെന്നാണ്. തന്റെ വീട്ടിനുള്ളിൽ സ്വന്തം കൈകൊണ്ട് ജബലാവി അടക്കംചെയ്ത രിഫാഅ. അതേസമയം ഖാസിം കുടുംബക്കാർ പറഞ്ഞത് തങ്ങൾ സ്വന്തം വിജയം തങ്ങളുടെ മാത്രം നേട്ടത്തിനുവേണ്ടി ഉപയോഗിച്ചിട്ടില്ലെന്നായിരുന്നു. മറിച്ച് തങ്ങൾ തെരുവിന്റെയാകമാനം

നന്മയ്ക്കായാണ് നിലകൊണ്ടത്. തങ്ങളുടെ നായകനായിരുന്ന ഖാസിമിന്റെ കാലത്ത് ഈ തെരുവ് നീതിയും സാഹോദര്യവും നിറഞ്ഞു നിന്ന അവിഭാജ്യമായ ഐക്യം സ്വന്തമാക്കിയിരുന്നു.

പതിവുപോലെ അഭിപ്രായ വ്യത്യാസങ്ങൾ ഉടലെടുത്തത് കഞ്ചാവ് പുരകളിൽതന്നെയായിരുന്നു. പിന്നെ അത് പുറത്തേക്ക് വ്യാപിച്ചതോടെ പൊടിപാറാനും ആളുകൾ തീർത്തും വഷളായ അപകടങ്ങൾ നേരിടാൻ തയ്യാറെടുക്കുകയും ചെയ്തു. ഗുണ്ടകളാരും തനിച്ച് പുറത്തേക്കിറങ്ങാതായി. കാപ്പിക്കടയിലോ കഞ്ചാവ്പുരകളിലോ വൈകുന്നേരങ്ങൾ ചെലവഴിക്കേണ്ടിവന്നാൽ അവർക്ക് ചുറ്റും കുറുവടികളേന്തിയ സഹായികളുണ്ടാകും കാവലിന്. ഓരോ കവിയും തങ്ങളുടെ കോളനിയിലെ ഗുണ്ടയ്ക്കുവേണ്ടി പ്രചരണം നടത്തുകയാണ്. കടയുടമകളുടെയും ഉന്തുവണ്ടി തള്ളുന്നവരുടെയുമൊക്കെ മുഖങ്ങൾ വലിഞ്ഞ് മുറുകിയിരിക്കുന്നു. അശുഭാപ്തിവിശ്വാസം കാരണം അവരുടെ മുഖങ്ങളാകെ കറുത്തിരുണ്ടിരിക്കുന്നു. ആശങ്കയും ഭയവും കാരണം ജനങ്ങൾ ജബലാവിയുടെ മരണവും സഅദുല്ലയുടെ കൊലപാതകവുമൊക്കെ മറക്കുന്ന അവസ്ഥയിലാണ്.

പച്ചക്കറി വില്പനക്കാരിയായ നബവിയ്യ ഉറക്കെ അലറിവിളിക്കുന്നത് കേൾക്കാം:

"ജീവിതം നരകമായിരിക്കുന്നു. മരിച്ചവർ എത്ര ഭാഗ്യവാന്മാർ!"

വേറൊരു ദിവസം വൈകുന്നേരം ജബൽ കോളനിയിലെ വീടുകളിലൊന്നിന്റെ മേൽക്കൂരയിൽനിന്നും ആരുടെയോ ശബ്ദം കേട്ടു.

"ശ്രദ്ധിക്കൂ തെരുവിന്റെ സന്തതികളേ, യുക്തിയനുസരിച്ച് പ്രവർത്തിക്കൂ. ഈ തെരുവിലെ ആദ്യം രൂപംകൊണ്ട പ്രദേശമാണ് ജബൽ കുടുംബക്കാരുടേത്. അവർക്കിടയിലെ ആദ്യത്തെ മഹാനായിരുന്നു ജബൽ. നിങ്ങളുടെ തെരുവിന്റെ സംരക്ഷകനായി യൂസുഫിനെ തിരഞ്ഞെടുത്താൽ അതിൽ യാതൊരു കളങ്കവുമുണ്ടാകില്ല."

ഇത് കേട്ടതും രിഫാഅ, ഖാസിം കോളനികളിൽനിന്നും ആക്ഷേപസ്വരങ്ങളുയർന്നു. അസഭ്യങ്ങൾക്കും ശാപവചനങ്ങൾക്കും പിന്നാലെ കുട്ടികൾ വീടുകൾക്ക് മുന്നിൽ കൂടി നിന്ന് പാടാൻ തുടങ്ങി:

"യൂസുഫേ... യൂസുഫേ... കുഞ്ഞ്കീടമേ...

ഇതൊക്കെ ചെയ്യാൻ ആരാണെടോ പറഞ്ഞത്?"

ആളുകളുടെ മനസ്സുകൾ കൂടുതൽ കറുത്ത് കുപിതമായി മാറിക്കൊണ്ടിരിക്കുന്നു. മൂന്നു വിഭാഗക്കാർ തമ്മിൽ ഒരേ സമയമെങ്ങനെ പോരടിക്കുമെന്ന സംശയംകൊണ്ട് മാത്രമാണ് ദുരന്തം സംഭവിക്കുന്നത് വൈകുന്നത്. ഒന്നുകിൽ ഇക്കൂട്ടത്തിൽ രണ്ട് കോളനിക്കാർ ഒത്തൊരുമിച്ച് മൂന്നാമത്തെ വിഭാഗത്തിനെതിരെ തിരിയണം. അല്ലെങ്കിൽ മൂന്നുപേരിൽ ഒരു വിഭാഗം ഈ പോരിൽനിന്നും പിന്തിരിയണം.

തെരുവിൽനിന്നുതന്നെ വളരെ ദൂരെയാണ് കുഴപ്പങ്ങളെല്ലാം പിന്നീടാരംഭിച്ചത്. ബൈത്ത് അൽ-കാസിയിൽവച്ച് രണ്ട് ഉന്തുവണ്ടിക്കച്ചവടക്കാർ തമ്മിൽ ഉഗ്രൻ വഴക്കായി. ഒരാൾ ജബൽ കോളനിക്കാരനായിരുന്നെങ്കിൽ മറ്റേയാൾ ഖാസിം പ്രദേശത്തുകാരനായിരുന്നു. കടുത്ത അടിപിടിക്കിടയിൽ ഖാസിം കോളനിക്കാരന്റെ പല്ല് പറിഞ്ഞുപോയെങ്കിൽ ജബൽകാരന്റെ കണ്ണ് തകർന്നുപോയി. സുൽത്താന്റെ പൊതുകുളിപ്പുരയിൽവച്ച് ജബൽ, രിഫാഅ, ഖാസിം വിഭാഗക്കാരായ സ്ത്രീകൾ തമ്മിൽ അടിപിടി കൂടി. കുളിത്തൊട്ടിയിൽവച്ച് അവരുടെ നഖങ്ങൾ മറ്റുള്ളവരുടെ കവിളുകളിലും പല്ലുകൾ തുടകളിലും വയറുകളിലുമൊക്കെ ആഴ്ന്നിറങ്ങി. തലമുടിയിൽ പിടിച്ചുവലിക്കാനും കപ്പുകളും ഉരച്ചുകഴുകാനുള്ള കല്ലുകളും തിരുമ്മാനുള്ള സ്പോഞ്ചുകളും സോപ്പ്കട്ടകളുമൊക്കെ എടുത്തെറിയാനും തുടങ്ങി.

ഈ പോര് കാരണം രണ്ട് പെണ്ണുങ്ങൾ ബോധംകെട്ട് വീണു. മൂന്നാമതൊരുത്തിയുടെ ഗർഭമലസി. എണ്ണമറ്റ ദേഹങ്ങളിൽ രക്തം പുരണ്ടു. അടികൂടിയ പെണ്ണുങ്ങൾ തെരുവിലേക്ക് തിരികെ എത്തിയതോടെ പോര് വീണ്ടും തുടങ്ങി. ഇത്തവണ വീടുകളുടെ മട്ടുപ്പാവുകളിലായിരുന്നു സംഘർഷം. അതോടെ ആളുകൾ കട്ടകൾ പെറുക്കി എറിയാനും തുടങ്ങി. പെട്ടെന്നുതന്നെ തെരുവിന്റെ ആകാശമാകെ വിവിധവസ്തുക്കൾ പാറിനടക്കാൻ തുടങ്ങി. ഒപ്പം മേഘങ്ങൾവരെ കേൾക്കാവുന്ന ഒച്ചയിൽ ചീത്തവിളികളും തുടർന്നു.

അപ്പോഴാണ് കങ്കാണിയുടെ ഒരു ദൂതൻ രഹസ്യമായി ജബൽ കോളനിയിലെ ഗുണ്ട യൂസുഫിനെ കാണാനെത്തിയത്. കങ്കാണിയുമായൊരു കൂടിക്കാഴ്ചയ്ക്ക് ക്ഷണിക്കാനായിരുന്നു വരവ്. തങ്ങളുടെ സമാഗമം ആരും അറിയാതിരിക്കാൻ ഗുണ്ട പ്രത്യേകം ശ്രദ്ധിച്ചു. അയാളെ സ്നേഹത്തോടെ സ്വീകരിച്ച കങ്കാണി സ്വന്തം കോളനിയിലെ ആളുകളുടെ ഭയം അകറ്റാൻ വേണ്ടത് ചെയ്യണമെന്ന് ആവശ്യപ്പെടുകയും ചെയ്തു. കങ്കാണിയുടെ വീടിനോട് ഏറ്റവും അടുത്ത കോളനിയാണല്ലോ ജബലുകാരുടേത്. യാത്ര പറയുന്ന വേളയിൽ അടുത്തതവണ നേരിൽ കാണുമ്പോൾ തെരുവിന്റെയാകെ ദാദയായി യൂസുഫിനെ കാണാനാണ് തന്റെയാഗ്രഹമെന്നുകൂടി കങ്കാണി സൂചിപ്പിച്ചു.

ഈ വ്യക്തമായ പിന്തുണയുടെ ആലസ്യത്തോടെയായിരുന്നു കങ്കാണിയുടെ വീട്ടിൽനിന്നും യൂസുഫ് മടങ്ങിയത്. തെരുവ്ദാദാ പട്ടം തന്റെ കൈപ്പിടിയിലെത്തിയിരിക്കുന്നുവെന്ന് അയാൾക്കുറപ്പായി. തന്റെ കോളനിയിലുള്ളവരെ അണിനിരത്താൻ അയാൾക്ക് അധികനേരമൊന്നും വേണ്ടിവന്നില്ല. നാളത്തെ ദിവസം കാലം തങ്ങൾക്കായി കാത്തുവച്ചിരിക്കുന്ന നേതൃപദവിയെയും മഹിമയെയും കുറിച്ച് അയാളുടെ കോളനിയിലുള്ളവർ അടക്കം പറയാൻ തുടങ്ങി. പിന്നെ ആ വാർത്ത അവരുടെ കോളനിയിൽനിന്നും മറ്റു കോളനികളിലേക്ക് കൂടെ പ്രചരിച്ചു. ഒപ്പം ആളുകളുടെ ഭാവനകളും കാടുകയറാൻ തുടങ്ങി.

കുറച്ചു ദിവസങ്ങൾ കഴിഞ്ഞതും മറ്റു രണ്ട് കോളനികളുടെ ഗുണ്ട കളായ അജ്ജാജും സൻതൂരിയും രഹസ്യമായി കൂടിക്കാണുകയും യൂസുഫിനെ തടയാനായി ഒത്തൊരുമിച്ച് പ്രവർത്തിക്കാൻ തീരുമാന മെടുക്കുകയും ചെയ്തു. അങ്ങനെ തങ്ങൾ വിജയിച്ചുകഴിഞ്ഞാൽ തെരുവ്ദാദയുടെ സ്ഥാനം നറുക്കെടുപ്പിലൂടെ തീരുമാനിക്കാം. തൊട്ടടുത്ത ദിവസം രാവിലെതന്നെ രിഫാഅ, ഖാസിം കോളനിക്കാർ ഒരുമിച്ച് ജബൽ കോളനിയിൽ ആക്രമണം തുടങ്ങി. രൂക്ഷമായ പോരാട്ടത്തിനൊടുവിൽ ജബലുകാരുടെ ഗുണ്ട യൂസുഫും അയാളുടെ ധാരാളം സഹായികളും കൊല്ലപ്പെട്ടു. ബാക്കിയുള്ളവർ പിന്തിരിഞ്ഞോടി. നിരാശയോടെയാ ണെങ്കിലും ജബൽ കുടുംബക്കാർക്ക് കീഴടങ്ങേണ്ടിവന്നു. നേരത്തെ തീരുമാനിച്ച നറുക്കെടുപ്പ് നടത്താനായി അന്നു വൈകുന്നേരംതന്നെ തിരഞ്ഞെടുത്തു.

തെരുവിന്റെ തലയ്ക്കൽ സ്ഥിതി ചെയ്യുന്ന ജബലാവിയുടെ മാളികയ്ക്ക് മുന്നിലേക്ക് ഖാസിം, രിഫാഅ കോളനിയിലെ ആണും പെണ്ണുമായ സകലയാളുകളും വൈകുന്നേരത്തോടെ എത്തിച്ചേർന്നു. തെക്ക് കങ്കാണിയുടെ വീട് മുതൽ വടക്ക് നറുക്കെടുപ്പ് വിജയിക്ക് ലഭിക്കാൻ പോകുന്ന തെരുവ്ദാദയുടെ വീട് വരെ ആളുകൾ നിറഞ്ഞു കവിഞ്ഞു നിൽക്കുകയാണ്. സൻതൂരിയും അജ്ജാജും കൂട്ടാളികൾ ക്കൊപ്പം സ്ഥലത്തെത്തുകയും പരസ്പരം സമാധാനവും കരാറും സൂചി പ്പിക്കുന്നതരത്തിലുള്ള അഭിവാദ്യങ്ങൾ നേരുകയും ചെയ്തു. സർവ്വർക്കും മുന്നിൽവച്ച് ഇരുഗുണ്ടകളും കെട്ടിപ്പിടിച്ചു. തങ്ങളെത്തന്നെ ഉറ്റുനോക്കുന്ന എല്ലാ ആളുകളും കേൾക്കുന്ന ശബ്ദത്തിൽ അജ്ജാജ് പറഞ്ഞു:

"ഞാനും നീയും സഹോദരന്മാരാണ്. എന്തൊക്കെ സംഭവിച്ചാലും അതങ്ങനെതന്നെ തുടരുകയും ചെയ്യും!"

"എന്നുമെന്നും... ധീരന്മാരുടെ തലതൊട്ടപ്പാ..."

സൻതൂരിക്കും ആവേശം കയറി. രണ്ട് കോളനിക്കാരും അഭിമുഖ മായി നിന്നു, മാളികയുടെ ഗേറ്റിന് മുന്നിലുള്ള തുറസ്സായ ഇടത്തിന് ഇരു വശത്തുമായി. ഖാസിം, രിഫാഅ കോളനികളിൽപെട്ട രണ്ട് പുരുഷന്മാർ നറുക്കെടുക്കാനുള്ള മടക്കിയ കുറികൾ ഇട്ട ഒരു കൂടയുമായി മുന്നോട്ടു വന്നു. തുറസ്സായ ഇടത്തിന് മധ്യഭാഗത്തായി കൂടകൊണ്ട് വച്ചശേഷം രണ്ടാളുകളും തങ്ങളുടെ പക്ഷക്കാരുടെ അരികിലേക്ക് തിരിച്ചുപോയി. അജ്ജാജിന്റെ ചിഹ്നം ചുറ്റികയാണെന്നും സൻതൂരിയുടേത് ഇറച്ചി വെട്ടുന്ന കത്തിയുമാണെന്ന് അറിയിപ്പ് വന്നു. നറുക്കെടുപ്പിനുള്ള കുറികളിൽ പകുതിവീതം രണ്ടു ചിഹ്നങ്ങളും രേഖപ്പെടുത്തിയിട്ടുണ്ട്. നറുക്കെടുക്കാനായി കണ്ണ് കെട്ടിയൊരു ബാലനെ കൊണ്ടുവന്നു. അസ്വ സ്ഥത നിറഞ്ഞ ശാന്തതയിൽ ബാലൻ കൂടയ്ക്കുള്ളിലേക്ക് കൈയിട്ട് ഒരു കുറിയെടുത്തു. കണ്ണ് കെട്ടിയ നിലയിൽതന്നെ അവൻ കുറി തുറന്ന് ഉയർത്തിക്കാണിച്ചതും ഖാസിം കോളനിക്കാർ അലറിവിളിച്ചു:

“ഇറച്ചിവെട്ടുന്ന കത്തി... കത്തി...”

സൻതൂരി കൈനീട്ടിയതും പുഞ്ചിരിയോടെ അജ്ജാജും കൈ പിടിച്ചു കുലുക്കി. അതോടെ ആളുകൾ ഉറക്കെ ശബ്ദിക്കാൻ തുടങ്ങി:

“നമ്മുടെ തെരുവിന്റെ സംരക്ഷകനായ സൻതൂരി നീണാൾ വാഴട്ടെ!”

ഇതിനിടയിലാണ് രിഫാഅ കോളനിക്കാരുടെ പക്ഷത്തുനിന്നൊരാൾ വിടർത്തിപ്പിടിച്ച കൈകളുമായി സൻതൂരിയുടെ മുന്നിലേക്ക് ചെന്നത്. അയാളെ ആശ്ലേഷിക്കാനായി സൻതൂരിയും തയ്യാറായി. എന്നാൽ മിന്നൽവേഗതയിലാണ് അയാൾ തന്റെ കൈവശമുണ്ടായിരുന്ന കഠാര സൻതൂരിയുടെ നെഞ്ചിലേക്ക് സർവ്വശക്തിയുമുപയോഗിച്ച് കുത്തിയിറക്കിയത്. സൻതൂരി കുത്തേറ്റ് മുഖമടച്ച് നിലത്തേക്ക് വീണു. ഒരു നിമിഷം അമ്പരന്നുപോയ ഇരുകോളനിക്കാർക്കിടയിൽ പിന്നീട് നടന്നത് അലർച്ചയും ആക്രോശവും രക്തരൂക്ഷിതമായ പോരാട്ടവുമായിരുന്നു. അജ്ജാജിന് മുന്നിൽ പിടിച്ചുനിൽക്കാൻ ഖാസിം കോളനിക്കാർക്ക് സാധിച്ചില്ല. പരാജയഭീതി നിറയുന്നതിന് മുമ്പുതന്നെ ഖാസിം വിഭാഗക്കാർക്കിടയിൽ കുറേയാളുകൾ നിലംപതിച്ചുകഴിഞ്ഞിരുന്നു. ബാക്കിയുള്ളവർ പിന്തിരിഞ്ഞോടുകയും ചെയ്തു. അന്ന് സൂര്യനസ്തമിക്കുന്നതിന് മുമ്പുതന്നെ ആ തെരുവിന്റെയാകെ നിയന്ത്രണം അജ്ജാജിന്റെ കൈകളിലെത്തി. ഖാസിം കോളനിയിൽനിന്നും വിലാപങ്ങളുയർന്നപ്പോൾ രിഫാഅകളുടെ പ്രദേശത്തുനിന്നും കുരവയിടലുകൾ കേട്ടു. തങ്ങളുടെ ഗുണ്ടയും പിന്നെ തെരുവിന്റെയാകെ ദാദയുമായ അജ്ജാജിന് ചുറ്റും ആനന്ദനൃത്തമാടുകയാണ് രിഫാഅ കോളനിയിലുള്ളവർ.

“ശ്രദ്ധിക്കെടാ... ആട്ടിൻപറ്റമേ...”

അതിശയത്തോടെ ആളുകൾ ശബ്ദം കേട്ട ഭാഗത്തേക്ക് നോക്കി. കങ്കാണിയുടെ പാറാവുകാരൻ യൂനുസ് ആയിരുന്നത്. അയാൾക്ക് പിറകിലായി ചുറ്റും ഒരുകൂട്ടം സേവകരുമായി കങ്കാണിയുമുണ്ട്. ഇത് കണ്ടതും അജ്ജാജ് കങ്കാണിയുടെ അരികിലേക്ക് ചെന്നു.

“ഈ തെരുവിന്റെ സംരക്ഷകനായ അജ്ജാജിതാ വന്നിരിക്കുന്നു അങ്ങുന്നേ... താങ്കളുടെ സേവകൻ!”

എന്നാൽ അയാളെ തണുപ്പൻ രീതിയിലൊന്ന് തുറിച്ചുനോക്കിയ ശേഷം തെരുവിനെയാകെ വിഴുങ്ങിയിരിക്കുന്ന ഭീകരമായ നിശ്ശബ്ദതയെ ഭേദിക്കുമാറ് കങ്കാണി ഉറക്കെപ്പറഞ്ഞു:

“അജ്ജാജ്, ഈ തെരുവിലിനിയൊരു ദാദയും വേണ്ട. ഗുണ്ടാഭരണവും വേണ്ട.”

രിഫാഅ കോളനിക്കാരാകെ അന്തംവിട്ടുപോയി. അവരുടെ ചുണ്ടുകളിലുണ്ടായിരുന്ന വിജയവും ആനന്ദവും നിറഞ്ഞ പുഞ്ചിരികളാകെ കെട്ടുപോയിരിക്കുന്നു.

“കങ്കാണിയങ്ങുന്നേ, താങ്കളെന്താണുദ്ദേശിക്കുന്നത്?”

"ഇവിടെയിനി ഗുണ്ടകളും വേണ്ട. ഗുണ്ടകളുടെ ഭരണവും വേണ്ട. തെരുവ് സുരക്ഷിതത്വത്തോടെ ജീവിക്കട്ടെ."

കങ്കാണിയുടെ തുറന്നുപറച്ചിൽ കേട്ടതും അജ്ജാജ് പരിഹസിച്ചു.

"സുരക്ഷിതത്വമോ...?"

തന്റെ നേരെ പകയോടെ നോക്കുന്ന കങ്കാണിയോട് അജ്ജാജ് വീണ്ടും ചോദിച്ചു:

"അപ്പോൾ താങ്കളെയാര് സംരക്ഷിക്കും?"

അപ്പോഴേക്കും കങ്കാണിയുടെ ആളുകളുടെ കൈകളിൽനിന്നും അജ്ജാജിന്റെയും കൂട്ടരുടെയും നേർക്ക് കുപ്പികൾ പറന്നുവന്ന് വീഴാൻ തുടങ്ങി. വൻസ്ഫോടന ശബ്ദങ്ങൾക്കിടയിൽ വീടുകളുടെ ചുമരുകൾ പോലും വിറച്ചുപോയി. കുപ്പിച്ചില്ലുകളും പാറക്കല്ലുകളും തറച്ചുകയറി ആളുകളുടെ മുഖങ്ങളും കൈകാലുകളുമൊക്കെ മുറിഞ്ഞ് രക്തമൊഴുകാൻ തുടങ്ങി. പരുന്ത് കോഴിക്കുഞ്ഞുങ്ങളെ റാഞ്ചാനെത്തുന്നതുപോലെ ജനങ്ങളാകെ ഭീതിയിലായി. പതറിപ്പോയ രിഫാഅ കോളനിക്കാർക്ക് പിടിച്ചുനിൽക്കാനേ കഴിഞ്ഞില്ല. താഴെ വീണുപോയ അജ്ജാജിനേയും കൂട്ടരേയും കങ്കാണിയുടെ ആളുകൾ കൊലപ്പെടുത്തി. രിഫാഅകളുടെ പ്രദേശത്തുനിന്നും കൂട്ടക്കരച്ചിലുയർന്നപ്പോൾ ജബൽ, ഖാസിം കോളനിക്കാർ അതുകണ്ട് ആനന്ദിക്കുകയായിരുന്നു.

തെരുവിന്റെ മധ്യത്തിലേക്ക് വന്ന പാറാവുകാരൻ യൂനുസ് ആളുകളോട് ശ്രദ്ധിക്കാൻ ആവശ്യപ്പെട്ടതും സർവ്വരും നിശ്ശബ്ദരായി.

"ഹേ തെരുവ്വാസികളേ... കങ്കാണിയങ്ങുന്നിന്റെ കരുണയാൽ നിങ്ങൾക്കിനി ആനന്ദവും സുരക്ഷിതത്വവും ലഭിക്കും. ദൈവം അദ്ദേഹത്തിന് ദീർഘായുസ്സ് നൽകട്ടെ. ഇന്നു മുതൽ നിങ്ങളെ ഒരു ഗുണ്ടയും ആക്രമിക്കാൻ വരില്ല. പണം കവരാനും വരില്ല!"

ആളുകളുടെ അപ്പോഴത്തെ സന്തോഷാരവം ആകാശംമുട്ടെ ഉയർന്നു കേൾക്കാമായിരുന്നു.

നൂറ്റിയെട്ട്

അങ്ങനെയൊരു രാത്രി അറഫയും കുടുംബവും രിഫാഅ കോളനിയിലെ നിലവറയിൽനിന്നും മാളികയുടെ വലതുഭാഗത്തായി സ്ഥിതിചെയ്യുന്ന തെരുവ്ദാദമാർ താമസിക്കാറുള്ള വീട്ടിലേക്ക് താമസം മാറ്റി. കങ്കാണിയുടെ ഉത്തരവായിരുന്നതിനാൽ ലംഘിക്കാനാകില്ലല്ലോ? സ്വപ്നം പോലൊരു വാസസ്ഥലത്താണ് അവരെത്തിച്ചേർന്നത്. പക്ഷികൾ പാടുന്ന പൂന്തോട്ടത്തിലും മനോഹരമായ അകത്തളത്തിലും മട്ടുപ്പാവിലും സ്വീകരണമുറിയിലും ഉറക്കറകളിലും വിശ്രമമുറിയിലും രണ്ടാംനിലയിലെ ഭക്ഷണം കഴിക്കുന്ന സ്ഥലത്തും മേൽക്കൂരയിലുമൊക്കെ ചുറ്റിനടന്നു

കണ്ടു. മേൽക്കൂരയുടെ ചുമരുകളിലും കോണുകളിലുമൊക്കെ നിറയെ കോഴിക്കൂടുകളും മുയലിന്റെയും പ്രാവുകളുടെയും കൂടുകളുമാണ്. ഇതാദ്യമായിട്ടായിരിക്കും വിലപിടിച്ച വസ്ത്രങ്ങൾ ധരിക്കുന്നതും ശുദ്ധ വായു ശ്വസിക്കുന്നതും മികച്ച സുഗന്ധം പുരട്ടാനാകുന്നതുമൊക്കെ.

“ഇതൊരു ചെറിയ മാളിക തന്നെയാണ്. രഹസ്യങ്ങളില്ലെന്നേയുള്ളൂ.”

അറഫയുടെ വാക്കുകൾ കേട്ടതും ഹനശ് തിരക്കി:

“അപ്പോൾ നിങ്ങളുടെ മാന്ത്രികവിദ്യയുടെ കാര്യമോ? അതിനെ രഹസ്യമായി കരുതാനാകില്ലേ?”

“ഇതുപോലൊരു സ്ഥലം സ്വപ്നം കാണാൻപോലും ആർക്കുമാകില്ല കേട്ടോ?”

അവാതിഫിന്റെ കണ്ണുകളിൽ പരിഭ്രമം കാണാമായിരുന്നു.

മൂന്നുപേരുടെയും രൂപവും നിറവും ഗന്ധവുമൊക്കെ പെട്ടെന്നുതന്നെ മാറിമറിഞ്ഞു. താമസമാരംഭിച്ച് കഴിഞ്ഞതോടെ സ്ത്രീകളും പുരുഷ ന്മാരുമായ കുറെയാളുകൾ അവരെ കാണാനെത്തി. ഒരാൾ പാറാവുകാര നാണത്രേ. രണ്ടാമൻ പാചകക്കാരൻ. മൂന്നാമൻ പൂന്തോട്ടക്കാരൻ. പിന്നെ ഒരു വളർത്തുമൃഗപരിപാലകനും കുറെ പരിചാരകരും വേറെ. അറഫ യാകെ അന്തംവിട്ടുപോയി.

“നിങ്ങളോടാരാ ഇങ്ങോട്ട് വരാൻ പറഞ്ഞത്?”

“കങ്കാണിയങ്ങുന്ന്.”

മറ്റുള്ളവർക്കായി പാറാവുകാരനാണ് മറുപടി പറഞ്ഞത്. ഒട്ടും വൈകാതെ കങ്കാണിയെ കാണാൻ അറഫയെ വിളിപ്പിച്ചു. പെട്ടെന്നു തന്നെ അറഫ കങ്കാണിയുടെ വീട്ടിലെത്തി. സ്വീകരണമുറിയുടെ ഇരി പ്പിടത്തിൽ അടുത്തടുത്തിരിക്കുമ്പോൾ കങ്കാണി ഖദ്‌രി പറഞ്ഞു:

“അറഫാ, നമുക്കിനി ഇടയ്ക്കിടയ്ക്ക് ഇങ്ങനെ കാണേണ്ടിവരും. ഇവിടേക്ക് വിളിക്കുന്നത് ശല്യമൊന്നുമാകില്ലല്ലോ, അല്ലേ?”

സത്യത്തിൽ ഈ സംഗമവും ആ സ്ഥലവും കങ്കാണിയുടെ സാന്നിധ്യ വുമൊക്കെ ആകെ അസ്വസ്ഥനാക്കിയെങ്കിലും പുഞ്ചിരിയോടെ അറഫ മറുപടി പറഞ്ഞു:

“താങ്കളെ കാണുന്നതിൽ സന്തോഷമേയുള്ളൂ.”

“നിന്റെ മാന്ത്രികവിദ്യയാണ് നമ്മെയെല്ലാം സന്തുഷ്ടരാക്കിയത്. നിനക്ക് വീടിഷ്ടപ്പെട്ടോ?”

“സ്വപ്നങ്ങളെക്കാൾ വലിയൊരു വീടല്ലേ? പ്രത്യേകിച്ച് ഞങ്ങളെ പ്പോലെ ദരിദ്രരായ ആളുകളുടെ സ്വപ്നങ്ങളിൽപോലുമില്ലാത്ത സൗകര്യ ങ്ങൾ. പിന്നെ ധാരാളം പരിചാരകരും വീട്ടിലെത്തി.”

അല്പം ലജ്ജയോടെയുള്ള അറഫയുടെ വാക്കുകൾ കേട്ടതും അയാളുടെ മുഖത്തേക്കുതന്നെ കങ്കാണി ഉറ്റുനോക്കി.

"അവർ എന്റെയാളുകളാണ്. നിങ്ങളെ സേവിക്കാനും സംരക്ഷണം നൽകാനുമായി ഞാനാണവരെ അങ്ങോട്ടയച്ചത്."

"എനിക്ക് സംരക്ഷണം നൽകാനോ?"

ഖദ്രി പൊട്ടിച്ചിരിച്ചു.

"അതെ! നിങ്ങൾ ഇങ്ങോട്ട് താമസം മാറ്റിയത് തെരുവിലാകെ സംസാരവിഷയമായത് അറിഞ്ഞില്ലേ? മാന്ത്രികക്കുപ്പികൾ ഉണ്ടാക്കിയത് നീയാണെന്ന് ആളുകൾ അടക്കം പറയുന്നുണ്ട്. ഗുണ്ടകളുടെ ആളുകൾ പ്രതികാരം ചെയ്യാനാഗ്രഹിക്കുന്നുണ്ടാകും. മറ്റുള്ളവർക്ക് അസൂയയുമുണ്ടാകും. അതിനാൽതന്നെ നിനക്ക് ചുറ്റും അപകടം പതിയിരിപ്പുണ്ട്. അതിനാൽ ആരേയും കണ്ണടച്ച് വിശ്വസിക്കരുതെന്ന് ഉപദേശിക്കുകയാണ്. വീട്ടിൽനിന്നും തനിച്ച് പുറത്തേക്ക് പോകുകയോ ദൂരെയാത്ര നടത്തുകയോ ചെയ്യരുത്."

അറഫയുടെ മുഖം കറുത്തുപോയി. കടുത്ത പകയും വെറുപ്പും വലയംചെയ്ത വെറും തടവുകാരനായി മാറിയിരിക്കുകയാണ് താനിപ്പോൾ.

"പക്ഷേ ഭയപ്പെടേണ്ട. എന്റെ ആളുകൾ നിനക്ക് ചുറ്റുമുണ്ടാകും. നിന്റെ വീട്ടിലും പിന്നെ എന്റെ ഈ വീട്ടിലുമായി ഇഷ്ടമുള്ള ജീവിതം ആസ്വദിച്ചുകൊള്ളുക. നിനക്ക് ആകെക്കൂടി നഷ്ടപ്പെടാനുള്ളത് മരുഭൂമിയും പാഴിടങ്ങളും മാത്രമായിരിക്കും. അജ്ജാജിനെ കൊന്ന അതേ ആയുധംകൊണ്ടാണ് സഅദുല്ലയും കൊല്ലപ്പെട്ടതെന്ന് തെരുവിലുള്ളവർ പറയുന്ന കാര്യം മറക്കരുത്. സഅദുല്ലയുടെ വീട്ടിലേക്ക് നുഴഞ്ഞുകയറിയ ആൾ അതേ രീതിയിലാണ് മുമ്പ് ജബലാവിയുടെ മാളികയിലേക്കും കടന്നുകയറിയത്. അപ്പോൾ അജ്ജാജിന്റെയും സഅദുല്ലയുടെയും ജബലാവിയുടെയും കൊലയാളി ഒരേയൊരാളാണ്. മാന്ത്രികനായ അറഫ."

"ഇതെന്റെ തലയിൽ പതിച്ച വല്ലാത്ത ശാപമാണല്ലോ?"

"എന്റെ സംരക്ഷണയിലും എന്റെയാളുകൾ ചുറ്റുമുള്ള കാലത്തോളവും നീ പേടിക്കേണ്ട."

എടോ നീചാ, താനെന്നെ തടങ്കലിലാക്കിയല്ലേ? തന്നെപ്പോലെയുള്ള ആളുകളുടെ കഥ കഴിക്കാനാണ് അല്ലാതെ സേവിക്കാനല്ല ഞാൻ മാന്ത്രികവിദ്യ ഉപയോഗിക്കാനാഗ്രഹിച്ചത്. എന്നാൽ ഞാൻ സ്നേഹിച്ചിരുന്നവരും രക്ഷിക്കാനാഗ്രഹിച്ചവരുമൊക്കെ ഇന്നെന്നെ വെറുപ്പോടെ നോക്കുന്നു. അവരിലൊരാളുടെ കൈകൊണ്ടാകും മിക്കവാറും എന്റെ അന്ത്യവും.

"ഭൂസ്വത്തിന്റെ വരുമാനത്തിൽനിന്നും ഗുണ്ടകൾക്ക് നൽകിയിരുന്ന വിഹിതം ജനങ്ങൾക്കിടയിൽ വിതരണം ചെയ്താൽ പോരേ? അതോടെ ജനത്തിന് എന്നോടും താങ്കളോടും സ്നേഹം ജനിക്കുമല്ലോ?"

ഖദ്രി പരിഹാസത്തോടെ പൊട്ടിച്ചിരിച്ചു.

"പിന്നെന്തിനാ ഈ ഗുണ്ടകളുടെയൊക്കെ കഥ നാം കഴിച്ചത്?"

അറഫയെ തുറിച്ചുനോക്കിക്കൊണ്ട് കങ്കാണി തുടർന്നുപറഞ്ഞു:

"ഇവരെ തൃപ്തിപ്പെടുത്താനൊരു മാർഗം തേടുകയാണല്ലേ നീ? അക്കാര്യം മറന്നേക്കുക. എന്നെപ്പോലെ നിന്നെ വെറുക്കുന്നവരുമായി ഇടപഴകുക. പിന്നെ നിന്റെ യഥാർത്ഥ സുരക്ഷ എനിക്ക് നിന്നിലുള്ള വിശ്വാസത്തിലാണെന്ന കാര്യം മറക്കാതിരിക്കുക."

"ഞാൻ എന്നുമെന്നും താങ്കളുടെ സേവകൻ തന്നെയായിരിക്കും."

ഗത്യന്തരമില്ലാതെ അറഫ പറഞ്ഞു.

മേൽക്കൂരയിലേക്ക് നോക്കി അതിലുള്ള ആഡംബര അലങ്കാരങ്ങളെക്കുറിച്ച് ചിന്തിക്കുന്നതുപോലെ നിന്നശേഷം വീണ്ടും അറഫയെ നോക്കി കങ്കാണി പറഞ്ഞു:

"പുതിയ ജീവിതസുഖങ്ങളൊന്നും നിന്നെ മാന്ത്രികവിദ്യയിൽനിന്നും തടയരുതെന്നാണ് ഞാൻ ആഗ്രഹിക്കുന്നത്."

അറഫ ശരിയെന്ന മട്ടിൽ തലകുലുക്കി.

"കഴിയുന്നത്ര മാന്ത്രികക്കുപ്പികൾ നീ ഇനിയും ഉണ്ടാക്കണം."

"അതിന് ഇപ്പോൾ കൈയ്യിലുള്ളതിനേക്കാൾ കൂടുതൽ കുപ്പികളുടെ ആവശ്യം താങ്കൾക്കില്ലല്ലോ?"

അറഫയുടെ ജാഗ്രതയോടെയുള്ള ചോദ്യം കേട്ടതും തികട്ടിവന്ന വിദ്വേഷം മറച്ചുവച്ച് കങ്കാണി പുഞ്ചിരിച്ചു.

"കൂടുതൽ എണ്ണം തയ്യാറാക്കി കൈയിൽ കരുതുന്നതല്ലേ ബുദ്ധി?"

അറഫ മറുപടിയൊന്നും പറഞ്ഞില്ല. അയാളാകെ നിരാശനാണ്. ഇയാൾക്ക് തന്റെ ആവശ്യം വീണ്ടും ഇത്ര പെട്ടെന്നുണ്ടായല്ലോ എന്ന തിശയിച്ചുപോയി.

"കങ്കാണി അങ്ങുന്നേ, ഞാനിവിടെ താമസിക്കുന്നത് അങ്ങേക്കൊരു ബുദ്ധിമുട്ടാവുമെങ്കിൽ തിരിച്ചുവരാതെ എങ്ങോട്ടെങ്കിലും പോകാൻ അനുവാദം തന്നാൽ മതി."

"താനെന്താ ഈ പറയുന്നത്?"

കങ്കാണി ആകെ അസ്വസ്ഥനായതുപോലെ തോന്നി. അറഫയാകട്ടെ ഖദ്രിയുടെ നേർക്ക് നോക്കി തുറന്നുതന്നെ പറഞ്ഞു:

"താങ്കൾക്ക് എന്നെ എത്രമാത്രം ആവശ്യമുണ്ടോ അതിനനുസരിച്ചായിരിക്കും എന്റെ ജീവിതമെന്ന് നല്ലതുപോലെയറിയാം."

കങ്കാണി പൊട്ടിച്ചിരിച്ചു.

"നിന്റെ ബുദ്ധിശക്തിയെ ഞാൻ വിലകുറച്ച് കാണുന്നുവെന്നൊന്നും കരുതേണ്ട. നീ വളരെ നല്ല രീതിയിലാണ് ചിന്തിക്കുന്നതെന്ന് എനിക്കറിയാം. എന്നാൽ മാന്ത്രികക്കുപ്പികൾ ഉണ്ടാക്കുന്നതിൽ മാത്രമാണ്

എനിക്ക് നിന്നെ ആവശ്യമുള്ളതെന്ന് എന്താ കരുതിയത്? നിന്റെ മാന്ത്രിക വിദ്യയ്ക്ക് വേറെയും അദ്ഭുതങ്ങൾ സൃഷ്ടിക്കാനുള്ള കഴിവില്ലേ?"

എന്നാൽ അറഫ താൻ നേരത്തെ പറഞ്ഞ കാര്യം കർക്കശമായി തുടർന്ന് പറയാനാണ് ശ്രമിച്ചത്.

"ഞാൻ താങ്കൾക്ക് ചെയ്തുതന്ന സേവനങ്ങളുടെ വിവരങ്ങളൊക്കെ പ്രചരിപ്പിക്കുന്നത് താങ്കളുടെയാളുകളാണ്. എനിക്കക്കാര്യത്തിൽ ഒരു സംശയവുമില്ല. എന്നാൽ താങ്കൾക്ക് ജീവിച്ചിരിക്കാൻ എന്റെ ആവശ്യ മുണ്ടെന്ന കാര്യം മറക്കാൻ പാടില്ല!"

കങ്കാണി മുഖംചുളിച്ചെങ്കിലും അറഫ തുടർന്നു പറഞ്ഞു:

"താങ്കൾക്കിപ്പോൾ ഗുണ്ടകളുടെ സംരക്ഷണമൊന്നുമില്ല. ഈ കുപ്പികൾ മാത്രമാണ് ആകെയുള്ള ശക്തി. എന്നാൽ എന്തെങ്കിലും ചെയ്യാൻ മാത്രമുള്ള ശക്തി നൽകുന്ന അത്ര എണ്ണം കുപ്പികൾ കൈയി ലില്ലതാനും. ഞാനെങ്ങാനും ഇന്ന് മരിച്ചാൽ നാളെയോ മറ്റന്നാളോ താങ്കൾക്കും എന്റെ പിന്നാലെ വരേണ്ടിവരും."

പെട്ടെന്നാണ് കങ്കാണി ഒരു വന്യമൃഗത്തെപ്പോലെ അറഫയുടെ അരികിലേക്ക് പാഞ്ഞുവന്ന് അയാളുടെ കഴുത്തിൽ പിടിമുറുക്കിയത്. ശരീരം വിറയ്ക്കുന്ന അവസ്ഥയോളം പിടിമുറുകിക്കൊണ്ടേയിരുന്നു. പിന്നീട് അതേ വേഗതയിൽ പിടി അയയുകയും ചെയ്തു. പിൻവാങ്ങിയ കങ്കാണി വൈമനസ്യത്തോടെയാണെങ്കിലും പുഞ്ചിരിച്ചു.

"നോക്കൂ... നിന്റെ അധികപ്രസംഗം നടത്തുന്ന നാവ് കാരണം എനിക്കെന്താണ് ചെയ്യേണ്ടി വന്നതെന്ന്? നമ്മൾ വഴക്കിടേണ്ട യാതൊരു കാരണവുമില്ലായിരുന്നു. വിജയം ആസ്വദിച്ചുകൊണ്ട് സമാധാനത്തോടെ ജീവിക്കാൻ കഴിയുന്നവരാണ് നാം."

ഞെട്ടലിൽനിന്നും മുക്തനാകാനായി അറഫ ആഴത്തിൽ ശ്വാസം വലിച്ചുവിടുന്നതിനിടയിലും കങ്കാണി തുടർന്നുപറഞ്ഞു:

"ഞാൻ നിന്റെ ജീവനെടുക്കുമെന്ന ഭയമേ വേണ്ട. ഞാനെന്റെ സ്വന്തം പോലെ നിന്നെ സംരക്ഷിച്ചുകൊള്ളാം. ജീവിതമാസ്വദിച്ചുകൊള്ളുക. ഒപ്പം നമുക്കൊരുമിച്ച് ഫലം കൊയ്യാനാകുന്ന മാന്ത്രികവിദ്യയുടെ കാര്യം മറക്കാതിരിക്കുക. നമ്മിലൊരാൾ മറ്റേയാളെ വഞ്ചിക്കുന്നപക്ഷം നാം സ്വന്തത്തെ തന്നെയാണ് വഞ്ചിക്കുന്നതെന്ന് മനസ്സിലാക്കുക."

പുതിയ വീട്ടിലേക്ക് തിരികെ എത്തിയ അറഫ കങ്കാണിയുമായി നടന്ന സംഭാഷണത്തിന്റെ വിവരങ്ങൾ അറിയിച്ചതോടെ ഭാര്യയുടെയും സുഹൃത്തിന്റെയും മുഖങ്ങളിൽ മുഷിച്ചിൽ നിറഞ്ഞു. തങ്ങളുടെ പുതു ജീവിതത്തിൽ അവർക്ക് ശരിക്കുള്ള സുരക്ഷിതത്വബോധമാകെ നഷ്ട മായിക്കഴിഞ്ഞതായാണ് തോന്നിയത്. എന്നാൽ രുചികരമായ ഭക്ഷണ പദാർത്ഥങ്ങളും പാകം വന്ന പഴകിയ മദ്യവും നിരത്തിയ തീൻമേശയ്ക്കു

ചുറ്റും അത്താഴം കഴിക്കാനിരുന്നതോടെ അവർ തങ്ങളെ ആശങ്കാകുല രാക്കുന്ന കാര്യങ്ങളൊക്കെ മറക്കാൻ ശ്രമിച്ചു. ഇതാദ്യമായിട്ടായിരിക്കും അവിടെ എത്തിയശേഷം അറഫയുടെ ചിരിക്കുന്ന ശബ്ദം കേൾക്കുന്നത്. അതുപോലെ ഹനശിന്റെ ദേഹം പൊട്ടിച്ചിരിക്കുമ്പോൾ ഒന്ന് കുലുങ്ങു ന്നത്. സാഹചര്യങ്ങൾ ആവശ്യപ്പെടുന്നതുപോലെതന്നെ അവർ പുതിയ ജീവിതം നയിക്കാൻ തുടങ്ങി.

മാന്ത്രികവിദ്യയ്ക്കായി തയ്യാറാക്കിയ അകത്തളത്തിന് പുറകിലുള്ള മുറിയിലിരുന്ന് അറഫയും ഹനശും തങ്ങളുടെ ജോലിയും തുടർന്നു. ഒപ്പം വളരെ ശ്രദ്ധയോടെ മാന്ത്രികവിദ്യയുമായി ബന്ധപ്പെട്ട വിവരങ്ങൾ ഒരു കൈപ്പുസ്തകത്തിൽ രേഖപ്പെടുത്തുകയും ചെയ്തുകൊണ്ടിരുന്നു. എന്നാൽ ഇക്കാര്യം അവർ രണ്ടുപേരുമല്ലാതെ വേറൊരാൾപോലും അറിഞ്ഞിരുന്നില്ല.

ഒരിക്കൽ ജോലിത്തിരക്കിനിടയിൽ ഹനശ് അറഫയോട് ചോദിച്ചു:

“വല്ലാത്ത തടങ്കലിൽതന്നെയാണല്ലേ നാം?”

“പതുക്കെപ്പറയ്. ചുവരുകൾക്കുപോലും ചെവികളുണ്ടാകും!”

പകയോടെ വാതിലിന് നേർക്ക് നോക്കിയശേഷം ഹനശ് മന്ത്രിക്കു ന്നതുപോലെ പറഞ്ഞു:

“അയാളറിയാതെ നമുക്ക് വേറൊരു പുതിയ ആയുധം ഉണ്ടാക്കാൻ കഴിയില്ലേ? അങ്ങനെ അയാളുടെ ശല്യമില്ലാതാക്കാമല്ലോ?”

“പക്ഷേ ഈ പരിചാരകന്മാർ ചുറ്റുമുള്ളതിനാൽ നമുക്കത് രഹസ്യ മായി പരീക്ഷിച്ച് നോക്കാൻ കഴിയില്ലല്ലോ? നമ്മുടെ സർവ്വനീക്കങ്ങളും അയാളറിയുന്നുണ്ട്. ഇനി നാം അയാളുടെ കഥ കഴിച്ചാൽ തെരുവിലെ നമ്മുടെ രക്തം കൊതിക്കുന്ന ആളുകളുടെ ഇരയായിത്തീരും നാം. ഒന്ന് ചെറുത്തുനിൽക്കാൻപോലും കഴിയുകയില്ല.”

“പിന്നെന്തിനാ നിങ്ങളിങ്ങനെ കഠിനാധ്വാനം ചെയ്യുന്നത്?”

“ഈ ജോലിയല്ലാതെ എനിക്ക് വേറൊന്നും ചെയ്യാനില്ലല്ലോ?” അറഫ നെടുവീർപ്പോടെ പറഞ്ഞു.

വൈകുന്നേരങ്ങളിൽ അറഫ കങ്കാണിയുടെ വീട്ടിലേക്ക് പോകും. അവിടെ അയാൾക്കൊപ്പമിരുന്ന് മദ്യപിക്കും. പിന്നെ രാത്രി സ്വന്തം വീട്ടിലേക്ക് തിരികെയെത്തുമ്പോൾ തോട്ടത്തിലോ തടിമറ വച്ച് വേർതിരിച്ച ഏതെങ്കിലും മുറിയിലോ ഹനശ് ഒരു കഞ്ചാവ്പുര തയ്യാറാക്കിയിട്ടു ണ്ടാകും. ശേഷം അവിടെ ഇരുന്ന് രണ്ടുപേരും ചേർന്ന് പുകവലിക്കും. അറഫ മുമ്പ് കഞ്ചാവ് വലിക്കാറേ ഉണ്ടായിരുന്നില്ല. എന്നാൽ ഒഴുക്കി നൊപ്പം അയാളും നീന്തുകയാണിപ്പോൾ. വിരസത കാരണം എല്ലാം ശീലിച്ചു. എന്തിനേറെ അവാതിഫ് പോലും ഇക്കാര്യങ്ങൾ മനസ്സിലാക്കി യിരുന്നു. വിരസതയും ഭയവും നിരാശയും പാപബോധവും ഒക്കെ മറന്നേ തീരൂ അവർക്കെല്ലാം. ഒപ്പം കഴിഞ്ഞകാലത്ത് മനസ്സിൽ കൊണ്ടുനടന്ന

വലിയ പ്രതീക്ഷകളേയും മറക്കണമല്ലോ? എങ്കിലും അറഫയ്ക്കും ഹനശിനും പണിപ്പുരയിൽ ജോലിയുണ്ടായിരുന്നു.

പക്ഷേ അവാത്വിഫിന് മാത്രം ഒരു ജോലിയും ചെയ്യാനുണ്ടായിരുന്നില്ല. മടുക്കുവോളം ഭക്ഷണം കഴിക്കുകയും വിരസമാകുന്നിടത്തോളം ഉറങ്ങുകയും ചെയ്യും. മണിക്കൂറുകളോളം തോട്ടത്തിനുള്ളിൽ ചെന്നിരുന്ന് അവിടത്തെ സൗന്ദര്യരൂപങ്ങളൊക്കെ കണ്ടാസ്വദിക്കും. പണ്ട് അദ്ദേഹം കൊതിച്ചിരുന്ന ജീവിതമാണല്ലോ താൻ ആസ്വദിച്ചുകൊണ്ടിരിക്കുന്നതെന്ന് ഓർത്തുപോകും. എത്ര വിരസമായ ജീവിതമാണിത്. ഇതുപോലൊരു ജീവിതം നഷ്ടപ്പെട്ടതിന്റെ പേരിൽ ആരെങ്കിലും ഖേദിക്കുമോ? ചുറ്റും ശത്രുതയും പകയും നിറഞ്ഞൊരു കാരാഗൃഹമല്ലാതിരുന്നെങ്കിൽ ഒരു പക്ഷേ അവൾക്കും അങ്ങനെയൊക്കെ തോന്നിയേനേ. എന്നാൽ വെറുപ്പ് നിറഞ്ഞ ഈ കാരാഗൃഹത്തിൽ അവൾക്ക് കഴിഞ്ഞേ തീരൂ. കഞ്ചാവ് ഹുക്ക വലിക്കുകയല്ലാതെ പിന്നെ രക്ഷപ്പെടാനൊരു മാർഗ്ഗവുമില്ല.

ഒരു ദിവസം കങ്കാണിയുടെ വീട്ടിൽനിന്നും ഭർത്താവ് തിരിച്ചുവരാൻ വൈകിയപ്പോൾ തോട്ടത്തിൽ ചെന്ന് കാത്തിരിക്കാമെന്ന് കരുതി. രാത്രി ഒരു സാർത്ഥവാഹകസംഘത്തെപ്പോലെ കടന്നുവരികയാണ്. അതിന് മുന്നിൽ നീങ്ങുന്ന ഒട്ടകത്തെപ്പോലെ ചന്ദ്രനെയും കാണാം. മരച്ചില്ലകളുടെ ഒച്ചയും തവളകളുടെ കരച്ചിലും കേൾക്കാം.

ഗേറ്റ് തുറക്കുന്ന ശബ്ദം കേട്ടതും കയറിവരുന്നയാളിനെ സ്വീകരിക്കാനായി അവാത്വിഫ് തയ്യാറായി. എന്നാൽ നിലവറയുടെ ഭാഗത്തുനിന്നും വസ്ത്രം അനങ്ങുന്ന ശബ്ദം കേട്ടതും ചെവിയോർത്തുനോക്കി. അപ്പോഴാണ് ചന്ദ്രന്റെ പ്രഭയിൽ ഒരു വേലക്കാരിപ്പെണ്ണിന്റെ രൂപം കണ്ണിൽപ്പെട്ടത്. അവാത്വിഫിന്റെ സാന്നിധ്യം തിരിച്ചറിയാതെ നിലവറയ്ക്കകത്ത് നിന്നും ഗേറ്റിന് നേരെ നീങ്ങുകയായിരുന്നു ആ രൂപം. പിന്നാലെ ആടിയാടി അറഫയുമെത്തി. മട്ടുപ്പാവിൽനിന്നും പുറത്തേക്ക് നീളുന്ന ചുമരിന്റെ ഭാഗത്തേക്ക് തിരിഞ്ഞ വേലക്കാരിയുടെ പിന്നാലെ അറഫയും നീങ്ങി. ചന്ദ്രന്റെ വെളിച്ചം വീഴാത്ത ചുമരിന്റെ നിഴലിലേക്ക് അവരിരുവരും നടന്നുമറയുന്നത് അവാത്വിഫ് നോക്കിനിന്നു.

നൂറ്റിയൊമ്പത്

ജബലാവി തെരുവിലെ ഏതൊരു സ്ത്രീയും ചെയ്യുന്നതുപോലെ അവാത്വിഫും പൊട്ടിത്തെറിച്ചുപോയി. ഒരു സിംഹത്തെപ്പോലെയാണ് അവൾ ചാടിവീണത്. അറഫയുടെ തലയിൽ ആഞ്ഞടിച്ചതും അമ്പരപ്പോടെ നിന്ന് ചാഞ്ചാടിയശേഷം സമനിലതെറ്റി അയാൾ നിലത്തേക്ക് വീണു. അവാത്വിഫ് വേലക്കാരിയുടെ കഴുത്തിൽ മാന്തിയശേഷം തലയിൽ ശക്തിയോടെ ഇടിച്ചു. രാത്രിയുടെ നിശ്ശബ്ദതയെ ഭേദിക്കുമാറ് വേലക്കാരിപ്പെണ്ണിന്റെ നിലവിളി ഉയർന്നുകേട്ടു. വീണുകിടക്കുന്നയിടത്തുനിന്ന്

എഴുന്നേറ്റെങ്കിലും പോര് നടക്കുന്ന ഇടത്തേക്ക് പോകാനുള്ള ധൈര്യം അറഫയ്ക്ക് കിട്ടിയില്ല.

ഹനശും പിന്നാലെ കുറേ സേവകരും ഓടിയെത്തി. എന്നാൽ കാര്യത്തിന്റെ ഗൗരവം മനസ്സിലായതോടെ വേലക്കാരോട് തിരികെ പോകാൻ ആവശ്യപ്പെട്ടശേഷം കഴിയുന്നത്ര മികവോടെ രണ്ടു സ്ത്രീകളേയും അകറ്റി നിർത്തി. അവാത്വിഫിനെ വീടിനുള്ളിലേക്ക് കൂട്ടിക്കൊണ്ടുപോയി. അതിനിടയിൽ കടുത്ത ശാപവാക്കുകളും അസഭ്യങ്ങളും ചൊരിയുകയായിരുന്നു അവാത്വിഫ്. അറഫയാകട്ടെ മരുഭൂമിക്ക് അഭിമുഖമായി തടി മറവച്ച് വേർതിരിച്ച കഞ്ചാവ്പുരയിലേക്ക് ചെന്നശേഷം അവിടെ കിടന്ന മെത്തയിലേക്ക് ചെന്നുവീണു. കാലുകൾ നീട്ടിവച്ചശേഷം അർദ്ധബോധാവസ്ഥയിൽ ചുമരിൽ തല ചേർത്തുവച്ച് കിടന്നു.

അല്പം കഴിഞ്ഞതും ഹനശും ആ മുറിയിലേക്ക് വന്നു. ഒന്നും പറയാതെ കഞ്ചാവ് പുകയ്ക്കുന്ന അടുപ്പിന് മുന്നിൽ ചെന്നിരുന്നു. അറഫയുടെ നേർക്ക് ഒന്നു നോക്കിയശേഷം ഹനശ് നിലത്തേക്ക് കുനിഞ്ഞിരുന്നു. പിന്നെ നിശ്ശബ്ദതയെ ഭേദിക്കുമാറ് അയാൾ പറഞ്ഞു:

“ഇങ്ങനെയൊരു അപവാദംകൂടി സംഭവിക്കാനേ ബാക്കിയുണ്ടായിരുന്നുള്ളൂ.”

അപമാനഭാരത്തോടെ അറഫയുടെ കണ്ണുകൾ ഹനശിന് നേർക്ക് നോക്കുകയായിരുന്നു.

“തീ കത്തിക്ക്!”

നേരം ഏതാണ്ട് പുലരുന്നതുവരെ അവർ രണ്ടുപേരും അവിടെത്തന്നെ ഇരുന്നു. ആ വേലക്കാരിപ്പെണ്ണ് സ്ഥലംവിട്ടതും പുതിയൊരാളെ പകരം നിയമിച്ചു. തനിക്കു ചുറ്റുമുള്ള അന്തരീക്ഷമാകെ ഒന്നൊന്നായി വഴുതിപ്പോകുന്നുവോ എന്ന് അവാത്വിഫിന് തോന്നിപ്പോയി. അതോടെ ഭർത്താവിന്റെ ഓരോ പ്രവർത്തനത്തിനും പിന്നിൽ എന്തെങ്കിലും ദുഷ്ടലാക്കുണ്ടാകുമെന്ന് കരുതാൻ തുടങ്ങി. ജീവിതമാകെ നരകമായി മാറിയിരിക്കുന്നു. ഭീതി നിറഞ്ഞ ഈ കാരാഗൃഹത്തിൽ ആകെക്കൂടിയുണ്ടായിരുന്ന ഏക ആശ്വാസംകൂടി നഷ്ടപ്പെട്ടിരിക്കുന്നു. ഇതിപ്പോൾ തന്റെ വീടല്ല. ഇയാൾ ഭർത്താവുമല്ല. പകലിതൊരു കാരാഗൃഹമാണെങ്കിൽ രാത്രി വേശ്യാലയമാണിത്. താൻ സ്നേഹിച്ചിരുന്ന അറഫ ഇപ്പോഴെവിടെയാണ്? തന്നെ വിവാഹം ചെയ്യാനായി ഗുണ്ടയായ സൻതൂരിയെ വെല്ലുവിളിച്ച മനുഷ്യൻ. തെരുവിനുവേണ്ടി ഒന്നിലധികം തവണ സ്വന്തം ജീവിതം പണയംവച്ചയാൾ. ചിലപ്പോഴൊക്കെ കവികൾ പാടിപ്പുകഴ്ത്തുന്നതുപോലൊരാളാണ് തന്റെ ഭർത്താവ് എന്നും തോന്നിയിട്ടുണ്ട്. എന്നാൽ ഇന്നയാൾ കങ്കാണി ഖദ്‌രിയെയും കൊല്ലപ്പെട്ട ഗുണ്ട സഅദുല്ലയെയും പോലൊരു തെമ്മാടി മാത്രമാണ്. അയാൾക്കൊപ്പം ഇനി ജീവിക്കുന്നത് അവസാനിക്കാത്ത പീഡനം തന്നെയായിരിക്കും. ഉറക്കം പോലും കെടുത്തുന്ന ഭീതിയുമായിരിക്കുമത്.

ഒരു ദിവസം രാത്രി കങ്കാണിയുടെ അരികിൽനിന്നും തിരികെ എത്തിയ അറഫയ്ക്ക് അവാത്വിഫിന്റെ പൊടിപോലും വീട്ടിൽ കാണാനായില്ല. വൈകുന്നേരം അവൾ വീട്ടിൽ നിന്നിറങ്ങിപ്പോകുന്നത് കണ്ടെന്നും ഇതുവരെ തിരികെ എത്തിയിട്ടില്ലെന്നും പാറാവുകാരൻ പറഞ്ഞു.

“അവൾ എങ്ങോട്ട് പോയിരിക്കും?”

മദ്യം മണക്കുന്ന ശ്വാസോച്ഛ്വാസത്തിനിടയിൽ അറഫ തിരക്കി.

“അവാത്വിഫ് ഈ തെരുവിൽ തന്നെയുണ്ടെങ്കിൽ അത് പഴക്കുഴമ്പ് വിൽപ്പനക്കാരിയായ തന്റെ പഴയ അയൽക്കാരി ഉമ്മുസൻഫിലിനൊപ്പം തന്നെയായിരിക്കും.”

ഹനശിന്റെ മറുപടി കേട്ടതും അറഫ പൊട്ടിത്തെറിച്ചു.

“മാന്യമായ പെരുമാറ്റംകൊണ്ട് ഒരു സ്ത്രീയും ഇന്നുവരെ നന്നായിട്ടില്ല. തെരുവിലുള്ള ആളുകൾ പറയുന്നത് എത്ര ശരിയാണ്. നാണംകെട്ട് അവൾ തിരികെ വരും. നോക്കിക്കോ. അതുവരെ ഞാൻ തിരിഞ്ഞു നോക്കുകപോലും ചെയ്യില്ല.”

പക്ഷേ അവാത്വിഫ് തിരിച്ചുവന്നതേയില്ല. പത്തുദിവസം കഴിഞ്ഞിരിക്കുന്നു. അതോടെ ഉമ്മുസൻഫിലിന്റെ വീട് വരെ പോകാൻ തന്നെ അറഫ തീരുമാനിച്ചു. എന്നാൽ തന്റെ സന്ദർശനവിവരം ആരുമറിയാതിരിക്കാനായി രാത്രിയായിരുന്നു സ്ഥലത്തെത്തിയത്. നേരത്തെ തീരുമാനിച്ച സമയത്ത് വീട്ടിൽനിന്നും പുറത്തിറങ്ങി. ഒപ്പം ഹനശുമുണ്ടായിരുന്നു ഏതാനും ചുവടുകൾ വച്ചപ്പോൾതന്നെ പിറകിൽനിന്നും കാലടിശബ്ദം കേട്ടു. തിരിഞ്ഞുനോക്കിയപ്പോൾ വീട്ടിലെ രണ്ട് പരിചാരകരാണ്.

“നിങ്ങൾ വീട്ടിലേക്ക് പൊയ്ക്കോളൂ.”

അറഫയുടെ കല്പനകേട്ടതും സേവകരിലൊരാൾ പറഞ്ഞു:

“കങ്കാണിയങ്ങുന്നിന്റെ ഉത്തരവനുസരിച്ച് താങ്കളുടെ സംരക്ഷണം ഞങ്ങളുടെ ചുമതലയാണ്.”

ദേഷ്യം വന്നെങ്കിലും അയാൾ കൂടുതലൊന്നും പറഞ്ഞില്ല. ഖാസിം കോളനിയിലുള്ള ഒരു പഴയ കെട്ടിടത്തിന് നേർക്ക് അവർ നീങ്ങി. അതിന്റെ മുകളിലത്തെ നിലയിലേക്ക് കയറിച്ചെന്നു. അവിടെയാണ് ഉമ്മുസൻഫിലിന്റെ താമസസ്ഥലം. മുട്ടിവിളിച്ചപ്പോൾ ഉറക്കച്ചടവുള്ള മുഖത്തോടെ അവാത്വിഫായിരുന്നു വാതിൽ തുറന്നത്. കൈയിലിരുന്ന ചെറിയ വിളക്കിന്റെ വെളിച്ചത്തിൽ അറഫയെ തിരിച്ചറിഞ്ഞതോടെ മുഖം വീർപ്പിച്ചുകൊണ്ട് അവാത്വിഫ് തിരിഞ്ഞുനടന്നു. പിറകേ ചെന്ന അറഫ വാതിൽ തിരികെ അടയ്ക്കുകയും ചെയ്തു. ആ മുറിയുടെ മൂലയിൽ കിടന്നുറങ്ങുകയായിരുന്ന ഉമ്മുസൻഫിൽ ഉണർന്ന് ഞെട്ടലോടെ വന്നയാളെത്തന്നെ നോക്കിപ്പോയി.

“നിങ്ങളെന്തിനാണിവിടെ വന്നത്? എന്താ വേണ്ടത്? നിങ്ങളുടെ ആഡംബരമന്ദിരത്തിലേക്ക് തിരികെപ്പോകൂ.”

അവാത്വിഫിന്റെ കടുത്ത വാക്കുകൾ കേട്ടതും ഉമ്മുസൻഫിൽ അറഫയുടെ മുഖത്തേക്കുതന്നെ തുറിച്ചുനോക്കുകയാണ്:

“മാന്ത്രികനായ അറഫയോ?”

പരിഭ്രമിച്ച വൃദ്ധയെ തീരെ ശ്രദ്ധിക്കാത്ത മട്ടിലായിരുന്നു അറഫയുടെ പ്രതികരണം:

“സ്വബോധമില്ലേ നിനക്ക്? എന്റെ കൂടെ വാ...”

“നിങ്ങളുടെ ആ കാരാഗൃഹത്തിലേക്ക് ഞാൻ തിരികെ വരികയേ ഇല്ല. ഈ ഒറ്റമുറിക്കുള്ളിൽ ലഭിക്കുന്ന മനഃസമാധാനം എനിക്കവിടെ ലഭിക്കുകയേ ഇല്ല!”

“പക്ഷേ നീ എന്റെ ഭാര്യയല്ലേ?”

“നിങ്ങൾക്കവിടെ വേറെയും ഭാര്യമാരുണ്ടല്ലോ? അവർക്കെല്ലാം സുഖംതന്നെയല്ലേ?”

അവാത്വിഫ് ശബ്ദമുയർത്തുന്നതു കേട്ടതും ഉമ്മുസൻഫിലിനും ദേഷ്യം വന്നു:

“അവളെ ഉറങ്ങാനനുവദിക്കുക. നിങ്ങൾ ഇപ്പോൾ പോയിട്ട് നാളെ രാവിലെ വാ...”

വൃദ്ധയ്ക്കു നേരെ രൂക്ഷമായൊന്നു നോക്കിയെങ്കിലും ഒന്നും പറയാതെ ഭാര്യയ്ക്കു നേരെ തിരിഞ്ഞു:

“എല്ലാ പുരുഷന്മാർക്കും തെറ്റുപറ്റും.”

“അതിന് നിങ്ങൾതന്നെ വലിയൊരു തെറ്റല്ലേ?”

അവാത്വിഫ് തിരിച്ചടിച്ചു. അതോടെ ഭാര്യയുടെ അരികിലേക്ക് കുറച്ചു കൂടി അടുത്തുനിന്നശേഷം ആർദ്രമായ സ്വരത്തിൽ പറഞ്ഞു:

“എനിക്ക് നീ ഇല്ലാതെ ജീവിക്കാനാകില്ല, അവാത്വിഫ്.”

“എന്നാൽ എനിക്ക് കഴിയും!”

“മദ്യപിച്ച് ഉന്മാദിയായിരുന്ന നേരത്ത് പറ്റിയൊരു കൈപ്പിഴയുടെ പേരിലല്ലേ നീ എന്നെ വിട്ടുപോയത്?”

“നിങ്ങൾ മദ്യപിച്ചതിന്റെ ന്യായമൊന്നും പറയേണ്ട. നിങ്ങളുടെ ജീവിതം മുഴുവൻ തെറ്റുകളല്ലേ? അതൊക്കെ ന്യായീകരിക്കാൻ നിങ്ങൾക്ക് ഒട്ടനവധി കാരണങ്ങൾ കണ്ടെത്തേണ്ടിവരും. നിങ്ങളിൽ നിന്നും എനിക്കാകെ ലഭിച്ചത് പ്രശ്നങ്ങളും വേദനയും മാത്രമാണ്.”

“പക്ഷേ അത് ഈ ഒറ്റമുറിവീടിനുള്ളിൽ കഴിയുന്നതിനേക്കാൾ മികച്ചതല്ലേ?”

അവാത്വിഫ് വേദനയോടെ പുഞ്ചിരിച്ചു.

“ആർക്കറിയാം? എന്തായാലും ഇവിടേക്ക് വരാൻ നിങ്ങളുടെ കാരാഗൃഹത്തിന്റെ കാവൽക്കാരൻ എങ്ങനെയാ അനുവാദം നൽകിയത്?”

“അവാതിഫ്!”

“വെറുതെയിരുന്ന് കോട്ടുവായിട്ടുകൊണ്ട് എന്റെ മഹാമാന്ത്രികനായ ഭർത്താവിന്റെ കാമുകിമാർക്കൊപ്പം അന്തഃപുരം പങ്കിടേണ്ട ആ വീട്ടിലേക്ക് ഞാനൊരിക്കലും തിരികെ വരില്ല.”

ഭാര്യയുടെ പിടിവാശി ഇല്ലാതാക്കാൻ അറഫ കുറേ ശ്രമിച്ചുനോക്കി. എന്നാൽ അയാളുടെ മാന്യമായ വാക്കുകളോട് കടുത്ത വാക്കുകളോടെയും വിദ്വേഷത്തോട് അതുപോലെയും അസഭ്യത്തോട് അതേ നാണയത്തിലുമാണ് അവാതിഫ് പ്രതികരിച്ചത്. അതോടെ നിരാശനായി അറഫ അവിടെ നിന്നിറങ്ങിപ്പോയി. പിന്നാലെ സുഹൃത്തും രണ്ട് പരിചാരകരുമുണ്ടായിരുന്നു.

“ഇനി നിങ്ങളെന്തുചെയ്യും?”

ഹനശിന്റെ ചോദ്യത്തിന് അമർഷത്തോടെയായിരുന്നു അറഫയുടെ പ്രതികരണം:

“എന്നും ചെയ്യുന്നതെന്താണോ അതുതന്നെ!”

ഒരു ദിവസം കങ്കാണി ഖദ്രി തിരക്കി:

“നിങ്ങളുടെ ഭാര്യയുടെ വല്ല വിവരവുമുണ്ടോ?”

“കഴുതയുടെ പിടിവാശിയാണവൾക്ക്. ദൈവം താങ്കളെ രക്ഷിക്കട്ടെ!”

കങ്കാണിയുടെ അരികിൽ വന്നിരുന്നുകൊണ്ട് അറഫ പറഞ്ഞു.

“നീ വെറുതെ ഒരു പെണ്ണിനെയോർത്ത് വേവലാതിപ്പെടരുത്. അവളെക്കാൾ മെച്ചപ്പെട്ട എത്രപേരാ വേറെയുള്ളത്?”

അറഫയെ സൂക്ഷിച്ചൊന്നു നോക്കിയശേഷം കങ്കാണി തിരക്കി:

“നിന്റെ ജോലിയുടെ രഹസ്യമെങ്ങാനും അവൾക്കറിയാമോ?”

അറഫയുടെ മറുപടി സംശയം നിറഞ്ഞൊരു നോട്ടമായിരുന്നു.

“മാന്ത്രികവിദ്യയുടെ രഹസ്യങ്ങളറിയുന്നത് മാന്ത്രികർക്ക് മാത്രമായിരിക്കും!”

“പക്ഷേ എനിക്കൊരു ഭയം...”

“ഉണ്ടാകാൻ ഒരു സാധ്യതയുമില്ലാത്തൊരു കാര്യത്തെയോർത്ത് വെറുതേയെന്തിനാ ഭയക്കുന്നത്?”

കുറച്ച് നേരത്തേക്ക് ആരും ഒന്നും മിണ്ടിയില്ല. പിന്നെ ഉത്ക്കണ്ഠയോടെ അറഫ പറഞ്ഞു:

“ഞാൻ ജീവനോടെയുള്ള കാലം നിങ്ങൾ അവളെ ഉപദ്രവിക്കാൻ പോകുന്നില്ല, കേട്ടോ?”

തികട്ടിവന്ന ക്രോധം അടക്കിപ്പിടിച്ച് കങ്കാണി ചിരിച്ചുകാണിച്ചു. പിന്നെ തുളുമ്പുന്ന രണ്ട് കപ്പ് മദ്യത്തിലേക്ക് ചൂണ്ടി അയാൾ പറഞ്ഞു:

"അതിന് അവളെ ഉപദ്രവിക്കാൻ പോകുന്നുവെന്ന് ഇവിടെയാരെങ്കിലും പറഞ്ഞോ?"

നൂറ്റിപ്പത്ത്

അറഫയുമായുള്ള സൗഹൃദം കൂടുതൽ ശക്തമാകാൻ തുടങ്ങിയതോടെ കങ്കാണി തന്റെ സ്വകാര്യ സദസ്സുകളിലേക്കുകൂടി അയാളെ ക്ഷണിക്കാൻ തുടങ്ങി. സാധാരണ അർദ്ധരാത്രിയിലായിരിക്കും ഇത്തരം സംഗമങ്ങൾ നടക്കാറുള്ളത്. അവിടെ വലിയ അകത്തളങ്ങളിൽ നടക്കുന്ന വിചിത്രമായ ആഘോഷമായിരിക്കും അറഫയെ കാത്തിരുന്നത്. സ്വാദിഷ്ഠമായ ഭക്ഷണപദാർത്ഥങ്ങളും ഉത്കൃഷ്ടമായ മദ്യങ്ങളും നിറഞ്ഞ ആഘോഷം. നഗ്നരായ പെണ്ണുങ്ങൾ നൃത്തം ചെയ്യും. പാനീയങ്ങളും കാഴ്ചകളുമൊക്കെ കാരണം അറഫയ്ക്ക് സമനിലതെറ്റിയ അവസ്ഥ. വന്യമൃഗത്തെപ്പോലെ യാതൊരു നിയന്ത്രണവുമില്ലാതെ പെരുമാറുന്ന കങ്കാണിയെയാണ് അറഫയ്ക്ക് കാണാൻ കഴിഞ്ഞത്.

തോട്ടത്തിനുള്ളിൽവച്ച് നടന്നൊരു വിരുന്നിലേക്കുകൂടി കങ്കാണി അറഫയെ ക്ഷണിച്ചു. ചന്ദ്രന്റെ പ്രകാശത്തിൽ തിളങ്ങുന്ന അരുവിക്ക് മധ്യത്തിലുള്ള വള്ളിക്കുടിലിന് താഴെയായി വിവിധതരം പഴങ്ങളും പാനീയങ്ങളും തയ്യാറാക്കപ്പെട്ടിരിക്കുന്നു. ഒപ്പം സുന്ദരികളായ രണ്ട് പരിചാരികമാരുമുണ്ട്. ഒരാൾ കഞ്ചാവ് പുകപ്പാത്രം തയ്യാറാക്കുകയായിരുന്നെങ്കിൽ രണ്ടാമത്തെയാൾ ഹുക്ക കൈമാറുകയായിരുന്നു. പൂക്കളുടെ സൗരഭ്യം തുളുമ്പുന്ന രാവിന്റെ ഇളംകാറ്റ് വീശിയടിക്കുന്നതിനൊപ്പം പുല്ലാങ്കുഴലിന്റെ സംഗീതവും ഗായകരുടെ പാട്ടുകളും കേൾക്കാം:

"ആരാമത്തിലെ കർപ്പൂരതുളസിപോലുള്ള പൂക്കളേ
കഞ്ചാവ് പുകയ്ക്കുന്ന ധീരന്മാർക്ക് സാന്ത്വനമേകൂ..."

പൂർണചന്ദ്രനുള്ളൊരു രാത്രിയായിരുന്നത്. ഇളംകാറ്റിൽ ഹരിതാഭമായ മൾബറിച്ചെടികളുടെ ശിഖരങ്ങൾ ആടിയുലയുന്നതിനിടയിൽ ചന്ദ്രന്റെ പൂർണരൂപം കാണാം. പിന്നെ ശിഖരങ്ങൾ നിശ്ചലമാകുമ്പോൾ അവയ്ക്കിടയിലൂടെ ചന്ദ്രപ്രകാശം കടന്നുവരുന്നുമുണ്ട്.

പരിചാരികയുടെ കൈയിലെ ഹുക്കയുടെ ഗന്ധം കാരണം അറഫയുടെ തല മത്തുപിടിക്കുകയായിരുന്നു. ഭ്രമണപഥത്തിൽ അറിയാതെ ചുറ്റിത്തിരിയുന്ന നക്ഷത്രത്തെപ്പോലെയായി അയാളുടെ അവസ്ഥ.

"ദൈവം അദ്ഹമിന് ശാന്തി നൽകട്ടെ."

"ഇദ്രീസിനും കിട്ടട്ടെ ശാന്തി. നീ ഇപ്പോഴെന്താ അയാളെക്കുറിച്ചോർത്തത്?"

കങ്കാണി പുഞ്ചിരിയോടെ ചോദിച്ചു.

"ഇവിടെ ഇങ്ങനെ ഇരിക്കാനിടയായതിനാലാണ്."

"അദ്ഹമിന് സ്വപ്നങ്ങൾ കാണുന്നതിഷ്ടമായിരുന്നു. എന്നാൽ ജബലാവി അയാളുടെ തലയ്ക്കുള്ളിലേക്ക് കയറ്റിവിട്ട സ്വപ്നങ്ങൾ മാത്രമായിരുന്നത്."

ഒരു നിമിഷം പൊട്ടിച്ചിരിച്ചശേഷം അയാൾ തുടർന്നു:

"കടുത്ത വാർദ്ധക്യപീഡയിൽനിന്നും നീ മുക്തി നൽകിയ അതേ ജബലാവി!"

ആ വാക്കുകൾ കേട്ടതോടെ അറഫയുടെ നെഞ്ച് തകരുന്നതുപോലെ തോന്നി. അതുവരെയുള്ള സന്തോഷമൊക്കെ കെട്ടുപോയതുപോലെ. വേദനയോടെ അയാൾ പറഞ്ഞു:

"അക്രമിയായൊരു ഗുണ്ടയെ അല്ലാതെ ഞാനെന്റെ ജീവിതത്തിലിന്നുവരെ ഒരാളെപ്പോലും കൊന്നിട്ടില്ല!"

"അപ്പോൾ ജബലാവിയുടെ സേവകന്റെ കാര്യമോ?"

"അയാളെ കൊല്ലാൻ ഞാൻ നിർബന്ധിതനായിപ്പോയതാണ്."

"അറഫാ നീയൊരു ഭീരുവാണ്."

കങ്കാണി പരിഹസിച്ചു. കഞ്ചാവ്പുരയിലെ പുല്ലാങ്കുഴൽ വാദ്യത്തെ ശ്രദ്ധിക്കാതെ അറഫ മരച്ചില്ലകൾക്കിടയിലൂടെ ചന്ദ്രന് നേർക്ക് നോക്കിക്കൊണ്ടിരുന്നു. പിന്നെ കഞ്ചാവ് തുണ്ട് ശരിയാക്കുന്ന വേലക്കാരിപ്പെണ്ണിന്റെ സുന്ദരമായ കൈകളിലേക്കും നോക്കിയിരുന്നു.

"താനെവിടെയാണ്?"

കങ്കാണിയുടെ ചോദ്യം കേട്ടതും പുഞ്ചിരിയോടെ അറഫ തിരിഞ്ഞു നോക്കി.

"കങ്കാണിയങ്ങുന്നേ... താങ്കളിവിടെ ഒറ്റയ്ക്ക് വന്നിരിക്കാറുണ്ടോ?"

"അതിന് എനിക്കൊപ്പം സായാഹ്നം ചെലവിടാൻ യോഗ്യതയുള്ള ആരെങ്കിലുമുണ്ടോ ഇവിടെ?"

"അപ്പോൾ ഞാനോ? എനിക്കും ഹനശ് മാത്രമേ കൂട്ടുള്ളൂ."

"പുകവലി ആസ്വദിക്കാനായാൽ തനിച്ചാകുന്നതൊന്നും ഒരു പ്രശ്നമേയാകാറില്ല."

ഒരു നിമിഷം മടിച്ചുനിന്നശേഷം അറഫ ചോദിച്ചു:

"അങ്ങുന്നേ... നാം ശരിക്കുമൊരു കാരാഗൃഹത്തിലല്ലേ കഴിയുന്നത്?"

"നിനക്കെന്താണിനി വേണ്ടത്? ചുറ്റും നമ്മെ വെറുക്കുന്നവരാണുള്ളതെന്ന് മറക്കരുത്."

അപ്പോൾ അറഫയ്ക്ക് ഭാര്യയുടെ വാക്കുകൾ ഓർമ്മവന്നു. തന്റെ

വീടിനേക്കാൾ അവൾക്ക് പ്രിയം ഉമ്മുസൻഫിലിന്റെ ഒറ്റമുറിയാണെന്ന വാക്കുകൾ ഓർമ്മയിലെത്തിയതോടെ അയാൾ നെടുവീർപ്പിട്ടു.

"എന്തൊരു ശാപമാണിത്."

"സൂക്ഷിക്കണം. അല്ലെങ്കിൽ നമ്മുടെ ആനന്ദമൊക്കെ നശിക്കും."

"ജീവിതം എന്നുമെന്നും ആനന്ദകരമായിരിക്കട്ടെ."

ഹുക്കയിലേക്ക് കൈനീട്ടുന്ന അറഫയുടെ വാക്കുകൾ കേട്ട് കങ്കാണി പൊട്ടിച്ചിരിച്ചു.

"എന്നുമെന്നുമെന്നോ? നിന്റെ മാന്ത്രികവിദ്യയുടെ ബലത്തിൽ നമ്മുടെ മുഴുവൻ ആയുസ്സിനിടയ്ക്ക് ചെറുപ്പക്കാരുടേതുപോലെ ഒരുതവണ ശ്വാസമെടുക്കാനായാൽതന്നെ ധാരാളമല്ലേ?"

പാതിരാത്രിയുടെ ഈർപ്പം നിറഞ്ഞുനിൽക്കുന്ന തോട്ടത്തിന്റെ സുഗന്ധം ശ്വാസകോശത്തിലേക്ക് ആവാഹിച്ചുകൊണ്ട് അറഫ പറഞ്ഞു:

"ഭാഗ്യത്തിന് അറഫയ്ക്ക് ലഭിക്കുന്നതൊക്കെ ഉപയോഗമുള്ളവ മാത്രമായിരിക്കും."

ഹുക്ക വേലക്കാരിപ്പെണ്ണിന് കൈമാറിയശേഷം കങ്കാണി കട്ടിപ്പുക പുറത്തേക്ക് തള്ളി. ചന്ദ്രപ്രകാശത്തിൽ പറന്നുയരുകയാണ് വെളുത്ത പുക.

"എന്തുകൊണ്ടായിരിക്കും നമുക്ക് വാർദ്ധക്യം ബാധിക്കുന്നത്? ഏറ്റവും മികച്ച ഭക്ഷണവും രുചികരമായ പാനീയങ്ങളും സുഭിക്ഷമായ ജീവിതവുമാണ് നമുക്ക് ലഭിക്കുന്നത്. എന്നിട്ടും കൃത്യസമയത്ത് വാർദ്ധക്യം നമുക്ക് മുകളിലേക്ക് ഇഴഞ്ഞുകയറുന്നത് ആർക്കും തടയാനാകുന്നില്ല. സൂര്യനും ചന്ദ്രനും കടന്നെത്തുന്നതുപോലെ."

"എന്നാൽ അറഫയുടെ ഗുളികകൾ വാർദ്ധക്യത്തിന്റെ ഉന്മേഷമില്ലായ്മയെ ഊഷ്മളമാക്കുവാൻ സാധിക്കും."

"പക്ഷേ നിനക്കൊന്നും ചെയ്യാനാകാത്ത കാര്യങ്ങളുമുണ്ടല്ലോ?"

"അതെന്താണങ്ങുന്നേ?"

ചന്ദ്രപ്രഭയിൽ കങ്കാണിയെ കണ്ടപ്പോൾ അയാളാകെ ദുഃഖിതനാണെന്ന് തോന്നിപ്പോയി.

"നിനക്കേറ്റവും വെറുപ്പുള്ള കാര്യമെന്തായിരിക്കും?"

താനകപ്പെട്ടിരിക്കുന്ന കാരാഗൃഹം, വലയം ചെയ്തിരിക്കുന്ന മറ്റുള്ളവരുടെ വെറുപ്പ്, നേടാനാകാതെപോയ ലക്ഷ്യം ഒക്കെയാകാമത്. എന്നാൽ അറഫ മറുപടി പറഞ്ഞത് മറ്റൊന്നായിരുന്നു:

"യുവത്വം നഷ്ടപ്പെടുന്നത്."

"ഒരിക്കലുമില്ല. നിനക്കതിലൊരു ഭയവുമുണ്ടാകാനിടയില്ല."

“എന്തുകൊണ്ടായിക്കൂടാ? പ്രത്യേകിച്ച് എന്റെ ഭാര്യ പിണങ്ങിപ്പോയിരിക്കുമ്പോൾ...”

“പിണങ്ങാൻ അല്ലെങ്കിൽതന്നെ പെണ്ണുങ്ങൾക്ക് ഒന്നല്ലെങ്കിൽ വേറൊരു കാരണം കിട്ടുമല്ലോ?”

ഇളംകാറ്റിന്റെ വേഗത കൂടിയതോടെ മരച്ചില്ലകളുലയുന്ന ശബ്ദവും വലുതായിക്കൊണ്ടിരുന്നു. ഒപ്പം കൽക്കരിപ്പാത്രത്തിൽ കരിക്കട്ടകൾ കൂടുതൽ ജ്വലിച്ചുകൊണ്ടേയിരുന്നു.

“നമ്മളെന്തുകൊണ്ടായിരിക്കും മരിച്ചുപോകുന്നത്, അറഫാ?”

മ്ലാനതയോടെ കങ്കാണിയുടെ നേർക്ക് നോക്കിയതല്ലാതെ അറഫ ഒന്നും പറഞ്ഞില്ല.

“സാക്ഷാൽ ജബലാവിവരെ മരിച്ചുപോയില്ലേ?”

കങ്കാണിയുടെ വാക്കുകൾ നെഞ്ചിനുള്ളിലേക്കൊരു സൂചി കുത്തിയിറക്കിയതുപോലെയാണ് അറഫയ്ക്ക് തോന്നിയത്.

“നാമെല്ലാവരും മരിച്ചവർതന്നെയാണ്. മരിച്ചുപോയവരുടെ സന്തതികൾ!”

“പറഞ്ഞകാര്യം വീണ്ടുമോർമ്മിപ്പിക്കേണ്ട കാര്യമില്ല, കേട്ടോ?”

കങ്കാണിയുടെ അസ്വസ്ഥത കണ്ടതും അറഫ പറഞ്ഞു:

“താങ്കൾക്ക് ദീർഘായുസ്സുണ്ടാകട്ടെ!”

“നീണ്ടതോ, ചെറുതോ ആയ ആയുസ്സുണ്ടായിട്ടെന്ത് കാര്യം? എങ്ങനെയായാലും ഒടുക്കം പുഴുക്കൾ കൊതിയോടെ കാത്തിരിക്കുന്ന ശവക്കുഴിയിലേക്ക് തന്നെയായിരിക്കുമല്ലോ?”

“ഈ ചിന്തകൾ അങ്ങയുടെ ആനന്ദത്തെ നശിപ്പിക്കാതിരിക്കട്ടെ!”

“അതെന്നെ വിട്ടുപിരിയുകയേ ഇല്ല... മരണം... മരണം... എന്നുമെന്നും മരണം മാത്രം. അതേത് നിമിഷവും കടന്നെത്താം. നിസ്സാര കാരണങ്ങളായിരിക്കും മിക്കപ്പോഴും... ചിലപ്പോഴൊക്കെ ഒരു കാരണവും വേണ്ടിവരില്ല. എവിടെയാണ് ജബലാവിയിപ്പോൾ? കവികൾ പാടിപ്പുകഴ്ത്തിയ മഹാന്മാരൊക്കെ എവിടെപ്പോയി? ഒരിക്കലും വിധി ഇങ്ങനെയാകാൻ പാടില്ലായിരുന്നു.”

കങ്കാണിയുടെ മുഖമാകെ വിളറിയിരിക്കുന്നു. ഭീതി നിറഞ്ഞ കണ്ണുകൾ. ഈ സ്ഥലത്തിന് തീർത്തും വിരുദ്ധമായ മാനസികാവസ്ഥയിലാണ് കങ്കാണിയിപ്പോൾ. അറഫ മറുപടിയെന്നോണം പറഞ്ഞു:

“ജീവിതം എങ്ങനെയായിരിക്കണോ അതുപോലെതന്നെയാണ് കാര്യങ്ങൾ.”

പെട്ടെന്ന് ഖദ്‌രി ദേഷ്യത്തോടെ കൈകൊണ്ട് ആംഗ്യം കാണിച്ചശേഷം അവരുടെ ആനന്ദത്തെ നശിപ്പിക്കുന്ന തീവ്രതയോടെ പറഞ്ഞു:

"അതെ, ജീവിതം എങ്ങനെയായിരിക്കണമോ അതുപോലെതന്നെയായിരിക്കും. ചിലപ്പോൾ അതിനെക്കാൾ മെച്ചപ്പെട്ട നിലയിലുമാകാം. യുവത്വംപോലും ഗുളികകൾകൊണ്ട് തിരിച്ചുപിടിക്കാം. പക്ഷേ ഒരു നിഴൽപോലെ മരണം പിന്നാലെയെത്തുമ്പോൾ അതുകൊണ്ടെന്ത് കാര്യം? ഓരോ മണിക്കൂറിലും മരണം അതിന്റെ സാന്നിധ്യമറിയിച്ചുകൊണ്ടേയിരിക്കുമ്പോൾ എനിക്കെങ്ങനെ ഈ വസ്തുത കണ്ടില്ലെന്ന് നടിക്കാനാകും?"

കങ്കാണിയുടെ മാനസികവ്യഥ കണ്ടപ്പോൾ അറഫയ്ക്കല്പം ആനന്ദമാണ് തോന്നിയത്. എന്നാൽ ഒട്ടും വൈകാതെ മറ്റു ചില ചിന്തകൾ അയാളെ കീഴടക്കാൻ തുടങ്ങി. സ്നേഹത്തോടും മോഹത്തോടുംകൂടി സുന്ദരിയായ വേലക്കാരിപ്പെണ്ണിന്റെ കൈകളിലേക്ക് നോക്കിപ്പോകുമ്പോൾ മനസ്സ് ചോദിച്ചത് വീണ്ടുമൊരു രാത്രികൂടി ചന്ദ്രനെ കാണേണ്ടിവരില്ലെന്ന് ആർക്കെങ്കിലും ഉറപ്പ് പറയാനാകുമോ എന്നായിരുന്നു.

"നമുക്കല്പംകൂടി മദ്യപിക്കാമെന്ന് തോന്നുന്നു."

"എങ്കിൽ പിന്നെ പുലർച്ചെയേ ബോധം തിരിച്ചുകിട്ടുകയുള്ളൂ."

അറഫയ്ക്ക് കങ്കാണിയോട് പുച്ഛം തോന്നി. എങ്കിലും ലഭിച്ച അവസരം ഉപയോഗപ്പെടുത്താൻതന്നെ തീരുമാനിക്കുകയായിരുന്നു അയാൾ.

"നമുക്ക് ചുറ്റുമുള്ള ദരിദ്രരായ ആളുകളുടെ വെറുപ്പില്ലായിരുന്നെങ്കിൽ നമ്മുടെ ജീവിതത്തിന് കുറച്ചുകൂടി മധുരമുണ്ടാകുമായിരുന്നില്ലേ അങ്ങുന്നേ?"

കങ്കാണിയുടെ പ്രതികരണം ഒരു പരിഹാസച്ചിരിയായിരുന്നു.

"നീ പടുകിഴവികളെപ്പോലെയാണല്ലോ സംസാരിക്കുന്നത്? നമ്മുടെ തെരുവിലുള്ളവരുടെയൊക്കെ ജീവിതനിലവാരം നമ്മുടേതിന് തുല്യമാക്കിയാൽ മരണം നമ്മെ വിടാതെ പിന്തുടരുന്നത് അവസാനിപ്പിക്കുമെന്നാണോ?"

കീഴടങ്ങുന്നതുപോലെ അറഫ തലകുലുക്കി.

"പക്ഷേ ദാരിദ്ര്യവും ദുരിതവും ദയനീയതയും വർദ്ധിക്കുന്ന സാഹചര്യങ്ങളിൽ മരണവും പെരുകുമല്ലോ?"

"എടാ വിഡ്ഢീ, ഇതൊന്നും ഇല്ലാത്ത ഇടങ്ങളിലും പെരുകുന്നില്ലേടാ മരണം?"

"ശരിയാണ്. ചില രോഗങ്ങൾപോലെ മരണം സംക്രമിച്ചുകൊണ്ടേയിരിക്കും."

"ഇതൊക്കെ സ്വന്തം ദൗർബല്യം മറച്ചുപിടിക്കാനുള്ള വിചിത്രവാദങ്ങളല്ലേ?"

കങ്കാണി പൊട്ടിച്ചിരിച്ചു.

"നമുക്ക് മരണത്തെക്കുറിച്ച് ഒന്നുമറിയില്ല. കാര്യങ്ങൾ ഇങ്ങനെയൊക്കെ തന്നെയാകും. ജനം നല്ല രീതിയിലാണ് ജീവിക്കുന്നതെങ്കിൽ മരണത്തിന്റെ ആഘാതം കുറവായിരിക്കും. ജീവിതത്തിന് മൂല്യമേറും. ഓരോ സന്തുഷ്ടജീവിതം നയിക്കുന്നവനും അത് കഴിയുന്നത്ര നീണ്ടുനിൽക്കാനായി മരണത്തോട് പൊരുതാൻ നോക്കും."

"പക്ഷേ അതൊന്നും മരിക്കാൻ പോകുന്നവന് യാതൊരു പ്രയോജനവും ചെയ്യില്ലല്ലോ?"

"മാന്ത്രികന്മാർ ഒരുമിച്ചുചേർന്നാൽ മരണത്തെ ചെറുത്തുനിർത്താനാകും. കഴിവുള്ളവരൊക്കെ മാന്ത്രികവിദ്യ പ്രയോഗിക്കും. മരണത്തിന് ഭീഷണിയായി മരണമെത്തും."

കങ്കാണി പൊട്ടിച്ചിരിച്ചു. പിന്നെ ഒരു സ്വപ്നത്തിന്റെ ആലസ്യത്തിലെന്നവണ്ണം അയാൾ നിശ്ശബ്ദനായിരുന്നു. ഹുക്ക കൈയ്യിലെടുത്ത അറഫ കൽക്കരി ആളിക്കത്തുംവിധത്തിൽ ആഴത്തിൽ പുക ഉള്ളിലേക്കെടുത്തു. പുല്ലാങ്കുഴൽവാദ്യം വീണ്ടും മുഴങ്ങി. സുന്ദരമായ പാട്ട് വീണ്ടും കേൾക്കാൻ തുടങ്ങി:

"നീണ്ടുനിൽക്കുമോ രാവേ..."

"മാന്ത്രികനായ അറഫാ, നീയാകെ ഉന്മാദിയായിരിക്കുകയാണല്ലോ?" കങ്കാണി ചോദിച്ചു.

"മരണത്തെ നാം ഇങ്ങനെയായിരിക്കും കൊല്ലുക."

"നിനക്കെന്തുകൊണ്ട് സ്വന്തം ജോലി തനിച്ചു ചെയ്തുകൂടാ?"

"ഞാൻ എന്നും പണിയെടുക്കുന്നയാളാണ്. എന്നാൽ തനിച്ച് ജോലി ചെയ്യുന്ന കാര്യത്തിൽ അവൻ എന്നെ തടയാറൊന്നുമില്ല."

കുറച്ചുനേരം വലിയ താത്പര്യമൊന്നുമില്ലാതെ സംഗീതം കേട്ടിരുന്ന ശേഷം കങ്കാണി പിന്നെയും തിരക്കി:

"അറഫാ നീ വിജയിച്ചാൽ എന്ത് ചെയ്യാനാണാഗ്രഹിക്കുന്നത്?"

അറിയാതെ വായിൽനിന്നും വീണതുപോലെയായിരുന്നു അറഫയുടെ മറുപടി:

"ജബലാവിയെ തിരിച്ച് ജീവിതത്തിലേക്ക് കൊണ്ടുവരണമെന്നാണെന്റെ ആഗ്രഹം."

തീരെ താത്പര്യമില്ലാത്തമട്ടിൽ കങ്കാണി ചുണ്ടുകൾ കോട്ടി.

"അദ്ദേഹത്തിന്റെ കൊലയാളിയെന്ന നിലയിൽ അതൊക്കെ നിന്റെ കാര്യം!"

അറഫയുടെ മുഖത്ത് കടുത്ത വേദന നിറഞ്ഞു. പിന്നെ പുറത്ത് കേൾക്കാനാകാത്ത സ്വരത്തിൽ അയാൾ മന്ത്രിച്ചു:

അറഫാ... നിനക്ക് വിജയം നേടാനായെങ്കിൽ...!

നൂറ്റിപ്പതിനൊന്ന്

പ്രഭാതമായപ്പോഴാണ് അറഫ കങ്കാണിയുടെ വീട്ടിൽ നിന്നിറങ്ങിയത്. മേഘാവൃതമായ കാഴ്ചകളും ശബ്ദങ്ങളും നിറഞ്ഞ ഒരു മായികാലോകത്തിലേക്കായിരുന്നു അറഫ ലഹരിയോടെ ചുവടുകൾവച്ചത്. കാലുകൾക്ക് ശരീരത്തെ താങ്ങിനിർത്താൻപോലും കഴിയാത്ത അവസ്ഥ. ചന്ദ്രപ്രഭയിൽ തിളങ്ങുംവിധത്തിൽ ഉറങ്ങിക്കിടക്കുന്ന തെരുവിലൂടെയാണ് സ്വന്തം വീട്ടിലേക്ക് പോകുന്നത്. കങ്കാണിയുടെ വീട്ടിൽനിന്നും തന്റെ വീടുവരെ എത്തുന്നതിന് മധ്യേ ജബലാവിയുടെ മാളികയുടെ ഗേറ്റിന് മുന്നിലെത്തിയതും ഒരാൾരൂപം മുന്നിൽ വന്ന് പെട്ടു. എവിടെനിന്നാണാ രൂപം മുന്നിൽ വന്നുപെട്ടതെന്ന് അയാൾക്ക് മനസ്സിലായതേ ഇല്ല.

"അറഫ അങ്ങുന്നേ, നമസ്കാരം."

മന്ത്രിക്കുന്നതുപോലെയാണ് ആ രൂപം ശബ്ദിച്ചത്. പേടികാരണം ആകെ അതിശയിച്ചുപോയി. എന്നാൽ തന്റെ കൂടെയുണ്ടായിരുന്ന രണ്ട് അംഗരക്ഷകരും ഇതിനിടയിൽതന്നെ ആ രൂപത്തിന് മേൽ ചാടിവീണു കഴിഞ്ഞിരുന്നു. സൂക്ഷിച്ചുനോക്കിയപ്പോൾ ഞെട്ടലോടെ മനസ്സിലായ കാര്യം അതൊരു സ്ത്രീയാണെന്നതായിരുന്നു. കഴുത്തുമുതൽ പാദം വരെ മൂടിയ കറുത്ത കുപ്പായം ധരിച്ചൊരു കറുത്തവർഗ്ഗക്കാരിയായ സ്ത്രീ. അവരെ വെറുതെ വിടാൻ പറഞ്ഞതും അംഗരക്ഷകർ അനുസരിച്ചു.

"എന്താ കാര്യം?"

"എനിക്ക് അങ്ങയോട് തനിച്ച് സംസാരിക്കണം."

താനൊരു കറുത്ത വർഗക്കാരിയാണെന്ന് തോന്നിപ്പിക്കുന്ന ശബ്ദമായിരുന്നത്.

"എന്തിന്?"

"ദുഃഖിതയായൊരു സ്ത്രീക്ക് അങ്ങയോട് സ്വന്തം ദുഃഖങ്ങൾ തുറന്നു പറയണം."

അവഗണിച്ച് നടന്നുനീങ്ങാൻ തുനിയുന്നതിനിടയിൽ അസ്വസ്ഥതയോടെ അറഫ പറഞ്ഞു.

"ദൈവം നിങ്ങളെ സഹായിക്കട്ടെ."

എന്നാൽ ആ സ്ത്രീ യാചിക്കുകയായിരുന്നു.

"അങ്ങയുടെ വലിയവനായ പിതാമഹന്റെ പേരിൽ യാചിക്കുകയാണ് ഞാൻ."

ദേഷ്യത്തോടെ അറഫ സ്ത്രീക്കുനേരെ തുറിച്ചുനോക്കി. എന്നാൽ പിന്നീട് അവരുടെ മുഖത്തുനിന്നും കണ്ണെടുക്കാൻ മാത്രം കഴിഞ്ഞില്ല. ഈ മുഖം എപ്പോൾ എവിടെവച്ചായിരിക്കും താൻ മുമ്പ് കണ്ടിട്ടുണ്ടാവുക? നെഞ്ചിടിപ്പിന്റെ ശക്തി കാരണം തലയിലെ ലഹരി പറപറക്കുന്ന അവസ്ഥ.

ആ ശകുനംപിടിച്ച രാത്രി ജബലാവിയുടെ മുറിയിലെ കസേരയ്ക്കു പിറകിൽ ഒളിച്ചിരുന്നപ്പോൾ കണ്ടത് ഇതേ മുഖം തന്നെയല്ലേ? അപ്പോൾ അന്ന് തനിക്കൊപ്പം ആ മുറിയിലുണ്ടായിരുന്ന ജബലാവിയുടെ പരിചാരികയാണ് ഈ സ്ത്രീ. പേടി കാരണം കൈകാലുകളുടെ സന്ധികൾ ബലഹീനമാകുന്നതിനിടയിൽ അറഫ ആ സ്ത്രീക്കുനേരെ തുറിച്ചു നോക്കി.

"ഞങ്ങൾ ഇവരെ ആട്ടിയോടിക്കട്ടെ?"

അംഗരക്ഷകരിലൊരാൾ ചോദിച്ചു.

"നിങ്ങൾ വീടിന്റെ ഗേറ്റിനരികിലേക്ക് പോയി അവിടെ കാത്തു നിൽക്കൂ."

അവർ നടന്നുനീങ്ങുന്നതുവരെ അറഫ കാത്തുനിന്നു. ഇപ്പോൾ മാളികയ്ക്ക് മുന്നിൽ അറഫയും ആ സ്ത്രീയും മാത്രമേയുള്ളൂ. അയാൾ അവരുടെ ശോഷിച്ച കറുത്ത മുഖത്തേക്കും ഉയർന്ന് വീതികുറഞ്ഞ നെറ്റിയിലേക്കും കൂർത്ത താടിയിലേക്കും കവിളിലും നെറ്റിയിലുമുള്ള ചുളിവുകളിലേക്കും സൂക്ഷിച്ചുനോക്കി. അന്നു രാത്രി ഈ സ്ത്രീ തന്നെ കണ്ടിട്ടുണ്ടാകില്ലെന്ന കാര്യമുറപ്പാണ്. പക്ഷേ ജബലാവി മരിച്ചത് മുതൽ ഇവർ എവിടെയായിരിക്കും? ഇപ്പോൾ എന്തിനായിരിക്കും ഇവരിവിടെ എത്തിയിരിക്കുന്നത്?

"പറയൂ..."

"എനിക്ക് പരാതികളൊന്നുമല്ല പറയാനുള്ളത്. മറിച്ച് ഒരു ഒസ്യത്തിന്റെ കാര്യമാണ് അറിയിക്കാനുള്ളത്."

"എന്ത് ഒസ്യത്തിന്റെ കാര്യം?"

ആ സ്ത്രീ ശിരസ് അറഫയുടെ അരികിലേക്ക് കൂടുതൽ അടുപ്പിച്ച ശേഷം പറഞ്ഞു:

"ഞാൻ ജബലാവിയുടെ പരിചാരികയായിരുന്നു. എന്റെ കൈയിൽ കിടന്നാണ് അദ്ദേഹം മരണപ്പെട്ടത്!"

"നിങ്ങളുടെ കൈയിലോ?"

"അതെ. എന്റെ കൈയിൽ കിടന്നാണദ്ദേഹം മരിച്ചത്. വിശ്വസിക്കണം."

അയാൾക്ക് തെളിവിന്റെ ആവശ്യമൊന്നുമില്ലായിരുന്നു. എന്നിട്ടും അസ്വസ്ഥതയോടെ ചോദിച്ചു:

"നമ്മുടെ പിതാമഹൻ എങ്ങനെയാണ് മരിച്ചത്?"

ദുഃഖം നിറഞ്ഞ സ്വരത്തിലായിരുന്നു ആ സ്ത്രീയുടെ മറുപടി:

"തന്റെ സേവകരിലൊരാളുടെ മൃതശരീരം കണ്ടതോടെ അദ്ദേഹം മാനസികമായി ആകെ ഉലഞ്ഞുപോയി. പെട്ടെന്നായിരുന്നു മരണത്തിന്

കീഴടങ്ങിയതും. അദ്ദേഹത്തെ താങ്ങിനിർത്താനായി ഞാൻ ഓടിയടുത്തെത്തി. ആ ശരീരമൊന്ന് വിറച്ചു. ഒരുകാലത്ത് മരുഭൂമിയെയാകെ മെരുക്കിയ അതികായനായിരുന്ന മനുഷ്യനായിരുന്നു അത്."

രാത്രിയുടെ നിശ്ശബ്ദതയെപ്പോലും അലോസരപ്പെടുത്തുംവിധം അറഫ നെടുവീർപ്പിട്ടു. പിന്നെ ചന്ദ്രപ്രഭയിൽ ആരും കാണരുതല്ലോ എന്ന മട്ടിൽ അയാൾ തലകുനിച്ചുനിന്നു. എന്നാൽ ആ സ്ത്രീ വീണ്ടും നേരത്തെ പറഞ്ഞ കാര്യം ആവർത്തിക്കുകയായിരുന്നു.

"അദ്ദേഹത്തിന്റെ ഒസ്യത്ത് നടപ്പിലാക്കാനാണ് ഞാൻ വന്നിരിക്കുന്നത്."

വിറയലോടെയാണെങ്കിലും അറഫ തല ഉയർത്തിനോക്കി.

"എന്താണത്? പറയൂ."

ചന്ദ്രന്റെ പ്രഭപോലെ ശാന്തമായിരുന്നു ആ സ്ത്രീയുടെ ശബ്ദം:

"മരിക്കുന്നതിന് തൊട്ടുമുമ്പ് അദ്ദേഹമെന്നോട് ഇങ്ങനെ പറഞ്ഞിരുന്നു: "മാന്ത്രികനായ അറഫയുടെ അടുത്തുപോകണം. പിതാമഹൻ നിങ്ങളുടെ കാര്യത്തിൽ സംതൃപ്തനായാണ് മരിക്കുന്നതെന്ന് അയാളെ അറിയിക്കണം."

കുത്തേറ്റതുപോലെ അറഫ ഞെട്ടിപ്പോയി.

"ഭയങ്കരീ... എന്താ നിങ്ങളുടെ ഉദ്ദേശ്യം?"

"ഇതിലെന്താണ് കുഴപ്പം?"

"ഇതെന്ത് കളിയാണെന്ന് പറയ്."

"പറഞ്ഞതല്ലാതെ എനിക്ക് വേറൊരു ഉദ്ദേശ്യവുമില്ല. ദൈവം സർവ്വതിനും സാക്ഷിയാണ്."

"കൊലപാതകിയെക്കുറിച്ച് നിനക്കെന്തെങ്കിലുമറിയാമോ?"

അറഫയുടെ സംശയത്തോടെയുള്ള ചോദ്യത്തിന് നിഷ്കളങ്കതയോടെയായിരുന്നു സ്ത്രീയുടെ മറുപടി:

"എനിക്കൊന്നുമറിയില്ല അങ്ങുന്നേ. എന്റെ യജമാനൻ മരിച്ചതോടെ ഞാൻ കിടപ്പിലായിപ്പോയി. അസുഖം മാറിയ ഉടനെ ഞാൻ ആദ്യം ചെയ്ത കാര്യം താങ്കളെ കാണാൻ വരികയായിരുന്നു."

"അദ്ദേഹം നിങ്ങളോട് ശരിക്കും പറഞ്ഞതെന്താണ്?"

"മാന്ത്രികനായ അറഫയുടെ അടുത്തുപോകണം. പിതാമഹൻ നിങ്ങളുടെ കാര്യത്തിൽ സംതൃപ്തനായാണ് മരിക്കുന്നതെന്ന് അയാളെ അറിയിക്കണം."

"കള്ളം! നിങ്ങൾക്ക് നല്ലതുപോലെയായറിയാം ഞാനാണ്..."

പിന്നെ പറയാൻ തുടങ്ങിയ കാര്യം ഒഴിവാക്കി സ്വരം മാറ്റി അറഫ ചോദിച്ചു:

"ഞാനിവിടെ ഉണ്ടാകുമെന്ന് നിങ്ങൾക്കെങ്ങനെയാണ് അറിയാവുന്നത്?"

"ഇവിടെ എത്തിയ ഉടനേ ഞാൻ താങ്കളെ അന്വേഷിച്ചു. അവരാണ് പറഞ്ഞത് കങ്കാണിയുടെ അരികിലുണ്ടാകുമെന്ന്. അങ്ങനെയാണ് ഞാൻ താങ്കൾ വരുന്നതുംനോക്കി ഇവിടെ കാത്തിരുന്നത്."

"ഞാനാണ് ജബലാവിയെ കൊന്നതെന്നുകൂടി അവർ പറഞ്ഞില്ലേ?"

"അതിന് അദ്ദേഹത്തെ ആരും കൊന്നതല്ലല്ലോ? അദ്ദേഹത്തെ കൊല്ലാൻ ആർക്കും കഴിയുകയുമില്ല!"

"പരിചാരകനെ കൊന്നതാരാണോ അയാൾ തന്നെയായിരിക്കുമല്ലോ ജബലാവിയേയും കൊന്നിട്ടുണ്ടാവുക."

"പച്ചക്കള്ളമാണത്. അദ്ദേഹം എന്റെ ഈ കൈകളിൽ കിടന്നാണ് മരിച്ചത്."

സ്ത്രീയുടെ ശബ്ദത്തിൽ നല്ല ദേഷ്യമുണ്ടായിരുന്നു. ഒന്നു കരയാനായെങ്കിലെന്ന് കൊതിച്ചുപോയെങ്കിലും അറഫയുടെ കണ്ണുകളിൽനിന്നും ഒരൊറ്റത്തുള്ളി കണ്ണുനീർപോലും പുറത്തേക്ക് വന്നില്ല. അയാൾ സ്ത്രീയുടെ നേരെ ഒന്ന് പാളിനോക്കി.

"ഞാൻ പൊയ്ക്കോട്ടെ അങ്ങുന്നേ?"

"നിങ്ങൾ പറഞ്ഞതൊക്കെ ശരിയാണെന്ന് സത്യം ചെയ്യാമോ?"

പീഡിതനായ മനസ്സാക്ഷിയുടേതുപോലെ പരുക്കൻ സ്വരത്തിൽ അറഫ ചോദിച്ചു:

"ദൈവത്തെ സാക്ഷിനിർത്തി ഞാൻ പറയുകയാണ്. എല്ലാം സത്യമാണ്."

പ്രഭാതവർണങ്ങൾ ചക്രവാളത്തിൽ നിറയുന്നതിനിടയിൽ നടന്നു നീങ്ങുന്ന സ്ത്രീയെത്തന്നെ അറഫ നോക്കിനിന്നു. വീട്ടിൽ കയറി കിടപ്പുമുറിയിലെത്തിയതും ബോധംകെട്ട് വീണുപോയി. കുറച്ചുനേരം കഴിഞ്ഞ് ബോധം തിരിച്ചുകിട്ടിയെങ്കിലും മരിക്കാൻ പോകുന്ന നേരത്തേതുപോലുള്ള ക്ഷീണമുണ്ടായിരുന്നു ശരീരത്തിലാകെ. വൈകാതെ ഉറങ്ങിപ്പോവുകയും ചെയ്തു. എന്നാൽ ഒരു രണ്ട് മണിക്കൂറിലധികം ഉറങ്ങാനായില്ല. അസ്വസ്ഥമായ മനസ്സോടെ ചാടിയെഴുന്നേറ്റശേഷം ഹനശിനെ വിളിച്ചു. സുഹൃത്ത് അടുത്തെത്തിയതും നടന്ന കാര്യങ്ങളൊക്കെ അയാളോട് പറഞ്ഞു.

ആശയക്കുഴപ്പത്തോടെ ഹനശ് അറഫയെത്തന്നെ തുറിച്ചുനോക്കുകയാണ്. കഥ കേട്ടുകഴിഞ്ഞതും അയാൾ പൊട്ടിച്ചിരിച്ചു.

"ഇന്നലെ രാത്രി നന്നായി കഞ്ചാവ് വലിച്ചുവല്ലേ?"

"ഇന്നലെ രാത്രി കണ്ടതൊന്നും എന്റെ ഭാവനയല്ല. സത്യമായും നടന്ന കാര്യമാണ്. എനിക്കതിൽ യാതൊരു സംശയവുമില്ല!"

അറഫയ്ക്ക് ദേഷ്യം സഹിച്ചില്ല. എന്നാൽ ഹനശ് ശാന്തനായി പറഞ്ഞു:

“ഉറങ്ങിക്കോളൂ... നിങ്ങൾക്ക് നല്ലൊരു ഉറക്കത്തിന്റെ ആവശ്യമുണ്ട്!”

“നിനക്ക് ഞാൻ പറഞ്ഞതിൽ വിശ്വാസമില്ലേ?”

“ഇല്ല. വിശ്വസിക്കില്ല. ഞാൻ പറയുന്നതുപോലെ നല്ലതുപോലൊന്ന് ഉറങ്ങി എഴുന്നേറ്റാൽ നിങ്ങൾതന്നെ ഈ കഥ വിശ്വസിക്കില്ല!”

“എന്തുകൊണ്ടാണ് നീ വിശ്വസിക്കാത്തത്?” ഹനശ് ചിരിച്ചു.

“നിങ്ങൾ കങ്കാണിയുടെ വീട്ടിൽ നിന്നിറങ്ങുമ്പോൾ ഞാനിവിടെ ജനാലയ്ക്കരികിൽ നിൽക്കുകയായിരുന്നു. നിങ്ങൾ അവിടെനിന്ന് നേരെ ഇങ്ങോട്ട് വരുന്നതും കണ്ടതാണ്. മാളികയുടെ മുന്നിലെത്തിയപ്പോൾ അല്പനേരം അവിടെ നിന്നിരുന്നു. എന്നാൽ അധികം കഴിയാതെ നിങ്ങൾ നേരെ ഇങ്ങോട്ടുതന്നെ വരികയായിരുന്നു. പിന്നാലെ അംഗരക്ഷകരുമുണ്ടായിരുന്നു.”

ഇതുകേട്ടതും ജേതാവിന്റെ ഭാവത്തിൽ ചാടി എഴുന്നേറ്റ് അറഫ പറഞ്ഞു:

“ആ വേലക്കാരെ വിളിക്ക്!”

“വേണ്ട! അവർ നിങ്ങളുടെ സമനില തെറ്റിയെന്നേ കരുതുകയുള്ളൂ.”

ഹനശ് കൈവിരലുയർത്തി വിലക്കി. എന്നാൽ അറഫ വാശിയോടെ പറഞ്ഞു:

“നിന്റെ മുമ്പിൽ വച്ചുതന്നെ എന്താണവർ കണ്ടതെന്ന് ഞാൻ ചോദിക്കും.”

“വേലക്കാർക്ക് നമ്മളോട് ഒരല്പം ബഹുമാനമുണ്ട്. നിങ്ങളായിട്ടത് ഇല്ലാതാക്കരുത്.”

ഹനശിന്റെ യാചനാസ്വരത്തിലുള്ള വാക്കുകൾ കേട്ടതും അറഫയുടെ കണ്ണുകളിൽ ഭ്രാന്തമായൊരു തിളക്കം മിന്നിമറഞ്ഞു.

“എനിക്ക് ഭ്രാന്തില്ല. ഞാൻ ലഹരിക്കടിമപ്പെട്ട് പറയുന്നതുമല്ല. എന്നിൽ സംപ്രീതനായാണത്രേ ജബലാവി മരിച്ചത്!”

“ആയിരിക്കാം. പക്ഷേ നിങ്ങൾ വേലക്കാരെയാരെയും വിളിക്കരുതേ.”

ഹനശിന്റെ ശബ്ദത്തിൽ സഹതാപമുണ്ടായിരുന്നു.

“എന്തെങ്കിലുമൊരു ദുരന്തമുണ്ടായാൽ നീയായിരിക്കും ഉത്തരവാദി.”

“ദൈവം കാക്കുമാറാകട്ടെ! നമുക്ക് ആ സ്ത്രീയെത്തന്നെ വിളിക്കാം. അവർ തന്നെ പറയട്ടെ കാര്യം. അവരെങ്ങോട്ടാണ് പോയത്?”

ഓർക്കാൻ ശ്രമിച്ചപ്പോൾ അറഫയുടെ മുഖം വാടിപ്പോയി. പിന്നെ വിഷമത്തോടെ അയാൾ പറഞ്ഞു:

“ആ സ്ത്രീയോട് എവിടെയാണ് താമസിക്കുന്നതെന്ന് ചോദിക്കാൻ ഞാൻ മറന്നുപോയി.”

“നിങ്ങൾ കണ്ടതൊക്കെ യഥാർത്ഥമായിരുന്നെങ്കിൽ പിന്നെന്തിനാ ആ സ്ത്രീയെ പോകാനനുവദിച്ചത്?”

“സത്യമായിരുന്നത്. എനിക്ക് ഭ്രാന്തൊന്നും പിടിച്ചിട്ടില്ല. എന്നിൽ സംപ്രീതനായിട്ടാണ് ജബലാവി മരിച്ചത്!”

അറഫയുടെ പിടിവാശി കണ്ടതും ഹനശിന് അലിവ് തോന്നിപ്പോയി:

“നിങ്ങൾ വെറുതെ ആകുലപ്പെടേണ്ട. ഇപ്പോഴാവശ്യം നല്ലൊരുറക്കമാണ്.”

അറഫയുടെ അരികിലേക്ക് വന്നശേഷം തലമുടിയിൽ തഴുകിക്കൊണ്ട് പതിയെ കിടക്കയിലേക്ക് പിടിച്ചുകിടത്താൻ നോക്കി. അയാൾ കിടക്കുന്നതുവരെ ഹനശ് അരികത്ത് തന്നെ ഇരുന്നു. അല്പം കഴിഞ്ഞതും പരിക്ഷീണനായി അറഫ കണ്ണുകളടച്ചു. പിന്നെ ഗാഢമായൊരു ഉറക്കത്തിലേക്ക് അയാൾ വഴുതിവീണു.

നൂറ്റിപ്പന്ത്രണ്ട്

“**ഇ**വിടെനിന്ന് രക്ഷപ്പെടാൻ ഞാൻ തീരുമാനിച്ചു.”

ശാന്തമായിരുന്നെങ്കിലും കടുത്ത തീരുമാനമെടുത്തതുപോലെയായിരുന്നു അറഫയുടെ വാക്കുകൾ. അന്തംവിട്ടുപോയ ഹനശിന്റെ കൈകൾ ചെയ്തുകൊണ്ടിരുന്ന പണിതന്നെ നിർത്തിക്കളഞ്ഞു. ആശങ്കയോടെ അയാൾ ചുറ്റും നോക്കി. മുറി അടഞ്ഞുകിടക്കുകയായിരുന്നിട്ടും അയാളാകെ ഭയന്നതുപോലെ തോന്നി. എന്നാൽ ഹനശിന്റെ അമ്പരപ്പൊക്കെ കണ്ടില്ലെന്ന് നടിച്ച് ചെയ്തുകൊണ്ടിരിക്കുന്ന പണി തുടരുന്നതിനിടയിൽ അറഫ തുടർന്നു പറഞ്ഞു:

“ഈ കാരാഗൃഹത്തിൽ മരണത്തെക്കുറിച്ചുള്ള ചിന്ത മാത്രമേ എനിക്കുണ്ടാകുന്നുള്ളൂ. ഈ വിരുന്നുകളും കുടിയും നർത്തകരുമൊക്കെ മരണത്തിന്റെ ആദ്യരാഗങ്ങളാണ്. ഈ തോട്ടങ്ങളിലെ പൂക്കളിലെല്ലാം എനിക്ക് മണക്കുന്നത് കുഴിമാടത്തിന്റെ ഗന്ധം മാത്രമാണ്.”

“പക്ഷേ യഥാർത്ഥ മരണമല്ലേ ഈ തെരുവിൽ നമ്മെ കാത്തിരിക്കുന്നത്?”

ഹനശ് ആകെ ആശങ്കാകുലനായിരുന്നു.

“നമുക്ക് ഈ തെരുവിൽനിന്നുതന്നെ ദൂരേക്കെവിടേക്കെങ്കിലും ഓടിപ്പോകാം.”

പിന്നെ സുഹൃത്തിന്റെ കണ്ണുകളിലേക്കുതന്നെ ഉറ്റുനോക്കിക്കൊണ്ട് അറഫ തുടർന്നു:

“ഒരു ദിവസം നാമിവിടേക്ക് വിജയികളായി തിരിച്ചെത്തുകതന്നെ ചെയ്യും!”

“നമുക്കിവിടെനിന്ന് രക്ഷപ്പെടാനായിരുന്നെങ്കിൽ!”

“ഈ തെമ്മാടികൾക്ക് നമ്മെ വലിയ വിശ്വാസമാണ്. അതുകൊണ്ടു തന്നെ നമുക്ക് രക്ഷപ്പെടാൻ കഴിയാതെ വരില്ല!”

കുറച്ചുനേരം ഒന്നും മിണ്ടാതെ ജോലി തുടർന്നശേഷം അറഫ ചോദിച്ചു:

“ഇതല്ലേ നീയാഗ്രഹിച്ചിരുന്നതും?”

“സത്യത്തിൽ ഞാനതൊക്കെ ഏതാണ്ട് മറന്ന മട്ടായിരുന്നു. പക്ഷേ ഇന്നെന്താ ഇങ്ങനെയൊരു തീരുമാനമെടുത്തതെന്ന് പറയ്.”

അറഫ പുഞ്ചിരിച്ചു.

“ഞാൻ ജബലാവിയുടെ മാളിക ആക്രമിച്ച് അദ്ദേഹത്തിന്റെ പരിചാരകനെ കൊന്നവനാണ്. എന്നിട്ടും എന്നിൽ സംപ്രീതനാണെന്നല്ലേ പിതാമഹൻ അറിയിച്ചിരിക്കുന്നത്?”

ഹനശിന്റെ മുഖത്തേക്ക് പഴയ അതിശയം വീണ്ടും തിരികെയെത്തി.

“കഞ്ചാവിന്റെ ആലസ്യത്തിൽ കണ്ടൊരു ഭ്രമക്കാഴ്ചയുടെ പേരിൽ സ്വന്തം ജീവിതംവച്ച് ചൂതാടുകയാണോ നിങ്ങൾ?”

“നീ എന്തുവേണമെങ്കിലും പറഞ്ഞുകൊള്ളൂ. പക്ഷേ എന്നിൽ സംപ്രീതനായാണ് പിതാമഹൻ മരിച്ചതെന്ന കാര്യത്തിൽ എനിക്കുറപ്പാണ്. ഞാൻ മാളികയിലേക്ക് അതിക്രമിച്ചുകയറിയതോ കൊല നടത്തിയതോ ഒന്നും അദ്ദേഹത്തെ ദേഷ്യപ്പെടുത്തുന്നില്ല. എന്നാൽ ഇപ്പോൾ ഞാൻ നയിച്ചുകൊണ്ടിരിക്കുന്ന ജീവിതം അദ്ദേഹം കണ്ടാൽ ആ ദേഷ്യം താങ്ങാൻ ഈ ലോകത്തിനാകില്ല!”

പിന്നെ ശബ്ദം താഴ്ത്തി അറഫ തുടർന്നു:

“അതുകൊണ്ടായിരിക്കും എന്നിൽ സംപ്രീതനായിരുന്നു എന്നദ്ദേഹം അറിയിച്ചത്.”

അതിശയത്തോടെ ഹനശ് തലകുലുക്കി.

“അദ്ദേഹത്തെക്കുറിച്ച് നിങ്ങളിങ്ങനെ ബഹുമാനത്തോടെ സംസാരിക്കുന്നത് ഞാൻ കേട്ടിട്ടേയില്ലല്ലോ?”

“അതൊക്കെ പണ്ടല്ലേ? അന്നെനിക്ക് വലിയ സംശയമായിരുന്നു. എന്നാലിന്നദ്ദേഹം മരണപ്പെട്ടിരിക്കുന്നു. മരിച്ചയാളുകളോട് നാം ബഹുമാനം കാണിക്കണമല്ലോ?”

“ദൈവം അദ്ദേഹത്തിന് ശാന്തി നൽകട്ടെ!”

“ഞാനാണ് അദ്ദേഹത്തിന്റെ മരണത്തിന് കാരണക്കാരനെന്ന വസ്തുത മറന്നുപോകാതിരിക്കട്ടെ. അതിനാൽതന്നെ കഴിയുമെങ്കിൽ എനിക്കദ്ദേഹത്തെ ജീവിതത്തിലേക്ക് തിരിച്ചുകൊണ്ടുവരണം. അക്കാര്യത്തിൽ വിജയം നേടാനായാൽ നമുക്ക് മരണത്തെത്തന്നെ അതിജീവിക്കാനാകും.”

ഹനശ് അറഫയുടെ നേരെ ദുഃഖത്തോടെ തുറിച്ചുനോക്കി.

“മാന്ത്രികവിദ്യകൊണ്ട് നിങ്ങൾക്കിതുവരെ സാധിച്ചിട്ടുള്ളത് കുറച്ച് ഉത്തേജകഗുളികകളും പിന്നെ ആളെക്കൊല്ലുന്ന കുപ്പികളും മാത്രമല്ലേ?”

“ഈ മാന്ത്രികവിദ്യ എവിടെയാണാരംഭിക്കുന്നതെന്ന് നമുക്കറിയാം. എന്നാലതിന്റെ ഒടുക്കമെങ്ങനെയായിരിക്കുമെന്ന് നമുക്ക് ഊഹിക്കാൻ പോലുമാകില്ല!”

മുറിക്കുള്ളിലൊന്ന് ഉഴിഞ്ഞുനോക്കിയശേഷം അറഫ പറഞ്ഞു:

“നമുക്ക് ഈ കൈപ്പുസ്തകം ഒഴിച്ചുള്ളതൊക്കെ കെട്ടിവയ്ക്കാം. ഈ പുസ്തകം രഹസ്യങ്ങളുടെ കലവറയാണ്. ഞാനിത് കുപ്പായത്തിന്റെ കീശയിൽ സൂക്ഷിച്ചുകൊള്ളാം. നീ കരുതുന്നതുപോലെ വലിയ ബുദ്ധി മുട്ടൊന്നുമായിരിക്കില്ല ഇവിടെനിന്ന് രക്ഷപ്പെടുന്ന കാര്യം.”

പതിവുപോലെ വൈകുന്നേരമായതോടെ അറഫ കങ്കാണിയുടെ വീട്ടിലെത്തി. നേരം പുലരുന്നതിന് മുമ്പുതന്നെ വീട്ടിലേക്ക് തിരികെ യെത്തുകയും ചെയ്തു. ഹനശ് തന്നേയും നോക്കിയിരിക്കുന്നുണ്ടാ യിരുന്നു. ഒരു മണിക്കൂറോളം നേരം കിടപ്പുമുറിയിൽതന്നെ കാത്തിരുന്നു. പരിചാരകരൊക്കെ ഉറങ്ങിക്കഴിഞ്ഞതായി ഉറപ്പു വരുത്തണമല്ലോ? ശേഷം വളരെ ജാഗ്രതയോടെ അവരിരുവരും മട്ടുപ്പാവിലേക്ക് നീങ്ങി. മട്ടുപ്പാവിന്റെ തുറസ്സായഭാഗത്ത് കിടന്നുറങ്ങുന്ന വേലക്കാരന്റെ കൂർക്കംവലി ഇട യ്ക്കിടയ്ക്ക് ഉയർന്നു കേൾക്കാം. പിന്നെ പടിക്കെട്ടുകളിറങ്ങി വാതിലിന് നേർക്ക് നീങ്ങി.

ഹനശ് പാറാവുകാരന്റെ കിടക്കയ്ക്കരികിലേക്ക് നീങ്ങി. അയാളുടെ കൈയിലിരുന്ന മുളവടി ഉയർന്നുതാണെങ്കിലും മെത്തപോലുള്ള എന്തോ വസ്തുവിലായിരുന്നു അടികൊണ്ടത്. അതുണ്ടാക്കിയ ശബ്ദമാകട്ടെ രാത്രിയുടെ ശാന്തതയെത്തന്നെ ശല്യപ്പെടുത്താൻപോന്നതായിരുന്നു. അപ്പോൾ പാറാവുകാരൻ കിടക്കയിലില്ലെന്നർത്ഥം! ശബ്ദംകേട്ട് ആരെങ്കിലും ഉണർന്നേക്കുമെന്ന ഭയത്തോടെ വിറയ്ക്കുന്ന മനസ്സുമായി ഗേറ്റിന് പിന്നിൽ പതുങ്ങിനിന്നു. അറഫ കൊളുത്തുമാറ്റിയശേഷം പതിയെ ഗേറ്റ് തുറന്നു. അയാൾക്കു പിന്നാലെ ഹനശും പുറത്തേക്കിറങ്ങി. ഗേറ്റ് തിരികെയടച്ചശേഷം നിശ്ശബ്ദമായ ഇരുളിലൂടെ വീടുകളുടെ ചുമരുകൾ മറയാക്കി അവരിരുവരും ഉമ്മുസൻഫിലിന്റെ വാസസ്ഥലത്തേക്ക് നീങ്ങി.

വഴിയിൽവച്ച് ഒരു നായ ഓടി അടുത്തെത്തി മണപ്പിക്കാൻ തുടങ്ങി. കുറച്ചുദൂരം പിറകെ വന്നശേഷം നായ നടത്തം നിർത്തി ആലസ്യ ത്തോടെ വായ തുറന്നു. ആ കെട്ടിടത്തിന്റെ പ്രവേശനകവാടത്തിനടു ത്തെത്തിയതും അറഫ ഹനശിന്റെ കാതിൽ മന്ത്രിച്ചു:

“നീ എന്നെ ഇവിടെ കാത്തിരുന്നാൽ മതി. എന്തെങ്കിലും സംശയം തോന്നിയാൽ ഒന്ന് ചൂളമടിക്കണം. എന്നിട്ട് മുഖത്തംകമ്പോളത്തിലേക്ക് ഓടിരക്ഷപ്പെടണം.”

കെട്ടിടത്തിനുള്ളിലേക്ക് കയറിയ അറഫ ഇടനാഴിയിലൂടെ നടന്ന് പടി ക്കെട്ടുകൾ കയറി ഉമ്മുസൻഫിൽ താമസിക്കുന്ന മുറിക്കരികിലെത്തി.

വാതിലിൽ മുട്ടിവിളിച്ചപ്പോൾ ആരാണെന്ന് തിരക്കുന്ന ഭാര്യയുടെ ശബ്ദം കേട്ടു.

"ഞാനാണ് അറഫ! വാതിൽ തുറക്കൂ അവാത്വിഫ്."

വാതിൽ തുറന്നതും കൈയിലുണ്ടായിരുന്ന ചെറിയ വിളക്കിന്റെ വെളിച്ചത്തിൽ അവാത്വിഫിന്റെ ഉറക്കച്ചടവുള്ള മുഖം കണ്ടു.

"നമുക്കിവിടെ നിന്ന് രക്ഷപ്പെടാം അവാത്വിഫ്. നീയും വരണം എനിക്കൊപ്പം."

അന്തംവിട്ടു നിൽക്കുന്ന അവാത്വിഫിനരികിലേക്ക് ഉമ്മുസൻഫിൽകൂടി എഴുന്നേറ്റുവന്നു.

"നമുക്ക് ഈ തെരുവിൽനിന്നും രക്ഷപ്പെടാം. പണ്ടെങ്ങനെയായിരുന്നോ അതുപോലെ വീണ്ടും ജീവിക്കാം നമുക്ക്. വേഗമാകട്ടെ!"

അല്പനേരം അമാന്തിച്ചുനിന്നശേഷം ചെറിയൊരു പ്രകോപനം നിറഞ്ഞ സ്വരത്തിൽ അവാത്വിഫ് തിരക്കി:

"ഇപ്പോഴെന്താ നിങ്ങൾക്കെന്റെ ഓർമ്മവന്നത്?"

"കുറ്റപ്പെടുത്താനൊക്കെ ഇനിയും നേരമുണ്ടല്ലോ? വളരെ വിലപിടിച്ച നേരമാണിത്."

പെട്ടെന്നാണ് ഹനശിന്റെ ചൂളംവിളിയും ആശയക്കുഴപ്പം സൃഷ്ടിക്കുന്ന വേറെ കുറേ ശബ്ദങ്ങളും കേട്ടത്.

"നായ്ക്കൾ! രക്ഷപ്പെടാനുള്ള അവസരം പാഴായിപ്പോയല്ലോ അവാത്വിഫ്!"

പടിക്കെട്ടിന് മുകൾഭാഗത്തെത്തി താഴേക്ക് നോക്കിയതും മുറ്റത്ത് നിറയെ വിളക്കുകളേന്തിയ ആളുകളെ കണ്ടു. നിരാശയോടെ പിന്നിലേക്ക് മാറിക്കളഞ്ഞ അറഫയെ നോക്കി അവാത്വിഫ് പറഞ്ഞു:

"അകത്തേക്ക് കയറൂ."

"അയ്യോ കയറരുതേ..."

ഉമ്മുസൻഫിലിന് സ്വന്തം കാര്യത്തിലായിരുന്നു പേടി. അല്ലെങ്കിൽ തന്നെ ഉള്ളിലേക്ക് കയറിയിട്ട് എന്താ പ്രയോജനം? മുറിക്കുള്ളിൽ കണ്ടൊരു ജനാലയ്ക്ക് നേരെ വിരൽചൂണ്ടി അറഫ ചോദിച്ചു:

"ഈ ജനാല എങ്ങോട്ടാണ് തുറക്കുന്നത്?"

"പുറത്തേക്ക്."

കുപ്പായത്തിന്റെ കീശയിൽ കിടന്ന കൈപ്പുസ്തകം പുറത്തെടുത്തശേഷം ഉമ്മുസൻഫിലിനെ മറികടന്ന് അറഫ ജനാലയ്ക്കരികിലേക്ക് നീങ്ങി. പിന്നെ പുസ്തകം ആ ജനാലയിലൂടെ പുറത്തേക്കെറിഞ്ഞു. വേഗത്തിൽ മുറിയിൽനിന്നും പുറത്തിറങ്ങിയശേഷം വാതിൽ തിരികെയടച്ച് മേൽക്കൂരയിലേക്ക് നീളുന്ന അവശേഷിക്കുന്നപടികൾ ചാടിക്കയറാൻ

തുടങ്ങി. മുകളിലെത്തി തെരുവിലേക്കു നോക്കിയതും അവിടമാകെ വിളക്കുകളേന്തിയ ആൾരൂപങ്ങളെ മാത്രമാണ് കാണാനായത്. മുകളിലേക്ക് പടികയറിവരുന്ന ഒച്ചപ്പാട് ചെവികളിൽ വന്നലയ്ക്കുന്നുണ്ട്. ജമാലിയ്യയുടെ ഭാഗത്തേക്കുള്ള തൊട്ടടുത്ത കെട്ടിടത്തിന്റെ മേൽക്കൂരയ്ക്കുനേരെ ഓടാൻ തുടങ്ങിയപ്പോഴാണ് വിളക്കേന്തിയ ഒരാൾക്കു പിന്നാലെ കുറെയാളുകൾ തനിക്കു മുമ്പേ അവിടെയെത്തിക്കഴിഞ്ഞതായി മനസ്സിലായത്.

മനസ്സിലാകെ നിരാശ പടരുന്നതിനിടയിലാണ് താഴെനിന്ന് ഉമ്മു സൻഫിലിന്റെ നിലവിളി കേട്ടത്. ആളുകൾ അവരുടെ വീട്ടിലേക്ക് ആക്രമിച്ചു കയറിയിട്ടുണ്ടാവുമോ? അവാത്വിഫ് പിടിയിലായിരിക്കുമോ? അപ്പോഴേക്കും മേൽക്കൂരയിലേക്കുള്ള വാതിലിനരികിൽ നിന്ന് ആ ശബ്ദം കേട്ടത്:

“കീഴടങ്ങൂ അറഫാ...”

ഒരു വാക്കുപോലും ഉരിയാടാനാകാതെ കീഴടങ്ങിയ ഭാവത്തിൽ നിൽക്കുകയാണ് അറഫ. ആരും അയാൾക്കരികിലേക്ക് പോകാൻ ധൈര്യപ്പെട്ടില്ല.

“നീ ഒരു കുപ്പിയെങ്ങാനും ഞങ്ങളുടെ നേരെ എറിഞ്ഞാൽ നിന്റെ മേൽ പതിക്കുക എണ്ണമറ്റ കുപ്പികളായിരിക്കും!”

“എന്റെ കൈയിലൊന്നുമില്ല!”

അതോടെ ആളുകൾ ഓടിയടുത്തെത്തി അറഫയെ വലയം ചെയ്തു. അപ്പോഴാണ് കങ്കാണിയുടെ പാറാവുകാരൻ യൂനുസ് അലറി വിളിച്ചു കൊണ്ട് അരികിലേക്കെത്തുന്നത് കണ്ടത്:

“എടാ നീചാ... തെമ്മാടീ... നന്ദികെട്ടവനേ...”

തെരുവിലേക്ക് നോക്കിയതും രണ്ടാളുകൾ ചേർന്ന് അവാത്വിഫിനെ മുന്നോട്ട് പിടിച്ചു തള്ളുന്നത് കണ്ടു.

“അവളെ വെറുതെ വിടൂ. അവളൊരു തെറ്റും ചെയ്തില്ലല്ലോ?”

യാചിക്കുകയായിരുന്നു അറഫ. അപ്പോഴേക്കും ആരോ അയാളുടെ ചെന്നിയിൽ ആഞ്ഞടിച്ചുകഴിഞ്ഞിരുന്നു.

നൂറ്റിപ്പതിമൂന്ന്

കൈകൾ പിറകിൽ കെട്ടിയ നിലയിലാണ് അറഫയേയും അവാത്വിഫിനേയും കലിതുള്ളി നിൽക്കുന്ന കങ്കാണിയുടെ മുന്നിൽ ഹാജരാക്കിയത്. മുഷ്ടി വേദനിക്കുംവിധത്തിൽ അയാൾ അറഫയുടെ കരണത്തടിച്ചു.

“എനിക്കെതിരെ ഗൂഢാലോചന നടത്തിക്കൊണ്ടാണല്ലേടാ നീ എന്നോട് സൗഹൃദം കൂടിയത്.... തേവിടിശ്ശിയുടെ സന്തതീ?”

“പ്രശ്നങ്ങൾ പറഞ്ഞുതീർക്കാൻ മാത്രമായാണ് ഇദ്ദേഹം ഞാൻ താമസിക്കുന്ന സ്ഥലത്തെത്തിയത്.”

അവാത്വിഫ് കണ്ണീരോടെ പറഞ്ഞുനോക്കി. എന്നാൽ അവളുടെ മുഖത്തേക്ക് തുപ്പുകയായിരുന്നു കങ്കാണി.

“വായടയ്ക്കെടീ പിശാചേ...”

“അവൾ നിരപരാധിയാണ്... അവളൊരു തെറ്റും ചെയ്തിട്ടില്ല!”

“ജബലാവിയെ കൊന്നതടക്കമുള്ള നിന്റെ സർവ്വകുറ്റകൃത്യങ്ങളിലും ഇവളും പങ്കാളിതന്നെയാണ്. നിനക്ക് രക്ഷപ്പെടണമല്ലേ? നിന്നെ ഞാൻ ഈ ലോകത്തുനിന്നുതന്നെ രക്ഷപ്പെടുത്താം.”

കങ്കാണി തന്റെ ആളുകളെ വിളിച്ചതും അവർ രണ്ട് ചാക്കുകൾ കൊണ്ടുവന്നു. അവർ അവാത്വിഫിനെ പിടിച്ചുതള്ളി. അവൾ മുഖമടിച്ച് നിലത്തേക്ക് വീണു. പെട്ടെന്നുതന്നെ അവർ കാലുകൾ കെട്ടിയശേഷം അലർച്ചകളൊക്കെ അവഗണിച്ചുകൊണ്ട് അവളെ ചാക്കിനകത്തേക്ക് തള്ളിക്കയറ്റി കുടുക്കിട്ട് കെട്ടി. ഭ്രാന്തമായ പ്രതിഷേധത്തോടെ അലറിക്കരയുകയായിരുന്നു അറഫ:

“ഞങ്ങളെ വേണമെങ്കിൽ കൊന്നുകൊള്ളൂ... പക്ഷേ നിങ്ങളെ വെറുക്കുന്നവർ നാളെ നിങ്ങളുടെ കഥ കഴിച്ചിരിക്കും!”

പരിഹസിച്ച് ചിരിക്കുകയാണ് കങ്കാണി.

“എന്നും സുരക്ഷിതത്വം നൽകാൻ മാത്രമുള്ള ആവശ്യത്തിന് കുപ്പികൾ എന്റെ കൈവശമുണ്ട്!”

“ഹനശ് രക്ഷപ്പെട്ടിട്ടുണ്ട്. എന്റെ സർവ്വരഹസ്യങ്ങളുമായാണവൻ രക്ഷപ്പെട്ടിരിക്കുന്നത്. എന്നെങ്കിലുമൊരുനാൾ നിങ്ങൾക്ക് ചെറുത്തുനിൽക്കാൻ കഴിയാത്ത ശക്തിയുമായിട്ട് അവൻ തിരിച്ചുവരും. നിങ്ങളാകുന്ന തിന്മയിൽനിന്ന് അവൻ ഈ തെരുവിനെ മോചിപ്പിക്കും, നോക്കിക്കോളൂ.”

ഖദ്‌രി അറഫയുടെ വയറിൽ ശക്തിയോടെ തൊഴിച്ചു. പുളഞ്ഞുകൊണ്ടാണ് അറഫ നിലത്തേക്ക് വീണുപോയത്. പിന്നീട് കങ്കാണിയുടെ ആളുകൾ അയാളുടെ മേലേക്ക് ചാടിവീണു. അവാത്വിഫിനോട് ചെയ്തത് തന്നെയാണ് അവർ അയാളോടും ചെയ്തത്. പിന്നീടവർ ആ രണ്ട് ചാക്കുകളും പുറത്തേക്ക് വലിച്ചിറക്കി മരുഭൂമിയിലേക്ക് കൊണ്ടുപോയി. അവാത്വിഫിന് നേരത്തെതന്നെ ബോധംകെട്ടെങ്കിലും കടുത്ത വേദനയായിരുന്നു അറഫയെ കാത്തിരുന്നത്. എവിടേക്കായിരിക്കും കങ്കാണിയുടെ ആളുകൾ തങ്ങളെ കൊണ്ടുപോകുന്നത്? എന്തുതരം മരണമായിരിക്കും തങ്ങളെ കാത്തിരിക്കുന്നത്? കുറുവടികൊണ്ട് തലയ്ക്കടിച്ച് കൊല്ലുമോ? അതോ കല്ലെടുത്ത് തലയിലിടിക്കുമോ? അതോ തീകൊളുത്തി കൊല്ലുമോ? ഇനിയതല്ല മലയിൽനിന്നും താഴേക്കെറിയുമോ?

അങ്ങേയറ്റം വേദനാജനകമായ തന്റെ അവസാനനിമിഷങ്ങൾ എത്ര മാത്രം ഭീകരമായിരിക്കും! ശ്വാസംമുട്ടുന്ന ഈ അവസ്ഥയിൽനിന്നും രക്ഷപ്പെടുത്താൻ തന്റെ മാന്ത്രികവിദ്യയ്ക്കൊന്നും കഴിയില്ലല്ലോ? കങ്കാണിയുടെ അടിയേറ്റ് വീർത്ത അറഫയുടെ തല ചാക്കിന്റെ അടിഭാഗത്തായിരുന്നതിനാൽ ശ്വാസംമുട്ടിച്ചാവുമെന്ന് തോന്നി. മരണത്തിലല്ലാതെ ഇനി തനിക്കൊരു ശാന്തി ലഭിക്കുമെന്ന പ്രതീക്ഷയേ ഇല്ല. താനും തന്റെ മോഹങ്ങളും ഇതാ ഇല്ലാതാവാൻ പോവുകയാണ്. എന്നാൽ തന്റെ അട്ടഹാസം വളരെക്കാലം ജീവനോടെ തന്നെയുണ്ടാകും. താൻ ആരെ ഇല്ലായ്മ ചെയ്യാൻ ശ്രമിച്ചുവോ അവർ തന്റെ നാശത്തിൽ ആനന്ദിക്കാൻ പോകുകയാണ്. എന്നാൽ ഹനശ് എന്തായിരിക്കും ചെയ്യാൻ പോകുന്നതെന്ന് മാത്രം ആർക്കുമറിയില്ല. തന്നെ മരണത്തിലേക്ക് കൂട്ടിക്കൊണ്ടുപോകുന്ന കങ്കാണിയുടെ കിങ്കരന്മാർ നിശ്ശബ്ദരാണ്. ഒറ്റയൊരാളും ഒരു വാക്ക് പോലും മിണ്ടുന്നില്ല.

എങ്ങും ഇരുട്ടാണ്. ഇരുട്ടിനപ്പുറം ആകെയുള്ളത് മരണം മാത്രമായിരിക്കും. ഇതേ മരണത്തെ പേടിച്ചല്ലേ താൻ കങ്കാണിയുടെ ചിറകിനടിയിൽ ഇത്രയുംകാലം ഒളിച്ചിരുന്നത്? എന്നിട്ടെന്തായി? ഇപ്പോഴിതാ മരണം തന്നെത്തേടിയെത്തിയിരിക്കുന്നു. യഥാർത്ഥ വരവിന് മുമ്പുതന്നെ ജീവിതത്തെ ഭീതിയിലാഴ്ത്തി കൊല്ലാക്കൊല ചെയ്യുന്ന മരണം! ജീവിതത്തിലേക്കെങ്ങാനും തിരിച്ചെത്തുവാനൊരവസരം ലഭിച്ചാൽ സർവ്വരോടുമായി അലറിവിളിച്ചു പറയണം:

“നിങ്ങളൊരിക്കലും ഭയപ്പെടരുത്... ഭയം നിങ്ങളെയൊരിക്കലും മരണത്തിൽനിന്നും രക്ഷിക്കാൻ പോകുന്നില്ല. പകരം അത് നിങ്ങൾക്ക് നിഷേധിക്കുന്നത് ജീവിതം തന്നെയായിരിക്കും. ഹേ... തെരുവ്വാസികളേ... നിങ്ങളിതുവരെ ജീവിക്കുകയേ ആയിരുന്നില്ല... മരണത്തെ ഭയപ്പെടുന്ന കാലത്തോളം നിങ്ങൾക്ക് ജീവിതമെന്നത് ലഭിക്കാനേ പോകുന്നില്ല!”

“ഇവിടെ.”

കൊലയാളിസംഘത്തിലൊരാൾ പറയുന്നതു കേട്ടു.

“ഇവിടെ മണ്ണ് ഇളകിക്കിടക്കുകയല്ലേ?”

വേറൊരു ശബ്ദം പിന്നാലെയെത്തി. അർത്ഥമെന്തെന്നറിഞ്ഞുകൂടെങ്കിലും അവരുടെ വാക്കുകൾ കേട്ട് അറഫ നടുങ്ങിപ്പോയി. മരണത്തിന്റെ ഭാഷയാണെന്ന് മാത്രമറിയാം. പീഡനം സഹിക്കാനാകാതെ ‘എന്നെ ഒന്ന് കൊന്നുതരുമോ’ എന്ന് അലറി വിളിക്കാൻ തുനിഞ്ഞതായിരുന്നു. എന്നാലതിന് കഴിഞ്ഞില്ല.

പെട്ടെന്നാണ് ചാക്ക്കെട്ടുകൾ നിലത്തേക്കെറിയപ്പെട്ടത്. ശിരസ്സ് നിലത്തടിച്ചതും അറഫ വേദനകൊണ്ട് പുളഞ്ഞുപോയി. കഴുത്തിലും നട്ടെല്ലിലും അസഹനീയമായ വേദന തോന്നി. ഓരോ നിമിഷത്തിലും പ്രതീക്ഷിച്ചത് കുറുവടികൾ മുകളിലേക്ക് പതിക്കുന്നതോ അല്ലെങ്കിൽ

അതിനെക്കാൾ ഭീകരമായ എന്തെങ്കിലും കാര്യമായിരുന്നു. മരണത്തിന്റെ സന്തതസഹചാരിയായ തിന്മയ്ക്കായി ജീവിതം ബലികഴിച്ചതിൽ സ്വയം ശപിച്ചുപോയി.

"പെട്ടെന്ന് കുഴിയെടുക്കൂ... നേരം പുലരുന്നതിന് മുമ്പേ നമുക്ക് പണി തീർത്ത് മടങ്ങണം."

കങ്കാണിയുടെ പാറാവുകാരൻ യൂനുസിന്റെ ശബ്ദമായിരുന്നത്. എന്തുകൊണ്ടായിരിക്കും കൊല്ലുന്നതിന് മുമ്പേ കുഴികുത്താൻ തുടങ്ങുന്നത്? മുഖത്തംമലയുടെ അടിയിൽപ്പെട്ട് നെഞ്ചാകെ ഞെരിഞ്ഞമരുന്നതു പോലെ തോന്നി. പെട്ടെന്നാണ് ഒരു ഞരക്കം കേട്ടത്. അത് അവാത്വിഫിന്റേതാണെന്ന് മനസ്സിലായതും അറഫ ഉഗ്രമായി പിടയാൻ തുടങ്ങി. കുഴികുത്തുന്ന ശബ്ദം ചെവിയിൽ വന്നലച്ചുകൊണ്ടേയിരിക്കുന്നു. മനുഷ്യന് എത്രമാത്രം ക്രൂരനാകാൻ കഴിയുമെന്നോർത്തപ്പോൾ വല്ലാത്ത വേദന തോന്നി.

"നിങ്ങൾ രണ്ടുപേരേയും കുഴിയിലേക്കെറിയാൻ പോവുകയാണ്. തലയിലൂടെ മണ്ണിട്ട് മൂടുന്നതല്ലാതെ നിങ്ങളെയാരും ഒന്നും ചെയ്യില്ല. പോരേ?"

യൂനുസിന്റെ വാക്കുകൾ കേട്ടതും ഇല്ലാത്ത ശക്തി സംഭരിച്ച് അവാത്വിഫ് അലറിക്കരയാൻ തുടങ്ങി. ആർക്കും മനസ്സിലാകാത്ത ഭാഷയിൽ അറഫയുടെ മനസ്സും കേഴുന്നുണ്ടായിരുന്നു. ബലിഷ്ഠമായ ഏതോ കരങ്ങൾ അറഫയേയും അവാത്വിഫിനേയും ചാക്കുകളോടെ പൊക്കിയെടുത്ത് കുഴിയുടെ ഉള്ളിലേക്കെറിഞ്ഞു. പിന്നെ അവരുടെ തലയ്ക്കു മുകളിലേക്ക് മണ്ണ് കോരിയിടാൻ തുടങ്ങി. അരണ്ട വെളിച്ചത്തിലും പൊടിപടലമുയരുകയായിരുന്നു അവിടമാകെ.

നൂറ്റിപ്പതിനാല്

അറഫയുടെ മരണവാർത്ത തെരുവിലെങ്ങും പരന്നു. എന്നാൽ അയാളെന്തുകൊണ്ടാണ് കൊല്ലപ്പെട്ടതെന്നതിന്റെ യാഥാർത്ഥ്യം മാത്രം ആർക്കും മനസ്സിലായില്ല. തന്റെ സംരക്ഷകനായ കങ്കാണിയെ പ്രകോപിപ്പിക്കുന്ന എന്തോ ഒന്ന് അറഫ ചെയ്തിരിക്കാമെന്നും അതാണ് ഈ അനിവാര്യമായ വിധിക്ക് കാരണമെന്നും ആളുകൾ ഊഹിച്ചു. വേറൊരു ദിവസം മറ്റൊരു വാർത്തകൂടി പ്രചരിച്ചു. തെരുവ്ദാദയായിരുന്ന സഅദുല്ലയേയും സാക്ഷാൽ ജബലാവിയെയും അറഫ കൊല്ലപ്പെടുത്തിയ അതേ മാന്ത്രികായുധംകൊണ്ട് തന്നെയാണത്രേ അറഫയുടെ കഥകഴിച്ചതും. കങ്കാണിയോട് അങ്ങേയറ്റം പകയുണ്ടായിരുന്നെങ്കിൽകൂടിയും അറഫയുടെ അന്ത്യത്തിൽ സർവ്വരും സന്തോഷിക്കുകയായിരുന്നു. ഗുണ്ടകളുടെ കുടുംബക്കാരും സഹായികളായിരുന്നവരുമായിരുന്നു ഏറ്റവുമധികം ആനന്ദിച്ചത്. തങ്ങളുടെ പുണ്യവാനായ പിതാമഹനെ കൊല്ലുകയും

പിന്നെ തങ്ങളെ എന്നെന്നേക്കും അടക്കിവാഴാൻ സഹായിക്കുന്നൊരു ഭീകരായുധം അക്രമിയായ കങ്കാണിക്ക് നിർമ്മിച്ച് നൽകുകയും ചെയ്ത അറഫയുടെ അന്ത്യത്തിൽ അവർ മതിമറന്ന് സന്തോഷിച്ചു. അധികാരം മുഴുവൻ ക്രൂരനായൊരു വ്യക്തിയുടെ കൈപ്പിടിയിലകപ്പെട്ടു കഴിഞ്ഞതോടെ തെരുവിന്റെ ഭാവിയാകെ ഇരുണ്ടുപോയിരിക്കുന്നു. ഏറ്റവും കുറഞ്ഞത് പണ്ടത്തേതിനേക്കാൾ ഇരുൾ നിറഞ്ഞതായിരിക്കുന്നു ഭാവി. കങ്കാണിയും അറഫയും തമ്മിൽ എന്തെങ്കിലും കാര്യത്തിൽ പോരടിച്ചേക്കുമെന്നും അങ്ങനെ രണ്ടുപേരും ദുർബലരായിത്തീരുമെന്നും അപ്പോഴൊരാൾ തെരുവിലുള്ളവരുടെ പിന്തുണ തേടാൻ ശ്രമിച്ചേക്കും എന്നുമൊക്കെയുള്ള സർവ്വപ്രതീക്ഷകളും അപ്രത്യക്ഷമായിരിക്കുകയാണിപ്പോൾ.

തെരുവ്വാസികൾക്കു മുന്നിൽ ഇപ്പോൾ ആകെക്കൂടി അവശേഷിക്കുന്ന വഴി കങ്കാണിക്ക് കീഴൊതുങ്ങി ജീവിക്കുക മാത്രമാണ്. ഭൂസ്വത്ത്, ജബലാവിയുടെ നിബന്ധനകൾ, ജബൽ, രിഫാഅ, ഖാസിം തുടങ്ങിയവരുടെ വാക്കുകൾ എന്നിവയൊക്കെ വെറും പാഴ്സ്വപ്നങ്ങളായി മാറിയിരിക്കുന്നു. അവയൊക്കെ കവികൾക്ക് തംബുരുമീട്ടി പാടിനടക്കാനല്ലാതെ ജീവിതത്തിലൊരു വിലയുമില്ലാതായിരിക്കുന്നു.

അങ്ങനെയിരിക്കെ ഒരു ദിവസം അൽ-ദർറാസയിലേക്ക് പോകുകയായിരുന്ന ഉമ്മുസൻഫിലിനെ ഒരാൾ തടഞ്ഞുനിർത്തി.

"ഉമ്മുസൻഫിൽ, നമസ്കാരം!"

സൂക്ഷിച്ചുനോക്കിയതും വൃദ്ധ ഞെട്ടിപ്പോയി.

"ഹനേശോ?"

പുഞ്ചിരിയോടെ ഹനശ് വൃദ്ധയ്ക്കരികിലെത്തി.

"മരിച്ചുപോയ അറഫ അന്നുരാത്രി ശത്രുക്കൾ പിടികൂടുന്നതിനുമുമ്പ് നിങ്ങളുടെ വീട്ടിൽ എന്തെങ്കിലും ഉപേക്ഷിച്ചിട്ട് പോയിരുന്നോ?"

എന്നാൽ തന്നിൽ യാതൊരു സംശയവും ആർക്കും ഉണ്ടാകാൻ പാടില്ലെന്ന മട്ടിലായിരുന്നു ഉമ്മുസൻഫിലിന്റെ മറുപടി:

"വീട്ടിൽ ഒന്നും വച്ചിട്ട് പോയിട്ടില്ല. പക്ഷേ, ജനാലയിലൂടെ കുറെ കടലാസ്കെട്ടുകൾ പുറത്തേക്കിടുന്നതു കണ്ടു. പിറ്റേദിവസം രാവിലെ ഞാൻ പുറത്തിറങ്ങി ചവറ് കൂനയ്ക്കരികിൽ പോയി നോക്കുകയും ചെയ്തു. എന്നാലതൊരു കൈപ്പുസ്തകം മാത്രമായിരുന്നു. ഒരു പയോഗവുമില്ലാത്ത സാധനം. അതുകൊണ്ടുതന്നെ ഞാനത് അവിടെത്തന്നെ ഇട്ടശേഷം തിരികെപ്പോന്നു."

ഹനശിന്റെ കണ്ണുകൾ തിളങ്ങി. പ്രതീക്ഷയോടെ അയാൾ വൃദ്ധയോട് പറഞ്ഞു:

"എനിക്ക് ആ കൈപ്പുസ്തകം കണ്ടുപിടിക്കണം. എന്നെ ആ സ്ഥലത്തേക്ക് കൂട്ടിക്കൊണ്ടുപോകാമോ?"

വൃദ്ധയാകെ പേടിച്ചുപോയിരുന്നു.

"ദൂരെപ്പോ എന്റെയടുത്ത് നിന്ന്. ദൈവകൃപയില്ലായിരുന്നെങ്കിൽ കഴിഞ്ഞ തവണതന്നെ നിന്റെ കഥയും കഴിയേണ്ടതായിരുന്നു."

ഉമ്മുസൻഫിലിന്റെ പേടി ഇല്ലാതാക്കാനായി ഹനശ് അവരുടെ കൈകളിൽ ഒരു നാണയം വച്ചുകൊടുത്തു. അതോടെ ആളുകളെല്ലാം ഉറങ്ങിക്കഴിയുമ്പോൾ അർദ്ധരാത്രി കാണാമെന്ന് അവർ സമ്മതിച്ചു. നിശ്ചയിച്ച സമയമായപ്പോൾ ആ സ്ത്രീയുടെ പിന്നാലെ ഹനശ് ജനാലയുടെ പുറക്വശത്തെത്തി. ഒരു മെഴുകുതിരി കത്തിച്ചശേഷം ചപ്പുചവറ് കൂനകൾക്കിടയിൽ കുത്തിയിരുന്ന് അറഫയുടെ കൈപ്പുസ്തകം അവിടെയുണ്ടോയെന്ന് തിരയാൻ തുടങ്ങി. ഓരോരോ കൂനയിലേയും കടലാസുകളും കീറത്തുണികളും മറിച്ച് നോക്കിക്കൊണ്ടിരുന്നു. ചാരവും മണ്ണും പുകയിലയുടെ അവശിഷ്ടങ്ങളും ദുർഗന്ധം വമിക്കുന്ന ഭക്ഷണപദാർത്ഥങ്ങളുമൊക്കെ വിരൽകൊണ്ട് ഇളക്കിനോക്കിയെങ്കിലും വലിയ താത്പര്യത്തോടെ തിരഞ്ഞ സാധനം മാത്രം ലഭിച്ചില്ല. ദേഷ്യവും നിരാശയും അടക്കാനാകാതെയാണ് ഹനശ് ഉമ്മുസൻഫിലിന്റെ താമസസ്ഥലത്തേക്ക് ചെന്നത്.

"എനിക്കൊന്നും കിട്ടിയില്ല!"

"ഞാനെന്ത് ചെയ്യാനാണ്. നിങ്ങളൊക്കെ എന്നിവിടെ വന്നിട്ടുണ്ടോ അന്നൊക്കെ പിന്നാലെയെത്തുന്നത് കുഴപ്പങ്ങളായിരിക്കും."

"ഉമ്മാ... നിങ്ങളല്പം ക്ഷമ കാണിക്കൂ."

"ജീവിതം ഞങ്ങൾക്ക് ക്ഷമയോ ബുദ്ധിയോ ഒന്നും നൽകിയിട്ടില്ലെടോ. ആ പുസ്തകത്തിൽ നിങ്ങൾക്കെന്താ ഇത്ര താത്പര്യമെന്ന് പറയ്."

ഒരു നിമിഷം സംശയിച്ചുനിന്നശേഷം ഹനശ് പറഞ്ഞു:

"അത് അറഫയുടെ കൈപ്പുസ്തകമാണ്.

"അറഫയോ! ദൈവം അയാളോട് ക്ഷമിക്കട്ടെ. ജബലാവിയെ കൊന്നവൻ! സ്വന്തം മാന്ത്രികവിദ്യ കങ്കാണിക്ക് നൽകിയിട്ട് പോയവൻ!"

"ജബലാവിയുടെ നല്ലവരായ സന്തതികളിലൊരാളായിരുന്നു അറഫ. നിർഭാഗ്യമാണ് അയാളെ വഞ്ചിച്ചത്. ജബൽ, രിഫാഅ, ഖാസിം എന്നിവരെപ്പോലെ അല്ലെങ്കിൽ അവരെക്കാളേറെ നിങ്ങൾക്ക് നല്ലതുമാത്രം സംഭവിക്കണമെന്ന് ആഗ്രഹിച്ചിരുന്നയാളായിരുന്നു ഈ അറഫ!"

സംശയഭാവത്തിൽ ഒന്നു നോക്കിയശേഷം ഹനശിനെ ഒഴിവാക്കാനെന്നവണ്ണം വൃദ്ധ പറഞ്ഞു:

"ഞാൻ ചവറുകൂനയിൽ ഉപേക്ഷിച്ചുപോയ ആ കൈപ്പുസ്തകം ഒരുപക്ഷേ ചപ്പുചവറുകൾ ശേഖരിക്കാൻ വരുന്നയാൾ കൊണ്ടുപോയിട്ടുണ്ടാകും. സ്വാലിഹിയ്യയിലാണ് അവർ ചവറ് കത്തിക്കുന്നത്. അവിടെ ച്ചെന്ന് അന്വേഷിച്ച് നോക്കൂ."

അങ്ങനെ ഹനാശ് നേരെ സ്വാലിഹിയ്യയിലെ ചവറ് കത്തിക്കുന്ന ഇടത്തെത്തി. ജബലാവിത്തെരുവിൽനിന്നും ചപ്പുചവറുകൾ വാരിക്കൊണ്ട് പോകുന്നയാളെ കണ്ടുപിടിച്ച് തെരുവിലെ കാര്യം തിരക്കി.

“എന്തെങ്കിലും നഷ്ടപ്പെട്ടുപോയോ? എന്താണ് സാധനം?”

“ഒരു കൈപ്പുസ്തകം!”

ആ മനുഷ്യന്റെ കണ്ണുകളിൽ ആദ്യമുണ്ടായത് സംശയം നിറഞ്ഞൊരു നേട്ടമായിരുന്നു. എങ്കിലും കുളിപ്പുരയോട് ചേർന്നുകിടക്കുന്ന മുറിയുടെ മൂലയിലേക്ക് ചൂണ്ടി അയാൾ പറഞ്ഞു:

“ഭാഗ്യമുണ്ടെങ്കിൽ അതാ മൂലയിൽ കാണും. അല്ലെങ്കിൽ ഇതിനകം തന്നെ ചാരമായിട്ടുണ്ടാകും.”

ക്ഷമയോടും പ്രതീക്ഷയോടുംകൂടി ചപ്പ് ചവറുകൾക്കിടയിൽ ചെന്നിരുന്ന് പരിശോധിക്കുകയാണ് ഹനശ്. ജീവിതത്തിൽ അയാൾക്കിനി ആകെ അവശേഷിക്കുന്ന പ്രതീക്ഷയാണ് ഈ കൈപ്പുസ്തകം. അതയാളുടെ മാത്രം പ്രതീക്ഷയെ ബാധിക്കുന്ന കാര്യമല്ല. മറിച്ച് ജബലാവി തെരുവിന്റെയാകെ പ്രതീക്ഷയാണത്. നിർഭാഗ്യവാനായ അറഫ പരാജയഭാരത്തോടെയാണ് കൊല്ലപ്പെട്ടത്. അയാൾ ആകെക്കൂടി അവശേഷിപ്പിച്ചുപോയത് വലിയൊരു തിന്മയേയും പിന്നെ ജനത്തിന്റെ വെറുപ്പും മാത്രമായിരിക്കും. എന്നാൽ ഈ കൈപ്പുസ്തകത്തിന് അറഫ യുടെ തെറ്റുകൾക്ക് പരിഹാരം കണ്ടെത്താനുള്ള കഴിവുണ്ട്. ശത്രുക്കളെ നിഗ്രഹിച്ച് ഈ നരകസമാനമായ തെരുവിലാകെ പ്രതീക്ഷ നിറയ്ക്കാനും കഴിയും.

“തേടിയ കാര്യം കിട്ടിയോ?”

ചപ്പുചവറുകൾ വാരിക്കൊണ്ട് പോകുന്ന മനുഷ്യൻ ചോദിച്ചു.

“കുറച്ചുകൂടി സമയം വേണം. അനുവദിക്കണം ദൈവത്തെ യോർത്ത്.”

“ആ പുസ്തകത്തിന് ഇത്രയ്ക്കെന്താ പ്രാധാന്യം?”

അയാൾ കക്ഷം ചൊറിഞ്ഞുകൊണ്ട് തിരക്കി. ആശങ്ക മറച്ചുപിടിച്ചു കൊണ്ട് ഹനശ് പറഞ്ഞു:

“ഞങ്ങളുടെ കടയുടെ കണക്കുപുസ്തകമാണ്. കിട്ടിയാൽ കാണിച്ചു തരാം.”

നല്ല ഭയത്തോടെയാണ് ഹനശ് തിരച്ചിൽ തുടർന്നത്. അതിനിട യിലാണ് നല്ല പരിചയമുള്ളൊരു ശബ്ദം കേട്ടത്:

“എവിടേ മിത്വല്ലീ പയറ് പാത്രം?”

തെരുവിലെ പയറ് കച്ചവടക്കാരനായ ഷൻകലായിരുന്നത്. അയാളുടെ ശബ്ദം കേട്ടതും ഹനശ് വിറച്ചുപോയി. തിരിഞ്ഞുനോക്കിയില്ലെങ്കിൽ പോലും ആ മനുഷ്യൻ തന്നെ കണ്ടിട്ടുണ്ടാവുമോ എന്ന് ചിന്തിക്കുകയാ യിരുന്നു ഹനശ്. എങ്ങോട്ടെങ്കിലും ഓടിരക്ഷപ്പെട്ടാലോ? പിന്നീടയാളുടെ

കൈകൾ അതിവേഗം ചവറ്കൂനയ്ക്കിടയിൽ തിരയാൻ തുടങ്ങി. സ്വന്തം മാളം കുഴിക്കുന്ന മുയലിനെപ്പോലെ തോന്നും ഹനശിനെ ഇപ്പോൾ കണ്ടാൽ.

ജബലാവി തെരുവിലേക്ക് തിരികെ എത്തിയ ഷൻകൽ കണ്ണിൽകണ്ട വരോടൊക്കെ താൻ അറഫയുടെ കൂട്ടാളി ഹനശിനെ കണ്ടകാര്യം പറയാൻ തുടങ്ങി. സ്വാലിഹിയ്യയിലെ ചപ്പുചവറുകൾ കത്തിക്കുന്ന ഇടത്തെ ചവറ്കൂനയിൽ അയാൾ ഏതോ കൈപ്പുസ്തകം തിരയുക യായിരുന്നുവെന്നാണത്രേ ഷൻകലിനോട് ചവറ് ശേഖരിക്കുന്നയാൾ പറഞ്ഞത്. ഈ വാർത്ത കങ്കാണിയുടെ വീട്ടിലെത്തിയ ഉടനെതന്നെ അയാളുടെ വലിയൊരു സംഘം പരിചാരകർ സ്വാലിഹിയ്യയിലെ ചപ്പു ചവറ് കേന്ദ്രത്തിലെത്തിയെങ്കിലും അവർക്കവിടെ ഹനശിന്റെ പൊടി പോലും കാണാനായില്ല. ചവറുകൾ ശേഖരിക്കുന്നയാളോട് അന്വേഷിച്ച പ്പോൾ താൻ ചില കാര്യങ്ങൾക്കായി പുറത്തേക്ക് പോയിരുന്നെന്നും തിരികെ എത്തിയപ്പോഴേക്കും ഹനശ് സ്ഥലംവിട്ടിരുന്നെന്നുമാണ് അയാൾ പറഞ്ഞത്. അന്വേഷിച്ചുകൊണ്ടിരുന്ന വസ്തു ഹനശിന് കിട്ടിയോ ഇല്ലയോ എന്ന് തനിക്കറിയില്ലെന്നും അയാൾ കൂട്ടിച്ചേർത്തു,

അറഫ തന്റെ വിദ്യകളെയും ആയുധത്തെയും സംബന്ധിച്ച വിവര ങ്ങളുമൊക്കെ രേഖപ്പെടുത്തിവച്ച കൈപ്പുസ്തകം തന്നെയാണ് ഹനശ് ചവറുപുരയിൽനിന്നും എടുത്തുകൊണ്ടുപോയതെന്നും തെരുവിലുള്ളവർ അടക്കംപറയാൻ തുടങ്ങിയതെന്തുകൊണ്ടാണെന്ന് മാത്രമറിയില്ല. രക്ഷപ്പെടാനുള്ള ശ്രമത്തിനിടയ്ക്കാണ് അറഫയ്ക്കത് നഷ്ടമായതെന്നും പിന്നെ സ്വാലിഹിയ്യയിലെ ചവറ് കേന്ദ്രത്തിൽനിന്നും ഹനശ് അത് കണ്ടെത്തിയെന്നും ആളുകൾ പറയുന്നു.

അറഫ തുടങ്ങിവച്ച കാര്യങ്ങൾ പൂർത്തീകരിക്കാനായി ഹനശ് തെരുവിലേക്ക് തിരികെവരുമെന്നും കങ്കാണിയോട് ഹീനമായ രീതിയിൽ തന്നെ പ്രതികാരം ചെയ്യുമെന്നും കഞ്ചാവ്പുരകളിൽ ആളുകൾ സംസാരി ക്കാൻ തുടങ്ങി. ഹനശിനെ ജീവനോടെയോ അല്ലാതെയോ പിടികൂടി ക്കൊണ്ടുവരുന്നയാൾക്ക് കങ്കാണി വൻപ്രതിഫലം വാഗ്ദാനം ചെയ്തിട്ടു ണ്ടെന്നാണ് മിക്കവരും കരുതുന്നത്. ഇക്കാര്യം അയാളുടെ ആളുകൾ കാപ്പിക്കടകളിലും കഞ്ചാവ്പുരകളിലും ചെന്ന് പ്രചരിപ്പിക്കുന്നുമുണ്ട്.

എന്തായാലും തങ്ങളുടെ ജീവിതങ്ങളിൽ ഹനശ് വഹിക്കാൻ സാധ്യതയുള്ള പങ്കിനെക്കുറിച്ച് മാത്രം ആർക്കും സംശയമില്ല. അതോടെ ആളുകളുടെ മനസ്സിലാകെ ശുഭപ്രതീക്ഷയുടെയും ആനന്ദത്തിന്റെയും അലകളുയരാൻ തുടങ്ങി. നിരാശയുടെയും കീഴടങ്ങലിന്റെയും മാലിന്യ ങ്ങളെ അത് ഒഴുക്കിക്കളയുകയാണ്. കങ്കാണിക്കെതിരെ നിലയുറപ്പിച്ചിരി ക്കുന്ന ഹനശിനോടും ഒപ്പം മരിച്ചുപോയ അറഫയോടും തെരുവിലുള്ള വർക്ക് അനുതാപം തോന്നിത്തുടങ്ങി. ഹനശ് കങ്കാണിക്കെതിരെ വിജയം നേടുകയാണെങ്കിൽ അത് തങ്ങൾക്കും ഈ തെരുവിനും ലഭിക്കുന്ന

വിജയം തന്നെയായിരിക്കും. നന്മയും നീതിയും സമാധാനവും ഉറപ്പു വരുത്തുകയും ചെയ്യുമത്.

ഏതുവിധേനയും ഹനശുമായി സഹകരിക്കാൻതന്നെ അവർ തീരുമാനിച്ചുറച്ചിരിക്കുകയാണ്. കാരണം തങ്ങളെ സംബന്ധിച്ച് രക്ഷപ്പെടാനുള്ള ഏകമാർഗമാണിത്. കങ്കാണിയുടെ മാന്ത്രികായുധശക്തിയെ പരാജയപ്പെടുത്തണമെങ്കിൽ ഹനശ് തയ്യാറാക്കാൻ സാധ്യതയുള്ള ആയുധശക്തിയിലൂടെ മാത്രമേ സാധിക്കുകയുള്ളൂ എന്ന കാര്യത്തിലാർക്കും സംശയമില്ല.

തെരുവിലുള്ള ജനത്തിന്റെ അടക്കിപ്പിടിച്ച സംസാരങ്ങൾ കങ്കാണിയുടെ ചെവികളിലുമെത്തി. അതോടെ അയാൾ കാപ്പിക്കടകളിലെ കവികളോട് ജബലാവിയുടെ കഥകൾ പറയാൻ ചട്ടംകെട്ടി. പ്രത്യേകിച്ച് അറഫയുടെ കൈകൊണ്ട് ജബലാവി കൊല്ലപ്പെട്ട കഥ. അറഫയുടെ മാന്ത്രികശക്തിയെ ഭയന്നതിനാൽ കങ്കാണിക്ക് എങ്ങനെയാണ് അയാളോട് സന്ധിചെയ്യേണ്ടിവന്നതെന്നും സൗഹൃദം നടിച്ചുനടിച്ച് അവസാനം പിതാമഹന് വേണ്ടിയുള്ള പ്രതികാരമെന്നോണം എങ്ങനെ അറഫയെ കൊലപ്പെടുത്തിയെന്നതടക്കമുള്ള കഥകൾ.

എന്നാൽ അതിശയമെന്നേ പറയേണ്ടൂ, ജനങ്ങൾ പരിഹാസത്തോടും ഉദാസീനതയോടും കൂടിയാണ് കവികളുടെ കള്ളക്കഥകൾ കേട്ടിരുന്നത്. ചിലരൊക്കെ എതിർത്ത് സംസാരിക്കുകയും ചെയ്തു:

“ഞങ്ങൾക്ക് പഴയകാലത്തെക്കുറിച്ചൊന്നുമറിയേണ്ട. അറഫയുടെ മാന്ത്രികശക്തിയിൽ മാത്രമാണ് ഞങ്ങൾക്കാകെ ഇനി പ്രതീക്ഷയുള്ളത്. ജബലാവിക്കും മാന്ത്രികവിദ്യയ്ക്കുമിടയിൽ ഒരു തിരഞ്ഞെടുപ്പ് നടത്തേണ്ടിവന്നാൽ നാം മാന്ത്രികവിദ്യയെത്തന്നെ തിരഞ്ഞെടുക്കും!”

ദിവസങ്ങളോരോന്ന് പിന്നിടുന്തോറും അറഫയെ സംബന്ധിച്ച സത്യം പുറത്തുവന്നുകൊണ്ടേയിരുന്നു. അതൊരുപക്ഷേ ഉമ്മുസൻഫിലിന്റെ വീട്ടിൽ നിന്നാകാം ഉണ്ടാകുന്നത്. അവാത്വിഫിന് ഒപ്പം താമസിച്ചിരുന്ന നാളുകളിൽ വൃദ്ധ കേട്ട വിവരങ്ങളായിരിക്കാം. അല്ലെങ്കിൽ ഹനശ് പറഞ്ഞ വിവരങ്ങളുമാകാം. വിദൂരദേശങ്ങളിലെവിടെയൊക്കെയോവച്ച് തന്നെ കണ്ടിട്ടുള്ള തെരുവ്വാസികളോട് ഹനശ് പറഞ്ഞതുമാകാം ആ കാര്യങ്ങൾ.

എങ്ങനെയായാലും തെരുവിലുള്ളവർ അറഫയുടെ യാഥാർത്ഥ്യം തിരിച്ചറിഞ്ഞിരിക്കുന്നു. തന്റെ മാന്ത്രികശക്തിയിലൂടെ തെരുവിൽ അറഫ സൃഷ്ടിക്കാനാഗ്രഹിച്ച സ്വപ്നസമാനമായ അതിശയജീവിതത്തെക്കുറിച്ചും ഇപ്പോഴവർക്കറിയാം. അറഫയെ സംബന്ധിച്ച യാഥാർത്ഥ്യം അവരെ വളരെയധികം അതിശയിപ്പിച്ചു. എന്തിനേറെ അയാളുടെ ഓർമ്മകളെ പാടിപ്പുകഴ്ത്തിയ ജനം ജബൽ, രിഫാഅ, ഖാസിം തുടങ്ങിയവരുടെ നാമങ്ങളേക്കാൾ അറഫയുടെ പേരുയർത്തിപ്പിടിക്കാൻ ശ്രമിക്കുകയും ചെയ്തു. ചില ആളുകൾ കരുതുന്നതുപോലെ അറഫയ്ക്കൊരിക്കലും

ജബലാവിയുടെ ഘാതകനാകാൻ കഴിയില്ലെന്ന് അവർ പറയാൻ തുടങ്ങി. ഇനി ജബലാവിയെ കൊന്നിട്ടുണ്ടെങ്കിൽപോലും അറഫ തന്നെയാണ് തെരുവിലെ ഏറ്റവും മഹാനായ വ്യക്തിയെന്നാണ് മറ്റു ചിലരുടെയൊക്കെ അഭിപ്രായം. അറഫയ്ക്കുവേണ്ടി മത്സരിക്കാൻ തുടങ്ങിയ വിവിധ കോളനികളിലുള്ളവർ അയാൾ തങ്ങളുടെ സ്വന്തം ആളാണെന്ന് പോലും വാദിച്ചുകൊണ്ടിരുന്നു.

ഇതിനിടയിലാണ് ഞങ്ങളുടെ തെരുവിൽനിന്നും കുറേ ചെറുപ്പക്കാർ ഒന്നിനു പിറകേ മറ്റൊരാളായി അപ്രത്യക്ഷരാകാൻ തുടങ്ങിയത്. ഹനശ് താമസിക്കുന്ന സ്ഥലത്തേക്കുള്ള വഴി മനസ്സിലാക്കിയ ഈ ചെറുപ്പക്കാർ അയാൾക്കൊപ്പം ചേർന്നിട്ടുണ്ടാവുമെന്നാണ് കേട്ടുകേൾവി. വാഗ്ദത്തം ചെയ്യപ്പെട്ട വിമോചനദിനത്തിനുള്ള തയ്യാറെടുപ്പെന്നവണ്ണം ഹനശ് ഇവരെ മാന്ത്രികവിദ്യ അഭ്യസിപ്പിക്കുകയാണത്രേ. കങ്കാണിക്കും അയാളുടെ കിങ്കരന്മാർക്കും ആകെ ഭയമായി. അതോടെ ഓരോ മുക്കിലും മൂലയിലും ചാരന്മാരെ വിന്യസിക്കുകയും വീടുകളും കടകളുമൊക്കെ അരിച്ചു പെറുക്കി പരിശോധിക്കാനും തുടങ്ങി. നിസ്സാരകുറ്റങ്ങൾക്കുപോലും ജനം ക്രൂരമായ ശിക്ഷകൾ ഏറ്റുവാങ്ങിക്കൊണ്ടിരുന്നു. ഒന്ന് തുറിച്ചുനോക്കിയാലോ, തമാശ പറഞ്ഞാലോ, ചിരിച്ചാലോ ലഭിക്കുന്ന ശിക്ഷ കുറുവടികൊണ്ടുള്ള കൊടുംമർദ്ദനമായിരിക്കും. അങ്ങനെ തെരുവാകെ ഭയവും പകയും ഭീകരതയും നിറഞ്ഞ കറുത്ത അന്തരീക്ഷത്തിലൂടെ കടന്നുപോവുകയാണ്.

എന്നിട്ടും ഈ അതിക്രമങ്ങളൊക്കെ ദൃഢചിത്തതയോടെ നേരിടുകയാണ് തെരുവിലുള്ളവർ. പാതാളത്തോളം ക്ഷമിക്കുമ്പോഴും അവർ പ്രതീക്ഷ കൈവിടുന്നതേയില്ല. എപ്പോഴെല്ലാം പീഡനങ്ങൾക്കിരയാവാറുണ്ടോ അപ്പോഴൊക്കെ അവർ ഇങ്ങനെയാകും പ്രതികരിക്കുക:

"അനീതിക്കൊരന്ത്യം ഉണ്ടായേ തീരൂ. രാത്രിക്കൊടുവിൽ പകലെത്തുന്നതുപോലെ. ഈ ക്രൂരഭരണത്തിന്റെ അന്ത്യം നമ്മുടെ തെരുവ് കാണുകതന്നെ ചെയ്യും. ഒപ്പം വെളിച്ചത്തിന്റെയും അദ്ഭുതങ്ങളുടെയും പ്രഭാതം ഉദിച്ചുയരുകതന്നെ ചെയ്യും!"

■